தென் இந்திய வரலாறு

(வரலாற்றுக்கு முற்பட்ட காலம் தொடக்கம் விசயநகரின் வீழ்ச்சி வரை)

கே.ஏ. நீலகண்ட சாஸ்திரி, எம்.ஏ.,

ரிதம் வெளியீடு

தென் இந்திய வரலாறு
கே.ஏ. நீலகண்ட சாஸ்திரி ©

Then India Varalaaru
K.A. Neelagandasasthri ©

1st Edition: Feb 2022
2nd Edition: April 2023
Pages: 544   Price: Rs. 550
ISBN: 978-93-93724-25-0

Publishing Editor
T. Senthil Kumar

Published by:
Rhythm Veliyeedu
New No.58, Old No.26/1, 1st Floor,
Alandur Road, Saidapet,
Chennai - 600 015, Tamil Nadu, INDIA
Ph : (044) 2381 0888, 2381 1808, 4208 9258
E-mail : senthil@rhythmbooks.in
Web : www.rhythmbooksonline.com

Book Layout & Cover Design
Visual Vinodh - 9500149822

முன்னுரை

இந்நூல் நீலகண்ட சாஸ்திரி எழுதிய A History of South India (தென் இந்திய வரலாறு) எனும் நூலின் இரண்டாம் பதிப்பின் தமிழாக்கமாகும். இலங்கை வரலாறு, புதைபொருளாராய்ச்சி ஆகிய பாடங்களைப் பயிலுவோர்க்குத் தென் இந்திய வரலாறு மிகவும் இன்றியமையாதது. தென் இந்திய அரசியல் வரலாறு, சமூக வாழ்க்கை, வாணிபம், சமயம், தத்துவம், இலக்கியம் கவின் கலை என்பன நம் நாட்டுப் பண்பாட்டு வளர்ச்சிக்குப் பெரிதும் உதவின வென்பதை யாவரும் அறிவர்.

மேலும், நம் வமிச வரலாறு சம்பந்தமான முக்கிய விடயங்களுக்கு சில இந்நூலிற் குறிக்கப்பட்டுள்ளன.

இலங்கை இராசகுமாரனான மானவர்மன் சாளுக்கியருக்கு எதிராகப் போர் செய்த நரசிம்மவர்மனுக்கு உதவி புரிந்தான் என்று சொல்லப்படுகின்றது. முதலாம் சேனனுடைய (831-851) ஆட்சியில் சிறீமாற சிறீவல்லபன் (851-862) ஒரு படையைத் திரட்டி வந்து இலங்கையின் வடபகுதியைச் சூறையாடினன். இரண்டாம் சேனன் சிறீமாற சிறீவல்லபனுக்கெதிராக மதுரைக்கு ஒரு படையை அனுப்பினான். காசியப்ப மன்னன் பாண்டிநாட்டு மாறவர்மராசசிங்கனுக்கு உதவியாக (900-970) ஒரு படையை அனுப்பினான். சுந்தர சோழனுக்கும் வீர பாண்டியனுக்குமிடையில் நிகழ்ந்த போரில் மகிந்த மன்னன் பாண்டிய அரசனுக்கு உதவியாக ஒரு சேனையை அனுப்பினான்.

இராசராசசோழன் பெரும் படையை இலங்கைக்கு அனுப்பி மகிந்தனைத் துரத்தி வட இலங்கையைக் கைப்பற்றிற, அனுராதபுரியை அழித்துப் பொலனறுவையை அடிப்படுத்தி அதனை இராசதானியாக்கினான். முதலாம் இராசேந்திரன் அனுப்பிய சேனை மகிந்தனைச் சிறைசெய்து சோழ நாட்டுக்கு அனுப்பியது. அதன் பின் அவன் மகன் காசியப்பன் தமிழருக்கெதிராகப் போர் தொடுத்து வென்று உருகுணையில் 12 ஆண்டு, விக்கிரமபாகு என்னும் பெயர் சூட்டி, ஆட்சி செய்தான்.

1067 இல் முதலாம் விசயபாகு, வீரராசேந்திரனால் தோற்கடிக்கப்பட்டான். இவன் பின்னர் தமிழரை வென்று பொலனறுவையும் அனுராதபுரியையும் கைப்பற்றி 1072 இல அரசனானான். 1166 இல் பராக்கிரமபாண்டியன்

குலசேகர மன்னனுக்கெதிராகப் போர் தொடுத்தபொழுது முதலாம் பராக்கிரமபாகு பாண்டிய அரசனுக்கு உதவியாக இலங்காபுரன் என்ற சேனாதிபதியுடன் ஒரு சேனையை அனுப்பினான். பின்னர் குலசேகர மன்னனால் இலங்கைக்கு அனுப்பப்பட்ட ஆரியச்சக்கரவர்த்தி தந்தத்தாதினை இந்தியாவுக்குக் கொண்டு சென்றான்.

இவ்வுண்மைகளை நம் முறை வரலாற்று நூல்களுடன் ஒப்பிட்டுப் பார்த்தல் மிக்க பயனுடைத்தாம். எனவே இத்தமிழாக்கம் வரலாற்று மாணவர்க்கு மிக்க நன்மை பயப்பதாகும்.

சிலாசாசனப் படங்கள் II, IV, VIII, IX ஆகியவற்றை வழங்கி உதவியமைக்காக இந்திய தொல்பொருளாராய்ச்சித் திணைக்களத்தினருக்கு என் நன்றி.

- நந்ததேவ விசயசேகரா.

இரண்டாம் பதிப்பிற்காக முகவுரை

இந்நூல் பற்றி மதிப்புரை வழங்கிய பலர் கூறிய ஆலோசனைகளைக் கருத்தில் வைத்து இப்பதிப்புத் திருத்தப்பட்டுள்ளது. அறிவுரைக் கட்டுரைகளைக் கொண்ட சஞ்சிகைகளில் வெளிவந்த மதிப்புரைகள் மூலம் மதிப்புரையாளர் இந்நூலை நன்கு வரவேற்றுள்ளனர். பூர்வீக மக்களும் கலாசாரங்களும் பற்றிய III ஆம் அத்தியாயத்தின் சில பகுதிகள் திருப்பி எழுதப்பட்டன் தென் இந்தியாவின் வரலாற்றுக்கு முற்பட்ட காலம்பற்றிய அறிவு, முக்கியமாக இந்திய தொல்பொருளுயற் றிணைக்களத்தின் அகழ்தல்களின் விளைவாக, அண்மைக் காலத்தில் முன்னேற்றமடைந்தமையினால், அந்த அறிவைப் பயன்படுத்தியே இப்பகுதிகள் திருப்பி எழுதப்பட்டன. கேரளத்தின் வரலாற்றிற்கும் கலாசாரத்திற்கும் இப்பதிப்பில் மேலதிக இடமளிக்கப் பட்டுள்ளது. முதற்பதிப்பிலிருந்து சில விளக்கப்படங்கள் நீக்கப்பட்டுச் சில புதிய படங்கள் சேர்க்கப்பட்டுள்ளன. வரலாற்றுக்கு முந்திய காலம் பற்றிய அதிகாரத்தைத் திருத்தியெழுதுவதற்கு மைசூர்ப் பல்கலைக் கழகத்தைச் சேர்ந்த கலாநிதி எம்.சே'ாத்திரி அவர்களும், இந்திய தொல்பொருளியற் றிணைக்களத்தைச் சேர்ந்த திருவாளர்கள் கே.ஆர்.சிறீனிவாசன், என்.ஆர்.பனோ்ஜி ஆகியோரும் அளித்த அரிய உதவிக்காக அவர்களுக்கு என் நன்றி. சென்னைப் பல்கலைக்கழகத்தைச் சேர்ந்த பேராசிரியர் கே.கே.பிள்ளை அவர்களும திரு.ஜி.அரிகாசாஸ்திரி அவர்களும் கோளத்தின் வரலாறு, கலாசாரம் பற்றிய பிரிவுகளைத் திருத்தியெழுவதற்குப் பேருதவியளித்தார்கள். கன்னட இலக்கியம் பற்றிய பிரிவைத் திருத்தியெழுதுவதற்குப் பேராசிரியர் மாரியப்ப பாட் உதவியளித்தார்கள்.

நூல் அச்சிடப்படும்பொழுது கலாநிதி டி.வீ.மகாலிங்கம் அவர்கள் சில சிறந்த ஆலோசனைகளைக் கூறினார்கள் திரு.எஸ்.கிருஷ்ணமூர்த்தி அவர்கள் அட்டவணையைத் தயாரித்து உதவினார்கள். இவ்விருவருக்கும் நான் பெரிதும் கடமைப்பட்டுள்ளேன்.

முகவுரை

இந்நூலை ஆக்கத் துணைபுரிந்தவர்களுக்கு நன்றி தெரிவிக்க வேண்டுமென்ற முக்கிய நோக்கத்துடனேயே இம்முகவுரை எழுதப்படுகிறது் இந்நூலை ஆக்குவதன் நோக்கம், அதற்காகிய திட்டம் ஆகியன முதலாம் அத்தியாயத்தின் அறிமுகப் பகுதியில் விளக்கப்பட்டுள்ளன. இந்நூலின் அத்தியாங்களையும் அவற்றின் பிரிவுகளின் விவரங்களையும் நான் திட்டமிடத் தொடங்குவதற்கு முன், இப்பணியை மேற்கொள்வதற்குப் போதிய ஆயத்தமில்லாதவனாயிருந்தேன் என்பதையும் இதனைச் செய்து முடிப்பதற்கு மற்றையோரின் ஒத்துழைப்பு வேண்டும் என்பதையும் உணர்ந்தேனல்லன். ஆயின் எனக்கு அவசியம் வேண்டியிருந்த உதவிகள் யாவும் போதிய அளவில், முக்கியமாகச் சென்னைப் பல்கலைக்கழகத்தின் ஏனைய திணைக்களங்களிற் கடமையாற்றிய என் தோழர்களிடமிருந்து, எனக்குக் கிடைத்தன. இவ்வாறு உதவிகள் கிடைத்தமையினாலேயே, நான் தொடங்கிய பணி, சில இன்னல்கள் நேர்ந்தபோதிலும், ஓராண்டுக்குச் சிறிது கூடிய காலத்தில் முடிவுறக் கூடியதாயிருந்தது.

தென் இந்தியப் புவியலுக்கும் வரலாற்றுக்குமுள்ள தொடர்பு பற்றிக் கூறும் II ஆம் அத்தியாயம் புவியியற்றிணைக்களத்தைச் சேர்ந்த திரு.வீ.கல்யாணசுந்தரம் அவர்களின் பேருதவியினாலே உருவாகியது. இந்நூலிலுள்ள தேசப் படங்களையும் இவரே வரைந்துதவினார் இவருக்கு திரு.ஆர்.திருமலை (ஆராய்ச்சி மாணவர்) அவர்கள் வரலாறு சம்பந்தமான உதவிகளைச் செய்தார்கள். தென் இந்தியாவின் வரலாற்றுக்கு முற்பட்ட காலம் பற்றிய III ஆம் அத்தியாயத்தை எழுதுவதற்கு மாநிலக் கல்லூரிப் பேராசிரியர் டி.பாலகிரு்ணன் நாயர் அவர்கள் பேருதவி புரிந்தார்கள். முக்கிய அரசியல் வரலாற்றையும் சமூக, பொருளாதார நிலைமைகள் பற்றிய குறிப்புக்களையும் தரும் IV-XIII ஆம் அத்தியாயங்களும், சமயமும் தத்துவஞானமும் பற்றிய ஒஏ ஆம் அத்தியாயமும் இவைபற்றி இதுவரை வெளியான பிரசுரங்களையும் நூல்களையும் ஆதாரமாகக் கொண்டே எழுதப்பட்டன் இப்பிரசுரங்களும் நூல்களும் ஒவ்வொரு அத்தியாய முடிவிலும் குறிப்பிடப்பட்டுள்ளன. இவ்வத்தியாய்களில், நானும் என் மாணவரும் பதினேழு ஆண்டுகளுக்கு மேலாக நடத்திய, ஆனால் இதுவரை வெளியிடப்படாத, சில ஆராய்ச்சி முடிவுகளும் சேர்க்கப்பட்டுள்ளன. இந்நூலை வாசிப்பவர், யாராயின் இந்த ஆராய்ச்சி முடிவுகளே அதற்குக் காரணமென்றறிந்து கொள்வாராக. XIV ஆம் அத்தியாயம் மிகப் பரந்த இலக்கியப் பரப்புப் பற்றிக் கூறுவதானால் என் நண்பர்களுக்கு நான் மிகப் பெரிதும் கடமைப்பட வேண்டியவனானேன் : வடமொழி பற்றிய பிரிவின் பொருட்டு, அம்மொழித் திணைக்களத்தைச் சோந்த கலாநிதி வீ. இராகவன், காலஞ் சென்ற கலாநிதி

டி.ஆர்.சிந்தாமணி ஆகியோர், தமிழ் பற்றிய பிரிவின் பொருட்டு திரு.எஸ்.வையாபுரிப்பிள்ளை, தெலுங்குப் பிரிவின் பொருட்டு திரு.எஸ்.காமேஸ்வர ராவ் (ஆராய்ச்சி மாணவர்), கலாநிதி என்.வெங்கட்டரமணையா ஆகியோர், ஈற்றில் மலையாளப் பிரிவின் பொருட்டு அத்திணைக்களர்தைச் சேர்ந்த திரு.கே.கனகசபாபதிப் பிள்ளை (ஆய்வறிஞர்), திரு.பீ.கிருஷ்ணன் நாயர் ஆகியோர் யாவரும் ஆற்றிய உதவிகளின் பொருட்டு அவர்களுக்கு நான் மிகக் கடமைப்பட்டுள்ளேன். தென் இந்திய கட்டடக் கலையினதும் ஓவியத்தினதும் வரலாற்றைக் கூறும் பணி பேர்சி பிறவுண் அவர்கள் அப்பொருள்கள் பற்றி எழுதிய மிகப் பெரிய ஆய்வு நூலின் உதவியினால் பெரிதும் இலகுவாயிற்று என்பதை நான் சிறப்பாகக் குறிப்பிடுதல் வேண்டும். பிறவுண் அவர்களின் நூல் அப்பொருள்கள் பற்றி ஏற்கனவே யெழுந்த நூல்கள் யாவற்றையும் விடச் சிறந்ததாகும்.

அறிஞர்கள் பலர் என்னுடன் ஒத்துழைத்து எனக்கு வேண்டிய உதவிகளை உவந்தளித்தனரெனினும் இந்நூலிற் காணப்படும் கருத்துக்களுக்கு அவர்கள் எவ்வித பொறுப்புமுடையரல்லர் என்பதை நான் தெளிவாகக் கூற விரும்புகிறேன்.

விளக்கப்படங்கள் எங்கிருந்து பெறப்பட்டனவென்பது ஒளிப்படப்பட்டியலிற் கொடுக்கப் பட்டுள்ளது அவற்றை வெளியிடுவதற்கு அனுமதியளித்தமைக்காக, சம்பந்தப்பட்ட அதிகாரிகளுக்கு எமது நன்றி.

சென்னைப் பல்கலைக்கழகம், - கே.ஏ.நீலகண்டசாஸ்திரி
1947, ஒகத்து. 10.

உள்ளுரை

		பக்கம்
I.	வரலாற்றுச் சான்றுகள் பற்றிய கணிப்பு	13
II.	வரலாறும் புவியியல் அமைப்பும்	48
III.	பூர்வீக மக்களும் கலாசாரங்களும்	64
IV.	வரலாற்றின் உதயம் : ஆரியமயமாக்குதல்	83
V.	மௌரியப் பேரரசின் காலம்	98
VI.	சாதவாகனர்களும் அவர்களை அடுத்து அரசபுரிந்தோரும்	107
VII.	சங்க காலமும் அதற்குப் பிந்திய காலமும்	133
VIII.	முப்பேரரசுகளின் மோதல்	167
IX.	சமபலம் படைத்த இரு பேரரசுகள்	194
X.	நான்கு முடியரசுகளின் காலம்	234
XI.	பாமணி அரசர்களும் விசயநகரின் எழுச்சியும்	250
XII.	விசயநகரப் பேரரசு	294
XIII.	சமூகப் பொருளாதார நிலைகள்	350
XIV.	இலக்கியம்	381
XV.	சமயமும் தத்துவஞானமும்	449
XVI.	ஓவியமும் கட்டடக்கலையும்	478
	அட்டவணை	

விளக்கப்படங்கள்

முகப்புப் படம்

ஒளிப்படங்கள் I-XX

I காள் : சைத்திய மகா மண்டபம் (நிழற்படம் - யோன்சன், ஒவ்மன் கம்பனி, கல்கத்தா)

II அமராவதி : வெறிகொண்ட யானையின் அற்புதம் (இந்திய தொல்பொருளியல் ஆராய்ச்சித் திணைக்களத்திற்கே பதிப்புரிமை)

III அஜந்தா : குகை 19 (இந்திய தொல்பொருளியல் ஆராய்ச்சித் திணைக்களத்திற்கே பதிப்புரிமை)

IVa ஐகோல் : தென் மேற்கிலுள்ள துர்க்கை கோயில் (இந்திய தொல்பொருளியல் ஆராய்ச்சித் திணைக்களத்திற்கே பதிப்புரிமை)

IVb எலிபந்தா : திருமூர்த்தி (இந்திய தொல்பொருளியல் ஆராய்ச்சித் திணைக்களத்திற்கே பதிப்புரிமை)

V எல்லோரா : கைலாசநாதர் கோயில் (பொதுத்தோற்றம்) (நிழற்படம் - எம்.வீ. விசயகர்)

VIa எல்லோரா : துமர்லேனா (ஐதராபாத்து, தொல்பொருளியற் றிணைக்களத்தின் அனுமதியுடன்)

VIb எல்லோரா : கைலாசநாதர் கோயில் (தூண்களின் பீட விவரம்) (ஐதராபாத்து, தொல்பொருளியற் றிணைக்களத்தின் அனுமதியுடன்)

VII மாமல்லபுரம் : கங்கையின் வீழ்ச்சி (நிழற்படம் - எ.எல். சியெது)

VIIIa மாமல்லபுரம் : கடற்கரைக் கோயில் (இந்திய தொல் பொருளியல் ஆராய்ச்சித் திணைக்களத்திற்கே பதிப்புரிமை)

IIIb காஞ்சிபுரம் : வைகுந்தப்பெருமாள் கோயில் (இந்திய தொல்பொருளியல் ஆராய்ச்சித் திணைக்களத்திற்கேபதிப்புரிமை)

XI தஞ்சாவூர் : பெரிய கோயில் (பொதுத் தோற்றம்) (இந்திய தொல்பொருளியல் ஆராய்ச்சித் திணைக்களத்திற்கே பதிப்புரிமை)

X நடன சிலம், நடராசர் (10 ஆம் நூற்றாண்டு) (சென்னை, அரும்பொருட்சாலை அத்தியட்சகரின் அனுமதியுடன்)

XI இலட்சுமி (பாரிசு, கிருமே அரும்பொருட்சாலை அதிபதியின் அனுமதியுடன்)

XII அலிபிட்டு : ஒய்சளேசுவரர் கோயிற் சுவர் விவரங்கள் (மைசூர், தொல்பொருளியற் றிணைக்கள அதிபதியின் அனுமதியுடன்)

XIII சோமநாதபுரம் : கேசவர் கோயிற் சுவர் விவரங்கள் (மைசூர், தொல்பொருளியற் றிணைக்கள அதிபதியின் அனுமதியுடன்)

XIV புவனேசுவரர் : இலிங்கராசர் கோயில் (நிழற்படம் - யோனசன, ஒவமன கம்பெனி, கல்கத்தா)

XV கோனராக்கு : கற்பாறை யானை (நிழற்படம் - ஏ.எல். சியெது)

XVI அம்பி : இப்போசிரி குதிரையும் சாரதியும் (நிழற்படம் : ஏ.எல். சியெது)

XVII மதுரை : மீனாட்சியம்மன் கோயில் (நிழற்படம் : டீ. ஆர். கணபதி)

XVIII தௌலதாபாத்துக் கோட்டை (இந்திய தொல்பொருளியல் ஆராய்ச்சித் திணைக்களத்திற்கே பதிப்புரிமை)

XIX பிசப்பூர் : கொல் கும்பாசு(நிழற்படம் - ஏ.எல்.சியெது)

XX பிடார் : மாமூது கவனின் மதுரசா (இந்திய தொல்பொருளியல் ஆராய்ச்சித் திணைக்களத்திற்கே பதிப்புரிமை)

தேசப்படங்கள்

1. தென் இந்தியா (இயற்கைத் தோற்றம்)
2. தென் இந்தியா : கி.மு. 300 – கி.பி. 500
3. தென் இந்தியா : கி.பி. 500–850
4. தென் இந்தியா : கி.பி. 850–1200
5. பெரிய இந்தியா

அத்தியாயம் I

வரலாற்றுச் சான்றுகள் பற்றிய கணிப்பு

1. சான்றுகளின் வாய்ப்பு : தென்னிந்திய வரலாற்றைப் புறக்கணித்தமை - இவ்வரலாறு பற்றிய அக்கறையும் அதன் பொதுப்போக்கும் - திட்டம் எதுவும் இல்லாத, அல்லது படிப்பினை எதுவும் இல்லாதநிலை – வரலாற்றை வடக்கிலிருந்தே இன்னும் அணுக வேண்டிய அவசியம் - அரசின் வரலாறும் கலைத்துறை வரலாறும் : அவற்றின் தொடர்பு

2. வரலாற்றுச் சான்றுகள் : கல், செம்பு – நாணயங்கள் - இலக்கியம் : இந்திய அயல் நாட்டு.

தென்னிந்திய பூர்வீக வரலாற்றைச் சுருக்கமாக, 17 ஆம் நூற்றாண்டின் நடுப்பகுதிவரை ஆராய்தலே இந்நூலின் நோக்கமாகும். 17 ஆம் நூற்றாண்டின் பின், விசயநகரப் பேரரசின் பிரதேசங்களை பிசப்பூர், கோல்கொண்டா என்ற சுல்தான்களின் அரசுகளுக்கிடையிற் பகிர்ந்து கொண்டதையும் குடாநாட்டின் கரையோரமாகப் பல முளைகளில் ஆங்கில கிழக்கிந்திய வர்த்தகக் கம்பனியார் பகிர்ந்து கொண்டதையும் அடுத்துப் புதியதோர் வரலாற்றுக்காலம் ஆரம்பமாயிற்று. தக்கணம் என்று பொதுவாகக் கூறப்படும் விந்திய மலைக்குத் தெற்கே உள்ள நிலப்பரப்பையே நாம் தென்னிந்தியா என்று கூறுகிறோம். கடந்த 50 ஆண்டு கால எல்லைக்குள் புதைபொருளாராய்ச்சித் துறையிலும், இலக்கியத் துறையிலும் ஏற்பட்ட பல புதிய முக்கியமான கண்டுபிடிப்புகள் இப்பிரதேசம் பற்றிய எமது வரலாற்று அறிவைப் பெரிதும் அதிகப்படுத்தியுள்ளன. இப்புதிய வரலாற்றுச் சான்றுகளின் பெருமு:புகுதி வெவ்வேறு காலக் கட்டங்களில் இந்திய புதைபொருளாராய்ச்சி பற்றிய கிடைக்கப்பெறாத பிரிவு அறிக்கைகளிலும், மிகப்பிரதானமான இந்திய இராச்சியங்கள் என்று அழைக்கப்படும் ஐதராபாத்து, மைசூர், திருவாங்கூர் போன்ற பிரதேச அறிக்கைகளிலும் காணக் கிடக்கின்றது. கிடைக்கப்பெற்ற ஆதாரங்களுக்கு விளக்கம் தந்து பல ஆராய்ச்சியாளர்கள் அறிவுமிக்க சில நூல்களை எழுதியுள்ளார்கள். இத்தகைய நூல்கள் பெரும்பாலும் ஒரு குறிப்பிட்ட அரசவம்சத்தைப்பற்றியோ, பிரதேசத்தைப் பற்றியோ, குறிப்பிட்ட பொருள்களைப்பற்றியோ விளக்குகின்றன. இந்நூல்கள், பிரச்சினைகளை அணுகியுள்ள முறை நமக்குப் பேருதவி புரிகின்றன வெனினும் இந்நூல்களின் தன்மையிலிருந்து பொதுவாக அரசியல் கலாசாரத் துறைகளில் வரலாற்று இயக்கங்களின் பிரதான போக்குகளைப்பற்றி அறிவது கடினமாகும். சேர் ஆர்.ஜி. பந்தர்கார் என்பவர் (1895) எழுதிய தக்கணத்தின் பூர்வீக வரலாறு என்ற நூல் தான் ஓரளவு பொது வரலாறு எனச் சொல்லக்கூடிய நூலாகும்.

ஆனால் இந்த மிகச் சிறந்த நூல், இன்று காலங்கடந்து விளங்குவதுடன் தூரதெற்கின் பூர்வீக வரலாறு பற்றிறக் குறிப்பிடாமலும் விட்டு விட்டது. தூர தெற்கின் பூர்வீக வரலாறு பற்றி மாத்திரம் பி.ரி.சீனிவாச ஐயங்காரின் தமிழர் வரலாறு (1929) என்ற நூல் கூறுகிறது.

'பூர்வீக இந்திய வரலாறுபற்றி எழுத முன்வந்த வரலாற்று ஆசிரியர்கள் தென்னிந்தியா என்று ஒன்று இருந்ததேயில்லை என்று வைத்துக்கொண்டே நூல் எழுதியுள்ளனர்' என வின்சன் சிமிது சரியாகக் கூறுவதுபோல, இந்தியாவின் பொதுவரலாறு பற்றிய நூல்களில் நாம் ஆராயும் நாட்டின் பகுதிபற்றி, மிகச் சிறு அளவில் மாத்திரம் சொல்லப்பட்டுள்ளது. மேலும் தெற்குப் பற்றிய இத்தகைய புறக்கணிப்பிற்கு இரண்டு காரணங்கள் உளவென்றும் அவர் விளக்குகிறார். 'இந்திய வரலாற்று ஆசிரியர் பிரதானமாக வடக்குப் பற்றிய விவரங்களைக் கொண்டே தமது கருத்துக்களை உருவாக்குகிறார். துக்கண பீட பூமியினதும் தூரதெற்கினதும் வரலாறு பற்றி இரண்டாமிடமே தரப்படுகிறது. அத்துடன் குடாநாட்டு வரலாற்று விவரங்களை விட, வட இந்திய வரலாற்று விவரங்கள் சிறிது தெளிவாகக் காணப்படுகின்றன. கி.பி. 600 ஆண்டுகளுக்கு முற்பட்ட காலத்தில் நிலவிய தென்னிந்திய அரசுகள் பற்றி மிகச்சில குறிப்புகளே தெளிவாகக் கிடைக்கின்றன. எனினும் இந்துத்தானம் பற்றி அதற்கு முந்திய 1200 ஆண்டுகள் வரை ஆதாரமுள்ள வரலாற்று நிகழ்ச்சிகள் இடம்பெற்றுள்ளன. குடாநாடு பற்றிய பூர்வீக ஆதாரங்கள் மிகச் சிறிதளவிலேயே கிடைக்குங் காரணத்தால் இந்திய வரலாற்றை முழுமையாக எழுதும்போது தென்னக வரலாற்றில் நிரப்ப முடியாத ஒரு பெரிய வெற்றிடம் தோற்றுகிறது' என்று ஆசிரியர் வின்சன் சிமிது மேலும் எடுத்துக்காட்டுகிறார். தென்னகத்தின் பண்டைய வரலாறு பற்றி விவரங்கள் மிகக் குறைவாகவே கிடைத்தபோதிலும் இந்த வரலாற்றை மேற்கொண்டு படிக்கும்போது சிமிது அவர்கள் கூறுவது போல நிலைமை அவ்வளவு மோசமாக அமைந்திருக்கவில்லை என்பதை நாம் அறியமுடியும்.

தென்னிந்திய வரலாறு இந்திய வரலாற்றின் ஒரு சுவைமிக்க அங்கமாக விளங்குகிறது என்பது எந்தக் கண்ணோட்டத்திலிருந்து பார்த்தாலும் நமக்குத் தென்படும். உலகிலே மக்கள் வாழ்ந்த மிகப்பழமையான பிரதேசங்களுள் வரலாற்றிற்கு முற்பட்ட காலப் புதைப்பொருளாராய்ச்சி களும், தென்னக நாகரிகங்களும் அயல்நாட்டு நாகரிகங்களுக்குமிடையில் இருந்த உறவும் ஒரு பிரதான அத்தியாயமாக இடம் பெறுகின்றன. இந்தியா முழுவதிலும் இந்தோ – ஆரிய வாழ்க்கை அம்சங்களும் ஆரியருக்கு முற்பட்டகால வாழ்க்கை அம்சங்களும், வேறுபட்ட நிலைமைகளிலும், அளவிலும் இணைந்ததன் மூலமே இந்திய பண்பாட்டிற்கு அத்திவாரமிடப் பட்டது ஆசிரியருக்கு முற்பட்ட இந்தியாவின் சாயல் வேறெந்தப் பகுதியையும்விட அதிகமாகத் தென்னகத்தின் மொழிகள், இலக்கியங்கள், தாபனங்கள் முதலியவற்றில் எஞ்சியிருப்பதைக் காணலாம். மேற்குத் தக்கணத்திற் காணப்படும் மராட்டியர்களே இந்தோ-ஆரிய மொமி பேசும் மக்களுள் இந்தியாவிலே மிகத் தெற்குப் பகுதியில் வாழ்ந்து வருபவர்களாவர்.

இப்பிரதேசத்திற்குக் கிழக்கிலும் தெற்கிலும் பேசப்படும் மொழிகள் ஒரே பிரிவைச் சார்ந்தவையாகும். திராவிடம் என்றழைக்கப்படும் இம்மொழிப் பிரிவில் மிகப் பழமைவாய்ந்ததும் இலக்கிய வளமுள்ளதுமான மொழி தமிழாகும். தமிழ் இலக்கியங்களுக்குள் மிகப் பண்டைய காலத்தவையாக விளங்குபவை, குறைந்தது கிறித்துவ சகாத்தத்தின் ஆரம்ப நூற்றாண்டுகளைச் சேர்ந்தனவாகும். இத்தகைய பண்டைய இலக்கியங்களை ஆதாரமாகக் கொண்டு வரையறுக்க ப்படும் அரசியல், சமூகம் ஆகியன சம்பந்தமான வரலாறு சுவைமிக்கதாக விளங்குவதோடு ஆரியருக்கு முற்பட்ட கால மக்களுக்கும் ஆரியருக்குமிடையிலிருந்த பண்பாட்டுத் தொடர்புகள் பற்றிய பிரச்சினைகள் சிலவற்றைத் தெளிவு படுத்தவும் துணை நிற்பனவாகும். கிழக்கே, வங்காள விரிகுடாவுக் கூடாக, இந்து அரசுகள் தோற்றி வளர்ந்தன என்பது, தென்னிந்தியாவிலும் இலங்கையிலும் ஆரிய மயமாக்கப்பட்ட குடியேற்றங்கள் விரிவடைந்தமையைக் குறிப்பதாகும் தக்கணமும், தூரதெற்கும், கிறித்துவுக்கு முன்பும், பின்பும், கடல் வழி இயக்கங்கள் பரவுவதற்குத் தளமாக அமைந்தன. விந்திய மலைகளுக்குத் தெற்கே இடம் பெயர்ந்து சென்று குடியேறிய மக்கள் எவ்வகைப் பிரச்சினைகளை எதிர்நோக்கித் தீர்வு கண்டார்களோ ஏறக்குறைய அத்தகைய பிரச்சினைகளையே இந்தோனேசியாவிற்கும் இந்தோ-சீனத்திற்கும் குடியேறச் சென்றவர்கள் எதிர் நோக்கித் தீர்வுகண்டனர். சுவைமிக்க பல பண்பாட்டு உறவுகளும், இவற்றிற்கிடையே இருந்த ஒருமைப்பாடும், பலாபலன்களும் பற்றி ஒரு விரிவான ஆராய்ச்சி எதுவும் இன்னமும் மேற்கொள்ளப்படவில்லை. இந்த நாடுகளில் பண்பாட்டு இயல்புகள், உறவுகள் பற்றி ஆராய்வது இந்நூலின் வரம்பிற்கு அப்பாற்பட்டது. இந்திய வரலாறு நெடுங்காலமாகத் தனிமைப்படுத்தப்பட்ட வகையில் ஆராயப்பட்டு வந்துள்ளது. மேலும் ஆசியாக் கண்டத்தைப் பின்னணியில் வைத்துப் பார்க்கும்போது கடல்வழிவந்த வரலாற்று அம்சங்கள் பற்றிப் போதிய கவனம் எடுக்கப்படவில்லை என்பது தெரியவரும். ‘மூன்று சமுத்திரங்களின் முதல்வர்கள்’ என்று அழைக்கப்படும் சாதவாகனர்கள் கடல் வழிக் குடியேற்றங்களையும் வர்த்தகத்தையும் வளர்த்தனர். அவர்களுடைய ஆணையின் கீழ் பௌத்த கலை மிகச் சிறந்த முறையில் எழிலுருவம் பெற்று விளங்கியது. இன்று வரை மேற்கிந்திய கற்கோயில்களிற் பேணப்பட்டு வருவனவற்றிலிருந்தும் அமராவதி, கோவி, நாகார்ச்சுனகொண்டா போன்ற, கிருட்டிணை ஆற்றின் பள்ளத்தாக்குகளில் எஞ்சிக் கிடக்கும் தூபிகளில் இக் கலையின் எழில் பற்றி அறியலாம். சாதவாகனர்களின் கலை மரபு, அவர்களை அடுத்து ஆட்சிக்கு வந்த தக்கணத்தின் கிழக்கு மேற்குப்பகுதி அரசர்களால் தொடர்ந்து பேணப்பட்டது. தமிழர்களின் சங்க இலக்கிய காலமும் சாதவாகனர்களின் தக்கண ஆட்சியின் பின்னைய பாதிப்பகுதியும் ஒரே காலத்தவையே. மேற்கில் இந்தியாவிற்கும் உரோமபுரிப் பேரரசிற்கும் அதிகமான வர்த்தகம் வளர்ந்ததும் இதே காலத்திலேயே. தக்கணத்தில் இதே காலத்திலும் பின்னரும் ஏற்பட்ட பிளாத்திக்குக் கலை வளர்ச்சி கிரேக்க, உரோமபுரிக் கலைகளினதும் அவற்றின் மாதிரிக் கலைகளினதும் வழியில் தோன்றியதே என்று நம்ப நல்ல காரணங்கள் உண்டு.

சங்க காலத்தை அடுத்துக் கி.பி.300 தொடங்கி கி.பி.600 வரையான காலத்தில், தமிழ் நாட்டில் நடைபெற்ற நிகழ்ச்சிகள் பற்றிப் போதிய செய்திகள் கிடைக்கவில்லை. கி.பி. 300 அளவில் அதற்குச் சிறிது பின், ஆதி அரசர்கள் என்றழைக்கப்பட்ட எண்ணிறந்த பிரபுக்களைத் தோற்கடித்த களப்பிரர் என்ற கொடிய அரசர்கள் ஆதிக்கம் செலுத்தினர். களப்பிரர் தோற்கடிக்கப் பட்டதையடுத்து, கி.பி. 6 ஆம் நூற்றாண்டின் பின், பாண்டிய பல்லவ சாதனைகளின் புதிய சகாத்தம் ஆரம்பமாகிறது. சாதவாகனப் பேரரசினரின் மரபுரிமைகளைத் தமக்குட் பிரித்துப் பாதுகாத்து வந்த பல அரசவம்சங்கள், தமிழ்ப் பிரதேசத்தின் இருள் சூழ்ந்த அதே வரலாற்றுக் காலத்தில், தக்கணத்திற் புகழ்பெற்று விளங்கின. சாதவாகனப் பேரரசின் அரசியல் நிர்வாக அமைப்புக்களையும், கலை, பண்பாட்டுத்துறைகளின் பாரம்பரியத்தையும், இந்த அரச வம்சங்கள் ஆட்சிபுரிந்த காலத்தில் பௌத்தமும் சமணமும் குறிப்பிடத்தக்க முன்னேற்றம் அடைந்தன. அசந்தா, ஆந்திரநாடு, இலங்கையின் சிகிரியா இட்சுவாருக்களும், சாலங்காயனர்களும் கிழக்குத் தக்கணத்தில் உள்ள விட்டுணு குண்டினியர்களும், தெற்குத் தக்கணத்தில் இருந்த சூதர்கள், கடம்பர்கள், கங்கர்கள், பல்லவர்கள் போன்றோரும் மிக முக்கியத்துவம் வாய்ந்தவர்கள். இந்த அரச வம்சங்கள் ஆட்சிபுரிந்த காலத்தில் பௌத்தமும் சமணமும் குறிப்பிடத்தக்க முன்னேற்றம் அடைந்தன. அசந்தா, ஆந்திரநாடு, இலங்கையின் சிகிரியா போன்ற இடங்களில் ஏற்பட்ட கலை வளர்ச்சிக்குப் பௌத்தம் பேரூக்கமளித்தது. சமணமதம் மேற்குத் தக்கணத்திலும் தமிழகத்திலும் இருந்த அரசர்கள் மத்தியிற் பெரிதும் வரவேற்கப்பட்டதுடன் குடிமக்கள் மத்தியிலும் கணிசமான பகுதியினருடைய ஆதரவைப் பெற்றது. பர்மா, மலாயா, யாவா, போர்னியோ, இந்தோ-சீனம் போன்ற பகுதிகளிற் கண்டெடுக்கப்பட்டுள்ள மிகப் பழைமை வாய்ந்த கல்வெட்டுகள், தக்கணமும் தென்னிந்தியாவும், இந்த நாடுகளில், ஆரிய மயமாக்கப்பட்ட குடியேற்றங்களை ஏற்படுத்தின என்பதற்குத் தகுந்த சான்றாகும்.

அடுத்த காலகட்டத்தில் (கி.பி. 600-950) முன்னையவற்றை விட விலாசமான அரசுகள், தென்பகுதியில் தோன்றின் இவை போரிலாயினும் சமாதானத்திலாயினும் சிறந்து விளங்கின. தக்கணத்தில், முதலில் பாதாமியைச் சேர்ந்த சாளுக்கியர்கள், முழுப்பிரதேசத்திலும் தமது ஆதிக்கத்தைப் பரப்பினர் ˙ சாளுக்கியருடைய முழு அதிகாரம் இரு கடல்களுக்கும் இடைப்பட்ட நிலப்பகுதியிலும் பரம்பியது. எனினும் பல அரச வம்சத்தினரின் குலப்பிரிவுகளின் கீழ், தெலுங்கு நாட்டின் கிழக்குக் கடற்கரை யோரத்திலும் வடமேற்கிலுள்ள லாத்தா என்ற மாகாணத்திலும் சுதந்திர குடியரசுகள் வளர்ச்சியுற்றன. சாளுக்கியர்கள் தமது ஆதிக்கத்தைப் பரப்பி, □ர்‘வர்த்தனன் தன் பேரரசின் எல்லையை விந்திய மலைக்கு வடக்கே அமைத்துக் கொள்ளும்படி வற்புறுத்தி வெற்றி கண்டனர். சாளுக்கியர்கள் தமக்கு வடக்கிலுள்ள ஏனைய அயலவர்களை எதிர்த்தும் தெற்கிலுள்ள பல்லவர்களை எதிர்த்தும் போராடி வெற்றி கண்டனர். அத்துடன் சாளுக்கியர் காலத்தில் பாதைகளிற் செதுக்கப்பட்ட அல்லது கற்களினாற் கட்டப்பட்டட மிக அழகான கற்கோயில்கள் ஐகோல், பாதசாமி, பட்டக்கால் ஆகிய இடங்களிற் காணப்படுகின்றன. இத்தகைய கலைப்படைப்புகள் சாளுக்கியர்கள்

மதத்துறையிலும் சிற்பக்கலையிலும் கொண்ட ஈடுபாட்டிற்கு நல்ல எடுத்துக்காட்டாகவுள்ளன. அசந்தாக் குகைகளிலுள்ள சில ஓவியங்களும் இதே காலத்திலேயே வரையப்பட்டன என்பதிற் சந்தேகமில்லை. 8 ஆம் நூற்றாண்டின் நடுப்பகுதியுடன் சாளுக்கியர்களின் அதிகாரம் குன்றிவந்தது. இச் சாளுக்கிய அரசர்களின் கீழ் இருந்த எண்ணற்ற பிரபுக்கள் வம்சத்திலிருந்து, இராட்டிரகூடர்கள் என்ற அரச மரபு தோற்றி, மானியக்கேடா என்ற பகுதியை மத்தியாகக் கொண்டு ஒரு புதிய பேரரசை நிறுவி, முக்கியத்துவம் பெற்றது. பாதாமியிலிருந்து சாளுக்கியர்கள் பின்பற்றிய அதே கொள்கைகளை இராட்டிரகூடர்கள் நிருவாகத் துறையிலும், வடக்கிலும்-தெற்கிலும் இருந்த அயல் அரசுகளுடன் அமைந்த உறவிலும் மரபுப்படி பின்பற்றி வந்தனர் எனினும் இவர்கள் கிழக்குத் தக்கணத்தின் அரசர்களான வேங்கியின் சாளுக்கியர்களுடன் முடிவில்லாப் பகைகொண்டிருந்தனர். எல்லோராவில் அதி அற்புத வடிவிலுள்ளதும் பாதையிற் செதுக்கப்பட்டதுமான கைலாசநாதர் கோயில் இராட்டிரகூடர்களின் மிகச் சிறந்த கலைச்சின்னமாகத் திகழ்கிறது.

தென்னகத்தைப் பல்லவர்களும் பாண்டியர்களும் பகிர்ந்து கொண்டனர். அடுத்தடுத்து நிகழ்ந்த போர்களின் விளைவாக காவேரியை அடுத்த பிரதேசத்தில் பல்லவ-பாண்டிய அரசுகளுக்கு இடையிலிருந்த எல்லையும் இடம்பெயர்ந்து இருந்தது; எப்போதும் இரு முனைகளிலும் போர் செய்யவேண்டியவர்களாயிருந்த பல்லவர்களுக்கு இது கடினமாக அமைந்தது. சங்ககாலத்தில் மிகச் சிறப்புற்று விளங்கிய சோழர்களுடைய அரசு அடுத்த கால கட்டத்தில் மிக அற்புதமான பேரரசாக வரலாற்றில் இடம் பெறுகின்றது. ஆனால் அதே சோழ அரசு தமிழகத்தின் அரசியல் வரலாற்றிலிருந்து காலப் போக்கில் முற்றாக மறைந்து விடுகிறது. கையளிக்கப்பட்ட மாவட்டங்களிலிருக்கும் இரேநாடு என்னும் பிரதேசத்தில் இருந்த தெலுங்குச் சோடர்களுக்கும் தமிழகத்தின் சோழர்களுக்கும் உறவு இருந்திருந்ததால் அத்தொடர்பு எப்பேர்ப்பட்டது என்பது தெளிவாகவில்லை. சங்ககாலத்தில் விளங்கிய மிகப் பிரசித்தி பெற்ற ஆரம்பகாலச் சோழ அரசர்களுள் ஒருவனான கரிகாலனின் வழிவந்தோரென்று, தம்மை இந்த அரச வம்சத்தின் ஒரு சிறு பிரிவினர் கூறிவந்தனர். மதம், இலக்கியம், கலை ஆகியவற்றிற் குறிப்பிடத்தக்க முன்னேற்றங்கள் கண்ட காலமாகப் பாண்டிய பல்லவ காலம் அமைகிறது. அப்பொழுது உயர் இலக்கிய மொழியாகவும் பண்பாட்டு மொழியாகவும் வடமொழி கருதப்பட்டு ஒரு மதிப்பிற்குரிய இடம் தரப்பெற்றது. கங்காவம்ச அரசன் துருவினீதன் என்பவன் வடமொழி, கன்னடம் ஆகிய மொழிகளில் நூலியற்றிய ஆசிரியன் என்று தன்னை வருணித்துள்ளான். முதலாவது மகேந்திரவர்மான என்ற பல்லவ அரசன், 'விசித்திரசித்தன்' – வியத்தகு திறத்தோன் - என்ற பொருத்தமான அடைமொழி கொண்டு அழைக்கப்பட்டான். அவன் நூலாசிரியனாகவும், கட்டட நிர்மாண சிற்பியாகவும், இசை வல்லுநனாகவும் ஓவியனாகவும் விளங்கியமையே இதற்குக் காரணமாகும். வளர்ந்து வரும் சமண பௌத்த மதங்களின் செல்வாக்கிற்கு எதிரான ஒரு தீவிர இயக்கம் முதலாவது மகேந்திரவர்மன் காலத்தில் தோன்றியது. இதன் விளைவாகச் சைவ, வைணவ சமயத்தவர் மத்தியில் பெரும்பத்தி இயக்கம் எழுந்தது. இப்பத்தி இயக்கத்தின் தலைவர்கள்,

நாயன்மார்கள் என்றும் ஆழ்வார்கள் என்றும் அழைக்கப்பட்டனர். நாயன்மார்களும் ஆழ்வார்களும் ஹென்று பல தடவை தரிசித்த புண்ணிய தலங்கள் பற்றிப் பாடிய மிக அருமையான பக்திப் பாடல்கள் தேவாரங்கள் என்றும் திவ்வியப் பிரபந்தங்கள் என்றும் பின்பு தொகுக்கப்பட்டன. தமிழ் இலக்கியத்தில் விலைமதித்ததற்கரிய மிக உயர்ந்த செல்வமாக மதிக்கப்படும் இப்பக்திப் பாடல்கள் சமயகுரவர்களால் மதப்பிரசார யாத்திரையில் அருளிச் செய்யப்பட்டவையாகும். புகழ்பெற்ற குமாரிலபட்டரும், மிகப் பெருமை வாய்ந்த சங்கராச்சாரியரும் இக்காலத்திலேயே வாழ்ந்து போதித்து வந்தனர். குமாரிலபட்டர் வேத வியாக்கியானங்களிற் காணப்படும் திருநெறிகளைத் திருப்பி வற்புறுத்தியதுடன், பலியிடும் மதச்சடங்கினையும் ஆதரித்தார் சங்கரர் ஒரே தெய்வக்கோட்பாட்டின் அடிப்படையில் அமைந்த வேதாந்த உண்மைகளை ஈடும் இணையுமற்ற முறையில் விளக்கினார். கோயிற் - சிற்ப அமைப்பிலும் திருமாணக் கலையிலும் இக்காலக் கோயில்களும், சிற்பங்களும் மிக உயர்நத இடம் பெறுகின்றன. இந்த உயர்கலைகளின் அரும்பொருட் சாலையாக மாமல்லபுரமும் காஞ்சிபுரமும் இன்றும் திகழ்கின்றன.

விசயாலயன் மரபு வழிவந்த பேரரசு கண்ட சோழர்களின் உயர்ச்சி கி.பி. 9 ஆம் நூற்றாண்டின் நடுப்பகுதியில் இடம்பெற்றது. யாரும் அறியாத நிலையில் இருந்த எழுந்த சோழர்கள் தம் தலைநகராகிய தஞ்சாவூருக்கு வடக்கே எஞ்சியிருந்த பல்லவர்களின் ஆதிக்கத்தை அகற்றித் தென்னகத்தின் பாண்டிய சேர அரசர்களை அடிபணியவைத்து, இலங்கை மீதும் படை எடுத்தனர். சோழப் பேரரசு தோன்றியபொழுதே (கி.பி. 950 வரையில்) அது அழிவுறக்கூடிய அபாயம் இராட்டிரகூடர்களின், முக்கியமாக 3ஆம் கிருட்டிணரின், பகைமையால் ஏற்பட்டது எனினும் கருநாட்டில் எழுச்சிபெற்ற இராட்டிரகூட அரசு, தனது படை அரணிலிருந்து தூர இயங்கிவந்த காரணத்தால், நிரந்தரப் பயன் எதையும் இராட்டிரகூடர் பெறமுடியவில்லை. கிருட்டிணன் நடத்திய போர்கள் எழுச்சி பெற்ற சோழப் பேரரசை வலுப் பெறவிடாது தற்காலிகமாகவே தடுத்தன் 2 ஆம் சாளுக்கிய தைலன் என்னும் அரசன் கிருட்டிணனுக்குப் பின் ஆட்சி புரிந்த அரசரைத் தோற்கடித்து ஆதிக்கத்தைச் சுலபமாக்கிக் கைப்பற்றினான். கிருட்டிணனுடைய படைகள் பின்வாங்கியதும் சோழ ஆதிக்கம் விரைவில் புத்துணர்வு பெற்றது. சோழ ஆதிக்கம் 11 ஆம் நூற்றாண்டின் தொடக்கப் பகுதியில் 1ஆம் இராசராசன் காலத்திலும், அவனை விடப் பெருமைமிக்க அவன் மகனான 1ஆம் இராசேந்திரன் காலத்திலும் உச்சம் பெற்று விளங்கியது. இக்காலத்தில் வட இந்தியா போர் பூசல்களினாற் சிதறுண்டு பலம் குறைந்த சிறு அரசுகளாகப் பிரிந்திருந்தது இசுலாமிய தாக்குதல்களினாற் சில அரசுகள் ஆட்டம் கண்டன. எனினும் இதே காலத்தில் இந்த இரு அரசர்களும் தென்னிந்தியா முழுவதிலும் முதல் முறையாக அரசியல் ஐக்கியத்தை உருவாக்கினர். அத்துடன் இந்து மகா சமுத்திரத்தின் கடற் போக்குவரத்தைக் கட்டுப்படுத்தியதுடன் சிறீவிசயப் பேரரசின் அலுவல்களையும், தம் படையெடுப்பாலும், இராச தந்திரத்தாலும் வெற்றிகரமாக ஒழுங்குபடுத்தினர். மத்தியிலிருந்து கட்டுப்படுத்தக்கூடிய மிகச் சிறந்த நிருவாக முறையை அமைத்ததுடன் கிராமமன்றங்களுக்கு, முன்பிருந்த அரசர் வழங்காத சுயாட்சி முறை உரிமையை வழங்கினர்.

தென்னிந்திய கட்டிடக் கலையின் மிகச் சிறந்த நிருவாக முறையை அமைத்ததுடன் கிராமமன்றங்களுக்கு, முன்பிருந்த அரசா் வழங்காத சுயாட்சி முறை உரிமையை வழங்கினா். தென்னிந்திய கட்டிடக்கலையின் மிகச் சிறந்த இரத்தினமாக மிளிரும் தஞ்சைப் பெரிய கோயிலைத் தந்தை நிருமாணித்தான். மகன் திருச்சிராப்பள்ளி மாவட்டத்தின் காட்டுப்பகுதியில் தஞ்சைப் பெரிய கோயில் போன்ற ஒரு கோயிலையும் அதைச் சூழ ஒரு நகரத்தையும் அமைத்தான். கங்கை கொண்ட சோழபுரம் என்ற பெயருடன் விளங்கிய இந்நகரம் (கங்கையைக் கைப்பற்றிய சோழனின் நகரம்) தென்னிந்தியாவில் வளா்ந்த புதிய ஆதிக்கத்திற்கு நாட்டின் ஏனைய பாகங்களில் விளம்பரமாகவே இருந்தது. பல்லவா் காலத்தில் ஆரம்பிக்கப்பட்ட மத மறுமலா்ச்சி இயக்கத்தில் இது ஒரு சிறந்த காலமாக விளங்கியது. காவேரிக்கரையில் அமைந்த ஒரு கிராமத்தில், முதலாவது பாரந்தக சோழன் காலத்தில், வாழ்ந்த வேங்கடமாதவன் என்பவரால் இவருக்கு வேதத்திற்குப் புதிய விளக்கவுரை ஒன்று எழுதப்பட்டது. இதே காலத்தில் சைவ வைணவ பிரிவுகளுக்குரிய பாடல்கள் திருமுறைகளாகத் தொகுத்து நூல் வடிவில் ஆக்கப்பட்டன. இன்று வரையும் அத்திருமுறைத் தொகுப்புக்கள் நிலை பெற்றுள்ளன. உலகக் கலைப்படைப்பு வரலாற்றில் நிகரில்லாச் செம்மையும் தொழில் நுட்பத்திறனும் மிளிர விளங்கும் நடராசப் பெருமானின் செப்புத் திருவுருவங்கள் நடன அமைப்பின் மகத்துவத்துடன் கூடித்திகழ்கின்றன.

11 ஆம், 12 ஆம் நூற்றாண்டுகளில் இராட்டிரகூடா்கள் அமைத்த பேரரசு வீழ்ச்சியடைந்த பின் அதிகாரத்திற்கு வந்தவா்களும் கல்யாணி நகரிலிருந்து ஆட்சிபுரிந்தவா்களுமான சாளுக்கியா்கள் அதேகாலத்திலிருந்த சோழா்களின் எதிரிகளாக விளங்கினா். சாளுக்கிய அரசுக்கும் சோழப் பேரரசிற்கும் இடையில் நடந்த போா்களின் விளைவாகத் துங்கபத்திரையைக் கோடாகக்கொண்டு அமைந்த எல்லை, கடும் பகைமையுடன் நடந்த சில போா்களின் விளைவாக, அடிக்கடி மாற்றமடைந்தது. வேங்கியிலிருந்து ஆட்சிபுரிந்த சாளுக்கிய அரசு சோழா்களுக்கும் கல்யாணியிலிருந்து ஆட்சிபுரிந்த சாளுக்கியருக்குமிடையில் போருக்குரிய பிணக்காக நீடித்திருந்து வந்தது. வேங்கியைச் சோ்ந்த சாளுக்கியா்கள் கல்யாணியைச் சோ்ந்த சாளுக்கியா்களுக்கு மரபு வழிவந்த உறவினா்களாவா். மறுபுறத்தில் வேங்கிச் சாளுக்கிகயா்கள் அவா்களின் அரசை எதிா்த்து (10 ஆம் நூற்றாண்டின் இறுதியில்) நிகழ்ந்த உள்நாட்டுக்கலகத்தின் விளைவாக, ஆட்சியிலிருந்து அப்புறப்படுத்தப்பட்டபோது சோழப் பேரரசின் துணை கொண்டு திரும்பவும் ஆட்சிக்கு வந்தமையால் சோழா்களுக்கு வேங்கிச் சாளுக்கியா்கள் கடமைப்பட்டவா்களா யிருந்தனா். இதன் பின்னா் சாளுக்கிய சோழா் அரசவம்சத்தினருக்கு இடையில் வம்சவுறவுகள் ஏற்பட்டு இரு வம்சங்களும் நெருங்கி உறவாடின் பின்னா் சோழ அரசுரிமைக்கு வழிவந்த ஆண் அரசன் இல்லாத காரணத்தால் வேங்கியை ஆட்சிபுரிந்த அரசனே கி.பி.1070 இல் சோழ அரசகட்டில் ஏறினான். அவனே 1 ஆம் குலோத்துங்கன் ஆவான்.

1 ஆம் குலோத்துங்கனின் மிகப் பெரிய எதிரியாக 6 ஆம் விக்கிரமாதித்தன் விளங்கினான். தென்னிந்திய வரலாற்றில் அரை நூற்றாண்டு

காலமாக இப்பேரரசுகளுக்கிடையில் பகைமை நிலவி வந்தது. இதன் விளைவாக இப்பேரரசுகள் இரண்டும், இவ்வரசர்களின் பின் ஆட்சிபுரிந்த வல்லமை குறைந்த அரசர்களின் ஆணையின்கீழ், பலம் குன்றின. கல்யாணியில் அமைந்திருந்த சாளுக்கியப் பேரரசினால் ஆதிக்கம் பெற்று வளர்ந்தவர்களாகிய துவார சமுத்திரப் பகுதியை ஆண்ட ஒய்சளர், தேவகிரியைச் சேர்ந்த யாதவர், வாரங்கலில் இருந்த காகதீயர் ஆகிய குறுநில மன்னர்கள் 12 ஆம் நூற்றாண்டின் பிற்பகுதியில், இவர்களுக்குத் தாயகமாக விளங்கிய பேரரசினுடைய பெரு நிலங்களைத் தமக்கிடையிற் பகிர்ந்து கொண்டனர். சோழப் பேரரசின் அண்டை நிலங்களை ஆட்சிபுரிந்த கோசலர்கள் சோழப் பேரரசின் நிலங்களை இணைத்துத் தம் வலிமையைப் பெருக்கியதுடன் தென்னகத்தின் அரசியலிலும் தலையிட்டனர். சோழ அரசர்களை எதிர்த்து ஆக்கிரமிப்புச் செய்து வந்த பலம் பொருந்திய சிற்றரசுகளை அடக்கிச் சோழ அரசர்களைக் காத்து வந்தனர். 13 ஆம் நூற்றாண்டின் ஆரம்பத்திலிருந்து பாண்டிய பரம்பரையில் வல்லமையும் சத்தியும் மிக்க அரசர்கள் தோன்றலாயினர். பல்லவர் வழி வந்த அரசன் என்று தன்னை வர்ணித்த கோப்பெருஞ்சிங்கன் என்னும் ஒரு பிரபுவினுடைய ஆசையும் ஆர்வமும் சோழப் பேரரசினுடைய வட பாகத்தின் பாதிப் பிரதேசத்தில் இவன் ஆதிக்கம் செலுத்தக் காரணமாயிருந்தன. ஒய்சளர்களுடைய துணை கொண்டு சோழ அரசு சில காலம் நிலைபெற்றது. எனினும் சோழப் பேரரசு விரைவிற் சிதைவுற்றமையினால் தமிழகம் முழுவதும் கிழக்குக் கடற்கரையின் நெல்லூர்க் கணவாய்கள் வரை அமைந்த பிரதேசமும் பாண்டியரின் ஆணையின் கீழ் 13 ஆம் நூற்றாண்டின் நடுப்பகுதியிற் கொண்டுவரப்பட்டன. வளர்ந்து வந்த பாண்டிய அரசு ஆதிக்கத்தைத் தடுத்து நிறுத்த ஒய்சள அரசர்கள் எடுத்த முயற்சிகள் குறிப்பிடத்தக்க பலனைத்தரத் தவறின தெலுங்குச் சோடர்கள் கூட இந்த முயற்சியில் ஒய்சளர்களை விடச் சிறந்து விளங்கவில்லை.

இக்காலத்தில் மக்களின் மொழிகள் அவ்வப்பிரதேசங்களில் ஊக்கமாகக் கற்கப்பட்டு வந்தபோதிலும் வடமொழிக் கல்வியும் இலக்கியமும் எங்கும் ஆதரவு பெற்று வளர்ந்து வந்தன. சாளுக்கிய ஒய்சள அரசர்களின் கீழ்க் கன்னடமும், கிழக்குச் சாளுக்கியர்கள், காகதீயர்கள், தெலுங்குச் சோடர்கள் ஆகியோரின் ஆணையின் கீழ்த் தெலுங்கு மொழியும், சோழ பாண்டிய அரசர்களின்கீழ்த் தமிழும் வளர்ந்து வந்தன. இராமாயணமும் மகாபாரதமும் இந்த மொழிகள் எல்லாவற்றிலும், புகழ்பெற்ற புலவர்களால், மொழியாக்கம் செய்யப்பட்டன, பக்திப் பாடல்களும் மத சம்பந்தமான கண்டன நூல்களும் இக்காலத்திற் பெருந்தொகையாகப் பெருகின. ஆரச அவைகளிற் புலவர்களை அமர்த்தி வந்த முறையின் விளைவாக மதப்பற்றற்றனவும் ஓரளவு சரித்திரச் சார்புள்ளனவுமான பல இலக்கியங்கள் தோன்றலாயின. ‘யாக்கியவற்கியம்’ போன்ற பழைய நீதி நூல்கள் பற்றி எழுந்த விளக்கவுரைகளும் அரசினர் அமைப்புப் பற்றி எழுதப்பட்ட தனிப்பட்ட விளக்கங்களும் இக்காலத்தில் அரச நீதி பரிபாலனம் பற்றிய சிந்தனைகள் முன்னேற்றமடைந்தன என்பதற்கு நல்ல எடுத்துக்காட்டுக்களாகும். தனக்கு முன் வாழ்ந்த பெரிய வைணவ ஆழ்வார்களும் ஆச்சாரியார்களும் இறை பற்றித் தந்த தத்துவ

விளக்கங்களையும் உபநிடதக் கொள்கையையும் இணைக்க முயன்று விசிட்டாத்துவைதக் கொள்கைளை, தத்துவத் துறையில் இராமானுசர் அமைத்துத் தந்தார். இராமானுசருடைய சிந்தனைத் தொகுப்புடன் தொடர்பு கொண்டும் அதே வேளையில் சில முக்கிய அம்சங்களில் மாறுபட்டும் 'நிம்பார்க்கர்' என்பவருடைய மதவிளக்கம் அமைகிறது. நாராயணன், இலக்குமி ஆகிய தெய்வங்களின் இடத்தை நிம்பார்க்கருடைய தத்துவத்தில் கிருட்டிணனும், இராதையும் பெறுகிறார்கள். கிருட்டிணனும் இராதையும் பக்தர்களின் ஈடுபாட்டைப் பெரிதும் கவர்ந்து விடுகின்றனர். தென்னகத்தின் பல பகுதிகளிலும் ஆட்சிபுரிந்த எல்லா அரச மரபினராலும் பெரிய கற்கோயில் அமைக்கும் பணி மேற்கொள்ளப்பட்டது. கட்டடக்கலை போன்ற கலைகள் பெரிய அளவில் அரச ஆதரவும், புத்தம் புதிய எழிலும் அழகும் பெற்று மிளிர்ந்தன. சோழர் சாளுக்கியர்களின் ஆட்சிக்காலமே (900-1200) பல வழிகளிலும் தென்னிந்தியாவின் வரலாற்றியல் பெருமைக்குரிய காலமாகும்.

தென்னகத்தில் அமைந்திருந்த இரு பெரும் பேரரசுகளின் தேசங்களையும் பராம்பரியங்களையும் தமதாக்கிக்கொண்டு வளர்ந்த நான்கு இந்து முடியரசுகள், 13 ஆம் நூற்றாண்டில், பிரசித்திபெற்றிருந்தன. வடக்கில் யாதவர்களும், காகதீயர்களும், தெற்கில் ஒய்சளர்களும், பாண்டியர்களும் முக்கிய வல்லரசர்களாக விளங்கினர். இந்த அரசர்களின் மேலாதிக்கத்தின்கீழ், பழமைபோலப் பல சிற்றரச வம்சங்களும் தழைத்தோங்கின. 13 ஆம் நூற்றாண்டின் முடிவிலும் 14 ஆம் நூற்றாண்டின் ஆரம்பத்திலும் இந்த அரசியற் கட்டுக்கோப்பு, வெளியார் ஆதிக்கத்தினால் அதிர்ச்சியடைந்தது. தில்லியில் தமது ஆணையை நிலைநிறுத்திய கில்சிவம்ச சுல்தான்கள், தமது அதிகாரப் பார்வையை மேற்கு இந்தியப் பிரதேசங்களை நோக்கிச் செலுத்தினர். கில்சிகளைத் தொடர்ந்து "துக்லக்" வம்ச அரசர்களும் இவ்விடயத்தில் அதிகார நாட்டம் கொண்டனர். ஆரம்பத்தில் சூறையாடலும், கொள்ளையடித்தலுமே அவர்களது நோக்கங்களாக இருந்த போதிலும் நாளடைவில் இசுலாம் மதத்தைப் பரப்புவதிலும் ஆள்புலங்களைக் கைப்பற்றுவதிலும் கருத்துச் செலுத்தினர். பெயரளவில் தில்லியின் மேலாதிக்கத்தின்கீழ், தென்னகத்தின் பெரும் பகுதியும் கொண்டுவரப்பட்டது. தில்லியினால் நியமிக்கப்பட்ட முசிலிம் ஆள்பதி ஒருவரின் பீடமாக மதுரை விளங்கியது. நாளடைவில் மதுரை ஆள்பதி அவர்கள், தில்லியை எதிர்த்துச் சுதந்திர சுல்தான் அரசு ஒன்றைத் தெற்கில் நிறுவினார். முசிலிம் போர் வீரர்களும், தளபதிகளும், நாட்டின் பல பாகங்களிலும் நிலைகொண்டு நாட்டு நிருவாகத்தின் மீது ஆதிக்கம் செலுத்தினர். கோயில்கள் சூறையாடப்பட்டும் தகர்த்தப்பட்டும் மசூதிகள் அமைக்கப்பட்டன. இந்து சமூக அமைப்பை ஒரு புதிய ஆபத்து எதிர்நோக்கியது. ஆயினும் இந்நெருக்கடி குறுகிய காலம் மட்டுமே நிலைத்தது. தென்னகத்திற்கும் தில்லிக்கும் இடையிலுள்ள தூரமும், பரந்த படைவலி கொண்டு நிறுவப்பட்ட பேரரசின் பலவீனங்களும், மக்கள் மத்தியில் நிலைபெற்ற அந்நிய ஆதிக்க எதிர்ப்புணர்ச்சியும், தென்னகத்தில் இந்து மதத்தைக் காப்பாற்றின. முகமது பின் துக்லக்கு என்ற அரசன் காலத்தில் அவ்வாசை எதிர்த்து எழுந்த பல கலகங்களின் விளைவாக, அப்பேரரசு 14 ஆம் நூற்றாண்டின் முதற்பாதியில், விசயநகரத்தையும்

குல்பர்காவையும் மத்தியாகக்கொண்டு தக்கணத்தில் இரு முடியரசுகள் தோன்றின. குல்பர்காவில் உதயமான பாமனி முசிலிம் முடியரசு, வட தக்கணத்தில் வளர்ந்து, கிழக்கிலும் மேற்கிலும் கடல்களை எல்லையாகக் கொண்டிருந்தது. தெற்கில் இருந்து இந்துப் பேரரசைப் பாமனி முடியரசு எதிர்த்து வந்தது போர்லவே அதன் வடக்கில் இருந்த முசிலிம் அரசுகளுடனும் அது பகைமை சாதித்தது. பாமனி அரசர்களுள் 1347 தொடக்கம் 1518 வரை ஆட்சி புரிந்த 14 சுல்தான்களில் நால்வர் கொலையுண்டனர். இருவரின் ஆட்சியும் கண்பார்வையும் பறிபோயின. எஞ்சிய அரசர்கள் கூடக் கொடிய இரத்தவெறியடைந்தோராக இருந்தனர். குடியும் கீழ்த்தர ஒழுக்கமும் கொண்ட இவ்வரசர்களுடைய வரலாறுகள் விரும்பி வாசிக்கக் வுடியவையல்ல. இக்கால வரலாற்று ஆசிரியர் ஒருவர் இவ்வரச வம்சம் பற்றிப் பின்வருமாறு கூறுகிறார் - ‘இந்த அரசவம்சத்தினால் இந்தியாவிற்கு ஏற்பட்ட உருப்படியான நன்மை எதுவும் உண்டென்று கூறுவது கடினம்’. மேற்படி அபிப்பிராயம் கடினமானது எனினம் அநீதியானதன்று. பாரசீகத்திலிருந்து வந்த நூலாசிரியர்களுக்கும், கட்டடக்கலைஞர்களுக்கும் இவ்வரசர்கள் காட்டிய பரிவும், சில சமயங்களில் பஞ்சம் பரவியகாலத்தில் முசிலிம் பிரசைகள் மீது அவர்கள் காட்டிய பச்சாத்தாபமும், இவர்களைப்பற்றிய கணிப்பைச் சிறிது உயர்த்துகிறது. 16 ஆம் நூற்றாண்டில் பாமனி முடியரசு ஐந்து முரண்பட்ட சுல்தான்களின் தலைமையிற் சிதறுண்டது. தமக்குள் விடாது போராடிய இம் முடியரசுகள், விசயநகரத்துடன் இருந்த பகைமையையும் தொடர்ந்து வளர்த்துவந்தன. பிசப்பூர், கோல்கொண்டா ஆகிய இரண்டும் இவற்றுள் மிக முக்கியமானவை. மோகலாயப் பேரரசின் ஆதிக்கம் வளரவே, 17 ஆம் நூற்றாண்டில் வெவ்வேறு காலத்தில், இச் சிற்றரசுகள் அனைத்தும் தில்லியின் ஆதிக்கத்தின்கீழ்க் கொண்டுவரப்பட்டன.

பாமனி முடியரசு தொடங்குவதற்குப் பத்து ஆண்டுகளுக்கு முன்பு உதயமான விசயநகரம், இந்து கலாசாரம் புத்துயிர் பெறுவதற்குப் பெரும் ஆதாரமாக அமைந்தது. வேறெங்கும் கண்டிராத அளவு எதிர்ப்பை இசிலாத்திற்கெதிராக ஏற்படுத்திக் கணிசமான வெற்றியும் கண்டது. யுத்தத்திற்குத் தன்னைத் தயாராக்கிய அரசியல் அமைப்பும், தொடர்பான படைக் கண்காணிப்பும் இப்பேரரசின் இயல்பாக இருந்தன. அரசுக்கு உரிமையுடையோர் திறமையற்றவர்களாயிருப்பின் திறமைமிக்க படைத்தலைவர்கள் அவர்களை அகற்றி ஆட்சிப் பொறுப்பை ஏற்றனர். விசயநகரப் பேரரசு என்பது ஒரு படைக்கூட்டணியாகும். புல சிற்றரசர்கள் தமக்குள் பலம்மிக்க ஒருவனின்கீழ் இணைத்து இயங்கியதற்கு விசயநகரம் நல்ல எடுத்துக்காட்டாகும். போர் நிர்ப்பந்தங்களால் விசய நகர அரசர்களுக்கு, அந்நியர்களையும், முசிலிம்களையும்கூடப் பீரங்கிப் படைப்பிரிவிலும், குதிரைப்படைப் பிரிவிலும் சேர்த்துக்கொள்ளவேண்டிய அவசியம் ஏற்பட்டது. தமது நாட்டையும் மதத்தையும் காக்கவே அரசர்கள் இவ்வாறு முயன்றனர். எனினும் இத்தகைய நடவடிக்கைகள் தீமைகளையும் விளைவித்தன. 300 ஆண்டுகாலம் தாம் எதிர்த்தது நின்ற சக்திகளுக்கெதிராகக் குறிப்பிடத்தக்க வெற்றியும் கண்டனர். இக்கால எல்லையில் விசயநகரம் தனது ஆதிக்கத்தைப் பறிகொடுக்க நேர்ந்தது. ஐரோப்பிய வர்த்தக நிலையங்களின் தோற்றத்துடன்

புதிய சகாத்தம் ஒன்று உதயமாகியது. போர்த்துக்கீசர், நெடுநாள் நிலைபெறாததும் கொள்ளையிடும் தன்மையுடையதுமான அவர்களது கரையோரப் பேரரசை 16 ஆம் நூற்றாண்டின் தொடக்கத்திலேயே நிறுவினர். முக்கியமாக மேற்குக் கரையிலுள்ள விசயநகர்ச் சிற்றரசுகளுடன் போத்துக்கீசர் அடிக்கடி நட்பலடயவர்களாயிருந்தனர். முத்துக் குளிக்கும் கரை நெடுகலும் பிற இடங்களிலும் இருந்த செல்வம் மிக்க இந்துக் கோயில்களைப் போத்துக்கீசர் கொள்ளையிட்டனர். அத்துடன் கிறித்துவ குருமார்கள் மதமாற்ற முயற்சியிலும் ஈடுபட்டனர். இந்நிகழ்ச்சிகள் இந்து மதத்திற்கு ஓர் ஆபத்தாக அமைந்தபோதிலும், விசயநகர அரசர்களும், அதிகாரிகளும் இந்நிகழ்ச்சிகளைக் கட்டுப்படுத்திக் கண்காணித்து வந்தனர்.

இந்து சமூக அமைப்பிற்குப் பல திசைகளிலுமிருந்து ஏற்பட்ட ஆபத்துக்களினால் அதனை அழிந்துபோகாவண்ணம் காப்பாற்றுவதையே குறிக்கோளாகக் கொண்டு விசயநகரப் பேரரசு விளங்கிற்று. எனவே இக்காலத்திற் சமூக மத விடயங்களில், கடினமான வைதீக முறைகளைத் தென்னகத்து இந்துக்கள் கடைப்பிடித்ததில் அதிசயம் எதுவும் இல்லை. இன்றும்கூட, அதிக சத்தியுடன் தென்படும் வைதீக நிலைமைகளை எதிர்த்து அகற்ற, ஒரு சீர்திருத்த இயக்கம் அவசியமாகத் தென்படுவதுடன், அது கடினமானதுமாகவே இருக்கிறது. வளர்ந்து வந்த வைதீக உணர்வுப் பெருக்கைப் பல வழிகளிலும் வலுவடையச் செய்ய இலக்கியமும் கலைகளும் துணை நின்றன. வேதங்கள் பற்றிச் சாயனர், மாதவர் ஆகியோர் சிறப்புமிக்க விளக்கங்கள் எழுதினர். 'சர்வதர்சன சங்கிரகம்' (தத்துவ சாத்திரங்களின் தொகுப்பு) என்ற பெயருடன் எழுந்த இலக்கியங்களும் பராசாரின் சிமிருதிகள் பற்றி எழுந்த இலக்கியங்களும் மத வளர்ச்சிக்கு அடிப்படையாக இருந்தன. நாட்டின் பிரதான தலங்களில், புதிய மண்டபங்கள், பூங்காக்கள், கோபுரங்கள், தூணிரைகள் போன்றன நிறுவப்பட்டன. மதவழிபாட்டு வளர்ச்சிக்காக எண்ணற்ற அன்பளிப்புகளை அரசர்கள் ஆலயங்களுக்கும், அறிஞர்களுக்கும் செய்துவந்தனர். கல்வி, கலைகள் ஆகியன விருத்தியடைவதற்காகச் செய்யப்பட்ட தொண்டுகள்பற்றி நாட்டின் பல பாகங்களிலுமுள்ள கல்வெட்டுகள் கூறுகின்றன. அரசர்களும் அரச சபைப் பிரபுக்களும் மத, கலாசார வளர்ச்சிகளுக்கு வாரி வழங்கிய பெருஞ் செல்வங்கள் பற்றி இக்கல்வெட்டுகள் கூறுகின்றன. அரசர்களும் அரச சபைப் பிரபுக்களும் மத, கலாசார வளர்ச்சிகளுக்கு வாரி வழங்கிய பெருஞ் செல்வங்கள் பற்றி இக்கல்வெட்டுகள் கூறுகின்றன. ஓவியம், இசை, நாடகம் போன்ற நுண்கலைகள் அனைத்தும் ஆலயத்தையும், அரச சபையையும் ஆதாராமாகக்கொண்டு வளர்ந்தன. எனினும் மிகப் பிரதானமான ஒரு துறையில் விசயநகரப் பேரரசு பெலவீனப் பட்டிருந்தது. கிராமங்களில் வாழ்ந்த சாதாரண மக்கள், அதிகாரிகளின் தயவிலும் மத்திய அரசாங்கத்தின் ஆணையின் கீழும் கொண்டு வரப்பட்டமையால் சுயமுயற்சி இழந்து அவலப்பட்டனர். சோழர்கள் காலத்திலும், அவர்களுக்குப் பின்னும் நெடுங்காலம் நிலைபெற்று இருந்த கிராம சுயாட்சிமுறை கவனிப்பாரற்றுச் சீரழிந்தது. பேரரசர்களினதும் நாயக்கர் வம்சப் பிரபுக்களினதும் படைத்துறைத் தேவைகளின் விளைவாகக் கிராமச் சுயாட்சிமுறை சீரழிந்தது. பேரரசு படைக்கோலம் பூண்டமையால் அதன்

மிகப் பெறுமதி வாய்ந்த குடியியல் நிலையங்களுக்குப் பேரிடர் விளைத்தது. தென்னிந்தியாவின் அரசியற் கலாசார இயக்கங்களின் வரலாறுபற்றி அடுத்து வரும் பக்கங்களிற் சுருக்கமாகவே கூறப்படுகிறது. ஆராய்ச்சி முடிவுகள் எவையும் ஆசிரியருக்குக் கிடைக்கவில்லை. இவ்வரலாற்றைப் படிப்போர் தமக்கெட்டிய முடிவுக்கு வரலாம். ஆசிரியரின் முயற்சி, நீண்ட வரலாற்று உண்மைகளைத் தொடர்ச்சியாகச் சுருங்கக்கூறி விளங்கவைப்பதேயாகும். இவ்வரலாற்றைக் குழப்பமில்லாது புரிந்துகொள்ள உதவியாகக் குறைந்தபட்ச விளக்கமும் தரப்பட்டுள்ளது. உண்மைகள், மிகப் பிரசித்திபெற்ற சில இயக்கங்கள் ஆகியன பற்றியும், அவற்றோடு தொடர்புடையவர்கள் பற்றியும் மாத்திரம் குறிப்பிடப்படும். முக்கியத்துவம் இல்லாத சிறிய வியாபாரங்களும் பெயர்களும் வாசகர்களின் கவனத்தைப் பிரதான அம்சங்களிலிருந்து திசை திருப்பிவிடும் என்ற காரணத்தால் விலக்கப்பட்டுள்ளன.

இவ்விடயம் பற்றிய ஆராய்ச்சி இன்னமும் ஆரம்ப கட்டத்திலேயே இருக்கிறது. எனவே இவ்வரலாற்றின் ஒவ்வொரு கட்டத்திலும் மாறுபட்ட கருத்துக்களும் விளக்கங்களும் உருவாவதற்கு இடமுண்டு. வரலாற்று ஆசிரியர்களின் முரணான அபிப்பிராயங்களைக்கொண்ட ஒரு வியாக்கியானமாக இந்நூலை வளரவிடுவது நோக்கமன்று. இந்நோக்கத்தின் பொருட்டே விடயங்களைப் பற்றிய முரணான கருத்துக்களைத் தொகுத்துரைத்து அவற்றைக் கொள்கை முறையில் அணுக முயற்சி எடுக்கப்பட்டுள்ளது. சம்பவங்களை மிக நியாயமான முறையில் அமைத்துக் காட்டுவதற்கும் எத்தனிக்கப்பட்டுள்ளது. எனினும் வாசகர் ஒவ்வொருவரையும் இந்நூல் திருப்திப்படுத்துமென்று நம்புவதற்கில்லை. ஒவ்வொரு அத்தியாயத்தின் முடிவிலும் குறிப்பிடப்பட்டுள்ள துணைநூல்களில் இந்நூல் கண்டுள்ள பல முடிவுகள்பற்றி நீண்ட விவாதங்கள் நடத்தப்பட்டிருப்பதைக் காணலாம்.

வின்சன் சிமிது அவர்கள், 'வடநாடு' சமக்கிருத நூல்கள், இந்தோ - ஆரியர் கருத்துக்கள் ஆகிய விடயங்கள் அதிக முக்கியத்துவம் பெற்றுள்ளன. ஆரியால்லாதோரின் வரலாற்று அம்சங்களுக்கு உரிய மதிப்புக் கொடுக்கும் காலம் வந்து விட்டது' என்று அபிப்பிராயப்படுகிறார். சிமிது அவர்களுக்குப் பல ஆண்டுகளுக்கு முன்னமே இந்திய அறிஞருள் ஒருவரான பேராசிரியர் சுந்தரம்பிள்ளை அவர்கள், 'இந்திய வரலாற்றை அறிவியற் கண்கொண்டு நோக்க விரும்பும் வரலாற்று ஆசிரியன் நெடுங்கால வழக்கமாக இருந்துவருவதுபோன்று கங்கைச் சமவெளியிலிருந்து ஆராய்ச்சியை ஆரம்பிப்பதற்குப் பதிலாகக் கிருட்டிணை, காவேரி, வைகை ஆகிய ஆறுகளின் வடிநிலங்களிலிருந்து ஆராய்ச்சியை ஆரம்பிக்கவேண்டும்' என்று கூறுகிறார். இந்திய வரலாற்று ஆராய்ச்சியைத் தெற்கிலிருந்து தொடங்குதலே தருக்கவியலுக்குப் பொருத்தமாகும் எனினும் இத்தகைய முறை இன்றுவரை அனுட்டிக்கப்படவில்லை. சரித்திர ஆராய்ச்சியில் இத்தகைய புரட்சிகரமான மாற்றம் என்றாவது நிகழலாம் என்பதும் சந்தேகமாகும். ஆரியர் வருகைக்கு முன்னிருந்த இந்திய வரலாற்று அம்சங்களின் ஆதிக்கத்தை வரலாற்று ஆசிரியர்கள் ஏற்க மறுக்கிறார்கள் என்ற காரணத்தால் இது கடினமானது என்று சொல்வதற்கில்லை. இந்திய கலாசார வளர்ச்சிக்கு, ஆரியருக்கு

முன்னிருந்த மக்கள் ஆற்றிய தொண்டைப் புறக்கணிப்பதற்கில்லை. எனினும் பேராசிரியர் சுந்தரம்பிள்ளை அவர்களை ஒப்புக்கொண்ட அடிப்படை உண்மை இவ்வாறு அணுகுவதற்கு இடராக அமைகிறது. விந்திய மலைக்குத் தெற்கே உள்ளதுதான் உண்மையான இந்தியா, இங்கு வாழும் மக்களுள் பெரும்பகுதியினர் ஆரியர் வருகைக்கு முற்பட்ட காலத்தின் குணாதிசயங்களையும், மொழிகளையும், சமூக நிறுவனங்களையும் இன்றும் கூடத் தனிப்பண்புகளுடன் பேணி வருகிறார்கள் என்று அபிப்பிராயம் தெரிவித்த பேராசிரியர் சுந்தரம்பிள்ளை அவர்கள், 'தென்னகத்திற்கூட ஆரிய கலாசாரத்தின் ஊடுருவல் மிக விரைந்து பரவியுள்ளது. தென்னகத்தின் கலாசாரமும் ஆரிய கலாசாரமும் ஒன்றுடனொன்று பின்னிப் பிணைந்து விட்டமையினால் ஒன்றை மற்றையதிலிருந்து பிரித்து அறிதல் வரலாற்று ஆசிரியனுக்குக் கடினமாகிவிட்டது. எனினும் அவ்வாறு பிரித்துணா எங்காவது வாய்ப்பிருந்தால் அது தெற்கில்தான் உண்டு. தூரதெற்கு நோக்கிச் செல்லச் செல்ல இத்தகைய சிறப்பியல்புகளைக் கண்டு கொள்ளும் வாய்ப்பும் அதிகரிக்கிறது' என்று கூறுகிறார். இற்றை வரையிலும் நவீன ஆராய்ச்சியாளர்களுக்கு, இந்திய கலாசாரத்தின் ஆரியருக்கு முற்பட்டகால அம்சங்களையும், ஆரியர்கால அம்சங்களையும் பிரித்துணர்வது மிகக் கடினமான ஒரு பிரச்சினையாக இருந்து வருகிறது, திராவிட அம்சங்களை ஆதாரம் காட்டும் நோக்குடன் அவற்றைப் பெற எடுக்கப்பட்ட முயற்சிகள் சில, வேடிக்கையாகத் தென்படுகின்றன. அனுமான் என்ற பெயர் "ஆண்மந்தி" என்ற சொல்லிலிருந்து வந்திருக்கவேண்டுமென்று தமிழ் மரபுக்கு முரணாகக் காட்ட முயன்றுள்ளனர். அத்துடன் வடமொழிச் சொல்லாகிய 'பூசை' (தெய்வ வழிபாடு) என்ற சொல்லைத் தமிழ்ச் சொற்களான பூ (மலர்) – செய் (செய்தல்) என்றும், பூசு (மெழுகுதல்) என்பது தைலம் அல்லது பலியிட்ட இரத்தத்தைக் குறிப்பிடுவது என்றும் திராவிட மொழியுடன் வலிந்து தொடர்புகாண முயன்றுள்ளமை வேடிக்கையாகும். சிந்துப் பள்ளத்தாக்குப் புதைபொருள் ஆராய்ச்சிகள் தாம் தீர்த்த பிரச்சனைகளிலும் பார்க்கக் கூடிய பிரச்சினைகளை எழுப்பியுள்ளன. சிந்துப்பள்ளத்தாக்கு மக்கள் பயன்படுத்திய எழுத்துக்களைத் திருப்திகரமாக வாசிக்கத்தக்க நிலைமை ஏற்படும் வரையில், சிந்துச்சமவெளி நாகரிகத்துக்கும், இந்தோ – ஆரிய அல்லது "திராவிட நாகரிகம்" என்று கூறப்படும் நாகரிகங்களுக்கும் இடையிலுள்ள தொடர்பை உறுதியாகக் கூறுவது கடனமாகும். மூன்றாவது அத்தியாயத்தில் நாட்டின் பூர்வீகக் குடிகளைப் பற்றியும் அவர்களது, கலாசாரத்தைப் பற்றியும் எடுத்துரைக்க ஓரளவு முயற்சி எடுக்கப்படும் வரலாற்றிற்கு முற்பட்டகாலப் புதைபொருள்கள் பற்றிய சான்றுகள், சில பிற்பட்ட காலப் பொருள்கள் ஆகியவை பற்றியும் ஆராயப்படும். இப்போதுதான் வரலாற்றுக்கு முற்பட்ட தென்னிந்திய வரலாறு பற்றி ஒழுங்கான ஆராய்ச்சிகள் ஆரம்பிக்கப்பட்டுள்ளன. ஆகவே தென்னிந்திய கலாசாரத்தின் வரலாற்று வளர்ச்சிபற்றி ஆராயும் முயற்சி வடக்கிலிருந்து தான் இப்போதைக்கு நிகழவேண்டியது அவசியமாகும்.

பொதுவாக வரலாறு, குறிப்பாக இந்திய வரலாறு, அரச வம்சங்களின் பட்டியலாகவும் அவர்கள் தொடுத்த போர்களின் முடிவில்லா விவரங்களாகவும் அமைகிறது எனவும், பொது மக்களைப்பற்றியும் அவர்களின் கலாசார

இயக்கங்களைப்பற்றியும் இவ்வியக்கங்கள் எவ்வாறு பொதுமக்களுடைய அன்றாட வாழ்வைப் பாதித்தன என்பனபற்றியும் வரலாறு சுட்டிக்காட்டத் தவறிவிடுகிறது எனவும் குறை கூறப்படுகிறது. ஆயின் உண்மையில் சரித்திரம் பற்றிய கண்ணோட்டம் முன்னரிலும் பார்க்க இப்பொழுது விரிந்திருக்கிறது. அரசு, நிர்வாகம் ஆகியன சம்பந்தமான மாற்றங்கள், சமூக நிறுவனங்களின் அபிவிருத்தி, மதம், கலை போன்ற துறைகளில் ஏற்படும் வளர்ச்சி முதலியனபற்றி வரலாற்று ஆசிரியன் இன்று முன்னரிலும் பார்க்க அதிக கவனம் செலுத்துகிறான். ஆனால் வான்முறை இயல்தான் வரலாற்றின் சட்டமாகும். ஆரசியல் வரலாறுபற்றித் தெளிவாக ஆராய்வதன் மூலமே ஏற்றுக்கொள்ளத்தக்க வரன்முறை இயலை அமைக்கலாம். இன்றும் வரலாற்றின் பல பிரச்சினைகளுக்கு உறுதியான தீர்வு காணப்படவில்லை அபிப்பிராய பேதத்திற்கும் அதிக இடமுண்டு. ஆகவே வரலாற்று ஆசிரியன் தனது கதையைத் தெளிவாக்கிக்கொள்ள வேண்டுமாயின் அரசியல் வளர்ச்சிபற்றியே அதிக கவனம் செலுத்துதல் வேண்டும். நமது கவனத்தை ஈர்ந்துள்ள அரசர்களும், பிரபுக்களும், கலைகளையும் கலாசாரங்களையும் வளர்க்கத் துணைநின்றதுடன் சமூகத்தினதும் மக்களினதும் காவலர்களாகவும் விளங்கினர். அரசர்களுடைய வரலாற்றைத் தக்க ஆதாரங்களுடன் ஆராயின் அவ்வரலாறு மக்களின் வாழ்வுடன் ஒன்றி நிற்கும் உண்மை வரலாற்றுடன் இணைந்திருக்கக் காணலாம். இந் நிலையைக் காணவே சுவையற்ற வரலாற்று நூல்களின் திறனாய்வாளர்கள் விளைகின்றனர். தென்னிந்திய பூர்வீக வரலாறு என்னும் விடயம், மிக விரைவில் ஆராய்ச்சிக்கு எடுக்கப்பட வேண்டியதொன்றாகும். இத்துறையில் ஈடுபட்டுள்ள ஆராய்ச்சியாளர்கள் மிகச் சிலரே. ஆதார சான்றுகளுக்குப் பஞ்சமில்லையெனினும் அவற்றைத் தாம் பிரித்து விளக்குவதில் நாம் விரும்புமளவிற்கு இன்னமும் முன்னேற்றம் ஏற்படவில்லை. இந்நூலில், தீர்க்கப்படாத பிரச்சினைகள் பற்றிச் சிந்திக்காது உறுதியாக ஏற்றுக் கொள்ளப்பட்ட உண்மைகள் பற்றி மாத்திரமே கவனிக்கப்படும். தென்னிந்திய வரலாறுபற்றிக் கிடைக்கும் பொதுவான விவரங்கள் மிகச் சிலவே. இதன் காரணத்தால் அவ்விவரங்கள் பற்றிப் போதிய அளவு கூறிய பின்பே நாட்டின் கலாசார இயக்கங்களைப்பற்றிய பொது அம்சங்களை ஆராயலாம்.

இந்திய வரலாற்றில், குறிப்பாக தென்னிந்திய வரலாற்றில், பெருந்தொகையாகவும் நம்பக்கூடியனவாகவும் கிடைக்கும் சான்றுகள் கல்வெட்டுக்களேயாம். இவற்றுள் பிராமி எழுத்துக்களில் அமைந்தவையே மிகப் பழமை வாய்ந்தவை. இவற்றுடன் சித்தாபுரம், சாதிங்கராமேசுவரம், மைசூர் மாநிலத்தின் பிரம்மகிரி, இறயிய்ச்சூர் மாவட்டத்தின் மாசுக்கி, கர்நூல் மாவட்டத்திலுள்ள யோகுடி, இராயலமந்தகிரி போன்ற பகுதிகளில் காணப்படும் அசோகன் கால தென்னகக் கல்வெட்டுகள் குறிப்பிடத்தக்கவையாகும். இவை மௌரியப் பேரரசு தென்னகத்தில் எவ்வளவுக்குப் பரவியிருந்தது என்பதைக் காட்டுவனவாயினும் பொதுவாக இந்திய வரலாற்று முக்கியத்துவம் வாய்ந்த விடயங்கள் பற்றியே குறிப்பிடுகின்றன. தென்னகத்தின் நிலைமைகள் பற்றி அறிய இவை உதவுவனவாக இல்லை. தமிழ் மாவட்டங்களில் இருக்கும் இயற்கைக் குகைகளில் காணப்படும் கல்வெட்டுகளில் அவற்றை

ஆக்கியோரின் பெயர் அல்லது அங்கு வாழ்ந்தோரின் விபரங்கள் பற்றிக் கூடச் சொல்லப்படுகிறது. அசோகன் காலத்தில் பிராமி எழுத்துக்களில் அமைந்துள்ள கல்வெட்டுக்கள் தமிழ் மொழியில் மிகப் பழமைவாய்ந்த எழுத்துவடிவம் கொண்டிருக்கின்றன. இத்தகைய கல்வெட்டுகளின் எண்ணிக்கை இருபது அல்லது முப்பதாக இருக்கலாம். இலங்கைத் தீவிலும் இது போன்ற கல்வெட்டுகள் பல இருக்கின்றன. இக் கல்வெட்டுகள் இன்னும் ஓரளவு புதிராகவேயிருந்தபோதிலும், கிறித்துவுக்கு முற்பட்ட நூற்றாண்டுகளில் வளர்ந்திருந்த துறவறதர்மங்களான சமண, பௌத்த மதங்கள் தென்னகத்தில் பரவியிருந்தமைக்கு இவை சான்றுகளாகும். கிருட்டிணை ஆற்றின் பள்ளத்தாக்கில், பத்திப்பிரோலு என்னும் இடத்தில், எழுத்துக்கள் பொறிக்கப்பட்ட ஒரு பேழை கிடைத்துள்ளது கிறித்துவுக்கு முற்பட்ட காலத்தைச் சேர்ந்த இப்பேழை அக்காலத்திற் பௌத்த ஆதிக்கம் அப் பிரதேசத்திற் பரவியிருந்தது என்பதற்கு ஆதாரமாகும். மேற்குத் தக்கணத்திலுள்ள கன்னேரி, கார்லி, நாசிக்கு முதலிய இடங்களில் கண்டெடுக்கப்பட்ட சாதவாகன அரச வம்சக் கல்வெட்டுகளும் இதே காலத்தைச் சேர்ந்தவையே. இவற்றிலுள்ள வாசகங்கள் வடமொழியுடன் உறவு பூண்ட பிராகிருதம் என்னும் மொழியின் ஒரு பிரிவாகும். பிராமி மொழி வெவ்வேறு காலத்திலும் இடத்திலும் மாறுபாடுகளடைந்தமையை, இக்கல்வெட்டுகள் காட்டுகின்றன. இவை அனைத்தும் கல்லிற் பொறிக்கப்பட்டனவே.

கல்வெட்டுகளைத் தவிரச் சாதவாகனர்களை அடுத்துவந்த அரசர்களால் செப்புத் தகடுகளில் எழுதும் முறையும் அனுட்டிக்கப்பட்டது. இத்தகைய அரச வம்சங்களுள், ஒரு செப்புத் தகட்டில் மாத்திரம் குறிப்பிடப்பட்டுள்ள "பிரிகத்ப காலாயனர்கள்" போன்ற வம்சத்தினர்களும் உளர். கி.பி. 4 ஆம் நூற்றாண்டு வரை கல்வெட்டுகளினதும் செப்பேடுகளினதும் எழுத்து மொழியாகப் பிராகிருதமே தொடர்ந்திருந்தது. இக்காலத்திற்குப் பின் வடமொழியே அரச அலுவலக ஆணைகள் அனைத்திற்கும் கடம்பர்கள், கங்கர்கள், பல்லவர்கள் ஆகிய அரச வம்சத்தவர்களால், இரண்டு மூன்று நூற்றாண்டுகால எல்லைவரை, தனிமொழியாகப் பயன்படுத்தப்பட்டது. இதன்பின் கல்வெட்டுகள் இரண்டு மொழிகளில் எழுதப்பட்டு வந்தன் பொதுவாகத் தொடக்கமும் முடிவும் வடமொழியிலும், அரச ஆணையிற் பெரும்பகுதி பிரதேச மக்களாற் பேசப்பட்ட கன்னடம், தெலுங்கு அல்லது தமிழ் போன்ற மொழிகளிலும் எழுதப்பட்டன் முக்கியமாக ஆலயங்களுக்கும் அறிஞர்களுக்கும் தரப்பட்ட நன்கொடைகள், அன்பளிப்பாகக் கொடுக்கப்பட்ட காணிகளின் எல்லைகள் போன்றனபற்றி விபரிக்கும் போது பிரதேச மொழிகள் முதல் இடம் பெறுகின்றன. கி.பி. 10 ஆம் நூற்றாண்டின் பின் காணப்பட்ட கல்வெட்டுகள், செம்புத்தகடுகள் அனைத்தும் மக்கள் வழங்கும் மொழிகளில் மாத்திரம் எழுதப்பட்டன் ஆயினும் வடமொழி, சில அரச அறிக்கைகளில் பகுதியாகவோ, முழுமையாகவோ எங்கும் மதிப்பிற்குரிய முறையில் ஒரு கலாசாரத் தொடர்பு மொழியாகப் பயன்படுத்தப்பட்டது. தக்கணத்தின் வட பகுதியில் நவீன கன்னட, தெலுங்கு மொழிகளை ஆக்கிய எழுத்து முறைமை ஒன்று மாற்றமடைந்து வளர்ந்தது. தூரதெற்கில் இத்தகைய எழுத்து வடிவப்பரிணாமம் 7 ஆம், 8 ஆம் நூற்றாண்டுகாலம் தொடக்கம் காணப்பட்ட

பல்லவர்களின் கல்வெட்டுகளில், கிரந்த எழுத்து முறையின் ஆரம்ப அமைப்பாக இருந்தது கிரந்த எழுத்துக்கள் மாற்றமடைந்து தமிழ் எழுத்து மரபில் உள்ள இருபிரிவுகளான – முறையான தமிழ் என்று கூறப்படும் பிரிவாகவும், வட்ட எழுத்து என்று சொல்லப்படும் எழுத்து வடிவிலும், வளர்ந்தன. இந்த இருவகை எழுத்து மரபுகளின் ஆரம்பம் பற்றித் தீர்க்கமான முடிவு எதுவும் இதுவரை எடுக்கப்படவில்லை' புகுலர்' என்பவர் தமிழ் எழுத்து 4 ஆம் அல்லது 5 ஆம் நூற்றாண்டுகால எல்லையில் தமிழ்மொழி பேசும் மாவட்டங்களில் வடமொழியை எழுதப் பயன்படுத்தப்பட் கிரந்த எழுத்துக்களின் செல்வாக்கைப் பெரிதும் பெற்றது என்றும், தமிழ் எழுத்து மரபு அநேகமாக வடக்கில் இருந்த ஓர் எழுத்து முறையிலிருந்து தோன்றி வளர்ந்திருத்தல் வேண்டும் என்றும் கூறுகிறார். மேலும் 'புகுலர்' பின் வருமாறு அபிப்பிராயப்படுகிறார். ஒன்றி வளர்ந்த ஒரு தொடர் எழுத்தாகும். எழுதுவினைஞர் களும், வர்த்தகர்களும் பயன்படுத்தும் வடக்கிலுள்ள நவீன மொழிகளின் எழுத்துக்களுக்கும், அவற்றின் ஆரம்ப தோற்றத்திற்குமிடையிலுள்ள ஒற்றமை அம்சங்கள், தமிழ் எழுத்து மரபுகளுக்கும் முந்திய பிந்திய எழுத்து மரபுகளுக்குமிடையிலுள்ள ஒற்றுமை அம்சங்களைப் போன்று இருக்கின்றன் மகாராட்டிரர்கள் மத்தியில் உள்ள மோடி மொழிக்கு 'பால்போத்து' மொழியுடனுள்ள தொடர்பும் "தோக்கிரர்களின்" 'தாகரி' மொழிக்கு 'சாரதா' மொழியுடனுள்ள தொடர்பும் உதாரணங்களாகும் . கி.பி. 10 ஆம் நூற்றாண்டுடன் வட்ட எழுத்து முறை தமிழகத்தில் வழக்கிழந்து விட்டபோதிலும் மேற்குக்கடற்கரையில் இந்த முறை தொடர்ந்து சில காலம் பயன்படுத்தப்பட்டது.

ஆரம்ப கால பல்லவ அரசர்கள் கையாண்ட எழுத்து மரபு ஒன்று (தெலுங்கு கன்னட மொழிகளின் தாயாக விளங்கிய எழுத்து முறை) கடல்கடந்து சென்று சரவகம், போர்ணியோ, இந்தோ-சீனம் பேர்ன்ற பகுதிகளில் குடியேறிய இந்து சமயக் குடியேற்றவாசிகளால் இந்நாடுகளுக்கு எடுத்துச் செல்லப்பட்டது. கி.பி. 300 ஆண்டுகளுக்கு உரியது என்று கணிக்கப்படும் கல்வெட்டு ஒன்றே, இவற்றுள் இந்த எழுத்து முறையைப் பயன்படுத்திய மிகப் பழமை வாய்ந்த கல்வெட்டாகும். இவர்களுக்கு முந்திய குடியேற்றவாசிகள் கையாண்ட கல்வெட்டு வடமொழியாம்.

6 ஆம் நூற்றாண்டை அடுத்துக் கல்வெட்டுகளின் எண்ணிக்கை அதிகரிக்கத் தொடங்கியது. எனினும் சில நூற்றாண்டுகால எல்லை வரையிலும் செப்புத்தகட்டு அறிக்கைகள் வரலாற்று ஆசிரியனுக்கு மிக முக்கியத்துவம் வாய்நதனவாகத் தொடர்ந்துள்ளன. செப்புத்தகட்டு அறிக்கைகளை எப்பொழுதாயினும் புறக்கணிக்க முடியாது. கி.பி. 7 தொடங்கி 10 ஆம் நூற்றாண்டு வரை நிலைபெற்ற ஆரம்பகால பாண்டியரின் வரலாறு, நீண்ட இரு செப்புத்தகட்டு அறிக்கைகளை ஆதாரமாகக் கொண்டுள்ளது. இவை இரண்டும் வடமொழி, தமிழ் ஆகிய இரு மொழிகளையும் பயன்படுத்தின. வடமொழி கிரந்த எழுத்திலும், தமிழ் வட்ட எழுத்திலும் எழுதப்பட்டுள்ளன. பல்லவர் வம்சத்தில் வந்த சிம்மவிட்டுணு என்ற இதே காலத்தைச் சேர்ந்த அரசனின் வரலாறு பற்றியும் கல்வெட்டுகளை விடச் செப்புத்தகட்டு

அறிக்கைகளே அதிகம் ஆதாரங்களைத் தருகின்றன. கீழைச்சாளுக்கியர்களினதும், பாதாமியைச் சேர்ந்த சாளுக்கியர் களினதும் வரலாறு பெரும்பாலும் செப்புத்தகடுகளின் துணைகொண்டே அறியவேண்டியதாகும். சோழர்களின் சில அரச ஆணைகள், மிக நீண்டவையாகச் செப்பேடுகளில் இடம் பெற்றுள்ளன. இத்தகைய ஆணைகள் அதிக எண்ணிக்கையிலும் கணிசமான அளவு நல்ல முறையிலும் தயாரிக்கப்பட்ட செப்புத்தகடுகளில் செதுக்கப்பட்டு, வட்ட வடிவிலான வளையங்களில் முத்திரையுடன் சேர்த்து ஒட்டப்பட்டுள்ளன. இராசராச சோழனின் 21 ஆம் ஆண்டைச் சேர்ந்த ''இலெய்டன்'' உடன்பாட்டுச் சாசனம் இவற்றுள் முதன்மை வாய்ந்தது. ஒல்லாத்து அதிகாரிகளின் வசப்பட்ட இந்தச் செப்புத்தகட்டு உடன்பாட்டுச் சாசனம் 'இலெய்டன்' பொருட்காட்சிச்சாலையில் வைக்கப்பட்டுள்ளது. இதனாலேயே இதற்கு இலெய்டன் உடன்பாட்டுச்சாசனம் என்ற பெயர் உண்டானது. திருவாலங்காடு, கரந்தை ஆகிய இடங்களில் இருந்த 1 ஆம் இராசேந்திரனின் செப்புத்தகடுகளும், வீரராசேந்திரனின் (7 ஆம் ஆண்டு) ''சாரளா'' செப்புத் தகடுகளும் மிக முக்கியத்துவம் வாய்ந்தனவாகும். ''சாரளா'' செப்புத்தகட்டில் வடமொழியிலுள்ள நீண்ட 'பிரசட்டி' (மெய்க்கீர்த்தி) கன்னியாகுமரி கல்வெட்டு ஒன்றில் உள்ள இதே அரசனின் அறிக்கையின் பிரதியாகும். வுடமொழியில் ஒருவகை 'நாகரி' (நந்திநாகரி) எழுத்து முறையை விசயநகர அரசர்கள் செப்புத்தகடுகளிற் கையாண்டனர். பிற்காலத்து அரச பிரகடனங்கள், செப்புத்தகடுகளை விட விலையுயர்ந்த உலோகங்களிலும் பொறிக்கப்பட்டுள்ளன. தஞ்சாவூரைச் சேர்ந்த விசயராகவநாயக்கன் என்ற அரசன் ஒல்லாந்தருடன் 1658 இல் செய்துகொண்ட உடன்பாட்டுச் சாசனமும், 1676 இல் ''இகோயி'' என்ற அரசன் ஒல்லாந்தருடன் செய்துகொண்ட உடன்பாட்டுச் சாசனமும் வெள்ளித்தகடுகளிற் பொறிக்கப்பட்டுள்ளன. முறையே தெலுங்கு, தமிழ் ஆகிய மொழிகளிற் செதுக்கப்பட்டுள்ள இவ்விரு வெள்ளித்தகடுகளும் 'பட்டேவியா' (யகார்த்தா) பொருட்காட்சிச்சாலையில் இன்று உள்ளன. சட்ட நூல்களில் அங்கீகாரம்பெற்ற உலோகம் செப்பாகவே இருந்தது. நாட்டை ஆண்ட சக்திமிக்க அரசர்கள் செப்பைத்தவிரப் பிற உலோகங்களை இத்தகைய தேவைகளுக்குப் பயன்படுத்தவில்லை.

சொத்துரிமை கொண்டாடவோ, வேறு நோக்கங்களுக்காகவோ, பொய்புனைவதற்கும் செப்புத்தகடுகளைப் பயன்படுத்தலாம். எனினும் பொய்யான செப்பேடுகள், ஏதாவது ஒருவழியில் தமது குறைபாட்டைக் காட்டிக்கொடுத்து விடுகின்றன. வரலாற்றுச்சாசன ஆராய்ச்சி நிபுணர்கள், உண்மையான செப்பேடுகளைப் பிறவற்றிலிருந்து சுலபமாகத் தரம்பிரித்துக் க்ணடுகொள்ளு கிறார்கள். மைசூர் நாட்டுக் கங்கர்களின் ஆரம்ப வரலாற்றை, இத்தகைய பொய்யான பல தகடுகள் குழப்பித் தெளிவற்ற நிலையை உண்டாக்கிவிட்டன.

செப்புத் தகடுகள் சில நூற்றுக்கணக்கில் மாத்திரம் இருக்கக் கல்வெட்டுகளோ பல்லாயிரக்கணக்கிலுள்ளன. அவற்றுட் பெரும் பகுதியும், விளக்குகள், செம்மறியாடுகள், நிலங்கள் போன்றனவற்றை அன்பளிப்பாக ஆலயங்களுக்கு வழங்கிய விபரங்களைத் தருகின்றன. ஆகவே இவை வரலாற்று முக்கியத்துவம் வாய்ந்தனவல்ல. அரசர்கள் வழங்கிய பெரும்

கொடைகள் பற்றிய செப்புத் தகடுகள், சில வேளைகளில், வரிகள், உரிமைகள், நிர்வாக அமைப்பு, ஆட்சிக் கொள்கைகள் ஆகிய பற்றிய விபரங்களையும் கூறுவதால் முக்கியத்துவம் பெறுகின்றன. தஞ்சைப் பெரிய கோயிலின் சுவர்களில் பொதுக்கப்பட்டுள்ள முதலாம் இராசராக சோழனின் கல்வெட்டுகள் எழுத்து நுட்பத்தில் முதலிடம் பெறுகின்றன. அத்துடன் இராசராசன் அமைத்த பேரரசின் புகழும் பெருமையும் ஒருங்கே பிரதிபலிக்க, தஞ்சைப் பெரிய கோயிலின் பொருளாதார நிலைபற்றிய நுட்ப விபரங்கள் அனைத்தையும் இக்கல்வெட்டுகள் எடுத்துக் காட்டுகின்றன. கிராம ஆட்சி மன்றங்களின் அரசியல் அமைப்பு, கடமைகள், தொழிற்கழகங்கள், வர்த்தகக் குழுக்கள் போன்றனவற்றின் தொண்டுகள் பற்றியும் பிற கல்வெட்டுகள் கூறுகின்றன. நாட்டின் பொருளாதாரக் கலைத்துறைவாழ்வில் இவை கொண்டுள்ள பங்குபற்றியும் நாம் அறியலாம். அன்று நாட்டில் நிலைபெற்ற கலைக்கழகங்கள், பாடங்கள், மாணவர்கள், ஆசிரியர்களின் எண்ணிக்கை போன்ற விபரங்களைக்கூடச் சில கல்வெட்டுகள் தருகின்றன. வீரராசேந்திரனின் திருமுக்கூடலில் கிடைத்த கல்வெட்டு, அப்பகுதியிலிருந்த மருத்துவ நிலையத்தில் கையிருப்பிலிருந்த மருந்து வகைகளின் பட்டியலைத் தருவதால் சிறப்புப் பெற்றுள்ளது. கடல் வர்த்தகம் பற்றிக் கூறும் மிகச் சில அறிக்கைகளுள் மோடுப்பள்ளியிற் கிடைத்துள்ள காகதீய கணபதியின் கல்வெட்டு முதன்மைவாய்ந்தது.

கல்வெட்டுக்களாயினும், செப்பேடுகளாயினும், பெயர்கள் அல்லது சிறு அன்பளிப்புகளை மாத்திரமே குறிப்பிடுவனவாயில்லாவிடின், அவை ஒரு குறித்த ஒழுங்கு முறையைப் பின்பற்றுவன வாகக் காணப்படுகின்றன. கல்வெட்டின் தொடக்கம், ஒரு தெய்வம் மீதோ, பல தெய்வங்கள் மீதோ துதிபாடும் வசனம் அல்லது கவிதையாக அமைகிறது. இதையடுத்துப் பிரசட்டி எனும் மெய்க கீர்த்தி முகவுரையாகவரும்˙ இம் முகவுரையில் அரசவம்ச வழித்தோன்றல்களின் விபரம், ஆட்சிபுரியும் அரசர்களின் பெயர்கள், சாதனைகள் பற்றிக் கூறப்படும்˙ சில வேளைகளில் ஆட்சிக் காலத்தின் வெவ்வேறு அறிக்கைகளிற் காணப்படும் பிரசட்டி என்ற முகவுரைகள் ஒரே முறையில் அமைந்திருக்கும்˙ முகவுரைகள் அரசியல் வரலாறு பற்றிப் படிக்கும் மாணவனுக்கு மிகவும் முக்கியத்துவம் வாய்ந்தவையாகும். முகவுரையை அடுத்துக் கொடையாளியின் (அரசனல்லாத இடத்து) விபரங்கள், அவரும் அவருடைய முன்னோரும் ஆற்றிய சாதனைகள் போன்றனவும் சொல்லப்படும். நன்கொடை பெறுபவர் தனியொருவராயின் அவர்பற்றியும் அவருடைய முன்னோர் பற்றியும் சுருக்கமாகக் கூறப்படும். ஒரு குழுவினருக்கோ, ஒரு நிலையத்திற்கோ நன்கொடை வழங்கப்பட்டால் அதிக விபரங்களைக் காணலாம். அடுத்து, கொடுக்கப்பட்ட பணம், கால்நடை, வரி, நிலம் போன்ற பொருள் பற்றிய விபரங்கள் தரப்படும். பெரும்பாலும் நன்கொடைகளாகக் கொடுக்கப்படும் நிலத்தின் எல்லைகள் வரையறுத்துச் சொல்லப்படும். அன்பளிப்பைப் பெறுபவன் நிரந்தரமாகவும் இடையறாத இன்பத்துடனும் அப்பொருளை ஆண்டு அனுபவிக்க வேண்டும் என்பதன் பொருட்டுக் கொடையாளி தாரைவார்த்துக் கொடுக்கும் கிரியை பற்றியும் கூறும். இறுதியில், கொடையை நிறுத்த அல்லது உரிமை

கொண்டாடுபவனைத் தடை செய்ய முயல்வோரைச் சபிக்கும் வகையில் பிரார்த்தனை செய்தும், வருங்காலத்தில் இந்த நன்கொடையைப் பேணிக் காத்து நிற்போரை வாழ்த்தியும் முடிவடையும். சிறந்த மாதிரியாக அமைந்த ஒரு கல்வெட்டின் பல பகுதிகளையும் ஆராய்ந்து பார்க்கும்பொழுது வரலாற்று ஆசிரியனுக்கு இவை எவ்வளவு பெறுமதி வாய்ந்தவை என்பது புலப்படும்.

சில நீண்ட கல்வெட்டுகள் நினைவுச் சின்னங்களாகவும், ஒரு அர்ப்பணிப்பைக் குறிப்பனவாகவும் இருக்கின்றன் அரச வம்சங்களின் பெறுமதியுள்ள பிரசட்டிகளாகவும் இவை அமைந்துள்ளன. இரண்டாவது புலகேசி ஆட்சிக்காலத்தில் அமைந்த (ஐகோல்) கல்வெட்டும், கடம்பர்களின் தாலகுண்டா கற்றூண் செதுக்கலும் இத்தகைய கல்வெட்டுகளுக்குச் சிறந்த உதாரணங்களாகும். திருவேந்திபுரத்தில் மூன்றாவது இராசராசசோழன் காலத்தில் செதுக்கப்பட்ட கல்வெட்டில், இவ்வரசன் எதிர்நோக்கிச் சமாளிக்கவேண்டிய பிரச்சினைகளைப் பற்றியும் ஒய்சள அரசர்களின் தலையீட்டால் அவனுக்குக் கிடைத்த உதவிகளைப் பற்றியும் கூறப்பட்டிருக்கிறது. இதுபோன்ற வரலாற்று முக்கியத்துவம் பெற்ற கல்வெட்டுகள் மிகச் சிலவே. புதுக்கோட்டைப் பிரதேசத்திலுள்ள 'குடுமியாமலை'க் கல்வெட்டு மிகவும் நீண்டதாகவுள்ளது. இது பல்லவர் காலக் கிரந்த எழுத்துக்களில் 7 அல்லது 8 ஆம் நூற்றாண்டிற் பொறிக்கப்பட்டது. ஓர் அரசனால், தன்னிடம் இசை பயின்ற மாணவர்களுக்குச் சுரம்பற்றிய குறிப்புகள் இந்த விசாலமான பாறையிற் செதுக்கப்பட்டிருந்தது. இவ்வாசனது குரு உத்திராச்சாரியார் எனவும் அரசன் சிலவழிபாட்டில் ஈடுபட்டவன் என்றும் கல்வெட்டுக் குறிப்பிடுகிறது. மற்றையது தஞ்சாவூர் மாவட்டத்தின் திருவிடவாயில் என்னும் இடத்தில் அமைந்துள்ள ஒரு கல்வெட்டு திருஞானசம்பந்த நாயனார் அவ்வூர்த் தெய்வத்தின் மேற் பாடிய தேவாரம் ஒன்று முழுமையாகப் பொறிக்கப்பட்டுள்ளது. இத்தேவாரம் வேறெங்காயினும் காணப்படவில்லை. மேற்கூறிய இரு கல்வெட்டுகளும் குறிப்பிடத்தக்கவையாகும்.

பழைய கல்வெட்டுகள் எல்லாவற்றிலும், அரசர்கள் ஆட்சியிலிருந்த காலத்தையே அவற்றின் காலமாகக் காட்டப்பட்டுள்ளது வரன்முறையிலைச் சரியாகக் காட்டுவளவுமில்லை. ஒரே காலத்தைக் குறிப்பிடுவன மிக அபூர்வமாகவேயுள்ளன. அவ்வாறு விளக்கமாகக் குறிப்பிடப்படும் பொழுது இக்காலக் குறிப்புகள் திட்டமாக அமைந்துள்ளன. பூர்வீக சாசன அறிவியற் கலையைக் கொண்டு கணிப்பதைவிட காலத்தை வரையறுக்க வேறு வழியெதுவுமில்லை. முதலாம் புலிகேசி காலத்துப் பாதாமிக் கல்வெட்டில்தான் 'சகாப்தம்' என்று இக்காலம் முதல் முறையாகக் குறிப்பிடப்பட்டுள்ளது. சகாப்தம் 465 இல் (கி.பி.543) புலகேசி வாதாபிக்குன்றின் மீது கோட்டையை அமைத்தான் என்பது பற்றிய அறிக்கை 1941 இல் தான் கிடைத்தது. பிந்திய கல்வெட்டுகள் சகாத்தத்தைப் பற்றிக் குறிப்பிட்டாலும் குறிப்பிடாவிட்டாலும் வானசாத்திர விபரங்கள் குறிப்பிடப்பட்ட காலங்களுடன் எப்பொழுதும் இயைந்தனவாகக் காணப்படுவதில்லை. எனவே இது பற்றி நாம் கொள்ளும் முடிவுகள் சரியானவையா அல்லவா என்ற கேள்விகள் எழுகின்றன. தென் ஆற்காடு மாவட்டத்தின் 1 ஆம் பராந்தக சோழன்

காலத்துக் கல்வெட்டு, கலியுகம் தொடங்கிய காலத்தைக் கணக்கிட முயன்றுள்ளது. இந்த அறிக்கையிற் கூறப்படும் கால வரையறையைக் கொண்டுதான் மீதி விபரங்களைச் சரிபார்க்கவேண்டும். அரச ஆட்சிக்கால ஆண்டுகளைக் குறிப்பிடும் பாண்டிய கல்வெட்டுகளில் ஓராண்டு மற்றொன்றிற்கு எதிராகக் குறிப்பிடப்படுகின்றது, இதன் முக்கியத்துவம் என்னவென்று இன்னமும் விளங்கவில்லை. பூர்வீக சாசன ஆராய்ச்சியாளர்கள், இக்கல்வெட்டுகளிற் குறிப்பிடப்பட்டுள்ள இலக்கங்களின் கூட்டுத்தொகை தான் கல்வெட்டு நிறுவப்பட்ட ஆட்சிக் காலத்தைக் காட்டுவதாகும் என்று கூறுகிறார்கள்.

கல்வெட்டுகள் எப்பேர்துமே உண்மையைக் கூறுவன என்று கூறுவதற்கில்லை. அதிலும் முற்றாக உண்மையானவை என்றும் கொள்ளவும் முடியாது. பாரம்பரியமான கதைகளும் மிகைப்படுத்திச் சொல்லும் முறையும் இங்கு இடம்பெற்று விடுகின்றன. அடுத்தடுத்து நிகழும் போராட்டங்களில் ஈடுபட்டுள்ள அரசர்களை ஆதரித்துப் புகழ்பாடும் முறை இருப்பதால் தத்தம் அரசனை ஆதரித்து எழுதப்படும் கல்வெட்டுகளிலுள்ள உண்மைகளை ஆராய்ந்து அறிவது மிகக் கடினமாகிறது. ஒரு போரின் முடிவில் தத்தம் அரசனே வெற்றியீட்டியுள்ளான் என்று இரு தரப்பாரும் கூறுவதாகக் குறிப்பிடும் கல்வெட்டுகள் இல்லாமலில்லை. இக்கல்வெட்டுகள் சொல்லும் செய்திகளுள் சமூக, பொருளாதார முக்கியத்துவம் வாய்ந்தனவற்றிற்கு விளக்கம் தந்து ஆராயும் முயற்சி இன்னமும் மேற்கொள்ளப்படவில்லை. கல்வெட்டு ஆராய்ச்சித் திணைக் கழகத்தினர் தமக்குக் கிடைத்த கல்வெட்டுகளின் அறிக்கைகளைப் பிரசுரிக்கப் பிந்துவதே இதற்குக் காரணமாகும். கல், செப்பு ஆகியவற்றிற் பொறிக்கப்பட்ட எழுத்துக்கள் போன்று நாணயங்களிலுள்ள குறுகிய வாசகங்களும் சில சான்றுகளாக அமைகின்றன. ஆனால் தென்னிந்திய நாணயங்களை ஆராய்தல் வட இந்திய நாணயங்களை ஆராய்வதிலும் பார்க்கக் கடினமாகவும் குறைந்த பலன் கிடைப்பதாகவும் இருக்கும். பூர்வீக நாணயங்கள் மிக அரிதாகவும், காலம் குறிக்கப்படாதன வாகவும், அறிந்து கொள்ள முடியாத குறிப்புகள் உள்ளனவாகவும் இருக்கின்றன. அரசனுடைய பெயரையோ, பட்டத்தையோ மாத்திரம் சில நாணயங்கள் கொண்டுள்ளன. நாணயங்கள் மீது பொறிக்கப்பட்டுள்ள அடையாளங்கள் அநேகமாகத் தெளிவற்றும் செப்பனிடப்படாமலும் இருக்கின்றன. கிறித்துவுக்கு முந்திய பல நூற்றாண்டுகளிற் சட்ட நூல்களில் குறிக்கப்பட்டுள்ள புராண நாணய சின்னங்கள் தாங்கியனவும் தூய்மையற்ற வெள்ளியினால் செய்யப்பட்டனவுமான நீள் சதுர நாணயங்கள் இருந்தன. இத்தகைய அடையாளம் பொறித்த செம்பு நாணயங்களையும் மக்கள் அறிந்திருந்தனர். கி.பி 200 வரையில் இத்தகைய நாணயங்கள் புழக்கம் அற்றுப்போயின. இக்காலத்துக்குப்பின் தென்னகத்தின் மிகப் பிரதானமான நாணயங்கள் பவுணால் செய்யப்பட்டன் வெள்ளி பயன்படுத்தப்படவில்லை. சிறு நாணயங்களுக்குச் செம்பு பயன்படுத்தப்பட்டது. பவுண் நாணயங்கள் இருவகைப்படும். வராகன் - சாளுக்கியர்களுடைய பன்றி அடையாள நாணயம். இதற்குப் பொன், கன், பாகொடா (பகவதி என்னும் சொல்லிலிருந்து வருவது ?) என்றும் பெயர், மற்றையது 'பர்தோசு' (போத்துக்கீச) நாணயம்-இதன் நிறை 1 களஞ்சு

அல்லது 50-60 கிறெயின், பணம் என்பது வாரகனில் 1∴10 பங்கு (5 அல்லது 6 கிறெயின்) நிறையுள்ளது. இது ஒரு மஞ்சாடி பணத்தின் நிறையாகும். ஆரம்பகாலப் பவுண் நாணயங்கள் தூய பவுணால் செய்யப்பட்டும் சிறிய துவாரமிடப்பட்டுமிருந்தன. சிறிதுகாலம் செல்ல 'பத்மதங்கம்' என்ற ஒரு நாணயம் வழங்கிவந்தது இது வளைந்த துவாரமிடப்பட்ட சிறு கிண்ணம் போன்றதாகும் இந்த வகை நாணயங்கள் முதலில் ஒரு பக்கம் துவாரங்களுடையனவாயும் பின்னர் இரு பக்கங்களிலும் துவாரங்கள் உடையனவாயும் வெளிவந்தன. 1946 இல் 'தௌலேசுவரத்தில்' கண்டெடுக்கப்பட்ட 1 ஆம் இராசாதிராசன், 1 ஆம் இராசேந்திரன் ஆகிய சோழ அரசர்கள் காலப் பவுண் நாணயங்களும், கிழக்குச் சாளுக்கிய அரசனான இராசராசன் காலத்துப் பவுண் நாணயங்களும் ஒரு பக்கத்தில் மாத்திரமே அடையாளம் இடப்பட்டவையாகும். வர்ணம் தீட்டப்பட்டனவும் விசயநகரப் பகோடாக்கள் எனப்படுவனவுமாகிய நாணயங்கள் இறுதியாக வெளிவந்தன. பொதுவாகச் சிறிய நாணயங்களுக்கு அதிக மதிப்பிருந்தது. கள்ளிக்கோட்டையைச் சேர்ந்த 1 கிறெயின் அல்லது 2 கிறெயின் எடையுள்ள வெள்ளித் "தாரை" நாணயங்கள் நாம் அறிந்த நாணயங்களுள் மிகவும் சிறிய வகையைச் சார்ந்தவையாகும்.

கிறித்துவுக்குப் பிந்திய ஆரம்ப நூற்றாண்டுகளில் உரோமபுரியின் பவுண் வெள்ளி நாணயங்கள், வர்த்தகத் தொடர்புகளின் விளைவாகத் தொகையாக இறக்குமதி செய்யப்பட்டு நாட்டில் தடையின்றி வழங்கலாயின. உரோமபுரிச் சின்னங்கள் பொறிக்கப்பட்ட செப்பு நாணயங்கள் தென்னகத்திற் குடியேறிய அந்நியர்களால் வெளியிடப்பட்டிருக்கலாம். சாதவாகன 'அரசர்கள் நாணயம் வெளியிடுவதற்கு ஈயத்தைப் பயன்படுத்தினர். புராணப் போர்ப்பட்டியல்களில் உள்ளன போன்ற அரச பெயர்கள் அந்த நாணயங்களில் அமைந்திருந்தன. இவ்வகை நாணயங்களுள் ஒன்று. இரு பாய்மரங்களுள்ள ஒரு கப்பற் சின்னத்தை முன் பக்கத்திற கொண்டுள்ளது. இது ஆந்திர அரசர்களுடைய கடல் ஆதிக்கத்திற்கும் முயற்சிகளுக்கும் சான்றாகும். இதே சின்னம் இதே காலத்தில் அல்லது சற்றுப் பிந்திய காலத்தில், இப் பிரதேசத்திற்கு அதிக தெற்கில், வெளியிடப்பட்ட நாணயங்களிலும் சில செப்பு நாணயங்களிலும் பொறிக்கப்பட்டுள்ளது.

ஆரம்பகால "பத்மதங்க" நாணயங்களை அடித்தவர்கள் கடம்பர்களாக இருக்கலாம். இவற்றள் காலம் குறிப்பிடத்தக்க ஒரு கல்வெள்ளி நாணயஞ் சிங்க சின்னத்துடன் "விசாமசித்தி" என்ற பட்டம் முன்புறத்திற் பொறிக்கப்பட்டதாயிருந்தது. இது 615–33 வரையுள்ள "விட்டுணுவர்த்தனன்" அரசன் காலத்து நாணயமாகும். விட்டுணுவர்த்தனனே நெடுங்காலம் நிலைத்திருந்த கீழைச் சாளுக்கிய அரச வம்சத்தைத் தோற்றுவித்தவனாவான். பவுண் நாணயங்களில் துளையிடும் வழக்கம் ஒழிந்த பின்னரும் வெள்ளி, செப்பு நாணயங்களில் துளைகள் இடப்பட்டு வந்தன. 13 ஆம் நூற்றாண்டில் நெல்லூரை ஆண்ட தெலுங்குச் சோட அரசர்கள் பிரசுரித்த நாணயங்கள் பெருந்தொகையில் 1913 ஆம் ஆண்டு கொடூரிற் கண்டெடுக்கப் பட்டன. இவை "பத்மதங்க" அமைப்பு நாணயங்கள் நீண்ட வரலாறும் பெரும் தொடர்பும் உடையனவென்பதை உணர்த்துகின்றன. காகதீய அரசர்களின்

நாணயங்களில் நாகரி எழுத்திலுள்ள வாசகங்கள் முற்றுப் பெறாத நிலையிற் குறிப்பிடப்பட்டுள்ளன. இவை விசயநகர நாணயங்களில் தொடர்ந்து இடம் பெறுகின்றன. நாகரி வாசகங்கள், கோவைவைச் சேர்ந்த கடம்ப அரசவம்சத்தினரும் சோழர்களும் வெளியிட்ட நாணயங்களிலும் காணப்படுகின்றன. ஏனைய அரசவம்ச நாணயங்கள் வெளியிடப்பட்ட அவ்வப் பிரதேச மொழிகளான கன்னடம், தெலுங்கு அல்லது தமிழ் வாசகங்களுடன் விளங்குகின்றன.

நாடுபிடிக்கும் பட்சத்தில் நாணயங்களில் அதற்கேற்ற அடையாளங்கள் பொறிக்கப் படுகின்றன. ஒரு வயலில் ஒரு பீடத்தில் அமர்ந்திருக்கும் புலி பொறித்த நாணயங்களைச் சோழர்கள் பிரசுரித்தனர். பாண்டிய சின்னமான மீன் ஒரு புறத்திலும் சோழர்களின் வில்லு நாணயத்தின் கீழ்ப் பாகத்திலும் அமைந்திருந்தன. புலியைவிடச் சிறிதாகவே ஏனைய சின்னங்கள் அமைந்திருந்தன.

விசய நகர அரசர்கள் பலர் பகோடா நாணயங்கள் வெளியிட்டனர். இவை சிறியன வாகவும் தடித்துக் குறுகியனவாகவும் இருக்கின்றன. இந்த நாணயங்களில் அரைப்பங்கு கால்பங்கு பெறுமதியுள்ளனவும் பிரசுரிக்கப்பட்டன. நாணயத்திலுள்ள வாசகங்கள் ஆரம்பத்தில் கன்னடம் அல்லது நாகரியில் இருந்தன. பிந்திய அரசர்கள் நாகரியை மாத்திரம் பயன்படுத்தினர்.

மதுரையைச் சிறிது காலம் ஆண்ட சுல்தான்களின் ஆட்சியில் வெளியிடப்பட்ட நாணயங்கள் அதேகாலத்துத் தில்லி நாணயங்களை ஒத்திருந்தன் எனவே இந்நாணயங்களைத் தென்னக எழுத்துவடிவங்களை மாத்திரம் ஆதாரமாகக் கொண்டு பிரித்துணரமுடியும். புாமினி சுல்தான் அரசினர் வெளியிட்ட பவுண் வெள்ளி நாணயங்களும் தில்லி நாணயங்களையே பெரும்பாலும் பின்பற்றி வெளியிடப்பட்டன. ஆரம்பகால அரசர்கள் வெளியிட்ட நாணயங்களின் அமைப்பிலும் வடிவிலும் வேறுபாடுகள் காணப்பட்டன் ஆயின் பிற்காலத்தில் பவுண், வெள்ளி ஆகிய இரு உலோக வகைகளிலும் வெளியிடப்பட்ட நாணயங்கள் ஒரே வகையான அமைப்பு முறையுடன் விளங்கின. ஆரம்ப செப்பு நாணயங்கள் தில்லி நாணயங்களைப் போன்றே இருந்தன. எனினும் மாற்றங்கள் விரைவாகத் தோன்றின. செப்பு நாணயங்கள் அடிக்கடி மாற்றமடைந்தன. பாமனி முடியரசைத் தொடர்ந்து ஆதிக்கத்திற்கு வந்த ஐந்து சுல்தான்களின் ஆணையின் கீழும் வெவ்வேறு நாணய முறைகள் தோன்றின.

வரலாற்றுத்துறை அறிவைப் பெருக்க இலக்கியச் சான்று அடுத்த முக்கிய ஆதாரமாகும். இத்தகைய ஆதாரங்கள் உள்;ரிலும் வெளியூரிலும் காணப்படும். இந்திய இலக்கியம் முழுவதுள்ளும் தனி வரலாற்று முக்கியத்துவம் வாய்ந்த நூல்கள் மிகச் சிலவேயுள, ஆலயங்களுக்குரிய வரலாற்று அறிக்கைகள் சில கிடைக்கின்றன. ''மதுரைத் தலவரலாறு'', ''சிறீரங்கம் கோயில் ஒழுகு'' என்பன உதாரணங்களாகும். 1200 இற்குப் பிந்திய காலம்பற்றிச் சில பெறுமதி வாய்ந்த செய்திகளை இவை தருகின்றன. முன்னைய காலத்தை நோக்கும்போது பாரம்பரிய கதைகளின் தொகுப்பாகவே இவை உள்ளன. அத்துடன் பொருந்தாத திரித்துக் கூறப்பட்ட பல சம்பவங்கள்

குறிப்பிடப்பட்டுள்ளன. ஆகவே வேறு நம்பிக்கைக்குரிய ஆதாரங்கள் இன்றி இவ்வறிக்கைகளிற் சொல்லியுள்ளவற்றை ஏற்பது பொருந்தாது. 19 ஆம் நூற்றாண்டின் ஆரம்பத்தில் "கேர்ணல் கொலின் மக்கென்சி" அவர்களின் கட்டளைப்படி ஓரளவு சரித்திர நோக்குடைய நூல்கள் வெளியிடப்பட்டன. ஆயின் இந்நூலிற் கையாளப்படும் காலத்தைவிடப் பிந்திய சம்பவங்களைப்பற்றி மேற்படி நூல்கள் குறிப்பிடுவனவாகையால் அவை எமக்குப் பயன்தரத் தக்கவையல்ல. கொங்கு-தேச-இராசாக்கள் சரித்திரம், கோளோற்பத்தி போன்ற நூல்களும் பயன் தரமாட்டா. இதே போன்று மக்கள் மத்தியில் நிலவிவரும் பல பாரம்பரியக் கதைகளின் தொகுப்பாக விளங்கும் தலபுராணங்களும் பயனற்றவை. "இராமப்பையன்-அம்மானை" போன்ற கவிதை இலக்கியங்கள் ஓரளவு வரலாற்று முக்கியத்துவம் வாய்ந்தனவே. எனினும் இதற்கு முந்திய கால எல்லையில் ஆக்கிய இத்தகைய இலக்கியம் எதுவும் நிலைபெற்றதாக இல்லை.

வரலாற்றை அறிய இலக்கியம் ஆற்றத்தகுந்த நேர்முகத் தொண்டு மிகச் சிலவாக இருந்தபொழுதிலும் இலக்கியத்தைக் கற்கும் வரலாற்று ஆசிரியன் பெறத்தகுந்த மறைமுக உண்மைகளை வற்புறுத்தாமல் விட இயலாது. இத்தகைய இலக்கியச் சான்றுகள் வரலாற்றில் தோன்றும் பாத்திரங்கள் வாழ்ந்து செயற்பட்ட சமூக, மத சூழல்களை வரலாற்று ஆசிரியன் அறியத் துணைநிற்கின்றன. அதேபோன்று ஓர் இலக்கியப்படைப்பு உருவான சூழல், பின்னணி முதலியவற்றை அறியவும் நூலாசிரியர்களின் சாதனைகள் பற்றித் தெரிந்து கொளஷ்ளவும் துணை நிற்கின்றன. அதேபோன்று ஓர் இலக்கியப்படைப்பு உருவான சூழல், பின்னணி முதலியவற்றை அறியவும் நூலாசிரியர்களின் சாதனைகள் பற்றித் தெரிந்து கொள்ளவும் துணைநிற்கின்றன. இலக்கிய கர்த்தாக்களுக்கு அரசர்கள் வழங்கிய ஆதரவு பற்றியும் நாம் அறியலாம். இத்தகைய செய்திகள் கல்வெட்டுகள் மூலம் எமக்குக் கிடைத்துள்ளன. இவை மிகச் சொற்பமான செய்திகளுக்கு விளக்கமாகவுள்ளன. வடமொழி, தமிழ், தெலுங்கு, கன்னடம் ஆகிய மொழிகளிற் காணப்படும் தென்னிந்திய இலக்கியங்களின் வரலாறு பற்றிய கணிப்பை நாம் இலக்கியம் பற்றிய அத்தியாயத்தில் காணலாம். இங்கு சில பொதுவான இலக்கிய அம்சங்களைப்பற்றி மட்டுமே குறிப்பிடப்படும்.

பிந்திய வேதகால இலக்கியங்களும், இதிகாசங்களும் வடக்கில் ஆக்கப்பட்டு வட நாடு பற்றியே கவனம் செலுத்திய போதிலும் தென்னகத்தில் வட இந்திய ஊடுருவல் படிப்படியாக வளர்ந்தமைக்கு இவை நல்ல சான்றுகளாகும். இத்தகைய பிரதான கலாசார இயக்கம்பற்றி எமக்குத் தகவல்தரும் ஒரே சான்றாக இவ்விலக்கியங்கள் அமைகின்றன. தமிழ் இலக்கியங்களுள் இன்றுமுளதான மிகப் பழமைவாய்ந்த சங்ககால இலக்கியம் இத்தகைய கலாசார ஊடுருவலின் பலாபலனை எடுத்துக் காட்டுகிறது. முன்னமே கணிசமான அளவு வளர்ந்த தென்னக நாகரிகம் வடக்கின் கலாசாரத்தின் சில அம்சங்களைக் கடன் வாங்கித் தனதாக்கி இணைந்து வளர்ந்த தன்மையை சங்ககால வாழ்வு எடுத்துக்காட்டுகிறது. மனிதவரலாற்றின் கலாசார இணைப்பு நிகழக்கூடிய முக்கியத்துவம் வாய்ந்த

அத்தியாயம் பற்றிய அம்சங்கள் எங்கும்போல் தென்னகத்திலும் கூட எமது கண்களுக்குப் புலப்படுவதாக இல்லை. எமக்குக் கிடைக்கக்கூடிய மிகப் பழமைவாய்ந்த தமிழ் இலக்கியங்கள் வடமொழிக் கருத்துக்கள், சொற்கள், நிறுவகங்கள் ஆகியவற்றிற்கு நிறைய இடங்கொடுத்திருக்கின்றன. எனினும் தமிழ் இலக்கியம் தனக்கெனவுள்ள சிறப்பியல்புகளுடன் சக்திமிக்க வாழ்வைப் பிரதிபலித்து மிகத் தெளிவான யதார்த்தத்துடன் திகழ்கிறது. தமிழ்மொழியின் தனித் தன்மைபெற்ற அமைப்பையும் சிறந்த சொல் வளத்தையும், மொழியோடு சம்பந்தப்பட்ட தாபனங்களையும் மரபுகளையும் அதன் இலக்கியத்தில் தெளிவாகக் காணலாம். வட, தென் கலாசாரங்கள் கலந்தமை பற்றிய மரபுக் கதைகள் வடநாட்டுத் தென்னாட்டு இலக்கியங்களில் மலிந்து காணப்படுகின்றன. இத்தகைய மரபுக்கதைகள் வரலாறு அல்ல் எனினும் இத்தகைய இன இணைப்பு மரபுக்கதைகளை வரலாற்று ஆசிரியர் புறக்கணிக்க முடியாது.

தமிழ் இலக்கியங்களுள் கலம்பகம், உலா, பாணி, கோவை போன்ற பிரபந்தங்கள் வரலாறு பற்றியும் குறிப்பிடுகின்றன் குறிப்பாக அரச பேரவைப் புலவர்கள் இயற்றிய இலக்கியங்களாயின் அவர்கள் தம்மை ஆதரித்த அரசர் கோனைக் காப்பியத் தலைவனாகக் கொண்டு இலக்கியம் இயற்றினர். இறையனார் அகப்பொருளுக்கு எழுதப்பட்ட பழைய விளக்கவுரையொன்றில் பாண்டிக் கோவை என்னும் ஒரு நூலிலிருந்து ஏராளமான மேற்கோள்கள் எடுத்துக் கையாளப்பட்டுள்ளன. கடுங்கோற் பாண்டியன் வழிவந்த அரசர்கள் ஈடுபட்ட பல போர்கள் பற்றிக் கோவையின் பாக்கள் புகழ்ந்து பாடியுள்ளன. எனினும் ஒரு குறித்த அரசனைத் தலைவனாகக்கொண்டு இலக்கியம் அமைக்கப்படவில்லை. பல தலைவர்களின் கூட்டுச் சாதனையைப்பற்றிப் பாராட்டி அரசவம்சம் முழுவதையும் ஒருவரெனக் கருதிப் பாடப்பட்டதுண்டு இவ்வாறு பாடும் மரபு அக்காலத்தில் இருந்து வந்தது. இவை பற்றிப் போதிய கவனம் செலுத்தாவிடின் இவற்றைப் படிக்கும்போது தவறான முடிவுகள் ஏற்படலாம். 3 ஆம் நந்திவர்மன் என்னும் பல்லவ அரசனைத் தலைவனாகக் கொண்டு ஆக்கப்பட்டுள்ள நந்திக்கலம் பகம் அதிக நம்பிக்கை வாய்ந்ததாகவும் இக்கால வரலாற்றிற்குப் பெரிதும் உதவுவதாகவும் உள்ளது. சோழப் பேரரசர்கள் காலத்தில் ஆக்கப்பட்ட ஓரளவு சரித்திர முக்கியத்துவம் வாய்ந்த சில நூல்கள் சரித்திர அம்சங்கள் அதிகமுள்ளனவாக இருக்கின்றன. இவற்றுள் சயங்கொண்டார் ஆக்கிய புகழ்பெற்ற கலிங்கத்துப் பரணி, சோழப்படையினர் 1 ஆம் குலோத்துங்கன் காலத்தில் கலிங்கத்தின் மீது படையெடுத்தமை பற்றிக் குறிப்பிட்டுள்ளது. ஒட்டக்கூத்தரின் மூன்று உலாக்கள் விக்கிரமன், இரண்டாம் குலோத்துங்கன், இரண்டாம் இராசராசன் ஆகிய மூன்று சோழவம்ச அரசர்கள் பற்றிக் குறிப்பிடுகின்றன. கன்னடத்தில் எழுதப்பட்ட காலத்தில் ஆட்சி புரிந்த இராட்டிரகூடர்களினதும், சாளுக்கியர்களினதும் வரலாற்றைப்பற்றிப் பலவாறாகக் குறிப்பிட்டுள்ளன. இந் நூலாசிரியர்கள் தமது இலக்கியப் பணிக்கு ஊக்கம் தந்த அரசர்களை இதிகாச பாத்திரங்களுடன் ஒப்பிட்டுப் புகழ்ந்ததுடன் வாய்ப்புக் கிட்டும் போதெல்லாம் தாம் நன்றாய் அறிந்த பல வரலாற்றுச் சம்பவங்களையும் சேர்த்து எழுதியுள்ளனர். பில்கணன் இயற்றிய ''விக்கிரமாங்கதேவச்சரிதை''

என்ற வடமொழிக் காவியம் புலமை அம்சங்களிற் குறைவற்ற தெனினும் முன் கூறிய தமிழ், கன்னட இலக்கியங்கள் போன்று வரலாறு சம்பந்தமான பயன் தரத்தக்கதன்று.

விசயநகர வரலாறு பற்றிய இலக்கியச்சான்றுகள் பெருந் தொகையாகக் காணப்படுகின்றன. சென்னைப் பல்கலைக் கழகத்தினா் தொகுத்து வெளியிட்ட இரு நூல்களில் இந்த இலக்கியச் சான்றுகள் கிடைக்கின்றன. 'கால ஞானங்கள்' என்ற பெயருடன் எதிர்காலத்தைப் பற்றிச் சந்நியாசிகளின் தீர்க்க தரிசனங்களை உள்ளடக்கிய இலக்கியங்கள் வரலாற்று முக்கியத்துவம் வாய்ந்தனவல்ல. பாமனி முடியாசிலும் அதை அடுத்துவந்த அரசுகளின் கீழும் வாழ்ந்த முசிலிம் வரலாற்று ஆசிரியர்களின் குறிப்புகளில் காணப்படும் தவறுகளைத் திருத்த மட்டும் காலஞான இலக்கியத் தொகுப்புப் பயன்படும்.

இந்துக்களைவிட முசிலிம்கள் வரலாற்றில் அக்கறையுடன் ஈடுபட்டுள்ளனா். தக்கணத்தை ஆண்ட முசிலிம் அரசர்களின் ஆதரவில் பாரசீக மொழியிற் பல வரலாற்று முக்கியத்துவம் பெற்ற நூல்கள் எழுதப்பட்டன. இவற்றுட் பல அழிந்துவிட்டன. சில இன்றும் வெளிவராமலிருக்கின்றன. "பெரிசுத்தா" என்ற முசிலிம் வரலாற்று ஆசிரியா் தனது பெரிய சரித்திரப்படைப்பிற் பல நூல்களை மேற்கோள் காட்டியுள்ளார். ஆனால் அந்நூல்கள் மிக இப்பொழுது கிடைப்பதில்லை. இப்பொழுது கிடைக்கக்கூடிய நூல்களுள் பல இப்பொழுது கிடைப்பதில்லை. இப்பொழுது கிடைக்க்கூடிய நூல்களுள் மிக முக்கியமானவற்றையும் இந்நூலுடன் சம்பந்தப்பட்ட காலத்தைப் பற்றிக் கூறுவனவற்றையும் மாத்திரம் இங்கு நாம் ஓரளவில் அவதானிப்போம். இசாமி அவர்கள் எழுதிய பாமனி முடியரசுபற்றிய "புத்துசலாதீன்" என்னும் நூல் அக்காலம் பற்றிய வரலாற்றைக் கூறுவதாகும். இந்நூல் ஆசிரியரின் பாட்டன் "சிப்பாசலா் இசாமி" எனப்பட்ட வயோதிபராவா். இசாமி அவா்கள் தில்லியிலிருந்து 'தௌலதாபாத்து' செல்லும்படி முகம்மது பின் துக்லக்கு என்ற சுல்தானால் கி.பி. 1327 இல் நிா்ப்பந்திக்கப்பட்டார். வழியில் வயோதிபா் இறந்து போனார் ஆயின் இளம் இசாமி அங்கேயே தங்கியிருந்து முதல் பாமனி சுல்தான் அரசனுடன் சேர்ந்து கொண்டான். 1358 இல அவா் எழுதத் தொடங்கிய நூல் அடுத்த ஆண்டிலேயே நிறைவெய்தியது. "பீா்தௌசி" அவா்களின் "சாநாமா" என்ற நூலைப்போன்று தெளிவான கவிதை வடிவில், தில்லி சுல்தான்களின் வரலாற்றை முகம்மது பின் துக்லக்குவின் காலம் வரை இவா் எழுதியுள்ளார். பாமனி முடியாட்சி நிறுவப்படுவதற்கு முன்னம் தக்கணத்தில் நிலவிய அரசியல் அமைதியின்மை யைப்பற்றித் தெட்டத் தெளிவாக இந்நூலில் எழுதப்பட்டுள்ளது. பாமனி முடியாட்சிபற்றி ஆக்கப்பட்டுள்ள ஏனைய நூல்கள் பாமனி அரசு அற்றுப் போனபின்பே ஆக்கப்பட்டவை. இத்துடன் பாமனி அரசை அடுத்து வளா்ந்த (சுல்தான்களின்) அரசுகளின் நோக்கங்களுக்கு ஏற்றவாறு பாமனி பற்றிய வரலாற்றுக் கண்ணோட்டம் அமைந்தது. இவற்றுள் பாரசீக மொழியில், சீமை என்ற இடத்தைச் சாா்ந்த அலி பின் அசிசுல்லா தபா தபை என்பவரால் இயற்றப்பட்ட போ்கன்னிமாசீா என்னும் நூல் குறிப்பிடத்தக்கதாகும். இந்நூலாசிரியா் பெரிசுத்தா

என்ற அதிகப் பிரசித்திபெற்ற வரலாற்று ஆசிரியர் காலத்தைச் சார்ந்தவராவர். அகமதுநகர் இராச்சியத்தின் நிசாம்சாகி என்ற அரசசபையில் பெரிசுத்தாவைப் போன்றே இவரும் ஒரு அரசசபைப் பிரபுவாகக் கடமையாற்றினார். தபா தபை என்பவருடைய வாழ்வைப்பற்றியும் செயல்முறைபற்றியும் அதிகம் தெரியவில்லை. இவர் வரலாற்று நூலை 1591 இல் தொகுக்கத் தொடங்கி ஐந்தாண்டு காலத்தில் முடிவுறச்செய்தார். பாமனி அரசு பற்றிய அறிமுகத்துடன் தொடங்கும் இந்நூல் நிசாம்சாகிகள் பற்றிய வாலாறாகும். இவர் தன்னை ஆதரித்து நின்ற அரசர்களுக்குச் சார்பான முறையில் வரலாற்றை ஆக்கியுள்ளார். எனினும் பெரிசுத்தாவைவிட இவருடைய கூற்றுக்கள் சில அதிகம் நம்பிக்கையூட்டத் தக்கவையும் நாணயங்களின் சான்றுகளுடன் ஒத்தனவாயும் இருப்பது குறிப்பிடத்தக்கது. எவ்வாறாயினும் இக்காலத்து முசிலிம் வரலாற்று ஆசிரியர்களுள் பெரிசுத்தா அவர்கள் முதலிடம் பெற்றவர் என்பது சந்தேகத்திற்கிடமற்ற ஓர் உண்மையாகும். இவர் தமது நூலில் கையாண்டுள்ள பரந்த விடயங்களும், விசாலமான ஆராய்ச்சிகளும் இந்தியாவில் ஆட்சி புரிந்த முசிலிம்களின் பொது வரலாறாக அவருடைய நூலை ஆக்கியுள்ளன் இவர் கலந்தாலோசித்துள்ள ஆராய்ச்சி நூல்கள், வரலாற்று விடயத்தை இவர் கையாளும் முறை, வரலாற்றை விளக்கும் ஆற்றல் இவை அனைத்தும் இவருடைய வரலாற்று நூலை மிக உயர்ந்த நிலைக்கு எடுத்துச் செல்கின்றன. மிக விசாலமான விடயத்தை ஆராய முற்பட்டதாலும் பிறர் தரும் தகவல்களை அங்கீகரித்ததாலும், இவர் விபரங்களைத் தவறுதலாகவும் சில சமயங்களிற் கூறியிருக்கிறார். பிசப்பூரை ஆண்ட அடில் சாகீசு அரசசபையின் 2 வது இபுராகீமின் வேண்டு கோளின்படி எழுதத் தொடங்கிய வரலாற்றில் தன்னை ஆதரித்து நின்ற அரசர்களுக்குச் சார்புள்ள முறையில் தக்கண அலுவல்கள்பற்றி எழுதியுள்ளார். இந்திய இசிலாமைப்பற்றி எழுதப்பட்ட நூல்களுள் சகலத்தையும் உள்ளடக்கியதாகவும் வாசித்து விளங்கக்கூடியதாயுமிருக்கும் ஒரே நூல் பெரிசுத்தா அவர்கள் 1606 இல் எழுதி முடித்து வரலாற்று நூல் என்பதில் சந்தேகம் இல்லை. பிறப்பில் பாரசீகரான முகம்மது காசீம் இந்துசா பெரிசுந்தா என்பவர் தன்னுடைய தந்தையாருடன் 1582 இல் 12 வது வயதில் அகமதுநகர் வந்தடைந்தார். இவருடைய தந்தை நிசாம்சாகி இளவரசரின் ஆசிரியராக அமர்ந்து சில காலம் செல்ல இறந்தார். இளைஞனான பெரிசுத்தா ஒரு போர்வீரனது வாழ்வை மேற்கொண்டார். அங்கு நடைபெற்ற அரண்மனைப் புரட்சி ஒன்று, அரசனின் காவற் படையின் தலைவனாக இருந்த பெரிசுத்தாவின் பதவியையும் பறித்தது. முசிலிம்களுள் இருந்த சீயா மதப்பிரிவைச் சார்ந்த இவருக்கு அகமதுநகரில் நண்பர்கள் மிகக் குறைவாக இருந்தமையால் பிசப்பூர் சென்று படையில் ஒரு பதவி பெற்றார். ஆனால் வாளை வீசிவிட்டுப் பேனா ஏந்தித் தன்னுடைய இயல்புக்கேற்ற எழுத்துத் தொழிலைப் பெரிசுத்தா எப்படி ஆரம்பித்தார், எப்பொழுது ஆரம்பித்தார் என்பன எமக்குத் தெரியவில்லை.

பிசப்பூருக்கு முக்கியத்துவம் கொடுத்து எழுதப்பட்ட மற்றுமோர் நூல் 'தாசிக்கிராத்து உல-முல்கு' என்பதாகும். சிராசு என்ற இடத்தைச் சேர்ந்த சிராசீ என்ற பாரசீக வர்த்தகனால் இது எழுதப்பட்டது. 1560 இல் இவன் ஈடுபட்டிருந்த வர்த்தகம் இவனைக் கிருட்டிணை நதிக்கரயிலுள்ள சாகர்

என்ற இடத்திற்கு அழைத்துச் சென்றது. அடில் சாகி என்ற சேவையில் 1574 இல் சிராசீ சேர்ந்துகொண்டான். இவன் 1608 க்கும் 1610 க்கும் இடைப்பட்ட காலத்தில் இந்நூலை எழுதினான் ˙ இந்நூல் பாமனி அலுவல்களுக்கு முக்கியத்துவம் கொடுக்கவில்லை. அவன் வாழ்ந்த காலத்தில் பிசப்பூரில் நடந்த சில சம்பவங்கள் பற்றிக் குறிப்பிட்டுள்ளான். இவ்விபரங்கள் வேறெங்காயினும் கிடைக்கவில்லை. நாம் இங்கு கவனத்திற்கு எடுத்துக்கொண்ட நான்கு வரலாற்று ஆசிரியர்களுள் மூவர் பாரசீகத்திலிருந்து வந்தவர்களாவர். நால்வரும் பாரசீக மொழியிலேயே நூல்களை எழுதியுள்ளார். இந்து-முசிலிம் கலாசார வளர்ச்சிக்குப் பாரசீக மொழி ஆற்றிய தொண்டு இவற்றால் தெரியவருகிறது. 14 ஆம் நூற்றாண்டின் ஆரம்ப காலத்தில் பாரசீக மொழியில் பாரசீகத்தில் இருந்த "அப்தல்லாசிராசீவாசரவு" என்பவர் ஒரு நூல் இயற்றினார். தமிழகத்தில் அவர் வாழ்ந்த காலத்தில் பாண்டிய நாட்டில் நிகழ்ந்த உள்நாட்டுக் கலகம் பற்றியும் அதே காலத்தில் இருந்த வர்த்தக நிலை பற்றியும் அவர் கூறியுள்ளார்.

தென்னிந்தியா பற்றி அயல் நாட்டு ஆசிரியர்கள் எழுதியுள்ள குறிப்புகள் பலனுள்ளவை யாகவும், உருசிகரமானவையாகவும் இருக்கின்றன. கி.பி. 2 ஆம் நூற்றாண்டு வரை இந்தியா பற்றி நிதானமாக எழுதியுள்ளவர்கள் கிரேக்க, உரோமபுரி வரலாற்று ஆசிரியர்களேயாவர். இவர்களே மிகப் பூர்வீக சம்பவங்கள் பற்றி எழுதியுள்ளனர். அடுத்து 'சீன யாத்திரிகர்களும், ஆராய்ச்சியாளர்களும்' என்ற விடயம் ஆராய்ச்சித்துறையினரால் இன்றும் மேற்கொள்ளப் பட்டிருக்கிறது. 8 ஆம் நூற்றாண்டு தொடக்கம் அராபிய வர்த்தகர்கள், யாத்திரிகர்கள், வரலாற்று ஆசிரியர்கள், புவியியலாளர்கள் ஆகியோர் எழுதியுள்ள குறிப்புகளும் சீனர்களின் சான்றுகளும் முன்னையவற்றை விடத தெளிவும் முக்கியத்துவமுமுடைய சான்றுகளாகின்றன. துடேலாவைச் சேர்ந்த பெஞ்சமின், மார்க்கோப்போலோ போன்ற ஐரோப்பிய யாத்திரிகர்கள் தென்னிந்தியா பற்றி இடையிடையே கவனம் செலுத்தியுள்ளனர். 14 ஆம் நூற்றாண்டின் முடிவுடன் அயல் நாட்டு யாத்திரிகர்களின் எண்ணிக்கையும் நூலாசிரியர்களுடைய தொகையும் அதிகப்படுகின்றன. தொடக்கத்தில் போத்துக்கீசரும் இத்தாலியர்களும் அதிகமாக இருந்தனர். அடுத்து ஒல்லாத்தரும் ஆங்கிலேயரும் பிறரும் சேர்ந்து கொண்டனர்.

பிரபல நூலாசிரியர்களுள் தென்னிந்தியா பற்றி முதலிற் கவனம் செலுத்தியவர் மெகசுத்தீனிசு ஆவர் ˙ இவர் பாண்டிய முடியரசு பற்றி வியப்புறம் வகையிற் குறிப்பிட்டுள்ளார். ஏரக்கிளிசுவின் மகளாகிய "பாண்டையா" என்ற அரசி பாண்டிய நாட்டை ஆட்சிபுரிந்தானெனக் குறிப்பிட்டுள்ளார். "கடலை எல்லையாகக் கொண்டு தெற்கில் அமைந்த இந்தியப் பகுதியை அவன் தன் மகளுக்கு வழங்கினான் என அந்நாட்டின் எல்லை பற்றியும் மெகசுத்தீனிசு குறிப்பிட்டுள்ளார். பாண்டிய அரசு கிராமங்களாகப் பிரிக்கப்பட்டிருந்தது˙ நாளென்றுக்கு ஒரு கிராமம் திறை செலுத்தவேண்டும். அவசியமேற்படும்போது திறை செலுத்தத் தவறுவோரிடமிருந்து பணத்தைப்பெற இக்கிராமங்கள் அரசிக்குத் துணை நிற்கவேண்டும். எலனிய காலத்திலும், உரோமபுரிப் பேரரசின் ஆதாவிலும்,

எகிப்திற்கும் தென்னிந்தியாவிற்குமிடையில் அதிக வர்த்தகம் நடைபெற்று வந்தது. இந்தியாவைப் பற்றி உரோமர்களுக்கு இருந்த அறிவு அதிகம் என்று திரபோ என்பவர் கூறுகிறார். கலசுவின் தலைமையில் (கி.மு. 25 இல்) ஒகத்தசு அவர்களால் ஏடனையும் (துறைப்பட்டினம்) செங்கடலையும் ஆணை கொள்ள அனுப்பப்பட்ட கடற்படையின் வெற்றிபற்றியும் இந்நூல் கூறுகிறது. இவற்றை ஆணை கொள்ள வேண்டிய அவசியம் என்னவெனில் உரோமபுரிப் பேரரசின் வர்த்தகர்களிடையில் இந்திய கடல் வழித்தொடர்பு அதிகரித்தமையேயாகும். மூத்த பிளினி (கி.பி. 75), 'எரித்திறேய கடலின் பெரிப்பிளசு' என்ற நூலை ஆக்கிய பெயர் வெளியிடாத நூலாசிரியன், தொலமி (கி.பி. 130) போன்றவர்கள் உரோமர்களுக்குக் கிழக்கு நாடுகள் பற்றிய அறிவு வளர்ந்து வந்திருக்கிறதென்பதை வெளிப்படுத்தினர்' திரபோ என்பவரே முதலில் இவ்வறிவை வெளிப்படுத்தியவர். பிளினி, தொலமி ஆகியவர்கள் பிற ஆசிரியர்களிடமிருந்து தமது தகவல்களைச் சேகரித்தனர். ஆயின் பெரிப்பிளசு நூலின் ஆசிரியர் இந்தியாவின் மேற்குத் துறைப் பட்டினங்களுக்குச் சென்று அங்கு நிலவிய வர்த்தகத்தின் நிலைபற்றி நேர்முக அறிவு பெற்றுவந்தார். எனினும் இவருக்கு இந்தியாவின் கிழக்குக் கடற்கரைபற்றிய தெளிவான அறிவு இருக்கவில்லை. தொலமியின் புவியியல் நூல், இந்தியாவின் கிழக்குக் கடற்கரைபற்றியும் இந்து-சீனா பற்றியும் கவனம் செலுத்தியுள்ளது. தொலமிக்குப் பின்பு குறிப்பிடத்தக்க புகழ் படைத்தவர் பிசந்திய மதகுருவாகிய "கொசுமாசு" என்பவராவர் (கி.பி. 550). 'இவர் இந்துக்கோபிளிசுத்தசு" என்று அழைக்கப்பட்டார். வர்த்தகராக வாழ்வைத் தொடங்கிய இவர் பாரசீக குடாவிலும் இந்தியாவின் மேற்குக் கரையிலுமுள்ள பல இடங்களுக்கும் சென்றதுடன் தூரகிழக்கில் இலங்கை வரையும் சென்றுள்ளார். "கிறித்தவ இடவிளக்கவியல்" என்ற பெயரில் இவர் வெளியிட்ட நூலைப் பற்றி 'ஒரு சேற்றுக்கண்டம்' என்று குறிப்பிடப்பட்டிருப்பது நியாயமெனக் கூறமுடியாது எனினும் இதிலிருந்து பிரயோசனமான புவியியற் சுவடுகளை நாம் எடுத்துக்கொள்ளலாம்.

கி.மு. 2 ஆம் நூற்றாண்டு வரையிலேயே சீனத்திற்கும் தென்னிந்தியாவிற்கும் தொடர்புகள் இருந்தன. காஞ்சிபுரத்தில் இருந்த சீனத்தூதுவராலய அறிக்கையொன்று இதற்குச் சான்றாக வுள்ளது. இதே காலத்தைச் சேர்ந்த சீன நாணயம் ஒன்று மைசூரில் சந்திரவல்லி என்னும் இடத்தில் கண்டெடுக்கப்பட்டுள்ளது. கி.பி. 5 ஆம் நூற்றாண்டைச் சேர்ந்த சீன வரலாற்று அறிக்கைகள், இந்து-சீனத்திலும் தீவுக்கூடங்களிலுமிருந்து இந்து முடியரசுகள் ஒரு புறத்தில் தென்னிந்தியாவுடனும் மறுபுறத்தில் சீனத்துடனும் கொண்டிருந்த நெருங்கிய தொடர்புபற்றிச் சொல்கின்றன. சீன அரசசபைக்குத் தென்னிந்தியாவின் திரவியங்களான வைடூரியம், சந்தனம், முத்துப் போன்றன பல சந்தர்ப்பங்களில் அனுப்பப்பட்டன. பாகியன் தென்னிந்தியாவுக்குச் செல்லவில்லை. "தம்லுக்கு" என்னும் இடத்திலிருந்து இவர் இலங்கைக்குப் புறப்பட்டார். தக்கணம் பற்றியும் அங்கிருந்த "பீச்சன் மொனாசுத்திரீ" என்ற மதபீடம் பற்றியும் பிறரிடமிருந்து பெற்ற விபரங்களைக்கொண்டே இவர் எழுதியிருத்தல் வேண்டும். தென்னிந்தியாவிலிருந்தும் இலங்கையிலிருந்தும் கடல் கடந்து சீனம் சென்ற

பல பௌத்த மதகுருமார் சீனத்தில் குடியேறிப் பௌத்த தா்மத்தை அங்கு பரப்பவும் புனித பௌத்த மதகுருமார் சீனத்தில் குடியேறிப் பௌத்த தா்மத்தை அங்கு பரப்பவும் புனித பௌத்த நூல்களைச் சீனமொழியில் பெயா்க்கவும் துணை நின்றனா். ‘‘கொல்மாசு’’ என்பவா் இலங்கைக்குச் சீனத்துப் பட்டுக்கொண்டு வந்த கப்பல்களைப் பற்றிக் கூறுகிறாா். பௌத்ததா்ம மேதாவியாகிய புகழ் படைத்த ‘‘யுவான்சுவான்’’ அவா்கள் இந்தியாவைப் பாா்க்கும் நோக்கத்துடன் சீனத்திலிருந்து வந்தவா் எவரையும் விட இந்தியாவை அதிகம் சுற்றிப்பாா்த்திருக்கிறாா். ஏனையோா்போன்று இவா் வாழ்வைத்துறந்தவருமல்லா். தக்கணத்திலும் தென்னகத்திலுமுள்ள பல இராச்சியங்களிற் பல மாத காலங்களை (கி.பி. 641-642) கழித்தாா். இதன் பயனாகத் தென்னகத்தில் அப்பொழுது நிலவிய மத, சமூக நிலைமைகள் பற்றிக் குறிப்பிட்டுள்ளாா். எனினும் இவருடைய குறிப்புக்கள்பற்றி வரலாற்று ஆராய்ச்சி மாணவா்கள் திருப்திப்படுகின்றாா இல்லை. இவரைப்பற்றிக் கூறும்போது, ‘இவா் எதையும் கூா்ந்து கவனிக்கும் ஆற்றலுடையவரல்லா்' விடயங்களைத் தீா்க்கமாக ஆராயத் தவறிவிட்டாா்' குறிப்புக்களும் திருப்தியாக இல்லை. சொல்லவேண்டிய பல அம்சங்களைப் பற்றிச் சொல்லத் தவறிவிட்டாா்’ என்றெல்லாம் சிலா் குறிப்பிட்டுளா். 7 ஆம் நூற்றாண்டின் கடைப் பகுதியில் இந்தியாவில் பல ஆண்டுகளைக் கழித்த ‘‘இத்சிங்’’ என்ற சீனா் தென்னிந்தியாவிற்கு வந்ததேயில்லை. ஆகவே அவா் இதுபற்றி நேரடியாகச் சொல்வதற்கும் ஒன்றும் இல்லை. எனினும் ‘‘இத்சிங்’’கின் நூல், அவா் சென்று பாா்த்த இடங்களின் பட்டியலைத் தருவதுடன் நாடுகள் பலவற்றில் பௌத்தா்கள் மத்தியில் தத்துவரீதியாகவும், நடைமுறையிலும் இருந்த வேற்றுமைகளைக் கூறுவதிலும் முக்கியத்துவம் பெற்றுள்ளது.அத்துடன் அவருடன் இந்தியாவிற்கு வந்த பிரசித்திபெற்ற 60 பௌத்த குருமாா்களின் வாழக்கைக் குறிப்புகளும் சுருக்கமாகத் தரப்பட்டுள்ளன. காஞ்சிப் பல்லவ அரசும் சீனமும் 8 ஆம் நூற்றாண்டில் கொண்ட உறவுகள் பற்றியும் 11 ஆம் நூற்றாண்டின் சோழ அரசசபைத் தொடா்புகள் பற்றியும் சீனத் தூதுவராலயக் குறிப்புகளில் ஆதாரங்கள் உள்ளன. கணிசமான அளவு வா்த்தகத் தொடா்பு தென்னிந்தியாவிற்கும் சீனத்திற்குமிடையில் இருந்தது. சீனக்கப்பல்கள் இந்திய கடல்களில் அடுத்தடுத்து நடமாடின. பிரசித்திபெற்ற மொங்கோலியப் பேரரசனான ‘‘குப்பிளாய்க்கான்’’ என்பவன் தென்னிந்திய அரசுகளுடன் தூதுவராலயத் தொடா்புகொண்டிருந்தான். இத்தகைய தூதுவராலயங்கள் சில, உள்;ா் அலுவல்களிலும் தமது செல்வாக்கைப் பரப்ப முயன்றுள்ளான். அத்தகைய முயற்சிகளின் விளைவு என்ன என்பது தெரியவில்லை. ஒரு சீன வா்த்தகரான ‘‘வாங்தாயுவான்’’ என்பவா், வா்த்தக நோக்கம் கொண்டு 1330 க்கும் 1349 க்குமிடையில் பல அயல் நாடுகள் சென்று பாா்த்துவிட்டுத் ‘தீவுகளில் வாழும் நாகரிகமற்ற மக்களின் நிலை’’ (தாவோ-இ-சி-லியோ) என்ற நூலை எழுதினாா். சிறந்த நடையாக இல்லாத போதிலும் இந்நூலாசிரியரின் தத்துவநோக்கம் கொண்ட மனநிலையும் வியாபித்த அறிவும் குறிப்பிடத்தக்கவை. 99 நாடுகள், துறைப்பட்டினங்கள், சிறப்பான இடங்கள் ஆகியனபற்றித் தாம் நேரிற் கண்டவற்றை எழுதியுள்ளாா். கொழும்பு, மாலைதீவு, காயன்குளம், எலி, கள்ளிக்கோடு போன்ற சில இடங்கள்

அவருடைய பட்டியலில் இடம் பெறுகின்றன. 15 ஆம் நூற்றாண்டின் தொடக்கத்தில் "மிங்" வம்சத்தைச்சார்ந்த மூன்றாவது பேரரசன் தன் வம்சத்தின் புகழையும் ஆதிக்கத்தையும் நிலைநாட்டுமுகமாகக் கடற்படைப் பிரிவு ஒன்றைப் பல நாடுகளுக்கு அனுப்பி வைத்தான். இதன் விளைவாக வெளிநாட்டு அரசர்கள் பலர் தமது தூதுவர்களைச் சீன அரசசபைக்கு அனுப்பினர். இது போன்ற கடல் தூதுகள் பிரசித்திபெற்ற "செங்கோ" என்ற தளபதியின் தலைமையில் ஏழு முறை சென்றன. அவருடன் "பீசின், மாருவான்" என்ற இரு ஆசிரியர்கள் இத்தூதுக்குழுவில் இடம்பெற்றனர். பீசின் (கிங்-சா-செங்லான்) 1436 இல் எழுதிய நூலும் மாகுவான் "சமுத்திரத்தின் கரை" என்ற தலைப்பில் (யிங்-யாய்-செங்-லான்) 1451 இல் எழுதிய நூலும் இலங்கை, கொச்சின், கள்ளிக்கோடு போன்ற பகுதிகள் பற்றி மிகப் பெறுமதியுள்ள விபரங்களைத் தருகின்றன. "இபின்பட்டுட்டா" வினுடைய யாத்திரைக்கும் போத்துக்கீசர் வருகைக்கும் இடைப்பட்ட காலம்பற்றியே இக்குறிப்புக்கள் கூறுகின்றன.

அராபிய யாத்திரிகர்களும் புவியியலறிஞர்களும் கி.பி. 9 ஆம் நூற்றாண்டின் பின் எமக்குப் பயனளிக்கக்கூடிய குறிப்புகளைத் தருகின்றனர். இந்து மகா சமுத்திரத்தின் வர்த்தகம், ஆரம்ப காலம்தொட்டு அராபியர் கையிலேயே இருந்தது. இசிலாம் மதத்தின் எழுச்சியுடன் இவ்வர்த்தகம் விரிவடைந்து, மதம், அரசியல் போன்ற துறைகளில் மாத்திரமல்லாது வர்த்தகம், அறிவியல் போன்ற துறைகளையும் பாதிக்கத் தொடங்கியது. நபிகள் நாயகமே ஒரு வர்த்தகராக இருந்தமையால் முசிலிம்கள் வர்த்தகர்கள் மீது பெருமதிப்புக்கொண்டிருந்தனர். 7 ஆம் நூற்றாண்டு முடிவடைவதற்கு முன்னம் முசிலிம் வர்த்தகர்கள் இலங்கையில் ஒரு முசிலிம் குடியேற்றத்தை ஏற்படுத்தினர். 758 இல் "கன்டன்" நகரில் அராபியரும் பாரசீகரும் பெருந்தொகையில் குடியேறினர். இந்த எண்ணிக்கையின் விளைவாகத் கந்தொன் நகரில் ஏற்பட்ட குழப்ப நிலையைத் தமக்கு இலாபம் தரத்தக்க முறையில் அயல் நாட்டவர்கள் பயன்படுத்திக் கொண்டனர். மேச்சிய வம்சத்தில் வந்த பாரசீக முசிலிமான "இபின்குறூதாத்பே" என்பவர் 848க்கும் இடையில் எழுதிய நூலை 885 இல் திருத்திக் தொகுத்தார். இந்நூலே அராபியரின் முதல் முயற்சியாகும். பாரசீகக் குடாவிலுள்ள "சீராவு" என்னும் இடத்தைச் சேர்ந்த "அபுசெய்யது அசன்" என்று ஆசிரியன் அதிக பிரயாணங்களில் ஈடுபட்ட வர்த்தகர்களையும் அறிஞர்களையும் சந்திக்கும் பல வாய்ப்புகளைப் பெற்றிருந்தான். அவர்களுள் புகழடைந்தவர் "மசூதி" என்பவராவர். 'அபுசெய்யது' இந்தியா, சீனா பற்றி ஒருவர் முன்னமே தயாரித்த ஒரு நூலுக்கு ஓர் அனுபந்தத்தை வெளியிட 916 இல் தீர்மானித்தார் கிழக்கு நாடுகளில் பிரயாணம் செய்த பலருடன் உரையாடியதன் விளைவாகவும் தன் சொந்த ஆராய்ச்சிகளின் பலனாகவும் இந்நூல் உருவாக்கப்பட்டது என அவர் கூறியுள்ளார். 'அபுசெய்யது' விற்கு முன்னர் வெளியாகியிருந்த நூலை (851 இல்) பிரசுரித்தவர் சுலைமான் என்ற வர்த்தகர் என்று நம்பப்படுகிறது. ஆயின் அந்நூலை எழுதிய அனாமதேய ஆசிரியருக்குத் தகவல்கள் கொடுத்தவர்களுட் சுலைமானும் ஒருவர் எனக் கொள்வதே சரியாகும். "ஐவன் சுல்-பாக்கி" என்பவர் 10 ஆம் நூற்றாண்டின் தொடக்கத்தில் அபுசெய்யது, மசூதி ஆகிய இருவருக்கும் முன்னமே வாழ்ந்த

மற்றுமோர் நூலாசிரியராவார். இவரும் அனாமதேய ஆசிரியர் எழுதிய அந்நூ லிலிருந்து பல தகவல்களை யெடுத்துள்ளார். 10 ஆம் நூற்றாண்டைச் சேர்ந்த பிற அராபிய நூலாசிரியர்கள் எழுதிய நூல்களில் உள்ள செய்தி ஒவ்வொன்றும் மற்றொன்றின் பிரதியாகவே காணப்படுகிறது. ஒருவருடைய நூலிலிருந்து அப்படியே மற்றவர் எழுதிக் கொள்ளும் மரபு அராபிய நூலாசிரியர்களிடம் காணப்படும் ஒரு பொதுக் குறைபாடாகும். பிரசித்தி பெற்ற "அல்பருனி" அவர்கள் (1030) தென்னிந்தியா பற்றி அதிகம் சொல்லவில்லை. புவியியலிலும், வரலாற்றிலும் அக்கறை கொண்டு அதற்காகப் புகழ்பெற்ற "அபுல்பெதா" (1273-1331) அவர்கள் இந்தியா பற்றிய அறிவைப் பெருக்கத் துணை நிற்கவில்லை. அவர் தென்னிந்தியா பற்றிக் குறிப்பிட்டுள்ள சுருக்கமாகவும் தெளிவற்றனவாகவும் அடுத்தோர் வாய்க்கேட்ட செய்திகளாகவும் இருக்கின்றன. எனினும் பிரசித்திபெற்ற யாத்திரிகனும் புவியியலறிஞருமான "இபின் செய்யது" (1214-86) அவர்களின் அறிக்கைகளிலிருந்து மேற்கோள்களை "அபுல் பெதா" எடுத்துக் காட்டுகிறார். மிகப் பிரதானமான அராபிய நூலாசிரியனும், சளையாது புது இடங்களைத் தேடியவனுமான இபின்பட்டூட்டாவை நாம் கடைசியாகக் கவனிப்போம். 1300 வரையில் "தாஞ்சியர்" என்னும் இடத்தில் பிறந்த இவர் தனது 22 ஆவது வயதில் பிறப்பிடம் விட்டு நீங்கி அடுத்த 30 ஆண்டுகள் வரை தொடர்ந்து யாத்திரை செய்தார். 1377 இல் "பெசு" என்னும் நகரில் இவர் இறந்தார். அறிவற்ற கொடிய ஆட்சி நடத்திய "முகம்மது பின் துக்லக்கு" என்ற அரசன் காலத்தில் இந்தியாவில் இபின்பட்டூட்டா பல ஆண்டுகளைக் கழித்தார். துக்லக்கு அனுட்டித்த கொள்கைகளை எதிர்த்து மாநில ஆள்பதிகள் பகிரங்க எதிர்ப்பு இயக்கங்களில் ஈடுபட்டனர். இதன் விளைவாகப் பேரரசு சிதைவுற்றுப் பல சுதந்திர முடியரசுகள் இந்தியாவில் தோன்றின. முகம்மதிய சட்ட மரபுகளில் கலாநிதியாக விளங்கிய இபின்பட்டூட்டா நல்லவாழ்வு வாழ்ந்தும், மக்களையும் அவர்தம் அலுவல்களையும் கூர்ந்து கவனித்தும் வந்தார். தென்னிந்தியாவில் அவருடைய பிரயாணங்களையும் அனுபவங்களையும் பற்றி அவர் எழுதிய நூலில் பல இடங்களிற் குறிப்பிட்டுள்ளார். அரசியல், மதம், சமூகம் ஆகிய துறைகளில் அன்று இருந்த உண்மையான நிலைமைகளைப் பற்றிய விபரங்கள் இந்நூலில் இடம்பெறுகின்றன.

இறுதியாகக் "கொசுமாசு" என்பவரைத் தொடர்ந்து இந்தியாவிற்கு வந்த ஐரோப்பியர் பற்றிக் கவனிப்பாம். சிபெயின் நாட்டிலுள்ள துடெலாவைச் சேர்ந்த "பெஞ்சமின்" (1770) என்ற யூத யாத்திரிகள் கொல்லம் பற்றியும் அதன் வர்த்தகத்தைப்பற்றியும் தனது நூலிற் குறிப்பிட்டுள்ளான். எனினும் இவன் எப்போதாவது இந்தியாவிற்கு வந்ததுண்டா என்பது சந்தேகமே. 'இடைக்கால யாத்திரிகர்களுள் இளவரசன்' என்று குறிப்பிடப்படும் மார்க் கோப்போலோ கிழக்கிற்கும் ஐரோப்பாவிற்குமிடையில் நேர்முகத் தொடர்பை ஏற்படுத்தியதன் விளைவாக ஒரு புதிய சகாத்தத்தையே தொடக்கினான். மூன்றரை ஆண்டுகள் ஆசியாவிற் கூடாகச் சிக்கலான பிரயாணத்தை மேற்கொண்டு, முடிவில், "குப்பிளாய்கானின்" அரசசபையை மார்க்கோப்லோலோ வந்தடைந்தான். 17 ஆண்டுகாலம் மொங்கோலிய அரசசபையில் இடம்பெற்ற மார்க்கோபோலோ "கான்" அரசனுடைய மிகுந்த

பற்றுக்குரியவனாகினான். பல பிரதான தூதுக் குழுக்களில் மார்க்கோப்போலோ அங்கம்வகித்தான். இறுதியாகக் கான் வம்சத்தைச் சேர்ந்த ஓர் இளவரசியை மணப்பெண்ணாகப் பாரசீக அரசனுக்கு அனுப்பியபோது அவளின் பாதுகாவலனாக மார்க்கோப்போலோ தேர்ந்தெடுக்கப்பட்டான். மார்க்கோப்போலோவும் மணமகளும் 1292 இல் சீனத்திலிருந்து பாரசீகம் நோக்கிப் புறப்பட்டு இந்திய கடல்களுக்கூடாக ஒன்றரை ஆண்டுகள் முடிந்தபின் பாரசீகம் போய்ச்சேர்ந்தனர். அங்கிருந்து கொன்சாந்தினோபிளுக்கூடாக 1295 வரையில் இறுதியாக வெனிசு நகரம் வந்து சேர்ந்தான். பாரசீகம் செல்லும் வழியில் தென்னிந்தியாவின் சில பகுதிகளுக்கூடாக இவன் பிரயாணம் செய்ததுண்டு. இவ்வாறு பிரயாணம் செய்த மார்க்கோப் போலோ எவரும் ஆச்சரியப்படக்கூடிய வகையில் பெருந்தொகையான செய்திகளைச் சேகரித்திருக்கிறான். மார்க்கோப்போலோ சம்பவங்களை அவதானித்து உண்மைக்கு முக்கியத்துவம் அளித்திருக்கிறானா என நெடுங்காலமாகச் சந்தேகிக்கப்பட்டதுண்டு. ஆனால் இந்தச் சந்தேகம் நீடித்திருக்கவில்லை. தென்னிந்திய மக்களின் பழக்க வழக்கங்கள், நம்பிக்கைகள், நடைமுறைகள், கடற்கரைவியாபாரம் ஆகியன பற்றி விவரித்துள்ளான். தென்னகத்தின் கடல்வழி வர்த்தகம் பற்றிப் பின்வருமாறு கூறுகிறான். 'இந்தியாவின் வர்த்தகம் ஒரு சங்கிலிக் கோவை போன்றது. குப்பிளாய்க்கானின் ஆள்புலம் தொடக்கம் பாரசீகக் குடாக்கரை, செங் கடற்கரை ஆகியன வரையும் சென்றுள்ளது. இந்தியக் கடற்கரையோரமும் தீவுகளும் இயற்கை அன்னையின் சிறந்த திரவியங்களை உற்பத்தி செய்து செல்வமும் செழிப்பும் பெற்றிருந்தன. செவ்வந்திக்கல், மரகதம், நீலக்கல், இலங்கையின் புகழ்பெற்ற நீலமணிக்கல் போன்ற இரத்தினக் கற்களையும் கோல்கொண்டாவில் கிடைக்கும் வைரக் கற்களையும் பற்றி இவன் கூறுகிறான்.

மேற்குக்கும் கிழக்குக்குமுள்ள கலாசாரத் தொடர்புகளின் ஒரு புறத்தை வெனிசு நகர வணிகன் மார்க்கோப்போலோ வர்ணித்திருக்கிறான் மறுபுறத்தை தென்னிந்தியாவிற்கு விசயம் செய்த மதகுருமார் மூவரும் எடுத்துக்காட்டுகின்றனர். அவர்களுள் முதல்வர் மொன்டிக்கோர் வினோவைச் சேர்ந்த பிரான்சிசுக்கன் சபைச் சந்நியாசி ''யோன்'' என்பவராவர். 1292-3 இல் இந்தியாவிற்கூடாகச் சீனா சென்ற யோன், விக்கிரக ஆராதனை செய்யும் அப்பெருநிலத்திற் கிறித்துவின் போதனையைப் பரப்பச் சென்றார். தனித்துச் சென்ற இம்மதகுரு இந்தியாவில் அவர் கண்ணுக்குக் கிட்டிய பலவற்றை அனுதாபத்துடன் நோக்கவில்லை. இந்திய வாழ்வு பழக்கவழக்கங்கள் பற்றிய கிறித்தவ பிரசாரகர்களின் கண்டனங்களுக்கு வித்திட்டவர் இவரே. இத்தகைய கண்டனங்கள் எப்பொழுதும் அறிவாற்றலோடு கூடியனவாகவோ, நியாயமானவை யாகவோ இருக்கவில்லை. 30 ஆண்டுகளுக்குப் பின் 1321 இல் பிறையர் ஒதோரிக்கு எனும் கிறித்தவ பாதிரியார் போடிநோன் என்னும் இடத்திலிருந்து இந்தியா வந்து சேர்ந்தார். மேற்குக் கடற்கரை வழியாக வந்து இலங்கைக்குச் சென்று அங்கிருந்து மைலாப்பூரிலுள்ள பரிதோமாசு தேவாலயத்தை அடைந்தார். இந்துக்களின் வழக்கங்கள் பற்றியும் செயல் முறைகள் பற்றியும் அவர் நேரிற் கண்டவற்றை எழுதியுள்ளார். இறுதியாகப் பிறையர் யோர்தானசு என்பவர் ஒதோரிக்குவிற்குச் சற்று முன்னதாக

இந்தியாவிற்கு வந்து சேர்ந்தார். இந்தியாவில் இருந்து 1321, 1324 ஆகிய இரண்டாண்டுகளிலும் அவர் எழுதிய இருகடிதங்கள் உள்ளன. கிழக்கில் கிறித்தவ பிரசாரகர்களுக்கு உள்ள வாய்ப்பு வசதிகள் பற்றி ஐரோப்பாவிலுள்ள தனது சகோதர குருமாருக்கு இக் கடிதத்தில் அவர் விளக்கம் தந்துள்ளார். பார்சி இனத்தவர்கள் இறந்தோருடைய சடலங்களைப் புதைக்காமல் ஒரு தனி இடத்தில் விடும் வழக்கம் பற்றியும் அவர் குறிப்பிட்டுள்ளார். பார்சி இனத்தவர்களைப் பற்றிக் குறிப்பிட்டுள்ள அறிக்கைகளுள் இது மிகவும் பழமை வாய்ந்ததாகும். யோர்தானசு என்ற குரு, கொழும்பம் (கொல்லம்) என்ற இடத்தின் மேற்றிராணியாராக் நியமனம் பெற்றார். எனினும் இவர் இந்த மதப் பொறுப்பை ஏற்றாரா என்பது நன்றாகத் தெரியவில்லை. மரிக்னோவியைச் சேர்ந்த யோன் எனும் மற்றும் ஓர் மதகுருவைப்பற்றியும் குறிப்பிடுதல் வேண்டும் புளோரென்சு நகரில் பிறந்த இவர் மார்க்கோப் போலோவைப் போன்று தரை மார்க்கமாகச் சீனம் சென்றார். குப்பிளாய்க்கானின் அரசசபைக்குப் பாப்பரசரின் தூதுவராக இவர் அனுப்பப்பட்டார். 1346 இல் சீனத்தின் பிரசித்தி பெற்ற துறைமுகமான செயித்தோனில் இருந்து கடல் மார்க்கமாகத் திரும்பினார். வழியில் கொல்லம் வந்தடைந்து அங்கு சிலகாலம் தங்கி சோழ மண்டலக்கரையிலுள்ள பரிதோமாசுவின் தேவாலயத்தை வணங்கச் சென்றார். அவர் இலங்கையில் சில காலம் தங்கியிருந்ததினால் அங்கிருந்த பௌத்த குருமாரைப்பற்றிப் பல செய்திகளைக் குறிப்பிட்டுள்ளார்.

14 ஆம் நூற்றாண்டில் விசயநகரப் பேரரசின் எழுச்சியும் இதற்குச் சற்றுப் பின்பு கிழக்கில் போத்துக்கீச ஆதிக்க தோற்றமும் பல அயல் நாட்டவர்களுடைய கவனத்தை ஈர்ந்தன. இதன் பயனாக, தென்னிந்தியா பற்றிய அயல் நாட்டுச் சான்றுகளின் எண்ணிக்கை, அளவு, அக்கறை ஆகியன அதிகரித்தன. அத்தகைய அனைத்தையும் பற்றி இங்கு ஆராய்வது முடியாத காரியம் எனினும் எமக்குப் பயன்படத்தக்க பகுதிகளைப் பற்றி நாம் கவனத்திற்கொள்ளவேண்டும். 1420 அல்லது 21 இல் விசயநகரம் வந்தடைந்த "நிக்கொலோ கொன்டி" என்ற இத்தாலியர் தான் முதன்முதலாக விசயநகரத்தைப் பார்வையிட வந்த ஐரோப்பியராவர். இவர் தானாக எதையும் எழுதவில்லை. தனது அனுபவங்களைப் பாப்பரசரின் செயலாளர் ஒருவருக்குச் சொல்ல அவற்றை அச்செயலாளர் இலத்தீன் மொழியில் எழுதித் தன் எசமானரின் கவனத்திற்குக் கொண்டுவந்தார். இலத்தீன் மொழியில் எழுதப்பட்ட இவ்வறிக்கை போத்துக்கீச மொழியில் பெயர்க்கப்பட்டது. பின்னர் அதிலிருந்து இத்தாலிய மொழியிலும் பெயர்க்கப்பட்டது. இலத்தீன் மொழியில் எழுதப்பட்ட மூல அறிக்கை இன்று இல்லை. கொன்டி அவர்கள் விசயநகர அரசசபை பற்றியும் விழாக்கள், நாணயமுறை போன்ற பிற செய்திகள் பற்றியும் தொகுத்துக் கூறியுள்ளார். இதே காலத்தில் பாரசீகத் தூதுவன் அப்துர் இராசாக்கு என்பவன் விசயநகரத்தை வந்தடைந்தான், சாறுக்கு என்ற பாரசீக அரசன் இராசாக்கைச் "சமரின்" என்ற அரசனிடம் ஒரு முக்கிய காரணத்திற்காகத் தூது அனுப்பினான். இராசாக்கு ஓமசுவிலிருந்து 1442 இல் கள்ளிக் கோட்டைக்குக் கப்பல் மூலம் பயணமானான். இவன் கள்ளிக்கோட்டை நகரை அதிகம் விரும்பவில்லை. விசயநகர அரசன் செய்தியனுப்பி இவனைத் தலைநகரத்திற்கு அழைத்தமையினால் இவன்

கள்ளிக்கோட்டையில் அதிக நாள் தங்கியிருக்கவில்லை. மங்கர் வழியாக விசயநகரம் சென்ற அப்துர் இராசாக்கு சிறந்த முறையில் வரவேற்கப்பட்டான் மகாநவமி விழாவை நேரிற் கண்டான். பின்னர் ஓமோவைச் சேர்ந்த சில பொறாமை கொண்ட வர்த்தகர்கள் இவனுடைய யோக்கியதாம்சங்களைப் பற்றிச் சந்தேகம் தெரிவித்ததால் தூதுவனாக இருந்த இவனின் மதிப்பின் தரம் குறையலாயிற்று. இராசாக்கு விசயநகரத்தைவிட்டு 1443 இல் மங்கர் வந்தடைந்தான். 1444 இன் தொடக்கத்தில் மங்க;ரில் இருந்து பாரசீகத்திற்குப் புறப்பட்டான். ஒரு பயிற்றப்பட்ட அதிகாரி என்ற முறையில் அவன் தயாரித்த தூது அறிக்கைகள் அக்கால நிர்வாகம், சமூக அமைப்பு ஆகியன பற்றிய நிலைமைகளுக்குச் சான்றாக அமைகின்றன.

1470 வரை சில ஆண்டுகள் தக்கணத்திற் கழித்துப் பாமனி முடியாட்சியைப் பார்வையிட்ட இரசிய வர்த்தகன் “அத்தநேசியசு நிக்கித்தின்” என்பவன் சாவூல் வழியாகப் பாமனி வந்தடைந்தான். அவனுடைய குறிப்பில், அரசசபை, படை ஆகியனபற்றிய விபரங்களும் பாமனி ஆட்சியில் மக்களின் நிலைபற்றிய விவரங்களும் காணப்படுகின்றன. “லூடோவிக்கோடி வர்த்திமா” என்ற ஒரு போர் வீரக் கனவான் 1502-8 வரை இந்தியாவைப் பார்வையிட்டான். போத்துக்கீசரால் பட்டமளிக்கப்பட்டுக் கௌரவிக்கப்பட்ட இவன் தனது அனுபவங்களைத் தெளிவான அறிக்கை வடிவில் தயாரித்துள்ளான். இவன் கூறியுள்ள விவரங்கள் உண்மையாவெனச் சில காலம் சந்தேகிக்கப்பட்ட போதிலும் அவை உண்மையென்பது பின்னர் தெளிவாகியது.

கோவா, கள்ளிக்கோட்டை போன்ற மேற்குக் கரையில் அமைந்த துறைப்பட்டினங்களைப் பற்றியும் போத்துக்கீச ஆதிக்கத்தினால் இவை எவ்வாறு பாதிக்கப்பட்டன என்பன பற்றியும் இவன் எழுதியுள்ளான். மிகப் பெறுமதியான உருசிகரமான சம்பவங்கள் பலவற்றை விசயநகரப் பேரரசைப் பற்றியும் நகரத்தைப் பற்றியும் கூறும்முகமாக இவன் குறிப்பிட்டுள்ளான். 1500 தொடக்கம் 1516 வரை இந்தியாவில் போத்துக்கீச அரசின் அதிகாரியாகத் ‘துவாரத பார் போசா’ என்பவன் கடமையாற்றினான். அவன் மலையாள மொழியை நன்கு தெரிந்திருந்தான். அந்நாட்டவர்களிலும் பார்க்க நன்றாக அம்மொழியைப் பேசினான். 1502 இல் கண்ணனூரில் வர்த்தக அதிகாரியாகக் கடமையாற்றிய இவன் 1503 இல் கண்ணனூர் அரசனுக்கும் பிரான்சிசுக்கோ அல்புகுவையர்கி என்பவருக்குமிடையில் மொழிபெயர்ப்பாளராகக் கடமை யாற்றினான். காசுப்பர் கோரியா இவனை ஒரு சிறந்த எழுத்தாளன் எனப் புகழ்ந்தார். ‘அல்பன் சோத் அல்பு குவையர்கி’ என்பவன் கொச்சினையும் கண்ணனூரையும் புறக்கணித்துக் கோவாவை விருத்தியடையச் செய்ய வேண்டுமென்று வகுத்த கொள்கைக்கு எதிராகப் பார்போசா இருந்தபோதிலும் அவனை, அவன் திறமையை மெச்சி, அல்பு குசையர்கி தன் சேவையில் அமர்த்தினான். பார்போசா 1517 க்கும் 18 க்கும் இடையில் போத்துக்கலுக்குத் திரும்பி விசய நகரம் பற்றிய செய்திகளை உள்ளடக்கிய தனது விரிவான அறிக்கைக்கு இறுதி வடிவம் கொடுத்தான். வேறு சில போத்துக்கீச நூலாசிரியர்களும் 16 ஆம் நூற்றாண்டின் வரலாற்றிற்குத் தொண்டு செய்துள்ளர். மறைந்த பேரரசு (1900) என்ற தலைப்பில் சீவெல்லு அவர்கள் எழுதியுள்ள

நூலில் தொமிங்கோசு பேயசு (1520-2), பேர்னோ நுனிசு (1535-7) போன்றோரின் குறிப்புகள் மொழி பெயர்த்துத் தரப்பட்டுள்ளன. பேர்னோ நுனிசு என்பவர் ஒரு குதிரை வியாபாரி. விசயநகரத்தில் மூன்று ஆண்டுகளைக் கழித்தவர். "மானுவேல் பறாதாசு" என்பவர் கொச்சியிலிருந்து (12 திசெம்பர், 1616) எழுதிய கடிதத்தின் ஒரு பகுதியும் தரப்பட்டுள்ளது் அதில் விசயநகர முடியாட்சியில் அன்று நிலவிய உள்;ர்க் கலகத்தின் தோற்றம், பரம்பிய விதம் ஆகியனபற்றிக் குறிப்பிடப்பட்டுள்ளது. தானிக்கோட்டை (இராக்கசி-தங்காடி) யுத்தத்தின் பின் ஈராண்டு கழித்து விசயநகரத்திற்கு வந்த சீசர் பிரெடரிக்கு, 1583-91 வரை இந்தியாவில் வசித்த இரால்பிச்சு. இந்தியாவில் உள்ள "யேசுசபை" மதப்பிரிவினரின் விருந்தினராக 16 ஆம் நூற்றாண்டின் முடிவில் இந்தியா வந்த நிக்கலசு பீமெண்டா ஒல்லாந்த யாத்திரிகள் 'யோன்யூசன் வான் வின் சோட்டன்' (1583) ஆகியோரோ தென்னிந்தியா பற்றிக் குறிப்பிட்டுள்ள ஏனையோராவர். தென்னிந்தியாவி லிருந்து யேசியிட்டு மதகுருமார் எழுதியுள்ள கடிதங்களில் 17 ஆம் நூற்றாண்டின் அரசியல் நிகழ்ச்சிகள் பற்றித் தெளிவாகக் குறிப்பிட்டுள்ளனர். கோல்கொண்டா இராச்சிய வர்த்தகம், அலுவல்கள் பற்றியும் மசூலிதுறைப்பட்டினம் பற்றியும் தெளிவான விபரங்களை ஒல்லாந்த வர்த்தக அதிகாரி இசுக்கோரர் (1615) ஆங்கில வர்த்தக அதிகாரி வில்லியம் மேத்துவூல்டு (1618-22), இதே காலத்தைச் சேர்ந்த பெயர் தெரியாத மற்றுமோர் ஒல்லாந்த ஆசிரியர் ஆகியோர் எழுதியுள்ளனர் இவற்றை 'மோர்லந்து' என்பவர் வெளியிட்டுள்ளார். பீத்திரோ தெல்லாவாலே என்பவரைப் பற்றியும் குறிப்பிட்டு அயல்நாட்டுச் சான்றுகளை முடித்துக் கொள்ளலாம். உல்லாசப் பிரயாணம் செய்தவர்களுள் மிகப் பிரசித்தி பெற்றவர் இவர். வர்த்தகம், சேவை போன்ற நோக்கங்கள் இவருக்கு இருந்ததேயில்லை. மிகுந்த புத்திசாலித் தனமாக எதையும் அனுக்கிரகித்து நிதானமாக வர்ணிப்பதில் தலைசிறந்தவர் என்று பாராட்டப்பட்டுள்ளார். 1586இல் உரோமாபுரியில் பிறந்த இவர் பாண்டர் அபாசு என்ற இடத்திலிருந்து சனவரி மாதம் 1623 ஆம் ஆண்டு கப்பல் ஏறி இந்தியா வந்தார். காம்போ, அகமதாபாத்து, சாவுல், கோவா, இக்கேரி, மங்க;ர், கள்ளிக்கோட்டை போன்ற இடங்களைப் பார்வையிட்டபின் நவெம்பர் 1624 இல் கோவாவிலிருந்து புறப்பட்டு மசுக்கற்று நோக்கிச் சென்றார். அவர் எழுதிய கடிதங்கள், "எமது கண்ணன்னே மக்களின் வாழ்வை அப்படியே படம் பிடித்துக் காட்டுவது போன்ற தெளிவுடையன. 17 ஆம் நூற்றாண்டின் ஆரம்பத்தில் இந்திய கடற்கரையில் அமைந்த போத்துக்கீசக் குடியேற்றங்களிலும் அதையடுத்த இந்திய பிரதேசங்களிலும் இருந்த மக்களின் பழக்கவழக்கங்களை இவை எடுத்துக் காட்டுகின்றன".

துணைநூற் பட்டியல்

C.J.BROWN : The Coins of India (London, 1922)

SIR T. DESIKACHARI : South Indian Coins (Trichinopoly, 1933)

K.A.N. SASTRI : Foreign Notices of South India (Madras, 1939)

-AND H.S. RAMANNA : Historical Method in relation to Indian History (Madras,1956)

V.A.SMITH : Oxford History of India (Oxford, 1923)

அத்தியாயம் II

வரலாறும் புவியியல் அமைப்பும்

வடக்கும் தெற்கும் - குடாநாடு – மேற்கு மலைத்தொடர் - கணவாய்களும் வியாபார வழிகளும் - கிழக்கு மலைத்தொடர் - தக்கணமேட்டு நிலம் - மழை வீழ்ச்சியும் தாவரமும் - கடற்கரை மட்டத்தின் மாறுபாடு – வடிகால் - கோதாவரி – கிருட்டிணை – வீமா – நுங்கபத்திரை – காவேரி – நர்மதை – தபதி – துறைப்பட்டினம் - மேற்குக் கரைப்பகுதி – கிழக்குக் கரை – ஆற்றுக் கழிமுகங்கள் - சோழமண்டலக்கரை.

அடுத்துவரும் வரலாறு சம்பந்தமான அத்தியாயங்களுக்கு அடிப்படையான நாட்டின் பொதுப் புவியியல்பற்றி இவ்வத்தியாயத்தில் விளக்கம் தர நாம் முயல்வோம். உயரத்திலும் பருமனிலும் வேறுபட்டுக் கடகக்கோடு வழி நெடுக, கிழக்கிலிருந்து மேற்கு நோக்கிக் கரடுமுரடாக அமைந்து, விந்திய மலைக்குத் தெற்கே பரந்து கிடக்கும் நிலப்பிரதேசமே பிரதானமாக எமது கணிப்பிற்குட்பட்ட பகுதியாகும். விந்தியத்திற்கு வடக்கே தெட்டத்தெளிவாகத் தென்படுகின்ற சுவடுகளோ, செங்குத்தான பள்ளத்தாக்குகளோ இத்தென்பகுதியில் இல்லை இப்பகுதி நிலம் மென்சாய்வுடையதாகக் காணப்படுகிறது. ஆயின் தெற்கே, நர்மதை தோன்றுமிடத்திலிருந்து அதன் பள்ளத்தாக்குவரை, சாய்வு செங்குத்தாக அமைந்திருக்கிறது. காடு மூடிய சுவடுகள் பல பொருந்தி விளங்கும் மலைச் சுவர் ஒன்று, ஒடுங்கிய அவ்வாற்றுப் பள்ளத்தை நோக்கியவண்ணம் நிமிர்ந்து நிற்கின்றது. ஆற்றின் தெற்கு எல்லையில், சற்புர – மகாநதியோ – மைக்கல் மலைத் தொடர் அமைந்துள்ளது. சற்புர மலைகளின் தென் சாய்வுகள் வழியே பாயும் தபதி ஆறு நர்மதைக்குச் சமாந்தரமாக மேற்கு நோக்கிப் பாய்கின்றது மகாநதி கிழக்கு நோக்கிப் பாய்ந்து வங்காள விரிகுடாவில் விழுகின்றது. வட இந்தியாவின் சமவெளிகளிலிருந்து குடாநாடாக விருக்கும் தெற்குப் பகுதியை இரட்டைச்சுவர் பெரிதும் துண்டித்துவிட்டபோதிலும் இரு பிரதேசங்களுக்கிடையிலும் உள்ள தொடர்பைப் பூரணமாகத் துண்டித்துவிடக்கூடியதாக இது அமையவில்லை. வரலாற்றிற்கு முற்பட்ட காலந்தொட்டு இன்றுவரை அரசியல், கலாசாரத்துறைகளில் இவ்விரு பிரதேசங்களும் ஒன்றையொன்று தத்தம் செல்வாக்கின் கீழ்க் கொண்டுவராத காலமே கிடையாது. ஆங்கில ஆட்சியின் ஆரம்பத்துக்கு முன் குறைந்தது மும்முறையாவது வடக்கும் தெற்கும் - இந்தியா முழுவதும் - ஒரே பேரரசின் எல்லைக்குள் இணைந்திருந்தன.

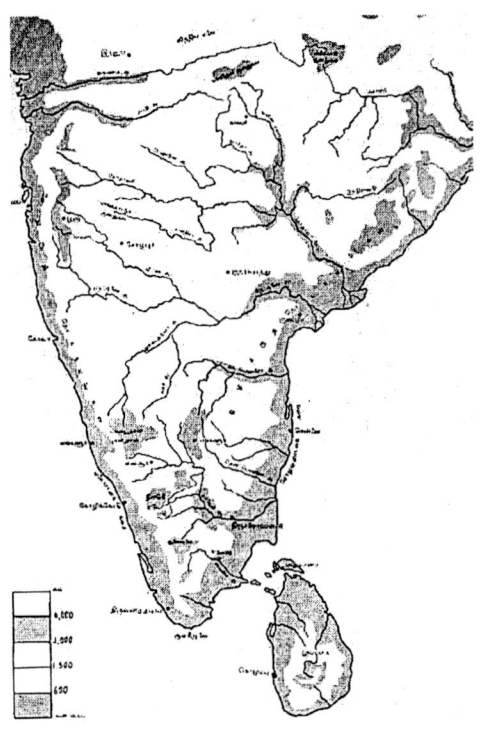

இக்குடாநாடு இந்து மகாசமுத்திரத்திற்குள் அராபிய, வங்காள விரிகுடாக் கடல்களுக் கிடையில் நீண்டு, குமரிமுனை வரை ஒடுங்கி அமைந்துள்ளது. சோழ மண்டலக்கரையும் மலையாளக்கரையும் குமரிமுனையிலிருந்து பல ஆயிரம் மைல்கள் தொடர்ந்துள்ளன் முன்னையது வடமேற்குப் பக்கமாகவும், பின்னையது தொடக்கத்தில் வடக்கு நோக்கியும் பின் வடகிழக்காகவும் அமைந்துள்ளன. இரு கடற்கரையோரங்களிலும் இயற்கையாக அமைந்த நல்ல துறைப்பட்டினங் கள் மிகச்சிலவே உள் எனினும், சோழமண்டலக்கரையைவிட மேற்குக் கரையில் கொச்சி, கோவா, பம்பாய் போன்ற இடங்கள் கப்பல்கள் கணிசமான அளவு பாதுகாப்புடன் தங்கத் தக்க வாய்ப்பு உடையனவாகும். மத்தியதரைப் பகுதி, ஆப்பிரிக்காப் பகுதி ஆகியவற்றிற்கும் சீனத்திற்கும் இடைப்பட்ட கடல்மார்க்கத்தின் நடுப்பகுதியில் அமைந்து விளங்கும் இவ்விந்தியக் குடாநாடு, குறிப்பிடத்தக்க கடல்வழிவர்த்தகத்தை இருமருங்கிலுள்ள நாட்டவர்களுடன் வளர்த்ததோடு வங்காள விரிகுடாவிற்குக் கிழக்கே விளங்கும் நிலப்பிரதேசங்களில் குடியேற்றங்களை ஏற்படுத்துவதிலும் பெரும் பங்கு கொண்டது. அத்துடன் இக்குடா நாட்டின் அரசர்களுள் சாதவாகனர்கள், பல்லவர்கள், சோழர்கள் ஆகியோருட் சிலரேனும் சிரத்தைகாட்டி ஒரு சக்திமிக்க கடற்படையைப் பராமரித்து வந்தனர். பல நூற்றாண்டு காலமாகத் தன்னிகரில்லா ஆற்றலுடன் மலையான கடற்கரை மாலுமிகள் கடற் கொள்ளையடித்தலில் ஈடுபட்டு

வந்தார்கள். ‘இடைக்கால அராபியப் புவியியலாளர்கள், ‘‘சோழநாட்டு மாலுமிகள் இந்து மகாசமுத்திரத்திலே கப்பல் ஓட்டும் துறையின் மேதாவிகள்’’, என மேற்கோள் காட்டியுள்ளனர். இந்திய குடாநாட்டுத் துறைபட்டினங்களின் ஆரம்பகால நிலைமைகள் பற்றியும் கடல்வழி வர்த்தக நிலைமைகள் பற்றியும், ‘‘எரித்திரேயன் கடவிற் சுற்றிக்கப்பலோடல்’’ என்னும் குறிப்பில் கூறப்பட்டுள. குடாநாட்டின் புவியியற்கரு, பெரும்பகுதியும் மிகப் பழமைவாய்ந்த கற்பாறைகளாலாயதும் முக்கோணத் தூண்ட அமைப்புடையதும், சத்மலா – அசந்தா மலைத்தொடர் தொட்டு நீலகிரி வரை பரந்து விளங்குவதுமாய ஒரு பாறையாகும். இப்பகுதி ஒரு மேட்டுநிலத் தரைதோற்றம் உடையது் அதன் மேற்கு விளிம்பு செங்குத்தாக அமைந்துள்ளது. மேற்கு மலைத் தொடர், கரடு முரடான ஒடுக்கமான ஒரு ஈரலிப்புப் பள்ளநிலத்திற் கருகே மேற்குக் கரையைப் பார்த்த வண்ணம் விளங்குகிறது. இம்மேட்டு நிலப்பரப்பு கிழக்கு மலைத்தொடரை நோக்கித் தாழ்ச்சியுற்றுத் தோற்றுகிறது. கிழக்குமலைத்தொடர்ப் பகுதிக்கும் சோழமண்டலக் கடற்கரைப் பகுதிக்குமிடையில் அமைந்து விளங்கும் பள்ள நிலமான கருநாடு மிக விரிந்த மென்மையான மேற்கு நிலப்பரப்புடன் ஒப்பிடும்போது, வறண்ட பகுதியாகத் தோற்றுகிறது.

மேற்கிலிருந்து நோக்குங்கால், மேற்குமலைத்தொடர் பிரம்மாண்டமான கடற் சுவரெனத் தோற்றமளிக்கின்றது. கடற்கரையிலிருந்து படிப்படியாக உயர்ந்து விளங்குவதால் ‘‘காற்சு’’ என்ற பெயர் பெற்றுள்ளது. இது செங்குத்தான முரட்டு மலைக்குன்றுகளாலான வட அந்தத்தில் கடல் மட்டத்திற்குமேல் 2000 அடிக்குச் சிறிது அதிக உயரமாய் ஆரம்பித்துப் பம்பாயின் அகலக் கோடுவழி 4000 அடிக்கு அதிகப்பட உயர்ந்து, தெற்கே குத்துயரம் அதிகரித்தவண்ணம் நீலகிரியில் தோடாபட்டாப் பகுதியில் 8760 அடிவரை செல்கிறது் கிழக்குமலைத் தொடர் குடாநாட்டின் மறுபுறத்திலிருந்து தாவி வந்து தோடாபட்டாப் பகுதியில் மேற்கு மலைத்தொடருடன் இணைகிறது. நீலகிரி மேட்டு நிலத்தின் தென்பாகத்தை அடுத்து, மேற்குமலைத்தொடரினது ஒரே முறிவு, பாலக்காடு அல்லது கோயம்புத்தூர்க் கணவாயாக விளங்குகிறது. கடல் மட்டத்திலிருந்து 1000 அடி உயரத்தில் அமைந்து வடக்குத்தெற்காக 20 மைல் நீளத்தில் தோற்றமளிக்கும். இக்கணவாய் கருநாட்டிலிருந்து மலையாளக் கடற்கரைக்குச் செல்லும் வழியாக விளங்குகிறது. கொச்சி, கன்னிக்கோட்டை போன்ற பிற துறைப் பட்டினங்களிலிருந்து கருநாட்டிற்குச் செல்லும் சுலபமான சாலையாக விளங்கும் இது வரலாற்றுக் காலம் முழுவதிலும் சிறப்பாகப் பயன்பட்டுள்ளது. கணவாயின் தென்கரைப் பகுதியின் மலைத்தொடர், ஆனைமுடிச் சிகரத்தில் 8841 அடி உயர்ந்து குடா நாட்டின் இறுதியில் அமைந்த குமரிமுனை வரை தெற்கு – தென்மேற்காகச் சென்று முடிவுறுகிறது. மேற்குமலைத் தொடரின் முடிக்கோடு அராபியாக் கடலிலிருந்து 50 மைல் தொடக்கம் 100 மைல் வரையும் வேறுபடும் தொலைவில் அமைந்துள்ளதாயினும் சில இடங்களில் இது கடற்கரையை மிக அணுகிக் கடற்கரைச் சமவெளியின் அகலத்தை ஐந்து மைல் வரையாக்குவதுடன் மலைக்சுவடுகளும் தொடர்களும் கடற்கரையந்தத்தில் ஓங்கல்களாய் அமைந்து காணப்படுவதும் அசாதாரணமானதன்று.

கோவாவிற்கு வடக்கேயுள்ள மேற்கு மலைத்தொடரின் பெரும்பகுதி பெருந்தொகையான தடித்த எரிமலைக்குழம்புப் பெருக்குப் பாறையால் மூடப்பட்டுள்ளது இதுவே இந்தியப் புவிச்சரிதவியலின் தக்கணப் பொறியாகவுள்ளது. பம்பாய், அகலக்கோட்டை அடுத்துப் பாறையின் தடிப்பு மிகக் கூடிய அளவுடையதாயிருக்கிறது. காலப்போக்கில் வானிலையினாலேற்பட்ட அழிவு காரணமாக உருமாறிய இப்பொறி மகாராட்டிர அரசினா் ஆதிக்கம் பெற்றிருந்தகாலை அவா்களுக்குப் படை அரண்களாகவும், கோட்டைகளாகவும் பயன்பட்டது. பூனாப் பிரதேசத்தில் விளங்கும் உயா்நிலங்கள் எரிமலைக்கருமண்ணால் மூடப்பட்டு நா்மதை, தபதி ஆகிய ஆறுகளின் வண்டலான பள்ளத்தாக்குகளின் நிலவளம் போன்று விளங்குகின்றன. கோவாவிற்குத் தெற்கேயுள்ள மேற்கு மலைத்தொடா் பளிங்கடுக்குப் பாறைகளாகவும், தகட்டுப் பாறைகளாகவும் அமைந்திருக்கிறது இப்பகுதி எரிமலைக்குழம்பு குவிந்த வலயமாக விளங்கும் பகுதியிலும் பார்க்க இயற்கையை எதிர்த்து நிற்பதில் உறுதியுடையதாக விளங்குகின்றது.

பம்பாய்க்குத் தெற்கே கடலைப் பார்த்த வண்ணம் விளங்கும் மலைப்பக்கங்களில் காடுகள் அடா்ந்துள்ளன் உள்நாடு செல்லும் ஊடுருவல் வழிகளும் மிகக் குறைவாகும். மேற்குக் கடற்கரைப் பகுதியிலுள்ள மட்ட நிலப்பகுதியிலிருந்து வடக்காக மேட்டுநிலத்தின் உட்புறம் நோக்கி, வரலாற்றுப் புகழ்பெற்று விளங்கும் சாலைகள் பல செல்கின்றன. கோதாவரியின் தோற்றுவாய்ப் பகுதிக்கு அருகே உள்ள திரிம்பாக் கணவாய் இவற்றுள் குறிப்பிடத்தக்கது. கோதாவரியின் தோற்றுவாய்க்கு எதிாப்புறம் தொடங்கி வடகொங்கணப் பகுதிக்கூடாக வடிந்து அராபியாக் கடல் நோக்கிச் செல்லும் குறிப்பிடத்தக்க ஒரே ஆறு வைதா்னா என்பதாகும். இவ்வாற்றுத் தோற்றத்தின் புனிதத்தன்மையும் பள்ளத்தாக்கின் முக்கியத்துவமும் கடலுடன் வடக்குத் தக்கணத்தைத் தொடா்புபடுத்தும் ஆதிகால வா்த்தக வழிகளுள் ஒன்றாக இதை ஆக்கின. இவ்வாற்றுச் சமவெளியின் எழில், ஆரியா்களின் ஆரம்பகாலக் குடியேற்றங்களுட் சில வற்றை அதன் கரையில் அமைப்பதற்கு ஓா் ஏதுவாக விளங்கியது, தால்தொடா் என்ற கணவாய் மற்றுமோா் வரலாற்று முக்கியத்துவம் பெற்ற வழியாகும். பம்பாய் - ஆகிரா பெருவீதியும் மேற்குப் புகைவண்டிப் பாதையின் வடபகுதிக் கிளைப்பாதையும் இக்கணவாய்க் கூடாக அமைந்துள்ளன. மற்றும் சோப்பாரா, கல்யாணி ஆகிய இடங்களிலிருந்து நாசிக்குச் செல்லும் பழமைவாய்ந்த பாதை பிம்பிரிக்கணவாய்க்கூடாகச் செல்கிறது. யூனார், கொங்கண் இணைப்புப்பாதை சில்னா்ப் பகுதியில் விளங்கும் யூனாா் அரசனுடன் அமைந்து நானாக் கணவாய்க் கூடாகச் செல்கிறது் இப்பிரதேசத்தின் வரலாற்று முக்கியத்துவம் பெற்ற அரண்களாக வீமன் ஆற்றின் தொடக்கத்திலுள்ள பீம்சங்கரும் சக்கனும் அமைந்துள்ளன. போா்த்தொடா் அல்லது சுந்தரலாக் கணவாய் (2000 அடி வரையுள்ளது) எனப்படுவது மிகப்பிரபல்யம் வாய்ந்ததாகும். இந்த வழியாகவே பம்பாய்- பூனா வீதியும், மேற்குப் புகைவண்டியின் தெற்குக் கிளையும் தக்கணத்தோடு தொடா்புகொண்டு விளங்குகின்றன. படையினா் பயன்படுத்தும் இப்பழைய பாதை ‘எப்போதும் தக்கணத்தின் திறவுகோல் என்றே கருதப்பட்டது.’ கொண்டேன், காளே, பாசா, பெற்சா போன்ற வரலாற்றுப் புகழ் படைத்த

குகைகள் இப்பாதையிலோ, அருகிலோதான் அமைந்துள்ளன. இரத்தினகிரி-கோல்காப்பூர்ப்பாதை செல்லும் அம்பாக்கணவாயையும், வெண்குருலா-பெல்காம் கார்வார்-தார்வார் ஆகிய பாதைகள் செல்லும் சிறு கணவாய்களையும் குறிப்பிடவேண்டிய அவசியமில்லை. திருவாங்கூரையும் பாண்டி நாட்டையும் இணைக்கும் பாதைகள் தூரதெற்கில் அமைந்துள்ள செங்கோட்டைத் தொடர், அரம்போலிக் கணவாய் ஆகியவற்றிற்கூடாகச் செல்கின்றன.

சதுர வெட்டுவடிவிலான குத்துமலை உச்சிகள் மேற்குமலைத் தொடரின் தோற்றத்தை நம்பமுடியாத அளவுக்கு எழில் பெறச் செய்கின்றன. வானத்தை நோக்கிக் கிடையான நிலையில் வேறுபட்ட உயரமுள்ள உரிவுபட்டுக் கிடக்கும் பாறைகள் உள்ள பகுதிகளிலெல்லாம் குத்துமலை உச்சிகள் தென்படுகின்றன. இது போன்ற எழில்மிகு காட்சிகள் தொடர்ந்தும் தக்கணப்பகுதியில் தென்படுகின்றன.

தென்னிந்தியாவில் ஆனைமலைக்குன்றுகள் சிறப்பாகத் தென்படும் மலைத்தொடராகும் உயர்மலைத்தொடர் 7,000 அடி வரை உயர்ந்து 8,000 அடிக்கும் அதிகமான உச்சிகளுடன் விளங்குகின்றது. இவற்றில் புற்றரைச்சரிவுகளும் பச்சைப்பசேலென விளங்கும் காடுகளும் இவற்றைப் பிரித்துநிற்கும் பெரும்பள்ளத்தாக்குகளும் அற்புத எழிலின் தன்மையை எடுத்துக் காட்டுகின்றன. 3,000 அடி தொடங்கி 4,000 அடி வரை சராசரி உயரமுடைய சிறு மலைத்தொடர் மேற்குக் கரையில் அமைந்துள்ளது அதில் பல்லாயிரம் ஏக்கர் நிலத்தில் கோப்பி பயிர் செய்யப்படுகிறது. இப்பகுதியில் தேக்கும், உதிர்காட்டு வலயங்களில் காணப்படும் பெரும்பான்மையான மரங்களும் வளர்கின்றன. யானைகள் உட்படப் பல மிருகங்கள் இப்பகுதியில் வேட்டையாடப்படுகின்றன. யானை வேட்டை அதிகமாக நடைபெறுவதனாலேயே இம் மலைத்தொடருக்கு இப்பெயர் ஏற்படலாயிற்று. காடர், முடுவர், புலையர் போன்ற மலைச் சாதியினர் இங்கு வாழ்கின்றனர்.

கிழக்குமலைத் தொடர் எழில் எதுவுமின்றி, மேற்கு மலைத்தொடரின் ஒழுங்கற்ற தோற்றத்தையுடையதாய் இருக்கின்றது. மேற்கு மலைத்தொடரைவிடப் புவிச்சரிதவியற் பழமை வாய்ந்தது எனத் தெளிவாகக் தென்படுகின்றபோதிலும் இம்மலைத்தொடர் சிதறுண்டு உடைந்து குறைந்த குத்துயரம் உள்ளதாகத் தென்படுகின்றது. கிழக்கு மலைத்தொடர் ஒரிசாவில் ஆரம்பித்துச் சென்னை மாநிலத்துட் செல்கிறது தெற்கு நோக்கிச் செல்லும்போது கடற்கரையுடன் சமாந்தரமாகவும் கரையிலிருந்து 50 மைல் தொலைவிலும், 16 வ.அகலக்கோடு வரை தெற்கு நோக்கியும் அமைந்துள்ளது அதன்பின் கடற்கரையிலிருந்து தூரவிலகி, சென்னைக்கு அருகில் செல்லும் அகலக்கோடுவரை வடக்குத் தெற்காகக் செல்கிறது. அங்கிருந்து தெற்கு மேற்காகத் திருப்பமுற்றுத் தக்கண மேட்டு நிலத்தின் தென்னக விளிம்பாக அமைந்து மேற்குமலைத்தொடரை நீலகிரியிற் சந்திக்கிறது. கிழக்குமலைத் தொடர் குறைந்த ஏற்றமுடையதாயும் தொடர்பு அறுந்ததாயுமிருப்பதனால் மேட்டு நிலத்திற்கும் கரையோரச் சமவெளிக்குமிடையிற் போக்குவரத்து நடைபெறுவதற்குத் தடையாகவிருக்கவில்லை மேற்கு மலைத்தொடரில் ஆரம்பமாகி வங்காள விரிகுடாவை நோக்கி நீண்டிருக்கும் நெடும்பாதை

வழியே கிழக்குமலைத் தொடரை ஆங்காங்கே துண்டித்துப் பாயும் பேராறுகள் போக்குவரவுகளுக்குத் துணைசெய்கின்றன. தக்கணமேட்டு நிலம் பொதுவாக 2,000 அடி ஏற்றமுடையதாகும் ஆயின் தெற்குக் கிழக்கு மலைத்தொடர்களைச் சேரும்போது கரடுமுரடாகவும் உயர்ந்தும் விளங்கித் தென்பகுதி முடிவிலுள்ள நீலகிரியில், கிழக்கு மேற்கு மலைத் தொடாகள் சேர்வதன் விளைவாக உச்சம் பெற்று அமைகிறது இதனாலேயே மைசூர் மேட்டு நிலம், எஞ்சியுள்ள தக்கணத்தைவிட உயர்ந்த சராசரியுடையதாக விளங்குகிறது. இம்மேட்டுநிலம் முழுவதும் பொதுவாகத் தென் கிழக்காகச் சரிந்து காணப்படுகிறது. குடாநாட்டின் பெருநதிகளான கோதாவரி, கிருட்டிணை, காவேரி போன்ற பெரிய ஆறுகளின் போக்குத் தென்கிழக்காக அமைந்திருப்பதிலிருந்து இது தெளிவாகத் தெரிகிறது. மேற்கு மலைத்தொடரின் சுவடுகள், ஏனைய மலையுறுப்புக்கள் ஆகியன காரணமாக இம்மேட்டு நிலத்தின் மேற்பரப்பு ஒரே தன்மையுடையதாயிருக்கவில்லை. இம்மலைச்சுவடுகளுள் இரண்டு அவதானியத்தக்கவை. அவை : அகமதுநகரம் அமைந்துள்ள முக்கோண மேட்டுநிலத்தை உள்ளடக்கும் இரு மலைத்தொடர்களாகிய கோதாவரி, வீமா ஆறுகளுக்கு இடைப்பட்ட நீர் பிரிநிலமும், வீமா, கிருட்டிணை ஆறுகளுக்கிடையே அமைந்து மகாதேவ மலைத்தொடராகி வழங்கும் நீர்பிரிமேடுமாகும். கிழக்கு மலைத்தொடருடன் நெருங்கிய தொடர்பு கொண்டுள்ளனவும் உள்;ரில் மாறுபட்ட பெயர் பூண்டனவுமான ஒரு தொடரான சில குன்றுகள் உள. நல்ல மலைத்தொடர் கிருட்டிணை ஆற்றங்கரை தொட்டுப் பெண்ணை ஆற்றுப்பள்ளத்தாக்குவரை வடக்கு மேற்காக அமைந்துள்ளது. இது கடப்பைப் படிகப் பாரினாலும் அதற்கு மேலுள்ள கடப்பைச் சிலேற்றினாலும் ஆனது இப்பிரதேசத்திற் பல மேட்டு நிலங்களிருந்த போதிலும் நீாப்பற்றாக் குறையால் குடியேற்றம் தடைப்பட்டுள்ளது. சிறீசைலப் பகுதியில் ஆதியிற் குடியேற்றங்களி ருந்தன வென்பதற்குச் சான்றுகளுண்டு பண்டைய நகரங்கள், கோட்டைகள், கோயில்கள், நீர்த்தேக்கங்கள், கிணறுகள் முதலியவற்றின் எச்சசொச்சங்கள் இப்பகுதிக்குடியேற்றங்கள் செழிப்படைந்திருந்தன என்பதற்குச் சான்றாக விளங்குகின்றன. செஞ்சசு மக்கள் மாத்திரமே இப்பகுதியில் இன்று வாழ்ந்து வருகிறார்கள். மழை வீழ்ச்சி குறைவாக இருப்பதாலும் குன்றுகள் பிளவுற்றுக் காட்சியளிப்பதாலும் ஈரவிப்புத்தன்மையை நிலம் இழந்துவிடுவதாலும் பெருமரங்கள் வளரமுடியாமையினாற் காடுகள் அடர்த்தியின்றியும் சிறயனவாகவும் காணப்படுகின்றன. கர்நூல் மாவட்டத்துள் அமைந்துள்ள நல்ல மலைகளுக்கு மேற்கே விளங்கும் ஈரமலைக்குன்றுகளும் ஏனைய சிறுமலைத்தொடர்களும் அவ்வளவு முக்கியம் வாய்ந்தனவல்ல.

பொறிவுப்பிரதேசத்தைவிட முற்றிலும் மாறுபட்ட அமைப்புள்ள நாடாகக் கருங்கல்லாலும் பளிங்கடுக்குப் பாறையினாலும் அமைந்து விளங்கும் தென்கிழக்குப் பகுதியும் அதைவிட உயர்ந்து காணப்படும் இந்த மேட்டுநிலத்தின் மைசூர்ப்பகுதியும் பொறிவுப் பிரதேசத்தைவிட முற்றிலும் மாறுபட்ட அமைப்புள்ள பிரதேசமாகக் காட்சியளிக்கின்றன. மட்டமான முடியும் சதுர வடிவமும் கொண்டனவும் குழம்புக்குமிழ் படிந்தனவுமான கிடையான மலைகள் பரந்துள்ளன் இவை தொடர்ந்து தெற்கே வட்டவடிவமான அழகான

முடியுடைய மலைகளாகவும் சிறு வட்டக் குன்றுகளாகவும் காட்சியளிக்கின்றன. சுற்றாடலிலுள்ள சமவெளிகளிலிருந்து உயர்ந்து காட்சியளிக்கும் குத்துமலைப்பகுதிகள் வட்ட வடிவாகவோ, வட்டவடிவம் போலவோ தென்படுகின்றன. இம்மலைகளைச் சிறந்த அரண்களாகப் பயன்படுத்தலாமென்பதை உணர்ந்திருந்த, அடுத்தடுத்து ஆட்சி புரிந்த அரசர்கள் சிலசமயங்களில் ஊடுருவிச்செல்லவே முடியாத பிரமாண்டமான அரண்களை இக்குன்றுகளின்மீது அமைத்தனர்.

அராபியக் கடலிலிருந்து புறப்படும் தென்மேற்குப் பருவக்காற்றின் ஒரு பிரிவின் பாதையில் அமைந்த மேற்குமலைத்தொடரின் இருமருங்கிலும் வித்தியாசமான மழைவீழ்ச்சி இடம்பெறக் காண்கிறேன். பருவக் காற்று சுமந்துவரும் ஈரத்திற் பெரும்பகுதியை மலைத்தொடரின் செங்குத்தான விளிம்பு பெறுகிறது. கிழக்குப் பாகம் அக்காற்றுக்கு எதிர்புறத்தில் அமைந்து விளங்குவதால் இம் மழைச்சாயைப் பிரதேசத்தில் மழை குறைவாக இருப்பதுடன் அதிக மாறுபாடு களுடையதாகவும் காணப்படுகின்றது. பருவக்காற்று மேற்குக் கரையோரத்தில் மழையைக் கொட்டுகிறது. கடற்கரைச் சமவெளியில் ஆண்டுக்குச் சராசரி 80 அங்குலமாக உள்ள மழை வீழ்ச்சி உயர் பிரதேசங்களிலுள்ள மகாபவீசுவாம் போன்ற பகுதிகளில் 300 அங்குலமாக அதிகரிக்கின்றது. மலைத்தொடரின் கிழக்குக் பாகத்தில் பெரும்பாலும் மழைவீழ்ச்சி 40 அங்குலத்திற்குக் குறைவாகவே காணப்படுகின்றது. இவ்விதம் மாறுபடும் மலைவீழ்ச்சி இயற்கையாகவே தாவர வளர்ச்சியில் பிரதிபலிக்கக் காண்கிறோம். கோடைகாலத்தில் கொட்டும் மழையைப் பெறும் கடற்கரைச் சமவெளியும் மலைத்தொடரின் காற்றோட்டப் பகுதியும் அடர்ந்த தாவரங்களால் மூடுண்டு எப்பொழுதும் பச்சைப்பசேலென விளங்கும் காடுகளுடன் காணப்படு கின்றன. இக்காடுகள் பல இனங்களையும் வேறுபட்ட பருமனையுடைய பொருளாதார முக்கியத்துவம் உள்ள மரங்களையும் கொண்டிருக்கின்றன. ஏராளமாகக் கிடைக்கும் மூங்கிலும், பெருந்தொகையான தேக்கு, பாலை, கருங்காலி போன்ற மரங்களும் காணப்படுகின்றன. கடற்கரை யோரம் தென்னைமரங்களால் அணி செய்யப்பட்டும் கிராமங்கள் கமுகு, தல்பொத்து போன்ற மரங்களின் சோலைகளாற் சூழப்பட்டுமுள்ளன. கொன்றை, ஏலக்காய் போன்றவை காட்டு மரங்களாகச் செழித்து வளர்கின்றன. இந்தியாவின் ஏனைய பாகங்களில் மிளகுப் பயிர்களுக்கு வேண்டிய ஈரலிப்பைப் பேண மறைப்புக்கள் பயன்படுத்தப்படுகின்றன் ஆயின் மறைப்புகளின்றியயே இப் பிரதேசத்தில் மிளகுப்பயிர்ச்செய்கை நடைபெறுகிறது் இதிலிருந்து கடற்கரைப் பிராந்தியம் இயற்கையாகவே எவ்வளவு ஈரவிப்புத் தன்மையுள்ள பகுதி என்பது தெரிகிறது.

தக்கணமேட்டு நிலத்தில் மழைவீழ்ச்சி குறைவாகையால் எப்பொழுதும் பச்சைப்பசேலென்று உயர்ந்து விளங்கும் தாவரங்கள் இன்றி உதிர்காடுகளே அவ்விடத்துத் தாவர அமைப்பின் சிறப்பியல்பாகக் காணப்படுகின்றன. இலாபம் தரக்கூடிய தோட்டங்களாகத் தேக்குப்பயிர் சில இடங்களிற் செய்கை பண்ணப்பட்டபோதிலும், நீர்ப்பாசன வசதி போதிய அளவு கிடைக்கும் பகுதிகளில் அது இப்பிரதேசம் முழுமையிலும் ஆங்காங்கே காணப்படுகிறது. நறுமணமிக்க சந்தனக்காடுகள் மைசூரிலும் அதன் அயல் மாவட்டங்களிலும்

அதிகம் வளருகின்றன. கிழக்கு மலைத்தொடரின் செங்குத்தான சரிவுகளும் பச்சைப்பசேலென விளங்கும் தாவரங்களைக் கொண்டுள்ளன. மழைவீழ்ச்சி குறைவாக இருப்பதால் மரங்கள் மலையாளத்திலுள்ளனவற்றிலும் பார்க்கக் குறுகியனவாகக் காணப்படுகின்றன.

திருநெல்வேலிக் கடற்கரையில் 13 ஆம் நூற்றாண்டில் மிக மேன்மையுற்று விளங்கிய கொற்கை, காயல் போன்ற செல்வம்மிக்க வர்த்தகக் கடற்கரை நகரங்கள் இன்று கடலிலிருந்து பலமைல் தொலைவில் மணல்மேட்டுக்குள் புதைந்து கிடக்கின்றன் இந்நகரங்களுக்கு அண்மையிலுள்ளனவும் ஒருகால் தழைத்தோங்கியனவுமான காவிரிப்பூம்பட்டினம், மாமல்லபுரம் (மகாபலிபுரம்) போன்ற துறைப் பட்டினங்களை இன்று கடல் கொண்டுவிட்டது. இவ்வாறு சோழ மண்டலக் கடற்கரையின் மட்டத்தில் ஏற்பட்ட மாறுதல்கள் வரலாற்றுக் காலம் தொட்டு வெவ்வேறு முறைகளில் ஏற்பட்டுள்ளன. இத்தகைய மாறுதல்கள் பற்றி, குறிப்பாகக் காவிரிப் பூம்பட்டினம் பற்றி, மக்களுள் மரபுக்கவிதைகள் நிலவி வருகின்றனவெனிலும் அவை காலத்தைப் பற்றிக் குறிப்பிடுவனவாகவில்லை. இது போன்ற மாற்றங்கள் காம்பே குடாவிலும் அதன் அயலிலும் நிகழ்ந்துள்ளன.

இந்தியக்குடாநாட்டில் பொதுவாகக் கிழக்கு நோக்கி அமைந்துள்ள நீரோட்டங்களுக்குப் புறநடையாக நர்மதை, தபதி என்ற வடக்கில் உள்ள ஆறுகள் இரண்டும் மேற்குநோக்கி அதிக ஒடுக்கமும் ஆழமுமுள்ள பள்ளத்தாக்குகளுக்கூடாகச் சென்று ஆழமற்ற காம்பேக்குடாவில் வீழ்கின்றன. மேற்குமலைத் தொடர் பீடபூமியின் கிழக்கும் மேற்குமாக வடிந்து செல்லும் நீரைப் பிரித்து வைக்கும் எல்லைக்கோடாக அமைகிறது. நீரைப்பிரித்துவிடும் மலைத்தொடரின் உச்சிப் பகுதி மேற்குக் கரையோரத்திலிருந்து வெகு தொலைவிலில்லை. ஆனால் குடாநாட்டின் பிரதான ஆறுகள் காடடர்ந்த இம் மலைகளிலிருந்து தொடங்கிக் கு ாநா குக்குக் குறுக்காகப் பாய்ந்து வங்காளவிரிகுடாவில் விழுகின்றன. இது பண்டைய புவியியல் அமைப்பின் ஓர் அம்சமாகக் கருதப்படுகின்றது. ஓர் அளவான உயரமுடைய பள்ளத்தாக்குகளிலோ, கிழக்கு நோக்கி மந்தகதியிற் செல்லும் ஆறுகளின் தன்மையும் மலைத்தொடரின் மேற்குப் பிராந்தியத்தில் விரைந்து பாய்ந்து அராபியக் கடலுட் கலக்கும் அருவிகளின் ஆரம்பிக்குமிடத்திலேயே ஆழமுள்ளவையாகவுமிருப்பது அப்பகுதி நிலத்தின் சாய்வு விகிதம் இன்னமும் ஒழுங்குபெறாத நிலையிலுள்ளது என்பதைக் காட்டுகிறது.

மேட்டுநிலத்திற் பாயும் மூன்று பிரதான நதிகள் கோதாவரி, கிருட்டிணை, காவேரி என்பவையாகும். இவற்றுடன் மகா நதியையும் சேர்க்கலாம். இங்குள்ள சிற்றாறுகளுள் பெண்ணை ஆறு, பாலாறு, தாமிரபரணி என்பன முக்கியத்துவம் வாய்ந்தவை. தொடக்கப் பகுதியில் இவ்வாறுகள் நீர்வளத்தைப் பெருக்குவதற்குப் பதிலாக மண்ணைவாரிக் கொண்டு பார் நிறைந்த பள்ளத்தாக்குகளுக்கூடாகப் பாய்கின்றன. இவ்வாறுகள் கடற்கரைச் சமவெளிகளிலுள்ள சமநிலத்தை அடைந்தவுடன் அவற்றிற்குக் குறுக்கே அணைகட்டி அனைத்தையும் நீர்ப்பாசன வசதிகளுக்குப் பயன்படுத்துகின்றனர்.

கோதாவரி, கிருட்டிணை, காவேரி ஆகிய ஆறுகளின் கழிமுகங்கள் ஏராளமான நீர்ப்பாசன வசதி பெறும் பயிர்ச்செய்கைப் பிரதேசமாக விளங்குகின்றன.

கோதாவரியைவிட இந்திய வரலாற்றில் கங்கையும் சிந்துவும் மாத்திரந்தான் தூய்மையிலும், எழில்தவழும் காட்சிகளிலும், மனிதனுக்குப் பயன்படும் வகையிலும் இந்தியாவிற் சிறந்து விளங்குகின்ற ஆறுகளாகும். கோதாவரி நாசிக்கு மாவட்டத்தில் திரிம்பாக்கிற்குப் பின்புறம் அராபியாக் கடற்கரையிலிருந்து 50 மைல் தொலைவிலுள்ள மலைகளில் ஆரம்பித்து 900 மைல் தூரம் பாய்ந்து வங்காள விரிகுடாக் கடலையடைகிறது இதன் நீர் 1,12,000 சதுரமைல் நிலப்பரப்பில் வடிந்து ஓடுகிறது. நாசிக்கிற்கு மேலே இந்த ஆறு ஓர் ஒடுக்கமான பாறைப் படுக்கைக்கூடாக ஓடி, தூரகிழக்கில் நிலத்துடன் ஒன்றி, பதிந்த கரைகளுடன் பெருகக் காண்கிறோம். சிரோஞ்சாவிற்குக் கீழே இந்த ஆற்றுடன் வலப்புறத்தில் சற்புரா, நாகபுரி சமவெளிக்கூடாக வடிந்து வரும் வார்தா, வைன்கங்கை ஆகியவற்றின் நீர் சேர்ந்து பிரான்கிதா என்ற பெயருடன் இடப்புறத்தில் சங்கமமாகின்றது. கிழக்கு மலைத் தொடரின் பாசுதார் பகுதியில் விளங்கும் அடர்ந்த காடுகளை வளப்படுத்திப் பெருகிவரும் இந்திராவதி சில மைல் தள்ளி இந்த ஆற்றுடன் சங்கமமாகின்றது. இத்தகைய சங்கமம் ஏற்பட்டதன் பின்பு இவ்வாறு பெரும்பாலும் தென்கிழக்கு நோக்கிச் சென்று கடலுடன் ஒன்றுகிறது. இந்த ஆற்றுப்போக்கின் நடுப்பகுதியில், இது ஆந்திரப்பிரதேசத்திற்குள் புகுந்தபின், இதன் படுக்கை அகன்று மணற்பரப்புள்ளதாகத் தென்படுகின்றது. ஒரு மைல் தொடங்கி இரண்டு இடங்களில் மாத்திரம் கற்பாறைகள் குறுக்கிடுகின்றன. ஓடிக் கிழக்குமலைத்தொடர்களை 200 யார் அகலமுள்ள மிக ஒடுக்கமான பள்ளத்தின் வழியே கடக்கின்றது. ஆற்றின் இருமருங்கிலும் கண்கொள்ளாக் காட்சியாக விளங்கும் காடுகள் நிறைந்த மலைச்சரிவுகள் ஆற்றின் கருமையான நீர்மட்டத்திலிருந்து இரு மருங்கிலும் எழுகின்றன. மலைத்தொடரைத் தாண்டியபின் மீண்டும் அகன்று பாய்ந்து இலங்காசு என்னும் பெயர்கொண்ட பதிவான வண்டல்படியும் பல தீவுகளை ஏற்படுத்துகின்றது. இராசமந்திரிக்குக் கீழ்ப்புறமாக இவ்வாறு இரு கூறாகப் பிரிந்து கௌதமி கோதாவரியாகக் கிழக்கிலும், வசித்த கோதாவரியாக மேற்கிலும் பெருகுகிறது. நெடுங்காலமாக இவ்வாறு கொண்டுவந்து குவித்துள்ள வண்டலினால் ஓர் விசிறியின் வடிவம்பெற்ற கழிமுகத்திற்கூடாகக் கிளையாறுகளுடன் இது பாய்கின்றது. இராசமுந்திரிக்குக் கீழ்ப்பாகத்தில் அணையிடப்பட்ட இந்த ஆற்று நீர் தௌலேசுவரத்திலிருந்து உயர்மட்ட ஆற்றுவாய்க்கால்களுக்கூடாக நாட்டின் பிரமாண்டமான நிலப்பரப்பு ஒன்றினுக்கு நீர்ப்பாசனம் செய்வதற்குக் கொண்டு செல்லப்படுகிறது. இதன் பிரதான கால்வாய்கள் போக்குவரத்து வழிகளாகவும் பயன்படுகின்றன.

கோதாவரியைவிட 100 மைல் குறுகியதாய், மக்கள் மதிப்பில் கோதாவரியையும் காவேரியையும் விடத் தூய்மை குறைந்ததாகக் கருதப்படும் கிருட்டிணை இம்மூன்றினுள்ளும் விசாலமான வடிகால் நிலத்திற்கூடாகப் பெருகுகின்றது. கிருட்டிணை மகாபலீசுவரத்திற்கு வடக்கில், அராபியக் கடலருகிலிருந்து 40 மைல் தூரத்தில் தொடங்கி தெற்குநோக்கி மேற்குமலைத் தொடரின் கிழக்குச் சுவடுகளின் ஓரமாகப் பாய்கின்றது பெரும்பாலும்

மேற்கிலிருந்து வரும் பல கிளை ஆறுகள் கிருட்டிணையுடன் சேருகின்றன. குநற்தவாட்டுக்குக் கீழ்ப்புறமாக இந்த ஆறு கிழக்கே திரும்பித் தெற்கு மகாராட்டிர மாநிலம், மைசூர், ஆந்திரப் பிரதேசம் ஆகியவற்றுக்கூடாகச் செல்கிறது. இம்மலைகளுக்கருகில் ஆற்றுவாய்க்காலில் பாறைகள் மலிந்து காணப்படுவதுடன் கப்பற் போக்குவரவுக்குப் பொருந்தாதவாறு அருவி வேகமாகவும் செல்கிறது. சத்தாரா மாவட்டத்திலும் தென்கிழக்கேயுள்ள திறந்த நிலப் பகுதிகளிலும் நீர்ப்பாசனத்திற்கு இந்த ஆறு பெரிய அளவிற் பயன்படுகிறது. பெல்காம், பிசப்பூர் ஆகிய மாவட்டங்களில் கருமண்ணும் செம்பூரான் கற்களும் நிறைந்த கரைகள் (20 தொடக்கம் 50 அடி வரை) சிறப்பாகத் தென்பாகத்தில் உயர்ந்து காணப்படுகின்றன. இந்த ஆறு மைசூருக்குள் புதுந்ததும் தக்கணத்தின் சரிவான மேட்டுநிலத்திலிருந்து இறயிச்சூர்ப் பகுதியில் படிந்து அடுத்தடுத்து அமைந்து கம்பீரமாகத் தோற்றமளிக்கும் கருங்கற்பாறைகளைக் கடந்து செல்கிறது. 3 மைல் தூரத்திற்கிடையில் 400 அடிவரை இறங்கும் இப்பகுதியில் அருவி மிக விரைந்து செல்கிறது. சோழபுரி, பூனா, அகமதுநகர் மாவட்டங்களுக்கூடாக வடிந்து செல்லும் வீமா ஆற்றின் நீரை இது முதலிற் பெறுகிறது. பின்னர் மைசூர் மேட்டுநிலத்தின் வடபகுதி, பெல்லாரி, கர்நூல் மாவட்டங்களுக் கூடாகச் செல்லும் துங்கபத்திரை ஆறு இதனுடன் சேருகிறது. இதையடுத்துக் குறிப்பிடத் தக்க தூரத்துக்கு ஆற்றின் படுக்கை ஆழமாயும் பாறைகள் நிறைந்ததாயும் ஆற்று வாய்க்கால் விரைந்து கீழ் நோக்கியும் இறங்குகிறது. நல்ல மலைத்தொடரைத் தாண்டி வடக்குக் கிழக்கு நோக்கி இந்த ஆற்றின் போக்கு நெளிந்து செல்கிறது. கிழக்கு மலைத்தொடரை வந்தடையும் ஆறு செங்குத்தாக வடகிழக்கு நோக்கித் திரும்பிக் கடலுள் இருமுனைகளுக்கூடாகப் பெருகுகிறது. விசயவாடாவிற்கருகில் கடலிலிருந்து, காகம் பறக்குமாகப்போன்று நேராக, 45 மைல் தொலைவில் அது 1300 யார் அகலமுள்ள ஒரு சிறு மலைத்தொடர்ப் பிளவிற்கூடாகச் செல்கிறது. இதற்குச் சற்றுக் கீழே ஆறு நீர்ப்பாசனத் தேவைகளின் பொருட்டு அணையிடப்பட்டுள்ளது. இந்த அணைக்குக் கீழேயுள்ள ஆற்றுக் கால்வாய் சமவெளியை விடச் சற்றே உயர்ந்த மட்டத்தில் அமைந்துள்ளது.

துங்கபத்திரையே கிருட்டிணை ஆற்றின் பிரதான கிளையாகும். மைசூரின் மேற்குப் பாகத்திலுள்ள பபாபூதான் மலைகளிலிருந்து தோற்றும் துங்கா, பத்திரா ஆகிய இரு அருவிகளும் குடலிக்கருகே ஒன்றாக இணைந்து துங்கபத்திரை எனும் பெயருடன் பாய்கின்றன. இணைக்கப்பட்ட துங்கபத்திரை மைசூருக்கூடாகவும் கையளிக்கப்பட்ட மாவட்டங்களுக்கூடாகவும் வடகிழக்கு நோக்கி 400 மைல் வரை சென்று கர்நூலுக்குச் சற்று அப்பால் கிருட்டிணை ஆற்றுடன் இணைகின்றது. துங்கபத்திரையின் தலையாறுகள் இரண்டினது படுக்கைகளிலும் பாறைகள் இருக்கின்றன. இவ்வாறுகள் செல்லும் நிலப்பிரதேசம் ஆற்றை விட உயர்ந்து விளங்குவதால் நீர்ப்பாசன தேவைகளுக்கு நீரை உபயோகப்படுத்துவது கடினமாகின்றது. இவ்வாறு மழை காலங்களில் அடிக்கடி பெருகிப்பாய்வதுடன் ஆண்டு முழுவதிலும் தொடர்ந்து பாய்கின்றது. காம்பி நகருக்கருகே விசயநகர ஆட்சியாளர்

இவ்வாற்றை அணைகட்டித் தடுத்து அப்பெருநகரில் அமைந்த அரண்மனைகளுக்கும் தோட்டங்களுக்கும் வேண்டிய நீரைப் பெற்று வந்தனர்.

துங்கபத்திரை இயற்கையாகவே அமைந்த ஒரு எல்லைப்புறமாக வரலாற்றில் பல நூற்றாண்டு காலமாக விளங்கி வருகிறது பாதாமியை ஆண்ட சாளுக்கியரும் இராட்டிரகூடர்களும், துங்கபத்திரைக்கு வடக்கே அமைந்த கல்யாணியை ஆண்ட சாளுக்கியர்களும், அதன் தெற்கே அமைந்த பல்லவர்களும், கங்கர்களும் உட்பட, ஒருவரின் ஆதிக்கத்தின்கீழ் மற்றொருவர் இருந்த காலங்களிலெல்லாம் தத்தம் அதிகாரத்தை ஆற்றின் மறுபக்கத்திற்குப் பரப்ப எத்தனித்தாராயினும் குறிப்பிடக்கூடிய வெற்றி கண்டிலர். துங்கபத்திரை ஆற்றின் தெற்குக் கரையில் வரலாற்றுப் புகழ்பெற்ற விசயநகரும் அதன் முன்னோடியாக விளங்கிய காம்பிலி நகரமும் எழுந்தன. தக்கணத்தின் போர்த் தளமென விளங்குவது துங்கபத்திரை, கிருட்டிணை ஆறுகளுக்கு இடைப்பட்ட இறயிச்சூர்ப் பகுதியாகும்.

475 மைல் பாய்ந்து செல்லும் காவேரி தென்னகத்தின் கங்கை என்று அழைக்கப்படுகிறது. தூய்மையிலும் எழிலான காட்சிகளிலும் நீர்ப்பாசன உபயோகத்திலும் கங்கைக்குச் சமமான புகழ் காவேரிக்கும் உண்டு. காவேரியின் நீர் வாழ்வளிக்கும் வல்லமை கொண்டது என்று உணர்ச்சியுடன் பாராட்டியும் பக்தியோடு புகழ்பாடியும் அதன் உற்பத்திபற்றிப் பல பாரம்பரியக் கதைகளைக் கூறியும் திகழ்கிறது தமிழ் இலக்கியம். குடகத்திலுள்ள தாலகாவேரிக்கருகே பிரம்மகிரியிலிருந்து ஊற்றெடுத்து மேட்டு நிலத்தினூடே தென்மேற்கு நோக்கிப் பெருகிப் பல வீழ்ச்சிகளுக்குப்பின் கிழக்குமலைத் தொடரைக் கடந்து கர்நாட்டிற்கருகே பள்ளநிலத்திற்கூடாகப் பாய்ந்து திருச்சிராப்பள்ளி, தஞ்சாவூர் கடந்து தஞ்சாவூர் மாவட்டத்தில் கிளை ஆறுகளாகப் பரந்து விரிகுடாவை வ்நது சேருகிறது. பாறைகள் நிறைந்த படுக்கைகளும், உயர்ந்த கரைகளும், வளமிக்க தாவரமும் காணப்படும் குடகப் பகுதியில் ஆறு வளைந்து சென்று மைசூர் மாநிலத்துட் புகுந்து ஒடுங்கிய பிளவுகளுக்கூடாகச் சென்று சுன்சன்கட்டிப் பகுதியில் 60 தொடக்கம் 80 அடிவரையும் இறங்கிப் பின் அகன்று பெருகுகிறது. ஆறு இரு தடவைகள் இரு அருவிகளாகப் பிரிந்து சிலமைல் கடந்து மறுபடி இணைகிறது இவ்வண்ணம் பிரிந்து இணைவதன் விளைவாக ஒன்றுக்கொன்று 50 மைல் தொலைவில் அமைந்த சீரங்கப்பட்டணம், சிவசமுத்திரம் என்ற இரு தீவுகள் தோன்றியுள. சிவசமுத்திரத்திலிருந்து நூற்றுக்கதிகமான மைல் தொலைவில் அமைந்துள்ள கோலார் தங்கவயலுக்கு மின்சக்தி கொடுப்பதற்காகப் பிரசித்திபெற்ற சிவசமுத்திர நீர்வீழ்ச்சி பயன்படுத்தப்பட்டுள்ளது. இத்திட்டம் தொடங்கிய பொழுது உலகத்திலேயே உயர்வலுவுள்ள மின்சக்தி வழங்கும் நெடிய பாதைகளுள் மிக நீண்ட பாதையைக் கொண்டதாக அது விளங்கிற்று இந்தியா இத்துறையில் எடுத்த முதல் முயற்சியுமிதுவாகுமி. காவேரி மைசூருக்கூடாகச் செல்லும்பொழுது பல கிளை ஆறுகள் அதனுடன் சேருகின்றன் இவற்றுள் முக்கியத்துவம் வாய்ந்தவை காப்பானி, ஏமாவதி, அர்க்கவதி என்பனவாகும். சமவெளிப்பகுதியில் நேராகவும் தீவிரமாகவுமிருக்கும் ஆற்றின் போக்கு நிலத்தின் அமைப்புகளால் பெரிதும் கட்டுப்படுத்தப்படுகிறது. பவானி இணைந்தபின் ஆறு தெற்கிலிருந்து தென்கிழக்குத்திசை நோக்கித்

திரும்பிப் பின் கிழக்கு-தென்-கிழக்குத் திசை நோக்கி பெருகி மூன்றாவது முறையாக இரு கூறாகப் பிரிந்து சிறீரங்கம் என்னும் தீவை உருவாக்குகிறது. சிறீரங்கத்திற்குக் கீழ் ஆறு கொள்ளிடம், காவேரி என்று இரு கூறாகப்பிரிந்து செல்கிறது. பின்னர் காவேரி பல கிளைகளாகப் பிரிந்து தஞ்சாவூர்க்கழிமுகம் முழுவதிலும் சென்று பாய்கிறது. மைசூர் மாநிலத்திலும் கோயம்புத்தூர், திருச்சிராப்பள்ளி மாவட்டங்களிலும் காவேரியின் நீர் பெரிய அளவில் நீர்ப்பாசனத்திற்காகப் பயன்படுகிறது் எனினும், தஞ்சாவூரிலேதான் அந்நீர் மிக நன்றாகப் பயன்படுத்தப்படுகிறது. அடுத்தடுத்து வந்த சோழ அரசர்கள் காவேரியின் வெள்ளப் பெருக்கை நீர்ப்பாசனத்திற்கு, நவீன பொறியியலின் துணைகொண்டு இப்பொழுது நன்கு பாய்ச்சப்படுவது போலல்லாவிடிலும், பெரிதும் பயன்படுத்தி வந்தனர்.

முக்கியத்துவம் குறைந்த ஆறுகளைப்பற்றி அவதானிக்கும்போது மேற்கு மலைத் தொடர்களில் வளர்ந்தோங்கும் அடர்ந்த காடுகளின் நடுவே ஊற்றெடுத்து இரு பருவக்காற்றுகளின் பலனையும் பெற்றுப் பெருகிப் பாயும் தாம்பரபரணி ஆறு திருநெல்வேலி மாவட்டத்தின் பயிர்ச் செய்கைக்கு உயிர்நாடியாக விளங்கக் காண்கிறோம். பிறநாட்டுப் பிரயாணிகள் வர்ணித்துள்ள புகழ் பெற்ற முத்துக்குளிக்கும் இடமாக விளங்கும் மன்னார்க்குடா தாம்பரபரணி ஆற்றின் முகத்துவாரத்தில் அமைந்துள்ளது.

மேற்கு நோக்கிப் பெருகும் நதிகளைப் பற்றி இனி அவதானிக்கும்போது குறிப்பிடத்தக்கவாறு நேராகவுள்ள பள்ளத்தாக்குகளும், செங்குத்துச் சரிவுகளையுடைய நர்மதை, தபதி ஆறுகளின் சிறப்புமிக்க பெருகும் வழிகளும் புவிச் சரிதவியலில் தற்செயலாக ஏற்பட்ட விளைவுகள் என்பதைக் காண்போம்.

மத்திய இந்தியாவின் இறீவாப்பகுதியில் உள்ள சற்புரமலைத்தொடரின் வடகிழக்கு உச்சியில் அமைந்துள்ள அமர்கந்தாக்கு மேட்டுநிலத்தின் சிரத்திலிருந்து ஊற்றெடுத்துப் பெருகும் நர்மதை (நம்நாடியோசு என்று பெரிப்பிளசும் நமதோசு என்று தொலமியும் குறிப்பிடுவது) இந்தியாவில் உள்ள 7 புனித நதிகளுள் ஒன்றாகும். நர்மதை 801 மைல் தூரம் சென்று, புரோச்சிற்கு (பண்டைய புகழ்வாய்ந்த பாக்காச்சா) கீழே 17 மைல் அகலமான ஓர் பொங்குமுக மார்க்கமாகக் காம்பேக்குடாவை வந்தடைகிறது. சற்புரா மேட்டுநிலத்தின் வடபகுதியிலும் ஆற்றின் தென்பகுதியிலும் உள்ள 36000 சதுரமைல் நிலப்பரப்பிற்கூடாக இவ்வாறு பாய்கின்றது. இதன் பாறை மிக்க படுக்கையும் அடிக்கடி ஏற்படும் வெள்ளப் பெருக்கும் இதனைக் கப்பல் செல்வதற்கு உதவாததாக்கிவிடுகின்றன. அத்துடன் உயர்ந்து விளங்கும் கரைகள் நீர்ப்பாசனத்திற்குத் தடையாயிருக்கின்றன. முகத்துவாரத்திலிருந்து 30 மைல் தூரத்திலுள்ள புரோச் வரையும் சிறு மாக்கலங்கள் செல்லும் எனினும் 55 மைல் வரை பெருக்கின் ஆதிக்கம் தென்படுகிறது.

தபதி (436 மைல் நீளமுள்ளது) முல்தெய்க்கு அருகேயுள்ள சற்புரா மேட்டு நிலத்தில் தொடங்கி நேராகப் பாய்ந்து செங்குத்தான பள்ளத்தாக்குகள் வழி பெருகி, பாயும் பிரதேசத்தில் அகன்ற வண்டலான சமவெளிகளை உண்டாக்கிக் காம்பே குடாவை ஒரு பொங்குமுகம் மூலம் அடைகிறது. அதன் கரைகள் மிக உயர்ந்தவையாய் (30 தொடக்கம் 60 அடி வரை)

இருப்பதனால் அது நீர்ப்பாசனத்திற்குப் பயன்படத்தக்கதன்று. ஆற்றின் குறுக்கே பலவிடங்களில் காணப்படும் பாறைக் குன்றுகள் இறுதி 20 மைல் தவிர்ந்த ஏனைய பகுதிகளில் கப்பல் செல்வதற்குத் தடையாகும். தபதிப் பள்ளத்தாக்கின் நடுவிலுள்ள காந்தேசுச் சமவெளியே தக்கணத்தின் வடபாகமாகும் இது 150 மைல் கிழக்கு மேற்காக விரிந்து வளம் பொருந்திய வண்டலான கருமண்கொண்டு விளங்குவதுடன் சுபீட்சமிக்க பட்டினங்கள் அமைந்த பிரதேசமாக வுமிருக்கிறது. இப்பகுதி கிழக்கு நோக்கிச் சென்று நாகபுரிச் சமவெளியுடன் இணைகிறது இப் பகுதியும் நாகபுரிச்சமவெளியும் ஒத்த பௌதிகவுறுப்புக்கள் கொண்டு விளங்குகின்றன. நதியை யடுத்துள்ளனவும் கரடுமுரடான மலைகளையும் காடுகளையும் கொண்டுள்ளனவுமான பிரதேசங்களில் 17 ஆம் நூற்றாண்டுவரை காட்டு யானைகள் பெருகிவந்தன.

அராபிய மாலுமிகள் அடிக்கடி காம்பேக்குடாவுக்கு வந்து போயினர். ஆரம்ப காலத்தில் சூரத் என்ற சிறந்த துறைப்பட்டினத்தைவிடப் புரோச் பிரசித்தி பெற்றுவிளங்கியது நர்மதை பொங்குமுகத்தை மணல் மூடியபின்புதான் சூரத் முக்கியத்துவம் பெற்றது. அத்துடன் நன்னம்பிக்கை முனையைச் சுற்றி இந்தியாவிற்கு முதல்வந்த ஐரோப்பிய வர்த்தகர்களின் வருகையும் புரோச்சின் பிரசித்திக்கு ஒரு காரணமாகும். ஆற்றுப் பொங்குமுகங்களின் வழித்தோற்றிய துறைமுகங்கள் தவிர டையூ, டாமன், பம்பாய் போன்ற உண்மையான தீவுத்துறை முகங்களும் காணப்படுகின்றன. டாமனுக்குத் தெற்கே திருவனந்தபுரம் வரை அமைப்பிலும் இயற்கைத் தோற்றத்திலும் சுவாத்தியத்திலும் குடாநாட்டின் மேற்குக் கரை ஒரே இயல்புடையதாயிருக்கிறது. தரைத்தோற்றத்தின் விசேடத் தன்மையில் இப்பகுதியின் வடபாகம் கொங்கணக் கரையாகவும் தென்பாகம் மலையாளக் கரையாகவும் அமைகின்றன. மலைத்தொடருக்குக் கீழே இடாமன் கங்கைக்குத் தெற்கே வடகன்னடம் வரையும் விளங்கம் சிறுநிலப்பகுதியே கொங்கணம் என இப்பொழுது வழங்கப்படுகிறது. 20 தொடக்கம் 50 மைல்வரையில் அகலம் கொண்ட இப்பகுதியில் மலைகளும் கற்பாறைகளும் மலைத்தொடரிலிருந்து நீண்டு கடலுட் சென்று இப்பிரதேசத்தைத் துண்டாடிவிடுகின்றன. அத்துடன் மழைக்காலத்தில் பெருகி விரைந்த சிற்றருவிகள் பல வறட்சிக்காலத்தில் மிகச்சிறு அளவினவாகின்றன. ஆண்டுதோறும் முகத்துவாரத்தில் ஏற்படும் வெள்ளப்பெருக்கு ஆழ்ந்த வெட்டுவாய்களை ஏற்படுத்த அவை போக்குவரத்திற்கு அநுகூலமான நல்ல பாதைகளாக விளங்குகின்றன. மேற்குநோக்கிப் பெரு இவற்றுள் ஒ்ன்றாகிய சரசுவதி மலையிலிருந்து 850 அடி தரையை நோக்கிக் குதித்து யோர்சொப்பா என்ற புகழ்பெற்ற நீர்வீழ்ச்சியை ஏற்படுத்தியுள்ளது. இவ்வாறு கடற்கரைச் சமவெளி முழுவதும் போக்குவரத்திற்குக் கடினமானதாக இருக்கிறது அங்கே தட்டையான இடங்கள் வளமானவையாயும் விலையுயர்ந்த நெல் வகைகளைத் தருவனவாயுமுள.

கொங்கணத்திலும் பார்க்க மலையாளக் கடற்கரை பலவழிகளில் வேறுபட்டு விளங்குகிறது. கடலிலிருந்து அதிக தொலைவில் மலைத்தொடர் உட்புறமாக அமைந்திருப்பதால் கடற்கரைப்பிரதேசம் அகன்று காணப்படுகிறது.

கொங்கணம் தொடர்பற்றுத் தனியாயில்லா திருக்கவும் கர்நாடக சமவெளியுடன் போக்குவரத்துச் செய்யவும் பாலக்காட்டுக்கணவாய் உதவுகிறது. இங்கே பம்பாய்க் கடற்கரையின் நீண்ட உறுதியான இயல்பு மறைந்து அதற்குப் பதிலாக சின்னஞ்சிறு நுழைகுடாக்களும், நீர்த்தேக்கங்களும், கடலையும் தரையையும் பிரிக்கும் கோட்டைத்துண்டாடி, மலையாளக் கரையின் எழிலும் தனித்தன்மையும் விளங்க அமைந்துள்ளன. கரைக்குச் சமாந்தரமாக அமைந்துள்ள பிற்கரை நீர்த்தேக்கங்கள் சுலபமாயும் இயற்கையாயும் அமைந்த போக்குவரத்து வசதிகளை வடக்கிலிருந்து தெற்கு நோக்கியுடையனவா யிருக்கின்றன. கடலை நோக்கியபடி தோற்றும் மலைத்தொடரின் குத்துநிலங்கள் தேயிலை, கோப்பி, ஏலக்காய், சிங்கோனா போன்றன விளைவிப்பதற்கு உதவுகின்றன. வர்த்தக முக்கியத்துவம் வாய்ந்த இயற்கைக் காடுகள் மூங்கில், கருங்காலி, தேக்கு முதலிய மரங்களுடன் அடர்ந்து செழுமையாக வளர்ந்துள்ளன.

'இந்தியாவின் மேற்குக் கரை நெடுகக் கடலை எல்லையாகக் கொண்டுள்ளதும் சதியாவார் முனைநிலம் தொட்டு குமரி முனை வரை நீண்டுள்ளதுமான பள்ளச் சமவெளிகள் இடைக்கால இந்தியாவின் வளம், பலம் இரண்டிற்கும் அறிகுறியாகவிருந்ததுடன் இன்றும் வளத்திற்கு நல்ல உதாரணமாகத் திகழ்கின்றன. பூர்விக காலத் துறைப்பட்டினங்களும் அராபிய, போத்துக்கீச, இடச்சு பண்டகசாலைகளும் இந்தக் கடற்கரையில் ஆங்காங்கே பரவலாக அமைந்திருந்தன் கீழ்த்திசை வியாபாரம் இக்கரையில் சிறந்து விளங்கிய காலத்துச் சின்னங்கள் பல, மரங்கள் செழித்து வளர்த்துள்ள மலையாளக் கரையிற் காணப்படுகின்றன.' இந்தியாவின் ஏனைய பாகங்களுடன் அரசியல் தொடர்பின்றித் துண்டிக்கப்பட்டுத் தனித்திருந்த இக்கடற்கரை பிற உலக இனங்களான உரோமானியப் பேரரசினர், அராபியர், சீனர், போத்துக்கீசர் ஆகியோருடன் பெரும்பாலும் பொதுவான கடற்கரைத் தொடர்பு வைத்து வர்த்தகம் வளர்த்தமை வரலாற்றிற் குறிப்பிடத்தக்கது.

கிழக்கு மலைத்தொடருக்கும் வங்காளக்குடாவிற்கும் இடைப்பட்ட தாழ்நிலம் மகாநதி தொடங்கிக் குமரிமுனை வரை பரந்துள்ளது. ஆரம்பத்தில் 50 தொடக்கம் 100 மைல் வரை அகலமுள்ள இந்தக் கடற்கரைப் பிரதேசம், மேற்கு மலைத் தொடர் கடற்கரையிலிருந்து 16 வடக்கு வரையில் உள்நோக்கித் திரும்பி அமையும்போது மேலும் அகன்று தென்படுகிறது. காடுகள் மூடி எங்கும் ஒரேமாதிரியாகவுள்ள ஒடுங்கிய மணல் துண்டமும், நெற்பயிர் பச்சைப் பசேலென விளங்கும் பாகமும் வளர்ந்த தாலமரங்களும், மலையைப் பின்னணியாகக் கொண்டு, தொடர்ந்து பனிப்புகார் மூடித் தொலையில் ஒன்றாகிய மலையாளக் கடற்கரையின் பிற்கரை நீர்த்தேக்கங்களும், கடனீரேரிகளும் காணப்படுகின்றன. மணல் குவிந்த ஆழமற்ற கழிமுகங்களுடன் ஆறுகள் காணப்படுவதால் எத்தகைய கப்பலும் துறைமுகம் நோக்கி வர முடியாதிருக்கின்றது. இதுபோன்ற மண் அடையாள் கழிமுகங்கள் கடலூர், காக்கைநாடு போன்ற பாதுகாப்புள்ள துறைமுகங்களாக விளங்குகின்றன. அண்மையில் விருத்தி செய்யப்பட்ட செயற்கைத் துறைமுகங்களான சென்னை, விசாகப்பட்டினம் போன்றன அமைவதற்கு

முன் இருந்தவை இத்தகையனவே. சரித்திரப் புகழ்பெற்ற கோல்கொண்டாக் கடற்கரையாகிய வடசேர்க்கார்ப் பிரதேசத்தின் கடற்கரை மேற்குக் கடற்கரையுடன் சில அம்சங்களில் ஒத்திருக்கின்றது. மலைவிளிம்புக்கும் கடற்கரைக்குமிடையிலுள்ள தூரம் சமாந்தரமாக இருப்பதும் மலைத்தொடரின் விளிம்பு கடலுக்கு அண்மையிலிருப்பதும் மலைத் தொடரின் சுவடுகள் குத்தான பக்கத்திலிருந்து பணிந்து கரடுமுரடாக கடலுட் பீறிட்டு ''டோல்பினின் முக்கு''ப் போன்று தென்படுவதும் மேற்குக் கடற்கரை நிலையை நினைவூட்டுகின்றன. மலைத்தொடர்கள் அடர்ந்து காடுகளாலும் பள்ள நிலங்கள் சிறுகாடுகளாலும் மூடப்பட்டு இருக்கின்றன. அடுத்துள்ள குறுகிய அருவிகள் மலைத்தொடரி லிருந்து கடலைநோக்கி விரைந்து செல்கின்றன. இப்பிரதேசத்தின் பிரதான உறுப்புக்கள் சில்கா ஏரியும், கொலேயர் ஏரியை உள்ளடக்கிய கோதாவரி கிருட்டிணை ஆகியவற்றின் இரட்டைக் கழிமுகமுமாகும்.

குறுகிய ஆறுகளின் அண்மையில் இல்லாத கடற்கரையிற் பெரும்பகுதி தாழ்ந்த மட்டமான செம்பூரான்கல், சிவப்புப்பால், களிமண் ஆகியவற்றைக் கொண்டுள்ளதால் அப்பகுதி எவ்வித பயனையும் தருவதில்லை எனினும் கோதாவரி, கிருட்டிணை ஆகிய ஆறுகளின் கழிமுகப்பகுதி வந்ததும் நிலைமை முற்றாக மாற்றமடைகிறது. ஏராளமான நீர்வளமும், பொறிவுப்பரப்பிலிருந்து வரும் வளம்மிக்க கறுப்புச் சேறு கொண்ட எரிமலைக்குழம்புபடிந்த 10 இலட்சம் ஏக்கர் நிலப் பரப்புடைய இரட்டைக் கழிமுகமும் 300 சதுரமைல் உள்ள கொலேயர் இறக்கத்தைச் சுற்றி அமைந்துள்ளன. கழிமுகநிலம் நெற்களஞ்சியமாக அமைவதுடன் பெறுமதியான புகையிலை. பருத்தி, கரும்பு ஆகிய பயிர்களையும் தருகின்றது. இக்கழிமுகக் கரையிலேயே சில ஆரம்பகால ஐரோப்பிய குடியேற்றங்கள் இந்தியாவில் இடம்பெற்றன் ஒல்லாந்தர், பிரெஞ்சுக்காரர், ஆங்கிலேயர் ஆகிய அனைவரும் தொழிற்சாலைகளை இங்கேயே நிறுவினர். இத்திட்டுக்களுக்குப் பாதையாக அமைந்த ஆற்றுவாய்க்கால்களை இப்பொழுது மண் மூடிவிட்டது.

பாதி சதுப்பு, பாதி ஏரியாக விளங்கும் கோலேயர் ஏரியே ஆந்திரக்கடற்கரையில் அமைந்த ஒரேயொரு பெரிய இயற்கையான நன்னீர் ஏரியாகும். குடாவின் ஒரு பகுதியாக ஆதியில் அமைந்த இந்த ஏரி, இரு ஆற்றுக் கழிமுகங்களும் ஆண்டாண்டுதோறும் விரிந்து கடலுள் தள்ளுண்டு இறுதியில் ஒரு நதியின் வடக்கு எல்லை மற்றையதன் தெற்கு எல்லையுடன் இணைந்து கொண்டதன் விளைவாக, கடலிலிருந்து துண்டிக்கப்பட்டது. வரலாற்றில் கொலேயர் ஏரி கோலனு என்று பெயர் பெறும். இதனை ஆண்ட பிரபுக்களான சரோநாதர் என்போர் ஆந்திர நாட்டின் வரலாற்றிற் பெரும் பங்கு கொண்டவர்களாவர்.

சோழமண்டலப் பரப்பில் மலைத்தொடர் கடற்கரையிலிருந்து திசைதிரும்பி மேற்கு மலைத் தொடருடன் நீலகிரியில் இணைவதை முன்னமே கண்டோம். மேட்டுநிலத்தின் அம்சம் சிலவற்றுடைய யாவதி, சீவரோய், பச்சை மலை ஆகியன பிரிந்து தோன்றுகின்றன. ஆனால் கருநாடு அல்லது தமிழ்ச்சமவெளி என்பது தெற்கு நோக்கிச் செல்லச் செல்ல அகலத்தில்

விரிவடைந்து காவேரி ஆற்று வடிநிலத்தில் ஏறத்தாழ 170 மைல் வரை நீண்டு விளங்குகிறது. இந்தச் சமவெளி ஏனைய கடற்கரைச் சமவெளிகளிலிருந்தும், தக்கணமேட்டு நிலத்திலிருந்தும் இடவிளக்கவியல், காலநிலை, வரலாறு முதலிய துறைகளில் பெரிதும் வேறுபடுகின்றது. தென்னகத்தின் உண்மையான பண்டைய இந்தியா என்பது இதுவே, தென் இந்தியாவின் வரலாற்றில் பெருமை வாய்ந்த எல்லா இராச்சியங்களினதும் தலைநகரங்கள் இங்குதான் அமைந்திருந்தன. 'எண்ணற்ற ஆலயங்களும் சுதேச கலைகளும் வரலாற்றிற்கு முற்பட்ட தொழில்களும் இந்த நிலத்தில் நிலைபெற்றன.' மிக ஆதிகாலம் தொட்டே இங்கு செயற்கை முறையில் நீர்ப்பாசனம் செய்யப்பட்டு வந்திருக்கிறது் கரூர், தஞ்சாவூர்ப் பகுதிகளுகக்கிடைப்பட்ட வளமான ஆற்று வலயத்தில் காணப்படும் நீர்ப்பாசன அமைப்புமுறை பயிர்செய்கை தொடங்கிய ஆதிகாலத்திலேயே ஆரம்பிக்கப்பட்டிருத்தல் வேண்டும்.

துணைநூற் பட்டியல்

S.L.HORA : Outlines of Field Sciences of India (Science Congress Association)

The Imperial Gazetteer of India, Vols. I-IV (Oxford, 1909)

L.W. LYDE : The Continent of Asia (Macmillan)

SIR J.H. MACKINDER :'The Sub-Continent of India, (Cambridge History of India, Vol.I)

D.N. WADIA : Geology of India (Macmillan)

அத்தியாயம் III

பூர்வீக மக்களும் கலாசாரங்களும்

விடயத்தின் இயல்பும் சான்றுகளும் - பழைய கற்காலம் - பூர்வீக பழைய கற்காலம் - பூர்வீக இடைப்பட்ட கற்காலமும் பிந்திய இடைப்பட்ட கற்காலமும் - புதிய கற்காலம் - கல் ஓவியங்கள் - பெரிய கற்காலமும் அது தோற்றிய காலமும் - ஆதிச்சநல்லூர் - நீலகிரி இன வகைகள் : நீகிறிற்றோ (காப்பிரி) ஆதி – தென்திசை வாழ் இனங்கள் : ஆதி – மத்தியதரை இடம்' மத்தியதரை இனம்' அல்பிசுவின் ஆமிநொயிது இளங்கள் ' நோர்டிக் - மொழிகள்' இந்தோ-ஆரிய' திராவிட' தென்திசைவாழ் ஆசிய இனங்களும்' ஆசிய – மேற்கு ஆசியாவில் திராவிட மொழித் தொடர்புகள் ' மேற்கு ஆசியாவிற்கும் தென் இந்தியாவிற்கும் இடையே உள்ள கலாசாரத் தொடர்புகள் - திராவிடப் பிரச்சினை பற்றி 'கெய்மந்தோவு' அவர்களின் கருத்து.

தென்னிந்திய மக்கள் தனி இன இயல்பு எதுவுமுடையவர்கள் என்று சொல்ல முடியாது. இவர்களின் உடல் அமைப்புப் பல்வேறு வகைகள் சேர்ந்த ஒரு கதம்பமாகவே விளங்குகிறது. இம்மக்கள் பண்டைய காலத்திலிருந்தேயேற்பட்ட பல இனக் கலப்பின் விளைவாகத் தோற்றியோர் என்பது தெளிவு. பல தெளிவற்ற சிக்கலான ஆதாரங்களைக் துணைக்கொண்டே இக்காலத்தில் இவ்வினங்களைப் பிரித்துக்காட்ட முயலும் கருத்துக்கள் தோன்றுகின்றன. எனவே இந்த அத்தியாயத்தின் பொருளடக்கம் இதுசம்பந்தமான முடிவுகளைத் துணிந்து கூறுவதற்கு அதிகம் வாய்ப்பளிப்பதெனக் கொள்ளமுடியாது.

வரலாற்றிற்கு முற்பட்ட கால இனப்பிரச்சினைகளைத் தெளிவுபடுத்தும் ஆதாரங்கள் மூன்று பிரிவுகளாக அமைகின்றன. முதலாவதாக, இந்நாட்டில் வாழும் மக்களிடம் காணப்படும் உடல் அமைப்பு இயல்புகளை இதே இயல்புகளைக் கொண்ட வேறு இடங்களில் இன்று வாழும் மக்களுடன் மிக அவதானமாகப் பொருத்திப் பார்க்கும் முறை, இந்நாட்டு மக்களின் ஆரம்ப தோற்றங்களையும் நடமாட்டங்களையும் பற்றி நாம் அறிய உதவுகின்றது. இரண்டாவதாக, மொழிப் பிரிவுகள் பரவியிருக்கும் தன்மையும் அம்மொழிகளின் தொடர்புகளும் ஆதாரங்களாக அமைகின்றன. மொழிக்கும் இனத்திற்கும் இடையில் திட்டமான தொடர்பு எதுவும் இல்லையென்பது இப்போது முற்றாக அங்கீகரிக்கப்பட்டுவிட்டது. எனினும் சிறந்த மொழியியல் ஆதாரங்கள் கலாசார

வரலாற்றை ஆராய்வதற்கு அதிக வாய்ப்பளிப்பனவாகும். இறுதி ஆதாரம் காலங்களுக்கிடையில் உள்ள தொடர்புகளையும், பிரதேச கலாசாரங்களைப் பற்றிய சான்றுகளையும் தருவதுடன் புதைபொருளாராய்ச்சிகள், மக்கள் பயன்படுத்திய கருவிகள், பாத்திரங்கள், வேறுபட்ட இடங்கள், காலங்கள் என்பவற்றின் அமைப்பு பற்றிய சான்றுகளையும் எடுத்துக்காட்டுகின்றது. குறிப்பாக மட்பாண்டங்களும், அவை நிலத்தின் மேற்பரப்பிலிருந்து எவ்வளவு ஆழத்திற் கண்டெடுக்கப்படுகின்றனவென்பதும் இந்நிலையைத் தெளிவுபடுத்த உதவுகின்றன. ஆதிகாலச் சவக்குழிகளிற் கண்டெடுக்கப்பட்டுள்ள மனித எலும்புக்கூடுகள், ஒரு பகுதி மக்களின் இன அமைப்புக்களைத் தெளிவாக அறிவதற்குச் சிலவேளைகளில் உதவுகின்றன. ஆதாரமாக விளங்கும் இவ்வழிகள் எவையும் தனித்தனித் தெளிவான விளக்கம் தரத்தக்கவையல்ல. அத்துடன் வேறுபட்ட ஒவ்வொரு துறையிலும் கிடைக்கும் முடிவுகளை இணைத்துப் பார்ப்பது மேலும் கடினமானதே. இதுபோன்ற ஆராய்ச்சியும் ஒருமுகப்படுத்தும் முறைகளும் இன்னமும் ஆரம்பமாகவில்லை. இப்பொருள்பற்றிய விவரங்களை நாம் நுட்பமாக ஆராயாமல் இதுவரை அறிஞர்கள் கண்ட பரந்த முடிவுகளை மட்டுமே ஏற்க முடியும்.

தென்னிந்தியாவில் மனிதன் வாழ்க்கை தொடங்கியது எப்போது ? விலங்கினங்களின் எலும்புக்கூடுகளை ஆராய்வதன் மூலம் இதற்குப் பதில் பெறமுடியும். கோதாவரி, நர்மதை போன்ற ஆற்றுப்படிகளிலும், பள்ளத்தாக்குகளிலும் சிவாவிக்க போன்ற மலைத்தொடர்களிலும் எலும்புக்கூடுகள் பண்டைய கல்லாயுதங்களுடன் காணப்படுகின்றன. இப்பிரதேசங்களில் ஏறத்தாழ 300,000 ஆண்டுகளுக்கு முற்பட்ட மிகப்பழைய காலத்திலேயே மனிதர் வாழ்ந்திருக்கின்றனர் எனத் தெரிகிறது. எனினும் இக்காலத்தின் பெரும்பகுதியில் மனிதன், பழைய கற்கால நிலையில், செப்பனிடப்படாத கல்லாயுதங்களை உபயோகித்து உணவை, தனது தேவைக்கேற்ப விளைவிப்பதற்குப் பதிலாக, சேகரித்தே வந்திருக்கிறான். அவன் உபயோகப்படுத்திய ஆயுதங்கள் சாதாரண கைக்கோடரிகளும் வெட்டுக் கருவிகளுமாகும். ஆரம்பத்தில் 'கிளைக்டோனியன்' அல்லது 'வெவலோசியன்' கருவிகளும் அதன்பின் கூராக்கப்பட்ட வெட்டுக் கருவிகளும் உபயோகிக்கப்பட்டன. இந்தியாவின் பழைய கற்காலத் தொழில்களைப் பின்வருமாறு பிரிக்கலாம். 1.வடக்கில் (சோகான்) அமைந்துள்ள "சொப்பர்" தொழில்கள் 2. தெற்கில் (சென்னை) உள்ள அபிவில்லோ – அச்சூவியன் கைக்கோடரிகள் 3. நடைமுறையிலுள்ள இருவகைக் கருவிகளின் சேர்க்கை. சோகான், சென்னை ஆகிய இரு பகுதிகளின் கருவி முறைகளும் வந்து சந்திக்கும் இடமாகக் கணிக்கப்பட்ட சில பகுதிகள் இருக்கின்றன. எனினும் பழைய கற்காலத் தொழிற் பிரிவுகள் வரையறுக்கப்பட்ட அறுதியான பிரிவுகளாக அமையவில்லை. இரு கருவி முறைகளும் பின்வரும் இடங்களில் இணைந்து காணப்படுகின்றன. உத்தரப்பிரதேசத்திலுள்ள மிராசப்பூரை அடுத்த சிங்கிரவுளி ஆற்று வடிநிலம், இயாங்சி மாவட்டத்திலுள்ள இடியோகரா, மெயூர்பாஞ்ச் பிரதேசம் என்பனவாகும்.

பழைய கற்காலம் பொதுவாக ஆரம்ப பழைய கற்காலம் என்றும் பிந்திய பழைய கற்காலம் என்றும் பிரிக்கப்பட்டுள்ளது. இந்தியாவில் பிந்திய பழைய கற்காலம் இருந்ததாக நாம் நம்புவதற்கிடமில்லை, மூவியசு என்பவர் 'பரிணாமம் பெற்ற சோகான்' அமைப்பில் இந்நிலையைக் காணலாம் எனக் கூறியுள்ளார். ஆயின் பிந்திய பழைய கற்காலத்துடன் தென் இந்தியாவிலுள்ள பிந்திய இடைப்பட்ட கற்காலத் தொழில்கள் தொடர்புபடுத்தப்படவில்லை. சேசாத்திரி அவர்கள் லெவலோசியன் பிளேக்குத் தொழில்கள் இங்கு இருந்தனவென்றும் இத்தொழில்கள் அவற்றிலிருந்தே வளர்ந்தனவென்றும் கருதுகிறார். இருந்தும் இந்தியாவிற் காணப்பட்ட கற்காலக் கலாசாரங்களுட் பிந்திய பழைய கற்கால முறை அடங்காது என்று கூறுகிறார். தென்கிழக்கு நெய்தனிலத்தின் தேரித் தொழில்களையும், புருசு பூற்று என்பார் கர்நூல் குறைகளிற் கண்டுபிடித்த பொருள்களையும் மேலும் ஆராய்ந்து பார்த்தால் இப்பிரச்சினை பற்றித் தெளிவு ஏற்படக்கூடும்.

பழைய கற்காலத்தை அடுத்துப் பூர்வீக இடைக்கற்காலமும், புதிய கற்காலமும் தொடங்குகின்றன. இப்பெயர்கள் யாவும் ஒவ்வொரு கட்டத்திலும் பயன்படுத்தப்பட்ட கருவிகளுடன் தொடர்புபூண்டவையே, பழைய கற்காலம் போன்று, இந்தியாவின் பூர்வீக இடைப்பட்ட கற்காலம் தெளிவாக அமையவில்லை. இருவகைப்பட்ட தொழில்கள் இந்தக் காலத்திற்குரியவை. ஒன்று பிந்திய இடைப்பட்ட கற்காலத்திற்குரியதெனவும் மற்றையது ஆதிப் புதிய கற்காலத்திற்குரிய தெனவும் குறிப்பிடப்படும்.

பிந்திய இடைக் கற்காலம் இந்திய எல்லைப் பிரதேசத்தில் கணிசமான அளவு பரந்து காணப்படுகின்றது. வடமேற்கு எல்லையில் உள்ள பெசாவார் மாவட்டத்தில் யமால்காரி என்னும் இடம் தொடக்கம் தூர தெற்கில் உள்ள திருநெல்வேலி மாவட்டத்தின் சாயர்புரம் வரையும், மேற்கில் சிந்துப் பிரதேரசத்தில் கராச்சி தொட்டு கிழக்கிலுள்ள பீகாரின் சிரைகலாவரையும் பரந்துள்ள நிலப்பரப்பில் பூர்வீக இடைப்பட்ட கற்காலம், உண்மையில் தனித்தன்மையோடு காணப்படாமல், பெரும்பாலும் புதிய கற்காலம் உலோக கற்காலம் ஆகியவற்றுடன் இணைந்து காணப்படுகிறது. இங்கு உபயோகிக்கப்பட்ட கருவிகள் சூரியகாந்திக்கல், பலவர்ணக்கல், கோணீலியக்கல், சிக்கிமுக்கிக்கல் என்ற ஒருவகைத் தீக்கல், படிகமணிக்கல், மற்றும் ஓரளவு பெறுமதியுள்ள கற்கள் ஆகியவற்றாலும், வெண்பால் மண்ணாலும் ஆக்கப்பட்டவையே. இத்தகைய கருவி வகைகளுள் கத்தி வடிவுள்ளவை, பிறைவடிவுள்ளவை, முக்கோண வடிவுள்ளவை, கூருள்ளவை, நீண்ட அலகுள்ள உளி வடிவுள்ளவை, பக்கவாட்டிலும் கீழ்ப்பகுதியிலும் துருவுகருவி வடிவிலுள்ளவை என்பன அடங்கும். இச்சிறு கருவிகள், தனித்தோ, கூட்டாகவோ, கைப்பிடிகளுடன் பொருத்தப்பட்டிருந்தன. கைப்பிடி உள்ள கருவிகளே பயன்தரு வகையில் அம்பு நுனிகளாகவும், அரிவாள்களாகவும் பிற ஆயுதங்களாகவும், பயன்படுத்தப்பட்டன. 'வகை அறி இயலின் படி மேற்குக் கசுப்பியனில் இருந்த பூர்வீக இடைப்பட்ட கற்காலக் கருவிகளுடன் ஒற்றுமையுடையவையாக இக்கருவிகள் காணப்படுகின்றன. இன்னமும் பர்மாவில் பூர்வீக இடைப்பட்ட கற்காலக் கலாசாரம் காணப்பட்டமையால்

அனேகமாக இது மேற்குக் கசுப்பியனிலுள்ள பூர்வீக இடைப்பட்ட கற்கால கலாசாரத்திலிருந்து தோன்றி இருக்க வேண்டும்' (கிருட்டினசுவாமி). திருநெல்வேலியிலுள்ள பிந்திய இடைப்பட்ட கற்காலக் கருவிகள் கல்லாகச் சமைந்து மணற்றிடல்களுள் (தேரிகன்) புதைந்து இருந்தமையலும், நீண்ட காலம் இரும்புக் கறள் படிந்த மண்ணுடன் சேர்ந்திருந்தமையாலும் செந்நிறம் பெற்றுவிட்டன என்று 'பூற்று' என்பவர் அபிப்பிராயப்படுகிறார். பிந்திய இடைப்பட்ட கற்காலப் பொருள்களை 1949 ஆம் ஆண்டு தூத்துக்குடிக்கருகில் உள்ள புவிச்சரிதவியற் பகுதியில் 'சியுணர்' என்பவர் கண்டுபிடித்தார். இக்கருவிகளுட் சில மிகவும் பூர்வீகமானவையென்று இப்பகுதியின் புவிச்சரிதவியலிலிருந்து தெரியவருகிறது. கி.மு. 8000 தொடங்கி 6000 ஆண்டுகள் வரையிலே தான் பிந்திய இடைப்பட்ட கற்காலம் தோன்றியிருக்கலாம் என்று கருதுகிறார்கள். முன்னைய விவரங்களும் மேலும் நந்திகனமா, கண்டிவிலி போன்ற இடங்களிற் கிடைத்துள்ள ஆதாரங்களும் பிந்திய இடைப்பட்ட கற்கால எல்லை பற்றிய முடிவுக்குவரத் துணைநின்றுள்ளன.

இந்தியாவின் பிந்திய இடைக்கற்காலத் தொழில்களை மேலெழுந்த வாரியாக இரு பிரிவுகளாக வகுக்கலாம். அவை : (1) மட்பாண்ட காலத்திற்கு முன்னைய தொழில்கள், (2) மட்பாண்டத்துடன் தொடர்புடைய தொழில்கள் என்பன. சோடன் என்பவர் இந்தியாவில் பிந்திய இடைப்பட்ட கற்கால முறை கண்டுபிடிக்கப்பட்ட இடங்களை ஒரு விரிவான பட்டியலாகக் கொடுத்துள்ளார். இதைத் தொடர்ந்து பெருந்தொகையான இடங்கள் அண்மையிற் கண்டுபிடிக்கப் பட்டுள்ளன. அவற்றின் பெயர்களையும் முந்திய பட்டியலுடன் சேர்த்துக் கொள்ள வேண்டும். பிந்திய இடைப்பட்ட கற்காலத் தொழில்களைப் பற்றிய ஆராய்ச்சிகள் குஜராத்தில், சிறப்பாக இலாங்னாச்சு எனும் இடத்தில் சியுணர் என்பவராலும் சங்காலியா என்பவராலும் நடத்தப்பட்டுள்ளன் இதேபோன்று சேசாததிரி என்பவர் மைசூர் பற்றி ஆராய்ந்துள்ளனர். மைசூரிலும் பிற இடங்களிலும் கிடைத்துள்ள ஆதாரங்களைக் கொண்டு பார்க்குமிடத்துச் சில பிந்திய இடைப்பட்ட கற்காலத் தொழில்களும், உலோகத் தொழில்களும் ஒரே காலத்தவை என்று உறுதிப்படுத்தப்படுகின்றன. தென் ஆபிரிக்கா, பலத்தீனம் போன்ற இடங்களில் உள்ளவற்றை இந்தியாவின் பிந்திய இடைக்கற்காலத்துடன் ஒப்பிடும்போது காணப்படும் ஒருமைப்பாடுகள் பற்றிய பிரச்சினை இன்னமும் ஆராயப்படாதிருந்த போதிலும் அத்தகைய ஆராய்ச்சி கவர்ச்சிகரமானதாக விருக்கும், பிந்திய இடைக்கற்காலங்களைக் கடற்கரை ஓரத்தவை என்றும், உள்நாட்டுத் தொகுதிகள் என்றும் இருவகையாகப் பிரிக்கலாம். கடற்கரை ஓரத்தவை அநேகமாகப் பழமையானவை. அத்துடன் உள்நாட்டிற் காணப்படும் கருவிகளைவிடச் சாதாரணமானவையாகவும், செப்பனிடப்படாதனவாகவும் இருக்கின்றன. எனினும் இங்கு காணப்படும் கருவிகளின் வகைகள் வேறுபட்டனவாகவும் பெரியனவாகவும் அமைந்துள்ளன. உள்நாட்டுப் பகுதிகளிற் கிடைக்கப்பெறாத ஒரேயொரு கருவி கடற்கரை ஓரத்திற் காணப்படுகிறது இக்கருவி 'பூரின்' என்று அழைக்கப்படும். இத்தொழில்களை (அ) வேட்டைத் தொகுதியென்றும், (ஆ) விவசாயத் தொகுதியென்றும் பிரிக்கலாம். மட்பாண்டம்

உபயோகத்திற்கு வருமுன் மிகப்பழமை வாய்ந்த விவசாய முறையொன்று நடைமுறையில் இருந்தமை பற்றி இலாங்கனாச்சிலும் பிற இடங்களிலும் கிடைத்த ஆதாரங்கள் கூறுகின்றன. மேற்கூறியது உண்மையானால், 'பிந்திய இடைக்கற்காலக் கருவிகளையும் எலும்பாலான கருவிகளையும் பயன்படுத்தி வாழ்ந்த மக்கள், விவசாயத் தொழில் பற்றியும் மட்பாண்டத்தின் உபயோகம் பற்றியும் அறிந்திருந்தனர் அத்துடன் ஓர் அளவிற்கேனும் ஆரம்பத்தில் பூர்வீக இடைக் கற்கால உணவு சேகரித்து வாழ்ந்தோர், புதிய கற்காலத்தில், உணவு உற்பத்தியாளர்களாக மாறினர்' (கோடன்) என்பதற்கு இது ஒரு சான்றாகும். பிந்திய இடைக்கற்காலக் கருவிகள் நன்றாகச் செப்பனிட்டப்பட்ட கல்லாலான கெவிட்டுக் கருவிகளுடன் தொடர்புடையனவாயிருந்தமை குறிப்பிடத்தக்கது. மைசூர் மாநிலத்தில் பிரம்மகிரி என்னும் இடத்திற் கவனமாக நடத்தப்பட்ட புதைபொருளாராய்ச்சி மேற்படி உண்மையை நிரூபித்துள்ளது. இந்த இடத்திற் கண்டெடுக்கப்பட்டுள்ள கருவிகள், செப்பனிடப்பட்ட கற்கோடரிக் கலாசாரம் தொடங்கி வரலாற்றின் ஆரம்பகாலக் கலாசாரம் வரை தொடர்ச்சியான வளர்ச்சி கொண்டிருப்பது குறிப்பிடத்தக்க ஓர் அம்சமாகும். பழைய கற்காலம், இந்திய நாட்டில், தொடர்ந்து இடைக்கற்காலத்துக்கூடாகச் சென்று புதிய கற்காலமாக மாற்றமடைந்ததா அல்லது அத்தொடர்ச்சி இடையிற்றுண்டிக்கப்பட்டதா என்பனபற்றி ஆராயப்பட வேண்டும். ஐரோப்பாவிலும் பிற இடங்களிலும் இத்தொடர்ச்சி நிலைபெற்றிருந்தது பூர்வீக இடைக்கற்காலம் புதிய கற்காலத்துடன் கலந்தபொழுது கற்கருவிகளைச் செப்பனிட்டுக் கூறாக் குங் கலையும், பயிர்களையும் விலங்கினங்களையும் இல்லத்தில் வளர்க்கும் அறிவும் பரந்திருந்தன. உணவைச் சேகரிப்பவனாக இருந்த மனிதன் உணவை உற்பத்தி செய்பவனாக மாறிய பெரும் புரட்சி புதிய கற்காலப் பருவத்தின் குறிப்பிடத்தக்க அம்சமாகும். இப்படியான மாற்றம் ஏற்படுவதற்கு நெடுங்காலமாயிற்று. புற்களையும், பயிர்வகைகளையும் வெட்டியதன் விளைவாகப் பளபளப்புப் பெற்ற சிறந்த அரிவாள்கள் எலும்புகளால் ஆக்கப்பட்ட கைபிடிகளுடன் பலத்தீனத்திற் கண்டெடுக்கப்பட்டுள்ளன.

இந்தியாவில் புதிய கற்காலத்தின் அமைப்புகள்பற்றி ஆராய்தல் மிகக் கடினமாகும். சியுணர் என்பார் இத்துறையில் ஏற்படும் இடர்பற்றி மிகப்பொருத்தமான முறையில் சுட்டிக்காட்டியுள்ளார். இந்திய நாட்டிலுள்ள புதைபொருளாராய்ச்சி நடைபெற்ற இடங்களில் பயிர்களை மனிதன் வளர்த்தெடுத்த முறை பற்றி ஆதாரங்கள் அதிகமாகக் கிடைக்கவில்லை. இல்லத்துடன் இணைந்த விலங்கினங்களைக் காட்டு இனங்களிலிருந்து பிரித்து அறியும் ஆற்றல், விலங்கினங்களின் எலும்புக்கூடுகளைப் பற்றிய ஆராய்ச்சியின் துணைகொண்டு தெளியப்பட வேண்டியதொன்றாகும். எனினும் எமது நாட்டின் கற்காலம் என்று கருதப்படும் இடங்களாகிய பெல்லாரி, மைசூர், ஐதராபாத்து, மற்றும் தக்கணப் பகுதிகள் ஆகியவிடங்களிலிருந்து பெருந்தொகையான செப்பனிடப்பட்ட கற்கோடரிகள், கல்வாச்சிகள், கற்கத்திகள் போன்ற கருவிகள் கிடைத்துள்ளன. இக்கருவிகளை ஆக்குவதற்கு உதவியுள்ள மண்திடல்கள் காணப்படும் இடங்களை யடுத்த பகுதிகளிலேதான் இக்கருவிகளைப் பயன்படுத்திய மக்களும் வாழ்ந்து வந்தனர். பெல்லாரிப்பட்டினத்தையடுத்த

சங்கனகல்லு, வட மைசூரிலுள்ள பிரம்மகிரி, காசுமீரத்திலுள்ள பொ்சகோம் என்னும் மூன்று இடங்கிலுந்தான் இதுவரையிற் புதைபொருளாராய்ச்சிகள் நடைபெற்றுள்ளன. பிரம்மகிரியில் செப்பனிடப்பட்ட கற்கோடரிக் கலாசாரத்தை மட்பாண்டங்களின் துணை கொண்டும், பயன்தராத கற்பாறைகளின் துணைகொண்டும் இரு கூறுகளாகப் பிரித்துள்ளனா். ஓர் அளவிலேனும் செம்பு, பித்தளை போன்ற பொருள்களைப் பயன்படுத்தும் அறிவு பெற்றிருந்ததோடு புதிய கற்காலக் கெலுட்டுக் கருவிகளையும் பிந்திய இடக்கற்காலக் கருவிகளையும் முறைகளையும் ஓரளவு பயன்படுத்தி வந்தவா்களே மேற்படி கலாசாரத்தை வளா்த்தவா்கள் ஆவா். பண்டை இந்தியாவின் மேற்படி கலாசாரம் பற்றி ஆராயும் மாணவனுக்குப் பிரம்மகிரியிலும், சங்கனகல்லிலும் கண்டெடுக்கப் பட்டுள்ள மட்பாண்டங்கள் இக்கலாசாரத்துடன் கொண்டுள்ள தொடா்புபற்றிய ஆராய்ச்சி மிகவும் பலனளிக்கத்தக்கதாகும். புதிய கற்கோடரிகளைப் பற்றியும், சிறந்த பிந்திய கற்காலத் தொழில்கள் பற்றியும், மங்கலான சாம்பல் நிறமுள்ள மட்பாண்டங்களைப் பற்றியும் சங்கனகல்லு என்னும் இடத்தில் புதிய சான்றுகள் கிடைத்துள்ளன. இப்பொருள்கள் பிரம்மகிரிக் கலாசாரத்தைச் சோ்ந்தனவாகக் காணப்பட்டபோதிலும் காலத்தால் முந்தியவையும் கி.மு. 1000 ஆண்டுகள் வரையான அல்லது அதற்கும் கூடிய பழமையுள்ளனவுமாகும். சுப்பாராவ் அவா்கள் இதையே உண்மையான புதிய கற்காலம்' என்று குறிப்பிட்டுள்ளாா்.

கருவிகளைக் கொண்டு கலாசாரத்தைப் பிரிக்கும் 'சோல்டேட் கெலுட்டு' என்னும் வகையைப் 'போயின்ரெட் பட்' என்னும் வகையுடன் சோ்க்கக் கூடாது 'சோல்டேட் கெலுட்டு' வகை ஓா் இன ஒசுத்திரிக்கு மக்கள் மத்தியில் மட்டும் காணப்பட்டது் இந்த ஒசுத்திரிக்கு இனம் இந்தோ சீனத்திலும் மலாயாக் குடாவிலும் உள்ள மக்களுடன் கலாசாரங்களுடனும் நெருங்கிய தொடா்புடையதாயிருந்தது.

இந்தியக் குடாநாட்டிற் காணப்படும் சுவா் ஓவியங்கள் கற்காலத்திற்கு உரியவை என்று ஒரு சமயம் கருதப்பட்டது. ஆயின் இரும்பு பொதுவாக உபயோகத்திற்கு வந்த காலத்திலேயே இச்சுவரோவியங்கள் தீட்டப்பட்டிருக்க வேண்டும் என்றும், எனவே இவை காலத்தாற் பிந்தியளவு என்றும் அண்மையில் நடத்தப்பட்ட ஆராய்ச்சிகளிலிருந்து தெரியவருகிறது. இச்சுவரோவியங்களிற் பெரும்பகுதி கிழக்கிலுள்ள தாமியா தொடங்கி மேற்கில் சியோனி-மல்வாப் பகுதிக்குச் சற்றுத் தெற்கே சென்று முடிவடையும் மகாதியோ குன்றுகளிலே தான் காணப்படுகின்றது. இச்சுவரோவியங்களுள் மிகப் பிந்தியவை கி.பி. 10 ஆம் நூற்றாண்டைச் சோ்ந்தவை என்று கருதப்படுகிறது. இங்கு தென்படும் சுவரோவியமெதுவும் கி.பி. 7 ஆம் நூற்றாண்டின் முந்தியதாக இருக்க முடியாது என்று கொள்ளப்படுகிறது. எப்படியாயினும் இவை கி.மு. ஓராயிரம் ஆண்டுகளுக்கு முற்படாதவை என்று உறுதியாக நம்பலாம். இந்தப் பாறை ஓவியங்களுள் காலத்தால் முந்தியவை உலோக வகைகளால் ஆக்கப்பட்ட அம்புத் தலைகளை உடையன வாயிருக்கின்றன. சிங்கன்பூரிலும் காபிராபகாா் என்ற இறய்காா் இராச்சியத்திலும் (மத்தியப் பிரதேசம்) உள்ள பாறை ஓவியங்கள் மகாதியோ மலைகளிற் காணப்படும் தொடக்ககால ஓவியங்களுடன் தொடா்புபடுத்தப்படுகின்றன. மேற்படி பிரதேசத்தின் அயலிற்

காணப்படும் பிந்திய இடைக் கற்காலமும் மேற்கூறிய ஓவியங்களும் ஒரே காலத்தைச் சேர்ந்தவை என்று கருதப்படுகிறது. சன்பள்ளத்தாக்கைச் சேர்ந்த இல்லங்கள், ஓவியங்கள், பிந்திய இடைக் கற்கால அமைப்புகள் ஆகியவையும் இதே காலத்தைச் சேர்ந்தவையே.

கடைசியாகத் தென் இந்தியாவின் பெரிய கற்காலக் கருவிகள் சம்பந்தமாக எழும் பல வினாக்களுக்குத் திருப்திகரமான பதில் எதுவும் இன்று வரையிலும் கிடைக்கவில்லை. ஒரு நூற்றாண்டுக்கு முன்னரே இப்பெரிய கற்காலக்கருவிகள் கண்டுபிடிக்கப்பட்டன. இந்த நூற்றாண்டின் ஆரம்பத்தில் திருநெல்வேலி மாவட்டத்திலுள்ள ஆதிச்சநல்லூரிலும், பெரும்பையூர், நீலகிரி ஆகிய பகுதிகளிலும் ஆரம்ப ஆராய்ச்சிகள் நடைபெற்றன. எனினும் இவ்வாராய்ச்சிகள் மேலும் தொடர்ந்து நடத்தப்படவில்லை. சரித்திர சின்னங்களைப் பற்றி ஒழுங்கான ஆராய்ச்சி வேலைகள் 1945 ஆம் ஆண்டிலிருந்தே இந்திய புதைபொருளாராய்ச்சித் துறையினரால் மேற்கொள்ளப்பட்டன. செங்கற்பட்டு மாவட்டத்திலும் அதன் அயலிலும், புதுக்கோட்டை, கொச்சிப் பகுதிகளிலும் விரிவான நில ஆராய்ச்சி நடதத்தப்பட்டது் அப்பொழுது சில வரலாற்றுச் சின்னங்கள் அகழ்ந்து எடுக்கப்பட்டன. இப்பகுதிகளிற் கண்டெடுக்கப்பட்டுள்ள வரலாற்றுச் சின்னங்கள் பொதுவான பெரிய கற்காலக்கருவி வகையைச் சேர்ந்தனவாகக் காணப்படுகின்றன. சடலங்களைப் புதைக்காமல் விட்டுத் தசைகள் அற்றுப் போனபின் எலும்பை வெவ்வேறு வகைகளிற் சேர்த்து வைத்தனர். கிண்ணங்களிலும், அகழிகளிலும், ‘தொல்மினோயிற்’ சமாதிகளிலும், நிலத்தின் அடியிலுள்ள பாறை அறைகளிலும், கால்கள் உள்ள கற்சமாதிகளிலும் எலும்புகள் அடக்கம் செய்யப்பட்டன. நிலத்தின் அடியில் உள்ள இத்தகைய கல்லறைகள் இந்தியாவின் மேற்குக் கரையிலும் காணப்பட்டன. வட்ட வடிவமான சமாதிகளிற் சில மத்தியில் தூண்களுடையனவாயும், வேறு சில தூண்கள் இல்லாதனவாயுமிருக்கக் காணப்பட்டன. இத்தகைய வேற்றுமைகளை நுட்பமாக அவதானிக்காமல் நாம் பொதுவாகப் பார்க்கும்போது இரும்பு உபகரணங்களும், செப்பனிடப்பட்ட கரிய அல்லது செந்நிற மட்பாண்டங்களும் எங்கும் காணப்படுகின்றன. ‘இவைபோன்ற வரலாற்றுச் சின்னங்கள் பாறைமலிந்த, பயிர்ச்செய்கைக்குப் பொருந்தாத உயர்நிலங்களில் அநேகமாகக் கண்டெடுக்கப்பட்டுள்ளன. இவை ஒரு குன்றினுக்கோ, நீர்ப்பாசன வசதிபெற்ற குளத்திற்கோ, விளைநிலங்களுக்கோ மிகவும் அண்மையிற் காணப்படுகின்றன’ (சிறினிவாசனும் பெனார்சியும்) தென்னிந்தியாவில் நீர்ப்பாசனத்தைப் பயன்படுத்தி நெல் உற்பத்தி செய்யத் தொடங்கியது இந்த இடங்களிலாயிருக்கக்கூடும்.

மைசூரிலுள்ள பிரம்மகிரி, இறயிச்சூர் மாவட்டத்திலுள்ள மாசுக்கி, திருவாங்கூர் - கொச்சியிலுள்ள பொறகலம், செங்கல்பட்டு மாவட்டத்திலுள்ள சானூர், அமிர்தமங்கலம், குன்றத்தூர் ஆகிய இடங்களிற் கிடைக்கப்பெற்ற தாவுகளிலிருந்து இங்கு காணப்படும் கலாசாரத்தை வளர்த்த மக்கள் இரும்பின் உபயோகத்தை உணர்ந்தவர்களாயும், கி.மு. 300 ஆண்டு தொடங்கி கி.பி முதலாம் நூற்றாண்டின் நடுப்பகுதி வரையுள்ள காலத்தவர்களாயும் இருக்கலாம் என்றும் கருதப்படுகிறது. பிரம்மகிரியில் மனிதன் முதல் முறையாக கி.மு.

600 ஆண்டளவில் வாழத்தொடங்கினான் என்று நம்பப்படுகிறது. பெரிய கற்காலக் கலாசாரம் தோன்றிய காலம் மிகப் பிந்தியதென அபிப்பிராயப்படுகிறார்கள். கோடன் என்பவர் இக்காலம் கி.மு. 700 க்கும் 400 க்கும் இடைப்பட்டது என்று கூறுவது ஏற்கக்கூடியதுபோலத் தோன்றினாலும் அது இன்னும் முந்தியது என்றே சொல்லவேண்டும்.

தென்னிந்தியாவின் பெரிய கற்காலம் உலகின் வேறு பாகங்களிற் காணப்படும் பெரிய கற்காலக் கலாசாரங்களுடனும் தொடர்புடையதாகத் தென்படுகின்றது. குறிப்பாக மத்திய தரையை அடுத்த நாடுகளிலும், அத்திலாந்திக்கு, கோக்கேசசு, ஈரான் ஆகிய பிரதேசங்களிலும் உள்ள பெரிய கற்காலக் கலாசாரங்களுடன் தென்னிந்திய பெரிய கற்காலக் காலாசாரம் ஒத்த தன்மை கொண்டதாகத் தென்படுகிறது. ஐரோப்பாவில் கண்டெடுக்கப்பட்ட கற்கால வரலாற்றுச் சின்னங்கள், கி.மு. 2000 ஆண்டு வரையானவையென்று கணிக்கப்படும் உபகரணங்களை ஒத்தனவாயிருக்கின்றன. கோக்கேசசுப் பகுதியிலுள்ள தொல்மொர்கள் சிறிது பிந்தியன. அதாவது கி.மு. 1500 வரையான காலத்தவை என்று கணக்கிடப்படுகின்றன. பெரிய கற்கால வரலாற்றுச் சின்னங்கள் எதுவேனும், கண்டெடுக்கப்படாத பெருவெளி ஒன்று ஈரானுக்கம் இந்தியாவுக்கு மிடையில் அமைந்துள்ளது. மேற்குப் பிரதேசங்களிற் பரவலாகக் காணப்படும் பெரிய கற்காலக் கருவிகள் கடற்கரையோரமாகவே யுள்ளன் ஆயின் ஏனைய பாகங்களில், குறிப்பாக இந்தியாவில், இவை நாட்டின் தூர உட்பாகங்களில் அமைந்துள்ளனவாயும், பெரும்பாலும் இரும்பாலானவை யாயுமிருக்கின்றன. இடைவெளிகளும் காலக்கிரம வேறுபாடுகளும் பெரிய அளவில் இருந்த போதிலும் “சியால்க்கு பீ “ எனப்படும் ஈரானிலுள்ள இடுகாடுகள், புகழ்பெற்ற இந்திய தொல்மொர்களை மேற்குடனும், கோக்கேசசு அல்லது பலத்தீனத்துடனும் இணைப்பதற்கு உதவுவனவாகும் இவற்றைப் போட் கோல் பாறைகள் வழியாகச் சென்றடையலாம்'' என கோல்டன் ஹைசல்டு கூறுகிறார். மேலும் அவர், “குடாநாட்டின் தெற்குப் பகுதியில் அமைந்துள்ள, இத்தகைய கலாசாரங்கள் ஈரானின் நிலப்பகுதியிலிருந்து வரும் எதனாலும் பாதிக்கப்பட்டிருக்கு மென்று கூற முடியாது ஆனால் கடல் வழி வந்த செல்வாக்குகள் இவற்றுக்கிருந்திருக்கின்றன. இவற்றில் மேற்கு நாட்டுக் கலாசாரச் சாயலிருக்குமாயின் அது கடல் மார்க்கமாகத்தான் தென் இந்தியாவிற்கு எட்டியிருத்தல் வேண்டும்'' என்கிறார்.

பெரிய கற்கால முறையுடன் தொடர்புகொண்ட மற்றுமோர் வகை, பாத்திரங்களிலிட்டுப் பிணங்களைப் புதைக்கும் முறையாகும். வட்ட வடிவமான இத்தகைய சமாதிகள் திருநெல்வேலி மாவட்டத்திலுள்ள ஆதிச்சநல்லூரில் பெருந்தொகையாகக் காணப்பட்டன. இவை போன்ற பிணப்புதையல்கள் பெருந்தொகையிற் கண்டுபிடிக்கப்பட்டுள்ளனவாயினும் இவை பெரிய கற்கால வரலாற்றுச் சின்னங்களுடன் தொடர்புடையவை என்று வரையறுத்துக் கூறுமுடியாது. எனினும் இரும்பு உபகரணங்கள், கறுத்த அல்லது செந்நிற மட்பாண்டங்கள், சடலங்களை நிலத்தடியிற் புதைத்தல் ஆகியன இருவகைக்கும் பொதுவாக விருத்தலினால் இப்புதையல்களுக்கும் பெரிய கற்கால முறைக்கும் ஏதோ ஒருவகைத் தொடர்புண்டு என்பது தெளிவாகிறது.

வேறு குறிப்பிடத்தக்க வேறுபாடுகளும் உண்டு. ஏனைய பகுதிகளில் கண்டெடுக்கப்பட்டுள்ள பெரிய கற்கால மட்பாண்டங்களுடன் ஒப்பிடும்போது ஆதிச்சநல்லூரிற் கண்டெடுக்கப்பட்டுள்ள மட்பாண்டங்கள் காலத்தால் முந்தியவை என்று கருதப்படுகின்றது. ஆதிச்சநல்லூர்ப் பகுதியில் பித்தளைப் பாண்டங்களும் பவுணாலாகிய முடிகள் முதலியனவும் கணிசமான அளவு கண்டெடுக்கப்பட்டுள்ளன. தென் இந்தியாவின் ஏனைய பகுதிகளில் இவை காணப்படவில்லை. எனினும் கி.மு. 1200 ஆம் ஆண்டளவில் இருந்தனவெனக் கருதப்படும் இத்தகைய பொருள்கள் பலத்தீனம், சிரியா, சைப்பிரசு ஆகிய நாடுகளிற் கண்டுபிடிக்கப்பட்டுள்ளன. இரும்புக் காலத்தின் ஆரம்பப் பகுதியில் பலத்தீனத்தை ஆட்சிபுரிந்த சொலமன் என்ற அரசனின் காலத்தில் அமைந்த கல்லறைகளுட் கண்டெடுக்கப்பட்ட அபூர்வமான பொருள் முக்கவரான ஒரு இரும்பு முள் அல்லது திரிசூலமாகும் ஆதிச்சநல்லூர்ப் பகுதியில் இதேபோன்ற இரும்புத் திரிசூலங்கள் கண்டெடுக்கப் பட்டுள்ளன. பெரிய கற்காலமுறை ஒரே இடத்திலிருந்து ஆரம்பமானது எனக் கொண்டு. அது மத்தியதரையின் கிழக்குப் பிரதேசங்களில் தோன்றி இருக்கலாம் என்று சைல்டு என்பவர் கருதுகிறார். மட்பாண்டங்களிவிட்டுப் பிணத்தைப் புதைத்தல், தொல் மெர்முறை, போட்ஃகோல் பாறை கொண்டு புதையல்களை மூடுதல் என்பன இந்தியக் குடாநாட்டிற்கு என்ன ஒழுங்கில் எக்காலத்தில் வந்தடைந்தன என்று கூறுவது இன்னும் கூடக் கடினமாகவே உள்ளது. முந்திய புதிய கற்காலக் கலாசார முறைகளிலிருந்து இரும்பின் உபயோகத்தை உணர்ந்த (இந்தியக் குடா நாட்டிலுள்ள பெரிய கற்கால) கலாசாரம் தோன்றி வளரவில்லை என்பது தெளிவு.

ஆதிகாலம் தொட்டுத் தமிழ் மக்கள் வழிபட்டுவந்த முருகன் அல்லது வேலன் எனும் பெருவழக்கான தெய்வ வணக்கம் ஆதிச்சநல்லூரிலும் அக்காலத்தில் நிலைபெற்றிருந்தது என்பதற்கு அங்கு சான்றுகள் உண்டு. இத்தெய்வம் சேவலைக் கொடியாகவும் வேலை ஆயுதமாகவும் தாங்கி நிற்கின்றது. இரும்பாலான வேல்களுடன், ஆதிச்சநல்லூரில் சேவற் சின்னம் பொறிக்கப்பட்ட இரும்பு, பித்தளை உருவங்களும் கண்டெடுக்கப்பட்டுள்ளன. பழனிக் குன்றங்களில் எழுந்தருளியிருக்கும் முருக மூர்த்தியை வழிபடச் செல்லும் பக்தர்கள் இன்றும் காவடிசுமந்து வாயில் செடில்பாய்ச்சிச் செல்லும் மரபு சரித்திர காலங்களிலிருந்து வருவதாய் இருக்கலாம்.

ஆதிச்சநல்லூரில் வாழ்ந்த மக்கள் நெற்பயிர்ச் செய்கையில் ஈடுபட்டிருந்தனர் உமி நிரப்பப்பட்ட மட்பாண்டங்களும் அரிசியிடப்பட்டிருந்த வெண்கல அண்டாக்களும் இப்பகுதியிற் கண்டெடுக்கப்பட்டன.

சமவெளிகளிற் காணப்படும் பெரிய கற்கால அமைப்பு முறை, மட்பாண்டங்கள் முதலியன நீலகிரிப்பகுதியில் கண்டுபிடிக்கப்பட்ட இடுகாட்டுத் திடல்கள், புதைபொருள் நிலையங்கள் ஆகியவற்றினின்றும் மாறுபடுகின்றன. நீலகிரிப்பகுதியில் கண்டெடுக்கப்பட்ட பித்தளைச் சாடிகளும் அண்டாக்களும், யூர்ப்பகுதியில் 'உவூவியினால்' கண்டெடுக்கப்பட் பவுண் அண்டாவுடன் உருவத்தில் ஒற்றுமையுடையன என்று 'இறிச்சேட்டு' அவர்கள் கருதுகிறார்கள். முந்திய புதைபொருளாராய்ச்சியாளர்கள் வேறு துறைகளிலும் ஒற்றுமை

உண்டென்று கருதியபொழுதிலும் அவர்களுடைய முடிவுகளை மறுமுறையும் பரிசீலனைசெய்து புதிய ஆதாரங்களைக் கண்டபின்பு தான் அவை ஏற்றுக்கொள்ளக்கூடியனவாகும். ஆங்காங்கே தெளிவற்றுக் கிடக்கும் சில விபரங்களைக் கொண்டும் உறுதியான எந்த முடிவுக்கும் வர இயலாது.

அடுத்து, தென்னிந்தியாவில் வாழும் குடிகளின் இனச்சேர்க்கை பற்றிச் சிறிதளவு கவனிப்போம். தென்னிந்தியாவிலுள்ள பழைய கற்கால மக்கள் எந்தப் பிரிவைச் சார்ந்தவர்களென்று எமக்குத் தெரியாது. செங்கல்பட்டிலுள்ள அதிராமபாக்கத்திற் காணப்பட்ட ஒரு கீழ்க் காலெலும்புதவிர, இக்கலாசாரக் காலத்து மனிதர்களின் எலும்புகள் எதுவும் இந்தியக் குடாநாட்டிற் கண்டெடுக்கப்படாமையால் இனம்பற்றிய பிரச்சினை தெளிவாகவில்லை. பரோடாவிலுள்ள வட்புகர் என்னுமிடத்தில் ஒரு பிக்மி மனிதனின் எலும்பு நிலத்துக்கு அடியிலிருந்து அகழ்ந்தெடுக்கப்பட்டுள்ளது. இம்மனிதனின் உயரம் 30 அங்குலமாகும். 1935 ஆம் ஆண்டு கண்டெடுக்கப்பட்ட இந்த எலும்புக்கூடு இந்தியாவிலேயே "நீகிறிற்றோ" இனத்துடன் தொடர்புகொண்ட மிகவும் பழமைவாய்ந்த சின்னமாக இருக்கக்கூடும். நீகிறிற்றோ என்ற குள்ளமான உருவம் காப்பிரி இனத்தைச் சார்ந்தது. அது ஆபிரிக்காவில் நீகிரோக்கள் என்ற பெயருடன் தோன்றி, இந்தியாவிற்கூடாகக் கிழக்கு நோக்கிப் பரவி, அந்தமான் தீவுகளில் 'பிறீவிதிக்' பருவத்திற்கு முந்திய கலாசாரம் ஒன்றுடன் தொடர்புகொண்டிருக்கிறது. பழைய கற்காலப் பருவத்தில் இந்தியக் குடாநாட்டின் பெரும்பாகத்திலும் நீகிறிற்றோ இனத்தவர்கள் வாழ்ந்திருந்தனர் என்று நம்பக் காரணங்கள் உண்டு. பரம்பிக்குளப்பகுதியில் வாழும் காடர்களும் அண்ணாமலைக் குன்றுகளை அடுத்த குடாநாட்டின் தென்முனையில் வாழும் புலையர்களும் உருண்டைத்தலைகளும், உரோமம் நிறைந்த குள்ள உருவமுமடையவர்களாகத் தென்படுகின்றனர். இவர்கள் ஆரம்பகால நீகிறிற்றோ இனச் செல்வாக்குப் பெற்றவர்கள் என நம்பப்படுகிறது. மலாயாக் குடாநாட்டில் வாழும 'சீமாங்கர்,' என்னும் நீகிறிற்றோ மக்களின் மூங்கிற் சீப்புகளின் சித்திர அமைப்பும் காடர் வகுப்புப் பெண்கள் உபயோகித்த அதே வகைச் சீப்புகளும் ஒரே தன்மையும் வடிவமும் கொண்டு விளங்கின. இதிலிருந்து காடர்களும் சீமாங்கர்களும் ஒரே கலாசார அமைப்புக்குரியவர்களாயும், ஒரே இனப்பிரிவைச் சார்ந்தவர்களாயும் ஆரம்பத்தில் இருந்திருக்க வேண்டும் என்று நம்பப்படுகிறது. இந்நிலைக்குப்பின் இந்தியாவின் நீகிறிற்றோ மக்கள் பின்பு வந்த நீண்ட தலையுள்ள மக்களுடன் தொடர்புகொண்டதன் விளைவாக மேலும் மாற்றம் அடைந்திருத்தல் வேண்டும்.

உயர்ந்த இமைப்புருவங்கள், விசாலமான சப்பை மூக்கு, நெடிய முகம், நீண்ட தலை ஆகியன கொண்டு விளங்கிய ஆதித்தென்திசை வாழ் ஆசிய இனப்பிரிவினர் பற்றி அடுத்தாற்போல் கூறுவது பொருந்தும். ஆதித்தென்திசைவாழ் ஆசிய இனப்பிரிவினர் இந்தியாவில் ஆதிகாலம் தொட்டு இருந்தனர் என்பதற்கு ஆதாரம் எதுவும் இல்லை. எனினும், அயல்நாடுகள் சிலவற்றில் இருந்து கிடைக்கும் ஆதாரங்கள் ஆதித் தென்திசைவாழ் ஆசிய இனத்தவர்கள் இந்தியாவில் வாழ்ந்தனர் என்று திடமாக நம்பும்படி செய்கின்றன. இந்த ஆதாரங்களை இங்கு ஆராய்வது சிக்கலானதொன்றாகும். மொகஞ்சதாரோ

பகுதியிற் கண்டெடுக்கப்பட்டுள்ள நடனமாடும் நங்கையின் வெண்கல உருவம், சந்தேகத்திற்கிடமின்றி ஆதித் தென்திசைவாழ் ஆசிய இன அம்சங்களுடன் காணப்படுகிறது. மொகஞ்சதாரோ மங்கையின் தலையிற் சூட்டப்பட்டுள்ள அணிகலன்கள் மத்திய இந்தியாவிலும், தென் இந்தியாவிலும் காடுகளில் இப்பொழுதும் வாழும் ஆதித் தென்திசைவாழ் ஆசிய இனத்தவர்கள் தலையிற் சூடும் அணிகலன்களுடன் மிகுந்த தொடர்பு உள்ளவையாகக் காணப்படுகின்றன. தென்னிந்தியாவில் ஆதித் தென் திசைவாழ் ஆசிய இனத்தவர்கள் புறச்சாதிகள் என்றழைக்கப்படும் மக்களுடன் இணைந்து கொண்டனர். காட்டு இனங்களாக விளங்கும் செஞ்சூக்கள், மலையர், காடர், குறும்பர், எருவர் ஆகிய இனத்தவர்களின் தோற்றத்திற்குக் காரணமாக ஆதித் தென்திசைவாழ் ஆசிய இனம் அமைகிறது.

ஆதி-மத்தியதரை இனமெனப்படும் ஒரு மூன்றாவது பிரிவினருள். இவர்கள் கருமை வாய்ந்த கபிலநிறத் தலைமயிரும், நடுத்தர நீளமும் நேரான அல்லது கழுகு மூக்குப் போன்ற மூக்கும், நீண்டு ஒடுங்கிய தலையும் முகமும் உடையவர்கள். இன்று தென்னிந்தியாவிலுள்ள திராவிட மொழிபேசும் மக்களுள் அதிகமாகக் காணப்படும் இனப்பிரிவினர்கள் இந்த ஆதி மத்தியதரை இனப் பிரிவினரே.

பெரிய கற்கால, புதிய கற்கால, கலாசாரங்களிடையே இருந்த தொடர்பு முறியாத காரணத்தால் புதிய கற்கால மக்கள் ஆதி மத்தியதரை இனத்தின் வழிவந்தவர்கள் என்று கொள்ளுவது முறையானதே. தக்கணத்திற் கண்டெடுக்கப்பட்ட இரும்புக்காலக் கற்குவியல்களையும் ஆதிச்சநல்லூரில் நிலவிய பிரிவுகளையும் நோக்கும்போது ஆதி-மத்தியதரை இனமே இங்கெல்லாம் வாழ்ந்திருக்க வேண்டுமென்று நம்பவேண்டியதாயிருக்கின்றது.

இனம் கண்டுகொள்ளத்தக்க மற்றுமோர் பிரிவு மக்கள், மத்தியதரை இனப்பிரிவைச் சார்ந்தவர்கள் ஆவர். இவர்களே சிந்துப்பள்ளத்தாக்கில் கலப்புக் குடிகள் மத்தியில் பிரதான இடம்பெற்று விளங்கியவர்கள். இவர்கள் மெல்லிய உடலமைப்புடன் குள்ளர்களாயும் அல்லது நடுத்தர உயரம் உள்ளவர்களாயும், நெடிய தலைகளுடனும் சிறிய இணைப்புருவங்களுடனும் நீள்வட்டவடிவம் கொண்ட முகங்களுடனும், கூரிய நாடிகளுடனும் விளங்கிய சிறப்பு அம்சங்க ளுள்ளவர்களாயும் காணப்படுவர். ‘கள்ளர்’ என்னும் பிரிவினரிலும் தெலுங்குப் பிராமணர்களிலும் மத்தியதரை இனப்பிரிவினரின் குணாதிசயங்கள் தென்படுகின்றன. மத்தியதரை இனப்பிரிவினர் ஆதி-மத்தியதரை இனப்பிரிவிலிருந்து தோன்றியிராது தனிப்பிரிவினராகவே தோன்றியவர்களாயின் பிந்திய புதிய கற்காலத்திலேதான் மத்தியதரை இனப்பிரிவினர் இந்தியாவுக்கு வந்திருத்தல் வேண்டும்.

தென்னிந்தியாவில் சில பகுதிகளில் நீண்டதலையுள்ள ஆதி மத்தியதரை இனப் பிரிவினங்களைவிடச் சிறிய தலையுள்ள இனப்பிரிவொன்று ஆதிக்கம் செலுத்தியிருப்பதை நாம் காண்கிறோம். மகாராட்டிர, மைசூர்ப்பீட பூமிகளுக்கூடாகத் தமிழ்நாட்டிற்கு அப்பால் இத்தகைய சிறுதலையுள்ள இனத்தவரின் ஆதிக்கம் தென்படுகின்றது. ஆந்திரப்பிரதேசத்தில் இந்த இனம் ஓரளவு காணப்படுகிறது. எனினும், கோளப்பிரதேசம் இந்த இனத்தினாற்

பாதிக்கப்படவேயில்லை. சிறுதலை படைத்த இந்த இனம் இரு பெரும் பிரிவுகளாகப் பிரிக்கப்பட்டுள்ளது. இவை ‘அல்பிசு’ இனம் என்றும் ‘ஆமினொயிட்டு’ இனம் என்றும் வழங்கப்படும். ஆமினொயிட்டு இனம் அல்பிசு இனப்பிரிவின் சிறப்பியல்புகளைக் கொண்டு விளங்குவது, உருண்டைத்தலையும், சதுரநாடியும், சிறிது வளைந்த மூக்கும் கொண்ட மக்களே ‘அல்பிசு’ என்று வழங்கப்படும் இனப்பிரிவினராவர். சிந்துப் பள்ளத்தாக்கில் ‘கால்கோலிதுக்’ காலத்திற் காணப்பட்ட இம்மக்கள் இப்போது குசராத்து, மகராட்டிரம், குடகம், கருநாடு போன்ற நிலப்பரப்புகளிற் காணப்படுகின்றனர்.

‘ஆமினொயிட்டு’ வகை மக்கள் சிறுதலையும், உயர்ந்து வளைந்த மூக்கும், நெடுத்து வளர்ந்த தலையும் உள்ளவர்கள் இவர்கள் தலை, கழுத்தின் பிடரியிலிருந்து செங்குத்தாக மேலெழும். தென்மேற்கு ஆசியப் பிரதேசங்களில் இந்த வகை விருத்தியடைந்திருப்பதாகத் தெரிகிறது. பாமீர் மலைதொடங்கி இமயத்தின் மேற்குச் சாரலில் அமைந்து விளங்கும் அனத்தோலியா மலைத்தொடர் வரையும் வாழும் மக்களிடம் மேற்படி குணாதிசயங்கள் இப்போது காணப்படுகின்றன. எனினும் இக்குணாதிசயங்கள் இரண்டும் இவ்வினத்தவர் ஒருவரில் சேர்ந்து காணப்படுவது மிக அருமையே.

தென்னிந்தியாவில் தமிழ்மொழி பேசும் மக்கள் மத்தியில் இந்த ஆமினொயிட்டு இனப்பிரிவு சிறப்பாகக் காணப்படுகிறது. எனினும் இந்த இனப்பிரிவு தென்னிந்தியாவிலே தோன்றியது என்று கூறவியலாது. ஆசியாவில் பாமீர் தொடங்கி இலெவாந்து வரையிலுமுள்ள விசாலமான நிலப்பரப்பே இந்த இனப்பிரிவினரின் இன்றைய தாயகமாக விளங்குகிறது. இதே பிரதேசமே அவர்களுடைய ஆரம்ப தாயகமாகவும் அவர்களின் குணாதிசயங்கள் வளர்ச்சிபெற்ற பிரதேசமாகவும் இருந்திருத்தல் வேண்டும். பாரசீகத்தில் (ஈரான்) அல்லது பாரசீகக்குடாக் கரையிலுள்ள நாடொன்றிலிருந்து இந்தியாவுடன் கொண்ட ஆரம்பகால வர்த்தகத் தொடர்புகளால் ஏற்பட்ட இடப்பெயர்ச்சியின் விளைவாக ஆமினொயிட்டு இனப்பிரிவினர் இந்தியாவிற்கு வந்திருக்க வேண்டுமென்று ‘கீத்து’ அவர்கள் அபிப்பிராயப்படுகிறார்கள். தமிழர்கள் மத்தியில் வட்டவடிவான தலைகளையுடையோர் தோற்றும் தன்மையைத் தொடர்ந்து பார்த்தால், தக்கணம் குசராத்து, சிந்து ஆகிய பகுதிகளிலும் ஈரானியப் பீடபூமியின் கிழக்குப் பகுதிவரையிலும் இதுபோன்ற வட்டவடிவமான தலைகொண்ட மக்களைக் காணலாம். ஈரானில் சமவெளிகளைவிட மேட்டு நிலங்களில் இந்த இனப்பிரிவு மக்கள் அதிகமாகக் காணப்படுகின்றனர். சில வரலாற்று ஆசிரியர்கள் ஈரானியப் பீடபூமியிலும் மேட்டு நிலங்களிலும் காணப்படும் வட்டவடிவமான தலையுள்ள இனப்பிரிவினருக்கும் திராவிட மொழி பேசும் மக்களுக்கும் தொடர்புண்டு என்று கருதுகின்றனர். கசுப்பியன் பிரதேச மக்களின் பண்பாட்டிற்கும், ஈரானிய மேட்டுநிலங்களில் வாழ்வோரின் பண்பாட்டிற்கும், திராவிட மொழிபேசும் மகளின் பண்பாட்டிற்குமிடையிலுள்ள நெருங்கிய தொடர்பு இக்கருத்தை வலியுறுத்துகிறது.

ஆந்திர தேசத்திலும் கோளத்திலும், முக்கியமாக கோளத்தில், இந்த வட்டத்தலையுள்ள (அல்பிசு – ஆமினொயிட்டு) வகையினா் காணப்படவில்லை இதிலிருந்து சிந்து, குஜராத்து, மகாராட்டிரம், தென் கிழக்கு மைசூா் வழியாகவே தமிழ்நாட்டிற்குள் இந்தவகை பரவியதென்பது தெரிகிறது. நீண்ட தலையுள்ள (ஆதி-மத்தியதரை, மத்தியதரை) இனப்பிரிவனருடன் ஒப்பிடும்போது வட்டத்தலையுள்ளவா்கள் ஒரு மிகச்சிறு பிரிவினா் என்பதும் பிந்தி வந்தவா்கள் என்பதும் தெளிவாகின்றன. தோற்ற-அமைப்புபற்றிக் கிடைக்கும் வேறு ஆதாரங்களைக் கொண்டு நோக்குமிடத்திலும் இதே முடிவு ஏற்படுகிறது.

கடைசியாக மற்றுமோா் நீண்ட தலையுள்ள இனப்பிரிவினராகிய நோடிக்கு மக்கள் பற்றி நாம் கவனித்தல் வேண்டும். சரித்திர காலத்துக்கு முற்பட்ட அல்லது ஆதிச்சரித்திர காலத்திலேயே தென்னிந்தியாவிற்குள் இந்த நோடிக்கு இனப்பிரிவினா் வந்திருத்தல் வேண்டும். ஒரே இனத்திலிருந்து தோன்றிய மத்தியதரை இனப்பிரிவினரின் தலையமைப்பிலும் நோடிக்கு இனப்பிரிவினரின் தலையமைப்பிலும் ஒருமைப்பாடு தென்படுகிறது. எனினும், மத்தியதரை இனப்பிரிவினரின் தலை சிறிதாகவும் நோடிக்கு இனப்பிரிவினரின் தலை பெரிதாகவும் காணப்படுகின்றன. தென்னிந்தியாவிலே சித்பவன் அல்லது கொங்கணப் பிராமணா் எனப்படுவோா் மத்தியில் நோடிக்கு இனப்பிரிவினரின் ஆதிக்கம் தென்படுகிறது. தமிழ்ப் பிராமணா்கள் மத்தியிலும் கூட நோடிக்கு இனப்பிரிவினரின் ஆதிக்கம் இல்லாமலில்லை.

தென்னிந்தியாவில் இன்னொரு வகையான வட்டவடிவுள்ள தலை கொண்ட மக்கள் இருக்கிறாா்கள். இவா்கள் ‘அலபிசு-ஆமினொயிட்டு’ இனப்பிரிவினா்களிலிருந்து மாறுபட்டும் மொங்கோலிய இனப்பிரிவினா்களுடன் இணைந்தும் காணப்படுகின்றனா். இந்த இனப்பிரிவு மக்கள் கடல் மாா்க்கமாக இடம்பெயா்ந்து வந்து கிழக்கில் ஒரிசா தொடங்கி மேற்கில் மலையாளம் வரையிலும் பரந்து காணப்படுகின்றனா் ஆயின் இவா்கள் அவ்வளவு பெருந்தொகையாகவில்லை. இத்தகைய மக்கள் வருகை சரித்திரகாலத்துக்கு முன்னரே நிகழ்ந்திருக்க வேண்டும்.

தென்னிந்தியாவில் வழங்கிவரும் மொழிகளை மூன்று தொகுதிகளாகப் பிரிக்கலாம். இந்தோ-ஆரியத் தொகுதி : மராட்டியமொழி இத்தொகுதியைச் சோ்ந்தது திராவிடத் தொகுதி : தமிழ், தெலுங்கு, கன்னடம், மலையாளம் போன்ற மொழிகளுடன் கொங்கணம், கோண்டி போன்ற சில சிறு மொழிகளும் இதனுளடங்கும் தென்திசைவாழ் ஆசிய இனத்தொகுதி : இத்தொகுதியுள் வடகிழக்குத் தக்கணப்பிரதேசத்தில் வழங்கும் காரியா, யூவாங், சவாரா, காடபா உட்பட்ட முண்டா மொழிகளும், மத்திய பிரதேசத்தின் வடமேற்கு மாவட்டங்களில் வழங்கும் கூா்க்கு மொழிகளும் அடங்கும். இந்தோ-ஆரியப் பிரிவில் முண்டா மொழியின் ஆதிக்கத்திற்குச் சான்றுகளிருந்தபோதிலும் திராவிட மொழிகளிலிருந்து கடன்வாங்கிய சொற்கள் அதில் மிக அதிகமுண்டு அத்துடன் தென்திசைவாழ் ஆசிய இனப்பிரிவு மொழிகள் திராவிட மொழிகளுக்கு முந்தியன என்றும் திராவிடப் பிரிவு மொழிகள் தென்திசைவாழ் ஆசிய பிரிவை விடப் பிந்தியன என்றும் கொள்ளும் முடிவு தவிா்க்கமுடியாததொன்றாகும். வட இந்தியா முழுமையிலும் முண்டா

மொழிகள் ஒருகாலத்தில் பரவியிருந்தன என்பது பற்றிச் சந்தேகமேயில்லை பஞ்சாப்புத் தொடங்கி வங்காளம் வரையும் இமயத்தை அடுத்துள்ள பிரதேசங்களில் வழங்கும் கலப்பு மொழிகள் பலவற்றிற்கு முண்டா மொழிகளே அடிப்படையாக அமைந்திருப்பதிலிருந்து இது தெரிகிறது. இந்தோ-ஆரிய மொழி சமுத்திரம்போலக் காட்சியளிக்கும் வடமேற்கு இந்தியாவிற்கூட, முக்கியமாகப் பலுக்கித்தானில், வழங்கும் பிராகுவி மொழியில், திராவிடச் சொற்கள் எஞ்சியிருக்கின்றன. ஆகவே இந்தோ-ஆரிய இனத்தவர்கள் வந்தபோதே திராவிடப்பிரிவு மொழிகள் வடமேற்குப் பகுதிகளில் வடக்கிலிருந்திருத்தல் வேண்டும். இந்தக் கருத்துச் சரியாயின் இந்தியாவின் பெரும்பகுதியிலும் வழங்கிய தென்திசைவாழ் ஆசிய மொழிகளைத் தொடர்ந்து திராவிட மொழிகளும், அவற்றையடுத்து இந்தோ-ஆரிய மொழிகளும் வளர்ந்திருத்தல் வேண்டும். வொன்பேறர் கெய்மன்டோ என்பார் தக்க காரணங்களைக் காட்டி மேற்படி கருத்தை ஏற்க மறுக்கிறார்` அத்துடன் திராவிட மொழிகள், அவை இப்பொழுது வழங்கும் நிலப்பரப்புகளுக்கு வெளியே நிலைகொள்ளவில்லை என்பதும் அவர் கருத்தாகும். மேற்கு நிலங்களிலிருந்து கடற்கரையோரமாகத் தரைவழியாகவும் கடல்வழியாகவும் சென்று நிலைபெற்ற திராவிட மொழி பேசும் மக்கள் குடியேறியதன் காரணமாகவே பலுக்கித்தானத்திலுள்ள பிராகுவி மொழி தோற்றியிருக்கவேண்டுமென்றும் அவர் கருதுகிறார்.

மத்திய பிரதேசத்திலுள்ள மகாதியோ குன்றுகளிலும், தெற்குக் கோதாவரி வரையிலும்கூட, முண்டா மொழிகள் இப்போதும் அழியாது காணப்படுகின்றன. முண்டா மொழிகள் ஒரு காலத்தில் தக்கணம் முழுமையிலும் நிலைபெற்றிருக்கவேண்டும்` முண்டா உறவை பிகிலி காட்டுகிறது. தக்கணத்திற்குத் தெற்கேயும் முண்டாவின் செல்வாக்குப் பரவியதா என்பதை இப்போது திடமாகச் சொல்ல முடியவில்லை. திருவாங்கூரிலுள்ள காகலான் போன்ற சில இனப்பிரிவினர் தமக்கே உரித்தான சிறப்பியல்புகள் கூடிய சில மொழிகளை உடையவர் என்று சொல்லப்படுகிறது ஆனால் முண்டா மொழியின் சாயல்கள் இந்த மொழிகளில் எவ்வளவுக்கு இருக்கின்றன என்பது தெரியவில்லை.

இந்தியாவிற்குள் தென்திசைவாழ் ஆசிய இனத்தவரின் மொழிகளைப் புகுத்துவதற்குப் பொறுப்பாயிருந்த இனம் எது என்பது பற்றி மாறுபட்ட கருத்துக்கள் ஆராய்ச்சியாளர்களிடையே நிலவி வருகின்றன. வரலாற்று ஆசிரியர்கள் தென்திசைவாழ் ஆசிய இனத்தவரின் மொழிகளைப் புகுத்தியவர்கள் ஆதி தென்திசைவாழ் ஆசிய இனப்பிரிவினர் என்றும், மொங்கோலிய இனப்பிரிவினர் என்றும் ஆதி மத்தியதரை இனத்தவர் என்றும் மாறுபட்ட அபிப்பிராயம் தெரிவித்துள்ளனர். இனங்களின் வரலாற்றுக்கு முந்திய காலநிலையை, வரலாற்றுக்கு முந்திய மொழியின் நிலையுடன், ஒப்பிட்டுப் பார்க்கும்போது பின்வரும் பொதுவான தற்காலிக முடிவுகளுக்கு வரக்கூடியதாயிருக்கின்றது. இந்தியாவை வந்தடைந்த மிகப்பிந்திய மொழிகளே இந்தோ-ஆரிய மொழிகளாகும். கடைசியாக வந்தடைந்த நோடிக்கு இனப்பிரிவினரே இந்த மொழிகளையும் கொண்டுவந்திருத்தல் வேண்டும்.

இந்தியாவிற்குள் நுழைந்தபோது நோடிக்கு இனப்பிரிவினர் ஒரு தூய கலப்பற்ற இனத்தைச் சேர்ந்தவர்களல்லர். அவர்கள் இந்தியாவிற்கு வரும்வழியில் அல்பிசு இனத்தவர்களின் சாயலையும் பாமீரிலும் அதன் அயலிலுமுள்ள இனப்பிரிவுகளின் குணாதிசயங்களையும் தமதாக்கிக் கொண்டே வந்திருத்தல் வேண்டும். இவ்வாறே இந்தியாவிலுள்ள வட்டவடிவமான தலைகள் உள்ள இருபிரிவினர்களின், முக்கியமாக ஆமினொயிட்டு இனப்பிரிவினரின், பேச்சு மொழியாகத் திராவிடமொழிகள் அமைந்தன. மத்தியதரை இனப்பிரிவினரின் மொழியாகத் தென்திசைவாழ் ஆசிய இனமொழி விளங்கியது. மேற்கூறப்பட்ட ஏனைய இனப்பிரிவுகளின் மொழிகள் பற்றிய அறிவு எமக்கில்லை.

ஆமினொயிட்டுப் பிரிவு மக்களின் குணாதிசயங்கள் தெளிவாகக் காணப்படும் ஈரான், ஆமீனியா, அனத்தோலியா மேட்டு நிலங்கள் போன்ற பகுதிகளிலெல்லாம் திராவிடமொழியும் கலாசாரமும் வியாபித்திருக்கின்றன. ஆரியர் வருகைக்கு முந்திய சிந்திய கலாசாரம் பற்றிய சந்தேகம் நிலவுவதற்கு அடிப்படைக்காரணம் சிந்துப்பள்ளத்தாக்கில் உபயோகிக்கப்பட்ட எழுத்து முறையை விளங்கிக்கொள்ளத் தவறியமையேயாகும். எனினும் மத்தியதரையிலிருந்து சிந்துப் பள்ளத்தாக்கிற்குப் பரவிய கலப்புக்கலாசாரத்திற்கும் (கி.மு. 3000-2000 ஆண்டுகள் வரை) தென்னிந்தியாவில் வரலாற்றுக்கு முற்பட்ட காலத்தில் இருந்த கலாசாரத்திற்கும் தொடர்புகள் சில இருந்தமைபற்றி ஆதாரங்கள் இல்லாமலில்லை. சின்னாசியாவிலிருந்த இலீசியன்சு என்னும் இனப்பிரிவினர் தம்மை 'திரிம்மிலை' என்று தமது கல்வெட்டுக்களிற் குறிப்பிட்டனர். இது "திரமில" (தமிழ்) என்ற சொல்லுடன் நெருங்கிய உறவுடையதாய்க் காணப்படுகிறது. 'கால்டுவெல்' அவர்கள் சூசியானு மொழியமைப்புக்கும் திராவிடமொழியமைப்புக்குமுள்ள தொடர்பைச் சுட்டிக்காட்டியுள்ளார். அபுகானித்தான், ஈரானின் மேட்டு நிலங்கள், யூபிரெட்டிசு-தைகிரிசுச் சமவெளிகள், மெசப்பத்தேமியா இடங்களிலுள்ள பல பூர்வீக இடங்களின் பெயர்கள் பொதுவாகத் திராவிட மொழி அமைப்பிற்கிணங்க விளங்குகின்றன. அத்துடன் இப்பிரதேசங்களில் வாழ்ந்த வரலாற்றுக் காலத்துக்கு முற்பட்ட செமற்றிக்கு அல்லாதவர்களுமான இனப்பிரிவினர் திரொலி மொழிபேசும் மக்களாக விளங்கினர் எனவும் கொள்ளப்படுகிறது. கூடியன், காசயிட்டு மொழிகள் திராவிட மொழிகளுடன் தெளிவாக எடுத்துக்காட்டத்தக்க தொடர்புள்ளனவாக விளங்குகின்றன. இளமைட்டு மொழியும் பிராகுவி மொழியும் தொடர்புடையனவென ஓர் ஆராய்ச்சியாளர் கூறுகிறார். இவற்றிலிருந்து, இந்த மொழிகள் யாவற்றுக்குமிடையிற் சில மொழியிற் றொடர்புகளுளவென்ற முடிவுக்கு வரவேண்டியிருக்கிறது. இளமைட்டு இன மக்களின் தாயகமாக மேற்கு ஆசியா விளங்கியமையால் இந்தியாவை வந்தடைந்த திராவிட அல்லது ஆதித்திராவிடச் சார்பு மொழிகளும் இவற்றைப் பேசிய மக்களும் உலகின் இந்தப் பகுதியிலிருந்தே தோன்றியிருத்தல் வேண்டும்.

கலாசாரத்துறையில் உள்ள பல ஒற்றுமை அம்சங்கள் மொழி இயல்பின் அடிப்படையிற் கிடைக்கும் அம்சங்களின் ஒருமைப்பாட்டை உறுதிப்படுத்துகின்றன. வரலாற்றில் முக்கியத்துவம் பெற்ற கசுப்பியன்

இனப்பிரிவினரின் மிகப் பழமைவாய்ந்த இளமைட்டுகளிடம் இன்றுகூடத் திராவிட இந்தியாவில் எஞ்சியிருக்கும், பெண்வழிச்சொத்து உடைமைமுறை வழங்கியிருக்கிறது. பேர் சிப்போலிசு என்னும் இடத்திலுள்ள வரலாற்றுக் காலத்திற்கு முற்பட்ட அமைப்பில் பாம்பை வழிபடும் முறை இருந்ததற்குப் போதிய சான்றுகள் உண்டு. இன்றும் திராவிட இந்தியாவிலே பாம்பு வழிபாடு பிரதான இடம் வகிக்கின்றது. 'மலைமாதா' என்று வழிபடப்படும் தாய்த்தெய்வம் யூர் என்னும் இடத்திலுள்ள சந்திரத் தெய்வத்தைத் திருக்கலியாணம் செய்துகொள்ளும் நிகழ்ச்சி ஆண்டுதோறும் நடைபெறுகிறது் இவற்றிற்கும் இந்தியாவில், வெவ்வேறு உருவந்தாங்கும் பார்வதி வழிபாடு, தென்னிந்தியாவிலுள்ள சிவாலயங்களில் ஆண்டு தோறும் கொண்டாடப்படும் திருக்கலியாண விழா ஆகியவற்றிற்கும் நெருங்கிய ஒருமைப்பாடு தென்படுகிறது. ஒற்றுமை அம்சங்கள் அநேகம் இருப்பதால், நேரடித் தொடர்புபற்றிய ஆதாரங்கள் இல்லாவிடினும், பாம்பு வழிபாடும் சக்தி வழிபாடும் தற்செயலாக இடம்பெற்றவை என்று நாம் நம்புவதற்கில்லை. இன்று கூட தென்னிந்தியாவிலுள்ள ஆலயங்களின் ஒழுங்குகளும் அமைப்புகளும் வழிபாட்டுமுறைகளும் பூர்வீக சுமேரியாவிலுள்ள ஆலயங்கள், அமைப்புகள், வழிபாட்டுமுறைகள் ஆகியவற்றுடன் நெருங்கிய தொடர்பு கொண்டவையாகக் காணப்படுகின்றன. ஆயின், இந்தியாவிலிருந்த உயர்வர்க்கத்தினர் மத்தியில் ஊன் உண்பதற்கு எதிராக வளர்ந்து வந்த வெறுப்புணர்ச்சி காரணமாக இங்கு சில மாற்றங்கள் ஏற்பட்டன. பூர்வீக சுமேரியாவின் வழிபாட்டின் பிரதான அம்சம் பற்றி அபிப்பிராயம் கூறும் இலெனாட்வூலி என்பவர் பின்வருமாறு கூறுகிறார் : "வழிபாட்டின் அடிப்படை பலியிடுதலாகவே இருந்தது. பலியிடும் சடங்குகள் ஒருபுறத்திலும் பாகம் பண்ணப்பட்ட மிருக ஊனை இறைவனும், மதகுருவும், அடியாரும் பகிர்ந்து கொள்ளல் மறுபுறத்திலும் நிகழ்ந்து வந்தன. ஆகவே மடைப்பள்ளி ஆலயத்திலுள்ள முக்கியத்துவம் குறைந்த ஒரு இடமாகக் கருதப்படவில்லை. நாள் முழுதும் மடைப்பள்ளியில் அக்கினி எரிந்தவண்ணமேயிருக்கும். மிருகங்களின் தோலை உரிக்கும் வேலை, ஊனை ஆக்கும் வேலை, பாத்திரம் கழுவும் வேலை, சமையல் வேலை ஆகியவற்றை அடிமைகள் செய்யும்போது அவற்றை மதகுருமார் கண்காணித்து வந்தனர். இக்காலக் கல்வெட்டுகள் பல, தென்னிந்தியாவில் மக்கள் தாமகவே விரும்பித் தம்மை அடிமைகளாக அயலிலுள்ள ஆலயங்களில் பதிவு செய்ய முன்வந்தமையையும் தமது எதிர்காலச் சந்ததியினரை அடிமைகளாகக் கட்டுப்படுத்தியமையையும் விபரமாகக் கூறுகின்றன. தென்னிந்தியாவிற் பொதுவாக நிலவிவரும் தேவதாசிகள் முறை பூர்வீக சுமேரியாவிலும் காணப்பட்டதொன்றாகும். தென்னிந்தியத் தேவாலயங்களில் இப்பொழுது நிலவும் வழிபாட்டுமுறையும் ஆத்மீகத் தன்மையும், இராசோபகாரம் என்று கடவுளுக்கு அர்ப்பணிக்கப்படும் முறையும், உவூவி அவர்கள் சுமேரிய தேவாலயங்களில் நடைபெற்றனவென வருணிக்கும் தேவவழிபாடுகளை அப்படியே ஒத்திருக்கக் காண்கிறோம். உவூவி, சுமேரியர் வழிபாட்டு முறைகளைப் பின்வருமாறு வருணிக்கிறார். 'ஆண்டவன் அமர்ந்திருக்கும் இடம் எதுவோ அதுவே அரசனுடைய துமாம். அரசும் கோவிலும் ஒன்று என்றே கருதப்பட்டது. வழிபாடு, இவ்வுலகத்திற்கு வேண்டிய தேவைகளைத் திருப்தி செய்வதையே

நோக்கமாகக் கொண்டது. ஒரு மனிதப் பிரபுவிற்குத் தொண்டு செய்துவிட்டு அதற்காக எப்படித் தொண்டன் உலகில் நீண்டவாழ்வும் சுகவாழ்வும் எதிர்பார்ப்பானோ அதைப்போன்றே சந்திரத்தெய்வம் செல்வமும் செழிப்பும் தந்து நகரைக் காத்து நிற்க வேண்டுமென்று மக்கள் எதிர்பார்த்தனர்.' தமிழ்மொழியில் அரண்மனையும் ஆலயமும் 'கோவில்' என்ற ஒரே சொல்லாற் குறிப்பிடப்படும். இதைப் போன்றே வடமொழியில் 'பிரசாதா' எனும் சொல் இவ்விரண்டையும் குறிக்கும். ஆலய வழிபாட்டுமுறை ஆரம்ப வேதகாலச் சமயத்தில் இருந்ததில்லை.

திராவிடர் பிரச்சினைபற்றி முன்பு கொள்ளப்பட்ட சான்றுகள் சூழல்களையும் தெளிவற்ற ஆதாரங்களையும் கொண்டு உருவாக்கப்பட்டவையே இவற்றை நம்பிக்கையான காலக்கிரமத்தின் படி ஒழுங்குபடுத்துவதும் கடினமாகும். ஆயின் பியூரர்கெய்மந்தோவு என்பார், இரும்பின் உபயோகத்தை அறிந்திருந்தவர்களும் மேற்கிலிருந்து கடன்மார்க்கமாகத் தென்னிந்தியாவுக்கு வந்தவர்களுமாகிய பெரிய கற்கால மனிதரே திராவிடமொழி பேசியவர்களாவர் எனவும், இவர்கள் குடிபெயர்ந்துவரும்பொழுது கரையோரங்களில் சில குடியேற்றங்களையும் ஏற்படுத்தியிருக்கலாம் எனவும், இத்தகைய குடியேற்றங்களின் விளைவே கராச்சிக்குக் கிட்டக் காணப்படும் பெரிய கற்காலச் சான்றுகளும் பலுக்கித்தானத்தின் பிராகுவியுமாகும் எனவும், ஓரளவு ஏற்றுக்கொள்ளக் கூடியவாறு, அண்மையிற் கூறியுள்ளார். கி.மு. 500 ஆம் ஆண்டு வரையில் நிகழ்ந்த இத்திராவிட மொழிபேசும் மக்களின் இந்தக் குடிவருகை ஆரம்ப சங்ககாலத் தமிழ் இலக்கிய வளர்ச்சிக்கு வேண்டிய வாய்ப்பைக் கொடுத்திருக்கும் என்றும் இவர் நம்புகிறார். ஆயின், இவர் கூறும் காலத்தை (கி.மு. 500) ஏற்க முடியாது அத்துடன் நிலைபெற்ற நான்கு தமிழ் முடியரசுகள் பற்றி அசோககாலக் கல்வெட்டுகளிற் கூறப்பட்டுள்ளதால் இவர்கள் வந்த காலம் மிகவும் முற்பட்டதாகும். கெய்மத்தோவு அவர்களின் அபிப்பிராயப்படி தென்னிந்தியாவிலேயே திராவிட நாகரிகம் தோன்றிய காலம் மிகவும் பிந்தியதாகவும், வடக்கில் ஆரியக் குடியேற்றங்களும் தெற்கில் திராவிடர் நிலை கொண்டமையும் ஏறத்தாழ ஒரே காலத்தில் நிகழ்ந்தவையாயும் இருத்தல் வேண்டும். கெய்மத்தோவு அவர்களுடைய சொந்த வார்த்தைகள் வருமாறு : "தக்கணம் நோக்கிப் படையெடுத்த முதல் ஆரிய மக்கள் தெற்கு நோக்கிச் சென்றதை, (இரும்புக்கால நாகரிகத்துடன் விளங்கிய) மகாராட்டிர பெரிய கற்கால மக்கள் எதிர்த்து அதற்குத் தடையாக இருந்தனர்". அகத்திய கதைகள் வாதாபியை அடுத்துள்ள பகுதிகளில் முன்னைய யோசனையைச் சிறிதளவு ஆதரிக்கக் காண்கிறோம். இதை அடுத்த அத்தியாயத்தில் நாம் காண முடியும். எனினும் முழுப் பிரச்சினையும் முற்றாக அலசி ஆராய மேலும் ஆராய்ச்சிகள் நடைபெறுவது மிக அவசியம். கெய்மத்தோவு அவர்களின் கருத்துக்களை அப்படியே ஏற்பதற்கோ, அவற்றை மாற்றுவதற்கோ முன்பு (இந்த அத்தியாயத்தில்) நாம் கருத்திற் கொண்ட ஏனைய இனங்களினதும் காலாசாரங்களினதும் அடிப்படை ஆதாரங்களை மனதில் இருத்தி ஆராய்ந்து முடிவிற்கு வருவது பொருந்தும்.

துணைநூற் பட்டியல்

A.AIYAPPAN : 'Mesolithic Artefacts from Sawyerpuram in Tinnevelly Dt., S.India' (Spolia Zeylania, Vol.24, Pt.2, 1945)

J.C.BROWN : Cathalogue of Prehistoric Antiquities in the Indian Museum, Calcutta (Simla, 1917)

Bp.CALDWELL : Comparative Grammar of the Dravidian Languages (London, 1913)

L.A.CAMMIADE : Pygmy Implements of the Lower Godavari' (Man in India, IV)

_____ : 'Prehistoric Man in India and the Karnul Bone Caves' (Man in India, VII, No.1-12)

L.A. CAMMIADE AND M.G.BURKITT : 'Fresh Light on the Stone Ages in South-east India' (Antiquity, Vol. IV ; 1930)

S.N. CHAKRAVARTI : 'The Prehistoric Periods in India' (Journal of the University of Bombay, Vol.X. Pt. I, July 1941)

_____ : 'An Outline of the Stone Age in India' (JRASB Letters X, i. 1944)

V. GORDON CHILDE : 'Megaliths' (Ancient India, No.4, July 1947 – January 1948)

H. de TERRA AND T.T. PATTERSON : Studies in the Ice Age in India and Associated Human Cultures (Carnegie Institute of Washington, Pub.No.493, Washington, 1939)

_____ : 'The Siwaliks of India and Early Man' (Early Man, 1939)

R.B. FOOTE : The Foote Collection of India, Prehistoric and Protohistoric Antiquities, Catalogue Raisonne, (Govt. Museum, Madras 1914)

_____ : 'Notes on Their Ages and Distribution' (Govt. Museum, Madras, 1916)

D.H. GORDON : 'Early Use of Metals in India and Pakistan' (Journal of the Royal Anthropological Institute, 1952)

______ : 'The Stone Industries of the Holocene in India and Pakistan (Ancient India, No.6, Jan.1950)

B.S.GUHA : Racial Elements in the Population (Bombay, 1944)

CHRISTOPHER VON FUERER-HAIMENDORF : 'When, How and From Where Did the Dravidians Come to India.?' (The Indo-Asian Culture, Vol.II, No.3, January 1954, pp.238-47)

E. HERZFELD AND A.B. KEITH : 'Iran as a Prehistoric Centre' in A.U.Pope's Survey of Persian Art, Vol.I, Ch.II (Oxford)

J.H.HUTTON : Census of India, 1931, Vol. I, Pt.I

V.D.KRISHNASWAMI : 'Megalithic Types of South India' (Ancient India, No.5, Jan.1949)

_____ : 'Progress in Pre-history' (Ancient India, Special Jubilee Number 9, 1953)

_____ : 'Environmental and Cultural Changes of Pre-historic Man near Madras' (Journal of the Madras Geographical Association. Vol. XIII, pp. 58-90, 1938)

_____ : 'Prehistoric Man Round Madras' (Indian Academy of Sciences, Madras Meeting, 1938)

B.B. LAL : 'Protohistoric Investigation' (Ancient India, No.9, 1953)

H. L. MOVIUS (Jr.) : 'Early Man and Pleistocene Stratigraphy in Southern and Eastern Asia' (Peabody Museum Paper XIX, No.3, 1-25)

STUART PIGGOTT : Prehistoric India to 1000 B.C., (London, 1950)

L.V. RAMASAMI AIYAR : 'Dravidic Place-names in the Plateau of Persia' (QJMS, Vol.XX, Bangalore, 1929-30)

H.D. SANKALIA : Investigations into the Prehistoric Archaeology of Gujarat (Sri Pratapa Simha Maharaj Rajyabhisheka Grantha Mala, Memoir IV, Baroda State Press, 1946)

H.D. SANKALIA AND I. KARVE : 'The Second Gujarat Prehistoric Expedition' (New Indian Antiquary, Vol. IV, No.4)

_____ : 'Preliminary Report on the Third Gujarat Prehistoric Expedition and Human Remains Discovered So Far' (Times of India Press, 1945)

K.A.N. SASTRI : 'Southern India, Arabia and Africa' (New Indian Antiquary, Vol.I, 1938)

M. SESHADRI : Microlithic Industries of Mysore' (Annual Report of the Insitute of Archaeology, London, 1953)

_____ : 'New Light on Megalithic Dating in India' (Journal of the Mysore University [Arts] 1956)

_____ : 'Paleolithic Industry of Kibbanahalli' (Mysore State), (Artibus Asiae, 1955, xviii, p.p.271-87)

K.R. SRINIVASAN AND N.R. BANERJEE : 'Survey of South Indian Megaliths' (Ancient India, No.9, 1953)

B. SUBBA RAO : The Personality of India, (Baroda, 1956)

B.K. THAPAR : 'Porkalam 1948 : Excavation of a Megalithic Urn-burial' (Ancient India, No.8, 1952)

K.R.U. TODD : 'Prehistoric Man Round Bombay' (Proceedings of the Prehistoric Society of East Anglia, Vol. VII, Ipswich, 1932)

_____ : 'Paleolithic Industries of Bombay' (Journal of the Royal Anthropological Institute, Vol.LXIX, London, 1939)

_____ : 'The Microlithic Industries of Bombay' (Ancient India, No.6, Jan.1950)

R.E.M. WHEELER : 'Brahmagiri and Chandravalli, 1947' (Ancient India, No.4, July 1947 – January 1948)

F.E. ZEUNER : 'The Microlithic Industry of Langhnaj, Gujarat' (Man article No.182, September, 1952)

அத்தியாயம் IV

வரலாற்றின் உதயம் : ஆரியமயமாகுதல்

சான்றுகள் - ஆரியாவர்த்தம் - விந்தியமும் பாரியாந்திரமும் - விதர்ப்பம் - வட இந்திய இலக்கியங்களில் தென்னகம் பற்றிய அறிவு வளர்ச்சி – பாணினி – காந்தியாயனன் - கௌடி லியன் - கிரேக்கக் குறிப்புகள் - பௌத்தாயனன் - அசோகனின் ஆணைகள்.

அகத்தியர் பற்றிய வார்த்தைகளும் அவற்றின் முக்கியத்துவமும் - மேற்குக் கரையும் பரசுராமனும் - ஆரியமயத்தின் தன்மை – மொழிச்சான்றுகள் - பிந்திய திப்பு இயக்கங்களும் கொள்கைகளும் - வடக்குத் தெற்கு வழிகள் - மேற்கு நாடுகளுடனும் கிழக்கு நாடுகளுடனும் உள்ள தொடர்புகள்.

ஆரியர் வருகையுடனேயே வடக்கிற் போன்று தென்னிந்தியாவிலும் வரலாறு உதயமாகிறது. தென்னகம் எவ்வாறு படிப்படியாக ஆரியமயமாயிற்று என்பதை மரபுக் கதைகளிலும் இலக்கியத்திலும் நாம் காணலாம். கி.மு. 600 வரை வடக்கில் இயற்றப்பட்ட நூல்கள் எவற்றிலாயினும் விந்தியத்திற்குத் தெற்கேயுள்ள இந்தியா பற்றி எதுவும் கூறப்படவிலலை. எனினும் சில நூற்றாண்டுகள் செல்லச் செல்லத் தென் இந்தியா பற்றிய அறிவும் அதிகரிக்கலாயிற்று. இதிகாசங்களிலும் புராணங்களிலும் அகத்தியரின் பெயரை மத்தியாகக் கொண்டு வளர்ந்த பல மரபுக்கதைகள் உள. இக்கதைகள் தென்னகத்தில் வடவர்களின் கலாசாரம் வந்து கலந்த பேரியக்கத்தைத் தமக்கே உரியமுறையில் நினைவுறுத்துகின்றன. பிந்திய காலத்திற்குரிய மரபுக்கதைத் தொடர் ஒன்று பரசுராமனைத் தலைமகனாகக் கொண்டு உருவாகியுள்ளது் கேரள நாட்டின் சிறப்பியல்புகளையும் நிறுவனங்களையும் பற்றிய விபரங்களைப் பரசுராமன் கதைத்தொடர் சொல்கிறது.

ஆரிய நாட்டின் அங்கீகரிக்கப்பட்ட தெற்கெல்லை விந்திய மலைத்தொடராகும். இமயத்திற்கும் விந்தியத்திற்கும் இடைப்பட்டுக் கிழக்கிலும் மேற்கிலும் சமுத்திரங்களை எல்லையாகக் கொண்டு அமைந்ததே ஆரியாவர்த்தம் என்று மனு தெளிவாகக் கூறுகிறார். ஆரியாவர்த்தம் - ஆரியர்களின் தாயகமாகும். சாம்பல், பெத்துவா ஆகிய ஆறுகள் தொடங்கும்

இடமாகிய விந்திய மலைத்தொடரின் மேற்கு வடக்குப் பகுதிகளே "பாரியாத்திரம்" என்று குறிப்பிடப்பட்டது எனப் "பந்தக்கார்" என்பவர் கூறுகிறார். இருக்குவேதங்களின் பிந்திய சூத்திரம் ஒன்று. ஆரியமாபிலிருந்து வெளியேற்றப்பட்ட ஒருவர் தென்திசை நோக்கித் சட்சிணாபதம் சென்றார் என்று சொல்லுகிறது. விதர்ப்ப நாடு (பீரார்) முடியாட்சி பற்றியும் அதன் அரசனான பீமா பற்றியும் "ஐதரேய பிராமணம்" கூறுகின்றது. இதே பிராமணமும், "சாங்காயன சிரௌதசூத்திரமும்" விசுவாமித்திரமுனிவர் தனது 50 பிள்ளைகள் மீதும் இட்ட சாபத்தைப் பற்றிக் குறிப்பிடுகின்றன் "சுனச்சேப தேவராதன்" என்பவன் மீது பொறாமை கொண்டதன் காரணமாக ஆரியாவர்த்தத்தின் எல்லைகளில் இப்பிள்ளைகள் வாழக் கடவார்கள் என்று சாபம் அமைந்தது. அவ்வாறு ஆரியாவர்த்தத்தின் எல்லைகளில் வாழ்ந்த பிள்ளைகளின் பிற்சந்ததியினரே "தசியுக்கள்" என்று கூறப்படும் ஆந்திரர், புந்திரர், சபார், புவிந்தர், முதிபர் ஆகியோர் ஆவர். இந்நூல்கள் இயற்றப்பட்ட காலை வட இந்தியா முற்றாக ஆரியமயமாகி விட்டது. விந்திய மலைகளுக்குத் தெற்கேயுள்ள பகுதிகள் இக்காலத்தில் ஆரியமயமாகவில்லை. தென்னகம் முழுவதும் ஆரியருக்கு முந்திய மக்களின் ஆதிக்கத்தின் கீழ் இருந்தது. தென்னகத்தில் விதர்ப்பம் என்னும் நாட்டில் மட்டுமே ஓர் ஆரியமுடியாட்சி நிலைபெற்றிருந்தது. ஆரியர்களுள் அதிக ஊக்கமும் உழைப்பும் உடையோர் பூர்வீக தென்னக மக்களிடையிற் சென்று திருமணம் செய்து கலப்புச் சந்ததியனர் தோன்றுவதற்குப் பொறுப்பாளிகளாய் இருந்திருக்கலாம். இத்தகைய கலப்புச் சந்ததியினரைக் குறைந்த சாதியினர் என்று வடக்கில் வாழ்ந்த (தூய) ஆரியர்கள் குறைத்து மதித்து வந்தனர் என்பதனை விசுவாமித்திரரின் பிள்ளைகள் பற்றிய கதையைக்கொண்டு நாம் ஊகித்துக் கொள்ளலாம். இத்தகைய நிலை உருவாகியிருந்த காலம் எது என்று உறுதியாகக் கூற முடியாத போதிலும் அக்காலம் கி.மு. 1000 வரையாகவிருக்கலாம் என்று கருதுவதற்கு இடமுண்டு.

ஐதரேய ஆரணியகம் என்ற நூலில் சேரபாதர் என்று சேரர்களைக் குறிப்பிட்டு, அவர்கள் சில விதிகளை மீறிச் சென்ற மூன்று மக்களுள் ஒரு சாரார் என்று கூறப்பட்டுள்ளது. இது கலாசாரக் கலப்பின் அடுத்த கட்டத்தைக் குறிப்பிடுவதாகக் கொள்ளலாம். ஆயின் அந் நூலில் எதுவும் தெளிவாகக் கூறப்படவில்லை. எனினும் இது சேரநாட்டவர்களைப் பற்றிய குறிப்பு என்று நாம் கொண்டால் தென்னகத்தில் இருந்து பிரிந்து தனிப்பண்புடன் வாழ்ந்த மலையாளப் பகுதி மக்களின் பழக்க வழக்கங்களும் சம்பிரதாயங்களும் மிக முந்திய காலத்திலிருந்தே வளரத் தொடங்கினவென்பதற்கு இது சான்றாகும். இந்த முடிவிற்கு முந்திய சான்றுகள் எதுவும் துணையாக அமையவில்லை.

கி.மு. 600 வரையில் வாழ்ந்தவர் எனக் கருதப்படும் பாணினி என்ற இலக்கண ஆசிரியர் கிழக்கிலுள்ள நாடுகளிற் கலிங்கத்தை மாத்திரம் குறிப்பிடுகிறார். மேற்கில் நர்மதைக்குத் தெற்கிலுள்ள நாடுகளில், கோதாவரியின் தலை நதிக்கு அண்மையிலுள்ள அசுமகம் என்னும் நாட்டைத் தவிர, எதையும் அவர் அறிந்திருந்ததாகத் தெரியவில்லை. சுத்த நிபாதம் எனும் பௌத்த புனித நூல் பாவரி என்ற குரு கோசலத்தை விட்டுச் சென்று தட்சினாபதத்தில், கோதாவரி ஆற்றங்கரையில் அமைந்த அசோக நாட்டில்

உள்ள ஒரு கிராமத்திற் குடியேறினார் என்று கூறுகிறது. இவருடைய சீடர்கள் வடக்கு நோக்கிச் சென்று புத்தர் பிரானைக் காண விழைந்தனர் அவர்கள் செல்ல வேண்டிய வழி மூலக நாட்டிலுள்ள பதித்தானம் (பைதான்) என்ற நகருக்கூடாக அமைந்திருந்தது மேலும் நர்மதை ஆற்றின் கரையில் அமைந்த மாகிசுமதி (மாந்தாதம்) உச்செயினி போன்ற இடங்களையும் தாண்டி இவ்வழி சென்றது. பாவரி வேதங்களில் விற்பன்னராயிருந்ததுடன் யாகங்களையும் செய்து வந்தார். மிக அமைதியாகவும் படிப்படியாகவும் குடியேற்றங்களை ஏற்படுத்தி ஆரியப் பண்பாடுகளைப் பரப்பிய பல சிறந்த ஆசான்களுள் இவர் ஒருவராவர். வால்மீகி இராமாயாணத்திற் குறிப்பிடப்பட்டுள்ள தண்டகாரணிய வனத்தின்கண் விளங்கிய ஆச்சிரமங்கள் பற்றிய விபரங்கள், பௌத்த ஆசான் பாவரியின் கதையிலிருந்து பெறப்படும் கருத்துக்களை உறுதிப்படுத்துகின்றன.

கி.மு. 4 ஆம் நூற்றாண்டில் வாழ்ந்தவரும், தென்னகத்தவர் எனக் கருதப்படுபவருமான காத்தியாயனர் எனும் இலக்கண ஆசிரியர் பாணினியின் இலக்கண நூற் சூத்திரங்களுக்கு அனுபந்தம் எழுதி அந் நூலைக் காலத்திற்கேற்றவாறு அமைத்தார். இவர் தூர தெற்கில் இருந்த பாண்டிய, சோழ, கேரள நாடுகள் பற்றிக் குறிப்பிட்டுள்ளார். கௌடிலியர் இந்த நாடுகளை நனகு அறிந்திருந்தார். அசோகன் கல்வெட்டுகளும் இந்நாடுகளைக் குறிப்பிடுகின்றன. இக்கல்வெட்டுகளின் ஈற்றில் இலங்கையும் தம்பபண்ணி எனும் பெயராற் குறிப்பிடப்படுகிறது. பாண்டிய நாட்டின் முத்துக்கள் பற்றியும், பட்டு வகைகள் பற்றியும் கௌடிலியர் கூறுகிறார். பாண்டிய தலைநகராகிய மதுரை, வடக்கிலுள்ள மதுரா நகரை நினைவூட்டுகிறது. கிரேக்க குறிப்புகள் ஏரக்கிளிசு (கிருட்டிணன்) கதைபற்றிக் கூறும்போது அவன் தனது மகள் பண்டையாவைத் தென் கடலை எல்லையாகக்கொண்ட இராச்சியத்தின் தலைவியாக்கினான் என்று கூறுகின்றன. இலங்கையிலும், சாவகத்திலும் (யாவா) மதுரா என்ற பெயர் கொண்ட இடங்களைக் காண்கிறோம். இவை வட இந்தியாவிலிருந்து தென்னகம் நோக்கி வந்த ஆரியப் பண்பாடு கடல் கடந்தும் சென்றது என்பதைக் குறிக்கின்றன. தக்கண மக்களிடம் மாத்திரம் காணப்படும் ஐந்து மரபுகள் பற்றித் தர்மசூத்திரம் என்ற நூல் இயற்றிய போதாயனர் எனும் பூர்வீக சட்ட அறிஞர் கூறுகிறார். சமயப்பிரவேசம் பெறாதோருடன் (அனுபேதர்) உணவு உண்ணுதல், பெண்களுடன் உணவருந்துதல், முதல் நாளைய உணவருந்துதல், தாய் மாமன் மகளையும், தந்தையின் சகோதரி மகளையும் ஒருவன் திருமணம் செய்யும் வழக்கம் ஆகியனவே அவர் கூறிய தென்னகத்தாரின் ஐந்து சிறப்பான வழக்கங்களாகும். இன்றுவரை தென்னிந்திய மக்கள் எவ்வகுப்பினர் மத்தியிலும் மைத்துனர்-மைத்துனி திருமணங்கள் என்ற போதாயனர் கூறிய வழக்கம் நிலைபெற்றிருப்பதை நாம் அறிவோம். போதாயனர் குறிப்புகள் மிக முந்திய காலத்தைப் பற்றியனவாக இருக்கலாம். ஏனெனில் வட இந்தியர் மட்டுமே பிற நாடுகளுக்குக் கடல் கடந்து செல்ல அனுமதிக்கப்பட்டனர் என்கிறார். போதாயனரின் இக்கூற்றுக் கிறித்துவுக்கு முன்னமே தென்னகத்தில் இருந்த மக்களின் கடல் தொடர்புகள் பற்றிய நிலைமைக்கு மாறானது எனக்

கூறமுடியாவிடினும் கிறித்தவ காலம் தொடக்கமிருந்து நிலைமைக்கு இக்கூற்று முரணானது என்றே கருதவேண்டும்.

கி.மு. 1000 அளவில் தென்னிந்தியாவிற் பரவத் தொடங்கிய ஆரியக் கலாசார இயக்கம் தொடர்ச்சியாகவும், சமாதான சூழ்நிலையிலும் வளர்ந்து மௌரியப் பேரரசு அமைவதற்குச் சில காலத்திற்கு முன்பு எங்கும் பரவிவிட்டது. மௌரியப் பேரரசு தூரதெற்குத் தவிர இந்தியா முழுவதையும் உள்ளடக்கியது. மைசூர், கர்நூல் பகுதிகளிற் பிராமி எழுத்துக்களையும் பிராகிருத மொழி வழக்குகளையும் கொண்ட அசோக கல்வெட்டுகள் காணப்பட்டதிலிருந்து இவற்றை வாசித்து அறிந்துகொள்ளக்கூடிய மக்கள் இப்பகுதிகளில் வாழ்ந்திருத்தல் வேண்டும் என்பதும், பேரரசின் எல்லைக்கு அப்பாலுள்ள தென்னகத்திலிருந்த அரசுகளுடன் அரசியல் தொடர்புகளை அசோகன் கொண்டிருந்திருக்க வேண்டும் என்பதும் புலப்படுகிறது.

இதிகாசங்களிலும் புராணங்களிலும் தமிழ் இலக்கியங்களிலும் முதன்மையான இடம் பெற்றுள்ள அகத்தியர் பற்றிய பாரம்பரியக் கதைகள் எழுதுவதற்கு அடிப்படையாக இருந்த வரலாற்று நிகழ்ச்சிகள் தென்னகத்தில் ஆரியப் பண்பாடும் நாகரிகமும் பரவுதற்காகிய பேரியக்கத்திலிருந்து எழுந்தவையாகும். அகத்திய முனிவர் ஒரு குடத்திலிருந்து (கும்பம்) தோன்றியவர் என்று இருக்கு வேதத்தில் ஒரு சிறு குறிப்புக் கூறுகின்றது் எனினும் அகத்தியர் வரலாற்றுப் புகழ்வாய்ந்த ஒரு மனிதன் ஆவார்˙ இவர் கவிதை இயற்றினார் எனவும், இவருக்கு மனைவியம் ஒரு சகோதரியும் இருந்தனர் எனவும், ஒரு மகனும் கூட இருந்திருக்கலாம் எனவும், இல்லறத்தோடு கூடிய கட்டுப்பாடான வாழ்வை இவர் மேற்கொண்டார் எனவும் பாராட்டப்படுகிறார். மகாபாரதக் கதையில் அகத்தியருக்கும் தென்னகத்திற்குமிருந்த தொடர்பு விரிவாகக் கூறப்பட்டுள்ளது. விதர்ப்ப நாட்டு இளவரசி உலோபாமுத்திரையை இவர் திருமணம் செய்தார். முறைப்படி திருமணம் செய்வதற்கு முன் அவள் தன் தந்தையாருடன் வாழ்ந்த காலத்தில் அனுபவித்த அணிகலன்களையும் உல்லாச வாழ்வையும் அகத்திய முனிவர் தமது துறவறத்தைப் பாதிக்காத வகையில் பெற்றுத்தர வேண்டும் என்ற நிபந்தனையை அவள் விதித்தாள். எங்காவது பெருந்தொகையான செல்வத்தை நன்கொடையாகப் பெற்றுத்தான் இவளுடைய விருப்பத்தை நிறைவேற்ற முடியும் என்பதை அகத்தியர் உணர்ந்தார். ஆரிய அரசர்கள் மூவரை இதற்காக நாடியும் பலன் கண்டிலர்˙ பின்னர் அகத்தியரும் அவ்வரசர் மூவரும் 'மணிமதி' என்னும் நாட்டை ஆண்ட தைத்திய அரசனான "இல்வலனிடம்" சென்றனர். இல்வலன் பிராமணர்களின் வைரி. இந்திரனைப் போன்ற ஒரு பெருமகனைப் பெறுவதற்கு வரம் அருளுமாறு முன்பு ஒருகால் ஓர் அந்தணனை வேண்டி இல்வலன் ஏமாற்றம் அடைந்தான். அதனால் பிராமணர்மீது வஞ்சம் தீர்க்க முற்பட்ட இல்வலன் ஓர் அபூர்வ வழியில் தனது வஞ்சத்தைத் தீர்த்து வந்தான். தனது இளைய சகோதரனான வாதாபியை ஆட்டுக்கடாவாகமாற்றி அவன் ஊனைப் பிராமணருக்கு வழங்கியபின் உயர் பெற்றெழும்படி அவனை அழைப்பதுண்டு. இல்வலன் இயமலோகத்தில் உள்ளவர்களைக்கூடத் தன் குரல் கொண்டு அழைக்கும் பேராற்றல் படைத்தவன். ஆகவே உணவாகச் சென்ற வாதாபி அண்ணன் குரல் கேட்ட மாத்திரத்திலே பிராமணர்களுடைய

வயிற்றைக் கிழித்துப் புன்முறுவல் பூத்தபடி வெளிவருவான். இவ்வாறு இரு சகோதரர்களும் பல பிராமணரின் உயிரைக் குடித்தனர். அகத்தியரும் மூன்று அரசர்களும் இல்வலனைச் சந்தித்தபோதும் இதே திருவிளையாடலைச் செய்ய முற்பட்டான். வாதாபியின் ஊன் கொண்டு விருந்து பரிமாறப்பட்டபோது அரசர்கள் கவலையுற்றனர். ஆனால் அகத்தியரோ உணவு அனைத்தையும் உண்டருளினார். இல்வுலன் வாதாபிக்கு அழைப்புவிட்டதும் அகத்தியருடைய வயிற்றிலிருந்து காற்று மாத்திரம் வெளிவந்தது வாதாபி அகத்தியல் வயிற்றில் சீரணித்துவிட்டான் கவலைமிகுந்த இல்வலன் அகத்தியன் வேண்டிய செல்வத்தை ஒரு நிபந்தனையின் பேரில் வழங்குவதாக வாக்குறுதி கொடுத்தான். தான் வழங்க விருப்பது என்ன வென்பதை அகத்தியர் சொல்லவேண்டும் என்பதை அந்நிபந்தனையாகும் இதற்குத் தகுந்த பதில் கிடைத்தது. அகத்தியரும் அரசர்களும் வேண்டிய செல்வங்களைப் பெற்று வீடு திரும்பினர். மேற்குத் தக்கணத்தில் ஆதிச்சாளுக்கியரால் அமைக்கப்பட்ட அரண் நகரமாக வாதாபி இருந்தது. இதுவே இன்று பாதாமி என்று அழைக்கப்படும் இடமாகும். தைத்திய அரசர்களிருவரதும் ஆட்சி பீடம் இங்குதான் இருந்திருக்கவேண்டும் எனக் கொள்வதாயின் அகத்தியர் பற்றிய இக்கதை தென்னகத்துடன் அகத்தியருக்கு ஏற்பட்ட தொடர்பின் தொடக்கத்தைக் குறிப்பதாகும்.

அகத்திய முனிவர் பற்றி மகாபாரதத்திலும் கதைகள் உள. தேவர்களுடைய எதிரிகள் கடலுள் ஒளித்திருந்தனரெனவும் அப்போது கடல் நீரை அகத்தியர் உண்டு எதிரிகளைத் தேவர்கள் தோற்கடிக்கத் துணை நின்றாரெனவும் ஒரு கதை கூறுகின்றது. இதனால் ‘கடல்குடித்த குடமுனி’ என்றும் அழைக்கப்படுகிறார். தென்னகம் நோக்கி ஏதோ அலுவலாகச் சென்ற அகத்தியர் விந்திய மலையைத் தான் திரும்பிவரும் வரை வளராது இருக்குமாறு வேண்டிச் சென்றார் எனவும் ஆயின் அவர் தெற்கிலிருந்து திரும்பியதே இல்லை எனவும் இனனொரு கதை கூறுகிறது. பிந்திய தமிழ் மரபிலும் அகத்தியர் தென்னகம் நோக்கி வந்தமை குறிப்பிடப்பட்டுள்ளது. சிவனுக்கும் பார்வதிக்கும் திருக்கல்யாணம் நிகழ்ந்த போது தேவர்களும், முனிவர்களும் வடக்கில் கூடினர் என்றும் இதனால் உலகின் பாரம் வடபால் அதிகரித்துவிடும் என்று அஞ்சித் தென்னகத்திற்கு அகத்தியர் அனுப்பப்பட்டார் என்றும் தமிழ் மரபுக் கதைகள் உள.

விந்திய மலைத்தொடருடனும், கடல் நீர் பருகிய நிகழ்ச்சியுடனும் அகத்தியருக்கு உள்ள தொடர்பு ஆரிய கலாசாரம் விந்தியத்திற்கும் தெற்கே சென்று கடல் கடந்து தீவுகளையும், தீபகற்பங்களையும் தாண்டி இந்தோசீனம் வரையும் வியாபித்தமையைக் குறிக்கும் உருவகக் கதைகள் ஆகும். ஏற்றுக்கொள்ளக் கூடியதான இவ்விளக்கத்துக்கு அகத்தியர் பற்றிய பிற சான்றுகளும் அவருடைய ஆச்சிரமம் பற்றிய சான்றுகளும் மேலும் ஆதாரமாக அமைகின்றன.

அகத்தியர் எவ்வாறு ஒரு பயங்கர இராட்சதனைக் கொன்று உலகின் நலனைப் பேணி அதனை வாழ்விற்கு ஏற்றதாக்கினார் என்று அவர் ஆச்சிரமம் நோக்கிச் செல்லுகையில் இராமபிரான் இலக்குமணனுக்குக் கூறியதாக

இராமாயணம் குறிப்பிடுகிறது. மகாபாரதத்தில் குறிப்பிட்டது போலல்லாமல் வேறுவகையில் வாதாபியின் வதம்பற்றி இராமர் கூறியுள்ளார். அகத்தியர் அசுரர்களை அடக்கித் தண்டகாரணிய வனத்தை மனிதர் (ஆரியர்) வாழக்கூடிய இடமாக்கினார் என்று கூறும் கருத்துக் கூர்ந்து கவனிக்க வேண்டியதாகும்.

அகத்தியர் அசுரரையும் இராட்சதரையும் எதிர்த்துப் போராட்டங்கள் நடத்தினார் எனவும் இராமாயணத்திற் குறிப்பிடப்பட்டுள்ளது. ஆரியக் குடியேற்றவாசிகளுக்கு எதிராகத் தாடகை நடத்திய கொடுமைகளின் காரணங்களை விசுவாமித்திர முனிவர் இராமருக்கு விளக்கிக் கூறுகிறார். சுந்தன் என்பவனை அகத்தியர் கொன்றார். சுந்தனின் மனைவி தாடகையும் மகன் மாரீசனும் அகத்தியரைத் திருப்பித் தாக்கினர். அகத்தியரின் சாபத்தினால் தாயும் மகனும் இராட்சத உருவம் பெற்றனர். இதன் பின் அவள் இராமனால் வதைபடும் வரை பழிவாங்கவே போராட்டம் நடத்திவந்தாள் என விசுவாமித்திரர் கூறினார்.

அகத்தியர் கதைகள் பற்றி அபிப்பிராயம் கூறும் இக்கால ஆராய்ச்சியாளர் ஒருவர் பின்வருமாறு கூறுகிறார் : ‘வரலாற்று நினைவுகளின் அடிப்படையிலே அகத்திய மரபுக்கதைகள் எழுந்தன என்பது தெளிவு. தென்னிந்தியாவில் போராட்டம் நடத்திய ஆதிகால ஆரிய வீரர்களுக்கு அகத்தியர் ஒரு நல்ல உதாரணமாவார். பூர்வீககாலத்தைச் சேர்ந்த பேரரசனென்றும் பரிசுத்தவான்களுள் புகழ்பெற்றவர் என்றும் இன்றும்கூட அகத்தியர் தக்கணத்திற் கொண்டாடப் படுகிறார். ஆரிய கலாசாரத்தின் முதல் தொண்டராக இருந்த அகத்தியர் பிற்காலத்தில் ஒரு தவசிரேட்டராகவும் ஒரு பரிசுத்தமானவராகவும் மாறுகின்றார். தைரியமுள்ளவராகவும் கடினமாகப் போராடும் திறனுள்ளவராகவும் வேட்டையில் வல்லவராகவும் இருந்த அகத்தியர் நாகரிகமற்ற எதிரிகளை வென்றார். வேட்டுவத் தொழிலிலும் வில்வித்தையிலும் வல்லவரான அதே அகத்தியர் உணவிலும் ஈடு இணையற்று ஹேக்குலீஸ் போன்று திகழ்ந்தார். பழைய வீரகாவியங்களைச் சரிவர உணர்ந்தே அகத்தியர் பற்றிய கதைகளின் உட்கருத்தை உணர முடியும். அகத்தியர் ஐவன்கோ என்னும் நூலிற் காணப்படும் துறவிதக்கு என்பவனை ஒத்திருக்கின்றார்.’

இமயம் தொடங்கிக் குமரி முனைவரை பல இடங்களில் அகத்தியரின் ஆச்சிரமங்கள் அமைந்திருந்ததாகக் கருதப்படுகின்றது. இந்தியாவிற்குப் புறத்தே மலாயா நாட்டின் குன்றங்களிலும் மேற்கு மலைத்தொடரின் தென்முனைப்பகுதியலும் கூட அகத்தியர் ஆச்சிரமம் இருந்ததாக நம்பப்படுகின்றது. தொகையாகக் காணப்படும் அகத்தியர் ஆச்சிரமங்களும், பவனங்களம் அகத்தியர் ஓர் கற்பனைப் பேர்வழி என்றேனும் இப்பெயருடைய வம்சத்தினர் பல பாகங்களிலும் சென்று வாழ்ந்திருக்கலாம் என்றேனும் கருத இடமளிக்கிறது. எனினும் இந்த அகத்திய வம்சம் எப்பொழுது உருவானது, எப்படி உருவானது என்று கூறுவது இயலாது. வேத சூத்திரங்களின் ஆசிரியரும் உலோபாமுத்திராவின் கணவரும் தென்னிந்தியாவில் ஆரியமய இயக்கத்தை முன்னின்று நடத்தியவரும் ஒருவரே எனவும் இத்தகைய அகத்தியரை மையமாகக்கொண்டு காலப்போக்கிற் கதைகள் பலவாகப் பெருகி அவர் தொடங்கிய இயக்கத்தின் வளர்ச்சியைப் பிரதிபலிக்கும் வகையில் ஏனைய கதைகள் எழுந்தன எனவும் கொள்வது பொருத்தமாகும்.

பிந்திய இராமாயணப் பதிப்புக்கள் சிலவற்றில் வரும் கதைகளில் ஒன்று அகத்தியரே இராமருடன் பேசுவதாக அமைந்துள்ளது. பார்கவனின் சாபத்தால் தண்டகாரணிப் பெருவனம் குடியேற்றத்திற்கு உதவாததாகிவிட்டது. விந்திய மலையின் அடிவாரத்திலிருந்து தூர தெற்குவரை ஆயிரம் யோசனை தொலைக்கு வெறும் பயங்கரவனமாக இப்பிரதேசம் அமைந்திருந்தது. இமயத்தின் வெள்ளிப்பனிமலையிலிருந்து சென்ற அகத்திய முனிவர் தென்னகத்தில் மழை பெய்யவைத்து நிலத்தின் வளம் பெருக்கிப் பல கூட்டமான ஆரிய முனிவர்கள் (இருடிகள்) குடியிருக்கத்தக்க இல்லங்களை அமைக்க வாய்ப்பு ஏற்படுத்தினார். இராமாயணத்தின் முந்திய கையெழுத்துப் பிரதிகள் எதிலும் இக்கதை பற்றிய குறிப்பே இல்லை. இக்கதை பிந்திய காலத்தைச் சேர்ந்த பொருத்தமற்ற கற்பனையாகும். பார்கவனின் சாபமும், அகத்தியர் அதனை நிவர்த்தி செய்தமை பற்றிய கதையும் பரசுராமனின் கதையுடன் சில அம்சங்களில் ஒற்றுமை பூண்டுள்ளது. அகத்தியர் பாலைவனத்தைப் பொன்கொழிக்கும் பூமியாக்கிய கதையும், பிந்தியகாலத்தில் ஆக்கப்பட்ட பரசுராமனின் கோளநாட்டு அமைப்புப் பற்றிய கதையும் காலத்தாற் பிந்தியவை. உண்மையான புராணங்களில் இக்கதையும் இடம் பெறவில்லை.

பரசுராமன், தன் தாய் இரேணுகாவைத் தன் தந்தை யமதக்கினியின் ஆணையின் பேரில் கொலை செய்தான் இந்தப் பாவத்திற்குப் பிராயச்சித்தமாகப் பிராமணர்களின் எதிரிகளாகிய சத்திரியர்களை வேருடன் களையவேண்டியவனானான். 21 படையெடுப்புகள் மூலம் தனது நோக்கத்தை நிறைவேற்றி விசுவாமித்திரர் வேண்டுகோளின்படி முழு உலகத்தையும் பிராமணர்களுக்குத் தாரைவார்த்துக் கொடுத்தான். அதன் பின் தான் வசிப்பதற்குத் தனக்கென ஓரிடமின்றித் தத்தளித்த பரசுராமன் சுப்பிரமணியக்கடவுளின் துணைவேண்டித் தவமிருந்து கடல்களுக்கெல்லாம் தெய்வமான வருணனின் கிருபையால் வசிப்பதற்குச் சிறுதுண்டு நிலம் பெற்றான். கையிலிருந்த பாசுவை (கோடரி) விட்டெறிந்து அந்நிலத்தின் பரப்பைக் காட்டும்படி கேட்கப்பட்டான். கன்னியா குமரி தொட்டுக் கோகர்ணம் வரை கோடரி சென்றது. இப்பதியே கடலில் இருந்து மீட்கப்பட்ட பரசுராமன் நாட்டின் முக்கியமானது. இவ்வாறு கிடைத்த நிலத்தில் குடியேற்றுவதற்குப் பிறநாடுகளிலிருந்து பிராமணரை வரவழைத்தான். 64 கிராமங்களை அமைத்து அவர்களைக் குடியேற்றி, அவர்களுக்கும் அதே காலத்தில் வந்து குடியேறிய ஏனையோருக்கும் வேண்டிய சட்டங்களையும் நிறுவகங்களையும் உண்டாக்கினான். கி.பி. 12 ஆம் நூற்றாண்டைச் சேர்ந்த கன்னட நாட்டுக் கல்வெட்டுகள் கொங்கணப்பகுதியைப் பரசுராமன் கதையுடன் இணைத்துக் குறிப்பிட்டுள்ளன. கொங்கணம் கேரளத்திற்கு வடக்கே அமைந்த கடற்கரைப் பகுதியாகும்.

இன்று தென்னிந்தியாவில் மொழிவழி பிரிந்த மாகாணங்களைக் கொண்ட ஒரு (புவியியல்) படத்தைப் பார்க்கும்போது தென்னிந்தியாவில் ஆரிய கலாசாரம் வளர்ந்த வகையையும் அதன் பலாபலன்களையும் நாம் அறியமுடியும். எப்போதும், மொழியிலுள்ள வேற்றுமை இனத்தில் உள்ள வேற்றுமையாகாது என்ற எண்ணத்துடனேயே நாம் இவற்றைப் பார்க்க வேண்டும். மொழி வேற்றுமை என்பது கலாசார வேற்றுமையே ஒழிய

இனவேற்றுமை அன்று. வட இந்தியாவிலும் தக்கணத்திலுள்ள மகாராட்டிரத்திலும் வழங்கும் மொழிகள் வடமொழியின் ஒரு பிரிவாகவேனும், அம்மொழி மரபையுடையனவாகவேனும் இருக்கின்றன் வேற்றுமொழி பேசிய மக்கள் மத்தியில் வடமொழி பரவியதன் விளைவாகவே இம்மொழிகள் உருவாகியிருத்தல் வேண்டும். வடமொழியில் இல்லாதனவும் ஆரியருக்கு முற்பட்டகாலத்தில் நிலவிய பூர்வீக மொழிகளிலிருந்து வந்தனவுமான சொற்களும், உபசரிப்புக்களும் இன்று மக்கள் மத்தியில் நிலவி வரும் மொழிகளில் பெருந்தொகையிற் காணப்படுகின்றன. முன்னைய பூர்வீக மொழிகள் பிந்தி வந்த ஆற்றல் மிக்க கலாசார மொழியினால் அழிவுற்றன. வட இந்தியாவிலும் மேற்குத் தக்கணத்திலும் இவ்வாறு நிகழவில்லை. இப்பகுதிகளிலும் ஆரியர் அனேகர் சென்று வாழ்ந்து உள்;ர் மக்களிடையில் தமது நாகரிகத்தைப் பரப்ப விரும்பினர். எனினும் ஆரியர்களால், பிரதேச மக்களைத் தமது சமூக நிறுவகத்துடன் இணைத்து அவர்கள் மொழிகளையும் நாகரிகத்தின் சிறப்பியல்புகளையும் முற்றாகச் சிதைக்க முடியவில்லை. இப்பகுதிகளில் வாழ்ந்த பெரும்பான்மையான மக்கள் பேச்சிலும், பழக்கவழக்கங்களிலும் தமது தனிப்பண்புகளைப் பாதுகாத்து வந்தனர்˙ அத்துடன் வடநாட்டுக் கலாசாரத் தொடர்பின் பலனாய் அவர்கள் பேச்சும் பழக்கவழக்கங்களும் வளமுற்றுச் சீரடைந்தன. இ˙.திவ்வாறிருக்க, இப்பகுதிகளுக்கு வந்த ஆரியர் தென்னக மக்களின் மொழியைக் கற்றதுடன் தமது வடமொழிமரபை வளம்படுத்தியும் கொண்டனர். உள்;ர்ப் பழக்க வழக்கங்களைக் கொண்ட புதிய கூட்டுச் சமூக அமைப்பு ஒன்றையம் அவர்கள் உருவாக்கினர். தொகையாகப் பெருகி வளர்ந்த தமது தெய்வங்களைின் எண்ணிக்கைகள் ஆரியருக்கு முற்பட்ட மக்களால் வழிபடப்பட்ட தெய்வங்களுக்கும் ஏற்ற இடம் கொடுக்கவேண்டிய அவசியம் ஆரியர்களுக்கு ஏற்பட்டது. இவ்வாறு மாற்றங்கள் நிகழ்ந்த முறைபற்றிய விவரங்கள் அனைத்தையும் நாம் அறியமுடியாது. ஆதிகாலத் தமிழ் இலக்கியங்களே எமக்கு இத்துறையிற் கிடைக்கக்கூடிய மிகப் பழமைவாய்ந்த சான்றாகும். தமிழ் இலக்கியங்களை நாம் ஆராய்ந்து பார்க்கும்பொழுது இவ்வாறு வளர்ந்த ஆரிய நாகரிகத்தின் புதிய ஆதிக்கத்தை மக்கள் வரவேற்று வேண்டிய மாற்றங்களை அமைதியான முறையில் ஏற்படுத்தினர் என்ற கருத்து எமக்குத் தென்படும். தமிழ் இலக்கியம் பிந்திய காலத்தில் வளர்ச்சியுற்றமையால் இந்நிலை ஏற்பட்டிருக்கக் கூடும். தென்னகத்தில் முதல் ஆரியர் ஆதிக்கம் ஏற்பட்ட காலத்தில் தமிழ் இலக்கிய வளர்ச்சி தோன்றியிருக்கவே முடியாது. ஆரம்பகாலத்திற் சில போராட்டத்திற்குப் பின்பே அமைதியும் ஒற்றுமையும் ஏற்பட்டிருக்கவேண்டும். இந்தோ-ஆரிய நாகரிகத்தின் வரலாறுபற்றி நாம் அறிந்த அளவில் கிழக்குக் குடியேற்றங்களில் இத்தகைய போராட்டங்கள் இடம் பெற்றிருக்கும் என்று நம்புவதற்கு ஏதுக்களேனும் அவசியமேனும் இல்லை. இராமாயணத்தில் ஆரிய முனிவர்களின் யாகவேள்விகள் கொண்ட மதமுறைகளை இராட்சதர்கள் எதிர்த்தமைக்கு முக்கியத்துவம் தரப்பட்டுள்ளது. யாகவேள்வி மண்டபத்துக்குள் இராட்சதர் புகுந்து குழப்பத்தை ஏற்படுத்தி, ஒழுங்கைச் சீர்குலைத்தனர். ஆகவே தான் இராமன் வேள்விமண்டபத்தை இத்தகைய எதிரிகளிடமிருந்து காக்கும் பொறுப்புப் பெற்றிருந்தான். இக்கதைக்கு

வரலாற்றுப் பின்னணி இருக்கும் என்பது சந்தேகம்˙ அப்படியிருப்பின் பூர்வீக மக்கள் நம் நாட்டுக்கு வந்த ஆரிய நாகரிகத்தை ஆரம்பத்தில் எதிர்த்திருக்க வேண்டும் என்பதற்கு இந்நிகழ்ச்சிகள் தக்க சான்றாகும்.

அகத்தியரே தமிழ் மொழியின் தந்தை என்றும், தெய்வவம்ச வழிவந்த பாண்டிய அரசர்களின் குலகுருவாக இருந்தவர் என்றும், தமிழ் மொழிக்குரிய முதல் இலக்கணத்தை வகுத்தவர் என்றும் தொன்றுதொட்டுக் கூறப்படுகிறது. பாண்டிய அரசவம்சத்தின் முதல் அரசனும் இராணியும், சிவனும் பார்வதியும் எனவும் கருதுகிறார்கள்.

இன்றுள்ள சங்கத் தொகை நூல்கள் போன்ற பூர்வீகத் தமிழ் நூல்களுள் அகத்திய முனிவர் பற்றித் தெளிவான குறிப்பு எதுவும் இல்லை. மேற்கு மலைத் தொடரின் தென் முனையில் (‘பெற்றிக்கோ’ என்று தொலமி என்பவரால் அழைக்கப்பட்ட) ‘பொதியில்’ குன்றம் அமைந்துள்ளது. சங்க இலக்கியங்களுள் ஒன்றில் மாத்திரம் ‘பொதியில் முனி’ எனும் சொற்றொடர் அகத்திய நட்சத்திரத்தைக் குறிப்பிடப் பயன்படுத்தப்பட்டுள்ளது. இது அகத்தியர் பற்றிய மரபுக் கதைகளைத் தமிழகம் அறியாமலிருக்கவில்லை என்பதற்கு ஒரு சான்றாகும். அகத்தியரின் அற்புதப் பிறப்புப் பற்றியும் அவருக்கும் வசிட்டருக்கும் இருந்த உறவு பற்றியும் மணிமேகலை என்னும் காவியம் புனைந்த புலவர் பெருமகன் அறிந்திருந்தார். இதே காவியம் அகத்தியருக்கும் காந்த சோழனுக்கும் நட்புறவிருந்தது என்றும், சோழனின் வேண்டுகோளின்படி தான் வைத்திருந்த நீர்க்குடத்திலிருந்து காவேரியைப் பெருக அகத்தியர் அனுமதித்தார் என்றும் கூறுகிறது. மேலும் மணிமேகலை மலாயாநாட்டு மலைகளில் அகத்தியரின் ஆச்சிரமம் இருந்தது எனவும் குறிப்பிடுகிறது. அத்துடன் ‘தூங்குயில்’ என்ற கோட்டையைக் கைப்பற்றிய சோழ அரசனுக்குப் புகார்ப்பட்டினத்தில் ஆண்டுதோறும் இந்திரனைக் கௌரவிக்கும் பெருவிழா ஒன்றினைத் தொடக்கி வைக்கும்படி மந்திர ஆலோசனை சொல்லி அகத்தியர் வழிநடத்தினார் என்றும் கூறப்படுகிறது. இடைக்கால உரையாசிரியர் தச்சினார்க்கினியர் (கி.பி. 1400 வரையில்) கூறிய கதை ஒன்றில் முன்னைய புலவன் ஒருவனை மேற்கோள்காட்டிப் பின்வருமாறு குறிப்பிடுகிறார் : தென்னகத்திற் கொடுங்கோலாட்சி செய்த இராவணனை அகத்தியர் பொதியில் சந்தித்துத் தென்னகத்தை விட்டு இலங்காபுரிக்குச் சென்றுவிடும்படி புத்திமதி கூறி வழிப்படுத்தினார் என்பதே அக்குறிப்பாகும்.

தமிழ் இலக்கணத்தை அகத்தியர் வகுத்தார் என்னும் குறிப்புகள் மிகப் பிற்காலத்திலேயே தோன்றின. கி.பி. 8 அல்லது 9 ஆம் நூற்றாண்டைச் சேர்ந்த முச்சங்க அபூர்வ மரபுக்கதைகள் பற்றிய ‘இறையனார் அகப்பொருள் உரையில்’ முதன்முறையாக அகத்தியருடைய இலக்கணநூல் பற்றிக் கூறப்பட்டுள்ளது. இந்நூலில் அகத்தியர் 1 ஆம், 2 ஆம் சங்க அங்கத்தவர் என்று கூறப்படுகின்றார். முதல் சங்கம் 4440 ஆண்டுகள் நிலைபெற்றது என்றும் இரண்டாம் சங்கம் 3700 ஆண்டுகள் நிலைபெற்றது என்றும் கூறப்பட்டுள்ளது. அகத்தியம் முற்சங்க நூல் என்றும், அகத்தியத்துடன் தொல்காப்பியமும், வேறு மூன்று நூல்களும் இரண்டாம் சங்கத்தின் இலக்கண நூல்களாயிருந்தன என்றும் கருதப்படுகின்றன.

தமிழகத்தின் மிகச் சிறந்த உரையாசிரியர் அனைவரும் அகத்தியர் தமிழ் இலக்கணம் ஆக்கினாரா என்பது பற்றியும், அவ்வாறு ஒரு நூல் ஆக்கப்பட்டிருக்குமாயின் அதற்கும் இப்பொழுது கிடைக்கும் மிகப் பழைய இலக்கண நூலாகிய தொல்காப்பியத்திற்கும் உள்ள தொடர்புகள் எவை என்பது பற்றியும் ஆராய்ந்துள்ளனர். பேராசிரியர் (கி.பி. 1300 வரையில்) என்ற அறிஞரின் கருத்துப்படி தொல்காப்பிய நூலாசிரியர் அகத்தியத்திற்குப் புறம்பான விதிகளை ஆதாரமாகக் கொண்டு தனது நூலை ஆக்கினார் என்ற கருத்துப் பரவியிருந்ததாகக் குறிப்பிடுகிறார். ஆயின் அக்கருத்தைத் தாம் ஏற்க மறுப்பதாகப் பேராசிரியர் கூறுகின்றார். மேற்கோள்கள் காட்டி மரபுகளைக் கையாண்டு குறிப்பாக இறையனார் அகப்பொருள் உரையைத் துணையாகக் கொண்டு, அக்கருத்தை மறுக்கிறார். தமிழ் மொழி, இலக்கணம் ஆகிய இரண்டையும் அகத்தியரே உருவாக்கினார் எனவும் அகத்திய முனிவரின் தலைசிறந்த 12 மாணவர்களுள் தொல்காப்பியர் தலைமாணாக்கன் என்றும், அகத்தியம் என்பது மூலஇலக்கண நூல் என்றும், தொல்காப்பியனார் அகத்தியத்தைப் பின்பற்றியே தொல்காப்பிய நூலை ஆக்கினார் என்றும் பேராசிரியர், தொல் இலக்கியங்களிலிருந்து மேற்கோள் காட்டிக் கூறுகிறார். வேங்கடம் தொடங்கித் தென்குமரிவரை அமைந்த தமிழ் அகம் பற்றிப் பனம்பாரனார் அவர்கள் தொல்காப்பியத்திற்கு முகவுரை கூற முற்படும் காலத்தில் குறிப்பிடுகிறார். இது அக்த்தியம் இயற்றப்பட்ட காலத்தை விடக் குறுகிய நிலப்பிரதேசத்தைக் குறிப்பிடுகின்றது. எனவே தமிழகத்தைக் கடல் கொள்ளுவதற்கு முன்பே அகத்தியம் எழுதப்பட்டிருத்தல் வேண்டும் எனவும் பேராசிரியர் கருதுகிறார். தொல்காப்பியர் அகத்தியரிடமிருந்து எதையும் பெற்றிலர் என வாதிப்போரும் சில காரணங்களைக் காட்டுகின்றனர். தொல்காப்பியர் அகத்தியரின் சீடர் எனப் பொதுவாக நம்பப்பட்டமையினால் இவர்கள் அதை மறுத்துரைக்க முயலவில்லை. ஆயின், அகத்தியரின் பொறாமையும் முற்கோபமும் இருவர் மத்தியிலும் பகைமையை வளர்த்தது என்று இவர்கள் கூறுகிறார்கள். தென்னகம் நோக்கி அகத்தியர் வந்தபின் தம் மனைவியான உலோபாமுத்திரையை அழைத்து வரும்படி தன் சீடனான திரண தூமாக்கினி (தொல்காப்பியர்) என்பவனை வடக்கு நோக்கி அனுப்பினார் என்ற கதையை நக்கினார்க்கினியர் குறிப்பிட்டுள்ளார். அகத்தியர் தன் மாணவனுக்கும் மனைவிக்கும் இடையில் குறிப்பிட்ட அளவு தூரம் பிரயாணத்தின்போது இருப்பது அவசியம் என்று வரையறுத்திருந்தார் என்றும் ஆனால் வைகை ஆற்றின் பெருக்கினால் உலோபாமுத்திரா மூழ்கிவிடுவாள் என்று அஞ்சித் தொல்காப்பியர் கிட்ட நெருங்கி, ஒரு மூங்கில் தடியின் துணைகொண்டு அவளைக் கரை சேர்த்தார் என்றும் கூறுகிறது. தனது ஆணையை மீறிய இருவரையும் அகத்தியர் மோட்சம் செல்ல முடியாதவாறு சபித்தார் என்றும் இதே சாபத்தைத் தொல்காப்பியர் அகத்தியர் மீது விதித்தார் என்றும் கதை கூறுகிறது. இத்தகைய அற்பத்தனமான மரபுக் கதை நெடுநாள் நிலவி முக்கியத்துவம் பெற்றுள்ளது. இன்றும்கூட தீர்க்கப்படாமலிருக்கும் அகத்தியர் தொல்காப்பியர் பற்றிய அபிப்பிராயபேத வளர்ச்சியின் ஒரு கட்டத்தின் முடிவையே இக்கதை குறிப்பிடுகிறது. வடக்கிலிருந்து வரும் வடமொழி ஆதிக்கத்தைத் தமிழ் மொழியில் திணிக்கும் மனப்பான்மையின்

பிரதிபலிப்பாகவே அகத்தியர் பற்றிய பிரச்சினையும் அமைந்துள்ளது. தமிழ் மொழியின் தந்தை அகத்தியர் என்றும், அல்லவென்றும் தொல்காப்பியத்திற்கு மூலநூல் அகத்தியம் என்றும், அல்லவென்றும் நடந்துவரும் விவாதம் இதற்கு ஓர் நல்ல எடுத்துக்காட்டாகும். தொல்காப்பியத்திலோ, பனம்பாரானாரால் தொல்காப்பியத்திற்கு எழுதப்பட்ட முகவுரையிலோ அகத்தியர் பற்றிய எதுவும் குறிப்பிடப்படவில்லை. கி.பி. 8 அல்லது 9 ஆம் நூற்றாண்டு வரையிலேயே நாம் முன்னர் கவனித்தது போன்ற அகத்தியம் பற்றிய குறிப்புக் காணப்படுகிறது. பாண்டியரின் குலகுரு அகத்தியர் என்று பாண்டிய அரசுப் பிரகடனங்கள் வெளியிட்ட காலமும் இதுவே. வரலாற்றில் முதற் தமிழ் அரச ஆதிக்கத்தை நிலை நிறுத்திப் பேரரசை நிலைபெறச் செய்ய முயன்ற பாண்டிய அரசர்களே தமிழ் இலக்கியங்களினதும் சங்கத்தினதும் காவலர்களாகவும் விளங்கினார்கள். தமிழ் மொழிக்கும் அகத்தியருக்கும் இருந்த தொடர்பை இக்கதைகள் அனைத்தும் உறுதிப்படுத்துகின்றன. தொல்காப்பியம் பிந்திய காலத்தில் தோன்றியிருத்தல் வேண்டும். அகத்தியருக்குத் தமிழ்க்கலாசார வளர்ச்சியிற் சிறப்பிடம் கொடுக்க எடுத்த முயற்சிகள் எதிர்ப்பைத் தூண்டியிருத்தல் வேண்டும். தமிழ் நாட்டில் வடமொழி, ஆரியரின் கலாசாரம் ஆகியவற்றின் ஆதிக்கம் அமைதியாகவும் படிப்படியாகவும் ஊடுருவி உள்;ர் அம்சங்களை மாற்றி வந்தபொழுது எதிர்ப்பு ஏற்படவில்லை. காலத்தால் முந்திய இவ்வூடுருவல் தமிழ் மக்களால் அங்கீகரிக்கப்பட்டுள்ள நிலையில் ஆரிய கலாசாரத்தின் அம்சங்களுடன் இணைந்து வளர்ந்த கலாசாரத்தில் இனம் கண்டுகொள்வது மிகக் கடினமாகிவிட்டது. ஒரு மரபுக் கதையை அடிப்படையாக வைத்துத் தமிழ் மொழியும் தமிழகத்தின் முழுக் கலாசாரமும் ஒரு வேதகால முனிவனிலிருந்து தோன்றின என்று கூறும் கருத்தை ஏற்க மறுப்பது இயற்கையே. இவ்வாறு கட்டப்பட்ட கற்பனைக் கதைகளுக்கு எதிராக மாற்றுக்கதைகளை, எதிர்க்கும் கருத்துக்கொண்டவர்கள், உருவாக்க முயன்றனர். பின்னர், இப்பொழுதும் நாம் காண்பது போன்று, இம்மரபுக்கதைகள் தர்க்கத்திற்குரிய சான்றுகளாகப் பயன்படுத்தப்பட்டன.

பல நூற்றாண்டு காலமாக மெதுவாக நிகழ்ந்த நிகழ்ச்சியே தென்னகம் ஆரிய மயமான சம்பவமாகும். கி.மு. 1000 ஆண்டுகள் வரையில் பாவ ஆரம்பித்த ஆரியகலாசாரம் காத்தியாயனரின் காலத்திற்கு முன்னரே நன்றாகப் பரவியிருத்தல் வேண்டும். காத்தியாயனர் கி.மு. நாலாம் நூற்றாண்டில் வாழ்ந்த ஓர் இலக்கண நூலாசிரியர். இவர் தென்னகத்தின் தமிழ் நாடுகள் பற்றிக் குறிப்பிட்டுள்ளார். தெற்கு நோக்கிச் சென்ற (ஆரிய) குடியேற்றக்காரர் பின்பற்றிய வழிகள் எவை? விந்திய, சற்புர மலைத்தொடர்களில் அமைந்த காடுகளும், நர்மதை ஆறும் தெற்கு நோக்கிய பயணத்திற்குப் பெரும் முட்டுக்கட்டையாக இருப்பனவாகையால் கிழக்குக் கரையோரமாகத்தான் அவர்கள் சென்ற வழி அமைந்திருத்தல் வேண்டுமென்றும் ஆராய்ச்சியாளர் சிலர் அபிப்பிராயப்படுகின்றார்கள். ஆயின் ஆரிய செல்வாக்கு வடமேற்கிலிருந்து தொடங்கிக் கிழக்கு, தெற்கு ஆகிய திசைகள் நோக்கிப் பரவியது. வுட இந்தியாவின் கிழக்குப் பகுதி பிந்திய காலத்தில்தான் ஆரியரின் ஆதிக்கத்தின் கீழ் கொண்டுவரப்பட்டது. அப்படி இருந்தும் கிழக்குப் பாகம் மேற்குப் பாகம் போன்று முற்றாக ஆரியமயமாக்கப்படவில்லை. பாணினி கலிங்கம் பற்றிக்

குறிப்பிட்டபோதும் தெற்கு நோக்கி ஆரியர் முன்னேறியது கிழக்குக் கரையோரமாக என்று நாம் நம்புவதற்கில்லை. பிராமணங்கள், இராமாயணம், பௌத்த நூல்கள் போன்றவற்றிலுள்ள சான்றுகளிலிருந்து விந்திய, சற்புர மலைத்தொடர்களுக்கூடாகவும், நர்மதை ஆற்றைக் கடந்தும் ஆங்காங்கே வாய்ப்புள்ள தொடர்புக்கடவைகள் அமைந்திருந்தனவெனத் தெரிகிறது. விதர்ப்பநாடு, குறிப்பிடப்பட்ட முடியாட்சிகளுள் முதன்மை வாய்ந்தது. இராமன் வனவாசம் செய்த பிரதேசம் நாகபுரிக்குக் கிழக்கே உள்ளது என்று எவரும் கூறவில்லை. இந்த இடம் மேற்குத் தக்கணத்தில், நாசிக்கு என்ற நகரையோ, அதன் அயலையோ அடுத்து இருக்க வேண்டும் என்று பலர் கூறுகிறார்கள். தெற்கு நோக்கி ஆரியர் சென்ற வழியைப்பயன்படுத்தியே, பாவரியின் சீடர்கள் அசுமகாவிலிருந்து மகதம் நோக்கி வடக்காக வந்திருத்தல் வேண்டும். ஆரியர் சென்றவழி அவந்தி நாட்டுக்கூடாக நர்மதை ஆற்றின் அருகில் அமைந்த மாந்தாடைக்குச் சென்று அவ்வாற்றையும் மலைகளையும் ஊடுருவித் தென்பகுதியை அடைந்திருத்தல் வேண்டும். விதர்ப்ப நாட்டுக் குடியேற்றத்தின் பின்பு மூல நாடு, ''பெயித்தானை'' தலைப்பட்டினமாகக் கொண்டு தொடங்கப்பட்டிருக்கவேண்டும். இதைத் தொடர்ந்தே ''அசுமகா'' குடியேற்றம் ஏற்பட்டிருத்தல் வேண்டும். தூர தெற்கில் ஆரியர் பயன்படுத்திய வழியைத் துணிந்து கூறமுடியாது தென்னகத்துப் பிராமணர்களுள் ஒரு பிரிவினர், ''பெரும் பயணத்தர்'' எனப்பொருள்பட ''பிரிகக்காணர்'' என அழைக்கப்படுவர் இவர்கள் தெற்கு நோக்கி வந்த ஒரு பெரிய தொகுதியினர் வழி வந்தவர்களாயிருத்தல் வேண்டும். இத் தொகுதியில் ஒரு பிரிவினர் மலநாடு என்பவர்களாவர். இப்பிரிவினர், மேலும் சுந்தர-மாணிக்கம், மாங்குடி, சத்திய-மங்களம் என்ற உபபிரிவுகளாகப் பிரிக்கப்பட்டுள்ளனர். இப்பெயர்கள் மேற்குமலைத்தொடர் அருகே அமைந்த கிராமங்களின் பெயர்களாகும். அப்படியாயின் இக்குடியேற்றங்கள் மேட்டு நிலங்களுக்கூடாக வந்து மைசூர், கோயம்புத்தூர், மதுரை ஆகிய மாவட்டங்களில் நிலைகொண்டு பிற இடங்களுக்கும் பரவியிருக்கலாம். எனினும் இந்த முடிவுகளுக்கு நேரடியான ஆதாரங்களில்லை. சிந்துமுகம் தொடங்கிக் குசராத்து வரையிலும் உள்ள கடற்கரை வழியாகவும், வட பம்பாய்க் கரைவழியாகவும் பிந்திய காலங்களிற் கலிங்கத்தைக் கடந்து கிழக்கு வழியைப் பின்பற்றியும், ஆரியர் தென்னகம் நோக்கிச் சென்ற ஏனைய வழிகள் அமைந்திருக்கலாம். இலங்கை ஆநேகமாக வட இந்தியாவிலிருந்து கடல் மார்க்கமாகச் சென்ற குடியேற்ற வாசிகளால் ஆரியமயமாக்கப்பட்டிருத்தல் வேண்டும் இந்தோ-ஆரிய மொழிப் பிரிவைச் சேர்ந்த அவர்கள் சிங்கள மொழி இதற்குச் சான்றாகும்

தென்னிந்தியர் படிப்படியாக ஆரியமயமாக்கப்பட்டு வந்த 7 அல்லது 8 நூற்றாண்டு கால எல்லைக்குள் ஒரு புதிய கலாசாரம் வளர்ந்து வந்தது. இதேவேளையில் மேற்குக் கிழக்கு நாடுகளுடன் தென்னகம் கொண்டிருந்த தொடர்பு தொடர்ந்து நடைமுறையிலிருந்தது. இதற்குரிய இலக்கிய, புதைபொருள் ஆராய்ச்சிச் சான்றுகளை நாம் சிறு அளவிலாயினும் கவனிப்பது அவசியம்.

எருசலத்தை ஆட்சிபுரிந்த சொலமன் அரசனைக் காணச் சீபாவின் இராணி சென்றபோது வாசனைத்திரவியங்களையும் பொன்னையும் இரத்தினக்

கற்களையும் ஒட்டகங்கள் சுமந்துகொண்டு பெருவரிசையில் வந்தன. கிராம் என்பவனின் கடற்படை, ஒபீா என்னும் இடத்திலிருந்து பொன்னையும் சந்தன மரங்களையும் இரத்தினக் கற்களையும் ஏற்றி வந்தது. அரசன் சொலமன் யானைத் தந்தத்தால் ஒரு சிம்மாசனம் அமைத்து அதன் மேல் சிறந்த பொன்னைக் குவித்து வைத்தான். மேலும், கிராம் கடற்படையைவிட அரச்ன, "தார்சிசு" என்ற கடற்படையும் அவன் ஆணையிலிருந்தது. மூன்று ஆண்டுகளுக்கு ஒருமுறை கடற்படை, பொன், வள்ளி, யானைத்தந்தம், மந்திகள், மயில்கள் போன்றவற்றைக் கொண்டுவந்தது. தயா் நாட்டின் பினீசிய அரசனே கிராம் என்பவன் ˙ இவனுக்கும் சொலமனுக்கும் இருந்த நட்பு எருசலத்தின் சுபீட்சத்திற்கு வழிவகுத்தது. செங்கடலுக்குச் செல்லும் பெருவழியாகச் சொலமனின் இராச்சியத்தைக் கிராம் பய்னபடுத்தினான். அங்கு கப்பல் கட்டுதல், கடல்வழி வா்த்தகம் முதலியன வளா்ந்து எருசலத்தின் பெரும் செல்வத்தைக் குவித்தன. ஒபீா என்பது ஆப்கீரா நாடாக இருக்கலாம். அதை ஒத்த தார்சிசு என்பதும் இங்கு தான் இருத்தல் கூடும். மயில்களும் சந்தன மரங்களும் தென்னிந்தியப் பெயா்களை உடையனவாயிருப்பதுமன்றி அவை இந்தியாவில் இருந்தே சொலமனால் பெறப்பட்டனவுமாகும். இந்தியாவில் வெள்ளி கிடைக்காதிருந்த போதும் யானைத் தந்தங்களிற் சிலவாயினும் இந்தியாவிலிருந்தே சென்றிருத்தல் வேண்டும். எபிரேயம், எகிப்து, கிரேக்கம் என்னும் மொழிகளிலுள்ள யானையைக் குறிக்கும் சொற்கள் வடமொழிச் சொல்லான இப்கா (யானை) என்ற சொல்லில் இருந்தே வந்தன. பாரசீகக் குடாவின் தெற்குக் கரையில் அமைந்த இடேடன் நாட்டைச் சோ்ந்த வா்த்தகா் இக்காலத்தில் இந்தியாவிலிருந்து கருங்காலியைப் பலத்தீனத்திற்கு ஏற்றிச்சென்றனா். அசீரிய, பாபிலோனியப் பேரரசுகள் பாரசீகக் குடாவிலுள்ள தமது துறைப்பட்டினங்களிலிருந்து வா்த்தகம் செய்து பொன், வாசனைத் திரவியங்கள், சந்தனமரம் முதலியவற்றை இந்தியாவிலிருந்து பெற்றுக்கொண்டன. கி.மு. 5 ஆம் நூற்றாண்டுக்கு முன் பாபிலோனியாவிற்கு இறக்குமதி செய்யப்பட்ட அரிசி, மயில், சந்தனமரம் போன்ற அறியாத பல பொருள்கள் ஒவ்வொன்றும் ஒவ்வொரு திராவிடப் பெயரை-வடமொழிப் பெயரன்று-கொண்டு வந்தன. கி.மு. 7 ஆம் நூற்றாண்டில் பாபிலோனியாவிற்கும் தென் சீனத்திற்கும் கடல் வழி வா்த்தகம் வளா்ந்து அவ்வேளையில் பாபிலோனிய நாணயங்கள் சீனத்தில் புகுத்தப்பட்டன. சீன பாபிலோனிய கடல் வழி வா்த்தகத்தில் இந்தியாவும் இயற்கையாகவே தொடா்பு கொண்டிருந்தது. மேற்கு அயல் நாடுகளுக்கும் தென்னிந்தியாவிற்கும் இடையில் அதிக கடல் தொடா்பு இருந்தமைக்குச் சான்றுகள் இன்னமும் சில உள. நெபுகட்நெகார் (கி.மு. 604-562) அரண்மனைக் கட்டடத்திலுள்ள கைமரம் ஒன்று தேவதாரு என்னும் விலையுயா்ந்த இந்திய மரத்திலிருந்து எடுக்கப்பட்டது. இதே காலத்துக்குரியதும் ஊா் என்னும் இடத்தைச் சோ்ந்ததுமான சந்திரத் தெய்வத்தின் கோவிலிற் காணப்பட்ட தேக்கு மரக்குற்றிகளும் இந்தியாவிலிருந்து தருவிக்கப்பட்டவையே. பாபிலோனுக்கு மயிலைக் கடல் வழி கொண்டு சென்ற முதல் இந்திய வா்த்தகா் சிலரின் அனுபவங்கள் பற்றிப் "பாவெரு சாதக" என்ற கதை குறிப்பிடுகிறது. இவ்வாறாகவுள்ள சான்றுகள் தென் இந்தியாவுக்கும் அதன் மேற்கு அயல் நாடுகளுக்குமிடையில்

அதிக கடல் வழித் தொடர்புகள் இருந்தன என்பதை உறுதிப்படுத்துகின்றன். கி.மு. 7 ஆம், 6 ஆம் நூற்றாண்டுகளில் உலகின் வர்த்தக பீடமாகப் பாபிலோன் உயர்ந்த மதிப்புக் கொண்டு விளங்கியது. பல நாடுகளைச் சேர்ந்த வர்த்தகர்கள் பாபிலோனிய சந்தைகளில் நடனமாடினர். அவர்களுள் தென்னிந்திய வர்த்தகர்களும் இடம் பெற்றனர். பாபிலோனியா வீழ்ச்சியடைந்தபோது அதன் வர்த்தகம் மேளசா, ஏடின், கேன் போன்ற இடங்களில் வாழ்ந்த அராபிய வர்த்தகர்களின் கைக்கு மாறியது. கிப்பலுசு என்பவர் பருவக் காற்றைப் பயன்படுத்த அறிந்துகொள்ளும் வரையில் கடற்கரையை அண்டியே இந்தியப் பிரயாணம் நிகழ்ந்தது என்று பெரிப்பிளசு என்ற நூலின் ஆசிரியர் கூறுகிறார். பாரசீகக் குடாவிற்கும் இந்தியாவிற்குமிடையில் இருந்த கடல் வழி வர்த்தகப் பாதை, இடர் பல மலிந்த கெத்துரோசியாக் கரையை அண்டி அமைந்திருக்கவே முடியாது. கி.மு. 512 இல் சிந்து ஆற்றின் கழிமுகத்திலிருந்து தாரியசும் இரண்டு நூற்றாண்டுகள் கழித்து மகா அலெக்சாந்தரும் இப்பாதை பற்றி அறிந்துவர அனுப்பிய கப்பல்களை எதிர் நோக்கிய தொல்லைகளும், ஆபத்துக்களும் இப்பாதையின் தன்மையை எடுத்துக்காட்டுகின்றன. கப்பலின் மாலுமிகள் இவ்வழிகளை அறியாதிருந்தனர் என்பதும் தெளிவு. கி.மு. 7 ஆம் நூற்றாண்டில் சீனம் சென்ற மாலுமிகளும் இந்திய, அராபிய, பாரசீக மாலுமிகளும், மிக முந்தியகாலம் தொட்டுப் பருவக் காற்றுகள்பற்றி அறிந்திருக்க வேண்டும். ஆகவே தான் அஞ்சாது பெருங்கடல்கள் மீது கப்பல் விட்டிருத்தல் வேண்டும். கிப்பலுசு என்பவனே பருவக்காற்றை முதல் (கி.பி. 45 வரையில்) அறிந்தவன் என்பது உண்மையானால் அந்த அறிவு அவனது காலத்தில் வாழ்ந்த உரோம, கிரேக்க வர்த்தகர்களுக்குப் பயன்பட்டிருக்க வேண்டும்.

கி.மு. 7 ஆம் நூற்றாண்டு தொட்டு இந்திய வர்த்தகப் பண்டங்கள் சீனத்திற்கும் கடல் வர்த்தகரால் கொண்டு வரப்பட்டன என்று சீன வரலாற்றுச் சான்றுகள் கூறுகின்றன. இது பொதுவாக அங்கீகரிக்கப்படாத போதிலும் வியப்பூட்டும் ஆதாரங்கள் அத்தகைய தொடர்பு இருந்தமையை எடுத்துக்காட்டுகின்றன. உதாரணமாக, கி.மு. 10000 ஆண்டு காலத்தைச் சேர்ந்த இரும்புக்காலக் கருவிகள் பல பிலிப்பைன் தீவுகளிற் கண்டெடுக்கப்பட்டுள்ளன. இக்கருவிகளுக்கம் தென்னிந்தியாவில் இதே காலத்தில் கண்டெடுக்கப்பட்ட கருவிகளுக்கும் நெருங்கிய ஒற்றுமை இருப்பதைக் காணலாம். இவற்றுள் இரும்பாலான கத்திகள், கோடரிகள், ஈட்டிகள், ஈட்டிமுனைகள், பளிங்கு மணிகள், வளையல்கள் ஆகியன உள்ளன. பளிங்கு மணிகளும் வளையல்களும் பச்சை, நீல நிறங்களிற் காணப்படுகின்றன. இன்னும் ஓரளவு விலையுயர்ந்த பாறைப் பளிங்குக் கற்கள் நீலக்கற்கள், பலவர்ணக்கற்கள், செவ்வந்திக்கற்கள் போன்ற இரத்தினக் கற்களாலான மணிகளும் இங்கு காணப்பட்டன. முந்திய இரும்பக்காலக் கண்டுபிடிப்புகளில் இரும்பின் பாதிப்பால் பச்சை நிறம் பெற்ற பளிங்குகள் மட்டும் கிடைத்தன. நீலப்பளிங்கு அடுத்த பருவத்தில் கிடைப்பதற்குக் காரணம் செம்பு பயன்படுத்தப்பட்டமையே. தேன்னிந்தியாவில் கண்டெடுக்கப்பட்டுள்ள இரும்பாலான கருவிகளும் பளிங்காலான பொருள்களும் பிலிப்பைனிற் கண்டெடுக்கப்பட்ட இரும்பு, பளிங்குப் பொருள்களைப் பெரும்பாலும்

ஒத்திருக்கின்றன. இவை தோல்மன் சமாதிகளிலும் பிற இடுகாடுகளிலும் பல்லாயிரக்கணக்கிற் காணப்படுகின்றன. கிறத்தவ காலத்தை அல்லது அதற்கு முந்திய காலத்தைச் சார்ந் வரலாற்றுத் தொடக்கம் பண்ட சேர, சோழ, பாண்டிய முடியரசுகளின் காலத்தை இக்கண்டுபிடிப்புகள் மேலும் முந்தியவை என்று முடிவாக்குவதற்குத் துணைபுரிகின்றன. மலாயாக் குடாநாட்டிலும், யாவாவில் உள்ள தோல்மன் சமாதிகளிலும், வட போர்னியோவிலும் இதேபோன்ற பளிங்கு மணிகளும், வளையல்களும் அண்மையிற் கண்டெடுக்கப்பட்டுள்ளன. இச்சான்றுகளிலிருந்து வட பிலிப்பைன் தீவுகளிற்கும் தென்னிந்தியாவிற்கும் கி.மு. 10000 ஆண்டுகள் பழமையான கடல் வர்த்தகம் இருந்திருக்கவேண்டும் என்பது தெளிவாகிறது. தென்னந்திய அரசுகள், வியாபித்து வளர்ந்த வர்த்தகத்தையும் குடியேற்றங்களையும் சுமாத்திரா, யாவா, இந்தோசீனம் போன்ற நாடுகளில் கிறித்தவ காலத்தின் ஆரம்ப நூற்றாண்டுகளிலேயே ஏற்படுத்தின என்பது நாம் அறிந்ததே. முன் கூறிய புதிய கண்டுபிடிப்புகளிலிருந்து தென்னக அரசுகள் இத்தகைய உறவை இக்காலத்திலேயே தொடக்கிவைத்தனவல்ல, பல நூற்றாண்டுகள் பழமையள்ள ஒரு தொடர்பின் கடைசிக் கட்டமே இவ்வரசுகளின் தொடர்புகள் என்பது தெளிவாகின்றது. தென்னிந்திய அரசுகள், வியாபித்து வளர்நத வர்த்தகத்தையும் குடியேற்றங்களையும் சுமாத்திரா, யாவா, இந்தோசீனம் போன்ற நாடுகளில் கிறித்தவ காலத்தின் ஆரம்ப நூற்றாண்டுகளிலேயே ஏற்படுத்தின என்பது நாம் அறிந்ததே. முன் கூறிய புதிய கண்டுபிடிப்புகளிலிருந்து தென்னக அரசுகள் இத்தகைய உறவை இக்காலத்திலேயே தொடக்கிவைத்தனவல்ல, பல நூற்றாண்டுகள் பழமையுள்ள ஒரு தொடர்பின் கடைசிக் கட்டமே இவ்வரசுகளின் தொடர்புகள் என்பது தெளிவாகின்றது் இவ்வரசுகளின் தொடர்புகள் என்பது தெளிவாகின்றது் இத்தொடர்பு வடபிலிப்பைன் தீவுகள்வரை பரவியிருந்தது.

துணைநூற்பட்டியல்

D.R.BHANDARKAR : Lectures on the Ancient History of India from 650 to 325 B.C. (Calcutta, 1919)

R.G.BHANDAKAR : Early History of the Dekkan (Bombay, 1895)

R.B. DIXON : 'Recent Archaeological Discoveries in the Philippines' (Proceedings of the American Philosophical Society, Vol.69, 1930)

P.T.SRINIVASA IYENGAR : History of the Tamils, (Madras, 1929)

V.KENNEDY : 'The Early Commerce of Babylon with India' (JRAS, 1898)

W.LOGAN : Malabar, Vol.I (Madras, 1887)

W.H.SCHOFF (ed) : The Periplus of the Erythraean Sea (New York, 1912)

அத்தியாயம் V

மௌரியப் பேரரசின் காலம்

தெற்கில் வந்த வம்ச ஆட்சி – சந்திரகுப்த மௌரியனின் முடிவுபற்றிக்கூறும் சமணக் குறிப்புகள் - கல்வெட்டுகள் - வட இந்தியாவிற்கும் தென்னிந்தியாவிற்கும் இருந்த வர்த்தகத் தொடர்புபற்றி அர்த்தசாத்திரம் கூறுவது – பாண்டிய அரசுபற்றி மெகத்தினிசு – அசோகன் கல்வெட்டுக்களில் தமிழ் முடியரசுகள் - சத்தியபுதா – தக்கணத்தில் அசோகப் பேரரசு – தமிழ் அரசுகளின் கூட்டிணைப்பு – தென்னக அரசியல் பற்றி மௌரியர் அக்கறை – குகைகளில் பிராமி மொழியில் அமைந்த கல்வெட்டுக்களும் அவற்றின் முக்கியத்துவமும்.

மகதப் பேரரசு, கி.பி. 4 ஆம் நூற்றாண்டில், நந்த வம்சத்தினரின் ஆட்சியின்கீழ், மேலும் விரிவடைந்தது் நந்த வம்சத்தினர் மக்களால் வெறுக்கப்பட்டவர்களாயினும் சக்திமிக்கவர்கள். புராணக் குறிப்புகளின்படி, எதிர்த்த அரசுகள் அனைத்தையும் அடிபணிய வைத்து முழு இந்தியாவிலும் சக்திமிக்க பேரரசர்களாக இவர்கள் திகழ்ந்தனர். தென்னகத்தில் இவர்களின் ஆதிக்கம் எவ்வளவுக்குப் பரயிருந்ததென்று சுலபமாகக் கூறமுடியாது. கி.மு. 2 ஆம் நூற்றாண்டில் கலிங்கத்தை ஆண்ட காரவெல அரசர் காலத்துக் 'காதீகும்பா' கல்வெட்டில் கலிங்கம் நந்தப் பேரரசின் ஓர் அங்கமாக இருந்ததென்று குறிப்பிடப்பட்டுள்ளது. இந்தக் கல்வெட்டு நந்த அரசன் ஒருவன் ஒரு வாய்க்கால் நிர்மாணிக்கும் பணியில் ஈடுபட்டிருந்ததைக் குறிப்பிடுகிறது. அத்துடன் நந்த அரசன் போரில் வெற்றிகண்டு முடிக்குரிய பல கலிங்க அரசர்களின் சிலைகளை வெற்றிச் சின்னமாகக்கொண்டு சென்றான் என்றும் பிறிதோர் இடத்தில் குறிப்பிடப்பட்டுள்ளது. கி.பி. 10 ஆம், 11 ஆம் நூற்றாண்டுகளைச் சேர்ந்த மைசூரில் உள்ள கன்னடக் கல்வெட்டுகளில் குந்தன நாட்டை நந்தர்கள் ஆண்டமைபற்றிய சில குறிப்புகள் காணப்படுகின்றன. ஆயின் இதனை உறுதிப்படுத்துவதற்குத் தகுந்த ஆதாரங்கள் இல்லை. கோதாவரி ஆற்றின் மேற்குப்பகுதியில் அமைந்த நந்தர் என்ற இடத்திற்கும், நௌ-நந்தகொ என்னும் புராதன பெயருக்கும் தொடர்புண்டு என்று காட்டப்படுகிறது. இப்பெயர் தக்கணத்தில் நந்த ஆதிக்கத்தின் எல்லையைச் சுட்டிக்காட்டுவதாகவும் கொள்ளப்படுகிறது. துவாரமிடப்பட்ட புராண நாணயங்கள், தக்கணம், தென்னிந்தியா, இலங்கை, வட இந்தியா போன்ற பகுதிகளிலும் கண்டெடுக்கப்பட்டுள்ளன. இந்தியாவின்

வடக்குத் தெற்குப் பகுதிகளுக்கிடையில் நிலவிவந்த வர்த்தகத் தொடர்புகளை இந் நாணயங்கள் விளக்குகின்றன. எனினும் இப்பூர்வீக நாணயங்கள், நந்தப் பேரரசின் தெற்கு எல்லையை வரையறுப்பதற்குத் துணையாக இருக்கவில்லை. குந்தளம் நந்தப்பேரரசில் இருந்ததால் நந்தப் பேரரசின் நிலப்பரப்பும், அசோகனது மௌரியப் பேரரசின் நிலப்பரப்பம் ஒத்த அளவுள்ளனவாய் இருந்தன. மௌரியப் பேரரசர் தென்னகத்தில் நாடுபிடிக்கம் நோக்குடன் போர்களில் இறங்கியதாகச் சான்று எதுவும் இல்லை. முன் கூறிய கன்னடக் கல்வெட்டில் உள்ளது போன்று சரியான மரபுக்கதையின்படி, நந்தப் பேரரச வம்சத்தினரைத் தோற்கடித்தபின் மௌரியர் தென்னக உடைமைகளைப் பெற்றிருக்கவும் கூடும். நந்த வம்சத்தினரின் அளவில்லாத செல்வம் பற்றிப் பண்டைய தமிழ் மக்கள் அறிந்திருந்தனர். மாமூலனார் என்னும் சங்ககாலப் புலவர், தலைவி ஒருத்தி தனது தலைவன் பிரிந்தமை குறித்து வருந்திக் கூறுவதைப் பின்வருமாறு குறிப்பிட்டுள்ளார்.'' இன்னமும் என் தலைவன் எனது அழகால் கவரப்படாமல் இருப்பதற்குக் காரணம்தான் என்ன? போர்முனையில் வெற்றி கண்ட நந்தர்கள், செழிப்பு வாய்ந்த பாடலிபரத்திலும், கங்கை ஆற்றின் நீருக்கடியிலும், மறைத்துவைத்த செல்வக்களஞ்சியத்தில் என் தலைவன் நாட்டம் சென்றதோ,'' என்கிறார்.

'சிருதகெவலின்கள்' என்னும் சமண முனிவர்களுள் கடைசி முனிவரான பத்திரபாகு என்பவர் 12 ஆண்டுகள் நிலைக்கும் ஒரு பஞ்சம் பற்றி முதற் கூறினாரென்றும், சந்திரகுப்தன் பஞ்சம் வந்தகாலை முடிதுறந்து இம்முனிவருடனும் இவரது சீடர்களுடனும் தென்னகம் சென்றான் என்றும் சமண மரபுக்கதைகள் கூறுகின்றன. மைசூரில் உள்ள வரசண பெல்கோலா என்னும் இடத்தில், ஒரு சமணத்துறவியாகச் சந்திரகுப்தன் பல ஆண்டுகள் வாழ்ந்தான். தனது குரு இறந்த பின் 12 ஆண்டுகள் உயிர்வாழ்ந்த பேரரசன், ''சலேகானா'' என்ற விரதம் இருந்து தனது உயிரை நீத்தான். இக்கதையின் அம்சங்களைச் சரவண பெலகோலா பகுதிகளில் கண்டெடுக்கப்பட்ட 5 ஆம் நூற்றாண்டைச் சேர்ந்த கல்வெட்டுகளுள் ஒன்று குறிப்பிடுகிறது. கி.பி. 600 வரை பழமையுள்ள ஒரு கல்வெட்டு, பத்திரபாகுவையும் சந்திரகுப்த முனீந்திரனையும் குறிப்பிட்டுள்ளது. இந்த இரட்டையர் (யூக்குமா)களின் நம்பிக்கையே உறுதியானது என்றும் குறிப்பிடுகிறது. மேலும் உச்செயினி என்ற இடத்தில் 12 ஆண்டுகள் நிலைத்திருந்த பஞ்சம் பற்றிப் பத்திரபாகு முன் கூறினார் என்றும், சமண சந்நியரசிகள் சங்கம் தலைமையில் வடக்கிலிருந்து தெற்கு நோக்கிப் புறப்பட்டதென்றும் மற்றொரு கல்வெட்டு கூறுகிறது. பிரபாசந்திரா என்ற ஆச்சாரியர் எனச் செறிவுள்ள செல்வமிக்க மைசூர்ப் பகுதியிலுள்ள காதவப்பிரா (சந்திரகிரி) என்னும் மலையை வந்தடைந்தபின் சமண சந்நியாசி ஒருவரைத்தவிர ஏனையோரை அனுப்பிவிட்டனர். பின்னர் அச்சந்நியாசியின் துணையுடன் தவமிருந்து உடனின்று இறுதி விடுதலை பெற்றுக்கொண்டார் எனவும் அது கூறுகிறது. கி.பி. 900 வகையான இரு கல்வெட்டுகள் சீரங்கப்பட்டணத்தின் அயலில் கண்டெடுக்கப்பட்டுள்ளன. சரவண பெல்கோலாவிலுள்ள சந்திரகிரியின் சிகரம்பற்றி இக்கல்வெட்டுக்கள் குறிப்பிட்டுள்ளன. பத்திரபாகு, சந்திரகுப்தன் ஆகிய இரு முனிவர்களின் கால் அடையாளங்கள் இக்குன்றில் இருக்கின்றன

என்று அக்கல்வெட்டுக்கள் குறிப்பிடுகின்றன. சரவண பெல்கோலாவில் கண்டெடுக்கப்பட்டுள்ள பிந்தியகால கல்வெட்டுக்கள் (12 ஆம், 15 ஆம் நூற்றாண்டைச் சேர்ந்தவை) இதே மரபுக் கதையைச் சிறுமாற்றங்களுடன் கூறுகின்றன. இலக்கியச் சான்றுகளும் இவைபோன்று அமைந்துள்ளன. இவற்றுள் கி.பி. 931 ஐச் சேர்ந்த பிருகத்கதாகோசம் என்ற அரிசேனனுடைய நூல் பழமைவாய்ந்தது. சந்திரகுப்தனுடைய முடிவுபற்றித் தெளிவான சான்று எதுவும் இல்லை. எனவே இக்கதைகள் பற்றிய நம்பிக்கை வலுப்பெறுகிறது. எனினும் கதைகளைப் பொறுத்தமட்டில் அவற்றைத் தனித்து ஏற்றுக்கொள்ள முடியாதாகையால் கல்வெட்டுக்கள் குறிப்பிடும் சந்திரகுப்த முனி சந்தேகத்திற்கப்பாற்பட்டவரல்லர்.

மௌரியப் பேரரசின் ஆரம்பகாலத்தில் வடக்கிற்கும் தெற்கிற்குமிடையில் நிலவிய வர்த்தகத் தொடர்புபற்றிக் கௌடிலியரின் அர்த்தசாத்திரம் சில செய்திகளைத் தருகின்றது. தரை வழிகளுள் தட்சிணாபதம் நோக்கிச் செல்லும் வழியைவிட இமயம் நோக்கிச் செல்லும் வழி உயர்ந்தது என்றும் யானைகள், குதிரைகள், வாசனைத்திரவியங்கள், யானைத்தந்தம், தோல் வகைகள், வெள்ளி, பொன் ஆகிய பொருள்கள் போன்ற பெறுமதியுள்ளவை தெற்கில் கிடைப்பது கடினம் என்றும் தனது ஆசிரியர் கூறுவதாகக் கௌடிலியர் குறிப்பிடுகிறார். இக்கருத்தை ஏற்க மறுக்கும் கௌடிலியர் தென்னக வழிபற்றிக் கீழ்க்கண்டவாறு கூறுகிறார் ''கம்பளி உடைகள், தோல் வகைகள், குதிரைகள் ஆகியன தென்னக வழியில் குறைவாயுள்ளன. எனினும் தட்சிணாபதத்தில் சங்கு, வைரம், இரத்தினங்கள், முத்துக்கள், பொன்னாலான பொருள்கள் மிக அதிகம். சுரங்கங்கள், வர்த்தகப் பண்டங்கள் போன்றன மலிந்த பிரதேசங்களுக்கூடாகத் தென்னகவழி செல்கிறது. வர்த்தகர் நடமாட்டம் தெற்கில் அதிகம். இங்கு பிரயாணம் செய்வது சுலபம். ஆகவே தென்னக வழி மிக உயர்ந்தது.'' தந்த, மௌரியப் பேரரசுகள் நிறுவப்பட்டதன் விளைவாகத் தென்னகத்துடன் வர்த்தகம் விரிவடைந்ததை எமக்கு முன்னைய விபரங்கள் நினைவூட்டுகின்றன. பொன், வைரம், இரத்தினம், முத்துப்போன்றன சுலமாகச் செல்லக்கூடிய வழி நெடுக இருந்தமை குறிப்பிடத்தக்கது. பாண்டிய நாட்டுத் தாம்பரபரணி, பாண்டியகவாதம் (மலைக்கோட்டை), கேரள நாட்டைச் சேர்ந்த ''சூர்னா'' அரசகளஞ்சியத்துள் அடங்கியமைபற்றிக் கௌடிலியர் குறிப்பிட்டுள்ளார். மதுரையிலிருந்து வந்த பருத்திப்புடைவைகள் பற்றியும், பல வர்ண வைடூரியங்கள், சந்தன மரங்கள் போன்ற தென்னகச் செல்வங்கள் பற்றியும் கௌடிலியர் எழுதியுள்ளார்.

எரக்கினிசு என்பவனுடைய மகள் பண்டையா என்னம் அரசியின் முடியாகபற்றி மெகத்தினிசு குறிப்பிட்டுள்ள மரபுக்கதை, பாண்டிய அரசின் தோற்றத்தைப்பற்றிக் குறிப்பிடுகின்றது. எனினும் அதேகாலத்தில் நிலவிய நிலைமைகளைப்பற்றி இக்குறிப்புகள் சொல்லுவதாகக் கொள்வது தவறு. ''அரச களஞ்சியத்திற்கு ஒவ்வொருநாளும் பொருள் பண்டங்களாக ஒவ்வொரு கிராமமும் திறை வரி செலுத்திவந்தது'' என்று மெகத்தினிசு குறிப்பிடுகிறார். இத்தகைய பொருள்கள் அரண்மனையின் அன்றாடய தேவைகளைப் பூர்த்தி செய்யும் நோக்குக் கொண்டே வழங்கப்பட்டனவாய் இருத்தல் வேண்டும். சிலப்பதிகாரத்தில் கி.பி 600 வரை மதுரையை அடுத்த அயலிளுள்ள

இடைச்சேரியிலிருந்து நாளொன்றுக்கு ஒரு குடும்பம் என்ற அடிப்படையில் அரண்மனைக்கு வேண்டிய பசுநெய் வழங்கப்பட்டது என்ற குறிப்பு இருக்கிறது. அசோகன் காலத்துக்குரிய 2 ஆம், 13 ஆம் கல்வெட்டுகளில் இலங்கையுட்பட்ட தென்னக முடியரசுகள் பற்றிய குறிப்புகள் உள்ளன. 2 ஆம் கல்வெட்டு முழுதாக உள்ளது. அதில் சோழ, பாண்டிய; சத்தியபுதா, கேரளபுதா, தம்பபண்ணி (இலங்கை) என்ற பெயர்கள் அமைந்துள்ளன. அசோகனது பேரரசின் எல்லைக்கு அப்பால் இவை இருந்தன என்றும், அவ்வாறிருந்தும் பேரரசிற்கும் அம்முடியாட்சிகளுக்கும் நட்பு நிலவியது என்றும் கல்வெட்டுக் கூறுகிறது. இவ்வரசுகளில் வாழ்ந்த மனிதர்களையும், விலங்கினங்களையும், நோய்களினின்று காக்கவல்ல மருத்துவத் திட்டமொன்றை உருவாக்க அசோகன் துணை நின்றதுடன், வேண்டிய மூலிகைகளைத் தருவிக்கவும், வளர்த்தெடுக்கவும் துணை நின்றான் என்றும் கல்வெட்டுக் கூறுகிறது. பௌத்த தருமத்தை இந்நாடுகளில் பரப்ப அசோகன் ஆத்மீகத் தூதர்களை அனுப்பிவைத்தமை இந்நாடுகளில் வாழ்ந்த மக்களுடைய உடல் உறுதியில் மாத்திரமின்றி ஆத்மீக வாழ்விலும் அசோகனுக்கு அக்கறை இருந்தது என்பதற்கு நல்ல சான்றாகும். இத்தகைய விபரங்கள் தென்னக மக்களின் கலாசாரமும், நாகரிக மேம்பாட்டிற்கு வேண்டிய கலைகளும் முன்னேற்றம் அடைந்திருந்தன என்பதற்கு நல்ல சான்றுகளாகும். அசோகன் நட்புறவு ஏற்படுத்த நினைப்பதற்குச் சில காலத்திற்கு முன்னமே தமிழரும் சிங்களவரும் தமக்கே உரிய அரச நிறுவகங்களுடம், ஆட்சி முறையுடனும், நிலைபெற்று வாழ்ந்து வந்திருத்தல் வேண்டும்.

சத்தியபுரதர முடியரசு என்று குறிப்பிடப்பட்டுள்ள அரசைக் கண்டு கொள்ளுவது கடினம். அத்துடன் இவ்விடயம் பற்றி அபிப்பிராய பேதங்களும் இருந்து வருகின்றன. போரிலும், சத்தியத்தைக் கடைப்பிடிப்பதிலும் மிக உயர்ந்தவர்கள் என்று கருதப்பட்ட கோசர் என்று தமிழ் இலக்கியங்களில் கூறபபடும ஒரு மக்கள் கூட்டத்தினர் இருந்தனர். சத்தியபுதா என்பவர்கள் சத்தியபுத்திரர்கள் (உண்மையைத் தொழுது வாழ்ந்த குழுவின் உறுப்பினர்கள்) ஆவர். சத்தியபுதா என்ற வடமொழி வார்த்தையின் வரைவிலக்கணத்திற்கு அமைபவர்கள் கொங்கு நாட்டைச் சேர்ந்த கோசர்களே. சேலம், கோயம்புத்தூர் மாவட்டங்களையும், கிறித்தவ காலத் தொடக்கம் வரையில் துளு நாட்டையும் இணைத்து மேற்குக் கடற்கரை வரை தொடர்புகொண்டு இக்கொங்குநாடு விளங்கியது. சங்ககால இலக்கியத்தில் இடம் பெற்றுள்ள இவ்வரசுகள் மூவேந்தர்களுக்கு அடுத்து முக்கியத்துவம் பெற்று மிளிர்ந்திருக்க வேண்டும். எனவே ஆராய்ச்சியாளர்கள், சத்தியபுதாவும், கோசர்கள் வாழ்ந்த கொங்கு நாடும் ஒன்றே என்று இப்போதைக்கு ஏற்க இடமுண்டு. சற்புதர்கள் என இன்றைய மகாராட்டிர மக்கள் வாழ்ந்துவரும் ஒரு பிரிவினர் தெற்கிலிருந்து வந்தவர்கள் என்று கருதப்படுகிறது. சத்தியபுதா என்பவரை அதியமானுடன் (அதிகமான-அதிகைமான்) பெயரளவில் தொடர்புகாட்ட கே.ஜீ.சே' ஐயர் அவர்களும் மொழி அடிப்படையில் தொடர்பு காட்ட ரி. பறோ அவர்களும் முயன்றுள்ளனர்.

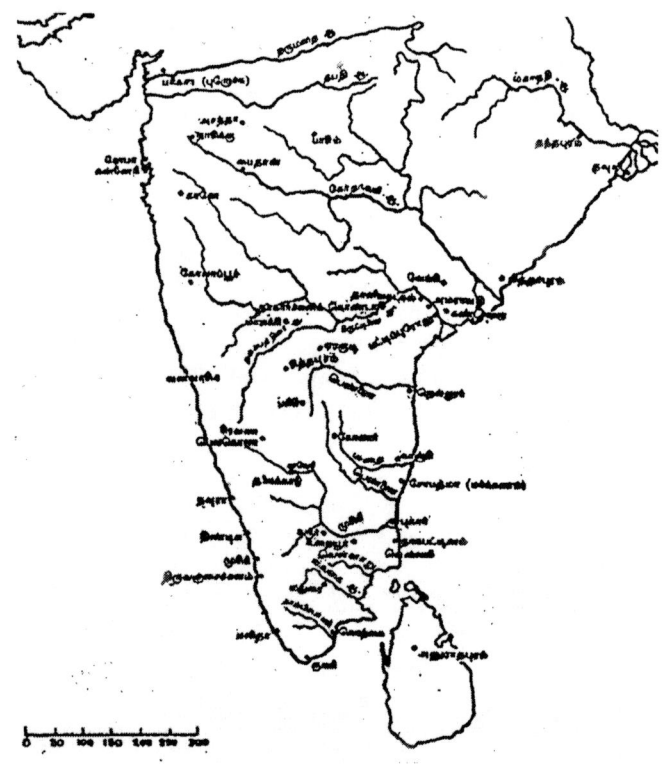

அசோகன் ஆட்சிக்காலத்தில் அவன் ஆத்மீகத்தை நோக்கித் திரும்பக் காரணமாயிருந்த ஒரு முக்கியமான நிகழ்ச்சி (கி.மு. 260 வரையில்) கலிங்கத்தை அசோகன் கைப்பற்றியமையே. "மகாநதி" ஆற்றின் கழிமுகக் கரையில் அமைந்த தவுலி என்ற இடத்திலும், கஞ்சம் மாவட்டத்திலுள்ள சௌசுதா என்ற பகுதியிலும் அசோக கல்வெட்டுகள் காணப்படுவது அதிசயக்கத்தக்தொன்றன்று. ஏனெனில், இவை கலிங்க அரசின் ஒரு பகுதியாகவே அப்பொழுது இருந்தன. அன்றைய கலிங்கத்தின் தலைப்பட்டினமாக இருந்த தொசாவியும், தவுலியும் ஒரே இடத்தைக் குறிப்பனவாக இருத்தல் வேண்டும். தக்கணத்தின் வடமேற்கையும் வட கிழக்கையும் மௌரியப் பேரரசு கொண்டு இருந்தது என்பதற்குப் பம்பாய்க்கு அருகிலுள்ள சோபரா என்னும் இடத்தில் கண்டெடுக்கப்பட்ட கல்வெட்டின் ஒரு பகுதி சான்றாகும். மைசூரின் "இறயிச்சூர்", "சித்தல்துர்க்கம்" என்ற பகுதிகளிலும் ஆந்திராவிலுள்ள கர்நூல் மாவட்டத்திலும் அசோகன் கல்வெட்டுகள் கண்டெடுக்கப்பட்டுள்ளன. இவையே தூர தெற்கில் உள்ள சான்றுகளாகும். இதற்கு மேலும் தெற்கில் மௌரியருடைய ஆதிக்கம் எவ்வளவு தூரம் பரவியிருந்தது என்பது ஊகித்தறிய வேண்டியதே. தொண்டைமண்டலத்தின் ஒரு பகுதி மௌரிய நிலப்பரப்பில் அடங்கி இருந்திருக்கலாம். வேலூர்ப்பாளையத்தில் கண்டெடுக்கப்பட் செப்பேட்டுச்

செதுக்கல் 9 ஆம் நூற்றாண்டைச் சேர்ந்த பல்லவ செப்புத்தகடாகும். இது காஞ்சிபுரத்தின் ஆதி அரசர்களுள் ஒருவனான அசோகவர்மன் பற்றியும் குறிப்பிட்டுள்ளது. இலங்கையிலுள்ள மகாவம்சம் என்ற நூல் தக்கணத்தில் இருந்த நாடுகள் பற்றிக் குறிப்பிட்டுள்ளது. பாடலிபுரத்திற் கூட்டப்பட்ட மூன்றாவது பௌத்த சபைக்குப் பின், பௌத்த தர்மத்தைப் பரப்ப ஆத்மீகத் தூதுக் குழுக்கள், பல நாடுகளுக்கும் அனுப்பப்பட்டன. மகி' மண்டலத்திற்கு (மைசூர்) மகாதேவன் என்பவனும், கதம்ப முடியாட்சியின் நடுவிலமைந்த வனவாசி என்னும் இடத்திற்கு றக்கித என்பவனும், பம்பாய்க் கரையின் வடபாதியில் அமைந்த அபராந்தகம் என்னும் இடத்திற்கு யோனா தம்மாக்கித என்பவனும் (இவன் கிரேக்கனாயிருத்தல் கூடும்) மகாராட்டிர நாட்டிற்கு மகாரக்கித என்பவனும், பௌத்த தருமத்தைப் பரப்ப அனுப்பப்பட்டனர். அசோகன் மகன் மகிந்தன் இலங்கையை மத மாற்றம் செய்து வைக்கப் பொறுப்பாயிருந்தான். மகிந்தனும் வேறு நால்வரும், இலங்கைக்குப் புத்தரின் அருள் நெறியைக் கொண்டு சென்றனர் எனும் மதிப்பைப் பெறுகிறார்கள். இந் நிகழ்ச்சிகள் நடைபெற்று 7, 8 நூற்றாண்டுகள் கழித்தே மகாவம்சக் குறிப்பு எழுதப்பட்டது. எனினும் அசோக கல்வெட்டுகளுடன் இம்மரபுக்கதைகளும் ஒத்திருப்பதால் இக் குறிப்புகள் அநேகமாக ஏற்றுக்கொள்ளத் தக்கவை என்று கருதுவதற்கு இடம் உண்டு. குறிப்பிடப்பட்டுள்ள தக்கண அரசுகள் அனைத்தும் அசோகப் பேரரசில் அடங்கியவையே.

மேற்கு வடக்குத் தக்கணப் பகுதிகளில் இருந்த ரதிகர்கள் போசகர்கள் ஆகியோரும் தக்கணத்தில் இருந்த ஆந்திரர், பாதர் ஆகியோரும் இடம் குறிப்பிடப்படாத பிதெனிகர்களும் ஆட்சித்துறையிற் கணிக்கத்தக்க அளவிற்குட் சுயாட்சியை அனுபவித்தனர் எனத் தெரிகிறது. இவை அசோக அரசனின் ஆணைக்குட்பட்ட மக்கள் என்று கல்வெட்டுக்கள் குறிப்பிடுவதால் இவை சுதந்திர அரசுகளாக இருந்திருக்கவே முடியாது. தக்கணம் மௌரியப் பேரரசின் ஒரு பிரதான பகுதியாகும். தோசாலி (தவுலி), சுவர்ணகிரி என்ற (காம்பிக்கும், மாசுகிக்கம்) இடையில் ஐதராபாத்தில் உள்ளதும் இன்று கனககிரி என்று அழைக்கப்படுவதுமான பகுதி) இரு நகரங்களும் அசோகப் பேரரசின் பிரதான பதிலரையர் இருவர் ஆண்ட பகுதிகளாகும். நிலம், மகாமாத்திரா என்னும் அதிகாரிகளின் நிருவாகத்தின் கீழ் விடப்பட்டிருந்தது. இந்த உயர் அதிகாரிகள் பதிலரையர்களுக்குத் துணை நின்றும், வேறு சிலர் மாவட்டங்களை ஆட்சி புரிந்தும் வந்தனர். இன்னும் சிலர் நகரங்களில் நீதி அரசர்களாகக் கடமையாற்றினர். அந்த மகாமாத்திரா என்போர் தற்காப்புத்துறைக்கும், பின்தங்கிய மக்கள் மத்தியில் ஆத்மீக பிரசார வேலைகளுக்கும் பொறுப்பாயிருந்தனர்.

மைசூரிலும் கர்நூலிலும் உள்ள அசோக கல்வெட்டுகள் வடக்கில் காணப்படும் கல்வெட்டுகளைவிடப் பல துறைகளில் வேறுபடுகின்றன. இக்கல்வெட்டுகளில் காணப்படும் பிராமி எழுத்து ஒரு விசேட தென்னக வகையாக இருக்கிறது. இது, தென்னகத்தில் பிராமி மொழியின் உபயோகம் தொடங்கிச் சில காலம் சென்றிருக்க வேண்டும் என்பதையும், தென்னகத்து மக்கள் வட மொழியை அறிந்திருந்ததுடன், வட இந்திய மக்களுடன்

கலாசாரத்திலும் நோக்கத்திலும் ஒத்த நிலை அடைந்திருந்தனர் என்பதையும் காட்டுகிறது.

கற்பெட்டகங்கள் மீது எழுதப்பட்டுள்ள எழுத்துக்கள், கிருட்டிணை ஆற்றின் முடிவிலுள்ள பகாத்திபுரோலு என்னும் இடத்தில் கண்டெடுக்கப்பட்டுள்ளன. இவை பிராமி எழுத்தில் அமைந்துள்ளன. இவை அசோக கல்வெட்டுகளுக்குக் காலத்தால் சில ஆண்டுகள் பிந்தியவை. பிரதேச மொழி மரபுகள், இங்கு எழுதப்பட்டுள்ள பிராமி எழுத்தில் அமைந்துள்ளன. குபிரகன் என்ற ஓர் அரசன் பற்றியும் அவனுடைய தந்தையைப் பற்றியும் இக்கல்வெட்டுகள் குறிப்பிடுகின்றன் அவன் தந்தையின் பெயரை அறிய முடியவில்லை.

கி.மு. 2 ஆம் நூற்றாண்டின் முற்பாதியைச் சேர்ந்ததும் காரவெலாவிற் கிடைத்ததுமான காதீகும்பா என்ற பிரசித்திபெற்ற கல்வெட்டு, தமிழ் அரசுகள் இணைந்து ஒரு கூட்டாட்சி நிறுவிய நிகழ்ச்சி பற்றிக் குறிப்பிடுகிறது. இக்கல்வெட்டு செதுக்கப்படுவதற்கு 113 ஆண்டுகளுக்கு முன் நிறுவப்பட்ட இக் கூட்டாட்சி கலிங்க அரசுக்கு ஆபத்தை விளைவிப்பதாயிருந்தது என்று இக்கல்வெட்டுகள் குறிப்பிடுகின்றன. இதிலிருந்து தமிழக அரசுகள், ஆதி காலம் தொட்டே நிலைபெற்ற அரச உறவை ஏற்படுத்தின என்பதும், அண்மையிலாயினும் சேய்மையிலாயினும் அமைந்த அயல் நாடுகளுடன் நிலையான கொள்கையை அனுட்டித்து வந்தன என்பதும் தெளிவு.

நந்த அரசர்களின் செல்வக் களஞ்சியம் பற்றி மேற்கோள் காட்டிய மாமூலனார் என்னும் புலவர் பின்வருமாறு குறிப்பிடுகிறார் 'கோசர்' என்பவர்கள் தமது பகைவர் பலரை எதிர்த்துப் பெருவெற்றி ஈட்டினார் ஆயின் மோகூர் அரசன் அடிபணிய மறுத்துவிட்டான் அப்பொழுது போரில் நாட்டமுள்ள வடுகர் என்னும் பிரிவினரை அதிகமாகக் கொண்ட பெரும் படையை உடைய மோரியர், கோசர் அரசருக்குத் துணை நிற்கத் தெற்கு நோக்கிப் படை அனுப்பினர். மாமூலனாருடைய கவிதை, மௌரியப் பேரரசு வீழ்ச்சியடைந்து 4 நூற்றாண்டுகளுக்குப் பின்பு எழுதப்பட்டது. புலவர், 'வம்ப மோரியர்' என்ற குறிப்பிட்டுள்ள சொற்றோடர் புதிதாக எழுச்சி பெற்ற மோரியர்களைக் குறிப்பதாக இருந்தால், கோசருக்கு உதவி அனுப்பிய இந்நிகழ்ச்சி மௌரியப் பேரரசு சக்தியும் அதிகாரமும் கொண்டிருந்த காலத்தில் இடம் பெற்றிருக்க வேண்டும். மௌரியர் தமழகத்தின் அரசியலில் தீவிரமாகக் தலையிட்டனர் என்று கூறுவதற்கு ஆதாரம் அதிகம் இல்லை. ஆயின் மாமூலனாரின் செய்யுளில் இச்செய்தி தெளிவாகக் கூறப்பட்டுள்ளது. பாடலிபரத்தில் அமைந்த மௌரியர் தலைநகர், இந்தியா முழுவதிலும் உண்மையான ஐக்கியத்தை ஏற்படுத்தியது. அத்துடன் மௌரியரின் அரசசபை, இந்தியக் குடாநாட்டின் தூர தெற்கில் நடைபெறும் நிகழ்ச்சிகள் பற்றி அவதானித்தும் வந்தது. 'வடுகர்' என்பது வடவர்களைக் குறிப்பதாகும். தமிழகத்திற்கு வடக்கே தக்கணத்தில் வாழ்ந்த தெலுங்கு-கன்னட மக்களின் மூதாதையர்களைக் குறிப்பதற்கே 'வடவர்' அல்லது 'வடுகர்' என்ற சொல் சங்ககால இலக்கியங்களிற் கையாளப்பட்டுள்ளது. தமிழகம் திருப்பதி மலையை அடுத்த வேங்கடத்தை வட எல்லையாகக் கொண்டிருந்தது. மௌரியப் பேரரசில்

ஓர் அங்கமாக விளங்கிய தக்கணப் பிரதேசம், மௌரியர் சேனைக்கு முன்னணியைக் கொடுத்தது என்பது புரிந்துகொள்ளக் கூடியதே.

மாமூலனாரும், பிற புலவர்களும், சக்கரப் பேரரசர் எனும் கருத்துடைய சக்கரவர்த்தி எனும் பழம் பெயருடன் மௌரியரை இணைத்திருந்தனர். மாமூலனாரை மேற்கோளாகக் கொண்டு நாம் முன்பு கூறிய வரலாற்றுச் சான்றுகளின் முக்கியத்துவத்தை இதற்காகக் குறைத்துக் கணிக்க வேண்டியதில்லை. மௌரியர் தென்னிந்தியா மீது படை எடுத்தனர் என்றும், பொதிய மலைவரை தூர தெற்கிற்கு வந்திருந்தனர் என்றும் சிலர் கூறுவதுண்டு ஆயின் இக்கூற்றுக்குக் கவிதைகளிற் சான்று எதுவுமில்லை.

இயற்கையாக அமைந்த தென்னகத்தின் மலைகுகைகளில் காணப்படும் கல்வெட்டு களுக்கும், இலங்கையில் எண்ணிக்கையில் அதிகமாகக் காணப்படும் கல்வெட்டுகளுக்கும் பல அம்சங்களில் ஒற்றுமை உண்டு. சிறிய பிராமி எழுத்துக்களால் அமைந்த இக் கல்வெட்டுகளே தமிழகத்தின் மிகப் பூர்வீக வரலாற்றுச் சின்னங்களாகும். இவற்றின் காலத்தையும் ஓரளவு துணிந்து கூறல் முடியும். இவை பந்திப்புரோலுவில் உள்ள கல்வெட்டுகளை எழுத்தில் ஒத்திருக்கின்றன. இக்கல்வெட்டுகள் கி.மு. 3 ஆம் நூற்றாண்டைச் சேர்ந்தவை என்று கூறலாம். எனினும் இக்கல்வெட்டுகள் கொண்டுகள்ள கருத்து இன்னும் முற்றாகத் தெளிவாக்கப்படவில்லை. பொதுவாகக் கொடை பற்றிய குறிப்புகளும், அக்குகைகளில் வாழ்ந்த துறவிகளின் பெயர்களும் குறிப்பிடப்பட்டுள்ளன. ஒரு குகையில் கழுகுமலை என்ற பெயர் காணப்படுகிறது. ஆதிகால பௌத்தர்களுக்குப் புனிதமான மலையாக விளங்கிய கிரிதாகூடம் என்ற மலையின் பெயருக்குத் தமிழ்ச் சொல்லாகக் கழுகுமலை என்ற சொல் அமைந்திருக்க வேண்டும். இக்குகைகள் அனைத்தும் பௌத்த மதத்தைப் பின்னணியாகக் கொண்டு அமைக்கப்பட்டிருக்கவும் கூடும். ஆயின் இவை பற்றிற இறுதி முடிவுகள் எதுவும் இன்னும் செய்ய முடியவில்லை. புதிய குகைகளும் கல்வெட்டுகளும், நெல்லூர் மாவட்டத்தில் உள்ள 'மலைகொண்டா' என்ற இடத்தில் காணப்பட்டது போன்று இன்னமும் வெளிவரக்கூடும். பௌத்தத்திற்கு முன்னம் அல்லது பௌத்தம் வாழ்ந்த காலத்திலே தென்னகத்தில் சமணம் பரவியிருத்தல் வேண்டுமென்பது உறுதியான மரபு வழிவந்த முடிவாகும். இக்குகைகள் பௌத்தர்களுக்கோ, சமணர்களுக்கோ தனித் தொடர்புள்ளவை என்று கூறுவதற்கில்லை. இவற்றுட் சில, பௌத்தர்களுடனும், வேறு சில சமணர்களுடனும் தொடர்பு பூண்டிருக்கக் கூடும்.

தென்னகத்தில் இருந்த பிராமி எழுத்து முறையே இக்கல்வெட்டுகளில் பயன்படுத்தப்பட்ட தாயினும் அவற்றுட் பல ஆரம்ப நிலையிலமைந்த தமிழ் மொழியில் எழுதப்பட்டிருக்கின்றன. எழுத்து முறை நெடுங்கணக்கைத் தழுவியிருந்தது திராவிடர்களின் சிறப்பு ஒலிகளாகிய ற, ழ, ள, ன போன்ற எழுத்துக்களை இங்கு காணலாம். முதலில் உயிர்மெய் எழுத்துக்களை இரு சின்னங்கள் கொண்டு குறித்தனர். முற் பகுதியில் மெய்யெழுத்தையும் அதை அடுத்து உயிர் எழுத்தையும் எழுதினர். இதுபோன்ற எழுத்துக்கள் அனைத்தும் (இங்கு குறிப்பிடப்படாத ஏனையவும்) முயலல், தவறல் முறைமூலம் திருந்திய

வடிவில் அமைக்கப்பட்டிருத்தல் வேண்டும். இத்தகைய நிகழ்ச்சிகள் பல சந்ததிகாலமாக நிகழ்ந்திருந்தல் கூடும்.

இக்கல்வெட்டுகளில் அடங்கியுள்ள கருத்து இன்னமும் தெளிவாக்கப்படவில்லை. இவற்றைப் பற்றி ஆரம்ப ஆராய்ச்சிகளின் விளைவாகச் சில உண்மைகள் தென்படுகின்றன. உதாரணமாக, இத்தகைய குகைகளைத் தானமாக வழங்கியவர்களுள் - இலங்கை (ஈழ) நாட்டைச் சேர்ந்த ஒரு வேளாளன் (குடும்பிகா), ஒரு பெண், வணிகர், 'காரணி' என்னும் சாதியைச் சேர்ந்தவர்கள் ஆகியோர் குறிப்பிடப்பட்டுள்ளனர். காடடர்ந்த மலைகளில் ஏகாந்த நிலையில் வாழ்ந்த துறவிகளுக்குச் சகல பகுதி மக்களும் ஆதரவு தந்து நின்றனர் என்பதற்குச் சுருக்கமான இக்கல்வெட்டுகள் சான்றாக அமைகின்றன. எனினும் இவற்றின் சமூக – மத முக்கியத்துவத்தை மிகைப்படுத்துவது சுலபம் தமிழ் மக்கள் இந்த ஆதிகாலத்திலே சமணத்தையா, பௌத்தத்தையா ஏற்றிருந்தனர் என்று கூறுவதற்குச் சான்றுகள் இல்லை சங்ககால இலக்கியம் வேள்விகளில் நம்பிக்கை கொண்ட வேதகால மதம்பற்றிக் குறிப்பிட்டிருக்கின்றது. மக்களுள் மிக அதிகமாகக் காணப்பட்ட இந்து மத நிறுவகங்கள் அவர்களின் அரசர்களாலும் போற்றப்பட்டுவந்தன.

துணைநூற் பட்டியல்

K.GOPALACHARI : Early History of the Andhra Country (Madras, 1941)

G. JOUVEAU-DUBREUIL : Ancient History of the Deccan (Pondicherry, 1920)

Proceedings of the Third All-India Oriental Conference (1924), pp.275 ff.

B.L. RICE : Mysore and Coorg from Inscriptions (London, 1909)

R.SHAMA SASTRI (ed.) : Arthasastra of Kautilya (Mysore, 1909)\

P.T. SRINIVASA IYENGAR : History of the Tamils (Madras, 1929)

அத்தியாயம் VI

சாதவாகனரும் அவர்களை அடுத்து அரசு புரிந்தோரும்

சாதவாகனரின் ஆட்சியின் கீழ் இருந்த நிலப்பரப்பம், அவர்கள் ஆட்சி நிலைபெற்ற காலமும் - சாதவாகனரும் ஆந்திரரும் - சாதவாகனர் ஆதிக்கத்தின் தோற்றமும் வியாபகமும் - காலர் - சகர் - நிலம்பிடித்தமை – கௌதமிபுத்த சாதகர்கணியினதும் அவள் மகனினதும் தலைமையில் சாதவாகனர் மறுமலர்ச்சி பெறுதல் - யாயன சாதகர்ணி – பிந்திய சாதவாகனர் - சாதவகனரின் அரச அமைப்பு – சமூகம் - நகரங்கள் - துறைப்பட்டினங்கள் - வியாபாரம் - மதம்.

சாதவாகனரை அடுத்து அரசுபுரிந்தோர் - ஆபீரர் - சூடுவர் - இக்கவாகுகளும் அவர்களின் நிருவாகமுறையும் - பிரிசுத்பலாயனர் - பல்லவரும் அவர்களின் நிருவாகமுறையும்.

சாலங்காயனர் கலிங்கத்துமாதரர் - விட்டுணுகுண்டினியர் - ஆனந்த கோத்திர அரசர்.

பீராரைச் சேர்ந்த வாகாடகர் - வனவாசியின் கடம்பர் - கங்கவாடியைச் சேர்ந்த கங்கர்.

தக்கணத்தில் மௌரியப் பேரரசு மறையவே சாதவாகன அரசு தோன்றியது. ஏறக்குறைய கி.மு. 230 தொடங்கி நாலரை நூற்றாண்டுகாலமாகச் சாதவாகனரின் ஆதிக்கம் நிலைபெற்றது. சாதவாகனப் பேரரசு தன் ஆதிக்கத்தின் உச்சக் கட்டத்தில் தக்கணம் முழுவதையும் தனதாக்கிக் கொண்டு, வட இந்தியாவிலும் வியாபித்து, மகத நாட்டைத் தனது வட இந்தியாவிலும் வியாபித்து, மகத நாட்டைத் தனது வட எல்லையாகக் கொண்டிருந்திருக்கக் கூடும். கி.பி. 1 ஆம் 2 ஆம் நூற்றாண்டுகளில் குசராத்தைச் சேர்ந்த சகரை எதிர்த்து நடத்திய நீண்ட போர்களின் விளைவாகச் சாதவாகனப் பேரரசு சிதைவுற்றது. கி.பி. 3 ஆம் நூற்றாண்டளவில் இப்பேரரசு

முற்றாக மறைந்துவிட்டது. இதை அடுத்துச் சுதந்திர சிற்றரச வம்சங்கள் பல தோன்றின.

அரசர்களின் புராணப்பட்டியலில் சாதவாகனரின் குலம் ஆந்திரர்கள் அல்லது ஆந்திரப் பிரீதியர்கள் என்று குறிப்பிடப்பட்டுள்ளது. சாதியில் ஆந்திர இனப்பிரிவைச் சார்ந்தவர்களாயிருந் தமையால் இவர்கள் ஆந்திரர்கள் என்று அழைக்கப்பட்டனர். புராண அரசப்பட்டியல் தயாரித்த போது ஆந்திர நாட்டு எல்லை வரையிலேதான் ஆந்திரர்கள் என்று அழைக்கப்பட்டோரின் அதிகாரம் நிலைபெற்றிருந்திருக்கவேண்டும். ஆந்திரப்பிரிதியர்கள் ("ஆந்திரத்தொண்டர்கள்") என்ற சொற்றோடர் எழுதுவதற்குப் பின்வருவது காரணமாயிருக்கலாம். சாதவாகன அரசர்களின் முன்னோர் மௌரியப் பேரரசின் கீழ் தொண்டாற்றி வருங்கால் அசோகனின்பின் பேரரசு வீழ்ச்சியுற்று மறையவே அவர்கள் மேற்குத் தக்கணம் நோக்கிச் சென்று ஒரு சுதந்திர சாதவாகன அரசை அமைத்திருக்கலாம். இதனாலேயே அவர்கள் அவ்வாறு அழைக்கப்பட்டனர் போலும். கிழக்குத் தக்கணத்திலுள்ள ஆந்திரப் பிரதேசம் மதில் சூழ்ந்த நகரங்களையும், எண்ணற்ற கிராமங்களையும், 100,000 வீரர்கள் கொண்ட காலாட் படையையும், 2,000 குதிரைகள் கொண்ட குதிரைப்படையையும், 1,000 யானைகள் ஆகியவையடக்கிய போர்படையையும் உடையதாய் அமைந்திருந்தது என்று "பிளினி" என்பவர் கூறுகிறார். 460 ஆண்டுகாலமாக ஆட்சிபுரிந்த அரசர்களுள் 30 அரசர்களைப்பற்றிப் புராணப்பட்டியல் குறிப்பிடுகிறது. இப்பொழுது நாம் அறிந்துள்ளவற்றைக்கொண்டு இவ்வரசர்களின் தொடர்பான வரலாற்றைக்கூற முற்படுவது மிகக் கடினமே. நாசிக்கு, காளே, தேனிகாத் என்ற மேற்குத் தக்கணப் பகுதியில் அமைந்த இடங்களில் கண்டெடுக்கப்பட்டுள்ள கல்வெட்டுகளிலும் நாணயங்களிலும் புராணப்பட்டியலில் காணப்படும் ஆரம்பகால அரசர்களின் பெயர்கள் உள்ளன. இந்த ஆரம்பகால அரசர்கள் பற்றி ஆந்திரநாட்டின் கிழக்குக்கரையோரத்தில் சான்றுகள் எதுவும் கிடைக்கவில்லை. கலிங்கத்தை ஆண்ட காரவல அரசன் தனது முடியரசின் எல்லையிலேயே சாதகர்ணி என்ற சாதவாகன அரசனின் ஆட்சிக்குட்பட்டிருந்த நிலம் அமைந்திருந்தது என்று குறிப்பிடுகிறான். இச்சான்றுகளைத் துணைகொண்டு பார்க்குமிடத்து, மேற்குத் தக்கணத்திலேயே சாதவாகனர்களின் அரசு வளர்ந்திருக்க வேண்டும் என்பது தெளிவு. பெய்த்தான் (பிரதித்தானம்) என்ற நகரை அடுத்த பகுதிகளே, சாதவாகனர்களுடன் மரபுப்படி தொடர்புபடுத்தப்படும் பிரதேசமாகும். பெய்த்தானிலிருந்தே சாதவாகனர்கள் தமது பேரரசைப் பல திக்கிலும் பாவச்செய்திருத்தல் வேண்டும். ஆரம்பத்தில் மகாராட்டிரத்தின் வடக்குத் தெற்குப் பகுதிகளையும் இன்று மத்திய பிரதேசம் என்று கூறப்படும் மாளவத்தின் கிழக்கு மேற்குப் பகுதிகளையும் சாதவாகனர் கைப்பற்றினர். நாடு பிடிக்கும் இம்முயற்சியில் சாதவாகனருக்குத் துணைநின்ற இரதிகர்கள், போசர்கள் போன்றோர் பதவிகள், பட்டங்கள் பெற்றுக் கௌரவிக்கப்பட்டனர். அத்துடன் அரச வம்சத்துடன் திருமணத் தொடர்புகளையும் ஏற்படுத்திப் பெருநன்மைகள் பல பெற்றனர்.

கி.மு. 230 அளவிலேயே முதல் சாதவாகன அரசனான "சிமுகன்" என்பவன் ஆட்சிபுரிந்திருக்கலாம் என்று புராணப்பட்டியல் குறிப்பிடுகிறது.

எனினும் சாதவாகனர் ஆதிக்கத்தின் ஆரம்பகால எல்லையை உறுதியாகக் கூறுவது கடினம். நாசிக்கில் இரண்டாவது "கண்ணன்" (கிருட்டிணன்) அரசன் காலத்தைச் சேர்ந்த கல்வெட்டின் எழுத்துக்கள், முன்னைய காலம்பற்றிய கருத்தை ஆமோதிக்கின்றன. கி.மு. 2 ஆம் நூற்றாண்டின் தொடக்கத்தில் இருந்த பிந்திய மௌரியர் அல்லது சுங்கர் காலத்தையும் சாதவாகனர் தோற்றத்தையும் புகுலர் என்பவர் தொடர்புபடுத்திக்காட்டுகிறார். சிமுகன் (23 ஆண்டுகள் ஆட்சிபுரிந்து) மிகக் கொடியவனாக முடிவில் இருந்தமையால் அவனை அரச பீடத்திலிருந்து அப்புறப்படுத்திக் கொலை செய்ததாகச் சமணக் குறிப்புகள் கூறுகின்றன. சிமுகன் பின் அவனது சகோதரனான கண்ணன் என்பவன் (கி.மு. 207-189) ஆட்சிக்கு வந்தான். அவன் காலத்தில் மேற்கில் நாசிக்கு நகரம் வரையிலாவது சாதவாகனருடைய முடியாட்சி மேற்கு நோக்கிப் பரவியிருக்க வேண்டும். முதலாவது சிறீ சாதகர்ணி என்பவனே இவ்வம்சத்தின் 3 வது அரசனாவான். நேனிகாத் என்ற பகுதியில் காணப்படும் கற்சிலைகளுள் ஒன்று, முதலாவது சிறீசாதகர்ணியின் உருவத்தைக் காட்டுகிறது. அங்கு, அவனது சைமுகனின் உருவமும், இராணி நாக நிகையின் உருவமும், ஒரு மகாரதியின் உருவமும், மூன்று இளவரசரின் உருவங்களும் காணப்படுகின்றன. முதலாவது சிறீசாதகர்ணி என்பவன் மேற்கு மல்வம் இணைத்தான். இராணியின் அறிக்கையாக அமைந்த ஒரு கல்வெட்டு இதற்குச் சான்றாகச் சில செய்திகளைச் சொல்லுகின்றது. வெற்றியின் பின்பு வேள்வி ஒன்று இடம் பெற்றதாகவும் அந்த வேள்வியை நடத்தி வைத்த அரசர்களுக்குக் குருதட்சணையாக ஆயிரக்கணக்கில் கோதானமும், பல்லாயிரம் குதிரைகளும், யானைகளும், முழுக்கிராமங்களும், பல ஆயிரக்கணக்கில் பணமும் (கார்சாபணம்) வழங்கப்பட்டதாகவும் குறிப்பிடப்பட்டுள்ளது. வடக்கில் இருந்த சுங்கப்பேரரசை அடிமை கொண்டுதான் இப்பெருவிழா இரு அசுவமேதயாகங்களாகக் கொண்டாடப்பட்டிருத்தல் வேண்டும். அசுவமேதயாகம் நடத்தித் தனது மேலாதிக்கத்தை இரு தடவைகள் பிறர் அங்கீகருக்கும்படி சாதகர்ணி செய்தான். கவிகாளிதாசன் தனது "மாளவிகாக்னிமித்திர" என்னும் நாடகத்தில் ஆந்திரரைத் தோற்கடித்துச் சுங்கர் வெற்றி கண்டமை பற்றிக் குறிப்பிட்டுள்ளார். இந்நிகழ்ச்சி ஆந்திரர்க்கும் சுங்கர்க்குமிடையில் நிகழ்ந்த போர்களுள் ஒன்றைக் குறிப்பிடுவதாக இருக்கலாம். எனினும் இப்போரின் முடிவு, ஆந்திரர்க்கு இறுதி வெற்றியைத் தந்தது. பிரதித் தானத்திலிருந்து உச்செயினி வரையும் அதன் பின் விதிசா வரையும் கூடச் சாதவாகன ஆதிக்கம் பரவியமைக்கு நாணயங்களும் கல்வெட்டுகளும் சான்றாக அமைகின்றன. காரவெல அரசனின் காதி கும்பா கல்வெட்டில் குறிப்பிடப்பட்டுள்ள அரசன் முதலாவது சாதகர்ணி அல்லது அநேகமாக இரண்டாவது சாதகர்ணியாக இருக்கலாம். இரண்டாவது சாதகர்ணி கி.மு. 172 அளவில் ஆட்சிக்கு வந்த 7 வது ஆந்திர அசனாவான். முதலாவது சாதகர்ணி பற்றி அவனுடைய இராணியின் கல்வெட்டுக் குறிப்பில் 'தக்கணபதத்தின் பிரபு' என்றும் 'கட்டுப்பாடற்ற சக்கரத்தின் (அப்பிரத்திகதசக்கரா) காவலன்' என்றும் அவன் பெருமை கூறப்பட்டுள்ளது. சுங்கரிடமிருந்து மாளவத்தைக் கைப்பற்றிக் கொண்ட இரண்டாவது சாதகர்ணி என்பவனே 56 ஆண்டுகள் நீண்ட ஆட்சிபுரிந்த அரசனாவான். கலிங்கத்தை

ஆண்ட காரவெல அரசன் இவனாகவே இருத்தல் வேண்டும். இந்தக் கலிங்க அரசன் பெரும் குதிரை, யானை, காலாள், தேர்ப்படைகளுடன் மேற்கு நோக்கிச் சென்று போர் செய்து வெற்றிகண்டான். இரண்டு ஆண்டுகள் கழித்து மராத்தா நாட்டைச் சேர்ந்த இரதிகரையும் பீரார் பகுதியைச் சேர்ந்த போசரையும் காரவெலர் அடக்கியதாக உரிமை கொண்டாடினர். இரதிகரும் போசரும் பிரதிசுத் தானத்திலிருந்த ஆந்திர அரசனின் கீழ் ஆட்சி புரிந்த சிற்றரசராவர். தக்கணத்தில் இருந்த பேரரசின் ஆதிக்கத்திற்கு ஏற்பட்ட ஆபத்து நெடுந்தூரம் நிலைத்திருக்கவில்லைப்போலும். இரண்டாவது சாதகர்ணி தனது பேரரசை மத்தியப்பிரதேசம் வரையும் நிலைபெறச் செய்திருக்கக் கூடும். மத்தியப் பிரதேசத்தின் கிழக்குப் பாதிப்பகுதியில் கண்டெடுக்கப்பட்ட ஆபீலகன் என்ற அடுத்த சாதவாகன அரசனின் நாணயங்கள் இதற்குச் சான்றாகும். கி.பி. 20-24 காலம் வரை ஆட்சிபுரிந்த காலன் என்ற 7வது சாதவாகன அரசன் ஒரு புகழ் பெற்ற புலவனாவான். சத்தசயி(சப்தசதி) என்ற 700 கதைத் தொகுப்புக்கள் மகாராட்டிர, பிராகிருத எழுத்தில் ஆரிய சந்தத்தில் ஆக்கப்பட்டன. கி.பி. 2 அல்லது 3 ஆம் நூற்றாண்டையோ, பிந்திய காலத்தையோ சார்ந்ததாகக் கணக்கிடக்கூடிய மொழி மரபுகள் இவ்விலக்கியத்தில், இன்றுள்ள வடிவில் காணப்படுகின்றன.

மேற்கில் அமைந்த புதியதோர் அரசின் அதிகாரத்தால் சாதவாகனருடைய மேற்கு நோக்கிய வளர்ச்சி தடைப்பட்டது, கி.மு. 75 அளவில் சிசுத்தானைச் சேர்ந்த சகர் சிந்துநதியின் கழிமுகப்பகுதியைத் தமது ஆணையின் கீழ்க் கொண்டுவந்தனர். இந்திய நூலாசிரியர்கள் இப்பகுதியைச் ‘சாகதீபம்’’ என்று வர்ணித்தனர். கிரேக்க பூகோள ஆசிரியர்கள் இந்தோ-சித்தியா என்று இவ்விடத்தைக் குறிப்பிட்டனர். ஆந்திரருக்கும் சகருக்குமிடையில் நிகழ்ந்த நீண்ட போராட்டத்தின் தொடக்கம், உச்செயினி பற்றிய வரலாற்றின் ஒரு கட்டமாக ஒரு மரபுக்கதையில் இடம் பெற்றிருக்கிறது. உச்செயினி வரலாற்றின் ஏற்றத்தாழ்வு பிந்திய காலத்தைச் சேர்ந்த கல்வெட்டுகளில் தெளிவாகச் சொல்லப்பட்டுள்ளன. உச்செயினி அரசன் கர்டபில்லா ஒரு தடவை சமண முனிவன் காலகன் என்பவனை நிந்தித்தான் மகன புழுங்கிய சமணமுனி பழி வாங்க முடிவுசெய்து, சக அரசை உச்செயினி மீது படையெடுத்துத் தனக்கு இழைக்கப்பட்ட அநியாயத்திற்கு ஈடு செய்யுமாறு தூண்டினான். இதனால் கர்டபில்லா என்ற அரசனின் ஆட்சி முடிவுற்றறு. சில ஆண்டுகள் செல்ல வீரசூரியன் என்று அழைக்கப்பட்ட கர்டபில்லாவின் மகனான விக்கிரமாதித்தன் பிரதிசுத் தானத்திலிருந்து போர் தொடுத்துப் பகைவர்களை விரட்டிக் கி.மு. 57 இல் ஓர் அரச மரபை ஏற்படுத்தினான். இதுவே அக்கதையாகும். இம்மரபுக்கதைகளுக்கும் ஆந்திரருடைய வரலாற்றிற்கும் அடிப்படை வரலாற்றுத் தொடர்பு இருப்பது சாத்தியமாகும். கி.பி. 380-414 வரை ஆண்ட 2 ஆம் சந்திரகுப்தன் (இவனம் ஒரு விக்கிரமாதித்தன்) என்ற குப்த அரசனால் சகரின் ஆதிக்கம் இறுதியாக மேற்கில் நிர்மூலமாக்கப்பட்டது என்பது தெளிவு. எனினும் முந்திய விக்கிரமாதித்தனை அதே பெயர் தாங்கிய பிந்திய விக்கிரமாதித்தனிலிருந்து பிரித்துக்காட்ட மரபுக்கதைகள் தவறிவிட்டன.

காலனை அடுத்து அரச கட்டிலேறிய நால்வரும் 12 ஆண்டுகளுக்குக் குறைந்த கால எல்லைவரையிலே தான் ஆட்சி புரிந்தனர். இக்குறுகிய கால எல்லை அப்பொழுது நிலவிய அமைதியின்மையை எடுத்துக்காட்டுகிறது. இதே காலத்திலேயே மேற்குச் 'சாத்திராப்புகள்' என்று வருணிக்கப்பட்ட சகர் முக்கியத்துவம் பெறுகின்றனர். சகருள் பூமகன் என்பவனே முதல் வந்தவன். நாகபாணன் என்பவன் பல நாடுகளைக் கைப்பற்றிய அரசனாவான். குஜராத்து, கதியவார், வடக்கு மகாராட்டிரம் போன்ற பகுதிகளைக் கூடத் தனது ஆணையின் கீழ் நாகபாணன் கொண்டு வந்தான். பெரிப்பிளசு என்பவரின் குறிப்புகள், நாகபாணனின் (மாமபானுசு) முடியரசு ஆரியசு (வாரகமிகிராவைச் சேர்ந்த ஆரியக்கா) என்ற அரசனுடன் ஆரம்பமானது என்று குறிப்பிடுகின்றன. சாதவாகனரின் துறைப்பட்டினமான கல்யாணிக்கு வந்த கிரேக்க கப்பல்களைப் பரிகாசா (புரோச்சு) என்ற துறைப்பட்டினத்திற்கு மாற்றிவிட்டனர். நாகபாணனின் தலைநகரம், உச்செயினிக்கும் புரோச்சிற்கும் நடுவில் அமைந்த மின்னகரம் (தோகத்தாக இருக்கலாம்) என்றும் இக்குறிப்பு கூறுகிறது. பெரிப்பிளசுவின் காலத்திலேயே (கி.பி. 40-80) சகரின் அதிகாரம் விரிவடைந்ததும் சாதவாகனரின் அரசு சிதைவுற்றதுமாக இருக்கலாம்.

கி.பி. 80-140 அளவில் கௌதமிபுத்திர சாதகர்ணி என்ற அரசனின் தலைமையில் சாதவாகனர் ஆதிக்கம் மறுபடியும் மேலோங்கியது. சகர், பகலவர், யவனர் போன்ற அரசர்களை நிர்மூலமாக்கியவன் கௌதம புத்திர சாதகர்ணியே என்று கூறப்பட்டுள்ளது. இவனே நாகபாணனுடைய அரசை வெற்றி கொண்டு பெருந்தொகையான வெள்ளி நாணயங்களையும் வெளியிட்டவனாவான். இவன் வடக்கு மகாராட்டிரம், கொங்கணம், நர்மதை ஆற்றின் பள்ளத்தாக்கு, சௌராட்டிரம், மாளவம், இராசபுத்தானம் போன்ற நிலப் பிரதேசங்களைச் சகர் ஆதிக்கத்திலிருந்து மீட்டான். தெற்கில் வனவாசி தொடக்கம் வடக்கில் விதர்ப்பம் (பீரார்) வரை இவனுடைய பேரரசு நிலை பெறறிருந்தது. இவனுடைய பேரரசின் எல்லை கலிங்கம் வரையும் சென்றிருக்கக்கூடும். எனினும் ஆந்திரதேசத்தில் இவனது ஆட்சி நிலைபெற்றமைக்குச் சான்றுகள் எதுவும் இல்லை. நாசிக்கு என்னும் இடத்தில், இவனது மரணத்தின் பின், தாயார் கௌதமி பாலசிறீயினால் நிறுவப்பட்ட கல்வெட்டில், கௌதம புத்திர சாகர்ணியின் சாதனைகள் புகழ்ந்து குறிப்பிடப்பட்டுள்ளன. இரண்டாவது புலுமாயி என்ற கௌதமிபுத்திர சாதகர்ணியின் மகனின் 19 ஆம் ஆண்டு ஆட்சிக்காலத்திலேயே தந்தையைப் பற்றிய இக்கல்வெட்டு நிறுவப்பட்டது. சாகர் தாம் இழந்த சில உரிமைகளைச் சில காலம் வரை திரும்பப் பெறவில்லை என்பதற்கு இது நல்ல சான்றாகும். 24 ஆண்டுகள் வளர ஆட்சி புரிந்த 2 ஆம் புலுமாயி வெளியிட்ட நாணயங்கள் கோதாவரி, குண்டூர் ஆகிய மாவட்டங்களிலும் சோழமண்டலக் கடற்கரையின் தூரதெற்கில் அமைந்த கடலூரிலும் கண்டெடுக்கப்பட்டுள்ளன. கிழக்கில் 2 ஆம் புலுமாயி கவனம் செலுத்திக் கொண்டிருந்த காலத்தில் மேற்கு இராசபுத்தானத்தையும், மல்வத்தையும் சாகர் மீட்டுக்கொள்ள வாய்ப்புக் கிடைத்தது. கி.பி.126-31 அளவில் பறிபோன நிலப்பகுதியை மீட்கும் பொருட்டுப் புலுமாயியை அடுத்து ஆட்சிக்கு வந்த சாதகர்ணி என்ற அரசன் மகாசத்திரப உருத்திரதாமன் என்ற அரசனின் மகளைத் திருமணம் செய்துகொண்டான்.

ஆயின் இதே சாக அரசனாகிய உருத்திரதாமன் அடுத்து வந்த சாதவாகன அரசனை இருதடவை நேர்மையான போரில் வெற்றிகொண்டு அவனிடமிருந்து "அபராந்தம்" (வடகொங்கணம்) என்னும் இடத்தையும், நர்மதை நதியின் பள்ளத்தாக்காகிய "அனுபா" என்னும் இடத்தையும் கைப்பற்றினான்.

கி.பி.170-99 வரை ஆட்சிபுரிந்த "சிறீயக்ஞ சாதகர்ணி" என்ற அரசனே சாதவாகனர்களுள் மிகப் பிரசித்தி பெற்றவனாவான். இவனுடைய முன்னோர் இழந்த சில மாவட்டங்களைப் புதிய போராட்டங்கள் நடத்திச் சாகரிடமிருந்து இவன் திரும்பப் பெற்றிருத்தல் வேண்டும். சாத்திராப்பு நாணயங்களைப் போன்ற மிகவும் அருமையாகக் காணப்படும் வெள்ளி நாணயங்கள், அநேகமாக, புதிதாக இவன் இணைந்த மேற்கு மாவட்டங்களின் வெற்றி விழாவுடன் வெளியிடப்பட்டிருக்கலாம். பித்தளை, ஈயம் போன்ற உலோகங்களால் ஆக்கப்பட்ட நாணயங்கள் பல, இவனால் கிழக்கு மாகாணங்களில் வெளியிடப்பட்டன. பம்பாயிலுள்ள சந்தா மாவட்டத்தில் இதே அரசன் வெளியிட்ட ஒரு வகை உலோகங்களின் கலப்பால் ஆக்கப்பட்ட நாணயங்கள் சில கண்டெடுக்கப் பட்டுள்ளன. கடற்கப்பலின் சின்னம் பொறிக்கப்பட்ட நாணயங்கள் சில இவனுடைய காலத்துடன் தொடர்புபடுத்தப்படுகின்றன. இது போன்ற நாணயங்கள் இவனுடைய கடல் ஆதிக்கத்திற்குச் சான்றாகும். மேற்கில் காவேரி நாசிக்குப் போன்ற இடங்களிலும் கிழக்கில் சின்ன கஞ்சம் என்ற இடத்திலும் நிறுவப்பட்ட கல்வெட்டுகளும் இவன் காலத்தவையே, கிழக்கு மேற்கு மாவட்டங்கள் இரண்டின் மீதும் ஆதிக்கம் செலுத்திய இறுதி அரசன் நாம் அறிந்த அளவில் சிறீயக்ஞனே ஆவான்.

.இவனை அடுத்து ஆட்சி புரிந்தவன் விசயனாவான். பம்பாயில் அகோலா என்னும் இடத்தில் விசயனின் நாணயங்கள் கண்டெடுக்கப்பட்டுள்ளன. அடுத்து வந்த அரசன் கலிங்கத்தில் கல்வெட்டு நிறுவிய சிறீசந்திரா என்பவனாவான். கோதாவரி, கிருட்டிணை மாவட்டங்களிலும் இவன் காலத்தைச் சேர்ந்த நாணயங்கள் கண்டெடுக்கப்பட்டுள்ளன. இந்த வரிசையில் ஆட்சி புரிந்த கடைசி மன்னன் புலுமாயி என்பவனே. பெல்லாரி மாவட்டத்தில் இவன் காலத்துக் கல்வெட்டு ஒன்று கண்டெடுக்கப்பட்டுள்ளது.

கருணன், கும்பன், உருத்திர சாதகர்ணி போன்ற சாதவாகன அரசர்களுடைய பெயர்கள் நாணயங்களிற் குறிப்பிடப்பட்டுள்ளன. கிழக்குத் தக்கணம், மத்திய பிரதேசம் போன்ற பகுதிகளில் இவ்வரசர்களுடைய ஆதிக்கம் நிலைபெற்றது. அநேகமாக இவர்களுடைய ஆட்சிக்காலத்திற்கு முன்னமே தொகுக்கப்பட்டமையாற் போலும் புராணப் பெயர்ப் பட்டியலில் இவர்களின் பெயர்கள் குறிப்பிடப்படவில்லை. தக்கணத்தின் பலபாகங்களிலும் சாதவாகன வம்சத்தினர் வழிவந்த சிற்றரசர்கள் சிலர் சிறுமுடியாட்சிகளை நிறுவினர். எனினும், சாதவாகனப் பேரரசின் வம்சம் நிர்மூலமாக்கப்பட்டதற்குரிய சான்றுகள் தெளிவாகவில்லை.

சாதவாகனப் பேரரசு மிக விரிவடைந்திருந்த போதிலும் அதனுடைய அரசியல் அமைப்புச் சாதாரண நிலையில் இருந்தது. உள்;ர் ஆட்சி பெரும்பாலும் பிரபுக்களின் கையில் விடப்பட்டது. மேலெழுந்த வாரியாக அரச அதிகாரிகள் உள்;ராட்சியின் மீது பொதுவான கட்டுப்பாடுகளை மட்டுமே

விதித்தனர். அரசனாக வரும் மரபுரிமை ஆண் சந்ததிக்கேயுண்டு ஆயின் அரசர், பிரபுக்கள் ஆகியோர் பெயர்களுக்கு முன் தாய்வழிப் பெயர்கள் வைக்கும் வழக்கமுண்டு. நிலை கொண்ட சமூக அமைப்பின் பாதுகாவலனாக அரசனே கருதப்பட்டான். ஏழைகளும் செல்வர்களும் சமமாக நல்வாழ்வு வாழும்பொருட்டு நீதியான வரிகளை அரசன் அறவிடவேண்டும் என்று எதிர்பார்க்கப்பட்டது. பிரபுத்துவம் மூன்று வகையாகப் பிரிக்கப்பட்டது தமது பெயரில் நாணயங்களைப் பிரசுரித்த அரசர்கள் முதற் பிரிவினவராவர். மேற்குத் தக்கணத்தில் மாத்திரம் காணப்பட்ட மகாபோசர், மராதியர் என்போரே அடுத்த இரு பிரிவினராவர். பின் கூறப்பட்ட இரு பிரிவினரும் சாதவாகனருடன் திருமணத் தொடர்புகொண்டவர்கள். பிந்திய அரச வம்சத்தினர் பின்பற்றிய மகாசேனாதிபதி என்ற உயர்படைத்தளபதிகளின் நியமனம் வரலாற்றில் பிந்திய காலத்தைச் சேர்ந்ததாகும். சில மகாசேனாதிபதிகள் தூரத்தில் அமைந்த மாகாணங்களை ஆட்சி புரிந்தனர். வேறு சிலர் மத்திய அரசின் நிருவாகத் துறைகளை வழி நடத்தினர். அரசு, ஆகரா என்ற நிருவாகப் பிரிவுகளாகப் பிரிக்கப்பட்டிருந்தது. ஒவ்வொரு நிருவாகப் பிரிவிற்கும் (அமாத்தியன்) ஓர் அமைச்சர் பொறுப்பாயிருந்தார். தலைமைக்காரரின் (கிராமிகள்) ஆணையின் கீழ் இருந்த அடுத்த பிரிவே கிராமங்களாகும். கல்வெட்டுகளில் குறிப்பிடப்பட்டுள்ள ஏனைய அதிகாரிகள்: பொருளாளர்கள், அரண்மனைத் தலைவர்கள், பொற்கொல்லர்கள் நாணயங்களை வெளியிடும் அதிகாரிகள், நிருவாகிகள் (மகாமாத்திரர்) அரச அறிக்கைகளுக்குப் பொறுப்பான அதிகாரிகள், வரவேற்பாளர்கள், அரசத் தூதுவர்கள் ஆகியோராவர்.

தொழில் அடிப்படையில் சாதிகளின் புதிய உட்பிரிவுகள் சமூகத்தில் தென்படத் தொடங்கின. இடையர் (கோலிகர்), உழவர் (ஆஸிகர்) போன்ற உப பிரிவுகள் தோன்றின. அந்நியர்கள் சமூகத்துடன் முற்றாகச் சேர்ந்துகொண்டமை ஓர் உருசிகரமான நிகழ்ச்சியாகும். தர்மதேவன், இரிசபதத்தன், அக்கினவர்மன் போன்ற முற்றான இந்தியப் பெயர்களுடன் இந்த அந்நியர்களுட் பெரும்பான்மையினர் மேற்படி சமூகத்துடன் சங்கமமாயினர். சகரும், யபனருமான இவர்கள் பௌத்தர்களாயும், தரம்குறைந்த சத்திரியர்களாயும் சமூகத்தில் சேர்க்கப்பட்டனர். சாக இரிசபதத்தன் பர்ணாசர நதி தீரத்திலுள்ள புஷ்கரா என்னும் தலத்திற்குப் புனிதயாத்திரை சென்று அங்கே கோதானம் செய்து பல கிராமங்களையும் அந்தணருக்கு அன்பளிப்புச் செய்தான் என்று நூல்கள் கூறுகின்றன. ஆயின் மேற்குத் தக்கணத்தில் கி.பி. 2 ஆம் நூற்றாண்டின் பின் இந்துமதச் சடங்குகளை அந்நியர்கள் கைக்கொண்டனர் என்று நாம் கேள்விப்படவில்லை. சகர், யவனர், பகலவர் போன்றோரை வெற்றிகொண்ட கௌதமிபுத்திரன் இத்தகைய அந்நியர்களை முற்றாக ஒழித்திருத்தல் கூடும் கிழக்குத் தக்கணத்தில் வாழ்ந்த யவனர் பற்றி ஒன்றும் குறிப்பிடப்படவில்லை. அமராவதி போன்ற கிருட்டிணை ஆற்றின் பள்ளத்தாக்கில் அமைந்த இடங்களில் காணப்படும் தூபிகள் கட்டாயமாகக் கிரேக்க-உரோம கலாசார ஆதிக்கம் படிந்து உருவாக்கப்பட்டவையே. அத்துடன் அல்லூறு என்னும் இடத்தில் உள்ள கல்வெட்டு ஒன்றில் கிரேக்க (யோனகா) விளக்குகள் பற்றிய குறிப்புகள் காணப்படுகின்றன. இவற்றில் இருந்து அந்நியரின் செல்வாக்குப்பற்றி நாம் அறிய முடியும்.

கல்வெட்டுகளில், பெண்கள் வழங்கிய தான தர்மங்கள் பற்றிச் சான்றுகள் காணப்படுகின்றன. இவற்றிலிருந்து சமூக வாழ்வில் பெண்கள் சிறப்பிடம் வகித்தனர் என்பதும் சொத்துரிமை பெற்றிருந்தனர் என்பதும் புலனாகும். சிற்பங்களிற் கூட பெண்களின் உருவங்கள் காணப்படுகின்றன. பௌத்த சின்னங்களைப் பெண்கள் வழிபடுவது, சபைகளில் பங்கு கொள்வது, தமது இல்லத்தலைவனோடு சேர்ந்து விருந்தோம்புவது போன்ற நிகழ்ச்சிகள் சிற்பங்களில் இடம் பெற்றுள்ளன. மிகக் குறைந்த ஆடை அலங்காரமும் அதிக ஆபரண அலங்காரமும் செய்து கொள்வதில் பெண்களுடன் ஆண்கள் போட்டியிட்டனர். குடிசைகளிற்றானும் வீட்டிற்குரிய கவர்ச்சிகரமான சகல உபயோகப்பொருள்களும் காணப்பட்டன. அத்தியாவசியப் பொருள்கள் என்று கூறமுடியாத சாடிகள், கூசாக்கள், நாற்காலிகள், மேசைகள், முக்காலிகள், கட்டில்கள் போன்றவை இடம் பெற்றன.

நகரங்களைப் பெருமதில்கள், காவல் அரண்கள், கதவுகள் ஆகியன பாதுகாத்தன. செங்கற்களும் சுண்ணாம்பும் நிருமாணப்பணிக்குப் பயன்படுத்தப்பட்டன. வாயில்கள், சாஞ்சியில் காணப்படுவது போன்று, தோரணங்களால் அலங்கரிக்கப்பட்டன. காலாட் படையினர் யுத்த முனைகளில் முன் சென்றனர். இவர்கள் தாக்கும் ஆற்றல் படைத்த குறுகிய வாள்களை ஏந்திச் சென்றனர். வட்ட வடிவமான கேடயங்களைத் தாங்கித் தம்மை எதிரியின் ஆயுதங்களிலிருந்தும் காத்துக்கொண்டனர். அத்துடன் தமது வயிற்றைக் கலசங்களாற் சுற்றிக் காத்துக் கொண்டனர். காலாட்படையின் இருமருங்கிலும் குதிரைப்படையும், யானைகளும் அணிவகுத்துச் சென்றன. காலாட்படையைத் தொடர்ந்து வில்வீரர் படைப்பிரிவு சென்றது. நீண்ட ஈட்டிகள், போர்க்கோடரிகள், கதாயுதங்கள் போன்றன பயன்படுத்தப்பட்டன. யானைவீரர்களும் குதிரைவீரர்களும் மட்டுமே தலைப்பாகை அணிந்திருந்தனர்.

மேற்குக் கிழக்குக் கரைகளில் வர்த்தக நடமாட்டம் மிக்க துறைப்பட்டினங்கள் பல தென்பட்டன. தொலமி, 'மைசோலியா' என்று அழைத்த பிராந்தியம் கோதாவரி, கிருட்டிணை கழிமுகங்களுக்கு இடைப்பட்ட பகுதியாகும். 'தங்க கிறைசு' எனப்பட்ட மலாயாக் குடாநாட்டுக்கும் கிழக்குத் தீபகற்பத்திற்கும் செல்லும் கப்பல்கள் இங்கிருந்துதான் புறப்பட்டன என்று தொலமி குறிப்பிடுகிறார். மேற்குத் தக்கணத்தில் உள்ள பரிகசா (புரோச்சு) என்ற துறைப் பட்டினமே தூர வடக்கில் அமைந்திருந்தது. சோபரா என்ற துறைப்பட்டினம் மிகவும் பழமை வாய்ந்தது. கல்யாணி மிகவும் பெரியது. நாட்டின் உட்புறத்தில் பல வர்த்தகப் பட்டினங்கள் இருந்தன. பைதான், தகாரா, சூனார், கரகாதகா, நாசிக்கு, வைசெயந்தி போன்றனவே இவ்வர்த்தகப் பட்டினங்கள். கிழக்குத் தக்கணத்தில் இருந்த தானியகடகா, விசயபுரி, நரசீலம் போன்ற வர்த்தகப்பட்டினங்கள் குறைந்த முக்கியத்துவம் பெற்றனவே. தானிய வணிகர், கன்னார், பூக்கடைக்காரர், கொல்லர், வழக்குரைப்போர் போன்றவர் தனித் தனித் தொழிற் குழுக்களாக இயங்கி வந்தனர். நிகமசபா என்று அழைக்கப்படும் தொழிற் குழுக்களின் அலுவலகங்கள் அல்லது கூட்டமண்டபங்கள் ஒவ்வொரு தொழிற் குழுவிற்கும் இருந்தன. தொழிற்குழுவின் தலைவனாகச் செத்தி என்பவன் இருந்தான். நிகமசபாக்கள், வங்கிகள் போன்று பணம் சேர்த்து வைக்கும் இடமாகவும் கடன் கொடுக்கும் நிலையமாகவும்

கடமையாற்றிவந்தன. அயல்நாடுகளிலிருந்து இறக்குமதியான பண்டங்களுள் ஆடம்பரப் பொருள்களான உலவன், மிக உயர்ந்த புடவை வகைகள், கண்ணாடிப் பொருள்கள், இனிப்புப் பண்டங்கள், வாசனைத் திரவியங்கள், மருந்து வகைகள் போன்றன இடம் பெற்றன. ஏற்றுமதிப் பொருள்களுள் சாதாரண புடவைகள், இரத்தினக் கற்கள், பட்டு வகைகள், மரவுரி உடைகள் போன்றன இடம் பெற்றன. வீதிகள் இல்லாதிருந்தமை வர்த்தகத்திற்குப் பேரிடராக இருந்தது. கி.பி. 15 ஆம் நூற்றாண்டின் பிற்பகுதியில் பெரும்தொகையாக நடமாடிய பணத்தால் வர்த்தகம் அதிகரிக்க வாய்ப்புகள் இருந்தன. கிழக்குத் தக்கணத்தில் இந்தக் கால எல்லையில் கைத்தொழில், வர்த்தகம் ஆகிய துறைகளிற் பெரும் முன்னேற்றமேற்பட்டது. 2 ஆம் நூற்றாண்டின் இறுதிப் பகுதியில் இந்தத் தொழில்கள் உச்ச நிலையை அடைந்திருந்தன.

கி.மு. 3 ஆம் நூற்றாண்டளவில் பௌத்த மதம் நன்றாக நிலைகொண்டு, சாதவாகன அரசர்களின் காலம் முழுவதிலும் தளைத்தோங்கியது. தக்கணத்தில் கி.பி. 2 ஆம் நூற்றாண்டு வரையும் பௌத்தமதம் மிகவும் புகழுடன் அழகு செய்யப்பட்டது. அல்லூறு, கும்மாதிதுரு, கந்தசாலா், குடிவாடா, கோலி போன்ற இடங்களில் புதிய தூபிகள் நிருமாணிக்கப்பட்டன அல்லது அங்கிருந்த பழையன திருத்தியமைக்கப்பட்டன. நாசிக்கு, காளே. கன்னேரி போன்ற பகுதிகளில் புதிய கற்கோவில்கள் வெட்டப்பட்டு மேலும் நன்கொடைகள் வழங்கப்பட்டன. புத்தபிரானின் விசுவாசம்மிக்க பத்தர்களுக்கு அறிவூட்டும் பணியில் ஈடுபட்டிருந்த பல மதப் பிரிவினர்கள் பற்றியும் குரவர்கள் பற்றியும் இக்காலக் கல்வெட்டுகள் பெயர் சொல்லிக் குறிப்பிடுகின்றன. தூபிகள், புனித போதிமரம், புத்தபிரானின் திருப்பாதத்தின் அடையாளம், திரிசூலச் சின்னம், தருமசக்கரம், புத்தருடைய உருவங்கள், ஏனைய பெயரும் குரவர்களின் சிலைகள், நாகராசாக்களின் உருவங்கள் ஆகியன அக்காலத்தில் வழிபாட்டிற்குரியனவாக இருந்தன. மண்டியிட்டு வணங்குதல், சாட்டாங்கமாக இரு கைகளையும் கூப்பித் தொழுகைக்குரியனவற்றைப் பிரார்த்தித்தல் போன்ற நிகழ்ச்சிகளுக்குப் பதிலாக இக்காலச் சிற்பங்கள் ஆண்களும் பெண்களும் பக்திப்பரவசத்தால் தியானிப்பதைக் காட்டுகின்றன.

பிராமணீயமும் தழைத்தோங்கியது. சாதவாகன அரசர்கள் பலர் பிராமணீயத்தின் பக்தர்களாக இருந்தனர். 3 வது சாதவாகன அரசன் வேத சடங்குகள் பல அனுட்டித்தான். தன்னுடைய புதல்வர்களுள் ஒருவனுக்கு வேதசிறீ என்றே பெயரிட்டான். சப்தசதீ என்ற காலனுடைய காவியம் சிவ வழிபாட்டுடன் ஆரம்பிக்கிறது. பிராமணர்களை ஆதரித்துவந்த கௌதமீபுத்திர சாதகர்ணி என்பவன் இதிகாச தலைவர்களான இராமன், கேசவன், அர்ச்சுனன் போன்றோரைப் பின்பற்ற முயன்றான். இந்திரன், வாசுதேவன், சூரியன், சந்திரன், சிவன், விட்டுணு, கிருட்டிணன், கணேசன், பசுபதி போன்ற இந்து மத தெய்வங்கள் இக்காலத்தில் வழிபடப்பட்டன. சப்தசதீ என்ற நூலில், கௌரிக்குக் கோயில்களும், நீர், செருப்பு ஆகியவற்றின் தலைவனான வரதனுக்கு ஆலயங்களும் இருந்தன என்று குறிப்பிடப்பட்டுள்ளது.

சாதவாகனப் பேரரசின் வீழ்ச்சியின் பின் அதன் பெரு நிலம் கூறுபோடப்பட்டது. வடமேற்கில் ஆபீரரும் தெற்கில் சுதுவரும், ஆந்திர தேசத்தில் இட்சுவாருக்களும் துண்டாடிய பகுதிகளைத் தமதாக்கிக் கொண்டனர். மத்திய பிரதேசத்தில் மட்டும் சாதவாகனர்களின் வழித் தோன்றல்கள் தொடர்ந்து ஆட்சி புரிந்தனர். தென்கிழக்கில் பல்லவர்கள் ஆதிக்கம் பெற்றனர். நந்த அரசர் காலம் தொட்டுத் தக்கணத்தில் 6 ஆம் நூற்றாண்டு காலமாக நிலைபெற்ற அரசியல் ஐக்கியம் இவ்வாறு சிதைவுற்றது.

'மகாபர்'யா' என்ற நூலிற் கூறப்பட்டிருப்பதுபோன்று ஆபீரர் அந்நியராவர். மேற்கு இந்தியாவில் இருந்த சக காத்திராப்புகளின் தளபதிகளாகக் கி.பி. 2 ஆம் நூற்றாண்டில் ஆபீரர் இடம் பெற்றனர். சாதவாகன அரசர்களை அடுத்து 67 ஆண்டு காலத்திற்கு ஆபீர அரசர்கள் அடுத்தடுத்து ஆட்சிபுரிந்தனரெனப் புராணங்கள் குறிப்பிடுகின்றன. நாசிக்கில் கண்டெடுக்கப் பட்டுள்ள ஒரு கல்வெட்டு, 'மாதரீபுத ஈசுவரசேனன்' என்ற ஆபீர அரசன் பற்றிக் குறிப்பிடப் பட்டுள்ளது. இவன் சிவதத்தன் என்ற அரசனின் மகனாவான். காலத்தைக் கணிக்கும் வகையிலும் பிற முறைகளிலும் சாதவாகனக் கல்வெட்டுகளுக்கும் இந்தக் கல்வெட்டிற்கும் மிக நெருங்கிய பொதுத் தன்மைகள் காணப்படுகின்றன. ஈசுவரசேனன் என்பவன் ஆபீர வம்சத்தைத் தொடங்கிய முதல் அரசனாக இருக்கலாம். இந்த வம்சத்தைப்பற்றிய வேறு செய்திகள் கிடைக்கவில்லை. கி.பி. 249-50 இல் கலசூரி அல்லது செடி என்று அழைக்கப்பட்ட காலம் கணக்கிடும் முறைமை ஒன்று மட்டும் இவ்வம்சம் தொடங்கியதாகத் தென்படுகிறது.

மகாராட்டிரத்தையும், குந்தளத்தையும் ஆட்சி புரிந்த சுதுவர்கள் பற்றியும் மிகச் சில தகவல்களே கிடைக்கின்றன. மைசூர் மாவட்டத்தின் வடகன்னடம், சித்தல் துர்க்கம் ஆகிய இடங்களிற் கண்டெடுக்கப்பட்டுள்ள நாணயங்களும், கன்னேரி, வனவாசி, மாலவல்லி போன்ற இடங்களில் காணப்படும் கல்வெட்டுகளும், சுது அரச வம்சத்தவர் சிலரின் பெயர்களைக் குறிப்பிடுகின்றன. கடப்பா, அனந்தப்பூர் ஆகிய மாவட்டங்களில் ஈயத்தாலான சில நாணயங்கள் கண்டெடுக்கப்பட்டுள்ளன. குதிரையின் சின்னம் பொறிக்கப்பட்டு இருக்கம் இந்நாணயங்கள் சுதுவரின் பெயரின் ஒரு பகுதியாகிய ''காரீதி' என்ற பெயரையும் கொண்டு விளங்குகின்றன. சுதுவர் சாதவாகன அரச மரபினரின் ஒரு பகுதியினரே என்பது சில வரலாற்று ஆசிரியர்களின் கருத்தாகும். வேறு சிலர் இவர்களை நாகவழித் தோன்றல்கள் என்றும் கருதுகிறார்கள். சுதுவரை அடுத்துக் கடம்பூர் முக்கியத்துவம் பெறுகின்றனர்.

கிருட்டிணை – குண்டூர்ப் பிரதேசத்தை இட்சுவாக்குக்கள் என்போர் ஆட்சிபுரிந்தனர். புராணங்கள் இவர்களை சிறீபார்வதியர்கள் அல்லது சிறீபர்வதத்தின் ஆட்சியாளர் என்றும் ஆந்திரபிருந்தியர்கள் (ஆந்திரரின் தொண்டர்கள்) என்றும் வருணித்துள்ளன. 7 அரசர்கள் 57 ஆண்டுகள்வரை உடைய பெயர்களையே நாம் அறியக்கூடியதாயிருக்கிறது. ஆரம்பத்தில் இட்சுவரகுக்கள் சதாவாகன அரசர்களின் சிற்றரசர்களாகவே இருந்தனர். இவர்களுக்கு 'மகா தலைவர்கள்' என்ற பட்டம் வழங்கப்பட்டிருந்தது. இந்த அரசவம்சத்தைத் தோற்றுவித்த 'வாசுதீபுசு சிறீ சாந்தமூலன்' என்பவன்

அசுவமேத, வாஜபேய யாகங்களைச் செய்தானெனக்கூறும் குறிப்புகள் உள. வீரபுரிசதாத்தன் என்ற அவனுடைய மகனின் ஆட்சிக்காலம் பௌத்தமத வரலாற்றின் மிகப் புகழ்படைத்த காலமாகும். இவனுடைய ஆட்சிக் காலத்தில் பல நாடுகளுடன் தூதுவராலயத் தொடர்புகளும் ஏற்படுத்தப்பட்டன. சாகவம்ச வழியில் தோன்றிய பெண்ணை உச்செயினியிலிருந்து தனது இராணியாகக் கொண்டுவந்தான். சுது இளவரசன் ஒருவனுக்குத் தனது மகளை மணம்செய்து வைத்தான். அரசவம்சப் பெண்கள் பெரும்பாலும் பௌத்தர்களாக இருந்தனர். வீரபுரிசதாத்தனின் சிற்றன்னை ஒருத்தி நரகார்ச்சுணகொண்டா என்னும் இடத்தில் ஒரு பெரும் தூபியை நிறுவினாள். பேரரசனான புத்தபிரானின் சின்னங்கள் சில வைத்து இத்தூபி அமைக்கப்பட்டது. தேவாலயங்களும் விகாரைகளும் மண்டபங்களும் நிறுவப்பட்டன. இப்பெண்ணை ஏனைய அரசவம்சப் பெண்கள் பின்பற்றினர். இவ்வண்ணமே பெண்குலம் முழுவதும் இருந்ததாகப் போதிசிறி என்ற ஒரு பெண் பிரசை பற்றிய குறிப்புக் கூறுகிறது. இட்சுவாகு அரச மரபின் இறுதி அரசன் எகுவுலாசாந்தமூலன் என்பவனாவான். இவனது ஆட்சிக்காலத்தில் ஒரு தூபியும், ஒரு தேவிவிகாரையும், கோபுர ஆலயங்கள் இரண்டும் நிருமாணிக்கப்பட்டன. ஒரு சிங்கள விகாரைபற்றியும் குறிப்புகளில் குறிப்பிடப்பட்டுள்ளது. இது ஒரு சிங்களவரால் நிறுவப்பட்டிருத்தல் வேண்டும் அல்லது அநேகமாகச் சிங்கள மதகுருமார் தங்குவதற்கு இது அமைக்கப்பட்டிருக்கலாம். தம்பபண்ணி (இலங்கை) யிலிருந்து வரும் (தேரோக்கள்) பௌத்த சகோதரர்களுக்கென அர்ப்பணிக்கப்பட்ட சயித்திய மண்டபம் ஒன்றும் அமைந்திருந்தது. இவ்வாறு இலங்கையின் பௌத்த மதம் ஆந்திர நாட்டுப் பௌத்த மதத்துடன் உறவு கொண்டிருந்தது. நாகார்ச்சுணகொண்டாவில் காணப்படும் சிற்பங்களுள் புத்தரின் பெரும் சிலைகள் உள. இப்பெரு உருவங்கள் கிரேக்க சிற்பக் கலையின் செல்வாக்கையும் பௌத்த மகாயானப் பிரிவின் தன்மைகளையும் பிரதிபலிக்கின்றன. இதற்கு முன்னைய நூற்றாண்டில் நிர்மாணிக்கப்பட்ட சிற்பங்களில் காணப்படும் பக்தர்களின் திருக்கூட்டம் நாகார்ச்சுணகொண்டாச் சிற்ப வேலைகளில் இடம் பெறவில்லை. நிருவாக முறையிலும் சமூக வாழ்விலும் சாதவாகனமரபு மாற்றங்களுடன் தொடர்ந்திருந்தது. சாதவாகனர் காலத்து அதிகாரிகளின் பெயர்கள் இருந்தபடி இருக்கப் பல அதிகாரிகளின் கடமைகள் இணைக்கப்பட்டு ஒருவரின் கீழ் விடப்பட்டன. தாய் வழிக் குடும்பப் பெயர்கள் தொடர்ந்தும் கையாளப்பட்டு வந்தன. தந்தை வழிக்குடும்பப் பெயர்களும் வழக்கிலிருந்தன. சாதவாகனர் காலம் தொட்டுப் பல்லவர் காலம் வரையும் தாய்வழி, தந்தை வழி அமைந்த கோத்திரப் பெயர்களைக் கையாண்ட வழக்கு பிந்திய கடம்ப அரசர்களாலும் கையாளப்பட்டது. 'ஆகாசர்' என்போர் 'இராத்திரர்' என்று அழைக்கப்பட்டனர். 'இராசர்' என்ற பட்டத்திற்குப் பதிலாக பொலிவு வாய்ந்த 'மகாராசர்' என்ற பதம் பயன்படுத்தப்பட்டது.

ஆந்திர நாட்டில் இட்சுவாகு அரசர்களைத் தொடர்ந்து 'பிரிகத்பலாயன' கோத்திர அரசர்கள் தோன்றினர். எஞ்சியுள்ள செப்பேட்டுக் குறிப்பு ஒன்றில் இவ்வம்சம் பற்றிக் கூறப்படுகிறது. அங்கு செயவர்மன் என்ற அரசனின் பெயர் மாத்திரம் குறிப்பிடப்பட்டுள்ளது. அவனுடைய முடியாட்சி ஆகரசர் என்ற பல நிருவாகப் பிரிவுகளாகப் பிரிக்கப்பட்டிருந்தன. ஒவ்வொரு நிருவாகப்

பிரிவிற்கும் வாபதம் (வியாபிருதன்) எனப்படும் பொறுப்பு அதிகாரி ஒருவர் செயற்பட்டுவந்தார். இச்செப்பேட்டிற் காணப்படும் குறிப்புப் பிராமணருக்குத் தரப்பட்ட "பிரமதேயம்" எனும் நன்கொடைத் தொடரின் ஆரம்பமாக இருக்கலாம். இத்தகைய கொடைகள் நூற்றாண்டுகளாக எண்ணிக்கையிலும், முக்கியத்துவத்திலும் அதிகரித்து வந்தன் பிராமணருக்குத் தரப்பட்ட இந்த நன்கொடைகள், பௌத்தமும் சமணமும் வீழ்ச்சியுற்றமையையம் எடுத்துக்காட்டுகின்றன.

முன்னைய சாதவாகனப் பேரரசின் தென் கிழக்கில் அமைந்து விளங்கிய பல்லவ அரசு காஞ்சிபுரத்தைத் தலைநகரமாக்கியது. "பல்லவர்" என்ற ஓர் அந்நிய இனத்திலிருந்து வந்தவர்களே பல்லவர்கள் எனச் சொல்லப்படுகிறது. இதற்கு ஆதாரமாக அரச முடியைச் சுட்டிக்காட்டுகின்றனர் இந்தோ–கிரேக்க அரசனான தெமெத்திரியசு என்பவன் ஒரு யானையின் மண்டை ஓட்டை ஒத்த முடியொன்றை 2 ஆம் நந்திவர்மனின் முடிசூட்டுவிழாவிற்கு வழங்கியமை குறிப்பிடப்படுகிறது. ஆயின் கடம்பரையும் சுதுவரையும் போன்றே இவர்களும் வட இந்தியாவில் தோற்றியிருக்க வேண்டுமென்றும், தெற்கு நோக்கிச் சென்று பிரதேச மரபுகளைத் தமதாக்கிக் கொண்டு பயன்படுத்தி வளர்ந்த வம்சத்தவர்களே இவர்கள் என்றும் பொதுவாக நம்பப்படுகிறது. சுது வம்சத்தின் அரசனான வனவாசி என்பவன் மாலவல்லி என்ற தெய்வத்தின் சிலையை நிறுவி அதை ஆதரித்து வந்தான். இவனை அடுத்து ஆட்சிக்கு வந்த கடம்ப அரசனும் இதே போன்று நடந்துகொண்டான். காலப்போக்கில் கடம்ப வம்சத்தினர் கடம்ப விருட்சத்தையும் அதில் வீற்றிருந்த சுவாமி மகாசேனரையும் (சுப்பிரமணியக் கடவுள்) வணங்கி வந்தனர். கடம்ப விருட்சத்தில் சுப்பிரமணியர் எழுந்தருளியிருப்பார் என்று மரபுக்கதைகள் சொல்லுகின்றன. இவ்வாறே பல்லவ எனும் சொல் தொண்டை எனும் சொல்லிலிருந்து வந்திருத்தல் வேண்டும் தொண்டை என்பது ஒரு நாட்டையும் அதனை ஆள்வோரையும் குறிக்கும் சொல்லாகும். தொண்டை என்ற பெயர் ஒருவகைக் கொடியையும் குறிக்கின்றது. காஞ்சிபுரத்தையும் அதனை ஆண்ட அரசவம்சத்தினரையும் குறிக்கும் 'தொண்டை' என்ற சொல்லின் பிராகிருத-வடமொழிப் திரிபே 'பல்லவ' எனக் கொள்ளுதல் வேண்டும்.

கந்தவர்மன் என்ற முதல் பல்லவ அரசன் யுவராசனாக இருக்கும்போது வழங்கிய ஒரு செப்பேட்டு நன்கொடையும், அவன் அரசனாக வந்த பின்னர் வழங்கிய இரு நன்கொடைகளுமாக மூன்று செப்பேட்டுக் கொடைகள் உள் இவையாவும் பிராகிருத மொழியில் எழுதப்பட்டிருக்கின்றன. இவையே பல்லவ வரலாற்றின் தொடக்கச் சான்றுகளாகும். இவன் பாரத்துவாச கோத்திரத்தைச் சேர்ந்தவன். அக்கினி'டோம, வாஜபேய, அசுவமேத போன்ற யாகங்களைக் கந்தவர்மன் செய்து 'தர்மத்தைக் கைகொண்ட இராசாதிராசன்' என்ற பெயர் தாங்கினான். இவனுடைய பேரரசு காஞ்சிபுரத்தைத் தலைநகராகக் கொண்டு வடக்கில் கிருட்டிணை ஆறுவரையும், மேற்கில் அராபியக்கடல் வரையும் வியாபித்திருந்தது. பல்லவப் பேரரசு வளர்ந்த விதம் பற்றி இன்று தெளிவாக அறிய முடியாது. 9 ஆம் நூற்றாண்டில் நிலவிய மரபுக்கதை ஒன்று, வீரகூர்ச்சன் என்ற புகழ்பெற்ற ஆரம்பகால அரசன் அரச சின்னத்தையும் நாக அரசன் மகளையும் கைப்பற்றினான் என்று கூறுகிறது. சாதவாகனப் பேரரசு சிதைவுற்ற

பின்பு சுதுவர் மேற்கில் ஆட்சிபுரிந்தனர். சுதுவரிடமிருந்து நாட்டைப் பல்லவர் கைப்பற்றிய நிகழ்ச்சியின் எதிரொலியாக இம்மரபுக்கதை அமைந்திருக்கக்கூடும். கந்தவர்மனின் தந்தையின் பெயர் கிடைக்கவில்லை எனினும் கந்தவர்மன் காஞ்சியை ஆண்ட முதற் பல்லவ அரசன் அல்லன் என்பது தெளிவு. யுவராசா என்பது இவனுக்கு முன்னம் அரசர்கள் இருந்திருக்க வேண்டும் என்பதைக் காட்டுகிறது. இவனுக்கு முன்னைய அரசர்களுள் சிம்மவர்மன் என்ற ஓர் அரசனும் இருந்திருக்க வேண்டும் குண்டூர் மாவட்டத்தில் கண்டெடுக்கப்பட்டுள்ள பிராகிருத எழுத்திலுள்ள கல்வெட்டு ஒன்று இவனைப்பற்றிக் குறிப்பிட்டுள்ளது. இவன் மகன் 'புத்தவர்மன்' என்ற யுவராசா பற்றியும் அவன் மனைவி சாருதேவி பற்றியும் இவர்கள் இருவருக்கும் பிறந்த மகன் புத்தியங்குரன் என்பவன் பற்றியும் குறிப்பிடப்பட்டுள்ளது. கந்தவர்மன் கலத்தில் வழங்கப்பட்ட மூன்று சாசனங்களும் கி.பி. 3 ஆம் நூற்றாண்டின் பிற்பகுதியைச் சேர்ந்தனவாகவிருத்தல் வேண்டும். இக் காலத்தில் யுவராசன் மாத்திரமின்றி ஏனைய அரசகுமாரரும் நிருவாகத்தில் அக்கறை செலுத்திவந்தனர். நாட்டின் வெவ்வேறு பிரிவுகளை ஆளும் கடமைகளை இவர்கள் பெற்றிருந்தனர். நிருவாகத்தில் அரசத்துறைகளின் பொறுப்பதிகாரிகளாகவும் இவர்கள் கடமையாற்றினர். இத்தகைய பொறுப்பதிகாரிகளின் பட்டங்கள், பதவிகள், கடமைகள், பற்றிய விபரங்களைக் கல்வெட்டுகளிலிருந்து நாம் சேகரித்துக்கொள்ள முடியும்.

போரில் வெற்றியும், செல்வமும் சுகமும் பெற்று வாழலாம் என்ற நம்பிக்கையோடு தெய்வங்களுக்கும் பிராமணர்களுக்கும் பெருந்தொகையான நிலங்களை நன்கொடையாகப் பல்லவர் வாரிவழங்கினர். பல்லவர், பிராமணீய மதத்தைப் பின்பற்றினர்.

கி.பி. 4 ஆம் நூற்றாண்டின் நடுப்பகுதியைச் சேர்ந்த சமுத்திரகுப்தனின் தென்னகப் படையெடுப்புப் பற்றிய செய்திகளைக்கூறும் கற்றூண் செதுக்கல் ஒன்று அலகபாத்தில் கிடைத்துள்ளது. தென்னக வரலாற்றில் கந்தவர்மனின் பின் ஓர் இருண்டகாலம் நிலவுகிறது. சமுத்திரகுப்தனின் தென்னகப் படையெடுப்புப் பற்றிய கல்வெட்டு இக்காலம் பற்றிச் சிறிதளவு அறிந்து கொள்ள எமக்குத் துணை செய்கிறது. காஞ்சியை ஆண்ட விட்டுணுகோபன் என்ற அரசனுடன் சமுத்திரகுப்தன் போர் செய்தான். காஞ்சிக்கு வடக்கே நடந்த இப் போரில் சமுத்திரகுப்தன் பல்லவத் தலைநகருக்குச் செல்லும் பேற்றினைப் பெறவில்லை. நெல்லூர் மாவட்டத்தில் பலக்கநாட்டைச் சேர்ந்த உக்கிரசேனன் என்பவன் சமுத்திரகுப்தனை எதிர்த்து நின்றோரான் ஒருவனாவான். உக்கிரசேனன் விட்டுணுகோபனின் கீழிருந்த ஓர் சிற்றரசனாக இருந்திருக்கக்கூடும்.

வடமொழியில் எழுதப்பட்டுள்ள பத்துச் செப்பேட்டுச் சாசனங்கள் பல்லவ ஆட்சியின் அடுத்த கட்டத்தைப் பற்றியனவாகும். மற்றுமோர் சாசனத்தின் ஒரு பாகமும் கிடைக்கப் பெற்றுள்ளது. இவற்றுட் சில சாசனங்கள் சந்தேகத்திற்குரியவையே. இச் செப்புத்தகடுகள் அரசனுடைய ஆட்சி ஆண்டுகளைக் குறிப்பிடுகின்றன. கால ஒழுங்கைச் சரிவரக் கணிப்பதற்குக் கையெழுத்துப் பிரதியாகவுள்ள உலோகவிபாக என்ற சமண நூலிற்

குறிப்பிடப்பட்டுள்ள சாசு தேதி துணையாக நிற்கின்றது. உலக அமைப்புப் பற்றிய நியதிகளை உள்ளடக்கிய நூல் 25 ஆம் திகதி, ஓகத்து மாதம், 458 இல் முற்றுப் பெற்றிருக்க வேண்டும். சிம்மவர்மன்களின் ஆட்சிக்காலத்தில் 22 ஆம் ஆண்டில் இந் நிகழ்ச்சி இடம் பெற்றிருத்தல் வேண்டும். கங்கர்காலத்தைச் சேர்ந்த சாசனங்கள் இக்கால எல்லையை உறுதிப்படுத்தத் துணையாக இருக்கின்றன. இதன் அடிப்படையில் பல்லவர்களின் அரச வம்சத்தையும் அவர்களின் ஆட்சிக் காலத்தையும் பற்றிப் பின்வரும் பட்டியலை நாம் உருவாக்க முடிகிறது.

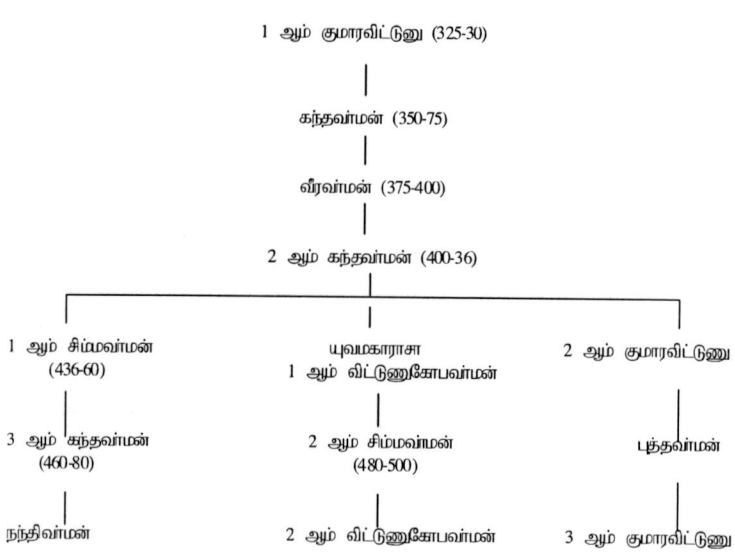

1 ஆம் குமாரவிட்டுனு (325-30)

|

கந்தவர்மன் (350-75)

|

வீரவர்மன் (375-400)

|

2 ஆம் கந்தவர்மன் (400-36)

1 ஆம் சிம்மவர்மன் (436-60)	யுவமகாராசா 1 ஆம் விட்டுணுகோபவர்மன்	2 ஆம் குமாரவிட்டுணு
3 ஆம் கந்தவர்மன் (460-80)	2 ஆம் சிம்மவர்மன் (480-500)	புத்தவர்மன்
நந்திவர்மன்	2 ஆம் விட்டுணுகோபவர்மன்	3 ஆம் குமாரவிட்டுணு

325-500 வரையிலுமுள்ள காலம் பற்றிய பல்லவர்களின் அரசியல் வரலாற்றுச் சான்றுகள் காணப்படவில்லை. மேற் சொல்லிய அரசவம்ச ஒழுங்கை ஏற்படுத்த உதவிய சாசனங்கள் நன்கொடைகள் பற்றி மட்டுமே குறிப்பிட்டுள்ளன. சமுத்திரகுப்தனின் எதிரியாகிய விட்டுணுகோபன் என்பவன் 1 ஆம் குமாரவிட்டுணு என்ற அரசன் காலத்தைச் சேர்ந்தவன். விட்டுணகோபன் அநேகமாக 1 ஆம் குமாரவிட்டுணவின் சகோதரனாக இருக்கவும் கூடும். யுவமகாராசாவாக இருந்த 1 ஆம் விட்டுணுகோபவர்மன் அரசனாக வாழ்ந்ததில்லை. 2 ஆம் சிம்மவர்மனுடைய ஆட்சி செல்வமும் செழிப்பும் பெற்றிருக்கவேண்டும். இவனது காலத்தில் எண்ணற்ற நன்கொடைகள் வழங்கப்பட்டன. இவனது மறைவின்பின் எதுவும் தெளிவாக இல்லை. கி.பி. 6 ஆம் நூற்றாண்டின் முடிவில் பல்லவ வம்சத்தினருள் பிரசித்தி பெற்ற அரசவம்சத்தை ஆரம்பித்து வைத்தவன் சிம்மவர்மனாவான். சிம்மவர்மன் சிம்மவிட்டுணுவின் தந்தையாவான். எனினும் சிம்மவர்மன் பல்லவ அரசவம்ச

பட்டியலிற் குறிப்பிடப்படவில்லை. இதனால் பல்லவ அரச வம்சத்தின் தொடர்பான பட்டியலில் ஓர் இடைவெளி ஏற்படுகிறது.

இக்கால கட்டத்தில் பல்லவர்களின் திருவாகம் மேற்கொண்டும் முன்னேற்றமடைந்தது. ‘‘பத்தாரகன்’’ என்ற பட்டத்தையும் அரசன் தனக்கு வைத்துக்கொண்டான் யுவமகாராசா என்ற பட்டத்துடன் முடிக்குரிய இளவரசன் முதன்மைபெற்றான். ஏனைய இளவரசர்கள் அரச அலுவல்களில் ஈடுபடுத்தப்பட்டனர். வெவ்வேறு வர்க்கங்களைச் சேர்ந்த மாவட்ட அதிகாரிகளும் குறிப்பிடப்படுகின்றனர். இவர்களின் கடமைகள் பற்றித் தெளிவான குறிப்புகள் இல்லை. சக்திமிக்க படையும், நகர்காவலர் நிறுவகமும் இருந்தன. தொழிலாளர்கள் கட்டாய வேலைக்கு அமர்த்தப்பட்டனர். உப்பு, சீனி ஆகியவற்றின் உற்பத்தி அரசனின் ஏகபோக உரித்தாக அங்கீகரிக்கப்பட்டன. அரசாங்க அதிகாரிகள் தமது கடமைகளை நிறைவேற்ற நாட்டைச் சுற்றி வரும்போது உணவு போன்ற வசதிகளைத் தந்து காப்பாற்றும் பொறுப்பு கிராமங்களிடம் விடப்பட்டது. பிராமணருக்கு அன்பளிப்பாகக் கொடுக்கப்பட்ட நிலங்களுக்கு வரிவிலக்கு அளிக்கப் பட்டது. கொள்கையளவில் இது போன்ற 18 பாதுகாப்புகளை அந்தணர் அனுபவித்து வந்தனர். இம்மரபு சாதவாகன அரசர் பின்பற்றிய கொள்கையின் தொடர்ச்சியே. பல்லவரும் பிராமணீய மதத்தைப் பின்பற்றி வந்தனர். சாதவாகனரைப் போன்று பல்லவரும் சிவனையும், விட்டுணுவையும் வழிபட்டு வந்ததுடன் யாகங்கள் வேள்விகள் செய்தும் வந்தனர்.

இந்தக் கட்டத்தில் நாம் திரும்பவும் ஆந்திர நாடு பற்றி ஆராய்வது பொருந்தும். கிருட்டிணை மாவட்டத்திலுள்ள எல்லூருக்கருகில் இருக்கும் ‘‘பெட்டவேகி’’ என்னும் இடமும் வேங்கி என்னும் இடமும் ஒன்றே என்று குறிப்பிடலாம். வேங்கியின் அரசனாக இருந்த அத்திவர்மன் (350 வரை) என்பவன் சமுத்திரகுப்தனின் மற்றுமோர் எதிரியாவான். அநேகமாகப் பல்லவரையும், பிரிகத்பலாயனரையும் அடக்கிய பின்பே ‘‘சாலங்காயனர்கள்’’ கோத்திரம் என்று வரலாற்றாசிரியர்கள் கூறும் அந்திவர்மனின் குடும்பம் அரச கட்டில் ஏறியது. சாலங்காயனர் கோத்திரத்தைச் சேர்ந்த அரசர்களுள் முதல்வனாக இருந்தவன் தேவவர்மன் என்பது தெளிவு. சுதந்திர முடியரசு ஒன்றின் தலைவனாக இருந்த தேவவர்மனின் தந்தை பத்தாரகன் என்ற பட்டம் பெற்றிருந்தான். தேவவர்மன் அத்திவர்மனுக்கு முன்னம் ஆட்சி புரிந்தவன் என்பது உறுதி. எனினும் இவ்விரு இளவரசர்களுக்கிடையில் இருந்த உறவு முறை தெரியவில்லை. தேவவர்மன் காலத்தைச் சேர்ந்த ஒரேயொரு கல்வெட்டு மட்டும் காணப்படுகிறது. இக்கல்வெட்டின் தேதியாக மாதமும் திதியும் (சந்திரநாள்) மாத்திரம் குறிப்பிடப்பட்டுள்ளன. இவ்வாறு காலத்தைக் கணக்கிடும் மரபு முன்னைய சாதவாகன அரசவம்சத்தினரின் காலம் கணக்கிடும் முறையில் இருந்து வேறுபட்டது. எனினும் தேவவர்மனின் பின்பு ஆட்சிக்கு வந்தவர்கள் இம் முறையைக் கைக் கொண்டனர். ஓராண்டை மூன்று பருவங்களாகச் சாதவாகனர்கள் பிரித்துக் கணக்கிட்டனர். மூன்று பருவங்களிலும் ஒன்றிலுள்ள ஒரு குறித்த பட்சத்தை அடிப்படையாகக் கொண்டே சாதவாகனர்களின் காலம் குறிப்பிடும் முறை அமைந்திருந்தது.

சமுத்திரகுப்தன் அத்திவர்மனின் நாட்டின் மீது படையெடுத்தபோது அத்திவர்மன் அதிகம் பாதிக்கப்படவில்லை. கிழக்குத் தக்கணம் அத்திவர்மன் காலத்தில் பல சிற்றரசுகளாகச் சிதறண்டு கிடந்தது. பிலாசுப்பூர், இறைப்பூர், சாம்பல்பூர், கஞ்சத்தில் ஒரு பகுதி ஆகிய தற்கால மாவட்டங்களைக் கொண்டிருந்தது. கோசல சிற்றரசு கொலேயர் ஏரியைச் சுற்றியுள்ள பிரதேசம் சூராலா சிற்றரசாகும்' கஞ்சம் மாவட்டத்திலுள்ள கொத்தூரா, இரந்தபல்லா போன்ற பட்டினங்களைத் தலைநகராகக்கொண்டு வேறு இரு சிற்றரசுகள் இருந்தன. கோதாவரி மாவட்டத்திலுள்ள பித்தாபுரம், அவமுக்தா ஆகிய இடங்கள் இரு சிற்றரசுகளின் தலைப்பட்டினங்களாக இருந்தன் இன்னுமோர் சிற்றரசு விசாகபட்டினம் மாவட்டத்தில் தேவராத்திரா (இளமஞ்சிலி) என்ற பெயருடன் காணப்பட்டது. பலக்க, குத்தலபரம் ஆகிய தலைநகரங்கள் வேறு இரு முடியாட்சிகளில் இருந்தன. தென்னகத்திலிருந்த இத்தகைய சிற்றரசுகளின் அரசியல் நிலைபற்றியோ, இவற்றிற்கிடையே நிலவிய உறவுகள் பற்றியோ நாம் அதிகம் அறியமுடியவில்லை.

அத்திவர்மனுக்குப் பின் அவன் மகன் 1 ஆம் நந்திவர்மன் (375 வரையில்) ஆட்சி புரிந்தான். கிருட்டிணை ஆற்றின் இரு மருங்கிலும் பரந்திருந்த கூத்திரகாரப் பகுதியிலிருந்த பிரதேசமும் நந்திவர்மனின் முடியாட்சியில் ஓர் அங்கமாக இருந்தது. கிருட்டிணை ஆற்றின் தென்பகுதியில் இருந்த இப்பிரதேசத்தின் பகுதியைப் பல்லவர் தமதாக்கிக்கொண்டு வேங்கிராத்திரம் என்று பெயரிட்டனர். 1 ஆம் நந்திவர்மனை அடுத்து ஆட்சிபுரிந்தவன் அவன் மகன் 2 ஆம் அதத்திவர்மன் என்பவனே. இவனை அடுத்து மகன் கந்தவர்மன் அரசனானான். பின்னர் 1 ஆம் நந்திவர்மனின் 2 வது மகனான சந்திரவர்மன் அரசனானான். இவனுக்குப் பின் அரசனான இவன் மகன் 2 வது நந்திவர்மன் (430 வரையில்) என்பவனே நாம் அறிந்தவரையில் இந்த அரசவம்சத்தின் இறுதி அரசனானான்.

பல்லவரைப் போன்று சாலங்காயனரும் எருதை அரச சின்னமாகக்கொண்டிருந்தனர். இதைவிட இவ்விரு அரசவம்சங்களுக்கிடையில் வேறு தொடர்பு இருந்ததாகக் கூறுவதற்குச் சான்றுகளில்லை. தென்னகத்தில் வளர்ந்த சக்திமிக்க அயலவர்களின் தலையீடு இன்றிச் சாலங்காயனர் இயங்கினர் என்று கொள்ளுவதற்கோ ஆதாரங்களில்லை. ஏக காலத்தில் நிலவிய பல்லவரின் நிருவாக முறைக்கும் சாலங்காயனரின் திருவாக முறைக்கும் ஒற்றுமை அம்சங்கள் பல தென்பட்டன. கிராமத்தலைமைக்காரன் ‘முத்துதா’ என்ற வேறெங்கும் வழங்காத பெயர்கொண்டு அழைக்கப்பட்டான். சூரியபகவான் அரசவம்சத்தின் காவல் தெய்வமாகக் கருதப்பட்டான். சிவனையும், விட்டுணுவையும் இவர்கள் வழிபட்டனர். இந்தோ – சீனம், மலேசியா போன்ற பகுதிகளில் ஏற்படுத்தப்பட் இந்துக் குடியேற்றங்களில் கையாளப்பட்ட எழுத்து மரபிற்கும் இவர்களின் வம்சத்துச் சாசனங்களில் காணப்படும் எழுத்துக்களுக்கம் நெருங்கிய ஒற்றுமை உண்டு. தெலுங்குத் தேசம் அயல் நாடுகளில் ஏற்படுத்திய குடியேற்ற நடவடிக்கைகளில் முக்கிய பங்குகொண்டிருந்தது என்பதற்கு ஆதாரங்கள் உள. கலிங்கத்தில் சமுத்திரகுப்தனின் படையெடுப்பின் பின்னர் புதியதோர் அரசவம்சத்தினர்

ஆட்சி புரிந்தனர். இப்புதிய அரசவம்சத்தினர் ''மாதாகுலம்'' என்று அழைக்கப்பட்டனர். ஏழு அரசர்கள் ''வர்மன்'' என்று முடியும் பெயர்களடன் ஆட்சிபுரிந்திருக்கின்றனர். ஆயின் அவர்களுடைய வம்சவழிபற்றித் தெளிவாகத் தெரியவில்லை. பெயர் பற்றிய விபரங்களை அவர்களுடைய நன்கொடைகள் பற்றிக் கூறும் செப்பேடுகள் சொல்லுகின்றன. செப்பேடுகள் பித்தாபுரம், சிம்மபுரம், வர்த்தமானபுரம் ஆகிய இடங்களில் இருந்து வழங்கப்பட்டுள்ளன. சில அரசர்கள் தாய்வழி வம்சப் பெயரைப் பயன்படுத்தினர். பழைய சாதவாகன மரபுப்படி தமது அறிக்கைகளில் காலத்தைக் குறிப்பிட்டனர். ஏனைய அம்சங்களில் மாதாகுல அரசர்களின் அறிக்கைகள் பிந்திய காலத்தைச் சேர்ந்த அம்சங்களைத் தெளிவாகப் பிரதிபலித்தன. கல்வெட்டுகளில் வடமொழி பயன்படுத்தப்பட்டது. அரசர்கள் கலிங்காதிபதிகள் என்றும் பரமமாகேசுவரர்கள் என்றும் தம்மை வருணித்துக் கொண்டனர். 375-500 வரை இவர்களுடைய ஆட்சிக்காலம் நிலவியிருக்கலாம். மாதாகுல அரசர்களின்பின் வட கலிங்கத்தில் கங்கர் ஆட்சிபீடம் ஏறினர். தென்கலிங்கம் வேங்கி அரசின் ஓர் அங்கமாகியது.

வேங்கியில் சாலங்காயனரை அடுத்து விட்டுணுகுண்டினியர் என்ற அரச வம்சம் ஆட்சிபுரிந்தது. விட்டுணுகுண்டினியரின் குலதெய்வம் சிறீபர்வதசுவாமியாகும். இந்த அரச வம்சத்தின் வழித் தோன்றல்கள் பற்றி அபிப்பிராயபேதம் அதிகமாக நிலவுகிறது எனினும் விபரங்களுக்கள் சிக்கிக்கொள்ளாதபடி, இம்மரபுபற்றிக் கீழ்க்கண்டவாறு அபிப்பிராயம் கொள்ளலாம்.

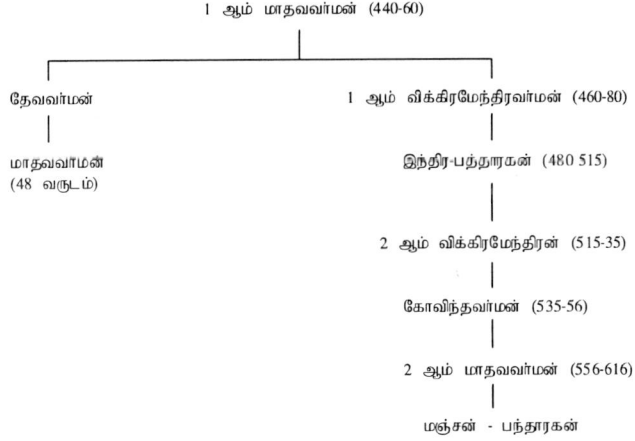

1 ஆம் மாதவவர்மன் (440-60)

தேவவர்மன் — மாதவவர்மன் (48 வருடம்)

1 ஆம் விக்கிரமேந்திரவர்மன் (460-80)

இந்திர-பத்தாரகன் (480 515)

2 ஆம் விக்கிரமேந்திரன் (515-35)

கோவிந்தவர்மன் (535-56)

2 ஆம் மாதவவர்மன் (556-616)

மஞ்சன் - பந்தாரகன்

1 ஆம் மாதவவர்மன் 11 அசுவமேதயாகங்களையும் எண்ணற்ற அக்கினித் தோம யாகங்களையும் செய்தான் என்று புகழப்படுகிறான். 2 ஆம் மாதவவர்மனும் (556-616) இவ்வாறே புகழப்படுவதால் நாம் குறிப்புகளில் காணப்படுவதை அப்படியே ஏற்கவேண்டியது அவசியமில்லை. 1 ஆம் மாதவவர்மனின் இராணி வாகாடக வம்ச இளவரசியாக இருந்திருத்தல்

வேண்டும். 1 ஆம் விக்கிரமேந்திரன் என்ற மாதவவர்மனின் மகன் தன்னை விட்டுணுகுண்டினியர் வாகாடகர் ஆகியோர் வம்ச வழித்தோன்றல் என்று வருணிப்பதிலிருந்து இது தெரிகிறது. இந்திரபத்தாரகன் போர்கள் பல வென்ற வீரன். திரிகூடத்தின் பிரபுவாக இருந்த ஓர் உறவினரை இவன் போர்முனையில் ஒரு சமயம் வெற்றி கொண்டான் என்று குறிப்பிடப்பட்டுள்ளது. அநேகமாக இவ்வரசவம்ச வழி வந்த மகாதேவவர்மனைத்தான் இந்திர பத்தாரகன் வெற்றிகொண்டிருத்தல் வேண்டும். கிழக்குப் பகுதியை ஆண்ட இந்திரவர்மன் என்ற கங்க அரசனுடன் இந்திர பத்தாரகன் போர் செய்தான். இதன் விளைவாக இந்திர பத்தாரகனின் முடியாட்சி விரிவுபடுத்தப்பட்டது. கோவிந்தவர்மன் விக்கிரமாசிரிய என்ற வீரபட்டத்தைப் பெற்றான். இவன் மகனான 2 ஆம் மாதவவர்மன் இவ்வரசவம்ச அரசர்களுள் மிகப் பெயர்பெற்றவனாவான். 2 ஆம் மாதவவர்மனைப் பற்றிப் பிற்காலத்தில் மக்கள் விரும்பும் பல மரபுக்கதைகள் எழுந்தன. இவன் சனாசிரய (மக்களின் காவலன்) என்ற பட்டத்தைப் பெற்றான். இவன் இரணியகா்ப்பம் என்ற யாகத்தைச் செய்தான். இவன் ஆட்சிக்காலம் முழுவதும் கங்கருடன் பகைமை நிலவியது. கோதாவரி ஆற்றைக் கடந்து கிழக்குப் பிரதேசத்தை இவன் தனதாக்கிக்கொண்டான். கிழக்குத் தக்கணத்தின் மீது 2 ஆம் மாதவவர்மன் படையெடுத்த காலத்தில் வேங்கிநாட்டை விட்டுணுகுண்டினியர் ஆட்சி புரிந்து வந்தனர். 7 ஆம் நூற்றாண்டின் தொடக்கத்தில் பாதாமியைச் சேர்ந்த சாளுக்கிய அரசனான 2 ஆம் புலிகேசி இப்படையெடுப்பு நிகழ்ந்த காலத்தில் ஆட்சிபுரிந்தான்.

வடக்கில் அமைந்த விட்டுணுகுண்டினியரின் முடியாட்சிக்கும் தெற்கிலிருந்த பல்லவ அரசிற்குமிடையில் 6 ஆம் நூற்றாண்டில் ஆனந்த கோத்திர அரசரின் சிறு முடியரசு வளர்ந்தது. ஆனந்த கோத்திர அரசர்களுள் கந்தரன் என்பவனே முதல் அரசனாவான். இவனுடைய மகளைப் பல்லவ இளவரசன் ஒருவன் திருமணம் செய்தான். கிருட்டிணை ஆற்றங்கரையில் விட்டுணுகுண்டினியருடன் கந்தரன் கடும்போர் புரிந்து வெற்றிவாகை சூடி அவர்களின் 'திருக்கூட பர்வக அதிபதி' என்ற பட்டத்தைத் தனதாக்கிக்கொண்டான். எனினும் இவனுடைய முடியாட்சி நிலப்பரப்பில் சிறியதே. இன்றைய குண்டூர், தென்னாலி ஆகிய சிறு மாவட்டங்களை மாத்திரமே இந்நிலப்பரப்புக் கொண்டிருந்திருக்க வேண்டும். இந்த வம்சத்தில் சந்த மற்றுமோர் அரசன் தாமோதரவர்மனாவான். இவனுடைய தந்தையார் பல யாகங்களைச் செய்தார். ஆதிவர்மன் என்ற ஒருவனும், செசாலா என்னும் இடத்தில் ஒரு கல்வெட்டை நிறுவியவனும் கந்தரவனின் பேரனுமாகிய வேறு ஒருவனும் அரசாண்டனர். செசாலாவில் நிறுவப்பட்ட கல்வெட்டின் காலம் 6 ஆம் நூற்றாண்டின் பிற்பகுதி என்று கணக்கிடப்படுகிறது. இம்முடியாட்சியின் தலைநகரம் கந்தர அரசனால் அமைக்கப்பட்டிருத்தல் வேண்டும். தலைநகரத்தின் பெயர் கந்தரபுரம் என்றே அமைந்துள்ளது. இந்த வம்ச அரசர்கள் பொதுவாகச் சைவசமயத்தவரே ஆயினும் தாமோதர வர்மன் என்பவன் பௌத்தனாக இருந்தான். அரசர்கள் எந்த மதப்பிரிவைச் சேர்ந்தவர்களாக இருந்தபோதிலும் சகல மதப்பிரிவுகளையும் பட்சபாதமின்றி ஆதரித்து வந்தனர்.

4 ஆம், 5 ஆம் நூற்றாண்டுகளில் மத்திய பிரதேசத்தை ஆண்ட வாகாடகர் அரசியல், காலாசாரத்துறைகளில் பிரதான பங்குகொண்டனர். மத்திய பிரதேச, வாகாடகர் குப்தப் பேரரசினர், விட்டுணுகுண்டினியர், கடம்பர் போன்ற ஏககாலத்து அரசவம்சத்தினருடன் அரச உறவுகளும் திருமணத் தொடர்புகளும் கொண்டிருந்தனர். புகழ்பெற்ற அசந்தாக் குகை ஓவியங்களின் கணிசமான வளர்ச்சியில் வாகாடகரின் தொண்டும் குறிப்பிடத்தக்கதாகும்.

வாகாடகர், பண்டல்கண்டு என்னும் பகுதியைச் சேர்ந்த பகத்து கிராமத்தவர்கள் என்று சில சரித்திர ஆசிரியர்கள் கருதுகிறார்கள் வேறுசிலர் இவர்கள் ஆந்திரவம்ச வழித்தோன்றல்கள் என்று வாதாடுகின்றனர். மத்திய பிரதேசத்தை ஆண்ட சாதவாகனரும் அவர்களை எதிர்த்து வளர்ந்த சாக சாத்திராப்புகளும் வலிமையிழந்து இறுதிக்கட்டத்தை அடைந்தபோதுதான் வாகாடரின் அரசியல் அதிகாரம் மேலோங்கியது. பீராரிலுள்ள பூரிகா என்னும் இடத்தை ஆரம்ப தலைநகராகக்கொண்டு விந்தியசக்தி என்ற அரசன் வாகாடரின் அதிகாரம் விந்தியத்திற்கு வடக்கே விதிசாவரை பரவியிருந்தது என்றும் புராண ங்கள் கூறுகின்றன. கி.மு. 3 ஆம் நூற்றாண்டின் இறுதிப்பகுதியில்தான் வாகாட அரசரின் உயர்ச்சி ஏற்பட்டது.

விந்தியசக்தியினுடைய மகன் 1 ஆம் பிரவாசேனன் (280-340 வரை) அடுத்து ஆட்சிக்கு வந்தான். எட்டுத்திக்கிலுமுள்ள நாடுகளை வென்று அரச ஆணையைப் பரப்பிய ஒரே மன்னன் 1 ஆம் பிரவாசேனனே. இவனுடைய வம்சத்தில் இவன் மாத்திரமே சாம்ராட் (பேரரசன்) என்ற பட்டம் பெற்றிருந்தான். இவன் தன் நான்கு புதல்வரையும் புதிதாகக் கைப்பற்றிய நாடுகளின் அதிபதிகள் ஆக்கினான். இவர்களுள் கௌதமீபுத்திரன் என்ற மூத்தவன் தந்தைக்கு முன்னமே இறந்துபோனான். சர்வசேனன் என்ற மற்றொரு மகன் தெற்குப் பீரார்ப் பகுதியையம் ஐதராபாத்தின் வடமேற்குப் பகுதியையும் ஆட்சிபுரிந்தான். மேற்கில் 304-345 வரை மகாசாத்திராப்பா என்ற பட்டம் சாக அரசர்களுள் வழங்கப்படவில்லை. 332-348 வரை சாக நாணயங்களும் புழக்கத்திலிருக்கவில்லை. இதிலிருந்து சாக அரச பிரதேசங்கள் வாகாடக ஆதிக்கத்தின்கீழ் கொண்டு வரப்பட்டிருத்தல் வேண்டும் என்பது தெளிவு. 1 ஆம் பிரவாசேனன் தனது வெற்றிகளைக் கொண்டாடும் முகமாக நான்கு அசுவமேதயாகங்களையும் ஒரு வாசபேய

வேள்வியையும் நடாத்தி விழாவெடுத்தான். கௌதமீபுத்திரனின் மகன் உருத்தரசேனன் தன் பாட்டன்பின் அரசனான பொழுது பெருநிலங்களின் பேராள்பதிகளாகக் கடமையாற்றிய இவனது மாமன்மார் தமது மாநிலங்களின் சுதந்திரத்தைப் பிரகடனப்படுத்திக் கொண்டனர். 1 ஆம் உருத்திரசேனன் 340-65 வரை ஆட்சி புரிந்தான். உருத்திரசேனன் தனது தாய் வழிப்பாட்டனாகிய பவனாகன் துணைகொண்டு ஆணையை ஏற்க மறுத்த இருமாமன்மாரைத் தனது ஆதிக்கத்தின்கீழ் கொண்டு வந்தான். பவனாகன் மத்திய இந்தியாவில் பத்மாவதி என்னும் இடத்தை ஆண்டுவந்த பாரசிவ அரசவம்சத்தைச் சேர்ந்தவன். சர்வசேனனின் அரசவம்சம் தொடர்ந்து சுதந்திரமாக அரசுபுரிந்து வந்தது.

குப்தர்களுடன் கொண்ட தொடர்பினால் உருத்திரசேனனுக்கத் தீங்குவிளையவில்லை சமுத்திரகுப்தனின் படையெடுப்புகளம் உருத்திரசேனனைப் பாதிக்கவில்லை. சகர் தமது அரச நிலைமையை மேலும் திருத்திக்கொண்டு 346 இல் மகாசாத்திராப்பா என்ற பட்டத்தைத் திரும்பவும் சூட்டிக்கொண்டனர். உருத்திரசேனனின் மகன் 1 ஆம் பிரிதிவிசேனன் (365-90) என்பவனின் துணைகொண்டு சர்வசேனனின் அரசவம்சம் தெற்கு மகாராட்டிரம் அல்லது குந்தலத்தின் ஒரு பகுதியைக் கைப்பற்றியது. 1 ஆம் பிரிதிவிசேனன் ஆட்சிக்காலத்தில் மிக முக்கியத்துவம் வாய்ந்த நிகழ்ச்சி இடம் பெற்றது. 2 ஆம் உருத்திரசேனன் என்ற இவனது மகன் 2 ஆம் சந்திரகுப்தனின் மகனான பிரபாவதியைத் திருமணம் செய்த நிகழ்ச்சியே இதுவாகும். சாக அரசர்களை எதிர்த்துக் குப்தர்கள் நடத்திய போராட்டங்களை வலுவுறச் செய்யும் நோக்கத்துடன் இத் திருமணம் நடைபெற்றிருக்கக்கூடும். 5 ஆண்டுகள் ஆட்சிபுரிந்த 2 ஆம் உருத்திரசேனன் இரு சிறு புதல்வர்களை விட்டு விட்டு இறந்தான். விதவையாக இருந்த குப்த இராணி பதிலாளியாக ஆட்சிப் பொறுப்பை ஏற்று நடத்தினாள். பாசிம் என்னும் இடத்தில் ஆட்சி நடத்தியவர்களும் இந்த அரசுடன் தொடர்பு கொண்டவர்களுமான இவள் மாமன்மார் இந்த ஒழுங்கை எதிர்க்கத் துணியவில்லை. 2 ஆம் சந்திரகுப்தன் குசராத்தையும், கதியவாரையும் இவளுடைய ஆட்சிக்காலத்திலேயே கைப்பற்றினான். இப்படையெடுப்பின்போது பிரபாவதி தன் தந்தைக்கு அதிக உதவி புரிந்தாள். இவளது காவல் அரசாங்கம் 13 ஆண்டுகள் நிலைபெற்ற பின் புதல்வர்களுள் மூத்தவனான திவாகாசேனன் இறந்து போனான். இதன் பின்பும், 410 வரை, இவளே காவல் ஆட்சிப்பொறுப்பைத் தனது மகனான தாமோதரசேனன் சார்பில் (2 ஆம் பிரவாசேனன்) நடத்தி வந்தான். 2 ஆம் பிரவாசேனன் (410-445) யுத்தத்தில் நாட்டம் செலுத்தாது இலக்கியங்களையும் கலைகளையும் வளர்ப்பதில் அக்கறை கொண்ட ஒரு சமாதான பிரியனாகவே இருந்தான். விட்டுணு பத்தனாக இருந்த இவன் பிராகிருத மொழியில் 'சேதுபந்தம்' என்ற காவியத்தை இராமபிரானின் சாதனைகளைப் பாராட்டிப் புனைந்தான். இதேகாவியம் காளிதாசனால் திருத்திப் புனையப்பட்டதாகக் கருதப்படுகிறது. தன் ஆட்சியின் பிற்பகுதியில் பிரவாபுரத்தில் தலைநகரை அமைத்து அங்கிருந்து ஆண்டான். கடம்பவம்ச இளவரசியை (காகுத்தவர்மனின் மகள்) முடிக்குரிய இளவரசனான நரேந்திரசேனன் திருமணம் செய்தான்.

நரேந்திரசேனனின் ஆட்சி (445-65) தொடக்கத்தில் பல தொல்லைகளுக்குள்ளாகியது. 'பசுத்தர்' அரசின் மீது ஆதிக்கம் செலுத்திய பகவதத்தவர்மன் என்ற நள அரசன் வாகாடக அரசின் மீது படையெடுத்தான். அவனது வெற்றி நிரந்தரமானது போன்று சில காலம் தென்பட்டது. நரேந்திரசேனன் இழந்த பலத்தைத் திரும்பப் பெற்று விரைந்து பலமடைந்து எதிரி மீது தனது தாக்குதலைத் திருப்பினான். இவனது மூத்த மாமன் குமாரகுப்தனின் பேரரசு ஊணரின் மிரட்டலுக்கு உள்ளாகி இருந்தமையால் நரேந்திரசேனனுக்குக் குமாரகுப்தனிடமிருந்து உதவி கிட்டவில்லை. அப்படியிருந்தும் மல்வம், மேகலா, கோசலம் போன்ற பகுதிகள் நரேந்திரசேனனின் ஆட்சியின் கீழ் சில காலம் வரை கொண்டுவரப்பட்டன. இவனது மகனான 2 ஆம் பிருதிவிசேனனே பிரதான அரசவம்சத்தின் இறுதி

அரசனாக இருந்திருக்கலாம். இவன் தனது வம்சத்தினரின் இழந்த செல்வங்களைத் திரும்பப்பெற இருமுறை முயன்றான். இவனை எதிர்த்து நின்றவர்கள் 'நளர்' என்ற அரசர்களாக இருத்தல் வேண்டும்˙ தெற்குக் குஜராத்தைச் சேர்ந்த திரிகூடர்களும் இவனை எதிர்த்து நின்றிருத்தல் கூடும்.

வாகாடக அரசவம்சத்துடன் தொடர்புகொண்ட பாசிம் என்ற அரசகிளை வம்சத்தின் வரலாற்றை இங்கு சுருக்கமாகக் கவனிப்போம். சர்வசேனனை அடுத்து அவன் மகனான விந்தியசேனன் அல்லது விந்தியசக்தி என்று அழைக்கப்பட்டவன் ஆட்சி புரிந்தான். விந்தியசேனன் பிரதான அரசவம்சத்தைச் சேர்ந்த 1 ஆம் பிரிதிவிசேனனின் துணையுடன் தெற்குமகாராட்டிரத்தைக் கைப்பற்றினான். இவன் மகன் 2 ஆம் பிரவாசேனன் 15 ஆண்டுகள் ஆட்சிபுரிந்த பின் இறந்துவிட, எட்டு வயது நிரம்பப் பெற்ற இளைஞனாகிய இவன் மகன் அரசு கட்டிலேறிச் சமாதானமான சூழலில் நெடுநாள் ஆட்சிபுரிந்தான். இவன் மகனான தேவசேனன் (460-80 வரை) இடாம்பீக வாழ்வில் ஆர்வம்கொண்டவன். கசுத்திபோசன் என்ற அமைச்சரிடம் இவன் ஆட்சிப் பொறுப்பை ஒப்படைத்தான். இவனது மகன் அரிசேனன் (480-515 வரை) அடுத்து ஆட்சி புரிந்தான். இக்கிளைவம்சத்தின் மிக முக்கியத்துவம் வாய்ந்த அரசன் இவனே. 2 ஆம் பிருதிவிசேனன் என்ற பிரதான வம்சத்தின் அரசனை அடுத்து வாகாடக முடியாட்சி முழுவதுக்கும் அதிபதியானான். அஜந்தாவில் அமைந்துள்ள குறிப்புகள் இவனது அரசு குசராத்து, மல்வம், தென் கோசலம், குந்தளம் ஆகிய மாகாணங்களை உள்ளடக்கி இருந்தமைபற்றிக் கூறுகின்றன. 2 ஆம் பிரபாசேனன் காலத்தில் இருந்த பேரரசின் எல்லைப்பிராந்தியத்தைவிட அதிகமான நிலப்பரப்பை 2 ஆம் பிரிதிவிசேனனின் பேரரசு உள்ளடக்கியது. 515-550 க்கு இடைப்பட்ட காலத்தில் வாகாடகரின் ஆதிக்கம் வீழ்ச்சியடைந்தது. ''சோம வம்சத்தவர்'' என்ற அரசர்களுக்குச் ''சாட்டிகார்'' என்ற பகுதியை வாகாடகர் பறிகொடுத்தனர். தெற்கு மகாராட்டிரத்தைக் கடம்பரும் வடக்கு மகாராடடிரத்தைக் கலாசூரியர்களும் கைப்பற்றினர். மத்தியப் பிரதேசத்தின் வட பகுதியையும் மல்வத்தையும் யசோதர்மன் என்ற அரசன் இணைத்துக் கொண்டான். இறுதியாக பாதமியைச் சேர்ந்த சாளுக்கியர்கள் வாகாடகரின் ஆதிக்கத்தை (550 வரை) முற்றாக ஒழித்தனர்.

4 ஆம் நூற்றாண்டின் நடுப்பகுதியிலிருந்து கடம்பர் தென் மேற்குத் தக்கணத்தில் நிலைகொண்டனர். சமுத்திரகுப்தனின் தென்னகப் படையெடுப்பின் விளைவாகப் பல்லவப் பேரரசு பெலவீனப்படுத்தப்பட்டமையால் கடம்பருக்கு இந்நிலை ஒரு வாய்ப்பாக அமைந்தது. ஒரு கற்றூணில் சுதுவர் பற்றியுள்ள சிறு குறிப்பின் கீழ்க் கடம்பர் பற்றிய ஆரம்பகாலக் கல்வெட்டொன்று காணப்படுகிறது. இது பிராகிருத மொழியில் எழுதப்பட்டிருக்கிறது. கடம்பர் பிராமண வம்ச வழித்தோன்றல்களாவர். ஆரிதி என்ற இடத்தைச் சேர்ந்த மாளவிய கோத்திரவழித் தோன்றல்களே இவர்கள். வேதங்களைக் கற்றதுடன் வேதவேள்விகளையும் இவர்கள் நடத்தி வந்தனர். கடம்பவம்ச அரசனான மயூரசர்மன் என்பவன் வேதங்களை முற்றாகக் கற்கும் நோக்கத்துடன் காஞ்சிபுரத்திலிருந்து கடிகா (கல்லூரி) ஒன்றில் சேர்ந்தான்˙ ஆயின் பல்லவ காவற்படையைச் சேர்ந்த போர்வீரன் ஒருவனுடன் தீவிர பிணக்குக்குள்ளான பொழுது மயூரசர்மன் கல்விக்கழகத்தை விட்டுப் போர்முனை

புக்கான், பல்லவரின் எல்லைக்காவல் அதிகாரிகளைத் தனது ஆணையின்கீழ்க் கொண்டுவந்து, சிறீப்ர்வதத்திற்கருகில் உள்ள அடர்ந்த காட்டில் நிலைகொண்டு, தனது அரசியல் ஆதிக்கத்தைப் பல்லவ சிற்றரசர்களாக இருந்தோர் மீது நிலை நிறுத்தினான். பிரிகத்பானர் போன்ற பல பல்லவ சிற்றரசர் மயூரசர்மனுக்குக் கப்பம் கட்டி வந்தனர். பல்லவ படைகளைத் தொடர்ந்தும் தொல்லைகளுக்குள்ளாக்கிய மயூரசர்மனை ஆதிபத்திய உருமை பெற்ற அரசனென்று அங்கீகரிக்கும் வரையில் இப் போராட்டம் நடைபெற்றது. மேற்குக் கடலுக்கும் பிரிகார (இது துங்கபத்திரை அல்லது மலப்பிரபாவைக் கருதுவதாயிருக்கலாம்) வுக்கும் இடைப்பட்ட பிரதேசத்தின் தலைவனாக இவன் அங்கீகரிக்கப் பட்டான். சந்திரவல்லி என்னும் இடத்திற் கிடைத்த ஒரு சிறு கல்வெட்டுப் பிராகிருத மொழியில் அமைந்துள்ளது. இக்குறிப்பில் மயூரசர்மனின் பெயர் ஒரு குளத்துடன் இணைத்துக் கூறப்பட்டுள்ளது. ஆபீர, சகத்தான, சயிந்தக, புனாத, மோகரி போன்ற பெயர்களும் இக்கல்வெட்டிற் காணப்படுகின்றன. எனினும் இக்கல்வெட்டின் முக்கியத்துவம் தெளிவாக இல்லை.

இக்காலத்தைச் சேர்ந்த கடம்ப அரசர் வம்சவழியும் அவர்களது ஆட்சிக்காலமும் வருமாறு:

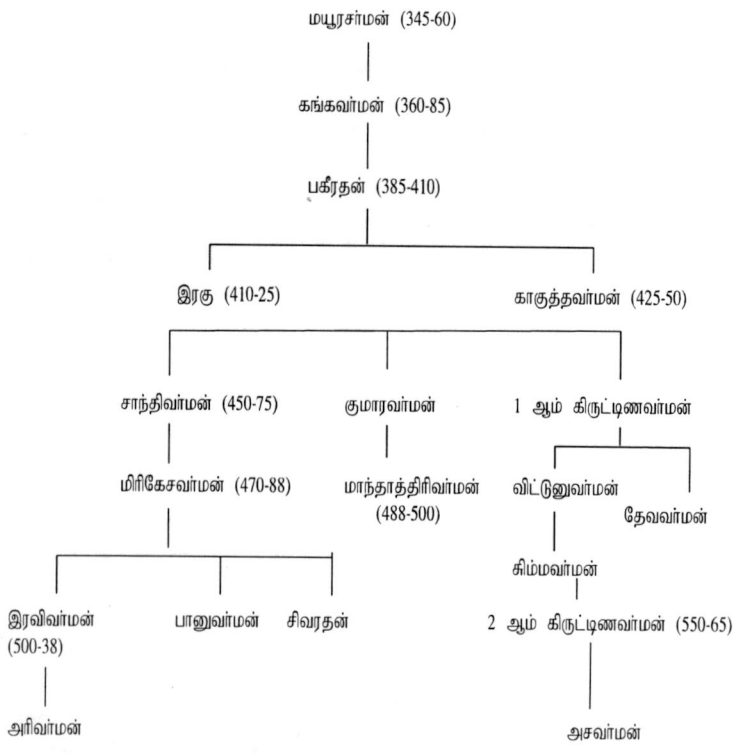

பிந்திய மரபுக்கதை ஒன்று மயூரவர்மன் (இவன் பிந்தியகாலத்தில் இவ்வாறே அழைக்கப்பட்டான்) 18 அசுவமேதயாகங்களைச் செய்தான் என்றும், பல கிராமங்களை அந்தணருக்குத் தானமாக வழங்கினான் என்றும் கூறுகிறது ஆயின் இதைப்பற்றி இவ்வரச வம்சத்தைச் சேர்ந்த ஆரம்பகாலக் கல்வெட்டுகள் கூறவில்லை. பாசிம் கிளைவம்சத்தைச் சேர்ந்த வாகாடக அரசனான விந்தையசேனன் சூந்தலையைக் கைப்பற்றினான் எனவும், அவனுடைய படையெடுப்பைக் கங்கவர்மன் ஓரளவு வெற்றிகரமாக எதிர்த்தான் எனவும் சொல்லப்படுகிறது. வயந்தி (வனவாசி) என்ற தலைநகரே கடம்பரின் பிரதான நகராக அமைந்தது. பாலசிகா (ஆல்சி) என்ற பட்டினம் அடுத்த பிரதான நகராகும். காகுத்தவர்மன் என்பவனே இந்த அரச வம்சத்தின் மிக முக்கியத்துவம் வாய்ந்த அரசனாவான். இவன் செல்வமும் செழிப்பும் வாய்ந்த ஓர் ஆட்சியை நடத்தினான். காகுத்தவர்மனின் புத்திரிகள் முக்கியத்துவம் வாய்ந்த பல அரசவம்சங்களில் திருமணம் செய்து கொண்டனர். திருமணத் தொடர்பு கொண்ட வம்சங்களுள் குப்தரும் அடங்குவர். சாந்திவர்மன் என்ற காகுத்தவர்மனின் மகன் பெருங்கீர்த்தியும் கவர்ச்சியும் கொண்டு ஆட்சிப் பொறுப்பை நடத்தி வந்தான். ''மும்முடி அணிந்த முதல்வன்'' என்று சாந்திவர்மன் பாராட்டப்படுகிறான். ''பகையரசர்களின் சுபீட்சம் அனைத்தையும் தனதாக்கிய அரசன்'' சாந்திவர்மனாவான். சாந்திவர்மனின் ஆட்சிக்காலத்தில் பல்லவருடைய ஆதிக்கம் கடம்பர் அரசை அச்சுறுத்தியது நிலைமையைச் சமாளிக்க சாந்திவர்மன் தனது சகோதரனான கிருட்டிணவர்மனிடம் தெற்கு மாவட்டங்களை ஆட்சி செய்யும் பொறுப்பைக் கொடுத்தான். இதனால் கடம்ப அரசு உண்மையில் இரு கூறாக்கப்பட்டது கிருட்டிணவர்மன் அசுவமேதயாகம் ஒன்றைச் செய்தான் என்பதிலிருந்து இது தெரிகிறது. சிற்றரசர் அசுவமேதயாகம் செய்வதில்லை. கிருட்டிணவர்மன் பல்லவருடன் நடத்திய போரில் அவன் கேகய நாடு நிர்மூலமாகியது அவனும் தன் உயிரை இழந்தான். பல்லவரின் மேலாணையின்கீழ் விட்டுணுவர்மன் என்ற அவனது மகன் முடிசூட்டி வைக்கப்பட்டான். இம் மோதலில் பங்கு கொண்ட நானக்காசன், சாந்திவரன் ஆகிய பல்லவ அரசர்கள் பற்றி வேறெங்காயினும் கூறப்படவில்லை. சாந்திவர்மனின் மகனும் அவனுக்குப் பின் ஆட்சிக்கு வந்தவனுமான மரிகேசவர்மன் கங்கரையும், பல்லவரையும் போரில் வெற்றிகொண்டான்.

குதிரை ஏற்றம், யானை ஏற்றம் போன்றவற்றில் பெரும் திறமைசாலியாக இருந்த மிரிகேசவர்மன் ஒரு பேரறிஞனுமாவான். ''பாலாசிகா'' என்னும் இடத்தில் தனது தந்தையின் நினைவிற்காக ஒரு சமணக் கோவிலை நிறுவிப் பெருந்தொகையான பொருளையும் தானமாக அதற்கு வழங்கினான்.

இரவிவர்மன் விட்டுணுவர்மனையும் பிற அரசர்களையும் போரிற் கொன்றான். பாலாசிகா என்ற தலைநகரைக் கைப்பற்றிச் சண்டதண்டன் என்ற 'காஞ்சியின் அதிபதி'யை நகரைவிட்டுத் துரத்தினான். 'சண்டதண்டன்' என்பது காஞ்சியின் அதிபதி எனும் கருத்துடையதெனக் கூறமுடியாது இவன் ஒரு பல்லவன் என்பதையே இது குறிக்கும். விட்டுணுவர்மனுக்குப் பட்டாபிடேகம் செய்து வைத்த சாந்திவர்மன் என்ற பல்லவ அரசனின் வழிவந்தவனே

சண்டதண்டன் என்ற அரசன். இரவிவர்மன் ஈட்டிய வெற்றிகளின் பலனாகக் கடம்ப அரசு, தொடக்கத்தில் பெற்றிருந்த ஐக்கியத்தையும் நிலப்பரப்பையும் மீண்டும் பெற்றுக்கொண்டது.

இரவிவர்மனை அடுத்து ஆட்சி புரிந்தவன் அரிவர்மனாவான் (538-50). சமாதானப் பிரியனாக இருந்த அரிவர்மன் காலத்தில் கடம்பர் தமது பேரரசின் வடபகுதியைப் பறிகொடுத்தனர். இப்பகுதியில் உள்ள பாதாமியை ஒரு மலையரணாக அமைத்துக்கொண்ட 1 ஆம் புலகேசி 545 இல் சாளுக்கியரின் ஆதிக்கத்தை இங்கு நிலைபெறச் செய்தான். கடம்பர் ஐக்கியப்பட்ட ஒரு பெரும் சக்தியாக இருக்கவில்லை. அரச மரபின் மூத்தவர்களுக்கும் இளையவர்களுக்குமிடையில் நிகழ்ந்த மோதல்கள் கடம்ப அரசைச் சிதைவுறச்செய்தன. மூத்தோர்வழிவந்த அரிவர்மன் என்ற கடைசி மன்னனின் மரபிற்கும் ஆட்சிக்கும் முடிவு ஏற்பட்டது. 2 ஆம் கிருட்டிணவர்மன் என்ற இளையவம்ச வழிவந்த அரசன் வயந்தி நகர் கிருட்டிணவர்மனோ, அவன் மகன் அசவர்மனோ வனவாசியை ஆட்சி புரியும்போது தான் அந்நகரம் சாளுக்கிய கீர்த்திவர்மனாற் கைப்பற்றப்பட்டது. சாளுக்கிய வம்சத்து அரசனான கீர்த்திவர்மன் 1 ஆம் புலிகேசியின் மகனாவான்.

மேற்கில் ஆட்சிபுரிந்த கடம்பருடைய நிலப்பரப்பிற்கும் கிழக்கில் நிலை கொண்ட பல்லவர் ஆட்சிப் பிரதேசத்திற்குமிடையில், இப்பொழுது மைசூர் எனப்படும் மாநிலத்தில், கங்கர் தமது முடியாட்சியை நிறுவினர். இப்பிரதேசம் கங்க ஆதிக்கத்தின்கீழ் இருந்தமையால் கங்கவாடி என்ற பெயர் விளங்கியது. ஆரம்பகால கங்கரின் வரலாறு மரபுக்கதைகளாலும், எண்ணற்ற போலிச் செப்புத் தகட்டுச் செதுக்கல்களாலும் தெளிவற்றுக் காணப்படுகிறது. நம்பத்தகுந்தனவும் ஏககாலத்தைச் சேர்ந்தனவுமான கல்வெட்டுக்களிலிருந்து கங்கரின் முதல் அரசனான கொங்கணிவர்மன் “யானவேய” குலத்தையும் கங்கர் குடும்பத்தையும், கான்வாயன கோத்திரத்தையம் சேர்ந்தவன் எனத் தெரிகிறது. கொங்கணிவர்மன் பல போராட்டங்களில் ஈடுபட்டுப் பிரசித்தி பெற்றதுடன் சுபீட்சம் மிக்க முடியாட்சி ஒன்றையும் நிறுவினான். “தர்ம மகாதிராசன்” என்ற பெயருடன் சுதந்திர அரசு ஒன்றை இவன் தொடக்கி வைத்தான். கங்கர் தமது சுதந்திரத்தை விரைவில் இழந்து கங்க அரச ஆட்சிக்காலம் முழுவதிலும் தென்னகத்தின் பேரரசுகளுள் ஒன்றின் மேலாதிக்கத்தை ஒவ்வொரு காலத்திலும் அங்கீகரித்திருந்தனர். கொங்கணிவர்மனின் ஆட்சி 400 வரையில் நிலவியிருக்கலாம். இவனுடைய தலைப்பட்டினம் பற்றிக் குறிப்புகள் எதுவும் இல்லை. எனினும் பிந்திய மரபுப்படி குவலாலா எனப்பட்டதும் இப்பொழுது கோலார் எனப்படுவதுமான இடத்திலேயே தொடக்கத்தில் தலைநகர் அமைந்திருத்தல் வேண்டும் எனவும், பின்னர் தாலக்காடு என்னும் நகரம் தலைப்பட்டினமாக இருந்தது எனவும் நம்பப்படுகிறது. கொங்கணிவர்மன் தாலக்காட்டிலிருந்தே பல்லவருடன் இணைந்து நின்று பகைமை மிக்க கடம்பரை அவர் எல்லைப் பிரதேசத்தில் தாக்கினான்.

கொங்கணிவர்மனின் மகன் 1 ஆம் மகாதிராசமாதவன் அவனுக்குப் பின் (425 வரை) அரசனானான். இவன் ஒரு சிறந்த அரசியல்வாதியுமாவான். மரபுக் கதைகளின்படி இவன் காதல் காவியமாகிய 'தத்தகசூத்திரம்' என்ற நூலுக்கு விளக்கவுரை எழுதினான். அடுத்த அரசன் இவன் மகன் ஆயவர்மன் (450 வரை) என்பவனே. சாத்திரம், இதிகாசம், புராணம் ஆகியவற்றில் பாண்டித்தியம் பெற்று விளங்கிய ஆயவர்மன் ஒரு பெரும் போர்வீரனாகவும் இருந்தான். 1 ஆம் சிம்மவர்மன் என்ற காஞ்சியை ஆண்ட பல்லவன் இவனுக்குப் பட்டாபிடேகம் செய்து வைத்தான். ஆயவர்மனின் இளவலான கிருட்டிணவர்மனுடன் அவன் நடத்திய போராட்டத்தில் பல்லவர் இவனை ஆதரித்தனர். பிந்திய கல்வெட்டுகள் இவன் பெயரை அரிவர்மன் எனவும், இவனே தாலக்காட்டுக்குத் தலைநகரை மாற்றினான் எனவும் குறிப்பிடுகின்றன. இரு சகோதரருக்கு மிடையில் இருந்த பிணக்கைத் தீர்ப்பதன் பொருட்டுக் கங்கரின் அரசு இரண்டாகப் பிரிக்கப்பட்டது.

இரு அரசர்களும் பல்லவ அரசனுட்ன உள்ள அரச உறவை நிலைநிறுத்தும் வகையில் சிம்மவர்மன் என்ற பெயரைத் தத்தம் புதல்வர்களுக்குச் சூட்டினர். அரசு பிரிந்திருந்த நிலை இவர்களுடைய புதல்வர்களான சிம்மவர்மன்கள் காலத்திலும் நீடித்தது. இச்சிம்மவர்மன்களில் ஒருவன் 2 ஆம் மாதவன் என்று அழைக்கப்பட்டான். 2 ஆம் மாதவன் என்று அழைக்கப்பட்ட கங்க அரசன் கந்தவர்மன் என்ற பல்லவனால் தமது அரசவம்சத்திற்குரியவனென்று அங்கீகரிக்கப்பட்டான். 2 ஆம் மாதவன் 1 ஆம் கடம்பகிருட்டிணவர்மன் என்ற அரசனின் சகோதரியைத் திருமணம் செய்தான். இத்திருமணத்தின் விளைவாக (500 வரை) பிறந்த குழந்தையான அவினீதனை முடிக்குரியவனாக அங்கீகரித்தனர்.

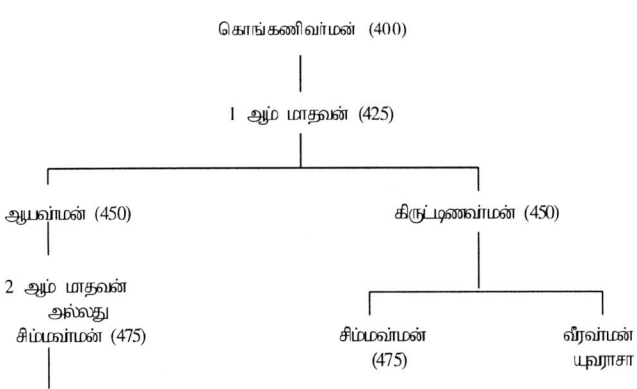

ஏககால பல்லவ முடியரசின் கீழ் நிலவிய சமூக, பாலன, மத நிலைமைகளே கடம்பர் ஆட்சியிலும் கங்கர் ஆட்சியிலும் இருந்து வந்தன.

துணைநூற் பட்டியல்

K.GOPALACHARI : Early History of the Andhra Country (Madras, 1941)

G.JOUVEAU-DUBREUIL : Ancient History of the Deccan (Pondicherry, 1920)

K.A.N. SASTRI : The New History of the Indian People, Vol.VI, ch.xii, 'South India' (Lahore, 1946; Banaras, 1954)

D.C. SIRCAR : Successors of the Satavahanas (Calcutta, 1939)

அத்தியாயம் VII

சங்ககாலமும் அதற்குப் பிந்திய காலமும்

கலிங்கமும் தமிழ் அரசுகளம் - சங்க இலக்கியம் - அதன் காலம் - சேரர் - ஆயும் பாரியும் - அதிகமான அஞ்சி – சோழர், கரிகாலன் - இளந்திரையன் - பாண்டியர் - தலையாலங்கானத்து நெடுஞ்செழியன் - அவன் முன்னோர் - சோழ முடியரசில் உள்நாட்டுக் கலகம் - சங்ககால முடிவு, அரசியல் மாற்றங்கள்.

சமூகவாழ்வு - கூட்டுக் கலாசாரம் - நிலப்பரப்பு – மக்கள் - முடியரசு – சபைகளும் மன்றங்களும் - வருமானம் - போர்படை – போர் - இலக்கியத்திற்கும் கலைகளுக்கும் அரசு ஆதரவு – கவிதை, ஆடல், பாடல் - பொழுதுபோக்கு - இல்லங்கள் - மக்கள் நம்பிக்கைகளும் பழக்க வழக்கங்களும் - அயல்நாட்டு உள்நாட்டு வர்த்தகம் - சமயமும் அறநெறிகளும் - சங்ககாலத்தின் பின் வந்த இருண்ட காலம், களபிரர்.

முந்திய ஓர் அத்தியாயத்தில் காரவெல கல்வெட்டுப்பற்றி நாம் குறிப்பிட்டோம். தமிழகத்தின் முடியாட்சியைப்பற்றி அசோக கல்வெட்டுகளுக்குப் பின்னர் சான்றாக உள்ள ஒரே கல்வெட்டு காரவெல கல்வெட்டே. கி.பி. 2 ஆம் நூற்றாண்டின் முதல் 50 ஆண்டுகாலத்தில் கலிங்கத்தை காரவெல ஆட்சிபுரிந்தான் அவனுடைய ஆட்சிக்காலத்தின் 11 வது ஆண்டில் (கி.மு. 165 வரை) தமிழ் அரசுகளின் கூட்டணியை (திரமிரதேசசங்காத்தம்) எனவும், 113 ஆண்டுகள் வரை நிலைபெற்றிருந்த இந்தக் கூட்டணி நெடுங்காலமாக ஓர் அபாயகரமான சக்தியாக இருந்து வந்தது எனவும் கூறப்பட்டிருக்கிறது. காரவெல அரசன் நூற்றுக்கணக்கான முத்துக்களைப் பாண்டியர்களிடமிருந்து கலிங்கத்துக்குக் கொண்டுவரச் செய்தான் என்றும், குதிரைகள், யானைகள், ஆபரணங்கள், இரத்தினங்கள் போன்றவற்றையும் அங்கிருந்து தருவித்திருக்கலாம் என்றும் இக்கல்வெட்டுக் கூறுகிறது. இக்கல்வெட்டு இடைவெளிகளுடன், மிகவும் பழுதடைந்த நிலையில் காணப்படும் ஒரு சாசனமாகும்˙ எனவே இதன் அர்ததத்தைச் சரிவர உணர்தல் மிகவும் கடினமானது. தமிழ் அரசுகளின் கூட்டணிபற்றியும் கலிங்கத்தை இது எவ்வாறு அச்சுறுத்தியது என்பது பற்றியும் காரவெல அரசன் ஆபத்தை எவ்வாறு தடுத்துப் பாண்டிய அரசர்களுடன் புதிய உறவுகளை ஏற்படுத்திக் கொண்டான் என்பது பற்றியும் பிற ஆதாரங்கள் எவற்றிலிருந்தும் சான்றுகள் கிடைக்கவில்லை.

கி.பி. 3 அல்லது 4 ஆம் நூற்றாண்டு காலத்தில் வளர்ந்த சங்க இலக்கியங்கள் கூறும் வரலாற்றுக் காலமே தமிழகத்தின் முதன்மையான புகழ்படைத்த காலமாகும். இன்று எமக்குக் கிடைக்கும் மிகப் பழைய தமிழ் இலக்கியங்கள் சங்க இலக்கியங்களே, இவ்விலக்கியங்கள் எட்டுத் தொகைகளாகத் தொகுக்கப்பட்டுள்ளன. அவை, 1. நற்றிணை, 2. குறுந்தொகை, 3. ஐங்குறுநூறு, 4. பதிற்றுப்பத்து, 5. பரிபாடல், 6. கலித்தொகை, 7. அகநானூறு, 8. புறநானூறு என்பனவாம். இத்தொடரின் இறுதியில் 9 ஆவது பிரிவாகப் பத்துப்பாட்டுச் செய்யுள்கள் அமைகின்றன. இவற்றில் 2279 பாடல்கள் மொத்தமாகவுள்ளன. 4 அல்லது 5 அடி முதல் 800 அடிவரை நீண்டு காணப்படும் செய்யுள்கள் இவற்றுள் இடம் பெறுகின்றன. பெண்பாற்புலவர்கள் உட்பட 473 புலவர்கள் இச்செய்யுள்களை இயற்றியுள்ளனர். இவற்றுள் 102 செய்யுள் பாடிய புலவர்களின் பெயர்கள் கிடைக்கவில்லை. செய்யுள் ஆக்கிய புலவரின் பெயரையும், செய்யுள் ஆக்கப்பட்ட சந்தர்ப்பம் போன்ற பிற விபரங்களையும் செய்யுளின் முடிவிற் காணலாம். இத்தகைய குறிப்புகள் இப்பாடல்களைத் தொகுத்த ஆசிரியர்களின் முயற்சியால் குறிப்பிடப்பட்டிருத்தல் வேண்டும். பொதுவாக இத்தகைய மரபு சரியெனக் கொள்லாம், ஆயினும் அவ்வாறு கொள்வதற்குச் சில இடர்கள் உள.

தொல்காப்பியம் என்ற தமிழ் இலக்கண நூலும் சங்ககாலத்தைச் சேர்ந்ததே.

பண்டைக் காலத்தில் இருந்த பரவலான இலக்கியத்தின் ஒரு பகுதியே சங்க இலக்கியமாக எஞ்சியிருக்கிறது. இது பற்றி எதுவித சந்தேகமும் இல்லை. கி.பி. 10 ஆம் நூற்றாண்டின் தொடக்ககாலத்தைச் சேர்ந்த கல்வெட்டு ஒன்று ஆரம்ப கால பாண்டியரின் சாதனைகள் பற்றிக் குறிப்பிடுகிறது. இக்கல்வெட்டு, மகாபாரதம் தமிழில் மொழியாக்கம் செய்யப் பட்டதையும், மதுரையில் ஒரு சங்கம் அமைக்கப்பட்டதையும் பாண்டிய அரசர்களின் சாதனைகளாகக் குறிப்பிடுகிறது. இம்மொழியாக்கம் கிடைக்கவில்லை. எனினும் பாரதம் பாடிய பெருந்தேவனார் இயற்றிய பல செய்யுட்கள் ஆறு நூல்களின் தொடக்கத்தில் வாழ்த்துக்களாக இடம் பெறுகின்றன. பெருந்தேவனார் எனப்பட்ட ஒருவர் இயற்றிய தமிழ்ப் பாரதத்தின் சில பகுதிகள் இன்று நமக்குக் கிடைக்கின்றன. இந்தப் பெருந்தேவனார் சங்ககாலத்தைச் சேர்ந்த இலக்கியங்களில் குறிப்பிடப்படும் புலவர் பெருமகனாக இருக்க முடியாது இவர் கி.பி. 9 ஆம் நூற்றாண்டைச் சேர்ந்த 3 ஆம் நந்திவர்மன் என்ற பல்லவ அரசன் காலத்தில் வாழ்ந்தவராவர்.

தமிழ்ப் புலவர்களைக்கொண்ட சங்கமொன்று மதுரையில் அரச ஆதரவுடன் சில காலம் செழிப்புற்றிருந்தது என்பது உண்மையாக இருக்கலாம். இறையனார் அகப்பொருள் (கி.பி.750 வரை) உரையின் முகவுரையில் தமிழ்ச்சங்கம் பற்றித் தரப்பட்டுள்ள குறிப்புகள் மரபுவழி வந்தவையாகும். மொத்தம் 9990 ஆண்டுகள் வரை முச்சங்கங்கள் நிலைபெற்றன என்றும், கால இடைவெளிகளுடன் அமைந்த இம்முச்சங்கங்கள் 8598 புலவர்களைக் கொண்டிருந்தது என்றும், தமிழ்ச்சங்கங்களில் சைவசமயக் கடவுளர் கூட அங்கம் வகித்தனரென்றும், 197 பாண்டிய அரசர்களின் பேராதரவுடன்

தமிழ்ச்சங்கங்கள் தழைத்தோங்கின என்றும் அதிற் குறிப்பிடப்பட்டுள்ளது. கடுங்கோன், உக்கிரப் பெருவழுதி போன்ற சில அரசர்களினதும் புலவர்களினதும் பெயர்கள் கல்வெட்டுகளிலும் நம்பத்தக்க அறிக்கைகளிலும் காணப்படுகின்றன. உண்மைகள் சில பெரும் கற்பனைக் கதைகளுடன் கலந்திருப்பதால் பலனுள்ள எந்த முடிவிற்கும் வருவது கடினமாகிறது.

அரசர்கள், பிரதானிகள், புலவர்கள் போன்றோரின் விபரங்களை ஒப்பிட்டு அவதானமாக ஆராயும்பொழுது இத்தகைய இலக்கியத்தில் குறிப்பிடப்பட்டுள்ள சம்பவங்கள் நான்கு அல்லது ஐந்து தொடர்பான சந்ததியினரின் காலததவையாக இருத்தல் வேண்டும் என்பது தெளிவு. செய்யுள்களின் முடிவிற் காணப்படும் விபரங்களை ஆதாரமாகக் கொண்டு பார்க்குமிடத்து இவை 120 அல்லது 150 ஆண்டுகளாக நிகழ்ந்த சம்பவங்களாக இருக்கின்றன என்பது தெரியவருகிறது. சேர நாட்டு அரசர்களுடைய வழித்தோன்றல்கள் பற்றி மட்டுமே தொடர்பான உரிமையாளர்களைக் காணமுடியும். சேர அரசர்களுள் இரு பிரிவினர் இருந்தனர். திருமணம் அல்லது வேறுவகைத் தொடர்பால் இவ்விரு வம்சங்களும் தொடர்புகொண்டு இருந்தன. இவ்வரசவம்சங்கள் 3 அல்லது 4 சந்ததி வரை நிலைபெற்றன. சங்ககால இலக்கியங்களில் கிடைக்கும் ஏனைய தொடர்பற்ற பெயர்களைக்கொண்டு ஒழுங்கான வரலாற்றை இக்காலம்பற்றி வரையறுப்பது முடியாத காரியமாகும். புலவர் பெருமக்களால் பாராட்டப்படும் புகழ் சார்ந்த அரசர்களையும் அவர்களின் சாதனைகளையும் பற்றி மட்டுமே நாம் அறிய முடிகிறது.

சேர, சோழ, பாண்டிய வம்ச வழிவந்த முடியுடை வேந்தர்களிடையே தமிழகம் பிரிக்கப்பட்டிருந்தது. சிற்றரசர்கள் பலர் அரசியல் நிலைமைகளுக்கேற்றவாறு மூவேந்தர்களுள் ஒருவரின் ஆணையை ஏற்றும், ஒருவருடன் சேர்ந்து மற்றவரை எதிர்த்தும் வந்தனர். தனித்துச் சுதந்திரமாக இயங்கிய சிற்றரசுகளும் இருந்தன. இவ்வாறு சுயேச்சையாக இயங்கிய ஏழு சிற்றரசர்களைப் பாராட்டிய புலவர்கள் பாடியுள்ளனர். இச் சிற்றரசர்கள் இலக்கியத்தையும் கலைகளையும் வளர்க்கத் தமது செல்வத்தை வாரி வழங்கியதால் வள்ளல்கள் எனப் பாராட்டப்பட்டனர்.

கி.மு. 3 ஆம் நூற்றாண்டைச் சேர்ந்தனவும், பிராமி எழுத்திலுள்ளனவுமான கல்வெட்டுகளிற் காணப்பட்ட தமிழ் மொழி ஆரம்பவடிவிலமைந்து காணப்படுகிறது என்பதையும், இவற்றுள் வடமொழி மரபு வழிவந்த சொற்களும் கலந்து இருக்கின்றன என்பதையும் ஏற்கனவே கவனித்தோம். சங்ககாலச் செய்யுள்கள் தொகுப்புகளாக அமைந்த காலத்திலேயே தமிழ்மொழி முதிர்ச்சி பெற்று விட்டது. சக்தியும் அழகும் பொருந்திய இலக்கியமாகத் தமிழ் மொழி பிரதிபலித்தது. வடமொழி வழிவந்த பல கருத்துக்களையும் சொற்களையும் தமிழ் தனதாக்கிக் கொண்டது. சமூகவாழ்வைப் பிரதிபலிக்கும் வகையில் இலக்கிய மரபு பல பழக்க வழக்கங்களை அன்று இருந்தபடி தெட்டத்தெளிவாகச் சுட்டிக்காட்டுகிறது. பல பரம்பரையாக வளர்ந்த சமூகமரபுகளின் பலன்களையே இச் செய்யுள்களில் நாம் காண்கிறோம். சங்க இலக்கிய காலத்தை நிர்ணயிக்க இலங்கையை ஆண்ட 1 ஆம் கசபாகு மன்னன் பற்றிய குறிப்புத் துணை நிற்கின்றது.

பதிற்றுப்பத்தில் பாராட்டப்படும் சேரன் செங்குட்டுவன் இலங்கைக் கசபாகு மன்னனின் காலத்தவன். பதிற்றுப்பத்து என்னும் செய்யுள் தொகுப்புச் சேரர்களைப்பற்றியதாகும். கசபாகு மன்னனின் காலம் 173-95 என்று நிர்ணயிக்கப்பட்டுள்ளது. இதுவே செங்குட்டுவன் வாழ்ந்த காலமுமாகும். இதை ஆதாரமாகக் கொண்டு சங்க காலத்தைக் கணக்கிடும்போது அக்காலம் கி.பி. 100-250 ஆண்டுகள் வரையானது என்பது புலனாகும்.

சங்ககாலச் செய்யுள்கள் செங்குட்டுவன், கசபாகு சம்பந்தமான ஒரே காலச் சம்பவங்களில் எதையும் கூறவில்லை. சிலப்பதிகாரம் என்ற கவர்ச்சிகரமான இலக்கியப் படைப்புக் கோவலன் கண்ணகி பற்றிய மரபுக்கதையை வெகு அழகாகத் தொகுத்துக் கூறுகிறது கண்ணகி வழிபாட்டு முறையைத் தென்னகத்திலும் இலங்கையிலும் நிலைகொள்ளச் செய்தமை பற்றியும் சிலம்பு சொல்லுகிறது. சிலப்பதிகாரமே செங்குட்டுவனையும் கசபாகு மன்னனையும்பற்றிக் குறிப்பிட்டுள்ளது. சிலப்பதிகாரம் 5 ஆம் நூற்றாண்டிற்கு முன்னையது என்று இன்றுள்ள நிலையில் கொள்ளமுடியாது எனினும் சிலம்பு சொல்லும் கதை சமயசம்பந்தமாக இருப்பதாலும், கண்ணகி வழிபாடுபற்றியதாய் இருப்பதாலும் வரலாற்றில் முன்னமே நிகழ்ந்த ஒரு சம்பவத்தை மரபு வழிவந்த கதையாகக் கட்டிக்காத்து அதன் அடிப்படையில் எழுந்த காவியமே சிலப்பதிகாரம் எனக் கொள்வது பொருந்தும்.

மூன்றாவதும் நம்பத்தகந்ததுமான வேறொரு ஆதாரம் சங்ககாலம் பற்றி அறிய உதவுகிறது. யவனருடன் (கிரேக்கரும் உரோமரும்) தமிழ் அரசுகள் கொண்ட வர்த்தக உறவுகள் பற்றியும் மற்றும் உறவுகள் பற்றியும் சங்கச் செய்யுள்கள் சான்றுகூறுகின்றன. சங்கச் செய்யுள்களில் கிடைக்கும் குறிப்புகள் திரபோ, ‘எரித்திரேய கடலின் பெரிப்பிளசு’ என்ற நூலின் அனாமதெய ஆசிரியர், பிளினி, தொலமி போன்றோர் சொல்லும் குறிப்புகளுடன் அதிகம் ஒத்தனவாகக் காணப்படுகின்றன. மேல்நாட்டைச்சேர்ந்த மேற்படி எழுத்தாளர்களின் காலத்தைச் சேர்ந்ததே சங்ககால இலக்கியமாகும். இது பற்றி இதே அத்தியாயத்தின் பிற்பகுதியில் சந்தேகத்திற்கிடமின்றி ஆராயப்பட்டுள்ளது.

இலக்கியச் சான்றுகளைப் புதைபொருளாராய்ச்சிகள் உறுதிப்படுத்துகின்றன. தென்னிந்தியா முழுவதிலும் கண்டெடுக்கப்பட்டுள்ள தங்க, வெள்ளி நாணயங்கள் கி.பி. 2 ஆம் நூற்றாண்டுக்கு உரிய உரோமபுரிப் பேரரசின் நாணயங்களாகும். உரோம தொழிற்சாலை ஒன்று புதுச்சேரிக்கருகில் இருந்ததாக அண்மையில் கண்டுபிடிக்கப்பட்டுள்ளது. புதைபொருளாகக் கண்டுபிடிக்கப்பட்ட இந்த உரோமன் தொழிற்சாலை 1 ஆம் நூற்றாண்டைச் சேர்ந்தது. தமிழ்ச் சங்கமிருந்ததும் இதே காலத்திலேயே என்பதற்கு இதுவுமோர் ஆதாரமாகும்.

சங்ககாலத்துச் சமூக வாழ்வைப்பற்றிக் கூறுவதற்கு முன் அக்காலத்து அரசியல் அமைப்பின் சிற்றியல்புகளைக் கவனிப்பது முறை. சேர, சோழ, பாண்டிய முடியாட்சிகள் காலம் கடந்து நின்றன என்று நம்பப்பட்டது. சங்கச் செய்யுள்கள் மூவேந்தரின் அரசுகளைப் பாண்டவர்க்கும், கௌரவர்க்கும் நடந்த மகாபாரதப் போர் நிகழ்ச்சிகளுடன் தொடர்புபடுத்தி ஆர்வம் காட்டியமை

புலனாகிறது. சேர அரசர்களுள் முதல்வன் என்று கருதப்படுபவன் உதியஞ்சேரல் (கி.பி. 130 வரை) என்பவனாவான். 'சேரமான் பெருஞ்சோற்று உதியஞ்சேரலாதன்' என்ற பட்டத்தையும் இவன் பெற்றான். பாரதப் போரில் ஈடுபட்ட இரு படைப்பிரிவினருக்கும் குருசேத்திரத்தில் வயிறார உணவு வழங்கினான் என்று சொல்லப்படுகிறது. இவனுடைய மூதாதையர் யாரோ ஒருவர் செய்திருக்கக்கூடிய அன்னதான முறையை இவனுடைய சாதனையாகக் காட்ட முயன்ற முயற்சியாக மேற்படி சங்ககாலச் செய்யுளைக் கொள்ளுதல் பொருந்தும். இதே போன்ற சம்பவங்களைப் பாண்டிய, சோழ அரசர்களுடன் தொடர்புடுத்தி அவர்களும் பிறசங்கச் செய்யுள்களிற் கௌரவிக்கப்பட்டுள்ளனர்.

உதியஞ்சேரனின் மகன் நெடுஞ்சேரலாதன் என்பவனாவான். மலையாளக் கடற்கரையில் உள்;ர்ப்பகைவன் ஒருவனுக்கு எதிராகக் கடற்போர் நடத்தி நெடுஞ்சேரலாதன் வெற்றிகண்டான். யவன வர்த்தகர் பலர் இப்போரில் கைதிகளாக்கப்பட்டு மிகக்கடுமையான தண்டனைக்குள்ளாக்கப் பட்டனர். இவ்வாறு யவனர் கைதிகளாக்கப்பட்டதற்குரிய காரணங்கள் தெளிவாகவில்லை. எனினும் பெருந்தொகையான கப்பம் வாங்கியபின் யவனர் விடுவிக்கப்பட்டனர். நெடுஞ்சேரலாதன் பல போர்களில் ஈடுபட்டான் என்றும், படையினருடன் போர்க்களங்களில் பல ஆண்டுகளாக முகாமிட்டிருந்தான் என்றும் கூறப்படுகிறது. பல அரசர்களை எதிர்த்து நின்று வெற்றிகண்டமையால் அதிராசன் என்ற உயர் பதவிபெற்றான். இமயவரம்பன் என்ற பெயரைப்பெற்ற சேர அரசனும் இவனே. 'இமயத்தைத் தனது எல்லையாகக் கொண்டவன்' என்பது இதன் பொருள். சேர அரசு சின்னமாகிய வில்லை இமயத்தின் விளிம்பிலே பொறித்தான் என்றும் இவன் இந்தியா முழுவதையும் தனது ஆணையின்கீழ் கொண்டுவந்தான் என்றும் இக்காரணத்தாலேயே இவன் இப்பட்டத்தைப் பெற்றான் என்றும் சொல்லப்படுகிறது. சங்கச் செய்யுள் செய்த புலவர்கள் மிகைப்படுத்திக் கூறும் தன்மையுடையவர் என்பதற்கு இது ஓர் எடுத்துக்காட்டாகும். நெடுஞ்சேரலாதனின் தலைப்பட்டினம் மரந்தை என்று அழைக்கப்பட்டது. அவன் காலத்தில் வாழ்ந்த சோழ அரசனுடன் நெடுஞ்சேரலாதன் போரிட்டான் இருவரும் அப்போரில் மடிந்தனர். இரு அரசர்களின் மனைவியரும் உடன்கட்டை (சதி) ஏறினர்.

நெடுஞ்சேரலாதனின் இளவல் சேரன் செங்குட்டுவன், என்பவனாவான். ''பல் யானைச் செல் கெழு குட்டுவன்'' எனவும் அழைக்கப்பட்ட இவன் கொங்குநாட்டைக் கைப்பற்றிச் சேர ஆதிக்கத்தைக் கிழக்கு மேற்குக் கடற்கரைவரையும் சிலகாலம் நிலைபெறச்செய்தான். சேரலாதனுக்கு இரு புதல்வர்கள் இருந்தனர். இவர்கள் ஒரே தாய் வயிற்றிற் பிறந்தவர்களல்லர். இவர்களுள் ஒருவன் களங்காய் மாலையும் பனைமரத்தும்பினாலான முடியையும் சூடிக்கொண்டான் என்று சொல்லப்படுகிறது இம்முடி பொன்னாலான அமைப்புடன் இரத்தினக் கற்களையும் விலையுயர்ந்த முத்துக்களையும் சேர்த்து ஆக்கப்பட்டது. ஆகவே இது முற்றாகப் புறக்கணிக்கக்கூடிய முடியன்று. எனினும் இதுபோன்ற ஓர் அசாதாரணமான முடியை அரசன் சூடிக்கொண்ட காரணம் எவ்விடத்திலும் விளக்கப்படவில்லை. தகடூரை ஆண்ட அதிகமான் அஞ்சி என்ற சிற்றரசன் இச்சேர அரசன் காலத்தில் வாழ்ந்தவன். அதிகமான்

அஞ்சியைப் போரில் சேரன் வெற்றி கொண்டான் என்று குறிப்பிடப்படுகிறது. மலையாளத்திற்கு வடக்கே உள்ள துளு நாட்டின் நன்னன் என்ற அரசனையும் படைகொண்டு தாக்கி அல்லது அவனது நிலத்தைத் தனதாக்கிக் கொண்டான். இச்சேர அரசனும் 7 முடிகள் புனைந்த மாலையைச் சூட்டிகொண்ட ஓர் அதிராசன் எனப்பட்டான்.

நெடுஞ்சேரலாதனின் மற்றைய மகன் செங்குட்டுவன் (180 வரை) பரணராற் புகழ்ந்து பாடப்பட்டவன்˙ சங்ககாலப் புலவர்களுள் நெடுநாள் வாழ்ந்தவரும் பெரும் புகழ்படைத்த புலவருமான ஒருவர் பாணராவர். பதிற்றுப்பத்திலுள்ள பாணர் இயற்றிய பத்துப்பாட்டிலோ, புறநானூற்றிலுள்ள அவருடைய செய்யுளிலோ கூறப்படும் சான்றுகள் தவிர செங்குட்டுவனின் வாழ்வுச் சாதனை பற்றிப் பிற சான்றுகள் இல்லை ஆயின் பிந்திய கால மரபுக்கதைகள் பல செங்குட்டுவனைப் பற்றிப் பல செய்திகள் கூறுகின்றன. இம் மரபுக்கதைகளில் கண்டுள்ளவற்றிற்கு ஆதாரங்களில்லை. மோகூர் நாட்டுத் தலைவனுடன் போர் செய்து வெற்றி பெற்றான் என்று இம்மரபுக்கதைகளிற் காணப்படும் ஒரேயொரு சிறப்பான சாதனைபற்றி மாத்திரம் இப்பாடல்களில் ஆதாரமுண்டு. செங்குட்டுவன் கடல் வலிமை பெற்றவன் என்று பாணர் கூறுகிறார்˙ எனினும் இது பற்றிய விபரங்கள் எதுவும் சொல்லப்படவில்லை கடலைத் தமக்கு ஆதரவாகக் கொண்ட எதிரிகள் அக்கடலைப் பயன்படுத்த முடியாதவாறு அதனைப் பின்வாங்கச் செய்தான்˙ எனவே 'கடல்பிறக்கோட்டிய செங்குட்டுவன்' என்ற பட்டமும் பெற்றான். இந் நிகழ்ச்சி உண்மையாயின் செங்குட்டுவனிடம் ஒரு கடற்படையும் இருந்திருக்கவேண்டும். மேலும் யானை, குதிரை ஏற்றத்தில் மிக வல்லவனாக இருந்த செங்குட்டுவன் அதிராசா என்ற பட்டத்தையும் 7 முடிகள் புனைந்த மாலையையும் அணிந்திருந்தான் என நம்பப்படுகிறது. இவன் கோட்டைகளை முற்றகையிட்டுக் கைப்பற்றிப் பெரும் போர் வீரனாகத் திகழ்ந்தான். கலைவளர்ச்சிக்குப் பேராதரவுகாட்டிய ஒரு காவலனாகவும் செங்குட்டுவன் இருந்தான்.

இக்கவிதையின் .இறுதிப்பகுதியில் பல புதிய விபரங்கள் கிடைக்கின்றன. இவற்றுள் முதன்மை வாய்ந்தது கண்ணகி வழிபாடு. இது பத்தினி வழிபாடாக இவன் காலத்தில் தொடக்கப்பட்டது. நன்னனுடைய நாட்டிலுள்ள வியலூரை (ஒரு கலகத்தை அடக்கப்போலும்) தாக்கியமையும், கொங்குநாட்டின் கொடுகூர் கோட்டையைத் தகர்த்தமையும் இவற்றிற் குறிப்பிடப்பட்டுள்ளது. மேலும் சோழ நாட்டில் அரச உரிமைக்காக நடைபெற்ற போரில் தலையிட்டு 9 இளவரசர்களின் உயிரைப்பலிகொண்டு மற்றுமொருவனுக்குச் செங்குட்டுவன் முடிசூட்டிவைத்தான் என்ற விபரமும் கிடைக்கிறது. கற்புக்கரசியாம் தெய்வீகக் கண்ணகிக்குச் சிலையெடுப்பதற்கு வேண்டிய கல்லைப் பெறச் சென்ற செங்குட்டுவன் ஆரிய அரசன் ஒருவனைப்போரில் வெற்றிகொண்டு, கல்லெடுத்து அதனைக் கங்கையில் நீராட்டிச் சேரநாட்டிற்குக் கொண்டுவந்தான். இத்தகைய எண்ணற்ற விபரங்கள் அனைத்தையும் அதிக நுட்பங்களுடன் சிலப்பதிகாரம் வருணிக்கிறது. இக்காவியத்தின் ஆதாரங்கள் எமக்குத் தெளிவாகத் தென்படவில்லை. கண்ணகி, கோவலன் பற்றிய கதை மக்கள் அபிமானத்திற்குரியதாயிருந்தது. கண்ணகி மரபு போன்ற வழிபாட்டு முறைகள் சிலப்பதிகாரத்திற்கு முன்னமும்

இருந்திருக்கக்கூடும். செங்குட்டுவன் பத்தினி வழிபாட்டு முறையைப் பரப்ப முன்னின்று உழைத்தவன் என்பது ஏற்றுக் கொள்ளக் கூடியதே. செங்குட்டுவன் காலத்தைச் சேர்ந்த பாண்டி, சோழ, இலங்கை நாட்டு அரசர்கள் செங்குட்டுவனின் முயற்சிக்கு ஆதரவளித்தார்கள் என்று சிலப்பதிகாரம் கூறுகிறது.

பதிற்றுப்பத்தில் மூன்று சந்ததியைச் சேர்ந்த ஐந்து அரசர்கள் உதியஞ்சேரல் என்ற அரசனின் வழித்தோன்றல்கள் என்று கூறப்படுகிறது. அவர்கள் 201 ஆண்டுகள் ஆட்சிபுரிந்தனர் என்றும் இதே வம்சத்துடன் தொடர்பு கொண்ட வேறு மூன்று அரசர்கள் 58 ஆண்டுகள் வரை ஆட்சிபுரிந்தனர் என்றும் கருதப்படுகிறது. இவர்கள் ஒருவர்பின் ஒருவராக ஆட்சிபரிந்தனர் என்று கொள்வதற்கு இடமில்லை ஏககாலத்திலே ஆட்சிபுரிந்திருக்கவேண்டும்' சேர முடியாட்சி ஒரு குடும்பச் சொத்துப்போன்று இருந்திருத்தல் வேண்டும். வளர்ச்சியுற்ற ஆண் அரசர்களுக்குப் பங்கும் அக்கறையும் இம்முடியாட்சியில் இருந்திருக்கலாம். குடும்பமாக ஆளும் மரபைக் குலசங்கம் என்றும் இத்தகைய குல ஆட்சிமுறை ஒரு சிறந்த அரசு அமைப்பாகும் என்றும் கௌடிலியர் கூறியுள்ளார். சோழ, பாண்டிய முடியாட்சிகளிலும்கூட இதேகாலத்தில் இத்தகைய குடும்ப ஆட்சி மரபு நிலைபெற்றிருக்கலாம். 9 சோழ இளவரசர்கள் அரச உரிமைப் போரில் உயிரிழந்ததை இதே போன்ற ஒரு குல ஆட்சியின் அம்சமாகக் கொள்ளலாம். அத்துடன் குல ஆட்சி நிலவியமையாற்றான் 4 அல்லது 5 சந்ததிகள் காலத்திலிருந்து பல அரசர்களின் பெயர்கள் சங்க இலக்கியச் செய்யுள்களில் இடம்பெறக் காண்கிறோம்.

பதிற்றுப்பத்துப் பாடல்களின் இறுதி மூன்று பிரிவுகளிற் குறிப்பிடப்படும் அரச தலைவர்கள் உதியஞ்சோல் வம்ச வழிவந்த அரசர்களின் காலத்தைச் சேர்ந்தவர்களாக இருத்தல் வேண்டும். இவர்களுள் நாம் அறியும் முதல் அரசர்கள் அந்துவனும் அவன் மகள் செல்வக்கடுங்கோ வாழி ஆதன் என்பவனுமாவர். வீரம், தாராள மனப்பான்மை போன்ற நற்குணங்களுக்காக இருவரும் புலவர்களால் பெரிதும் பாராட்டப்படுகின்றனர். தந்தை கற்றறிந்த பேரரசன் என்று புகழப்படுகிறான் மகன் வேத வேள்விகள் பல செய்தான் என்று சொல்லப்படுகிறான். இவர்கள் காலத்தைச் சேர்ந்த புகழ்பெற்ற சிற்றரசர்கள் ஆயும், பாரியமாவர். பல புலவர்களால் எண்ணற்ற செய்யுள்களில் இவர்கள் பாராட்டப்படுகின்றனர். உறையூரைச் சேர்ந்த ஒரு பிராமணப் 'புலவனின் காவலனாக ஆய் அரசன் காணப்படுகின்றான். கபிலர் என்ற மற்றுமோர் பிராமணப் புலவனின் நட்பைப் பாரி பெற்றிருந்தான். பாரியினுடைய மரணத்தின் புலவனின் நட்பைப் பாரி பெற்றிருந்தான். பாரியினுடைய மரணத்தின் பின்பே சேர அரசசபைக்குக் கபிலர் திரும்பிச் சென்றார். அந்துவனின் மகன் கபிலருக்கு அளித்த வரவேற்பு பதிற்றுப்பத்துபாடலில் 7 ஆம் பிரிவிற் குறிப்பிடப் பட்டுள்ளது.

தமிழகத்தின் பல பகுதிகளிலும் ஆண்டு வந்த வேள்வம்சச் சிற்றரசர்களுள் ஆய் ஒருவனாவான். வேள்வம்சச் சிற்றரசர்கள் தாம் ஒரு வட இந்திய முனிவனுடைய அக்கினிக் குண்டத்திலிருந்து தோற்றியவர்கள்

என்று கூறிக்கொண்டனர். மேலும் விட்டுணு, அகத்தியர் போன்றோர்களுடன் தம்மைத் தொடர்புபடுத்திய மரபுக்கதைகளிலும் இவர்கள் நம்பிக்கை கொண்டிருந்தனர். பிந்திய காலக் கோசல அரசர்கள் கூறிவந்த மரபுக்கதைகளை இவர்கள் கதைகள் பெரிதும் ஒத்திருந்தன வேள் வம்சத்தின் முன்னோன் ஒருவன், யாகம் செய்து கொண்டிருந்த ஒரு முனிவனைத் தாக்க முயன்ற புலியைக் கொன்றான் என்னும் ஒரு கதை இவற்றுள் ஒன்றாகும். பொதியமலையை அடுத்த பகுதிகளை ஆய் அரசன் ஆண்டுவந்தான் மேற்குமலைத் தொடரின் தெற்கு முனையில் பொதிய மலை இருக்கிறது. தொலமி என்ற கிரேக்க புவியியலறிஞர் குமரிமுனையையும் ''பெத்திக்கோ'' மலையையும் அடுத்துள்ள நிலத்தை ''ஆயொய்'' என்பவன் ஆட்சிபுரிந்தான் எனக் குறிப்பிடுகிறார். 'ஆய்' என்பது ஓர் அரச வம்ச வழிவந்த அத்தனைபேரும் தத்தம் பெயருடன் சேர்த்துவைத்துக்கொண்ட பெயராகத் தெரிகிறது. உறையூரில் வாழ்ந்த பிராமணப்புலவரின் காவலனாக இருந்த அரசன் ''அண்டிரன்'' என்பவனாவான். வடமொழியில் ''அண்டிரசன்'' என்ற சொல்லுக்கு அர்த்தம் வளமிக்க நாடு என்றும், அளவற்ற யானைகள் இங்கு நடமாடின என்றும், யானைகளை அரசன் வரையாது வழங்கினான் என்று புகழ்ந்துரைக்கப்பட்டிருக்கிறது. நீலன் என்ற நாகச் சிற்றரசன் அண்டிரனுக்கு வழங்கிய மிக மெல்லிய உடை ஒன்றை அண்டிசன் சிவபிரானுக்கு வழங்கினான் எனச் சொல்லப்படுகிறது.

அண்டிரன் போரை வெறுத்தவன் நாட்டின் வளம்பற்றியும் இவனுடைய கொடைத்திறன் பற்றியும் கவிதைகள் பல கட்டப்பட்டுள்ளன. இவன் கொங்கரை மேற்குக்கடற்கரை வரை துரத்திச் சென்று வெற்றி பெற்ற ஒரு சம்பவம் மாத்திரம் ஒரு செய்யுளில் குறிப்பிடப்பட்டிருக்கிறது. அண்டிரன் இறந்ததும் தேவலோகம் அவனை வரவேற்றது எனவும் இந்திரனுடைய சபையில் அண்டிரனின் வருகை கண்டு பேரிகைகள் முழங்கின என்றும் உறையூர்ப் புலவர் பாராட்டுகிறார்.

பாரி என்பவன் கபிலர் என்ற புலவரின் வாழ்நாள் நண்பன். பாரியும் வேள் சிற்றரச மரபைச் சேர்ந்தவன். வீரத்திலும் கொடையிலும் பாரி புகழ்பெற்றவன். கொடுங்குன்றம் அல்லது பிரான்மலை என்று அழைக்கப்படும் குன்றை அடுத்த பாண்டி நாட்டுப் பிரதேசத்தைப் பாரி ஆண்டுவந்தான். பாரியினுடைய கொடைத்திறனைப் பிந்தியகாலத்தில் வாழ்ந்த சைவசமய குரவரான சுந்தரமூர்த்தி சுவாமிகள் தேவாரத்தில் துக்கத்துடன் புகழ்ந்து பாடியுள்ளார். 'கொடுக்கிலாதனைப் பாரியே என்று புகழினும் கொடுப்பாரில்லை' என்பது தேவாரம். பாரியினுடைய ஆணையின்கீழ் 300 கிராமங்கள் இருந்தன. ஒரு மலை யாணை மத்தியாகக் கொண்டு சிற்றரசு நிறுவப்பட்டிருந்தது. பாரியின் நாட்டு வளமும், அரணின் வலியும், அரசனின் வாரி வழங்கும் தன்மையும் கபிலரால் மாத்திரம் அன்றிப் பிற கவிஞராலும் புகழ்ந்து பாடப்பட்டிருக்கின்றன. தமிழகத்தின் மூவேந்தர்கள் பாரியின் மலையைக் கைப்பற்றப் படையெடுத்த காலத்திலும்கூட கபிலர் பாரியின் பக்கம் நின்றார். கபிலர் பாரியின் போர்த்திறனைத் தனது புத்திச் சாதுரியத்தால் காத்துநின்ற புலவராவார். பிறபுலவர்களின் கருத்துப்படி கபிலர் பறவைகள் பலவற்றைத்

தானியம் கொணர்ந்து சேர்க்கும் பணியில் பயிற்றுவித்தார். ஒரு புலவன் பயன்படுத்தப்பட்ட பறவைகள் கிளிகளாகும் என்று குறிப்பிடுகிறார். எதிரிகளின் படை சூழ்ந்த அரணுள் இருந்து பறவைகள் வெளிக்கிளம்பி எதிரிப்படைப்பிரிவினரின் பின்புறத்தமைந்த நிலங்களிலிருந்து தானியத்தை நகருக்குள் கொணர்ந்து சேர்த்தனவாம். இவ்வாறு பறவைகளால் சேர்க்கப்பட்ட தானியம் நகரமக்களுக்கும் எதிர்த்து நின்ற போர் வீரர்களுக்கும் பல மாதகாலம் உணவூட்ட உதவியது. எனினும் பாரியின் அரசின் முடிவு நெருங்கிக் கொண்டிருந்தது. ஒரு சிறு கவிதையில் பாரியின் இரு புத்திரிகளும் இவ்வரணின் வீழ்ச்சிபற்றிக் கலங்கும் நிலை குறிப்பிடப்பட்டுள்ளது.

''அற்றைத் திங்களவ் வெண்ணிலவில்
எந்தையுமுடையே மெங் குன்றும் பிறர் கொளார்
இற்றைத் திங்களிவ் வெண்ணிலவில்
வென்றெறி முரசின் வேந்தரெம்
குன்றுங் கொண்டார் யாம் எந்தையுமிலமே''

என்று இரங்கிப்பாடுகின்றார். வெற்றிமுரசு என்று வேடிக்கையாகவே குறிப்பிடப்பட்டுள்ளது. இதற்குக் காரணமும் உண்டு. பாரி பகைவரால் போரில் கொல்லப்பட்டவன் அல்லன். சதியினாலே கொல்லப்பட்டான்.

பாரியின் மறைவின்பின் திருமணமாகாத பாரியின் இரு பெண்களையும் கபிலர் பொறுப்பேற்றார் இப்பெண்களுக்கு ஏற்ற வரன்களைத் தேட முயன்ற கபிலர் வெற்றிகண்டிலர். புறநானூற்றின் ஒரு செய்யுளின் இறுதிப்பகுதியில் இவர்களைப்பற்றிய குறிப்புக் காணப்படுகிறது. அது பாரியின் மறைவின்பின் கபிலர் அந்தணர்களிடம் அரசனின் பிள்ளைகளை ஒப்படைத்துவிட்டு உண்ணாமலிருந்து உயிர் நீத்தார் என்று கூறுகிறது. ஆயின் 11 ஆம் நூற்றாண்டைச் சேர்ந்த சோழர்காலக் கல்வெட்டு ஒன்று இம்மரபுபற்றி சற்றுமாறுபட்டுக் குறிப்பிடுகிறது. கபிலர் மலையமான் என்ற அரசனுக்கு ஒரு பெண்ணைத் திருமணம் செய்து வைத்துவிட்டுத் தீயினுட் புகுந்து சுவர்க்கம் சேர்ந்தார் என்று இக்குறிப்பு கூறுகிறது. முள்;ரைச் சேர்ந்த மலையமான் திருமுடிக்காரி என்ற அரசனைப் புகழ்ந்து பல கவிதைகள் கபிலரால் ஆக்கப்பட்டுள்ளன. காரியின் நாட்டின் வளம், அதன் வள்ளற்றன்மை, புலவர்களும் பாணர்களும் காரியினால் ஆதரிக்கப்பட்டமை ஆகியனபற்றி அவர் பாடியுள்ளார். ஓரி என்ற சிற்றரசனைப் போரிற் கொன்று கொல்லிமலையைச் சேர அரசுடன் காரி சேர்ந்தான் என்றும் கபிலர் புகழ்ந்து பாடுகிறார். பாரியின் மகளிரின் திருமணம் பற்றிய உண்மை எவ்வாறிருந்தபோதிலும் கபிலருடைய வாழ்வுபற்றிய ஆதாரங்கள் தெளிவாகவுள்ளன. கபிலர் தனது உற்ற நண்பனும் தன்னை ஆதரித்தவனுமான பாரியின் மறைவின் பின் நோன்பிருந்து அல்லது அக்கினிக் குண்டத்தில் இறங்கி உயிர் நீக்கவில்லையென உறுதியாகக் கூறலாம். அந்துவனின் மகனான சேர இளவரசன் செல்வக்கடுங்கோவாழி ஆதனின் அவையில் கபிலர் வாழ்ந்து வந்தார். பாரியின் பெருங்குணம் அனைத்தும் ஆதனிடம் ஒருங்கே பொருந்தியிருந்தமையினாலேயே கபிலர் அவனிடம் சென்றார். கபிலர் ஆதனின் புகழ்பாடி ஏற்ற பரிசில் பெற்றார்.

ஆதன் என்ற அரசனின் மகன் பெருஞ்சேரல் இரும்பொறை (190 வரை) என்பவனாவான். சேலம் மாவட்டத்திலுள்ளதும் இன்று தர்மபுரி என்று அழைக்கப்படுவதுமான தகடூரை ஆண்டுவந்த அதிகமான் என்னும் சிற்றரசனின் ஆணையைத் தகர்த்துப் பெரும் புகழ்பெற்றவன் இரும்பொறை. இடையர் குலத் தலைவனான "கழுவுள்" என்பவன் தொடக்கிய எதிர்ப்பையும் அடக்கி அவனது அரசனைக் கைப்பற்றியவன் இரும்பொறையாவான். கல்வியறிவுபடைத்த இரும்பொறை வேள்விகள் பல செய்து தனது வீரமரபிற்கு ஏற்ற பல வீரம்மிக்க புதல்வரையும் பெற்றெடுத்தான். அவனுடைய அறிவாற்றலும் நெறியும் அவனது புரோகிதரை உலகபந்தங்களை விட்டுத் துறவறம் மேற்கொள்ளத் தூண்டின.

அதிகமானுக்கு "நெடுமான் அஞ்சி" என்று மற்றுமோர் பெயர் உண்டு. இவன் தகடூரை ஆண்ட நெடுமான் இரும்பொறையின் பகைவனாவான். ஏழு வள்ளல்களுள் ஒருவனும், ஔவை என்ற பெரும் புகழ் படைத்த பாடினியை ஆதரித்தவனுமாவன். நெடுமான் அஞ்சிபற்றியும் அவனது மகன் "பொருட்ெழினி" என்பவனைப்பற்றியும் ஔவையார் செய்யுள் இயற்றியுள்ளார். பாவலா ஔவையும், காவலன் அதிகமானும் ஆரம்பத்தில் நட்புறவு பூண்டிருந்தனர் என்று கூறுவதற்கில்லை. ஔவை ஒரு செய்யுளில் பரிசில் பெற அரச வாயிலில் நெடுநேரம் காத்து நின்றமை குறித்துக் கலங்கிப் பாடுகிறார். வெகுவிரைவில் காவலனுக்கும் பாவலருக்கும் இடையில் நல்லுறவு ஏற்பட்டது. வீர அரசனின் போர்முனைச் சாதனைபற்றிப் புகழ்ந்து பாடி அரச தூதுவராக அதிகமான் சார்பில் ஔவையார் தொண்டைமானிடம் சென்றார். அதிகமான் அஞ்சி புலவரைப் பாராட்டுமுகமாகப் பரிசில்கள் பல வழங்கிக் கௌரவித்தான். அத்துடன் உண்போரை நெடுநாள் வாழவைக்கும் ஆற்றல்மிக்க ஒரு நெல்லிக்கனி ஒன்றையம் ஔவையாருக்கு வழங்கினான். பூசைசெய்து, யாகங்கள் இயற்றி, கடவுள் வழிபாடு செய்து, நெடுங்காலம் நாட்டைத் திறமையுடன் ஆண்டுவந்த ஒரு அரசவம்சத்தில் பிறந்தவன் அதிகமான் என்றும், அவ்வம்சமே விண்ணகத்திலிருந்து மண்ணகத்திற்குக் கரும்பை வரப்பிரசாதமாகப் பெற்றது என்றும் ஔவையார் பாராட்டுகிறார். 7 சிற்றரசர்களை எதிர்த்து வெற்றிகண்ட அதிகமான் கோவலூர்க் காவலனின் எதிர்ப்புக் களங்களையும் கைப்பற்றினான். தகடூரைச் சேர அரசன் கைப்பற்றியமைபற்றி ஔவையாரின் செய்யுள்கள் குறிப்பிடவில்லை. தனது காவலனான அதிகமானின் வீழ்ச்சிபற்றி ஔவையார் பாட விரும்பவில்லை என்பது தெளிவு. எனினும் பின் எழுந்த கவிதையாகிய "தகடூர் யாத்திரையின்" பிரதான அம்சமாக இச் சம்பவம் அமைந்தது. "தகடூர் யாத்திரை" என்ற நூல் இன்று கிடைக்கப்பெறவில்லை. ஆனால் இதன் பகுதிகள் சில பிற கவிதைகளில் மேற்கோள்களாக எடுத்தாளப்பட்டுள்ளன. சேர அரசை எதிர்த்து நின்ற அதிகமானுக்குப் பாண்டிய சோழ அரசர்கள் துணை நின்றனர் எனினும் அவர்களுடைய ஆதரவு போரின் முடிவை மாற்றத் தவறிவிட்டது. சேர அரசர்களின் மேலாணையை அதிகமான இப்போரின் பின் ஏற்கவேண்டிய நிர்ப்பந்தம் உருவாகியது. சேர அரசர்கள் சார்பில் நன்னன் என்ற அரசனின் தலைநகரான 'பாளி'யைக் கைப்பற்ற அதிகமான் சிலகாலத்தின் பின் படை கொண்டு சென்றான். போரில் மற்றுமோர் சேர சிற்றரசனான "ஆய் எயினன்"

என்பவனும் அதிகமானும் உயிர்நீத்தனர். நன்னனின் திறமைமிக்க போர்த்தளபதி "ஞிமிலி" என்றும் மிஞிலி என்றும் அழைக்கப்பட்டான். இத்தளபதியே போரில் இரு சிற்றரசர்களையும் வெற்றிகொண்டான். அதிகமானின் மறைவு குறித்து ஔவையார் புலம்புகிறார். இறந்த சூழல்பற்றி எதுவும் குறிப்பிடாத ஔவை அதிகமான் இளமையால் தன் எதிர்காலம் துன்பமும் துயரும் மிக்கதாயிருக்கும் என்கிறார். அதிகமான வீரக்கல் நாட்டத் தகுந்த பெருமைவாய்ந்தவன் என்று ஔவையார் புகழ்ந்து பாடுகிறார். வீரக்கல்பற்றிக் குறிப்பிடப்பட்டிருப்பது அதிகமான் போரில் இறந்தமைக்கு நல்ல சான்றாக அமைகிறது. சேரத் தலைநகர் அருகே பாயும் வாணி நதி குறிப்பிடப்பட்டமை கருவூர் உண்மையில் வாஞ்சியாகும் என்பதைக் காட்டுகிறது. மேலும் கருவூர் அருகில் பல உரோம நாணயங்கள் கண்டெடுக்கப்பட்டுள்ளன் தொலமி, சேர அரசர்களின் தலைநகர் கொருர என்று கூறுகிறார். இவற்றிலிருந்து கருவூர் என்பது முன்னர் வஞ்சி என அழைக்கப்பட்ட இடமே என்ற முடிவுக்கு வரலாம். வஞ்சி எங்கு அமைந்திருந்தது என்பது பற்றி அண்மையில் வரலாற்று ஆசிரியர்கள் மத்தியில் அபிப்பிராயபேதம் சில வரலாற்று ஆசிரியர்கள் வஞ்சி என்பது கேரள மாநிலத்தில் (கொச்சி) மேற்குக் கடற்கரையில் இப்பொழுது திருவஞ்சைக்களம் எனப்படும் இடத்தில் இருந்திருக்கவேண்டும் என்று கருதுகிறார்கள்.

மாந்தாஞ்சேரல் இரும்பொறை என்ற பெயர் பெற்ற (கி.பி. 210 வரை) மற்றுமோர் சேர இளவரசன் யானைக்கட்சேய் என்றும் அழைக்கப்பட்டான். நெடுஞ்செழியன் என்ற பாண்டிய அரசனால் ஒரு போரில் மாந்தாஞ்சேரல் இரும்பொறை கைதியாக்கப்பட்டான். தலையாலங் கானத்துச் செரு வென்ற பாண்டியன் நெடுஞ்செழியன் என்பவனே இப்பாண்டிய மன்னன். இரும்பொறை தகுந்த வேளையில் விடுதலை பெற்று உள்;ர் எதிரிகளிடமிருந்து தனது அரசை மீட்டுக் கொண்டான்.

சோழர்களுள் கரிகாலன் (கி.பி. 190 வரை) முதன்மைவாய்ந்தவன். கடல் மீது தனது கப்பல்களைச் செலுத்திய போது காற்றை அடிமைப்படுத்திய அரசன் ஒருவனின் (அவன் பெயர் குறிப்பிடப்படவில்லை) வழிவந்தவன் என்று கரிகாலன் ஒரு செய்யுளில் பாடப்படுகிறான்' இது சோழ அரசர்களின் ஆரம்பகாலக் கடல் நடமாட்டங்களைக் குறிப்பிடுவதாகும். கரிகாலனின் தந்தை "இளஞ்சேட்சென்னி" என்று குறிப்பிடப்படுகிறார். துணிவும் போர் ஆற்றலும் பெற்ற இளஞ்சேட்சென்னி பல அழகிய தேர்களைக் கொண்டோன் என்று வர்ணிக்கப்படுகிறான். கரிகாலன் என்பது கருகிய கால்கள் உடையோன் என்பதாகும். கரிகாலன் இளம்பராயத்தில் ஒரு தீ விபத்திற்குள்ளாகிய நிகழ்ச்சியை இப் பெயர் குறிப்பிடுகிறது. கரிகாலன் என்ற பெயருக்குப் பிற்காலத்தில் பல விளக்கங்கள் புதிதாகக் கண்டு சொல்லப்பட்டுள்ளன. இது "கரிகாலன்" அல்லது "யானைகளின் (பகைவர்களின்) காலன்" என்ற கருத்துடைய வடமொழித் தொடர்ச் சொற்களாகும் என விளக்கம் கூறியுள்ளனர் சிலர். கரிகாலன் இளம் வயதில் ஆட்சியிலிருந்து நீக்கப்பட்டுச் சிறையிடப்பட்டான். பத்துப்பாட்டு என்ற சங்க நூலில், பட்டினப்பாலையில், சோழர் தலைநகராகிய காவேரிப்பட்டினம் பற்றிப் பாடப்பட்டுள்ளது. பட்டினப்பாலை என்ற நீண்ட பாடலை ஆக்கிய புலவர், கரிகாலன்

ஆட்சியிலிருந்து நீக்கப்பட்டபோது அவன் தந்திரமாகத் தப்பியதையும் மறுபடி ஆட்சியில் அவன் அமர்ந்த முறையையும் மிக அழகாக வர்ணித்துப் பாடியுள்ளார். தஞ்சாவூருக்குக் கிழக்கே 15 மைல் தொலைவில் இருக்கும் "வெண்ணி" என்ற இடத்தில்தான் கரிகாலன் ஒரு போரில் வெற்றியீட்டினான். இந்த இடம் இப்பொழுது "கோவில் வெண்ணி" எனப்படுகிறது. இவன் வெண்ணியில் பெற்ற வெற்றி ஆட்சியின் ஆரம்பகாலத்தில் இவனுக்குக் கிடைத்த சாதனைகளுள் ஒன்றாகும். வெண்ணிப்போர் பற்றிப் பல பாடல்களில் பல்வேறு புலவர்கள் குறிப்பிட்டுள்ளனர். சிறறரசர்களும் பிற அரசர்களுமாகப் பதினொருவர் இப்போர்முனையில் தமது முரசுகளைப் பறிகொடுத்தனர். பாண்டியரும் சேரரும் புகழ் இகழ்ந்தனர். சேர அரசன் போர் வீரர்களுக்குப் பெரிய அவமானத்தை உண்டுபண்ணக்கூடியவாறு தனது முதுகில் காயமடைந்தான். வெட்கமேலீட்டால் சேர அரசன் கையில் வாளுடன் வடக்கு நோக்கியிருந்து உண்ணாவிரதம் மேற்கொண்டு உயிர் நீத்தான். வெண்ணியிற் பெற்ற வெற்றி கரிகாலனின் வாழ்வில் ஒரு மாற்றத்தை ஏற்படுத்தியது கரிகாலனுக்கு எதிராக அமைந்த கூட்டணி தகர்க்கப்பட்டது என்பதே இவ் வெற்றியின் கருத்து. "வாகைப்பறந்தலை" என்ற வாகைமரங்கள் அதிகமாகக் காணப்படும் போர் முனையில் மற்றுமோர் போர் கரிகாலனால் மேற்கொள்ளப்பட்டது. வாகைப்பறந்தலைப்போரில் 9 சிற்றரசர் தமது அரச குடைகளை இழந்து கரிகாலனைப் பேரரசனாக ஏற்றனர். பட்டினப்பாலையில் இவ் வெற்றியின் பலன் பற்றிப் புலவர் பின்வரும் பொருளுள்ள பாடலைப் பாடுகிறார் :

"பல்லொளியர் பணிபு ஒடுங்க
தொல் அருவாளர் தொழில் கேட்ப,
வடவர் வாட, குடவர் கூம்ப,
தென்னவன் திறல் கெட, சீறி, மன்னர்
மன் னெயில் கதுவும் மதனுடை நோன் தான்,
மாத்தானை மற மொய்ம்பின்,
செங்கண்ணால் செயிர்த்து நோக்கி
புன் பொதுவர் வழி போன்ற,
இருங்கோ வேன் மருங்கு சாய.. .. .. .."

ஒளியர் பலர் கரிகாலனுக்கு அடிபணிந்தனர். பூர்வீக அருவாளர் அவன் ஆணையை மேற்கொண்டனர். வடவர் பெருமையிழந்தனர். மேற்குத்திசையில் வாழ்ந்தவர்கள் அடங்கினர். பகை அரசரின் கோட்டைகளைத் தகர்த்தெறியத்தக்க வல்லமையுள்ள தன் பெரும் படையின் சக்தியை உணர்ந்த கரிகாலன் தனது கோபப்பார்வையைப் பாண்டியர் மீது திருப்பினான். பாண்டிய அரசின் பலம் சிதைந்தது. இழிந்த இடையர் வழிவந்த அரச வம்சம் முடிவுற்றது. இருங்கோவேன் என்ற அரசனின் வம்சம் வேருடன் களைந்தெறியப்பட்டது என்றெல்லாம் காவலன் புகழைப் பாவலர் பட்டினப்பாலையில் பாடியுள்ளார். அருவாளர் என்போர், பெண்ணை ஆற்றின் கீழ்ப்பள்ளத்தாக்கில் காவேரியின் கழிமுகத்திற்கு வடக்கே, அமைந்த அருவாநாடு என்னும் பிரதேசத்தில் வாழ்ந்தோராவர். அருவாநாட்டில் வாழ்ந்த

மக்களுக்குச் சலுகைகள் வழங்கி அவர்களை வேறிடம் செல்லாமல் தடுத்து வெற்றிகண்டவன் கரிகாலன் எனச் சொல்லப்படுகிறது.

தமிழகத்தின் ஏனைய ‘முடிவேந்தர்’ மேல் கரிகாலன் நடத்திய போர்கள் அவனது மேலாதிக்கத்தை நிலைநிறுத்தச் செய்தன. கரிகாலனின் ஆட்சியின் கீழ் இருந்த நிலப்பரப்பின் அளவும் சிறிது விரிவடைந்தது. பட்டினப்பாலையில் காவேரிப்பட்டினமும் அதன் கரையும் அதிகமாக வர்ணிக்கப்பட்டுள்ளன. இப்பாட்டிலிருந்து கரிகாலன் காலத்தில் வளர்ந்த தொழிலின் நிலைமையையும் வர்த்தகத்தின் இயல்பையும் பற்றி நாம் அறிய வாய்ப்பு ஏற்படுகிறது. காட்டு நிலங்களைப் பயிர்ச் செய்கைக்காகப் பயன்படுத்திக் குடியேற்றங்களையும் கரிகாலன் ஏற்படுத்தினான். மேலும் நீர்ப்பாசன வாய்ப்புள்ள குளங்களை அதிகமாக அமைத்து நாட்டின் வளத்தை அதிகரிக்கச் செய்தான். கரிகாலன் வேதங்களில் கூறப்பட்ட சமயத்தை அனுட்டித்து வேள்விகளைச் செய்து வந்தான். வாழ்வில் இன்பம் பொங்கவும் நல்ல முறையில் கரிகாலன் வாழ்ந்து வந்தான்.

பிந்திய காலத்தில் கரிகாலனைப்பற்றிப் பல மரபுக்கதைகள் வழங்கலாயின. சிலப்பதிகாரத்திலும் 11 ஆம், 12 ஆம் நூற்றாண்டைச் சேர்ந்த சில கல்வெட்டுகளிலும் இலக்கியங்களிலும் கரிகாலன் பற்றிய மரபுக்கதைகளைக் காணலாம். இமயம் வரை அமைந்த இந்தியா முழுவதையும் கரிகாலன் கைப்பற்றினான் ˙ காவேரி வெள்ளப்பெருக்கைத் தடுக்கப் பெருங்கரையைத் தனது சிற்றரசர்களின் துணைகொண்டு கட்டுவித்தான்˙ இவ்வாறு பல சம்பவங்கள் மரபுக்கதைகளிற் காணப்படுகின்றன. மரபுக்கதை ஒன்றைத்தழுவி நச்சினார்க்கினியர் என்ற அறிஞரும் கரிகாலனுடைய திருமணம் பற்றிக் குறிப்பிட்டுள்ளார். நாங்கூரைச் சேர்ந்த வேளிர்குலமங்கை ஒருத்தியைக் கரிகாலன் மணம்புரிந்தான் எனக் குறிப்பிட்டுள்ளார். நாங்கூரின் படைவீரர்களின் பெருமைபற்றித் திருமங்கை ஆழ்வாரின் பாடல்களில் புகழ்ந்துரைக்கப்பட்டுள்ளது. கரிகாலனுடைய மகள் என்று நம்பப்படும் ஆதி மந்தி என்ற ஒரு பெண் பற்றிக் கூறப்படும் கதை ஒன்று சிலப்பதிகாரத்திலுண்டு. இவளுடைய மணாளன் ஒரு சேர இளவரசனான ‘ஆட்டன் அத்தி’ என்று குறிப்பிடப்பட்டுள்ளது. எனினும் இக்கதை உண்மையெனக் கொள்ளமுடியாது. முன்னைய கவிதைகள் சிலவற்றில் ஆதி மந்திக்கும் அந்திக்குமுள்ள தொடர்புபற்றி மாத்திரம் குறிப்புகள் கிடைக்கின்றன் ஆதி மந்திக்கும் கரிகாலனுக்குமிடையே இருந்த உறவு பற்றியேனும், அத்தி சேர வம்சத்தவன் என்பது பற்றியேனும் குறிப்புகள் எதுவும் இல்லை. கணவனும் மனைவியும் நடனத்தைத் தொழிலாகக் கொண்டிருந்தனர் என்று முன்னைய சான்றுகள் கூறுகின்றன. ‘ஆட்டன்’ என்பது ஆடற்றொழிலில் ஈடுபட்டவன் என்று பொருள்படும்.

காஞ்சிபுரத்திலிருந்து ஆட்சிபுரிந்த தொண்டைமான் இளந்திரையன் என்பவன் கரிகாலன் காலத்து அரசனாவான். பட்டினப்பாலையை இயற்றிய புலவனின் பாராட்டுதலையும் பத்துப்பாட்டின் புகழையும் ஒருங்கே பெற்றவன் தொண்டைமான் இளந்திரையன். இவன் விட்டுணுவின் வழி வந்தவன் என்றும் கடல் அலைகளிலிருந்து வெளிக்கிளம்பும் திரையின் வழிவந்தவன் என்றும்

நூல்கள் கூறுகின்றன. இளந்திரையனும் கரிகாலனும் உறவினர் என்பதற்கேனும், சோழப் பேரரசின் அரசியல் ஆதிக்கத்தின் கீழ் இளந்திரையன் இருந்தான் என்பதற்கேனும் ஆதாரம் எதுவுமில்லை. அதிகமான் சார்பில் ஔவையார் ஓர் அரசனிடம் தூது சென்றார் ஔவை தூது சென்றது இளந்திரையனிடமா அல்லது அவன் வம்ச வழிவந்த பிற மன்னனிடமா என்பதும் தெளிவாகவில்லை. இளந்திரையன் ஒரு பாவலனுமாவான். அவன் பெயரோடிசைந்த நான்கு கவிதைகள் கிடைக்கின்றன. அவற்றுள் ஒன்று, ஓர் அரசனின் தனிப்பட்ட குணாதிசயங்கள் எவ்வாறு நல்லாட்சியை உருவாக்கப் பெரிதும் உதவுகின்றன என்று விளக்குகின்றது.

'தலையாலங்கானத்துச் செருவென்ற பாண்டியன் நெடுஞ்செழியன்' கி.பி. 210 அளவில் ஆட்சி புரிந்திருக்கவேண்டும். மாங்குடி மருதன் அல்லது மாங்குடிக்கிழார் என்ற புலவராலும், நக்கீரர் என்ற புலவராலும் நெடுஞ்செழியன் பராட்டப்பட்டுள்ளான். இவ்விரு புலவரும் நெடுஞ்செழியனைப் பற்.றிப் பாடிய ஒவ்வொரு பாட்டும் பத்துப்பாட்டிலுண்டு. புறநானூறு, அகநானூறு என்ற செய்யுட் டொகுப்புகளிலும் நெடுஞ்செழியனைப்பற்றிய செய்யுட்கள் காணப்படுகின்றன.

நெடுஞ்செழியனின் முன் பாண்டிய அரசு கட்டிலை அலங்கரித்த வேந்தர் மூவர் பற்றிய குறிப்புகள் மதுரைக் காஞ்சி என்ற மாங்குடி மருதனார் இயற்றிய நூலிலும் வேறு நூல்களிலும் காணப்படுகின்றன. இவர்களுள் புராணக்கதைகளிடம்பெறும் நெடியோன் என்ற பாண்டியன் சிவனைப்பற்றிய மதுரைத் திருவிளையாடற்புராணத்திற் குறிப்பிடப்படுகிறான் வேள்விக்குடி, சின்னமனூர் ஆகிய இடங்களில் கண்டெடுக்கப்பட்ட செப்புத்தகடுகளிலும் பாண்டியன் நெடியோனின் சாதனைகள் பற்றிய மரபுக்கதைக் குறிப்புகள் தென்படுகின்றன. ப.்.றுளி ஆற்றைக் கொணர்ந்தவன் பாண்டியன் நெடியோன் எனவும் கடலை வழிபடும் மரபு இவனால் ஏற்படுத்தப்பட்டது எனவும் சொல்லப்படுகிறது. வேள்விக்குடியில் காணப்பட்ட செப்புத்தகட்டுக் குறிப்பில் "பல்சாலை முதுகுடுமி" என்ற பாண்டிய அரசனின் பெயர் காணப்படுகிறது. நெடியோனை அடுத்து வந்த பாண்டிய அரசன் இவனாக இருக்க வேண்டும். செப்பேட்டுக் குறிப்புகளில் காணப்படும் பாண்டியர்களில் "பல்சாலை முதுகுடுமி" பற்றி வேறு பல செய்யுள்களும் கூறுகின்றன. பாண்டியன் நெடியோன் என்ற புராண அரனைவிட அதிக அளவு வாழ்வோடு ஒட்டிய தன்மைகொண்டு வாழ்ந்தவன் இவன் பல்சாலை முதுகுடுமி தான் கைப்பற்றிய பிரதேசத்திற் கடினமான ஆட்சியை நடத்தினான். பல்சாலைகளில் வேள்விகளை நடத்தி வைத்ததன் விளைவாக இவனுக்கு பல்சாலைப் பாண்டியன் என்ற புகழ்மிக்க பெயர் ஏற்பட்டது. பாண்டியன் நெடியோனுக்கும் பல்சாலைப் பாண்டியனுக்கும் இடையில் எவ்வளவு காலம் இருந்தது எனக் கூறுவது கடினம். இதே போன்று பல்சாலைப் பாண்டியனின் பின் இவன் வழிவந்த அரசர்களுக்கும் இவனுக்குமிடையே இருந்த காலவேறுபாட்டளவும் தெளிவாக இல்லை. மதுரைக் காஞ்சியில் குறிப்பிடப்பட்டுள்ள மூன்றாவது அரசன் மற்றுமோர் நெடுஞ்செழியனாவான். "வடவர்களின் (ஆரியர்) படையை எதிர்த்து வெற்றிவாகை சூடிய" பெருமைமிகு மன்னனாகப் பாண்டியன்

நெடுஞ்செழியன் வர்ணிக்கப்படுகின்றான். மதுரை நகரில் இடம் பெற்ற கோவலனின் துயர்மிகு கொலை நெடுஞ்செழியன் காலத்தில் இடம் பெற்றது. சிலப்பதிகார நூலின்படி இக் கொலையின் விளைவாய் மன்னன் மனமுடைந்து உயிர் நீத்தான். நெடுஞ்செழியனால் ஆக்கப்பட்டது என்று கருதப்படும் ஒரு சிறு செய்யுளில் குடியிருப்பு, குலம் ஆகிய இரண்டையும் விட அறிவு உயர்ந்தது என்று சுட்டிக்காட்டப்படுகிறது.

தலையாங்கானத்து நெடுஞ்செழியன் இளைஞனாகவே அரசு கட்டிலேறினான். அயலில் இருந்த இரு முடியரசரும் 5 சிற்றரசரும் இணைந்து நின்று பகைத்த போதிலும் ஆட்சிக்கு வந்த சில கால எல்லைக்குள் அவர்களை விட ஆற்றல் மிக்கவன் என்பதை நிருபித்துக்காட்டினான். இளவலாகப் பட்டம் பெற்ற அரசன் போரில் வீராவேசத்துடன் வெற்றி கொள்வேனென்று வெஞ்சினம் கொண்ட விபரங்களைச் சக்தி மிக்க, தெளிவுள்ள, அழகான பாடலொன்று கூறுகிறது. வயதில் சிறியோன் என்ற காரணத்தால் அவனை வெல்வது சுலபம் என்று பகைவர் எண்ணினர். பெருந்தொகையாகச் செல்வத்தைக் கொள்ளை கொள்ளமுடியும் என்று நம்பிய எதிகள் நாட்டின் நடுப்பகுதிவரை தமது படைகளை ஏவினர். அஞ்சா நெஞ்சம் படைத்த நெடுஞ்செழியன் விரைந்து போர்க்களம் புகுந்தான். பகைவர்களின் படையைப் பின் தொடர்ந்து தன் எல்லைக்கு அப்பாலும் விரட்டினான். சோழநாட்டிற்குள் புகுந்த பகைவர்களை தஞ்சாவூர் மாவட்டத்திலுள்ள திருவாரூர் என்னும் இடத்திலிருந்து (வடமேற்குப் பக்கமாக) 8 மைல் தொலைவிலுள்ள தலையாலங் கானத்தில் படுதோல்வியடையச் செய்தான். தலையாலங்கானத்துப் போரின் முடிவில் "யானைக்கட்சேய்" என்ற சேர அரசனைச் சிறைக்கோட்டத்திலிட்டான். தலையாலங்கானத்துப் போரில் பெற்ற வெற்றி நெடுஞ்செழியனின் பரம்பரை ஆட்சியை உறுதிபடுத்தியதோடு தமிழகத்தின் அரச அமைப்பு முழுவதையும் பாண்டியன் நெடுஞ்செழியனின் மேலாதிக்கத்றின் மீழ கொண்டுவரத் துணை நின்றது. நெடுஞ்செழியன் மிழலை, முத்தூர் ஆகிய இரு கூற்றங்களை (ஆட்சிப்பிரதேசங்கள்) "எவ்வி" என்பவனிடமிருந்தும் மற்றுமொரு சிற்றரசனிடமிருந்தும் கைப்பற்றித் தனது முடியாட்சியுடன் இணைத்துக் கொண்டான். மதுரைக்காஞ்சியில் நெடுஞ்செழியனின் ஆட்சியின் கீழ் பாண்டிய நாடும் மதுரையும் இருந்த நிலைபற்றி நீண்ட முழு விபரங்கள் குறிப்பிடப்பட்டுள்ளன. மதுரைக் காஞ்சி பாடிய புலவன், இந்தியா முழுமையிலும் தமது நல்லாட்சியின் பலன்களைப் பரப்பவேண்டும் என்று தன் காப்பியத்தலைவனான நெடுஞ்செழியனை வேண்டியுள்ளான். முதுவெள்ளிலை (இது எவ்விடமெனத் தெரியவில்லை) என்னும் இடத்தில் இருந்த விவசாயிகள், வர்த்தகர்கள் பற்றிப் புலவர் சிறப்பாகக் கூறுகின்றார். இவர்களுடன் பலர் அரசனிடம் பலகாலம் வரை மிக விசுவாசத்துடன் வாழ்ந்து வந்தனர் ஆலங்கானத்துப் போர் பற்றியும் புலவர் குறிப்பிடுகிறார். கொற்கையின் அதிபதி என்று தனது காவலனை அழைக்கிறார். முத்துக் கொழிக்கும் கடற்கரையைச் சார்ந்த தெற்குப் பாதவர் என்ற மரபினர் நெடுஞ்செழியனின் போர்ப் படையில் பிரதான பங்கு கொண்டனர். இத்தகைய தென்னகப் பாதவர்களின் போர்த் தலைவனாக நெடுஞ்செழியன் இருந்தான் என்று புலவர் பாடினார்.

நெடுஞ்செழியனின் காலத்தைச் சேர்ந்த பாண்டிய சோழ இளவரசர்களையும் அவர்களுடைய சாதனைகளையும்பற்றிப் புகழ்ந்து பாடிய புலவர்களையும் நாம் காணலாம். சோழ முடியாட்சியில் நெடுநாள் நிலைபெற்ற ஒரு உள்நாட்டுக்கலகம் பற்றிக் கோவூர்க் கிழாரும் வேறு புலவர்களும் குறிப்பிட்டுள்ளனர். “செட்சென்னி” என்று அழைக்கப்பட்ட நலங்கிள்ளிக்கும், நெடுங்கிள்ளிக்குமிடையில் நிகழ்ந்த போராட்டத்தையே இவர்கள் குறிப்பிட்டுள்ளனர். நலங்கிள்ளியின் இளைய சகோதரனான் மாவளத்தான் என்பவன் முற்றகையிட்ட ஆவூர் என்னும் இடத்தில் நெடுங்கிள்ளி மறைந்திருந்தான். நெடுங்கிள்ளி நேர்மையானவனாகில் கோட்டையின் கதவுகளைத் திறந்து விடுதல் வேண்டும், வீரனாகில் வெளிவந்து போரிடல் வேண்டும் என்று கோவூர்க்கிழார் ஒரு செய்யுளில் கூறுகிறார். நெடுங்கிள்ளியின் பயங்கொள்ளித்தனத்தால் நகரில் வாழ்ந்த மக்கள் சொல்லொணாத் துயரத்திற்குள்ளாகக்கப்பட்டனர். நெடுங்கிள்ளி கோட்டை வாயிலைத் திறக்கவுமில்லை, எதிரிகளை எதிர்க்கவுமில்லை. இதே நெடுங்கிள்ளி உறையூர்க் கோட்டையில் இருக்க நலங்கிள்ளி முற்றுகையிடுகிறான். புலவன் இச்சந்தர்ப்பத்தில் எதிர் அரசனைப்பற்றி நிதானமாகவும் பக்கம் சாராதும் பாராட்டியுள்ளான். நெடுங்கிள்ளி நலங்கிள்ளி ஆகிய இரு அரசர்களையும் அழிவுப்போரில் இருந்து ஒதுங்கி நிற்குமாறு புலவர் வேண்டுகிறார். யார் போரில் தோற்றாலும் அது சோழரின் தோல்வி என்றும் இறுதிவரை போர் நடந்தால் ஒரு சாரார் தோற்பது திண்ணம் என்றும் பாடியுள்ளார். மூன்றாவது செய்யுள் ஒன்று ஒரு புதிய சூழல் பற்றி வர்ணிக்கிறது. நலங்கிள்ளியிடமிருந்து உறையூருக்கள் இளம்தத்தன் என்ற புலவன் போய்ச்சேருகிறான். நெடுங்கிள்ளி இளம்தத்தனை ஒரு ஒற்றன் என்று எண்ணி மரணதண்டனை விதிக்கிறான். இதையறிந்த கோவூர்க்கிழார் ஒரு செய்யுள் மூலம் பாவலர்கள் தீங்கிழையா நற்பண்பினர் என்பதை எடுத்துக்காட்டி இளம்தத்தன் உயிரைக் காப்பாற்றுகிறார். மற்றுமோர் செய்யுள் உறையூரை ஆண்ட அரசவம்சத்தினர் மத்தியில் நிலவிய உட்பகைமை பற்றிக் கூறுகின்றது. நலங்கிள்ளியின் போர் வீரர்கள் அபசகுனங்களைக் கூடப் பொருட்படுத்தாது போரில் இறங்க ஊக்குவிக்கப்பட்டனர். இதற்குக் காரணம் உட்பகைமையே. சோழ முடியாட்சியின் சிதைவிற்கு உள்;ர்ப்போர் ஒரு காரணமாக இக்கால எல்லையில் அமைந்தது. செங்குட்டுவன், முன் குறிப்பிட்டது போல், இதற்கு முன்பும் உள்;ர்ப்போர் ஒன்றைத் தடுக்கத் தலையிடுமாறு அழைக்கப்பட்டான்.

சோழர்களை எதிர்த்துப் போராடிய வேறு சோழ அரசர்கள் பற்றிக் கூறுவதுடன் சங்ககால அரசியல் நிலைபற்றிய எமது குறிப்புகளை முடித்துக்கொள்ளலாம். செருப்பாழி, பாமலூர் ஆகிய பெயர்கள் கொண்டு விளங்கிய சேர மன்னர்களின் இரு கோட்டைகள் நெய்தலங்கானத்து இளஞ்சேட்சென்னி என்ற அரசனாற் கைப்பற்றப்பட்டன. சிவபக்தனாக மரபுக் கதைகளிற் புகழப்பட்டுள்ள சோழன் செங்கணான் ‘போர்’ என்னும் இடத்தில் நிகழ்ந்த போரில் கணைக்கால் இரும்பொறை என்ற சேர மன்னனை எதிர்த்து வெற்றி கண்டான். சிறையிடைத்தேம்பி சேரமன்னன் தாகத்தால் தண்ணீர் வேண்டி நின்ற காலை தாமதித்து நீர் கொடுக்கப்பட்டதால் நீர் உண்ண மறுத்துத் தனது வெட்கத்துக்கிடமான நிலையை ஒரு கவிதை மூலம்

காட்டியுள்ளான். பொய்கையார் என்ற சேர அரசனின் நண்பன் ஒரு புவனாவான் இவன் சோழர்களின் சிறைக்கோட்டத்தில் அடைபட்டுக்கிடந்த தனது நண்பனை விடுவிக்க எண்ணிச் செங்கணானின் வெற்றியைப் புகழ்ந்து 40 செய்யுட்கள் கொண்ட ''களவழி'' என்ற கவிதையைப் புனைந்தான்.

பாவலனுக்குப் பரிசாகச் சேரன் விடுவிக்கப்பட்டான். இப்பாடலின்படி போர் நிகழ்ந்த இடம் கருவூருக்கு அருகே அமைந்த கழுமலம் என்பதாகும். கருவூர் சேரர்களின் தலைநகர். செங்கணான் பற்றி பல தெய்வீகக் கதைகள் பிற்காலத்திற் கட்டப்பட்டுள்ளன. திருமங்கை ஆழ்வாரின் குறிப்புக்களின்படி 70 சிவாலயங்களைச் செங்கணான் நிறுவினான். கி.பி. 4 ஆம் அல்லது 5 ஆம் நூற்றாண்டில் இவன் வாழ்ந்திருத்தல் வேண்டும்.

நந்தத்தனார் இயற்றிய சிறுபாணாற்றுப்படை என்னும் நூல் தென்னிந்திய அரசியல் அமைப்பில் முற்றாக ஒரு மாற்றம் ஏற்படுவதையும் ஒரு கால எல்லை முடிவுறுவதையும் குறிப்பிடுவதைக் கவனிக்கலாம். இப்பாடலில் நல்லியக்கோடன் தலைமகனாக வைத்துப் பாடப்படுகிறான். சங்ககால முடிவில் இருந்த இறுதி அரசன் இவனே என்று கொள்ளலாம். திண்டிவனத்திற்கு அருகே அமைந்த ஒரு கிராமமாகிய ''கிடங்கில்'' இன்று மாக்கணம் என்று சொல்லப்படும் எயிற்பட்டணம், ஆமூர், வேலூர் போன்ற தென் ஆற்காடு மாவட்டத்தில் உள்ள இ.டங்கள் அடங்கிய நிலப் பிரதேசத்தை நல்லியக்கோடன் ஆண்டு வந்தான். நல்லியக்கோடனின் காலம் கி.பி. 275 வரையாக இருக்கலாம் என்று நாம் கொள்ள இடமுண்டு, மூவேந்தர்களின் தலைநகரங்களிலும் வள்ளற்றன்மை அற்றுவிட்டது என்றும் கலைபல பேணி வளர்த்த பண்டைய காவலர்கள் இன்று இல்லை என்றும் புலவர் நந்தத்தனார் இரங்கிப் பாடுகிறார். சிறிதளவு மிகைப்படுத்தப்பட்டதாகப் புலவர் கூற்று இருந்தபோதிலும் இது வஞ்சி, உறையூர், மதுரை போன்ற நகரங்கள் உச்சம் பெற்றிருந்த காலம் கடந்து வீழ்ச்சியுறத் தொடங்கின என்பதைக் காட்டுகிறது.

சங்ககாலத்தில் வாழ்ந்த மக்களின் கலைத்துறைக் கருத்துக்களையும் கொள்கைகளையும் பற்றி நாம் மிகத் தெளிவான உண்மைகளை அறியச் சங்ககால இலக்கியம் துணை நிற்கின்றது. மேலும் இக்காலத்துச் சமூகப் பொருளாதார நிலைகளையும் இவற்றை உருவாக்கி வளர்த்துவந்த நிறுவகங்கள் செயற்பட்ட முறைகளையும் பற்றிச் சங்ககாலப்பாடல்கள் தெளிவாகப் படம்பிடித்துக் காட்டுகின்றன. தமிழரின் கலாசாரமும் ஆரிய கலாசாரமும் இணைந்து வளரத்தொடங்கியதன் தெளிவான சான்றாகச் சங்ககால இலக்கியம் அமைகிறது. தனித்துவளர்ந்த இவ்விருவகைக் கலாசாரங்களின் ஆரம்ப அம்சங்களின் தனித்தன்மையைச் சங்ககாலத்தில் நாம் காணமுயல்வது கடினம். வட இந்தியாவில் ஆரம்பமான சில கலாசார அம்சங்கள் ஆரியமயமாக்கப்பெற்ற பிந்திய காலத்தில் தென்னகத்திற்கு வந்திருத்தல் வேண்டும். மகாபாரதம், இராமாயணம் ஆகிய இரு காவியக்கதைகளையும் தமிழ்ப்புலவர்கள் நன்கு அறிந்திருந்தனர். இதற்குச் சான்றாகப் பல மேற்கோள்கள் அடிக்கடி சங்ககாலக் கவிதைகளில் இடம் பெறுவதை நாம் காணலாம். மகாபாரதப் போரில் எதிர்த்துப் போரிட்ட படையினருக்கு மூவேந்தர்களும் உணவு வழங்கினர் என உரிமை கொண்டாடும்

நிலைமைபற்றி நாம் முன்பு குறிப்பிட்டோம். உலோகங்களாலான முப்புரம் எரித்த முதல்வன் என்று சிவன் வர்ணிக்கப்படுகிறார். புறாவைப் பின்தொடர்ந்த பருந்தின் பசியினின்று அதன் உயிரைக்காக்கும் முகமாகத் தன்னுடலிலிருந்த தசையை வழங்க முன்வந்த சிபிச்சக்கரவர்த்தியின் கதை, அசுரர்களை எதிர்த்துப் போரிட்டுச் சூரியனை உடைமைகொண்ட கிருட்டிணன் பற்றிய கவிதைகள் ஆகியவற்றைச் சங்ககாலப் புலவர்களின் மேற்கோள்களில் காணலாம். சமுத்திரத்திற்கடியில் ஒரு பெரு நெருப்பு உண்டென்றும், வடக்கே அமைந்த ''உத்தர குரு நாடு'' நித்திய இன்பம் தருவது என்றும், கற்புக்கரசி அருந்ததி என்றும், மனிதன் பிறக்கும்போது முப்பெரும் கடன்கள் (ரிணத்திரயம்) அவனை சூழ்ந்து கொள்கின்றன என்ற கருத்தும், சகோரம் என்னும் பறவை மழைத்துளிகளை உண்டு உயிர் வாழ்கின்றது என்பதும், சில சூழ்நிலைகளில் மழைத்துளி முத்தாக மாறுகிறது என்பதும் பற்றிய வடமொழிக் கருத்துக்கள் சங்ககால இலக்கியங்களிலும் அப்படியே இடம் பெறுகின்றன. ஐந்திரவியாகரணம் என்னும் வடமொழி இலக்கண மரபைப் பின்பற்றியே தொல்காப்பியம் ஆக்கப்பட்டது எனவும் சொல்லப்படுகிறது.

தமிழகத்தில் திருமணச் சடங்கு மரபுகளை ஏற்படுத்தியர் ஆரியர் என்று தொல்காப்பியம் உறுதியாகக் கூறுகின்றது. ஆரம்பகால தர்மசாத்திரங்கள் ஆரிய நியதிகளின்படி எண்முறைத் திருமணங்கள் இடம்பெற்றன என்று குறிப்பிடுகின்றன. இத்தகைய எண்முறைத் திருமணங்கள் ஆரியருக்கு முற்பட்ட பழக்கவழக்கங்களையும் ஆரிய காலப் பழக்கவழக்கங்களையும் இணைத்ததன் விளைவாக ஏற்பட்டவையே. தொல்காப்பியமும், பிறநூல்களும் குறிப்பிடும் எண் வகைத் திருமணங்கள் தமிழ் மரபுகளுக்கு ஏற்ப மாற்றியமைக்கப்பட்டுள்ளன. தமிழர் திருமணம் பற்றி ஆரியரைவிடச் சாதாரணமான எண்ணம் கொண்டிருந்தனர். ஆணும் பெண்ணும் இயற்கையாகவே உறவாடுதலைத் தமிழர்கள் அய்கீகரித்தனர். நாட்டின் வேறுபட்ட இயற்கையமைப்புகளின் விளைவாக ஏற்படும் மாற்றங்கள் காதலின் தோற்றப்பாட்டிலுள்ள வேற்றுமைகளை வளர்த்தன என்று தமிழர்கள் நம்பினர். ஐந்திணை என்று இவற்றைப் பெயரிட்டழைத்தனர் ஒரு தலைப்பட்ட காதலைக் கைக்கிளை என்றும், முறையற்றகாதலைப் பெருந்திணை என்றும் குறிப்பிட்டனர். இத்தகைய அமைப்புக்கள் ஆரியரின் எண் வகைத் திருமண முறையைப் புகுத்த முயற்சியெடுக்கப்பட்டது ஆயின் நற்பயன் ஏற்படவில்லை. இணைப்பில் ஏற்பட்ட தொல்லைகள் ஒரு புறமிருக்க, தமிழ் - ஆரிய கலாசாரக் கலப்பின் விளைவாக நற்பயன் ஏற்பட்டது. தமிழ் மொழி மரபின் வளம்மிருந்து எழில்மிகு இலக்கியங்கள் எழுந்தன. இவ்விலக்கியங்கள் சிறந்த அழகும், பேச்சு வளமும் ஒருங்கே பொருந்தி விளங்கலாயின. இன்று கிடைக்கப்பெறும் தமிழ் இலக்கியங்களுள் காலத்தால் முந்தியதாகக் காணப்படும் சங்ககால இலக்கியம் பல வழிகளிலும் மிகச் சிறந்ததாக அமைந்துள்ளது.

நிலம் நல்ல வளமுடையதாயிருந்தத் தானியங்கள், இறைச்சி, மீன் ஆகியன ஏராளமாகக் கிடைத்தன. சேர நாடு எருமை, பலாப்பழம், மிளகு, மஞ்சள் முதலியவற்றிற்குப் புகழ் பெற்று விளங்கியது. காவேரி பெருகிய சோழவளநாடு, ஒரு யானை படுத்து உறங்கும் நிலப்பரப்பில் 7 யானைகள் உண்பதற்குப் போதிய உணவை உற்பத்தி செய்தது. ஒரு வேலி நிலத்தில்

1000 கலம் நெல்லு விளைவிக்கப்பட்டது. பாரி ஆண்ட சிறு கோட்டம் காடுகள் அடர்ந்து விளங்கியது் மூங்கில், அரிசி, பலாப்பழம், வள்ளிக்கிழங்கு, தேன் ஆகியன பெருந்தொகையாகப் பாரியின் நாட்டில் கிடைத்தன. கிராமங்கள் தோறும் இராகியும், கரும்பும் விளைவிக்கப்பட்டன. கிராமங்களின் கருப்பஞ்சாற்றிலிருந்து சர்க்கரை செய்தல், தானியங்களை அறுவடை செய்து உலரவிடுதல் ஆகிய தொழில்கள் நடைபெற்றனவென்று சங்ககாலப் புலவர்கள் மிகத் தெளிவாகவும் யதார்த்தமாகவும் பாடியுள்ளனர்.

மக்கள் தொழில்வழி பிரிந்து குழுக்களாகத் தம்மை ஒழுங்குபடுத்திக் கொண்டு ஒன்றுக்கொன்று அண்மையாகவுள்ள தனித்தனிக் கிராமங்களில் வாழ்ந்து வந்தனர். அவர்களுடைய வாழ்வு சமூக அடிப்படையில் இணைக்கப்பட்டிருந்தது. சமூகத்துறையிலும் பொருளாதார நிலையிலும் நிலவிய ஏற்றத் தாழ்வுகளைக் கொண்ட சமூக அமைப்பை அனைவரும் ஏற்றனர். இத்தகைய அமைப்பு முறைகளை எதிர்த்தமைக்குச் சான்றுகள் எதுவும் கிடைக்கவில்லை. மழவர் என்போர் தமிழகத்தின் வட எல்லையில் வாழ்ந்த படிப்பற்ற பாமரமக்களாவர் அவர்கள் திருடி வாழ்தலைத் தொழலாகக் கொண்டனர். எயினர் என்ற வேடுவத்தொழிலை மேற்கொண்ட மக்களின் இல்லங்களில் அம்பும் வில்லும் கேடயங்களும் நிறையக் காணப்பட்டன. இடையர்களின் இல்லங்கள் தோறும் தயிரும், நறு செய்யும் விற்பனைக்காக உற்பத்தி செய்யப்பட்டன. வேதங்களை நன்குபயின்ற அந்தணர் அன்றாட மதக்கிரியைகளில் ஈடுபட்டிருந்தனர் அவர்களிடம் விருந்தோம்பும் பண்பு தழைத்தோங்கியது. அந்தணர் மதுவும் ஊனும் உண்டனர் ஆயின் அதற்காக அவர்களை எவரும் கண்டித்ததாகத் தெரியவில்லை. 4 வகை சாதிப் பிரிவுகள் (குடிகள்) மட்டுமே சமூகத்தில் இருந்தனவெனப் புறநாநூறு கூறுகிறது. புறநானூற்றுச் செய்யுள் ஒன்றில் குடிகள் பற்றிக்கூறும்பொழுது துடியன், பாணன், பறையன், கடம்பன் என்ற சமூகப்பிரிவுகள் குறிப்பிடப்பட்டுள்ளன. போரில் வீரமரணம் எய்தியோருக்குக் கல்நாட்டி நிலைவைபுகழ்ந்தனர். இவ்வீரர்கள் மாத்திரம் கடவுளாகக் கருதப்பட்டனர். அக்காலத்திற்கடைப்பிடிக்கப்பட்ட வீரவணக்க முறைப்படி மக்கள் வீரர்களின் நினைவுக்கற்கள்முன் நெல்பரப்பி வழிபாடுசெய்தனர். இவ்வகைச் சமூகப்பிரிவுகளும் வழிபாட்டு முறையும் ஆரியர் காலத்திற்கு முற்பட்டவையே. எனவே, இவை மிகப் பழமைவாய்ந்த கோட்பாடுகளாகும். வீரக்கல் நாட்டி அவற்றை ஒழுங்காக வழிபட்டுவந்த முறை சங்ககாலம் முழுவதிலும், அதற்குப் பின்பும் பல நூற்றாண்டுகள் வரை நீடித்தது. தொண்டி, முசிறி, புகார் (காவேரிப்பட்டினம்) போன்ற துறைப்பட்டினங்களில் அன்னியர் (யவனர்) அதிகமாக நடமாடினர். தமிழ் மொழியில் பேச ஆற்றலற்றிருந்த போதிலும் யவனர் மதுரையில் அரண்மனைக் காவலாளராகவும், வீதிதோறும் நகர்காவரலாகவும் அமர்த்தப்பட்டனர். யவனர் இந்தியாவிற்குக் கொண்டு வந்த வர்த்தகப் பண்டங்களில் அபூர்வ அமைப்புள்ள விளக்குகளும், போத்தல்களிலடைக்கப்பட்ட உவையின் என்ற மதுபானமும் சிறப்பாக இடம் பெற்றன. பரம்பரையாக வந்த முடியாட்சிமுறை அக்காலத்தில் நிலவிய அரசாங்க அமைப்பாக இருந்தது. அரச உரிமைக்காக உள்;ர்க் கலகங்கள் இடம் பெற்றன் இதற்காக நிகழ்ந்த உள்;ரப் போர்கள் மக்களுக்குச் சொல்லொணாத் துன்பத்தைத் தந்தன. அரசன் வரை எல்லா அம்சங்களிலும்

எதேச்சாதிகாரம்பெற்றவனாக விளங்கினான். அரச எதேச்சாதிகாரத்தை மட்டுப்படுத்த அறிஞர்களுடைய ஆலோசனைகள் உதவின. ஒரு நண்பன், புலவன் அல்லது அமைச்சன் குறுக்கிட்டு அரசனை வழிப்படுத்துவது வழக்கம். அரசினுடைய செயல்முறைகள் கட்டுப்படுத்தப்பட்டிருந்தன. பண்டைய மரபுகளை மதித்து நடந்துவந்த சமூக அமைப்பு மிக மோசமான எதேச்சாதிகார அரசனைக்கூடக் கட்டுப்படுத்தியது. எதேச்சாதிகார அரசர்களும் அதிகம் தீங்கிழைக்க முடியாத நிலையில் இருந்தனர். சங்ககால இலக்கியத்தைப் படிப்போருடைய மனத்தில் அக்கால மக்கள் திருப்தியுடன் வாழ்ந்தனர் என்ற அபிப்பிராயம் ஏற்படுகிறது. மக்கள் தமது மன்னர்களைப்பற்றிப் பெருமையும் கொண்டனர். ‘அரசன் எவ்வழி குடிகள் அவ்வழி’ என்ற குறிக்கோளைக்கொண்டு மக்கள் வாழ்ந்தமையால் அரசன் மிக உயர்ந்த ஒழுக்க நெறிகளைத் தனது சொந்த வாழ்வில் மேற்கொண்டு வாழ்ந்தான். அரசன் உணர்ச்சிகளுக்கு வசப்படாதிருப்பது நல்லாட்சி செய்ய உதவியாகும் எனப் புலவர்கள் பாடினர். சமயம், கலைகள், இலக்கியம் போன்றனவற்றின் காவலனாக அரசன் இருந்தான். தனது ஆளுகைக்கு உட்பட்ட குடிகளைப் பக்கம் சாராது நடுநின்று, தந்தை மக்கள் மீது காட்டும் அக்கறையுடன், பல்வேறு மக்கட் பிரிவுகளையும் அரசன் ஆண்டு வந்தான். நாள்தோறும் ‘நாளவை’ கூட்டி அரசன் குடிகள் முறையீடுகளுக்குச் செவிகொடுத்துச் செங்கோலோச்சினான். பள்ளத்தினின்று மேட்டை நோக்கி உப்பு ஏற்றிய வண்டியை இழுத்துச் செல்லும் ஆற்றல்மிக்க எருது போன்று அரசன் கடினமான கடமைகளைச் செய்யவேண்டியவனாகிறான் என்று ஒரு புலவர் பாடுகிறார். “நெல்லும் உயிரன்றே, நீரும் உயிரன்றே மன்னன் உயிர்த்தே மலர்தலையுலகம்” என்றார் மற்றுமோர் புலவர். அரச கடமைகளுள் அந்தணருக்கு முக்கியத்துவம் தரப்பட்டது. அன்றாட அலுவல்களில் அரசனுக்கு ஆதரவு கொடுப்போருள் (சுற்றம்) அந்தணர் முதன்மை பெற்றனர். அந்தணருக்கு உள்ளம் நோகாதவாறு ஆளும் ஆட்சியே மிக உயர்ந்த அரசு என்றுகூட அடிப்படையாக அமைந்தது. பருவகாலங்களின் மீதுகூட ஆணை செலுத்தும் ஆற்றல் நல்லாட்சி நடத்திய மன்னவனுக்கு இருந்ததாக நம்பப்பட்டது. ‘நாடு பிடிக்கும் அரசனை’ (விசுகீசு) உதாரணமாகக்கொண்டு அவனைப் போன்று ஏனையோரும் செயற்பட முயன்றனர். முடியுடை மன்னர் எழுவரை வெற்றி வாகை சூடிய வேந்தன், தோல்வியுற்ற எழுவரின் முடிகளைப் புனைந்த மாலையை அணிந்து மிக உயர்ந்த நிலையைப்பெற்றான். பேராற்றல் படைத்த மன்னன் திக்குவிசயம் மேற்கொண்டான் இந்தியா முழுவதையும் தனது படைகளுடன் வலஞ்சுழியாகச் சென்று நாடு பிடிக்கும் போர்களில் ஈடுபடுவதே திக்குவிசயமாகும். சக்கரவர்த்தியின் திக்குவிசயத்தை ஒரு தேவசக்கரம் வழிநடத்தியதாகப் புறநானூற்றுப் பாடல் ஒன்று கூறுகிறது. தங்கத்தாலான சக்கரத்தில் இரத்தினங்கள் இழைக்கப்பட்டு இருந்ததாகவும் இத்தகைய பொற்சக்கரம் ஒன்று திக்குவிசயத்தின் போது போர்ப்படையை வழிநடத்திச் சென்றதாகவும் பாடல் கூறுகிறது. புறநானூற்றுப் பாடலில் மற்றும் ஒரு செய்யுள், ஓர் அரசன் இறந்தபொழுது தற்கொலை செய்து கொண்ட அவன் துணைவர்கள் பற்றிக் குறிப்பிடுகிறது. வேளைக்காரர், கருடர், சகவாசிகள், ஆபத்துதவிகள் போன்ற கௌரவப் பெயர்கள் சூட்டி அரச துணைவர்கள் அழைக்கப்பட்டனர்.

அரசனின் தலைமையில் அமைந்த உயர் நீதிமன்றம் அரச அவை அல்லது மன்றம் என அழைக்கப்பட்டது. மலையமானின் புதல்வர்கள் உயர் நீதிமன்றத்தின் முன்பு நிறுத்தப்பட்டு விசாரணைக்குப்பின் தண்டனை அளிக்கப்பட்டனர்˙ பின்னர் கோவூர் கிழாரின் தலையீட்டின் விளைவாக அவர்கள் விடுவிக்கப்பட்டனர். கோப்பெருஞ்சோழன் மறைந்த பின்பு அவனது நண்பரான பொத்தியார் என்ற புலவர் அரசனின்றி அமைந்த மன்றத்தைக் கண்டு ஆறாத் துயர் அடைந்தார். அரசசபையில் இடம் பெற்ற அறிஞர்கள் தமக்கிடையே நிலவிய தனிப்பட்ட பூசல்களை மறந்து சபை நிகழ்ச்சிகளிற் பங்கு கொண்டு வழக்குரைத்தோர்க்கு நீதி வழங்கினர். அரசசபை பொது ஆலோசனைகள் பெறுவதற்காகவும் மன்னர்களாற் பயன்படுத்தப்பட்டது. சங்ககாலத்திற்குப் பிற்பட்டது என்று முடிவாகக் கொள்ளத்தக்க குறள் நூல், ‘சபை என்பது பல பிரச்சினைகளையும் அணுகி ஆராயும் பொதுச்சபை ஆகும்’ என்று கூறுகிறது. மன்றம் என்பது கிராமங்களின் சிக்கலான சமூக மத பிரச்சனைகளுடன் சம்பந்தமுடையது. கிராமந்தோறும் மக்கள் கூடுவதற்காய பொது இடங்கள் இருந்தன. பொதுவாக ஒரு பெருமரத்தின் நிழலின் கீழ் அக்கிராமத்து ஆண்களும் பெண்களும் குழந்தைகளும் இணைந்து செயற்பட்டனர். கிராமத்தின் பொதுவான நிகழ்ச்சிகளும் விளையாட்டுகளும் ஓய்வுநேரப் பொழுதுபோக்குகளும் இப் பொது மரங்களின் கீழ் நடைபெறும் கிராமப் புறங்களில் கூடிய இக்கூட்டங்களில் அரசியலும் இடம் பெற்றிருக்கக்கூடும். பிந்திய சோழ அரசர் காலத்தில் இடம்பெற்ற மிகத் திறமைவாய்ந்த கிராம ஆட்சி மன்றங்களுக்கு வித்தாக இத்தகைய கூட்டங்கள் அமைந்திருத்தல் கூடும்.

நிலத்திலிருந்து கிடைத்த வருமானமும் வர்த்தகத்தின் வழிவந்த வரிகளும் அரச வருவாயின் பிரதான ஊற்றாக அமைந்தன. மா, வேலி போன்றன நாம் அறிந்த சில அளவைகள் ஆகும். விவசாய உற்பத்தியில் அரசனுக்குரிய பங்கு இன்னது என்று எங்குமே உறுதியாகக் கூறப்படவில்லை. அயல்நாட்டு வர்த்தகம் முக்கியத்துவம் பெற்றிருந்தது. அரச வரவுசெலவுத் திட்டத்தில் வருமான விடயங்களுள் சுங்கததுறைவரி உயரிய இடம் பெற்றது. புகார் (காவேரிப்பட்டினம்) நகரின் சுங்க இலாகா அதிகாரிகளின் நடவடிக்கைகள் பற்றி மிகத் தெளிவாகப் பட்டினப்பாலை கூறுகிறது. உள்நாட்டிற்குள் வர்த்தகப் பொருள்கள் ஓரிடத்திலிருந்து பிறிதோர் இடத்துக்குக் கொண்டு செல்லப்பட்டபோது அறவிடப்பட்ட வரிகள் அரச வருமானத்தின் மற்றுமோர் பிரிவாகும். கள்ள வர்த்தகத்தைத் தடுக்குமுகமாகப் பெருஞ் சாலைகளையெல்லாம் போர் வீரர்கள் இரவும் பகலும் காத்து நின்றனர். புலவர்களின் அறிவுரைகள் காரணமாக வசூலித்த வரியின் அளவை அரசர்கள் மட்டுப்படுத்தினர். அயல்நாடுகளைக் கைப்பற்றிக் கொள்ளை கொண்ட செல்வம் அரச வருமானத்தின் பெரும் பகுதியாக இருந்தது என்று புலவர்கள் கூறினர். சங்ககாலத்தில், சோழ அரசின் களஞ்சியம் கும்பகோணத்திற் கடுங்காவலுடன் அமைந்திருந்தது எனக் கூறப்படுகிறது.

சூளேந்திய வண்ணம் தலை நகரின் வீதிகள் தோறும் நகர்காவலர்கள் உலாவி வந்தனர். அரசபாலனத்தில் சிறையும் ஓர் அங்கமாக அமைந்திருந்தது.

போர்கள் மலிந்த காலத்தில் இடைவிடாது போர் வீரர்களுக்கு வேலை கிடைத்தது. ஒவ்வோர் அரசனும் நன்றாக ஆயுதம் தரித்த ஒரு படைப்பிரிவை வைத்திருந்தான். படைத்தளபதிகள் "ஏனாதி" என்ற பட்டம் வழங்கிச் சிறப்பிக்கப்பட்டனர். ஏற்றுக் கொள்ளப்பட்ட தளபதிகளுக்கு அரச வைபவமொன்றில் கணையாழியும் பிற அரச சின்னங்களும் கொடுக்கப்பட்டன. தேர்ப்படை (எருதுகளால் இழுக்கப்பட்டன), யானைப்படை, குதிரைப்படை, காலாட்படை என்ற பாரம்பரியமான படைப்பிரிவுகள் இடம் பெற்றன. வாள், அம்பும் வில்லும், புலித்தோலால் அமைந்த கவசங்கள், ஈட்டிகள், சூலங்கள், கேடயங்கள் காவற் கையணிகள் போன்ற போர்க்கருவிகள் தாக்குவதற்கும் தற்பாதுகாப்புக்கும் பயன்படுத்தப்பட்டன. போர் முரசங்கொட்டி வீரர்களை ஆயுதம் ஏந்த அழைப்பது வழக்கம். போர்முனையிற் சங்குகள் ஓயாது ஒலித்துச் செய்திகளை அறிவிக்கும். அரசர்களும், சிற்றரசர்களும் தமக்கெனப் போர் முரசங்களை அரச சின்னங்களில் ஒன்றாகப் போற்றிவந்தனர். போர் முரசத்தை இடைக்கிடை நீராட்டி உரக்க மந்திரம் உச்சரித்து வணங்கி வந்தனர். போர் தொடங்குவதற்கான சந்தர்ப்பங்கள் பலதிறப்பட்டு இருந்தன. புலவர்கள் கூறுவது போன்று ஓர் அரசன் மற்றவனின் மகளைப் பெண்வேண்ட அது மறுக்கப்பட்டபோதெல்லாம் போர்தொடுத்தனர் என்று கொள்ளுவதற்கில்லை. போர்தொடுக்க முன்பு ஆதிரை கவர்தல் இடம்பெறும் அல்லது போர்ப்பிரகடனத்தை அந்தணன் ஒருவனுக்கு ஊடாக அனுப்பிவைத்து அதன் பின்பே போர்தொடுக்கப்படும். படைமுகாங்கள் பல பிரிவுகளுடன் தென்படும். முகாங்களுக்குள் சாலைகளும் வீதிகளும் அமைந்திருக்கும். போர்முகாமில் அரசனுக்கென ஒரு பகுதி அமைந்திருக்கும். அரசனின் பகுதியை ஆயுதம் தரித்த பெண்டிர் காத்து நிற்பர். நீரளவுக் கடிகாரங்களைக் காக்கும் காவலாளிகள் யுத்தமுகாமில் இரவு, பகல் நேரங்களை அறிவிப்பர். உச்சிப் பொழுதைக் காண்பிக்க நிழற்கடிகாரம் பயன்படுத்தப்பட்டது. விடியற் காலையை உணர்த்தும் வகையில் ஒரு முரசம் அறையப்படும். குளிரிலிருந்து வீரரைக் காக்க முகாங்களில், தேவையேற்படும்போது, தீ மூட்டப்பட்டது. காவற் கோபுரங்களைப் பிரதான இடங்களில் நிறுவித் தொடர்ந்து காவல் புரிந்து வந்தனர். எதிரிகளின் திடீர்த்தாக்குதலை அறிவதற்கு இக்காவற் கோபுரங்கள் துணை புரிந்தன. போரில் இறந்தவன் வீரசுவர்க்கம் எய்துவான் என நம்பப்பட்டது எனவே போரிட்டு இறத்தலை வீரன் மாத்திரமன்றி அவன் அன்னையும் விரும்பினாள். உண்மை வீரன் படுக்கையிலிருந்து அமைதியாக இறத்தல் அவமானமாகக் கருதப்பட்டது. போரிலன்றி வேறு வகையில் இறக்கும் அரச குடும்பத்தினரின் சடலம், தருப்பைப் புல்லில் வைக்கப்பட்டு மந்திரங்கள் உச்சரித்து வாள் கொண்டு பிளக்கப்பட்டது. இவ்வாறு செய்வதன் மூலம் அவன் வீரசுவர்க்கம் எய்துவான் என நம்பப்பட்டது. போரில் இறந்த பெரு வீரர்களுக்குக் கல்நிறுவி நினைவு கூர்ந்தனர்.இத்தகைய கற்களில் மறைந்த வீரனின் நாமம், சாதனை போன்றன கல்வெட்டுகளாக இடம் பெற்றன. இக் கற்கள் சிறு தெய்வங்களாகக் கருதி வணங்கப்பட்டன. காயமுற்ற வீரர்கள் மிகவும் அவதானமாக மருத்துவ சிகிச்சை அளிக்கப்பட்டனர் புண்களைச் சுத்தப்படுத்தியும் வேண்டியபோது தைத்தும் விட்டனர்.

அரசர்கள் தாமே போர்க்களம் புகுந்து போர் புரிந்தனர்' அவர்கள் வெற்றி விழாக்களைச் சாதாரண வீரர்களுடன் சேர்ந்து கொண்டாடினர். போரில் அரசன் படுகாயமுற்றாலோ, இறந்தாலோ அவனது படைகள் போரைக் கைவிட்டுத் தோல்வியை ஏற்றன. வெற்றி கொண்ட அரசர் தோற்றவர்களை அவமானப்படுத்துவதன் விளைவாக மீண்டும் போர் எழுவதுமுண்டு. தோல்வியுற்ற அரசரின் முடிவுகளிலிருந்து பெறப்படும் பொன் வெற்றியீட்டிய அரசனுக்குக் கழல் செய்யப் பயன்படுத்தப்பட்டது தோற்றவர்கள் பெண்கள் அணியும் கைவளையல்களையும் இலைகளாலாய உடைகளையும் அணியவேண்டுமென நிர்ப்பந்திக்கப்படுதலும் உண்டு. அரச காவல் மரத்தை வெட்டிக் குடைந்து, வெற்றி கொண்ட மன்னனின் போர் முரசுக் கொட்டு அமைக்கப்படும். கைப்பற்றப்பட்ட நாடு சில சமயங்களிற் சிதைவுறுத்தப்படும். தானிய வல்கள் கூட அழிக்கப்படுதலும் உண்டு.

தமிழகத்தின் போர்முனை ஒன்று கனவழி என்ற பாடலில் மிகத் தெளிவாக வர்ணிக்கப்பட்டுள்ளது. போர் வீரர், காலாட்படை, குதிரைப்படை போன்ற பிரிவினர் தோலால் செய்த காலணிகளைப் பயன்படுத்தி வந்தனர். இளவரசரும் பிரபுக்களும் யானை மீது ஏறிச் சென்றனர். போர்த்தளபதிகள் கொடியுயர்த்திய இரதங்களில் உலாவி வந்தனர். கழுமலம் என்னும் இடத்தில் தமது கணவரைப் போரில் பறிகொடுத்த பெண்கள் தம் இழப்புகள் பற்றி இரங்கிக் கூறுவதாகப் புலவர் குறிப்பிட்டுள்ளார். சொல் அழகிற்காகப் புலவர்கள் இச்செய்யுளை ஆக்கியிருக்கலாம் எனினும் உயர்குடிப் பெண்கள் சில சமயங்களில் போருக்குத் தமது தலைவர்களுடன் சென்றனர் எனக் கொள்ள இடமுண்டு.

மன்னன் அரசாங்கத் தலைவனும் போர்த்தளபதியுமாக இருந்ததுடன் சமூகத்தின் முதல்வனாகவும் கொண்டாடப்பட்டான். கவிதை, கலைகள் போன்றனவற்றை வளர்க்க ஊக்கம் தந்ததுடன் விருந்தோம்பும் மரபையும் அரசர் பேணி வந்தனர். போரும் பெண் இன்பமும் செல்வம் படைத்த வர்க்கத்தினரின் ஓய்வுநேர வேலைகளாக அமைந்தன. மது அருந்தியும் ஆடல் பாடலகளிலீடுபட்டும் பணம் படைத்தோர் அகமகிழ்ந்தனர். அரசனும் அவனது எண்ணற்ற ஏனாதிகளும், பரிவாரங்களும் இன்பம் பொங்கும் இனிய வாழ்வு வாழ்ந்து வாழக்கையைப் பூரணமாக அனுபவித்திருத்தல் வேண்டும்.

பொதுவிருந்துகள் நடத்தும் அரசனைப் புலவர்கள் புகழ்ந்து பாடுவது வழக்கமாகியது. தனது தலைவன் பற்றிப் பரிந்துரைக்கும் ஒரு புலவன் கீழ்க்கண்டவாறு கூறுகின்றான். ‘‘நான் உன்னைக் காண வந்ததற்கான காரணம், நன்றாகச் சமைத்த ஊன் துண்டுகள் மென்மையாக்கப் பட்டு வழங்கப்படும் வேலையில் உன்னுடன் கூடியிருந்தது பல சாடி கள் உண்ணும் பேறு கிடைக்கும் என்று கருதியே.'' மற்றுமோர் புலவன், ‘‘புன்னகை பூத்த முகத்துடன் பெண்கள் இரத்தினக்கற்கள் பதிக்கப்பட்ட தங்கத்தாலான கிண்ணங்களில் வழங்கும் மது உண்ணும் வாய்ப்புக் கரிகாலனுடைய பேரவையில் கிட்டும்'' என்கின்றனன். மிருகங்களின் ஊன் முழுவடிவில் சமைக்கப்பட்டு வழங்கப்படுவது வழக்கம். பெண் பன்றியிலிருந்து நெடுநாள் தூரவைக்கப்பட்ட நன்றாகக் கொழுத்த பன்றியின் ஊன் இத்தகைய விருந்துபசாரங்களில் பரிமாறப்பட்டது.

பால் தோய்ந்த அப்பமும், இறைச்சியும், பல்வகை மீன்களும் விருந்தில் வழங்கப்பட்டமை பற்றிக் குறிப்புகள் கூறுகின்றன. அங்கு பரிமாறப்பட்ட மதுவகைகளுள் அயல் நாடுகளிலிருந்து பச்சைப் புட்டிகளில் தருவிக்கப்பட்ட மது பற்றியும் கூறப்படுகின்றது. தேங்காய்ப் பால், பழரசம், கருப்பஞ்சாறு ஆகியன சேர்ந்த முன்னீர், பலகாலம் நிலத்தினடியில் மூங்கில் பீப்பாக்களில் வைத்து முதிரச்செய்த கள் ஆகியன பயன்படுத்தப்பட்டன.

வெற்றிலை, பாக்கு, சுண்ணம் ஆகியன சேர்த்து அருந்தும் வழக்கம் சங்க காலத்தின் பின்னரே தொடங்கப்பட்டிருத்தல் வேண்டும். தமது தலைவன் போரில் மடிந்ததும் பெண்கள் பச்சிலை உண்பதையும் தண்ணீரில் நீராடுவதையும் ஒழிப்பர். விதவைகள் நிலை கடினமானதே அவர்கள் மயிர் கொய்து, நகை களைந்து ஆடம்பரமற்ற உணவருந்தி வாழ வேண்டியவர்களாயிருந்தனர். இதனால் அவர்கள் இறந்த கணவருடன் தாமும் உடன் கட்டை ஏறிச் சதிகள் எனப் பெயர்பெற முன்வந்ததில் ஆச்சரியமில்லை. திருமணத்தின் போது தாலி கட்டுதல் ஆரியர் வருகைக்கு முன்னமே நிலைபெற்ற ஓர் வழக்கமாகும். தமிழ் மரபான தாலகட்டும் முறை பிற்காலத்திலும் கைக்கொள்ளப்பட்டு நிலைபெற்று விட்டது.

கவிதை, ஆடல், பாடல் போன்றன (முக்கியமாகப் பாடல்) செல்வம் படைத்த வர்க்கத்தினரின் பொழுதுபோக்கிற்கு உதவிய கலாசார நிகழ்ச்சிகளாகும். புலவர்கள் ஆண், பெண் ஆகிய இருபாராயும் சமூகத்தின் பல வகுப்பைச் சேர்ந்தவர்களாயும் காணப்பட்டனர் சந்தர்ப்பங்களுக்கு ஏற்றவாறு பாடல்களைப் புனைந்து பரிசில்கள் பெற்றனர். பட்டினப்பாலை இயற்றிய புலவனுக்குக் கரிகாலன் 1,600,000 பொற்காசுகள் வழங்கினான் எனச் சொல்லப்படுகிறது. பாவலர் இயற்றிய பாடல்கள், குறிப்பாகச் சிறு செய்யுள்கள், அழகாகவும் வாழ்வைப் பிரதிபலிக்கும் தன்மையுடையனவாகவும் விளங்குகின்றன. சொல்நயம், கவிநயம் மலிந்து விளங்கும் பாடல்கள் புலவரின் வாழ்விலும் ஆத்மீகத் துறையிலும் அவர்களுக்குக் கிடைத்த அனுபவங்களை எடுத்துக்காட்டுகின்றன. நீண்ட பாடல்களும் இடம் பெறாமலில்லை. ஆத்மீகச் செய்யுள்களும் ஆடல் சார்ந்த பாடல்களும் சிறுகதைப் பாடல்களும் இடம் பெறுகின்றன. புலவர் கையாண்ட யாப்புக்கள் எளிமையானவையும் கருத்துக்கு இணங்குவனவை யுமாக இருந்தன் வடமொழி முறையிற் செய்யுள் ஆக்கும் வழக்கு அக்காலத்தில் இருக்கவில்லை.

அரசனுடனும் சிற்றரசனுடனும் அரண்மனையில் சில புலவர் நிலைகொண்டு துணைவராகவும் ஆலோசகராகவும் வாழ்ந்து வந்தனர். ஏனைய புலவர் அரச சபைகளில் சுற்றிவந்து தமது கவிதைத்திறனை வளர்க்கப் பல காவலாளரின் ஆதரவையும் பெற்றனர். கபிலருக்கும் பாரிக்கும், பிசிராந்தையாருக்கும் கோப்பெருஞ்சோழனுக்கும், ஔவையாருக்கும் அதிகமான் அஞ்சிக்கும் இடையே வாழ்நாள் முழுவதும் நிலைபெற்ற நட்பு காவலர், பாவலர் உறவிற்குச் சிறந்த எடுத்துக்காட்டாகும். பரிசில் தரத் தாமதித்த அரசர்களும், ஏற்ற சன்பானம் வழங்கத்தவறிய அரசர்களும் புலவர்களால் தமது பாடல்களில் எள்ளி நகையாடப்பட்டனர். நேர்முகமாகக் காண வாய்ப்பளிக்காத மன்னன் ஒருவன் அனுப்பிய அன்பளிப்பைப் புலவன் ஏற்க

மறுத்த நிகழ்ச்சியும் உண்டு. வழங்கப்பட்ட பரிசில்களில் பொற்றாமரைமலர்களும், பிரமலர்களும், நிலம், தேர், குதிரை, பொற்கிழி ஆதியனவும் இடம் பெற்றன. பொதுவாக மிகைப்படுத்திச் சொல்லப்படுவதாகிய கரிகாலன் புலவர்க்கு வழங்கிய பொன்முடிப்புப் போன்று மற்றுமோர் கொடையும் இடம் பெறுகின்றது. புலவன் ஒருவன் ஒரு யானையைப் பரிசிலாகப் பெற்றான் ஆயின் புலவன் யானையை எவ்வாறு பயன்படுத்துவான் என்பது தெரியவில்லை.

இசை பாடுவோருடன் ஆடல் அழகிகள் அரசசபைகள் தோறும் மாறி மாறிச் சென்று இன்பம் பொங்கச் செய்தனர். பாணர், விறவியர் போன்றோர் இசைக் கருவிகள் பலவற்றுடன் நாட்டின் பல பாகங்களுக்கும் சென்றுவந்தனர். இவ்வாறு ஆடியும், பாடியும் வந்தவர்கள் பண்டைய காலத்துக் கிராமிய இசை நடனக் கலைகளுக்குச் சிறந்த எடுத்துக்காட்டாகவும் இருந்தனர். அவர்கள் தம் தாங்கொணா வறுமைபற்றிய பாடல்களையே அதிகமாகப் பாடுவர். அவ்வப்போது கிடைத்ததை உண்டு வாழ்ந்து அடுத்த வேளை உண்ணும் இடம் எதுவென்று அறியாது அவலப்பட்டனர். பரிசில்களை வரையாது வழங்கிய வள்ளல் ஒருவனைக் கண்ட பின்பு இத்தகைய குழு ஒன்று கீழ்க்கண்டவாறு கூறுகிறது :

“எமது நிலைமைக்கு ஒவ்வாத விதை மதிப்புள்ள இரத்தினங்களைச் சோழ அரசன் எமக்கும் பெரும் தொகையாகத் தந்துள்ளான். வறுமையால் வாடிய எமது கூட்டத்தினருள் சிலர் கணையாழியைக் காதில் தொங்கவிட்டனர் கடுக்கனை விரலில் அணிந்து கொண்டனர் இடுப்பில் அணிய வேண்டிய நகைகளைக் கழுத்தில் மாட்டிக் கொண்டனர். கழுத்தில் அணிய வேண்டிய அணிகலன்களை இடுப்பில் அணிந்து கொண்டனர். இது சீதாபிராட்டியின் அணிகலன்கள் நிலத்திற் சிதறுண்டு கிடக்கக் கண்ட செங்குரங்குகளின் நிலையை நினைவூட்டுகின்றது. ஆற்றல் மிக்க அசுரத் தலைவன், விரைந்து தேரோட்டும் இராமனின் மனைவியைக் கவர்ந்து சென்றபோது பிராகசம்மிக்க அணிகலன்கள் நிலத்திற் சிதறுண்டன. செங்குரங்குகள் அவற்றையெடுத்துத் தாம் விரும்பியவாறு அணிந்தன. அதே போன்று எம் முன் குவிக்கப்பட்ட அணிகலன்களை எவ்வாறு அணிவதென அறியாது திகைத்த எம்மவரைக் கண்டு பிறர் எள்ளி நகையாடினர்.” தான் பெற்ற பரிசில்கள் பற்றியும் அவற்றை வழங்கிய அரசன் அல்லது வள்ளல் பற்றியும் ஒரு புலவனோ பாணனோ, அன்றி விறவியோ பாடி அன்னாரின் சபை நோக்கி “நீவிரும் செல்லுமின்” என்று தன் நண்பர்களை வழிப்படுத்தும் கவிதை மரபு ஒன்று இலக்கியத்தில் ‘ஆற்றுப்படை’ என்ற பெயருடன் அமைந்திருக்கக் காண்கிறோம்.

இசை நடனக்கலைகள் அதிகம் வளர்ந்து மக்களிடையிற் பெரிதும் பரவியிருந்தன. பலவகை யாழ்கள் பற்றியும் முரசங்கள் பற்றியும் பிற இசைக் கருவிகள் பற்றியும் விவரிக்கப்பட்டுள்ளது. ஏழிசைவல்லான் என்று கரிகாலன் அழைக்கப்படுகிறான். புல்லாங்குழல் ‘செந்தீத்தோட்ட கருந்துளைக்குழல்’ என்று குறிப்பிடப்பட்டுள்ளது. ஒவ்வொரு இசைக்கும் ஏற்றகாலமும், இடமும் பற்றிய மரபு வளர்ந்திருந்தது. இரவில் தீப்பந்தத்தின் ஒளிவியல் விறலியர் சில வேளைகளில் நடனமாடினர் இவர்களுடைய

சில நாட்டிய முறைகளும் அபிநயங்களும் பாதர் இயற்றிய நாட்டியசாத்திர நூலிற் கூறப்படுகின்றன. ஆணும் பெண்ணும் சேர்ந்து ஆடிய நிகழ்ச்சிகளும் இடம்பெற்றன. நடன இசைத்துறைகளில் வடவருடைய முறையும் (மார்க்கம்) ஆரியருக்கு முற்பட்ட உள்நாட்டு மரபும் (தேசி) இணைந்து ஒருமுகப்பட்டன. இத்தகைய இணைப்பு ஏற்பட்டது என்பதைப் பிற்பட்ட காலத்தைச் சேர்ந்த சிலப்பதிகாரத்தில் நாம் காணலாம். இது போன்ற கலை நுட்பங்கள் பற்றி மேற்கொண்டு ஆராய்வது இங்கு பொருந்தாதென்க.

உல்லாச பொழுதுபோக்குகளுள் நாய் கொண்டு முயல் வேட்டையாடுதலும் வீரர்களுள் மல்யுத்தப் போட்டிகள் போன்றனவும் இடம் பெற்றமை கூறப்படுகின்றது. வயோதிகர்கள் "சதுரங்கம் ஆடுவதில்" ஈடுபட்டனர். மாடிகளில் பெண்களும் சிறுமியர்களும் பந்தாடியும் களங்காய் எறிந்தும் களித்தனர். ஆண் பெண் இருசாரரும் சேர்ந்து நீராடுதலும் உல்லாசப் பிரயாணங்களை மேற்கொள்ளுதலும், மன்றங்களில் விளையாடிப் பொழுதைப் போக்கும் சிறுவர்கள் அம்பு வில்லு போன்ற கருவிகள் கொண்டு விளையாடுதலும் பற்றிய குறிப்புகள் கிடைக்கப் பெறுகின்றன. குளங்களிலும் ஆறுகளிலும் வாலிபரும் இளம் பெண்களும் சேர்ந்து நீராடினர். மனைவிக்குப் போட்டியாக ஆடற்றொழிலில் ஈடுபட்ட விலைமகள் அமைந்தாள். கோவலன் கண்ணகிக் கதையின் பின்னணி இத்தகைய போட்டியின் பிரதிபலிப்பாகவே அமைகிறது. வாத்சாயனரின் காமசூத்திரம் போன்று, சங்ககாலத்திற்குப் பிற்பட்ட நூலாகிய மணிமேகலை அமைகிறது. கணிகையர் பல்லாண்டுகளாகப் பயிற்றப்பட்ட பின்பு அரசசபை நடனங்கள், அரங்குகளில் ஆடும் நடனங்கள், பாடல்கள், குழல் போன்ற இசைக்கருவிகளை இசைத்தல், சமையற்கலை, வாசனைத்திரவியங்கள் ஆகிய கலைகளிலும், சித்திரம், பூத்தொடுத்தல் போன்ற பல நுண்கலைகளிலும் பழக்கப்பட்டனர்.

செங்கற்களாலும் சுண்ணாம்பாலும் அமைக்கப்பட்ட இல்லங்களிற் செல்வந்தர் வாழ்ந்தனர். தேவ உருவங்களும் மிருக வாழ்வைப் பிரதிபலிக்கும் சித்திரங்களும் தீட்டப்பட்டன. சாத்திர விதிகளின்படியே இல்லங்களும் அரண்மனைகளும் அமைக்கப்பட்டன. இத்தகைய நிகழ்ச்சிகளை நாளும் கோளும் பார்த்துச் சுபநேரத்தில் தொடங்கினர். பத்துப்பாட்டில் ஒன்றான "நெடுநல்வாடை" என்ற பாடலில் நெடுஞ்செழியனின் அரண்மனையில் அமைந்த அந்தப்புரம் பற்றி வர்ணிக்கப்பட்டுள்ளது. அந்தப்புரத்தில் 'அமைந்த சுவர்களும் தூண்களும் அழகான விளக்குகளும் யவனரால் அமைக்கப்பட்டன. அரண்மனையில் படுக்கை அறை பற்றி அடுத்ததாகக் கூறப்படுகிறது. யானைத்தந்தத்தாலான கட்டில்களும் அவற்றை மென்மையாக்கிய பஞ்சணைகளும் பற்றிக் கூறப்பட்டுள்ளது. உல்லாசமுறைகள் உயர்வாழ்வுடன் ஆரம்பகாலம் தொட்டே இணைந்து வளர்ந்துள்ளன. மனைவியர் குடும்பத்தின் விளக்கெனப் பெருமதிப்புடன் கொண்டாடப்பட்டனர். வறிய மக்கள் கிராமங்களிலும் நகரங்களிலும் குறைந்த தரமான இல்லங்களில் வாழ்ந்து வந்தனர். காடுகளில் வாழ்ந்தோர் பற்றியும் புறச்சாதியினர் பற்றியும் செய்யுள்களிற் குறிப்புகள் கிடைக்கின்றன. இவர்கள் குடிசைகளில் வாழ்ந்தனர். புலையர் கயிற்றுப் படுக்கை செய்தல் போன்ற தொழில்களை மேற்கொண்டனர்.

மிருகங்களின் தோல்கள் ஆசனங்களாக மதிப்பிற்குரியவர்களுக்கு வழங்கப்பட்டது. புகார் நகரில் வாழ்ந்த மீனவரின் வாழ்வு பற்றிப் பட்டினப்பாலை தெட்டத் தெளிவாகக் கூறுகிறது. பாதவர் என்று அழைக்கப்பட்ட இம்மக்களின் ஓய்வு வேளை விளையாட்டுக்கள் பற்றியும் இந்நூல் குறிப்பிடுகிறது. செய்யுள்களில் ஆங்காங்கே மக்களுடைய வழக்கங்களைப் பற்றியும் நம்பிக்கைகளைப் பற்றியும் முக்கியத்துவம் வாய்ந்த குறிப்புகள் காணப்படுகின்றன. சகுனங்களிலும் சோதிடங்களிலும் மக்கள் அதிக நம்பிக்கை கொண்டிருந்தார்கள். "யானைக்கட் சேய்" அரசனின் மறைவிற்கு முன்னர் தோன்றிய துற்குறிகள் பற்றி ஒரு செய்யுள் கூறுகிறது. விரிந்த கூந்தலுடன் தென்படும் பெண் துற்சகுனமாகக் கொள்ளப்பட்டாள். குறிபார்ப்பவர்கள் அதிக வருமானம் பெற்றனர். தீய சக்திகளினின்றும் குழந்தைகளைக் காப்பாற்ற மந்திரம் ஓதிய காவற்கூடுகள் கட்டப்பட்டன. பேய்களின் தொல்லையை நீக்குவதற்குச் சில மதச்சடங்குகள் கைக்கொள்ளப்பட்டன. மழையை வருவிக்கவும் வேண்டியவற்றைப் பெற்றுக்கொள்ளவும் மதச்சடங்குகள் அனுட்டிக்கப்பட்டன. ஆலமரம் ஆண்டவனின் உறைவிடம் என்று கருதப்பட்டது. பாம்புகள் சூரியனையும் சந்திரனையும் விழுங்குவதால் ஏற்படும் நிகழ்ச்சியே கிரகணங்கள் என்று நம்பினர். தனிமையாக இருக்கும் மனைவிக்குத் தலைவனின் வருகையைக் காகம் குறிப்பாக அறிவிக்கும் என்று நம்பப்பட்டது. பொதுவாகக் காகம் கரைந்தால் விருந்தினர் வருவர் என்றும் நம்பப்பட்டது. ஆகவே அரச அரண்மனைகள் தோறும், மனித இல்லங்கள் தோறும் காக்கைக்கு உணவு வழங்கப்பட்டது. வறியவர்க்குப் பெருந்தொகையான அன்னதானம் வழங்கும் மரபும் இருந்து வந்தது.

உள்நாட்டிலும், அயல்நாடுகளுடனும் சீரானமுறையில் அமைந்த வர்த்தகம் இக்காலம் முழுவதும் தீவிரமாக நடைபெற்று வந்தது. தமிழ்ப்பாடல்களும் மேல் நாட்டில் கிடைக்கும் பண்டைய எழுத்தாளரின் குறிப்புகளும, தென்னிந்தியாவில் கிடைக்கப்பெற்றுள்ள புலைதபொருட் சின்னங்களும் வர்த்தகம் வளர்ந்திருந்தமை பற்றி ஒரே குரலில் சான்றுபகர்கின்றன. அயல் நாட்டு வர்த்தகத்தின் பண்டகசாலைகளாகப் பெருந் துறைப்பட்டினங்கள் அமைந்தன. துறைப்பட்டினமான புகார் நகரின் கரைவரையும் பாயைத்தாழ்த்தாது பெருங் கப்பல்கள் வந்தன் இக்கப்பல்கள் கடல் கடந்து கொணர்ந்த விலை மதித்தற்கரிய பண்டங்கள் பல அப்பட்டினக் கரைகளிற் குவிந்தன என்று குறிப்புகள் எமகருக் கூறுகின்றன. புகார் என்ற பெருநகரில் விசாலமான சந்தைகள் அமைந்திருந்தன. பல அறைகளைக் கொண்ட உயர்ந்த மாடமாளிகைகள் அமைந்திருந்தன் ஒவ்வொரு மாடத்திற்கும் தனித்தனிக் கதவுகள் பொருத்தப்பட்டிருந்தன் மாடிகளுக்கு அகன்ற விறாந்தைகளும் ஊடு வழிகளும் அமைக்கப்பட்டிருந்தன. செல்வ வர்த்தகரின் குடும்பவாழ்வு மேல் மாடங்களில் இடம் பெற்றது. கீழறைகள் வர்த்தக நிலையங்களாகப் பயன்படுத்தப்பட்டன. துறைப்பட்டினத்தில் நின்ற கப்பல்களின் கொடிகள் அசைந்தாடின. வர்த்தகப் பண்டங்களை விளம்பரம் செய்யவும் நாகரிக மதுச்சாலைகளை அறிமுகம் செய்யவும் வேறு பல வகைக் கொடிகள் பயன்படுத்தப்பட்டன. பாடல்களில் முக்கியத்துவம் பெற்ற துறைப்பட்டினங்களுள் பாண்டி நாட்டைச் சேர்ந்த சாவியூரும் சேரநாட்டைச்

சேர்ந்த பந்தரும் முதன்மைபெற்றவை. பாண்டி முடியரசு தனக்கு வேண்டிய குதிரைகளை வேறு நாடுகளிலிருந்து இறக்குமதி செய்தது. வர்த்தகத்திற்காக வந்தடைந்த கப்பல்களைப் பழுது பார்த்தமைபற்றியும், கலங்கரை விளக்கங்கள் பற்றியும் குறிப்புகள் உள. துறைப்பட்டினங்களில் பல நாடுகளைச் சேர்ந்த மக்கள் நடமாடியதால் அங்கு கலப்புக் கலாசாரம் நிலவியது. யுவனர் பவுணேற்றிய பெரிய கப்பல்களில் முசிறி (கிராங்கனூர்) என்னும் துறைப்பட்டினத்திற்கு வந்து சேர்ந்தனர் திரும்பிச் செல்லும்போது சேர நாட்டு அரசன் வழங்கிய கடல்படு அபூர்வ திரவியங்களையும் மிளகையும் ஏற்றிச் சென்றனர். இவற்றிற்குச் சான்றாகச் செய்யுள்கள் உள.

உரோமப் பேரரசுக்கும் இந்தியாவுக்கும் இடையே இருந்துவந்த வர்த்தகம் பற்றிய மிக முக்கிய தகவலைப் "பெரிப்பிளசு" என்னும் நூலின் ஆசிரியர் (கி.பி. 75 வரையில்) குறிப்பிட்டுள்ளார். மேற்குக் கடற்கரையில் அமைந்த மேல்வரும் துறைப்பட்டினங்கள் அந்நூலிற் குறிப்பிடப்பட்டுள்ளன் நவுரா (கண்ணனூர்), திண்டிசு (பாடல்களில் தொண்டி எனப்படுகிறது் இது பொன்னானியைக் குறிப்பது எனக் கருதப்படுகிறது), முசிறிசு, (முசிறி, கிராங்கனூர்), நெல்சிந்தா கோட்டையத்தினருகில் உள்ளது) என்பன. அராபிய, கிரேக்கம் போன்ற நாடுகளின் பண்டங்களை ஏற்றிக்கொண்டு முசிறித் துறைமுகத்தை வந்தடைந்த கப்பல்கள் பெருந்தொகை, நெல்சிந்தா, பாண்டிய முடியாட்சிப் பகுதியில் அமைந்திருந்தது. பசாரி (பொறக்காடு) என்பது இதே கரையில் அமைந்த மற்றுமோர் துறைப்பட்டினமாகும். இங்கு இடம்பெற்ற வர்த்தகம் பற்றிப் பெரிப்பிளசு கீழ்க்கண்டவாறு குறிப்பிடுகின்றது. அங்கு அமைந்துள்ள சந்தைப் பட்டினங்களை நோக்கி பெருங் கப்பல்கள் அனுப்பப்படுகின்றன. பெருந்தொகையாக மிளகு, மலைப்பச்சை போன்ற பொருட்களை இக்கப்பல்கள் அங்கு வாங்கி வந்தன. அந்த நாட்டில் கிடைக்கப் பெறாத பண்டங்களை அவர்கள் தருவிக்கிறார்கள். இறக்கமதியாகும் பொருட்களிற் பெருந்தொகையான நாணயங்கள், கோமேதக் கற்கள், நுண்ணிய ஆடைகள், அரிதாகக் கிடைக்கும் இலிணன், துணிகள், நீலாஞ்சனக்கல், கடற்கற்கள், பண்படுத்தப்படாத பளிங்குக் கற்கள், செம்பு, தகரம், காரீயம், சிறிது உவைன் என்ற மதுபானம் (ஆயின் பாரிகாசாவில் உள்ள அளவுக்கு) ஆகியன இறக்குமதியாயின. றியல்கா்,ஓப்பிமெந்து மாலுமிகளுக்கு வேண்டிய கோதுமை ஆகியன அவ்வூர் வர்த்தகர்கள் இதில் வியாபாரம் செய்யாத காரணத்தால், வேண்டிய அளவு தருவிக்கப்பட்டன. கொட்டொனாரா என்ற மாவட்டத்தில் ஒரு சந்தைக்கருகே அமைந்துள்ள பகுதிகளில் விளைவிக்கப்படும் மிளகு பெருந் தொகையாக ஏற்றுமதியானது. இவற்றைவிட, சிறந்த முத்துக்கள், யானைத் தந்தம், பட்டுத்துணிகள், கங்கையில் கிடைக்கும் வாசனைமிக்க விலாமிச்சை வேர், நாட்டின் உட்பகுதியில் கிடைக்கும் மலைப்பச்சை, ஒளியூடுருவிச் செல்லவல்ல பல்வகை இரத்தினக் கற்கள் (கோவை மாவட்டத்தில் கிடைக்கும் இக்கற்கள் உரோமபுரியில் பெரும் மதிப்புப் பெற்றன), வைரங்கள் வைடூரியங்கள், ஆமையோடுகள், தமிரிக்காக் கரையை அடுத்துள்ள தீவுகளில் இருந்தும் கிறைசு என்னும் தீவிலிருந்தும் பெறப்பட்டன. கிப்பலுசு என்ற எகிப்து தேச மாலுமி, பெரிய கப்பல்கள் பருவக்காற்றைத் துணையாகக் கொண்டு நேராகச் சமுத்திரத்தைக் கடக்கலாம்

என்பதை நிரூபித்தார். இதற்கு முன் சிறு கப்பல்கள் மாத்திரம் தரையை அண்டி மெதுவாக நகர்ந்து செல்லவேண்டிய பல இன்னல்களுக்காக வேண்டியும் இருந்தது. கிப்பலுசுவின் காலத்திற்குப் பின் வர்த்தகம் அதிகரித்தது. பெரிப்பிளசு என்னும் நூலில் ஆசிரியரால் மேறும் குறிப்பிடப்பட்டுள்ள தென்னிந்தியத் துறைப்பட்டினங்கள் பின்வருமாறு: சிறந்த துறைமுகம் உள்ள கடற்கரைக் கிராமம் ஆகிய பலிதா (வர்க்கலை), சிறந்த துறைப்பட்டினமும் யாத்திரைக்குரிய புனித தலமுமாக விளங்கிய குமரி, பாண்டிய முடியாட்சியின் கீழ் குற்றங்களுக்காகத் தண்டனை பெற்றோர் வேலை செய்த முத்துக்குளிக்கும் களமாகிய கொல்சி (கொற்கை), காமரா (காவிரிப்பட்டினம்), பொதுசா (புதுச்சேரி), சோபத்மா (மர்க்கானம்) என்பனவாம். கிழக்குக் கடற்கரையில் மூவகை மரக்கலங்கள் பயன்படுத்தப்பட்டன. கடற்கரையை அண்டிப் பிரயாணமாகும் கப்பல்கள், தனி மரக்கட்டைகளால் இணைக்கப்பட்ட பெரிய கட்டுமரங்கள் (சங்காரா), கிறைசுவிற்கும் கங்கைக்கும் பயணப்பட்ட கொலந்தியா என்ற பெரிய கப்பல்கள் ஆகியனவே இம் மூவகையாகும். அர்க்காரு (உறையூர்) பெரிப்பிளசுவில் குறிப்பிடப் படுகின்றது. கரையோரத்தில் கிடைத்த முத்துக்களை இத்துறைப்பட்டினத்திற்கு அனுப்புவார்கள். அர்காரித்திக்கு என்று அழைக்கப்பட்ட இங்கிருந்து ஏற்றுமதியானது. கிழக்குக் கரையோரத்தில் அமைந்த துறைப்பட்டினங்கள் பற்றி அவர் மேற்கண்டவாறு குறிப்பிடுகின்றார். தமிரிக்காவில் ஆக்கப்பட்ட பொருள்கள் அனைத்தும் இங்கு இறக்குமதி செய்யப்பட்டன. எகிப்திலிருந்து எக்காலத்திலாயினும் வரும் பெருந்தொகைப் பொருள்கள் இங்கேயே இறக்கப்பட்டன. மசாலியாப் பிரதேசத்தில் (ஆந்திர நாடு) அதிகமாகப் பட்டு உற்பத்தி செய்யப்பட்டது. யானைத்தந்தம், மேலும் வடக்கில் அமைந்த தொசாரினி (தசார்னா, ஒரிசா) பகுதியில் கிடைத்த சிறப்பான பண்டமாகும்.

உரோமப் பேரரசுகள் நீரோவின் காலம் வரை (கி.பி. 54-68) வெளியிட்ட பவுண், வெள்ளி நாணயங்கள பெருந்தொகையாகத் தமிழகத்தின் உட்பகுதிகளிற் கண்டெடுக்கப்பட்டுள்ளன. இவை தமிழகத்தின் வர்த்தக வளர்ச்சிக்கும், உயர் நிலைக்கும், தாழ்விற்கும் உரிய காலங்களைக் குறிப்பிடுகின்றன. மேலும் உரோமக் குடியேற்றங்கள் தமிழகத்தில் நிலைகொண்டமைக்கும் இவை சான்றாகும். ஒகத்தசு என்ற உரோமப் பேரரசன் காலம் தொட்டு அல்லது முன்பே இத்தகைய வர்த்தகத் தொடர்புகள் ஏற்பட்டிருத்தல் கூடும். ஒகத்தசுவின் முத்திரை பொறிக்கப்பட்ட பெருந்தொகையான நாணயங்களும் திபெரியசுவின் முத்திரையுடன் கூடிய நாணயங்களும் கண்டெடுக்கப்பட்டுள்ளன. பாண்டிய அரசன் அனுப்பிய அரசத் தூதுக்கள் அவன் ஆட்சிக் காலத்தில் இடம் பெற்ற போதிலும் பெருந்தொகையான வர்த்தகம் நிகழவில்லை. எனவே பொருளாதாரத் துறையிலும் இக்காலம் முக்கியத்துவம் பெற்றதன்று. போகப் பொருட்களுடன் மாத்திரம் ஆரம்பித்த வர்த்தகம் எதிர்பாராத பெரிய அளவிலும் புதிய தோற்றத்துடனும் விரைந்து பெருகிற்று. நீரோவின் மறைவின்பின் தமிழகத்துடன் மட்டும் உரோம வர்த்தகம் நிலைகொள்ளவில்லை் இந்திய கடற்கரையின் ஏனைய பாகங்களுடனும் வர்த்தக தொடர்புகள் பரவலாயின. பணம் கொடுத்துப் பொருள் வாங்குவதற்குப் பதிலாகப் பண்டமாற்று முறையில் வர்த்தகம்

இடம் பெற்றது நீரோவையடுத்து ஆட்சிக்கு வந்த பேரரசர்களின் முத்திரைகள் பொறிக்கப்பட்ட நாணயங்கள் அதிகம் காணப்படாமையிலிருந்து இதனை அறிந்து கொள்ளலாம். கி.பி. 2 ஆம் நூற்றாண்டின் முடிவில் உரோமப் பேரரசைச் சார்ந்த எகிப்து தேசக் கிரேக்கர்களும் இந்தியாவுக்கும் இடையில் நிலவிவந்த நேர்முக வர்த்தகம் குன்றியது. அவுக்சுமைற்றுக்ள் என்ற கிழக்காப்பிரிக்க மக்களின் கைக்கும் அராபியரின் கைக்கும் வர்த்தகம் மாறியது. கி.பி.4 ஆம் நூற்றாண்டில் கொன்சுதாந்திநோப்பிள் என்ற நகரத்தின் மலர்ச்சியுடன் வர்த்தகத்தில் புதிய யுகம் ஒன்று ஆரம்பமாகியது. தென்னிந்தியாவில் மீண்டும் உரோம நாணயங்கள் தோன்றின. மாலைதீவு, இலங்கை போன்ற பிறநாடுகளிலிருந்தும் கொன்சுதாந்திநோபிளுக்கு அரசத் துறைகள் அனுப்பப் பட்டன. இந்து சமுத்திர வர்த்தகத்தில் இலங்கை இக்காலத்தில் முக்கியத்துவம் பெறத் தொடங்கியது. பைசந்தைன் காலத்திற்கு முன்னர் நிலவிய பொருளாதார நிலை உரோமப் பேரரசைச் சிதைவுறுத்தியது. பேரரசின் செல்வ வளம் வீழ்ச்சியுற்றது. பேரரசுக்குப் பணம் தந்த செல்வந்தர்களும் ஆத்மீக அறிஞர்களும் பொருளாதாரச் சிதைவுகண்டு எதிர்ப்புத் தெரிவித்தனர். கிரேக்க-உரோமர்களும், இந்தியரும் சேர்ந்து நடாத்திய பிரயாணங்கள், குடியேற்றங்கள் ஆகியவற்றுடன் இணைந்தே ஆரம்பகால உரோமப் பேரரசின் வர்த்தகமும் வளர்ந்தது. இதுபற்றி இசுகோவு என்பவர் மேற்கண்டவாறு கூறுகிறார். “இந்தியாவில் இருந்து கிறித்துவக் காலத்தின் முன்பும் பின்பும், இந்தோசீனத்திற்குப் பெருந்தொகையானவர்கள் சென்று குடியேறினார்கள். இதிலிருந்து தென்னிந்தியாவிலும் இலங்கையிலுமிருந்த துறைமுகங்கள், பெரிப்பிளசு குறிப்பிடுவது போன்று தூரகிழக்கு வர்த்தகத் தொடர்பின் நிலைக்களங்களாக விளங்கின என்பது தெளிவாகும். பேரிய கப்பல்களைப் பெருந்தொகையாக இத்துறைமுகங்கள் பயன்படுத்தின. உருவத்திலும் எண்ணிக்கையிலும் எகிப்து தேசக் கப்பல்களை விட இவை பெரியவை”. நீண்ட கால அமைதியின் பின் சோழ அரசர்களின் ஆதிக்கத்தின் கீழ், 10 ஆம், 11 ஆம் நூற்றாண்டுகளிற் கடல் வர்த்தகம் மறுமலர்ச்சியுறக் காண்கிறோம். இக்காலத்தில் மக்கள் முன்ப கொண்டிருந்த கடற்றொழில் திறமை அற்றுப் போகவில்லை என்பது நிரூபிக்கப்பட்டது. முன்பு கிடைத்ததை விடச் சிறந்த வசதி ஏற்படுத்தப்பட்டதும் அதிக துணிச்சல் மிக்க கடல் முயற்சிகளில் மக்கள் ஈடுபட்டனர். பண்டைக் காலச் சாதனைகளை விடப் பிற்காலச் சாதனைகள் அதிகமாகும்.

உள்நாட்டு வர்த்தகமும் துரிதமாக நடைபெற்று வந்தது. பண்டங்கள் ஏற்றப்பட்ட வண்டிகளும், பொதிசுமக்கும் மிருகங்களும் ஓரிடத்திலிருந்து பிறிதோர் இடத்திற்கு வர்த்தகப் பொருட்களைச் சுமந்து சென்றன. சந்தைத் தொடர்புகளும் இதே போன்று அமைந்தன. பண்டங்களில் உப்பு வர்த்தகம் முக்கியத்துவம் பெற்றது. உப்பு வர்த்தகர் தமது குடும்பத்தினருடன் வண்டிகளில் வர்த்தகப் பிரயாணங்களை மேற்கொண்டனர். பழுதேற்படும்போது உதவக்கூடிய மேலதிகமான அச்சுக்களையும் இத்தகைய வண்டிகளில் கொண்டு சென்றனர். பண்டமாற்றுப் பிரதான இடம் பெற்றது. தேனும் கிழக்கும் தந்து, மீனெண்ணெயும் கள்ளும் பெற்றுக்கொள்ளும் வாய்ப்பு இருந்தது. கரும்பும் அவலும் கொடுத்து மான் இறைச்சியும் சாராயமும் கொள்ளப்பட்டது.

முசிறியில் நெல்லை விற்று மீனை வாங்கினர். நாட்டின் பொருளாதாரம் விவசாயத்தை முதன்மையாகக் கொண்டே விளங்கியது. கடைசியர் என்ற கீழ்க் குடியிற் பிறந்த பெண்கள் விவசாயத்தின் சகல நிகழ்ச்சிகளிலும் ஈடுபடுத்தப்பட்டனர். இவர்களின் நிலை அடிமைகளின் நிலையைவிட அதிகம் மாறுபட்டதல்ல. வேளாளர் என்ற உயர் குடிப்பிறந்த விவசாயிகள் நிலத்தின் பெரும் பகுதியையும் உடைமை கொண்டனர். வேளாளருக்குச் சமூகத்திலும் முதலிடம் தரப்பட்டது. செல்வம் படைத்த வேளாளர் தாமே பயிர் செய்யாது, மக்களை ஏவல் கொண்டு, விவசாயத்தை வளர்த்தனர். நிலத்தின் உடைமையாளராக வேளாளர் விளங்கியது மாத்திரமன்றி உயர்ந்த குடியியற்பாலன அதிகாரிகளாகவும் படை நிருவாகிகளாகவும் பணிபுரிந்தனர். 'வேன்', 'அரசு' என்ற பட்டங்கள் சோழ நாட்டிலும் 'காவிதி' என்ற பட்டம் பாண்டிய நாட்டிலும் வேளாளருக்கு அரசர்களால் வழங்கப்பட்டன. அரசகுடும்பத்தினருடன் வேளாளர் கலப்புமணம் செய்யும் உரிமையும் பெற்றிருந்தனர். அத்துடன் போர்க்கடமைகளையும் அரசருடன் பகிர்ந்து கொண்டனர். வேட்டையிலும் விருந்திலும் கூடக் கிடைத்த இன்பத்தில் இருசாரரும் பங்கு கொண்டனர். வறிய நிலையில் இருந்த வேளாளர் உடல் உழைப்பில் ஈடுபடாது ஒதுங்கி நிற்கவில்லை. தமது சிறு வயல்நிலங்களைத் தாமே பயிரிட்டனர். எங்கும் காணப்படும் உழவரைப் போன்றே வறிய வேளாளரும் உழைத்து வாழ்ந்தனர். நூற்றல் நெய்தல் ஆகிய தொழில்கள், பருத்தி பட்டுப் போன்ற பொருட்களைப் பயன்படுத்தி மிக உயர்ந்த இடத்தைப் பெற்றிருந்தன. ஓய்வு வேளைகளில் என்றும் போல் அன்றும் பெண்கள் நூற்றலை மேற்கொண்டனர். பருத்தி, பஞ்சு ஆகிய பொருட்களைக் கொண்டு மிகவும் நுட்பமான மாதிரிகளை நெசவாளர் திறம்படச்செய்தனர் என்று இலக்கியங்களிற் பன்முறை குறிப்பிடப்பட்டுள்ளது. உறையூரைப் பருத்தி வர்த்தகத்தின் பிரதான நகரம் என்று பெரிப்பிளசு நூல் கூறுகிறது. பாம்புச் செட்டை அல்லது நீராவிப் படலம் போன்ற மிக மென்மையான பருத்தி ஆடைகள் இருந்தனவெனப் பாடல்கள் கூறுகின்றன. இத்தகைய ஆடைகளை நெய்யப் பயன்படுத்தப்பட்ட நூல் கண்ணுக்குப் புலப்படாத அளவு நுண்ணியவை என்று செய்யுள்கள் கூறுகின்றன. கத்தரிக்கோல், ஊசிவகைகள் பற்றியும் மக்கள் அறிந்திருந்தனர். இவை சிகை அலங்கரிக்கவும் ஆடைகளை ஆக்கவும் துணைநின்றன. ஒருவகைக் கூந்தல் நெய் (தகரம்) பற்றியும் குறிப்பகள் உள்ளன. சமயத்துறையிலும் ஒழுக்க நெறியிலும் வட நாட்டுக் கருத்துக்கள் பரதிபலிப்பதைத் தெளிவாகக் காணலாம். விருந்தினரை வழியனுப்பும்போது அவர்களுடன் சிறிது தூரம் செல்லுதல் மரபாகும். கரிகாலன் "ஏழு அடி" (சப்தபடி) நடந்து சென்று விருந்தினரிடமிருந்து விடைபெற்றுக் கொண்டான் விடை பெற்றுக் கொள்பவர், பால் போன்ற வெண்ணிறமான நாலு குதிரைகள் பூட்டப்பட்ட தேரில் அமர்ந்து கொள்ளுமாறு கரிகாலனால் வேண்டிக்கொள்ளப்பட்டார் என்று கூறப்படுகிறது. பசுவதை, கரு அழித்தல், அந்தணனைக் கொல்லுதல் போன்றன மிகக் கொடிய குற்றங்களாகக் கருதப்பட்டன. இவை எல்லாவற்றையும்விடச் செய்தன்றி கொன்றார்க்கு உய்வில்லை என்று நீதி நூல்கள் கூறின. இறந்தோர் சடலங்களை ஒரு குறித்த முறையில் தகனம் செய்தனர் என்று கூறுவதற்கில்லை சுடுகாடுகளும்

இடுகாடுகளும் இவற்றிற்காகப் பயன்படுத்தப்பட்டன. தாழிகளில் இட்டும், இடாதும் இடுகாடுகளில் சடலங்கள் புதைக்கப் பெற்றன. தருப்பைப் புல்லாலான படுக்கையின் மீது வைக்கப்பட்ட தன் மறைந்த தலைவனின் சடலத்துக்கருகே விதவைப் பெண் ஒரு பாத்திரத்தில் சோறு படைப்பாள் என்றும், புலையன் இத்தகைய சோறுபடைக்கும் ஈமச்சடங்கில் பங்கு கொண்டான் என்றும் சான்றுகள் கூறுகின்றன. உடன் கட்டையேறம் வழக்கம் (சதி) இருந்தது. எனினும் இவ்வழக்கம் எல்லோராலும் அனுட்டிக்கப்படவில்லை. உடன்கட்டையேறுவோரின் வீரமமும் பற்றும், பொது மக்களாற் பெரிதும் போற்றப்பட்டன. எனினும் இவ்வழக்கம் எல்லோராலும் அனுட்டிக்கப்படவில்லை. உடன்கட்டையேறுவோரின் வீரமும் பற்றும் பொது மக்களாற் பெரிதும் போற்றப்பட்டன. எனினும் இவ்வழக்கம் ஊக்குவிக்கவோ வற்புறுத்தவோபடவில்லை. நீராடச் செல்லும் பெண் குளிர்ந்த நீருக்குள் எவ்வாறு இறங்குவாளோ அதே போன்று ஒரு கற்புக்கரசியும் தனது தலைவனின் சடலம் எரிந்து கொண்டிருக்கும்போது தீயினுள் புகத் தயங்கமாட்டாள் என்று கருதப்பட்டது.

இக்காலத்தைச் சார்ந்த முடிவேந்தர்கள் பெருஞ் செலவு செய்து நடாத்திய யாகங்கள் பற்றிக் குறிப்புகள் உள்ளன. வேதகால மதம் தென்னகத்தில் நிலைகொண்டமைக்கு இது சான்றாகும். வேதம் ஓதி மதம் வளர்த்த அந்தணர் சமூகத்தில் உயர்ந்தவர்களாகக் கருதப்பட்டனர். சோழநாட்டிற் பூஞ்சாற்றூரில் வாழ்ந்த கௌண்டினிய கோத்திரத்தைச் சேர்ந்த விண்ணந்தாயன் என்ற அந்தணனின் வாழ்வு பற்றிய விபரங்களை ஆவூர் மூலம் கிழார் என்ற புலவர் தன் பாடலிற் படம் பிடித்துக் காட்டுகிறார். வேதங்களைப் பின்பற்றியோருக்கும் வேறு சமயக் கட்சிகளுக்குமிடையிற் பிணக்குகளும் தோன்றின. கொடிகளைப் பறக்க விட்டும், கை அபிநயங்களைக் காட்டியும் நடந்த கருத்துப் பிணக்கறுக்கும் விவாதங்கள் பற்றிய சான்றுகள் பலவுள. மாறுபட்ட மதக் கொள்கைகளுடைய கட்சிகள் எவை என்று குறிப்பிடப்படவில்லை. எனினும் இவை சமணமும், பௌத்தமும் தான் என்பதிற் சந்தேகமில்லை. இவ்விரண்டு மதங்களும் சங்ககாலத்திற்குப் பின் முதன்மை பெறுகின்றன. எனினும் கிடைக்கப்பெறும் குறிப்புகளைக் கொண்டு பார்க்குமிடத்து இந்து மதம் சங்ககாலத்தில் பிரதான மதமாகக் கருதப்பட்டது. சுப்பிரமணிய (முருகன்) வழிபாடு இடம் பெற்றது. முருகன் பற்றிய மரபுக்கதைகளும், சாதனைகளும் குறிப்பிடப்படுகின்றன. சிவன், பலராமன், விட்டுணு, கிருட்டிணன், அர்த்தநாரீசுவரன், அனந்தசாயி ஆகிய தெய்வங்கள் தெய்வப் பட்டியலில் இடம் பெறுகின்றன. பதிற்றுப்பத்தில் துளசியும் மணியும் கொண்டு விட்டுணு வழிபாடு அனுட்டிக்கப்பட்ட விபரங்கள் உள்ளன. உண்ணா நோன்பு மேற்கொண்டு ஆண்டவன் அருள் பெற முயன்றோர் பற்றியும் நாம் அறியலாம். மாலை வேளைகளில் மகளிர் தம் குழந்தைகளுடன் இறை வழிபாட்டிற்காகக் கோவில்களுக்குச் சென்றனர். துறவறம் போற்றப்பட்டது. திரிதண்டி என்ற பிரிவுச்சந்நியாசிகள் பற்றிச் சிறப்புக் குறிப்புகள் கிடைக்கப் பெறுகின்றன. பண்டைக் காலம் தொட்டே மக்கள் மத்தியில் நிலவிவந்த வேலனாடல் போன்ற பழைய மரபுகளுக்கும் முருக வழிபாட்டிற்கும் நெருங்கிய தொடர்புமுண்டு. முருகனின் மகத்துவத்தின் பேரிற் கலைகொண்டு ஆடுதலே

வேலனாடாகும். புகார் நகரில் ஆண்டு தோறும் மேற்கொள்ளப்பட்ட ஒரு சிறப்பு வழிபாடாக இந்திரவிழா அமைந்தது. சங்க காலத்திற்குப் பிந்திய காவியங்கள் இசையும் நடனமும் மதத்துடன் பின்னிப் பிணைந்து நின்றமைபற்றிச் சான்றுகள் கூறுகின்றன. வேடுவர் மத்தியில் இருந்த கொற்றவை வழிபாடும், இடையர் கைக்கொண்ட கிருட்டிணன் வழிபாடும், குறவர் மேற்கொண்ட முருக வழிபாடும் இதற்கு உகந்த சான்றுகளாகும். மணிமேகலையிற் சரசுவதிக்குக் கோவில் ஒன்று இருந்ததாகக் கூறப்படுகிறது. சைவத்துறவிகளுள் காபாலிகர் என்ற கண்டிப்பான துறவிகள் இருந்தமை பற்றியும் மணிமேகலை குறிப்பிடுகிறது. மறு பிறப்பு, வரும் பிறவிகளிலும்

கன்மவினை தொடர்தல், விதியின் வலிமை ஆகிய அம்சங்களை இந்தியாவில் இருந்த மதங்கள் அனைத்தும் அங்கீகரித்தன. இத்தகைய பொது விதி தமிழகத்திலும் ஏற்றுக்கொள்ளப்பட்டது. இன்பகரமான நல்வாழ்வு பற்றிப் பேசிய சங்ககாலப் பாடல்களுக்குப் பதிலாக எல்லாம் துன்பமே என்ற கருத்துக் கொண்ட பாடல்கள் தோன்றி வாழ்வைப் பாதிக்கத் தொடங்கின. வாழ்வின் துயர்பற்றிப் பௌத்த மதம் அழுத்திக் கூறும் கருத்துக்கள் பிந்திய காலப் பாடல்களிற் தோன்றலாயின. வாழும் விருப்பை விட்டு ஒழித்தலே துக்க சாகரத்தினின்று விடுபட வழி என்பது பௌத்த மதக் கோட்பாடு ஆகும். சங்ககாலத்தின் முடிவில் தோன்றிய செய்யுள்கள் துயர் தோய்ந்து காணப்படுகின்றன. மணிமேகலையில் இந்த உணர்ச்சி விளக்கமாகத் தெரிகிறது. மரணத்தின் ஈவிரக்கமின்மை பற்றி எண்ணாத மூடர்கள், தமது பொன்னான நேரத்தைச் சிற்றின்பங்களுக்காகச் செலவிடுகின்றனா என்று கண்டன முழக்கம் செய்கிறது மணிமேகலை.

சங்ககாலத்தின் பின் ஒரு நீண்ட இருள் படர்ந்த காலம் நிலவக் காண்கிறோம். மூன்று நூற்றாண்டுகளுக்கு மேலாக நிலவிய இக்காலம் பற்றி நமக்கு அதிகம் தெரியவில்லை. மறுபடியும் இருள் அகன்று கி.பி. 6 ஆம் நூற்றாண்டு அளவில் வரலாறு ஒளி வீசத் தொடங்குகிறது. 6 ஆம் நூற்றாண்டில் இனம் கண்டு கொள்ளமுடியாத நாகரிகத்தின் எதிரிகளான களப்பிரர் என்ற கொடிய அரசர் வந்து நிலைகொண்டுவிட்டனர். நிலைபெற்ற அரசியல் அமைப்புத் தூக்கியெறியப்பட்டது. பாண்டியரும், பல்லவரும், பாதாமியைச் சேர்ந்த சாளுக்கியரும், களப்பிரரைத் தோற்கடிக்கும் வரை களப்பிரரால் ஏற்படுத்தப்பட்ட நிலமைகள் நீடித்தன. களப்பிரர் பற்றித் தெளிவான குறிப்பெதுவும் எமக்குக் கிடைக்கவில்லை. களப்பிரர் குலத்தைச் சேர்ந்த அக்குதவிக்கந்தன் என்ற ஒருவனைப் பற்றிச் சில பௌத்த நூல்கள் குறிப்பிடுகின்றன. சோழ நாட்டில் நிலைபெற்ற அக்குதவிக்கந்தனுடைய ஆட்சிக் காலத்திற் பௌத்த ஆச்சிரமங்கள் தழைத்தோங்கின் பௌத்த நூலாசிரியரும் ஊக்குவிக்கப்பட்டனர். பிற்காலத் தமிழ் இலக்கிய வரலாற்றுப்படி அக்குதவிக்கந்தன், சேர, சோழ பாண்டிய குல மூவேந்தர்களையும் காவலில் வைத்தான். கி.பி. 10 ஆம் நூற்றாண்டைச் சேர்ந்தவரும் தமிழ் மொழிக்கு இலக்கணம் வகுத்தவருமான அமிர்தசாகரர் என்ற நூலாசிரியர் அக்குதவிக்கந்தன் பற்றிய சில செய்யுள்களை மேற்கோள் காட்டுகிறார். அக்குதன் அனேகமாக ஒரு பௌத்தனாக இருந்திருக்கலாம். அவனுக்கு

எதிராகக் களப்பிரர் நடாத்திய அரசியற் புரட்சி மத எதிர்ப்பு மனப்பான்மை அடிப்படையில் இடம் பெற்றிருத்தல் கூடும். எவ்வாறு நோக்கினும் களப்பிரர் ஆதிராசாக்களை நிலைகுலையச் செய்து பிரமநேய உரிமைகளைத் தகர்த்தெறிந்த கலிகால அரசர்கள் என்று கண்டிக்கப்படுகிறார்கள். வந்த இந்த அரசர்களுக்கும் நாட்டு மக்களுக்கும் இடையில் அன்பு நிலவியதேயில்லை. இப்போராட்ட காலத்தில் தமிழகத்திற் சோழர் மரபு மறைந்து விடுகிறது. அவர்களுடைய ஒரு சந்ததியினர் பற்றிய சான்றுகள் மாத்திரம் இருள் மூடிய கால முடிவில் கிடைக்கப்பெறுகின்றன. இவர்களே இராயலசீமையிலிருந்து ஆட்சி செய்த தெலுங்குச் சோடராவர். கி.பி. 7 ஆம் நூற்றாண்டில் தெலுங்குச்சோடர் குடியரசு பற்றி யுவன் சுவன் குறிப்பிட்டுள்ளார்.

களப்பிரால் ஏற்படுத்தப்பட்ட சீரழிவு சேரநாட்டையும் பாதித்தது. சேர நாடு பற்றி இக்காலத்தைய செய்திகள் கிடைக்கப்பெறவே இல்லை. எனினும் பிற்கால மரபுக் கதைகள் 'கோளோற்பந்தி' என்ற நூலிலும் 'கேரள மாகாத்மியம்' என்று நூலிலும் காணப்படுகின்றன. இக்குறிப்புகளின்படி சேர நாட்டை ஆள்வதற்கெனப் பட்டமும் பெற்றனர். குலசேகர ஆழ்வார் என்ற வைணவ குருவும் இப்பெருமாள்களுள் ஒருவராக இடம் பெற்றிருக்கலாம். அவருடைய பாடல்களில் சேர, சோழ, பாண்டிய அரசுகள் மீது தாம் மேலாதிக்கம் செலுத்தியதாகவும் கொங்கு நாட்டையும் கொல்லிக்குன்றையும் சேர்த்து ஆண்டதாகவும் பாடுகிறார். குலசேகர ஆழ்வாருடைய காலம் பற்றி எதுவும் உறுதியாகக் கூறுவதற்கு முடியாது. இவர் 6 ஆம் நூற்றாண்டைச் சேர்ந்தவராக இருக்கலாம் என்று வாதிடுவோர் இதற்குப் பின்பு பாண்டியரையேனும் சோழரையேனும் ஆளும் வாய்ப்பை இவர் பெற்றிருக்க முடியாது என்பதை மனதில் வைத்தே வாதிடுகின்றனர். எனினும் இக்கவிதையில் சொல் நயத்திற்காகக் கூறப்பட்டவையே இவை என்றும், உண்மையில் குலசேகர ஆழ்வார் மிகப் பிந்திய காலத்தவர் என்றும் (கி.பி. 9 ஆம் நூற்றாண்டு) கொள்வது அதிகம் பொருந்தும்.

இந்த இருண்ட காலத்திற் பௌத்தமும் சமணமும் அநேகமாக ஆதிக்கம் செலுத்தியிருக்கலாம் என்பதற்குத் தமிழ் இலக்கியத்துறையில் இடம்பெற்ற தீவிர இயக்கங்கள் சான்றாகும். பதினெண்கீழ்க்கணக்கு, சிலப்பதிகாரம், மணிமேகலை போன்ற இலக்கிங்கள் இக்காலத்தவையே. இவ்விலக்கியங்களை ஆக்கிய நூலாசிரியாகள் எதிர்ப்புக்கொள்கை களையுடைய மதப் பிரிவுகளைச் சார்ந்தவர்களாவர்.

துணைநூற் பட்டியல்

K.GOPALACHARI : The Early History of the Andhra Country (Madras, 1941)

B.L. RICE : Mysore and Coorg from Inscriptions (London, 1909)
Sanga Ilakkiyam (in Tamil), (Madras, 1940)\
K.A.N. SASTRI : Foreign Notices of South India (Madras, 1939)
K.A.N. SASTRI : The Colas, Vol.I (Madras, 1936)
R.E.M. WHEELER, A.GHOSH AND KRISHNA DEVA : 'Arikamedu : an Indo-Roman Trading-station on the East Coast of India' (Ancient India, No.2, July 1946)

அத்தியாயம் VIII

முப்பேரரசுகளின் மோதல்

பொதுவான குறிப்பு :- சாளுக்கியர் : 1 ஆம் புலிகேசி, 1ஆம் கீர்த்திவர்மன் மங்களேசன், 2 ஆம் புலகேசியும் அவன் கைப்பற்றிய நாடுகளும் - பல்லவர்கள் : சிம்மவிட்டுனு, 1 ஆம் மகேந்திரவர்மன்-சாளுக்கிய பல்லவப் போர்கள் - பல்லவ குலத்து 1 ஆம் நரசிம்மவர்மன், மகாமல்லன்-2 ஆம் புலகேசியின் இறப்பும் அதைத் தொடர்ந்து ஏற்பட்ட குழப்ப நிலையும்- மகாமலலனின் சாதனைகள்-3 ஆம் மகேந்திரவர்மனும் பரமேசுவரவர்மனம்-பாண்டியர்கள்: கடுங்கோன், மாறவர்மன் அவனி சூளாமணி, சேந்தன், அரிகேசரி மாறவர்மன் - சாளுக்கிய 2 ஆம் விக்கிரமாதித்தன்-அராபியர் ஊடுருவலுக்குத் தடை-மீண்டும் தொடங்கிய பல்லவப் போர்கள்-2 ஆம் நரசிம்மவர்மன் இராசசிங்கன், 2 ஆம் பரமேசுவரவர்மன், 2 ஆம் நந்திவர்மன்-பாண்டிய கோச்சடையன் : 1 ஆம் மாறவர்ம இராசசிம்மனும் 2 ஆம் நந்திவர்மனுக்கு எதிராக அவன் செய்த போர்களும்-காஞ்சி மீது படை எடுத்த 2 ஆம் விக்கிரமாதித்தன்-1ஆம் பாண்டிய இராசசிம்மனால் தோற்கடிக்கப்பட்ட 2 ஆம் கீர்த்திவர்மன்-சாளுக்கிய ஆதிக்கத்தின் வீழ்ச்சியும் இராட்டிரகூட தந்திதுர்க்கனின் வளர்ச்சியும்-பாண்டிய ஆதிக்கத்தைக் கட்டுப்படுத்த முயன்ற 2 ஆம் நந்திவர்மன் தோல்விகள்-1 ஆம் வரகுணன், சிறீமாற சிறீவல்லபன்-நந்திவர்மன்-இராட்டிரகூட 1ஆம் கிருட்டிணன், 2 ஆம் கோவிந்தன், துருவன், 3 ஆம் கோவிந்தன்-3 ஆம் நந்திவர்மன் பாண்டியருடன் நடாத்திய போர்கள்-நிருபதுங்கன்-பாண்டிய சிறீமாறனின் ஆட்சியின் முடிவு-1 ஆம் அமோகவர்சன் என்ற இராட்டிரகூட மன்னன்-சேரர் வரலாறு-கலிங்கத்தைச் சார்ந்த கங்கர்கள்.

அரசியல் அமைப்பு-பொது அம்சங்கள்-கிராம சமுதாயம் : சபைகள், நகரம்-பெரும் பரிபாலனப் பிரிவுகள்-மாநிலங்களும் அதிகாரிகளும்-நீதி நிர்வாகம்-மன்னன் அரச உரிமையாளர்கள்-அரச சின்னம்-இராணிகள்-அரசர் மீது அமைந்த கட்டுப்பாடுகள்.

கி.பி. 6ஆம் நூற்றாண்டின் மத்தியகாலந்தொட்டு 300 ஆண்டுகாலம் வரையுள்ள தென்னிந்திய வரலாறு உண்மையில் மூன்று

வல்லரசுகளுக்கிடையில் நிகழ்ந்த போர்களையும், அயலவர்களின் பேரரசைவிடத் தமது பேரரசை விரிவடையச் செய்ய வேண்டுமென ஒவ்வொரு வல்லரசும் முயன்றமையையும் குறிப்பதாக அமைகிறது. பாதமியிலிருந்த சாளுக்கியரும், காஞ்சிப் பல்லவரும், மதுரைப் பாண்டியருமே இம்முப்பெரும் வல்லரசுகளாகும். 6 ஆம் நூற்றாண்டிலேயே இம் மூன்று வல்லரசுகளும் வளர்ச்சியுற்று முதன்மை பெற்றன. சாளுக்கியர்கள் மற்ற இரு வல்லரசுகளுக்கும் ஏறக்குறைய ஒரு நூற்றாண்டுக்கு முன்னர் ஆதிக்கம் இழந்தனர். 8 ஆம் நூற்றாண்டின் நடுப்பகுதிவரை சாளுக்கியருக்குப் பதிலாக அவர்களைத் தொடர்ந்து ஆட்சிக்கு வந்த மான்யகேதா (மல்கெட்டு) என்ற இடத்தைச் சார்ந்த இராட்டிரகூடர் நிலைபெற்றனர். பாதாமியைச் சேர்ந்த பிரதான சாளுக்கிய அரசவம்சத்தை விட வேறு இரண்டு சாளுக்கிய அரசவம்சப் பிரிவுகளும் இருந்தன. இலாத சாளுக்கியரும் வேங்கியைச் சேர்ந்த கீழைச் சாளுக்கியருமே இவ்விரு பிரிவினராவர் பிரதான சாளுக்கிய வம்சத்திலிருந்து தனித்து ஓரளவு சுதந்திரம் பெற்ற அரசு வம்சங்களாக இப்பிரிவினர் திகழ்ந்தனர். முப்பேரரசுகளின் மோதலில் மைசூரைச் சேர்ந்த கங்கருடன் சேர்த்து கீழைச் சாளுக்கியரும் தீவிர பங்குகொண்டனர். இத்தகைய போர்களிலே சாளுக்கியர் கொண்ட பங்கு முடிவான பலனைச் சில சமயங்களில் ஏற்படுத்தியது. தமிழகத்திலிருந்த சோழர் முற்றாக மறைந்து விட்டார்கள். தெலுங்கு அரசர்களின் ஒரு கிளையாகச் சோழர் பெயர் தாங்கிய அரசு வம்சம் ஒன்று மட்டுமே நிலைபெற்றது. இத்தெலுங்கு அரசவம்சத்தினர் உறையூர் என்ற தமது தலைநகருடன் மரபுரிமை கொண்டாடி இராயலசீமை என இன்று அழைக்கப்படும் நிலப்பரப்பை ஆட்சி புரிந்தனர்.

அரசியல் மோதல்கள் கலாசார வளர்ச்சியை எவ்வகையிலேனும் கட்டுப்படுத்தவில்லை. சமணம், பௌத்தம் ஆகிய மதங்களைக் கட்டுப்படுத்தும் வகையில் சமயத்துறையில் பலதிறப்பட்ட மறுமலர்ச்சி இயக்கம் ஒன்று இடம் பெற்றது. ஆத்மீக உணர்வை ஊக்குவிக்கவல்ல பத்தி இலக்கியம் பெருந்தொகையாகப் படைக்கப்பட்டது தத்துவத்துறையில் விளக்கங்கள் பல வளர்ந்தோங்கின. மத இயக்கத்துறையில் ஏற்பட்ட ஊக்கம் கட்டிடக் கலை, சிற்பம், வர்ணம் தீட்டல், இசை போன்ற துறைகளில் குறிப்பிடத்தக்க முன்னேற்றத்தை எற்படுத்தியது. இந்துக்கள் கடல் கடந்து பிற நாடுகளில் ஏற்படுத்திய குடியேற்றங்களிலுமே கலைத்துறையில் ஏற்பட்ட இம்மறுமலர்ச்சி இயக்கம் பரவிற்று. சாளுக்கிய அரசவம்சத்தை ஆரம்பித்து வைத்தவன் 1 ஆம் புலகேசி என்பவனாவான். புலகேசி என்ற வார்த்தையின் அர்த்தம் "சிங்கேறு போன்றோன்" என்பதாகும். 543-544 வரையில் பாதாமிக்கு அண்மையில் இருந்த மலையை 1 ஆம் புலகேசி அரணாக ஆக்கிக் கொண்டான். பின்னர் அசுவமேதயாகம் ஒன்று செய்து தனது சுதந்திரத்தைப் பிரகடனப்படுத்தினான். மலப்பிரபா ஆற்றிலிருந்து மூன்று மைல் தொலைவில் தற்காப்புக்கு ஏற்ற சிறப்பியல்புகளுடன் கூடியதாய் இவ்வாண் விளங்கியது. மலைகள் மத்தியில் கிழக்கில் அமைந்துள்ள மகாகூடம், ஆற்றங்கரை ஓரமாகக் கிழக்குத் திசையில் மகாகூடத்தினின்று 5 மைல் தொலைவில் உள்ள பத்தடக்கல், ஆற்றின் பள்ளத்தாக்கில் பத்தடக்கலில் இருந்து 8 மைல் தொலையில் விளங்கும் ஐகோல் ஆகிய இடங்கள் சாளுக்கிய மேலாதிக்கம் நெடுநாள் நிலைபெற்றமைக்குச் சான்று பகருகின்றன் அங்குள்ள கோவில்களும் கல்வெட்டுக்களும் மேலாதிக்கம் புரிந்த சாளுக்கியரின் காலம் பற்றிக் கூறுகின்றன. புலிகேசியின் மகன் 1 ஆம் கீர்த்திவர்மன் (566-7) தன் முடியாட்சியின் நிலப்பரப்பைப் போர்கள் மூலம் பெருக்கிக் கொண்டான். வனவாசியைச் சேர்ந்த கடம்பரையும், கொங்கணத்தையாண்ட மௌரியையும், பாச்தர், செபிர்பூர் ஆகிய பிரதேசங்களில் ஓரளவு பெரிய முடியாட்சியை நிறுவி ஆட்சி செலுத்தி வந்த நளரையும் எதிர்த்து 1 ஆம் கீர்த்திவர்மன் போரிட்டான். கொங்கணத்தைக் கைப்பற்றியதனால் பிரதான துறைமுகப்பட்டினமான கோவா வளர்ந்து வந்த பேரரசின் பகுதியானது. கோவா அன்று இரேவதுவீபம் என்று அழைக்கப்பட்டது. கீர்த்திவர்மன் இறந்தபின் (597-8) அவனது மகனான 2 ஆம் புலகேசி வயதிற் சிறியவனான காரணத்தால் ஆட்சிக்கு உடன் வர முடியவில்லை. எனவே கீர்த்திவர்மனின் சகோதரனான மங்களேசன் என்பவன் முடிக்குரிய இளவரசன் சார்பில் ஆட்சிபுரிந்தான். மங்களேசன் நாடு கைப்பற்றும் கொள்கையைத் தொடர்ந்து கடைப்பிடித்தான். குஜராத், கந்தேசு, மளவம் ஆகிய பகுதிகளை ஆட்சி புரிந்த கலசூரி புத்தராசா என்ற அரசனாண்ட நிலத்தின் மீது படை எடுத்தான். இப்படையெடுப்பு தாக்குவதாக அமைந்ததே ஒழிய நிலப்பரப்பு எதையும் புதிதாக இணைப்பதற்கு வாய்ப்பை ஏற்படுத்தவில்லை. திடீர்த் தாக்குதல் மூலம் பெருந்தொகைச் செல்வம் சூறையாடப்பட்டது. இரேவதுவீபத்தை (கோவா) ஆண்ட ஆழ்பதியின் தலைமையில் ஆரம்பிக்கப்பட்ட கலகத்தை மங்களேசன் அடக்கினான். இதன் விளைவாகக் கொங்கணத்தில் சாளுக்கிய ஆதிக்கம் மறுமுறையும் நிலைகொண்டது. 2 ஆம் புலகேசி ஆளும் வயதை அடைந்த காலத்திலும்

மங்களேசன் ஆட்சிப் பொறுப்பைக் கைமாற்றிக் கொடுக்காது தொடர்ந்து ஆட்சி நடத்த முயன்றான். இவ்விதம் செய்வதன் மூலம் காலப்போக்கில் தனது சொந்த மகனுக்கு ஆடசிப் பொறுப்பைக் கொடுக்கலாம் என எண்ணினான். எனவே புலகேசி அரசசபையை விட்டு வெளியேறிப் படைவலி கொண்டு மங்களேசன் மீது போர் தொடுக்க ஆரம்பித்தான். தனக்கு நன்றி காட்டிய நண்பர்களின் துணையுடன் மங்கேசனைப் போரிற் கொன்று தன்னை அரசனெனப் பிரகடனப்படுத்திக் கொண்டான் (609-10). சாளுக்கியர் நிறுவிய இளம் முடியாட்சியில் இடம் பெற்ற உள்;ர்க் கலகம் அரசைப் பலவீனப் படுத்தியது. முடியாட்சியின் எல்லைகள் அனைத்திலும் பகைவர் தோன்றினார்கள். சாளுக்கிய அரசவம்சப் பெருமைக்குரியோருள் தானும் ஒருவன் என்பதை 2 ஆம் புலகேசி நிரூபித்தான். ஆப்பாயிகன் என்பவனைப் போரில் முறியடித்தான். வீமாதி ஆற்றிற்கு வடக்கே இவ்வெற்றியைப் புலகேசி பெற்றான். ஆப்பாயிகளின் கூட்டாளாகிய கோவிந்தன் என்பான் புலகேசியுடன் சேர்ந்து கொண்டான். வனவாசி என்ற கடம்பர்களின் தலைநகரம் படையெடுப்பிற்குள்ளாகி நிர்மூலமாக்கப்பட்டது. தென் கன்னடத்தைச் சேர்ந்த ஆலுபரையும் மைசூரையாண்ட கங்கரையும் புலகேசி தனது மேலாதிக்கத்தை ஏற்கும்படி செய்தான். கங்க மன்னன் துருவிநீதன் என்பவன் தனது பெண்பிள்ளைகளுள் ஒருத்தியைப் புலகேசிக்கு மணமுடித்து வைத்தான். 1 ஆம் விக்கிரமாதித்தனின் அன்னை இவளே, வட கொங்கணத்தை ஆண்ட மௌரியரின் தலைநகரான புரீ (எலிபன்ராதீவில்) தாக்குதலுக்குள்ளாகி மீண்டும் அடிமைப்படுத்தப்பட்டது. புரீ நகரம் மேற்குச் சமுத்திரத்தின் இலக்குமி எனப் புகழப்பட்டது. புலகேசியின் ஆயுதபலத்தின் புகழ் எட்டுத்திக்கும் பரவியது. வட இந்தியாவில் வளர்ந்து வரும் ஆதிக்கம் கண்டு சிலர் அஞ்சினர். இதன் விளைவாக இலாதரும், மாலவரும், கூர்ச்சரரும் ஒருவர்பின் ஒருவராகப் புலகேசியின் ஆணையை ஏற்று அவனுக்கு அடிபணிந்தனர். எனவே வெகு விரைவில் சாளுக்கியப் பேரரசின் வட எல்லை மகீயாற்றங்கரையை விரிவடைந்தது. வாழ்வில் வெற்றி வாகை சூடி நின்ற ஹர்'ன் தக்கணத்தின் மீது படையெடுத்தான். நர்மதை நதிக்கரையில் ஹர்'னை எதிர்த்துப் போரிட்டுப் புலகேசி முதல் முதலாக அவனைப் பெருந்தோல்விக்குள்ளாக்கினான். பல யானைகள் போரிற் கைப்பற்றப்பட்டன. புலகேசியின் ஆட்சிக்காலத்தின் முதல் மூன்று அல்லது நான்கு ஆண்டுகளக்கு இச்சாதனைகள் இடம் பெற்றன.

புலகேசி தனது இளைய சகோதரனான விட்டுணுவர்த்தனை அரசனாக்கித் தலைப்பட்டினத்தின் பொறுப்பையும் அவனிடமே கொடுத்தான். பின்னர் தக்கணத்தின் கிழக்குப் பகுதிகளில் போர் தொடுத்து நாடு பிடிக்கும் பணியில் தன் படையை ஈடுபடுத்தினான். தென் கோசலரும் கலிங்கரும் முதலில் அடிபணிந்தனர். அடுத்துப் பித்தாபுரம் தாக்கித் தகர்க்கப்பட்டது. குனாலா (கொலேயர்) குளத்தருகே நடைபெற்ற ஒரு கடும் போரில் விட்டுணுகுண்டினியர் வென்றடக்கப்பட்டனர். அடுத்துப் பல்லவர் புலகேசியின் ஆணையின் கீழ்க் கொண்டு வரப்பட்டனர். மேலும் செல்வதற்கு முன் பல்லவரின் எழுச்சி பற்றிக் கவனிப்போம்.

தமிழகத்துக்குள் படையெடுத்த களப்பிரர்களைத் தொடர்ந்து தமிழ் நாட்டில் அரசியல் துறையிலே குழப்பமேற்பட்டது. 6 ஆம் நூற்றாண்டின்

இறுதிப் பகுதியில் இரு அரசர்களின் நடவடிக்கைகள் தமிழகத்தின் அரசியல் வரலாற்றை மறுபடியும் தொடங்கி வைக்கின்றன. காஞ்சிபுரத்தைத் தலைப்பட்டினமாகக் கொண்ட பல்லவ வம்சத்து அரசனான சிம்மவிட்டுணு அவர்களுள் ஒருவன். மதுரையிலிருந்து ஆட்சி செய்த கடுங்கோன் பாண்டியன் மற்றவனாவான். சிம்மவிட்டுணு களப்பிரர்களின் ஆதிக்கத்தை அடக்கிக் காவிரியின் எல்லைவரை அமைந்த நிலப்பரப்பைத் தனது ஆணையின் கீழ் கொண்டுவந்தான். பாண்டியர்களுடனும் இலங்கையை ஆண்ட மன்னனுடனும் கூட சிம்மவிட்டுணு என்ற பல்லவன் போரிட்டான். விட்டுணுவை வழிபட்டு வந்த இப் பல்லவ அரசன் "அவனிசிம்மன்" என்ற பட்டத்தையும் பெற்றான். மகாபலிபுரத்திலுள்ள (மாமல்லபுரம்) வராகக் கற்குகையில் சிம்மவிட்டுணுவின் உருவமும் அவன் மகனான 1 ஆம் மகேந்திரவர்மனின் உருவமும் செதுக்கப்பட்டுள்ளன. 575-600 வரை சிம்மவிட்டுணுவின் ஆட்சி நிலவியதாகக் கொள்ள இடமுண்டு. இவனை அடுத்து ஆட்சிக்கு வந்தவன் 1 ஆம் மகேந்திரவர்மன் போரில் ஆற்றலும் சமாதான ஆர்வமும் கொண்டு பல துறைகளில் திறமையுள்ளவனாகவும் விளங்கினான். 1 ஆம் மகேந்திரவர்மன் மத்தவிலாசன், விசித்திரசித்தன், குணபான் போன்ற பட்டங்களைப் பெற்றிருந்தான். கட்டிட நிர்மாணப் பணியில் முதன்மை பெற்ற மகேந்திரவர்மன் ஒரு கவிஞனாகவும் இசைக்கலைஞனாகவும் விளங்கினான். சில காலம் சமண சமயத்தைத் தழுவிய மகேந்திரவர்மன், அப்பர் சுவாமிகளின் அருள் பெற்று சமணத்தைத் துறந்து சைவசமயத்தை ஏற்றான். 1 ஆம் மகேந்திரவர்மனின் தந்தையின் காலத்தில் இருந்தது போலவே இவன் ஆட்சிக் காலத்தில் (600-630) ஆரம்பத்தில் பல்லவ ஆணையின் வட எல்லை கிருட்டிணை நதிக்குச் சிறிது அப்பால் அமைந்திருந்தது. பல்லவ அரசின் வட எல்லையில் விட்டுணுகுண்டினியரின் அரசிருந்தது.

விட்டுணுகுண்டினியரைத் தோற்கடித்த 2 ஆம் புலகேசி 1 ஆம் மகேந்திரவர்மனுடன பலப் பரீட்சை செய்து பார்க்க முடிவு கட்டினான். மகேந்திரவர்மனின் வளர்ந்து வந்த அதிகாரம் 2 ஆம் புலகேசியின் ஆதிக்கத்திற்குப் போட்டியாக அமைந்தது. பல்லவ நிலப் பரப்பிற்குள் புகுந்த 2 ஆம் புலகேசியின் படைகள் புல்லலூர் வரை தடையின்றி முன்னேறிச் சென்றது. பல்லவ தலைப்பட்டினத்தினின்றும் 15 மைல் தொலைவிலுள்ள புல்லலூரில் போர் நடைபெற்றது. மகேந்திரவர்மனால் தன் தலைநகரைப் பாதுகாக்க முடிந்ததேயொழியத் தன் வட மாநிலங்களைப் பாதுகாக்க முடியவில்லை அவற்றை எதிரிக்குப் பறிகொடுத்தான். இதனைத் தொடர்ந்து நெடுங்காலமாகச் சாளுக்கியர்களுக்கும் பல்லவர்களுக்கும் இடையே மோதல் ஏற்பட ஆரம்பிக்கிறது.

வெற்றி கொண்டு திரும்பிய (621 வரை) புலகேசி ஆந்திரநாட்டை ஆளும் பொறுப்புள்ள பிரதான ஆள்பதியாக விட்டுணுவர்த்தனனை அனுப்பிவைத்தான். மீதியாக உள்ள பிரதேசங்களைக் கைப்பற்றுவது விட்டுணுவர்த்தனனின் கடமைகளுள் ஒன்று என்று பணிக்கப்பட்டது. தன் கடமையை 631 ஆம் ஆண்டளவில் விட்டுணுவர்த்தனன் முற்றுப் பெறச் செய்தான். பின்னர் தன் சகோதரனின் அனுமதியுடன் தெலுங்குநாட்டில் ஒரு

புதிய அரசவம்சத்தை ஏற்படுத்தினான்' இதைத் தொடர்ந்து 5 நூற்றாண்டு காலம் வரை தெலுங்கு நாடு விட்டுணுவர்த்தனனின் அரசவம்சத்தினர்களிடமே இருந்தது.

2 ஆம் குசுறு என்ற பாரசீக மன்னனின் அரசசபைக்கு 625-26 இல் புலகேசி தூதுவனொருவனை அனுப்பி வைத்தான். அனேகமாகப் பாரசீக தூதுவனொருவனும் புலகேசியின் அரசசபைக்கு அனுப்பப்பட்டிருத்தல் வேண்டும். பேரவாக் கொண்ட புலகேசி பல்லவர்களை எதிர்த்து முடிவான வெற்றி பெற எண்ணி மீண்டும் படையெடுத்தான். மகேந்திரவர்மன் நீங்கிய பின் அவன் மகன் 1 ஆம் நரசிம்மவர்மன் மகாமல்லன் (630-68) ஆட்சிப் பொறுப்பை ஏற்றான். இக்காலத்தில் பல்லவர்களின் சிற்றரசர்களாக இராயலசீமையை ஆண்டு கொண்டிருந்த வானரைப் புலகேசி தாக்கத் தொடங்கினான். இராயலசீமையைப் படைவலியாற் கைப்பற்றிப் பல்லவப் பெருநிலத்துள் புகுந்து தலைநகரத்தை அணுகினான். ஆனால் நரசிம்மவர்மன் சாளுக்கியரைப் பல போர்களில் தோற்கடித்தான். காஞ்சிபுரத்திலிருந்து 20 மைல் கிழக்கே அமைந்த மணிமங்கலம் என்ற இடத்திலேயும் சாளுக்கியர் தோற்கடிக்கப்பட்டார்கள். நரசிம்மவர்மனின் துணையுடன் இலங்கையின் அரச உரிமையைப் பெற்ற மானவர்மன் என்ற இலங்கை மன்னன் இப்போர்களில் தனக்கு உதவிய நரசிம்மவர்மனைச் சிறந்த முறையிலே ஆதரித்து நின்றான். புலகேசி மேற்கொண்ட படையெடுப்புத் தோல்வியிலே முடிவுற்றது. வெற்றியினால் ஊக்குவிக்கப்பட்ட நரசிம்மவர்மன் வஞ்சம் தீர்க்கும் நோக்குடன் சாளுக்கிய நாட்டின் மீது படையெடுத்தான். சாளுக்கிய தலைநகரான பாதாமியைக் கைப்பற்றி அந் நகரின் அரணிலும் தன் மேலாதிக்கத்தை நிலைகொள்ளச் செய்தான். 2 ஆம் புலகேசி இப் போரிலே இறந்திருக்க வேண்டும். இவன் இறப்புடன் சாளுக்கியப் பேரரசு சின்னா பின்னப்பட்டுச் சிதறுண்டது. ''பாதாமி கொண்ட நரசிம்மன்'' என்ற பெயர் சாளுக்கிய தலைநகரைப் பல்லவன் கைப்பற்றிய பின் அவனுக்கே கொடுக்கப்பட்ட கௌரவப்பட்டமாகும். புதாமில் உள்ள மல்லிகார்ச்சுனதேவரின் கோவிலின் பின்புறத்தே உள்ள குன்று ஒன்றில் காணப்படுகின்ற கல்வெட்டு பாதாமியை நரசிம்மவர்மன் கைப்பற்றியமை பற்றிச் சான்று பகருகின்றது. இக்கல்வெட்டு நரசிம்மவர்மனின் ஆட்சியின் 13 வது ஆண்டில் நிறுவப்பட்டது.

சாளுக்கிய முடியாட்சியின் வரலாற்றிலே இந்நிகழ்ச்சி நெருக்கடி மிக்க ஒரு காலத்தில் இடம் பெற்றது. சாளுக்கியச் சிற்றரசர்கள் தனியரசுகள் நிறுவத் தொடங்கினர். புலகேசியின் இரு மைந்தர்கள் கூடப் பிரதான ஆள்பதிகளாக இருந்து தனியரசுகளை அமைக்க முயன்றனர். புலகேசியின் மற்றுமொரு மகனான விக்கிரமாதித்தன், அவனது தாய்வழிப் பாட்டனான கங்க துருவிநீதனின் துணையுடன் பல்லவப் படையெடுப்பை எதிர்த்துத் தந்தையின் பேரரசின் ஐக்கியத்தை நிலைநாட்ட முயன்றான். பாதாமியினின்று நரசிம்மவர்மனை வெளியேறும்படி கட்டாயப்படுத்தினான். சுயாட்சிகளைத் தொடங்கிய தன் சகோதரர்களையும் ஏனைய சிற்றரசர்களையும் போரில் வென்றான். பேரரசு துண்டுதுண்டாவதை இவன் தடுத்து நிறுத்தினான். புதிதாக அமைந்த முடியாட்சியின் மன்னனென விக்கிரமாதித்தன் தன்னைப் (654-5)

பிரகடனப்படுத்தினான். விக்கிரமாதித்தனின் இளைய சகோதரனான சயசிம்மவர்மன் என்ற அரச அபிமானமுள்ள இளவரசன் தென் குஜராத் அல்லது லாதா என்று அழைக்கப்பட்ட பிரதேசத்தின் பிரதான ஆள்பதியாக நியமிக்கப்பட்டான்.

பல்லவ அரசன் 642 இல் தனது தலைநகருக்கு திரும்பியிருத்தல் வேண்டும். இதன் பின் மானவர்மன் என்ற இலங்கை அரசனுக்கு உதவிசெய்யும் பொருட்டு இரு தடவை தன் கடற்படையை அனுப்பி வைத்தான். இரண்டாவது முறையாக இலங்கைக்கு அனுப்பப்பட்ட கடற்படை வெற்றி கண்டது. அனுராதபுரியைக் கைப்பற்றி ஆட்சி புரிந்த மன்னனை மானவர்மன் கொன்று அனுராதபரியைக் கைப்பற்றினான். எனினும் மானவர்மன் மீண்டும் நாடு கடத்தப்பட்டுப் பல்லவ நாடு சென்று தஞ்சம் புகுந்தான். அனேகமாக நரசிம்மவர்மனின் மறைவின் பின்பே மானவர்மன் பல்லவ அரண்மனையில் தஞ்சம் புகுந்திருத்தல் வேண்டும்.

சோழர், சேரர், களப்பிரர் ஆகியோரையும் பாண்டியரையுமே நரசிம்மவர்மன் போரில் வென்றவன் என்று குறிப்பிடப்பட்டுள்ளது. எனினும் இப்போர்கள் பற்றிய விபரங்கள் எவையும் கிடைக்கவில்லை. சிம்மவிட்டுணு (575-600) ஆரம்பித்த பல்லவ ஆணை நரசிம்மவர்மன் காலத்திலே மிகுந்த பலமும் புகழும் பெற்று விளங்கியதென்பதிற் சந்தேகமில்லை. திருமாணப்பணியில் முதன்மை பெற்று விளங்கிய நரசிம்மவர்மன் காலத்திலேயே பல்லவப் பேரரசின் பிரதான துறைப்பட்டினமாக மாமல்லபுரம் திருமாணிக்கப்பட்டிருத்தல் வேண்டும். நரசிம்மவர்மன் பாதாமி மீது போர் தொடுப்பதற்குச் சில காலத்திற்கு முன்னரேயே யுவன் சுவன் என்ற சீன யாத்திரிகன் சாளுக்கிய நாட்டையும் பல்லவ நாட்டையும் சுற்றிப் பார்த்துச் சென்றான். 2 ஆம் புலகேசி, நரசிம்மவர்மன் ஆகியோர் காலத்திலிருந்த சாளுக்கிய, பல்லவ அரசுகள் பற்றிய சில பிரயோசனமான விபரங்கள் யுவன் சுவன் குறிப்புகளிற் காணப்படுகின்றன. 668 இல் நரசிம்மவர்மன் இறந்தான். அவனது மகனான 2 ஆம் மகேந்திரவர்மனே அடுத்து ஆட்சிக்கு வந்தான். 2 ஆம் மகேந்திரவர்மன் அவனது குறுகிய ஆட்சிக்காலத்தில் 1 ஆம் விக்கிரமாதித்தனுடன் மோத வேண்டிய சந்தர்ப்பம் ஏற்பட்டது. மகேந்திரவர்மனுக்குப்பின் 1 ஆம் பரமேசுவரவர்மன் ஆட்சிக்கு வந்தான். இவன் காலத்தில் சாளுக்கிய மன்னனான விக்கிரமாதித்தன் பல்லவர் மீது தாக்குதல் நடாத்தினான் அப்பொழுது பாண்டிய மன்னனான 1 ஆம் அரிகேசரி பாரங்குசன் மாறவர்மன் (670-700) என்பவனின் ஆதரவும் சாளுக்கிய விக்கிரமாதித்தனுக்குக் கிடைத்தது.

பாண்டிய முடியரசின் எழுச்சி பற்றி நாம் இந்நிலையில் சில குறிப்புகள் கூறுவது பொருத்தமுடையதே. பல்லவ அரசனின் தோற்றத்துடன் பாண்டிய முடியரசின் எழுச்சியும் இடம் பெற்றிருத்தல் வேண்டும். எனினும் பாண்டிய முடியரசின் முதல் இரண்டு மன்னர்களான கடுங்கோன் (590-620) பற்றியும் அவன் மகனான மாறவர்மன் அவனிசூளாமணி (620-645) பற்றியும் நாம் அதிக வரலாற்றுக் குறிப்புகள் பெற முடியவில்லை. ஆயின் பாண்டிய நாட்டில் களப்பிரர்களின் மேலாதிக்கத்துக்கு முற்றுப்புள்ளியிட்டுப் பாண்டிய

அரசின் ஆதிக்கத்தைப் புத்துயிர் பெறச் செய்த மாணவர்கள் இவர்கள் இருவருமே என்பதிற் சந்தேகமில்லை. சயந்தவர்மன் என மறு பெயர் கொண்டிருந்த சேந்தன் என்ற பாண்டியனெ மூன்றாம் மன்னனாவான். இவன் சேர நாட்டின் மீது தன் ஆதிக்கத்தைச் செலுத்தி வானவன் என்ற பட்டத்தையும் தனக்குச் சூட்டிக்கொண்டான். பாண்டிய ஆதிக்கத்தைப் பரப்ப இவன் மகனான அரிகேசரி மாறவர்மன் பல போர்களில் ஈடுபட்டான். இவற்றுட் சில தனதுகாலப் பல்லவ மன்னனை எதிர்த்து நடத்தப்பட்டவையாகும். பல்லவர்களின் எதிரியாகிய 1 ஆம் விக்கிரமாதித்தன் என்ற சாளுக்கிய மன்னனுடன் பாண்டிய மன்னன் கூட்டணி நிறுவியிருக்கலாம் என்பது ஏற்றுக்கொள்ளத்தக்கதே.

சாளுக்கிய மன்னன், 1 ஆம் நரசிம்மவர்மனின் படையெடுப்பினின்றும் தன் நாட்டைக் காப்பாற்றியபின் தந்தையைக் கொன்றோரைப் பழிவாங்க முயன்றான். பல்லவ சாணாக்கிய மோதல் 2 ஆம் மகேந்திரவர்மன் காலத்திலும் இடம் பெற்றது. 2 ஆம் மகேந்திரவர்மன் மைசூர் நாட்டிற்கு அருகே தோற்கடிக்கப்பட்டான். பரமேசுவரவர்மன் காலத்தில் விக்கிரமாதித்தன் காஞ்சிபுரம் வரை படையுடன் முன்னேறினான். படையை எதிர்க்க முடியாத பரமேசுவரவர்மன் தலைமறைவானான். விக்கிரமாதித்தனுடைய போாப்படை காவேரி ஆற்றங்கரை வரை சென்றது. உறையூரில் படைமுகாம் அமைத்த விக்கிரமாதித்தன் தனது நண்பனான பாண்டிய மன்னனுடன் இணைத்துக் கொண்டான். மறைந்திருந்த பரமேசுவரவர்மன்-பெரும்படை திரட்டிப் பூவிக்கிரமன் என்ற விக்கிரமாதித்தனின் கங்கர்வம்ச நண்பனுடன் விளத்தையில் போர் தொடுத்தான். போரில் பரமேசுவரவர்மன் முடியில் இணைக்கப்படும் விலைமதிப்புள்ள இரத்தினக்கல்லைப் பறி கொடுத்தான். உக்கிரோதயம் என்ற கல்பதித்த கழுத்தணி ஒன்றும் எதிரிகளுக்கானது. போர் முடிவு தனக்குச் சாதகமாகவில்லாத போதிலும் அவன் தயங்கவில்லை. பின்னர் உறையூருக்கு வடமேற்கில் 2 மைல் தொலைவிலுள்ள பெருவளநல்லூரில் எதிரிகள் படைகளைப் பரமேசுவரவர்மன் தோற்கடித்தான். வினயாதித்தன், விசயாதித்தன் என்ற விக்கிரமாதித்தனின் மகனையும் போனையும் பரமேசுவரவர்மனின் போர்ப்படை தோல்வியுறச் செய்து, பல்லவ நிலப்பரப்பினின்றும் சாளுக்கிய ஆதிக்கத்தை முடிவுக்குக் கொண்டு வந்தது. இத்துடன் விக்கிரமாதித்தன் சாளுக்கிய முடியரசுக்குத் திரும்பிவிட்டான். பரமேசுவரவர்மனின் படைகள் சூறையாடிய பெருந்தொகையான பொருள்களுடன் திரும்பின.

விக்கிரமாதித்தனின் மகனான வினயாதித்தன் (681-696) சமாதானமும் சுபீட்சமும் மிக்க ஒரு கால எல்லையில் ஆட்சி புரிந்தான். சாளுக்கியப் பல்லவ மோதல்கள் ஓரளவு ஓய்ந்தன. வினயாதித்தன் வட இந்தியாவினுள் படை கொண்டு புகுந்தான். இப்படையெடுப்பில் வினயாதித்தனின் மகனான விசயாதித்தன் பெரும் புகழ் பெற்றான். இப்படையெடுப்பின் பலன் இதுவே. விசயாதித்தனே மிக நீண்ட காலம் (696-733) ஆட்சி புரிந்த பாதாமி கால மன்னனாவான். விசயாதித்தனின் காலம் மிக்க அமைதியும் சுபீட்சமும் நிறைந்து விளங்கியது. ஆலய திருமண வேலைகள் அதிகம் இடம் பெற்றன. இவனைத் தொடர்ந்து 2 ஆம் விக்கிரமாதித்தன் ஆட்சியின் ஆரம்பப் பகுதியில் சிந்துப் பிரதேசத்திலே நிலை கொண்டிருந்த அராபியர்கள் மேலும் தமது ஆதிக்கத்தைப் பரப்பினர். தக்கணம் நோக்கிப் பரவிய செல்வாக்கிற்குப் புலகேசியின் எதிர்ப்பு

உறுதியாக முடிவுகட்டியது. சயசிம்மவர்மனின் மகனே இப் புலகேசி, சுயசிம்மவர்மனே அரச அபிமானத்துடன் தனது சகோதரனான 1 ஆம் விக்கிரமாதித்தனை ஆதரித்து நின்றவன். புலகேசியின் சேவைகளை 2 ஆம் விக்கிரமாதித்தன் பெரிதும் பாராட்டிப் பல பட்டங்கள் வழங்கினான். அவற்றுட் புவிவாழ் மக்களின் தஞ்சம் என்ற

பொருள்படும் 'அவனிஜனசிராய்' என்பது ஒரு பட்டமாகும். சாளுக்கியப் பேரரசின் கீழ் இருந்த சிற்றரசனான இராட்டிரகூட தந்திவர்மன் என்பவனும் அராபியர்களை எதிர்க்க ஒத்துழைத்துச் சாளுக்கிய மன்னனின் நன்மதிப்பைப் பெற்றனன்.

2 ஆம் விக்கிரமாதித்தன் பல்லவர்களுடன் தொடுத்த போரே அவன் ஆட்சிக் காலத்தின் முக்கிய நிகழ்ச்சியாகும். காஞ்சி நகரை மும்முறை தோற்கடித்தவன் என இவன் பற்றிய குறிப்புக்கள் கூறுகின்றன் இனித்திரும்பவும் நாம் பல்லவர் பற்றிக் குறிப்பிடுவது பொருந்தும்.

2 ஆம் பரமேசுவரவர்மன் 1 ஆம் விக்கிரமாதித்தனை வெற்றிகொண்டபின் காஞ்சிபுரத்தில் தொடர்ந்து ஆட்சிபுரிந்தான். 680 இல் 1 ஆம் பரமேசுவரவர்மன் இறக்க அவன் மகனான 2 ஆம் நரசிம்மவர்மன் இராசசிம்மன் (680-720) என்பவன் மன்னனானான். சமாதானமும் சுபீட்சமும் நிலவிய இவன்காலச் சாளுக்கியர் ஆட்சியை இவனது நீண்டகால ஆட்சியும் ஒத்ததெனலாம் அழகான பெரிய கோவில்கள் பல நிர்மாணிக்கப்பட்டன. காஞ்சிபுரத்துக் கைலாசநாதர் கோவிலும் கடற்கரையில் அமைந்த மாமல்லபுரக்கோவிலும் இவனது திருமாணப்பணிக்குச் சிறந்த எடுத்துக் காட்டுகளாகும். இலக்கியத் துறையிலும் இயக்கங்கள் பல இடம் பெற்றன. சொல்லலங்கார வல்லுனரான தண்டி என்பார் இவனது அரசசபையில் பல்லாண்டுகள் வாழ்ந்திருத்தல் வேண்டும். இராசசிம்மன் சீனநாட்டிற்குத் தூதுவர்களை அனுபபி வைத்தான். இவன் காலத்தில் கடல் வழி வர்த்தகம் பெரிதும் வளர்ந்தது. இவனது இறப்பின் பின் இவன் மகனான 2 ஆம் பரமேசுவரவர்மன் (720-731) என்பான் மன்னனானான். திருவடி என்னும் இடத்தில் அமைந்த சிவன் கோவில் இவனாலேயே அமைக்கப்பட்டிருத்தல் வேண்டும். இக்கோவிலில் 2 ஆம் பரமேசுவரன் காலத்தைச் சேர்ந்த கல்வெட்டு ஒன்று காணப்படுகிறது. ஆயின் இக்கோவில் பல முறைகள் பழுதுபார்க்கப் பட்டிருத்தல் வேண்டும் என்று எண்ண இடம் உண்டு.

பரமேசுவரவர்மனின் ஆட்சிக்காலத்தின் பிற்பகுதியில் தலைநகரம் 2 ஆம் விக்கிரமாதித்தன் என்ற சாளுக்கிய இளவரசனால் தாக்கப்பட்டது. 2 ஆம் விக்கிரமாதித்தனுக்குக் கங்க இளவரசன் இறையப்பன் என்பவன் துணைபுரிந்தான். சிறீபுருடன் என்பவனின் மகனே இறையப்பன். பெருந் தியாகங்கள் செய்தே பல்லவர் சமாதானத்தைப் பெற்றனர். சிறீபுருடனின் முயற்சிகளுக்குப் பரமேசுவரவர்மன் எதிர்நடவடிக்கைகள் எடுத்துத் தோல்வி கண்டான். விளாந்தே என்னும் இடத்தில் நடைபெற்ற போரில் பரமேசுவரவர்மன் கங்க அரசனாலே கொலை செய்யப்பட்டான். பல்லவ மன்னர்களின் குடையையும் "பெருமானடி" யென்ற பட்டப்பெயரையும் கங்க அரசன் கைப்பற்றிக் கொண்டான்.

பரமேசுவரவர்மனின் இறப்பின் பின் முடியாட்சியில் பெரும் நெருக்கடி ஏற்பட்டது. இவனை அடுத்து அரச உரிமைபெற முடியுடைய மன்னர் எவரும் இருக்கவில்லை. பல்லவ தலைநகரில் இருந்த உயர் அதிகாரிகள், கற்ற அந்தணர்களின் கழகமான "கடிகை"யுடன் கலந்தாலோசித்து மக்களது அபிப்பிராயத்தையும் பெற்று ஒரு துணை அரசவம்சத்தின் இளவரசனை ஆட்சிக்குரியவனாகத் தெரிவு செய்தனர். இரண்யவர்மனின் மகனான 2 ஆம் நந்திவர்மனே இவ்வாறு தெரிவு செய்யப்பட்ட மன்னனாவான். தாய் வழியிலும் தந்தை வழியிலும் தூய்மையான அரசவம்ச வழித்தோன்றல் என்ற காரணத்தால்தான் நந்திவர்மன் நியமிக்கப்பட்டான் என்று காரணம் காட்டப்பட்டது. நந்திவர்மன் ஆட்சிக்கு வந்ததை எதிர்த்து நின்று தமக்கும் அரசுரிமை உண்டு என்று வாதிடவல்ல இளவரசர்கள் இருந்தனர். அவர்களுள் ஒருவன் நந்திவர்மனைக் காஞ்சிபுரத்துள் வரவிடாது எதிர்த்தபொழுது கொல்லப்பட்டான். சித்திரமாயன் என்ற மற்றுமோர் இளவரசன் பற்றிச் சில கல்வெட்டுக் குறிப்புகள் காணப்படுகின்றன. சித்திரமாயனுக்குப் பல்லவ அரசில் ஓரளவு ஆதரவு இருந்ததுடன் பாண்டிய அரசும்கூட அவனை ஆதரித்து நின்றதென்று குறிப்புகள் கூறுகின்றன.

பாண்டியர் முடியாட்சியிலே, அரிகேசரி பராங்குசனின் பின் அவன் மகன் கோச்சடையன் ஆட்சிக்கு வந்தான் (700-730). கோச்சடையன் இரணதீரன் என்றும் அழைக்கப்பட்டான். கோச்சடையன் ஆக்கிரமிப்புப் போர்கள் நடாத்திப் பாண்டிய ஆதிக்கத்தைத் கொங்கு நாட்டிலும் நிலைபெறச் செய்தான். திருநெல்வேலிக்கும் திருவாங்கூருக்கும் இடையே அமைந்துள்ள குன்றை யாண்ட 'ஆய்' என்னும் சிற்றரசன் தொடக்கிய கலகத்தை அடக்கி அப்பகுதியையும் கோச்சடையன் தனதாக்கிக் கொண்டான். கோச்சடையனின் ஆட்சி 730 ஆம் ஆண்டில் முடிவடையவே அவன் மகன் 1 ஆம் மாறவர்மன் இராசசிம்மன் என்பவன் ஆட்சிபீடம் அமர்ந்தான்.

இராசசிம்மன் தன் ஆட்சியின் முற்பகுதியில், சித்திரமாயனுக்கு உதவி புரியும் பொருட்டு, நந்திவர்மன் பல்லவமல்லனுடன் போர் தொடுத்து அவனைப் பல முறை தோற்கடித்தான் ஈற்றில் நந்திவர்மன் பல்லவமல்லனைக் கும்பகோணத்திற்கருகிலுள்ள நந்திக்கிராமம் என்ற இடத்தில் முற்றுகையிட்டான். உதயசந்திரன் என்ற பல்லவப்படைத்தளபதி பல போர்களில் பாண்டியப் படைகளை வெற்றி கண்டவன் இவன் நந்தித் கிராமத்தின்மீது இடப்பட்ட முற்றுகையை நீக்கிச் சித்திரமாயனையும் சிரச்சேதம் செய்தான். இதன் மூலம் பல்லவ ஆட்சி பாதுகாப்பான நிலையையடைந்தது. 2 ஆம் விக்கிரமாதித்த சாளுக்கியனுடன் சேர்ந்து பல்லவமல்லனை எதிர்த்து நின்ற ஏனைய எதிரிகளையும் உதயசந்திரன் எதிர்த்து அழித்தான். சபரவம்ச அரசன் உதயணனும் நிசாட பிரதேசத்தின் சிற்றரசனாக விளங்கிய பிருதிவிவியாக்கிரகன் என்போனும் அனேகமாகச் சாளுக்கியருடன் இணைந்து நின்று பல்லவமல்லனை எதிர்த்திருக்க வேண்டும். விக்கிரமாதித்தன் கங்கர் வம்சச் சிற்றரசனான சிறிபுருடன் என்பவனின் துணையுடன் பல்லவ அரசின்மேல் (740 வரை) படையெடுத்தான். பல்லவமல்லனின் நீண்ட ஆட்சியிலேற்பட்ட மிகப் பெரிய அபாயம் இப்படையெடுப்பாகும்' இது அவனுடைய ஆட்சியின்

ஆரம்பகாலத்திறேபட்டது ஆயின் பொதுவாக இப்படையெடுப்பின்போது விக்கிரமாதித்தன் மிக நிதானமாகவே நடந்து கொண்டான். நந்திவர்மனைத் தோற்கடித்துத் தலைநகரைத் தனதாக்கிக்கொண்டபோதிலும் நகரை அவன் எவ்வகையிலேனும் சிதைவுறுத்தவில்லை. நன்கொடைகள் பல தாராளமாக ஈய்ந்து மக்களைத் திருப்திப்படுத்தினான். கைலாசநாதர் கோவிலுக்கும் பிறகோவில்களுக்கம் உரித்தான தங்கக் குவியல்களை அக்கோவில்களுக்குத் திருப்பிக்கொடுத்தான். இவ்வாறு வழங்கப்பட்ட செய்தியை விக்கிரமாதித்தன் கைலாசநாதர் கோவில் கற்றூண் கல்வொட்டொன்றில் கன்னடத்திற் பொறித்தான். 1 ஆம் நரசிம்மவர்மன் காலத்தில் அவன் சாளுக்கிய தலைநகராகிய பாதாமியைக் கைப்பற்றியதன் விளைவாகத் தோன்றிய அவமான நிலையை விக்கிரமாதித்தன் காஞ்சியைக் கைப்பற்றிய செய்கை அகற்றிவிட்டது. இதன் பின் பல்லவ அரசனைத் தன் முடியாட்சிக்குப் பொறுப்பாக விட்டு விக்கிரமாதித்தன் தன் சொந்த நாட்டிற்குத் திரும்பிச் சென்றான். இவன் ஆட்சியின் பிற்பகுதியில் இவனது மகன் கீர்த்திவர்மன் தலைமையில் பல்லவநாடு மீண்டும் ஒரு முறை படையெடுக்கப்பட்டது. வெற்றிகரமாக நடந்த இப்படையெடுப்பின்போது பல யானைகளையும் பெரும் பொன்னையும் அணிகலன்களையும் எதிரிகளிடமிருந்து கைப்பற்றிக் கொண்டு கீர்த்திவர்மன் தாயகம் திரும்பினான்.

விக்கிரமாதித்தன் ஆட்சிக் காலத்திலும் அவனையடுத்து அரசாண்ட அவனது மகனாகிய 2 ஆம் கீர்த்திவர்மன் காலத்திலும் (744-5) கோவில் கட்டும் திருப்பணி தொடர்ந்து நடைபெற்று வந்தது. 2 ஆம் கீர்த்திவர்மனும், கங்கர் வம்ச சிற்றரசனான சிறீ'புருடனும், பாண்டிய அரசனுடன் மோதும் நிலையேற்பட்டது. 1 ஆம் மாறவர்மன் இராசசிம்மன் என்ற பாண்டிய அரசன் காலத்தில் பாண்டியர் ஆதிக்கம் கொங்கு நாட்டைத் தனதாக்கிக்கொண்டு அழகும் அப்பாலும் பாவத் தொடங்கியது. இவன் காவேரியைக் கடந்து மழகொங்கம் எனற நாட்டை அடிமைப்படுத்தினான். இப்பிரதேசம் திருச்சிராப்பள்ளி, தஞ்சாவூர் ஆகிய மாவட்டங்களுக்கு இடைப்பட்ட பகுதியில் அமைந்துள்ளது. சாளுக்கிய அரசனையும் அவனது சிற்றரசனையும் வெண்பை என்ற இடத்தில் நடந்த பெரும் போரிற் பாண்டியன் தோற்கடித்தான். பின்னர் கங்கர் வம்ச இளவரசி ஒருத்தியைத் தன் மகனுக்குப் பெண்ணாக ஏற்றச் சாளுக்கியருடன் சமாதானம் செய்து கொண்டான்.

பாதாமியை ஆண்ட சாளுக்கிய வம்ச இறுதி மன்னன் 2 ஆம் கீர்த்திவர்மனாவான். எல்லோராவில் 742 இல் ஆட்சி புரிந்த தண்டிதுர்க்கன் என்ற இராட்டிர கூட இளவரசனின் நடவடிக்கைகள் 2 ஆம் கீர்த்திவர்மன் ஆதிக்கத்தைப் பெரிதும் பாதித்தன. மகீ, நருமதை, மகாநதி போன்ற ஆற்றங்கரைகளில் தண்டி துர்க்கனுடைய ஆரம்பகால அலுவல்கள் இடம் பெற்றன. 'மாளவ' த்தை யாண்ட கூர்ச்சார்களையும் கோசல கலிங்க மன்னர்களையும் சிறீசைலம் நாட்டையாண்ட தெலுங்குச் சோடரையும் தண்டிதுர்க்கன் அடிமைகொண்டான். இராட்டிரகூட இளவரசனின் படைகள் காஞ்சிவரை சென்றன. தனது படைப்பலத்தை நிரூபித்துக் காட்டிய இராட்டிரகூட இளவரசன் நிந்திவர்மன் பல்லவமல்லனுக்குத் தன் மகளான 'இரேவா'

என்பவளை மணமுடித்து வைத்து அவனுடன் உறவை ஏற்படுத்திக் கொண்டான். கீர்த்திவர்மனின் அயல் மாநிலங்களைக் கைப்பற்றியதன்மூலம் தனது அரசியல் ஆதிக்கத்தைத் தண்டிதுர்க்கன் நிலைபெறச் செய்தான். 752 அல்லது 753 இல் தன்னைத் தக்கணத்தின் அதிபதி என்று பிரகடனப்படுத்திக் கொண்ட தண்டிதுர்க்கன் கீர்த்திவர்மனின் அரசியல் ஆதிக்கத்துக்குச் சாவுமணியடித்தான்.கீர்த்திவர்மன் முக்கியத்துவமற்ற நிலையில் இரண்டு மூன்று ஆண்டுகள் இதன் பின்னும் ஆட்சிபுரிந்தான். பிந்திய காலக் கல்வெட்டுகளிற் குறிப்பிடப்பட்டுள்ளது போன்று சாளுக்கியரின் 'இராச்சியசிறீ' ஆதிக்கம் இவன் காலத்தே உலகினின்றும் மறைந்துவிட்டது.

2ஆம் நந்திவர்மனின் ஆட்சிபற்றி மீண்டும் கவனிப்போம். இவன் கங்க முடியரசை எதிர்த்துப் படையெடுத்தான். சிறீபுருடனைத் தோற்கடித்துச் செல்வங்கள், அணிகலன்கள் பல வரிந்து பெற்றுக்கொண்டான். இவ்வாறு பெற்றவற்றுள் "உச்சிரோதய" என்ற விலைமதித்தற்கரிய இரத்தினமுள்ள கழுத்தணியும் இடம் பெற்றது. நந்திவர்மனின் கீழ் பானாப் பிரதேசத்தை ஆட்சிபுரிந்த சிற்றரசனான சயநந்திவர்மனுக்குக் கங்கர்களிடமிருந்து கைப்பற்றிய சில நிலப் பகுதிகளை நந்திவர்மன் நன்கொடையாகக் கொடுத்தான். இந்நிகழ்ச்சி 775 இல் இடம்பெற்றிருத்தல் வேண்டும். சாதில பராந்தக நெடுஞ்சடையன் அல்லது 1 ஆம் வீரகுணமகாராசன் (765-815) எனப்பட்டவனுடனும் நந்திவர்மன் மோதிக்கொண்டான். 1 ஆம் இராசசிம்மன் என்ற பாண்டிய மன்னனின் பின் ஆட்சிக்கு வந்த, அவன் மகனே 1 ஆம் வரகுணமகாராசன் என்பவனாவான். காவேரி ஆற்றின் தென் கரையில் உள்ள பெண்ணாகடம் என்னும் இடத்தில் (775 வரை) பல்லவ படைகள் தோல்விகண்டன.

வளரும் பாண்டிய அரச ஆதிக்கத்திற்கு எதிராகப் பல்லவமல்லன் அரச கூட்டணி ஒன்றை நிறுவ முயன்றான். கொங்கு நாடு, கேரள நாடு, அதிகமான் ஆண்ட தகடூர் (தர்மபுரி) போன்றனவற்றுடன் பல்லவமல்லன் நட்புறவு பூண்டான். ஆயின் பாண்டிய மன்னன் இக்கூட்டணிக்குக் குறைந்தவனல்லன்' சம வலிமையுடன் பல போர்களில் ஈடுபட்டுப் பாண்டிய அரசன் வெற்றி வாகைசூடினான். போரில் அதிகமானைப் புறமுதுகுகாட்டச் செய்து மேற்குக் கொங்கு நாட்டு மன்னனையும் கைப்பற்றி வந்தான். யானைகள் பல கொங்குநாட்டினின்றும் கொண்டுவரப்பட்டன. கொங்குநாடு பாண்டியப் பேரரசுடன் இணைக்கப்பட்டது. கொங்குநாட்டு அரசன் மதுரையில் காவலில் வைக்கப்பட்டான். பாண்டியன் பல்லவ நாட்டுள் ஊடுருவிச்சென்று தொண்டை நாட்டிலுள்ள பெண்ணையாற்றங்கரையில் அமைந்த அரசூர் என்னும் இடத்தில் படைமுகாம் அமைத்தான். இவ்வாறு பாண்டியன் முன்னேறியமையினால் நந்திவர்மன் விரும்பியவாறு பாண்டியர் ஆதிக்கத்தைக் கட்டுப்படுத்த முடியவில்லை. எனவே பாண்டியரை எதிர்த்து அமைக்கப்பட்ட கூட்டணி தகர்ந்தது.

1 ஆம் வரகுணன் வேறு சில போர்களிலும் வெற்றிபெற்றான். தென் திருவாங்கூரிலுள்ள வேணாடுவரை 1 ஆம் வரகுணன் படையுடன் சென்றான். விவிளம் என்ற பலம்வாய்ந்த படையானைத் தாக்கிக் கைப்பற்றித்

திருவாங்கூர்ப் பகுதியைத் தன்னாணையின் கீழ்க் கொண்டுவந்தான். வேணாட்டு அரசனுக்குத் துணையாயிருந்தவனும் இரு நாடுகளுக்கும் இடைப்பட்ட குன்றுகளின் தலைவனாக விளங்கியவனுமான ஆய் சிற்றரசனைப் போரில் தோல்வியுறச் செய்தான். இப்போர்களின் விளைவாகப் பாண்டிய ஆதிக்கம் திருச்சிராப்பள்ளிக்கு அப்பாற் சென்றது. தஞ்சாவூர், சேலம், கோயம்புத்தூர் ஆகிய மாவட்டங்களும் இவற்றிற்குத் தெற்கே அமைந்த எல்லாப் பிரதேசங்களும் பாண்டிய ஆணையின்கீழ் கொண்டு வரப்பட்டன. சிறீமாற சிறீவல்லபன் (815-62) என்ற இவனது மகன் காலத்திலும் நாடு கைப்பற்றும் கொள்கை தொடர்ந்து கையாளப்பட்டது. 1 ஆம் சேனனின் (831-51) ஆட்சிக் காலத்தில் சிறீமாற சிறீவல்லபன் இலங்கை மீது போர் தொடுத்து வட மாகாணத்தை நாசம்செய்து தலைநகரையும் கொள்ளையடித்தான். பின்னர் சேன அரசன் பாண்டியர்களுடன் ஒரு உடன்பாட்டிற்கு வந்தமையினால் பாண்டியர் படை இடம்விட்டகன்றது. இதையடுத்துப் பல்லவர் தலைமையில் அமைந்த சக்திமிக்க அரசக் கூட்டணி ஒன்றை எதிர்த்துச் சமாளிக்க வேண்டிய நிர்ப்பந்தம் சிறீமாறனுக்கு ஏற்பட்டது. இக்கட்டத்தில் பல்லவ வரலாறு பற்றி நாம் சிறிது சிந்திப்பது அவசியம்.

வரகுணனை எதிர்த்துப் போடப்பட்ட திட்டங்கள் தோல்வியுற்றதன் பின்னர் நந்திவர்மன் பல்லவமல்லன் என்பவன் 795 வரை ஆட்சிபுரிந்தான். பல்லவமல்லன் விட்டுணு வழிபாட்டில் ஈடுபட்டவன். இவன் கலைகளின் காவலனாகவும் திகழ்ந்தான். பல கோவில்களைத் திருத்தியதுடன் புதிய கோவில் பலவற்றையும் நிர்மாணித்தான். காஞ்சிபுரத்தில் அமைந்த வைகுந்தப்பெருமாள் கோவில் புதிதாக அமைக்கப்பட்டவற்றுள் ஒன்றாகும். இக்கோவிலில் பல்லவமல்லன் ஆட்சிக்கு வரும்வரை நடைபெற்ற சம்பவங்களைத் தொடர் சிற்பங்களாகக் காணலாம். வைணவ ஆழ்வார்களுட் புகழ்பெற்ற திருமங்கை ஆழ்வார் பல்லவமல்லன் காலத்தவரேயாவர்.

நந்திவர்மனின் பின் அவன் மகன் தந்திவர்மன் (795-845 வரை) ஆட்சிக்கு வந்தான். 1 ஆம் வரகுணன் தலைமையிலும் சிறீமாறன் தலைமையிலும் இடம்பெற்ற பாண்டிய அரசின் வளர்ச்சி வட பகுதி நிலங்கள் சிலவற்றைப் பாண்டிய அரசின்கீழ்க் கொண்டுவந்தது. இதன் விளைவாகத் தந்திவர்மன் தன்னாட்டின் தென் பகுதியில் கணிசமான நிலப்பரப்பைப் பறிகொடுக்க வேண்டிய நிர்ப்பந்தத்திற்குள்ளானான். அத்துடன் இராட்டிரகூடரின் அரசியல் ஆதிக்க வளர்ச்சி மற்றுமோர் எதிர்ப்புச் சக்தியாக அமைந்தது. இந்நிலையில் இராட்டிரகூடரின் வரலாறு பற்றிச் சிறிது கூறுவது பொருத்தமுடையதாகும்.

தண்டிதுர்க்கன் பிள்ளைகள் இன்றி இறக்கவே அவன் மாமனான 1 ஆம் கிருட்டிணன் 756 இல் ஆட்சிப் பொறுப்பேற்றான். 1 ஆம் கிருட்டிணன் தலைமையில் சாளுக்கிய அரசும் முற்றாகத் தோற்கடிக்கப்பட்டது. இராட்டிரகூடரின் புதிய முடியாட்சியின் ஆதிக்கம் பல திசைகளிலும் வளர்ந்தோங்கியது. அவன் தெற்குக் கொங்கணத்தைக் கைப்பற்றி அங்கே சிலாரா என்ற சிற்றரச வம்சத்தை ஆளும்படி பணித்தான். கங்கர் நாட்டின்மீதும் படையெடுப்புகள் இடம்பெற்றன. சிறீபுருடன் (768) என்பவன்

தோற்கடிக்கப்பட்டான். 1 ஆம் கிருட்டிணனின் மேலாதிக்கம் கொங்குநாட்டு அரசர்களால் அங்கீகரிக்கப்பட்டது. வேங்கியில் அமைந்த கீழைச் சாளுக்கிய முடியாட்சியை எதிர்த்து 2 ஆம் கோவிந்தன் என்ற முடிக்குரிய இளவரசனின் தலைமையில் படை ஒன்று அனுப்பப்பட்டது. வேங்கியை ஆண்ட 1 ஆம் விசயாதித்தன் (755-772) 2 ஆம் கோவிந்தனின் மேலாதிக்கத்தைப் போரின்றியே ஏற்றுக்கொண்டான் (769-770). எல்லோராவில் அமைந்த கைலாசநாதர் கோவிலை நிர்மாணித்த கிருட்டிணனின் பின் 2 ஆம் கோவிந்தன் (772-775) ஆட்சிபுரிந்தான். கோவிந்தன், நந்திவர்மன், பல்லவமல்லனுடன் சேர்ந்து நின்று (777-8) 2 ஆம் சிவமாரனை ஆதரித்தான். துக்கமார இறையப்பன் என்ற 2 ஆம் சிவமாறனின் சகோதரனுடைய எதிர்ப்பைச் சமாளித்துக் கங்கரின் அரசுகட்டில் சிலமாறனுக்கு உரிமையாக்கப் பட்டது. கோவிந்தன் ஒரு பொறுப்பற்ற மன்னன். இதனால் பேரார்வம் படைத்த அவன் சகோதரனான துருவன் அரசைக் கைப்பற்றத் திட்டமிட்டான். பல்லவர்களினதும் கங்கர்களினதும் உதவியைக் கோவிந்தன் நாடினான். அத்துடன் வேங்கி அரசனும் மாளவ அரசனும் கோவிந்தனுக்குத் துணை நின்றார்கள். அவ்வாறிருந்தும் துருவன் அவர்களைத் தோற்கடித்து மன்னனானான். கோவிந்தன் எவ்வாறு தன்னுயிரைப் போக்கிக் கொண்டான் என்பது தெளிவாகவில்லை. துருவன் 780 இல் ஆட்சிக்கு வந்தான். கோவிந்தனின் நண்பர்களைத் தண்டிப்பதே துருவனின் முதல் அரசபணியாக அமைந்தது. இவன் 2 ஆம் சிவமாறனைக் கைதுசெய்து சிறையிலிட்டான். பல்லவமல்லனிடமிருந்து யானைகள் பல திறையாகப் பெற்றான். விந்திய மலையைக் கடந்த துருவன் மாளவத்தின் கூர்ச்சரமன்னனை நாட்டைவிட்டுத் துரத்தினான். வத்சராசன் என்ற பெயர் தாங்கிய இவ்வரசன் பாலைவனத்துக்குத் துரத்தப்பட்டான். துருவன் வேங்கியை எதிர்த்துச் சென்றபோது 4 ஆம் விட்டுணுவர்த்தனன் சில நிலங்களையும் தன் மகளான சீலமகாதேவியையும் தானமாகக்கொடுத்து அவனுடன் சமாதானம் செய்துகொண்டான். மாளவத்தில் துவனுக்குக்கிடைத்த வெற்றியைத் தொடர்ந்து கங்கை-யமுனைப் பகுதியின்மீது அவன் படையெடுத்தான். இங்கு வங்கத்தையாண்ட தர்மபாலனைத் தோற்கடித்துத் துருவன் புகழ்பெற்றான். தன் மைந்தர்களில் மிகவும் திறமைசாலியாக விளங்கிய 3 ஆம் கோவிந்தனைத் தன்னாட்டின் அடுத்த மன்னனாக்கி வைத்த துருவன் முடிதுறந்தான். துருவன் 793-4 இல் இறந்தபின் உரிமை மறுக்கப்பட்ட ஏனைய சகோதரர்களின், குறிப்பாக கம்பகன் என்ற மூத்த சகோதரனின், எதிர்ப்பைச் சமாளிக்க வேண்டிய நிர்ப்பந்தம் 3 ஆம் கோவிந்தனுக்கு ஏற்பட்டது. தனக்கு ஆதரவைத் தேடிக்கொள்ளும் முகமாக 2 ஆம் சிவமாறனைச் சிறையினின்றும் விடுவித்தான். ஆயின் 2 ஆம் சிவமாறன் எதிர்பார்த்ததற்கு மாறாக, கம்பகனுடன் இணைந்து கொண்டான். 12 மன்னர்களின் கூட்டணியொன்றைக் கோவிந்தன் தனித்து நின்று முறியடித்தான். எனினும் வெற்றிகண்டு பெருமிதமடையாமல் நிதானமாக நடந்துகொண்டான். கம்பகன் கங்கவாடியின் பிரதான ஆள்பதியாக நியமனம் பெற்றான். கோவிந்தனின் இளைய சகோதரர்களில் ஒருவன் அரசபற்றுடன் கடமையாற்றியமைக்காக இலாதா என்னும் பிரதேசத்தின் பிரதான ஆள்பதியாக நியமனம் பெற்றான். 2 ஆம் சிவமாறன் திரும்பவும் சிறையிடப்பட்டான்.

உள்நாட்டில் ஏற்பட்ட எதிர்ப்புகளை ஒடுக்கியபின் வட இந்தியா நோக்கி 3 ஆம் கோவிந்தன் படையெடுத்தான். மாளவத்தையாண்ட கூர்ச்சார மன்னனாகிய 2 ஆம் நாகபட்டனையும் அவன் நண்பனான சந்திரகுப்தனையும் இவன் போரில் வெற்றிகண்டான். இந்தச் சந்திரகுப்தன் பற்றிய பிற குறிப்புகள் எவையுமில்லை. இலாதாவுடன் மாளவம் இணைக்கப்பட்டது. கனோசியை ஆண்ட சக்கராயுதன் என்ற வடநாட்டு அரசனும் அவன் பாதுகாவலனாக விளங்கிய தர்மபாலனும் கோவிந்தனின் மேலாதிக்கத்தை ஏற்றுக்கொண்டனர். நர்மதையாற்றங்கரையில் 802 இல் தன்னாடு திரும்பும்போது சிறீபவனத்தில் கோவிந்தன் முகாமிட்டான். இங்கு எதிர்கால மன்னனான 1 ஆம் அமோகவர்சன் என்பவன் இவனுக்கு மகனாக வந்துதித்தான். சிறீபவனத்திலிருந்து தக்கணத்துக்குக் குறுக்கே விரைந்து (803-4) பல்லவநாடு போய்ச் சேர்ந்தான். தந்திவர்மனைத் தோற்கடித்துக் காஞ்சித் தலைநகருட் புகுந்தான். அங்கு இலங்கைத் தூதுவனின் அரச சரணாகதியையும் ஏற்றுத் துங்கபத்திரை ஆற்றங்கரைக்குத் திரும்பி வந்து தனது முகாமை இராமேசுவர தீர்த்தம் என்னும் இடத்தில் அமைத்துக்கொண்டான். 4 ஆம் விட்டுணுவர்த்தனனும் அவன் பின் ஆட்சிக்கு வந்த 2 ஆம் விசயாதித்தனும் (808) வேங்கியை ஆண்ட மன்னர்களாவர். இவர்கள் கோவிந்தனின் அரச அதிகாரத்தின் வலிமையை உணர்ந்திருந்தனர். விசயாதித்தன் பெரும் பேராற்றல் படைத்த போர்வீரன். நரேந்திரமிரிகராசன் (அசரரேறு) என்ற பட்டத்தைப் பெற்றிருந்தவன். 3 ஆம் கோவிந்தன் வேங்கி அரசுரிமையை விரும்பி விசயாதித்தனை எதிர்த்துப் போராடியதன் உறவு வழிச் சகோதரனான விமாசாலுகியை ஆதரித்து நின்றான் இதனால் விசயாதித்தனுக்குத் தொல்லையேற்பட்டது. கோவிந்தன் இராட்டிரகூட அரசவம்சத்தவர்களின் தலைசிறந்த மன்னர்களுள் ஒருவன். இவனது அரசசபைப் புலவர்கள், சிறீகிருட்டிணன் பிறந்த பின் யாதவர்கள் பெற்ற பலத்தை 3 ஆம் கோவிந்தனின் பிறப்பின் பின் இராட்டிரகூடர்கள் பெற்றனர் என்று புகழ்ந்து பாடினர்.

தூரதெற்கில் நிகழ்ந்த சம்பவங்கள் பற்றி மேற்கொண்டும் கவனிப்பது பொருந்தும். பல்லவ தந்திவர்மனின் நீண்ட ஆட்சிக்காலத்தில் தெற்கில் ஆக்கிரமிப்பு நடாத்திய பாண்டிய ஆதிக்கத்தை அவனால் எதிர்த்துநிற்ப முடியவில்லை. அதேபோன்று வடக்கில் அமைந்த இராட்டிரகூடர்களின் மிரட்டலையும் தாக்குதலையும் பல்லவ தந்திவர்மனால் சமாளிக்க முடியவில்லை. இவனையடுத்து 3 ஆம் நந்திவர்மன் (844-66) என்பவன் ஆட்சிபுரியத் தொடங்கினான். இவன் தந்தையைவிடத் திறமைசாலி. சிறீமாற சிறீவல்லப பாண்டியன் என்ற இவன் காலத்து மன்னனை எதிர்க்க ஒரு சக்திமிக்க கூட்டணியொன்றை இவன் அமைத்துக் கொண்டான். தெள்ளாறு என்ற இடம் வட ஆற்காடு மாவட்டத்தின் வந்திவாசிக்கு அருகே அமைந்துள்ளது பாண்டிய அரசன் தெள்ளாற்றில் 3 ஆம் நந்திவர்மனால் தோற்கடிக்கப்பட்டான். இவனுடைய நண்பர்களாகிக் கொங்கரும் சோழரும் இராட்டிரகூடருமே சேர்ந்துகொண்டனர். பாண்டியரின் ஆக்கிரமிப்பு எவ்வளவிற்கு வளர்ந்தது என்பதற்கு நல்ல எடுத்துக்காட்டாக இப்போர்கள் அமைகின்றன. இதனால் நந்திவர்மனுக்கு ஆதரவு பெறுவது சுலபமானதாக அமைந்தது. தெள்ளாற்றிற் கிடைத்த வெற்றி ஒரு திருப்பு முனையாக அமைகிறது.

நந்திவர்மனுக்கு "தெள்ளாறெறிந்த நந்தி" என்ற பட்டம் கிடைத்தது. பின்னர் நந்திவர்மன் பல வெற்றிகளை யீட்டிப் பாண்டியப் போர்ப்படையைப் பின்வாங்கச் செய்தான். பாண்டிய முடியாட்சியின் இருதயமென அமைந்த வைகையாற்றின் கரைவரை பல்லவ சேனை சென்றது.

எனினும் காலப்போக்கில் சிறீமாறன் தான் இழந்த பலத்தைத் திரும்பப் பெற்று நந்திவர்மனையும் அவன் ஆதரித்து நின்ற அரசர்கள் கூட்டணியையும் கும்பகோணத்திற்கு அருகே போரில் தோல்வியுறச் செய்தான்.

3 ஆம் நந்திவர்மன் தோல்வி கண்டு மனம் சளையாத பெருமன்னனாவான். பல்லவ ஆதிக்கத்தை முன்பிருந்த நிலைக்கு 3 ஆம் நந்திவர்மன் உயர்த்தி வைத்தான். இலக்கியம், கலைகள் போன்றவற்றை வளர்ப்பதற்குத் தயங்காது பரிசில்கள் வழங்கி ஆதரித்து நின்றான். சக்திமிக்க கடற்படையொன்றை இவன் ஏவல் கொண்டிருந்தானென்னும் குறிப்புகள் உள்ளன. சீயம் நாட்டின் தக்குவாயா என்னும் இடத்தில் கண்டெடுக்கப்பட்டுள்ள கல்வெட்டு ஒன்று தமிழில் உள்ளது. வங்காள விரிகுடாவிற்கு எதிர்ப்புறத்தில் கண்டெடுக்கப்பட்ட இக்கல்வெட்டு, பல்லவர்கள் கடல் கடந்துகொண்டிருந்த தொடர்புபற்றிக் குறிப்பிடுகின்றது. ஒரு விட்டுணு கோவிலும் அவனிநாரணம் என்ற இவனது பட்டம் தாங்கிய குளமும் இக்கல்வெட்டிற் குறிப்பிடப்பட்டுள்ளன. நந்திவர்மனை அடுத்து அவன் மகன் நிருபதுங்கன் ஆட்சிக்கு வந்தான். நிருபதுங்கன் 860 வரையில் யுவராசனாக வந்தான். இவனது தாயார் ஒரு இராட்டிரகூட இளவரசியாவாள். நிருபதுங்கன் என்ற பல்லவ இளவரசன் கும்பகோணத்திற்கு அருகே காவேரியாற்றின் கிளையாகிய அரிசில் ஆற்றங்கரையில் நிகழ்ந்த போரில் பாண்டியரைத் தோற்கடித்தான். இக்கிளையாறு காரைக்காலின் அருகில் கடலுடன் கலக்கிறது. இங்கு ஈட்டிய வெற்றியின் விளைவாகத் தந்தைக்கு ஏற்பட்ட தோல்விக்கு ஈடாக நிருபதுங்கன் பழிவாங்கினான்.

அரிசில் ஆற்றங்கரையில் சிறீமாறன் தோற்கடிக்கப்பட்டது ஒரு தனி நிகழ்ச்சியன்று. சிறீமாறன் நாடு கைப்பற்றும் முயற்சிகள் பலவற்றில் ஈடுபட்டமைக்காக ஒரு பட்டமும் பெற்றான். 'பாசக்கரக்கோலாகன்' (படைசூழ்ந்த பகைவரை எதிர்த்து நின்றோன்) என்பவதுவே அப்பட்டமாகும். 2 ஆம் சேனன் என்பவன் இலங்கையைச் சேர்ந்தவன். இவன் (851-85) 1 ஆம் சேனனின் பின் இலங்கையின் ஆட்சி உரிமையைப் பெற்றான். இவன் 1 ஆம் சேனனின் உறவுவழி வந்த மருமகனாவான். 2 ஆம் சேனன் பல்லவருடனும், பாண்டிய அரசுக்கு உரிமை கோரிய ஓர் ஏமாற்றுக்காரனுடனும் இணைந்துகொண்டான். 2 ஆம் சேனன் மதுரை முடியாட்சிக்குள் ஒரு படையை அனுப்பி வைத்தான். அரிசில் ஆற்றங்கரையில் இடம்பெற்ற போரும் இலங்கையின் படையெடுப்பும் கிட்டத்தட்ட ஏககாலத்தில் இடம் பெற்றன. இப் படையெடுப்பு பூரண வெற்றி தந்தது. தலைநகரம் தகர்க்கப்பட்டது. புண்பட்ட சிறீமாறன் உயிர் துறந்தான். அவன் மகன் 2 ஆம் வரகுணவர்மன் 862 இல் சிங்களப்படைத் தளபதியால் முடிசூட்டப்பட்டான்.

இராட்டிரகூட முடியாட்சியை 3 ஆம் கோவிந்தனின் பின் அவன் இளைய மகன் அமோகவர்சன் (814) பொறுப்பேற்றான். அமோகசர்சன்

நிருபதுங்கன் என்றும் மற்றோர் பெயரும் கொண்டிருந்தான். இளவலாக இருந்த அரசனின் ஆட்சியின் ஆரம்பகாலம் முழுவதிலும் தொல்லைகள் சூழ்ந்திருந்தன. 2 ஆம் விசயாதித்தன் என்ற கீழைச் சாளுக்கிய மன்னனும் கங்க அரசனான 1 ஆம் இராசமல்லனும் அதிகாரிகளை ஆதரித்து ஒரு பரவலான கலகத்தை இராட்டிர கூட அரசில் ஏற்படுத்தினர். இலாதா என்ற பகுதியில் ஆட்சிபுரிந்த கர்க்கன் என்ற இவனது உறவுவழிச் சகோதரன் ஒருவன் மிகவும் நேர்மையாக அமோகவர்சனை ஆதரித்தும் பாதுகாத்தும் வந்தான். கலகம் அடக்கப்பட்டது. அமோகவர்சனை 821 இன் முன் ஆட்சியில் நிலைபெற்றான். அமோகவர்சனின் 64 வருட நீண்ட கால ஆட்சியில் அவனது வியாபித்த பெரும் அரசில் எப்போதாவது அமைதி நிலைபெற்றது என்று நாம் கூறுவதற்கில்லை. இராட்டிரகூடர்களின் பிடியினின்றும் வேங்கி முடியாட்சியை விடுவிக்க 3 ஆம் குணாக விசயாதித்தன் என்பவன் தீவிர முயற்சி எடுத்தான். 850 இல் மீண்டும் கீழைச் சாளுக்கியருடன் இராட்டிரகூடருக்குப் போர் ஏற்பட்டது. 3 ஆம் விசயாதித்தன் 2 ஆம் விசயாதித்தன் போனாவான். கர்நூல் மாவட்டத்திலுள்ள தம்பபுரிக் (கம்பகம்) கருகே விங்காவல்லி என்னுமிடத்தில் இரத்தம் சிந்திக் கடும்போர் நடாத்திய அமோகவர்சன் உறுதியான வெற்றியைப் பெற்றான். இப்போரின் பின் குணாக விசயாதித்தன் அமோகவர்சனின் மேலாதிக்கத்தை ஏற்று அவன் ஆட்சி முடியும் வரை பற்றுள்ளவனாக இருந்தான். கங்க வம்ச அரசனான இறையன் என்பவன் (837-70) இராட்டிரகூட அரசை எதிர்த்துக் கலகம் செய்தான். இக்கலகத்தை ஏனைய சிற்றரசர்களும் ஆதரித்து நின்றனர். கங்க அரசன் இறையனுக்கு நீதிமார்கள் இரணவிக்கிரமன் என்ற பெயர்களும் உண்டு. இறையன் 1 ஆம் இராசமல்லனுடைய மகனாவான். அமோகவர்சன் தளபதியான பங்கேசன் இக்கலகத்தை வெற்றியுடன் அடக்கினான். எனினும் இக்கலகம் முற்றாக ஒடுக்கப்படுவதன் முன் தலைநகரில் குழப்பம் ஏற்படவே தளபதி அங்கு அழைக்கப்பட்டான். தலைநகரில் இடம் பெற்ற கலகத்தில் முடிக்குரிய இளவரசனான கிருட்டிணனும் லாதாவை ஆண்ட 1 ஆம் துருவனும் கலந்து கொண்டனர். 1 ஆம் துருவன் அமோகவர்சனைக் காத்து நின்ற கர்க்கனின் மகனாவான். 1 ஆம் துருவனைப் பங்கேசன் போரில் கொலை செய்தான். தொடர்ந்து அவன் மகனான அகாலவர்சனையும் போனான 2 ம் துருவனையும் எதிர்த்துப் போர் நடைபெற்றது. 2ஆம் துருவனுக்கு உறவினர் சிலர் பகைவராக மாறியதால் பிரச்சினை மேலும் சிக்கலடைந்தது. அத்துடன் நாட்டின் பின்புற எல்லையில் அமைந்த கூர்ச்சரமன்னன் மிகிர போசன் என்பவன் படை கொண்டு இவனை மிரட்டினான். இந்நிலையில் 860 இல் அமோவர்சனுடனுள்ள பிணக்கைத் தீர்த்துக் கொள்வது புத்தியாகும் என்ற முடிவிற்கு 2 ஆம் துருவன் வந்தான். இதன் விளைவாக கூர்ச்சரரின் திட்டமும் உறவினர் பகைமையும் ஒழிக்கப்பட்டு 867 முதல் 2 ஆம் துருவன் அச்சமின்றி ஆட்சியை நடத்தினான்.

பங்கேசன் திருப்பி அழைக்கப்பட்டபின் கலகக்காரருக்கு எதிரான போரின் பொறுப்பு குணாக விசயாதித்தனிடம் ஒப்படைக்கப்பட்டது. குணாக விசயாதித்தன் நோலம்ப இராச்சியத்தின் ஒரு படையை அணிவகுத்துச் சென்றான். 1 ஆம் நோலம்பாதிராசன் மங்கி என்றும் அழைக்கப் பட்டான். அவனும் கலகக்காருடன் சேர்ந்தமையாலேயே இவனைப் பங்கேசன் எதிர்த்துப்

போராடினான். போரில் மங்கி வெட்டுண்டு இறந்தான். கங்கவாடிவரை அமைந்த சாலை திறக்கப்பட்டது. இதன் பின் கங்கரின் படை தோற்கடிக்கப்பட்டதுடன் சமாதானம் செய்து கொள்ளவேண்டிய நிலை நீதிமார்க்கனுக்கு ஏற்பட்டது.

அமோகவர்சன் மதப்பற்றுள்ள மனப்பான்மையினன் போரைவிட இலக்கியத்தில் பெரு விருப்பம் கொண்டவன். அரசசபை அலுவல்களில் நின்றும் பல தடவைகள் தன்னை விடுவித்துக் கொண்டு சமண சமயக் குரவர்களுடன் உறவாடிப் பொழுது போக்கி வந்தான். இந்து மதத்தை அமோகவர்சன் முறைப்படி கைவிட்டான் என்பது ஐயத்திற்குரியதேயாம். சுமண மத நூலொன்றான "பிரசுநோத்தர இரத்தின மாளிகை" இவனால் ஆக்கப்பட்டது என்று அபிப்பிராயப்படுகிறார்கள். நூலாசிரியராக விளங்கிய இவன் பிற நூலாசிரியர்களைப் பெரிதும் போற்றிப் பாதுகாத்து வந்தான். இந்திரபுரியை விடச் சிறந்த முறையிலே "மானியகேதம்" என்ற நகரை அமைத்ததற்காகப் புகழப்படுகிறான். அரண்மனை கலைப்படைப்புக்களால் அலங்கரிக்கப்பட்டது. இளவரசிகளின் உபயோகத்திற்கெனத் தடாகத்துடன் கூடிய ஒரு புறம் அரண்மனையில் ஒதுக்கப்பட்டது. அமோகவர்சனை அடுத்து 2 ஆம் கிருட்டிணன் (880) என்பவன் ஆட்சிக்கு வந்தான்.

இதே காலத்தைச் சேர்ந்த சேர நாட்டு வரலாறு தெளிவற்றுக் காணப்படுகிறது. சேரநாடு தொடர்ந்தும் பெரும் எனப்பட்டவர்களால் ஆளப்பட்டு வந்திருக்க வேண்டும். பல வம்ச அரசர்கள் கேரளத்தைத் தாம் அடிமை கொண்டதாக உரிமை கொண்டாடிய போதிலும் அதற்குப் போதிய சான்றுகள் இல்லை. 1 ஆம் நரசிம்மவர்மன் என்ற பல்லவனும் சேந்தன் என்ற பாண்டியனும் சேரரை வென்றமைபற்றி முன்னர் குறிப்பிடப்பட்டுள்ளது. கேரள மன்னனுடன் பல்லவ மன்னன் சேர்ந்து 1 ஆம் வரகுணன் என்ற பாண்டிய அரசனை எதிர்த்துப் போராடினான். சிம்மவிட்டுணு, 3 ஆம் நந்திவர்மன் போன்ற ஏனைய பல்லவ மன்னர்கள் கேரளத்தின் மீது தாம் ஆதிக்கம் செலுத்தியதாக உரிமை கொண்டாடுகின்றனர். சேர நாட்டிற்கும் பல்லவ நாட்டிற்கும் இடையே கலாசாரத் தொடர்புகள் நிலைபெற்றமைக்குச் சான்றுகள் பல இருக்கின்றன. மகேந்திரவர்மனின் மத்தவிலாசம் என்ற நாடகநூல் மலையாளத்தின் மரபுப்படி வந்த சாக்கியார் நடிகர்களால் பெரிதும் விரும்பப்பட்டது. தண்டியாசிரியர் இயற்றிய அவந்திசுந்தரி கதாசாரம் என்ற நூலில் காணப்படுகின்ற ஆதார விபரங்கள் இவர் கேரளத்தைப் பற்றிக் கொண்டிருந்த தெளிவான அறிவிற்குச் சான்றாகும். கேரள நாட்டைச் சேர்ந்த பல படித்த பிராமணர்கள் காஞ்சிக்குச் சென்றதாகவும், பல்லவ அரச சபையில் வீற்றிருந்த தண்டி இவ்வந்தணர்களைக் காஞ்சியில் கண்டதாகவும் குறிப்புகள் உண்டு. சேந்தன் மாத்திரம் அன்றி ஏனைய பெரும்பாலான பாண்டிய அரசர்களும் சேரரைத் தாம் அடிமைகொண்டாக உரிமை பாராட்டுகின்றனர். 2 ஆம் புலகேசி, 1 ஆம் விக்கிரமாதித்தன், 2 ஆம் விக்கிரமாதித்தன், 2 ஆம் கீர்த்திவர்மன் போன்ற பாதாமியைச் சேர்ந்த சாளுக்கியரும் சேரரை ஆண்டதாகக் கூறிக் கொள்கின்றனர். 3 ஆம் கோவிந்தன், 3 ஆம் கிருட்டிணன், தண்டிதுர்க்கன் ஆகிய இராட்டிரகூடர்களும் சேரநாட்டைத் தாம் அடிமை கொண்டதாகக் கூறுகின்றனர்.

பிந்திய காலத்தைச் சேர்ந்த கீர்த்தி வாய்ந்த சேர அரசர்களுட் சேரமான் பெருமாள் என்பவன் ஒருவனாவான். இவன் 8 ஆம் நூற்றாண்டின் முடிவிலும் 9 ஆம் நூற்றாண்டின் தொடக்கத்திலும் வாழ்ந்தான். மரபுக்கதைகள் பல இவர் பற்றிக் கூறுகின்றன. இவர் இசிலாம் மதத்தைத் தழுவி மெக்காவிற்கு யாத்திரை சென்றார் என்று ஒரு கதை கூறுகிறது. இது நம்பத்தகுந்ததன்று. சேரமான் பெருமாள் மிகுந்த மதப் பற்றுள்ளனவாக இருந்திருக்க வேண்டும். சேரமான் பெருமாள் தத்தம் மதத்திற்கு உரியவர் என்று சமணர்களும், கிறித்தவர்களும், சைவர்களும். இசிலாமியர்களும் உரிமை கொண்டாடினர். இவருக்கும் சுந்தரமூர்த்தி நாயனாருக்கும் உறவு இருந்ததாகச் சைவ சமய மரபுக்கதைகள் கூறுகின்றன. இது பற்றிப் பிறிதோரிடத்தில் நாம் காணலாம். இவர் உலகைத் துறப்பதற்கு முன்னர் உறவினர்களுக்கும் சிற்றரசர்களுக்கும் தன் பரந்த அரசைப் பகிர்ந்தளித்தார். கி.பி 825 வரை கொல்லம் என்னும் சகாப்தம் இடம் பெற்றபோது சேரமான் பெருமாள் வரலாற்றிலிருந்து மறைந்து விடுகிறார். இக்காலம் சேரமான் கேரள அரசைப் பிரித்தமையைக் கொண்டாடத் தொடங்கப்பட்டதா, சங்கராச்சாரியாரின் மலபரிபாகத் தத்துவம் சேர நாட்டிற் பரவத் தொடங்கியமையைக் குறிக்கத் தொடங்கப்பட்டதா என்பது தெளிவாகத் தெரியவில்லை. இது கொல்லம் (குயிலொன்) என்ற இடத்தில் யூதவர்த்தகரின் சமூகம் ஒன்று அமைந்ததை நினைவூட்டுகின்றது என்றும் சிலர் கருதுகின்றனர். கொல்லம் ஆண்டு, சேர வரலாற்றில் கொல்லத்தின் தோற்றத்துடன் ஆரம்பமாயது எனவும் அழிவுடன் ஆரம்பமாயது எனவும் குறிப்பிடும் கல்வெட்டுக்கள் சில காணப்படுகின்றன.

இக்காலத்தில் அரசியல் வரலாற்றை உற்று நோக்கும்போது கலிங்கத்தைக் கிழக்குக் கங்கரின் அரசவம்சம் தொடர்ந்து ஆண்டு வந்தது என்பது புலப்படும். கங்கர் என்ற பெயரைக் கலிங்க அரசர்கள் கொண்டிருந்த போதிலும் மைசூரையாண்ட இதே காலத்தைச் சேர்ந்த கங்க அரசர்களுக்கும் கலிங்கத்தையாண்ட கங்கருக்கும் தொடர்பு இருந்ததாகக் கூறுவதற்கிடமில்லை. கலிங்கத்தையாண்ட கங்கர் கி.பி. 498 என்ற காலத்திற்குச் சமமான ஒரு காலவரையறை தொடங்கித் தமது ஆட்சிக் காலத்தை கணக்கிட்டுக் கல்வெட்டுக்கள் பலவற்றை நிறுவினர். கலிங்கத்துக் கங்கருக்கும் பிறருக்கும் தொடர்பே இருந்ததில்லை. சில சமயங்களில் கலிங்கத்திற்குத் தெற்கே அமைந்த தெலுங்கு நாட்டையாண்ட, விட்டுணுகுண்டினியர்களும் அவர்கள் பின் அரசியல் பொறுப்பேற்ற சாளுக்கியரும் கலிங்க மன்னர் மீது தமது அரசியல் ஆதிக்கத்தினைத் திணிக்க முயன்றனர். கிழக்குத் தக்கணத்தை இரண்டாம் புலகேசி (620) கைப்பற்றியபோது கலிங்கத்துக் கங்கர் அவனது மேலாதிக்கத்தை ஏற்றனர். இராட்டிர கூட தண்டிதுர்க்கன் என்பவன் காலத்திலும் (750) இது போன்ற நிகழ்ச்சி இடம் பெற்றிருக்க வேண்டும். எனினும் கிடைக்கப்பெறும் கல்வெட்டுக்களில் இருந்து பார்க்குமிடத்து பிறருடைய அலுவல்களில் அவர்கள் தலையிட்டதுமில்லை. பிறர் தலையிடக்கூடிய சந்தர்ப்பத்தை அவர்கள் ஏற்படுத்தவுமில்லை என்பது தெளிவு. பொதுவாக நோக்கின் மிகவும் அமைதியான வாழ்வைக் கலிங்கத்துக் கங்கர் மேற்கொண்டார்.

அடுத்து, இக்காலத்தில் அமைந்த அரசியலமைப்புப் பற்றிய விபரங்களை நாம் அறிதல் முறையே எனினும், இந்திய அரசியல் அமைப்புப்பற்றிய பூர்வீக காலங்களின் அடிப்படை அம்சங்கள் சிலவற்றை நாம் கருத்திலிருந்து உணர்வது அவசியம். மக்களுக்கு அரசு மிகச் சிறிய அளவிலேயே பலன் தரும் என்று அவர்கள் கருதினார்கள். நிலவிய சமூக அமைப்பைப் பாதுகாப்பதே தன் கடன் என்று மன்னன் கருதினான். உள் நாட்டிலேற்படக்கூடிய தொந்தரவுகளிலிருந்தும் வெளிநாட்டுத் தலையீடுகளினின்றும் சமூகத்தைப் பாதுகாப்பது மன்னன் கடமையாகும். இவ்வாறு காத்தற்றொழிலை மேற்கொண்ட அரசனுக்கு மக்கள் தமது நிலவருமானத்தில் 16 பாகத்தை வரியாக வழங்கினர். சமூக அமைப்புப் பல வழிகளில் விரிந்திருந்தது புலப்பாடு (சுருதி), மரபு (சிமிர்தி), மேலோர் பின்பற்றும் வழி (ஆசாரம்) என்பவற்றை வேராகக் கொண்டே சமூக அமைப்பு உருவாகியது. மக்களின் எண்ணற்ற சமூக, பொருளாதார, சமய நடவடிக்கைகள் மீது அரசனுக்கு இருந்த கட்டுப்பாடு மிகவும் குறைந்த அளவினதேயாம். அரசன் அல்லது அரசசபையின் சமூகத்திற்குப் பிணக்குகள் கொண்டுவரப்பட்டால் அவற்றை விசாரித்து நீதி வழங்குதல் என்ற வகையில் அரசன் சமூக உறவுகளில் தலையிடுவதுண்டு. தாமாகவே இயங்கிவந்த எண்ணற்ற குழுக்களும், சங்கங்களும் மக்களையும் அவர்களின் அன்றாட வாழ்வின் விபரங்களையும் கண்காணித்து வந்தன. பிரதேசம், சாதி, தொழில் அல்லது மத நம்பிக்கைகள் போன்றவற்றைக் கருத்திற்கொண்டு இத்தகைய குழுக்களும் கழகங்களும் செயற்பட்டன. இக்குழுக்கள் பொதுவாகப் பழைய மரபுகளையும் செயல்முறைகளையும் பின்பற்றி வந்தன. தேவை ஏற்படும்போதெல்லாம் புதிய முறைகளையும் நடைமுறையில் கொண்டுவர இவர்கள் தயங்கவில்லை. இக்குழுக்கள் தமக்கெனத் திட்டங்களை ஏற்படுத்திக் கொண்டன. தமது குழுவின் திட்டங்களைப் பற்றி உறுப்பினர்களுக்கு நன்முறையில் விளக்கம் கொடுக்கப்பட்டது. இக்குழுக்களின் திட்டங்கள் புதிய சூழ்நிலைக்கேற்றவாறு மாற்றியமைக்கக்கூடிய முறையில் இசைந்து கொடுப்பனவாக அமைந்தன. வழமையாக அமைந்திருந்த ஒரு பொதுச்சபை ஆண்டிற்கொரு தடவையோ, குறிப்பிடப்பட்ட விழா எடுப்பதற்காகவோ, ஏதாவது சடங்குகளை நிறைவேற்றுவதன் பொருட்டோ கூடி வந்தது. அன்றாட அலுவல்களைச் செயற்குழு ஒன்று கண்காணித்து வந்தது. இச்செயற்குழுவில் குறிப்பிடப்பட்ட சில குணாதிசயங்களைக் கொண்டோரே இடம் பெற்றனர். திருவுளச் சீட்டு இழுப்பதன் மூலம் இவர்கள் நியமனம் பெற்றனர். தீர்மானங்கள் பெரும்பான்மை வாக்கெடுப்பின் அடிப்படையிலேயே நிறைவேற்றப்பட்டன வெனினும் இக்குழுக்கள் எல்லோரும் ஏற்கக்கூடிய வகையில் கருத்துச் சமரசத்தை ஏற்படுத்தித் தீர்மானங்களை ஏகமனதாக நிறைவேற்றவே முயன்று வந்துள்ளன. வர்த்தர்களுக்கெனச் செயற்பட்ட குழுக்களுள் மணிக்கிராமம், நானாதேசிசு என்பன சிலவாகும். 500க்கும் மேற்பட்ட ஐயவோல் என்ற தொழிற்சங்கங்கள் இயங்கின. இத்தொழில்களை மேற்கொண்டோர் பல சன்னியாசிகள், எண்ணை வாணிபர், நெசவாளர்கள், கன்னார், மாணவர்கள், சன்னியாசிகள், கோவிலடியார்கள், குருமார் போன்ற பலதிறப்பட்டோர் தமக்கெனக் கழகங்களை நிறுவித் தமது தொழிலை வளர்த்து வந்தனர்.

இவை தவிரக் கிராம அடிப்படையிலும் உயர் பிரிவின் அடிப்படையிலும் பிரதேச சபைகள் இயங்கி வந்தனர். அரசாங்கத்திற்கும் அரசனுக்கும் தொடர்பற்ற வகையில் இக்கழகங்கள் செயற்பட்டு வந்தன.

கொள்கையளவில் சமூகத்தைக் காக்கும் பொறுப்புச் சிறப்பான பிரிவினராகிய சத்திரியரைச் சார்ந்திருந்தது. ஒரு பிரதேசத்தை ஆளும் ஆற்றலும் துணிவும் உள்ள ஒருவன் சத்திரியனாகச் சேர்ந்து செயற்படத் தொடங்குகின்றான். அத்தகையவர் உடனடியாகத் தயங்காது அரசனென்று ஏற்றுக்கொள்ளப்பட்டனர். இவ்வாறு துணிந்து செயற்பட்டோர் வெற்றிகாணும்போது அரசராகி மக்களின் நன் மதிப்பைப்பெறும் பொருட்டு அறிஞர்களைக்கொண்ட சபைகளை நிறுவிக் கல்வியையும் கலைகளையும் போற்றி வளர்த்தனர். தன்மீதும் அரச குடும்பத்தின் மீதும் கவிதைபாடும் மரபு ஊக்குவிக்கப்பட்டது. போர்செய்து நாடுபிடிப்பது அரசர்களின் கடமை என்று கருதப்பட்டது. அரசனைப்பற்றிய இத்தகைய கணிப்பினால் அடிக்கடி போர் மூண்டது. சச்சரவுகளின் விளைவாக ஆதிக்கம் செலுத்தியவர்கள் நிலைமையிலும் மாற்றங்கள் தென்பட்டன. இத்தகைய போர்களின் விளைவாக ஏற்படுத்தப்பட்ட அரசியல் மாற்றங்கள் சமூக அமைப்பையோ நாகரீகத்தின் இயல்பையோ இந்தியாவில் அதிகம் மாற்றியமைக்கவில்லை ஆயின் வேறு நாடுகளில் மாற்றங்கள் ஏற்பட்டிருப்பதை நாம் காணலாம். ஒரு பேரரசு நிலைபெறுவதுடன் சுபீட்சமும் தொடர்ந்து நிலவுமாயின் இலக்கியம், கலை ஆகிய துறைகளில் பெரும் முன்னேற்றம் ஏற்படுவது இயல்பே.

வாழ்வு மாறுபடாது தொடர்ந்து இயங்கிவரத் துணைநின்ற மரபுகள் சமூக அமைப்பைப் பாதுகாத்து நின்றன. அரசியற் புயல்களுக்கும் புரட்சிகளுக்கும் தாக்குப்படாது விளங்கிய கழகங்கள் சுயதேவைப் பூர்த்திகொண்ட தனித்தியங்கும் கிராமங்களில் நிலைபெற்றன. இக்கால அரசியல் அமைப்பின் மிகப் பிரதான ஆரம்ப உறுப்பாக அமைந்தது கிராமமே. கிராமம் என்ற அமைப்பு எந்த வகையில் சக்தி மிக்கதாய் இயங்கி வந்ததென்பதற்குப் பன்னூற்றுக்கணக்கான கல்வெட்டுக்கள் சான்றுபகர்கின்றன. இக்கல்வெட்டுக்கள் நாட்டின் பல்வேறு பாகங்களிலும் கிடைக்கப்பெறுகின்றன. இல்லத்தை அங்கமாகக்கொண்ட பல குடும்பங்கள் இணைந்ததே ஒரு கிராமம் ஆகும். குடும்பத்திற்கெனத் தனி வீடுகள் அமைந்திருந்தன. இவ்வாறு வாழும் இல்லங்களுக்கு நில உரிமை இருந்தது. கால்நடைகளை மேய்க்கவும், வேண்டிய விறகைச் சேகரிக்கவும் வெற்று நிலங்களும் காடுகளும் பயன்படுத்தப்பட்டன. இவை கிராமத்தின் பொதுச் சொத்தாகக் கருதப்பட்டன. பல்லவக் கல்வெட்டு ஒன்று ஒரு கிராமத்தில் அரசனுக்குரிய சொத்துக்கள் என்று சிலவற்றைக் குறிப்பிட்டுள்ளது. பூர்வீக இந்திய அரசின்கீழ்ச் சொத்துக்கள் அனைத்தும் அரசனுடையதே என்று கருதப்பட்ட நிலைமைக்கு இக்கல்வெட்டு முரணாக அமைகிறது. கிராமத்தின் எல்லைகள் குறிப்பிடப்பட்ட தனியாரின் சொத்துரிமைப் பட்டியல் ஒன்றும் மிகுந்த கவனத்துடன் உள்ள விபரங்கள் அடங்கிய கிராமக்குறிப்புப் புத்தகமும் பாதுகாக்கப் பட்டுள்ளன. பொதுப் பிரச்சினைகள் பற்றி ஆராய்வதற்கும் பிணக்குகளை விசாரணை செய்து நீதிபரிபாலனம் செய்வதற்கும் கிராமவாசிகள் அவ்வப்போது கூடினர். கிராமிய

நிர்வாகம் சின்னஞ்சிறு வடிவில் அரும்பிச் சிக்கல் மிக்க நிர்வாக இயந்திரமாகப் பரிணமித்தது. நிர்வாகக் குழுவினரும் பாலன அதிகாரிகளும் பத்தாம் பதினோராம் நூற்றாண்டுகளில் இடம் பெற்றிருந்தனர் என்று சோழர்காலக் கல்வெட்டுகள் குறிப்பிடுகின்றன. முழுத் தென்னிந்தியாவையும் உற்று நோக்கும்போது தமிழகத்தினுடைய வளர்ச்சி மிகவும் முற்போக்காக அமைந்திருந்தது என்பது தெளிவு. கிராமம் தோறும் தலைமைக்காரன் ஒருவன் இருந்தான். கிராமத் தலைவனே முதுடன். கிழான், கிராமபோசகன் என்றெல்லாம் போற்றி அழைக்கப்பட்டான். கிராமத் தலைவனே அரச ஆணைக்கும் மக்களுக்கும் இடையே நின்று பாலனத்தை வழி நடாத்தினான். கிராமத் தலைவன் எவ்வாறு நியமனம் பெற்றானென்றோ அவனின் பதவி வம்ச வழி வந்ததா என்றோ நாம் துணிந்து கூற முடியர்து. கிராமத் தலைவனையும் கிராமச் சபைகளையும்விடக் கிராமத்திலுள்ள மூத்தவர்களைப் பற்றியும் சிறப்பான குறிப்புகள் உள்ளன.

கி.பி. 8 ஆம், 9 ஆம் நூற்றாண்டுகாலம் தொட்டு உள்;ர் ஆட்சித் துறையில் மூன்று வகையான கிராமசபைகள் அமைந்திருந்தன. தமிழ்க் கல்வெட்டுகளின்படி இவை ஊர், சபை, நகரம் என்று குறிப்பிடப்பட்டுள்ளன. ஊர் என்பது ஒரு கிராமத்திலுள்ள மக்களை உள்ளடக்கியது இவர்களே கிராம நிலத்தின் உடமையாளர்கள். ஒரு கிராமத்தில் வாழும் அந்தணர் தானமாகத் தாம் பெற்ற நிலத்தை உரித்தாக்கிக்கொண்டு தனிச் சபைகளாக இயங்கினர். சபை என்பது அந்தணர் அவைகளே. வர்த்தகர்களும் சிறு வியாபாரிகளும் நிலைகொண்டு ஆதிக்கம் செலுத்தும் பகுதி நகரம் என்று குறிப்பிடப்பட்டுள்ளது. ஒரே பிரதேசத்தில் இதுபோன்ற பிரிவுகள் பக்கம் பக்கமாக அமைந்திருந்தன. அவசியம் ஏற்படும் போதெல்லாம் இவ்வாறு அமைந்த மூன்று சபைகளும் சேர்ந்து ஆலோசனை செய்வது வழக்கம். ஒன்றுடனொன்று கலந்து ஆலோசனை செய்வதற்காக ஏனைய உள்;ர்ச்சங்கங்களும் அழைக்கப்பட்டன. கருத்துப் பரிமாறிய பின்பே தீர்க்கமான முடிவுகள் எடுக்கப்பட்டன. கிராம மன்றங்கள் நீர்ப்பாசன உரிமைகளை வரையறுத்து, நன்கொடைகளைப் பேணி நிர்வகித்துக் குளங்கள் சாலைகளை மேற்பார்வை செய்து, கோவில் அலுவல்களையும் வழிநடத்தி வந்தன. இக்கடமைகளைச் சில குழுக்களின் துணைகொண்டோ, செயற்படும் அதிகாரிகளின் துணையுடனோ தான் இவர்கள் நிறைவேற்றி வந்தனர். கிராமச் சபைகளின் நடைமுறைகளையும் தாமே வகுத்துக் கொண்டனர்.

தக்கணப் பகுதியில் கிராமம் தோறும் அமைந்த மகாசனங்கள் பற்றிக் குறிப்புக்கள் உள்ளன. உள்;ராடசிக்குப் பொறுப்பாக இத்தகைய 'மகாசனங்கள்' அமா்ந்திருந்தனர். 'காமுண்டர்' (கிராமத்தலைவர்) என்பவரே நிர்வாகத்தின் தலைவராவர். கிராமச் சபைகளை இயக்கும் பணியில் தமிழ் நாட்டிலிருந்து சுய ஆட்சிபெற்ற, நகரங்களைப் போலல்லாமல் தக்கணத்தில் கிராமச் சபைகளை அரச அதிகாரிகள் ஆலோசனை கூறி வழி நடத்திவந்தனர்.

உப்புச் சேகரிப்பது, சர்க்கரை உற்பத்தி செய்வது, குற்றவாளிகளைக் கைது செய்வது போன்ற கடமைகளை நிறைவேற்ற அதிகாரிகள் கிராமங்களுக்கு வருவதுண்டு. சில சிறப்புக் காரணங்களுக்காகக்

கிராமங்களுக்கு அதிகாரிகள் வராதுவிடுவதுமுண்டு, அரச அதிகாரிகள் அரச அலுவல்களைச் செய்வதற்காகக் கிராமத்திற்கு வரும் போதெல்லாம் கிராமத்தலைவர் வசதிகள் செய்து கொடுப்பது மரபு. தண்ணீர் கொண்டு வந்து தருவதற்கு எருதுகள், அதிகாரிகள் தங்குவதற்கேற்ற இல்லங்கள், படுக்கைகள், சோறு, பால், தயிர், புல், எரி பொருள்கள், மரக்கறி போன்றவற்றைக் கிராமத்தவர்கள் பாலன அதிகாரிகளுக்கு வழங்குவது வழக்கம். இவற்றைவிடப் பொது நிர்மாணப் பணிகளைக் கிராமவாசிகள் சம்பளம் இன்றியும் செய்து வந்தனர். நிலவரி, அதிகாரிகளுக்குச் செய்ய வேண்டிய சேவைகள் ஆகியன போக மக்கள் வேறும் பல வழிகளில் நேர்முகமாகவும் மறைமுகமாவும் வரி செலுத்தும் நிலமையும் இருந்தது. இல்லங்களும் தொழில்களும் வரிவிதிப்புக்கு உள்ளாக்கப்பட்டன. சந்தை வரிகளும், சாலை வரிகளும், ஓரிடத்திலிருந்து இன்னோரிடத்திற்கு விற்பனைப் பண்டங்களைக் கொண்டு செல்லும்போது விதிக்கப்பட்டன. நீதிபரிபாலன வரிகளும் தண்டங்களும் வருமானத்தைத் தந்தன. மேற்கு இந்தியா பற்றி நன்றாக அறிந்திருந்த அராபிய ஆசிரியரின் குறிப்புக்களில் இந்நிலைபற்றிக் 'கூறப்பட்டுள்ளது. இந்திய மக்கள் அதிகமான வரிகளைச் செலுத்தித் தமது அரசர்களின் களஞ்சியத்தை நிரப்பத் துணை நின்றனர் எனக் குறிப்பிடப்பட்டுள்ளது. இதுபோன்ற கட்டாய வரிகளைவிட விரும்பியோர் பங்கு கொள்ளத்தக்க வகையில் குளங்கள், கோவில்கள், அன்னசத்திரங்கள், கல்லூரிகள், மருத்துவ நிலையங்கள் போன்றவற்றைக் கண்காணித்து வந்த கட்டுத்தாபனங்களும் இருந்தன. இவற்றை வர்த்தகர்களே பெரும்பாலும் வழிநடத்தி வந்தனர்.ஷஷ

கிராமத்துக்கு மேல் அமைந்த நிர்வாகப் பிரிவுகள் ஆகரா, இராட்டிரா, நாடு, கோட்டம் அல்லது விசயா என்றெல்லாம் வெவ்வேறு காலங்களில் குறிப்பிடப்பட்டுள்ளன. இராட்டிராவும் விசயாவும் இருவகைப்பட்ட பாலன முறைகளாகும் ஒன்றைவிட மற்றையது பெரியது. தமிழகத்தில் பெரும் பிரிவுகள் வள நாடு அல்லது மண்டலம் என்று வர்ணிக்கப்பட்டுள்ளன. இத்தகைய ஆட்சிப் பிரிவுகள் வரலாற்று நிகழ்ச்சிகளைப் பொறுத்தே அமைந்தன. வானராசவிசயா என்று பாதாமி காலத்தைச் சேர்ந்த பிரிவு ஒன்று இருந்தது. இத்தகைய பிரிவிலும் கூட முதியோர் சபை ஒன்று இடம் பெற்றது. தேசபோசக, நாட்டுக்கோன் என்றெல்லாம் குறிப்பிடப்படும் நிர்வாக அதிகாரிகளும் செயற்பட்டு வந்தனர்.

மாகாண அலுவலகங்களை அரச குடும்பத்தைச் சேர்ந்த இளவரசர்களே அதிகாரிகளாகவிருந்து நடாத்தி வந்தனர். அரசகுடும்பம் ஐக்கியமாயிருக்கும் போது இந்த ஒழுங்கு சாதகமாக விருந்தது ஆயின் வேற்றுமை ஏற்படும்போதெல்லாம் உள்நாட்டுப் போர்களும் சீரழிவும் ஏற்படுவதற்கும் இது இடமளித்தது. 2 ஆம் புலகேசியின் பின் 1 ஆம் விக்கிரமாதித்தன் ஆட்சிக்கு வருவதற்கிடையில் சாளுக்கியப் பேரரசில் பாதாமியில் இடம் பெற்ற சம்பவங்கள் இதற்கு நல்ல சான்றாகும். வெவ்வேறு முடியாட்சிகளில் வெவ்வேறு பெயர்களுடன் அரச அதிகாரிகள் பலதிறப்பட்ட கடமைகளை மேற்கொண்டு வந்தனர். சமாதானத்தை நிலைபெறச் செய்து வாழ்வையும்

உடமையையும் பாதுகாத்து நின்ற அதிகாரிகள் பரதரப்பட்டவர்கள். கிராம அதிகாரிகளே பிரதேசங்களில் நகர் பாதுகாவலர்களாகவும் கடமையாற்றினர். ‘சாசன சஞ்சாரின்’ என்று அழைக்கப்பட்ட ஒருவகை அதிகாரிகள் நாட்டின் பல பாகங்களிலும் நடமாடி வந்தனர். அரச ஆணைகளையும் நீதிமன்றத் தீர்ப்புகளையும் நிறைவேற்றும் கடமை இவர்களிடம் ஒப்படைக்கப்பட்டது. இக்கடமையில் அவர்களுக்குத் துணைநிற்க நகர்காவலர்கள் (பட்டர்) பணியாற்றி வந்தனர். அரசகளஞ்சியத்தின் முதல்வன் (கோசாத்தியட்சன்) என்ற ஒரு அதிகாரியும் கடமையாற்றினார். நில அளவை, பயிரிடப்பட்ட நிலமதிப்பீடு போன்ற தொழில்களை மேற்கொள்ள நிலக்களத்தார் என்போரும் அதிகாரிகள் என்போரும் நியமிக்கப்பட்டனர். இறுதியாக ‘வாயில் கேட்போர்’ எனப்பட்டோர் இருந்தனர்' இவர்கள் அரச ஆணைகள் அரசனின் வாயினின்று கேட்பர். வாயில் கேட்போருக்கு ‘இரகசியாதிக்கிருதர்’ என்ற பெயரும் உண்டு. அரசனின் செயலாளர்களாக இவர்கள் கடமையாற்றினர். அரச ஆணைகளுக்குச் செவிமடுத்து, உரிய முறைப்படி எழுதி, வேண்டிய அதிகாரிகளிடம் ஆவன செய்வதற்காக அவற்றை அனுப்பிவருவதே இந்த அதிகாரிகளின் கடமையாகும். சாளுக்கியரும் இராட்டிரகூடரும் இத்தகைய அரச ஆணைகளை ‘இராசசிராவிதம்’ என்று கூறினர். கிராம நீதி மன்றங்களும், சாதிகளுக்கும் தொழில்களுக்குமாயமைந்த பஞ்சாத்துக்களும் பிணக்குகளைத் தீர்த்துவைத்தன. இவற்றைவிட ஆதிகாரணம் அல்லது தர்மாசனம் என்று அழைக்கப்படும் நீதிமன்றங்களையும் மத்திய அரசாங்கம் நீதிபரிபாலனம் செய்வதற்காகத் தாபித்திருந்தது. அரச அதிகாரிகள் தலைமைதாங்கி நீதிமன்றங்களை நடாத்தினர். நீதிபற்றிய அறிவு பெற்ற ஆலோசகர் (தர்மாசனப்பட்டர்) நீதியரசர்களுக்குத் துணைநின்றனர். மகேந்திரவர்ம அரசன் எழுதிய மத்தவிலாசம் என்ற கற்பனை நாடகத்தின் ஒரு காட்சியில் நீதிமன்றங்கள் குறைபாடுகள் உள்ளனவாக இருந்தமைபற்றிக் குறிப்பிடப்பட்டிருக்கின்றது. முறைபாடுகளைத் தீர்ப்பதற்கு வேறு சான்றுகள் இல்லாதபோது ‘திவ்வியம்’ எனப்பட்ட கடும் பரிசோதனை முறை ஆதாரமாகக் கொள்ளப்பட்டது.

முறையாக அமைந்த அமைச்சர் குழு இயங்கி வந்ததற்குத் தெளிவான சான்றுகள் கிடைக்கவில்லை. எனினும் மந்திரி மண்டலம் என்ற அமைச்சர் குழு 2 ஆம் நந்திவர்மன் பல்லவமல்லனின் முடிசூட்டு விழாவிற்குமுன் இடம்பெற்ற நிகழ்ச்சிகளிற் கலந்து கொண்டது எனத் தெரிகிறது.

மன்னனே அரசின் முதல்வன், கௌரவத்தின் உறைவிடம், நீதியரசன், படைகளின் தளபதி என விளங்கினான். இக்காலத்தைச் சார்ந்த முதல் அரசர்கள் தம்மைத் தர்மமகாராசாதிராசர் எனப் பெயர் சூட்டிக்கொண்டனர். வேதகால தர்மத்தையே இவர்கள் வளர்த்தார்கள் என்பதும் நாட்டில் இக்காலத்தில் தழைத்து ஓங்கிய பௌத்த சமண சமயங்களை அரசர்கள் ஆதரித்து நிற்கவில்லை என்பதும் தெளிவு. சமண மதத்தைத் தழுவிய மன்னர்களும், முக்கியமாகக் கங்கவம்ச மன்னர்கள் இருந்தனர். அரசர்கள் தாம் பின்பற்றிய மதத்தை ஆதரித்த போதும் மக்கள் மீது அதைத் திணித்ததாக ஆதாரம் இல்லை. கொள்கையளவில் பிற மதங்களையுமே ஆதரித்து நின்றனர்.

ஒரு அரசியற் புரட்சியின் பின் சமூக பொருளாதாரத் துறைகளில் மாற்றங்கள் ஏற்படாது என்று அவசரப் பிரகடனங்கள் வெளிவரும். சொத்துரிமைகள் சம்பந்தமாக முன்னைய உரிமைகள் தொடர்ந்தும் இருந்துவரும் எனவும், தர்மசாசனச் சொத்துக்கள் புதிய அரசனால் பாதுகாக்கப்படும் எனவும் பிரகடனங்கள் உறுதி கூறும்.

அரசவம்ச வழிவந்த மூத்த ஆண்மகனே ஆட்சிக்கு உரிமையுடையவன். இலக்கியம், நீதிபரிபாலனம், தத்துவம், படைப்பயிற்சி போன்ற துறைகளில் இளவரசர்கள் பயிற்றுவிக்கப் பட்டனர். மேலும் அவர்களது ஆற்றலையும் விருப்பையும் கருத்திற்கொண்டு ஏற்ற பாலனப் பதவிகளில் அவர்களுக்குப் பயிற்சி அளிக்கப்பட்டது. 2 ஆம் புலிகேசிக்காக ஆட்சிபுரிந்த மங்களேசன் புலகேசியின் உரிமைகளை நிரந்தரமாக மறுக்க எத்தனித்தபொழுது தோல்வியடைந்தான் அவன் திட்டம் கைகூடாததற்குரிய காரணம் புலகேசியின் பக்கம் பொதுமக்களின் அபிப்பிராயம் திரண்டு இருந்ததேயாகும். 2 ஆம் புலகேசி இறந்த பின்பு விக்கிரமாதித்தன் சாளுக்கியப் பேரரசைக் சிதைவினின்றும் காப்பாற்றினான் என்பது முன்னர் குறிப்பிடப்பட்டது. அத்துடன் விக்கிரமாதித்தன் புலகேசியின் மூத்த மகனுமல்லன். பிரதான அரசவம்சத்தின் இளவரசர்கள் இல்லாது போனபோது உறவு முறைகொண்ட ஒரு அரசவம்சத்தில் இருந்து 2 ஆம் நந்திவர்மன் நியமிக்கப்பட்டான். கீழைச் சாளுக்கியரதும் இராட்டிரகூடாரதும் வரலாறு முழுவதிலும் அரச உரிமை பற்றிய பிணக்குகளும் உள்நாட்டுக் கலகங்களும் இடம் பெறுகின்றன. கீழைச் சாளுக்கியரின் அரச உரிமைபற்றிய பிரச்சனைகளில் இராட்டிரகூடரின் தலையீடு நிலைமையை மேலும் மோசமடையச் செய்தது. 3 ஆம் கோவிந்தன் என்ற இளவரசனைத் துருவன் தனக்குப் பின் அரசனாக நியமித்ததைத் தொடர்ந்து ஒரு உள்நாட்டுக் கலகம் மூளுகிறது. ஊரிமை மறுக்கப்பட்ட துருவனின் மூத்த மகனான கம்பகன் என்பவனே இக்கலகத்தைத் தொடங்கினான். கோவிந்தனை அரசனாக நியமித்தது அத்துணை நியாயமானது என்பது நிகழ்ந்த சம்பவத்தினின்றும் புலனாகிறது. ஒவ்வொரு அரசகுடும்பத்திற்கும் தமக்கென ஒரு கொடியும் (துவசம்) அரச சின்னமும் (இலரஞ்சனை) அமைந்திருந்தனவெனக் கல்வெட்டுகள் சிறப்பாகக் கூறுகின்றன. அரண்மனை வாயில் ஆடம்பரமாக அமைந்திருந்தது. போர்செய்து கைப்பற்றிய யானைகளும், குதிரைகளும் அரண்மனை வாயிலை அணிசெய்து நிற்கும். அரசியர், அரசர்களுடன் சரிநிகர் சமானமாக மதிப்புப் பெற்றனர். துருவனின் மனைவியான சீலபட்டாரிகை பேரரசப் பட்டங்களாகிய பரமேசுவரி, 'பரமபட்டாரிகை' என்பவனவற்றைப் பெற்றிருந்தாள் தான் விரும்பியபடி நிலநன்கொடைகள் வழங்கியதுடன் அரச நிர்வாக அதிகாரிகளுக்குத் தன் சொந்த ஆணைகளையும் பிறப்பித்தாள். பல்லவ இராசசிம்மனின் மனைவி இரங்கபதாகை என்பவள் கைலாசநாதர்கோவில் நிர்மாணப் பணியில் ஊக்கம் காட்டி வந்தாள்.

கொள்கையளவில் அரசன் எதேச்சதிகாரம் படைத்தவனாகவிருந்தான் ஆனால் நடைமுறையில் இந்த நிலைமையை மாற்றியமைக்கப் பல கட்டுப்பாடுகள் இருந்து வந்தன. அரச குடும்பத்தவர் அனைவரும் பாலன அலுவல்களில் பங்கு கொண்டனர் இதன் விளைவாக அரசனின் ஆட்சிக்

கொள்கையைக் கட்டுப்படுத்த அவர்களுக்குச் சந்தர்ப்பம் இருந்தது. அரச நிர்வாகத்தில் உயர் அதிகாரிகளும் இருந்தனர். அவர்களுட் சில அதிகாரிகள் வம்சவழிவந்த வர்கள். அவர்களின் பிறப்பு, திறமை, குணநலம் ஆகியன காரணமாக அரசன் அவர்களுக்கு மதிப்பளித்தான். எண்ணற்ற சிற்றரசர்களும் சமூகவாழ்வைக் கட்டுப்படுத்திய பல அமைப்புகளும் இருந்தமையினால், தவறான வழியில் ஆட்சி புரிபவனாகவோ, திறமையற்றவனாகவோ காணப்படும் அரசனின் ஆட்சியிலேற்படக்கூடிய தவறான விளைவுகள் ஓரளவு மட்டுப்படுத்தப்பட்டன.

துணைநூற் பட்டியல்

A.S.ALTEKAR : The Rastrakutas and their times (Poona, 1934)

H.W. CODRINGTON : A Short History of Ceylon (Londoan, 1929)

J.F.FLEET : Dynasties of the Kanarese Districts (Bombay Gazetteer, Vol.I, Pt.II, Bombay, 1896)

R.GOPALAN : Pallavas of Kanchi (Madras, 1928)

G.JOUVEAU-DUBREUIL : The Pallavas (Pondicherry, 1917).

C.MINAKSHI : Administration and Social Life under the Pallavas (Madras, 1938)

B.L. RICE : Mysore and Coorg from Inscriptions (London 1909)

K.A.N.SASTRI : Pandyan Kingdom (London, 1929)

பாதாமியைச் சேர்ந்த சாளுக்கியர்கள்

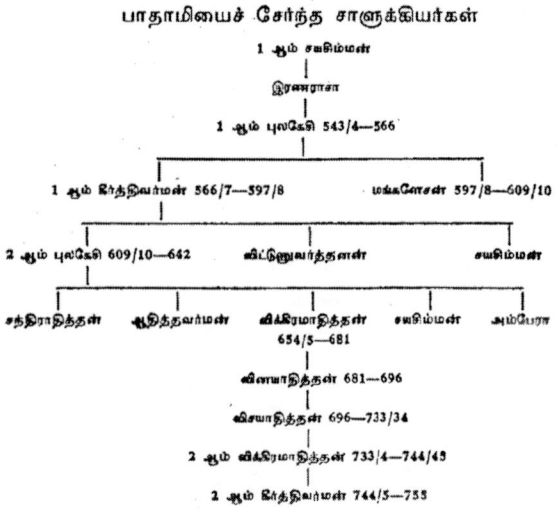

பல்லவர்கள்

சிம்மன் அல்லது நந்திவர்மன்

1. சிம்மவிட்டுணு (கி. பி. 574—600)
2. 1 ஆம் மகேந்திரவர்மன் (600–630)
3. 1 ஆம் நரசிம்மவர்மன் (630–668)
4. 2 ஆம் மகேந்திரவர்மன் (668–670)
5. 1 ஆம் பரமேசுவரவர்மன் (670–680)
6. 2 ஆம் நரசிம்மவர்மன் (680–720)
7. 2 ஆம் பரமேசுவரவர்மன் (720–731)

3 ஆம் மகேந்திரவர்மன்

பீமவர்மன்

புத்தவர்மன்

ஆதித்தவர்மன்

கோவிந்தவர்மன்

இரண்யவர்மன்

8. 2 ஆம் நந்திவர்மன் (731–795)
9. தந்திவர்மன் (795–845)
10. 3 ஆம் நந்திவர்மன் (844–866)
11. நிருபதுங்கவர்மன் (855–896)
12. அபராஜிதன் (879–897)

முப்பேரரசுகளின் மோதல்

பாண்டியர்கள், கி.பி. 590-920

1. கடுங்கோன் (590–620)
2. மாறவர்மன் அவனிசூளாமணி (620–645)
3. சேந்தன் (654–670)
4. அரிகேசரி மாறவர்மன் (670–700)
5. கோச்சடையன் (700–730)
6. 1 ஆம் மாறவர்மன் இராசசிம்மன் (730–765)
7. ஜதில பராந்தக நெடுஞ்சடையன் (756–815)
8. சிறீமாற சிறீவல்லபன் (815–862)
9. 2 ஆம் வரகுணவர்மன் (862–880)
10. பராந்தக வீரநாராயணன் (880–900)
11. 2 ஆம் மாறவர்மன் இராசசிம்மன் (900–920)

அத்தியாயம் IX

சமபலம் படைத்த இரு பேரரசுகள்

பொதுவான குறிப்பு - விசயாலயன், 1 ஆம் ஆதித்த சோழன் - சிறீ புறம்பியத்தில் இடம் பெற்ற போர் - அபராசிதன் என்ற பல்லவ அரசன் தோற்கடிக்கப்படல் - 1 ஆம் பராந்தகனும் அவன் கைப்பற்றிய நாடுகளும் - 2 ஆம் கிருட்டிணன் என்னும் இராட்டிரகூட மன்னன் - வல்லானத்தில் இடம் பெற்ற போர் - விளைவுகள் - வேங்கியும் மாளவமும் கோதிக்க வம்சம், 2 ஆம் கர்க்கன், 2 ஆம் தைலன் என்னும் சாளுக்கிய மன்னனின் எழுச்சி - 1 ஆம் பராந்தகனின் பின் சோழ அலுவல்கள் - 1 ஆம் இராசராசனும் அவனது தொண்டும் - 2 ஆம் தைலரும் பரமாரரும் - சத்தியாசிரயன் வேங்கி அரச அலுவல்கள்- சாளுக்கிய சோழப் போர்கள்- இராசராசனின் ஆட்சி முடிவு - 1 ஆம் இராசசேந்திரன் - 5 ஆம் விக்கிரமாதித்தன், 2ஆம் சயசிம்மன் - 2 ஆம் சயசிம்மன் வேங்கி அரச அலுவல்களில் காட்டிய ஆர்வமும் இராசேந்திரனுடன் நடத்திய போர்களும் - 1 ஆம் சிறீ விசயனுக்கு எதிராக இடம் பெற்ற சோழப் பயையெடுப்பு - இராசேந்திரன் ஆட்சியின் முடிவு- 1 ஆம் சோமேசுவரந் வேங்கியில் அவன் கடைப்பிடித்த கொள்கையும் 1 ஆம் இராசாதிராசன், 2 ஆம் இராசேந்திரன், வீரராசேந்திரன் ஆகிய சோழர்களுடன் நடத்திய போர்களும் - 1 ஆம் சோமேசுவரனின் முடிவு- 2 ஆம் சோமேசுவரன் - யுவராசனான 6 ஆம் விக்கிரமாதித்தனின் பேராசை மிக்க கொள்கைகள் - வீரராசேந்திரனின் மரணம் - அதிராசேந்திரன், புரட்சி, 1 ஆம் குலோத்துங்கன் ஆட்சியில் அமர்தல், விக்கிரமாதித்தன் அரசனாதல் - இலங்கையில் சோழ ஆதிக்கத்தின் முடிவு - பாண்டிய நாட்டிலும் கேரள நாட்டிலும் இடம் பெற்ற புரடிச்கள் அடக்கப்பாடல் - சீனத்திற்குத் தூது - வேங்கி - ஒய்சளப்புரட்சியை விக்கிரமாதித்தன் அடக்குதல் - வேங்கியை கைப்பற்றுதல் - 1 ஆம் குலோத்துங்கனைப் பற்றிய கணிப்பு - விக்கிரமசோழன் - 3 ஆம் சோமேசுவரன் - 2 ஆம் இராசராசன், 2 ஆம் குலோத்துங்கன், 2 ஆம் இராசாதிராசன் - பாண்டிய நாட்டில் உள்ளூர்கலகமும், சோழ சிங்கள தலயீடுகளும், 3 ஆம் குலோத்துங்கன் அவன் பாண்டி நாட்டில் நடாத்திய போர்கள் - 2 ஆம் சகதேகமல்லனினதும் 3 ஆம் தைலனினதும் ஆட்சிக்காலத்தில் எழுச்சி பெற்ற ஒய்சள விட்டுணுவர்த்தனன் வம்சம் - காகதீயர் - கலாசூரி விசலன் - 4 ஆம் சோமேசுவரன் - யாதவரும் ஒய்சளரும் இணைந்து நின்று சாளுக்கிய ஆதிக்கத்திற்கு முடிவு கட்டுதல் - தெலுங்கு நாட்டில் மூன்றாம் குலோத்துங்கன் நடாத்திய போர்கள்.

அரசியல் அமைப்பு - முடியாட்சி - அரச அவை - அதிகாரிகள் - நிர்வாக பிரிவுகள் - வரிகள், கிராம சுயாட்சி - நீதி பாலனம் - நகர் காவலர்

- மக்களின் நிலை. அதிகாரமற்ற நிலையிலிருந்து எழுச்சி பெற்ற சோழ ஆதிக்கம் பல போர்களை நடாத்தி அதன் பின் பேரரசாக மாறியது. துங்கபத்திர நதிக்கப்பால் இருந்த இராட்டிரகூடருடன் முதலில் சோழர்கள் மோதினர். அவர்களையடுத்து ஆட்சிக்கு வந்த கல்யாணியைச் சேர்ந்த சாளுக்கியருடனும் சோழர் போரிட்டனர். இச்சம்பவங்களே அடுத்த 350 ஆண்டுகால (850 - 1200) வரலாற்றின் பிரதான அம்சமாக இடம் பெற்றன. இரு நூற்றாண்டுக்கும் அதிகமான காலத்தில் துங்கபத்திரை ஆற்றின் தென்பாகத்தில் அமைந்த நாடு முழுவதும் ஐக்கியப்பட்டு ஒரே அரசாக அமைந்திருந்தது. புதிதாக அமைந்த பேரரசின் புகழ் கிழக்கு உலகில் பரவத் தொடங்கியது. கங்கை ஆற்றின் கரைவரை சென்ற ஒன்றாம் இராசேந்திரனின் படையெடுப்பும், சீன நாட்டிற்கு அவன் அடிக்கடி அனுப்பிய அரச தூதுக்களும், சிறீ விசயன் என்போனின் கடல் சார்ந்த பேரரசு நிகரில்லாக் கடற்போர் ஒன்றில் பெற்ற தோல்வியும் சோழப் பேரரசின் வலிமையை கீழை நாடுகளுக்கு அறிமுகப்படுத்தின. துங்கபத்திரை ஆர்றுக்கு அப்பால் சோழர்கள் தமது எதிரிகளை அழிக்க நடாத்திய போர்களில் கீழைச் சாளுக்கியரின் பொதுவான உதவி இவர்கள் பக்கமிருந்தது. கீழைச் சாளுக்கியரும் சோழரும் திருமணத் தொடர்புகளினால் இணைக்கப்பட்டு வந்தனர். சோழ சிம்மாசனத்தையும், வேங்கி சிம்மாசனத்தையும் 1070 ல் ஒரே அரசன் தனதாக்கிக் கொண்டான். இவ்வாறு ஏற்பட்ட ஐக்கியத்தின் விளைவாக மேலைச் சாளுக்கியரின் பகைமை பெருகி வந்தது. 12ம் நூற்றாண்டின் இறுதி வரை இரு பெரும் அரசுகளும் இடைவிடாப் போர் நடத்தி பலவீனப்பட்ட நிலையில் சிதைவுறத் தொடங்கின. இதுவரை மேலாதிக்கம் செலுத்திய பேர்சுகள் பலவீனப்படவே இந்நிலையை தமக்கு சாதகமாகப் பயன்படுத்திக் கொண்டு இவர்களின் ஆதிக்கத்தின் கீழிருந்த சிற்றரசுகள் புது ஊக்கம் பெற்று செயற்படத் தொடங்கின. அவர்களுள் தூர தெற்கில் ஆண்ட பாண்டியரும், மைசூரை ஆண்ட ஒய்சளரும் வடதக்கணத்தில் நிலைகொண்ட யாதவரும், காக்தீயரும் இடம் பெறுகின்றனர்.

குறிப்பிடத்தக்க திறமை வாய்ந்த நிர்வாக முறை ஒன்றைச் சோழர் கட்டி வளர்த்தனர். கடுமையான மத்திய கட்டுப்பாட்டின் கீழ் அமைந்த இந்த நிர்வாகம், உள்ளூர் துறையில் மிகப்பெரிய அளவில் சுயாட்சியையும் உறுதிப்படுத்தியது. தஞ்சாவூர் கங்கை கொண்ட சோழபுரம், தாராசுரம், திருபுவனி போன்ற இடங்களில் அமைந்த பெருங்கோவில்களும், வேறு பல இடங்களில் நிறுவப்பெற்ற எண்ணற்ற சிறுகோவில்களும் சோழர்களுடைய சிற்ப நிர்மாணப் பணிகளின் சிறப்பையும், பொலிவையும் இன்றும் நினைவு படுத்தி நிற்கின்றன. வர்ணம் தீட்டல், இசை, நடனம், போன்ற பல நுண்கலைகள் பெரிதும் போற்றி வளர்க்கப்பட்டன. முன்னரிலும் பார்க்க இலக்கியம் சிறந்து வளர்ந்தோங்கியது.

விசயாலயன் 850 க்குச் சற்று முன்பு தஞ்சாவூரைக் கைப்பற்றியதிலிருந்து சோழ ஆதிக்கத்தின் வளர்ச்சி ஆரம்பமாகிறது. விசயாலயன் தஞ்சாவூரில் நிசும்பாசூதனி என்ற துர்க்காதேவிக்கு தேவாலயம் ஒன்றை நிறுவினான். விசயாலயன் அக்காலத்தில் பல்லவப் பேரரசின் கீழ் ஆட்சி புரிந்த ஒரு சிற்றரச்னாக இருந்திருக்க வேண்டும். பல்லவப் பேரரசின்

கீழிருந்து அரசாண்ட முத்தரையர் என்பவர் பாண்டியப் பேர்ரசை ஆதரிக்கத் தொடங்கினார். இக்காலகட்டத்தில்தான் முத்தரையரிடமிருந்து விசயாலயன் தஞ்சாவூரைப் பறித்து தனதாக்கி இருத்தல் வேண்டும். இவனது வெற்றி காவேரிக்கு வடக்கே பாண்டியருக்கிருந்த மதிப்பை பெரிதும் குறைத்தது. இதன் விளைவாக நிருபதுங்கனின் அதிகாரம் நிலைபெற்றது. சிறீமாற சிறீவல்லவனாற் பல்லவ ஆதிக்கத்திற்கு ஏற்பட்ட அவமானம் அரிசில் என்னுமிடத்தில் நிருபதுங்கன் பெற்ற வெற்றியின் பயனாக பெரிதும் நிவர்த்தி செய்யப்பட்டது.

சிறீ மாற சிறீ வல்லபனைத் தொடர்ந்து 2 ஆம் வாகுணவர்மன் என்ற பாண்டியன் ஆட்சி புரிந்தான். இவன் வளர்ந்து வந்த பல்லவ ஆதிக்கத்தை தடுக்கும் நோக்குடன் சோழ நாட்டின் மீது படையெடுத்தான். இப்படையெடுப்பு சிறந்த முறையில் தொடங்கப்பட்டது. சோழநாட்டின் காவேரியின் வடகரையில் உள்ள இடவை என்னும் கிராமததை இப்படைகள் வந்தடைந்தன (879). மிகுந்த சக்தி வாய்ந்த ஒரு கூட்டுப்படையினரை வாகுணவர்மன் எதிர்நோக்க வேண்டிய நிர்ப்பந்தம் ஏற்பட்டது. வாகுணவர்மனை எதிர்த்த படைகளுக்கு நிருபதுங்கவர்மனின் மகனும் அப்பொழுது யுவராசன் என்ற பட்டம்பெற்றிருந்தவனுமான அபராசிதன், விசயசாலனின் பின் 871 வர ஆட்சிக்கு வந்த 1 ஆம் ஆதித்தன் என்ற சோழன், பல்லவ மன்னனின் அழைப்பை ஏற்று வந்த 1 ஆம் பிரிதிவிபதி என்ற கங்கைக் காவலன் ஆகியோர் தலைமை தாங்கினர். கும்பகோணத்துக்கருகே உள்ள சிறீபுரம்பியம் என்னும் இடத்தில் 880இல் ஓர் முடிவான போர் நடைபெற்றது. இப்போரில் பாண்டிய அரசன் படுதோல்வியடைந்தான். எனினும் பிருதிவீபதி தன்னுயிரையிழந்தான். 1 ஆம் ஆதித்தன் சேவைக்கு கடமைப்பட்டவனாக விளங்கிய பல்லவப் பேரரசன் இவற்றை அவனுக்கு நன்றியறிதலுடன் கொடுத்தான். ஆயினும் பேரரசின் கீழ் இருக்கும் நிலையை 1 ஆம் ஆதித்தன் திருப்தியுடன் ஏற்றுக் கொள்ளவில்லை. எனவே தன் மீது மேலாதிக்கம் செலுத்திய அரசனை திட்டமிட்டு நீக்கினான். தொண்டை மண்டலத்தின் மீது படையெடுத்து போரில் யானை மீது வீற்றிருந்த அபராசிதனைக் குத்திக் கொன்றான். தொண்டைநாட்டின் மீது பல்லவர்கள் செலுத்திய ஆதிக்கம் இத்துடன் முடிவுற்றது. பல்லவப் பெருநிலம் அனைத்தும் சோழர் ஆட்சியின் கீழ் கொண்டுவரப்பட்டது. சோழர் எல்லை இராட்டிரகூடரின் பிரதேசம் வரை (897) பரவிற்று. 1 ஆம் பிருதிவிபதியின் பேரனான 2 ஆம் பிரிதிவிபதி என்ற கங்கை அரசன் ஆதித்தனின் மேலாதிக்கததை அங்கீகரித்தான். ஆதித்தன் அடுத்ததாகக் கொங்குநாட்டையும் கைப்பற்றினான். வாகுணவர்மனின் சகோதரனும் அவனையடுத்து ஆட்சி புரிந்தோனுமாகிய பராந்தக வீரநாராயணபாண்டியன் (880 - 900) என்பவனே அனேகமாக கொங்கு நாட்டை அப்போது ஆட்சி செய்திருத்தல் வேண்டும். இவன் காலத்தில் சேரநாட்டை ஆண்ட தாணுரவி என்ற அரசனின் மகளை ஆதித்தனின் மகனான பராந்தகன் மணம் செய்தான். இதனால் ஆதித்தனுக்கும் சேருக்கும் நெருங்கிய உறவு நிலைபெற்றிருந்தது. சகியாதிரி தொடங்கிக் கடல் வரையிலும் உள்ள காவேரியின் இரு கரைகளிலும் சிவாலயங்கள் பலவற்றை ஆதித்தன் நிறுவினான். இச்சிவாலயங்கள் மிக உயர்ந்த கற்கோவில்களாக

அமைந்தன. காளத்திக்கருகே உள்ள தொண்டைமானாடு என்னும் இடத்தில் ஆதித்தன் உயிர் நீத்தான். இவனது மகனான பக்தி வாய்ந்த பராந்தகன் தன் தந்தையின் பூத உடலை புதைத்து அதன் மீது ஒரு கோவிலை நிறுவினான். 907 இல் அரசுகட்டிலேறிய பராந்தகன் 47 ஆண்டுகள் ஆட்சி புரிந்தான். இவனாட்சிக்காலத்தின் பெரும்பகுதி சுபீட்சமும் அதிக வெற்றியும் கொண்டதாக அமைந்தது. ஆயின் பிற்பகுதியில் அவனது ஆட்சியை அபாயமும் இருளும் சூழ்ந்திருந்தன. பராந்தகனின் ஆட்சியின் ஆரம்பத்தில் பகைவர்களாக்கப்பட்ட இராட்டிரகூடரின் எதிர்ப்பே இந்நிலைக்குக் காரணமாயமைந்தது. ஆட்சியின் ஆரம்பமான 910 இல் பராந்தகன் பாண்டிய நாட்டு தலைநகரான மதுரையை கைப்பற்றி ஷமதுரை கொண்ட' மன்னனென்ற பட்டமும் சூடிக்கொண்டான். அப்போது பாண்டிய அரசனாக விளங்கிய 2 ஆம் மாறவர்மன் இராசசிம்மன் (900 - 20) பராந்தக வீர நாராயணனின் மகனாவான். 2 ஆம் மாறவர்மன் இராசசிம்மன் விடுத்த வேண்டுகோளை ஏற்று இலங்கையில் ஆட்சி புரிந்த 5 ஆம் காசியப்பன் பாண்டியனுக்குத் துணையாக ஒரு படையை அனுப்பி வைத்தான். எனினும் வேலூருக்கருகே போராடிய கூட்டுப்படையை பராந்தகன் தோற்கடித்தான். தோல்வியுற்ற இராசசிம்மன் தன்நாடு விட்டு இலங்கையில் தஞ்சம் புகுந்தான். பின்னர் பாண்டிய நாடு முழுவதும் சோழர் தமது ஆணையின் கீழ் கொண்டு வந்தனர். இலங்கையில் பல ஆண்டுகள் வாழ்ந்த இராசசிம்மன் தனது முடியையும், செல்வம் அனைத்தையும் இலங்கையில் வைத்துவிட்டு, தனது தாயின் பிறப்பிடமாகிய கேரளம் போய் சேர்ந்தான். சிலகாலம் சென்றபின், 4ஆம் உதயன் என்ர மன்னன் ஆட்சிக்காலத்தில் (940 - 953), பராந்தகன் பாண்டிய அரச சின்னத்தைக் கைப்பற்ற முயன்று தோல்வி கண்டான். இவனது தோல்வியை நினைவிற் கொண்டு பல்லாண்டுகள் சென்றபின் இவன் சக்தி வழித் தோன்றலான 1 ஆம் இராசேந்திரன் வஞ்சம் தீர்த்துக் கொண்டான்.

பராந்தகன் பாண்டிய நாட்டின் மீது படையெடுத்தபோது இராட்டிரகூட மன்னனான 2 ஆம் கிருட்டிணனும் தன் படை கொண்டு பராந்தகனை தாக்க முயன்றான். 2ம் கிருட்டிணன் என்ற இராட்டிரகூட மன்னன் அமோகவர்சனை அடுத்து 880 ல் ஆட்சிக்கு வந்தவன். 2 ஆம் கிருட்டிணனின் நாட்டின் மேற்படையெடுத்த 1 ஆம் போசன் என்ற கூர்ச்சர அரசனை எதிர்த்து வெற்றிகொள்வதற்கு இலாட நாட்டுச் சிற்றரசன் கிருட்டிணனுக்கு உதவி புரிந்தான். இலாட நாட்டு சிற்றரசன் கிருட்டிணனின் உறவினனுமாவான். இதன் பின் 2 ஆம் கிருட்டிணன் இலாட நாட்டின் பிரதம ஆள்பதிப் பதவியை ஒழித்து தனது சொந்த ஆட்சியை அந்நாட்டிலும் நிலைகொள்ளச் செய்தான். 3 ஆம் குணக விசயாதித்தன் என்ற சக்தி மிக்க வேங்கி நாட்டரசனைக் கீழ்படுத்த இவன் எடுத்த முயற்சிகள் பெருந் தோல்வியாகின. கீழை சாளுக்கியத் தளபதியான பாண்டுரங்கனால் பின் தொடரப்பட்ட 2 ஆம் கிருட்டிணன் செடி நாட்டரசனான கக்களனின் அரச சபையில் தஞ்சம் புகுந்தான். 2 ஆம் கிருட்டிணனின் பெண் கொடுத்த மாமனே கக்களனாவான். விசயாதித்தனின் மேலாதிக்கத்தைக் கிருட்டிணன் ஏற்றவுடன் போர் முடிவுக்கு வந்தது. இதன் பின் கிருட்டிணன் தனது தலைநகரையும் நாட்டையும் திரும்பப் பெற்றான். 3 ஆம் குணகவிசயாதித்தனின் மறைவின் பின் 2 ஆம் கிருட்டிணன் முன்னைய

போரை திரும்பவும் (892) தொடங்கினான். 1 ஆம் சாளுக்கிய வீமா என்ற புதிய அரசன் முடிசூடக் காத்திருந்த வேளையில் வேங்கி நாட்டுக்குள் 2 ஆம் கிருட்டிணன் படையுடன் புகுந்தான். 1 ஆம் சாளுக்கிய வீமா என்பவன் விசயாதித்தனின் உறவு வழி வந்த மருமகனாவான். சாளுக்கிய வீமா தோற்கடிக்கப்பட்டு சிறைவைக்கப் பட்டானயினும் விரைவில் விடுதலை பெற்று இராட்டிரகூடப் படைகளை நாட்டை விட்டுத் துரத்தி தன்னை அரசனாக முடிசூட்டிக் கொண்டான். சில ஆண்டுகள் செல்ல கிருட்டிணன் திரும்பவும் வேங்கியை அடக்க முயன்று தோல்விகண்டான். நிரவடியபுரம், பெருவங்கூர் என்ற இரு இடங்களிலும் நடைபெற்ற போர்களில் கிருட்டிணன் தோல்வியுற்றான்.

கிருட்டிணனின் மகள் ஒருத்தி சோழ அரசனான 1 ஆம் ஆதித்தனைத் திருமணம் செய்து கன்னாதேவன் என்ற மகனைப் பெற்றாள். 1 ஆம் ஆதித்தன் இறந்தபோது பராந்தகன் அரசனாகி, கன்னா இளவரசன் சிம்மாசனத்திலேறுவதைத் தடுத்தான். கிருட்டிணன் தன் பேரனாகிய கன்னா இளவரசன் சார்பில் சோழப்பெருநிலத்தின் மீது படையெடுத்தான். வாணரும், வைதும்பரும் கிருட்டிணனை ஆதரித்து நின்றனர். பராந்தகன் பக்கம் கங்கா அர்சனான 2 ஆம் பிருதிவீபதி என்பவன் சேர்ந்து கொண்டான். வல்லாளம் என்னுமிடத்தில் முடிவான போர் ஒன்று நடந்தது. வல்லாளம் என்றிருந்த இடமே இன்றைய திருவல்லமாகும். இது இன்றைய வட ஆற்காடு மாவட்டத்தில் உள்ளது. போரில் கிருட்டிணனுக்கும் நண்பர்களுக்கும் கடுந் தோல்வி ஏற்பட்டது. வாணர் தம் நிலத்தைப் பறி கொடுத்தனர். 2 ஆம் பிருதிவீபதி வாணரின் நிலத்தைப் பெற்றுக் கொண்டான். வைதும்பரும் தாம் காட்டிய ஆதரவுக்காக அல்லலுற்றனர். இந்த இராட்டிரகூட யுத்தம் 916 க்கு முன்னரே இடம் பெற்றது.

940 முதல் பராந்தகன் பல இன்னல்களுக்கூடாக தனது பேரரசைக் காத்துக் கொள்ள வேண்டியதாயிருந்தது. பராந்தகனின் ஆதரவாளனாக விளங்கிய பிருதிவீபதி அப்போது உயிர் வாழவில்லை. கங்க அர்சனான 2 ஆம் பூதுங்கன் இராட்டிரகூட இளவரசியை திருமணம் செய்து கொண்டான். இவள் 3 ஆம் கிருட்டிணனின் தங்கையாவாள். கங்கருக்கும் இராட்டிரகூடருக்கும் இடையே இருந்த நட்புறவு நெருங்கி வளர்ந்தது. சோழ ஆதிக்கத்தால் களைந்து எறியப்பட்ட வாணரும், வைதும்பரும் இராட்டிரகூட அரசர்களின் பக்கம் சேர்ந்து கொண்டனர். தனது முடியாட்சியின் வடமேற்கு எல்லையில் அமைந்த எதிர்பார்த்த தொல்லைகளை சமாளிப்பதற்காக பராந்தகன் தனது மூத்தமகனான இராசாதித்தனை அனுப்பினான். இப்பிரதேசத்தில் யானைப்படை, குதிரைப்படை போன்ற பெரும்படை ஒன்று இராசாதித்தன் தலைமையில் நிலை கொண்டது. அரிகுலகேசரி என்ற பராந்தகனின் மற்றுமோர் மகன் அண்ணனுக்குத் துணையாக அனுப்பி வைக்கப்பட்டன்.

இராட்டிரகூட வரலாறு பற்றி மறுபடியும் நாம் கவனிப்பது அவசியமாகும். 2 ஆம் கிருட்டிணனைத் தொடர்ந்து 915 வரையில் அவன் பேரனான மூன்றாம் இந்திரன் ஆட்சிக்கு வந்தான். யுவராசனாக இந்திரன் இருந்தபோதே வடக்கிலிருந்து படையுடன் வந்த ஓர் அரசனைத் தடுத்து நிறுத்தியுள்ளான்.

மாளவத்தையாண்ட பாமாற அரசனான உபேந்திரன் என்பவனே இத்தகைய படையெடுப்பை நடத்திய அரசனாவான். சோழப் போரில் இரண்டாம் கிருட்டிணன் ஈடுபட்டிருந்தபோது இந்நிலையை தனக்குச் சாதகமாக்கிக் கொண்டு, இராட்டிரகூட அரசன் மீது உபேந்திரன் படையெடுத்தான். இந்திரன் இப்படையெடுப்பைத் தோற்கடித்து உபேந்திரனை இராட்டிரகூட மேலாதிக்கத்தை ஏற்குமாறு கட்டாயப்படுத்தி வெற்றிகண்டான். இந்திரன் ஆட்சிக்கு வந்த பின்னும் பிரதிகார அரசனான கன்னோசியையாண்ட 1 ஆம் மகிபாலனை (913 - 943) வெற்றி கண்டான். மகிபாலன் சிலகாலம் ஆட்சியைப் பறிகொடுத்தான். பின்னர் சாண்டில அரசனான ஹர்'தேவன் துணையுடன் இழந்த அரசை திரும்பப் பெற்றான். இந்திரன் வேங்கியைப் பொறுத்தமட்டில் எதிர்த்து நிற்பது என்ற வழமையான கொள்கையைத் தொடர்ந்து பின்பற்றினான். எனினும் அப்போது வேங்கியை ஆண்ட 1 ஆம் அம்ம அரசன் எதிர்ப்பை சமாளித்து 926 முடிய 7 ஆண்டு காலம் வரை தொடர்ந்து ஆண்டான். இவன் இறந்தபின் நாட்டில் அமைதியின்மையும் ஆட்சிப் போட்டியும் இடம் பெற்று அரசு சீர்குலைந்தது. இந்நிலையை தனக்கு சாதகமாக்கிக் கொண்ட 3 ஆம் இந்திரன் 7 ஆண்டுகளுக்கு வேங்கி நாட்டை தனது அதிகாரிகளினதும், பிரபுக்களினதும் ஆளுகையின் கீழ் கொண்டுவந்தான். இந்திரனையடுத்து அவன் மகன் 2 ஆம் அமோகவர்சன் 927 இல் அரசுரிமை பெற்றான். மூன்றாண்டுகள் செல்ல அவன் ஒரு சதியில் சிக்கினான். தன் இளைய சகோதரனான 4 ஆம் கோவிந்தன் அவனது சிற்றரசர்களால் ஆட்சியிலிருந்து நீக்கப்பட்டான். சிற்றரசர்களின் நியமனம் பெற்று ஆட்சிப் பொறுப்பை ஏற்றவன் 3 ஆம் பத்தேக அமோகவர்சன் என்ற அரசனாவான். 3 ஆம் இந்திரன் என்பவனின் உறவு வழிவந்த சகோதரனே 3 ஆம் அமோகவர்சன். 3 ஆம் அமோகவர்சன் சாந்தமும் சமாதான நோக்கும் கொண்ட ஓர் அரசன் எனினும் அவன் மகனான 3 ஆம் கிருட்டிணன் ஊக்கம் மிக்க இளைஞனாகவும் குணாதிசயகளில் தந்தையினின்று மாறுபட்டவனாகவும் விளங்கினான். 3ஆம் கிருட்டிணனை அமோகவர்சன் யுவராசனாக நியமித்தான். இராசமல்லன் என்ற அரசனை எதிர்த்துப் படையெடுத்தன் பயனாக அரசு கட்டிலைக் கிருட்டிணன் தன் மைத்துனனான 2 ஆம் பூதுகனுக்குப் பெற்றுக் கொடுத்தான். தந்தை இறந்த பின் கிருட்டிணன் 939 இல் அரசனானான். சில ஆண்டுகள் செல்ல, சோழ ஆதிக்கத்தின் மீது பழிவாங்கும் நோக்குடன் போர் தொடுக்க அவன் திட்டமிட்டது இயற்கையே. வாணரும், வைதும்பரும் 2 ஆம் பூதுகனுமே சோழ அரசை எதிர்க்க இவனுக்கு ஊக்கம் கொடுத்திருக்கலாம். தக்கோலம் என்னுமிடத்தில் சோழருடன் நடைபெற்ற போரில் ஒரு முடிவான வெற்றியை கிருட்டிணன் பூதுகனின் துணையுடன் 949 இல் பெற்றான். தக்கோலம் சோழ நாட்டில் அரக்கோனத்திலிருந்து தென்கிழக்காக ஆறாவது மைல் தூரத்தில் அமைந்திருக்கிறது. இப்போரில் பூதுகன் யானை மீது அமர்ந்திருந்த இராசாதித்தனை ஒரு அம்பினால் குறிபார்த்து எய்து கொன்றான். இப்போரில் தீர்மானமான முடிவு ஏற்பட்டபோதிலும் கிருட்டிணனுடைய ஆதிக்க வளர்ச்சிக்கு எதிர்ப்பு முடிந்ததாக கருதுவதற்கு இடமில்லை. மேலும் பல்லாண்டு காலம் கடும் போர் நடத்திய பின்பே, தெற்கில் அரசனாகத் தன்னை ஆக்கிக் கொள்ளக் கிருட்டிணனுக்கு முடிந்தது. இறுதியில் சோழப் பேரரசின் வட

பாதிப் பங்கின் பெரும் பகுதியைக் கிருட்டினன் தனதாக்கிக்கொண்டு இப்பிரதேசங்களை ஆளத் தன்னாட்களையே நியமித்தான். கிருட்டினன் காஞ்சி தஞ்சை கொண்டான் என்ற பட்டமும் சூடிக்கொண்டான். இதனால் பராந்தகனின் ஆட்சிக் காலத்தின் இறுதிப் பகுதியில் சோழப்பேரரசு பெரும் அதிர்ச்சிக்குள்ளாகியது. அக்காலத்தில் ஏற்படவே சோழப் பேரரசின் கீழத் தெற்கில் இருந்த சிற்றரசர்கள் அத்தோல்விகளை சாதகமாகப் பயன்படுத்திக் கொண்டு தமது சுதந்திரத்தை பிரகடனப்படுத்தியமையே இவ்வாறு கூறுவதற்குக் காரணமாகும்.

3 ஆம் கிருட்டிணனும் தன் முன்னோர்களைப் போலவே வேங்கியில் தொல்லைகளை உண்டாக்கினான். 2 ஆம் அம்ம அரசனுக்கெதிராகத் தனக்கு மூத்த சகோதரன் முறையான தானார்நவன் என்பவனையும் தன் மரபு வழி வந்த இரு இளவரசர்கள் பாதபன், 2 ஆம் தாளன் என்பவர்களையும் தூண்டிவிட்டான். இவ்வாறு அம்ம அரசனுக்குப் பல தொல்லைகள் இருந்த போதிலும் அவன் 970 வரை தொடர்ந்து ஆட்சி புரிந்தான். பின்னர் தானார்நவனால் ஒரு போரில் கொலையுண்டு அம்ம அரசன் இறந்தான்.

கிருட்டிணன் தன் ஆட்சிக் காலத்தின் பிற்பகுதியில் 963 வரையில் வட இந்தியா மீது படையெடுத்தான். இப்போரில் மாளவத்தை ஆண்ட பாமரவம்ச அரசனான அர்ச்சசீயகன் என்பவன் தோல்வியுற்று, மறுமுறையும் இராட்டிரகூட மேலாதிக்கத்தை ஏற்றுக் கொண்டான். 2 ஆம் பூதுகனின் மகனான கங்க மாரசிம்மன் என்பவன் இப்போரில் கிருட்டிணன் பக்கம் நின்று பெருந்துணை புரிந்தான். கிருட்டிணன் ஒரு சிறந்த போர் வீரனாகவும், வள்ளற்தன்மை கொண்ட நண்பனாகவும் விளங்கியபோதும் கூட, அரசருக்குரிய சாதுரியம் இவனிடம் இருந்ததில்லை. இதன் விளைவாக இவனுடைய கொள்கைகளுக்கு எதிர்ப்பு வளரவே இவனைத் தொடர்ந்து ஆட்சிக்கு வந்தவர்கள் இன்னல்களுக்குள்ளாகினர். கங்கரை இவன் அளவுக்கு மீறி ஊக்குவித்தான். பாமரர் என்ற அரச் குலத்தினரை இது ஆத்திரத்துக்குள்ளாக்கியது. அவர்களைக் கிருட்டிணனால் அடக்கிக் கொள்ளவும் முடியவில்லை, கண்டபடி சன்மானங்களை (அனுகசீவிதம்) நிலநன்கொடைகளாகக் கிருட்டிணன் தன் ஆதரவாளர்களுக்கு வழங்கினான். பேரரசின் மாகணத்தை கிருட்டிணன் சத்தியாசிரய வம்சத்தைச் சேர்ந்த ஆகவமல்ல தைலபாசன் என்ற தளபதிக்கு 965 வரையில் நன்கொடையாக வழங்கியமை இதற்கு ஒரு எடுத்துக்காட்டாகும்.

மூன்றாம் கிருட்டினனைத் தொடர்ந்து, அவன் உறவு வழி வந்த சகோதரனனான கோதிகன் என்பவன் 967 ல் அரசனானான். கோதிகனின் ஆட்சிக்காலத்தில் இராட்டிரகூட குடியரசை எதிர்த்து பாமாரா அர்ச்சசீயகன் என்பவன் போர் தொடுத்தான். நர்மதையாற்றின் கரையில் இராட்டிரகூடப் படை இவனால் தோற்கடிக்கப்பட்டது. மாநியகேதம் (மால்கெட்டு) என்ற தலைநகரம், 972-3 ல் நிர்மூலமாக்கப்பட்டது. பாமாரனின் படைகள் நாட்டை விட்டு வெளியேறியபின் இரண்டாம் மாரசிம்மனுடைய உதவியுடன் அவனது பேரரசன் தலைப்பட்டனத்தை மீட்டுக் கொண்டான். பாமாரன் படையெடுப்பை அடுத்து கோதிகன் இறந்தான். கோதிகனின் பின் 2 ஆம் கர்க்கன் என்ற உறவு வழி வந்த அவன் மருகன் ஆட்சிப் பொறுப்பை ஏற்றான். (973) 2

ஆம் தைலன் என்ற சாளுக்கிய வம்ச அரசன், 2 ஆம் கர்க்கனை அவன் ஆட்சிக்கு வந்த சில மாதகால எல்லைகளுக்குள்ளேயே முடியிழக்கச் செய்தான். 2 ஆம் தைலன், 3 ஆம் கிருட்டிணனிடமிருந்து தர்தவாடி என்ற மாகாணத்தை சன்மானமாக பெற்ற அன்று தொட்டு இது போன்ற ஒரு சந்தர்ப்பத்திற்காகவே காத்திருந்தான். பிந்தைய மரபுக் கதைகளில் தைலன் சிறீ கிருட்டிண பரமாத்மாவின் அவதாரம் என்று வர்ணிக்கப் பட்டுள்ளான். இந்த அவதார புருடன் இரத்த அரக்கர்களுடன் 108 போர்களில் ஈடுபட்டான். என்றும் அவர்களிடமிருந்து 88ன் கோட்டைகளை கைப்பற்றினான் என்றும் கதைகள் கூறும். தைலன் வெற்றியுடன் கல்யாணியை ஆண்ட சாளுக்கிய பேர்ரசு ஆரம்பமாகிறது. 2 ஆம் மாரசிம்மன் இராட்டிரகூட ஆதிக்கத்தை ம்றுமுறையும் ஏற்படுத்தும் நோக்கத்தோடு ஒரு பயனும் தராத முயற்சியில் ஈடுபட்டான். 4 ஆம் இந்திரன் என்பவன் இதற்காக மாரசிம்மனால் பயன் படுத்தப் பட்டான். நான்காம் இந்திரன் என்பவன் மூன்றாம் கிருட்டிணன் மாரசிம்மனின் சகோதரியை மணம் செய்து பெற்ற மகனாவான். மாரசிம்மன் உண்ணா நோன்பு (சல்லேகணம்) மேற்கொண்டு 975 ல் தன் உயிர் நீத்தான் மாரசிம்மனின் கீழ் சிற்றரசனாக விளங்கிய பாஞ்சாலதேவன் என்பவன் தைலனால் போரில் கொல்லப்பட்டான். பாஞ்சாலதேவன் கிருட்டிணனை ஆற்றின் தென் பாகத்தே அமைந்த நாடு முழுவதையும் தனதாக்கி ஆதிக்க உரிமை பாராட்டியவன். 4 ஆம் இந்திரனும் சல்லேகணம் என்ற விரதத்தை 982 ல் மேற்கொண்டான்.

பராந்தகனின் ஆட்சியைத் தொடர்ந்து சோழ முடியாட்சியை முப்பது ஆண்டுகாலம் வரை (955 - 985) பலவீனமும் அரசியல் தடுமாற்றமும் பீடித்தன. பராந்தகனின் மகன் கந்தராதித்தன் என்பவன் ஆட்சிப் பொறுப்பை ஏற்றான். இவ்வரசன் அரசியலைவிட மதத்துறையிலேயே, அவனது அரசியாகிய சொம்பியன் மாதேவி என்பவருடன் இணைத்து புகழப்படுகின்றான். கந்தராதித்தன் 957 இல் இறநதான. இவவேளை சோழ முடியரசு ஒரு சிறு சிற்றரசாக சுருங்கிவிட்டது. 3 ஆம் கிருட்டிணன் தொண்டை மண்டலத்தை அப்போதும் ஆட்சி புரிந்தான். கந்தராதித்தனின் சகோதரனாகிய அரியஞ்சன் என்பவன் குறுகிய காலம் ஆட்சி புரிந்தான். இவனைத் தொடர்ந்து இவன் மகனான இரண்டாம் சுந்தர சோழ பராந்தகன் ஆட்சி புரிந்தான் (957 - 73) இரண்டாம் ஆதித்தன் என்ற சுந்தரசோழன் மகன் தந்தையின் ஆட்சித் தொடக்கத்திலேயே யுவராசனாக நியமிக்கப்பட்டான். சுந்தர சோழன் தெற்கு நோக்கி தனது கவனத்தைத் திருப்பினான். தெற்கில் வீரபாண்டியன் என்பான் ஒரு சோழ அரசனை இவன் சுந்தராதித்தனாயிருக்கலாம் தோற்கடித்துவிட்டு சுதந்திரமாக அரசாண்டான். தெற்கை ஆண்ட பாண்டியன் வழக்கம்போல 4 ஆம் மகிந்தன் என்ற இலங்கை அரச்னின் துணையைப் பெற்றிருந்தான். தொடர்ந்து நடைபெற்ற இரு போர்களில் சுந்தரசோழன் வீரபாண்டியனை தோற்கடித்தான். 2 ஆம் போரில் வீரபாண்டியனை, 2 ஆம் ஆதித்தன் கொன்றான். சுந்தரசோழனின் படைகள் இலங்கைமீதும் படையெடுத்தன (959). இப்போர்கள் எவையும் தென்னகத்தே சோழராதிக்கத்தை நிலைபெறச் செய்யவில்லையாயினும் சுந்தர சோழன் வடக்கில் எடுத்த முயற்சியில் சிறந்த வெற்றி கண்டான். 973 ல் காஞ்சியில் அவன் வாழ்ந்த பொன்னாலான

அரண்மனையில் உயிர் நீத்தான் என்று சொல்லப்படுகிறது. வடக்கில் இடம் பெற்ற போர் நடவடிக்கைகளை வழிநடத்திக் கொண்டிருக்கும்போதே சுந்தரசோழன் உயிர் நீத்தான். சுந்தரசோழனின் ஆட்சியின் கடைசிக் காலம் இருள் கவிந்து துயர் மிகுந்து காணப்பட்டது. இவன் மகனான 2 ஆம் ஆதித்தன் (969) சுந்தராதித்தன் மகனான உத்தமசோழன் சதியினால் கொலையுண்டான். பின்னர் மகனைப் பலி கொடுத்த துயரால், தந்தை உத்தம சோழனே அரசுரிமைக்கு உரியவன் என்று அங்கீகரிக்குமாறு நிர்ப்பந்திக்கப்பட்டான். சுந்தர சோழனின் இளைய மகனான அருள்மொழி (பின்பு 1 ஆம் இராசராசன்) என்பானுக்கு அரசுரிமை மறுக்கப்பட்டது. இந்த ஏற்பாட்டின்படி சுந்தரனின் மறைவின் பின் (973) உத்தமசோழன் அரசனானான். இக்காலமளவில் இராட்டிரகூடர்களிடமிருந்து தொண்டை மண்டலத்தின் பெரும்பகுதியையும் சோழப் பேரரசு திரும்பப் பெற்றுக் கொண்டது. அப்பொழுது இராட்டிரகூடர் 2 ஆம் தைலன் என்ற ச்சளுக்கிய வம்ச அரச்னால் ஆளப்பட்டனர். 2 ஆம் தைலன் உத்தமசோழனை 980 வரையில் தோற்கடித்தான் என்று பெருமை பாராட்டிக் கொண்டான்.

சோழப்பேரரசி பெருமை அருள்மொழிவர்மனின் ஆட்சியுடன் ஆரம்பமாகிறது. 985ன் நடுப்பகுதியில் இராசராசன் என்ற பெயருடன் முடிசூட்டிக் கொண்டான் அருள்மொழிவர்மன். இராசராச்னின் 30 ஆண்டுகால ஆட்சியின்போதே சோழப் பேரரசு உருவாகியது. இராசராசன் ஆட்சியை ஏற்றபோது சோழப் பேரரசு சிறியதாக அமைந்திருந்தது. இராட்டிரகூடத் தாக்குதல்களின் விளைவினின்றும் நீங்கிய சோழ முடியாட்சி இராசராசனின் ஆட்சியின்கீழ் சக்தி மிக்கதாக வளர்ந்தது. வியாபித்தும், பரந்தும், செல்வ வளம் மிக்கதாயும், சிறந்த நிர்வாக அமைப்புள்ளதாயும் சோழ அரசு பரிணமித்தது. சக்தி மிக்க கடற்படை, தரைப்படை ஆகியன களந்தேறியனவாயும், மிகப்பெரிய முயற்சிகளை மேற்கொள்ளக்ம் கூடிய தகுதியுடையனவாயும் இருந்தன.

இராசராசன்தன்னைஎதிர்த்துநின்றபாண்டிய, கேரள, இலங்கைஆகிய முடியரசுகளின்கூட்டணியைத்தாக்கித்தனதுநாடுபிடிக்கும்முயற்சியைத் தொடங்கினான். இருபடயெடுப்புகளின்போதுபாண்டியர்களைஅழித்ததுடன் அகங்காரம்பிடித்தகேரளம்அரசர்களையும்போரிட்டுகைப்பற்றினான். காண்டலூர், விளினம்ஆகியஇடங்களை இராசராசன் தாக்கியதன்

விளைவாகவே அவன் முன்னைய வெற்றிகளைப் பெற்றான். மூன்றாவது போர் நடவடிக்கை ஒன்றை மேற்கொண்டு கடற்படை கொண்டு தாக்கி இலங்கையின் வடபகுதியை தனதாக்கிக் கொண்டான். 5 ஆம் மகிந்தன் தீவின் தென்கிழக்கு பாகத்தே அமைந்த மலை நாட்டில் சென்று பதுங்கிக் கொண்டான். அனுராதபுரம் அழிக்கப்பட்டது. சோழ மாகாணத்தின் தலைநகராக பொலனறுவை அமைந்தது. இன்றைய மைசூர் மாநிலத்தின் பகுதிகளாகிய, கங்கைபாடி, நோலம்பாடி, தடிகை பாடி ஆகியன கைப்பற்றப்பட்டு சோழ அரசுடன் இணைக்கப்பட்டன. இதன் விளைவாக 2 ஆம் தைலன் என்ற சாளுக்கிய அரசனின் தலைமையில் வளர்ந்த புதிய

ஆதிக்கத்துடன் சோழர்கள் முட்டி மோதிக்கொண்டனர். 992 ல் நடந்த முதலாம் போர் சோழர்களுக்குப் பாதகமாக முடிந்தது. 2 ஆம் தைலனை அடுத்து ஆட்சிக்கு வந்த அவன் மகன் சத்தியாசிரயன் என்பவனே இராசராசனின் எதிரியாகக் கணிக்கப்பட்டான். இவர்களுடைய பலப்பரீட்சைகளை கவனிக்கும் முன் சாளுக்கிய வரலாற்றை சிறிது பார்த்தல் அவசியமாகும். இராட்டிரகூட ஆதிக்கம் அகற்றப்பட்டதைத் தொடர்ந்து 2 ஆம் தைலன் என்ற அரசன் தனது அதிகாரத்தை நிலைபெறச் செய்யமுயன்றான். மானியகேதம் என்ற இடத்திலிருந்து ஆட்சி புரிந்த 2 ஆம் தைலன் பல ஆண்டுகளாகத் தன் அதிகாரத்தை நிலைபெறச் செய்யும் முயற்சியில் ஈடுபட்டிருந்தான். மேற்குத் தக்கணத்தில் நர்மதயாற்றிற்கும் துங்கபத்திரை ஆற்றிற்கும் இடைப்பட்ட நிலப் பிரதேசம் முழுவதிலும் ஆண்ட பாமரமுஞ்சன் என்ற அரசன் வடக்கிலிருந்து படையெடுத்தான். இப்போரில் 2 ஆம் தைலன் பாமரமுஞ்சனை சிறைப்படுத்தி சில ஆண்டுகள் வைத்திருந்தான். சிறையிடப்பட்ட காலத்தில் பாமரமுஞ்சன் மிருணாளவதி என்ற 2 ஆம் தைலனின் தங்கையுடன் தொடர்பு ஏற்படுத்திக் கொண்டதன் விளைவாக அவன் பல ஏளனங்களுக்கு உள்ளாக்கப்பட்டு இறுதியில் கொலை செய்யப்பட்டான். இப்போர்கள் அனைத்திலும் தைலனின் மூத்தமகன் சத்தியசிராயன் அவனுக்குத் துணை நின்றான். அவன் இறந்தபின் 997ல் சத்தியசிராயனே ஆட்சிப் பொறுப்பை ஏற்றான். தந்தையின் நாடு பிடிக்கும் கொள்கையை சத்தியாசிரயன் தொடர்ந்து பின்பற்றினான். இராசராசனின் தலைமையில் எழுச்சி பெற்ற சோழ ஆதிக்கமே அவனது முதல் எதிரியாகும். சோழ ஆதிக்கம் வேங்கி அரசின் அலுவல்களில் தலியிட்டுக் கிழக்குத் தக்கணத்திலும் மிகுந்த சக்தியுடன் நிலை பெற்றது.

தானார்நவன் வேங்கியை மூன்று ஆண்டுகாலம் வரை ஆட்சிபுரிந்தான். இந்தக் குறுகிய தொல்லை நிறைந்த ஆட்சியின் முடிவில் இடம் பெற்ற போரில் 973 ல் தனார்நவன் கொலையுண்டான். இவனைக் கொன்ற தெலுங்குச் சோடர் தலைவன் சதாசோடவீமா என்பவனாவான். சதாசோடவீமா 2 ஆம் சாளுக்கிய வீமா என்ற அரசனின் பேரனாக இருத்தல் கூடும். தனார்நவனின் மகன் மறைந்து வாழ்ந்து வந்தான். 27 ஆண்டுகள் வரை (973 - 1000) வேங்கி முடியரசின் தலைவனாக சோடவீமன் நிலைகொண்டான். பிந்திய கிழக்கு சாளுக்கிய கல்வெட்டுக்கள் இதனை அரசினில்லாக் காலம் என குறிப்பிடுகின்றன. கலிங்கத்தையாண்ட கிழக்கு கங்கர்மீதும் வைதும்பர் மீதும் வீமா தனது மேலாதிக்கத்தை செலுத்தினான். இறுதியில் தொண்டை மண்டலத்தின் மீதும் போர் தொடுத்து இராசராசனை எதிர்க்கத் துணிந்தான். தானார்நவனின் மறைந்து வாழ்ந்த புதல்வரை இராசராசன் ஏற்று உபசரித்தான். அத்துடன் குந்தவை என்ற தன் மகளைத் தானார்நவனின் இளைய மகனுக்கு திருமணம் செய்து வைத்தான். அவர்களுள் மூத்தவனான 1 ஆம் சத்திவர்மனை அவனது மூதாதையரின் சிம்மாசனத்தில் இருத்த உதவியளிப்பதாக இராசாதிராசன் அவனுக்கு உறுதியளித்தான். இத்தகைய காரணங்களைக் கண்டு ஆத்திரமடைந்தமையினாலேயே சோடவீமன் இராசராசன்மீது போர் தொடுத்தான். போரில் சோடவீமா தோற்கடிக்கப்பட்டு சிறையில் தள்ளப்பட்டான். இவ்வாறு சத்திவர்மன் வேங்கி முடியாட்சியின் பொறுப்பை ஏற்க இருந்த தடைகள் அகற்றப்பட்டன. எனினும் எந்தச் சோழப் பேரரசின் உதவியுடன்

சத்திவர்மன் தனக்குரிய இழந்த அரசைப் பெற்றானோ அதே பேரரசின் மேலாதிக்கத்தை அவன் ஏற்றுக் கொண்டான்.

கிழக்குத் தக்காணத்தில் சோழ ஆதிக்கம் பரவியதை பொறுக்க முடியாத சத்தியசிராயன் 1006 இல் வேங்கி மீது படையெடுத்தான். அவன் தளபதியான பாயலநம்பி என்பவன் தானியகதகம் (தாணிகோட்டை) என்னும் கோட்டையையும் யனமதலை என்னும் கோட்டையையும் நிர்மூலமாக்கினான் குண்டூர் மாவட்டத்திலுள்ள செபுரேலு என்னும் இடத்தில் சத்தியாசிரயன் நிலைகொண்டான். தற்காப்புக்கு சிறந்த வழி தாக்குதலே என்ற நிலையை ஏற்று இராசராசன் தனது மகன் ராசேந்திரனை மேற்கு சாளுக்கியத்தின்மீது படையெடுக்குமாறு ஏவினான். இராசேந்திரன் ஒரு பலம் பொருந்திய படைக்குத் தலைமை தாங்கி தாக்குதல் (1007) ல் நடத்தினான். இராசேந்திரன் பீசப்பூர் மாவட்டத்திலுள்ள தொனூர் வரை படையுடன் சென்றான் என்றும் நாட்டைச் சூறையாடி பெண்களையும் குழந்தைகளையும் பிராமணரையும் கொலை செய்தான் என்றும் ஒரு சாளுக்கிய கல்வெட்டில் குறிப்பிடப்பட்டிருக்கிறது. வனவாசியையும், இறையிச்சூர் எனப்படும் ஆற்றிடைப் பிரதேசத்தின் பகுதியையும் அவன் கைப்பற்றினான். மான்யகேதா எனும் பகுதியைச் சூறையாடினான். வேங்கியிலிருந்து கொல்லிபாக்கை (குல்பாக்) என்ற திசையை நோக்கிப் படையின் மற்றுமோர் பிரிவு முன்னேறத் தொடங்கியது. ஐதராபாத்திற்கு வடமேற்கு திசையில் 45 மைல் தொலைவில் அமைந்துள்ள கொல்லிபாக்கை மீது படையெடுத்து அதன் கோட்டையையும் கைப்பற்றினான். இதன் விளைவாக வேங்கியிலிருந்த படைகளை சத்தியாசிரன் திரும்பியழைக்க வேண்டிய நிர்ப்பந்தம் ஏற்பட்டது. சோழப்படையின் தாக்குதலில் நின்றும் தனது நாட்டை மாத்திரம் பல இன்னல்கள் மத்தியில் காப்பாற்றிக் கொண்டான். சோழப்படை சூறையாடிய பெருஞ் செல்வத்துடன் துங்கபத்திரை நதியின் மறுகரைக்குச் சென்றுவிட்டது.

இராசராசனின் ஆட்சிக்கால முடிவில் மாலதீவுகளையும் அவன் கைப்பற்றி தன் பேரரசுடன் இணைத்தான். 1012 இல் இவன் இராசேந்திரனை யுவராசனாக்கினான். தஞ்சாவூரில் 1010 இல் கட்டிமுடிக்கப்பட்ட இராசராசேசுவர சிவாலயம் மிக அற்புதமான முறையில் அமைந்தது. 1014 இல் மறைந்த இராசராசனின் ஆட்சித் திறமைக்கு இக்கோவில் ஒரு நினைவுச் சின்னமாக அமைகிறது. விரிகுடாவுக்கப்பலுள்ள சிறீ விசயாவையும் (பாலெம்பாங்கு) கதாகையையும் (கெடா) ஆட்சி புரிந்த சிறீ மாற விசயோத்துங்கவர்மன் என்ற சைலேந்திர மன்னனை நாகபட்டினத்தில் ஒரு புத்த விகாரை கட்டும்படி இராசராசன் ஊக்குவித்தான். அவ்விகாரை சூடாமணி விகாரை என சிறீ விசயனின் தந்தையின் பெயரால் அழைக்கப்பட்டது.

தந்தையின் வழி வந்த பெருமை மிக்க மைந்தனாக 1 ஆம் இராசேந்திரன் விளங்கினான். 1 ஆம் இராசேந்திரன் காலத்தில் சோழப் பேரரசு மிக விசாலமாயும் பெருமதிப்புள்ளதாயும் விளங்கியது. அவன் காலத்தில் இருந்த இந்து அரசுகளுள் மிகவும் மதிப்பு மிக்கதாக சோழப்பேர்ரசு அமைந்தது. அவன் ஆட்சியின் தொடக்கத்தில் (1018) 1 ஆம் இராசதிராசன் என்ற அவனது மகனை யுவராசனாக நியமனம் செய்தான். தந்தை தொடங்கிய

பணியை பூர்த்தி செய்யும் வகையில் இலங்கையின் மீது படையெடுத்து அதை முற்றாகக் கைப்பற்றினான். 5 ஆம் மகிந்தன் சிறைப்படுத்தப்பட்டு சோழ நாட்டிற்கு கொண்டு செல்லப்பட்டான். அங்கு இவன் 12 ஆண்டு காலத்தின் பின் உயிர் நீத்தான். தமிழர் ஆதிக்கத்திற்கு எதிராக சிங்கள மக்களின் எதிர்ப்பியக்கத்தின் மையமாக அவன் மகன் காசியப்பன் அமைந்தான். 6 மாத காலம் நடைபெற்ற போரில் ஏராளமான தமிழர்கள் சிங்களர்களால் கொலை செய்யப்பட்டனர். பின்னர் தீவின் தென்பாதியான உறுகுணையின் அரசனாக காசியப்பன் தன்னையாக்கிக் கொண்டான். காசியப்பன் 1 ஆம் விக்கிரமபாகு என்ற பெயருடன் 1029வரை பன்னிரண்டு ஆண்டு காலம் ஆட்சி புரிந்தான்.

இராசேந்திரன் தனது படைக்கு தலைமை தாங்கி, பாண்டிய கேரள நாடுகளுக்கூடாகச் சென்று அவற்றை வெற்றி கொண்டு, தன் மகனொருவனை சோழ பாண்டியன் என்ற பெயருடன் இப்பிரதேசங்களை ஆள நியமனம் செய்தான். மதுரையே இப்புதிய ஆள்பதியின் தலைமைத்தானமாகியது. மேலைச் சாளுக்கியர் பற்றி மறுமுறையும் 1020-1 வரையில் இராசேந்திரன் கவனம் செலுத்தவேண்டிய அவசியம் ஏற்பட்டது.

சத்தியாசிரயனைத் தொடர்ந்து 1008 வரையில் அவனது உறவு வழி வந்த மருகனான 5 ஆம் விக்கிரமாதித்தன் அரசனானான். 5 ஆம் விக்கிரமாதித்தனின் மிகக் குறுகியதும், முக்கியத்துவம் பெற்றதுமான ஆட்சிக்குப் பின் 1015ல் அவன் சகோதரனான 2 ஆம் சயசிம்மன் ஆட்சிக்கு வந்தான். சயசிம்மன் பலமுனைகளில் போராட வேண்டியவனாக இருந்தான். மாளவத்தைச் சேர்ந்த பரமார போசன் என்பவன் முஞ்சன் கொலை செய்யப்பட்டமைக்கு பழிவாங்கும் நோக்கமாக வடக்கிலிருந்து சாளுக்கிய முடியரசினுள் படையெடுத்து சில ஆண்டுகாலம் லாடம் என்ற பகுதியையும், கொங்கணத்தின் சில பகுதிகளையும் ஆட்சி புரிந்தான். போசனால் கைப்பற்றப்பட்ட பிரதேசங்களை சிற்றரசர்களின் துணை கொண்டு கடினமாக போராடி மீட்டுக் கொண்டான். இராசேந்திர சோழனே சயசிம்மனின் மிகவும் சக்தி வாய்ந்த எதிரியாக விளங்கினான். சயசிம்மன் ஆட்சிக்கு வந்த சில கால எல்லைக்குள் சத்தியாசிரயன் முன்னர் இழந்த இடங்களை திரும்பப் பெற முயன்றான். சில காலம் வரை இம்முயற்சிகள் அவனுக்கு சாதகமாக அமைந்தன. இதற்குக் காரணம் இராசேந்திரனின் கவனம் இலங்கையைக் கைப்பற்றுவதிலும், பாண்டிய கேரள குடியேற்றங்களை சீர்படுத்துவதிலும் செலுத்தப்பட்டமையேயாகும். வேங்கியில் 1 ஆம் சத்திவர்மனின் பின் 1011 வரையில் விமலாதித்தன் என்பவன் ஆட்சிக்கு வந்தான். இவனும் 1018 வரையில் அரசியலிலிருந்து ஓய்வு பெற்றிருத்தல் வேண்டும். அல்லது இறந்திருத்தல் வேண்டும். 2 ஆம் சயசிம்மன் 7 ஆம் விசயாதித்தனுடைய உரிமைகளை ஆதரித்து நின்றான். சோழ இராணியான குந்தவைக்கும், விமலாதித்தனுக்கும் பிறந்த மகனான இராசராசன் என்ற இளவரசனும் வேங்கிக்கு உரிமை கோரினான். சயசிம்மன், விசயாதித்தனுக்கு உதவி புரியும் பொருட்டு துங்கபத்திரை நதியைக் கடந்து பெல்லாரியைக் கைப்பற்றியதுடன் கங்கவாடியின் சில பகுதிகளையும் இணைத்திருத்தல்

வேண்டும். வேங்கியின் விசயாதித்தன் (பெசவாடா) என்ற நகரைக் கைப்பற்றி இராசராசனின் முடிசூட்டு விழாவைத் தடுத்து நிறுத்தினான். இத்தருணத்தில் இராசேந்திரன் சயசிம்மனுக்கு எதிராகத் தன் கவனத்தைத் திருப்பினான். சயசிம்மனை எதிர்க்க இரு படைப்பிரிவுகள் ஒரே வேளையில் போர்க்களம் புகுந்தன. ஒரு பிரிவு இறயிச்சூர் ஆற்றிடைப் பகுதியியுட் புகுந்தது. மற்றையது வேங்கியில் இராசராசனின் உதவிக்குச் சென்றது. மேற்கில் சயசிம்மன் மாசுகி என்னுமிடத்தில் போரில் தோற்கடிக்கப்பட்டான். எனினும் இராசேந்திரன் தொடர்ந்து ஆக்கிரமிப்பு எதிலும் ஈடுபடவில்லை. இரு அரசுகளுக்கும் இடையில் உள்ள எல்லையாக துங்கபத்திரை நதி பொதுவாக ஏற்றுக் கொள்ளப் பட்டிருந்தது. வேங்கியில் நடந்த பல போர் முனைகளில் விசயாதித்தனை சோழப்படைகள் தோற்கடித்ததுடன், இராசராசன் சார்பில் இப்படைகள் நாட்டையும் பொறுப்பேற்றன. பின்னர் மேலும் வடக்கு நோக்கிக் கலிங்கத்திற்குள் சோழப்படைகள் சென்றன. கிழக்கு கங்கர்களின் அரசனான மதுகாமார்ணவன் (1019 - 1038) என்பவன் சயசிம்மனுக்கு சார்பாக இருந்ததன் காரணமாகவே இப்படையெடுப்பு நேர்ந்திருத்தல் வேண்டும். கங்க அரசனைத் தோற்கடித்த பின் கங்கைப் பள்ளத்தாக்கு வரையும் தன் பலத்திற்கு விளம்பரமாக படையை அனுப்பி வைத்தான் சோழன். சோழப் போர்ப்படை வடக்கு நோக்கிச் சென்றபின் தொல்லைகள் பின்னணியில் பெருகிப் போக்குவரத்துத் தொடர்புகளையும் பெரிதும் பாதித்தன. நிலைமையைச் சமாளிக்கும் நோக்குடன் 1 ஆம் இராசேந்திரன் வடக்கு நோக்கி படையெடுத்து கோதாவரி ஆற்றின் கரையில் முகாமிட்டிருந்தான். கங்கைவரை சென்ற தனது படை பாதுகாப்புடன் திரும்புவதற்கு வழியமைத்துக் கொண்டான். அத்துடன் ஓகத்து மாதம் 16 ஆம் நாள் 1022 ல் தனது உறவு வழி வந்த மருகனான இராசராசனின் முடி சூட்டு விழாவை விமரிசையாக கொண்டாடினான். வடக்கிலிருந்து வெற்றி வாகையுடன் திரும்பிய படையும் அவனுடன் விரைந்து சேர்ந்து கொண்டது. பின்னர் திருச்சிராப்பள்ளி மாவட்டத்தில் காடுகளுக்கூடே கட்டப்பட்ட கங்கை கொண்ட சோழபுரம் என்ற புதிய தலைநகருக்கு இராசேந்திரன் திரும்பினான்.

சிறீ விசய முடியரசை எதிர்த்து வெகு விரைவில் இராசேந்திரன் பெருங்கடற்படை ஒன்றை அனுப்பினான். மலாயாக்குடா நாட்டையும், சுமத்திராவையும், யாவாவையும் அயலில் அமைந்த தீவுகளையும் தன் ஆணையின் கீழ் வைத்திருந்த கடலோர அரசு சிறீ விசயம் என்பதாகும். இந்தியாவிற்கும் சீனத்திற்குமிடையிலுள்ள கடல் வழியை கட்டுப்படுத்தக் கூடியதாக சிறீ விசய அரசு அமைந்திருந்தது. இராசராசனின் ஆட்சிக் காலத்திலும், இராசேந்திரனின் ஆட்சிக் காலத்திலும், சிறீ விசய அரசுக்கும், சோழப் பேரரசுக்கும் இடையே மிகவும் நேச உறவுகள் நிலை கொண்டிருந்தன. வர்த்தக நோக்குடன், இராச தந்திர நோக்கங்களுக்காகவும் சோழ மன்னர் சீனத்திற்கு தூதுவர்களை அனுப்பி வைத்தனர். இத்தூதுவர்கள் முறையே, 1016,1033,1077, ஆகிய ஆண்டுகளில் அங்கு போய் சேர்ந்தனர். இராசேந்திரன் சிறீ விசய் அரசை எதிர்த்து 1025 ல் போர் புரிந்தான். இப்போர் இடம் பெற்ற காலம் சீனத்திற்கு சோழப் பேரரசு அனுப்பிய முதற்தூதுக்கும், இரண்டாம் தூதுக்கும் இடையிலாகும். சிறீ விசய் அரசு, சீனத்துடன் சோழர் கொண்ட தொடர்பை தடை செய்ய முயன்றதன் விளைவாக, இப்போர் மூண்டது

என்றோ, இராசேந்திரனின் புகழ் தேடும் பேராசையினால் கடல் கடந்து திக்விசயம் செய்து போரிட்டான் என்றோ நாம் துணிந்து கூறமுடியவில்லை. காரணம் எதுவாக இருந்த போதிலும் படையெடுப்பு பூரண வெற்றி தந்தது. கடாரமும் (கதாகை) சிறீ விசய எனும் தலைநகரும் சூறையாடப்பட்டன மாரவிசயோத்துங்கவர்மன் என்பவன் கைதியாக்கப்பட்டான். சிறீ விசய முடியாட்சியை திருப்பி வழங்குவதற்கு நிபந்தனையாக சோழ மேலாதிக்கத்தை விசயோத்துங்கவர்மன் ஏற்றுக் கொண்ட பின்னர் போராட்டம் நிறுத்தப்பட்டது. 1088 என்ற தேதி பொறிக்கப்பட்ட தமிழ் கல்வெட்டு ஒன்றின் பகுதி சுமத்ராவில் கண்டெடுக்கப்பட்டது. இக்கல்வெட்டிலிருந்து முடியாட்சிக்கும், சிறீ விசய அரசுக்கும் இடையில் நெருங்கிய தொடர்புகள் பரம்பரையாக, இடையறாது இருந்தன என்பது தெரிகிறது.

பாண்டிய கேரள முடியரசுகளில் இடம் பெற்ற கலகங்களை அடக்குவதற்கு, கடும் நடவடிக்கை எடுக்க வேண்டிய அவசியம் ஏற்பட்டது. யுவராசனான இராசதிராசன் தலைமையில் எடுக்கப்பட்ட பரந்த நடவடிக்கைகளின் விளைவாக, எதிர்த்து நின்ற அரச வம்சத்தின் இளவரசர் பலர் கொலை செய்யப்பட்டோ, நாட்டைவிட்டு வெளியே துரத்தப்பட்டோ பிரச்சினை தீர்க்கப்பட்டது. இலங்கையிலும் தொல்லைகள் பரவின. தமிழரை எதிர்த்து விக்கிரமபாகு போரில் இறங்கினான். அதனால் இராசிதிராசன் படைகொண்டு 1041 ல் இலங்கையை தாக்கினான். இதே கால எல்லையில் ஏற்பட்ட விக்கிரமபாகுவின் மறைவால், சோழரின் மாகாணத்திற்கு புறத்தே அரசனில்லாது குழப்பம் ஏற்பட்டது. துணிச்சலுள்ள சில சிங்கள வீரர்களும், பாண்டிய நாட்டிலிருந்து, உரிமைகளின்றி வெளியேற்றப்பட்ட இந்திய இளவரசர்கள் சிலரும் தொலைவிலுள்ள கன்னோசியிலிருந்து வந்த சகதிபாலன் எனப்பட்ட ஒருவனும் தீவின் சில பாகங்கள் மேல் ஆணை செலுத்தினர். சோழப்பேரரசை எதிர்த்து இவர்கள் அனைவரும் கிளர்ச்சியில் இறங்கியதின் விளைவாக பெருந்துன்பம் அடைந்தனர்.

இராசேந்திரன் ஆட்சிக்காலத்தின் முடிவுப் பகுதியில் மீண்டும் மேலை சாளுக்கியருடன் போர் நிகழ்ந்தது. வழமை போல வேங்கி விவகாரங்கள் சம்மந்தமாகவே போர் மூண்டது. சாளுக்கிய முடியரசை ஆண்ட இரண்டாம் சயசிம்மனின் பின் அவன் மகனான 1 ஆம் சோமேசுவர ஆகம வல்லன் 1042 ல் அரசுரிமை பெற்றான். மானியகேதா என்ற இடத்தில் அமைந்த தலைநகரம் கல்யாணிக்கு மாற்றப்பட்டது. கல்யாணியில் புதிய கட்டிடங்கள் யாவும் அமைக்கப் பெற்று புதிய நகரில் பல வசதிகளும் சேர்த்துக் கொள்ளப்பட்டன. மாளவத்தை ஆண்ட போசனை எதிர்த்து தந்தை தொடங்கிய போரை சோமேசுவரன் தொடர்ந்து நடத்தினான். மாளவத்தின் தலைநகரான தாராமீது போர் தொடுத்து அரசனை அடிபணிய வைத்தான். விதர்ப நாட்டிற்கு அப்பாலும் இன்றைய மத்தியபிரதேசத்தின் பகுதிகளிலும், கோசலம் கலிங்கம் ஆகியவற்றிற்குள்ளேயுமே அவன் ஆதிக்கம் பரவியது. சக்கிரகூடம் என்ற இடத்தைச் சேர்ந்த தாராவர்சாவின் அரசனான நாகவம்சி என்பவன் மீதும், தனது மேலாதிக்கத்தை சோழன் செலுத்தினான். காகதீய தலைவன் ஒன்றாம் புரோலனும், அவன் மகனான பேதனும் போரில் சோமேசுவரனுக்கு துணை

நின்று அதற்காக அவனிடமிருந்து அனுமகொண்டவிசய என்ற பகுதியினை பரிசாகப் பெற்றனர் என்பது குறிப்பிடத்தக்கது. மறுபுறத்தில் சோமேசுவரன் வேங்கியைத் தாக்கி சோழ அதிகாரத்தை எதிர்த்து நின்றான். 1022 ல் நடந்த இராசராசனின் முடிசூட்டு விழாவைத் தொடர்ந்து அவனுக்கு வேங்கியில் அமைதி நிலவியதே இல்லை. இராசராசனின் சகோதரன் முறையான விசயாதித்தன் அரசு கட்டிலை கைப்பற்றுவதற்காகிய போராட்டத்தை மீண்டும் ஆரம்பித்தான். இவன் சாளுக்கிய அரசனான இரண்டாம் சயசிம்மனின் துணையைப் பெற்று இராசராசனை வேங்கியை விட்டு வெளியே துரத்தி 7 ஆம் விட்டுணுவர்த்தன விசயாதித்தன் என்ற பட்டத்துடன் 1031ல் தன்னை அரசனாக்கிக் கொண்டான். ஆயின் 1035 வரையில் இராசராசன் தானிழந்த இராச்சியத்தை திரும்பப் பெற்றுக் கொண்டான். மேலை சாளுக்கிய அரசவையில் அடைக்கலம் புகுந்த விசயாதித்தன் அரச உபசாரம் அனைத்தும் பெற்று அங்கு நட்புடன் வரவேற்கப்பட்டான். வேங்கி மீது விசயாதித்தனுக்கிருந்த உரிமைகளை நிலைநிறுத்த உதவும் வகையில் சோமேசுவரனின் படையெடுப்பு அமைந்தது. இப்படையெடுப்பு பற்றிய செய்திகள் 1 ஆம் இராசேந்திரனை வந்தடைந்தன. போர்க்களம் புக வயது முதிர்ச்சி அரசனுக்குத் தடையாக இருந்தது. மகன் இராசாதிராசன் தெற்கில் போரில் ஈடுபட்டிருந்தான். எனவே நம்பிக்கைக்குரிய ஒரு பிரமாணத் தளபதி இராசராசனுக்கு உதவி செய்யும் பொருட்டு, மற்றும் மூன்று திறமைமிக்க படைத் தலைவர்களின் உதவ்யுடன் அமர்த்தப்பட்டான். கலிடிண்டி என்னும் இடத்தில் இரத்தக்களறி ஒன்று இடம் பெற்றது. எனினும் இப்போர் முடிவு எதையும் தரத்தவறியது. இதே வேளையில் 1 ஆம் இராசேந்திரன் இறந்தான். அவன் பின் 1 ஆம் இராசாதிராசன் 1044 ஆட்சிக்கு வந்தான். 1 ஆம் இராசாதிராசன் சோழ ஆதிக்கத்தை வேங்கியில் நிலைநிறுத்த விரும்பினான். தெலுங்கு நாட்டிற்கூடாக தான் ஆட்சிப் பொறுப்பை ஏற்ற சில காலத்தில், 1 ஆம் இராசாதிராசன் தானே தலைமைதாங்கிப் போர்ப்படை திரட்டிச் சென்றான். தன்னடா (தான்யகடக) என்ற இடத்தில் நிகழ்ந்த போரில் மேலைச் சாளுக்கியப் படைகள் தோற்கடிக்கப்பட்டன. கிருட்டிணை ஆற்றின் கரையில் இடம் பெற்ற இப்போரில் சோமேசுவரனின் மகனான விக்கிரமாதித்தனும், இராசசிங்கனின் எதிரியான விசயாதித்தனும் குழப்பம் மிகுந்த நிலையில் போர் முனையிலிருந்து பின்வாங்கினர். இதன் பின் மேலைச் சாளுக்கிய பிரதேசத்துட்புகுந்து மிகப் பிரதானமான கோட்டையாக விளங்கிய கொல்லிபாக்கை (குல்பாக்கு) என்ற கோட்டையை தீயிட்டனர். இவ்வெற்றிகளின் பலனாக இராசராசன் சிலகாலம் ஓய்வெடுத்துக் கொள்ள முடிந்தது. இவற்றைத் தொடர்ந்து மேற்குக் கரையில் பல படையெடுப்புகள் இடம் பெற்றன. சோழப்படையினர் சாளுக்கிய தளபதிகள் பலரையும் சிற்றரசர்கள் பலரையும் கைப்பற்றினர். சாளுக்கிய நகரான காம்பிலியில் அமைந்த அரண்மனை தகர்த்தெறியப்பட்டது. கிருட்டிணை ஆற்றில் அமைந்த பண்டூரில் எதிரிகள் இராசராசனால் தோற்கடிக்கப்பட்டனர். நதியைக் கடந்து சென்று வெற்றி சூடிய சோழர்கள் யாதகிரி என்னும் இடத்தில் நிலை கொண்டு புலிச்சின்னம் பொறிக்கப்பட்ட தூணொன்றை நிறுவினர். மேலும் சில போர்கள் நடை பெற்றன. சாளுக்கிய தலநகரான கல்யாணி சூறையாடப்பட்டது. வீராபிடேகம் என்ற வெற்றிகொண்ட அரசனின் முடிசூட்டு

விழா எதிரியின் தலைநகரில் நடை பெற்றது. இவ்விழாவில் ஷவிசயராசேந்திரன்' என்ற பட்டத்தை சோழன் சூட்டிக்கொண்டான். துவாரபாலகனின் ஒரு சிறந்த உருவச்சிலை தஞ்சாவூர் மாவட்டத்தில் உள்ள ஷதராசுரம்' கோவில் வாயிலில் வைக்கப்பட்டிருந்தது. இப்போது அது தஞ்சாவூர் கலைக்கூடத்தில் இடம் பெற்றுள்ளது. அச்சிலையில் மேல்வரும் குறிப்புகள் பொறிக்கப்பட்டுள்ளது. உடையார் சிறீ விசய இராசேந்திரதேவன் கல்யாணபுத்திற்குத் தீயிட்டபின் இந்தத் துவாரபாலகனைக் கொண்டு வந்தான்.

1050 க்கு முன்பு சோமேசுவரன் சோழப் படைகளைத் தனது பிரதேசத்தினின்றும் வெளியே துரத்தினான். வேங்கியில் தன்னாதிக்கத்தை மீண்டும் நிலைகொள்ளச் செய்ததுடன் இராசராசனை நிர்ப்பந்தித்து சோழ ஆதிக்கத்திற்குப் பதிலாக தன் மேலாதிக்கத்தை ஏற்கும்படி செய்தான். இறுதியாக சோழ நாட்டை தாக்குவதற்கு ஒரு படையை அனுப்பினான். அப்படை காஞ்சிநகர்வரை சென்று தாக்கிவிட்டுத் திரும்பியது. இவ்வாறு சோமேசுவரன் பெற்ற வெற்றிகள் இராசாதிராசனுக்கு தூண்டுகோலாக அமைந்தன. எனினும் சோமேசுவரன் தன்னாட்சியை நிலைகொள்ளச் செய்ய முயன்ற வேளையில் வேங்கியையும், கலிங்கத்தையும் இராசாதிராசன் அவனிடமிருந்து மீட்டுக்கொள்ள முடியவில்லை இதற்குரிய காரணங்கள் தெளிவாகவில்லை. இராசாதிராசன் தன் தம்பியும் யுவராசனுமாகிய 2 ஆம் ராசேந்திரனின் துணையுடன் சோமேசுவரன் மீது மறுமுறை (1053-4) போர் தொடுத்தான். கொப்பம் (கொப்பால்) என்னும் இடத்தில் ஒரு போர் நடைபெற்றது. கொப்பம் கிருட்டிணை ஆற்றில் இயற்கையான சக்தி நிறைந்த இடமாகும். உக்கிரமாக நடந்த இப்போரில் இராசாதிராசன் காயப்பட்டு இறந்தான். பின்னர் இராசேந்திரன் படைக்குத் தலைமை தாங்கி தோல்வியில் முடிய வேண்டிய போரை வெற்றியாக முடித்து வைத்தான். பல சாளுக்கிய படைத் தலைவர்களை அவன் கொன்று அவர்களுடைய போர்ப்படை கலைந்து பின்வாங்கும்படி செய்தான். பல யானைகளையும், குதிரைகளையும், ஒட்டகங்களையும் அதிக பொருள்களையும் சாளுக்கியப்படைகள் கைவிட்டுச் சென்றது. சில இராணிகள் உட்பட பல பெண்களையும் சோழர் கைப்பற்றினர். 2 ஆம் இராசேந்திரன் போர்க்களத்திலேயே முடிபுனைந்து அங்கிருந்து கொல்லாபுரம் என்ற இடம் வரை சென்று வெற்றித் தூண் (சயத்தம்பம்) நாட்டிவிட்டு கங்கை கொண்ட சோழபுரம் என்ற தலைநகரம் நோக்கி புறப்பட்டான்.

கொப்பத்திலேற்பட்ட அவமானத்தை துடைத்தெறியும் நோக்குடன் சோமேசுவரன் விரைந்து யுத்தம் தொடங்கினான். வேங்கியை ஆண்ட இராசராசன் இறந்தது (1061) சோமேசுவரனுக்கு வாய்ப்பாக அமைந்தது. 7ஆம் விசயாதித்தனின் மகனான 2 ஆம் சத்திவர்மனை ஆட்சி அமர்த்தி ஒரு பலம் பொருந்திய படையை தனக்குத் துணைநிற்கும்படி சாமுந்தரதாசனின் தலைமையில் அனுப்ப ஒழுங்கு செய்தான். தன் மக்களான விக்கிரமாதித்தனையும் சயசிம்மனையும் கங்கவாடி நோக்கி சோழ நிலத்திற்குள் படையெடுக்குமாறு சோமேசுவரன் அனுப்பி வைத்தான். இரு முனைகளில் தொடக்கப்பட்ட தாக்குதலையும் 2ஆம் இராசேந்திரன் எதிர்த்துப் போராடினான். ஒரு புறத்தில் இராசமகேந்திரன் என்ற அவன் மகனும் அவன் உடன் பிறந்தானான வீர்ராசேந்திரனும் 2 ஆம் இராசேந்திரனுக்கு துணை நின்றனர்.

வேங்கியில் சாமுண்டராசன் போரில் தோற்கடித்துக் கொல்லப்பட்டான். 2 ஆம் சத்திவர்மனும் அப்போரில் இறந்தான். கங்கவாடிக்குள் புகுந்த சாளுக்கியப்படையினர் சின்னாபின்னப்பட்டு துரத்தப்பட்டனர். மைசூர் நாட்டில் கூடலி என்று அழைக்கப்படும் துங்காவும் பத்திராவும் சங்கமமாகும் இடத்தில் உள்ள கூடல் சங்கமம் என்ற போர்க்களத்தில் சாளுக்கியர் போரில் பெருந்தோல்வி கண்டனர். கொப்பத்தில் அவனுக்கு ஏற்பட்ட தோல்விக்கு ஈடுசெய்ய சோமேசுவரன் எடுத்த முயற்சிகள் இவ்வாறு தோல்வியில் முடிவுற்றன.(1061-2) இதையடுத்து சோழ யுவராசனான இராசமகேந்திரனும் அவன் தந்தையான 2 ஆம் இராசேந்திரனும் இறந்தனர். வீர ராசேந்திரன் (1063) இதையடுத்து அரசனானான்.

2 ஆம் இராசேந்திரனின் மறைவு சாளுக்கியர்களுக்கு எதிராக வீரராசேந்திரனால் தொடுக்கப்பட்ட போருக்கு சிறுகால ஓய்வு தந்தது. ஆயின் 1 ஆம் சோமேசுவரன் மறுபடியும் போர் தொடுக்கப்படும் என்று எதிர்பார்த்து தயாராக காத்திருந்தான். இரு முனைகளிலும் இத்தாக்குதல் தொடங்கும் என்று எதிர்பார்த்துக் காத்திருந்தான். கிழக்கில் சோமேசுவரன் தனது சிற்றரசர்களாக விளங்கிய நாகவம்சி பிரதேசத்தையாண்ட தாரவர்சன் என்பவனது துணையையும் 3 ஆம் வச்சிரகத்தன் என்ற கீழைச் சாளுக்கிய அரசனின் துணையையும் எதிர்பார்த்து நின்றான். பெசவாடா என்ற நகரையடுத்து பகுதியில் ஒரு சக்தி மிக்க படையை சோமேசுவரன் நிறுத்தி வைத்தான். தாரா என்னும் இடத்தைச் சேர்ந்த சனநாதன் என்ற பரமாரவம்ச இளவரசன் தலைமையில் படை அமைந்தது. மேற்கில் விசயாதித்தனை அனுப்பி எதிரிர்களின் நிலத்தில் போர் தொடுக்கும்படி சோமேசுவரன் ஊக்குவித்தான். எதிர்பார்த்தபடி வீரராசேந்திரன் தாக்கத் தொடங்கினான். வேங்கியில் சாளுக்கியப்படைகள் சிறு தோல்விகள் கண்டன. தொடக்கத்தில் சோழருக்கு உறுதியான வெற்றிகள் ஏதும் கிட்டவில்லை. மேலைக்கரையில் இடம் பெற்ற போரில் 1066 இல், அனேகமாக துங்கபத்திரை நதியருகே, சோமேசுவரனின் படைகள் பெருந்தோல்வி அடைந்தன. எனினும் விரைவில் படைகளை சீர்படுத்திக் கொண்டு வீரராசேந்திரனை கூடல் சங்கம் என்ற இடத்தில் போர் செய்ய வரும்படி அழைத்தான். சோழ அரசன் அழைப்பை மகிழ்ச்சியுடன் ஏற்று சமர்க்களம் புகுந்தான். குறிப்பிட்ட இடத்தில் படைகள் திரண்டிருந்தபோதும் சோமேசுவரன் அங்கே தென்படவேயில்லை. ஒரு மாத காலம் சோமேசுவரனின் வருகைக்காக காத்து நின்ற வீர ராசேந்திரன் அவன் வராத காரணத்தால் சாளுக்கியப்படையை தாக்கி சின்னாபின்னப்படுத்தினான்.இதில் முடிவான வெற்றி கண்ட சோழ மன்னன் துங்கபத்திரையாற்றின் கரையில் வெற்றித் தூண் நிறுவிவிட்டு வேங்கி நோக்கி தன் படையுடன் சென்றான். விசயாதித்தன் தற்காப்புக்காக மறுபுறத்தில் படைகளை திரட்டிக் கொண்டிருந்தான். பெசவாடாவுக்கருகே நடந்த பெரும் போரில் சாளுக்கியர் தோல்வி கண்டனர். வீரராசேந்திரன் கிருட்டிணை நதியைக் கடந்து கலிங்கத்திற்குட் புகுந்தான். கடும் போர் நடைபெற்றது. நாகவம்சத்தினர் நாடான சக்கரகூடம் என்ற பகுதியிலும் போர் நடந்தது. சாளுக்கியரின் பக்கத்தில் விசயாதித்தனை விட 3 ஆம் வச்சிரகத்தனின் மகனான இராசராசனும் விக்கிரமாதித்தனும் போரிட்டனர் சோழர் பக்கம் இளவரசன் இராசேந்திரன்

நின்று போரிட்டான். இவனே பின்னர் 1 ஆம் குலோத்துங்கன் என்ற பெயரில் அரசனான். வீரராசேந்திரனுடன் தான் ஏற்றுக் கொண்டபடி போர் செய்ய தனது உடல்நிலை இடங்கொடாத காரணத்தால் 1 ஆம் சோமேசுவரன் தன் உயிரை மாய்த்துக் கொள்ள முடிவு செய்தான். துங்கபத்திரை நதியில் குருவத்தி என்னும் இடத்தில் 29 ஆம் நாள் பங்குனித் திங்கள் 1068 இல் பரமயோகம் அனுட்டித்து நீரில் மூழ்கி சோமேசுவரன் தன் இன்னுயிர் நீத்தான். சாலுக்கிய வம்சத்தின் புகழ் வாய்ந்த பேரரசர்களுல் ஒருவனான இவன் இவ்வாறு மறைந்தான். அவனுடைய ஆட்சிக்காலம் முழுவதிலும் சோமேசுவரன் வேங்கியைத் தன் ஆணையின் கீழ் வைத்திருந்தது மட்டுமின்றி வடக்கில் மிகவும் பெரும் சக்தியாக விளங்கிய பரமாரர், பிரதிகாரர் என்போரத் தற்காலிகமாக அடிமை கொள்ளவும் அவனால் முடிந்தது. சோமேசுவரன் பல தோல்விகளை அடந்தபோதிலும் தனது வாழ்வின் முடிவு வரை சோழ எதிர்ப்பை தளராது தொடர்ந்து நடத்தினான். இவன் போர்க்களத்திலும் பார்க்க இராசதந்திரத்தில் புகழுடன் விளங்கினான். நீண்ட காலத்திற்கு தனது ஆதிக்கத்தை பல அரசுகளில் பிறர் அங்கீகரிக்கக் கூடிய முறையில் ஏர்படுத்தியமை அவனது இராசதந்திரத்திற்கு ஒரு நற்சான்றாகும், அத்துடன் போர்த் துறையில் கூட பெரும் புகழ் கிட்டாத நிலையிலும் இத்துணை செல்வாக்கு இவனுக்கு இருந்தமை குறிப்பிடத்தக்கதாகும். தன்னம்பிக்கை உடையவனாக விளங்கிய சோமேசுவரன் தன்னுடன் கூட நின்ற திறமைமிக்க படைத் தலைவர்களுக்கும் கீர்த்தி வாய்ந்த தன் மகனான விக்கிரமாதித்தனுக்கும் இதே தன்னம்பிக்கை உணர்வை ஏற்படுத்துவதில் வெற்றி கண்டான். சமாதானப் பணிகளில் அக்கறையற்றவன் என்று சோமேசுவரனை கூறிவிட முடியாது. கல்யாணி என்ற மாட்சிமை மிக்க நகரம் இவனுடைய நிர்மாணப் பணிக்கு நல்லதோர் எடுத்துக் காட்டாகும்.

1 ஆம் சோமேசுவரனின் மறைவின் பின் அதே பெயரைத் தாங்கிய அவனது மூத்த மகன் ஆட்சிப் பொறுப்பை ஏற்றான். ஆட்சிக்கு வந்தவனின இளவலான் விக்கிரமாதித்தன் தொடக்கத்திலிருந்து எதிர்த்து நின்று அரசைக் கவர் ஆசைப்பட்டான். இரண்டாம் சோமேசுவரன் அர்ச கட்டிலில் நிலை கொள்ளுவதற்கு முன்னம் சோழ அரசன் வீர்ராசேந்திரன் கடும் தாக்குதல் நடத்தி குட்டி நகரை முற்றுகையிட்டு காம்பிலி நகரையும் தாக்கினான். அண்ணனுக்கு ஏற்பட்ட தொல்லைகளை விக்கிரமாதித்தன் தனக்குரிய வாய்ப்பாக மாற்றிக் கொண்டான். சட்டப்படி அமைந்த அரசனுக்கு விசுவாசம் செலுத்தாது தன்னை ஆதரிக்கும்படி நிர்ப்பந்தித்து சிற்றரசர்களை தன் பக்கம் சேர்த்தான் அவ்வாறு சிற்றரச்ர்களின் துணையை தேடிக் கொண்டு வீரராசேந்திரனுடன் பேச்சுவார்த்தை தொடங்கினான் இதன் விளைவாக இராச தந்திரத் துறையில் பெரும் புரட்சி ஏற்பட்டது. அரசுகளுக்கிடையே இருந்த உறவு முற்றாக மாறியது. சாளுக்கிய முடியாட்சி துண்டாடப்பட்டது. வீரராசேந்திரனின் மேலாதிக்கத்தை ஏற்று அவனுடைய ஆணையின் கீழ் சிற்றரசாக வேங்கியை ஆட்சி புரிய விசயாதித்தன் சம்மதம் தெரிவித்தான். வீரராசேந்திரனின் புதல்விகள் இருவரை விக்கிரமாதித்தனுக்கும், இராசராசன் என்ற கலிங்க கங்க வம்ச இளவரசனுக்கும் முறையே மணமுடித்து வைத்தான். சாளுக்கியக் குடியரசின் யுவராசனாக ஆறாம் விக்கிரமாதித்தன் நியமனம்

பெற்றான். சாளுக்கிய அரசின் தென்பாகத்தை ஆளும் பொறுப்பு, ஆறாம் விக்கிரமாதித்தனிடம் ஒப்படைக்கப்பட்டது. இவ்வாறாக முடிவில்லா சோழ சாளுக்கியர் மோதல்கள் முற்றுப் பெற்றுவிடும் சாத்தியக் கூறுகள் தென்பட்டன. ஆயின் 1070 இன் ஆரம்பப்பகுதியில் வீரராசேந்திரனது மறைவு ஏற்பட்டடதைத் தொடர்ந்து நிலமை மாற்றமடைந்தது. இவற்றைப் பற்றி கவனிப்பதற்கு முன்னர் நாம் வீர ராசேந்திரனது ஆட்சிக் காலத்தில் இடம் பெற்ற முக்கிய நிகழ்ச்சிகளை பற்றி கவனிப்பது பொருந்தும். 1067 க்குச் சில காலம் முன்னர் இலங்கைக்கு எதிராக ஒரு கடற்படையை வீர ராசேந்திரன் அனுப்பி வைத்தான். இலங்கையை அப்போது ஆண்ட 1 ஆம் விசயபாகு. இவன் சோழ் ஆதிக்கத்திற்கு இலங்கையில் முடிவு ஏற்படுத்தும் நோக்கத்துடன் சக்திமிக்க முயற்சி ஒன்றில் ஈடுபட்டிருந்தான். விசயபாகு போரில் தோற்கடிக்கப்பட்டான். அவன் ராணி சிறைப்படுத்தப்பட்டாள். வாதகிரி (கேகாலை மாவட்டத்திலுள்ள வக்கிரிகாலை) என்னும் இடத்தில் விசயபாகு மறைந்து வாழ்ந்தான். அடுத்த சில ஆண்டுகால எல்லைக்குள் விசயபாகுவிற்கு அதிக வெற்றி கிட்டியது என்பதை நாம் காணலாம். வீரராசேந்திரன் கடாரத்தைக் கைப்பற்றுவதற்கும் ஒரு கடற்படையை ஏவினான். தன்னாதரவை நாடி (1068) வந்த கடார இளவரசனுக்குத் துணை நிற்கும் வகையிலேயே இக்கடற்படை அனுப்பப்பட்டது.

வீரராசேந்திரன் மறைவிற்குப் பிறகு விக்கிரமாதித்தன் சோழரின் நட்பு நன்மை விளைவிக்கத்தக்கதன்று என்றுணர்ந்தான். பதிலுக்கு சோழ உறவு பாதகத்தை விளைவிக்கும் என்ற முடிவிற்கு அவன் வந்தான். விக்கிரமாதித்தனுக்கு உடன் பிறந்தானுடன் ஏற்பட்ட பகைமை பற்றி கவனம் செலுத்தவேண்டிய அவசியம் உள்ளூரில் ஏற்பட்டது. அத்துடன் சோழ அரசனாக அன்று அமர்ந்திருந்த இவன் மைத்துனன் அதிராசேந்திரன் என்பவனை பாதுகாக்க வேண்டிய பொறுப்புமேற்பட்டது. அதிராசேந்திரனுக்கு எதிராக சதி செய்து ஆட்சியினின்றும் அவனை அப்புறப்படுத்த கீழைச் சாளுக்கிய இளவரசன் இராசேந்திரன் (1 ஆம் குலோத்துங்கன்) திட்டமிட்டான். இவ்விரு வழிகளிலும் தன்னையும் காத்துத் தன் மைத்துனரையும் காத்துக் கொள்ள வேண்டிய அவசியம் விக்கிரமாதித்தனுக்கு ஏற்பட்டது. கீழைச் சாளுக்கியருக்கும் சோழவம்சத்தினருக்கும் ஏற்படுத்தப்பட்ட திருமண உறவுகளையும் இராசேந்திர குலோத்துங்கன் இரு வம்சத்திலும் பெறும் இடத்தையும் கீழ்க்காணும் வம்சப்பட்டியல் விளக்குகிறது

7 ஆம் விசயாதித்தனை வீர ராசேந்திரன் வேங்கி முடியாட்சியின் உரிமையாளராக்கினான். இதனால் இராசேந்திரன் (குலோத்துங்கன்) தனக்கே உரித்தான் முடியாட்சியினின்றும் விலக்கி வைக்கப்பட்டான் எனவே திறமை மிக்க இளவரசனான இராசேந்திரன் வீரராசேந்திரனின் மறவிற்குப்பின் வேங்கி சிம்மாசனத்திற்கும் சோழமுடிக்கும் தனக்குள்ள உரிமையைப் பெற முயன்றான். விக்கிரமாதித்தன் காஞ்சிக்கு விரைந்து சென்று அங்கு நடைபெற்ற ஒரு கலகத்தை முளையில் கிள்ளி எறிந்து கங்கை கொண்ட சோழபுரத்தில் அதிராசேந்திரனுக்கு முடிசூட்டிவிட்டு ஒரு மாத காலம் கழித்து துங்கபத்திரை ஆற்றின் கரையை வந்தடைந்தான். இதையடுத்து மக்கள் மத்தியில் ஆதரவு

பெற்ற ஒரு கலகத்தின் விளைவாக சோழ அரசன் உயிர் நீத்தான் என்றும், வேங்கியை ஆண்ட இராசேந்திரன் அரசன் அற்று இருந்த சோழ சிம்மாசனத்தை தனதாக்கிக்கொண்டான் என்றும் விக்கிரமாதித்தன் கேள்வியுற்றான். வீர்ராசேந்திரனின் மறைவிற்குப்பின் இருந்த குறுகிய இடைக்காலத்தைத் தனக்குச் சாதகமாக பயன்படுத்திக் கொண்டு விசயாதித்தனை வேங்கியிலிருந்து அப்புறப்படுத்தியதுடன், சோழ சிம்மாசனத்தையும் தனதாக்கிக் கொண்டான் என்பது தெளிவு.

விக்கிரமாதித்தன் இரு எதிரிகள் மத்தியில் அகப்பட்டுக் கொண்டான்.சொந்த சகோதரனான சோமேசுவரனின் பகை உள்ள?ரிலும் சோழ வேங்கி நாடுகளை ஆண்ட 1 ஆம் குலோத்துங்கனின் பகை மறுபுறமும் விளங்கின. அடுத்த ஆறாண்டு காலாத்தில் இத்தகைய ஆபத்து நிறைந்த சூழலிலிருந்து தன்னை விடுவுத்துக்கொள்ள வேண்டிய பெரும் பொறுப்பு விக்கிரமாதித்தனின் வேலையாக இருந்தது. தன்னுடன் பிறந்தானான சோமேசுவரனின் நிலைமையை பலவீனப்படுத்த எண்ணி அவனது ஆணையின் கீழிருந்த சிற்றரசர்களை அவனை ஆதரியாது விடும்படி நிர்ப்பந்தித்து தன் முயற்சியில் வெற்றியும் கண்டு கொண்டான். அவன் இளைய சகோதரனான சயசிம்மனும் விசயாதித்தனும் அவன் பக்கம் சார்ந்து கொண்டனர். கொங்கணத்தையாணட கடம்ப வம்ச அரசனான சயகேசியும் ஒய்சாள வம்சத்தைச் சேர்ந்த வினயாதித்தனும் அவன் மகன் இறைமங்கன் என்பவனும் இவன் பக்கம் ச்சேர்ந்து கொண்டனர். ஒய்சாள வம்சம் அப்போதுதான் முக்கியத்துவம் பெற்று வளரத் தொடங்கியது உச்சங்கிப் பகுதியை ஆட்சி புரிந்த பாண்டிய அரசனும் யாதவ வம்ச தேவகிரி அரசனான 2 ஆம் சியூனனும் இவனுடைய தூண்டுதலுக்கு இசைந்து ஆதரவு காட்டினர். இதனால் சோமேசுவரனுக்கு பெருந்தொல்லை ஏற்பட்டது. எனினும் மிகவும் பற்றுடன் கடமையாற்றிய சில படைத் தலைவர்களின் துணையுடன் சோமேசுவரன் அரசுக்குத் தலைமை தாங்கி 1 ஆம் குலோததுங்கனுடன் நட்புறவு பூண்டு இணைந்து செயற்பட ஆரம்பித்தான்.1075 வரையி இரு பகுதியினரும் இராச தந்திரத் துறையிலும், படைதுறையிலும் வேண்டிய ஒழுங்கனைத்தையும் பூர்த்தி செய்து கொண்டனர். கோலார் மாவட்டத்தில் நங்கிலி என்னுமிடத்தில் ஏற்பட்ட மோதலின் விளைவாக விக்கிரமாதித்தனின் படைகளும், குலோத்துங்கனின் படைகளும் பெரும் போரொன்றில் ஈடுபட்டன. தோற்கடிக்கப்பட்ட விக்கிரமாதித்தன் துங்கபத்திரைவரை துரத்தப்பட்டான். வழி நெடுகிலும் கடும் கடும்போர் இடம் பெற்றது. சோழப்படைகள் பின் தொடர்ந்து சென்றன. கங்கவாடியின் தலைவனாக குலோத்துங்கன் தன்னையாக்கிக் கொண்டான் விக்கிரமாதித்தனின் பின்புறத்தே நின்று குலோத்துங்கனுக்குச் சார்பாக போர்புரிந்த சோமேசுவரன் போரில் பெரும் நட்டமடைந்தான். விக்கிரமாதித்தன் கையில் சிக்கிய சோமேசுவரன் சிறையில் தள்ளப்பட்டான். பின்னர் (1076) விக்கிரமாதித்தன் தன்னை அரசனாக்கிக் கொண்டு சாளுக்கிய விக்கிரம ஊழி என்று ஒரு ஊழியைத் தன்னுடைய முடிசூட்டு விழாவை ஞாபகப்படுத்துவதற்காக தொடக்கி வைத்தான்.

குலோத்துங்கன் விக்கிரமாதித்தனுடன் போர் நடத்திய காலை, 1072-3 வரையில், வேங்கி முடியாட்சியின் மீது திரிபுரியை ஆண்ட கைகேய

அரசனான யசகர்ண தேவன் என்பவன் போர் தொடுத்தான். ஒரு புறத்தில் குலோத்துங்கன் நிரந்தரமாகத் தன் நிலத்தில் சில பகுதிகளை இழந்தானெனினும் படைத்துறையிலும் இந்நிகழ்ச்சி எவ்வித பலனையும் கொடுக்கவில்லை. இலங்கையைத் தமிழரசர்களின் பிடியிலிருந்து விடுவிக்க விசயபாகு எடுத்த முயற்சிகள் வெற்றி தந்தன. தீவின் தூரத் தெற்கிலிருந்து மும்முனைத் தாக்குதலை படைகள் மேற்கொண்டன. ஒரே சமயத்தில் மூன்று படைப்பிரிவுகளும் முன்னேறின, பொலனறுவை வீழ்ந்தது. 1070 வரையில் அனுராதபுரம் சரணடைந்தது. தீவில் நடைபெற்ற ஒரு கலகம் காரணமாக விசயபாகு இலங்கை அரசன் என முடிசூட்டிக் கொளவதில் சுணக்கம் ஏற்பட்டது. பின்னர் 1072-73 ல் இந்த முடிசூட்டு விழாவைக் கொண்டாடினார்கள். இலங்கிஅயைச் சோழர் இழந்துவிட்டனர் என்ற நிலையை சோழர்கள் அங்கீகரிக்க வேண்டியதாயிற்று. விக்கிரமாதித்தன் விசயபாகுவை தன் நட்பாளனாகக் கொண்டது இயற்கையே. அன்புத் தூதுவரை இலங்கைக்கு அனுப்பி விலையுயர்ந்த சன்மானங்களையும் விசயபாகுக்கு அனுப்பினான் விக்கிரமாதித்தன்.

பெரு நிலத்தில் பாண்டிய கேரள நாடுகளில் ஏற்பட்ட எதிர்க்கிளர்ச்சிகளை குலோத்துங்கனால் புறக்கணிக்க முடியவில்லை. தெற்கு நோக்கி பெரும் படையுடன் சென்ற குலோத்துங்கன் செம்பொன்மாரி, கோட்டாறு, விளினம், சாலை, போன்ற இடங்களில் கடும்போர் நிகழ்த்தி முழு நாட்டையும் தன் ஆணையை ஏற்கும்படி செய்தான். பாண்டிய கேரள நாடுகளில் இருந்த இளவரசர்கள் பலர் முன்னர் எதிர்த்து நின்ற போதிலும் குலோத்துங்கனின் மேலாணையை பின்னர் ஏற்க வேண்டிய நிர்ப்பந்தம் அவர்களுக்கு ஏற்பட்டது. பாண்டிய கேரள நாடுகளில் போக்குவரத்து சாலைகளில் நெடுக போர் வீரர்களின் குடியேற்றங்களை குலோத்துங்கன் அமைத்துக் கொண்டான். ஒன்றாம் இராசராசன், இராசேந்திரன் ஆகியோரின் ஆட்சிக்காலத்தில் உருவாக்கப்பட்ட பண்டைய நிர்வாக முறைகள் புதுப்பிக்கப்படவில்லை. உள்ளூர் அரசர்கள் தமது அலுவல்களை தாமே நடத்திக் கொள்ளு ம் பொறுப்பை பெற்றனர். 1084-85 வரையில் இலங்கையை ஆண்ட விசயபாகு சோழ அரசு மீது போர் தொடுத்தான். 6 ஆம் விக்கிரமாதித்தனின் அரசவைக்கு விசயபாகு அனுப்பிய தூதுவர்கள் அங்கமிழந்தனர் என்ற செய்தியைக் கேட்டு ஆத்திரமுற்றதனால் விசயபாகு போர் தொடுக்க முடிவு செய்தான். போர் தொடுக்க தயாராகிக் கொண்டிருக்கும் பொழுதில் வேலைக்காரப் படையினர் போரிட எதிர்ப்புக் காட்டினர். தம் தமிழினத்தவரை எதிர்த்து போரிட விரும்பாத வேலைக்காரப் படையினர் குழப்பம் செய்து அரசன் அரண்மனையை தீக்கிரையாக்கினர். அரசன் வக்கிரிகலை நோக்கி ஓடி சென்றான். எனினும் திரும்பி வந்து கலகக்காரரை ஒடுக்கி கலகத் தலைவர்களை அவர்களால் கொலைசெய்யப்பட்ட அரச பற்று மிக்க தளபதிகளின் சடலங்களுடன் சேர்த்து தீக்கிரையாக்கினான். வேலைக்காரப் படையினர் நல்ல பாடம் கற்றுக் கொண்டனர். பொலனறுவையில் இன்றும் நாம் கானும் வகையில் தமிழ் மொழியிலுள்ள கல்வெட்டொன்றில் வேலைக்காரப் படையிலுள்ள சின்னமுள்ள தேவாலயத்தை பாதுகாக்க சம்மதம் தெரிவித்ததாக வரையப்பட்டுள்ளது. குலோத்துங்கன் விசயபாகுடன் நட்புக் கொண்டு சமாதானம் செய்து கொண்டான்

என்பது தென்படுகிறது. ஏனாகில் சுத்தமல்லி என்னும் குலோத்துங்கனின் மகள் ஒருத்தி சிங்கள இளவரசனான வீரப்பெருமாளைத் திருமணம் செய்தாள்.

72 பேரைக் கொண்ட சோழ வர்த்தக தூதுக் குழு ஒன்று 1077 இல் சீனம் போய்ச் சேர்ந்தது. அங்கு 81,800 செம்பு நாணய முடிப்புகள் இக்குழுவிற்கு வழங்கப்பட்டன. இக்குழு அன்பளிப்பாக கொண்டு சென்ற கண்ணாடிப் பாத்திரங்கள், கற்பூரம், காண்டாமிருகக் கொம்பு, சித்திரப்பட்டு, யானைத் தந்தம், வாசனைத் திரவியங்கள், பன்னீர், கோட்டம், பெருங்காயம், வெண்காரம், கராம்பு போன்ற பொருள்களுக்கு பதிலாகவே இப்பணம் வழங்கப்பட்டது. சிறீ விசய நாட்டு அரசன் 1 ஆம் குலோத்துங்கனுக்கு தூது ஒன்று அனுப்பி வைத்தான் சிறீ விசய நாட்டரசனின் மூதாதையர்கள் நாகப்பட்டினத்தில் நிறுவிய விகாரைகளின் நிர்வாகத்தை ஒழுங்கு செய்யும் வகையில் இத்தூதுவர்கள் ஒன்றாம் குலோத்துங்கனுடன் ஆலோசனை செய்தனர்.

7 ஆம் விசயாதித்தனின் மறைவின் பின் (1076) குலோத்துங்கன் தன் ஆண் பிள்ளைகளை ஆள்பதிகளாக நியமித்தான் இராசராச மும்முடி சோழன் (1076-8) வீர சோடன் (1078-84) இராசராசா சோடகங்கன் (1084-9) திரும்பவும் வீர் சோடன் (1089-92) இறுதியாக விக்கிரம சோழன் (1092 - 1118) ஆகியோர் ஆள்பதிநாயகங்களாக வேங்கியில் நியமனம் பெற்றனர். 1097 ல் கொலனோ என்னுமிடத்தைச் சேர்ந்த சிற்றரசன் கலிங்க அரசனான ஆனந்தவர்மன் சோடகங்கன் என்பவனுடன் சேர்ந்து நின்று கலகம் செய்து சோளபதி நாயகத்தை எதிர்த்தான். இவ்வேளை விக்கிரம சோழனுக்கு தூரதெற்கிலிருந்த பராந்தக பாண்டியன் உட்பட பலர் துணைபுரிந்தனர். கொலனோ சிற்றரசன் பதவியிலிருந்து அகற்றப்பட்டான்.தென் கலிங்கம் மேல் படையெடுக்கப்பட்டது. கிளர்ச்சி செய்த சிற்றரசன் அடி பணிந்தான். ஆனந்தவர்மனுமே அடங்கி அரசு புரிந்தான். 1110 வரையில் ஆனந்தவர்மன் சோடகங்கன் என்ற அரசன் சோழர்களுக்கு செலுத்த வேண்டிய கப்பத்த செலுத்த மறுத்தான். இதன் விளைவாக கலிங்கத்தின் மீது சோழர்கள் இரண்டாம் முறையாக படையெடுத்தனர். குலோத்துங்கனின் கீர்த்தி மிக்க தளபதியான கருணாகரத் தொண்டைமான் இப்படையெடுப்பிற்குத் தலமை தாங்கினான் சென்ற படையினர் கலிங்கத்தை நாசம் செய்தனர். ஆனந்தவர்மன் தோற்கடிக்கப்பட்டான். பாதுகாப்பிற்காக பதுங்கி ஓட வேண்டிய நிர்ப்பந்தம் அவனுக்கு ஏற்பட்டது. வெற்றி கொண்ட சோழப்படையினர் சூறையாடிய பெருந்தொகை செல்வத்துடன் தாயகம் திரும்பினர். இப்போர் பற்றி செயங்கொண்டார் என்ற புலவர் □கலிங்கத்துப் பரணி" என்ற புகழ் பெற்ற காவியம் புகழ்ந்தார். ஆயின் இப்படையெடுப்பு நிரந்தரமான பலனெதையும் கொடுக்கவில்லை எனலாம்.

1115 வரையில் சோழப் பேரரசு குலோத்துங்கனின் தலைமையில் இலங்கையை இழந்ததே தவிர ஏனைய பகுதிகளை சிதைவுறாது கொண்டிருந்தது. கிருட்டிணை, துங்கபத்திரை, ஆறுகளுக்கு தெற்கே அமைந்த நிலமனைத்தும் சோழப் பேரரசின் க்கிழிருந்தது. கிழக்குக் கரையில் கோதாவரி வரை சோழ மாநிலம் பரவியிருந்தது. வட இந்தியாவில் தொலைவில் அமைந்த கன்னோசி அரசுடனும், கம்போடிய என்னும் இந்தோ சீன அரசுடனும், பேகன்

நாட்டு அரசனான கியான் சீதா (1084-1112) என்பவனுடனும் இராசதந்திர உறவுகளை சோழப் பேரரசன் ஏற்படுத்திக் கொண்டான். எனினும் குலோத்துங்கனுடைய ஆட்சிக்கால முடிவில் மைசூர், வேங்கி ஆகிய நாடுகளில் கலகம் மூண்டது. இதற்குக் காரணம் சாளுக்கிய விக்கிரமாதித்தனுக்கும் குலோத்துங்கனுக்குமிடையே போர் மூண்டமையே..! அடுத்து நாம் சாளுக்கிய விக்கிரமாதித்தன் பற்றி கவனிப்பது பொருந்தும்..!

விக்கிரமாதித்தன் ஆட்சிக்கு வந்த பின் அவனும் அவனுடைய பகைவ்னாக இருந்த குலோத்துங்கனும் தமது குறைபாடுகளை உணர்ந்து ஒருவருக்கொருவர் தீவிர பகைமையை வளர்க்காது கை விட்டு விட்டனர். விக்கிரமாதொஇத்தனின் ஆட்சிக்காலம் பொதுவாக சமாதானச் சூழலுடன் காணப்பட்டது. அவரது அரசவையில் அறிவுபடைத்த கவிஞர்கள் இலக்கிய கர்த்தாக்கள் இடம் பெற்றனர். பில்கணன், விஞ்ஞானேஸ்வரர் போன்றோர் இதற்கு சான்றாகும். 1083 வரையில் விக்கிரமாதித்தனின் இளைய சகோதரனான சயசிம்மன் கலகத்தில் இறங்கினான். கடும் போர் நடை பெற்றது. சயசிம்மன் குலோத்துங்கனிடம் உதவி கேட்டானாயினும் அது கிட்டவில்லை.

ஒய்சள அரசர்களிடமிருந்து விக்கிரமாதித்தனை பெரும் ஆபத்து எதிர் நோக்கியிருந்தது. குலோத்துங்கனுக்கு எதிராக நடைபெற்ற போரில் நாம் முன்பு கண்டது போல ஒய்சள வினாயதித்தனும் அவர் மகன் இறையங்கனும் விக்கிரமாதித்தனை ஆதரித்துப் போர் புரிந்தனர். வினயாதித்தனின் பின் இறையங்கன் இரண்டாண்டு காலத்திற்குட்பட ஆட்சி புரிந்தான். இவனையடுத்து 1 ஆம் வல்லாளன் 1110 வரை ஆட்சி புரிந்தான். இவ்வரசர்கள் சாளுக்கிய அரசனுக்கு பெயரளவில் பத்தி செலுத்திய போதும் தமது வலிமையை அதிகரிக்கச் செய்ததுடன், தமக்குரிய நிலப்பரப்பையும் விரிவு படுத்திக் கொண்டனர். இக்கொள்கையின் விளைவுகள் வல்லாளனின் இளைய சகோதரனான விட்டிகன் அல்லது விட்டுணுவர்தனன் என்பவன் காலத்தில் தெளிவாக தென்பட்டன. இவன் ஒரு சிறந்த போர் வீரனாகவும், பேராசை பிடித்த அரசனாகவும் விளங்கினான். கங்கவாடி என்ற சோழ மாகாணத்தை விட்டுனுவர்தனன் தாக்கி தலக்காடு என்னுமிடத்தில் ஆட்சி புரிந்த சோழ ஆள்பதியான அதிகமானைத் தோற்கடித்து இம்மாகணத்தை இணைத்துக் கொண்டான் (1116). அடுத்து விக்கிரமாதித்தனுக்கெதிராக தன் கவனத்தை விட்டுனுவர்தனன் திருப்பி அதிக வெற்றியும் கண்டான். விட்டுணுவர்தனன் உச்சங்கியை ஆண்ட பாண்டிய அரசனையும் கோவா பிரதேசத்தையாணட இரண்டாம் கடம்ப சயகேசி என்பவனையும் தன் பக்கம் சேர்த்துக் கொண்டு வடக்கே கிருட்டிணையாற்றை நோக்கி முன்னேறிச் சென்றான். விக்கிரமாதித்தன் தன் மீது பற்றுள்ள சிற்றரசர்களின் துணையுடன் குறிப்பாக 2 ஆம் சிந்த ஆசுகி என்ற யெல்பர்க்காப் பிரதேச அரசனின் ஆதரவுடன் நிலைமையை தக்க முறையில் கையாண்டான். விட்டுணுவர்தனன் கைப்பற்ற முயன்ற சாளுக்கிய நிலப்பகுதிகளிலிருந்து துரத்தப்பட்டான். கோவா பிரதேசம் தாக்கப்பட்டு தீக்கிரையானது. பாண்டிய அரசன் ஆற்றல் மிகுந்த படைகளால் தொடர்ந்து துரத்தப்பட்டான். ஒய்சள அரசன் தாய் நாட்டின் மலயான்களில் பாதுகாப்பிற்காக பதுங்க வேண்டிய நிர்ப்பந்தம் ஏற்பட்டது. சக்திமிக்க பேரரசின் படைகள் இன்னும் கூட எதிரியை தொடர்ந்து தாக்கின. பல போர்கள்

தொடர்ந்து இடம் பெற்றன. எனினும் படை இயக்கம் நீண்டதாகவே விளங்கியது. ஈற்றில் (1122-3) விட்டுனுவர்தனன் சரண் புகுந்து விக்கிரமாதித்தனின் தலைமையில் அமைந்த பேரரசின் மேலாதிக்கத்தை ஏற்றான்.

ஒய்சளரை விக்கிரமாதித்தன் அடக்க முயன்ற அதே வேளையில் குலோத்துங்கனுக்கு எதிராகவும் அவன் புதிதாக தாக்குதல் மேற்கொள்ள முயன்றான். குலோத்துங்கனுக்கு எதிராக ஒய்சளர் கங்கவாடியைத் தாக்கி பெற்ற வெற்றி, விக்கிரமாதித்னுக்கு ஊக்கமளித்திருத்தல் கூடும். பொலனோ என்ற பகுதியில் சிற்றரசன் நடாத்திய கலகத்திற்கும் விக்கிரமாதித்தனுக்கும் தொடர்பிருந்ததா என்று எம்மால் கூற முடியாது. விக்கிரம சோழன் காலத்தில் நடந்த இரண்டு யுத்தங்கள் ஆனந்தவர்ம சோடகங்கன் என்ற அரசனின் அடங்காத் தன்மையால் நிகழ்ந்தன. இதிலும் விக்கிரமாதித்னுக்குத் தொடர்பிருந்தது என கூற இடமில்லை. விக்கிரமாதித்தன் வேங்கி அலுவல்களில் 1115 லும், 1118 லும் மிகத் தீவிரமாக ஈடுபட்டுவந்தான். 1118ல் குலத்துங்கனின் வற்புறுத்தலின் பேரில் விக்கிரம சோழன் வேங்கி நாட்டை விட்டு, சோழ நாட்டின் யுவராசனாக பதவி ஏற்கச் சென்றான். 1118ல் விக்கிரமாதித்தனின் கீர்த்திவாய்ந்த தளபதியான ஆனந்தபாலன் வேங்கியின் அரசன் என வர்ணிக்கப்படுகின்றான். மேலும் பல சாளுக்கியப் படைத் தலைவர்கள் தெலுங்கு நாட்டின் ஏனைய பகுதிகளில் நிலை கொண்டனர். இதைத் தொடர்ந்து சோழ் ஆதிக்கம் பல ஆண்டுகள் வரையில் மறைந்து விடுகிறது எனக் கூறலாம்.

குலோத்துங்கனுடைய பேரரசு அவனுடைய ஆட்சிக்காலம் முடியும் போது மேலும் ஒடுங்கிவிடுகிறது. தமிழகமும் அதையடுத்து மிகச்சில தெலுங்கு மாவட்டங்களின் சிறு பகுதிகளும் மாத்திரமே சோழ அரச நிலமாக விளங்கின. எவ்வாறு இருந்த போதிலும் மிகப் ஒபுகழ் பெற்ற சோழப் பேரரசர்களுள் குலோத்துங்கனும் ஒருவனானான். அவனது நீண்ட ஆட்சியின் பெரும்பகுதி ஈடு இணையற்ற வெற்றிகளையும் சுபிட்சத்தையும் கண்டது. வீண் போர்களில் அவன் கவனம் செலுத்தவில்லை. குலோத்துங்கன் கை கொண்ட கொள்கைகளின் நிரந்தர விளைவுகள் அவனுக்கு பின் வந்த அரசர் காலத்தில் தெளிவாக தென்படுகின்றன. மூன்றாம் குலோத்துங்கனின் ஆட்சிக்காலம் முடியும் வரை (1216) ஒரு நூற்றாண்டு காலமளவில் பேரரசு ஒன்றாக இணைந்து பரந்த நிலப்பரப்புடயதாக காணப்படாவிட்டாலும் 1 ஆம் குலோத்துங்கனின் ஆட்சிக்கு முன்னர் நடைபெற்றன போன்ற முடிவில்லா போர்கள் ஏற்படுவதற்கு வாய்ப்புகளும் குறைவாகவே காணப்பட்டன. குலோத்துங்கனுடைய அறிவாற்றல் மிக்க இராசதந்திரத்தினால் நாட்டில் பத்திக்கும் வசதிகளுக்கும் ஏற்றவாறே தன் குறிக்கோள்களை வகுத்தான் தன் குடிமக்களின் நல்வாழ்வை நினைவிற்கொண்டு செயற்பட்டானேயன்றித் தன் சுய ஆசைகளை பூர்த்தி செய்வதன் பொருட்டு அரச கொள்கைகளை வகுத்தானில்லை. குலோத்துங்கன் மரபுப்படியும் பாடல்களின் படியும் □சுங்கம் தவிர்ந்த குலோத்துங்கன்" (சுங்க வரிகளை அகற்றியவன்) என்று புகழப்பட்டுள்ளான் எனினும் இந்த வரி சம்பந்தமான விபரங்களையோ, இவன் ஏற்படுத்திய மாற்றங்களையோ பற்றிய குறிப்புகள் எவையும் கிடைக்கவில்லை.

விக்கிரம சோழனுடைய ஆட்சிக்காலம் 1118ல் தொடங்கியதாக அவனால் குறிப்பிடப்படுகிறது. அவன் ஆட்சி தொடங்கிய காலத்தின் பின் நான்கு ஆண்டுகள் வரை அவன் தந்தை குலோத்துங்கன் உயிர் வாழ்ந்தான். 17 ஆண்டுகள் நிலைபெற்ற விக்கிரம் சோழனின் ஆட்சிக்காலம் பொதுவாக சமாதான சூழ்நிலையில் அமைந்து விளங்கியது. சோழ அரசர்கள் பத்தி காட்டி வந்த சிதம்பர ஆலயத்திற்கு மேலும் பல வேலைகளை விக்கிரம சோழன் செய்வித்தான். 1 ஆம் பராந்தகனின் ஆட்சிக்குப் பின்பு சிதம்பர ஆலயம் அதிகம் பேணி ஆதரிக்கப்பட்டு வந்தது. சிறீ ரங்கத்தில் பள்ளிகொண்டுள்ள இரங்கநாதனின் திருவுருவம் அமைந்த ஆலயமும் இவனுடைய ஆதரவைப் பெற்றது. வேங்கியை ஆண்ட 6 ஆம் விக்கிரமாதித்த சாளுக்கியன் 1126ல் மறைந்தான். பின்னர் அவன் மகன் 3 ஆம் சோமேசுவரன் அரசனானான். இவன் சாந்த குணம் படைத்தவன். இந்த நிலைமையை சாதகமாகப் பயன்படுத்திக் கொண்ட விக்கிரம சோழன் வேங்கியின் மீதும் சோழ ஆதிக்கத்தை நிலை பெறச் செய்தான். 1133ல் கோதாவரிக் கரையில் சோமேசுவரன் சமூகத்தில் இடம்பெற்ற இறுதிப் போருடன் சோழ ஆதிக்கம் வேங்கியில் நிலைபெற்றது. 1127ல் இதற்கான போராட்டம் தொடங்கி மெதுவாக தீவிரப்பட்டு வந்தது. ச்சொழர்பக்கம் நின்று போரிட்டவர்களுள் இரண்டாம் வெலநாந்தி சோடரங்கன் என்பவன் முக்கியத்துவம் பெற்றான். இவன் மேலைச் சாளுக்கியரையும், அவர்களின் கிழக்கு கங்க நண்பனாக விளங்கிய ஆனந்தவர்மன் சோடரங்கன் என்பவனை எதிர்த்து நின்று அவர்களின் படைகளை தகர்த்தான். பிரசித்தி பெற்ற சில படைத் தளபதிகளையும் அடிமை கொண்டதுடன் பெருந்தொகையான பொன் குதிரைகள் ஒட்டகங்கள் ஆதியனவற்றையும் கைப்பற்றினான். கங்கவாடியில் சோழ ஆதிக்கத்தை மீண்டும் ஏற்படுத்த விக்கிரம சோழன் மீட்டுக் கொண்டான்.

விக்கிரம சோழனின் மகனான 2 ஆம் குலோத்துங்கன் முறைப்படி 1133 வரையில் ஆட்சிப் பொறுப்பை ஏற்றான். 1150 வரை இவன் மிக அமைதியாக அரச் அலுவல்களை வழி நடாத்தி வந்தான். நிருவாகப் பணியில் 1146ன் பின்பு 2 ஆம் இராசராசன் என்ற குலோத்துங்கனின் மகன் பங்கு கொள்ளத் தொடங்கினான். 2 ஆம் குலோத்துங்கன் தன் தந்தை மேற்கொண்ட சிதம்பர ஆலயத் திருப்பணியை தொடர்ந்து செய்தான். ஆலய நிருமாணப் பணியில் ஈடுபட்டிருந்த 2 ஆம் குலோத்துங்கன் நடராச விக்கிரகம் அமைந்திருந்த அதே மண்டபத்தில் காணப்பட்ட கோவிந்தராச விக்கிரகத்தை சிதம்பரத்தினின்றும் அகற்றிக் கடலில் எறிந்துவிட்டான். இராமானுசர் அந்த விக்கிரகத்தை கடலிலிருந்து மீட்டு திருப்பதியில் கோவில் கொள்ளச் செய்தார். பின்னர் விசயநகரத்தையாண்ட இராமராயர் என்ற அரசன் நீண்ட காலத்தின்பின் அதைக் கொண்டு சென்று முன்னர் சிதம்பரத்தில் அது வைக்கப்பட்டிருந்த இடத்தில் வைத்தான்.

2 ஆம் இராசராசன் 1173 வரை பொதுவாகச் சமாதான சூழலில் ஆட்சி புரிந்தான். தனக்கு புத்திரப் பேறற்ற காரணத்தால் 2 ஆம் இராசாதிராசன் என்பவனைத் தனக்குப் பின் வரவேண்டிய அரசனாகத் தெரிந்தெடுத்து யுவராசனாக 1166 ல் நியமனம் செய்தான். 2ஆம் இராசாதிராசன் விக்கிரம

சோழனின் ஒரு பேரனாவான். இவன் விக்கிரமசோழனின் ஒரு மகளின் மகன். 2 ஆம் இராசராசனின் பேரரசு தெலுங்குநாடு முழுவதும் பரவியிருந்தது. தாட்சாராமம் (திராட்சாராமம்) என்ற எல்லைவரையிலும் கொங்கு நாட்டின் பெரும்பகுதியிலும் கங்கவாடியின் கிழக்குப் பகுதியிலும் 2 ஆம் இராசராசனின் பேரரசு பரவியிருந்தது. பேரரசு தூரப்பகுதியின் மீதமிருந்த தனது அதிகாரத்தை சிறிது சிறிதாகவே இழந்துகொண்டேயிருந்தது. பேரரசின் மத்திய நிருவாகமே பலவீனங்களின் சாயலை பிரதிபலித்தது. சிற்றரசர்கள் ஆங்காங்கே தமது உரிமையை வற்புறுத்தி தனித்தியங்க முயன்றனர்.

2ஆம் இராசராசன் அரசு கட்டில் ஏறிய சில காலத்தில் பாண்டிய நாட்டின் அரச உரிமைக்காக கடும் போர் நடந்தது. சோழர் ஒரு பக்கத்திற்கும் சிங்கள அரசர்கள் மறுபக்கத்திற்காகவுமாக ஆதரவு கொடுத்து நின்றனர். எனினும் இருசாரருள் எவருக்கும் இந்நிலை நன்மை கொடுக்கத் தவறியது. இவ்வாறு இடம் பெற்ற பாண்டிய உள்நாட்டெளப் போரின் பின் புதிய பாண்டிய அரசொன்று உதயமாகியது. இது சோழ அலங்கை அரசுகள் இரண்டையும் ஒன்று சேர தனதாக்கிக் கொண்டது. பாண்டிய நாட்டை ஒன்றாம் குலோத்துங்கன் கைப்பற்றியபின் பாண்டிய அரச வம்சத்தினர் தமது நாட்டை தாமே ஆண்டுகொள்ளு உரிமையை பொதுவாக பெற்றனர். சோழ மேலாதிக்கத்தை அங்கீகரித்தால் போதுமென்ற பொதுவான நிலைமை மட்டும் பாண்டியரிடம் எதிர்பார்க்கப்பட்டது. விக்கிரம சோழன் நடாத்திய ஒன்றாம் கலிங்கப் போரில் பராந்தக பாண்டியன் பங்கு கொண்டான் என்பதை முன்பு குறிப்பிட்டுள்ளோம். ஒன்றாம் குலோத்துங்கனின் ஆட்சிக்குப் பிந்திய சோழ கல்வெட்டுக்கள் பாண்டி நாட்டில் ஒன்றுகூட கண்டெடுக்கப்படவில்லை. 1166ல் மதுரையை ஆண்ட பராக்கிரம பாண்டியனுக்கும், குலசேகரனுக்குமிடையே ஆட்சி உரிமை பற்றி பிணக்கு ஏற்பட்டது. குலசேகரன் மதுராபுரி மீது தாக்குதல் தொடுத்தான். பராக்கிரமன இலங்கையை ஆண்ட ஒன்றாம் பராக்கிரமபாகுவின் (1153 - 1186) உதவியை நாடினான். இலங்கையினின்று பராக்கிரம பாண்டியனுக்கு உதவி கிட்டும் முன் குலசேகரனால் மதுரை கைப்பற்றப்பட்டது. பராக்கிரம பாண்டியனும் அவன் இராணியும், சில பிள்ளைகளும் கொல்லப்பட்டனர். இவ்வாறு நிகழ்ந்தபோதிலும் இலங்கை மன்னன் பராக்கிர்மபாகு தனது படைத் தலைவனான இலங்காபுரனுக்கு மதுரையை மீட்டுப் பராக்கிரமபாண்டியன் அரச வம்ச வழி வந்த இளவரசன் ஒருவனை பதவியில் அமர்த்தும் வரை போரிடுமாறு பணித்தான். குலசேகரன் துணிந்து எதிர்த்து நின்றான். போர் முடிவுக்கு வராத காரணத்தால் இலங்காபுரன் இலங்கையிலிருந்து மேலும் படைகளைத் தருவித்தான். இந்நிலையில் சிழுழ அரசின் உதவியை குலசேகரன் நாடினான். பல்லவராயன் என்ற தளபதியின் தலைமையில் குலசேகரனுக்குத் துணையாக பெரும்படை ஒன்றை சோழன் அனுப்பி வைத்தான். இருந்தும் போர் முடிவுகள் குலசேகரனுக்கு எதிராகவே ஆரம்பத்தில் இருந்தன. இராமநாதபுரம் மாவட்டத்தில் ஏற்பட்ட பல மோதல்களில் குலசேகரன் தோற்கடிக்கப்பட்டான். பராக்கிரமபாண்டியனின் ஒரு மகனான வீரபாண்டியன் இலங்கைத் தளபதியால் அரியாசனத்தில் அமர்த்தப்பட்டான். விரைவில் சோழப்படையின் வலிமை அதிகரித்தது. பல்லவராயன் தலைமையில் வந்த சோழப்படைகள் சிங்களப்படைகளை தோற்கடித்தன. சோழ அரசன்

சொல்லியிருந்ததற்கிணங்க இலங்காபுரனின் தலை உட்பட, இலங்கைத் தள்பதிகளின் தலைகள் கொய்யப்பட்டு மதுரைக் கோட்டை வாயிலில் அறையப்பட்டன. குலசேகரன் மறுமுறை மதுரைக்குட் புகுந்தான் இதனால் பாண்டியநாடு இலங்கையின் மாகாணமாக ஆகாத வண்ணம் தடுக்கப்பட்டது.

பராக்கிரமபாகு மறுமுறையும் இந்திய பூமியைத் தாக்க தயாராகி வருவதையறிந்த பல்லவராயன் இலங்கையில் பராக்கிரமபாகுவிற்கு எதிராக அரசுரிமை கோரி நின்ற சிறீ வல்லபன் என்பவனை ஆதரித்து நின்றான். சிறீ வல்லபன் தலைமையில் இலங்கைக்கு வந்த போர்ப்படை இலங்கையின் பல பகுதிகளை கைப்பற்றி நாசம் விளைவித்தது. பராக்கிரமபாகுவின் அரசவம்சத்தை ஆதரித்து நின்றதனால் தனக்கு எவ்வித பலனும் கிட்டாது பெரும் அழிவு ஏற்பட்டதை பராக்கிரமபாகு உணர்ந்தான். எனவே குலசேகரனை முடிக்குரியவன் என்பதை அங்கீகரித்து சோழர்களுக்கு எதிராக பாண்டியர்களுடன் அணி சேர்ந்தான். பராக்கிர்மபாகுவின் கடிதங்களும் பரிசில்களும் சில சோழர்களால் கைப்பற்றப்பட்டன. இதன் விளைவாக குலசேகரன் செய்த சதி அமபலமாகியது. சோழக் கொள்கை உடனே மாற்றமடைந்தது. மேலும் சில போராட்டங்கள் நடந்தபின் (இவற்றுள் சில சோழ மண்ணில் நடந்தன) பல்லவராயன் வீரபாண்டியனை மதுரைச் சிம்மாசனத்தில் அமர்த்தி குலசேகரனை நாட்டைவிட்டு வெளியே துரத்தினான். பராக்கிரமபாகுவின் திட்டங்கள் தோல்வியே கண்டன. மதுரை முடிக்குரியவரென பராக்கிரமபாகு ஆதரித்த எவரும் அம்முடியைப் பெற முடியவில்லை. இச்சமபவங்கள்னைத்தும் 1169 இற்கும் 1177 இற்கும் இடையில் ஏற்பட்ட போதிலும் இப்போராட்டங்கள் அக்கால எல்லையுடன் முடிவுற்றன எனக் கூற முடியாது.

2 ஆம் இராசராசன் காலத்தில் மத்திய அரசாங்கப் பிடியினின்றும் விலகித் தனித்தியங்கத் தொடங்கிய சிற்றரசர்கள் இராசாதிராசன் காலத்தில் தமது சுதந்திரத்தை நிலைபெறச் செய்ய முயன்றனர். சோழ் முடியாட்சியின் வடபாதிப் பகுதியில் இடம்பெற்ற சம்புவராயர், காடவராயர், மலையமான், நெல்லூரையாண்ட தெலுங்குச் சோடர் ஆகியோர் தமக்கிடையிற் போர்களை நடாத்தியும் உடன்படிக்கைகளை செய்தும் சோழ அரசனின் அங்கீகாரமின்றித் தனித்து செயற்பட்டு வந்தனர்.

2 ஆம் இராசாதிராசனின் பின் அரச கட்டிலில் ஏறியவன் 3 ஆம் குலோத்துங்கன் என்பவனாவான். 3 ஆம் குலோத்துங்கனுக்கும் முன்னைய அரச மரபினருக்கும் என்ன உறவு இருந்தது என்பது தெளிவாகவில்லை. ஆடித்திங்கள் 1178 இல் குலோத்துங்கன் ஆட்சிப் பொறுப்பேற்றான். இராசாதிராசன் 1182 வரை உயிர் வாழ்ந்த போதிலும் குலோத்துங்கனுடைய ஆட்சி 1178 இலேயே ஆரம்பமானது. தனித்திறமையும் ஆர்றலும் கொண்ட குலோத்துங்கனால் ஒரு சந்ததிகாலம் வரையில் சோழப் பேரரசு சிதைவுறா வண்ணம் காப்பாற்ற முடிந்தது. சோழர்களின் கட்டட நிர்மாணக் கலைத்துறைப் பணிகளில் புகழ் பெற்ற காலத்தின் இறுதிக் கட்டமாகவும், சோழ அரசர்களில் சிறந்த கடைசி மன்னனாகவும் குலோத்துங்கனின் காலமும் அவனின் தனித்தன்மையும் விளங்குகின்றன.

பாண்டிய அலுவல்கள் இவனது கவனத்தை முதலில் கவர்ந்தன. சலிப்புறாத பராக்கிரமபாகு சோழருக்கெதிராக தனது படை முயற்சியை தீவிரப்படுத்தினான். வீரபாண்டியனைத் தன்னுடன் நட்பு பூண்டு செயற்படும்படி தூண்டி வெற்றியும் கண்டான். வேணாட்டு அரசனும் இக்கூட்டிற் சேர்ந்து செயற்பட்டிருக்க வேண்டும். குலசேகரனின் மறைவின் பின் அநேகமாக அவனது உறவினன் ஒருவனான விக்கிரமபாண்டியன் என்பவன் வீரபாண்டியனுக்கு எதிராக குலோத்துங்கனின் உதவியை நாடியிருத்தல் வேண்டும். பாண்டிய முடியரசின் மீது தாக்குதல் தொடுக்கப்பட்டது. பாண்டிய சிங்களப்படைகள் தோற்கடிக்கப்பட்டன. வீரபாண்டியன் ஆதிக்கத்தினின்றும் துரத்தப்பட்டான். விக்கிரமபாண்டியன் மதுரைச் சிம்மாசனத்தில் அமர்த்தப்பட்டான். இந்நடவடிக்கைகள் 1182 க்கு முன்னர் முடிவுற்றிருத்தல் வேண்டும். மறைந்திருந்த இடத்திலிருந்தபடி தனது நண்பர்களின் துணையை நாடி வீரபாண்டியன் மீண்டும் அரசைக் கைப்பற்ற முயன்றான். நெட்டூர் என்ற இடத்தில் நடைபெற்ற போர் இந்த ஆசைக்கு முற்றுப்புள்ளி வைத்தது. எனவே வீர பாண்டியன் இலங்கைக்கு ஓடிச் சென்றான். இதைத் தொடர்ந்து போர் எதுவும் இடம்பெறவில்லை. வேணாட்டு அரசனும் வீரபாண்டியனும் குலோத்துங்கனின் மேலாதிக்கத்தை ஏற்பதென முடிவு செய்தனர். அதற்கிணங்க தமது பணிவை மதுரை அரசவையில் சோழருக்கு சமர்ப்பித்தனர். இதே சந்தர்ப்பத்தில் சோழக் கல்வெட்டுக்கள் (அநேகமாக மிகைப்படுத்தி) குலோத்துங்கன் தனது பாத்தத்தை இலங்கை அரசனின் முடிமிசை வைத்தான் என்று குறிப்பிடுகின்றன. இவ்விரண்டாம் படை நடவடிக்கைகள் கி.பி.1189 ற்கு முன்னர் இடம் பெற்றிருத்தல் வேண்டும். வீரபாண்டியன் எதிர்பார்த்ததை விட மிகவும் நல்லமுறையில் நடத்தப்பட்டான். அவன் உயிருக்கு எவ்வித தீங்கும் இழைக்கப்படவில்லை. அத்துடன் அவன் புது நிலமைக்கேற்ப சில பொருள்களும் நிலமும் வழங்கப்பட்டன.

இரண்டாம் பாண்டிய யுத்தத்தின் பின் கொங்கு நாட்டின மீது குலோத்துங்கன் படையெடுத்தான். கொங்கு நாட்டில் அப்போது வளர்ந்து வந்த ஒய்சள ஆதிக்கத்தை மட்டுப்படுத்த இப்படையெடுப்பு இடம் பெற்றது. தகடூரையாண்ட அதிகமான் மீது மீண்டும் சோழ மேலாதிக்கத்தை குலோத்துங்கன் நிலைநாட்டினான். போரில் சேர அரசன் ஒருவன் தோற்கடிக்கப்பட்டான். கருவூரில் (1193) வி'ய அபிடேகம் ஒன்றை குலோத்துங்கன் செய்தான். 2 ஆம் வல்லாலன் என்ற ஒய்சள மன்னன் சோழ இளவரசி ஒருத்தியைத் திருமணம் செய்து கொண்டமையிலிருந்து பிற்காலத்தில் குலோத்துங்கனுக்கும் ஒய்சளருக்கும் நட்புறவு ஏற்பட்டிருத்தல் வேண்டுமென்பது தெரிகிறது.

சிலகாலம் செல்லச் சதாவர்மன் குலசேகரன் என்பவன் விக்கிரமபாண்டியனை அடுத்து 1190 ல் பாண்டிய அரசுகட்டிலில் அமர்ந்தான். குலோத்துங்கனின் ஆணையை அவன் ஏற்க மறுத்தான். 1205 வரையில் மூன்றாம் முறையாகக் குலோத்துங்கன் பாண்டிய நாட்டின் மீது படையெடுத்து தலைநகரையும் பாண்டி அரசர்கள் முடிசூட்டிக் கொள்ளும் மண்டபத்தையும் தகர்த்தான். இந்நிகழ்ச்சி குலோத்துங்கன் தன் ஆதிக்க பலம் குறைந்து வருவதை உணர்ந்தான். என்பதற்குச் சான்றாகும் எனவும் கொள்ளலாம்.

குலசேகரன் மீண்டும் ஆட்சியைப் பெற்றுக் கொண்டதுடன் யுத்தம் முற்றுப் பெற்றது. குலோத்துங்கன் இறுதியாக வெற்றி கொண்டான் என்று கூறுவதற்கிடமில்லை. பழிக்குப்பழி வாங்குவதற்கான ஒரு போர் உண்டாவதற்கு வித்திடப்பட்டது. குலோத்துங்கன் தனது ஆட்சியின் பிற்பகுதியில் பாண்டியருடன் முட்டிக் கொள்வதற்கு முன்னர் வடக்கில் பல யுத்தங்கள் நடத்தினான். பின்பு இடம் பெற்ற பாண்டிய தாக்குதல் அவனது முழுக்கவனத்தையும் ஈர்த்தது. நிலைமையை ஒய்சள அரசர்களின் தலையீட்டால் ஓரளவு சமாளித்தான். சோழப் பேரரசிற்குப் பிண்ணனியாகக் கொண்டு பார்த்தால்தான் இந்நிகழ்ச்சிகளை முற்றாக அறிந்து கொள்ள முடியும்.

கல்யாணியைச் சேர்ந்த மேலைச் சாளுக்கியரைப் பார்க்குமிடத்து 3 ஆம் சோமேசுவரன் ஒரு சமாதான சூழலை விரும்பிய அரசனாவான். சாளுக்கிய மேலாதிக்கத்தை ஒய்சள அரசனான விட்டுணுவர்த்தனன் என்பவன் அங்கீகரிக்க மறுத்தான். அத்துடன் சாளுக்கிய நிலப்பரப்பையே கைப்பற்றித் தன் ஆணையை விரிவடையைச் செய்தான். குறிப்பாக நோலம்பாவடி, வனவாசி, அங்கல் போன்ற பிரதேசங்களில் இத்தகைய ஆதிக்க வளர்ச்சி இடம்பெற்றது. 3 ஆம் சோமேசுவரனின் இரு புதல்வர்களான 2 ஆம் சகதேகமல்லனும் (1138 - 1151) அவனுடைய இளைய சகோதரனான 3 ஆம் தைலனும் (1150 - 6) ஆண்ட காலத்திலும் விட்டுணு வர்த்தனன் தன் ஆக்கிரமிப்புக் கொள்கைகளைத் தொடர்ந்து நடாத்தி வந்தான். 1149 வரை விட்டுணுவர்த்தனன் தர்வார் என்னும் பகுதியிலுள்ள இலங்காபுரத்தில் நிலைகொண்டான். விட்டுணுவர்த்தனின் மகனான நரசிம்மனிடம் தன் நலைநகரான தோரசமுத்திரத்தின் ஆட்சிப் பொறுப்பைக் கொடுத்தான். சாளுக்கியப் பேரரசு சிதைவுறத் தொடங்கிவிட்டது. எனினும் அதனுடைய அதிகார அமைப்பு முறைகள் அப்படியே இருந்து வந்தன. ஒய்சளர் கூட இடையிடையே பெயரளவில் பேரரசனுக்கு விசுவாசம் காட்டி வந்தனர். 3 ஆம் சோமேசுவரனின் காலம் தொட்டு தாதவாடி என்னும் பகுதியை ஆண்ட சிற்றரசனான கலாசூரி என்பவர்களும் தனித்தியங்கத் தொடங்கினர். 6 ஆம் விக்கிரமாதித்தனிடம் சபி 1000 என்னும் மாவட்டத்தைப் பெற்றுக் கொண்ட காகதீயரும் சாளுக்கிய மேலாதிக்கத்தை ஏற்க மறுத்தனர். அனுமகொண்டா என்னும் முன்னைய சிற்றரசன் நிலப்பரப்புடன் புதிய நிலப்பரப்புக்கள் சிலவற்றையும் சேர்த்துக் கொண்டனர். 2 ஆம் தைலன்காலம் தொடக்கம் சாளுக்கியருக்குப் பொதுவாக அரச பத்தியுடன் செயலாற்றி வந்த தேவகிரியைச் சேர்ந்த யாதவர்களும் தனித்தியங்கத் தொடங்கினர். 3 ஆம் தைலன் பலவீனப்பட்ட திறமையற்ற அரசனாவான். அவனுடைய நம்பிக்கையைக் கலாசூரித் தலைவனான தாதாவாடியைச் சேர்ந்த விச்சலன் என்பவன் பெற்றுக் கொண்டு மேலும் மேலும் அதிகாரங்களைத் தன் பொறுப்பில் மிக விரைவில் எடுத்துக் கொண்டான். 1157 இல் விச்சலன் பேரரசவைக்குரிய பட்டங்களைச் சூட்டிக்கொண்டு புதிய அரச மரபையே ஆரம்பித்தான். அவனது ஆட்சியின் முடிவுவரை தைலன் பெயரளவில் மாத்திரமே மேலாதிக்கம் செலுத்தி வந்தான். ஒய்சள நாட்டின் சக்திமிக்க அரசனான 1 ஆம் நரசிம்மன் என்பவன் கூட தைலனின் மேலாதிக்கத்தை அங்கீகரித்தான். 2 ஆம் காகதீய புரோலன் என்பவனுக்கெதிராக தைலன் அனுமகொண்டா என்ற நகரைத் தாக்கிப்

போரிட்டான். புரோலன் தைலனைக் கைப்பற்றி, பின்னர் அவன் மீதிருந்த அரச பத்தியினாலும் கருணையினாலும் விடுவித்தான். புரோலனுடைய ஆட்சிக் காலத்தின் பின்பும் கூட தைலனுடன் இருந்த பகைமை நீடித்தது. புரோலனின் மகனான (1163) உருத்திரன் மீதுள்ள அச்சத்தால் புரோலன் வயிற்றுளைவு நோய் பீடித்து இறந்தான் எனச் சொல்லப்படுகிறது.

கலாசூரியர்களின் புரட்சி அப்போது இடம் பெற்றது. விச்சலன் சாளுக்கிய தலைநகரில் தனதாட்சியை ஆரம்பித்தான். விச்சலன் 1 ஆம் நரசிம்மன் என்ற ஒய்சள அரசன்மீது போர் தொடுத்து வனவாசியைக் கைப்பற்றினான். 1168ல் விச்சலன் ஆட்சி புரிந்து கொண்டிருந்த அதே வேளையில் 3 ஆம் சகதேகமல்லன் என்பவனும் பேரரசுப் பட்டங்கள் அனைத்தையும் பெற்று ஆட்சி புரிந்தான். நம்ப முடியாத மரபுக் கதைகள் சிலவற்றில், விச்சலன் புதிதாக எழுச்சி பெற்ற இலிங்காயர் என்ற மதப்பிரிவினரை ஒடுக்க முயன்றபோது தனது உயிரைப் பறிகொடுத்தானென்று கூறப்படுகிறது. 1183 வரை விச்சலனின் 3 புதல்வர்கள் அடுத்தடுத்து ஆட்சி புரிந்தனர். ஆயின் அவர்களுள் எவராலும் விச்சலன் கைப்பற்றிய அரசை நன்கு பயன்படுத்த முடியவில்லை. அவர்கள் அனைவரும் 1 ஆம் நரசிம்மனின் மகனான 2 ஆம் வல்லாளன் (1173 - 1220) என்ற ஒய்சள அரசனுக்கு எதிராக தொடர்ந்து போராடி வந்தனர். ஆரம்பத்தில் சில வெற்றியும் கண்டனர். 1183 ல் 4 ஆம் சோமேசுவரன் என்ற 3 ஆம் தைலனின் மகன் எஞ்சியிருந்த கலாசூரிய அரச ஆதிக்கத்தை அகற்றிப் பதவியில் அமர்ந்தான். இதனால் கலாசூரியர் ஏற்படுத்திய குழப்பமான நிலையும் நீங்கிற்று. கலாசூரியரை விட்டு சோமேசுவரனின் சேவையில் சேர்ந்து கொண்ட பிரமன் அல்லது பருமிதேவன் என்ற தளபதியின் துணையுடனேயே இதை அவன் செய்து முடித்தான்.

4 ஆம் சோமேசுவரனின் கீழ்ச் சிற்றரசை ஆட்சி புரிந்த யாதவகுல அரசனான வில்லமன் (1187 - 91) என்பவனே சோமேசுவரனின் பலவீனத்தையுணர்ந்து தனது ஆதிக்கத்தை பரப்பப் பயன்படுத்திக் கொண்ட முதலாவது சிற்றரசனாவான். அவன் சாளுக்கிய முடியரசின்மீது படையெடுத்து அதன் வட மாவட்டங்கள் பலவற்றை 1189 க்கு முன் கைப்பற்றிக் கொண்டான். தம்மைப் பேரரசர்களாகப் பிறர் அங்கீகரிக்கச் செய்யும் முயற்சியின்போது கலாசூரியரைப் போலவே யாதவரும் தொல்லைகள் பலவற்றை எதிர்நோக்கினர். யாதவருக்கும் சாளுக்கியருக்கும் இருந்த அதே தொடர்பு பிற அரசர்களுக்கும் சாளுக்கியருக்கும் இருந்தமையினாலேயே இப்பிரச்சினை எழுந்தது. இரத்தர், சிலாகாரர், கடம்பர் ஆகிய சிற்றரசர்கள் யாதவருக்கு அமைந்து ஒழுக மறுத்துவிட்டனர். மேலும் யாதவரின் உதாரணத்தை முன்வைத்து மீண்டும் முயற்சி செய்ய ஒய்சளர் எண்ணினர். தென்னகத்தில் தான் புதிதாகக் கைப்பற்றிய நாடுகளைத் தனது ஆட்சியின் கீழ் கொண்டுவரும் முயற்சியில் வில்லமன் சில ஆண்டுகளை அங்கு கழித்தான். வில்லமன் தெற்கில் நடமாடியதன் விளைவாகச் சோமேசுவரன் தளபதி பிரமனுடன் சேர்ந்து தலைப்பட்டிணத்தை வனவாசிக்கு மாற்ற வேண்டியதாயிற்று. யாதவரின் கட்டுப்பாட்டின் கீழ் கல்யாணி வந்தது. இதே வேளையில் 2 ஆம் வல்லாளன் சோமேசுவரனையும் அவன் தளபதியான பிரமனையும் எதிர்த்து நின்று பல

போர்களில் வெற்றி கண்டான். இத் தொடரின் இறுதிப் போர் 1190 ல் இடம் பெற்றது. இத்துடன் சாளுக்கிய அதிகாரமும் முற்றுப் பெற்றது. சோமேசுவரன் 10 ஆண்டுகள் வரையில் அஞ்ஞாதவாசம் செய்தான். 2 ஆம் வல்லாளனுக்கும் வில்லமனுக்குமிடையே பேரரசைத் தமதாக்கிக் கொள்ளும் முயற்சியில் பெரும் போட்டி மூண்டது. பல போர்கள் இடம் பெற்றன. இறுதிப் போர் சொரத்தூர் ஆகிய இடங்களில் கடகத்திற்கருகே நடைபெற்றது. இப்போரில் (1119) இப்போரில் வில்லமன் கொல்லப்பட்டான். வல்லாளன் தனது பேரரசின் வட எல்லையை மலப்பிரபா கிருட்டிணை ஆகிய ஆறுகள் வரை விரிவுபடுத்தினான். இதற்கும் வடக்கே அமைந்த நிலப்பரப்பிற்பெரும் பகுதியை யாதவர் தாமே வைத்திருந்தனர். வில்லமன் தேவகிரி என்னும் நகரை நிருமாணித்து அதைத் தலைப்பட்டிணம் ஆக்கினான். சாளுக்கிய மேலாதிக்கம் கலைக்கப்பட்டதின் விளைவாக காகதீயரும் நிலப்பரப்புக்கள் சில பெற்றனர்.

2 ஆம் வல்லாளன் வடக்கே தான் பெற்றுக் கொண்ட நிலத்தை தொல்லையின்றி ஆளமுடியவில்லை. வில்லமனைத் தொடர்ந்து அவன் மகன் சய்துகி என்பவன் ஆட்சிக்கு வந்தான். சய்துகி காகதீய உருத்திர அரசனுக்கு எதிராக போரிட்டு அவனைக் கொன்று அவனுடைய மகன் முறையான கணபதியையும் (1196) சிறைப்படுத்தினான். காகதீய அரசனான உருத்திரனைத் தொடர்ந்து மகா தேவனுடைய குறுகிய ஆட்சிக் காலத்தில் நாட்டில் ஒரு கலகமும் யாதவருடன் ஒரு போரும் இடம்பெற்றன. மகாதேவன் (1199) இறந்தபின் சய்துகி மகாதேவனின் மகனான கணபதியை சிறையினின்றும் விடுவித்து ஆட்சிப் பொறுப்பை அவனிடம் ஒப்படைத்தான். சய்துகியின் பின் அவன் மகன் சிங்கணன் என்பவன் ஆட்சிப் பொறுப்பை ஏற்றான். ஆட்சிக்கு வந்து சிலகாலம் செல்வதற்குள் (1210) ஒய்சள அரசர்களை எதிர்த்துச் சிங்கணன் போரிடத் தொடங்கினான். வல்லாளனைச் சில ஆண்டுகளாக எதிர்த்து வந்த கடம்பரும் பிற சிற்றரசர்களும் சிங்கணனுக்கு ஆதரவு கொடுத்தனர். இதன் விளைவாக 4 ஆம் சோமேசுவரனுக்கு எதிராகவும் வில்லமனுக்கு எதிராகவும் (1216) போர் நடத்திப் பெற்ற நிலம் அனைத்தையும் வல்லாளன் பறிகொடுத்தான்.

வேங்கியில் 1 ஆம் இராசாதிராசன் ஆட்சிக் காலத்தின் பிற்பகுதியிலிருந்து வேளநாட்டுச் சோடர்தாம் தனித்து இயங்குவதாக பிரகடனப்படுத்திக் கொண்டனர். விக்கிரம சோழனின் ஆதிக்கத்தின் கீழ் சிற்றரசனாக விளங்கிய வீடன் என்பான் நெல்லூரிலிருந்து ஆட்சிபுரிந்த தெலுங்குச் சோட் அரசனாவான். இவனும் 2 ஆம் இராசராசன் என்ற வேளநாட்டுச் சோட அரசனைத் தொடர்ந்து தன் நாட்டு சுதந்திரத்தைப் பிரகடனப்படுத்திக் கொண்டான். வடக்குச் சேர்காரர் மாவட்டங்களையோ நெல்லூர் மாவட்டத்தையோ 2 ஆம் இராசராசன் ஆட்சி புரிந்தான் என்பதற்குச் சான்றுகளில்லை. ஆயின் 1187 முதல் 3 ஆம் குலோத்துங்கனின் ஆட்சியின் முடிவு வரை குலோத்துங்கனின் மேலாதிக்கம் தெலுங்குச் சோடர் அரசர்களான நல்லசித்தனாலும் அவன் சகோதரனான தம்மு சித்தனாலும் ஏற்றுக் கொள்ளப்பட்டது. எனினும் இடையில் நல்ல சித்தன் 1192-3 ல் காஞ்சி மீது படையெடுத்து அதனைக் கைப்பற்றினான். பின்னர் அங்கிருந்து 1196 ல் 3 ஆம் குலோத்துங்கனால் அவன் வெளியேற்றப்பட்டான். தெலுங்குச் சோடர்

மீண்டும் தம் ஆட்சியை நிலை நிறுத்திக் கொள்ள குலோத்துங்கன் ஆட்சியின் முடிவில் முயல்வதை நாம் காண்கிறோம். சோழ நாட்டின்மீது பாண்டியத் தாக்குதல் நிகழ்ந்தபோதே இக்கிளர்ச்சி உருவானது என்பதை நாம் அடுத்த அத்தியாயத்தில் காணலாம். குலோத்துங்கன் வடக்கில் 1208 ல் மறுமுறையும் போர் தொடுத்து வேங்கியை அடிமைப் படுத்தி காகதீய தலைநகரான வாரங்கல் என்னும் பட்டிணத்துள் புகுந்தான் என்று சொல்லப்படுகிறது. அநேகமாக இச் செய்தி மிகைப்படுத்தப்பட்டிருக்க வேண்டும். ஏனெனில் காகதீய அரசு அக்காலத்தில் சக்திமிக்க அரசனான கணபதி என்பவனால் ஆளப்பட்டு வந்தது.

சேரநாடு பற்றிய இக்காலவரலாறு தெளிவற்றதாக உள்ளது. 9 ஆம் நூற்றாண்டைச் சேர்ந்த பல அரசர்கள் பற்றிய கல்வெட்டுக்கள் கிடைத்துள்ளன. 1 ஆம் ஆதித்தனின் காலத்தைச் சேர்ந்த தானுரவி என்ற அரசனே இக்காலத்தைச் சேர்ந்த சேர அர்சர்களில் முக்கியத்துவம் பெற்றவன். 9 ஆம் நூற்றாண்டின் இறுதிப்பகுதியில் இவன் ஆட்சி புரிந்திருத்தல் வேண்டும். கோட்டையத்தில் கண்டெடுக்கப்பட்ட சிரியாவைச் சேர்ந்த கிறித்தவர்களின் செப்புத் தகடுகள் தானுரவியுடன் தொடர்பு படுத்தப்பட்டுள்ளுன. கொல்லத்தில் இசோதபீர் என்பவரால் கட்டப்பட்ட தரிசாபள்ளி என்ற கிருத்துவ தேவாலையத்தை அமைக்கும் பணியில் ஈடுபட்ட உழைப்பாளர்களுக்கு வழங்கப்பட்ட குடியேற்றம் பற்றி ஒரு செப்பேடு கூறுகிறது. தானுரவியின் பின் விசயராகதேவன் என்பவன் ஆட்சி புரிந்திருக்க வேண்டும். இவனையே தேவாலய அல்லது அரண்மனை முகாமையாளன் (கோவில் அதிகாரி) என்று கோட்டை செப்பேடுகள் வருணித்துள்ளன. திருவொற்றியூரில் காணப்படும் கல்வெட்டில் விசய ராகதேவன் கேரள அரசன் என்று குறிப்பிடப்பட்டுள்ளான். இவனைத் தொடர்ந்து ஆட்சி புரிந்த அரசர்களில் பாஸ்கர ரவி வர்மன் (கிபி 1047 -1106) என்பவன் சிறப்பாக குறிப்பிடப்படவேண்டியவன். சிறீ வல்லபன் கோடை என்பவனும் வேணாட்டையாண்ட கோவர்த்தன மார்த்தாண்ட வர்மன் என்பவனும் இவனது காலத்தை சேர்ந்த அரசர்களாவர். கொச்சிப் பகுதி யூதர்கள் வசம் இப்போது இருக்கும் செப்புத் தகடு பாஸ்கர ரவி வர்மனால் வழங்கப்பட்டது. பாஸ்கர ரவி வர்மன் இசுப்பு இரப்பன் என்பவனுக்கும் வழங்கிய அஞ்சு வண்ணம் என்னும் உரிமைகளைப் பற்றி இக்குறிப்பு கூறுகிறது. வரி சேர்த்தல் நிரந்தரமாக ஒரு பல்லக்கை உபயோகித்தல் ஆகிய உரிமைகளை இசுப்பு இரப்பனுக்கும் அவன் வழி வந்தோருக்கும் வழங்கல் போன்ற 72 உரிமைகள் இச்செப்பேட்டில் குறிப்பிடப்பட்டுள்ளன. பாஸ்கர ரவி வர்மனால் நிறுவப் பெற்ற கல்வெட்டுக்கள் ஒரு பரந்த நிலப்பரப்பில் பல இடங்களில் கிடைக்கப் பெறுகின்றன. இப்பெரு நிலப்பரப்பு தெற்கே சங்கனசேரிமுதல் வடக்கே வயநாடு என்னும் சிறு மாவட்டத்தில் உள்ள திருநெல்லி என்னும் தேவாலயம் வரை பரந்திருக்கிறது. 1 ஆம் இராசராசன் காலத்திலும் அவன் பின் வந்தவர்கள் காலத்திலும் சேரநாட்டின் பெரும்பகுதி சோழர் ஆதிக்கத்தில் இருந்தது. 1 ஆம் குலோத்துங்கனின் ஆட்சி ஏற்படுவதற்கு முன்னர் ஏற்பட்ட தொல்லைகளைத் தொடர்ந்து சேர நாட்டிலும் கலகம் மூண்டது. 1 ஆம் குலோத்துங்கன் சேர நாட்டை திரும்பக் கைப்பற்றி தென்பாகத்தில் பல போர் படையினர் குடியேற்றங்களை நிறுவினான் என்பதை

நாம் முன்பு கவனித்தோம். வேணாட்டையாண்ட அர்சர்கள் பற்றி 12 ஆம் நூற்றாணடை சேர்ந்த கல்வெட்டுக்கள் கூறுகின்றனர். ஒரு புறத்தில் சேரநாடு பற்றியும், மறுபுறத்தில் கூபகதேசம் என்ற பிரதேசத்தைப் பற்றியும் இக்கல்வெட்டுக்கள் கூற்கின்றன. விக்கிரமசோழனின் ஆட்சியின் கீழிருந்த சிற்றரசனான பராந்தக பாண்டியன் என்பவனால் கூபக தேச அரசன் ஒருவன் கைப்பர்றப்பட்டான்.

இக்காலத்தில் இதற்கு முன்பு இருந்தது போலவே பரம்பரையான அரசர்கள் ஆட்சி புரிந்து வந்தனர். முன்னைய அரசர்கள் தாமாகவே மிகச்சாதாரண முறையில் ஆட்சியை நடத்தினர். பின்னைய அரசர்களோ பைசாந்திய பேரரசில் காணப்பட்டது போன்ற ஆடம்பரமான அரச வாழ்வை மேற்கொண்டு எண்ணற்ற அரண்மனைகளையும் அதிகாரிகளையும் கொண்டு ஆண்டு வந்தனர். பல அரச சடங்குகளும் அரசகொலு வைபவங்களும் பேரரசினுடைய வளத்தை பிறர் அறியும் வண்ணம் அமைந்தன. முடிசூட்டுவிழா மிக முக்கியமான பார்ப்போரின் கவனத்தை கவரக்கூடிய சடங்காக அமைந்தது. தாராள மனப்பான்மை இவ்வேலையில் உச்சம் பெற்றது. பத்தடக்கல் (முடிபுனையும் கல்) என்ற இடத்திற்கு சாளுக்கிய அரசர்கள் வழமையாக முடிசூட்டு விழாக்களை ஏற்பாடு செய்தனர். தஞ்சாவூர் கங்கை கொண்ட சோழபுரம், சிதம்பரம் சில வேளைகளில் காஞ்சிபுரம் போன்ற நகரங்களில் சோழரின் முடிசூட்டு விழாக்கள் இடம் பெற்றன. அரச உரிமைக்காக பிணக்குகள் மோதல்கள் இடம் பெறாமல் இல்லை. எனினும் பொதுவாக ஆண்வழியிலுள்ள மூத்த ஆண் ஆளும் உரிமை பெர்றிருந்த நிலை அங்கீகரிக்கப் பெற்றிருந்தது. அரசன் உயிர் வாழும்போதே தனக்குப் பின் அரசனாக வரவிருப்பவனை யுவராசனாக நியமிக்கும் முறை, அவனிறந்தபின் ஆட்சி உரிமை பிணக்கைத் தீர்த்து வைக்க துணை நின்றது. இரண்டாம் ஆதிக்க சோழன் என்பவனை அவன் மாமன் முறையான உத்தம சோழன் கொலை செய்தமை அரசியற் பேராசையைக் காட்டும் அசாதாரணமான நிகழ்ச்சியாகும் அப்பொழுது அரசாண்ட 2 ஆம் பராந்தகனும் அவன் மகன் 1 ஆம் இராசராசனும் இக் கொடிய செயலை அதிகம் பொருட்படுத்தவில்லை. 6 ஆம் விக்கிரமாதித்தன் அரசியல் ஆசை கொண்டவன் மாத்திரமின்றி அதற்கேற்ற திரமையும் பெற்றவன். அவன் தன் மூத்த சகோதரனுக்கு எதிராகக் குற்றச் சாட்டுக்களைச் சுமத்தி அதன் பின்பு போர் தொடுத்து அரசபதவியிலிருந்து அவனை நீக்கினான். 1 ஆம் இராசராசசோழன் தனது ஆட்சிக் காலத்தில் இடம் பெறும் சம்பவங்கள் அனைத்தையும் வரிசைக் கிரமப்படி கல்லில் செதுக்கும் மரபொன்றை ஆரம்பித்து வைத்தான். பிரதான நிகழ்ச்சிகள் பற்றிய குறிப்புகள் காலத்துக்குக்காலம் பொறிக்கப்பட்டன. காலத்தையும் சூழலையும் பொறுத்துப் பேரரசனுக்கும் சிற்றரசனுக்கும் இடையிலமைந்த உறவு முறைகள் வேறுபட்டன சோழப் பேரரசின் நிர்வாகம் சாளுக்கிய மத்திய அரசாங்க அமைப்பைவிட கட்டுப்பாடும் மத்திய ஆதிக்கமும் கொண்டு அமைந்தது. சாளுக்கியர் மிக நன்றாக பயிற்றுவிக்கப்பட்ட □சந்தி விக்கிரகர்" என்ற ராச தூதுவர்களை பேரரசுக்கும் அதன் கீழ் அமைந்திருந்த சிற்றரசர்களுக்கும் இடையிலுள்ள இணைப்பு உத்தியோகத்தர்களாக நியமித்தனர். இவ்வாறு அமைந்திருந்த போதிலும் சாளுக்கிய நிருவாகத்தை விடச் சோழப் பேரரசின் நிர்வாகமே

சிறந்து விளங்கிற்று. அரச வம்ச வழி வந்த இளவரசர்கள் பேரரசின் பிரதான பகுதிகளில் ஆள்பதிகளாக அடிக்கடி நியமிக்கப்பட்டனர்.

அரண்மனை ஏவலாளர்களாக எண்ணற்ற ஊழியர்கள் இருந்தனர். பலவகைப்பட்ட மெய்க் காப்பாளர்கள் இருந்தனர். முடிசூட்டுவிழா இடம் பெறும் மண்டபத்திலும், மடப்பள்ளியிலும் அவற்றுடன் இணைந்த தாபனங்களிலும் பெரும்பாலும் பெண்கள் கடமையாற்றி வந்தனர். சோழரின் அரண்மனை ஏவலாளர்கள் □வேலம்” எனப்படும் பிரிவுகளாக பிரிக்கப்பட்டு தலைநகரின் வெவ்வேறு பகுதிகளில் குடியமர்த்தப்பட்டனர். சவுயுக்குவா என்ற சீன வரலாற்று ஆசிரியன் சோழ ஆட்சி பற்றி 13 ஆம் நூற்றாண்டில் மேற்கண்டவாறு குறிப்பிடுகிறான். அரச விருந்துபசாரங்களில் இளவரசரும் நான்கு அமைச்சர்களும் சிம்மாசனத்தின் கீழ்ப்பாகத்தில் நின்றவண்ணம் வணங்குவர். பின்னர் அங்கு வீற்றிருக்கும் அனைவரும் இசைமீட்டி பாடியும், ஆடியும் களிப்பர். இளவரசன் மது அருந்துவதில்லையெனினும் ஊன் உண்பான். உள்ள?ர் மரபுப்படி பருத்தி உடைகளை அணிந்து மாவால் செய்த பலகாரங்களை அருந்துவான்.

இளவரசனின் பணிபுரிவதற்கும் உபசாரகர்களாக இருப்பதற்கும் முற்றாக ஆடலழகிகளே அமர்த்தப்படுவர். நாள்தோறும் மூவாயிரம் ஆடலழகிகள் ஒருவர் பின் ஒருவராக பணிபுரியக் காத்து நிற்பார் சாளுக்கிய அரண்மனையில் அரண்மனைத் தலைவன் (மணிவேர்காடி) என்பவனும் □வாணசவேர்காடி" என்ற பிரதான ஊழியரும் இருந்தனர். இளவரசர்களும் அரசகுடும்பத்திலுள்ள ஏனைய பிரபுக்களும் தமது வருமானத்திற்கும் விருப்பத்திற்கும் இயைய மனைகளை அமைத்துக் கொண்டனர்.

அரசன் முறையீடுகளை நேரில் கேட்டு அரச அலுவல்களை வழி நடத்தி வந்தான். எனினும் இவற்றை அரசன் ஏற்பதற்கு, அரச ஆணைகளை நடைமுறைக்குக் கொண்டுவருவதற்கு முன்னமும் பல சம்பிரதாயங்கள் கையாளப்பட்டன. சோழ அரசன் □உடன் கூட்டம்" நடத்தி நிருவாகத் துறைகளின் பிரதிநிதிகளான அமைச்சர் குழுவை அழைத்து அரச அலுவல்களை அவர்கள் ஆலோசனைப்படி நடத்தி வந்தான். அத்துடன் □ஓலை" என்ற பதிவு நாயகனும் அங்கிருந்தான். சாளுக்கிய அரச சபையிலும் சோழ நிறுவாகத்தைப் போன்றே அமைப்பு முறைகள் இருந்து வந்தன.

சோழ நிருவாக இயந்திரம் மிகவும் சிக்கல் மிக்க ஒரு அமைப்பைக் கொண்டு விளங்கியது. பலதரப்பட்ட அதிகாரிகள் இங்கு கடமையாற்றி வந்தனர். ஷபெருந்தனம்' படைத்தோர் உயர்ந்தோர் என்றும் ஷசிறுதனம்' படைத்தோர் தாழ்ந்த வகுப்பினர் என்றும் கணிக்கப்பட்டனர். பதவிகள் அனைத்தும் பரம்பரை உரித்தாக்கப்பட்டன. படைத் தொழில், குடியேற்றொழில் ஆகியவற்றிற்கிடையில் விளக்கமான வித்தியாசம் இருக்கவில்லை எந்த வகையில் அதிகாரிகள் நியமனம் பெற்றனர் என்றேனும், என்ன அடிப்படையில் பதவி உயர்வுகள் இடம் பெற்றன என்றேனும் அறிய முடியவில்லை. பதவிக்கும் நிலைக்கும் ஏற்றவாறு அதிகாரிகள் நிலத்தை சம்பளமாக (சீவிதம்) பெற்றுக் கொண்டனர். அரச பட்டங்களும் போரில் கொள்ளையிடப்படும் பொருள்களில் பங்கும் அரசு அதிகாரிகள் பெற்றனர்.

நிருவாகத்துறையில் சோழப் பேரரசு வசதிக்கேற்ப மாவட்டங்களாகவும், சிறுவட்டங்களாகவும் பிரித்து அமைக்கப்பட்டது. வளநாடு அல்லது மண்டலம் என்றும், நாடு கூற்றம் என்றும் ஆட்சிப்பிரிவுகள் இருந்தன. பெரும் பட்டிணங்கள் தனி கூற்றங்களாக அங்கீகரிக்கப் பட்டன. தனியூர் அல்லது தன்கூற்றம் என்ற பெயருடன் இவை விளங்கின. அரசாங்க நிதி நில வருமானத்திலேயே முக்கியமாக தங்கியிருந்தது. அதனால் நில உரிமைகள் பற்றியும் வருமான வருமதிகள் பற்றியும் மிகுந்த கவனத்துடன் பதிவுகள் வைக்கப் பட்டன. நிலம் யாவும் கவனமாக அளக்கப்பட்டது. நிலம் வரி தரவல்லது என்றும் தராதது என்றும் தரம் பிரிக்கப்பட்டது. கிராமங்களிலும், நகரங்களிலும் மக்கள் வாழும் பகுதிகள் (ஊர், நத்தம்) ஆலயங்கள் தடாகங்கள் கிராமத்துக்கூடாக செல்லும்நீர்க் கால்வாய்கள். பறை சேரிகள், கம்மாளச் சேரிகள், சுடுகாடுகள் போன்ற நிலப்பரப்பை வரி இருப்பதற்குரிய முழு நிலப்பரப்பினின்று கழித்து கணக்கு வைத்தனர். வரி செலுத்த வேண்டிய நிலத்தைக் கூட இயற்கை வளத்தைக் கருத்தில் கொண்டும், வளரும் பயிரைக் கருத்தில் கொண்டும் பிரித்துக கணிததனா. தனியாருக்கும தாபனங்களுக்கும வரி விலககுகள அனுமதிக்கப்படும்போதெல்லாம் அவ்விவரங்கள் கணக்குகளில் கவனமாகக் குறிக்கப்பட்டன. ஒரு கிராமத்திலிருந்து வரவேண்டிய மொத்த வரியையும் அரசு அதிகாரிகளிடம் கொடுப்பதற்கு முழு கிராமமுமே பொறுப்பாகும். வரியை சேர்க்கும் முறையில் கடினமான வழிகள் கையாளப்பட்டன. சோழப்பேரசின் சுபீட்சம் நிறைந்த காலத்திற்கூட, அரச அதிகாரிகள் தம்மை துன்புறுத்தினர் எனக் கிராம வாசிகள் முறையீடு செய்தமைக்குக் காரணம் உண்டு. மத்தியக் கட்டுப்பாடு பலவீனப்படும் போது பிரதேசவாரியாக மக்களை துன்புறுத்தும் தன்மைகள் அதிகரித்தன. வழமைக்கு மாறாக விதிக்கப்ப்டும் வரிகளைக் கிராமவாசிகள் அல்லது மாவட்டவாசிகள் எதிர்த்து போராடியதற்க்குச் சான்றுகள் உண்டு. அவர்கள் பொதுவாக கூட்டம் நாடாத்திக் கூட்டாக எதிர்த்து நிற்பது என்று தீர்மானித்த நிகழ்ச்சிகள் உள. வரிகள் பணமாகவோ, பண்டமாகவோ, வசதிக்கேற்றவாறு சேர்க்கப்பட்டன. நிலவரி தவிர, சுமந்து செல்லப்படும் பண்டங்கள் மீதும் வரி அறவிடப்பட்டது. தொழில்கள் இல்லங்கள் திருமணம் போன்ற விழாக்கள் ஆகியவற்றிலிருந்தும் வரி வசூலிக்கப்பட்டது. நீதிமன்றங்களில் இடப்படும் குற்றப்பணமும் அரசாங்கத்துக்கே உரியதாகும் பொதுவாக அறவிடப்படும் வரிகள் தவிர மக்கள் சிறப்புத் தேவைகளுக்காகத்

தாமாகவே பணம் சேர்த்து வரியாக வழங்கிய சந்தர்ப்பங்கள் பற்றியும் அறிகின்றோம்.

அரச நீதிமன்றங்கள் கிராம நீதி மன்றங்கள் சாதியடிப்படையில் அமைந்த பஞ்சாயத்துச் சபைகள் போன்றன நீதிபரிபாலனத்துறையில் செயல்பட்டு வந்தன. நீதி பரிபாலனத்தில் சமூக வழக்கங்களும் எழுத்திலுள்ளஆதாரங்களும் மனித சான்றுகளும் துணை நின்றன. மனித சாட்சி கிடைக்காத போதெல்லாம் துன்புறுத்தி உண்மை கூறச் செய்யும் வழக்கமிருந்தது. ஒரு பொருளுக்கு உரிமையாளன் தான் என்பதை நிரூபிக்க சில வேளைகளில் தன் உயிரைத் தானே போக்கிக் கொள்ள முன் வந்த சந்தர்ப்பங்களும் உண்டு.இராசத்துரோக குற்றச்சாட்டை அரசனே விசாரிப்பான். இத்தகைய குற்றத்திற்குச் சொத்தைப் பறிமுதல் செய்வதும் அத்துடன் மரணதண்டனை விதிப்பதும் வழக்கம். சாதாரண குற்றங்களுக்காக குற்றமிடுவதும் சிறையிடுவதும் தண்ட்னைகளாக அமைந்தன. சவுயுக்குவா என்னும் சீன ஆசிரியர் நீதி பரிபாலனம் பற்றி மேற்கண்டவாறு குறிப்பிட்டுள்ளார். ஒருவர் குற்றவாளி எனக் கணிக்கப்படும்போது அரச அமைச்சர்களில் ஒருவன் தண்டனையை விதிப்பான். சிறுகுற்றங்களுக்காக குற்றவாளிகள் மரத்தில் கட்டப்பட்டு 50, 70 அல்லது 100 அடி வரையிற்கூடப் பிரம்பால் அடிக்கப்படுவர். கடுங்குற்றங்களுக்குத் தலை கொய்யப்படுதல், இறக்கும்வரை யானையினால் மிதிக்கப்படுதல் போன்ற தண்டணைகள் வழக்கில் இருந்தன.

சோழர்காலத்தில் குறிப்பிடத்தக்க திறமையுடன் இயங்கிய கிராமப்புற சுயாட்சி மன்றங்கள் இருந்தன. குழுக்களாக பாலனத்தை நடத்துவதற்காக மிகச்சிறந்த □வாரியம்” என்ற ஒரு முறை உருவாக்கப்பட்டது. உள்ள?ர் அலுவல்களை வாரியங்கள் கண்காணித்தன. உத்திரமேரூர் சபை அரசியற் சட்டத்தை குறுகிய கால எல்லையில் இருமுறை திருத்தியமைத்தது. சோழ அரசின் பாலனத்தை திருத்தமான முறையில் நடத்துவதற்கு எடுக்கப்பட்ட முயற்சிகளுக்கு இது சிறந்த எடுத்துக்காட்டாகும். கிராம அலுவல்களைக் கண்காணித்து வந்த அதிகாரிகளைத் தவிர உள்ள?ப் பிரபு அல்லது சக்திமிக்க அரச அதிகாரி ஒருவர் சில கடமைகளைச் செய்யும் ஒரு வி?டே ஆட்சியமைப்பும் இடம் பெற்றிருந்தது. ஒரு குறித்த பிரதேசத்தில் உயிரினங்களையும் பொருள் பண்டங்களையும் காத்து நிற்பதற்காக அவ்வதிகாரிக்கு காவல்வரி (பாடிகாவல் கூலி) எனும் ஒரு வரி வழங்கப்பட்டது. மத்திய ஆட்சி பலவீனமடைய, பாடிகாவல் கூலிமுறையின் முக்கியத்துவம் அதிகரித்தது.

இதுவரை தரப்பட்ட பாலன விவரங்கள் குறிப்பாக சோழப் பேரரசுக்குரியனவாயினும் பொதுவாகப் பார்க்குமிடத்து தென்னிந்தியாவின் ஏனைய பாகங்களில் நிலவிய பாலன முறைகளும் இத்தகையனவே என்பது தென்படும் எனினும் வெவ்வேறு அரசுகளின் கீழ் ஆட்சிக்கட்டுப்பாடுகள் சிறிதளவு வேறுபட்டுமிருந்தன.

பொதுவாக நோக்குமிடத்து இடைக்கால அரசியலமைப்பு சமூகத்தின் உயர் வர்க்கத்தினரின் நலனைக் கருத்தில் கொண்டு அமைந்ததாகும் என்பது தென்படும். அத்துடன் இது பொதுமக்களை புறக்கணித்தும் விட்டது. எனினும்

இவ்வாட்சி அமைப்பின் கீழ் செல்வம் படைத்தோர் தமது செல்வத்தை சமூகத்துறையில் பயன்படுத்திய முறை காரணமாக அவர்களில் காணக் கூடிய மித மிஞ்சிய குறைபாடுகள் ஓரளவு குறைந்தன செல்வந்தர்கள் தெய்வ சேவையிலும், வறியோர்க்கு தொண்டு செய்வதிலும் போட்டியிட்டு உழைத்து வந்தனர். ஆலயமமைத்தல் பாடசாலை அல்லது மருத்துவநிலையம் நிர்மாணித்தல் பயிர்ச் செய்கைக்கு நிலத்தைப் பயன்படுத்துதல், நீர் பாசனத்தை விருத்தி செய்தல் ஆகிய சமூக வேலைகளில் ஈடுபட்டோர் முக்கியத்துவம் பெற்றனர். தொண்டுகளில் ஈடுபட்டோர் பொதுமக்களால் நன்கு மதிக்கப்பட்டனர். அரசர் உயர் வகுப்பினர் ஆகியோரும் ஆலயங்களும் பெரும் பணம் பொதுமக்களின் உழைப்பிலிருந்தே பலவழிகளாலும் பெறப்பட்டது. எனினும் பொதுமக்கள் கொடுக்கும் பணம் அவர்கள் நலம் கருதி செய்யப்படும் சேவைகள் மூலம் அவர்களை மீண்டும் வந்தடைந்தது. சமூகத்துறையில் இதுபோன்ற அற்புத சமரசம் நிலவியது. வெவ்வேறு வகுப்புகளுக்கிடையிலும் தனி நபர்களுக்கிடையிலும் சமத்துவம் நிலவவில்லையாயினும் சமூகத்தில் ஒருவருக்கொருவர் கொடுத்து வாங்கும் பண்பும் நல்லெண்ணமும் சமூகத்தின் கூட்டு வாழ்வின் அத்திவாரமாக விளங்கின

துணைநூற் பட்டியல்

H.W. CODRINGTON: A Short history of Ceylon (London 1929)

J.D.M.DEERRETT: The Hoysalas (Oxford University press> 1957)

J.F.FLEET: Dynasties Of The Knarese Districts (Bombay Gazetter VOL.I Pt.ii 1896)

F.HIRTH and W.E.ROCKHILL : Chau ju-ka (St.Petersburg> 1912)

H.C.RAY: Dynastic History Of Northern India. 2 Vols (Culcutta 1931> 1936)

K.A.N. SASTRI: Colas> Vols I and II (madras 1935> 1937)> Second edition 1955)

கல்யாணியைச் சேர்ந்த சாளுக்கியர்

(1) 2 ஆம் தைலன் மணம் பொந்தாதேவி கி. பி. 973–97

- (2) சத்தியாசிரய இறிவபேதங்கன் கி. பி. 997—1008
  - மகாதேவி மணம் இறிவனொலம்பாதிராசன்
- தசவர்மன் மணம் பாக்கியவதி
  - (3) 5 ஆம் விக்கிரமாதித்தன் 1008–15
  - (4) ஐயணன் 1015
  - அக்கதேவி
  - (5) 2 ஆம் சயசிம்மன் 1015—42
    - (6) 1 ஆம் சோமேசுவரன் 1042–68
      - (7) 2 ஆம் சோமேசுவரன் 1068—76
      - (8) 6 ஆம் விக்கிரமாதித்தன் 1076—1126
        - சயகர்ணன்
        - (9) 3 ஆம் சோமேசுவரன் 1126—38
          - (10) 2 ஆம் பேர்மசகதேகமல்லன் 1138–55
          - (11) 3 ஆம் தைலபன் 1149/50—63
            - (13) 4 ஆம் சோமேசுவரன் 1184–1200
          - (12) 3 ஆம் சகதேகமல்லன் 1163–83
      - 3 ஆம் சயசிம்மன்
    - ஆவல்லதேவி மணம் 3 ஆம் சியூணவில்லமன்

கீழைச் சாளுக்கியர்

(1) குப்சவிட்டுணுவர்த்தனன் கி.பி. 624–641

- (2) 1 ஆம் சயசிம்மன் 641–73
- (3) இந்திர பத்தாரகன் 673
  - (4) 2 ஆம் விட்டுணுவர்த்தனன் 673–82
    - (5) மங்கி யுவராசன் 682–706
      - (6) 2 ஆம் சயசிம்மன் 706–718
      - (8) 3 ஆம் விட்டுணுவர்த்தனன் 719–755
      - (7) கோக்கிள்ளி 719

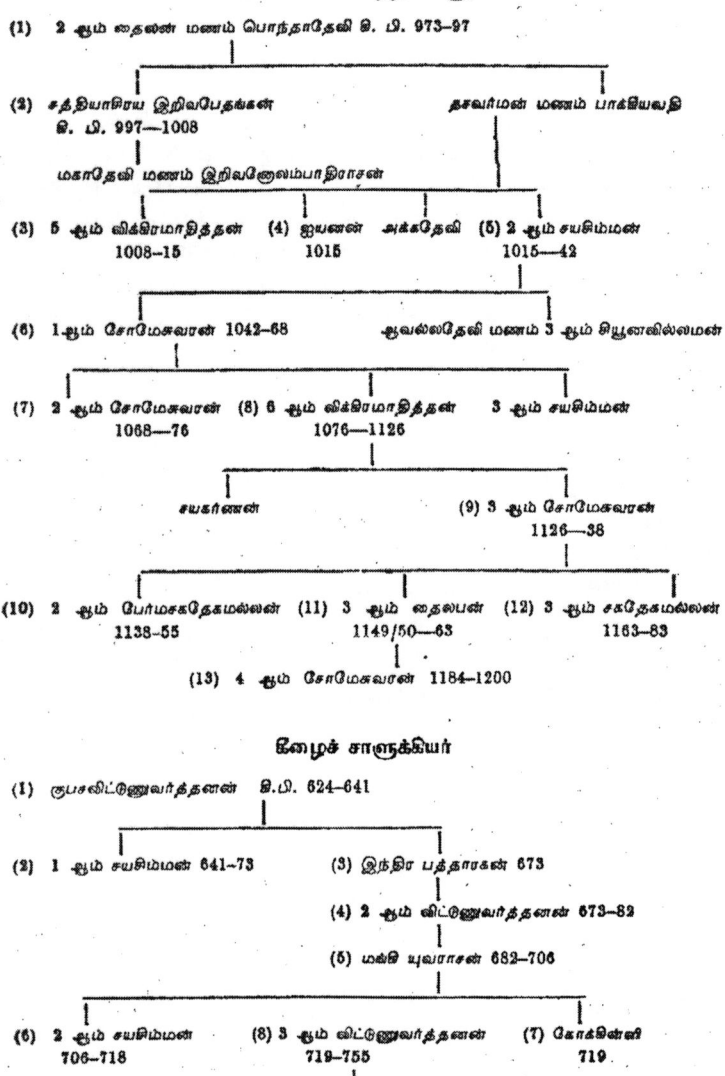

கீழைச் சாளுக்கியர் (முன் பக்கத் தொடர்ச்சி)

(9) 1 ஆம் விசயாதித்தன் 755–72

(10) 4 ஆம் விட்டுணுவர்த்தனன் 772–808

(11) 2 ஆம் விசயாதித்தன் 808–847

வீமசலுகி

நிருப உருத்திரன்

(12) 5 ஆம் கலி விட்டுணுவர்த்தனன் 847–849

(13) 3 ஆம் குணகவிசயாதித்தன் 849–892

1 ஆம் விக்கிரமாதித்தன்

(14) 1 ஆம் சாளுக்கியவீமன் 892–921

1 ஆம் யுத்தமல்லன்

(18) 1 ஆம் தாளன் 927

(15) 4 ஆம் விசயாதித்தன் 921

(19) 2 ஆம் விக்கிரமாதித்தன் 927–8 (11 மாதம்)

(21) 2 ஆம் யுத்தமல்லன் 928–35

வாதபன்

(24) 2 ஆம் தாளன்

(16) 1 ஆம் அம்ம அரசன் 921–927

(22) 2 ஆம் சாளுக்கிய வீமன் 935–947

(17) 5 ஆம் பேதவிசயாதித்தன் 927 (2 வாரம்)

(20) 2 ஆம் வீமன் 928

(25) தானார்நவன் 970–73

(23) 2 ஆம் அம்மஅரசன் 947–970 (இடையீடுகளுடன்)

(26) 1 ஆம் சக்திவர்மன் 1000–1011

(27) விமலாதித்தன் 1011–1018

(28) இராசராச நரேந்திரன் 1019–1061

(29) 7 ஆம் விசயாதித்தன்

2 ஆம் இராசேந்திரன் (குலோத்துங்கன்)

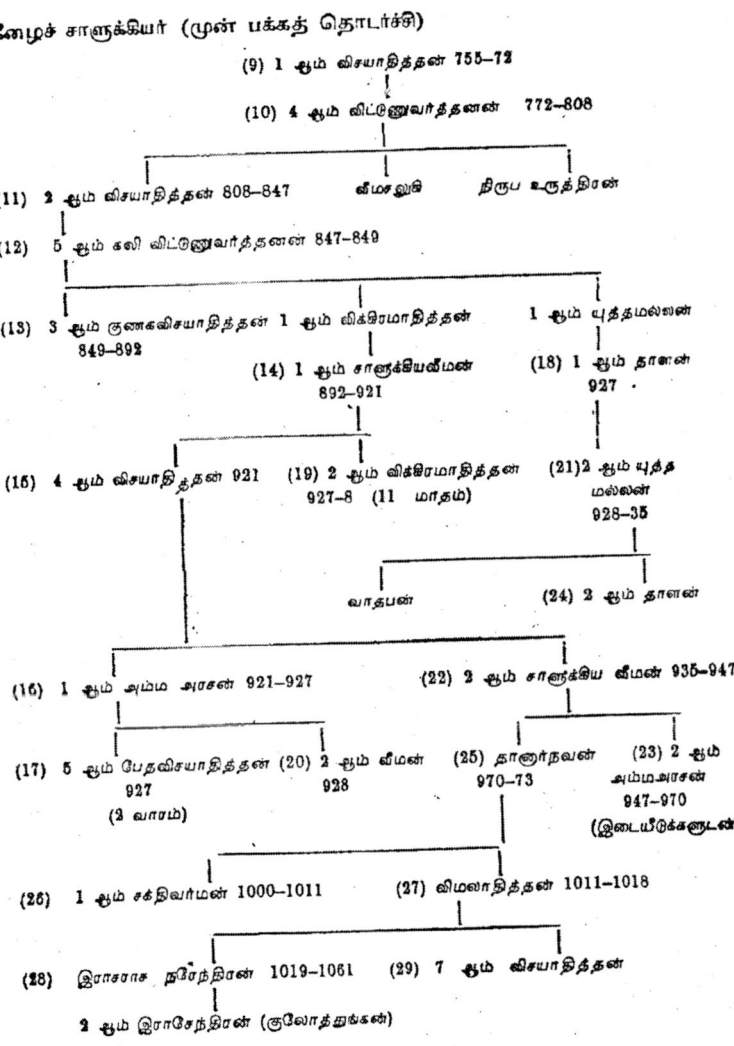

அத்தியாயம் X

நான்கு முடியரசுகளின் காலம்

பொதுவான குறிப்பு - மாறவர்மன் சுந்தரன் தலைமையில் பாண்டிய மறுமலர்ச்சி- பாண்டியரையும் காடவ கோப்பெருஞ்சிங்கனையும் ஒய்சள அரசர்களின் துணையுடன் 3 ஆம் இராசராச சோழன் எதிர்த்தல் குறுகிய காலத்திற்குச் சோழ அதிகாரம் 3 ஆம் இராசேந்திரன் தலைமையில் புத்துணர்வு பெறல்- சதாவர்ம சுந்தரபாண்டியனும் அவன் மேற்கொண்ட போர்களும்- மாறவர்மன் குலசேகரனும் ஒய்சளரும்- இலங்கையை பாண்டியர் கைப்பற்றியமை- குலசேகரனின் ஆட்சியின் முடிவு - ஒய்சள இராமநாதன், 3 ஆம் நரசிம்மன், 3 ஆம் வல்லாளன் ஆகியோர்,- கேரளம்- யாத்வ சிங்கணன், கிருட்டிணன், மகாதேவன், இராமச்சந்திரன் ஆகியோர் - காகதீய கணபதி, உருத்திராம்பாள், 2 ஆம் பிரதாப உருத்திரன் ஆகியோர் கலிங்கத்தைச் சேர்ந்த கங்கர்கள்.

மார்க்கோப்போலோ - மலபார், காயல்பட்டிணம் பற்றியும், இலங்கையிலும் மேற்குக்கடற்கரையிலுமுள்ள குதிரை வர்த்தகம், முத்துக்குளித்தல், சமூகநிலைமை ஆகியன பற்றியும்.

12 ஆம் நூற்றாண்டின் முடிவில் சாள?க்கியப் பேரரசு மறைந்தது. 13 ஆம் நூற்றாண்டின் தொடக்கத்தில் சோழ சாம்ராச்சியம் ஈடாட்டமுற்ற நிலையிலிருந்தது அடுத்த ஒரு நூற்றாண்டு கால எல்லையுள் நான்கு முடியரசுகள், மறைந்த பேரரசின் எச்சத்தினின்றும் உதயமாயின. தென்னிந்திய வரலாற்றைத் தமதாக்கிக் கொள்ளும் வகையில் இந்நான்கு பேரரசுகளும் பகைமை வளர்த்து தம்மிடையே போராடிக் கொண்டன. தெற்கில் பாண்டிய, ஒய்சள முடியரசுகளும், வடக்கில் காகதீய யாதவ முடியரசுகளும் அமைந்திருந்தன. இந்நான்கு முக்கிய அரசுகளுக்கும் பக்கபலமாக நெல்லூரிலிருந்து தெலுங்குச் சோடர்கள் போன்ற சிற்றரசர்கள் தமது சக்தியை பலப்படுத்திக் கொண்டனர். தொழிற்துறை, வர்த்தகம், கலை போன்றன தமக்கேயுரிய வழமையான வேகத்துடன் வளர்ந்து வந்தபோதும், அரசு, சமூகம் ஆகிய இரு முனைகளிலும் இக்கால எல்லையில் குறிப்பிடத்தக்க பெருமாற்றம் எதுவும் ஏற்படவில்லை. அன்று இருந்த நிலைமையைப் பற்றிய விரிவான குறிப்புகளை 1292 - 3 ஆம் ஆண்டுகளில் நாட்டின் பல பகுதிகளையும் பார்வையிட்ட மார்க்கோபோலோ தருகிறார். தக்காணத்தின்மீது நடைபெற்ற முசுலிம்களின் படையெடுப்பு இந்நூற்றாண்டின் முடிவில் இடம்பெறுகிறது.

இதைத் தொடர்ந்து நான்கு முடியரசுகளும் பல தொல்லைகளை எதிர் நோக்குகின்றன. வரலாற்றில் குழப்பமான நிலைமை 14 ஆம் நூற்றாண்டின் இடைப்பகுதியில் தோன்றி விரிவடைந்த பாமனி, விசயநகர அரசுகளின் வரலாற்றுடன் முடிவடைகிறது.

3 ஆம் குலோத்துங்கனால் 1205 இல் சதாவர்மன் குலசேகரன் என்ற பாண்டிய அரசன் மிகுந்த அவமானத்திற்குட்பட்டான். குலசேகரனைத் தொடர்ந்து அவனது இளைய சகோதரரான மாறவர்மன் சுந்தரபாண்டியன் ஆட்சிக்கு வந்த சில ஆண்டு காலத்துக்குள் தனக்கும் தன் சகோதரனுக்கும் இழைக்கப்பட்ட தீங்குக்கு பழிவாங்கும் வகையில் சோழ நிலத்தின்மீது படையெடுத்தான். குலோத்துங்கன் முதிர்ந்த வயதினனாய் இருந்தமையாலும் எதிரிகளின் தாக்குதல் வேகமாய் இருந்தமையாலும் சோழரால் எதிர்த்து நிற்க முடியவில்லை. சுந்தரபாண்டியன் உறையூரையும் தஞ்சாவூரையும் தாக்கிய பின், சோழ அரசனை யுவராசனான 3 ஆம் இராசராசனுடன் நாட்டைவிட்டுத் துரத்துவதில் வெற்றி கண்டான். சோழரின் முடிசூட்டு விழா இடம் பெறும்

தென் இந்தியா : கி. பி. 1200—1325

மண்டபத்தில் சுந்தரபாண்டியன் வீராபிடேகம் செய்து கொண்டான். இம்மண்டபம் தஞ்சாவூர் மாவட்டத்திலுள்ள ஆயிரத்தளி என்னுமிடத்தில் அமைந்திருந்தது. இங்கிருந்து சிதம்பரம் வரை படையுடன் சென்ற பாண்டியன் கீர்த்திவாய்ந்த நடராச கோவிலை வழிபட்டான். திரும்பி வரும் வழியில் பொன்னமராவதிக்கு (புதுக்கோட்டை) அருகே பாண்டியன் முகாமிட்டான். இதே வேளையில் குலோத்துங்கனின் வேண்டுகோளுக்கிணங்க 2 ஆம் வல்லாளன் என்ற ஒய்சள அரசன் படையொன்றைத் தன் மகன் நரசிம்மன் தலைமையில் சிறீரங்கத்திற்கு அனுப்பி வைத்தான். போரை நிறுத்திச் சமாதானம் செய்துகொண்டு சோழ முடியரசை குலோத்துங்கனுக்கும், இராசராசனுக்கும் ஒப்படைக்க வேண்டிய நிர்ப்பந்தம் சுந்தரபாண்டியனுக்கு ஏற்பட்டது. அவர்கள் இருவரும் சுந்தரபாண்டியனை பொன்னமராவதி என்னுமிடத்தில் சந்தித்து அவனைப் பேரரசனாக அங்கீகரித்தனர். இந்நிகழ்ச்சியுடன் பாண்டியரின் இரண்டாம் பேரரசு தொடங்கியதெனினும் இதனுடன் சோழருக்கு முடிவு ஏற்பட்டுவிட்டதாக நாம் கூறுவதற்கில்லை.

3 ஆம் குலோத்துங்கன் 1218 இல் இறந்தான். 3 ஆம் இராசராசன் ஒரு திறமையற்ற மன்னன். இவ்னாட்சியில் குழப்பம் மலிந்து சோழ முடியாட்சி சிதைவுறும் நிலைமை விரைந்து வந்து கொண்டிருந்தது. யாரும்றியாதவகையில் ஒட்டர் படையொன்று (ஒரியர்) சோழ நாட்டிற்குள் புகுந்து (1223) சிறீரகங்கத்தில் குழப்பங்களை விளைவித்தது. சுந்தரபாண்டியன் இப்படையினரை முறியடித்து (1225) கலைத்துவிட்டான். ஒய்சள படையினர் வடக்கே காஞ்சியில் நிலை கொண்டிருந்தனர். நெல்லூரை ஆண்ட தெலுங்குச் சோடரையும் அவர்களின் பேரரசனாக விளங்கிய காகதீய அரசனையும் எதிர்க்கும் முகமாக ஒய்சாளப் படைகள் நடமாடியிருக்கலாம். சோழருக்கு எதிராகவும் அவர்களைக் காத்துநின்ற ஒய்சள அரசர்களுக்கு எதிராகவும் காடவத்தலைவன் கோப்பெருஞ்சிங்கன் மிகுந்த சக்தி பெற்றவனாக வளர்ந்து வந்தான். தன்னை எதிர் நோக்கியுள்ள ஆபத்துக்களைப் பற்றி சரிவர உணராத 3 ஆம் இராசராசன் சுந்தரபாண்டியனை எதிர்த்தான். ஆண்டுதோறும் செலுத்த வேண்டிய திரையைச் செலுத்தாது பகைமையை ஆரம்பித்தான். சுந்தரபாண்டியன் பலங்குறைந்த சோழத்தாக்குதலை சமாளித்ததுடன் எதிர்தாக்குதலையும் ஆரம்பித்தான். இராசராசன் பெருந்தொகையான செல்வத்தைப் பறி கொடுத்தான். அத்துடன் அவன் இராணியும் கைது செய்யப்பட்டாள். போரில் வெற்றிகொண்ட சுந்தரபாண்டியன் முடி கொண்ட சோழபுரத்தில் (ஆயிரத்தளி) விசயாபிடேகம் செய்து கொண்டான். இராசரசன் வடக்கே இருந்த தன் நண்பனான 2 ஆம் நரசிம்மன் என்ற ஒய்சள அரசனின் படையுடன் தொடர்புகொள்ள முயன்றான். இம்முயற்சி தடுத்து நிறுத்தப்பட்டதுடன் தெள்ளாறு என்னும் இடத்தில் காடவ கோப்பெருஞ்சிங்கனுடன் நடந்த போரில் இராசராசன் கைப்பற்றப்பட்டுச் சேந்தமங்கலம் என்ற கோட்டையில் அடைக்கப்பட்டான். சோழ அரசனைச் சூழ்ந்துகொண்ட ஆபத்தைக் கண்ட 2 ஆம் நரசிம்மன் அவனுக்குத் துணையாக சென்றான். சேலம் தென்னாற்காடு போன்ற பகுதிகளைக் கொண்ட மகாநாட்டு அரசனைத் தாக்கி வெற்றி கொண்டு 2 ஆம் நரசிம்மன் சிறீரங்கத்தின்மீது படையெடுத்தான். ம்கா அரசன் காடவ அரசனின் நண்பனாவான் 2 ஆம் நரசிம்மன் சிறீரங்கத்திலிருந்து கொண்டு அப்பண்ணன் கோப்பையன் போன்ற

தலைவர்களைக் கொண்ட தன்படையை கோப்பெருஞ்சிங்கனின் நாட்டின்மீது ஏவினான். அந்நாட்டினை நிர்மூலமாக்கி சோழப்பேரரசனை ஆட்சியில் அமர்த்தும்படி இப்படைத் தளபதிகளுக்கு உத்தரவிட்டான். தளபதிகளும் கட்டளைகளை சரியாக நிறைவேற்றினர். பல பிரதான இடங்கள் கோப்பெருஞ் சிங்கனிடமிருந்து மீட்டுக் கொள்ளப்பட்டன. பெரம்பலூரில் நடந்த போருக்குப் பின் தொழுதூருக்கு ஊடாக சிதமபரம் சென்றடைந்தனர். இராசராசனாலும், அவனுக்குத் துணையாக இலங்கையைச் சேர்ந்த இளவரசனான பராக்கிரமபாகுவினாலும் அனுப்பப்பட்ட போர்ப்படைகளின் தலைவர்களை நரசிம்மனின் படையினர் எதிர்த்து தோற்கடித்தனர். சிதம்பரத்திலுள்ள இறைவனை வழிபட்ட பின்னர். கதிலம் நதிக்குத் தெற்கேயும் சேந்தமங்கலத்திற்குக் கிழக்கேயும் உள்ள நாட்டை நிர்மூலமாக்கினர். நரசிம்மன் சேந்தமங்கலத்திலுள்ள கோட்டையைத் தாக்க முயற்சி எடுத்துக் கொண்டிருக்கும்போது, கோப் பெருஞ்சிங்கன் சோழப் பேரரசனை விடுவிப்பதென்றும் அவனது அரசு கட்டிலை அவனுக்கே கொடுப்பதென்றும் கூறும் செய்தி ஒன்றை அனுப்பி வைத்தான். இச்செய்தியை நரசிம்மன் தன் தளபதிகளுக்கு அறிவித்தான். உடனே நரசிம்மனின் படைத்தலைவர்கள் சோழப் பேரரசனை சகல அரச மரியாதைகளுடனும் 1231 இல் அவனது நாட்டிற்கு அழைத்துச் சென்றனர்.

இதே வேளையில் காவேரியாற்றின் கரையில் அமைந்த மகேந்திர மல்லத்தில் சுந்தரபாண்டியனை நரசிம்மனே எதிர்த்து நின்றான். சுந்தர பாண்டியன் இராசராசனை ஆட்சியில் அமர்த்தி தன்னை விடுவித்துக் கொள்ள வேண்டிய நிர்ப்பந்தம் ஏற்பட்டது. காடவருடன் நடைபெற்ற போர் மேலும் சில ஆண்டுகள் தொடர்ந்தது. எனினும் ஒய்சள, பாண்டிய, சோழ அரசுகளிடையே ஏற்படுத்தப்பட்ட அரச குடும்பத் திருமணங்களின் விளைவாக சமாதானம் நிலைபெற்றது. சோமேசுவரன் (1233-4) என்னும் 2 ஆம் நரசிம்மனின் மகன் அவனையடுத்து ஆட்சிக்கு வந்தான். சுந்தரபாண்டியனையும் 3 ஆம் இராசராசனையும் தொடர்ந்து ஆட்சிக்கு வந்த அரசர்கள் சோமேசுவரனை மாமன் (மாமடி) என்று உறவு கொண்டாடியுள்ளனர்.

1256 வரை இராசராசன் தொடர்ந்து ஆட்சி புரிந்தான். அவனுக்குப் போரில் ஏற்பட்ட தோல்விகளின் பின்பும் பாண்டி நாடு தவிர்த்த எஞ்சியுள்ள நிலப்பகுதிகள். அவன் ஆட்சி புரியத் தொடங்கிய போதிருந்த அதே நிலப்பரப்பினவாக அமைந்திருந்தன. இராசத் துரோகம், குழப்பம், தற்காப்பிற்காக, சிற்றரசர்கள் ஒருவரோருவர்ஒப்பந்தங்கள் செய்தன போன்றவையும், அரச ஆணைகளை ஏற்க மறுக்கும் இயல்பும் சோழ நாட்டில் அதிகரித்த வண்ணம் இருந்தன. சோழ முடியட்ரசு முழுவதிலும் ஒய்சள ஆதிக்கம் பரவியிருந்ததுடன். 1220-45 வரையான கால எல்லையுள் பாண்டிய நாட்டிலுமே ஒய்சள ஆதிக்கம் அதிகரித்தது. தென்னகத்தில் ஒய்சள மேலாதிக்கம் நிலைபெற்ற காலமாக இதைக் கொள்ளலாம். ஒய்சள நாட்டின் உள் விவகாரங்களைத் தன் அமைச்சர்களிடம் ஒப்படைத்த சோமேசுவரன் தமிழ் நாட்டின் மீது ஒய்சள அரசர்களுக்கு இருந்த அதிகாரத்தை அதிகரிக்கச் செய்வதில் தன் முழு கவனத்தையும் செலுத்தினான். இதன் விளைவாக தென்னகத்தில் ஒய்சள ஆதிக்கம் பரவியது.

1246 ல் 3 ஆம் இராசேந்திரன் யுவராசனாக நியமிக்கப்பட்டான். இவன் 3 ஆம் இராசராசனைவிட மிகுந்த திறமைசாலி. 3 ஆம் இராசேந்திரன் சோழ ஆதிக்கத்தை நிலைபெரச் செய்ய தன்னால் இயன்ற அனைத்தையும் செய்தான். சோமேசுவரனின் தலியீடு இல்லாதிருந்திருந்தால் இத்துறையில் மேலும் பல வெற்றிகள் பெற இவனுக்குச் சந்தர்ப்பம் கிடைத்திருக்கும். பாண்டியர் மீது போர் தொடுத்த இராசேந்திரன் பாண்டிய இளவரசர்கள் இருவரைத் தோற்கடித்தான். அவர்களுள் ஒருவரான 2 ஆம் மாறவர்ம சுந்தரபாண்டியன் (1238) என்பவனாவான். சோழ ஆதிக்கம் முற்றாக நிலைபெறுவதைத் தடுக்கும் வண்ணம் சோமேசுவரன் பாண்டியருடன் சேர்ந்து கொண்டான். போரில் இராசேந்திரனைத் தோற்கடித்து அதன் பின் அவனுடன் நட்பு பூண்டான். வடக்கில் நெல்லூரை ஆண்ட சோடதிக்கன் அல்லது கந்த கோபாலன் என்பவனுடன் இராசேந்திரன் நட்பு பூண்டான். கந்தகோபாலன் 1240 ஆம் ஆண்டில் சோமேசுவரனால் தாக்கப்பட்டான். திக்கன் தான் நடாத்திய போர்களின் விளைவாக சம்புவராயர்கள், காடவராயர்கள் போண்றோரின் ஆதிக்கத்தை அடக்கி இராசேந்திரனின் ஆதிக்கத்தை நிலை பெறச் செய்தான். திக்கன் சோமேசுவரனையும் எதிர்த்துப் போராடினான். தான் ஆற்றிய தொண்டிற்குச் சன்மானமாக காஞ்சியைக் கைப்பற்றி தானே வைத்துக் கொண்டான். வாரங்கலை ஆண்ட காகதீய கணபதியின் மீது இவனுக்குப் பற்று இருந்தது. கணபதியும் ஒய்சள அரசர்களின் எதிரியாகவே விளங்கினான்.

இராசேந்திரனுக்கும் சோமேசுவரனுக்குமிடையே ஏற்பட்ட நட்பு 1251 இல் கீர்த்தி வாய்ந்த யாதவர்ம சுந்தரபாண்டியன் அரசிற்கு வந்ததின் பின் மேலும் அதிகரித்தது. தென்னக வரலாறுகண்ட பெரும் போர் வீரர்களில் யாதவர்ம சுந்தரபாண்டியனும் ஒருவனாவான். இவனது ஆட்சிக்காலத்தில் பாண்டிய ஆதிக்கம் மிகவும் உயர்ந்த இடத்தைப் பெற்றது. சுந்தரபாண்டியின் ஆட்சியின் ஆரம்பத்தில் பல போர்கள் இடம் பெற்றன. இதன் விளைவாக இவனுடைய ஆதிக்கம் நெல்லூருக்கும் அதற்கு அப்பாலும் இலங்கையில் பாவிற்று. ஒய்சள அரசர்களின் ஆட்சி மைசூர் மேட்டு நிலத்திலேயே நிலைபெற்றது. காஞ்சிபுரம் பாண்டியரின் இரண்டாம் தலைநகராக்கப்பட்டது. இலங்கையும் கேரளமுமே பாண்டிய பாலனத்தின்கீழ் சில காலம் இருந்தன. போரில் சுந்தர பாண்டியன் அரச குடும்பத்தைச் சேர்ந்த ஏனைய இளவரசர்களின் உதவியையும் பெற்றான். அவ்வாறு உதவியோர்களில் சதாவர்மன் வீர பாண்டியன் என்பவன் (1253) முக்கியமானவனாவான்.

சுந்தரபாண்டியன் ஒரு சிறு படையை கொண்டு சென்று, சேர நாட்டை ஆண்ட வீராவி உதயமார்த்தாண்டவர்மன் என்பவனைத் தாக்கினான். மலை நாட்டைத் தகர்த்ததுடன் மார்த்தாண்டவர்மனையும் அவன் படைகளையும் அழித்தான். பேராற்றல் மிக்க இராசேந்திர சோழனையும் கூட் அதன் மேலாதிக்கத்தை ஏற்கும்படியும் தனக்குத் திறை செலுத்தும்படியும் செய்தான். இலங்கை மீது படையெடுத்துக் கப்பமாக பெருந்தொகை முத்துக்களையும் யானைகளையும் பெற்றான். இதன்பின் காவேரிக்கு அருகேயுள்ள ஒய்சளப் பிரதேசத்தின்மீது படையெடுத்து கண்ணூர் - கொப்பம் என்ற கோட்டையைக் கைப்பற்றினான். பல ஒய்சளத் தளபதிகள் கொலையுண்டனர். துணிச்சல்

மிக்க சிங்கணன் என்ற ஒய்சளத் தளபதியும் கொல்லப்பட்டான். எண்ணற்ற யானைகளும், குதிரைகளும் பெருந்தொகை செல்வங்களும் கைப்பற்றப்பட்டன. பல பெண்களும் பிடிக்கப்பட்டனர். பீடபூமிக்குள் சோமேசுவரன் சென்றதன் பின்னர்தான் சுந்தரபாண்டியன் தாக்குதலை நிறுத்தினான். எனினும் சோமேசுவரன் போரை மீண்டும் தொடங்கி 1262 ல் சுந்தரபாண்டியன் கையால் போர்க்களத்தில் கொலையுண்டு இறந்தான். பின்னர் சுந்தரன் சேந்தமங்கலம் என்ற செல்வம் அழிந்த மாநகர் கோட்டையைத் தாக்கி அதனைக் கைப்பற்றினான். இதைத் தொடர்ந்து சுந்தரபாண்டியன் பல போர்களில் ஈடுபட்டான். இதைக் கண்ட காடவனின் (கோப்பெருஞ்சிங்கன்) இதயத்தில் பயமும் பீதியும் ஏற்பட்டன. இவ்வாறு காடவனின் நாடு படை செல்வம் ஆகியன தன் அதிகாரத்தில் வந்தபின் சுந்தரபாண்டியன் கோப்பெருஞ்சிங்கனின் ஆட்சிப் பொறுப்பை அவனிடமே திருப்பிக் கொடுத்தான். பின்னர் சிறீரங்கம் நோக்கிப் புறப்படும் முன் சிதம்பரம் சென்று நடராச பெருமானை வழிபட்டான். இங்கே வெற்றிவாகை சூடி பல துலாபர தானங்களை செய்து பார்த்து நின்றோர் கண்களும் நெஞ்சமும் பரவசமடைய அறிவு முதிர்ந்த காவலர்கள் நல்லாசி கூற அரட்சன் விழாக்கள் பல எடுத்தான். சிதம்பர திருக்கோயிலின் கூரையை பொன்னால் வேய்வித்து அங்கு அ,மைக்கப்பட்ட மிகச்சிறந்த சிங்காசனம் ஒன்றில் பொன்முடி புனைந்து தன் ராணியுடன் மேற்கொள்ள மலமிசையெழும் உதயசூரியனை ஒப்ப வீற்றிருந்தான்

ஒய்சளரையும் கோப்பெருஞ்சிங்கனையும் எதிர்த்து நின்ற போர்களின் விளைவாக மகத நாடு (வானாடு) கொங்குநாடு போன்றன சுந்தர பாண்டியனால் கைப்பற்றப் பட்டன. மேலும் வடக்கு நோக்கி அவன் மேற்கொண்ட படையெடுப்பில் கந்த கோபாலன் என்பவனை போரில் கொன்று காஞ்சியையிஉம் கைப்பற்றினான். காகதீய கணபதி என்பவனுடனும் ஏனைய சிற்றரசர்களுடனும் சுந்தரபாண்டியன் மோதிக் கொண்டான். நெல்லூர் மாவட்டத்திலுள்ள முதுகூர் என்னுமிடத்தில் ஒரு தெலுங்குப்படையை சுந்தரபாண்டியன் தோற்கடித்து வானாட்டு சிற்றரசனையும் நாட்டை விட்டு வெளியேற்றினான். இப்போரின் முடிவில் வீராப்பிடேகம் ஒன்றை, நெல்லூரில் சுந்தர பாண்டியன் நடாத்திவைத்தான்.

1262 ற்கும் 1264 ற்கும் இடையில் இலங்கையை ஆண்ட ஒரு அமைச்சனின் அழைப்பிற்கிணங்க சதாவர்ம வீர பாண்டியன் என்பவன் இலங்கையின் மீது படையெடுத்து இளவரசன் ஒருவனை போரில் தோற்கடித்துக் கொன்றான். வேறுமோர் சிற்றரசன் பாண்டியனின் மேலாதிக்கத்தை ஏற்றான். மலாயா குடா நாட்டை ஆண்ட சந்திரபானு என்ற அரசனின் மகன் ஒருவன் வட இலங்கையை ஆண்டு கொண்டிருந்தான் அவனும் பாண்டிய அரசனை பேரரசனாக ஏற்றுக் கொண்டான். இலங்கைத் தீவின் மீது பாண்டிய அரசன் நடத்திய இரு தாக்குதல்களும் இரண்டாம் பராக்கிரம பாகுவின் ஆட்சிக் காலத்திலேயே இடம் பெற்றன. வட இலங்கையை தன் ஆதிக்கத்தின் கீழ் கொண்டுவரமுடியாத நிலையில் இரண்டாம் பராக்கிரம பாகு இருந்தான். உள்ளூரில் தனித்து செயற்பட்ட போரார்வம் கொண்டோரும் படையெடுத்து வந்த அந்நியர்களும் வட இலங்கையின் தலைவிதியை நிர்ணயித்தனர்.

சுந்தர பாண்டியன் கைப்பற்றிய பெருந்தொகைச் செல்வத்தை ஆலயத் திருப்பணிகளுக்கு பயன்படுத்தினான். சில விட்டுணு விக்கிரகங்களைக் கொண்டுள்ள சிதம்பரம் சிறீரங்கம் ஆகிய பெரிய தளங்களை அழகுபடுத்தி அதிக பொருளும் வழங்கினான்.

ஒய்சள அரசனான சோமேசுவரன் தன்னுடைய அந்நிய காலத்தில் வடக்கிலிருந்தும் தெற்கிலிருந்தும் பல எதிரிகளின் தாக்குதலுக்கு உள்ளானான். நிலைமையை சமாளிக்க முடியாத ஒய்சள மன்னன் தன் அரசை இரு கூறுகளாக்கி வட பகுதியை 3 ஆம் நரசிம்மன் என்ற தன் மூத்த மகனுக்கும். தெற்கிலிருந்த தமிழ்ப்பகுதிகளை தன் இளையமகனான இராமநாதனுக்கும் கொடுத்தான். தந்தையின் மறைவின் பின் இராமநாதன் சுந்தரபாண்டியனை எதிர்த்து நின்று கண்ணனூரை மீட்டுக் கொண்டான். சுந்தரபாண்டியன் 1268ல் இறக்கவே 1 ஆம் குலசேகர மாறவர்மன் என்ற பேரரசன் ஆட்சிப் பொறுப்பை ஏற்றான். இக்காலத்தில் பாண்டிய முடியாட்சி பல்வேறு பிரிவுகளாகி அரச் அவம்சத்தைச் சேர்ந்த பல சிற்றரசர்களால் ஆலப்பட்டு வந்தது. எனுஇனும் அவர்கள்னைவரும் ஒருவனை மேலாதிக்கம் கொண்டவனாக அங்கீகரித்தனர். இது போன்ற ஒழுங்குமுறை பாண்டிய நாட்டில் நெடுங்காலமாக இருந்திருக்க வேண்டும். 5 பாண்டிய இளவரசர்களை 1 ஆம் குலோத்துங்கன் அடிமைப்படுத்தினான் என்று கூறப்படுகிறது. ஒய்சள மன்னனான இராமநாதனை எதிர்த்து குலசேகரன் போர் நடத்தினான். 3 ஆம் இராசேந்திரன் என்ற சோழனும் ஒய்சள ராமநாதனும் இணைந்து செயல்பட்டனர். 1279 ல் குலசேகரன் இவ்விருவரையும் போரில் தோற்கடித்தான். மூன்றாம் இராசேந்திரன் பெயரிலும் சோழரின் சார்பிலும் இடம் பெற்ற கடைசி போராக இது அமைகிறது. குலசேகரன் சோழ நாட்டிற்கும், ஒய்சள பேரரசின் கீழிருந்த இராமநாதனின் ஆட்சிக்குட்பட்ட தமிழ் மாவட்டங்களுக்கும் அதிபதியாக அமர்ந்தான் அவன் கேரலத்திலுள்ள, திருவாங்கூரில் போரிட்டு, அங்கு ஒரு உள்ளீர் கலகத்தையும் அடக்கியிருத்தல் வேண்டும். சிலகாலம் செல்ல இலங்கையில் பஞ்சம் நிலவியது. இந்த நிலைமையை தங்களுக்கு சாதகமாக பயன்படுத்திக் கொண்டு தன் அமைச்சர்களில் ஒருவரான ஆரியச் சக்கரவர்த்தியை இலங்கைமீது படையெடுக்கும்படி தூண்டினான். ஆரியச் சக்கரவர்த்தி தீவின் பலன் பகுதிகளையும் நிர்மூலமாக்கினான் சுபகிரி (யப்பகூவா) என்ற கோட்டையைக் கைப்பற்றினான். கிடைத்த திரளான செல்வம் அனைத்தையும் வணக்கத்திற்குரிய தந்த சின்னங்களையும் பாண்டிய நாட்டிற்கு அவன் கொண்டு சென்றான். இச்சம்பவம் 1 ஆம் புவனேகபாகுவின் ஆட்சிக்காலத்தின் முடிவில் இடம் பெற்றது. இதைத் தொடர்ந்து ஏறத்தாழ் இருபது ஆண்டுகளுக்கு பாண்டியப் பேரரசின் உறுப்பாகவே இலங்கை இருந்து வந்தது. இலங்கையின் அடுத்த அரசனான 3 ஆம் பராக்கிரமபாகு (1303) குலசேகரனுடன் சமாதான வழிகளைக் கடைப்பிடித்து தானே பாண்டிய அரசவைக்குத் தூது சென்று தந்த சின்னங்களைத் திருப்பித் தரும்படி வேண்டிப் பெற்றான். குலசேகரன் மறைவின் பின் 1308 - 9, நாட்டில் இடம் பெற்ற உள்நாட்டுப் போரின் விளைவாகவும், முசுலிம் படையெடுப்புகளின் விளைவாகவும் இலங்க்சை தான் இழந்த சுதந்திரத்தை மீண்டும் பெற சந்தர்ப்பம் கிட்டியது. குலசேகரன் இறுதிக்காலத்தில் அவன் பிள்ளைகள் மத்தியில் ஏற்பட்ட பிணக்குகளால்

தொல்லைகள் மலிந்தன. அவன் தனது அன்பிற்குப் பாத்திரமான ஒருத்திக்கு பிறந்த மகனான வீரபாண்டியனுக்கு அரச உரிமையைக் கொடுக்க விரும்பினான். இதன் விளைவாக அவன் மூத்த மகனான சுந்தரபாண்டியன் தன் தந்தையின் மறைவின் பின் ஒரு போரைத் தொடக்கினான். சுந்தர பாண்டியனை போருக்கு பொறுப்பாகவிருந்தான் என சில வரலாற்று ஆசிரியர்கள் கூறுகின்றனர். போரில் போக்கு வீரபாண்டியனுக்கு சாதகமாகவே அமைந்தது. படையெடுத்து வந்த முசுலிம் தளபதியான மாலிக் கபூரின் (1310) உதவியை சுந்தரபாண்டியன் நாடவேண்டியவனானான்.

இராமநாதன் என்ற ஒய்சள அரசன் தமிழ் பிரதேசங்களை இழந்தபின் தன் சகோதரனான 3 ஆம் நரசிம்மனை எதிர்த்து உள்நாட்டு கலகம் ஒன்றைத் தொடக்கினான். இதேவேளயில் தேவகிரியைச் சேர்ந்த யாதவரும் காகதீயரும், 3 ஆம் நரசிம்மனை எதிர்த்த வண்ணம் இருந்தனர். பங்களூர் கோலா தும்கூர் ஆகிய மாவட்டங்களை இராமநாதன் கைப்பற்றி குந்தாலை தலைநகராகக் கொண்டு ஒரு ஆட்சியை ஆரம்பித்தான். 3 ஆம் நரசிம்மன் (1292) ல் இறக்கவே 3 ஆம் வல்லாளனின் ஆட்சி உரிமையை இராமநாதன் எதிர்க்காதிருந்த போதிலும் அவன் 3 ஆண்டுகள் கழித்து இறக்கும் வரையிலும் பகைமை உணர்வு கொண்டவனாகவே வாழ்ந்தான். இராமநாதனின் பின் ஆட்சிப் பொறுப்பை ஏற்ற அவன மகனான விஸ்வநாதன் கூட, சில ஆண்டுகாலம் அரசியலிலிருந்து மறைந்து போகும் வரைக்கும் பகைமை உணர்வுடனேயே வாழ்ந்தான். 1300 இதற்கு முன்னர் மறுபடியும் ஐக்கியமுற்ற ஒய்சள நாட்டின் தலைமையை வல்லாளன் ஏற்றான். குலசேகரன் மரைவின் பின் பாண்டியநாட்டில் இடம்பெற்ற உள்ளூர் கலகத்தை வல்லாளன் தனக்கு சாதகமாக பயன்படுத்திக் கொண்டு பாண்டிய நாட்டில் போரிட்ட இருசாரருள் ஒரு பகுதியினரை ஆதரித்து நின்றான். இதன் விளைவாக இராமநாதன் காலத்தில் இழந்த நிலத்தை திரும்பவும் பெறலாம் என நம்பினான் எனினும் மறுமுனையில் திடீரென்று மாலிக் கபூர் தென்பட்டதன் விளைவாக அவனது திட்டங்கள் அனைத்தும் தகர்க்கப்பட்டன.

13 ஆம் நூற்றாண்டில் கேரளத்திலுள்ள வேணாட்டில் யாதவகுல அரசர்கள் ஆண்டார்கள் என்று நன்கொடை அறிக்கைகள் சிலவற்றில் சிறப்பாக கூறப்பட்டுள்ளது. 8 ஆம் நூற்றாண்டை சேர்ந்த ஆய் அரசனுடன் யாத்வகுல அரசர்கள் தம்மைத் தொடர்புபடுத்திக் கொண்டனர். மேலும் சங்ககால இலக்கியத்தில் காணப்படும் ஆய் ஆண்டிரன் என்ற அரசனுடன் 8 ஆம் நூற்றாண்டைச் சேர்ந்த ஆய் அரசன் தொடர்புபடுத்தப்பட்டுள்ளான். இந்நூற்றாண்டின் இறுதிப் பகுதியில் சோழப்பேரரசன் எனக் குறிப்பிட்ட ரவிவர்மன் குலசேகரன் என்பவன் பெரு நிலப்பரப்பின் மீது படையெடுத்து குறுகிய காலத்திற்குள் நிலைபெற்ற பெருமையை தேடிக்கொண்டான் பாண்டிய நாட்டின் மீதுபடையெடுத்து மேலும் தன் ஆணையை காஞ்சிபுரம், பூனமல்லி போன்ற இடங்கள் வரை பரப்பினான். இவன் திறமைமிக்க அரசனாக இருந்ததுடன் கலைகளின் காவலனாகும் விலங்கினான். அவனது தலைப்பட்டினமாகக் கொல்லம் (குயிலோன்) விளங்கியது. அடுத்த அத்தியாயத்திலும் இவனுடைய சாதனைகள் பற்றி நாம் குறிப்பிடுவோம்.

இவனுடைய காலத்துடன் தொடர்பு கொண்ட மற்றுமோர் அரசன் வீரராகவச் சக்கரவர்த்தி என்பவனாவான். இவனே மணிக்கிராமம் போன்ற சில கௌரவப் பட்டங்களை இரவிக்கொற்றன் என்பவனுக்கு வழங்கியவன். இப்பட்டங்கள் கோட்டையத்திற் கண்டெடுக்கப்பட்ட செப்பேடுகள் மூலம் வழங்கப்பட்டன. கேரள நாட்டின் பாலனப்பகுதிகளாக விளங்கிய வேணாடு, ஒடனாடு, எருநாடு வள்ளுவநாடு போன்றவற்றின் அதிகாரிகள் இப்பட்டங்களைன் இவனுக்கு வழங்கியபோது சான்று பகர்ந்தனர்.

இக்காலத்தின் பின் கேரளநாட்டின் வரலாறு தெளிவாகவில்லை இந்திய அரசுகளுக்கும் போர்த்துகேயருக்கும் இடையில் கேரளத்தில் இருந்த போட்டிகள் இக்காலத்தில் இடம் பெறுகின்றன. அத்துடன் ஐரோப்பிய வல்லரசுகளுக்கிடையில் ஏற்பட்ட மோதல்களும் இடம் பெறுகின்றன. எனினும் இடைக்கால நிலைமையை நவீனகால நிலைமையுடன் தொடர்புபடுத்தும் இந்நிகழ்ச்சிகளைப் பற்றிக் கருத்திற் கொள்வது இந்நூலின் நோக்கமன்று, கள்ளிக்கோட்டைக்கும் கொச்சிக்கும் இடையில் இடம் பெற்ற மோதல்களாலும் ஐரோப்பிய வர்த்தகதாபனங்களின் செயல்முறைகளால் ஏற்பட்ட பலாபலன்களாலும் கேரள வரலாறு ஒரு புறத்தே ஒதுக்கப்படுவதை அடுத்த அத்தியாயத்தில் நாம் காணலாம்.

அடுத்து வடக்கில் அமைந்த அரசுகள் பற்றி நாம் நோக்குவோம். யாதவ சைதுகி என்பவனைத் தொடர்ந்து அவன் மகன் சிங்கண்ணன் (1210 - 47) என்பவன் ஆட்சிக்கு வருகிறான். சிங்கண்ணன் ஆட்சியின் கீழ் யாதவப் பேரரசு மிகவும் விசாலமான நிலையை அடைகிறது. சிங்கண்ணன் 1231-2 இலும் 1237-8 இலும் இருதடவைகள் குஜராத்தின்மீது படையெடுத்தான். தெற்கில் 2 ஆம் வல்லாளனென்ற ஒய்சள மன்னனை எதிர்த்து முதலில் போரிட்டு அவனுடைய நிலத்தில் பெரும்பகுதியை தனதாக்கிக் கொண்டான். இப்பிரதேசம் கிருட்டிணைக்கும் மலப்பிரபாவுக்கும் தெற்கே அமைந்துள்ளது. 2 ஆம் நரசிம்மனுடைய ஆட்சிக்காலத்திலும் ஒய்சளருக்கு எதிராக நடாத்திய இயக்கம் சிங்கணனால் தொடர்ந்து நடத்தப்பட்டது. பெல்லாரி மாவட்டத்திலுள்ள சாகர் என்ற தாலுகாவை 2 ஆம் நரசிம்மன் கைவிட வேண்டியதாயிற்று. நரசிம்மனை அடுத்து ஆட்சிக்கு வந்த சோமேசுவரன் இழந்த பகுதிகளை திரும்பப் பெற்று 1236 இல் பண்டர்ப்பூர் என்னும் இடத்திற்கருகே முகாம் அமைத்துக் கொண்டான் அத்துடன் அங்கு அமைந்திருந்த விட்டல் தேவாலயத்திற்கு வேண்டிய வருமானத்தைப் பெற்றுக் கொள்ளும் வகையில் ஒரு கிராமத்தையே வழங்கினான். சிங்கணனின் தளபதியான விசணன், சோமேசுவரனை அப்பகுதியினின்றும் துரத்தியதோடு நில்லாமல் ஒய்சள நாட்டிற்குள்ளும் காவேரிக்கரைவரை (1239) படையுடன் சென்றான். யாதவருக்கெதிராக சோமேசுவரனின் ஆட்சி முடிவடையும்போது அவனுக்கு முன்னர் ஆட்சி புரிந்தவர்கள் பறிகொடுத்த நிலப்பரப்பைவிட அதிகமான நிலப்பரப்பை அவன் இழந்தான். மறு முனையில் சிங்கணனுடைய பேரரசு விசணனால் விரிவு படுத்தப்பட்டது. மத்திய, மேற்கு, தென்மேற்குப் பிரதேசங்களில் மேலும் மேலைச் சாளுக்கியப் பேரரசு விரிவடைந்தது. மாளவத்தை ஆண்ட அரசனையும் காகதீய கணபதியையும் எதிர்த்து முடிவுறாத போர்களில் சிங்கணன் ஈடுபட்டான்.

சிங்கணனுடைய பிரதான சோதிடனாகச் சங்கதேவன் விளங்கினான். சங்கதேவன் பாஸ்கராச்சாரியார் என்ற புகழ்பெற்ற வானசாத்திரியின் பேரனும் I ஆம் சைதுகி அரசனின் பிரதான குருவாகிய இலக்குமீதரனின் மகனுமாவான் இவன் பாட்னா நகரில் தன் பாட்டனின் நூலான சித்தாந்த சிரோன்மணியையும் பிற நூல்களையும் ஆராய்வதற்கென ஒரு கலைக் கழகத்தை நிறுவினான்.

சிங்கணனுடைய பேரனான கிருட்டிணன் என்பவன் (1247-60) யாதவ முடிக்கு உரியவனானான். சிங்கணன் மகனான 2 ஆம் சைதுகி, சிங்கணனின் ஆயுட் காலத்திலேயே இறந்தமையால் கிருட்டிணன் ஆட்சி பீடமேறினான். கிருட்டிணன் தென்மேற்கு ஆந்திரதேசத்தின் சில பகுதிகளை காகதீய கணபதிக்குப் பறிகொடுத்த போதிலும், யாதவப் பேரரசை, அவன் பொறுப்பேற்றபோது கிடைத்த நிலத்தை, அப்படியே அடுத்த சந்ததிக்குக் குறைவில்லாது விட்டுச் சென்றான். என்று பொதுவாகக் கூறலாம். இலக்கிய இலக்கணங்களுக்காக கிருட்டிணனுடைய காலம் பிரசித்தி பெற்றது. கிருட்டிணனுடைய அமைச்சனும் தளபதியுமான சல்கணன் என்பவன் சமக்கிருத கவிதைத் தொகுப்பொன்றை ஆக்கித்தந்தான். அத்துடன் அமலானந்தன் என்பவனால் இதே காலத்தைச் சேர்ந்த வேதாந்த கல்பதரு என்னும் நூலும் ஆக்கப்பட்டது. கிருட்டிணன் மதபத்தி மிக்கவன். யாகவேள்விகள் பலவற்றை நடாத்திவைத்தான்.

கிருட்டிணனைத் தொடர்ந்து அவனது சகோதரனான மகாதேவன் (1260-71) என்பவன் ஆட்சிக்கு வந்தான். மகாதேவன் காகதீய உருத்திராம்பாள் என்ற அரசியை போரில் எதிர்த்து வெற்றிகண்டான். அவளது யானைகளையும், கொடிகள் போன்ற சின்னங்கள் பலவற்றைக் கைப்பற்றினான். பெண் என்ற காரணத்தால் அவளைக் கொல்லாது விடுவித்தான். மகாதேவன் வட கொங்கணத்தின் மீதும் படையெடுத்தான். கொங்கணத்தை ஆண்ட சிலார் அரசனான சோமேசுவரனை கடற்போரில் தோற்கடித்து யாதவப்பேரரசுடன் அவனது நிலங்களையும் இணைத்துக் கொண்டான். புகழ்பெற்ற ஏமாத்ரி (சிறீகாணாதிபன்) என்பவன் மகாதேவன் காலத்திலும் அவனையடுத்து ஆட்சிபுரிந்தோர் காலத்திலும் அமைச்சனாக விளங்கினான். எண்ணிறந்த நூல்களை ஆக்கிய ஏமாத்ரி கலைக்குப் பேராதரவு தந்து பிறரையும் எழுதத் தூண்டினான். ஏமாத்ரி பல கோவில்களை நிருமணித்ததன் விளைவாக ஒரு சிற்பக்கலையே அவன் பெயரில் நிலைபெற்றுவிட்டது.

மகாதேவனுடைய மகனான ஆமணன் என்பவன் அரசைத் தனதாக்கிக் கொள்ள முயன்ற பொழுது கிருட்டிணனின் மகனான இராமச்சந்திரன் அவனை எதிர்த்துப் போராடி வெற்றிபெற்று 1271 ல் அரசனானான். உருத்திரம்பாளைத் தொடர்ந்து ஆட்சிக்குவந்த 2 ஆம் காகதீய பிரதாபருத்திரன் என்பவனையும் மாளவமன்னனையும் எதிர்த்து மேற்கொண்ட சில போர்களில் இராமச்சந்திரன் முடிவான பலன் பெறத் தவறினான். 1276-7 ம் ஆண்டுகளில் இராமச்சந்திரன் நிலத்தின்மீது படையெடுத்தான். அப்போது ஒய்சளநாட்டை 3 ஆம் நரசிம்மன் ஆண்டான். ஒய்சளரின் தலைநகரமான தோரசமுத்திரம் முற்றுகையிடப்பட்டது. இராமச்சந்திரன் போரின் பின் பெருஞ்செல்வத்தை சூறையாடிச் சென்றான். எனினும் நரசிம்மன் நிலத்தின் உரிமையாளராகத் தொடர்ந்து இருந்தான்.

நரசிம்மனின் சகோதரனான இராமநாதனும் தாக்கப்பட்டான். இத்தாக்குதலில் எப்பயனும் கிட்டவில்லை. 3 ஆம் வல்லாளன் காலத்திலும் ஒய்சள அரசர்களுக்கு எதிரான பகைமை தொடரப்பட்டது. 3 ஆம் வல்லாளன் காலத்தில் ஒய்சள முடியாட்சியை வடக்கு நோக்கி விரிவடையச் செய்யும் முயற்சி நடைபெற்றது. எனினும் இந்நூற்றாண்டின் இறுதிப் பத்து ஆண்டு காலத்தில் தக்கணத்தில் முசுலிம் ஆதிக்கம் விரிவடைந்ததின் காரணமாக இராமச்சந்திரனின் நடவடிக்கைகள் மட்டுப்படுத்தப்பட்டன. புகழ்பெற்ற மகாராட்டிர திருத்தொண்டரான ஞானேசுவரர், இராமச்சந்திரனின் ஆட்சிக் காலத்தில் வாழ்ந்தார். 1291ல் கோதாவரி ஆற்றங்கரையில் அமர்ந்திருந்து கீதையின் விளக்கவுரையை மராட்டி மொழியில் எழுதி முடித்தார்.

காகதீயரை மீண்டும் கவனிப்போம். அவர்களில் பெருமைக்குரிய மன்னன் கணபதி என்பவனேயாவான். சைதுகி என்ற அரசன் கணபதியைச் சிறையினின்றும் விடுவித்து சிம்மாசனத்தில் இருத்தினான். கணபதி 1199 முதல் 1262 வரை அமைந்த 60 ஆண்டுகளுக்கு மேற்பட்ட நீண்ட ஆட்சியை நடத்தி சிறந்த பாலனத்தலைவன் என்ற புகழையும் தேடிக் கொண்டான். ஆந்திர நாட்டில் 1186 க்குப் பின்னர் வேலநாந்திச் சோடர்களின் ஆதிக்கம் மறைந்தது. அங்கு நிலவிய அமைதியின்மையைக் கண்டு வளமிக்க ஆந்திர நிலத்தைத் தனதாக்கிக் கொள்ள, அதன் இரும்பு வைரம் போன்ற சுரங்கங்களை சூறையாடவும் துறைமுகங்களை பயன்படுத்தவும் கணபதி விரும்பினான் இதனால் 1209ற்கும் 1214 ற்கும் இடையில் மேற்கொள்ளப்பட்ட படையெடுப்புகளை முடிவிற்குக் கொண்டு வந்து நெல்லூரை ஆண்ட தெலுங்குச் சோடர்களை தன் மேலாதிக்கத்தை ஏற்கும்படி செய்தான். நெல்லூரை ஆண்ட தெலுங்குச் சோடர்கள் காஞ்சியைக் கைப்பற்றிய பின் 3 ஆம் குலோத்துங்கனுடன் நடத்திய போர்கள் கணபதியையும் குலோத்துங்கனுடன் நடத்திய போர்கள் கணபதியையும் குலோத்துங்கனுடன் பகைக்க வைத்தன. 4 ஆம் அனங்க வீமன் (1211-38) என்ற கலிங்க மன்னனையும் கணபதி எதிர்த்தான். கலிங்க மன்னன் வடக்கில் முசுலிம் எதிரிகளால் நிர்ப்பந்திடிக்கப்பட்டான். அத்துடன் தும்மாணா என்னும் பகுதியைச் சேர்ந்த செடிநாட்டு அரசர்களும் கலிங்க மன்னனுக்குத் தொல்லை தந்தனர். மேலும் கணபதி யாதவ சிங்கணன் என்ற அரசனுடன் 1231 இல் முடிவெதையும் தராத ஒரு போராட்டத்திலும் ஈடுபட்டான். கடப்பா கர்நூல் ஆகிய பகுதிகளில் ஆட்சி புரிந்த காயத்தாசுக்களை கணபதி முடிவாக (1239) தோற்கடித்தான். காயத்தாசுக்களின் பிரதிநிதிகளான கங்கைய சாகினி என்பவனும் அவனது உறவு வழிவந்த புத்திரர்களான திரிபுராந்தகனும் அமபதேவனும் போரில் தோற்கடிக்கப்பட்டனர். இதனையடுத்து கணபதி தன் மகளான உருத்திராம்பாளை முடிக்குரியவனென பிரகடனப்படுத்தினான். அவனை ஆண்களுக்குரிய பெயராகிய உருத்திரதேவ மகாராசா என்று அழைத்தான். அத்துடன் பாலனத்திலும் அவன் ஈடுபடுத்தப்பட்டான். மோதுபள்ளி என்னுமிடத்தில் வாணிபம் செய்துவந்த அன்னிய வியாபாரிகளின் நலம் காக்கும் பிரகடனம் ஒன்றும் பிரசுரிக்கப்பட்டது. சதாவர்ம சுந்தரபாண்டியன் மேற்கொண்ட ஆக்கிரமிப்புப் போர்களையும் அவை எவ்வாறு பாண்டியனை தெலுங்குச் சோடருடன் அவர்களின் தலைவனான கணபதியுடனும்

மோதவைத்தன என்பதை நாம் முன்னர் கண்டோம். சுந்தரபாண்டியன் போரினின்றும் பின் வாங்கியதும் உள்ளூர் எதிரிகளைச் சமாளித்து நெல்லூர் அரச உரிமைக்கு உரியவனாக மனுசித்தி என்பவன் அமர்த்தப்பட்டான். மனுசித்தி என்பவன் சோடதிக்கன் என்பவனின் மகனாவான். கவிஞர் திக்கண்ணன் என்பவரே மனுமசித்தியை ஆட்சியில் அமர்த்தும்படி கணபதியை வேண்டி நின்றவர். கணபதியினுடைய மேலாதிக்கத்தைக் கீழ்ப்படியாக்குணம் மிக்க காடவதலைவனான கோப்பெருஞ்சிங்கனே அங்கீகரிக்க வேண்டியதாயிற்று.

கணபதியின் மகளான உருத்திராம்பாள் என்பவளே அடுத்து ஆட்சிக்கு வந்தாள். கோப்பெருஞ்சிங்கனும் கிளர்ச்சி நடத்திய ஏனைய சிற்றரசர்கள் சிலரும் உருத்திராம்பாளின் ஆட்சியின் ஆரம்பத்தில் தொல்லைகள் பல தந்தனர். ஆயின் அரச பத்திமிக்க தலைவனான அம்பதேவன் என்பவன் இக்கலகங்களை அடக்கிவிட்டான். யாதவ மகாதேவன் உருத்திராம்பாளின் முடியரசினுள் நுழைந்து நாம் முன்னே கண்ட பலன்களைப் பெற்றான். மகாதேவனின் ஆட்சியின் பின்னும் யாதவரின் பகைமை தொடர்ந்தது. உருத்திராம்பாளின் பேரனான பிரதாபருத்திரதேவன் ஒரு சிறந்த படைவீரனென இச்சிறு போர்களில் பிரசித்தி பெற்றான் 1280 இல் இவன் யுவராசனாக்கப் பட்டான். எட்டாண்டுகளின் பின் அமபதேவன் என்பவன்கலகம் செய்தபோது ஒய்சளரும் யாதவரும் கலகத்திற்கு ஊக்கம் தந்தனர். எனினும் யுவராசனான அம்பதேவன் 1291 ஆம் ஆண்டு இக்கலகத்தை அடக்குவதில் வெற்றிகண்டான்.

2 ஆம் பிரதாபருத்திரன் தன் பாட்டியன் பின்பு 1295 ல் ஆட்சிப் பொறுப்பேற்றான். அவனது ஆட்சி 1326 வரை தொடர்ந்தது. அவனது ஆட்சியின் ஆரம்பத்தில் 2 ஆம் பிரதாபருத்திரனின் தளபதிகளில் ஒருவன் குந்தள நாட்டின்மேல் படையெடுத்துச் சென்று ஆடவானி (அடோனி) யையும் இரயிச்சூரையும் வேறு சில கோட்டைகளையும் கைப்பற்றினான். யாதவ படையினரை வெளியே துரத்திய பின்பு பிரதேசத்தைக் காகதீய ஆட்சியின் கீழ் பிரதாபருத்திரன் கொண்டு வந்தான். இவன் தனது முடியரசை 77 பிரிவுகளாகப் பிரித்து நிருவாகத்தைச் சீர்திருத்தினான். பாலனத் தலைவர்களாக விளங்கிய நாயக்கரை பத்மநாயக்க குலத்திலிருந்து மட்டும் தேர்ந்தெடுத்தான். நாயக்கர் கீழ் செயல்பட்ட பணியாளர் குழுவையும் திருத்தி அமைத்தான் காப்பாய நாயக்கன் போன்ற பிரசித்தி பெற்ற நாயக்கர் சிலர் முசுலிம் ஆதிக்கத்தை எதிர்ப்பதில் பெரும் பங்கு கொண்டனர். இவர்கள் இந்த நிர்வாக முறையைச் சேர்ந்தவர்களே. விசயநகர் அரசர்கள் கூட இந்நிருவாகமுறையைப் பின்பற்றி அம்முறையை மேலும் விருத்தி செய்தனர்.

13 ஆம் நூற்றாண்டு முழுவதிலும் அதற்குப் பின்பும் கூட கலிங்க முடியரசிற்குக் கங்கர் தலைவர்களாக விளங்கினர். ஆனந்தவர்மன் சோடகங்கன் என்பவனின் பேரனான 3 ஆம் இராசராசன் (1198-1211) ஆட்சி புரிந்தபோது ஒரிசாமீது முதலாம் முசுலிம் படையெடுப்பு இடம் பெற்றது. யச் நகரை எதிர்க்க 1205 இல் இகித்தியார் - உத் - தின் முகம்மது- இ- பக்தியர் கில்சி ஒரு படையை அனுப்பி வைத்தான் எனினும் தாக்குதல் முறியடிக்கப்பட்டது. வங்காள முசுலிம்கள் 1211 இலும் 1224 இலும் ஒரிசா மீது நடாத்திய

தாக்குதலை எதிர்த்து வெற்றிகண்டனர். இராசராசனின் பின்பு ஆட்சிக்கு வந்த 3 ஆம் அனங்கவீமன் என்பவனின் ஆட்சிக் காலத்தில் மீண்டும் ஒரு படையெடுப்பு இடம் பெற்றது. அனங்கவீமன் காகதீய கணபதியை எதிர்த்துப் போராடினான். அனங்கவீமனின் போர்ப்படை காகதீயத்திற்கும் சிறீரங்கம் வரையிலும் கூட சென்றிருத்தல் கூடும். அனங்கவீமனின் மகனான 1 ஆம் நரசிம்மன் (1238 - 64) வங்காளத்தையாண்ட முசுலிம் அரசர்களை எதிர்த்து மூன்று தடவை போர் தொடுத்தான். ஆயின் ஒரே மாதிரியான வெற்றியை இம்மூன்று தாக்குதல்களும் தரத்தவறின. 2 ஆம் பானுதேவன் (1306-28) என்பவன் துக்லக்கின் படையெடுப்புக்குத் தலமை தாங்கிய உலுக்கான் என்பவனால் தோற்கடிக்கப்பட்டான். அத்துடன் வெற்றிபெற்ற உலுக்கானுக்குப் பல யானைகளை அவன் கொடுக்கவேண்டியும் ஏற்பட்டது. 3 ஆம் பானுதேவன் (1352 - 78) பிரோசு துக்லக் என்பவனுடன் போரிட்டு ஈற்றில் சமாதானத்தை ஏற்படுத்த அவனுக்கு அடிபணிய வேண்டியவனானான். கங்க அரசர்களுள் பெருமை வாய்ந்த இறுதி அரசன் 4 ஆம் நரசிம்மன் (1378-1414) என்பவனே. 4 ஆம் நரசிம்மனுடைய ஆட்சிக் காலத்தில் மாளவத்தை ஆண்ட முசிலிம் அரசன் ஒரிசாமீது போர் தொடுத்தானெனினும் எவ்வித பலனையும் பெற்றவனல்லன். நெடுநாள் நிலைபெற்ற இவ் அரசவம்சத்தின் இறுதி அரசன் 4 ஆம் பானுதேவன் (1414-32) என்பவனே. இவன் பிள்ளையின்றி இறந்தமையால் இவனது படைத்தலைவனான கபிலேசுவா கசபதி என்பவன் ஆட்சிப் பொறுப்பை ஏற்றான்.

இத்தருணத்தில் மார்க்கோப்போலோ என்ற ஷஇடைக்கால யாத்திரிக இளவரசன்' கூறியுள்ள அபிப்பிராயம்பற்றி சிறிதளவு நோக்குவது பொருத்தமுடையதே. தென்னிந்தியாவில் மார்க்கோப்போலோ சில மாதங்கள் வாழ்ந்து, காலத்தைத் தக்க முறையில் பயன்படுத்தினான். அக்காலத்தில் இப்பிரதேசத்தை அன்னியர் மலபார் என்று அழைத்தனர். அராபிய மொழியில் மலபார் என்றால் ஷபாதை அல்லது வழி' என்று பொருள்படும். பாரசீயக் குடாவினின்றும் அராபியாவினின்றும் யாத்திரிகர்களும், வர்த்தகர்களும் அடிக்கடி வந்துபோன இந்தியக் கடற்கரைப் பகுதியே ஷமலபார்' என்று நாமம் பெற்றது. மலபார் ஷகுலம் (கொல்லம்) தொட்டு நிலவார் (நெல்லூர்) வரையும் அமைந்தது. என்று ஒரு முசுலிம் வரலாற்று ஆசிரியர் குறிப்பிடுகிறார். காயல் பர்றி மார்க்கோப்போலோ மேற்கண்டவாறு கூறுகிறார். □பாண்டிய முடியரசின் பிரதான வர்த்தக நிலையமாகக் காயற்பட்டிணம் அமைந்திருந்தது. காயற்பட்டிணம் அரசனுக்கே சொந்தம். அரசன் அளவு கடந்த செல்வத்தின் உரிமையாளன். தன் உடம்பில் விலையுயர்ந்த ஆபரணங்களை அணிந்திருந்தான். பெரிய அரசைப் பராமரித்து வந்தவுடன் அவன் தனது முடியரசின் பாலனத்தில் நீதி நிலைபெறவும் செய்தான். வர்த்தகர்களும் அன்னியர்களும் சிறப்பான சலுகைகள் பெற்றமையால் காயாற்றுறைக்குச் செல்வதில் அவர்கள் மகிழ்ச்சியடைந்தனர். இந்நகரை எல்லாக்கப்பல்களும் வந்தடையும். கோமேர்சு, கிசு, ஏடன், அராபியா போன்ற மேற்குத் துறைகளிலிருந்து குதிரைகளையும் ஏனைய பொருள்களையும் ஏற்றிக் கொண்டு பல கப்பல்கள் இங்கு வியாபாரத்துக்கு வருவதுண்டு. இதனால் காயல்நகரை சுற்றியுள்ள நாட்டின் பல பகுதிகளிலுமிருந்து பெருந்தொகையான மக்கள் இங்கு வருவார்கள்.

வர்த்தகம் உச்சம் பெற்று விளங்கியது. மார்க்கோப்போலோ நாட்டின் செல்வத்திற் பெரும்பகுதி குதிரைகளை தருவிப்பதற்கு வீணாக்கப்படுகிறது என்று குறிப்பிட்டுள்ளார். இக்காலத்தைச் சேர்ந்த முசுலிம் வரலாற்று ஆசிரியர்கள் கூட இக்குறிப்பிற்குச் சான்றாக பல குறிப்புகளை விட்டுச் சென்றுள்ளார்கள் குதிரை வளர்ப்புக்கு வாய்ப்பற்ற தென்னிந்திய சுவாத்தியமும் குதிரை மேற்பார்வையாளர்களின் அறிவீனமும் ஆண்டு தோறும் பெருந் தொகையான மிருகங்களை இறக்குமதி செய்யவேண்டிய அவசியத்தை இங்கு ஏற்படுத்தின. என்று முசுலிம் எழுத்தாளர்கள் மேலும் குறிப்பிட்டுள்ளார்கள். ஆதிகாலம் முதல் பாண்டிய நாடு முத்துக்களுக்குப் பெயர் பெற்று விளங்கியது. முத்துக்குளிக்கும் இடங்கள் பற்றிய விபரங்களை பெரும்பாலும் சரியாக விட்டுச் சென்ற மார்க்கோப்போலோ, அரசன் இதனால் பெருந்தொகை வருமானம் பெற்றான் என்றும் குறிப்பிட்டுள்ளார். □அரை சக்கியோ நிறை அளவுக்கு அதிகமான நிறையுள்ள முத்தை எவரும் நாட்டை விட்டு வெளியே கொண்டு செல்வதாயின் அது பிறர் அறியாமல் நிகழ்ந்திருத்தல் வேண்டும். அரசனின் பெரும் நம்பிக்கைக்குரிய மெய்க் காப்பாளர்கள் என்ற அமைப்புபற்றி மார்க்கோப்போலோ அதிகமான குறிப்புகளை விட்டுச் சென்றுள்ளார். தனது உயிரையே பலிகொடுத்தும் மன்னன் உயிரைக் காத்து நிற்கக் கூடியோரின் குழு வாகவே இம்மெய்க்காப்பாளர் அமைப்பு விளங்கியது. பொதுமக்கள் மிகக் குறைவாக உடை அணிந்திருந்ததைக் கண்ட மார்க்கோப்போலோ மக்கள் பெரும்பாலும் நிருவாணமாக நடமாடினர் என்று மிகைப்படுத்திக் கூறுகிறார். ஆடைகள் தைப்போர் அங்கு இருந்ததேயில்லை என்றும் அவர் கூறுகிறார். எனினும் மார்க்கோப்போலோவின் வருகைக்கு முன்னரே கண்டெடுக்கப்பட்ட கல்வெட்டுக்களில் ஆடைகளில் தைப்போர் பற்றிய குறிப்புகள் கிடைக்கப் பெறுகின்றன. உடன்கட்டையேறும் சதி என்ற முறை வழக்கில் இருந்ததாகக் குறிப்பிடுகிறார். கொடிய குற்றங்களுக்காக மரண தண்டனை விதிக்கப்பட்ட ஒருவன் தன்னுயிரை தான் விரும்பும் தெய்வங்களுக்கு பலியிடுவதற்கு அனுமதிக்கப்பட்டான். மார்க்கோப்போலோ மேலும் பல விபரங்களைக் குறிப்பிட்டுள்ளார். இந்நாட்டில் வாழும் மக்கள் மத்தியில் ஒரு வழக்கு இருந்தது. பசுவின் சாணம் கொண்டு தமது வீடு முழுமையும் மெழுகி விடுவதே அவ்வழக்கமாகும் அத்துடன் அங்கு வாழ்பவர்கள் அனைவரும் பெரியோர் சிறிடோர் என்ற பேதமின்றி, அரசன் பிரபு என்ற பாகுபாடின்றி மண்மீது அமர்வர்: ஆண், பெண் இருபாலரும் நாளொன்றுக்கு இரு தடவைகள் தமது உடலைக் கழுவுவார்கள். நாம் எவ்வாறு ஷபத்தரின்கள்' என்பவர்களைத் தாழ்ந்தோரென்று கருதுகிறோமோ அதே போன்று உட்லைச் சுத்தம் செய்யாதவர்கள் தாழ்ந்தோரென்று கருதப்பட்டனர். உணவருந்தும்போது வலக்கையை மட்டுமே அவர்கள் பயன்படுத்தினர். பானம் அருந்தும்போதும் அதற்கான பாத்திரங்களில் விட்டே அருந்துவர். ஒவ்வொருவரும் தமக்கென ஒவ்வொரு பாத்திரம் வைத்திருந்தனர். இன்னொருவருடைய பாத்திரங்களில் அவர்கள் பானம் அருந்தவே மாட்டார்கள். பானம் அருந்தும்போது உதட்டில் பாத்திரம் வைத்து அருந்துவதேயில்லை பாத்திரத்தை உயர்த்திப் பிடித்து பானத்தை அண்ணாந்து பருகுவார்கள். குற்றவாளிகளுக்கு நீதி வழங்குவதில் மிகவும் கடுமையாக நடந்து

கொண்டார்கள். மதுபானம் அருந்துவதை மக்கள் வெறுத்தனர். கடல்மீது செல்வோரும் மதுபானம் அருந்துவோரும் எந்த வேளையிலும் பிணைக்காரர்களாக ஏற்றுக் கொள்ளக் கூடாது என்பது நாட்டின் நியதி. கடன் கொடுத்தவன் கடனைத் திருப்பிக் கொடுக்கத்தவறும் கடனாளியைச் சுற்றி ஒரு வட்டம் கீறுவான். கடனைத் திருப்பிக் கொடுக்கும் வரை, அல்லது தருவதாகப் பிணை கொடுக்கும்வரை கடனாளி அக்கோட்டிற்கு வெளியே செல்லக்கூடாது. முகவியல் அல்லது வதனசாத்திர நிபுணர்கள் அங்கு வாழ்ந்தனரெனக் குறீப்பிடுகிறார். குறிபார்த்தல், மாந்திரியத் தொழில் என்பன நடைபெற்றன என்றும் மக்கள் இவற்றைப் பயன்படுத்தினரென்றும் குறீப்பிடுகிறார். இளம் பெண்கள் பலர் கோயில்களில் உறையும் கடவுளர்களுக்குத் தேவதாசிகளாக அர்ப்பணிக்கப்படுகின்றனர் என்று மார்க்கோப்போலோ கூறுகிறார். வெற்றிலையைக் கற்பூரம் போன்ற பல வாசனைத் திரவியங்களுடனும் சுண்ணாம்புடனும் உண்ணும் வழக்கம் இருந்ததாகக் குறிப்பிட்டுள்ளார். செல்வந்தரும் உயர்குடிப்பிறந்தோரும் உறிகட்டி மெல்லிய பிரம்பாலான ஊசலாடும் படுக்கைகளில் துயின்றனர். இதற்குக் காரணம் புலிமுகச் சிலந்திகள் போன்ற நச்சுப் பூச்சிகளுக்கு அவர் அஞ்சியமையே ஆகும். சாதாரண மக்கள் தெருக்களிலேயே படுத்து உறங்கினர் எனவும் மார்க்கொப்போலோ கூறியுள்ளார்.

இலங்கை பற்றிக் குறிப்பிடும்போது அதனுடைய இரத்தினக் கற்கள் பற்றிய செல்வப் பெருமையையும், சிவனொளி பாதமலை பற்றி அவர் கேள்வியுற்ற மரபுக்கதைகளையும் அவர் குறிப்பிட்டுள்ளார். குப்ளாய்கான் என்பவன் ஆதாமினுடைய பல்லையும் சில உரோமங்களையும் பெற்றுவரும்படி 1284 இல் இலங்கைக்குத் தூதுவரை அனுப்பினான் என்று குறிப்பிடுகிறார். பரிசுத்த தொமசு பற்றியும் மயிலாப்பூருக்கு அருகே அவர் இறந்த முறைபற்றியும் தனக்குச் சொல்லப்பட்ட மரபுக்கதைகளை மார்க்கோப்போலோ குறிப்பிட்டுள்ளார். ஆந்திர நாட்டை ஒரு இராணி (உருத்திராம்பாள்) ஆண்டு வந்தாளெனவும் நீதி தவறாத இராணியாகா அவள் விளங்கினாள் எனவும், இராணியின் ஆட்சியில் வைரங்களைசுரங்கங்களில் இருந்து சேகரிப்பதற்குப் பல முறைகள் கையாளப்பட்டனவெனவும் மார்க்கோப்போலோ குறிப்பிடுகிறார். ஆந்திரநாடு பற்றி மேலும் அவர் குறிப்பிடும்போது □இந்த இராச்சியத்தில் சிலந்தி வலை எனக் காட்சியளிக்கும் மிக விலையுயர்ந்த ஆடைகள் நெய்யப்படுகின்றன. உலகிலுள்ள எந்த அரசனும் இராணியும் இத்தகைய ஆடைகளை அணிவதில் அகமகிழ்வது உறுதி உலகில் மிகவும் பருத்த செம்மறியாடுகள் இங்கு கிடைக்கப் பெறுகின்றன. அத்துடன் வாழ்வுக்கு வேண்டிய பிரதான பொருள்கள் அனைத்தும் இங்கு பெருந்தொகையாகக் கிடைக்கின்றன. என்கிறார்.

யூதர்களும், கிறித்தவர்களும் குயிலோன் என்ற இராச்சியத்தில் நடமாடினர் என்று கூறும் மார்க்கோப்போலோ அரசன் பிறர் எவருக்கும் கப்பம் கட்டி ஆளவில்லை என்றும் குறீப்பிடுகிறார். மிளகு இண்டிகோ என்ற சாயம் தயாரிக்கும் பூடு போன்றன நாட்டிற் பெருந்தொகையாகக் கிடைத்தன. சீனர், அராபியர், இலேவாந்து நாட்டவர்கள் இந்நாட்டிற்கு அடிக்கடி வருவதுண்டு அரிசி தவிர்த்த மற்ற தானியங்கள் எவையும் அங்கில்லை. கருப்பம் சர்க்கரையிலிருந்து அவர்கள் ஒருவகைப் பானத்தைத் தயாரித்தனர். இது

ஒரு சிறந்த மதுவாகும். இதனை அருந்துவோர் வெகுவிரைவில் வெறி கொள்வர். மனித வாழ்விற்கு வேண்டிய ஏனைய பொருள்கள் மிகவும் மலிவாகவும் பெருந்தொகையாகவும் கிடைக்கின்றன. எலி என்ற இராச்சியத்தில் (மௌண்ட் எலி) மிளகு, இஞ்சி போன்ற வாசனைத் திரவியங்கள் பெருந்தொகையாகக் கிடைக்கும், பாதகமான கால நிலையினால் நிர்ப்பந்திக்கப்பட்டு இந்த இராச்சியத்தின் துறைமுகங்களை வந்தடையும் கப்பலின் பண்டங்களும், மரக்கலமும் பறிமுதல் செய்யப்படும். கடற்கொள்ளை மலபார்க்கடற்கரை முழுவதும் மலிந்து காணப்பட்டது. கிழக்கிலிருந்து வரும் கப்பல்கள் செம்பு என்ற உலோகத்தை அடிப்பாரமாக ஏற்றி வரும். அத்துடன் பொன், வெள்ளி இழைத்த விலையுயர்ந்த பட்டாடைகளும் மிதியடி போன்றனவும் கொண்டுவரப்படுவதுண்டு, வெள்ளியும் பொன்னும் கராம்பும், விலாமிச்சை போன்ற சிறந்த வாசனைத் திரவியமும் கொண்டுவந்து இங்கு விற்பனை செய்யப்பட்டன. இத்தகைய பொருள்களுக்கு இங்கு நல்ல மதிப்பு இருந்தது. அவற்றை இங்கு விற்று இந்நாட்டில் உற்பத்தியாகும் பண்டங்களை கப்பல்கள் ஏற்றிச் செல்லும்.

துணை நூற்பட்டியல்

R.G.BHANDARKAR : Early History Of Dekhan (Bombay Gazetteer> I> ii> 1894)

H.W.CODRINGTON: Short History Of Ceylon (London>1929)

J.D.M.DERRETT: The hoysalas (Oxford University press> 1957)

J.F.FLEET: Dynesties of the Kanarese District (Bombay Gazetteer> I> ii> 1896)

K.A.N.SASTRI: Colas> Vol II (Madras> 1936)

_ Foreign Notices of South India (Madras> 1939)

_ The Pandyan Kingdom (London> 1929)

அத்தியாயம் XI

பாமினி அரசர்களும் விசயநகரின் எழுச்சியும்

கில்சி முதலில் தக்கணத்தின் மேல் படையெடுத்தமையும் தேவகிரியை அடிமைப்படுத்தினமையும்- பிந்திய படையெடுப்புகள் - மாலிக் கபூர் - ஒய்சள, பாண்டிய நாடுகள் மேல் படையெடுப்பு - இந்து எதிர்ப்புகள் - கம்பிலி இராச்சியம் - பாண்டிய குடிப்போரும் துக்லக் படையெடுப்பும் - யாதவ, காகதீய இராச்சியங்கள் - பகாவுத்தீன் கார்சாப் கலகமும் அதன் பெறுபேறுகளும் - கம்பிலியின் வீழ்ச்சி - விடுதலை இயக்கம் - காபய நாயக்கனும் - 3 ஆம் வல்லாளனும் - அரிகரனும் புக்கனும் - வித்தியாரண்யம் - விசயநகரம் நிறுவப்படல் - மதுரையின் சுல்தானிய ஆட்சியும் 3 ஆம் வல்லாளனும் - விசயநகரம் 1346 வரை விரிவடைந்தமை

பாமனி இராச்சியம் நிறுவப்படல் -1 ஆம் அலாவுத்தீன் பாமன் 'ா - 1 ஆம் முகம்மது - முசாகீத் - தௌத் - 2 ஆம் முகம்மது - கியாசுத்தீன் - சம்சுத்தீன் - பைரசு - 2 ஆம் அலாவுத்தீன் - அகமது - உமாயூன் - நிசாம் 'ா - 3 ஆம் முகமது - மகமூது - பாமினி இராச்சியத்தின் முடிவு- முகமதின் நான்கு புதல்வர்கள் பெயரளவில் ஆட்சி செய்தல்.

பன்னிரண்டாம் நூற்றாண்டின் இறுதிக்கட்டத்தில் தில்லியில் ஏற்படுத்தப்பட்ட சுல்தானிய அரசு , அதையடுத்த முதல் நூறு ஆண்டுகளிலும் தன் கவனத்தை வட இந்தியாவின் மேலேயே செலுத்தியது. தக்காணத்தையும் அதற்கப்பாலுள்ள நிலப்பரப்பையும் அடிமைப்படுத்த வேண்டும் என்ற எண்ணம் கில்சிகளுடன்தான் ஆரம்பித்தது. இரகசியமாக திட்டமிடப்பட்டு திடீரென நிகழ்த்தப்பட்ட முசுலிம்களின் முதலாவது தக்காணப்படையெடுப்பு ஓரளவில் தனிப்பட்ட முறையில் மேற்கொள்ளப்பட்ட தீரச் செயலாகும். அப்பொழுது சுல்தானாக இருந்த சலாலுத்தீனின் மருமகனும், மகளின் கணவனும், பின் அலாவுத்தீன் எனப் பெயர் பெற்றவனுமான கர்சாசுமாலிக் என்பவன் தன் மனைவியின் அகம்பாவம் நிறைந்த செயல்களினால் ஆத்திரமடைந்து அவளை தண்டிக்க விரும்பினான். ஆனால் அப்படிச் செய்வதற்கு முன்பாக சுல்தானையும் அவனது மக்களையும் எதிர்ப்பதற்குப் போதிய பலத்தையும் சாதனைகளையும் சேகரிக்க வேண்டியிருந்தது. முதலில் மாளவ தேசத்திற்கெதிராகப் படையெடுப்பதற்கு சுல்தானின் அனுமதியைப் பெற்றான். ஆனால் உண்மையில் தெற்கே இன்னுமதிக தூரம் சென்று தேவகிரியிலுள்ள யாதவ இராச்சியத்திற்கெதிராக தன் படைகளை விரைவாக செலுத்தி

முன்னேறினான். யாதவப்படை அந்த வேளையில் வெகு தொலைவில் படையெடுப்பொன்றில் ஈடுபட்டிருந்தது..! விரைவாக நடைபெற்ற பலமான தாக்குதலினால் யாதவ அரசன் இராமதேவன் தோற்கடிக்கப்பட்டான். ஒருவாரம் அவனுடைய தலைநகர் முற்றுகையிடப்பட்டது. அதன் முடிவில் இராமதேவன் சமாதானத்தைக் கோரினான். தன்னை வெற்றி கொண்ட அலாவுதீனிடம் அதிக பொருட்குவையையும், அநேக யானைகளையும், குதிரைகளையும் ஒப்புவித்தான். அத்துடன் தன் பெண் மக்களுள் ஒருத்தியை அவனுக்கு மணம் செய்தும் கொடுத்தான். தலைநகருக்கு ஏற்பட்ட அபாயத்தைக் கேள்வியுற்ற இராமதேவனின் மகனாகிய சங்கமன் தன் படைவீரர்களுடன் ஓடோடியும் வந்தான். மீண்டும் போரைத் தொடர விரும்பினான். ஆனால் அவன் தலைநகரை அடைந்தபோது சமாதான உடன்படிக்கை ஏற்பட்டுவிட்டது. இராமதேவன் எதிரியின் வசம் இருந்தான். ஆகவே தற்காலிகமாகவாவது எதிரிகளுக்குப் பணியவேண்டிய நிலை சங்கமனுக்கு ஏற்பட்டது. இராமதேவனுக்கு அவனுடைய இராச்சியம் திரும்பக் கொடுக்கப்பட்டது. அத்துடன் அலாவுத்தீனும் அவனும் ஆயுள்பரியந்தம் நண்பர்களாயிருப்பதாகவும் உறுதி பூண்டனர். பின்னர் சலாலுத்தீனைக் கொன்று சிம்மாசனத்தை அலாவுத்தீன் கைப்பற்றினான். இதற்கு தேவகிரியிலிருந்து அலாவுத்தீன் எடுத்துச் சென்ற பொருட்குவை பெரிதும் வழிவகுத்து அவனுக்கு உதவி செய்தது.

சுல்தானாக பதவியேற்ற அலாவுதீன் தெற்கே தன் இராச்சியத்தை விரிவுபடுத்துவதிலும்பார்க்க சூறையாடிக் கொல்ளையடிக்கும் ஒரு கொள்கையைக் கடைப் பிடித்தான். 1303 - 4 ல் வங்காளத்திற்கூடாக வாங்கல் நாட்டிற்கெதிராக ஒரு படையை அனுப்பினான். பிற்காலத்தில் முகம்மது பின் துக்ளக் எனப் பெயர் பெற்ற மாலிக் பக்கீர் உத்தீன் சுனாவின் தலைமையில் நிகழ்ந்த அந்தப் படையெடுப்பு தோல்வியில் முடிந்தது. அவன் வாரங்கல்லை அடையும் முன், தெலுங்குப் படை வீரர்கள் அவனை எதிர்த்து பலத்த சேதமுண்டாக்கி அவனைப் புறமுதுகிட்டு ஓடச் செய்தனர். இந்தப் படுதோல்வி தக்காணத்தில் சுல்தானியருக்கிருந்த மதிப்பைக் குறையச் செய்தது. தேவகிரி அரசனாகிய சங்கமன் தன் தகப்பன் கொடுப்பதாக ஒப்புக் கொண்ட திறையைக் கொடாது விட்டான். அத்துடன், சுல்தானியப் படை வீரர்களிடம் சிக்க விரும்பாது அகதிகளாக ஓடிவந்த குஜராத் அரசனுக்கும் அவனுடைய மகளுக்கும் தன் நாட்டில் புகலிடம் கொடுத்தான். இராமதேவன் தன் மகன் மீது பகிரங்கமாக குற்றஞ்சாட்டினான். காலம் கடப்பதற்குமுன், வேண்டிய நடவடிக்கைகளை எடுத்து அலாவுத்தீனின் அதிகாரத்தை மீண்டும் நிலைநாட்டும்படி அவனுக்கு (அலாவுதீனுக்கு) ஆலோசனை கூறினான். அலாவுத்தீனிடம் இராமதேவனுக்கு உண்மையான விசுவாசம் இருந்திருக்கலாம். அல்லது வேறு ஏதாவது ஆழ்ந்த நோக்கம் காரணமாக இருந்திருக்கலாம். சுல்தானுக்கு மிகவும் வேண்டிய அடிமையான மாலிக்கபூர் தலைமையில் உடனே ஒரு படை அனுப்பப்பட்டது. (1307) தேவகிரிக்கு அருகே தோற்கடிக்கப்பட்ட சங்கமன் அங்கிருந்து ஓடிவிட்டான். நகரத்தைச் சூறையாடிய மாலிக்காபூர், தன் தலைவனாகிய சுல்தானின் பேரால் அந்த இராச்சியத்தைக் கைப்பற்றி, இராமதேவனையும் அவனுடைய குடும்பத்தாரையும் கைதிகளாக்கி

தில்லிக்குக் கொண்டு சென்றான். ஆனால் சுல்தான் இராமதேவனைக் கருணையுடன் உபசரித்து தன்னுடனே ஆறுமாதங்கள் வைத்திருந்தான். அதன்பின் குஜராத்தின் சில பகுதிகள் சேர்த்து விரிவுபடுத்தப்பட்ட அவனுடைய இராச்சியத்தை ஆள்வதற்காக அவனை மீண்டும் திருப்பி அனுப்பினான். அனுப்பும்ஜபோது பொருட்குவையும் அன்பளிப்பும் கொடுத்தான். சுல்தானின் இத்தகைய பெருந்தன்மைக்கு பிரதியுபகாரமாக இராமதேவன் தன் வாழ்நாள் முழுவதும் அவனுக்கு விசுவாசமாக இருந்ததுடன், தென்னாட்டில் சுல்தானின் வீரர்கள் படையெடுத்த நேரத்திலெல்லாம் அவர்களுக்கு சிறந்த பல உதவிகளையும் செய்தான்..

வாரங்கலில் சுல்தானின் படைகள் கடைசியாக தோற்றதினால் ஏற்பட்ட அவமானத்தைத் துடைப்பதற்காக, 1309 ஆம் ஆண்டின் பிற்பகுதியில் மாலிக்கபூர் அங்கு அனுப்பப்பட்டான். முதலில் அவன் தேவகிரிக்குச் சென்றான். அவனுடைய எல்லாத் தேவைகளையும் இராமதேவன் கவனித்தான். அங்கிருந்து யாதவ பிரதேசங்களைக் கடந்து, தெலுங்கு நாட்டினுள் புகுந்து விரைவாக முன்னேறி , 1310 ஆம் ஆண்டின் முற்பகுதியில் வாராங்கல்லிற்கருகே சென்றடைந்தான். இரட்டைச் சுவருடைய அந்நகரின் முற்றுகை ஒரு மாதம் வரை நீடித்தது. வீரர்களின் திடீர்த் தாக்குதலினால் வெளிப்புறக் கோட்டை கைப்பற்றப்பட்டது. அளவிற்கு மீறிய வீரர்கள் உட்புறக் கோட்டையைச் சூழ்ந்துகொண்டதால் மாலிக்கபூருடன் சமாதானப் பேச்சுவார்த்தைகளை ஆரம்பிக்க வேண்டிய நிலை அரசனாகிய பிரதாபருத்திரனுக்கு ஏற்பட்டது. பெரும் பொருட்குவையும் அதிக யானைகளும் குதிரைகளும் ஒப்புவிப்பதாகவும், ஆண்டுதோறும் திறை செலுத்துவதாகவும் மன்னன் ஒப்புக் கொண்டதனால் முற்றுகை கைவிடப்பட்டது. கொள்ளையடித்த பொருள்களுடன் 1310 ஆம் ஆண்டு ஆனிமாதம் தில்லிக்குத் திரும்பிய மாலிக் கபூரை சுல்தான் மிகுந்த கௌரவத்துடன் வரவேற்றான்.

அடுத்த ஆண்டின் முற்பகுதியில் மாலிக்கபூர் மீண்டும் தெற்கே படையெடுத்துச் சென்றான். இந்தமுறை தெற்கேயிருந்த துவாரசமுத்திர ஒய்சளருக்கும் மலையாள நாட்டுப் பாண்டியருக்கும் எதிராகஜப் படையெடுத்தான். தேவகிரியே மீண்டும் போர் நடவடிக்கைகளின் தளமாக அமைந்தது. ஒய்சள அரசனான 3 ஆம் வல்லாளன் ஏற்கனவே இராமதேவனின் இராச்சியத்தில் சில பகுதிகளைக் கைப்பற்றி இராமதேவனின் பகையைச் சம்பாதித்திருந்தான். ஆகவே இப்போது அவனுக்கெதிராக மாலிக் கபூர் படையெடுத்து வந்தபோது இராமதேவன் மிக்க மகிழ்ச்சியுடன் கபூருக்கு உதவி புரிந்தான். குலசேகர பாண்டியனின் பிள்ளைகளுக்கிடையே ஏற்பட்ட பிணக்குகளால் பாண்டிநாடு அமைதியற்றிருந்தது. அந்த அமைதியின்மையைத் தனக்குச் சாதகமாகப் பயன்படுத்தி முன்பு குலசேகரனால் கைப்பற்றப்பட்டிருந்த தனது இராச்சியப்பகுதிகளை மீண்டும் திரும்பிப் பெற முயன்றான் வல்லாளன். ஆகவே வல்லாளன் பாண்டி நாட்டுக்குப் படையெடுத்துச் செல்லும்வரை காத்திருந்து பின் எந்தவிதமான தடையும் குறுக்கீடுமின்றி கபூர் முன்னேறினான். செல்லும் வழி முழுவதிலும் நாசவேலைகளில் ஈடுபட்டுக் கொண்டும், மக்களின் மனதில் பீதியை ஏற்படுத்திக் கொண்டும் தலைநகரை அடைந்தது கபூரின்

படை. அதிவிரைவாக தன் நாட்டிற்குத் திரும்பிய வல்லாளன், கபூரை எதிர்ப்பதில் பிரயோசனமில்லை என உணர்ந்தான். போரிட வேண்டும் என்று விரும்பிய பிரபுக்களையும் அதிகாரிகளையும் தடுத்தான். சுல்தானுக்குக் கப்பம் கட்டும் சிற்றரசனாக (சிம்மி) இருப்பதற்கும் தன் பொருட்குவை, யானை, குதிரை முதலியவற்றைச் சுல்தானிடம் ஒப்புவிப்பதற்கும் உடன்பட்டான்.

கபூர் துவாரசமுத்திரத்தில் ஒரு பட்சத்திற்கும் குறைவான நாட்கள் தங்கியிருந்துவிட்டு பின் அங்கிருந்து மலையாளம் நோக்கிப் புறப்பட்டான். அவனுடன் கூடச் சென்ற வல்லாளன் பீடபூமியிலிருந்து சமதரைக்குள் செல்லும் கடினமான மலைப்பதைகளிலே படைவீரர்களை வழிநடத்திச் சென்றான். தங்களுக்குள்ளே பிளவுபட்டிருந்த பாண்டிய இராசகுமாரர்கள் தங்கள் மீது படையெடுத்து வந்த கபூரை எதிர்ப்பதில் ஒன்று சேர்ந்து அவனுக்கு இடைவிடாதுன் தொல்லைகள் கொடுத்தனர். அதே வேளையில் ஒரே இடத்திலிருந்து சண்டை புரிவதையும் மிக இலகுவில் கைப்பற்றப்படக்கூடிய கோட்டைகளுக்குள்ளே தாம் அடைந்துகிடப்பதையும் தவிர்த்துக் கொண்டனர். உறையூருக்கண்மையிலிருந்த வீரபாண்டியனின் தலைநகரமான பீர்தூலுக்கு எதிராக தன் படையைக் கொண்டு சென்றான் கபூர். எதிரியின் கையில் தலைநகர் சிக்குவதற்குள்ளாகவே அரசன் தப்பியோடிவிட்டான். மேற்கொண்டு எதுவும் செய்ய முடியாதபடி மழை கபூரைத் தடுத்தது. வீரபாண்டியன் கண்டூருக்கு (எதுவென்று அடையாளங்காணப்படவில்லை) ஓடிவிட்டான் என்பதையறிந்த கபூர், சாதகமற்ற காலநிலையையும் கவனியாது அரசனைத் தொடர்ந்தான். 120 யானைகளின் மீது மிகுந்த பாதுகாப்புடன் கொண்டு செல்லப்பட்ட பெரும் பொருட்குவையயை வழியில் கைப்பற்றினான். கண்டூரை அடைந்து அதைக் கைப்பற்றியபோதும் வீர பாண்டியனின் அடையாளம் எதையும் அங்கு காணவில்லை..! ஆகவே அங்கிருந்து அகாஞ்சிபுரத்திற்கு (முசுலிம் வரலாற்றாசிரியர்கள் கூறும் மாத்புரி) சென்று அங்குள்ள கோவில்களைக் கொள்ளையடித்தும், அவற்றின் புனிதத்தன்மையைக் கெடுத்துமவிட்டு, பின் பீர்தூலுக்குக் கிளம்பினான். அங்கிருந்து பாண்டிய நாட்டின் பிரதான தலைநகராகிய மதுரையின் மீது திடீர்த் தாக்குதல் ஒன்றை நடத்தத் திட்டமிட்டான். ஏற்கனவே இதுபற்றி எச்சரிக்கப்பட்டிருந்த மதுரையரசன் சுந்தரபாண்டியன் தலைநகரைத் துறந்து தன் குடும்பத்துடனும் பொருட்குவையுடனும் நாட்டிற்குள் சென்றான். இந்த நிலையில் இராச்சியப் பொறுப்புக்களிலிருந்து ஓய்வு பெற்றிருந்த சுந்தரபாண்டியனின் மாமனாகிய விக்கிரமபாண்டியன் தன் ஓய்விலிருந்து மீண்டு பாண்டியற்கட்குத் தலைமை தாங்கி முசுலிம்களுக்கு இறுதியான தோல்வி ஏற்படச் செய்தான். தன்னுடைய படைகளை திருப்பியழைத்துச் செல்ல வேண்டிய நிர்ப்பந்தம் கபூருக்கு ஏற்பட்டது. ஆனால் வீரபாண்டியனிடமிருந்து கொள்ளையடித்த பொருட்குவையை ஒரு வழியாக தில்லிக்குக் கொண்டு சென்றான். 1311 ஆம் ஆண்டு ஐப்பசிமாதம் தில்லியை அடைந்த மாலிக் கபூர், 3 ஆம் வல்லாளன் தனது படையினருக்குச் செய்த உதவியைப் பற்றி புகழ்ந்து பேசி, அவனுடைய மகனையும் சுல்தானுக்கு அறிமுகம் செய்து வைத்தான். இந்து மதத்தவனான அந்த இளவரசனை சுல்தான் அன்புடனும் கருணையுடனும் வரவேற்று உபசரித்தான். சில தினங்களின் பின் அவனை

தந்தையாகிய 3 ஆம் வல்லாளனிடம் திருப்பியனுப்பினான் வல்லாளனின் இராச்சியமும் திருப்பிக் கொடுக்கப்பட்டது, ஆகவே மலையாளப்படையெடுப்பை ஒரு இராணுவத் தாக்குதலாகவே கருதினாலும் அந்த அலவில் கூட அது பிரமாதமான வெற்றியை அளிக்கவில்லை. பெரும் செல்வம் தென்னிந்தியாவிலிருந்து வெளியேற்றப்பட்டது. இருந்தும் இந்தத் தாக்குதல் நிலையான பலன் எதையும் ஏற்படுத்தவில்லை. □612 யானைகள், 96000 தங்கக் கட்டிகள், ஏராளமான நகைப்பெட்டிகள், முத்துப்பேழைகள், 20,000 குதிரைகள்" தென்னிந்தியாவிலிருந்து கொண்டு செல்லப்பட்டதாக சரித்திர ஆசிரியர் பாணி கூறுகிறார்.

ஏறக்குறைய ஓராண்டின்பின் 1312ல் இராமதேவன் இறக்க அவனுடைய மகனான சங்கமன் தேவகிரியின் அரசனானான். சுல்தானியருடன் அவன் கொண்ட பகைமை நன்கு தெரிந்திருந்தது. ஆகவே அவனுடைய யாதவ இராச்சியத்தைக் கைப்பற்றி தில்லியுடன் இணைப்பதற்காக மாலிக்கபூர் மீண்டும் ஒரு தடவை படையுடன் அனுப்பப்பட்டான். சங்கமன் ஓடிவிட்டபடியால் சண்டை எதுவுமுன்றி இவ்வேலை இலகுவில் நிறைவேற்றப்பட்டது. புதிய ஆட்சியாளர்களைப் பற்றி பயப்படத் தேவையில்லை என்பதை மக்கள் உணரவேண்டும் என்பதற்காக கபூர் மிதமாகவே நடந்து கொண்டான். போர்றத் தகுந்த அறிவுக் கூர்மையுடன் நிர்வாக வேலைகளை சீர் செய்தான். கோவில்களை இடித்துவிட்டு அந்த இடங்களில் மசூதிகளை நிறுவும்படி வற்புறுத்தும் ஒரே விடயத்தில் மட்டும் அவன் பிடிவாதமாகவே இருந்தான். தேவகிரியிலேயே ஒரு பெரிய மசூதி கட்டப்பட்டது. சுல்தானின் விருப்பப்படி அவன் பெயரே மசூதிக்கு இடப்பட்டது. இருந்தும் யாதவ இராச்சியத்தின் பெரும்பகுதி புதிய ஆணைக்குட்பட்டுக்கிடக்கவில்லை.சிங்கேய நாயக்கனின் கீழும் அவனிலும் பார்க்கப் பிரபலமடைந்த அவனுடைய மகனாகிய கம்பிலதேவனின் கீழும் இருந்த கம்பிலி இராச்சியம் தன் சுதந்திரத்தைப் பிரகடனப்படுத்தியது. இப்போதைய பெல்லாரி, இறையிச்சூர், தார்வார் மாவட்டங்களையும் மூன்று பிரதான கோட்டைகளான கம்பிலி கும்மட்டா, ஒசதுர்கம் (அனிகொண்டி ?) முதலியவற்றையும் உல்ளடக்கியிருந்தது இப்புதிய இராச்சியம். இவையனைத்தும் துங்கபத்திரை நதிக்கரையில் இருந்தன. இந்த கம்பிலி இராச்சியத்திற்கெதிராக மாலிக்கபூர் மேற்கொண்ட படையெடுப்பில் எந்தவிதமான இறுதி முடிவும் ஏற்படவில்லை. மீண்டும் ஒரு தடவை அவன் படையெடுப்பதற்கு முன்பாக அவன் தில்லிக்கு திருப்பியழைக்கப்பட்டான். அலாவுதீனின் மரணத்திற்கும் (1316) குதுப்புத்தீன் முபாரக் 'ா பதவி ஏற்றதுக்குமிடையே நடைபெற்ற ஒரு அரசியல் புரட்சியில் மாலிக்கபூர் இறந்தான்.

தேவகிரியில் தான் முன்பு விட்டு வைத்த சேனைத் தலைவன் மாலிக்கபூர் தான் இறக்கும் முன்பு திருப்பியழைத்துவிட்டான் ஆகவே அரசியற்புரட்சியின் விளைவாக தேவகிரியிலிருந்து முசுலிம் அரசு தானாகவே விலகிக் கொணடது. சிறிது காலத்திற்கு இராமதேவனின் மருமகனான அரபாலதேவன் யாதவரின் அதிகாரத்தை மீண்டும் நிலைநாட்டினான். ஆனால் அவன் பதவியேற்ற சிறிது காலத்திற்குள் 1318 இல் முபாரக் கில்சி தேவகிரியை மீண்டும் கைப்பற்ற வேண்டும் என்ற தீர்மானத்துடன் தெற்கு

நோக்கிச் சென்றான். அவனுக்கு மிகவும் வேண்டிய அடிமையான குசிரவுகான் என்பவன் படைத்தளபதியாக சென்றான். அரபாலனை முறியடிப்பதற்கு மலைப்பிரதேசத்தில் கடுமையான போர் செய்ய வேண்டியிருந்தது. கடைசிப் போரில் காயமுற்ற அரபாலனை கைதியாக்கி பின் கொலை செய்தார்கள். அவன் உயிருடன் தோல் உரித்துக் கொல்லப்பட்டான் என பாணி கூறுகிறார். சுல்தான் தில்லிக்குத் திரும்பிச் செல்வதை மழை தாமதப்படுத்தியது. ஆகவே நிர்ப்பந்தம் காரணமாக தேவகிரியில் தங்கிய சுல்தான் அரசியல் நிர்வாகத்தைச் சீர் திருத்திஅமைத்தான் மாலிக்யாக்லக்கி என்பவன் தேவகிரியின் தேசாதிபதியாக நியமிக்கப்பட்டான். பல கீழ் உத்தியோகத்தர்களும் வருமான அதிகாரிகளும் பல்வேறு இடங்களில் நியமிக்கப்பட்டனர். கேந்திர நிலையங்களில் படைவீரர்கள் நிறுத்தப்பட்டனர். ஒய்சாளத்தின் தலைநகராகிய தோர சமுத்திரத்தின் மீது படையனுப்ப எடுத்த முயற்சி தோல்வியடைந்தது. அலாவுத்தீனின் மரணத்திற்குப் பின் ஆண்டுத் திறையை செலுத்தத் தவறிய வாரங்கல் நாட்டு அரசனாகிய இரண்டாம் பிரதாபருத்திரன் மீது நடவடிக்கை எடுப்பதற்காக, குசிரவுகானைத் தேவகிரியிலே நிறுத்திவிட்டு, 1318 ஆம் ஆண்டு ஆவணிமாதம் சுல்தான் தில்லிக்குத் திரும்பினான். குசிரவுகான் வாரங்கல் நாட்டுக்குச் சென்று பழைய பாக்கி முழுவதையும் வசூலித்துவிட்டு சுல்தானின் அதிகாரத்தை மீண்டும் இலகுவில் நிலைநாட்டினான்.

தேவகிரியின் தேசாதிபதியாக இருந்த மாலிக்யாக்லக்கி என்பவன் சம்சுத்தீன் என்ற பட்டத்துடன், ஒரு சுதந்திர அரசை ஏற்படுத்தி தன் பெயரில் நாணயங்கள் வார்க்கவும் தொடங்கினான். ஆனால் அவனுடைய சொகுசான வாழ்வும் தீயொழுக்கமும் அவனை மக்களுடைய வெறுப்புக்கு ஆளாக்கின. இவ்வாறு அடங்காதவனாக இருந்த தேசாதிபதியை அடக்குவதற்காகவும் மலையாள இராச்சியத்தை முசுலிம்களின் ஆட்சியின்கீழ் கொண்டு வருவதற்காகவும் குசிரவுகான் தெற்கு நோக்கி வந்தான். தேவகிரியின் மீது குசிரவுகான் படையெடுத்துச் சென்றபோது அரண்மனைப் பிரபுக்கள் ஒன்று சேர்ந்து தேசாதிபதியைப் பிடித்து குசிரவுவிடம் ஒப்படைத்தனர். அந்தக் கிளர்ச்சித் தலைவன் கையும் காலும் ஒன்றாகச் சேர்த்துக் கட்டப்பட்ட நிலையில் தில்லிக்கு அனுப்பப்பட்டான். பின்னர் குசிரவுகான் மேலும்தெற்கு நோக்கிச் சென்றான்.

1311 இல் மாலிக்கபூர் தில்லிக்குத் திரும்பிச் சென்றதன்பின், வீரபாண்டியனுக்கும் சுந்தரபாண்டியனுக்கும் இடையே உள்நாட்டு சண்டை தொடர்ந்து நடை பெற்றது. சண்டையில் தளர்ச்சியடைந்த சுந்தரபாண்டியன் முதலில் முசுலிம்களைன் உதவியை நாடினான். சிறிய அளவில் அவனுக்குக் கொடுக்கப்பட்ட உதவி அதிக நன்மை எதையும் செய்யவில்லை. 1312 ஆம் ஆண்டுவரை சுந்தரபாண்டியனிடம் விசுவாசமாக இருப்பதாக பாசாங்கு செய்த தென் திருவாங்கூர் அரசனாகிய இரவிவர்மன் குலசேகரன் இந்தக் குழப்ப நிலையைப் பயன்படுத்தி பாண்டிய நாட்டின்மீது படையெடுத்து காஞ்சிபுரம் வரை சென்றான். அவனுடன் வீரபாண்டியனும் சேர்ந்து கொண்டான் எனத் தெரிகிறது. ஆகவே சுந்தரபாண்டியன் காகதீய அரசனாகிய இரண்டாம் பிரதாபருத்திரனிடம் உதவி கோரினான். அவனுக்கு உதவியாக நெல்லூர்

தேசாதிபதியாக இருந்த முப்பிடி நாயக்கனின் தலைமையில் 1317 இல் ஒரு பெரும் படை அனுப்பப்பட்டது. இரவிவர்மன் குலசேகரனும், வீரபாண்டியனும் தோற்கடிக்கப்பட்டனர். இரவிவர்மன் குலசேகரன் தன்னுடைய சொந்த இராச்சியத்திற்கே திரும்பிச் செல்லவேண்டிய நிர்ப்பந்தமேற்பட்டது. வீரதவளப்பட்டணத்தின் (பீர்நூல்) அரியாசனத்தில் சுந்தரபாண்டியன் அமர்த்தப்பட்டான். இதற்குப் பின்புதான் குசிரவுவின் படையெடுப்பு நிகழ்ந்தது. நேரடிப் போரிலிருந்து தப்புவதற்காக தன் வழமையான முறையைக் கடைப்பிடித்தான் சுந்தரபாண்டியன். தலைநகரத்தைத் துறந்து குடும்பத்தினரை அழைத்துக் கொண்டு பொற்குவையையும் எடுத்துச் சென்றான். தன்மதம் தன்னைக் காப்பாற்றும் என்ற நம்பிக்கையில் இறுதியில் அந்த முசிலிம் வியாபாரி தற்கொலை செய்துகொண்டான். இருந்த போதிலும் ருசிரவுவின் படையெடுப்பு வெற்றியைக் கொடுக்கவில்லை. மழை அவனுடைய நடமாட்டங்களுக்குத் தடையாக இருந்தது. அதிலும் மேலாகத் தானே ஒரு புரட்சி செய்ய வேண்டுமெனவும் எண்ணினான். இதைக் கண்டுபிடித்த அவன் படைவீரர்கள், அவனது செய்கையைக் கண்டித்து, அவனையும் விலங்கிட்டுத் தில்லிக்கு அழைத்துச் சென்றனர்.

தில்லியில் நடைபெற்ற அரசியற் புரட்சி, கில்சிகளின் ஆட்சிக்கு முற்றுப்புள்ளி வைத்துத் துக்லக்குகளின் ஆட்சிக்கு அடிகோலியது. மீண்டும் ஒரு சுதந்திர அரசனாகப் பிரகடனஞ் செய்யும் சந்தர்ப்பமும் இரண்டாம் பிரதாபருந்திரனுக்குக் கிடைத்தது. இவனுடைய முன்மாதிரியான செய்கை, சுல்தானிய தேசாதிபதியின் கீழிருந்த மகராட்டிரத்தின் பகுதிக்கும் பரவி அங்கும் சுல்தானின் மீது விசுவாசமின்மையை ஏற்படுத்தியது. ஆகவே தெற்கிலிருந்து இந்து இராச்சியங்களை ஒன்றன்பின் ஒன்றாய் அழித்து, குமரிமுனைவரை இசிலாமின் ஆதி'கத்தை நிலைநாட்ட வேண்டும் எனக் கியாசுத்தீன் துக்லக் தீர்மானித்தான். தன் மகனும் வாரிசுமாகிய உலுக்கான் தலைமையில் வாரங்கள் இராச்சியத்திற்கெதிராக 1321இல் ஒரு படையை அனுப்பி இந்து இராச்சியங்களை ஒழிக்கும் வேலையைத் தொடங்கினான். வழக்கம்போல் தேகிரி'கூடாகப்போன படைவீரர்கள் நாடு முழுவதையும் நாசமாக்கி தெலுங்கானாவிற்குள் புகுந்த உடனே அங்குள்ள கோட்டைகளையும் முற்றுகையிட்டார்கள். பின்வாங்கிய பிரதாபருத்திரன்தன் படைவீரர்களுடன், நன்கு அரண் செய்யப்பட்ட தலைநகரு'குள்ளே ஒளிந்திருந்தான். உணவுப் பொருட்களும் தேவையான மற்றைய பொருட்களும் அங்கு நிறைய இருந்தன. உலுக்காவின் படைகள் தலைநகரை முற்றுகையிட்டன. இந்த முற்றுகை ஆறு மாதங்கள் வரை நீடித்தது. அதன்பின், படையெடுத்து வந்தவர்களுக்கிடையில் ஏற்பட்ட பிளவுகளினால் படைத் தளபதிகள் உலுக்கானுக்கெதிராகக் கிளம்பி, பிரதாபருத்திரனுடன் சமாதானப் பேச்சுவார்த்தைகளில் ஈடுபட்டான் உலுக்கான். தான் தேவகிரிகளுக்குத்திரும்பிச் செல்வதில் தடையேதும் ஏற்படாதபடி, வாரங்கள் நாட்டு வீரர்களுக்கும் தன் படை வீரர்களுக்கும் நடுவே கிளர்ச்சி செய்த படைவீரர்களை நிறுத்துவதில் வெற்றியடைந்தான் உலுக்கான். ஆனால் அவன் அப்படிச் செய்து முடிக்கும்வரை, பிரதபாருத்திரன், அவனது படைவீரர்களை அமைதியாக இருக்கவிடவில்லை. மசீர் அபுரிசா ன்பவனின்

தலைமையில் வந்த போர்வீரர்களைச் சந்தித்தான். உள்ளன்புடன் உலுக்கானை உபசரித்த, மசீர் கிளர்ச்சி செய்த படைத் தளபதிகள்மீது நடவடிக்கை எடுப்பதில் உதவிபுரிய முன்வந்தான். கிளர்ச்சி செய்தவர்களைத் தாக்கி சிறைப் பிடித்து, அவர்களின் தலைவர்களை அரசனின் மன்றுக்கு அனுப்பும்படி ஒரு சுற்றறிக்கையைச் சமின்தார்களுக்கும் மாவட்டத் தலைவர்கட்கும் அனுப்பினான். பின் உலுக்கானுடன் தேவகிரிவரை சென்றான். கிளர்ச்சிசெய்தோர் மீது அவன் எடுத்த நடவடிக்கை பெரும்பயன் அளித்தது. கிளர்ச்சி செய்தோருடன் சிலர் போரிட்டு மாண்டனர்; மற்றையோர் ஓடி ஒளிந்தனர், வேறு சிலர் பிடிக்கப்பட்டு, சுல்தானின் கட்டளைப்படி சிரச்சேதம் செய்யப்படுவதற்காகத் தில்லிக்குக் கொண்டு செல்லப்பட்டனர்.

எதிரியை வெற்றிகொண்ட குதூகலத்தில் இருந்த பிரதாபருத்திரன், தன் படைவீரர்களைக் கலைந்து செல்லுமாறு உத்தரவிட்டான் ; தலைநகரில் சேமித்து வைத்திருந்த அத்தியாவசிய உணவுப் பொருட்களைச் செலவழித்தான் ; எதிரிகளின் தாக்குதல்களிலிருந்து நிரந்தரமாகத் தப்பிவிட்டவனைப்போல் நடந்து கொண்டான். கியாசுத்தீனைப் பொறுத்தவரையில் தெலுங்கானாவில் அவனுடைய மகனுக்கு ஏற்பட்ட தோல்வி, மேலும் அதிக பலம் வாய்ந்த ஒரு படையெடுப்பை மேற்கொண்டு அந்நாட்டை அடிபணிய வைப்பதற்கு ஒரு தூண்டுகோலாக அமைந்தது. அதிக பலம் வாய்ந்த படைகளைத் தேவகிரிக்கு அனுப்பினான். விரைவில் காகதீய இராச்சியத்திற்கெதிராக உலுக்கான் இரண்டாம் தடவையும் படையெடுத்தான். மேற்கெல்லை யிலிருந்த பிடாரும், போதான் உட்பட வேறு பல கோட்டைகளும் இப்படைகளாற் கைப்பற்றப்பட்டன. வாரங்கல் முற்றுகையிடப்பட்டது. எந்தவிதமான ஆயத்தங்களையும் செய்யாதிருந்த பிரதாபருத்திரன் ஐந்து மாதங்கள்வரை அடிபணயாதிருந்தான். ஆனால், கடைசியில் உணவுப் பஞ்சம் காரணமாகச் சமாதானத்தைக் கோரினான். உலுக்கானின கைகளில் தன்னையும் தன் குடும்பத்தையும் ஒப்படைத்தான். பலமான காவற் படையினருடன் அவர்களைத் தில்லிக்கு அனுப்பிவைத்தான் உலுக்கான். ஆனால் தில்லிக்குப்போகும் வழியில் பிரதாபருத்திரன் தன் ஆயுளுக்கு முடிவு தேடிக்கொண்டான் எனத் தெரிகின்றது. உலுக்கான் வாரங்கல் நாட்டைச் சூறையாடிப் பாழ்படுத்தினான். வெவ்வேறு இடங்களைச் சேர்ந்த இந்துத் தலைவர்கள் தாமகவே அடிபணிந்தபோது அவர்களைப் பொதுவாக ஏற்றுக் கொண்டும், எதிர்ப்பு இருந்த இடங்களில் போர் செய்தும் நாட்டின் பகுதிகளைத் தனதடிப்படுத்தினான் உலுக்கான்.

உலுக்கான் மலையாளத்திற்கும் ஒரு படையை அனுப்பினான். அந்த நாடு பிடிக்கப்பட்டு, சில காலம், தில்லியின் ஆதிக்கத்தின் கீழிருந்தது; பாண்டிய அரசன் பராக்கிரமதேவன் கைதியாகத் தில்லிக்குக் கொண்டு செல்லப்பட்டான். 1326 இல் முகமது பின் துக்லக் தேவகிரியை மலையாளத்தின் தலைநகராக்கும் வரை மலையாளம் உண்மையில் தில்லி சாம்ராச்சியத்தின் ஒரு மாகாணமாகவே வைத்தெண்ணப்பட்டது. ஒரிசாவைச் சேர்ந்த சுங்க இலக்கியத்திலுள்ள சயநகருக்கெதிராக உலுக்கான் வேறொரு படையுடன் சென்றான். அந்த இராச்சியத்தைப் பிடிப்பதிலும் பார்க்க, வாரங்கல்

நாட்டின் மேற்கெல்லையை அப்பகுதியில் பலப்படுத்துவதே அவனுடைய இந்தப் படையெடுப்பின் நோக்கமாக இருந்தது.

இவ்வாறாக, முகம்மது பின் துக்லக் ஆட்சிபீடம் ஏறியபோது தக்கணத்தின் பெரும்பகுதியும் தென்னிந்தியாவும் தில்லி சுல்தானியர்களின் அதிகாரத்தை ஒப்புக்கொண்டிருந்தன. தேவகிரியும் வாரங்கல்லும் பேரரசாட்சியின் அதிகாரிகளின் சக்திவாய்ந்த மேற்பார்வையிலிருந்தன. புதிதாகப் பிடிக்கப்பட்ட பகுதிகளை ஒன்று சேர்த்து வலுப்படுத்துவதற்காகவும் அரசாங்கத்தின் அதிகாரத்தை உறுதியாக நிலைநிறுத்தி விரிவுபடுத்துவதற்காகவும் ஓர் இராசப் பிரதிநிதி மலையாளத்திற்கு அனுப்பப்பட்டான். தங்களுடைய சுதந்திரத்தைத் தொடர்ந்து அனுபவித்த இந்து இராச்சியங்களுள் தோரசமுத்திரமும் கம்பிலியும் குறிப்பிடக்கூடியவை. புகழ்பெற்ற அரசனான கம்பிலதேவன் என்பவன் கம்பிலியின் அரசனாக இருந்தான். தேவகிரியை ஆண்ட பேரரசனாகிய இராமதேவனுக்கும் ஒய்சன அரசனாகிய மூன்றாம் வல்லாளனுக்குமிடையே நடைபெற்ற போர்களில் இராமதேவனுக்குப் பேருதவு புரிந்தான் கம்பிலதேவன். இதன்மூலம் இவன் பேரும் புகழும் அடைந்தான். இது நடந்தது பதினான்காம் நூற்றாண்டின் ஆரம்ப ஆண்டுகளில். தெற்கில் இசிலாமிய ஆதிக்கம் பரவுவதை இவன் இடைவிடாது எதிர்த்தான். ஆனால் இவனுக்கும், அண்டை நாடுகளான தோரசமுத்திரம், வாரங்கல் முதலியவற்றுக்குமிடையே இருந்த சிறு தகராறுகள் இவனுக்குத் தடையாக இருந்தன. எனினும், அவன் பெரியதொரு இராச்சியத்தைத் தாபித்தான். இப்போதைய அனந்தப்பூரின் சில பகுதிகளாகிய இறயிச்சூர், தர்வார், பெல்லாரி ஆகியவற்றுடன் சிடடால்துர்கம், சிமோகா முதலிய மாவட்டங்களையும் உள்ளடக்கியிருந்தது இந்த இராச்சியம். இந்த இராச்சியத்தை, தில்லி சாம்ராச்சியத்தின் மாரத மாகாணத்திலிருந்து கிருட்டிணை நதி பிரித்தது. கம்பிலதேவன் துக்லக் சுல்தானியரின் அதிகாரிகளிடமிருந்து திறை

செல்லும்படி வந்த கட்டளையை அவமதித்து, முகம்மது பின் துக்லக்கின் மைத்துனனும், குல்பர்க்காப் பிரதேசத்திற்கண்மையிலிருந்த சாகர் என்ற இடத்தின் தேசாதிபதியுமான பகாவுத்தீன் கர்சாப்புடன் நட்புறவு பூண்டான். கர்சாப்பிற்குத் தன் மைத்துனன்மீது ஏற்கனவே சிறிது மனத்தாங்கல் ஏற்பட்டிருந்ததால், தில்லி சிம்மாசனத்தில் உரிமை கோரிக் கலகம் விளைத்தான். கலகக்காரன் மீது தக்க நடவடிக்கை எடுக்கும்படி குசராத்தின் தேசாதிபதியாகிய மாலிக் சடா என்பவனையும், தேவகிரியின் தேசாதிபதியாகிய மசீர்அபரிசா என்பவனையும் அனுப்பிவைத்தான் தில்லி சுல்தான். கோதாவரி நதி தீரத்தில் நடைபெற்ற வீரப்போரில் படுதோல்வியடைந்த கர்சாப் சாகருக்கு ஓடினான். வெற்றிபெற்ற சுல்தானியப் படை அவனைப் பின்தொடர்ந்தது. கர்சாப் சாகரிலிருந்து, தன் மனைவி மக்களுடன் புறப்பட்டு கம்பிலதேவனிடம் அடைக்கலம் புகுந்தான். இதற்கிடையில், தானே போர்க்களத்தில் இறங்கிய சுல்தான் தேவகிரியை வந்தடைந்து, கர்சாப் தோல்வியடைந்து கம்பிலிக்கு ஓடிவிட்ட செய்தியை அறிந்தான். தனக்கடங்காதவனும், தோல்வியுற்ற கலகக்காரனுக்குப் பாதுகாப்பு அளித்தவனுமான இந்து அரசன் கம்பிலதேவனைப் பணிய வைக்கும் முயற்சிகளில் உடனடியாக ஈடுபட்டான்

சுல்தான். ஆனால் அவ்வேலை அவன் எதிர்பார்த்ததிலும் பார்க்க அதிக கடினமாகவிருந்தது. கும்மாட்டா கோட்டையைக் கைப்பற்றுவதற்காக இரண்டு தடவை அனுப்பப்பட்ட படைகள் தோல்வியடைந்தன. மாலிக் சடாவின் தலைமையில் மேற்கொள்ளப்பட்ட மூன்றாவது முயற்சி வெற்றியளித்தது. கும்மாட்டா கோட்டை வீழ்ச்சியடைந்தது. ஒசதுர்க்கத்திற்குள் (அனகொண்டி) ஒளிந்திருக்கவேண்டிய நிர்ப்பந்தம் கம்பிலதேவனக்கு ஏற்பட்டது. சுல்தானின் படைகள் ஒசதுர்க்கத்தை முற்றுகையிட்டன. போதியளவு உணவுப் பொருட்கள் இல்லாமையினால், ஒரு மாதத்திற்குமேல் முற்றுகையைச் சமாளிப்பதற்குக் கம்பிலதேவனால் முடியவில்லை. ஆனால் அதற்கு முன், புகலிடம் தேடிவந்த கர்சாப்பையும் அவனுடைய குடும்பத்தினரையும் மூன்றாம் வல்லாளனின் பாதுகாப்பில் இருப்பதற்காக, தோரசமுத்திர அரண்மனைக்கு அனுப்பும் முயற்சியில் வெற்றிகண்டான். கம்பிலதேவன் தன் இறுதிமுடிவை வீரத்துடனும் உறுதியுடனும் எதிர்நோக்கினான். தான் போரிட்டு மடிவதாக எடுத்துக்கொண்ட முடிவைத் தன் அரண்மனைப் பெண்களுக்கு அறிவித்த கம்பிலதேவன், பெண்கள் எதிரிகளின் கைகளுக்குள் சிக்குவதற்கு முன், தங்களைத் தாங்களே தீயிட்டுத் கொளுத்திட வேண்டும் என்று ஆலோசனை கூறினான். பெண்கள் மன மகிழ்ச்சியுடன் அப்படிச் செய்தார்கள். அவர்களுடைய முன்மாதிரியை, மந்திரிகள், பிரபுக்களின் மனைவிமார்களம் பெண்பிள்ளைகளும் பின்பற்றினார்கள். அதற்குப்பின், கம்பிலதேவனும் அவனுடைய ஆட்களும் கோட்டைக்குள்ளிருந்து, எதிர்பாராதபடி பாய்நதுவந்து, எதிரிகளைப் பலமாகத் தாக்கினார்கள். தாம் சண்டையில் இறப்பதற்கு முன் எதிரிகளின் அணியில் பெருஞ்சேதத்தை ஏற்படுத்தினார்கள். வெற்றியை அறிவிப்பதற்காக, கம்பிலதேவனின் தலை, பொதிந்துருப்படுத்தித் தில்லிக்கு அனுப்பப்பட்டது. ஒசதுர்க்கத்தைச் சுற்றியுள்ள நாடுகளைக் கண்காணிப்பதற்காக அங்கே ஒரு படை நிறுத்திவைக்கப்பட்டது (1327).

பகாவுத்தீனைத் தேடிக்கொண்டிருந்த மாலக் கடா ஒய்சள நாட்டின் மீது படையெடுக்கத் திட்டமிட்டான். மூன்றாம் வல்லாளன் என்றும் கம்பிலதேவனுடன் நட்புறவு பூண்டிருக்கவில்லை. அத்தகைய கம்பிலதேவனால் அனுப்பப்பட்ட பகாவுத்தீனுக்குப் பாதுகாப்பளிப்பதன் விளைவாகத் தன் இராச்சியத்தையும் செல்வத்தையும் இழப்பதற்கு அவன் விரும்பவில்லை. ஆகவே பகாவுத்தீன் தன்னைத் தேடி வந்தவுடன் அவனைப் பிடித்து மாலிக் சடாவிடம் அனுப்பினான். அத்துடன் சுல்தானின் மேலதிகாரத்தையும் ஏற்றுக்கொண்டான். இதனால் மகிழ்ச்சி அடைந்த மாலக் சடா தன் படைகளைத் திருப்பியழைத்துக்கொண்டு தேவகிரிக்குத் திரும்பினான்.

கம்பிலி வீழ்ச்சியடைந்ததன்பின், முகம்மது பின் துக்லக் சில காலம் தேவகிரியில் தங்கியிருந்தது, சாம்ராச்சியத்தின் தலைநகரத்தைத் தேவகிரிக்கு மாற்றும் ஏற்பாடுகளைச் செய்துகொண்டிருந்தான். பூனாவிற்கண்மையிலுள்ள கந்தியானா (சிங்ககாட்) கோட்டையை எட்டு மாதமாக முற்றுகையிட்டுக் கைப்பற்றினான். அங்கிருந்த இந்துத் தலைவனாகிய நாக நாயக்கனை அடிபணியச் செய்தான். கோலியர்களின் அரசானாகிய நாக நாயக்கன் சுல்தானுக்குப் பணிந்தபடியால், கௌரவத்துடன் நடாத்தப்பட்டான். அந்தக்

கோட்டை சுல்தான் வசம் சென்றது. விரைவில் சுல்தான் வடக்கு நோக்கிச் சென்றான். இக்காலத்து (1324-35) தில்லி சாம்ராச்சியத்தில் தக்கணம், தென்னிந்தியா ஆகியன முழுவதும் அடங்கியிருந்தன என்று முசிலிம் வரலாற்றாசிரியர்கள் கூறுகின்றார்கள். இது மிகைப்படக் கூறுதல் என்றாலும் மன்னிக்கப்படக் கூடியது. இவ்வரலாற்றாசிரியர்கள் இப்பகுதியைத் தேவகிரி, தீலிங், கம்பிலி, தோரசமுத்திரம், மலையாளம் என்ற ஐந்து மாகாணங்களாகப் பிரிக்கின்றார்கள். சிலர் சச்நகரை (ஒரிசா) ஆறாவது மாகாணமாகச் சேர்க்கின்றபொழுதிலும், அப்படிச் செய்வதற்குத் தக்க நியாயங்கள் கிடைக்கவில்லை. இந்த மாகாணங்கள் ஒவ்வொன்றிற்கும் பொறுப்பாக ஒரு தேசாதிபதி (நயிப்) இருந்தார். மாகாண இராணுவப் படைக்குப் பொறுப்பாகவுள்ள இராணுவ உதவியாளர் தோசாதிபதிக்கு உதவிபுரிந்தார். கொத்தவால் என்கின்ற உத்தியோகத்தார் மாகாணத்தின் தலைப்பட்டினத்தில் சட்டத்தையும் ஒழுங்கையும் நிலைநாட்டினர். எனினும் தேவகிரி தவிர்த்த வேறு இடங்கள் எதிலுமே, சுல்தான் அதிகாரம் உறுதியாக நிலைநாட்டப்படவில்லை. உதாரணமாக, தோரசமுத்திரம் பெயரளவில் மட்டுமே அரசபக்தியுடையதாக இருந்தது. அங்குள்ள மக்களில் பெரும்பான்மையினர், விசேடமாக நாட்டுப்புற மக்கள், புதிய ஆட்சியை ஏற்றுக்கொள்ளவில்லை. நிலப்பகுதிகளுக்குப் பொறுப்பாக விடப்பட்ட முசிலிம் தலைவர்கள் ஒரு குறிப்பிட்ட அளவு படைவீரர்களை வைத்துப் பராமரிக்க வேண்டும்; அரசாங்க திறைசேரிக்கும் பணம் கொடுக்க வேண்டும் என்ற நிபந்தனை இருந்தது; இக்தாசு என்ற முறையின்கீழ் நிலம் சிறுசிறு பகுதிகளாக இந்தத் தலைவர்கட்கிடையே பங்கிடப்பட்டிருந்தது. ஆனால் இந்த முறைகள் எல்லாம் அமைதியாகவும் இலகுவாகவும் நிர்வாகம் நடைபெறுவதற்குத் தடையாக இருந்தன. இவ்வாறு உறுதியற்றிருந்த நிர்வாக அமைப்பு, இயற்கையாகவே வெகு விரைவில் நடைபெற்ற கலகத்தின் விளைவாக, சீர்குலைந்ததில் ஆச்சரியமில்லை.

முசிலிம் ஆட்சியிலிருந்து தக்கணத்தை விடுவிக்க வேண்டும் என்ற இயக்கம் 1329 இல் சுல்தான் வட இந்தியாவிற்குச் சென்றவுடனேயே ஆரம்பித்ததெனலாம். தக்கணத்து மக்கள் முசிலிம்களின் ஆட்சியை எப்பொழுதாயினும் மனவிருப்புடன் ஏற்றுக்கொள்ளவில்லை. அத்துடன், சைவ சமய மறுமலர்ச்சியின் பலம் மிக்க செல்வாக்கினால் மக்களும் அவர்தம் தலைவர்களுடன் ஆட்கொள்ளப்பட்டிருந்தார்கள். சைவ மக்களின் ஆலயங்களின் புனிதத் தன்மையை மாசுபடுத்தினார்கள் முசுலிம்கள் ; சில ஆலயங்களை இடித்தழித்தார்கள் ; மக்களிடையே நெடுங்காலமாக நிலவிவந்த பழக்கவழக்கங்களைக் கெடுத்தும் ஒழித்தும் வந்தார்கள். இந்த அநியாயச் செயல்களை அமைதியுடன் ஏற்றுக்கொண்டு முசிலிம்களுக்கு அடிபணிந்து வாழும் நிலையில் மக்கள் இருக்கவில்லை. ஏகாக்கிரசித்தத்துடன் சிவனிடமே பக்தி செலுத்த வேண்டும் என்று கூறியது சைவ சமயம் ; இது மற்றைய மதங்களைப் பின்பற்றுவோர்மேல் வெறித்தனமான வெறுப்பைக்காட்டி, அவர்களைப் பாவிகள் என்றுணரச் செய்தது. தன் பக்தர்கள் எல்லாரும் எவ்விதத்திலும் சமமானவர்கள் என்ற இலட்சியத்தையுடைய புதுச் சைவசமயம் இசிலாம் மதத்தை எதிர்ப்பதற்கு ஏற்ற தகுதியும் சக்தியும் பெற்றிருந்தது.

துக்லக்கின் ஆட்சி தக்கணத்தில் பல பகுதிகளில் வேரூன்றாமல் போனதற்கு, சைவ சமயம் அரசியலுக்குக் கொடுத்த உத்வேகம் முக்கிய காரணமாக இருந்தது. கோவில்களுக்கும் அறநிலையங்களுக்கும் அளிக்கப்பட்ட தருமசாதனங்களை நிராகரித்தமையும், விவசாயிகள், தொழில்நுட்ப வேலையாட்கள் முதலியோரிடமிருந்து சுல்தானும் அவன் கீழுள்ள மாகாண தேசாதிபதிகளும் பலவந்தமாகப் பணம் அறவிட்டமையும், மக்களுக்குப் பொருள் சம்பந்தமான அக்கறையை அதிகரிக்கச் செய்து விடுதலை இயக்கத்தை வலுப்படுத்தின. இந்த இயக்கத்தின் தலைவர்களுள் பிரளய நாயக்கனும், அவனுடைய மைத்துனனாகிய காபய நாயக்கனுமே பிரபலமானவர்கள்; காபய நாயக்கனை, முசிலிம் வரலாற்றாசிரியர்கள், கண்ணய நாயக்கன் எனக் குறிப்பிடுகின்றார்கள். அவர்களின் கீழிருந்த நாயக்கருள் ஏறக்குறைய எழுபத்தைந்துபேர் அவர்களுடைய முயற்சிக்கு முழுமனத்துடன் ஆதரவு கொடுத்தார்கள் எனக் கர்ண பரம்பரைச் செய்திகள் கூறுகின்றன. அட்டங்கி, கொண்டவீடு ஆகிய பகுதிகளில் ரெட்டி இராச்சியத்தைத் தோற்றுவித்தவனெனக் கொண்டாடப்படும் பிரளய வீமன் இத்தகையவர்களுள் ஒருவன். 1331 இல் அல்லது அதற்குச் சற்றுப் பின்பு, மகாநதி தொடக்கம் நெல்லூர் மாவட்டத்தைச் சேர்ந்த குண்டலகம்மா வரையிலான கரைப்பகுதி முழுவதும் முசிலிம்களிடமிருந்து மீட்கப்பட்டதுடன், முன்பிருந்த முறைகளில் மக்களின் பொதுவாழ்வை மாற்றியமைக்கும் வேலையிலும் இந்துத் தலைவர்கள் ஈடுபட்டார்கள். அதே நேரத்தில், தன்னைப் பழைய சாளுக்கிய வம்சத்தின் வழித்தோன்றல் என்று கூறிக்கொண்டவனும், பிற்காலத்தில் விசயநகரில், அரவீடு அரச வம்சத்தைத் தோற்றுவித்தவனுமான சோமதேவன் என்பவன், மேலைத் தெலுங்கு நாட்டிலிருந்த இந்துக்களை, அவர்களுடைய முசிலீம் அதிபதியும் கம்பிலியின் தேசாதிபதியுமாக இருந்த மாலக் முகம்மதுவுக்கெதிராகக் கிளர்ச்சி செய்யும்படி தூண்டினான். கர்நூலுக்கண்மையில் தன்னுடைய மத்திய நிலையத்தை ஏற்படுத்தி அனகொண்டி, இறயிச்சூர், முத்கல் முதலிய இடங்களிலுள்ள கோட்டைகளைக் கைப்பற்றினான். இத்துடன், சுல்தானிடம் வைத்திருந்த அரசபக்தியை உதறித்தள்ளி ஒய்சள மன்னனாகிய மூன்றாம் வல்லாளன் கம்பிலிமாகாணத்தின்மீது படையெடுத்தபடியாலும், மாலிக் முகம்மது உதவியற்றவனானான. “நாடே எனக்கெதிராக எழுந்துவிட்டது; ஒவ்வொருவரும் தாம்தாம் விரும்பிய இடங்களின் தலைவர்களாகிவிட்டனர். என் பக்கத்தில் யாருமே இல்லை. மக்கள் திரண்டெழுந்து வந்து, கோட்டையினுள்ளே உணவுப் பொருட்கள் செல்லாதவாறு தடுத்து முற்றுகையிடுகின்றனர். மக்கள் மீது திணிக்கப்பட்ட வரிகள் எதையுமே அவர்கள் கொடுக்கவில்லை” என அவன் சுல்தானுக்கு அறிவித்ததாக நூனிசு குறிப்பிடுகின்றார். காலஞ்சென்ற கம்பிலி அரசனுடன் தொடர்புடைய யாராவது சென்றால் தான் கம்பிலியில் அமைதியையும் ஒழுங்கையும் நிலைநாட்ட முடியும் எனச் சுல்தானின் ஆலோசகர்கள் ஆலோசனை கூறினர். அவர்களின் ஆலோசனையை ஏற்ற சுல்தான், அரிகானையும் அவனுடைய சகோதரனாகிய புக்கனையும், தனக்கு விசுவாசமாக இருக்க வேண்டும் என்று சத்தியம் செய்வித்து வாக்குறுதி பெற்றுக்கொண்டு, கம்பிலி மாகாணத்தைப் பரிபாலிக்கும்படி அனுப்பினான்.

சங்கமனுக்கு ஐந்து புதல்வர்கள் இருந்தார்கள். அரிகரன் புக்கன் ஆகியோர் அவர்களுள் இருவர். முதலில் இவர்கள் இருவரும் இரண்டாவது பிரதாபருத்திரனின் கீழ் சேவை செய்தனர். ஆனால் அவனுடைய இராச்சியம் 1223 இல் முசிலிம்களாற் கைப்பற்றப்பட்ட பின்னர் இருவரும் கம்பிலிக்குச் சென்றார்கள். 1327 ஆம் ஆண்டில் கம்பிலியும் வீழ்ச்சியடைந்த வேளையில் அவர்கள் கைதிகளாகத் தில்லிக்குக்கொண்டு செல்லப்பட்டனர். அங்கே அவர்கள் இசிலாமிய மதத்தைத் தழுவியபடியால், சுல்தான் அன்புக்குப் பாத்திரரானார்கள். கம்பிலி மாகாணத்தின் நிர்வாகப் பொறுப்பை மாலிக் முகம்மதுவிடமிருந்து கையேற்பதற்காகவும் புரட்சிவிளைவித்த இந்துக்கள் மீது நடவடிக்கை எடுப்பதற்காகவும் மீண்டும் அவர்கள் இருவரும் மாகாணத்திற்கு அனுப்பப்பட்டார்கள். முசிலிம் வரலாற்றாசிரியர்கள் தரும் செய்திகளும் இந்துக்களின் கர்ணபரம்பரைச் செய்திகளும் முரண்படுவதால், அவர்கள் இருவரும் தெற்கே வந்ததன் பின் உண்மையிலே என்ன நடந்தது என்பதைத் திட்டவட்டமாகக் கூறமுடியவில்லை. சுல்தானின் இந்த உதவித் தளபதிகள் .இருவரும் மிக விரைவில் இசிலாம் மதத்தைவிட்டு நீங்கியதுடன், தில்லி அரசனின் நன்மையையும் புறக்கணித்து, சுதந்திரமுடைய ஒரு புதிய இந்து இராச்சியத்தை ஏற்படுத்த முனைந்தார்கள் என்பதை இருபகுதியினருமே ஒப்புக்கொள்கின்றனர். இந்த இந்து இராச்சியம் வலிமையுடைய விசயநகர சாம்ராச்சியமாக விரைவில் வளர்ச்சியடைந்தது. முதலில் இவர்கள் சுல்தானின் பணியையே செய்தார்கள். முன்பு அனகொண்டியுடன் இவர்களுக்கிருந்த தொடர்பு இவர்களது வேலையை இலகுவாக்கியது. ஆனால் இவர்களுடைய இசிலாமியமதத் தொடர்பு சில மக்களை இவர்களுக்கு எதிராக இருக்கத் தூண்டியது; எனினும் இவர்கள் கடைப்பிடித்த சமாதானக் கொள்கை மக்களின் மனக் கொதிப்பைத் தணித்தது. பலாத்காரம் இன்றியமையாததென்று கருதிய இடங்களில் மட்டும் அதனைப் பயன்படுத்தினர்.

நாட்டின் மற்றைய பகுதிகளிலும் பார்க்க முன்னதாகவே, கட்டி என்ற பகுதியும் அதைச் சூழ்ந்துள்ள இடங்களும் அரிகரனின் மேலதிகாரத்தை ஏற்றுக்கொண்டனவெனத் தெரிகிறது. ஆனால் மூன்றாம் வல்லாளனுக்கு எதிராக மேற்கொண்ட போர் முதலில் வெற்றியளிக்கவில்லை. பின்னர் சகோதரர்கள் இருவரும் வித்தியாரண்யர் என்ற ஞானியைச் சந்தித்து, அவரின் போதனையினால் தூண்டப்பட்டு, இந்து மதத்திற்கு மீண்டும் வந்தார்களென்றும் இசிலாம் மதத்திற்கு எதிராக இந்து மதத்தை மேம்படுத்தும் சீரிய பணியை மேற்கொண்டார்கள் என்றும் இந்துக்களின் கர்ண பரம்பரைச் செய்திகள் கூறுகின்றன. வல்லாளனுக்கு எதிராக இரண்டாவது தடவை மேற்கொள்ளப்பட்ட படையெடுப்பு முன்னையதிலும் பார்க்கச் சிறந்த பயனை அளித்தது; அதன்பின் நாடுகளைப் பிடித்து அவற்றை ஒன்றாக்கிப் பலப்படுத்துவதற்கு அரிகரனுக்கு இலகுவாக இருந்தது.

இதற்கிடையில, பிறிதோரிடத்தில் நடைபெற்ற முக்கிய அரசியல் மாற்றங்கள், தெற்கே துக்லக்கின் சாம்ராச்சியத்தின் அழிவு நெருங்குவதைப் பகிரங்கப்படுத்தின. மலையாளத்தின் தேசாதிபதியாகிய சலாலுத்தீன் அசன் ஷா என்பவன், சுல்தானிடம் விசுவாசமாக இருந்த தளகர்த்தர்களை

ஒழித்துவிட்டுத் தன்னுடைய சுதந்திரத்தை உறுதி செய்துகொண்டு, 1333-34 ஆம் ஆண்டுகளில் மதுரையிலிருந்து தன் பெயரில் தங்க, வெள்ளி நாணயங்களை வெளியிடத் தொடங்கினான். இந்தப் புரட்சிச் செய்தியைக் கேள்வியுற்ற சுல்தானாகிய முகம்மது பின் துக்ளக் வாரங்கலுக்குப் படையுடன் சென்றான். அங்கே திடீரென்று தோன்றிப் பரவிய ஒரு தொற்று நோய் அவனது படையின் பெரும்பகுதியை அழித்ததுடன், சுல்தானையும் பீடித்தது. ஆகவே எந்தவிதமான பயனையும் அடையாமலே அவன் திரும்பிச் செல்லவேண்டிய நிலை ஏற்பட்டது. தில்லி சுல்தானிய அரசிற்குத் தென்னாட்டில் எஞ்சி நின்ற கொஞ்ச மதிப்பும் இதனால் அற்றுப்போனது. கொள்ளை நோயினால் சுல்தான் இறந்துவிட்டான் என்ற பொய் வதந்தி குழப்பத்தை மேலும் அதிகரிக்கச் செய்தது. இதனால் அவனுக்கு எதிராகவிருந்த இந்து முசிலிம் புரட்சியாளர்கள் பெரிதும் மனமகிழ்ச்சி அடைந்தனர்.

பிரளய நாயக்கன் இறக்க, அவனுடைய வேலைகளை மைத்துனனாகிய காபயன் என்பவன் தொடர்ந்து செய்தான். அமீர்களும் அவர்களின் அடிமைகளும், முசிலிம் வியாபாரிகளும், இந்து மதத்திலிருந்து இசிலாம் மதத்திற்கு மதமாற்றம் செய்யப்பட்டவர்களும் பெரிய அளவில் நாட்டின் பல பகுதிகளிலும் பரந்து இருக்கக் காணப்பட்டனர். தக்கணத்தில் இந்து ஆட்சியையும் இந்து தர்மத்தையும் மீண்டும் நிலைநிறுத்துவதற்காகத் தான் எடுக்கும் முயற்சிகளுக்கு, மேற்கூறியவர்கள் சக்தி வாய்ந்த முட்டுக்கட்டை போடலாம் என எண்ணினான். ஆகவே அவன் தன் பணிகளைக் கவனமாகச் செய்ய ஆரம்பித்து, அவ்வேளையில் தென்னாட்டில் அதிக பலம் வாய்ந்த அரசனாக விளங்கிய தோரசமுத்திர மன்னன் மூன்றாம் வல்லாளனுடன் நல்லுறவு பூண்டான். வல்லாளன் தன்னுடைய இராச்சியத்தின் வடக்கு எல்லைகளை வலுப்படுத்தித் தேவகிரியிலிருந்து வரும் தாக்குதல்களைச் சமாளிப்பதற்குத் தயாரானான்; தெலுங்கானாவிலுள்ள முசிலிம்களை எதிர்த்துப் போரிட்ட காபய நாயக்கனுக்கு உதவியாகப் படைகளை அனுப்பினான். வாரங்களிலிருந்த முசிலிம் தேசாதிபதியான மாலிக் மாக்புல் தோல்வியுற்று, முதலில் தேவகிரிக்கு ஓடி, பின் அங்கிருந்து தில்லிக்குச் செல்லவே, தெலுங்கானாவில் முசிலிம் அரசு இல்லாதொழிந்தது (1336). மிக விரைவில் வல்லாளனும் காபயனும், மலையாள நாட்டின் வட பகுதியில் தொண்டைமண்டலம் என அழைக்கப்படும் பிரதேசத்திற்குள் புகுந்தார்கள். அங்குள்ள கோட்டைகளிலிருந்த முசிலிம் படை வீரர்களை விரட்டிவிட்டு, அப்பகுதியின் அரசுரிமை பெற்றிருந்த சாம்புவராயர்களின் வழித்தோன்றல் ஒருவனிடம் நிர்வாகப் பொறுப்பை ஒப்படைத்தனர். வேறு இந்து இராச்சியங்கள் பிற இடங்களில் தோன்றின. பித்தாபுரத்தைச் சேர்ந்த கோப்புல அதிகாரிகள், கோதாவரிக்கும் கலிங்கத்திற்கும் இடையேயிருந்த கரையோரப் பகுதிகளின் தலைவர்களாகத் தங்களை ஆக்கிக்கொண்டனர். கொண்டவீட்டைச் சேர்ந்த ரெட்டி அரசர்கள் சிறீசைலம் தொடக்கம் வங்காளக் குடாவரை பரந்துள்ள ஓர் இராச்சியப் பிரிவை ஏற்படுத்தினார்கள். ஆந்திரப் பிரதேசத்திலுள்ள மலைப் பகுதியாகிய நல்கொண்டா மாவட்டத்திலுள்ள இராசகொண்டாவைச் சுற்றி வேளமர் ஒரு சிறு இராச்சியத்தைத் தோற்றுவித்தார்கள். இப்படியாக, தக்கணத்தில் மராத்திய மாகாணங்கள் தவிர்த்த ஏனைய எல்லா இடங்களிலும்

துக்லக் சுல்தானியரின் அதிகாரம் முற்றாகச் சிதைக்கப்பட்டது. மலையாளத்தின் அரைவாசிப் பகுதி மீட்கப்பட்டு, அங்கு இந்து அரசே நிலவியது. மிகுதிப் பகுதி ஒரு முசிலிம் அரசனின் கீழ் இருந்தபோதிலும் அந்த அரசன் சுல்தானை எதிர்க்கும் புரட்சியாளனாகவே யிருந்தான்.

இசிலாமிய அரசுக்கு எதிரான இந்த இயக்கம், சுல்தானிடம் அரிகரனும் புக்கனும் வைத்திருந்த விசுவாசத்தைக் குழப்பி, தங்களுடைய நாட்டிற்கும் தம் முன்னோரின் மதமாகிய இந்து மதத்திற்கும் முன்போலவே சேவை செய்ய வேண்டும் என்ற ஆவரை அவர்களிடம் தூண்டிவிட்டது என நாம் நம்பலாம். தமது இதயத்தின் தூண்டுதலைப் பின்பற்றி அவர்கள் நடப்பதற்கு, வித்தியாரண்யரின் (கல்விக்காடு) சந்திப்பு மிகச் சிறந்த ஒரே வழியை அவர்களுக்கு அமைத்துக் கொடுத்திருக்கலாம். இந்து சமுதாயம் ஏற்றுக்கொள்ளக்கூடிய வகையில், இசுலாமிலிருந்து இந்து மதத்திற்கு அவர்களைத் திருப்பியழைப்பதற்கு, வித்தியாரண்யரைப் போன்ற பெரும் புகழ்வாய்ந்த ஓர் ஆன்மீகத் தலைவர் தான் தேவைப்பட்டார். இப்படியாக, சுல்தானின் அதிகாரத்தைத் தக்கணத்தில் மீண்டும் நிலைநாட்டுவதற்காக அனுப்பப்பட்ட சுல்தானின் நம்பிக்கைக்குப் பெரிதும் பாத்திரமான முசிலிம் பிரதிநிதிகள், சரித்திரத்திலே காணப்படும் மிகப் பெரிய இந்து இராச்சியம் ஒன்றினைத் தோற்றுவிப்பவர்களாக மாறினார்கள். இந்த இந்து இராச்சியம்தான் பிற்காலத்தில், முசிலிம்களின் தாக்குதல்களுக்கு எதிராக இந்து கலாசாரத்தைக் காப்பதில் தனிப் பெருமையும் புகழும் பெற்று விளங்கியது. முதலில் சங்கம சகோதரர் இருவரும் சுல்தானுக்காகக் கம்பிலியில் தங்கள் ஆதிக்கத்தை நிலைநாட்டி, பின் அதேமாதிரி மேலும் சில பகுதிகளைக் கைப்பற்றிவிட்டு, அதன்பின் இருவரும் இந்து மதத்தில் சேர்ந்து தமது சுதந்திரத்தைப் பிரகடனப்படுத்தினார்கள். துங்கபத்திரை நதியின் தென்கரையிலே, அனகொண்டிக்கு எதிராக உள்ள இடத்திலே ஒரு நகரை நிர்மாணித்து அதற்கு ‘விசயநகரம்’ (வெற்றி நகரம்) என்ற பொருள் பொதிந்த பெயரையும், இந்த முக்கிய நிகழ்ச்சிகளில் வித்தியாரண்யர் கொண்டிருந்த பங்கை நினைவூட்டுவதற்காக ‘வித்தியாநகரம்’ என்ற பெயரையும் சூட்டினார்கள். இங்கே விருபாக்சர் என்ற தெய்வத்தின் முன்னிலையில், 1336 ஆம் ஆண்டு சித்திரை சூட்டு விழாவைக் கொண்டாடினான். கிருட்டிணை நதிக்குத் தெற்கேயுள்ள நிலப்பகுதி முழுவதும் விருபாக்சர் என்ற தெய்வத்திற்குச் சொந்தமெனக் கருதப்பட்டது. அந்தத் தெய்வத்தின் பிரதிநிதி என்ற முறையிலேயே தான் ஆளப்போவதாக அரசன் உறுதியளித்தான். அரசாங்கச் சட்டங்களை உண்மைப்படுத்துவதற்காக அவையனைத்தையும் சிறீவிருபாக்சரின் முத்திரையுடன் வெளியிடும் வழக்கத்தை ஆரம்பித்தான். அவனுக்குப் பின் வந்த அரசர்களும் அதே வழக்கத்தைப் பின்பற்றினார்கள்.

மலையாளத்தின் வட பகுதியிலுள்ள மாவட்டங்களில் சாம்புவராயரின் ஆதிக்கத்தை நிலைநாட்டுவதில் வல்லாளன் வகித்த பங்கு காரணமாக அவன், புதிதாகத் தோன்றிய மதுரை சுல்தானியரின் இடையறாத பகைமைக்கு ஆளானான். இதன் காரணமாக ஒய்சன இராச்சியம், எழுச்சி பெற்றுக்கொண்டு வந்த விசயநகர இராச்சியத்தினால் விழுங்கப்பட்டது. மதுரையை ஆண்ட

சலாலுத்தீன் அசன் ஷா, ஐந்து ஆண்டு ஆட்சியின் பின் 1340 ஆம் ஆண்டில் படுகொலை செய்யப்பட்டான். அவனுடைய அமீர்களுள்ள ஒருவனாகிய அலாவுத்தீன் உதயி என்பவன், அவனுக்குப்பின் அரசனானான். போரில் விருப்பமுடைய இவ்வரசன் வல்லாளனுக்கு எதிராகப் படையெடுக்கத் திட்டமிட்டான். 1340 ஆம் ஆண்டில் ஒய்சள மன்னன் திருவண்ணாமலையில் தங்கி நின்றான். உதயியின் படையெடுப்பு 1341 ஆம் ஆண்டில் நிகழ்ந்தது. ஆனால் அவன் வெற்றியீட்டவிருந்த நேரத்தில் இனந்தெரியாத ஒருவனால் எய்யப்பட்ட அம்பு அவனைத் தாக்கியது. அவன் உடனேயே இறந்தான். தான் அடையவிருந்த தோல்வியை வெற்றியாக மாற்றினான் வல்லாளன். மதுரையிலுள்ள சிறிய முசிலிம் இராச்சியத்தின் முடிவு வந்துவிட்டதோ என்ற நிலை சில காலம் இருந்தது. இறந்த சுல்தானின் மருகனைச் சிங்காசனத்தில் இருத்திய பிரபுக்கள், அவனுடைய ஆட்சி திருப்தியளிக்காதபடியால் அவனைக் கொன்றனர். அடுத்து ஆண்ட அரசனின் பெயர் கியாசுத்தீன் தம்கானி என்பது. இரத்தவெறி பிடித்து இராட்சதனாக இருந்த இவனிடம் உண்மையான வல்லமையும் இருந்தது. இவன் ஆட்சிப் பொறுப்பை ஏற்றபோது, திறந்தவெளிப் போரொன்றில் முசிலிம் படைவீரர்களை இறுதியாக வென்ற வல்லாளன், கண்ணனூர்க்கொப்பம் என்னுமிடத்திலிருந்த பலம் மிக்க கோட்டை ஒன்றினை முற்றுகையிட்டுக் கொண்டிருந்தான். ஆறு மாதங்களுக்கு நீடித்த இம்முற்றுகையின் முடிவில், வல்லாளன் அநாவசியமாக இழைத்த ஒரு பிழையால், தனக்கே அழிவைத் தேடிக்கொண்டான். முற்றுகையிடப்பட்ட கோட்டையினுள்ளிருந்த படைவீரர் வல்லாளனுடன் சமாதானப் பேச்சுவார்த்தை ஆரம்பித்தபோது, சரணடைவதற்கான நிபந்தனைகளை முடிவு செய்வதற்காக, அவர்கள் மதுரை சுல்தானிடம் தொடர்பு கொள்வதற்கு வல்லாளன் அனுமதி வழங்கினான். இக்கட்டான நிலையிலிருந்த சுல்தானாகிய கியாசுத்தீன் அந்த வேளையில் 4,000 படைவீரரை மட்டும் சேர்க்க முடிந்தது. அந்தப் படையுடன், வல்லாளனால் முற்றுகையிடப்பட்ட வீரருக்கு உதவிபுரிய விரைந்து சென்றான். சுல்தானின் படைகள் தன்னுடைய பாசறையைத் தாக்கவே, வல்லாளனுக்கு அதிர்ச்சியும் ஆச்சரியமும் ஏற்பட்டன. சுல்தானின் மருமகனும், பின் ஆட்சிப் பொறுப்பை ஏற்றவனுமான நசீருத்தீன், ஒரு கிழவனைத் தோற்கடித்து அவனைக் கொல்லப் போகும் தருணத்தில், நசீருத்தீனின் அடிமைகளுள் காட்டினான். ஆகவே கிழவன் கைதியாக்கப்பட்டுச் சுல்தானின் முன்னிலைக்கு அழைத்துச் செல்லப்பட்டான். ஆரம்பத்தில் இந்து அரசனிடம் பரிவு காட்டுவதாகப் பாசாங்கு செய்த சுல்தான் கியாசுத்தீன், அரசனின் செல்வத்தையும் குதிரைகளையும், யானைகளையும் விட்டுக் கொடுக்கும்படி அரசனைத் தூண்டிவிட்டு முடிவில் அவனுடைய தோலையுரித்துக் கொன்றான். “அரசனின் தோலுக்குள் வைக்கோல் பொதியப்பட்டு, மதுரைநகர்ச் சுவரில் தொங்கவிடப்பட்டிருந்தது. அதே நிலையில் அங்கே நான் கண்டேன்” என 1342 ஆம் ஆண்டில் இபன்பட்டுட்டா கூறுகிறார்.

மூன்றாம் வல்லாளனுக்குப் பின் அவனுடைய மகனாகிய நான்காம் விருபாக்ச வல்லாளன் அரசனானான். 1343 ஆம் ஆண்டு ஆவணி மாதத்தில் அவனுடைய முடிசூட்டு விழா நடைபெற்றது என்பதைத் தவிர, அவனைப்

பற்றி வேறொன்றும் எமக்குத் தெரியவில்லை. ஏனெனில் அவனுடைய இராச்சியம் புதிதாகத் தோன்றிய விசயநகர அரசால் தோற்கடிக்கப்பட்டு, அத்துடன் இணைக்கப்பட்டது. மூன்றாம் வல்லாளன் உயிருக்கும் இருக்கும்பொழுதே பெனுகொண்டாவைப் பக்கா கைப்பற்றிவிட்டான்; வல்லாளனின் பரிதாப முடிவு, அவனுடைய முழு இராச்சியத்தையும் தன் நாட்டுடன் இணைக்கும் வாய்ப்பைப் புக்கனுக்கு அளித்தது. 1344 ஆம் ஆண்டின் மத்தியில் ஒசபத்தனை, அரிகர் முதலியவற்றுக்கு அண்மையிலுள்ள பிரதேசங்களில் பக்கனின் ஆட்சி உறுதியாக நிலைநாட்டப் பெற்றிருந்தது. ஒய்சள குடும்பத்திற்குச் சொந்தமாயிருந்த வட்டமான நிலப்பகுதி, அவனுடைய கரங்களில் அழகான ஆபரணமாகத் திகழ்ந்தது. மூன்றாம் வல்லாளன் மேற்குக் கரையிலிருந்து துளுநாட்டைப் பிடித்துத் தன்னுடைய இராச்சியத்தின் ஒரு பகுதியாக ஆக்கியிருந்தான். ஆனால், வல்லாளன் இறந்ததும் அந்தப் பகுதி மீண்டும் சுதந்திரம் பெற்றது. அந்த நாட்டைப் புக்கன் இப்போது கைப்பற்றினான். 1345 ஆம் ஆண்டிலோ, சில சமயம் அதற்கும் முன்னதாகவோ, அந்நாடு அரிகரனின் மேலதிகாரத்தை ஏற்றுக்கொண்டுவிட்டது. விசயநகர அரசு ஆரம்பமான அடுத்த பத்தாண்டுகளில் அரிகரனின் சகோதரர்கள் தமது ஆதிக்கத்தை அதிகரிப்பதில் ஈடுபட்டுப் பல சிறிய இராச்சியங்களைத் தமது பேரரசின் கீழ்க் கொண்டுவந்தனர். 1340 ஆம் ஆண்டளவிலேயே பாதாமி இராச்சியம் புதிய விசயநகர இராச்சியத்தின் ஒரு பகுதியாகிவிட்டது.

இசிலாம் மதம் அளித்த புதிய ஆபத்தைச் சக்திவாய்ந்த முறையில் முறியடிக்க வேண்டுமானால், பல்வேறு இந்து இராச்சியங்களின் பலமும் ஒன்று திரட்டப்பட்டு, அவை பலமிக்க ஒரு இராச்சியமாக இணைக்கப்படுவது அவசியமானது; அத்துடன் சாதாரணமாக அந்த நாடுகளுக்கிடையேயிருந்த பகைமையும் வெறுப்புணர்ச்சியும் நீக்கப்படவும் வேண்டும். இந்த இலட்சியத்தை ஈட்டுவதன் பொருட்டு அரிகான் பெரிதும் உழைத்தபடியால், 1346 ஆம் ஆண்டில் ஐந்து சகோதரர்களுமடங்கிய முழுக்குடும்பமும் அவர்களின் உறவினர்களும், படைத் தளபதிகளும், இந்து சமுதாயத்தின் இணையற்ற ஆத்மீகத் தலைவரின் முன்னிலையில், அவருடைய இருப்பிடமாகிய சிருங்கேரி என்னுமிடத்தில் ஒன்று கூடி, கீழ்கடல் தொடக்கம் மேல்கடல் வரை பரந்திருந்த இராச்சியங்களைக் கைப்பற்றிய வெற்றி விழாவை (விசயோத்சவம்) கோலாகலமாகக் கொண்டாடினார்கள்.

ஆனால் அடுத்த ஆண்டிலேயே (1347) தக்கணத்துச் சுல்தானிய அரசு தோன்றியதால், தென்னாட்டு இந்துக் கலாசாரத்திற்கு, இசிலாமிடமிருந்து வரும் ஆபத்து உடனடியானதாகவும் அடிக்கடி வருவதாகவும் ஆனது. அரிகரனும் அவனுடைய சகோதரர்களும், சரியான சந்தர்ப்பத்திலேயே தங்களுடைய வேலையை மேற்கொண்டனர். விசயநகர அரசின் மிகுதி வரலாற்றை அடுத்த அத்தியாயத்திற்காக ஒதுக்கிவிட்டுப் பாமனி சுல்தானியரின் எழுச்சியையும் வரலாற்றையும் இந்த அத்தியாயத்தில் கூறுவோம்.

முகம்மது பின் துக்லக்கின் ஆட்சி முடிவில், துக்லக் சாம்ராச்சியம் சிதைந்து போவதற்குக் காரணமாயிருந்த பல புரட்சிகளுள் ஒன்றின்மூலம் தோன்றியது தான் பாமினி இராச்சியம். தௌலதாபாத்து மாகாணத்தின்

வருமானத்தினைக் களத்திலுள்ள அன்னிய அதிகாரிகள் பலர், தாம் சேர்த்துக்கொடுக்கவேண்டிய பெருந்தொகையான வருமானத்தைச் சேர்த்துக் கொடுக்கத் தவறியதால், சுல்தானின் சந்தேகத்திற்கு ஆளானார்கள். 'சென்டூரியன்சு' என அழைக்கப்பட்ட இந்த 'நூறு அமீர்கள்' சுல்தானின் ஆணையின்படி, தௌலதாபாத்தின் தேசாதிபதியால், பாதுகாப்புடன் புறோச்சு என்னுமிடத்திற்கு அனுப்பி வைக்கப்பட்டார்கள். ஆனால் அயலிலேயுள்ள மாளவ மாகாணத்தைச் சேர்ந்த 'நூற்றுவர்' சுல்தானால் இரக்கமற்ற முறையிற் கொல்லப்பட்ட செய்தி அவர்களுக்குக் கிடைக்கவே, அப்படித் தாம் நடாத்தப்படுவதற்குப் பணிவுடன் இணங்கும் மனநிலையில் அவர்கள் இருக்கவில்லை. ஆகவே, அவர்கள் தமது முதனாளைய அணி வகுப்புப் பிரயாணத்தின் முடிவில், கலகம் விளைவித்து, தௌலதாபாத்திற்குத் திரும்பி வந்து, பலம் குன்றிய அதன் தேசாதிபதியைச் சிறையிலிட்டு, தங்களில் ஒருவனும் ஆப்கானியனுமான இசுமாயில் முக் என்பவனை 'நசீருத்தீன் ஷா' என்ற பட்டப்பெயருடன் தக்கணத்தின் இராசாவாகப் பிரகடனஞ் செய்தார்கள். முகம்மதுவின் தலைமையிலேயே ஒரு இராணுவப் படை புறோச்சிலிருந்து வந்து, புரட்சிக்காரரைத் தோற்கடித்து, அவர்களைத் தௌலதாபாத்துக் கோட்டைக்குள் அடைத்து வைத்தது. இசுமாயில் முக் என்பவனின் சகோதரர்கள் உட்பட, அவர்களுட் சிலர் அசன் கங்கு அல்லது சபார் கான் என்பவனின் தலைமையில் தப்பியோடி, குல்பர்கா என்ற இடத்தை அடைந்தனர். ஏறக்குறைய மூன்று மாதங்களின் பின் அசன் கங்கு, ஒரு பெரிய இராணுவப் படையைச் சேர்த்துப் பிடார் என்ற இடத்தின் மீது படையெடுத்தான். இந்தப் படையில் வாரங்கலைச் சேர்ந்த காபய நாயக்கனின் சில ராணுவப் பிரிவுகளும் இருந்தன. இதற்கிடையில் குசராத்தில் நடைபெற்ற ஒரு புரட்சி காரணமாக, முகம்மது அங்கே செல்ல, அசன் அவனுடைய இராணுவத் தளபதியைக் கொன்று படையையும் தோற்கடித்துச் சிதறியோடச் செய்தான். அவன் தௌலதாபாத்தை அண்மியபோது, அரசனின் படைகள் முற்றுகையைக் கைவிட்டு மாளவ மாகாணத்திற்குச் சென்றுவிட்டன. முதுமை அடைந்துவிட்ட தக்கணத்தின் புதிய அரசனாகிய நசீருத்தீன் இசுமாயில் ஷா, சொகுசாக வாழ விருப்பமுடையவனாகையினால் இக்கட்டுகள் நிறைந்த தன் ஆட்சிப்பொறுப்பை, அசனுக்காகத் தயக்கமின்றித் துறந்தான். 1347 ஆம் ஆண்டு ஆவணி மாதம் 3 ஆம் திகதி, சுல்தான் முசாபர் அலாவுத்தீன் பாமன் ஷா என்ற பெயருடன் அசன், தன்னையே இராசாவாகப் பிரகடனஞ்செய்தான். இசுபாந்தியர் என்பவனின் மகனும், பாரசீக நாட்டின் புராணக் கதையொன்றில் வரும் வீரனுமான பாமன் என்பவனிலிருந்து தான் தம் வமிச பரம்பரை தோன்றியதாக இவன் குறிப்பிட்டான் எனச் சொல்லப்படுகின்றது. ஆனால், தன்னை முன்பு அடிமையாக்கியிருந்த 'கங்கு' என்ற பிராமணனைக் கௌரவிப்பதற்காகவே தன்னைக் 'கங்கு பாமனி' என இவன் அழைத்தான் என்று பெரிசுத்தா என்பவர் குறிப்பிடுகின்றார்.

சுல்தான் அலாவுத்தீன் பாமன் ஷா பதினொரு ஆண்டுகள் ஆட்சிசெய்து 1358 ஆம் ஆண்டு மாசி மாதத்தில் இறந்தான். அவன் தன் ஆட்சிக் காலத்தின் பெரும் பகுதியைப் படையெடுப்புகளிலும், தன் ஆளுகைக்குட்பட்ட நிலப்பகுதியை அதிகரிக்கவேண்டும் என்ற நோக்கத்துடன்

பேச்சுவார்த்தைகளை நடாத்துவதிலும் செலவு செய்தான். துக்லக் பேரரசனுக்கு விசுவாசமாக இருந்த, அல்லது விசுவாசமாக இருப்பதாகக் காட்டிக்கொண்ட பிரபுக்கள் முதலில் அவனை எதிர்த்தனர்; ஆனால் சில சமயத்திற் பலாத்காரம் பயன்படுத்தியும் சில வேளையிற் கருணைகாட்டியும் விவேகமாக நடந்து அலாவுத்தீன், ஒரு சில ஆண்டுகளுக்குள்ளேயே அந்த நிலைமையை மாற்றிவிட்டான். வாரங்கலைச் சேர்ந்த காபயநாயக்கன்கூட, கௌலர்களின் கோட்டையை அவனுக்கு விட்டுக் கொடுத்து, திறை செலுத்துவதாகவும் உறுதி கொடுக்க வேண்டியதாயிற்று. முன்னதாகவே, அதாவது 1349 ஆம் ஆண்டிலேயே, அவன் விசயநகரத்தைத் தாக்கி, கரைச்சூர் என்ற இடத்தைக் கைப்பற்றிவிட்டான். ஐந்து ஆண்டுகளின்பின், தன்னுடைய உறவினனாகிய மதுரையின் புதிய சுல்தானுடன் செய்துகொண்ட உடன்பாட்டின் விளைவாக, அலாவுத்தீன், விசயநகரத்தை இரண்டாவது தடவையாகத் தாக்கினான். துங்கபத்திரை நதிவரையுமுள்ள எல்லா இராச்சியப் பகுதிகளையும் அவன் கைப்பற்றினான் என முசிலிம் வரலாற்றுக் குறிப்புகள் கூறுகின்றன; ஆனால், முதலாவது அரிகரன் சுல்தானைத் தோற்கடித்தான் என இந்து வரலாற்றுக் குறிப்புகள் கூறுகின்றன. அது எப்படியிருந்தபோதிலும், அலாவுத்தீன் இறந்தபோது பரந்த ஒரு இராச்சியத்தின் அதிபதியாக அவன் இருந்திருக்கிறான். அவனுடைய இராச்சியம் மேற்கே கடல் வரையும் பரந்து கோவா, இடாபல் துறைமுகங்களை உள்ளடக்கியிருந்தது. போங்கீர் கிழக்கெல்லையாக இருந்தது. பென்கங்கையும் கிருட்டிணை நதியும் வடக்கெல்லையாகவும் தெற்கெல்லையாகவும் இருந்தன. முசிலிம்களின் உலகத் தலைவராகிய காலிப்பினுடைய அங்கீகாரத்தையும் அவன் பெற்றிருந்தான். அவனுடைய நாணயங்களிற் காணப்பட்ட 'ஓர் இரண்டாம் அலெக்சாந்தர்' என்ற கற்பனைக் குறிப்பிலிருந்து அவன் மேலும் நாடுகளைப் பிடிக்கத் திட்டமிட்டிருந்தான் என்பதைக் காணமுடிகின்றது. குல்பர்கா என்ற இடத்தைத் தன் தலைநகரமாக்கி, சிறந்த கட்டடங்களால் அதை அழகுபடுத்தத் தொடங்கினான். தன்னுடைய இராச்சியத்தை நான்கு மாகாணங்களாகப் பிரித்து நிர்வாகத்தை ஒழுங்குபடுத்தினான்.ஒவ்வொரு மாகாணமும் ஒவ்வொரு தேசாதிபதியின் கீழ் இருந்தது. குல்பர்கா, தௌலதாபாத்து, பிடார் ஆகிய மூன்று மாகாணங்களும் அவ்வவற்றின் முக்கிய நகரங்களின் பெயரையே கொண்டிருந்தன. பிரார் என்பது நான்காவது மாகாணத்தின் பெயராகும்.

அலாவுத்தீனுக்குப் பின், அவனுடைய மூத்த மகனாகிய முதலாம் முகம்மது (1358-77) அரசு கட்டிலேறினான். முறையான நிர்வாகியாகவும் விடாமுயற்சியுடையவனாகவும் இருந்த இவனால் ஏற்படுத்தப்பட்ட அமைப்புகள், இவன் இறந்ததன் பின்பும் நிலைத்து நின்று, பிற்கால இராச்சியங்களின் அரசியலமைப்பின்மேற் செல்வாக்குடையனவாயிருந்தன. பெசவா உட்பட, எட்டு மந்திரிகள் அடங்கிய ஓர் ஆலோசனைச் சபையை அமைத்தான். மாகாண நிர்வாகத்தைப் பெரிய அளவில் பகிர்ந்து கொடுத்தான். அரசன் பலமுடையவனாகவும், இராச்சியத்தில் அடிக்கடி சுற்றுப்பிரயாணத்தை மேற்கொள்ளக்கூடியவனாகவும் இருந்த வரைக்கும் இந்த நடவடிக்கை நிர்வாகத் திறமைக்கும் பரிபூரணமான ஆட்சிக்கும் வழிவகுப்பதாக இருந்தது. ஆனால் இதே நடவடிக்கையே முடிவில், இராச்சியங்கள் பிரிந்து போவதற்கும்

காரணமாக இருந்தது. மெய்காப்பாளர் படையை நான்கு பிரிவுகளாகப் (நௌபாத்துகள்) பிரித்து ஒவ்வொரு பிரிவும் முறையின்படி, ஒரே முறையில் நான்கு நாட்களுக்குக் கடமை புரியும்படி திருத்தியமைத்தான். வழிப்பறிக் கொள்ளைக்காரரை அடக்குவதற்குக் கடுமையான நடவடிக்கைகளை மேற்கொண்டான். இருபதினாயிரத்துக்குக் குறையான கொள்ளைக்காரர் கொல்லப்பட்டதன் பின்பே, பொதுவீதிகள் எல்லாம் கொள்ளைக்காரர்களிடமிருந்து பாதுகாக்கப்பட திருத்தி, சுல்தானுக்கு ஏற்பட்டது. குல்பர்காவிலுள்ள பெரிய மசூதி 1367 இல் இவனால் கட்டிமுடிக்கப்பட்டது. ‘‘மிகப் பெரிய திண்மையான கட்டம்’’ என வர்ணிக்கப்படும் இந்த மசூதி ஒன்றுக்கே திறந்த மூன்றில் இல்லை. இந்தியாவிலுள்ள மற்றெல்லா மசூதிகளிலும் சிறந்த மூன்றில் உண்டு. 1361 ஆம் ஆண்டில், தன் தாயாரை மெக்காவிற்கு அனுப்பியதன் மூலம் எகிப்திலுள்ள பொம்மைக் காலிப்பின் அங்கீகாரத்தைப் பெற்றான்.

தெலுங்கானாவின் மீதும் விசயநகரத்தின் மீதும் முகம்மது போர்தொடுத்தான். தௌலதாபாத்தில் ஏற்பட்ட ஒரு புரட்சியையும் அவன் அடக்க வேண்டியிருந்தது. அயலிலேயுள்ள இந்து அரசர்கள் விரோதமான செய்திகளை அனுப்பினார்கள். கௌலரின் கோட்டையைத் திருப்பிக் கொடுக்கும்படி காபய நாயக்கன் பயமுறுத்திக் கேட்டான் ; இறயிச்சூர் இடைநிலத்தைத் திருப்பி ஒப்படைக்கும்படி புக்கன் கேட்டான். இந்த இரண்டு இடங்களும் இவர்களிடமிருந்து முகம்மதுவின் முன்னோனாற் கைப்பற்றப்பட்டிருந்தன. தில்லி அரசனுடன் சேர்ந்து முகம்மதுவுக்கு எதிராக நடவடிக்கை எடுக்கப்போவதாகவும் இருவரும் பயமுறுத்தினார்கள். அவர்கள் அனுப்பிய தூதுவர்களைத் தன்னுடன் பதினெட்டு மாதங்கள் வரை தடுத்து வைத்திருந்த முகம்மது, அதற்குள் தான் செய்யவேண்டிய ஆயத்தங்களைச் செய்து முடித்தான். தன்னுடைய சிற்றரசர்களான அவர்கள் இருவரும், தான் பதவியேற்றகாலையில் வழக்கமாக அனுப்பும் பரிசுப் பொருட்களை ஏன் அனுப்பவில்லை என்பதற்கான விளக்கத்தை இருவரிடமும் கோரினான். அந்தத் தவற்றை நிவர்த்தி செய்வதற்காக, அவர்களிடமுள்ள யானைகள் எல்லாவற்றின் மீதும் பொன்னையும் ஆபரணங்களையும் மற்றைய செல்வங்களையும் ஏற்றி அனுப்பும்படியும் திமிருடன் செய்தியனுப்பினான். இதற்குப் பதிலாக, காபயநாயக்கன், தனது மகனான விநாயகதேவனின் (சில குறிப்புகளின்படி நாகதேவனின்) தலைமையில் கௌலநாட்டிற்கெதிராக ஒரு படையை அனுப்பினான். புக்கனால் அனுப்பப்பட்ட இருபதினாயிரம் குதிரைகள் இப்படைக்கு உதவியாகச் சென்றன. இருந்தும், விநாயகதேவன் பகதூர்கான் என்பவனால் தோற்கடிக்கப்பட்டான். வாரங்கலிற்கு வந்த பகதூர் கான் தெலுங்கானாவை விட்டுச் செல்லும்போது, 100,000 பொற்கட்டிகளையும் 26 நிரந்தர மனவேறுபாட்டையும் நீடித்த பகையையும் விளைவித்தது. உதாரணமாக, குல்பர்காவிற்குக் கொண்டு செல்லப்பட்ட ஒரு குதிரைக் கூட்டத்தை, விநாயகதேவன் விலைகொடுத்து வலுக்கட்டாயமாக வாங்கிவிட்டான் என 1362 ஆம் ஆண்டில் குதிரை வியாபாரிகள் சிலர் முகம்மதுவிற்கு முறையிட்டனர். உடனே முகம்மது, அந்த இந்து இளவரசனைப் பிடித்துச் சிரச்சேதஞ் செய்தான் ; தெலுங்கானாவின்

பெரும்பகுதிக்கும் அழிவை ஏற்படுத்தினான். இவற்றால் முகம்மதுவிற்கும் பாரதூரமான நட்டங்கள் ஏற்படாமலில்லை. முகம்மதுவிற்கு வேறு இக்கட்டுகளும் ஏற்பட்டன. தெலுங்கானாவிற்குள் அவன் புகுந்திருந்த வேளையில், அவனுடைய மைத்துனனும் தௌலதாபாத்தின் தேசாதிபதியுமாகிய பக்கிரம் கான் மசன்டாராணி என்பவன் கலகம் விளைவித்தான். பொது எதிரியான முகம்மதுவை முறியடிப்பதற்காகக் காயப நாயக்கனுடன் சேர்ந்து, தில்லிக்குச் செய்தியனுப்பி, பைரசு துக்லக்கின் உதவியைக் கோரினானாயினும், அங்கிருந்து உதவி கிடைக்கவில்லை. தௌலதாபாத்திற்கு எதிராக ஒரு படையை அனுப்பிய முகம்மது, தெலுங்கானாவிற்கு எதிராகத் தானே போர்க்களத்திற் குதித்தான். வாரங்கலும் கொல்கொண்டாவும் முற்றுகையிடப்பட்டன. காபயநாயக்கன் காட்டுக்குள் ஓட வேண்டியவனானான்; பின்னர் அவன், முகம்மதுவுக்கு விசுவாசமாக இருப்பதாகவும், கோல்கொண்டாவை விட்டுக்கொடுப்பதாகவும், அதிக பொன்னையும் ஏராளமான யானைகளையும் கொடுப்பதாகவும் உறுதியளித்தான். இதன் பின்னரே இருவர்க்கிடையேயும் சமாதானம் ஏற்பட்டது. முகம்மது பின் துக்லக்கிற்கென வைத்திருந்த விலையுயர்ந்த நீலக்கல் பதித்த சிம்மாசனத்தையும் காபயநாயக்கன் முகம்மதுவிற்குக் கொடுக்க வேண்டியதாயிற்று. 1365 ஆம் ஆண்டு மார்ச்சு 21 இல் முகம்மது பெரிய ஆரவாரத்துடன் சிம்மாசனம் ஏறி விழாக் கொண்டாடினான். அந்த விழாவின்போது, தன்னை மகிழ்வித்த பாடகர்களுக்கும், நடனமணிகளுக்கும், விசயநகரத்துத் திறைசேரிக்கு உண்டியல் அனுப்பி, இதன் மூலம் பணம் கொடுக்கப்பட வேண்டும் எனக் கட்டளையிட்டான் எனவும் மந்திரிமார்களின் எதிர்ப்பையும் பொருட்படுத்தாது, முன்யோசனையில்லாத அந்தக் கட்டளையை அப்படியே நிறைவேற்ற வேண்டும் என்று பிடிவாதமாக இருந்தான் என்றும் பெரிசுத்தா கூறுகின்றார். அவனுடைய தூதுவன், உண்டியலை விசயநகரத்திற்கு எடுத்துச் சென்றபோது, புக்கன் (பெரிசுத்தாவின் குறிப்பின்படி கிருட்டிணராயர்) அவனை ஒரு கழுதையிலேற்றி, நகர் முழுவதும் பவனிவரச் செய்தான். அதன்பின் புக்கன், துங்கபத்திரையைக் கடந்து முத்கல் என்ற இடத்தைக் கைப்பற்றினான். இதனால் ஆத்திரமடைந்த முகம்மது, தன் உணர்ச்சியை அடக்க முடியாது, ஒரு சிறு படையுடன் புக்கனுக்கு எதிராகப் போர்தொடுத்தான். எதிரிகளுடன் பொருதி நாட்டைக் காக்கும்படி தன் காலாட்படைகளைப் போர்க்களத்தில் நிறுத்திவிட்டு, புக்கன் பின்வாங்கி, தன் குதிரைப்படைகளுடன் அடோனி என்ற இடத்திற்குச் சென்றான். பாதுகாப்பற்றிருந்த கிராம மக்களைக் கொள்ளையடித்துக் கொன்ற முகம்மது, மழைக் காலத்தில் முத்கலில் தங்கினான். அவனுடைய மற்றைய படைவீரர்களும் இப்போது அவனுடன் சேர்ந்துகொண்டார்கள்; அடோனியை நோக்கி அணிவகுத்துச் சென்றான். துங்கபத்திரைக்குத் தெற்கேயிருந்த கௌதால் என்னுமிடத்தில் 1367 ஆம் ஆண்டின் முற்பகுதியில் ஒரு போர் நடைபெற்றது. துப்பாக்கிப் பலத்தினாலும் குதிரைப் படையின் வலிமையினாலும் முசிலிம் வீரர்களே வெற்றி பெற்றனர். இந்து அரசனின் பக்கத்திலிருந்த வில்வீரர்கள், தமது ஆற்றலைக் காட்டவருவதில் காலதாமதஞ் செய்துவிட்டனர். அத்துடன் அவர்களுடைய தளபதியாகிய மல்லிநாதன் என்பவன், போரில்

காயமுற்று மரணமடைந்தான். இந்தப் போரில் இரு பக்கத்து வீரர்களாலும் துப்பாக்கி உபயோகிக்கப்பட்ட தென்றும், துப்பாக்கியை இயக்கியவர்கள், பொதுவாக, ஐரோப்பியராகவும் ஒட்டோம துருக்கியராகவும் இருந்தனர் என்றும் உறுதியுடன் கூறுகின்றார் பெரிசுத்தா. இந்தத் தோல்வியின் பின் புக்கன், முகம்மது தொடர்வதினின்றும் தம்பி, தன் தலைநகரத்திற்குள்ளே சென்று ஒளிந்துக் கொண்டான். அந்தப் பெரிய நகரை முற்றுகையிடக்கூடிய பலம் இல்லாத முகம்மது, உடல்நலம் இல்லை எனப் பாசாங்கு செய்துகொண்டு பின்வாங்கினான். அப்பொழுது புக்கன், துணிந்து முகம்மதுவைத் தாக்கினான்; ஆனால் பல வீரர்களையும் சிறிதளவு நிதியையும் இழந்துவிட்டு மீண்டும் தலைநகருள் ஒதுங்கினான். இதற்குப்பின், விசயநகர் மக்களைக் கண்டபடி வெட்டிக் கொல்லத் தொடங்கிய முகம்மது, தான் முன்பு அனுப்பிய உண்டியலுக்குரிய பணத்தை, விசயநகர மன்னன் கொடுக்கும்வரை, தன் கொலைத் தொழிலை நிறுத்தப்போவதில்லை என அறிவித்தான். அவனுடைய கோரிக்கைக்குப் புக்கன் சம்பாதிக்கவே, போர் நின்றது. பத்தாயிரம் பிராமணக் குடும்பங்கள் உட்பட, நான்கு இலட்சம் இந்துக்கள் அந்தப் படுகொலையின்போது உயிர் இழந்தனர். மிகப் பெருந்தொகையானோர் படுகொலைசெய்யப்பட்டதினால் அதிர்ச்சி அடைந்த இரு தரப்பினரும் எதிர்காலப்போர்களில், அவற்றில் ஈடுபடாத சாதாரண மக்களை ஒன்றுமே செய்வதில்லை என உடன்படிக்கை செய்தனர். சில சமயங்களில் மீறப்பட்ட பொழுதிலும், இந்த உடன்படிக்கை, இரண்டு இராச்சியங்கட்கிடையிலுமிருந்த நீடித்த பகைமையின் பயங்கரத் தன்மையைக் குறைப்பதற்கு ஓரளவு உதவியாக இருந்தது. விசயநகர இராச்சியத்துடன் முகம்மது தொடுத்த போர்களைப் பற்றிப் பெரிசுத்தா தரும் விபரங்களை நாம் அப்படியே ஏற்றுக்கொள்ளமுடியாது. முகம்மது பெருந்தொகையாக வெளியிட்ட பொற்காசுகளை அங்குள்ள இந்து வங்கியாளர், அயல்நாட்டு அரசர்களின் தூண்டுதலினால், உருக்கிவிட்டார்கள் என நடந்திருக்க முடியாத ஒரு கதையைக் கூறி, அதுவே முதலாவது போரின் காரணம் என்கிறார் பெரிசுத்தா. இரண்டாவது போரைப் பற்றிக் கூறும்போது, விசயநகரத்தின் அரசனாக இருந்தவன் கிருட்டிணராயர் என்றும், அவருடைய தளபதியின் பெயர் போசுமால் என்றும் குறிப்பிடுகின்றார். ஆனால், வரலாற்றுக் குறிப்புகளில் போசுமால் என்ற பேர்வழி எவரும் இருந்ததாகத் தெரியவில்லை. பெரிசுத்தாவின் கூற்றுப்படி, இரண்டாவது யுத்தத்தின் முடிவில் ஏற்பட்ட உடன்படிக்கையால், கிருட்டிணை நதி தான் இரண்டு இராச்சியங்களுக்குமிடையேயான எல்லை என்று ஏற்றுக்கொள்ளப்பட்டது. அப்படியாயின், கிருட்டிணை நதிக்கும் துங்கபத்திரை நதிக்குமிடையேயுள்ள நிலப் பகுதியின் மீது விசயநகர இராச்சியம் உரிமைபூண்டதாயிருந்திருத்தல் வேண்டும். ஆனால் முகம்மது, போரில் ஒரே சீராக வெற்றியீட்டினான் என்ற பெரிசுத்தாவின் கூற்றை நம்புவதானால், மேற்கூறியபடி உரிமை இருந்திருக்க முடியாது.

விசயநகரப் போர் முடிந்தபின் முகம்மது; தௌலதாபாத்தில் நடந்த புரட்சியைச் சுலபமாக அடக்கினான்; தப்பியோடிய பக்கிரம் கான் குஜராத்தின் எல்லைக்குச் செல்லுமளவும் அவனைத் துரத்திச் சென்றான்.

புறசமயிகளைக் கொடுமையான நடாத்திய முகம்மதுவுக்கு பெரிசுத்தாவிடமிருந்து நற்சான்றிதழ் கிடைக்கின்றது. சமயக் கோட்பாடுகளுக்கு மாறான வாழ்க்கை வாழ்ந்தபடியால் முகம்மது இறந்தானென, பர்கானிமா சீர் என்ற நூலின் ஆசிரியர் கூறுகின்றார் ; அவன் அளவிற்கு மீறி மதுவைக் குடித்ததையே சமயக் கோட்பாடுகளுக்கு மாறான வாழ்க்கை எனக் குறிப்பிடுகின்றார் போலும். அவனுடைய ஆட்சியின்போது, உள்நாட்டு விவகாரங்கள் அனைத்தும் சைபுத்தீன் கோரி என்பவனாற் கவனிக்கப்பட்டு வந்தன. முதலாவது சுல்தானுக்கு நல்ல முறையில் பணிபுரிந்த சைபுத்தீன் கோரி ஆறாவது சுல்தான் பதவியேற்கும் வரை தொடர்ந்தும் பதவியிலிருந்து, நூறு வயதிற்கு மேல் தான் இறந்தான்.

முகம்மதுவிற்குப் பின் அரசனான அவனுடைய மூத்த மகன் முசாகீட், விசயநகர அரசனிடம் நாடு தரும்படி பயமுறுத்திக் கேட்டு, அவனுடைய ஆத்திரத்தைக் கிளறிவிட்டுப் பின் அந்த நாட்டின் மீது போர் தொடுத்தான். புக்கன், போரிடுவதைத் தந்திரமாகத் தவிர்ப்பதன் மூலம் எதிரியைக் களைப்படையச் செய்து விட்டுக் கடைசியில் தன் தலைநகரத்திற்குள் ஒதுங்கினான். நகரின் வெளிப்புறக் காவலணிகளை வென்ற முசாகீட்டின் படைவீரர்கள் முடிவில் தோல்வியடைந்தனர். ஒன்பது மாதங்களாக அடோனி முற்றுகையிடப்பட்ட போதும் வெற்றி கிட்டவில்லை. இதைத் தொடர்ந்து சில நாட்கள் அமைதி நிலவியது. விசயநகரத்தைத் தாக்கியபொழுது, திறமையற்ற முறையில் நடந்துகொண்டதற்காக, தனது மாமனான தௌத்கான் என்பவனை முசாகீட் கண்டித்தான். பழிக்குப் பழிவாங்க நினைத்த தௌத்கான், சதி செய்து 1378 ஆம் ஆண்டு ஏப்ரல் மாதம் 15 ஆம் தேதி முசாகீட்டைக் கொலைசெய்துவிட்டு, தன்னையே அரசனாக்கிக்கொண்டான். எனினும், இது நடந்து ஒரு மாதத்திற்குள்ளேயே, முசாகீட்டின் சகோதரி, தௌத்தானைச் சதிசெய்து கொலை செய்வித்தாள். பின், முதலாம் அலாவுத்தீனின் இளைய மகனாகிய இரண்டாம் முகம்மது அரசனாகப் பிரகடனம் செய்யப்பட்டான்.

இரண்டாம் முகம்மது ஒரு சமாதானப் பிரியன் ; மதத்திலும் கவிதையிலும் ஈடுபாடுடையவன். பாரசீகக் கவிஞராகிய கவிசு என்பாருக்குப் பல பரிசுப் பொருள்களை அனுப்பியதுடன் தன் விருந்தினராக வரும்படி ஓர் அழைப்பும் அனுப்பினான். அழைப்பை ஏற்று வந்த கவிஞர், பாரசீகக் குடாவில் வீசிய புயலினாற் பயமுற்று, பிரயாணத்தைத் தொடராது திரும்பிச் சென்றுவிட்டார். விரும்பத்தகாத சில குணமுடையவனாகவும் இரண்டாம் முகம்மது விளங்கினான் ; 1387 ஆம் ஆண்டுக்கும் 1395 ஆம் ஆண்டுக்குமிடையே ஏற்பட்ட உணவுப் பஞ்சத்தின்போது, தன்னுடைய முசிலிம் குடிமக்கட்கு மட்டும் நிவாரணம் அளித்தது அவ்வளவு விரும்பத்தக்க குணமாகத் தெரியவில்லை. 1397 ஆம் ஆண்டு ஏப்ரல் மாதத்திற் காய்ச்சலினால் இரண்டாம் முகம்மது இறக்க, பதினேழு வயது நிரம்பிய அவனுடைய மூத்த மகன், கியாசுத்தீன் அரசு கட்டிலேறினான். அவனிடம் மனத்திண்மையிருந்தது, ஆனால் முன்யோசனை இருக்கவில்லை. இரண்டு மாதங்களுக்குள்ளாக (யூன் 1397) கியாசுத்தீனைக் குருடாக்கி, சிம்மாசனத்திலிருந்து இறக்கிய துருக்கி அடிமையாகிய துகல்சீன் என்பவன், கியாசுத்தீனின் ஒன்றுவிட்ட

இளைய சகோதரனாகிய சம்சுத்தீன் தௌத் என்பவனைச் சிம்மாசனத்திலிருத்தித் தன்னை இராசப் பிரதிநிதியாகவும் ஆக்கிக்கொண்டான். முதலாம் அலாவுத்தீனின் போர்களும் இரண்டாம் முகம்மதுவின் பெண்களை விவாகஞ் செய்தவர்களுமான பைரசு, அகமது ஆகிய சகோதரர்கள், அடிமை ஒருவனின் ஆதிக்கத்திலிருந்து அரச பரம்பரையைக் காப்பாற்ற விரும்பினார்கள். ஆரம்பத்தில் சிறிது தோல்வியடைந்தனராயினும், பின் (நவம்பர் 1937) துகல்சீனையும் அவனுடைய எசமானையும் அரண்மனையில் வைத்தே தோற்கடித்தார்கள். தாசுத்தீன் பைரசு ஷா என்ற பெயருடன் பைரசு அரசனானான்.

பைரசு தேகபலமும் கூர்மதியும் படைத்தவன். பாமனி அரசர்களுள் பைரசே மிகச் சிறந்தவன் எனப் பெரிசுத்தா கருதுகிறார். "நீதியும் பரந்த மனப்பான்மையுமுடைய நல்ல அரசனாகிய பைரசு, குறான் வேத நூலைப் பிரதிபண்ணி அதன்மூலம் வருவாய் பெற்று வாழ்ந்தான். அவனுடைய அந்தப்புர மகளிர், உடைகள் தைத்து விற்று வந்த வருவாயில் வாழ்ந்தார்கள்" எனப் பர்காணி மாசீர் என்ற நூலின் ஆசிரியர் கூறுகின்றார். ஆனால் இவை, மிகைப்படுத்தப்பட்ட மதிப்பீடுகளாகும். பைரசு அதிகமாகக் குடித்தான் என்பதில் ஐயமில்லை. அவன் ஆட்சிப்பொறுப்பை ஏற்று, ஆண்டுகள் கழிய, அவனுடைய நடத்தையும் கீழ் நிலையடைந்தது. அளவிற்கு மீறிய மாதருறவினால், அதிகபலம் வாய்ந்த தன் தேகத்தையும் கெடுத்துக்கொண்டான். வீம நதிக்கரையில் பைரசபாத்து எனும் புதியதொரு நகரை நிர்மாணித்து, அங்கே, பல்வேறு இனத்தைச் சேர்ந்த பெண்கள் நிறைந்த அந்தப்புரம் ஒன்றை அமைத்தான். பல மொழிகளிற் பாண்டித்தியம் படைத்தவனெனப் பாராட்டப்படும் பைரசு, ஒவ்வொரு வைப்பாட்டியுடனும் அவளது சொந்த மொழியிலேயே உரையாடினான். தன் சகோதரனாகிய அகமதுவை முதன் மந்திரியாக்கி, நிர்வாகம் சிறப்புற நடைபெறுவதற்கு வழி வகுத்தான். முக்கிய பதவிகளிற், பிராமணர்களை நியமிப்பதற்கும் அவன் தயங்கவில்லை.

1398 இல் இரண்டாம் அரிகரன், இறயிச்சூர் இடை நிலத்தின்மீது படையெடுத்தான். அதே வேளையில், கிருட்டிணை நதியின் வடகரையிலிருந்த கோலியர் ஓர் இந்துவின் தலைமையில் புரட்சி செய்தனர். கோலியரின் புரட்சி நசுக்கப்பட்டது. ஆனால் அரிகரனுக்கு எதிராக, பைரசுக்கு உதவி புரிய, பிரார், தௌலதாபாத்து ஆகிய இடங்களிலிருந்து வந்த படைகள், பிராரை முற்றுகையிட்ட கேரள நாட்டைச் சேர்ந்த கொண்டுராசாவை எதிர்ப்பதற்காகத் திரும்பிச் செல்ல வேண்டியதாயிற்று. கிருட்டிணை நதியை நோக்கி முன்னேறிய பைரசிடம் பன்னீராயிரம் குதிரைகள் மட்டுமே இருந்தன. தென்கரையில் முகாமிட்டிருந்த அரிகரனிடம் மிகப் பெரிய படையிருந்தது; ஆனால் அப்படையினரிடம் ஒழுங்கு முறையும் கட்டுப்பாடும் இருக்கவில்லை. எதிரிகள் பார்த்துக் கொண்டிருக்கும்போதே நதியைக் கடந்து அக்கரைக்குச் செல்வதிலுள்ள இக்கட்டுகளைப் பைரசு உணர்ந்தான். அப்போது, குவாசி சிராயுத்தீன் என்பவன், ஒரு தந்திரத்தைக் கூறித் தானே அதை நிறைவேற்றவும் முன்வந்தான். பொழுதுபோக்கிற்காக நடனமாடுபவர்களைப்போல், சிராயுத்தீனும்

அவனுடைய அநேக நண்பர்களும் மாறுவேடம்பூண்டு, எதிரியின் முகாமிற்குள் நுழைந்தனர். தமது நடனத் திறமையால் மிக விரைவில் அவர்கள் பேரும் புகழும் ஈட்டி அரிகரனின் மகனுக்கு முன்னால் நடனமாடுவதற்கு அனுமதி பெற்றார்கள். வெறும் வாளுடன் ஒரு தடவை நடனமாடி, பின், திடீரென்று அரசகுமாரன் மேல் பாய்ந்து அவனைக் கொன்றார்கள். இந்துக்களின் முகாமில் பெரும் குழப்பம் ஏற்பட்ட இவ்வேளையில், எந்தவித எதிர்ப்புமின்றிப் பைரசினால் ஆற்றைக் கடப்பதற்கு முடிந்தது. பரிதாபமான சூழ்நிலையில் இறந்த தனது மகனின் சடலத்தைக்கொண்டு, அரிகரன் விசயநகரத்துக்கு ஓடினான். பைரசு அவனைப் பின் தொடர்ந்து சென்று பதினாயிரம் பிராமணர் உட்படப் பலரைக் கைதியாக்கினான் ; பின், பெருந்தொகையான பணத்தை ஈடாகப் பெற்றுக்கொண்டு அவர்களை விடுதலை செய்தான். அத்துடன் சண்டையும் நின்றது. இறயிச்சூர் இடைநிலத்தைக் குல்பர்கா என்ற தன் சொந்த மாகாணத்திலிருந்து பிரித்த பைரசு, புலாத்கான் என்பவனை முதலாவது இராணுவத் தேசாதிபதியாக நியமித்தான். மிக விரைவிற் கேரள நாட்டு அரசனாகிய நரசிங்கனுக்கு எதிராக ஒரு வெற்றிகரமான படையெடுப்பை நிகழ்த்தினான். பைரசு, நரசிங்கன் நாற்பது யானைகளையும் பெருந்தொகையான பணத்தையும் தன் மகளையும் பைரசுவின் கைகளில் கொடுத்தபின்பே, அவனுடன் சமாதானமாக இருக்க முடிந்தது. 1401 ஆம் ஆண்டில் பைரசு, பரிசுப் பொருட்கள் பலவற்றுடன் ஒரு தூதுக் குழுவைத் திமூரிடம் அனுப்பினான். "தக்கணம், மாளவம், குஜராத் ஆகியவை பைரசுக்கு வெகுமதியாகக் கொடுக்கப்பட்டன" என்ற அரச கட்டளையைத் திமூர் பிறப்பித்தான். இதனாற் பயமுற்ற மாளவ, குஜராத் மன்னர்கள் அரிகரனுடன் பேச்சுவார்த்தைகள் நடத்தினர். இரண்டாம் அரிகரனும் தன் திறையைக் கொடுக்காது பைரசை வெற்றிகரமாக எதிர்த்தான். வடக்கிலிருந்து தனக்கு எதிராகப் படைவரலாம் எனப் பயந்த பைரசு, அரிகரனை எதுவுமே செய்யாது விட்டான். 1404 ஆம் ஆண்டில் அரிகரன் இறக்க, அதற்கு இரண்டாண்டுகளின்பின், அவனுடைய மகனாகிய முதலாம் தேவராசன் அரசனானான். முத்கலைச் சேர்ந்த ஒரு பொற்கொல்லனின் மகளை அடைய விரும்பிய தேவராசன் ஒரு போரைத் தொடங்கினான் எனப் பெரிசுத்தா கூறுகின்றார். வலுக்கட்டாயமாக அப்பெண்ணை அடைவதற்குத் தேவராசன் மேற்கொண்ட நடவடிக்கைகள் அனைத்தும் தோல்வியடையவே, முத்கலுக்கு அண்மையிலிருந்த சில கிராமங்களைப் பாழாக்கினான். இந்த ஆக்கிரமிப்பினால் ஆத்திரமுற்ற பைரசு, விசயநகரத்தின் மீது படையெடுத்துத் தலைநகரைத் தாக்கினான். ஆனாற் போரில் அவன் காயமுற்று, சிறிது தூரத்திற்கப்பாலிருந்த, அரண் செய்யப்பட்ட ஒரு முகாமிற்குத் திரும்பிச் சென்றான். நகரத்திற்குத் தெற்கே, அடோனிவரை பரந்திருந்த நாட்டை நாசஞ்செய்து கைப்பற்றும்படி தன் உதவித் தளபதிகளை அனுப்பினான். பைரசு, தேவராசன், தன் மகளைக் கல்யாணஞ் செய்து கொடுப்பதற்கும், பங்கப்பூர் என்ற நகரை அவளின் சீதனமாகக் கொடுப்பதற்கும், அவற்றுடன் முத்துக்கள், ஐம்பது யானைகள், ஆடலிலும் பாடலிலும் வல்ல இரண்டாயிரம் பையன்கள், பெண்கள் ஆகியோரையும் பெருந்தொகையான பணத்தையும் விடுதலைக்கீடாகக் கொடுப்பதற்கும் இணங்கியே பைரசுடன் சமாதானமாக இருக்க முடிந்தது.

கல்யாணம் உரிய ஆடம்பரத்துடன் நடைபெற்றது. ஆனால் மணமக்கள் நகரத்திலிருந்து வெளியேறும்போது, போதிய அளவு தூரத்திற்குத் தேவராசன் பைரசுடன் செல்லாதபடியால், இருவரும் கோபத்துடனேயே பிரிந்தனர். முன்பு, சண்டை ஏற்படுவதற்குக் காரணமாயிருந்த பெண்ணைத் தன்மகனாகிய அசன் கானுக்கு மணம் செய்து வைத்தான் பைரசு. ஆயினும் பொற்கொல்லரின் மகள் பற்றிய இந்தக் கதை மற்றைய சரித்திராசிரியர்கள் எவருக்குமே தெரியாது. 1412 ஆம் ஆண்டில், கொண்டிலுள்ள மாகூர் பிரதேசத்தின் தேசாதிபதி பைரசுக்கு எதிராகப் புரட்சி செய்தான். கொண்டிவானாவிற்குள் தன் படையுடன் பிரவேசித்த பைரசு, புரட்சியை அடக்காமலே திரும்பிவரவேண்டியதாயிற்று. சமாலுத்தீன் குசைனி என்றும் ஞானி, பைரசின் சகோதரனாகிய அகமது அரசுகட்டிலேறுவான் என முன்பே நிமித்தம் சொல்லியிருந்தபடியால், இப்போது அந்தச் சகோதரன் தனக்கு எதிராகச் சதி செய்கின்றானோ எனச் சந்தேகித்தான் பைரசு. இரண்டு அடிமைகள், இப்போது சுல்தானுக்கு மிகவும் வேண்டியவர்கள் ஆனார்கள். ஒருவன் அயினுல் முல்க் என்ற பட்டத்தையும் மற்றவன் நிசாமுல் முல்க் என்ற பட்டத்தையும் பெற்றார்கள். 1417 ஆம் ஆண்டில், தெலுங்கானாவிற்கு எதிராக அனுப்பப்பட்ட படை இராசமந்திரியிலுள்ள காட்டயவேம ரெட்டி என்பவனைக் கொன்று, அந்நாட்டையும் அடிமைப்படுத்தியது. ஆனால், விசயநகர மன்னராற் கைப்பற்றப்பட்டிருந்த பாங்கல் என்ற நாட்டிற்கு எதிராக அனுப்பப்பட்ட படை நாசமாகிவிட்டது. இரண்டு ஆண்டுகள் வரை நீடித்த இம் முற்றுகையின் முடிவில் நோய் ஒன்று பரவி, எண்ணற்ற பாமனி வீரர்களை அழித்து விட்டது. இந்தச் சந்தர்ப்பத்தில், விசயநகரத்தாரின் வெற்றி பூரணமானதாக இருந்தது. தனது இராச்சியத்தின் கிழக்கு மாவட்டங்களிலும் தெற்கு மாவட்டங்களிலும் எதிரிகளை இருக்க விட்டுவிட்டுப் பைரசு பின்வாங்கவேண்டியதாயிற்று. இத்தோல்வி அவனை முற்றாக ஆட்டி அலைக்கழித்துவிட்டது. மனமுடைந்த அவன், தன் அறிவிற்குத் தோன்றியபடி பக்தி பூர்வமான பணிகளைச் செய்வதில் எஞ்சிய நாட்களைக் கழித்தான். இராச்சிய பரிபாலனத்தைத் தனக்கு இட்டமான இரண்டு அடிமைகளிடம் கொடுத்தான். அவர்களின் பதவியேற்றத்தினால், அகமதுவின் நிலைமை ஆபத்தாகி விடவே, பசுராவைச் சேர்ந்த கலாப் அரசன் என்ற பணம் படைத்த வியாபாரியுட்பட, தன் ஆதரவாளர்கள் அனைவரையும் அழைத்துக் கொண்டு தலைநகரிலிருந்து ஓடினான். பின், கலாப் அசனின் ஆலோசனையின்படி, கல்யாணிக்கருகிலுள்ள முகாமிலிருந்துகொண்டு ‘அரசன்’ என்ற பட்டத்தை மேற்கொண்டு, தனக்கெதிராக அனுப்பப்பட்ட படைகளைத் தோற்கடித்து, தலைநகர் வரை அவற்றைத் துரத்திச் சென்றான் அகமது. ஒன்றுமே செய்ய முடியாதபடி நோயுற்றிருந்த பைரசை, அவனுடைய படைவீரர்களே கைவிட்டுவிட்டு, அகமதுவின் பக்கம் வந்தனர். தமையனின் முடிதுறப்பை ஏற்றுக்கொண்டு அகமது, தமையனின் பிள்ளைகளாகிய அசன் கான், முபாரக் கான் ஆகியோரையும் பொறுப்பேற்றான் (செத்தெம்பர், 1422). ஒரு சில நாட்களுள் பைரசு இறந்தான். அகமதுவின் கட்டளையின்படி அவன் நஞ்சூட்டப்பட்டோ, குரல்வளை நெரிக்கப்பட்டோ கொல்லப்பட்டிருக்க வேண்டும் எனக் கூறப்படுகின்றது.

தன் பதவியேற்புப் பற்றி முன்னமேயே நிமித்தம் சொன்னவரும், தான் துன்பத்திலகப்பட்ட பல தடவைகளில் தக்க ஆலோசனை கூறியவருமான ஞானிக்கு, அகமது ஷா (1422-35) பெருந்தொகையான நன்கொடையளித்தான். பசுரா வியாபாரிக்கும் அவரைப் போன்ற மற்றைய நண்பர்களுக்கும் பதவிகளையும் பட்டத்தையும் பரிசாகக் கொடுத்தான். ஒவ்வொரு தேசாதிபதிக்கும் இரண்டாயிரம் போர் வீரர்களின் தளபதிக்குரிய பதவி வழங்கி அவர்களை நியமித்தான். அவனுக்குக் கீழிருந்த போர்வீரர்களின் தொகை இதற்குமேற்படக் கூடாது எனக் கட்டுப்படுத்தப்பட்டது என்பது இதன் கருத்தன்று.

முந்திய ஆட்சியின்போது நடைபெற்ற நாசங்களுக்குப் பழிவாங்குவதற்காக, விசயநகர மன்னன் விசயராசனுக்கு எதிராகப் போர் தொடுத்தான் அகமது. துங்கபத்திரை நதிக்கரையில் நடைபெற்ற ஒரு போரைத் தொடர்ந்து இரக்கமற்ற முறையில், விசயநகர இராச்சியத்தில் நாச வேலை நடைபெற்றது. பொது மக்கள் எவ்வித வேறுபாடுமின்றிக் கொல்லப்பட்டனர்; பலர் அடிமைகளாக்கப்பட்டனர் ; கோவில்கள் அழிக்கப்பட்டன; பசுக்கள் கொல்லப்பட்டன - இவையே நாசநடவடிக்கையின் முக்கிய அம்சங்களாக விளங்கின.

1423 ஆம் ஆண்டு மார்ச்சு மாதத்தில் அகமது வேட்டையாட வெளியிற் சென்று ஒரு கலைமானைப் பின்தொடர்ந்து சென்றபோது தன் மெய்காப்பாளரிடமிருந்து பிரிந்து விட்டான். பிரதிகூலமான இந்த நேரத்தில் ஓர் இந்து அரசனின் குதிரைப்படை வீரர்கள் அவனைக் கண்டார்கள். ஆனால் அவனுடைய சொந்தப் படைவீரர்களில் ஒரு பகுதியினர், அவனுக்கு விசுவாசமாக இருந்த அப்துல்காதிர் என்ற அதிகாரியின் கீழ்த் தக்க தருணத்தில் வந்தபடியால், அகமது காப்பாற்றப்பட்டான். அப்துல் காதிருக்கு, கான் சகான் என்ற பட்டமும் பிரார் என்ற இடத்தின் தேசாதிபதிப் பதவியும் பரிசாகக் கொடுக்கப்பட்டன. அவனுடைய சகோதரன் அப்துல் லத்தீப் என்பவன் கான் அசாம் என்ற பட்டத்துடன் பிடார் என்ற இடத்தின் தேசாதிபதியானான். குதிரையிலேறி அம்பெய்யும் வெளிநாட்டு வில்லாளிகள் அரசனை மீட்பதில் பெரும் பங்கு கொண்டிருந்தபடியால், அன்றிலிருந்து அவனது பாமனிப் படையின் மிகவும் வலிமை படைத்த ஒரு அணியாக விளங்கினார்கள். பெருந்தொகையான திறைப் பாக்கியை விசயராயன், சுல்தானுக்குக் கொடுப்பதற்கு இணங்கியபோதுதான் விநாயகருக்கு எதிரான சண்டை நிறுத்தப்பட்டது. சுல்தான் திரும்பிச் சென்றபோது அவனுடன் சேர்ந்து விசயராயனின் மகன் தேவராயன் கிருட்டிணை நதி வரை சென்றான். சுல்தான் தன்னுடன் அநேகம் கைதிகளையும் கொண்டு சென்றான். இக் கைதிகளுள், ஆற்றல் வாய்ந்த இரண்டு பிராமண இளைஞர்கள் பிற்காலத்தில் முசிலிம்களாக மாறினார்கள் ; ஒருவன், பிற்காலத்தில் பிராரின் முதலாவது சுதந்திர சுல்தானாக விளங்கியவன் ; அகமதுநகரைச் சேர்ந்த நிசாம் சாகி பரம்பரையைத் தோற்றுவித்த அகமது என்பவனின் தந்தை தான் மற்றவன.

1423, 1424 ஆகிய இரண்டு ஆண்டுகளிலும் மழை பொய்த்துப் பஞ்சம் ஏற்பட்டது. தலைநகருக்கு வெளியே இருந்த ஒரு குன்றின்

உச்சியிலேறி, மழையை வேண்டிப் பகிரங்கமாக அகமது பிரார்த்தனை செய்தான். அவனுடைய பிரார்த்தனைக்குப் பலன் கிடைத்தது போலத் தோன்றவே, அவனை ஒரு துறவி (வாலி) எனப் பலரும் அழைத்தனர். இப்படி அகமது அழைக்கப்பட்ட போதிலும், 1424 ஆம் ஆண்டின் இறுதியில் அவன் தெலுங்கானாவின் மீது படை யெடுத்து வாரங்கலைக் கைப்பற்றி, அந்நாட்டின் அரசனைக் கொன்றான். பிடாரின் தேசாதிபதி, அந்நாட்டின் எஞ்சிய பகுதிகளைக் கைப்பற்றி, தன் இராச்சியத்தின் எல்லையைக் கடற்கரை வரை நீட்டினான். இதுவே அந்த இந்து இராச்சியத்தின் முடிவாக இருந்தது.

1425 ஆம் ஆண்டில் அகமது, மாகூர் என்ற இடத்திற்குச் சென்று, கலகக்காரனான அதன் இராசாவுக்கு மன்னிப்பளிப்பதாக உறுதிகூறி ஆசை காட்டிவிட்டு, பின் அவனையும், அவனைச் சேர்ந்த ஆறாயிரம் பேர்களையும் கொன்றான். அதன் பின், அகமது கொண்டிவானாவிற்குச் சென்று, அந்நாட்டைத் திடீரெனத் தாக்கி, தன் வடக்கெல்லையிலிருந்து கவில்கார், நாணால ஆகிய கோட்டைகளைத் திருப்பிக் கட்டி, ஓராண்டு காலத்தை எலச்பூர் என்ற இடத்திற் கழித்தான் ; திமூரினால் தன் சகோதரனுக்குக் கொடுக்கப்பட்டிருந்த மாளவம், குஜராத் ஆகியவற்றைக் கைப்பற்றுவதற்கான ஆயத்தங்களைச் செய்தான். இந்த நோக்கத்துடன் கண்டேசு என்ற சிறிய நாட்டுடனும் நட்புறவு பூண்டான். இச் சிறிய நாட்டின் மீது, மாளவம், குஜராத் ஆகிய இரண்டும் ஆளும் உரிமை பாராட்டின. பாமினி சுல்தானின் சிற்றரசனாக இருந்த கேரள நாட்டரசன் நரசிங்கனை, 1422 ஆம் ஆண்டில், மாளவ மன்னன் குசாங் ஷா, மாளவத்துக்கு விசுவாசமாக இருப்பதாக உறுதி கொடுக்கும்படி கட்டாயப்படுத்தினான். திறையைச் சேகரிப்பதற்கு, 1428 ஆம் ஆண்டில், அவன் கேரள நாட்டின் மீது படையெடுத்தான். நரசிங்கன், தனக்கு உதவியளிக்கும்படி அகமதுவிற்கு வேண்டுகோள் விடுத்தான். அகமது படையுடன் எலிச்பூருக்குச் சென்றான். கேரள நாட்டின் முற்றுகையைக் குசாங் ஷா மேலும் வலுப்படுத்தினான். ஒரு நம்பிக்கைத் துரோகியைக் காப்பாற்றுவதற்காக, இன்னொரு சகோதர முசிலிமை எதிர்ப்பதிலுள்ள அறத்தைப் பற்றிய சந்தேகங்கள் அகமதுவின் மனதைத் தாக்கின. ஆகவே, நரசிங்கனுக்காகப் போராடுவதைக் கைவிட்டுத் தன் சொந்த நாட்டிற்குத் திரும்பி விட்டான். அகமது பின் வாங்குகைக்குக் கோழைத்தனமே காரணமெனக் கொண்ட குசாங் ஷா, பெரியதொரு படையுடன் அவனைத் துரத்திச் சென்றான். தபதி நதிக் கரையில், அவனை அகமது முற்றாகத் தோற்கடித்தான். இருநூறு யானைகளும், குசாங்கின் முகாமிலிருந்த முழுப் பொருட்களும், அவனுடைய அந்தப்புரத்திலிருந்த அத்தனை பெண்களும் வெற்றி பெற்றவனின் கைகளில் சிக்கினர். நரசிங்கன், கேரள நாட்டிலிருந்து புறப்பட்டு, தோல்வியடைந்த குசாங்கின் படைகளைப் பின்தொடர, அகமதுவும் கேரள நாட்டை நோக்கிச் சென்றான். அங்கே நரசிங்கன் அகமதுவைச் சிறப்புடன் வரவேற்றுபசரித்தான். அகமது, பலத்த காவலுடன், பெண்களைக் குசாங்கினிடமே திருப்பியனுப்பினான்.

போரிலிருந்து திரும்பிய அகமது பிடாரில் தங்கி நின்றபோது, அந்நகர் அமர்ந்திருந்த இடமும், சுவாத்தியமும் அவனைக் கவர்ந்தன. அங்குள்ள

பழைய கோட்டைக்கருகே ஒரு புதிக நகரைக் கட்டியெழுப்பத் தீர்மானித்தான். அகமதாபாத்-பிடார் என்ற அப்புதிய நகர் அவனுடைய புதிய தலைநகரமாக மாறியது. 1429 ஆம் ஆண்டில் அகமது அந்நகரிற் குடியேறினான். ஏறக்குறைய இந்தக் காலத்திலே, அவனுடைய மூத்த மகனாகிய அலாவுத்தீன் அகமது, கண்டேசு நாட்டைச் சேர்ந்த நசீர்கான் என்பவனின் மகளை மணஞ்செய்தான். முதலாம் அகமதுவின் கீழிருந்த குஜராத் நாட்டின் மீது காரணமெதுவுமின்றி வேண்டுமென்றே தாக்குதலை மேற்கொள்ளும்படி 1430 ஆம் ஆண்டில் அகமது ஆணை இட்டான். தக்கணத்துப் படை இரண்டு தடவை முறியடிக்கப்பட்டது. பம்பாய்த் தீவிலிருந்த மாகிம் என்ற இடத்தைப் பிடிக்க எடுத்த முயற்சிகளினால் பெரிய நட்டம் விளைந்தது. ஆனால் அகமது பாமனி, பிடிவாதமாகத் தனது முயற்சியில் தொடர்ந்து ஈடுபட்டிருந்தபடியால், குசராத்தின் தெற்கெல்லையில் 1431 ஆம் ஆண்டில் அதிக போர்கள் நடைபெற்றன. இருந்தும் தக்கணத்துப் படைகள் எவ்வித அனுகூலத்தையும் அடையவில்லை. தன் சகோதரியின் மகனாகிய செர்கான், தன் சிம்மாசனத்தைக் கைப்பற்றத் திட்டமிடுகிறான் எனச் சந்தேகித்த அகமது, 1432 ஆம் ஆண்டில் அவனைக் கொன்றான். முன்பு, அகமதுவின் சகோதரனுடைய பலவீனமான ஆட்சிக்கு முற்றுப்புள்ளி வைத்துவிட்டு அகமதுவே அரசனாக வர வேண்டும் என அவனுக்கு ஆலோசனை கூறியவர்களுள் செர்கானும் ஒருவன்.

குஜராத்துப் போர் அகமதுவை நன்கு களைப்படையச் செய்துவிட்டது. இதை அறிந்த மாளவ மன்னன் குசாங் ஷா, கேரள நாட்டைக் கைப்பற்றி நரசிங்கனைக் கொன்றான். இந்த அவமானத்திற்குப் பழிவாங்குவதற்காக, அகமது வடக்கு நோக்கிப் படையுடன் சென்றானாயினும், நசீர்கான் தலையிட்டு, இருவருக்கிடையிலும் சமாதானத்தை ஏற்படுத்தினான். ஆனால் சமாதான நிபந்தனைகள், எவ்விதத்திலேனும் அகமதுவிற்குச் சாதகமாக இருக்கவில்லை. கேரள நாடு, மாளவத்திற்குத் திறை செலுத்தும் நாடாக ஏற்றுக்கொள்ளப்பட்டது. பிராரின் எஞ்சிய பகுதி, தக்கணத்தின் ஒரு மாகாணமாகவே தொடர்ந்து இருந்தது. இதற்குப்பின் (1424-5) அகமது, தெலுங்கானாவிலுள்ள சில குடித் தலைவர்களைக் கண்டித்துத் தனது பிள்ளைகளுள் ஒருவன் ஆட்சி செய்த மாகாணத்தில் ஒழுங்கை நிலைநாட்டினான். அகமது தனது 64வது வயதில், 1435 ஆம் ஆண்டில் இறந்தான். தன் கல்வி காரணமாக, வாழ்க்கையையே ஒருவித சந்தேகக் கண்ணோட்டத்துடன் நோக்கும் குணம் படைத்த அவனுடைய சகோதரனாகிய பைரசுவைப்போல் அல்லாது, அகமது மூடநம்பிக்கைகளுடைய ஒரு முசிலிமாக விளங்கினான். நீண்ட மயிருடைய ‘துறவி’ கட்கு அளவிற்கு மீறிய மதிப்பும் மரியாதையும் கொடுக்குமளவிற்கு, இலேசான மதவெறியும் அவனிடம் இருந்தது. அதேவேளையில், அறிவையும், நகைச்சுவையையும் இரசித்து அனுபவிக்கக் கூடிய சக்தியும் அவனிடம் இல்லாமற் போகவில்லை. அகமதுவின் தூண்டுதலாலேயே, குராசானிலுள்ள இசுபராயினைச் சேர்ந்த ஆசரீ என்ற கவிஞன் ‘பாமன் நாமா என்ற பெயரில், அந்த அரச பரம்பரையின் வரலாற்றைக் கவிதை உருவிற் பாடினான். இந்நூல் இப்போது கிடைப்பதில்லை. அழியாமலிருக்கின்ற சில மேற்கோள்களைப் பார்க்கும்போது, ‘ஷா நாமா’ என்ற நூலைப் பின்பற்றியே

இந் நூல் எழுதப்பட்டதென்றும், ஆனால் ஷா நாமாவைப் போல் சிறப்பாக இருக்கவில்லையென்றும் தெரிகிறது. அகமதுவின் மரணத்திற்கு முன்பே, ஆசரீ தன் சொந்த நாட்டிற்குச் சென்று, பாமனி வம்ச வரலாற்றை, 1462 ஆம் ஆண்டில் தான் இறக்கும்வரை தொடர்ந்து எழுதினான். பாமனி வம்சத்தின் இறுதிவரை, மற்றவர்களால் இவ்வரலாறு ஒழுங்காக எழுதிச் சேர்க்கப்பட்டது.

அன்னியர்களான துருக்கியர், அராபியர், முகலாயர், பாரசீகர் போன்றோர் அரசாங்க உத்தியோகங்களிலும் இராணுவ பதவிகளிலும் ஒழுங்காக அமர்த்தப்பட்டபடியால், அவர்களுக்கும், உள் நாட்டு முசிலிம்களான தக்கணத்தாருக்குமிடையே போட்டி ஏற்பட்டது. ஆப்பிரிக்க நீகிரோக்களும், ஆப்பிரிக்கத் தந்தையர்க்கும் இந்தியத் தாய்மார்க்கும் பிறந்த பிள்ளைகளும் தக்கணத்தாரை ஆதரித்தனர். குஜராத்துச் சண்டையில் ஏற்பட்ட நாசங்களுக்கெல்லாம் தக்கணத்தாரின் கோழைத்தனமே காரணம் என "அன்னியர்கள்" குற்றஞ் சாட்டினர். போட்டி மனப்பான்மை படைத்த இந்தக் குழுக்களிடையே இருந்த சிறு தகராறுகள் அடிக்கடி, பெரிய சண்டைகளிலும் இரத்தப் படுகொலைகளிலும் முடிந்தன. "அன்னியர்கள்" 'சியா' பிரிவைச் சேர்ந்தவர்களாகவும், தக்கணத்தார் 'சுனி' பிரிவைச் சோந்தவர்களாகவும் இருந்தது. அவர்கட்கிடையே மேலும் கசப்பையூட்டியது. பாமனி சுல்தானிய அரசினதும், அதற்குப் பின்பு வந்த அரசுகளினதும் பலத்தைக் குறைப்பதில், இந்தச் சிறு சச்சரவுகள் பெரும் பங்கு வகித்தன.

துறவி அகமதுவின் பின், அவனுடைய மூத்த மகன், இரண்டாம் அலாவுத்தீன் (1436-58) அரசனானான். தன்னைச் சுற்றி, அன்னிய உத்தியோகத்தர்களையே அவன் வைத்திருந்தபடியால் தக்கணத்தார், பொறாமை காரணமாகச் செய்த சூழ்ச்சிகள், இவனுடைய ஆட்சிக் காலத்தில் ஏற்பட்ட பல இக்கட்டுகளுக்குக் காரணமாக இருந்தன. விசய நகர மன்னனாகிய இரண்டாம் தேவராயனிடமிருந்து, திறைப்பாக்கியைப் பெற்று வரும்படி, தனது சகோதரனாகிய முகம்மதுவை அனுப்பினான் அலாவுத்தீன். பாக்கியை வசூலிப்பதில் முகம்மபது வெற்றி அடைந்தான்; இவ் வெற்றி, அவனுடைய மனதில் மேலும் ஆசையை வளர்த்தது. தனக்கும் சுல்தானளவு சமமான அதிகாரம் வேண்டும் அல்லது இராச்சியத்தில் அரைவாசி தனக்கும் கொடுபடவேண்டும் என உரிமைக்குரல் எழுப்பினான். இதனால் ஏற்பட்ட சண்டையில், முகம்மது தோற்கடிக்கப்பட்டானா யினும், அலாவுத்தீன், அவனை மன்னித்து, இறயிச்சூர் இடை நிலத்தின் தேசாதிபதியாக்கினான். அதற்குப் பின், என்றுமே முகம்மது தனது சகோதரனிடம் விசுவாசமாக இருந்தான்.

கொங்கண நாட்டின் சில பகுதிகள் 1437 ஆம் ஆண்டிற் கைப்பற்றப்பட்டன. சங்கமேசுவரம் என்ற இடத்தின் இராசா, தன் மகளைச் சுல்தானுக்கு மணஞ் செய்து கொடுத்தான். கண்டேசைச் சேர்ந்த நசீர்கானின் மகளாகிய தன் முதல் மனைவியினும் பார்க்க இவளையே அதிகமாகச் சுல்தான் நேசித்தான். இந்த உதாசீனத்திற்குப் பழிவாங்கும் நோக்குடன், நசீர்கான், பிராரின் மீது படையெடுத்து, அந்த மாகாணத்திலுள்ள கான் சகான் என்பவனை நானாலாக் கோட்டையுள் அடைத்து வைத்தான். இந்தச் சந்தர்ப்பத்தில், மிகவும் கவனமாக இருக்கும்படி சுல்தானுக்குத் தக்கணத்தார்

ஆலோசனை கூறினர். தௌலதாபாத்தின் தேசாதிபதியும், அன்னியர் படைத்தலைவனுமான மாலிக்குத் துச்சார் காலப் அசன் பசுரி என்பான் தக்கணத்தார் எவருமின்றி, அன்னியர் படையை மட்டும் தன்னுடன் அனுப்புவதாயின் தான் போர்க்களத்தில் இறங்கத் தயாராக இருப்பதாக அறிவித்தான். அவன் கேட்டபடியே படை அனுப்பப்பட்டது. அவன் மெச்சத் தகுந்த வெற்றி ஈட்டினான். இதன் விளைவாக, அன்னியர் படையின் உயரிய நிலை, உறுதிப்படுத்தப்பட்டதாகத் தோன்றியது. சிம்மாசனத்தின் வலப் பக்கலில் இடம் பெறும் கௌரவத்தை அவர்கள் அடைந்தார்கள். தக்கணத்தார் இடப்பக்கத்திற்குத் தள்ளப்பட்டனர்.

இதற்கிடையில், இரண்டாம் தேவராயன், தன் படையைத் திருத்தியமைத்து, மற்றெல்லாப் படைகளையும் விட வலிமையுடையதாக ஆக்கினான். 1443 ஆம் ஆண்டில், அவன் இறயிச்சூர் இடைநிலத்தின் மீது படையெடுத்து, முத்கலைக் கைப்பற்றி, இறயிச்சூரையும் பங்கப்பூரையும் முற்றுகையிட்டு, பிசப்பூர், சாகர் முதலிய இடங்கள் வரை உள்ள நிலப்பகுதியைப் பாழாக்கினான். அலாவுத்தீன் அவனை அணுகி வரவே, தேவராயன் முத்கலுக்குப் பின்வாங்கிச் சென்றான். மாலிக்குத் துச்சார் இறயிச்சூர், பங்கப்பூர் ஆகியவற்றின் முற்றுகையை முறியடித்தான். இதைத் தொடர்ந்து, இருபக்கத்துப் படைவீரர்கட்குமிடையே மூன்று மாதங்களுக்குள் மூன்று தடவை போர் நிகழ்ந்தது. முதலாவது போரில் இந்துக்கள் வென்றார்கள். இரண்டாவது போரில் முசிலிம்களுக்கு வெற்றி கிடைத்தது. மூன்றாவது போரில் தேவராயனின் மூத்த மகன் கொல்லப்பட்டு, அவனது படையைச் சேர்ந்த இரண்டு அதிகாரிகள் பிடிக்கப்பட்டுச் சிறையிலிடப்பட்டனர். ஆனால், அந்த இரண்டு அதிகாரிகளுக்குப் பதிலாக, இரண்டு இலட்சம் இந்துக்கள் கொல்லப்படுவார்கள் என்ற செய்தியைச் சுல்தான் அனுப்ப, தேவராயன் அவனுடன் சமாதானமாக இருக்க உடன்பட்டான்; இனி மேல் ஒழுங்காகத் திறை கொடுக்கவும் சம்மதித்தான்.

வயது போகப் போக, அலாவுத்தீனின் நடத்தையும் கீழ் நிலையடைந்தது. அரசியல் அலுவல்களைப் புறக்கணித்து, ஒரேயடியாகச் சிற்றின்ப நுகர்ச்சியில் ஆழ்ந்தான். தக்கணத்தார், இதைத் தமக்கு அனுகூலமாகக் கொண்டு, அன்னியரின் ஆட்சியை அழித்தொழிப்பதற்குச் சூழ்ச்சி செய்தனர். 1446-7 ஆம் ஆண்டில், கொங்கண நாட்டிற்கெதிராக, மாலிக்குத் துச்சார் தலைமையில் ஒரு படை அனுப்ப ஒழுங்கு செய்யப்பட்டது. தக்கணத்துப் படையினர், சங்கமேசுவர இராசாவுடனும் வேறொரு இந்து அரச குமாரனுடனும் சேர்ந்து செய்த சூழ்ச்சியினால், அந்தப் படை தோல்வியடைந்தது; மாலிக்குத்துச்சார் உட்பட ஏராளமான அன்னியர்கள் கொல்லப்பட்டனர். இதிலிருந்து தப்பிப் பிழைத்தவர்கள், பூனாவிற்கு வடக்கேயுள்ள சாகன் கோட்டையில் ஒன்று சேர்ந்தார்கள். ஆனால் தேசத்துரோக வேலைகளில் அவர்கள் ஈடுபட்டிருக்கிறார்கள் எனப் பொய்யான குற்றத்தைச் சுமத்தி, அவர்களைக் கொல்வதற்குச் சுல்தானின் அனுமதியைத் தக்கணத்தார் பெற்றார்கள். அதன்பின் விருந்து ஒன்றில் எல்லா அதிகாரிகளையும், 1200 சய்யீதுகளையும் மற்றும் ஆயிரம் அன்னியர்களையும் ஏராளமான

பிள்ளைகளையும் உபாயமாகப் படுகொலை செய்தார்கள். தங்களின் சூழ்ச்சிக்கு இரையானவர்களின் மனைவிகளையும் பெண்களையும் பொருட்களையும் தமக்குச் சொந்தமாக்கிக் கொண்டனர். குவாசிம் பெக் என்பவனும் வேறு இரண்டு அதிகாரிகளும் உட்பட, இதிலிருந்து தப்பிய சொற்பத் தொகையினர், நடந்த நிகழ்ச்சிகள் பற்றிய உண்மையான தகவலை, ஏதோ ஒருவகையாகச் சுல்தானுக்கு அறிவித்தார்கள். மனைவியாகூலமடைந்த சுல்தான், தக்கணத்தாரின் தலைவர்களைச் சிரச்சேதஞ் செய்து, அவர்களின் குடும்பங்களை அதிக ஏழ்மை நிலைக்குக் கொண்டு வந்தான். குவாசிம் பெக், தௌலதாபாத்தின் தேசாதிபதியானான். அவனுடைய தோழர்கள் இருவரும் உயர்பதவியில் அமர்த்தப்பட்டனர். அன்னியரின் மதிப்பும் பதவியும் மீண்டும் உயர்ந்தன. இசுபராயினைச் சேர்ந்த கவிஞர் ஆசரீயிடமிருந்து, உவைன் குடிப்பதை நிறுத்தி விடும்படியும், தக்கணத்துப் படை வீரர்கள் அனைவரையும் வேலையிலிருந்து நீக்கும்படியும் 1451 ஆம் ஆண்டில் சுல்தானுக்குக் கடிதம் வந்தது. சுல்தான், அவற்றை நிறைவேற்றி, அரசியல் அலுவல்களில் அதிக ஊக்கம் காட்டத் தொடங்கினான். காலில் ஏற்பட்ட ஒரு காயம் காரணமாக, 1453 ஆம் ஆண்டில் சில நாட்கள், சுல்தான் அரண்மனைக்குள்ளேயே தங்கியிருந்தபோது, அவன் இறந்துவிட்டான் என்ற வதந்தி பரவத் தொடங்கியது. தெலுங்கானாவின் தேசாதிபதியாகிய சிக்கந்தர், கலகம் விளைவித்து, மாளவ மன்னன் 1 ஆம் மகமூது என்பவனைப் பிராரின் மீது போர் தொடுக்கும்படி அழைத்து, 1456 ஆம் ஆண்டில் அங்கே சென்று அவனுடன் சேர்ந்து கொண்டான். போரில் அலாவுத்தீனே நேரடியாகக் கலந்து கொண்டபோது, அவன் இறந்துவிட்டான் என நம்பியிருந்த மகமூது, மாளவத்திற்குத் திரும்பிவிட்டான். சமீபத்தில் முன்னணிக்கு வந்துகொண்டிருந்த மகமூது கலான் என்ற அன்னிய வீரன், சிக்கந்தரையும் அவனுடைய தந்தையையும் கைது செய்தான்; ஆயினும் சுல்தான் அவர்களை மன்னித்து விட்டான்.

1458 ஆம் ஆண்டில் அலாவுத்தீன் இறந்தான். அவன் உவைன் பானத்தை நிறையக் குடித்தானாயினும், தன் குடிமக்கள் அப்பானத்தைப் பருகுவதை அவன் ஆதரிக்கவில்லை. பிடாரில் ஓர் இலவச வைத்தியசாலையைக் கட்டுவித்தான். தான் அழித்த இந்து ஆலயங்களிலிருந்து பொருள்களை எடுத்து மசூதிகளைக் கட்டியும், நீண்ட மதபோதனைகளை அலுப்பின்றிக் கேட்டுக்கொண்டிருந்தும் தன் பக்தியைக் காட்டினான். தனக்குப் பின் மூத்த மகனாகிய உமாயூன் என்பவனே அரசனாக வரவேண்டும் என்பதை, தான் இறக்குமுன்பே அறிவித்து விட்டான் அலாவுத்தீன்.

உமாயூன் (1458-61), கொடூரம் நிறைந்தவன் என்ற கெட்ட பெயர் பெற்றான். அவனுடைய ஆட்சிக் காலத்தின் விசேட அடையாளமாக இருந்த முரட்டுச் செயல்கள், சலீம் அல்லது கொடுங்கோலன் என்ற பட்டத்தை அவனுக்குக் கொடுத்தன. அவனுடைய ஆட்சியின் ஆரம்பத்தில், அவனுடைய தம்பியாகிய அசன் கான் என்பவனை அரசனாக்க முயன்றவர்கள் மரணத்தைப் பரிசாகப் பெற்றார்கள்; சிலர் சிறையிலிடப்பட்டார்கள்; சிலர் நாட்டைவிட்டே ஓடினார்கள். அசன் கான் குருடாக்கப்பட்டுச் சிறையிலடைக்கப்பட்டான்.

உமாயூன் அன்னியர்களையே ஆதரித்து, மகமூது கவானைத் தன் இராச்சியத்தின் தளபதியாகவும் (மாலிக் நாயிப்) பிசப்பூரின் தேசாதிபதியாகவும் ஆக்கினான். என்றாலும் பதவி வழங்கும் விசயத்தில் தக்கணத்தார் ஒரேயடியாகப் புறக்கணிக்கப்படவில்லை. இரண்டு புரட்சிகள் நடைபெற்றன. தெலுங்கானாவில் சிக்கந்தரும் அவனுடைய தகப்பனாகிய சலால் கான் என்பவனும் புரட்சி செய்தார்கள். அரசனும் மந்திரியும் தெலுங்கானாவில் நின்றபோது, தலைநகரில் வேறொரு புரட்சி ஏற்பட்டது. இரத்தக்கறை பிடித்த பாமனி ஆட்சியின் வரலாற்றிலேயே, முன்னெப்போதுமில்லாத அதி தீவிர கொடூரத்துடன் இரண்டு புரட்சிகளும் அடக்கப்பட்டன. ஆற்றல் வாய்ந்த மகமூது கவானாலோ, திறமை மிக்க அரசியாகிய மக்துமா சகான் என்பவளாலோ, சுல்தானின் இத்தகைய எல்லை மீறிய கொடூரச் செயல்களைக் கட்டுப்படுத்த முடியவில்லைப்போல் தெரிகிறது (தன் கணவனின் மரணத்தின் பின், பிள்ளைகள் வளர்ந்து, தக்க வயதை அடையும் வரை, தானே நிர்வாகப் பொறுப்பில் இருந்து பெரும் புகழ் ஈட்டியவள் மக்துமா சகான்). சுல்தானின் மனிதத் தன்மையற்ற கொடூரச் செயல்களினால் மனம் சலித்த அவனுடைய பணியாட்கள் ஒருவித வெறியுணர்ச்சியில், சுல்தானைப் படுகொலை செய்தார்கள். 1461 ஆம் ஆண்டு செப்டம்பரில் உமாயூன் இறந்தபோது அவனுடைய குடிமக்கள் ஆறுதற் பெருமூச்சு விட்டார்கள்.

உமாயூனின் மகனான நிசாம் ஷா பதவியேற்றபோது, எட்டு வயதுடைய இளைஞனாக இருந்தபடியால், அவனுடைய தாய், குவாசா சகான் என அழைக்கப்பட்ட துருக்கி மாலிக் ஷா, மகமூது கவான் ஆகிய இருவரின் உதவியுடன் இராச்சிய அலுவல்களைக் கவனித்தான். இப்புதிய ஆட்சியின் சக்தியைக் குறைவாக மதித்த தெலுங்கானா, ஒரிசா ஆகியவற்றின் இந்து அரசனும், மாளவ மன்னன் முதலாம் மகமூதுவும் அந்த இராச்சியத்தின் மீது படையெடுத்தார்கள். முன்னவரின் படை பிடார் தலைநகரிலிருந்து இருபது மைல்களுக்கப்பால் வந்தபொழுதே தாக்கி விரட்டப்பட்டது. ஆனால், முதலாம் மகமூதுவின் படையெடுப்பு, அதிலும் பார்க்க அதிக ஆபத்தை விளைவிப்பதாக இருந்தது. கந்தகார் என்னுமிடத்திற்கருகே பாமனிப்படைகள் தோல்வியடைந்தன. தலைநகர் முற்றுகையிடப்பட்டது. தாய் இராணி, இளவயதினான தன் மகனுடன் பைரசாபாத்திற்குச் சென்று ஒதுங்கினாள். மகமூது கவானின் உதவிக் கோரிக்கையைக் குஜராத் மன்னன் மகமூது பெகார்கா ஏற்று உதவியனுப்பினான். குஜராத்துப் படைகளும் பாமனிப் படைகளும் ஒன்றே சேர்ந்து மாளவப் படையின் பின் அணியைப் பயமுறுத்தவே, மாளவப் படை பின்வாங்க வேண்டியதாயிற்று. அடுத்த ஆண்டில் மீண்டும் நடைபெற்ற மாளவப் படையெடுப்பு, கூர்ச்சர மன்னன் தக்க தருணத்தில் தலையிட்டபடியால், தௌலதாபாத்திற்கு அப்பால் செல்லவிடாது தடைசெய்யப்பட்டது.

இளம் சுல்தான் திடீரென்று 1463 ஆம் ஆண்டு யூலை மாதம் 30 ஆம் திகதி இறக்க, அவன் சகோதரனான ஒன்பது வயதுடைய மூன்றாம் முகம்மது அரசனானான். முந்திய ஆட்சிக் காலத்தில் நிகழ்ந்ததைப் போலவே, அரசன் பிராய மெய்தாதிருந்த காலத்தில், "இராசப் பிரதிநிதிச் சபை"

நிர்வாகத்தைக் கவனித்து வந்தது. ஆனால் குவாசா சகானின் பேரவா அங்கிருந்த ஒற்றுமையைக் குலைத்தது. மகமூது கவான் தலைநகரிலிருந்து அப்புறப்படுத்தப்பட்டு, எப்போதும் எல்லைப் புறத்திலேயே வேலை பார்க்கும்படி விடப்பட்டதை அறிந்த தாய் இராணி, குவாசா சகானின் திட்டங்களைப் பற்றிச் சந்தேகம் கொண்டாள். தேசத்துரோகி என்பதற்காகக் குவாசா சகானைச் சிரச்சேதஞ் செய்ய உத்தரவு கொடுக்கும்படி மகனிடம் பேசி ஒழுங்கு செய்தாள் இராணி. அரசனின் கல்வியில் அதிக அக்கறை காட்டிய மகமூது கவானை அவள் திரும்பவும் தலைநகருக்கு அழைத்து, அமீர் உல் உமாரா என்ற பட்டத்துடன் அவனைப் பிரதான அதிகாரியாக்கினான். மகன் பதினைந்து வயதை அடைந்தபோது அரசியல் அலுவல்களிலிருந்து ஓய்வு பெற்ற இராணி, மகனின் பாசத்தையும் மதிப்பையும் தன் வாழ்வு முழுவதும் பெற்றிருந்தாள்.

மாளவ மன்னன் முதலாம் மகமூதிற்குச் சொந்தமான கேரள நாட்டிற்கு எதிராக, 1467 ஆம் ஆண்டில் ஒரு படையெடுப்பு மேற்கொள்ளப்பட்டது. ஆனால் இப்படையெடுப்பினால் ஒரு இலாபமும் ஏற்படவில்லை. சமாதானம் ஏற்பட்ட பின், துறவி அகமதுவின் காலத்தில் இருந்ததைப் போலவே, மாளவத்திற்குத் திறை செலுத்தும் நாடாகக் கேரள நாடு தொடர்ந்து இருந்தது. பிசப்பூரின் ஆட்சிப் பொறுப்பை இப்போதும் தன்னிடமே வைத்திருந்த மகமூது கவான் பாமனி சுல்தானியர்களால் பரிபூரணமாகத் தோற்கடிக்கப்படாதிருந்த கொங்கண நாட்டில் இருந்த அரசர்களுக்கு எதிராகப் போர் தொடுத்தான். குறிப்பாக, கெல்னா (விசால்காரர்), சங்கமேசுவரம் ஆகியவற்றின் அரசர்கள், மேற்குக் கரையை அடுத்துள்ள கடற் பகுதியில், தமது கப்பற் படைகள் மூலம் முசிலீம் வியாபாரிகளுக்கும் யாத்திரீகர்களுக்கும் கொடுத்த தொந்தரவைத் தடுப்பதற்கு மகமூது விரும்பினான். தன் பொறுமையாலும், வேண்டிய இடங்களில் திட்டமிட்டுப் பலாத்காரத்தை உபயோகித்தும், இலஞ்சம் கொடுத்தும் அவன் பல வெற்றிகளை ஈட்டி, கடைசியில், விசயநகர சாம்ராச்சியத்தின் மிகச் சிறந்த துறைமுகமான கோவாவைக் கைப்பற்றினான். இக் கடைசி வெற்றி, பாமனி இராச்சியத்தின் நிரந்தர எதிரிக்கு எதிராக ஈட்டிய சாதனை என்பதுடன் மேற்குக் கரை வியாபாரத்தில் பாமனி இராச்சியத்திற்கு உண்மையான ஆதிக்கத்தைக் கொடுத்தது என்பதனாலும் முக்கியத்துவம் வாய்ந்தது; அத்துடன், மெக்காவிற்குச் செல்லும் முசிலிம் யாத்திரீகரின் பாதுகாப்பிற்கும் உத்தரவாதமளித்தது. ஏறக்குறைய மூன்று ஆண்டு இடைவெளியின் பின், 1472 ஆம் ஆண்டில், தலைநகருக்குத் திரும்பிச் சென்ற மகமூது கவான் சிறந்த மரியாதைகளுடன் வரவேற்கப்பட்டான்.

மகமூது கவான் திரும்பி வருவதற்கு முன்பாகவே ஒரிசா நாட்டில், அரசன் கபிலேசுவர கசபதியின் மரணத்தைத் தொடர்ந்து, கபிலேசுவரனின் மகனாகிய அம்பர் (அம்வீரன்) என்பவனுக்கும், மங்கல் என்ற ஆக்கிரமிப்பாளனுக்குமிடையே நடைபெற்ற அரசுரிமைப் போர் பற்றிய செய்தி, மூன்றாம் முகம்மதுவிற்கு எட்டியது. அம்பர், முகம்மதுவிடம் உதவிகோரி விண்ணப்பம் அனுப்பியிருந்தான். மங்கல் என்பது, கபிலேசுவர கசபதியின் குமாரர்களுள் வேறொருவனான புருசோத்தம கசபதியைக் குறித்திருக்கும்

எனத் தெரிகிறது. விசயநகரிலிருந்து, துறவி அகமதுவினால் கொண்டுவரப்பட்ட இரண்டு பிராமண இளைஞர்களுள் ஒருவனான மாலிக் அசன், ஆக்கிரமிப்பாளனுக்கு எதிராக அனுப்பப்பட்டான். மாலிக் இப்போரில் வெற்றியீட்டி அம்பருக்கு அரசைப் பெற்றுக்கொடுத்தான். இதற்குக் கைமாறாக, பிற்காலத்தில், இராசமந்திரி, கொண்டவீடு ஆகியவற்றின் ரெட்டியர்களை மாலிக் அசன் தோற்கடிப்பதற்கு அம்பர் அவனுக்கு உதவி புரிந்தான். மாலிக் அசன் தலைநகருக்குத் திரும்பி வந்தபோது, அவனுடைய சாதனைகளுக்கு உரிய மதிப்பு அளிக்கப்பட்டது. ஆனால், புருசோத்தமன், விரைவில் அம்பரைப் பதவியிலிருந்து அகற்றிவிட்டு, ஒரிசாவின் சிம்மாசனத்தைத் தானே கைப்பற்றினான் ; பின்னர் அம்பர் அவனுடைய சிற்றரசனாகவிருந்து கிமெடியை ஆள்வதற்கு இணங்கினான். இப்போது, முதன் முதலாக, பாமனி அரசு மேல்கடலிலிருந்து கீழ்க்கடல் வரை பரந்திருந்தது. இராச்சியத்தின் கௌரவம் மிகுந்த பதவிகள், ஓரளவு நியாயமான முறையில் தக்கணத்தார்களுக்கும் அன்னியர்களுக்கும் பகிர்ந்தளிக்கப்பட்டிருந்தன. நான்கு மாகாணங்களுள், பிசப்பூரும் குல்பர்காவும், தௌலதாபாத்தும் மகமூது கவான், யூசுப் அடில்கான் ஆகிய இரு அன்னியர் கையிலிருந்தன. தெலுங்கானா, பிரார் ஆகிய மற்ற இரு மாகாணங்களும் மாலிக் அசன், பாதுல்லா இமாத்-உல்-முல்க் என்பவர்களின் கையிலிருந்தன. விசயநகரத்திலிருந்து வந்த மற்றைய பிராமண இளைஞனே பாதுல்லா இமாத்-உல்-முல்க் ஆவான்; இவன் அன்னியரிடம் நட்புறவு கொண்டிருந்தான்; இவன் அன்னியரிடம் நட்புறவு கொண்டிருந்தான் ; ஆனால் மாலிக் அசன் அப்படி இருக்கவில்லை. மகமூது கவான் கட்சியுணர்ச்சியினாற் பாதிக்கப்படாதவனாக இருந்தான். அன்னியர்களின் தலைவனாக இருந்த யூசுப் கொங்கண நாட்டின் வட பிரதேசங்களைப் பூரணமாகக் கைப்பற்றுவதற்கு, அவனைச் சூழ்ந்திருந்த ஏராளமான அன்னியர்கள் உதவிபுரிந்தனர். இதனால், அசனிலும் பார்க்க, அதிக சிறப்புகள் யூசுப்பிற்குக் கிடைத்தன. இதனால் அசன், முன்னிலும் பார்க்க அதிகமாக, அன்னியர்களைப் பகைத்தான்.

1472 ஆம் ஆண்டின் முடிவில், விசயநகர மன்னனாகிய விரூபாக்சன் கோவாவை மீட்டு இந்து இராச்சியத்துடன் இணைக்கும்படி, பெல்கோம், பங்கப்பூர் ஆகியவற்றின் இராசாக்களைத் தூண்டினான். மூன்றாம் முகம்மதுவும் மகமூது கவானும் பங்கப்பூருக்கு எதிராகப் படையெடுத்துச் சென்றார்கள். பங்கப்பூரின் அரசனாகிய பிர்கணன், சில காலம் முற்றுகையை எதிர்த்து நின்றுவிட்டுப் பின்னர் சரணடைந்தான். அவனுடைய நாடு, பாமனி நாட்டுடன் இணைக்கப்பட்டு, அதன் பொறுப்பு மகமூது கவானிடம் கொடுக்கப்பட்டது. அரச பொறுப்பிலிருந்து ஓய்வு பெற்றபின்பும், மகன் அடிக்கடி ஆலோசனை கோரியபோது, நல்லாலோசனைகள் கொடுத்து வந்த தாய் இராணி, விரைவில் இராணுவ முகாமிற்குள்ளே இறக்க, அவளுடைய சடலம் பிடாரில் அடக்கம் செய்வதற்காக அனுப்பப்பட்டது. இந்த வேளையில் மூன்றாம் முகம்மது, கவானின் விருத்தினனாகப் பிசப்பூரில் தங்கியிருந்தான். மகமூது கவானுக்கு உறுதியான ஆதரவளித்த தாய் இராணியின் மரணத்தைவிட்டு, அவளுடைய மகனிலும் பார்க்க, கவானே பெரிதும் கவலையுற்றான்.

1476 ஆம் ஆண்டளவில், கொண்டவீடு என்ற இடத்திலுள்ள மக்கள், தம்மை அடக்கியாண்ட முசிலிம் தேசாதிபதிக்கு எதிராகக் கிளர்ந்தெழுந்து, அவனைக் கொன்று, தங்கள் நகரத்தை, அமீர் என்ற ஒரியாப் பிரபுவிடம் ஒப்படைத்தார்கள். முசிலிம் வரலாற்றாசிரியர்களால் ஒரியாப்பிரபு என வர்ணிக்கப்பட்டவன், ஒரிசா நாட்டின் சிம்மாசனத்திற்காகப் புருசோத்தமனுடன் போட்டியிட்ட அம்பர் (அம்வீரன்) என்பவனின் மகனான தக்சிண கபிலேசுவர குமார அம்பீர் மகாபத்திரன் என்பதில் சந்தேகமில்லை. முன்பு புருசோத்தமன் இழந்த இராச்சியத்தை மீண்டும் கைப்பற்றும் காலம் வந்துவிட்டதென அமீர் செய்தியனுப்பினான். அமீர் தெலுங்கானாவின் மீது படையெடுத்து, இராசமந்திரியிலிருந்த மாலிக் அரசனை முற்றுகையிட்டான். அப்போது முகம்மது, நாட்டின் குறுக்கே படையுடன் சென்று அசனைக் காப்பாற்றவே, ஒரிசா அரசன் தன் சொந்த நாட்டிற்குத் திரும்பிச் சென்றான். அங்கும் 1478 ஆம் ஆண்டில் முகம்மது அவனைத் தொடர்ந்து சென்றான். ஏராளமான யானைகளையும், விலை உயர்ந்த பரிசுப் பொருட்களையும் ஒரிசா அரசன், சுல்தானுக்குக் கொடுத்ததன் பின்பே சமாதானம் ஏற்பட்டது. கொண்டவீடு நகருள் ஒளித்திருந்த அமீர், காலப்போக்கில் சுல்தானிடம் சரணடைந்தபோது, முகம்மது அவனுக்கு உயிர்ப்பிச்சை அளித்தான். கொண்டவீட்டிலுள்ள பெரிய கோவிலை இடித்து, அந்த இடத்தில் ஒரு மசூதியைக் கட்டிய முகம்மது, அந்த ஆலயத்தில் பிராமணக் குருமார்களைத் தன் கையினாலேயே கொலைசெய்து, காசி என்ற பட்டத்தையும் பெற்றான்.

முகம்மது மூன்று ஆண்டுகளுக்கு மேல் தெலுங்கானாவில் செலவழித்து, அதனை முழுதாகக் கைப்பற்றினான். புதிதாகக் கைப்பற்றப்பட்ட பகுதிகள் சேர்க்கப்பட்டதனால் சுலபமாக நிர்வகிக்க முடியாதபடி இந்த மாகாணம் பெரிதாகி விட்டது; இக்காரணத்தால், அது இரண்டாகப் பிரிக்கப்பட்டது. ஒரு பகுதிக்கு இராசமந்திரியும் மற்றப் பகுதிக்கு வாரங்கலும் தலைநகர்களாக இருந்தன. நிர்வாக சீர்திருத்தத்திற்காக, மகமூது கவான் வகுத்த பொதுத் திட்டத்தின் ஓர் அம்சமாக இது விளங்கியது. ஆனால், பிரிக்கப்படாத பெரிய தெலுங்கானாவின் தேசாதிபதியாக வர நினைத்திருந்த மாலிக் அசன், இப்புதிய திட்டத்தை எதிர்த்து, அதை உருவாக்கியவனை அழித்தொழிப்பதற்குத் தீர்மானித்தான்.

சமீபத்தில் நடைபெற்ற சண்டையில் புருசோத்தமனுக்கு உதவிபரிந்தவனும், விசயநகர மன்னனின் பிரதிநிதியாக இருந்து ஆட்சி செய்தவனுமான சாலுவ நரசிம்மனின் நாடான கிழக்குக் கருநாட்டுக்கெதிராக ஒரு படையெடுப்பை மேற்கொள்ளுவதற்குத் திட்டமிட்டான் முகம்மது. தனக்குப் பதிலாகத் தன் மகன் அகமதுவை இராசமந்திரியில் நிறுத்திவிட்டு, முகம்மதுவுடன் சேர்ந்து செல்வதற்குத் தானாகவே முன்வந்தான் மாலிக் அசன், அவனிலும் பார்க்கச் சிறந்த போர்வீரனான அகமது, அப்போது பிராரில் உள்ள மாகூர் மாவட்டத்தில் ஓரிடத்தில் சிற்றரசனாக இருந்தான். தகப்பனையும் மகனையும் பிரிப்பதற்காக, வேண்டுமென்றே இப்பதவி அவனுக்கு அங்கே கொடுக்கப்பட்டிருந்தது. இப்போது, அவன் மாகூரிலிருந்து அழைக்கப்பட்டு, இராசமந்திரியில் பதவியில் அமர்த்தப்பட்டான். படையெடுப்பு

ஆரம்பித்தது. பாமனிப் படையின் பிரதான தளமாக, கொண்டபள்ளி அமைந்திருந்தது. முகம்மது தன் மகனான மகமூது என்பவனை மகமூது கவானுடன் இங்கே இருக்கும்படி விட்டுவிட்டு, காஞ்சிபுரத்தைத் துணிகரமாகத் தாக்கி, அங்குள்ள ஆலயங்களைக் கொள்ளையடித்து, அநேக குருமாரையும் கொன்றான். பாமனியின் படைகள் "நகரையும் அதன் கோவில்களையும் தரைமட்டமாக்கி, புறச்சமயிகளின் சின்னங்கள் அனைத்தையும் அழித்தன", என இந்நிகழ்ச்சியின் விளைவுகளை மனம்போனபடி மிகைப்படுத்திக் கூறுகின்றார் முசிலிம் வரலாற்றாசிரியர். முகம்மது, கொண்டபள்ளிக்குத் திரும்பிச் செல்லும் வழியில், நரசிங்கனின் படைகள், அவன் கொள்ளையடித்த பொருட்களுள் பெரும்பகுதியை அபகரித்தன. எனினும், மசூலிப்பட்டணத்தைக் கைப்பற்றுவதில் முகம்மது வெற்றியடைந்தான்.

கொண்டபள்ளியிலிருந்து மகமூது கவான் தன் நிர்வாக சீர்திருத்தங்களைச் செய்து முடித்தான். அளவிற்கதிகமாகப் பெரிதாக இருந்த நான்கு தராப்புகள், ஒவ்வொன்றும் இரண்டாகப் பிரிக்கப்பட்டுத் தனித்தனித் தேசாதிபதிகளின் கீழ் விடப்பட்டன. அதே சமயம், தராப்தார்களின் (தேசாதிபதிகள்) அதிகாரமும் பெரிய அளவிற் குறைக்கப்பட்டது. "அந்த எட்டுப் பிரிவுகளிலுமுள்ள பல இடங்களின் வருமானம் அரசனுடைய சொந்தச் செலவுகளுக்காக ஒதுக்கப்பட்டு, அவற்றை நிர்வகிப்பதற்கென மாவட்ட அதிகாரிகள் அரண்மனையிலிருந்து நியமிக்கப்பட்டனர்." புதிய கட்டளையின்படி ஒவ்வொரு மாகாணத்திலும் ஒரு கோட்டையின் பொறுப்பு மட்டுமே தேசாதிபதியிடம் கொடுக்கப்பட்டது. "மற்றைய கோட்டைகள், அதற்கென்றே அரசனால் நியமிக்கப்பட்ட அதிகாரிகளினதும் படைவீரர்களினதும் பொறுப்பில் விடப்பட்டு, தலைமை நிலையத்திலிருந்தே அவர்களுக்குச் சம்பளமும் கொடுக்கப்பட்டது." புரட்சிகள் ஏற்படுவதைத் தடுக்க முடியாவிட்டாலும், அவற்றை அடக்குவதற்காகவே இவ்வாறு திட்டமிடப்பட்டது. மூன்றாவதாக, படைகளின் பராமரிப்பிற்கான படித் தொகை அதிகரிக்கப்பட்டது. ஆனால், கடுமையான மேற்பார்வையும் கட்டுப்பாடும் ஏற்படுத்தப்பட்டது; காணாமற்போன அல்லது சமூகந்தராத படைவீரர்களின் தொகைக்கு ஏற்ப பணமும் கழிக்கப்பட்டது. மகமூது கவான், சரியான நில அளவைக்கும் சரியான நிலமதிப்பீட்டிற்கும் ஒழுங்குகள் செய்து நில வருமானம் சம்பந்தமான நிர்வாக முறைகளையும் சீர்திருத்தினான். இத்தகைய சீர்திருத்தங்கள், எட்டுத் தேசாதிபதிப் பதவிகளுள் ஐந்து பதவிகளை ஏற்றிருந்த தக்கணத்தாரின் மத்தியிலே மகமூதுவின் செல்வாக்கைப் பெரிதும் குறைத்தன.

மகமூதுவின் எதிரிகள் அவனைப் பற்றிப் பல பொய்க்கதைகளைச் சுல்தானுக்குச் சொன்னார்கள். ஏதோ ஒருபாயத்தினால், கவானின் அதிகார முத்திரையை ஒரு வெறும் கடதாசியில் பதிப்பித்து, அதில் தக்கணத்து மக்கள் சுல்தான் முகம்மதுவின் கொடுங்கோன்மையையும், நிரந்தர குடிபோதையையும் சகித்துக் களைத்துவிட்டார்களாதலால் நாட்டின் மீது படையெடுக்கும்படி ஒரிசா அரசனைத் தூண்டி, மகமூது கவான் ஒரிசா அரசனுக்கு எழுதுவதைப் போல ஒரு கடிதத்தை எழுதித் தாங்கள் கொண்டு வந்த குற்றச்சாட்டுகளை நிரூபிப்பதற்கு முயன்றார்கள். கடிதத்தைக் கொண்டு

சென்ற தூதுவனை இடைவழியில் தடுத்து அக்கடிதத்தைப் பெற்றதாகப் பொய்யுரைத்து, அதைச் சுல்தானின் கைகளில் கொடுத்தார்கள். மகமூது கவானுக்கு உடனடியாக ஆளனுப்பப்பட்டது. இந்த அசாதாரண அழைப்பிற்குக் கீழ்ப்படியக்கூடாதென ஆட்சேபனைகள் எழுப்பி, குஜராத்திற்கு ஓடிவிடும்படி கூறிய நண்பர்களின் ஆலோசனைகளைப் புறக்கணித்து மந்திரி அரசனிடஞ் சென்றான். அரசனுக்கு எதிராக ஒருவன் இராசத்துரோகம் செய்தான் என்பது நிரூபிக்கப்பட்டால் அவனுக்கு உரிய தண்டனை எது என்று முகம்மது ஷா அவனைக் கடுமையான குரலிற் கேட்டான். தயக்கம் எதுவுமின்றி "மரணம்" என்று பதிலிறுத்தான் கவான். அப்பொழுது, தன்னிடமிருந்த பொய்க் கடிதத்தைக் காட்டினான் சுல்தான், அதிலிருப்பது தன்னுடைய அதிகாரி முத்திரை என்பதை ஒப்புக்கொண்ட மந்திரி, கடிதத்தைத் தான் எழுதவே இல்லை என வாதாடினான். அதை ஏற்றுக்கொள்ளாத சுல்தான், மந்திரியை அந்த இடத்திலேயே கொன்றுவிட வேண்டும் எனத் தன் அபிசீனிய அடிமையான யௌகர் என்பவனுக்குக் கட்டளையிட, அவனும் அப்படியே அக்கட்டளையை நிறைவேற்றினான் (ஏப்ரல் 5, 1481). விசுவாசத்தினாலும் ஆற்றலினாலும் இராசதந்திரி என்ற நிலையில் வைத்தெண்ணும்படி இருந்தவனும், நிலையான அன்புடன் முப்பத்தைந்து ஆண்டுகளாகத் தன் எசமானர்களுக்குப் பணி புரிந்தவனும், பாமனி அரசர்களின் ஒரேயொரு நல்லாலோசனாக யிருந்தவனுமான கவான் இவ்வாறு மரணம் அடைந்தான். சொந்த வாழ்வில், மகமூது கவான் எளிமையும் பரந்த மனப்பான்மையும் தருமசிந்தனையும் கொண்டிருந்தான். அறிவாளியாகவும் குற்றமற்றவனாகவும் விளங்கிய அவன், மன்னிக்கும் மனப்பான்மை அற்றிருந்த மாலிக் அரசனின் குரோதம் மட்டும் இல்லாதிருந்தால், தக்கணத்தாருக்கும் அன்னியர்க்குமிடையேயிருந்த பகைப்புண்ணை ஆற்றியிருப்பான்.

மகமூது கவானின் முகாம், படைவீரர்களாலும் கலகக்காரர்களாலும் கொள்ளையடிக்கப்படவே, அவனுடைய ஆதரவாளர்கள், மற்றைய "அன்னியர்" களுடன் சேர்ந்து, அப்போது போர்க்களத்தில் நின்ற யூசுப் அடில்கான் என்பவனிடஞ் சென்றார்கள். கவானின் நிதியைப் பற்றி அவனுடைய நிதிக்காப்பாளனைச் சுல்தான் வினவியபோது, ஈட்டிய பொருள் முழுவதையும் கவான் தருமத்துக்குக் கொடுத்துவிட்டானென்றும் எதையுமே சேமித்து வைக்கவில்லை என்றும் அவன் சொன்னான். ஒரு குற்றமுஞ் செய்யாத கவானைக் கொன்றுவிட்டானென அரசன் மீது பழிசுமத்திய அந்த நிதிக்காப்பாளன, மகமூது கவானின் குற்றத்தை நிரூபிக்கும்படியும், அல்லது ஒரிசா அரசனிடம் கடிதத்தைக் கொண்டு போனதாகக் கருதப்பட்ட தூதுவனையாவது பிடிக்கும்படியும் சவால் விட்டான். காலங் கடந்த பின்பே உண்மையை அறிந்த சுல்தான், தக்க மரியாதைகளுடன் நல்லடக்கம் செய்வதற்காக, கவானின் பிணத்தைப் பிடாருக்கு அனுப்பினான். அன்னியர்கள் அனைவரும், தக்கணத்தாருள்ளிருந்த சில கௌரவமான பிரிவினரும் சுல்தானைக் கண்டு பயந்தார்கள்; அவனில் நம்பிக்கையை இழந்தார்கள். மேற்கொண்டு எவ்வித தொடர்பும் வைத்துக் கொள்ள விரும்பாத அவர்கள் அரசசபைக்கோ, இராணுவ முகாமிற்கோ செல்வதற்கு மறுத்தார்கள்.

எப்போதாவது அரசனுக்கு மரியாதை வணக்கஞ் செய்யவேண்டி ஏற்பட்டால், வெகு தூரத்தில் நின்றே தம் வணக்கத்தைத் தெரிவித்தனர்.

ஆகவே, காலஞ்சென்ற மந்திரிக்குத் துரோகம் செய்தவர்களின் மத்தியில் அரசன் தள்ளப்பட்டான். தான் நினைத்ததைப்போல அத் துரோகிகளுக்குத் தண்டனை கொடுப்பதற்குப் பதிலாக, அவர்களுடன் நட்புடன் இருக்கவேண்டிய நிலை சுல்தானுக்கு ஏற்பட்டது. மாலிக் அசன் நாட்டின் தளபதியானான். யூசுப்பிற்குப் பதிலாக, அசனின் மகன் அகமது தௌலதாபாத்தின் தேசாதிபதியானான். முன்பு மகமூது கவானின் கீழிருந்த பெல்கோம், பிசப்பூர் ஆகிய சிற்றரசுகளை யூசுப் தன் பொறுப்பில் வைத்துக்கொண்டான். யூசுப் அடில் கானுடன் சமாதானம் செய்துகொள்ளும் எண்ணத்துடன் முகம்மது பெல்கோமிற்குச் சென்றான். விசயநகர அரசன் நரசிம்மன், கோவாவைத் தாக்குவதற்கு ஆயத்தங்கள் செய்வதாகக் கேள்விபட்டபோது, முகம்மது அங்கே செல்ல விரும்பினான். ஆனால் அவனுடைய பிரபுக்கள் அவனுடன் சேர்ந்து செல்வதற்கு விரும்பவில்லை. ஆகவே கோவாவைக் காப்பாற்றுவதற்கு அடில்கானை அனுப்பிவிட்டு, தான் பைரசாபாத்திற்குத் திரும்பி, தனக்கு நேர்ந்த அவமானத்தை, அளவிற்கு மீறிய மதுபோதையில் மறக்க முயன்றான். இளவயதுடைய, தன் மகனான மகமூது என்பவனைத் தன் வாரிசாக, உத்தியோக பூர்வமாக நியமித்தான். மகமூது கவான் தன்னைக் கொல்கிறான் எனக் கதறியபடி 1482 ஆம் ஆண்டு மார்ச்சு மாதம் 22 ஆம் திகதி, தன் இருபத்தொன்பதாவது வயதில், பிடார் என்னுமிடத்தில் மகமூது இறந்தான். பாமனி இராச்சியத்தை ஆட்சி செய்தோருள், பைரசு ஷாவிற்குப் பின், இவனே அதிகம் படித்தவன் எனப் பெரிசுத்தா கூறுகிறார். இவன் உற்சாகமும் அதிக சுறுசுறுப்புமுடைய நல்ல வீரனாக விளங்கினான். தகுதி வாய்ந்த பல மந்திரிகள் அவனிடம் இருந்தார்கள். அவர்களுள் மிகச் சிறந்து விளங்கியவன் மகமூது கவான். குடிப்பழக்கம், அரசனுடைய மிக மோசமான எதிரியாக இருந்து, கொடூரமான செயல்களைச் செய்வதற்கு அவனைத் தூண்டி அவனுடைய நற்பெயரைக் கெடுத்ததுடன், அவனுடைய அகால மரணத்திற்கும் காலாக அமைந்தது. பாமினி வம்சத்தில், 'அரசன்' என்று அழைக்கப்படும் தகுதி பெற்றவர்களின் வரிசையில் அவனே கடைசி அரசனாக இருந்தான். அவனுக்குப் பின் ஐந்து பேர் அரசு கட்டிலேறினார்களாயினும், அவர்கள் கொள்கை எதுவுமற்ற மந்திரிகளின் கைப்பொம்மைகளாகவே விளங்கினார்கள்.

ஆடம்பரமின்றிச் சாதாரணமாக நடைபெற்ற ஒரு சடங்கில், மூன்றாம் முகம் மதுவின் மகன் மகமூது தனது பன்னிரண்டாவது வயதில் ஆட்சி பீடத்தமர்த்தப்பட்டான். பிரபுக்கள், வேண்டுமென்றே இவ்விழாவில் கலந்து கொள்ளவில்லை. புதிய அரசனுக்குத் தன் மரியாதையைச் செலுத்துவதற்காக யூசுப் அடில் கான் கோவாவிலிருந்து பிடாருக்குத் திரும்பி வந்தான். ஆனால், சந்தேகமும், சதியும், தக்கணத்தாருக்கும் அவனுடைய ஆதரவாளர்களுக்குமிடையே வெளிப்படையாக நடைபெற்ற சண்டைகளும் பிசப்பூருக்குச் செல்லும்படி அவனைத் தூண்டின. இதனால், தலைநகரில் மாலிக் அசன் மட்டுமே, அதிகாரம் மிக்க ஒருவனாக விளங்கினான். மாலிக் அசனைக் கொலை செய்வித்துவிட்டுத் தன் சுதந்திரத்தை அடைய விரும்பிய

இளம் பையனான சுல்தான் மேற்கொண்ட முயற்சி தோல்வி அடைந்தது. அதற்குப் பின் என்றுமே அவன் மிகவும் கவனமாகக் கண்காணிக்கப்பட்டான். எவ்விதமான உதவியுமற்ற ஒரு கைதியாக அரசன் இருப்பது எல்லாருக்கும் தெரியவந்தது. ஆகவே, ‘மாலிக் நயீப்’ ஆக இருந்த மாலிக் அசனின் கட்டளைகளை, மாகாணங்களின் தேசாதிபதிகள் உதாசீனம் செய்யத் தொடங்கினார்கள். 1486 ஆம் ஆண்டில் தெலுங்கானாவின் தேசாதிபதி புரட்சி செய்தான். கோவா, சாகன் போன்ற இடங்களில் கலகங்கள் ஏற்பட்டன. யூசுப் அடில் ஷா இக் கலகங்களை ஆதரித்தான். மிக விரைவில், மாலிக் அசன் மீது தான் கொண்டுள்ள அதிருப்தியை அரசன் வெளிப்படையாகவே தெரிவித்தான். ஆகவே, திறைசேரியைக் கைப்பற்றவும், படைவீரர்களைத் தன் பக்கம் திருப்பிக்கொள்ளவும் எண்ணம் கொண்டு மாலிக் அசன் பிடாருக்குச் சென்றான். இருந்தும் அவன் அகப்பட்டுக் கொண்டான். அந் நகரத்தின் தேசாதிபதியாக இருந்த தில்பசந்கான் என்பவன், அரசனின் கட்டளைப்படி, மாலிக் அசனின் கழுத்தை நெரித்துக் கொன்றான். ஆனால் காலங்கடந்த ஒரு செயலாகவே அது இருந்தது. பிடாருக்குத் திரும்பிய அரசன் சோம்பலிலும் துர்நடத்தையிலும் அமிழ்த்தி, பொதுப் பணிகளை அசட்டை செய்தான். 1487 ஆம் ஆண்டு நவம்பர் மாதத்தில், அவனைச் சிம்மாசனத்திலிருந்து நீக்குவதற்குத் தக்கணத்தார் செய்த சதிகள், அன்னிய படையின் தலையீட்டினால் முறியடிக்கப்பட்டன. தொடர்ச்சியாக மூன்று நாட்களுக்குத் தக்கணத்தாரும் ஆப்பிரிக்கர்களும் எவ்வித வேறுபாடுமின்றிப் படுகொலை செய்யப்பட்டதன் மூலம், துரோகமிழைத்தோர் பழிவாங்கப்பட்டனர்.

காலஞ்சென்ற மாலிக் அசனின் மகனான மாலிக் அகமது நிசாம் உல் முல்க் என்பவனது ஆலோசனையின்படி பிசப்பூரைச் சேர்ந்த யூசுப் அடில்கானும் பிராரைச் சேர்ந்த பாதுல்லா இமாத் உல் முல்க் என்பவனும், அகமதுவுடன் சேர்ந்து, அரசர்க்குரிய பட்டத்தை மேற்கொண்டு, 1490 ஆம் ஆண்டில் பிடாரின் மேலதிகாரத்திலிருந்து தாம் விடுதலை பெற்றுவிட்டதாக அறிவித்தனர். கோல்கொண்டாவைச் சேர்ந்த குதுப் உல் முல்க் என்பவனும், பிடாரைச் சேர்ந்த பரீத் உல் முல்க் என்பவனும் இவர்களைப் பின்பற்றினர் (1512). இவ்வாறே நிசாம் சாகிகளின் இராச்சியம் அகமது நகரிலும், அடில் சாகிகளின் இராச்சியம் பிசப்பூரிலும், இமாத் சாகிகளின் இராச்சியம் பிராரிலும், குதுப் சாகிகளின் இராச்சியம் கோல்கொண்டாவிலும், பரீது சாகிகளின் இராச்சியம் பிடாரிலும் தோன்றின. தன் தந்தையைக் கொலை செய்யும்படி கட்டளையிட்ட சுல்தானுக்கு விசுவாசமாக இருக்கக்கூடாது என்பதே அகமதுவின் உள்ளெண்ணமாக இருந்தது என்பது நிச்சயம். பேராசை பிடித்த எந்த ஒரு மந்திரி அரசனின் இட்டமானவனாக இருக்கின்றானோ, அந்த மந்திரியால் ஆட்டிப்படைக்கப்பட்ட அரசனின் போக்கைக்கண்டு, மேலும் பொறுக்க முடியாதபடியால், மற்றவர்கள் தங்கள் சுதந்திரத்தைத் தாமாகவே ஏற்படுத்திக்கொண்டார்கள். அரசனுக்கு இட்டமான மந்திரியாக அப்போது இருந்தவன் குவாசிம் பரீது என்பவன். அவன், மகமூதை, முன்னெப்போதுமில்லாதபடி பலமற்றவனாக ஆக்கினான். பரீது சாகிகளின் எழுச்சி 1490 ஆம் ஆண்டிலேயே தொடங்கியதெனச் சிலர் கருதுகின்றனர்.மாகாண தேசாதிபதிகளைத் தன் அதிகாரத்தின் கீழ்க் கொண்டுவர முயன்றான் குவாசிப் பரீது. இறயிச்சூர் இடைநிலத்தின் மீது

போர்தொடுத்து பிசப்பூரைத் தாக்கும்படி விசயநகரில் இராசப் பிரதிநிதியாக இருந்த ஈநச நாயக்கனைத் தூண்டிவிட்டபின், பரீது, பிசப்பூருக்கு எதிராகப் படையுடன் சென்றான்; அகமது ஷா, தனக்கு உதவிபுரிவானென எதிர்பார்த்து ஏமாற்றமடைந்தான். அவனை எதிர்த்து, யூசுப் ஒரு வெற்றியை ஈட்டினான். 1493 ஆம் ஆண்டில், தக்கணத்து அரசனிடம், அவனுடைய சிற்றரசனான கோவாவைச் சேர்ந்த பகதூர்கிலானி என்பவன் நடாத்திக் கொண்டிருந்த கடற்கொள்ளைகளைப் பற்றி, குஜராத்தைச் சேர்ந்த மகமூது பெகார்கா என்பவன் முறையிட்டான். தக்கணத்தின் மீது குஜராத்துப் படையெடுப்பு நிகழாது காப்பாற்ற விரும்பிய யூசுப், அகமது, பாதுல்லா ஆகியோர் பகதூரை முறியடிப்பதில் குவாசிமிக்கு உதவி புரிந்தனர். பகதூர் கொல்லப்பட்டான். அவனுடைய நிலப் பகுதிகள், யூசுப் அடில் என்பவனுக்கு எதிராக நின்று தாக்குதலைத் தாங்கக் கூடியவனெனக் குவாசிமினால் தெரிவு செய்யப்பட்ட அயின் உல் முல்க் கணானி என்பவனுக்கு நன்கொடையாகக் கொடுக்கப்பட்டன.

பெயரளவில் மட்டும் அரசனாக இருந்த மகமூதுவின் எஞ்சிய ஆட்சிக் காலத்தில் நடைபெற்ற சூழ்ச்சிகள், புரட்சிகள், கட்சிச் சண்டைகள் பற்றி அதிகம் விபரமாகக் கூறத் தேவையில்லை. குவாசிம் பரீது 1504 ஆம் ஆண்டில் இறக்க, அவனுடைய இடத்தில் அமீர் அலி பரீது என்பவன் அமர்ந்தான். பற்பல கட்ட நட்டங்களுக்கிடையிலும், அரசன் மீதுள்ள அதிகாரத்தை நிலைநிறுத்தி அதிலிருந்து விடுதலை பெறுவதற்கு அரசன் எடுத்த முயற்சிகளையும் முறியடித்தான். 1518 ஆம் ஆண்டு திசம்பரில் மகமூது இறந்தான். அவனையடுத்து ஒருவர் பின்னொருவராக, அவனுடைய நான்கு பிள்ளைகளான அகமது (1518-21), அலாவுத்தீன் (1521) வாலி உல்லா (1521-4), கலிமுல்லா ஆகியோர் அரசரானார்கள். அலி பரீதுவின் ஆதிக்கத்திலிருந்து விடுதலை பெறுவதற்கு முயன்றதற்காக, அலாவுத்தீன் பதவியிலிருந்து நீக்கப்பட்டு, சிறையிலிடப்பட்டு, பின் கொல்லப்பட்டான். பெயரளவில், மூன்றாண்டுகள் அரசனாக இருந்த வாலி உல்லா என்பவனுக்கும் இதே முடிவு ஏற்பட்டது. தக்கணத்து அரசனைச் சிறைப்படுத்தி வைத்திருப்பவனைப் போன்றிருப்பவனை நீக்கிவிட்டு, இராச்சியத்தை அரசனாகிய தனக்கு மீட்டுக் கொடுத்தால், தௌலதாபாத்து, பிரார் ஆகிய மாகாணங்களை ஒப்புவிப்பதாக உறுதி கொடுத்து, பாபர் என்னிடம் ஒரு தூதுவனை அனுப்பினான் கடைசியரசனாகிய கலிமுல்லா. இதற்கு எவ்விதமான பதிலும் பாபரிடமிருந்து வரவில்லை; ஆயின் இத்தூதுபற்றி மோப்பம் பிடித்தான் அமீர் அலி பரீது. ஆகவே, 1527 ஆம் ஆண்டில் கலிமுல்லா பிசப்பூருக்கு ஓடினான். அங்கே அவன் அன்புடன் வரவேற்கப்படாததால், அங்கிருந்து அகமது நகருக்குச் சென்று சில காலத்தில் அவ்விடத்தில் மரணமடைந்தான். நல்லடக்கம் செய்வதற்காக அவனுடைய சடலம் பிடாருக்கு அனுப்பிவைக்கப்பட்டது.

இந்நாட்டின் வரலாற்றில், எவ்விதசிறப்பும் கவர்ச்சியுமற்று விளங்கிய பாமனி அரசு, இவ்வாறு முடிவடைந்தது. அவ்வம்சத்திலுள்ள பதினெட்டுச் சுல்தான்களுள், அநேகமானோர் கோள் சொல்வோராலும் சுயநலமிகளாலும் சூழப்பட்டு, துர்நடத்தையுடையோராகவும் குடிவெறியர்களாகவும் இருந்தனர். அரண்மனையில், குழச் சண்டைகளும் கட்சிப் பூசல்களுமே பிரதான

இடம்பெற்றன. மகமூது கவானின் கொலைத் தண்டனை போன்ற அசட்டுத்தனமான தவறுகளுக்கும் சில சமயம் இவை காலாக இருந்தன. தமது குடிமக்களாகிய இந்துக்களிடம் உண்மையான அனுதாபமுடையோராய் எவராவது இருக்கவில்லை. நீர்ப்பாசனத்தையும் விவசாயத்தையும் விருத்தி செய்வதற்குச் சில நடவடிக்கைகள் எடுக்கப்பட்டன. அரசாங்கத்தின் வருவாயை அதிகரிப்பதற்காகவே அவ் வேலைகள் செய்யப்பட்டபோதிலும், மக்களுக்கும் அவை நன்மையளித்தன. பிடாரில் சில காலம் வாழ்ந்த இரசிய நாட்டு வர்த்தகனான அத்தனாசியசு நிக்கிட்டின் (1470-4) என்பவன், "இந்நாட்டில் சனத்தொகை அளவிற்கதிகமாக இருக்கின்றது. ஆனால் நாட்டிலுள்ள மக்கள் பரிதாபமான நிலையிலிருக்கிறார்கள். பிரபுக்கள் அளவிற்கு மீறிய செல்வந்தராக இருக்கிறார்கள் ; ஆடம்பர வாழ்வில் திளைக்கின்றார்கள். பொன்னாபரணங்களால் அலங்கரிக்கப்பட்ட இருபது குதிரைகள் முன் செல்லவும், முன்னூறு குதிரை வீரர்களும், ஐந்நூறு பாதசாரிகளும், கொம்பு வாத்தியம் வாசிப்போரும், தீவர்த்தி பிடிப்போர் பதின்மரும், சங்கீத வித்துவான்கள் பதின்மரும் பின் தொடரவும், அவர்கள் (பிரபுக்கள்) தம் வெள்ளிக் கட்டிலில் தூக்கிச் செல்லப்படுவது வழக்கமாக இருந்தது," என எழுதுகின்றான். படைவீரர்களும் அவர் தம் தளபதிகளும் அடிக்கடி நாட்டின் செல்வத்தை உறிஞ்சினார்கள். அவர்களுக்கு எதிராக எதையும் செய்ய முடியாத நிலையிலிருந்தார்கள் மக்கள். அயலிலுள்ள இந்து இராச்சியங்களுடன், குறிப்பாக விசயநகர இராச்சியத்துடன், நடைபெற்ற போர்களில் வெறுப்பூட்டத்தக்க பயங்கர நிகழ்ச்சிகள் இடம்பெற்றன. பல சந்தர்ப்பங்களில் பன்னூற்றுக் கணக்கான மக்கள் மதமாற்றஞ் செய்யப்பட்டனர். அன்னிய நாட்டினர் பலர் பாரசீகர், துருக்கியர், அராபியர், முகலாயர் - வர்த்தகம் காரணமாகவும், உத்தியோகம் தேடியும் வந்து, இந்நாட்டிலேயே வாழ்ந்து, இங்குள்ள பெண்களை மணம் செய்தனர். இருந்தும், இந்நாட்டின் சனத் தொகையில் பெரும் பகுதியினர் இந்துக்களாகவே இருந்தனர். ஐதராபாத்து என முன்பு அழைக்கப்பட்ட இராச்சியத்திலிருந்த முசிலிம்களின் தொகை எப்பொழுதாயினும் பதினைந்து வீதத்திற்கு மேற்படவில்லை.

சிறந்த அமைப்புடன் கூடிய பல கோட்டைகளைப் பாமனி சுல்தான்கள் கட்டியெழுப்பினான். அவர்களாலும் அவர்களின் மந்திரிகளாலும் கட்டப்பட்ட கட்டடங்களின் சின்னங்களே குல்பர்கா, பிடார் ஆகிய நகரங்களில் இன்றுமுள்ளன. இந்தக் கட்டடங்களின் அமைப்பைப் பற்றி, "கலை" என்னும் தலைப்பில் 16 ஆம் அத்தியாயத்தில் ஆராயப்படும்.

பாமனி இராச்சியத்திலிருந்து எழுந்த ஐந்து தனி இராச்சியங்களின் வரலாற்றையும் விரிவாகக் கூறவேண்டிய அவசியம் இல்லை. விசய நகர இராச்சியத்துடன் அவை எவ்விதமான தொடர்பு கொண்டிருந்தனவோ, அந்த அளவிற்கு அவை பற்றி அடுத்த அதிகாரத்தில் கூறப்படும். அவற்றுள் கோல்கொண்டாவும் பிசப்பூருமே மிக முக்கியமானவையும், மற்றவற்றிலும் பார்க்க நீண்ட வரலாறு உடையவையுமாகும். பிசப்பூர் அரசனாகிய இரண்டாம் இபுறாகிம் (1580-1626) என்பவனின் கட்டளைப்படியே பெரிசுத்தா என்ற குடும்பப் பெயரால் பிரபலமடைந்துள்ள முகம்மது காசிம், புகழ்பெற்ற தன் வரலாற்று நூலை எழுதினான்.

துணைநூற் பட்டியல்

J. BRIGGS : History of the Rise of the Muhammadan Power in India (Ferishta), /Vol.II, pp.283-559 (Calcutta, 1909)

SIR WOLSELEY HAIG : The Kingdom of the Deccan, 1347-1436 (Cambridge History of India, Vol.III)\

J.S.KING : The History of the Bahmani Dynasty (London, 1900)

H.K. SHERWANI : Mahmud Gawan (Allahabad, 1942)

M. SOMASEKHARA SARMA : A Forgotten Chapter of Andhra History (Madras, 1945)

N.VENKATARAMANAYYA : The Early Muslim Expansion in South India (Madras, 1942)

தக்கணத்தையாண்ட பாமனி அரசர்கள்

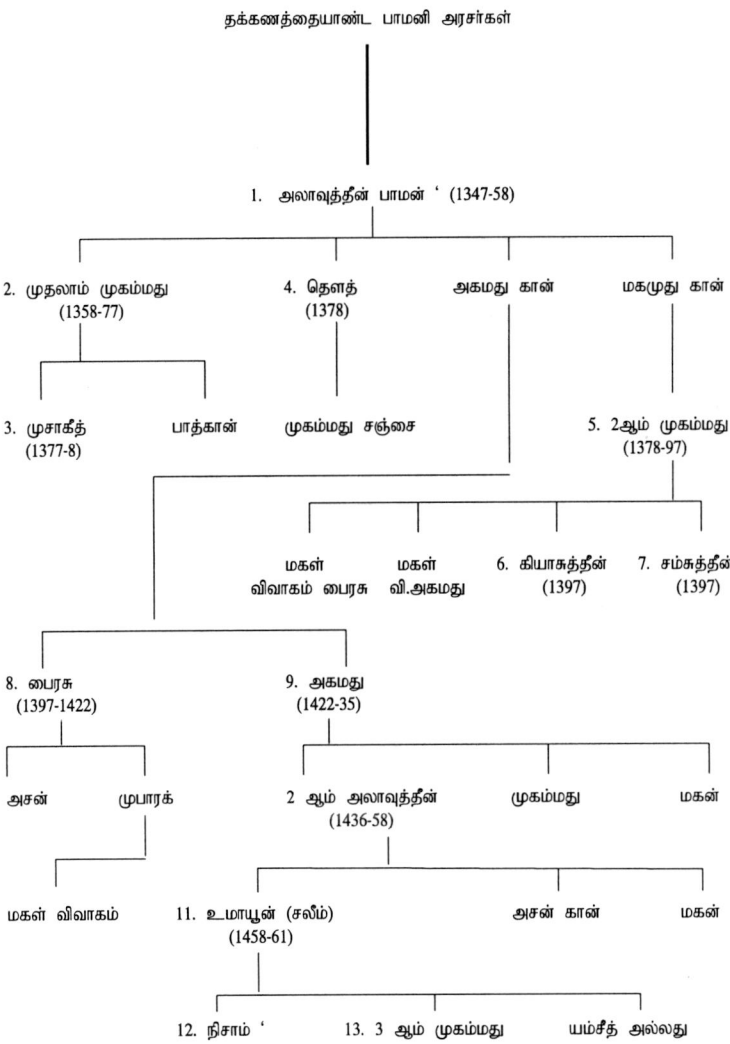

அத்தியாயம் XII

விசயநகரப் பேரரசு

முதலாம் அரிகரன் - முதலாம் புக்கன் - மதுரை சுல்தானியரின் முடிவு - இரண்டாம் அரிகரன் - இராச்சியம் விரிவடைதல் - பாமினி இராச்சியத்துடனிருந்த தொடர்புகள் - விருபாக்ரசன் - இரண்டாம் புக்கன் - முதலாம் தேவராயன் - இராமச்சந்திரன் - விசயராயன் - இரண்டாம் தேவராயன் - ரெட்டி அரசர்களுடனும் கசபதி அரசர்களுடனும் கொண்டிருந்த தொடர்புகள் - அப்துர் ரசாக் - பாமனிப் போர்கள் - இரண்டாம் விசயராயன் - மல்லிகார்ச்சுனன் - பேரரசின் பலவீனம் - ஒட்டர் அரசு விரிவடைதல் - விசுவாசமுள்ள மானியமளிநாடுகள் - இரண்டாம் விருபாக்சன் - சாளுவ நரசிம்மன். சாளுவ நரசிம்மனின் போர்கள் - இம்மடி நரசிம்மனும் துளுவ நரச நாயக்கனும் - வீர நரசிம்மன்.

வீரநரசிம்மன் காலத்தில் நடைபெற்ற எதிர்க்கிளர்ச்சிகளும் போர்களும் - கிருட்டிண தேவராயன் - அவரின் பெருமையும் சாதனைகளும் - அச்சுதராயன் - போத்துக்கேயர் வருகை – மதுரை நாயக்கர்களின் எழுச்சி – முதலாம் வேங்கடன் - சதாசிவன் - இராமராசனும் தெற்கில் அதிகாரம் செலுத்திய போத்துக்கேய, முசிலிம் இராச்சியங்களுடன் அவன் கொண்டிருந்த தொடர்புகளும் - இராக்கசி – தங்கடி – விசயநகரின் அழிவு.

திருமலை – முதலாம் சிறீரங்கன் - இரண்டாம் வேங்கடன் - மறுமலர்ச்சி – ஒல்லாந்தர், ஆங்கிலேயர் வருகை - இரண்டாம் வேங்கடனின் மரணத்தின் பின் ஏற்பட்ட உள்நாட்டுக் கலகமும் குழப்பமும் - இரண்டாம் சிறீரங்கன் இராமதேவன் - மூன்றாம் வேங்கடனும் மூன்றாம் சிறீரங்கனும் - கருநாடகப் பேரரசின் முடிவு.

பேரரசின் அரசியல், பாலன, போர் அமைப்புகள்.

சென்ற அத்தியாயத்தில், 1346 ஆம் ஆண்டுக்கு முன்பு விசயநகரம் எழுச்சி பெற்ற வரலாறு கூறப்பட்டு, சங்கமனின் ஐந்து பிள்ளைகளாகிய அரிகரனும் புக்கனும் அவர்களுடைய சகோதரர்களும் சேர்ந்து செய்த செயல்களைப் பற்றிய சில குறிப்புகளும் கொடுக்கப்பட்டுள்ளன. பாமனி, விசயநகர இராச்சியங்களைத் தோற்றுவித்தவர்களின் காலத்திலிருந்தே அவ்விரு இராச்சியங்களிடையேயிருந்த தகராறுகளைப் பற்றியும் எதிர்த்து, மூன்று நூற்றாண்டுகள்வரை இந்து நாகரிகத்திற்காகவும் கலாசாரத்திற்காகவும் போராடி, அரசியலிலும், கல்வியிலும், கலைகளிலும் இந்நாட்டின் பண்டைய மரபைப் பாதுகாத்த விசய நகரப் பேரரசின் பின்னைய வரலாற்றை இந்த அதிகாரத்தில் விவரிப்பாம். சுதந்திரமுடனிருந்த தென்னிந்திய இந்து ஆட்சியின் வரலாற்றில், பெரும் புகழ் மிக்க விசயநகரின் வரலாறு இறுதி அதிகாரமாக இலங்குகின்றது.

இப்பேரரசைத் தோற்றுவித்த முதலாம் அரிகரன், அதன் பாலன முறையை உருவாக்குவதிலும் பெரும்பணி புரிந்தான். காகதீயரின் முன்மாதிரியைப் பின்பற்றி இராச்சியத்தை, தலங்கள், நாடுகள் என்ற பிரிவுகளாகப் பிரித்து, பிராமணர்களையே விரும்பிக் கர்ணங் (கரணத்தியலவர்)களாக நியமித்தான் (கர்ணங்களாக முன்பு பதவி வகித்த பொற்கொல்லரையும் வேளமர்களையும் அவன் விரும்பவில்லை). கையளித்த மாவட்டங்களிலுள்ள பெரும்பகுதி நிலத்தில், விவசாயம் செய்வதற்கு வழியமைத்தான். இவனுடைய ஆட்சிக்காலத்தைச் சேர்ந்த கல்வெட்டுகளில், 1357 ஆம் ஆண்டே கடைசி ஆண்டாகக் குறிப்பிடப்பட்டுள்ளபடியால், இவனுடைய ஆட்சி, 1357 ஆம் ஆண்டையடுத்து முடிவு பெற்றிருக்க வேண்டும். இவன் இறப்பதற்கு முன்பு தன்னுடைய சகோதரர்களுள் ஆற்றல் மிக்க புக்கன் என்பவனே, தனக்குப் பின் அரசனாகவேண்டும் என நியமித்துவிட்டான். ஆனால், உண்மையில் "சிங்காசனத்திற்கு முண்டு கொடுத்த" புக்கன், 1346 ஆம் ஆண்டளவிலேயே, குற்றி என்ற இடத்தைத் தலைநகராக்கிக் கூட்டரசனாக இறந்திருக்கிறான்.

முதலாம் புக்கன் ஒரே இறையாக, 1377 ஆம் ஆண்டுவரை, சரியாக இருபது ஆண்டுகள் ஆட்சி செய்தான். சீன நாட்டிற்கு அவன் ஒரு தூதுக்குழுவை அனுப்பியது, அவன் செய்த பிறநாட்டலுவல்களுட் குறிப்பிடக்கூடியதாகும். இது 1374 ஆம் ஆண்டில் நிகழ்ந்ததாக மிங் வம்ச வரலாற்றில் குறிப்பிடப்பட்டுள்ளது. சென்ற அத்தியாயத்தில் குறிப்பிடப்பட்டிருப்பதைப் போல், உள்நாட்டில், பாமனி சுல்தான்களான முதலாம் முகம்மது, முசாகீது ஆகியோருக்கு எதிராக அடிக்கடி சண்டைகள் நடைபெற்றன. இவற்றுள் பெரும்பாலானவை நாசத்தையே விளைவித்தன. 1378 ஆம் ஆண்டில் குல்பர்கா இராச்சியத்தின் சுல்தானாகப் பதவியேற்ற இரண்டாம் முகம்மது, சமாதானத்தை விரும்பும் ஒருவனாக விளங்கியபடியால், நீண்ட நாட்களாக இருந்த பகைமைப் போர்களின் பின், வரவேற்கத்தக்க ஓர் அமைதி நிலவியது.

அரசியல் முக்கியத்துவத்தின்படி பார்த்தால் புக்கனின் மகனான குமார கம்பணன், மதுரை சுல்தானியர்களை வெற்றிகொண்டதே புக்கனின்

ஆட்சிக்காலத்தில் நடைபெற்ற குறிப்பிடக்கூடிய நிகழ்ச்சியாகும். தன்னுடைய தந்தையின் ஆட்சிக் காலத்தின் ஆரம்பத்திலிருந்து, பேரரசின் தென்பகுதியில் பதிலரையனாக ஆட்சி செய்தான் கம்பணன். பிரசித்தி பெற்ற தளபதிகளான கோபணன் சாளுவ மாங்கு போன்றோர் அவனுக்குத் திறமையாக உதவினர். வட ஆற்காட்டிலும் தென் ஆற்காட்டிலும் இருந்த சம்புவரையர் மீது தன் அதிகாரத்தைச் செலுத்தி, அவர்களைத் தன் ஆணையின் கீழ்க் கொண்டுவந்தபின், மதுரையிலுள்ள முசிலிம்களுக்கு எதிராகத் தான் மேற்கொண்ட தீரச்செயல்களுக்குச் சம்புவரையரின் உதவியைப் பெறுவதில் வெற்றி கண்டான். இப்போரைப் பற்றிய விபரங்கள் கிடைக்கவில்லை. மதுரா விசயம் (மதுரை கைப்பற்றப்படல்) என்ற சிறந்த சமக்கிருதக் காவியத்தில், இப்போரைப் பற்றிய இதிகாச முறையான கருத்து இருக்கின்றது. இக்காவிய நூல், கம்பணின் மனைவியான கங்காதேவியால் எழுதப்பட்டது. சம்புவரையரைக் கைப்பற்றிவிட்டுச் சொற்ப காலம் காஞ்சிபுரத்தில் கம்பணன் தங்கியிருந்தபோது, பாண்டியநாட்டின் பெண் தெய்வம் அவனுடைய கனவில் தோன்றி, முசிலிம்களின் கீழ் அந்நாடு இருந்த பரிதாப நிலையை வர்ணித்து, அகத்தியரால் பாண்டியர்களுக்கு அனுப்பப்பட்ட வாள் ஒன்றினை அவனுக்குக் கொடுத்ததாக இக்காவிய நூல் கூறுகின்றது. பாண்டியருடைய இறைமையின் சின்னமான இந்த வாளைக் கொண்டு ஆணை செலுத்த முடியாத நிலையில் பாண்டியர் அப்போது இருந்தனர். பாண்டியன் மதுரையை மீட்கத் தவறியமையே, 1365-1370 ஆம் ஆண்டுகட்கு இடையில், மதுரை சுல்தானுக்கு எதிராகக் கம்பணன் போர் நடவடிக்கைகளை மேற்கொண்டதற்கு வரலாற்று முறையாகக் கூறப்படும் சமாதானமாகும். முசிலிம்களின் அக்கிரமமான ஆக்கிரமிப்பு நடைபெற்ற காலத்தில் சிறீரங்கத்திலிருந்த இரங்கநாதரின் சிலை, பாதுகாப்பிற்காக, வேறு இடத்திற்குக் கொண்டு செல்லப்பட்டிருந்தது. 1371 ஆம் ஆண்டில் மீண்டும் அச்சிலை சிறீரங்கத்திற்குக் கொண்டு வரப்பட்டது. 1374 ஆம் ஆண்டில் கம்பணன் இறந்தான்.

முதலாம் அரிகரனால் ஆரம்பிக்கப்பட்ட பணி முதலாம் புக்கனால் இவ்வாறு தொடர்ந்து செய்யப்பட்டது. பரந்த பிரதேசங்களிலெல்லாம் அவனுடைய இறைமை அங்கீகரிக்கப்பட்டது. பேரரசு பல இராச்சியங்களாகப் பிரிக்கப்பட்டு, அரச குடும்பத்தைச் சேர்ந்த இராச குமாரர்களாலோ, அரசர்களால் பெரிதும் ஆதரிக்கப்பட்ட தளபதிகளாலோ, ஆளப்பட்டது. உதயகிரி இராச்சியம் (நெல்லூர், கடப்பா), பெனுகொண்டா இராச்சியம் (பெல்லாரி, அனந்தப்பூர், வட மைசூரின் சில பகுதி), முல்வாயில் இராச்சியம் (மைசூரின் பகுதிகள், சேலம், தென் ஆற்காடு மாவட்டங்கள்), அரகா அல்லது மலேகா இராச்சியம் (வனவாசி சந்திகுட்டி, கோவா), பரகூர் - மங்க;ர் இராச்சியம் என்றும் அழைக்கப்படும் துளு இராச்சியம், இராசகம்பீர இராச்சியம், தெற்கிலிருந்த மற்றைய இராச்சியங்கள் - எல்லாம் இத்தகைய இராச்சியங்களே.

முதலாம் புக்கனை அடுத்து, அவனுடைய மகனாகிய இரண்டாம் அரிகரன் அரசுகட்டிலேறி, இருபத்தேழு ஆண்டுகள் (1377-1404) ஆட்சி செய்தான். இவன் விசயநகரின் மேலதிகாரத்தைத் தென்னிந்தியா முழுவதிலும் பலப்படுத்தினான். மாதவனின் சகோதரனாகிய, புகழ்பெற்ற சாயன ஆச்சாரியார்,

இவனுடைய முதன் மந்திரியாக இருந்தார். தன்னுடைய தூரத்து உறவினரின் பேராசையால் நாடு பிளவுபட்டுவிடும் என்பதை முன்கூட்டியே உணர்ந்த இரண்டாம் அரிகரன், மாகாணங்களில் தேசாதிபதிகளாக இருந்த தன் மைத்துனர்களை நீக்கிவிட்டுத் தன் பிள்ளைகளையே அப்பதவிகளில் அமர்த்தினான். இவ்வாறு உதயகிரியின் தேசாதிபதியாகத் தேவராயன் நியமிக்கப்பட்டான்.

இராசகொண்டாவிலுள்ள வேளமர் தலைவனாகிய அனபோதன் என்பவனின் படையெடுப்பினால், 1369 ஆம் ஆண்டளவில் காபய நாயக்கன் தோல்வியுற்று மரணமடைந்ததைத் தொடர்ந்து, தெலுங்கானாவில் ஒரு முக்கிய மாற்றம் ஏற்பட்டது. பாமனி சுல்தான்களுடன் அனபோதன் வைத்திருந்த நட்புறவு, கொண்டவீடு, விசயநகர இராச்சியங்களுக்கு ஆபத்தை விளைவிக்கக்கூடியதாக இருந்தது. இரண்டாம் அரிகரனின் மகனாகிய இளவரசன் இரண்டாம் புக்கன், 1390 ஆம் ஆண்டின் முடிவின் முன் வாரங்கல் நாட்டிற்குள் இரண்டு தடவை படையெடுத்துச் சென்றானாயினும், எவ்விதமான இறுதி வெற்றியையும் அடையவில்லை. ஏழு ஆண்டுகளின் பின் பங்கல் கைப்பற்றப்பட்டது. எதிர்காலத்தில் தெலுங்கானாவில் எடுக்கக்கூடிய நடவடிக்கைகளுக்கு ஏற்ற முன் தளமாக இது அமைந்தபடியால், இந்த வெற்றி மிகவும் முக்கியமானதாக இருந்திருக்கவேண்டும். ஆனால் விரைவில் இதுவும் பறிகொடுக்கப்பட்டு விட்டதாகத் தெரிகிறது.

மற்றைய திசைகளிலும் இராச்சியம் விரிவடைந்தது. வடமேற்கிலுள்ள கோவா, செளல், தபோல் ஆகிய துறைமுகங்களும், கரைப்பட்டணமும் முசிலிம்களிடமிருந்து கைப்பற்றப்பட்டன. சில காலத்திற்கு, கிருட்டிணை நதியே விசயநகரின் வடக்கெல்லையாக இருந்தது. கர்நூல், நெல்லூர் ஆகிய இடங்களிலும், குண்டூரின் சில பகுதிகளிலும் கொண்டவீட்டு ரெட்டியார்களுக்குச் சொந்தமாக இருந்த நிலப்பகுதிகள் பிடுங்கி எடுக்கப்பட்டன (1382-85). இளவரசன் விருபாக்சன் இலங்கைவரை படையெடுத்துச் சென்று, அந்நாட்டை விசயநகருக்குத் திறை கொடுக்கும் நாடாக ஆக்கினான் இது தென்னாட்டில் விசயநகரப் பேரரசுக்கு இருந்த வலுவை மேலும் பலப்படுத்தியது. பாமனி சுல்தானாக இருந்த இரண்டாம் முகம்மதுவின் சமாதானமான மனப்போக்கும், அவனுடைய மரணத்தின்பின், பேரரசைப் பிடித்த துருக்கிய அடிமையாகிய துகல்சீன் என்பவனுடைய புரளிகளினால் ஏற்பட்ட குழப்பமுமே, மேற்கூறிய வெற்றிக்கும் குறிப்பாக வட நாட்டில் ஏற்பட்ட வெற்றிகளுக்கும் ஓரளவிலாவது காரணமாக இருந்தன என்பதில் சந்தேகம் இல்லை.

1398-9 ஆம் ஆண்டில், விசயநகருக்கும் பாமனி இராச்சியத்திற்குமிடையே மற்றுமொரு பயங்கரமான சண்டை ஏற்பட்டது. இச்சண்டையில் பைரசு, இரண்டாம் அரிகரனின் படைகளை, கிருட்டிணை நதிக்கரையிலிருந்து தலைநகரம் வரை துரத்திச் சென்றான். இந்துக்கள் பலரைப் படுகொலைசெய்த பைரசு, தான் பிடித்து வைத்திருந்த ஏராளமான போர்க்கைதிகளுக்கு ஈடாகப் பெருந்தொகையான பணத்தைப் பெற்றதன் பின்பே போர் நிறுத்தத்திற்குச் சம்மதித்தான். இருபக்கத்தினரும் கைச்சாத்திட்ட அமைதிப் பொருத்தனையில், இரண்டு இராச்சியங்களின் எல்லைகளும்

சண்டைக்கு முன்பிருந்த மாதிரியே இருக்க வேண்டும், ஒரு பகுதியினர் மற்றைய பகுதியினரின் குடிமக்களை வருத்தாது இருக்கவேண்டும் என்பன போன்ற தெளிவற்ற, நன்கு புலனாகாப் பிரகடனங்கள் காணப்பட்டன. மக்களின் துன்பத்தை, தக்கணத்தின் பெரும்பாலான பகுதிகளில் பரவியிருந்த பஞ்சம் அதிகரிக்கச்செய்தது. ஒவ்வோராண்டும் திறை கொடுப்பதற்கு உறுதியளித்திருந்தான் அரிகரன். ஆனால் இரண்டு ஆண்டுகளின் பின், மாளவ, குஜராத் சுல்தான்கள் அவனுடைய நட்பாளராக ஆனபின், அத்திறைப்பணத்தைக் கொடாது நிறுத்தினான்.

1404 ஆம் ஆண்டு ஒகத்து மாதத்தில் இரண்டாம் அரிகரன் இறந்தபோது, அவனுக்குப் பின் யார் அரசனாவது என்பதைப் பற்றி அவனுடைய பிள்ளைகளுக்கிடையில் பலத்த சர்ச்சை ஏற்பட்டது. சிங்காசனத்தைத் தனதாக்கும் முயற்சியில், விருபாக்சன் வெற்றியடைந்தான். ஆனால் விரைவில், இரண்டாம் புக்கன் அவனை நீக்கி விட்டு இரண்டு ஆண்டுகள் வரை (1405-06) ஆட்சி செய்தான். கடைசியில் முதலாம் தேவராயன் அரசனாகித் தன் முடிசூட்டு விழாவை 1406 ஆம் ஆண்டு நவம்பர் மாதம் 5 ஆம் தேதி கொண்டாடினான்.

போத்துக்கீச வரலாற்றாசிரியரான நூனிசு என்பார், இரண்டாம் புக்கனும் தேவராயனும் விசயநகரத் தலைப்பட்டணத்தை மேலும் பெரிதாக்கி, புதிய சுவர்களும் கோபுரங்களும் எழுப்பி, பாதுகாப்பு அரண்களை மேலும் கட்டினார்கள் எனக் கூறுகின்றார். ஆனால் சீவெல் என்பவர், ‘அவர்கள் செய்த “பெரிய சாதனை, துங்கபத்திரை நதியில் பாரிய ஓர் அணையைக் கட்டி, அதிலிருந்து பதினைந்து மைல் நீளமுள்ள ஒரு வாய்க்காலை நகரத்திற்கு வெட்டியதே” எனக் குறிப்பிடுகிறார். “பழைய நகரம் இருந்த இடத்தில் இப்போது காணப்படும் வயல்களுக்கு இன்றும் கூட நீர்ப்பாய்ச்சும் வாய்க்கால் அதே பழைய வாய்க்கால்தான் என்றால்,அது ஓர் அசாதாரணமான வேலைதான். புல மைல்களுக்கு, மலையின் அடியில் காணப்படும் திடமான கற்பாறைகளை வெட்டி ஏற்படுத்தப்பட்ட இவ்வாய்க்கால், இந்தியாவில் உள்ள நீர்ப்பாசன வேலைகளுள் பெரிதும் குறிப்பிடத்தக்க ஒன்றாகக் கருதப்படுகின்றது” எனவும் அவர் குறிப்பிட்டுள்ளார்.

தேவராயன், தனது ஆட்சியின் ஆரம்பத்தில் பைரசு ‘ா பாமனியுடன் சண்டையிட்டான். முத்கல் என்ற இடத்தில் வசித்த ஓர் அழகிய பெண்ணுடன் இந்து அரசன் தகாத முறையில் நடந்து கொண்டமையே இச் சண்டைக்குக் காரணம் எனப் பெரிசுத்தா குறிப்பிடுகின்றார். இந்து அரசனுக்கு எதிராக ஒரு சிகாத் (புனிதப்போர்) மேற்கொள்ள வேண்டும் என்ற பைரசுவின் தீர்மானமே இச்சண்டைக்குக் காரணமாக அமைந்தது என வேறொரு குறிப்புக் கூறுகின்றது. ஆரம்பத்தில் பைரசுவிற்குப் பாதகமாக இருந்த இச்சண்டை பின், இந்து அரசனுக்கு இழிவு ஏற்படுத்தும் அமைதியில் முடிவடைந்தது. விசயநகரிலிருந்து அராபிய கடலுக்குச் செல்லும் ஒரு முக்கிய வழியின் கேந்திர நிலையத்தில் இருந்த பங்கப்பூர் கோட்டையை இந்து அரசன், சுல்தானுக்கு விட்டுக் கொடுத்ததுடன், தன் பெண்பிள்ளைகளுள் ஒருத்தியையும் அவனுக்கு மணம் செய்து கொடுக்கவேண்டி ஏற்பட்டது.

அநேகமாக, பைரசுவுடன் கூட்டுறவாக இருந்த கொண்ட வீட்டைச் சேர்ந்த ரெட்டிகள், இச்சந்தர்ப்பத்தைப் பயன்படுத்தி, உதயகிரியைத் தாக்கி, அம்மாகாணத்திற்குச் சொந்தமான சில பகுதிகளைக் கைப்பற்றினர். 1413 ஆம் ஆண்டுவரை ரெட்டிகள் அவ்விடத்திலிருந்து வெளியேற்றப்படவில்லை.

கிருட்டிணை, கோதாவரி நதிகட்கிடைப்பட்ட பிரதேசத்தின் தலைவனாக இருந்தவன், தெலுங்கு – சோட இனத்தைச் சேர்ந்த அனதேவன், இவனும் பைரசுவின் நட்பாளனாக இருந்தான். இவனுடைய செல்வாக்கைத் தடுப்பதற்காக, இவனுடைய மைத்துனனும் இராசமகேந்திரவர்மனைச் சேர்ந்த ரெட்டியர் தலைவனுமாகிய காடயவேமன் என்பவனுடன் தேவராயன் ஒரு நட்புறவு ஒப்பந்தம் செய்து கொண்டான். 1415 ஆம் ஆண்டில் போர் தொடங்கி, அனதேவனுக்குப் பாதகமாகப் போய்க்கொண்டிருந்தது. பின் பைரசு அனதேவனுக்கு உதவிபுரிய வந்தான் காடயவேமன் கொல்லப்பட்டான். தேவராயனின் படைகளும் தோற்கடிக்கப்பட்டபடியால், பைரசுவினால், தெலுங்கானாவில் தன் மேலாண்மையைத் தொடர்ந்து செலுத்த முடிந்தது. பங்கல் நகரைக் கைப்பற்றி, பைரசுவின் போக்குவரவு வழிக்கு ஆபத்து ஏற்படுத்தியதன் மூலம், தேவராயன் பழிவாங்கினான். இரண்டு ஆண்டுகள் வரை அந்நகரம் முற்றுகையிடப்பட்டது. இராசகொண்டாவைச் சேர்ந்த வேளமர் தம் கட்சியைக் கைவிட்டுத் தேவராயனுடன் சேர்ந்ததனால் பாமனிப் படைகள் பலவீனமடைந்தன. கொள்ளை நோய், அவர்களின் பலத்தை மேலும் குறைக்கவே, தேவராயன் மிகப் பெரும் வெற்றியை ஈட்டினான் (1419). தன்னுடைய எசமானாகிய காடயவேமனின் மகன் குமாரகிரியின் வாழ்விலும் அக்கறை செலுத்திய அல்லாடன் என்ற தளபதியின் தலைமையில் இராசமந்திரியிலுள்ள ரெட்டியர்களின் இராச்சியம் மீண்டும் தலைதூக்கியது. இருந்தபோதிலும், கொண்டவீடு, தேவராயனுக்கும் இராசமந்திரியைச் சேர்ந்த வேளமர்கட்குமிடையில் பங்கு போடப்பட்டு மறைந்தது. இந்தப் போர்கள் சண்டைகள் எல்லாவற்றிலும் தேவராயனின் மகனான வீரவிசயராயன என்பவனும், இலட்சுமிதாரா என்ற மந்திரியும் குறிப்பிடத்தக்க முறையில் தேவராயனுக்கு உதவியாக இருந்தனர். அரசனைக் கொல்வதற்குச் செய்யப்பட்ட சதியிலிருந்து இலட்சுமிதாரா, அரசனைக் காப்பாற்றியதாகக் கூறப்படுகிறது. 1422 ஆம் ஆண்டில் தேவராயன் இறக்க, அவனுடைய மகனாகிய இராமச்சந்திரன் சில மாதங்களுக்கு அரசனாக இருந்தான். அவனுக்குப் பின், அவனுடைய சகோதரனாகிய வீரவிசயராயன் அரசனானான். தேவராயனுடைய ஆட்சியின் இறுதிக் காலத்தில் இத்தாலி நாட்டைச் சேர்ந்த நிக்கொலோ கொண்டி என்பவன் விசயநகருக்கு வந்தான். நகரை வருணித்து அவன் எழுதிய விபரங்கள் இன்றும் கிடைக்கின்றன.

வீரவிசயராயன் எத்தனை ஆண்டுகள் ஆட்சி செய்தான் என்பதைப் பற்றிப் பலரும் பலவிதமாக மதிப்பிடப்பட்டிருக்கின்றார்கள். ஐந்து ஆண்டுகள் வரை (1422-6) அவனுடைய ஆட்சி நீடித்திருக்கலாம் எனத் தற்காலிகமாக நாம் முடிவு சொல்லலாம். ‘‘குறிப்பிடத் தக்க எந்தச் செயலையும் அவன் செய்யவில்லை’’ என நூனிசு குறிப்பிடுகின்றார். அவனுக்குப்பின், உரிய காலத்தில், இரண்டாம் தேவராயன் என்ற பெயருடன் அரச பதவி ஏற்ற

அவனுடைய மகன், கிட்டத்தட்ட தந்தையுடைய ஆட்சியின் ஆரம்ப காலத்திலிருந்தே, பாலன விடயங்களில் தந்தையுடன் சேர்ந்து பணிபுரிந்தான். பாமனி இராச்சியத்துடனிருந்த பரம்பரைப் பகைமை தொடர்ந்து நீடித்தது. ஆகவே விரைவில் அகமது ‘ா, விசயனுக்கு எதிராகப் போர்தொடுத்து, அவனுடைய படைகளை முறியடித்து விசயநகரத்தின் சாதாரண குடிமக்களைப் படுகொலை செய்து அழிவை ஏற்படுத்தினான். இரண்டு பக்கத்துப் படைகளும் துங்கபத்திரை நதிக் கரையில் சந்தித்தன. விடியற்காலையில் விசயராயனின் முகாம் திடீர்த் தாக்குதலுக்குட்பட்டது. ஆகவே. அரசன் மிக விரைவாக ஒரு கரும்புத் தோட்டத்திற்குத் தப்பியோடினான். முசிலிம் வீரர்கள் அவனைக் கண்டார்களாயினும், அவன் ஒரு சாதாரண கூலியாள் எனத் தவறாகக் கருதிவிட்டனர். சுல்தானின் வெற்றியைப் பற்றி அந்த முசிலிம் வீரர்கள் கேள்வியுற்றபொழுது, விசயனை விட்டுவிட்டு, தம் நண்பர்களுடன் சேர்வதற்காக அவசரமாக ஓடிச் சென்றார்கள். பின், பாதுகாப்பற்றிருந்த நாட்டைப் பாழ்படுத்தத் தொடங்கினான் அகமது ‘ா. “மனிதாபிமானம் முழுவதையும் ஒரு பக்கத்தில் ஒதுக்கிவைத்தான். கொல்லப்பட்டோரின் தொகை இருபதினாயிரமாக வந்தபின், மூன்று நாட்களுக்குக் கொலைத்தொழிலை நிறுத்திவிட்டு, இரத்தக்களரி சிந்தும் தன் பணியை விழாவாகக் கொண்டாடினான். தெய்வச் சிலைகளுள்ள கோவில்களை இடித்து, பிராமணர்களின் கல்விக் கூடங்களையும் அழித்தான்.” பெருந்தொகையான திறைப் பாக்கியைக் கொடுத்து, அறிவாளிகளான அநேகம் பிராமணர்கள் உட்படப் பல குடிமக்களைச் சுல்தான் கைதிகளாக்கிக் கொண்டு செல்வதற்கும் விசயன் சம்மதம் தெரிவித்ததன் பின்பே இருவருக்குமிடையில் அமைதி ஏற்பட்டது.

விசயராயனுக்குப் பின் அவனுடைய மகனான இரண்டாம் தேவராயன், 1426 ஆம் ஆண்டளவில் அரசனானான். அவனுடைய பட்டப் பெயரான கசபேதகாரன் (யானைகளைக் கொல்பவன்) என்பதற்கு இருவித விளக்கங்கள் கொடுக்கப்படுகின்றன. ஒன்று, யானைகளைப் போன்ற வலிமைபடைத்த எதிரிகளை அவன் வெற்றி கொண்டான் என்று உருவகமாகக் குறிக்கின்றது. மற்றது, யானைகளைக் கொன்று மகிழும் விளையாட்டில் அரசன் ஈடுபட்டிருந்தானென நேரடியாகக் குறிக்கின்றது. கொண்டவீட்டின் அரசனான, அஞ்சாநெஞ்சம் படைத்த பேட கோமதி வேமன் 1420 ஆம் ஆண்டில் இறந்தபின் அந்நாடு சீர்குலைந்து பலம் குன்றியிருந்தது. 1428 ஆம் ஆண்டளவில் தேவராயன் அந்நாட்டைக் கைப்பற்றித் தன்னாட்டுடன் சேர்த்துக்கொண்டான். இதைத் தொடர்ந்து, அவன் ஒரிசாவிலுள்ள கசபதி இராச்சியத்தின் மீதும் படையெடுத்தான். கொண்டவீடு இராச்சியத்தை அவன் கைப்பற்றியபடியால், அவனுக்கும் கசபதியின் கீழுத்தி யோகத்தருக்குமிடையே ஏற்பட்ட பிணக்கு, அநேகமாக, இப்படையெடுப்பிற்குக் காரணமாக இருக்கலாம். ஆனால் சண்டை தொடர்ந்து நடைபெறுவதற்கு முன், இராசமந்திரியைச் சேர்ந்த அல்லாட ரெட்டி என்பவன் தலையிட்டு, இரு பக்கத்தினருக்கும் இடையே சமாதானத்தை ஏற்படுத்தினான். இதற்குச் சிறிது காலத்தின் பின் அல்லாடன் இறந்தான். அவனுக்குப் பின் அரசர்களாக வந்த அல்லய வேமன், வீரபத்திரன் ஆகிய அவனுடைய இரு மக்களும் தந்தையின் கொள்கையைப் பின்பற்றிக் கலிங்கத்திற்கு நட்டம் ஏற்படும் வகையில் தம் நாட்டைப் பெருக்கத்

தொடங்கினர். 1435 ஆம் ஆண்டில், கலிங்கத்தின் அரசனாக, பலம் மிக்க கபிலேசுவரன் என்பவன் பதவியேற்றான். ஆகவே. எதிர்பார்த்தபடி, இராசமந்திரி இராச்சியத்தின் மீது, கசபதி இராச்சியத்தினர் படையெடுத்தனர். தங்களுடன் அரசியல் தொடர்பும் வம்சாவழித் தொடர்பும் கொண்டிருந்த விசயநகர மன்னனின் உதவியை, இராசமந்திரி அரசர்கள் நாடினர். அதற்கு இணங்கிய இரண்டாம் தேவராயன், தன் படையினரைக்கொண்டு கலிங்கத்துப் படைகளைத் துரத்திவிட்டு, இராசமந்திரியில் தற்காலிக ஓய்வை ஏற்படுத்தினான்' ஆயின் இரண்டாம் தேவராயன் இறந்தபின் கபிலேசுவரன், இராசமந்திரியைக் கைப்பற்றித் தன் இராச்சியத்துடன் இணைத்துவிட்டான்.

தேவராயன் தன்னுடைய படைகளுடன் கேரளத்திற்கும் சென்று கொல்லம் என்ற இடத்தின் அரசனையும் மற்றைய நாட்டாண்மைக்காரரையும் அடிமைப்படுத்தினான். இருந்தபோதிலும், கள்ளிக்கோட்டையிலுள்ள சமோரின், தொடர்ந்து, தன் சுதந்திரத்தைக் காப்பாற்றி வைத்திருந்தான் எனத் தெரிகிறது. தேவராயனின் அதிகாரத்தின் கீழ்ச் சமோரின் இல்லாதபோதிலும், அவன், தேவராயனை எண்ணிப் பயந்தபடியே இருந்தான் என்றும், பாரசீகத் தூதமைச்சரைத் தனது அரண்மனைக்குத் தாமதமின்றி அனுப்பி வைக்கும்படி தேவராயன் சமோரினுக்குக் கடிதம் எழுதிய

உடனேயே, சமோரின் அக்கட்டளையை நிறைவேற்றி வைத்தான் எனவும், அவனுடைய ஆட்சிக் காலத்தில் தென்னிந்தியாவிற்கு வருகை புரிந்த பாரசீகத் தூதமைச்சனான அப்துர் ரசாக் என்பார் குறிப்பிடுகின்றார். தென் இந்தியா முழுவதிலும் தேவராயனின் மேலாதிக்கம் பரவி இருந்த தென்பதற்கும், இலங்கை தொடக்கம் குல்பர்கா வரையும், வங்காளம் (ஒரிசா) தொடக்கம் மலையாளம் வரையும் அவனுடைய இராச்சியம பரந்திருந்ததென்பதற்கும் அப்துர் ரசாக் சாட்சியம் கூறுகின்றார். குயிலோன், இலங்கை, புலிக்காடு, பெரு, தெனசரிம் முதலியவற்றின் அரசர்களிடமிருந்தும் மற்றைய இடங்களிலிருந்தும் தேவராயன் திறை பெற்றான் என நூனிசு உறுதியாகக் கூறுகின்றார்.

இருந்தும், பாமனி இராச்சியத்துடன் தேவராயன் தொடர்ந்து பகைமை பாராட்டினான். 1436 ஆம் ஆண்டில் சுல்தானாகப் பதவியேற்ற இரண்டாம் அலாவுத்தீன், திறைப் பாக்கியைப் பெற்று வரும்படி, தனது சகோதரனான முகம்மதுவை விசயநகருக்கு அனுப்பினான். ஒரு பெருந்தொகைப் பணத்தைத் தேவராயன் கொடுக்கவேண்டியிருந்தது. விசயநகரப் படைகளுக்கும் பாமனியப் படைகளுக்குமிடையே நடைபெற்ற போர்களில் விசயநகரப் படைகள் எந்நாளும் ஒரே மாதிரியாகத் தோல்வியடைந்தன. ஆகவே தேவராயன், அரண்மனையிலுள்ள விழுமியோர் அடங்கிய ஒரு ஆலோசனைச் சபையைக் கூட்டி, முசிலிம்களும் விசயநகரப் படையில் சேர்ந்து கொள்வதற்குத் தகுதியானவர்கள் எனத் தீர்மானிக்கப்பட்டது. அவர்களுக்கு மதசுதந்திரம் அளிக்கப்பட்டது. "அவர்களுடைய, சட்டங்களுக்கு முரண்படாத வகையில் தன் முன்னிலையில் அவர்கள் மரியாதை செலுத்துவதற்காக," தேவராயனின் சிம்மாசனத்தின் முன் ஒரு திருக்குறான் வைக்கப்பட்டது. அத்துடன் இந்துப் படைவீரர்கள், விசேடமாக விற்போரில், முன்னிலும் பார்க்கச் சிறந்த பயிற்சி

பெற்றனர். இத்தகைய சீர்திருத்தத்திற்குப் பின், விசயநகரப் படை முன்னிலும் பார்க்க அதிக திறமையுடன் போரிடக்கூடியதாக இருந்தது.

1443 ஆம் ஆண்டில் தான் கள்ளிக்கோட்டையில் தங்கியிருந்தபோது, இரண்டாம் தேவராயனின் சகோதரன் ஒருவன், விருந்தொன்றில் அரசனைக் கொல்வதற்கு முயன்றதாக அப்துர் ரசாக் கூறுகின்றார். உடல்நிலை காரணமாக விருந்திற்குச் செல்லாதபடியால், அச்சதித்திட்டம் தோல்வியடைந்தது. ஆனால் விழுமியோர் பலர் அந்தப் பொறியில் அகப்பட்டு மாண்டார்கள். இரண்டாம் அலாவுத்தீன் பாமனிக்கு இச்சதித்திட்டம் தெரிந்திருத்தல் வேண்டும் அதனால் அந்தக் குழப்ப நிலையைத் தனக்குச் சாதகமாகப் பயன்படுத்தி, ஏழு இலட்சம் வராகன் (பகோடா) கொடுக்கும்படி தேவராயனை அதிகாரத்துடன் கேட்டான். அதை எதிர்த்துப் பதிலளித்த தேவராயன், தொடர்ந்து இறயிச்சூர் இடைநிலத்தின் மீது படையெடுத்தான். இப்படையெடுப்பு ஆரம்பத்தில் வெற்றியை அளித்தது. முத்கல் கைப்பற்றப்பட்டது. இறயிச்சூரும் பங்கப்பூரும் முற்றுகையிடப்பட்டன. பிசப்பூர் வரை இருந்த நாடு நாசமாக்கப்பட்டது. இழந்த பலத்தை விரைவில் மீண்டும் பெற்ற பாமனிப் படைவீரர்கள், தேவராயனை முத்கலுக்குப் பின்வாங்கும்படி செய்தனர். இதைத் தொடர்ந்து மூன்று போர்கள் நடைபெற்றன. மூன்றாவது போரில் தேவராயனின் மூத்த மகன் கொல்லப்பட்டான். தேவராயனின் படைகள் முத்கல் கோட்டைக்குள் விரட்டப்பட்டன. இருந்தும், பாமனிப் படையின் இரண்டு முக்கிய தளபதிகள் கைதிகளாக்கப் பட்டனர். இந்து மக்கள் அனைவரையும் ஒரேயடியாகப் படுகொலை செய்யப்போவதாகச் சுல்தான் பயமுறுத்தினான். அவனுடைய நிபந்தனைகளை மறுப்பதற்குப் போதிய வலிமை தன்னிடம் இல்லை என்பதை உணர்ந்த தேவராயன் தளபதிகளை விடுதலை செய்தான்.

தேவராயன் பல கட்டடங்களைக் கட்டி எழுப்பினான் கவிஞர்களை ஆதரித்தான். அறிஞனாகவும் நூலாசிரியனாகவும் விளங்கிய அவன், பல இலக்கிய சர்ச்சைகளுக்குத் தலைமை தாங்கிக் குறிப்பிடத்தக்க வெற்றியடைந்தான். அப்படியான ஓர் இலக்கிய சர்ச்சையின்போது, புகழ்பெற்ற திண்டிம குடும்பத்தைச் சேர்ந்த அரசவைக் கவிஞரைத் தெலுங்குக் கவிஞரான சிறீநாதன் என்பவர் வெற்றி கொண்டார். இதன் காரணமாகச் சிறீநாதன், பொற்கட்டிகளால் கனகாபிடேகம் செய்யப்பட்டார் எனச் சொல்லப்படுகிறது.

பொதுவாகச் செழிப்புடனிருந்த தேவராயனின் நீண்ட ஆட்சிக்காலம், 1446 ஆம் ஆண்டு மே மாதத்தில் அவனுடைய மரணத்துடன் முடிவடைந்தது. அவனுக்குப் பின், இரண்டாம் விசயராயன் என்னும் ஒருவன் அரசனானான். அதையடுத்து, மிக விரைவில், தேவராயனுடைய மகனான மல்லிகார்ச்சுனன் அரசனானான். 1447 ஆம் ஆண்டு மே மாதத்திற்குச் சிறிது முன் அவனுக்கு முடி சூட்டப்பட்டது.

பலவீனனாயும் திறமையற்றவனாயும் இருந்த மல்லிகார்ச்சுனன் பதவியேற்ற நாட்களிலிருந்தே இராச்சியத்தில் பிளவுகளும், வீழ்ச்சியும், குழப்பமும் ஏற்பட்டன. நாற்பது ஆண்டுகளின் பின், பேராற்றலும் அரசியல் திறமையுமுடைய சாளுவ நரசிம்மன் ஆட்சிப் பொறுப்பை ஏற்கும்வரை இந்த நிலை நீடித்தது. இந்தக் கடைசிக் காலத்தில் கிளர்ச்சியும்

திருப்தியின்மையும் நிலவின. அரச குடும்பத்தைச் சேர்ந்தவர்களுக்கு எதிர்ப்புத் தெரிவிக்கப்பட்டது. அவர்களுட் பலர், பலாத்காரமாகக் கொல்லப்பட்டனர். மல்லிகார்ச்சுனனுடைய ஆட்சியின் ஆரம்பத்தில், வேளமரின் தலைநகரான இராசகொண்டாவைப் பாமனி சுல்தான்கள் கைப்பற்றியபொழுது, வேளமர், வேளுகோடா (கர்நூல் மாவட்டம்) என்ற இடத்தில் தமக்கென ஒரு சொந்த இராச்சியத்தை ஏற்படுத்திக்கொண்டனர். அயலிலுள்ள சிறிய இராசகுமாரர்கள், இந்தச் சந்தர்ப்பத்தில், விசயநகரின் அமைதியைக் குலைத்து அந்த இராச்சியத்தைப் பலவீனப்படுத்தினர். இரண்டாம் அலாவுத்தீனும் கபிலேசுவர கசபதியும் இந்த நிலைமையைத் தமக்குச் சாதகமாகப் பயன்படுத்தினர். அவர்கள் இருவரும் விசயநகரை முற்றுகையிட்டார்கள். அந்நகரும் தன் பெயருக்கேற்ப அவர்களின் முயற்சிகளை முறியடித்தது. போர் தொடுத்து வந்தவர்கள், தமது நோக்கம் நிறைவு பெறாது திரும்பிச் செல்லவேண்டியதாயிற்று. என்றாலும் கபிலேசுவரன் போரைக் கைவிடாது, 1454 ஆம் ஆண்டிற்கு முன் இராசமந்திரியையும் கொண்டவீட்டையும் கைப்பற்றினான். அவனுடைய இந்த முயற்சிக்குத் தெலுங்கானாவிலுள்ள சத்திரிய நாட்டாண்மைக்காரரும் வேளம நாட்டாண்மைக்காரரும் உதவியாக இருந்தனர். கர்நூல் மாவட்டத்தின் பெரும்பகுதிகள் உட்பட, சிறீசைலம் வரையிலான இடங்களை அவன் கைப்பற்றினான். மகமூது கவானுக்கு எதிராகத் தெலுங்கானாவிலுள்ள வாரங்கலைக் கைப்பற்றும்படி தன் மகன் அம்பர் என்பவனை அனுப்பினான். கவான் தோற்கடிக்கப்பட்டான். பின் 1461 ஆம் ஆண்டில் உமாயூன் மரணமடைந்தபோது, பிடாரைக் கைப்பற்றுவதற்காகத் தன் மகனை அனுப்பினான். அதற்குப் பின், அவன் நெல்லூர் மாவட்டத்திலுள்ள உதயகிரியையும், விசயநகரப் பேரரசின் தெற்கு மாவட்டங்களிலிருந்த, காஞ்சிபுரம், திருச்சினாப்பள்ளி ஆகிய இடங்களையும் கைப்பற்றினான் (1463).

இந்த நேரத்தில், ஒட்டப் பேரரசு மிகப் பெரிய அளவிற் பரந்து விரிந்திருந்தது. கங்கை தொடக்கம் காவேரி வரை அதன் செல்வாக்குக் காணப்பட்டது. தெலுங்கு மாவட்டங்கள் ஒரிசாப் பேரரசின் பகுதிகளாகச் சில காலம் இருந்தன. ஆனால், தென் நிலப் பகுதிகள் விசயநகரப் பேரரசின் ஆதிக்கத்திலிருந்து என்றுமே விடுதலையடையவில்லை. தெற்கில் நிகழ்ந்த ஒரியப் படையெடுப்பு ஒரு திடீர்த் தாக்குதலாகவே இருந்தது. விரைவில் ஒரியர் பின்வாங்கிவிட்டார்கள். பேரரசன் மல்லிகார்ச்சுனனின் கட்டுப்பாட்டின் கீழ் இல்லாமல், ஏறக்குறையப் பூரண சுதந்திரத்துடன் ஆட்சி செய்த விசயநகரின் விழுமியோரை, விசய நகரப் பேரரசின் இறைமையைத் தொடர்ந்து நிலைநாட்டினர். சாளுவ கோபதிம்மனும் சாளுவ நரசிம்மனும் இத்தகையோரே. திருமலை தேவமகாராசன் எனவும் பெயர் படைத்த சாளுவ கோபதிம்மன் திருச்சிராப்பள்ளி, புதுக்கோட்டை, தஞ்சாவூர் முதலிய இடங்களை ஆட்சி செய்தான். மத்திய பகுதிகளிலும் கிழக்குப் பிரதேசங்களிலும் பிரபலமடைந்திருந்த சாளுவ நரசிம்மனுக்குத் துளுவ வமிசத்தைச் சேர்ந்த, ஆற்றல்வாய்ந்த வீரனான ஈசுவரன் என்பவன் உதவியாக இருந்தான். 1465 ஆம் ஆண்டு, யூனுக்கும் ஒற்றோபருக்கும் இடையில் மல்லிகார்ச்சுனன் மரணமடைந்தான்.

மல்லிகார்ச்சுனன் விட்டுச் சென்ற அவன் மகன் இராசசேகரன் ஒரு சிறு குழந்தையாக இருந்தான். ஆனால் மல்லிகார்ச்சுனனுக்குப் பின், அவனுடைய மைந்தனாகிய இரண்டாம் விரூபாக்சன் என்பவனே அரசுகட்டிலேறினான். இரண்டாம் தேவராயனின் இளைய சகோதரர்களுள் ஒருவனாகிய பிரதாபதேவராயனின் மகன் விருபாக்சன், இப் பேரரசின் ஆட்சிக்கு வரமுன் பல ஆண்டுகளாகப் பெனுகொண்டா என்ற இடத்தை ஆட்சி செய்தான். ''அவன் இழி செயல்களில் ஈடுபட்டு, பெண்களைத் தவிர வேறு எதையும் கவனிக்காதிருந்தான்'' என நூனிசு கூறுகின்றார். ஆகவே கோவா, சௌல், தபோல் முதலிய இடங்களை முசிலிம்கள் பிடித்ததையிட்டு ஆச்சரியப்படத் தேவையில்லை. மத்திய அரசின் அதிகாரம் தொடர்ந்து வீழ்ச்சியடைந்தது. வலிமை மிக்க மாகாண தேசாதிபதிகள் மறுபடியும் எடுத்த முயற்சிகளாலேயே பேரரசின் அதிகாரம் ஒரேயடியாகத் தகர்க்கப்படாது நிலைபெற்றது. இத்தேசாதிபதிகளுள் அதிக பிரசித்தி பெற்றவன் சந்திரகிரி இராச்சியத்தை ஆட்சி செய்த சாளுவ நரசிம்மன் என்பவன். இவனுடைய கல்வெட்டுகள் 1456 ஆம் ஆண்டிலிருந்தே காணப்படுகின்றன. 1463 ஆம் ஆண்டில் நடைபெற்ற ஒட்டரின் படையெடுப்பால், இவனுடைய இராச்சியம் பாதிக்கப்பட்டிருக்க வேண்டும். ஆகவே கசபதிக்கு எதிராக இவன் போர் தொடுத்து, ஒரு முற்றுகையின் பின், உதயகிரியைக் கைப்பற்றினான் (1470). தமிழ் மாவட்டங்களில் நடைபெற்ற கலகங்களை இவன் நசுக்கினான். கபிலேசுவரனின் மரணத்தைத் தொடர்ந்து ஒரிசா நாட்டில் உள்நாட்டுக் கலகங்கள் ஏற்பட்டன. இவற்றைத் தனக்குச் சாதகமாகப் பயன்படுத்திக்கொண்டு, விசயநகரப் பேரரசின் கிழக்கு மாவட்டங்களிலிருந்து ஒரியரை விரட்டிவிட்டுக் கோதாவரிவரை பரந்திருந்த நிலப் பகுதிக்குத் தன்னையே எசமானாக ஆக்கிக் கொண்டான். 1477 ஆம் ஆண்டிற்கு முன்பாகக் கொண்ட வீடும் மசூலிப்பட்டணமும் அவன் கைக்குள் சிக்கின. பாமனி சுல்தானாகிய மூன்றாம் முகம்மதுவின் உதவியுடன், அம்பர் என்பவன் ஒரிசா இராச்சியத்தின் சிம்மாசனத்திலிருந்து புருசோத்தம கசபதியை விரட்டியிருந்தான் இழந்த ஒரிசா இராச்சியத்தைத் திரும்பப் பெறுவதில் புருசோத்தம கசபதிக்குச் சாளுவ நரசிம்மன் உதவி செய்திருக்கலாம் எனத் தெரிகிறது. நரசிம்மனும் புருசோத்தமனும், சுல்தானின் பகைமையை எதிர்நோக்க வேண்டியிருந்தது. இதைத் தொடர்ந்து நடைபெற்ற சண்டை சென்ற அத்தியாயத்தில் விபரிக்கப்பட்டுள்ளது. துணிவுடன் காஞ்சிபுரத்தை முற்றுகையிட்ட சுல்தான், அங்கிருந்து கொண்டுசென்ற கொள்ளைப் பொருட்களுட் பெரும் பகுதியைத் துளுவ தளபதியாகிய ஈசுவரன் திருப்பிக் கைப்பற்றிப் புகழீட்டினான்.

தொடர்ந்து ஆட்சி செய்த இரண்டாம் விரூபாக்சனை 1485 ஆம் ஆண்டின் மத்தியில், அவனுடைய மூத்த மகன் கொன்றான். என்றாலும், தந்தையைக் கொன்ற அவன் ஆட்சிப் பொறுப்பை ஏற்க மறுத்து, தன்னுடைய இளைய சகோதரனான பதியராவ் (பிரௌடதேவராயன்) என்பவனுக்கு முடிசூட்டுவித்தான். தனக்கு இராச்சியத்தை அளித்த தமையனைக் கொலை செய்விப்பதே புதிய அரசனின் முதலாவது செயலாக இருந்தது. பின்னர் இவன் துர்நடத்தையில் ஈடுபட்டு அரசியல் அலுவல்களையும் புறக்கணித்தான். பழைய வமிசத்தின் ஆட்சிக்கு முற்றுப்புள்ளி வைத்துவிட்டுத் தானே அரசியற்

பொறுப்பை ஏற்பதே, இராச்சியத்தைக் காப்பாற்றுவதற்குரிய ஒரேவழி என்பதைக் கண்டான் சாளுவ நரசிம்மன். ஆகவே விசயநகரின் மீது படையெடுத்துச் சென்று அதைக் கைப்பற்றும்படி, அவன் தன்னுடைய தளபதியாகிய ஈநச நாயக்கனுக்குக் கட்டளையிட்டான். "நரசிம்மனின் படைத் தளபதி நகரின் வாயிலுக்கு வந்தபோது, அது பாதுகாக்கப்படாதிருந்தது அவன் அரண்மனைக்குள் நுழைந்தபோது, அவனை எதிர்ப்பார் எவருமில்லை அவன் அந்தப்புரம் வரை சென்று சில பெண்களையும் கொலைசெய்தான் அற்பபுத்தியுடைய அரசன் தப்பியோடினான்." இந்தக் கடைசிக் காட்சிகளைப் பற்றி விபரமாகக் கூறுகின்றார் நூனிச். இதற்குப் பின் நரசிம்மன் "அரச பதவிக்கு உயர்த்தப்பட்டான்" (1486). இராச்சியமும் அவன் பெயரால் அழைக்கப்படலாயிற்று. இந்தப் "பலாத்காரப் பதவியேற்ற" த்தால் நரசிம்மனும் அவனுடைய ஆதரவாளர்களும், பேரரசு சிதைந்து போகா வண்ணம் காப்பாற்றினார்கள் என்பதில் சந்தேகமில்லை. அதே வேளையில் நரசிம்மனின் பதவி உயர்வுக்குப் பலத்த எதிர்ப்பும் இருந்தது. தனது அதிகாரத்தை எதிர்த்த நாட்டாண்மைக்காரரான பெரனிபாடு என்ற இடத்தைச் சேர்ந்த (கடப்பா மாவட்டம்) சம்பேதர், மைசூருக்கருகிலுள்ள உம்மத்தூரின் பாளையக்காரர் ஆகியோருக்கும் மற்றையோருக்கும் எதிராகச் சண்டை செய்து அவர்களைப் பணியவைப்பதில் நரசிம்மன் தன் காலத்தையும் சக்தியையும் செலவிடவேண்டியிருந்தது. உள் நாட்டில் ஏற்பட்ட இந்தச் சண்டை சச்சரவுகளை அவன் வென்றான் என்பது உண்மையே. ஆனால் இவையெல்லாம், வெளிநாட்டுப் பகைவரை எதிர்க்கும் சக்தியை அதிகம் பலவீனப்படுத்திவிட்டன. மூன்றாம் முகம்மதுவின் மரணத்தின் பின் பாமனி அரசு இருந்த பலவீன நிலையைத் தனக்குச் சாதகமாகப் பயன்படுத்திய புருசோத்தம கசபதி, ஒரிசாவிற்குத் தெற்கே, நெல்லூர் மாவட்டத்தைச் சேர்ந்த குண்டல்கம்மா நதிவரை இருந்த கிழக்குக் கடற்கரைப் பிரதேசம் முழுவதையும் 1489

ஆம் ஆண்டளவிற் கைப்பற்றி, பின் உதயகிரி வரைக்கும் முன்னேறி அந்நகரையும் முற்றுகையிட்டான். அந்த முற்றுகையை முறியடிக்க நரசிம்மன் எடுத்த முயற்சி பெரும் நட்டமானது. போரில் தோல்வியுற்ற அவன் கைதியாக்கப்பட்டான். உதயகிரிக் கோட்டையையும் அதைச் சுற்றியுள்ள இடங்களையும் புருசோத்தம கசபதிக்குக் கொடுக்கச் சம்மதம் தெரிவித்த பின்பே அவன் விடுதலை பெற்றான்.

அராபிய வியாபாரிகளிடமிருந்தே, விசயநகர மன்னர்கள் தம் குதிரைப் படைக்குத் தேவையான குதிரைகளை வாங்கிவந்தனர். ஆனால் இரண்டாம் விரூபாக்சனின் காலத்தில் மேற்குக் கடற்கரைத் துறைமுகங்கள் எதிரிகளாற் கைப்பற்றப்படவே அராபியர்களின் குதிரை வியாபாரம் சீர்குலைந்தது. துளு நாட்டைக் கைப்பற்றி ஒனவார், பட்டகுளம் (பட்கல்), பாகனூர், மங்க;ர் முதலிய துறைமுகங்களில் தனது அதிகாரிகளை நியமித்து நிருவகித்ததன் மூலம், குதிரை வியாபாரத்திற்குப் புத்துயிரளித்தான் நரசிம்மன். "ஓர்மசு, ஏடின் ஆகிய இடங்களிலிருந்து தன் இராச்சியத்திற்குக் குதிரைகளைக் கொண்டுவரச் செய்தான். வியாபாரிகள் கேட்ட விலையைக் கொடுத்து அவர்களை இலாபமடையச் செய்தான்," என நூனிசு கூறுகின்றார். தன்னுடைய

போர்வீரர்களின் திறமையையும், போருணர்ச்சியையும் பலப்படுத்தும் நடவடிக்கைகளையும் அவன் மேற்கொண்டான்.

என்றாலும் உதயகிரியில் ஏற்பட்ட தோல்வியின் பின், அவன் அதிக நாட்கள் உயிர் வாழவில்லை. 1491 ஆம் ஆண்டில் அவன் இறந்தான். துளுவ ஈசுவரனின் மகனும் தன்னிடம் விசுவாசம் வைத்திருந்தவனுமாகிய நரச நாயக்கன் என்ற தன் தளபதியின் பாதுகாப்பில் தன்னுடைய இளம் குமாரர் இருவரையும் அவன் விட்டிருந்தான். அவர்களுள் மூத்தவனான திம்மபூபன் என்பவனை முதலில் அரசனாக்கினான் நரச நாயக்கன். ஆனால் நரசநாயக்கனின் எதிரியாகிய திம்மராசா என்பவன் இந்த அரசனைக் கொலை செய்வித்தான். அதன் பின், இளைய அரசனான இம்மடி நரசிம்மன் என்பவனுக்கு முடி சூட்டப்பட்டது (1491). ஆனால், பதிலாளி என்ற முறையில் நரச நாயக்கனே அதிகாரம் முழுவதையும் தன் கையில் வைத்திருந்தான். அத்துடன், சாளுவ வமிசப் பட்டங்களுடன் வேத்தியற் பட்டத்தையும் தனக்குச் சூட்டிக்கொண்டான். அதனால், இயல்பாகவே அரசனுக்கும் நரச நாயக்கனுக்குமிடையே பகைமை மூண்டது. அரசனின் மூத்த சகோதரனைக் கொன்ற திம்மராசனைத் தண்டிக்கும்படி நரச நாயக்கன் அரசனுக்குச் சொன்னான். அப்படிச் செய்வதற்குச் சம்மதியாதது மட்டுமன்றி, திம்மராசனுக்குத் தன் ஆதரவையும் கொடுத்தான் அரசன். இருவர்க்கிடையிலிருந்த பகையை இது கூட்டியது. தன் படைகளுடன் பெனுகொண்டாவிலிருந்து, நரச நாயக்கன் விசயநகரை முற்றுகையிடும் அளவிற்கு (1492) அவர்களுக்கிடையே இருந்த பகைமை முற்றியது. பின்னர் தன் பதிலாளியுடன் அமைதியாக இருக்க விரும்பிய இம்மடி நரசிம்மன், திம்மராசனை விட்டு விலகி அவனுக்கு மரணதண்டனையும் வழங்கினான். அரசன் இப்போது பெனுகொண்டாவிற்குக் கொண்டு செல்லப்பட்டுக் கவனமான மேற்பார்வையில் வைக்கப்பட்டான். உண்மையிலே, இது ஓர் இரண்டாவது ஆக்கிரமிப்பாகும். இச்செயல், உள்நாட்டிற் பல புதிய சங்கடங்களை உண்டாக்கியது. பன்னிரண்டு, பதின்மூன்று ஆண்டுகள் வரை அந்த இராச்சியத்தின் உண்மையான ஆட்சியாளனாக இருந்த நரச நாயக்கனுக்கு அவை பெரும் தடங்கலாக இருந்தன.

சாளுவ நரசிம்மனுக்கு எதிராக இறயிச்சூர், உதயகிரி ஆகியவை புரட்சி செய்தபோது, ‘‘காலநேரம் சாதகமாக இல்லாதபடியால், அவனால் அவற்றை அடக்க முடியவில்லை.’’ அந்த இடங்களிலுள்ள கோட்டைகளைக் கைப்பற்றும்படி, தான் இறக்கும்போது நரச நாயக்கனை வேண்டியிருந்தான் சாளுவ நரசிம்மன். பிசப்பூரில் சுதந்திர அரசனாக இருந்த யூசுப் அடில் கான் என்பவன் மீது படையெடுத்துத் தாக்கினால், இறயிச்சூர் கோட்டையையும் முத்கல் கோட்டையையும் நரசநாயக்கனுக்குக் கொடுப்பதாக, பாமனி இராச்சியத்து மந்திரியாகிய குவாசிம் பரீது 1492-93 இல் கூறினான். அவனுடைய நிபந்தனையை ஏற்றுக்கொண்ட நரச நாயக்கன், இறயிச்சூர் இடைநிலத்திற்கு ஒரு படையை அனுப்பினான். ‘‘துங்கபத்திரையைக் கடந்து சென்ற அப்படை முத்கல், இறயிச்சூர் ஆகிய இடங்கள் வரைக்கும் பரந்திருந்த நாட்டைப் பாழ்படுத்தியது’’ (பெரிசுத்தா). அதே வேளையில் குவாசிம்

பரீதுவினால் தனக்கு எதிராகத் தூண்டிவிடப்பட்ட மற்றைய எதிரிகளையும் அடில்கான் சமாளிக்க வேண்டியிருந்தபடியால், உடனடியாக நரசநாயக்கனை எதிர்ப்பதற்கு அவனால் முடியவில்லை. அந்த எதிரிகளைத் துரத்தி

விட்டு, இறயிச்சூரை மீண்டும் கைப்பற்றுவதற்கு அடில் கான் முயன்றபோது, தான் சமீபத்திற் கைப்பற்றிய இடங்களைக் காப்பாற்ற வேண்டிய நிலை நரச நாயக்கனுக்கு ஏற்பட்டது என்றாலும், யூசுப் அடில் கானால் வெற்றியீட்ட முடியவில்லை அவன் தோற்கடிக்கப்பட்டான். அடோனிக்கு அயலிலே, துங்கபத்திரையின் வடக்கேயிருந்த மான்வி கோட்டைக்குட் புகலிடம் தேடி யூசுப் ஓடவேண்டியிருந்தது. அங்கிருந்து கொண்டு, தான் பணிந்துவிட்டதாகப் பாசாங்கு செய்து, சமாதானப் பேச்சுக்காக நரச நாயக்கனை அழைத்தான் யூசுப். நரசன் அங்கே சென்றவுடன், யூசுப் அடில் கான், அவனையும் அவனுடைய வீரர்களையும் தாக்கி, உயர்பதவியிலிருந்த எழுபது அதிகாரிகளைக் கொன்றான். இந்துப் படைகள் அவ்விடமிருந்து ஓடி, அடில் கானுக்கு வெற்றியை அளித்தன. ஆனால் இடைநிலம் 1502 ஆம் ஆண்டு வரை, விசய நகரப் பேரரசின் பகுதியாகத் தொடர்ந்து இருந்தது. இரண்டாம் மகமூதுவின் தூண்டுதலால், பாமனி விழுமியோர் மேற்கொண்ட “சிகாட்” (புனித யுத்தம்) விளைவாகவே அந்த இடைநிலமும் இறயிச்சூர், முத்கல் கோட்டைகளும் யூசுப் அடில் கானின் கைவசமாயின (1502).

1463-64 இல் நிகழ்ந்த கபிலேசுவர கசபதியின் படையெடுப்பிற்குப் பின் தென்னாட்டில், பேரரசின் அதிகாரம், சக்திவாய்ந்த முறையில் நிலைநாட்டப்படவில்லை. சாளுவ நரசிம்மன், தன் சொந்த இடத்திற் கண்மையிலுள்ள பகுதிகளில் அதிக கவனம் செலுத்தி வந்தான். காவேரிக்குத் தெற்கேயுள்ள பகுதிகளில் அவனுடைய அதிகாரம் ஏற்றுக்கொள்ளப்பட்டதா என்பது சந்தேகமாக இருக்கின்றது. திருச்சினாப்பள்ளி, தஞ்சாவூர் முதலிய இடங்களின் தேசாதிபதியாக இருந்த கோணேதிராசனும் அவனைப் போன்ற அதிகாரிகளும் மக்களை அடக்கி ஒடுக்கிக் கொடுமை புரிந்ததைப் பற்றிச் சிறீரங்கத்திலுள்ள வைணவர்கள் நரசநாயக்கனுக்குப் பலதடவை முறையிட்டார்கள். 1496 ஆம் ஆண்டளவில், அல்லது அதற்குச் சற்று முன்பாக, நரசநாயக்கன் தெற்கு நோக்கிச் சென்று அந்த அதிகாரிகளைக் கட்டுப்படுத்தினான். குமரிமுனை வரையிலுள்ள நாட்டைத் தன் வசமாக்கினான் சோழ அரசனையும், சேர அரசனையும், மதுரையைச் சேர்ந்த மானபூசன் என்பவனையும் விசயநகரின் இறைமையை ஏற்றுக்கொள்ளும்படி நிர்ப்பந்தித்தான். காவேரி நதியின் மேல் ஒரு பாலம் அமைத்துச் சிறீரங்கப்பட்டணத்தைத் (செரிங்கபட்டம்) தாக்கினான். அங்கிருந்த கெவுண நாட்டாண்மைக்காரரான நஞ்சராசன் அவனுக்குப் பணியவேண்டியதாயிற்று. மேற்குக் கடற்கரையில் மேலும் சில இடங்களைக் கைப்பற்றினான். கோகர்ணத்திற்குப் படையெடுத்துச் சென்றான் (1497). இவற்றுடன் நரசநாயக்கனின் பாரிய, வெற்றிகரமான படையெடுப்பு முடிவடைந்தது.

நரசநாயக்கனின் ஆட்சியின் இறுதிக் காலத்தில், அவனுக்கும் கசபதி அரசனுக்கும் மீண்டும் பகைமை ஏற்பட்டது. முப்பது ஆண்டுகள் ஆட்சி செய்த புருசோத்தமன் 1496 ஆம் ஆண்டில் இறந்தான். அவனுக்குப்பின்

அவனுடைய மகனான பிரதாபருத்திரன் அரசனானான். தென்னாட்டைப் பிடிக்கும் நோக்கத்துடன், அவன் விசயநகரத்தைத் தாக்கினான் (ஏறக்குறைய 1499 இல்). அத்தாக்குதலைச் சமாளிக்க நரசநாயக்கன், தன் இராச்சியத்தை விட்டுக்கொடாதிருந்தான். எந்தப் பக்கத்திற்கும் குறிப்பிடத்தக்க வெற்றியின்றி இப்படையெடுப்பு முடிந்தது. கசபதி இராச்சியத்தின் எல்லை, கிருட்டிணை நதிக்குத் தெற்கிலேயே தொடர்ந்து இருந்தது.

தனது தலைவனாகிய சாளுவ நரசிம்மன் விட்ட பணியைத் தொடர்ந்து செய்து விசயநகரப் பேரரசுக்கு ஒரு புதிய பலத்தை ஊட்டிய திருப்தியுடன் 1505 ஆம் ஆண்டில் நரச நாயக்கன் இறந்தான். நீண்டு பரந்திருந்த தன்னுடைய இராச்சியம் முழுவதிலும் சக்தி வாய்ந்த முறையில் தனது அதிகாரத்தை நிலைநிறுத்தினான் நரசன். படையையும் திருத்தி அமைத்திருந்தான். உண்மையில், நரச நாயக்கன் அமைத்த அத்திவாரத்திலிருந்தே, திறமைமிக்க அவன் மகனான கிருட்டிணதேவராயன் பெரும் புகழ் மிக்க தன் ஆட்சிக் காலத்தைக் கட்டியெழுப்பினான்.

நரசநாயக்கன் இறந்தவுடனே, வீர நரசிம்மன் எனப் பலராலும் அழைக்கப்பட்ட அவனுடைய மூத்த மகனான இம்மடி நரச நாயக்கன் பதிலாளியாகப் பதவி வகித்தான். சட்டப்படி அரசனாக இருந்த இம்மடி நரசிம்மன், அரசியல் அலுவல்களைத் தானாகவே கவனிக்கக்கூடிய வயதை அடைந்தபோதிலும், அவன் தொடர்ந்து படிநிலையிலேயே வைக்கப்பட்டிருந்தான்.

கடைசியாக, 1505 ஆம் ஆண்டின் முற்பகுதியில் அவன் படுகொலை செய்யப்பட்டான். சில காலத்தின் பின் வீர நரசிம்மன் அரசனானான். விசயநகரை ஆண்ட மூன்றாவது மன்னர் பரம்பரையான துளுவ பரம்பரை, இவ்வீர நரசிம்மனுடன் ஆரம்பமாகின்றது. நரச நாயக்கனின் மரணத்தின் பின், “நாடு முழுவதும், தன் இராணுவத் தலைவர்களின் தலைமையில் கிளர்ச்சி செய்தது” என்று குறிப்பிடுகிறார் நூனிசு. அரசனின் படுகொலையாலும், அரச பதவியைத் தானே அபகரித்துக்கொண்டதாலும், வீர நரசிம்மன் எண்ணற்ற தொந்தரவுகளை எதிர் நோக்கவேண்டியவ னானான். போர் புரிவதிலேயே அவனுடைய ஆட்சிக் காலமாகிய ஆறு ஆண்டு முழுவதும் செலவழிந்தது. எல்லாப் போர்களிலும் அவனே வெற்றியடைந்தான் என்று சொல்ல முடியாது. சில தடவை தோல்வியுமடைந்தான். துங்கபத்திரை நதிக்கு அப்பால் தனது இராச்சியத்தின் எல்லையை நீட்டுவதற்கு விரும்பிய யூசுப் அடில் கான், அந்நதியைக் கடந்து கர்நூலை முற்றுகையிட்டான். அரவீடு குடும்பத்தைச் சேர்ந்த இராமராசனும் அவனுடைய மகனாகிய திம்மனும் வீர நரசிம்மனுக்குத் துணையாக நின்று, அடில் கானைத் திரும்பிச் செல்லும்படி நிர்ப்பந்தித்தார்கள் திரும்பிச் சென்ற படைவீரர்களைத் துரத்திச் சென்று அடில் கானையும் தோற்கடித்தார்கள் துரோகமிழைத்த படைத் தலைவனை அடோனியிலிருந்து விரட்டிவிட்டு அந்நகரைக் கைப்பற்றினார்கள். நன்றி மறவாத விசய நகரப் பேரரசன், அவர்கள் செய்த சேவைக்கு ஈடாக, அடோனியையும் கர்நூல் கோட்டையையும் அவர்களுக்குப் பாளையமாகக் கொடுத்தான். இதற்கிடையில் உம்மத்தூர், சிறீரங்கப்பட்டணம் ஆகிய இடங்களிலிருந்து கெவுணர்

தலைவர்கள் எதிர்க்கிளர்ச்சி செய்ததால், தனது ஒன்றுவிட்ட சகோதரனாகிய கிருட்டிண தேவராயனைத் தலைநகருக்குப் பொறுப்பாக அமர்த்திவிட்டு, உம்மத்தூரை முற்றுகையிடு வதற்காகத் தெற்கு நோக்கி சென்றான் வீர நரசிம்மன். மூன்று மாதங்களின் பின்பும் அந்நகரைக் கைப்பற்றமுடியாது போகவே, முற்றுகையைக் கைவிட்டு, சிறீரங்கப்பட்டணத்தைத் தாக்கினான். ஆனால் அங்கேயும் நல்ல பலன் ஏற்படவில்லை. துளுவ நாட்டில் சில சிறு வெற்றிகளே அவனுக்குக் கிடைத்தன. பின்னர் இந்தியாவின் மேற்குக் கரையோரங்களில் அவ்வேளையில் தமது ஆதிக்கத்தை நிலைநாட்டிக்கொண்டிருந்த போத்துக்கேயருடன் அவன் நட்புறவு பூண்டான். தன்னுடைய ஆயுதப் படைவீரர்களுக்குச் சிறந்த பயிற்சி அளிக்கும் நோக்கத்துடனும், தன் குதிரைப் படைக்குத் தேவையான குதிரைகளைப் பெறுவதற்காகவும், கண்ணனூரிலிருந்து போத்துக்கேயத் தலைவனாகிய அல்மேடா என்பவனிடம் ஒரு தூதுக் குழுவை அனுப்பினான். என்றாலும், பத்கல் என்ற இடத்தில், ஒரு கோட்டை கட்ட வேண்டும் என்று அல்மேடா தன் விருப்பத்தைத் தெரிவித்தபோது, நரசிம்மன் பதிலே அனுப்பவில்லை. மக்களைப் போரில் ஈடுபாடு கொள்ளச் செய்வதற்கு முய்னறான் நரசிம்மன். அதிகாரிகளுக்கிடையே பிணக்குகள் ஏற்படும்போது, சம்பந்தப்பட்ட இருவரும் தமக்குள் சண்டை செய்து அவற்றைத் தீர்க்கும் முறையை அவன் ஊக்கப்படுத்தினான். வாட்போர்த் திறமைக்குப் பரிசாக, வெற்றியீட்டியவர் களுக்கு அழகிய இளம் பெண்களைக் கொடுத்தான்.

கோவாவைத் திருப்பிக் கைப்பற்றுவதற்கும் வீரநரசிம்மன் முயன்றான். கோவாவிலிருந்த முசிலிம் தேசாதிபதி விசயநகர அரசனுடன் சண்டையிட்டான் (1506) என இத்தாலிய யாத்திரீகனான வர்த்தீமா என்பவர் குறிப்பிடுகின்றார். ஆனால் அந்தச் சண்டையின் விளைவு என்ன என்பது தெரியவில்லை. மீண்டும் உம்மத்தூரைத் தாக்குவதற்கு ஏற்ற நடவடிக்கைகளை எடுத்துக்கொண்டிருந்த வேளையில், 1509 ஆம் ஆண்டில் அவன் இறந்தான். இராமேசுவரம், சிறீரங்கம், கும்பகோணம், சிதம்பரம், சிறீசைலம், காஞ்சிபுரம், காளத்தி, மகாநதி, கோகர்ணம் போன்ற தென்னிந்தியாவின் முக்கிய தலங்களுக்கு அவன் தாராளமாக நன்கொடை வழங்கினான் என அவன் காலத்துக் கல்வெட்டுகள் சான்று 'கூறுகின்றன. எட்டு வயது நிரம்பிய தன் மகனுக்குத் தன்னுடைய இராச்சியம் செல்லவேண்டும் என விரும்பிய வீரநரசிம்மன், மரணப் படுக்கையிலிருந்தபோது, தன் மந்திரியாகிய சாளுவ நரசிம்மனை அழைத்துக் கிருட்டிண தேவராயனின் கண்களைத் தோண்டி எடுக்கும்படி ஆணையிட்டான் எனவும், மரணத்தறுவாயிலிருந்த அரசனைத் திருப்திப்படுத்துவதற்காக அந்த மந்திரி, ஒரு மறியாட்டின் கண்களை எடுத்துச் சென்று காட்டினான் எனவும் நூனிசு குறிப்பிடுகின்றார் என்றாலும், ஒன்றுவிட்ட இச் சகோதரர்கள் இருவரும் இப்படிப் பகைமை உணர்ச்சியுடன் இருந்ததற்கு வேறு சான்றுகள் இல்லை. எனினும் உள்நாட்டு மரபுரை, வீரநரசிம்மனே கிருட்டிணதேவராயனைத் தன் வாரிசாகத் தெரிவு செய்தான் எனக் கூறுகின்றது.

கிருட்டிணதேவராயனின் ஆரம்பகாலத்து முதலாவது கல்வெட்டுச் சாசனத்தின் 1509 ஆம் ஆண்டு, யூலை மாதம் 26 ஆம் திகதி என்று

திகதியிடப்பட்டுள்ளது. இதற்கு இரண்டு வாரங்களின் பின், சிறீ கிருட்டிணரின் பிறந்த நாளன்று கிருட்டிணதேவராயனின் முடிசூட்டுவிழா நடைபெற்றது. அரசன் கிருட்டிண பரமாத்மாவின் அவதாரம் என்ற எண்ணத்தை ஏற்படுத்துவதற்காகவே இப்படி நடைபெற்றது. கிருட்டிணதேவராயனின் ஆட்சிக்காலம், ''விசயநகரம் மிகப் பெரும் வெற்றிகளை ஈட்டிய காலமாகும். விசயநகரப் படைகள் எங்கு சென்றாலும் வெற்றியையே அடைந்தன. நகரம் மிகவும் செல்வச் சிறப்புடன் திகழ்ந்தது.'' இருபதிற்கும் இருபத்தைந்திற்கும் இடைப்பட்ட வயதில் கிருட்டிணதேவராயன் அரசுகட்டிலேறினான். ''அரசன் நடுத்தர உயரமுடையவன். ஆழகான வண்ணமும், நல்ல உருவமும் சற்றுப் பருத்த தேகமும் உடையவன். முகத்தில் அம்மைத்தழும்புகள் உள்ளன. எவ்வளவு தூரம் நிறைவுள்ளவனாக இருக்கமுடியுமோ அவ்வளவு தூரம் நிறைவாக இருந்த அவனுக்கு அனைவரும் பயந்து பணிந்தார்கள். எப்பொழுதும் இன்பமூட்டும் சுபாவமுடையவனாகவும் மிக்க மகிழ்வுடனும் இருப்பான். அன்னியர்களுக்கு மதிப்பும் கௌரவமும் அளிக்க வேண்டும் என்று விரும்புபவன் அவன். அவர்கள் என்ன நிலையில் இருந்தாலும் அவர்களை அன்புடன் வரவேற்று, அவர்களுடைய வேலைகளைப் பற்றி அக்கறையுடன் விசாரிப்பான். அவன் பெரிய அரசனாக இருந்தான். திடீரெனக் கோபமுற்றுக் கொதித்தெழும் குணமுடையவனாயிருந்தாலும், அவன் எந்நாளும் எல்லார்க்கும் நீதி செலுத்துபவன்'' எனப் பத்தாண்டுகளின் பின் அரசனைப் பார்த்த பேய்சு என்பவர் குறிப்பிடுகின்றார். கடினமான தேகாப்பியாசம் செய்து தன் தேக பலத்தைக் காத்து வந்தான் கிருட்டிணதேவராயன். குதிரைச் சவாரி செய்வதில் அவன் சிறந்து விளங்கினான். அவனுடன் தொடர்பு கொள்ளும் எவருக்கும், அவன் சிறப்பாக இருக்கும் முறை, மகிழ்ச்சிகரமான ஒரு நினைவை ஏற்படுத்தும். அவன் தன் படைகளுக்குத் தானே தலைமை தாங்கிப் போர்க்களம் புகுவான். ஆபத்தான வேளைகளில், சிறந்த உறுதியுடனும் பலத்துடனும் செயல்புரிவான். தனது படையிலுள்ள சாதாரண வீரர்களின் நலனிலும் அவன் அதிக கவனம் செலுத்தினான். ஒவ்வொரு போரின் முடிவிலும், காயமடைந்த வீரர்களைச் சந்தித்து, தக்க முறையில் அவர்கள் சிகிச்சை பெறுவதற்கு ஒழுங்கு செய்தான். எல்லா மக்களும் அரசனை அன்புடன் நேசித்து மதிப்புக் கொடுத்தனர். ''எல்லாவற்றிலும் பெருந்தன்மை உடையவனாகவும் நிறைவானவனாகவும் இருந்தான்'' எனப் பேய்சு குறிப்பிடுகின்றார்.

கிருட்டிணதேவராயன் அரசனாகியபொழுது, விசயநகரப் பேரரசு இருந்தநிலை எவ்வகையிலும் நம்பிக்கையூட்டுவதாக இல்லை. மைசூரின் பெரும்பகுதியில் கிருட்டிண தேவராயனுக்கிருந்த தலைமையாதிக்கத்தை, உம்மத்தூரில் கலகம் விளைத்த நாட்டாண்மைக்காரன் எதிர்த்தான். ஒரிசாவைச் சேர்ந்த கசபதி மன்னர்கள் வட – கீழ் மாவட்டங்களைக் கைப்பற்றி, அங்கே தங்கியிருந்தனர். பிரதாபருத்திரன் வெளிப்படையாகவே தன் எதிர்ப்பையும் ஆக்கிரமிப்பு மனப்பான்மையையும் காட்டினான். பாமனி இராச்சியம் ஐந்து வெவ்வேறு அரசுகளாகப் பிளவுபட்டிருந்தபோதிலும், வடக்கிலுள்ள முசிலிம்களினது, குறிப்பாக பிசப்பூரினது, தாக்கம் வலிமை குன்றாது தொடர்ந்து இருந்தது. புதிதாகத் தோன்றிய பொத்துக்கேயரின் ஆதிக்கத்தையும் கிருட்டிணதேவராயன் சமாளிக்கவேண்டியவனானான். மேற்குக் கரைக் கடல்

வாணிபத்திலும், பாதைகளிலும் தமது ஆதிக்கத்தை விரைவாக நிலைநாட்டிக் கொண்டு வந்த போத்துக்கேயர், "உள்நாட்டு அரசாங்கங்களுடன்", தங்களுக்கு தன்மையளிக்கக் கூடிய விதத்தில் அரசியல் தொடர்பு கொள்ள விரும்பினார்கள். அவ்வாறிருந்தபோதிலும், மிகக் குறுகிய காலமாகிய பத்து ஆண்டுகளுள், கிருட்டிணதேவராயன், நாடு முழுவதிலும் விசயநகரின் அதிகாரத்தை மிகவும் உறுதியாக நிலைநாட்டுவதில் வெற்றியடைந்தான். அவனுடைய அந்தப் பெரிய இராச்சியத்தில் எந்தப் பகுதியிலாவது அதிருத்தியோ, எதிர்க்கிளர்ச்சி செய்யவேண்டும் என்ற எண்ணமோ இருக்கவில்லை. போத்துக்கேயரும் அவனுடைய நண்பர்களாயினர்.

ஒவ்வோராண்டும் 'சிகாத்' யுத்தம் செய்ய வேண்டும் என இரண்டாம் மகமூது 1501 ஆம் ஆண்டில் தீர்மானித்ததற்கிணங்க, விசயநகரின் மீது போர் தொடுத்து வந்த பாமனிப் படைகளை விரட்டி ஓட்டுவதே கிருட்டிணதேவராயனின் முதலாவது வேலையாக இருந்தது. பாமனி இராச்சியத்தைச் சேர்ந்த பிரபலமான விழுமியோர், வழக்கம்போல் பிடாரில் ஒன்றுகூடி, சுல்தான் இரண்டாம் மகமுதுவுடன் சேர்ந்து இராயனின் இராச்சியத்தின்மீது தமது வருடாந்தத் திடீர்த்

தாக்குதலை ஆரம்பித்தார்கள் (1509). ஆனால் நாங்கள் நினைத்தபடி, இனியும் கொள்ளையடிக்கவும் நாசத்தை ஏற்படுத்தவும் முடியாது என்பதை அவர்கள் விரைவில் கண்டு கொண்டார்கள். இப்போது அடையாளம் காணமுடியாத திவானி என்ற இடத்தில், முசிலிம் படைவீரர்கள் முன்னேறாது தடுக்கப்பட்டனர். அங்கு நடைபெற்ற போரில் அம் முசிலிம் வீரர்கள் இறுதியாகத் தோற்கடிக்கப்பட்டனர். தன் குதிரையிலிருந்து வீசப்பட்ட சுல்தான் படுகாயமடைந்தான். அக்காயங்களிலிருந்து சிறிது சிறிதாகவே அவன் குணமடைந்தான். இந்தச் சமயத்தில் அவனுடைய விழுமியோர்கள், "போட்டி, சண்டை என்ற கம்பளத்தைச் சுருட்டிக்கொண்டு" பிடாருக்குத் திரும்பிச் சென்றனர். அப்படித் திரும்பிய படைகளைப் பின்தொடர்ந்து சென்றான் கிருட்டிணதேவராயன். குறிப்பாக, யூசுப் அடில் கானை அவன் பின்தொடர்ந்து சென்றபோது, அடில் கான், கோவில்கொண்டா என்ற இடத்தில் திரும்பி எதிர்த்தான். தொடர்ந்து நடைபெற்ற போரில் அடில்கான் இறந்தான். கிருட்டிணதேவராயன் தன் தலைநகருக்குத் திரும்பிச் செல்வதற்கு முன்னால் கோவில்கொண்டாக் கோட்டை அவன் வசமானது.

இப்போரின் ஆரம்பத்தில், போத்துக்கேயத் தேசாதிபதியாகிய அல்புக்கேர்க் என்பவன், கிருட்டிணதேவராயனுக்கு உதவியளிப்பதாகக் கூறும்படி தனது பிரதிநிதி ஒருவனை அனுப்பினான். கள்ளிக்கோட்டைச் சாமோரினுக்கு எதிராகப் போத்துக்கேயருக்கு விசயநகர மன்னன் செய்த உதவிக்குப் பதிலாகவே இப்போது உதவிசெய்ய முன்வந்தான் போத்துக்கேயத் தேசாதிபதி. ஆராபிய பாரசீகக் குதிரைகளுள் ஒன்றையுமே பிசப்பூருக்கு அனுப்பாமல், அவை எல்லாவற்றையும் விசயநகருக்கு மட்டும் அனுப்புவதாகவும் தேசாதிபதி உறுதியளித்தான். குதிரை வியாபாரத்தின் முழு உரிமையையும் தானே அடையவேண்டும் என்ற ஆவல், கிருட்டிணதேவராயனுக்கு இருந்தபோதிலும், அவன் உடனடியாக அந்த உதவியை ஏற்றுக்கொள்ளவில்லை. போத்துக்கேயப்

படைகளுக்கும் பிசப்பூர்ப் படைகளுக்குமிடையே பல மாதங்களாகப் போர் நடந்தது. கோவாவை இருதரப்பினரும் மாறி மாறிக் கைப்பற்றிய பின், இறுதியாக 1510 ஆம் ஆண்டில் அல்புக்கேர்க் அதனைக் கைப்பற்றினான். இதன் பின் இரண்டாவது போத்துக்கேயத் தூதுக் குழு ஒன்று கிருட்டிணதேவராயனிடம் அனுப்பப்பட்டது. பத்கல் என்ற இடத்தில் ஒரு கோட்டையை எழுப்புவதற்கு அனுமதி கோரி அல்மேடா முன்பு விடுத்த வேண்டுகோளை மீண்டும் நினைவூட்டி, அந்த அனுமதியையும் பெற்றான்.

ஆரம்பத்தில் தனது எதிரிகளுக்கு எதிராகக் கனன்றெழுந்த கிருட்டிணதேவராயன், அதன் பின் சில நாட்களைத் தனது தலைநகரிற் செலவிட்டுத் தன் படைகளைத் திருத்தியமைத்தான். நிலமானிய முறையில் திரட்டப்பட்டுப் பல்வேறு நிலையிலிருந்த வீரர்களை ஒரு சக்திவாய்ந்த போர்ப்படையாக மாற்றினான். பிசப்பூருக்கும் பாமனி சுல்தானுக்குமிடையே இருந்த வேறுபாடுகளைத் தனக்குச் சாதகமாகப் பயன்படுத்தி, இறயிச்சூர் இடைநிலத்தின் மீது படையெடுத்து, இறயிச்சூர்க் கோட்டையைக் கைப்பற்றினான். யூசுப் அடில் கானுக்குப் பின், இளவயதினனான அவன் மகன் இசுமாயில் அடில் 'ா, பெயரளவில் பிசப்பூரின் அரசனாக இருந்தான். ஆனால் கமால் கான் என்பவனே எல்லா அதிகாரங்களையும் பெற்றிருந்தான். சிம்மாசனத்தைத் தான் அடைவதற்குரிய திட்டங்களையும் வைத்திருந்தான். கிருட்டிணதேவராயன் போத்துக்கேயருடன் நட்புறவு பூண்டிருப்பது அவனுக்குத் தெரியும். ஆகவே கிருட்டிணதேவராயன் படையெடுத்த இந்தச் சந்தர்ப்பத்தில் பிசப்பூரிலிருந்து பலமான எதிர்ப்பு வரவில்லை. இசுமாயிலின் தாயின் கூலியாள் ஒருவனால் 1511 ஆம் ஆண்டு மே மாதம் கமால் கான் கொல்லப்பட்டான். இறந்த இப் பதிலாளியின் நண்பர்களாக இருந்த பாரசீக, குரசனி இனத்தைச் சேர்ந்த விழுமிபோர்கள் பிசப்பூரில் புதிய தொந்தரவுகளை ஏற்படுத்துவதற்கு இது காலா இருந்தது. இது எப்படியிருந்த போதிலும், கிருட்டிணதேவராயன், நான் போட்ட திட்டங்களை எவ்வித தடங்கலுமின்றிச் செயற்படுத்த முனைந்தான். இறயிச்சூரைக் கைப்பற்றிய பின், தன் படையுடன் குல்பர்காவிற்குச் சென்று, இரண்டாம் மகமூதுவின் மந்திரியாகவும் சிறைக்காவலனாகவும் இருந்த அமீர் பரீதுவைத் தோற்கடித்து, அந்த நகரத்தையும் கைப்பற்றினான். அங்கிருந்து பிடாருக்குச் சென்று, சிறிதுகால முற்றுகையின் பின் அந்நகரையும் கைப்பற்றினான். இரண்டாம் மகமூதுவை விடுதலை செய்துவிட்டு, "யவன (முசிலிம்) இராச்சியத்தை நிறுவியவன்" என்ற பட்டப் பெயரையும் சூட்டிக்கொண்டான்.

அதே வேளையில், கிருட்டிணதேவன், உம்மத்தூரிலுள்ள கசபதி அரசன் போன்ற மற்றைய எதிரிகளுக்கு எதிராகவும் போரிட்டான். பாமனிப் படையெடுப்பைத் தடுத்து நிறுத்திய உடனேயே உம்மத்தூரிலுள்ள கங்கராயனுக்கு எதிராகப் படையெடுத்தான். வீரநரசிம்மனின் இறுதிக்காலம் தொடக்கம் இவன் புரட்சி செய்துகொண்டேயிருந்தான். 1510 ஆம் ஆண்டு ஓகத்து மாதம் தொடங்கிய இப்போர் 1512 ஆம் ஆண்டின் இறுதிவரை நீடித்ததெனலாம். புரட்சிக்காரனின் கைகளுள் சிக்கியிருந்த பெனுகொண்டா மீது முதலிற் படையெடுப்பு நிகழ்ந்தது. பலம் பொருந்திய இக்கோட்டை

பிடிக்கப்பட்டது. இதையடுத்து உம்மத்தூரும் சிவானசமுத்திரமும் (கங்கராயனின் தலைப்பட்டினம்) தாக்கப்பட்டன. சிவானசமுத்திரம் வீழ்ச்சியடைவதற்கு ஓராண்டிற்கு மேல் ஆனது. கங்கராயன் அங்கிருந்து ஓடி, காவேரி நதியில் மூழ்கி மரணமடைந்தான். பின், அவனுடைய தலைநகரம் தலைமட்டமாக்கப்பட்டது. கைப்பற்றப்பட்ட இந்நாடு ஒரு புதிய மாகாணமாக்கப்பட்டது. சிறீரங்கப்பட்டணம் அதன் தலைநகரானது. சாளுவ கோவிந்தராயன் முதலாவது தேசாதிபதியாக நியமிக்கப்பட்டான். உள்துறைப் பரிபாலனம் அப்பகுதியிலிருந்து மூன்று நாட்டாண்மைக்காரரிடம் விடப்பட்டது. பங்க;ரைச் சேர்ந்த, புகழ்வாய்ந்த கெம்பி கௌடா என்பவன் அம் மூவருள் ஒருவன்.

சாளுவ நரசிம்மனின் காலத்திலிருந்தே ஒரிசா அரசன், கிழக்குக் கடற்கரை மாவட்டங்களைக் கைப்பற்றித் தன் வசம் வைத்திருந்தான். கிருட்டிணதேவராயன் அரசுகட்டிலேறிய பின், ஒரிசா அரசனுக்கு எதிராக மூன்றாவது பேரணி ஒன்று தொடங்கப்பட்டது. ஆனால் கங்கராயனுக்கு எதிரான போர் முடிந்ததன் பின்பே, ஒரிசாப் போர் அதிக பலத்துடன் நடத்தப்பட்டது. உதயகிரியை முற்றுகையிடுவதற்காக, 1513 ஆம் ஆண்டில் ஒரு படை அனுப்பப்பட்டது. விரைவில் கிருட்டிணதேவராயன் அப் படையுடன் சேர்ந்து, தானே முற்றுகையை நடத்தினான். எவருமே அணுகமுடியாதிருந்த அக்கோட்டையின் சுவர்களைத் தன் படைகள் சென்று அடைவதற்காகக் கற்பாறை நிறைந்த குன்றுகளின் மேல் பாதைகளை வெட்டுவித்தான் கிருட்டிணதேவராயன். ஒன்றரை ஆண்டுகளுள் அக்கோட்டை கைப்பற்றப்பட்டது.

தனது சொந்தத் தலைநகருக்குத் திரும்பி வரும் வழியில், கிருட்டிணதேவராயன் தன் இரண்டு இராணிகளான திருமாலாதேவி, சின்னதேவி ஆகியோருடன் திருப்பதிக்குச் சென்று வெங்கடேசுவர சுவாமிக்குத் தன் நன்றியைச் செலுத்தினான் (யூலை, 1514). இதிலிருந்தும், உதயகிரியிலிருந்த பாலகிருட்டிணரின் அழகான சிலை ஒன்றை எடுத்து மீண்டும் விசயநகரில் நிலைநாட்டியதிலிருந்தும் கிருட்டிணதேவனின் தீவிர மத பக்தி தெரிகின்றது. இந் நிகழ்ச்சியைச் சிறப்பித்து, வியாசராயன் என்ற துறவி பாடல்களை இயற்றியுள்ளார்.

உதயகிரியின் முற்றுகையை முறியடிப்பதற்குப் பிரதாபருத்திரன் மேற்கொண்ட முயற்சிகள் தோல்வியுற்றன. பின்வாங்கிச் சென்ற அவனுடைய படைவீரர்களை விசயநகரைப் படை கொண்டவீடு வரை பின் துரத்திச் சென்றது. வழிநெடுகிலும் விசயநகரப் படைக்கு வெற்றி கிட்டியது. சிறிய கோட்டைகள் இலகுவிற் கைப்பற்றப்பட்டன. இதற்குப்பின், முதலில் சாளுவ திம்மராசனும், பின் கிருட்டிணதேவராயனும் கொண்டவீட்டை முற்றுகையிட்டனர். கிருட்டிணை நதிக்குத் தென்புறம் கசபதி அரசர்களுக்குச் சொந்தமாக இருந்த பகுதிகளுள் கொண்டவீடு முக்கியத்துவம் வாய்ந்த நகரமாக விளங்கியபடியால், அது மிகவும் பலமாகப் பாதுகாக்கப்பட்டு வந்தது. கொண்டவீடு இராச்சியத்திலுள்ள அநேக அதிகாரிகள் அங்கேயே நிறுத்தி வைக்கப்பட்டிருந்தனர். பல மாதங்களுக்குப் பிறகு, உள்ளிருந்தவர்களில் அநேகர் பட்டினியால் மடிந்ததன் பின்பு தான் அக்கோட்டையின் சுவர்கள்

தகர்க்கப்பட்டு உள்ளிருந்த படையினர் தோற்கடிக்கப்பட்டனர். கசபதி அரசனின் மனைவியும் மகனும், மற்றும் ஒரிய நாட்டைச் சேர்ந்த அநேக விழுமியோரும் கைது செய்யப்பட்டு, வீதி வழியாக விசயநகருக்கு அனுப்பப்பட்டனர். கொண்டவீடு மாவட்டத்தின் பாலனத்தைச் சாளுவ திம்மனிடம் ஒப்படைத்துவிட்டு, கிருட்டிணதேவராயன் தன் இராணிகளுடன் அமராவதிக்குச் சென்று அமரேசுவாரை வணங்கினான். அங்கிருந்து சிறீசைலத்திற்குச் சென்று மல்லிகார்ச்சுனருக்கு அற்புதமான காணிக்கைகளை வழங்கிவிட்டுத் தன் தலைநகருக்குத் திரும்பினான். விரைவில், கிருட்டிணதேவராயன், போர்க்களத்தில் நின்ற தன் படைகளுடன் சேர்வதற்காக மீண்டும் சென்றான். விசயவாடாவிற்குப் போகும் வழியில் அகோபலம் என்ற இடத்திலுள்ள நரசிம்மர் ஆலயத்திற்குச் சென்று வழிபட்டான். விசயவாடா கைப்பற்றப்பட்டது. மேற்கொண்டு அதற்கப்பால் நடைபெறவிருக்கும் போர்களின் முன்னணித்தளமாக அந்நகரம் ஆக்கப்பட்டது. வடமேற்கில், சில மைல்களுக்கப்பால், உயரமான சுவர்களினால் நன்கு பாதுகாக்கப்பட்ட கோட்டை ஒன்று கொண்டபள்ளி என்னுமிடத்தில் இருந்தது. கிருட்டிணதேவராயன் அக் கோட்டையை முற்றுகையிட்டான். அக் கோட்டையைக் காப்பாற்றுவதற்காகப் பிரதாபருத்திரனால் அனுப்பப்பட்ட ஒரு படை கிருட்டிணை நதிக் கரையில் முற்றாக முறியடிக்கப்பட்டது. கோட்டையிலுள்ளோர் சரணாகதி அடையும் வரை, மேலும் இரண்டு மாதங்களுக்கு முற்றுகை மும்முரமாக நடைபெற்றது. இதைத் தொடர்ந்து தெலுங்கானாவிலுள்ள வேறு பல கோட்டைகள் கைப்பற்றப்பட்டன. கசபதியின் மேலாண்மையிலிருந்த நல்கொண்டா, வாரங்கல் மாவட்டங்களின் பெரும் பகுதிகளும் பிடிக்கப்பட்டன. சக்திவாய்ந்த இப்படையெடுப்பினால், தெலுங்கானா முழுவதுமே கைப்பற்றப்பட்டது. இதற்குப் பின் கிருட்டிணதேவராயன் கலிங்கத்தின் மீது தன் கவனத்தைத் திருப்பினான். முதலிற் கைப்பற்றப்பட்ட நகரங்களுள் இராசமகேந்திர வரமும் (இராசமந்திரி) ஒன்றாகும். விசயநகரப் படையின் முன்னேற்றத்தைத் தடுப்பதற்கு ஒரு சில முயற்சிகள் மேற்கொள்ளப்பட்டனவாயினும், அவற்றையெல்லாம் முறியடித்து வெற்றியுடன் முன்னேறியது அப்படை. போதனூர்-சிம்காத்திரி வரை செல்லும் வீதியருகிலுள்ள நாடுகள் அனைத்தும் நாசமாக்கப்பட்டன. போதனூர்-சிம்காத்திரியில் கிருட்டிணதேவராயன் ஒரு வெற்றித்தூணை நாட்டிவிட்டு, இராசமந்திரி வழியாகத் தன் தலைநகருக்குத் திரும்பினான் (1516) என்றாலும் வெற்றிகள் பல பெற்ற அவனது படைவீரர்கள் மேலும் கலிங்கத்துட் சென்று அதன் தலைநகரமான கட்டாக் என்னுமிடத்தை அடைந்தனர். எதுவுமே செய்ய முடியாத ஒரு நிலைக்குக் கொண்டுவரப்பட்டிருந்த பிரதாபருத்திரன், அமைதியைக் கோரி விசயநகரப் பேரரசனுக்குத் தன் மகளை மணம் செய்து கொடுக்க முன்வரவே, கிருட்டிணதேவராயன் அந்தக் கோரிக்கையை ஏற்றுக்கொண்டான். கிருட்டிணதேவன், கிருட்டிணை நதிக்கு வடக்கில் தான் கைப்பற்றிய பகுதிகள் அனைத்தையும் தாராள சிந்தையுடன் திருப்பிக் கொடுத்தான்.

ஒரிசாப் போரில் (இந்திய வரலாற்றில், பதினாறாம் நூற்றாண்டில் நடைபெற்ற போர்களுள் இதுவே மிகச் சிறந்த போர் எனக் கூறலாம்) கிருட்டிண தேவராயன் மும்முரமாக ஈடுபட்டிருந்தபோது, இசுமாயில் அடில்

கான் இறயிச்சூர் இடைநிலத்தை மீண்டும் கைப்பற்றி விட்டான். அதை மீண்டும் பெறுவதற்குக் கிருட்டிணதேவராயன் மேற்கொண்ட (1520) முயற்சிகளை நூனிசு வர்ணிக்கிறார். இசுமாயிலுடன் இறுதியான ஒரு முடிவிற்கு வந்துவிடவேண்டும் என்ற தீர்மானத்துடன், கிருட்டிணதேவராயன் அவனுக்கு எதிராகப் படையெடுத்துச் சென்றான். படையின் பின்னணியிற் சென்ற சாதாரண ஆட்களையும் சேர்ப்பதனால், அவனுடைய படையில் ஒரு கோடி மக்கள் இருந்தனர். இறயிச்சூருக்குக் கிழக்கே தன் முகாமை அமைத்துக்கொண்டு ஒழுங்கான முறையில் முற்றுகையை ஆரம்பித்தான் கிருட்டிணதேவன். கோட்டையைக் காப்பாற்றுவதற்காக, மிகப் பலம் வாய்ந்த குதிரைப் படைகளுடன் கிருட்டிணை நதியிலிருந்து ஐந்து மைல்கள் தாண்டி வந்தான் இசுமாயில். அவன் தங்கி நின்ற இடம் இறயிச்சூரிலிருந்து ஒன்பது மைல்களுள் இருந்தது. பள்ளங்கள் பல வெட்டிப் போருக்கு ஆயத்தமாயிருந்தான் இசுமாயில். 1520 ஆம் ஆண்டு மே மாதம் 20 ஆம் திகதி காலையில் இறுதிப் போர் நிகழ்ந்தது. விசயநகரப் படைவீரர்கள் முதற்பக்கத்திற் சென்று தாக்கியதுடன் போர் தொடங்கியது. விரட்டப்பட்ட முசிலீம் படையினர் தங்கள் பள்ளங்களில் ஒளிந்து கொண்டனர். ஆனால், பின், முசிலிம் வீரர்களின் பீரங்கியணி இந்துக்களிடையே பெருஞ் சேதத்தை ஏற்படுத்தியது. இந்துக்கள் தளர்வுற்றுத் திரும்ப, முசிலிம் வீரர்கள் மேலும் தாக்கினர். இரண்டாவது அணியின் தளபதியாக இருந்த கிருட்டிணதேவராயன், தன் குதிரையிலேறி, எஞ்சி நின்ற படைப் பிரிவினரை முன்னே செல்லும்படி கட்டளையிட்டான். அவசர அவசரமாக நடைபெற்ற அவர்களின் பலமான தாக்குதல் அவர்களுக்கு வெற்றியை அளித்தது முசிலிம் படைகளின் பல்வகை அணிகளையும் சிதறியோடச் செய்தது. முசிலிம் படை வீரர்கள் ஆற்றங்கரை வரை இரக்கமற்ற முறையில் விரட்டப்பட்டனர். விசய நகரப் படைகளுக்குத் தோல்வி ஏற்பட்டு விடுமோ என்ற பயம் மாறிச் சிறப்பான வெற்றி கிட்டியது. இசுமாயிலின் முகாம் கைப்பற்றப்பட்டது. அவன் தன் யானைமேலேறி, மயிரிழையில் தப்பியோடினான். ''போரிற் கொள்ளையடித்த பொருட்கள் அதிகமானவையாக இருந்தன் விளைவு இறுதியானதாக இருந்தது.'' அன்றிலிருந்து, கிருட்டிணதேவராயனை நினைத்துப் பயந்துகொண்டிருந்த பிசப்பூர் சுல்தான், தன் வாழ்நாளில் மீண்டும் அவனுடன் சண்டையிடும் முயற்சியை மேற்கொள்ளும் துணிவின்றி வாழ்ந்தான். கிருட்டிணதேவன் இறயிச்சூருக்குத் திரும்பி, சில நாட்களுள் மீண்டும் அதைக் கைப்பற்றினான். கிறிசுத்தோவே டீ பிகைடோ என்பவனின் தலைமையிற் போத்துக்கேயப்படை வீரர்கள் செய்த உதவிதான் இறயிச்சூரின் வீழ்ச்சிக்குப் பெரிதும் காரணமாக இருந்தது. பழங்காலத்து முறையிலமைந்திருந்த தமது கைத்துப்பாக்கிகளினால், ''சுவர்களிலிருந்து கோட்டையைப் பாதுகாத்தவர்களைச் சுட்டெறிந்து விட்டு'', ''சுவர்களின் கற்களை அகற்றி, அரண் செய்யப்பட்ட இடத்தை அடைவதில்'' போத்துக்கேயப் படையினர் விசயநகர வீரர்களுக்கு உதவினர். விசயநகரின் தலைப்பட்டணத்தில் நடந்த அடுத்த மகாநவமி விழாக்கொண்டாட்டங்களின் போது, அந்தப் போத்துக்கேயத் தளபதி விசேடமான முறையிற் கௌரவிக்கப்பட்டான்.

அடில் 'ாவை எதிர்த்துக் கிருட்டிணதேவராயன் அடைந்த இம் மாபெரும் வெற்றி, முக்கியமான பல அரசியல் விளைவுகளை ஏற்படுத்தியுள்ளது.

கிருட்டிண தேவன் இறுமாப்படைந்தான். அவன் விடுத்த அதிகாரக் கேள்விகள் தோல்வியடைந்த எதிரியின் ஆத்திர உணர்ச்சியைத் தூண்டக் கூடியவையாக இருந்தன. அடில் 'ா அனுப்பிய தூதமைச்சரை, ஒரு மாதத்திற்கு மேலாக விசயநகரில் காக்க வைத்தான். பின், அடில் 'ா அங்கு வந்து தன் கால்களை முத்தமிட்டுத் தனக்கு மரியாதை செலுத்தினால் அவனுடைய நாடும் கோட்டைகளும் அவனுக்குத் திருப்பிக் கொடுக்கப்படும் என்று சொல்லியனுப்பினான் கிருட்டிண தேவன். எழுச்சி பெற்று வரும் விசயநகரின் யுத்த பலம் தங்களுக்கு ஆபத்தாக இருப்பதையும், தங்களுடைய விவகாரங்களில் தலையிடும், சக்தியை அப் பேரரசு பெற்றிருப்பதையும் கண்ட முசிலிம் சுல்தான்கள், சிறிது சிறிதாக, விசயநகருக்கு எதிராக ஒன்று சேர்ந்து கூட்டு நடவடிக்கை எடுத்தார்கள். கடைசியாக, இறயிச்சூர் போரின் காரணமாக, கரைப்பகுதியிலிருந்த போத்துக்கேயர் நன்மையடைந்தனர். "கோவாவின் எழுச்சியும் வீழ்ச்சியும், விசயநகரையாண்ட மூன்றாவது அரச வம்சத்தின் எழுச்சியும் ஏக காலத்திலேயே நடைபெற்றன. கோவாவின் வியாபாரம் முழுவதும் இந்துக்களின் ஆதரவிலேயே தங்கியிருந்ததை எண்ணிப் பார்த்தால், இது கட்டாயமாக நடைபெறவேண்டியதே." இசுமாயில் 'ாவின் அரண்மனையிலிருந்த அசாத் கான் இலாறி என்ற கபடன் அமைதிப் பொருத்தனை ஒன்று செய்வதற்காக விசயநகரத்திற்கு அனுப்பப்பட்டான். அவன் செய்த சதியால், 1523 ஆம் ஆண்டில் கிருட்டிண தேவராயன் பிசப்பூருக்கு எதிராக மற்றுமொரு தடவை படையெடுத்தான். இசுமாயில் அடில் கான் அல்லது அவனுடைய தாய், கிருட்டிண தேவராயனை, இராச்சியத்தின் வடக்கெல்லையில் ஒரு குறிப்பிட்ட இடத்திற் சந்திப்பார்கள் என வாக்குறுதி கொடுத்திருந்தான் அசாத் கான். கிருட்டிணதேவராயன் அங்கு சென்றபோது, அவர்களைக் காணாதபடியால், அவர்களுக்கு ஒரு பாடம் படிப்பிக்க எண்ணித் தன் படையுடன் குல்பர்காவிற்குச் சென்று அங்குள்ள கோட்டையைத் தரைமட்டமாக்கினான். வேறு கோட்டைகள் இருந்த பைரசாபாத், சாகர் முதலிய நகரங்களையும் கைப்பற்றினான். பின் தன் படைகளுடன் பிசப்பூருக்குச் சென்று, சில நாட்கள் அங்கே தங்கிக் கொடுமைகள் பல இழைத்து விட்டுத் திரும்பினான். குல்பர்காவில், பாமனி சுல்தானான இரண்டாம் மகமூதுவின் பிள்ளைகளுக்கு விடுதலையளித்து, அவர்களுள் மூத்தவனைச் சுல்தானாக்கி, மற்றைய இருவரையும் தன்னுடனேயே விசயநகருக்கு அழைத்துச் சென்று மிகுந்த அன்புடன் அவர்களை ஆதரித்தான். இந்துக்களின் ஆதரவுடன், பாமனி மன்னர்களின் இறைமைக்குப் புத்துயிரளிப்பதற்கு அவன் எடுத்த முயற்சிகள் எவ்வித வெற்றியையும் அளிக்கவில்லை. இச் செயல், பாமனி அரசுக்குப் பின் எழுச்சி பெற்ற ஐந்து நாடுகளின் சுல்தான்களுக்கு எரிச்சலையும் ஆத்திரத்தையும் ஊட்டவே பயன்பட்டது.

கிருட்டிணதேவராயன், தான் உயிருடனிருக்கும்போதே, ஆறு வயது நிரம்பிய தன் மகனை வாரிசாக நியமித்துவிட்டு, தான் மந்திரிப் பதவியை ஏற்றுக்கொண்டான் என நூனிசு கூறுகின்றார். 1524 ஆம் ஆண்டளவில் இது நடைபெற்றிருக்க வேண்டும். யுவராசாவாக ஆக்கப்பட்டவன் திருமலைராயன் என்பது தெளிவு. அவனுடைய கல்வெட்டுகளில் இந்த ஆண்டு (1524) குறிப்பிடப்பட்டுள்ளது. எட்டு மாதங்கள் நீடித்த முடிசூட்டு விழாக்

கொண்டாட்டங்களின் போது, திருமலைராயன் நோயுற்று இறந்தான் என நூனிசு கூறுகின்றார். இந்த இராசகுமாரனின் பதவி உயர்வால், முதன் மந்திரியாக இருந்த சாளுவ திம்மனின் பதவி கீழ் நிலையடையவே, இந்த மந்திரியின் மகன் திருமலைராயனுக்கு நஞ்சூட்டினான் எனவும் நூனிசு கூறுகின்றார். கிருட்டிண தேவராயன் இதை அறிந்த போது, அந்த மந்திரியை அழைத்து, கோழைத்தனத்தால் செய்த கொடுமைக்காக அவனைப் பகிரங்கமாகக் குற்றஞ்சாட்டி, அவனையும் அவனுடைய குடும்பத்தினரையும் சிறையுள் தள்ளினான். இச் செயலுக்கு, அவனுடைய அரச சபையிலிருந்த சில போத்துக்கேயர்களும் உதவியாயிருந்தனர். திம்மனின் மக்களுள் ஒருவன் தப்பி ஓடியபோது பிடிக்கப்பட்டான். அவனுடைய கண்களும் எஞ்சி நின்ற கைதிகளின் கண்களும் குருடாக்கப்பட்டன.

தான் இழந்த செல்வங்களை மீண்டும் பெறுவதற்காக அடில் 'ா ஒரு படையுடன் முன்னேறிச் சென்றான். அவனுக்கெதிராகக் கிருட்டிணதேவராயனே போர்க்களத்திற்கு வந்தபோது, மிக விரைவாக அவன் பின்வாங்கி ஓடினான். அடில் 'ாவிற்குச் சொந்தமாக இருந்த பெல்காம் என்ற இடத்தின் மீது படையெடுக்க ஆயத்தங்கள் செய்து கொண்டிருந்த வேளையில், கிருட்டிணதேவராயன் கடும் நோய்க்கு ஆளாகி இறந்தான் (1529). தன்னுடைய ஒன்றுவிட்ட சகோதரனாகிய அச்சுதராயனைத் தன் வாரிசாக நியமித்திருந்தான் அவன்.

முதல் தரமான போர்வீரனாக இருந்த கிருட்டிணதேவராயன், சிறந்த அரசியல் ஞானியாகவும் பரிபாலகனாகவும் விளங்கினான். கலைகளை அவன் பெரிதும் ஆதரித்தான். அழகும் ஆடம்பரமும் நிறைந்த அவனுடைய அரசசபையை, வெளிநாட்டு விருந்தினர் பலர் வியந்துள்ளனர். விசயநகரின் செல்வச் செழிப்பையும், அங்கு நடைபெற்ற விழாக்களையும் நாட்டின் படை வலிமையையும், வீரம் செறிந்த அரசனையும் பற்றி மிகப் பிரமாதமான முறையில் அவர்கள் வர்ணித்துள்ளனர். தென்னிந்தியா முழுவதும் அவனுடைய ஆதிக்கத்திலேயே இருந்தது. பாதி சுதந்திரம் பெற்றிருந்த பங்கப்பூர், யெர்சொப்பா, பத்கல் முதலிய இடங்களின் தலைவர்கள் கிருட்டிண தேவராயனின் சிற்றரசர்களாக இருந்தனர். அரசனுடைய நேரடி ஆட்சியின் கீழ் அப் பேரரசு இருந்தபோதும், அது பல தேசங்களாகப் பிரிக்கப்பட்டிருந்தது. ஒவ்வொரு பிரிவிற்கும் தேசாதிபதிகளாகப் படைத் தளபதிகள் நியமிக்கப்பட்டனர். எந்நேரமும் போர் புரிவதற்குத் தயாராக ஒரு குறிப்பிட்ட அளவான குதிரைப் படையையும், காலாட் படையையும், யானைப் படையையும் இவர்கள் வைத்திருக்க வேண்டும்' ஆண்டு தோறும் மத்திய திறைசேரிக்குச் செலுத்த வேண்டிய பணத்தையும் இவர்கள் செலுத்திவிட வேண்டும். இப்படிச் செய்வோர், மேலிடத்துக் குறுக்கீடின்றிச் சுதந்திரமாகவே இருந்து வந்தனர். இப்படியான ஓர் அரச அமைப்பு, திறமையுடன் செயற்படவேண்டுமானால், அரசன் தன் மக்கள் அனைவரினதும் மதிப்பைப் பெற்றவனாக இருக்கவேண்டும். அரசன் பொதுக் கடமைகளைச் செய்யும்போது அவனுடைய சக்தியும், தந்திரமும், கண்காணிப்பும் வெளிப்பட வேண்டும். தான் செய்ய வேண்டிய வேலைக்குத் தேவையான திறமையிலும் பார்க்க அதிக திறமை

தன்னிடமுண்டென்பதைக் கிருட்டிண தேவராயன் நிரூபித்தான். அவனுடைய ஆட்சிக் காலத்தில், இராச்சியத்தில் எங்காவது குழப்பமோ, ஒழுங்கீனமோ இருக்கவில்லை. அவன் ஒரு சிறந்த கவிஞனாகவும் அறிஞனாகவும் விளங்கினான். ஆமுக்தமால்யாதம் என்ற தெலுங்குக் கவிதை நூல் அவனால் இயற்றப்பட்டதெனத் தெரிகிறது. அரசியல் பாலனத்தில் மன்னன் கையாண்ட அடிப்படைக் கொள்கைகளை இந்நூல் விளக்குகின்றது. புகழ்வாய்ந்த தெலுங்குக் கவிஞரான அல்லசானி பெத்தண்ணா என்பவர் அரசவைக் கவிஞராக இருந்து அவனுடைய சபையை அலங்கரித்தார். தகுதியும் திறமையுமுடையோரே ஆதரிக்கும் அரசனின் தயாள குணத்தினால், அக் காலத்தில் முன்னணியிலிருந்த அறிஞர்கள் அனைவரும் கவரப்பட்டனர். ‘‘இதே போன்று, மதத்தின் மீது கொண்டிருந்த ஆர்வத்தாலும் பரந்த மனப்பான்மையாலும் கிருட்டிணதேவராயன் புகழ் பெற்றான்.

அவன் வைணவ மத பக்தனாக இருந்த போதிலும், இந்து மதத்தின் மற்றெல்லா உட்பிரிவுகளுக்கும் சமமான மதிப்புக் கொடுத்தான். போரில் தோல்வியடைந்து வீழும் எதிரிகளிடமும் கிருட்டிணதேவராயன் காட்டும் இரக்கம், கைப்பற்றப்பட்ட நகரங்களில் வாழும் மக்களுக்கு இரக்க சிந்தனையுடன் செய்யும் தர்மச் செயல்கள், மானியமளி நாடுகளின் தலைமை அதிகாரிகளினதும், குடிமக்களினதும் அபிமானத்தைக் கவர்ந்த அவனுடைய பேச்சுத் திறமை, வெளிநாடுகளிலிருந்து வரும் தூதுவர்களுக்கு என்றும் அவன் காட்டும் கருணை, அளிக்கும் இராசோபசாரம், கம்பீரமான அவனுடைய தோற்றம், தூய்மையானதும் கௌரவம் மிக்கதுமான வாழ்க்கையைக் குறிக்கும் கருணைநிறைந்த அவன் மனப்போக்கு, மரியாதையான உரையாடல், இலக்கியத்திலும் மதத்திலும் கொண்ட காதல், மக்களின் நல்வாழ்வில் அவன் காட்டிய அக்கறை ஆகியவையும், இவையெல்லாவற்றிற்கும் மேலாக, நம்பமுடியாத அளவிற்குப் பிராமணர்களுக்கும் கோவில்களுக்கும் அவன் கொடுத்த பெருஞ்செல்வமும் கிருட்டிணதேவராயனை, தென் இந்தியாவை ஆட்சி செய்த அரசர்களுள் மிகப் பெரியவனாகக் காட்டுகின்றன.’’

கிருட்டிணதேவராயன், பல புதிய கட்டடங்களைக் கட்டியெழுப்பி, தன் தலைநகரின் அழகையும் வசதிகளையும் அதிகரிக்கச் செய்தான். ஆட்சியின் ஆரம்பத்தில், விரூபாக்சரின் ஆலயத்தில் ஒரு புதிய கோபுரத்தைக் கட்டி, அங்கிருந்த வேறொரு கோபுரத்தையும் திருத்தியமைத்தான். முன்பு குறிப்பிட்டதைப் போல், உதயகிரியிலிருந்து அவன் கொண்டுவந்த பாலகிருட்டிண சுவாமியின் சிலையைப் பிரதிட்டை செய்தவற்காகக் கிருட்டிண சுவாமி கோவிலைக் கட்டினான். (1513). கோவாவிலிருந்த போத்துக்கேயத் தேசாதிபதியிடமிருந்து ஒரு பொறியியலாளரின் சேவையைக் கடனாகப் பெற்று, விசயநகரைச் சுற்றியுள்ள வறண்ட நிலங்களின் நீர்ப்பாசனத்தை அபிவிருத்தி செய்தான். தென் திசையிலிருந்து தலைநகருக்கு வரும் வழியில், அழகான ஒரு புற நகரைக் கட்டி, தன் தாய் நாகலாதேவியின் நினைவாக அதற்கு நாகலாப்பூர் எனப் பெயர் சூட்டினான். பேய்சு விசயநகருக்கு வந்தபோது கட்டப்பட்டுக் கொண்டிருந்த ஒரு குளத்திலிருந்து இப் புதிய நகருக்குத் தேவையான நீர்வசதி செய்யப்பட்டது. ஆற்றங்கரையிலிருந்த விட்டலசுவாமி

கோவிலையும் கிருட்டிணதேவராயன் அழகுபடுத்தினான். விசயநகர பாணியில் "மிக அற்புதமான பூ வேலைப்பாடுகள்" அடைந்த முன்னேற்றத்தின் கடைசி எல்லையை இக் கோவிலிலுள்ள பூ வேலைப்பாடுகள் குறிக்கின்றன. பின்பும் தொடர்ந்து பல ஆண்டுகள் அக் கோவிலை அழகுசெய்யும் பணிகள் நடைபெற்றன் 1565 ஆம் ஆண்டில் முசல்மான்கள் அந் நகரை அழித்தபோதுதான், அந்தப் பணிகள் நிறுத்தப்பட்டன. கிருட்டிண சுவாமி கோவிலின் தென் மேற்குக் கோணத்தில் இருந்த மிகப் பெரிய நரசிம்மரின் சிலை ஒரு தனிப்பெரும் கல்லிலிருந்து செதுக்கி எடுக்கப்பட்டதாகும். கிருட்டிண தேவராயனின் ஆட்சியை நினைவூட்டும் பிற்காலத்து (1528) நினைவுச் சின்னங்களுள் இதுவும் ஒன்று. இதன் அங்கங்கள் பல உருவழிக்கப்பட்ட போதிலும், நகரின் சிதைவுகளுள் இது ஒன்றே இப்பொழுதும், பார்ப்போரின் கண்ணையும் கருத்தையும் கவரும் பொருளாக இருக்கின்றது.

புதிய அரசனாகிய அச்சுதராயன் இழி செயல்களில் ஈடுபட்டானென்றும், கொடுங்கோன்மை புரிந்தான் என்றும், அவனிடம் நேர்மையும் வலிமையும் இல்லையென்றும், குடிமக்களும் இராச்சியத்திலிருந்த படைத் தலைவர்களும் அவனுடைய கெட்ட வாழ்க்கையிலும் மனப் போக்கிலும் அதிருப்தி கொண்டிருந்தார்களென்றும் அவனுடைய அரச சபையில் சில காலம் தங்கியிருந்த நூனிசு கூறுகின்றார். ஆனால் உண்மையில், அச்சுதராயன் அவ்வளவு கெட்ட அரசனாக இருந்ததாகத் தெரியவில்லை. பதினெட்டு மாதங்கள் நிரம்பியிருந்த தன் மகனை விரும்பாது, அச்சுதராயனையே விசேடமாக விரும்பித் தன் வாரிசாக்கியிருந்தான் கிருட்டிணதேவராயன். இருந்தபோதிலும், அச்சுதராயன் அரசுகட்டில் ஏறியபோது (1529) அவனுடைய நிலைமை சங்கடமானதாக இருந்தது என்பதை மறுக்க முடியாது. கிருட்டிணதேவராயனின் மகனையே அரசனாகப் பிரகடனம் செய்தான் இராமராயன். சந்திரகிரியில் அமைதியை நிலைநாட்டுவதற்காக அச்சுதராயனையும் குடும்பத்திலுள்ள மற்றைய இராச குமாரர்களையும் அங்கு சென்று தங்கச் செய்திருந்தான் கிருட்டிணதேவராயன். குழந்தையின் பேரில் தானே ஆட்சியைக் கைப்பற்றத் திட்டமிட்டிருந்த இராமராயனின் முயற்சிகளைச் சாளுவ நரசிம்மன் முறியடித்து, சந்திரகிரியிலிருந்து அச்சுதராயன் திரும்பி வரும்வரை, சிம்மாசனத்தைக் காலியாக வைத்திருந்தான். வேறொருவனைச் சிம்மாசனத்தில் ஏற்றுவதற்கு இராமராயன் செய்த முயற்சிகளை முன்கூட்டியே எதிர்பார்த்த அச்சுதராயன், விசயநகருக்கு செல்லும் வழியில், திருப்பதியில் ஒன்றும், காளத்தியில் ஒன்றுமாக இரண்டு முடிசூட்டு விழாக்களை நடத்தினான். விசயநகரின் எதிரிகள் அவ்விராச்சியத்தைத் தாக்குவதற்குரிய சைகையாக அமைந்தது கிருட்டிணதேவராயனின் மரணம். இசுமாயில் அடில்கான், இறயிச்சூர் இடைநிலத்தின் மீது போர் தொடுத்து, அச்சுதராயன் எவ்வித தடுப்பு நடவடிக்கையும் எடுப்பதற்கு முன் இறயிச்சூரையும் முத்கலையும் கைப்பற்றினான். அவனுடைய ஆட்சிக் காலம் முழுவதிலும் நடைபெற்றவற்றுள் குறிப்பிடக்கூடிய நிகழ்ச்சி இதுதான் என நூனிசு கூறுகின்றார். இதே வேளையில், படையெடுத்து வந்த கசபதியாசன் தோற்கடிக்கப்பட்டுத் திருப்பியனுப்பப்பட்டான். இதைப் போலவே,

கொண்டவீட்டைக் கைப்பற்ற விரும்பிய கோல்கொண்டாவின் சுல்தானாகிய குவிலிகுதுப் 'ா என்பவனின் முயற்சிகளும் முறியடிக்கப்பட்டன.

கடைசியில் அச்சுதராயன் விசயநகரை அடைந்தபோது, இராமராயனுடன் சமாதானமாகி அதிகாரத்தைப் பகிர்ந்து கொள்வதற்கு இணங்கினான். இதனாற் பெரிதும் மனமுடைந்த சாளுவ வீர நரசிம்மன், அரச சபையிலிருந்து வெளியேறித் தெற்கே சென்று உம்மத்தூரிலும், தென் திருவாங்கூரைச் சேர்ந்த திருவாங்கூரைச் சேர்ந்த திருவடி இராச்சியத்திலுமிருந்த நாட்டாண்மைக்காரர்களின் உதவியுடன் எதிர்க் கலகம் விளைவித்தான். அவர்களுக்கு எதிராக அச்சுதராயன் படையுடன் சென்றான். அச்சுதனின் மண மைத்துனனாகிய சலகராசு திருமலை என்பவன் படைத் தளபதியாகச் சென்றான். தாமிரபரணிக் கரை வரை வெற்றிகரமாக முன்னேறிய அவர்கள் அங்கே ஒரு வெற்றித் தூணை நாட்டினர். புரட்சியாளர்களாற் பெரிதும் துன்புறுத்தப்பட்டிருந்த பாண்டிய அரசனுக்கு அவனுடைய இராச்சியம் மீட்டுக் கொடுக்கப்பட்டது. பாண்டியனின் மகள், பேரரசனின் மணப்பெண்ணாக ஏற்றுக்கொள்ளப்பட்டாள். போரில் தோற்கடிக்கப்பட்ட சாளுவ வீர நரசிம்மனும் அவனுடைய நட்பாளர்களும், சிறீரங்கத்திலிருந்த அரசனின் முகாமிற்குக் கைதிகளாக அழைத்துச் செல்லப்பட்டனர். திரும்பும் வழியில் உள்ள நாட்டாண்மைக்காரன் கீழ்ப்படிவான மரியாதைகளை ஏற்றுக்கொள்வதற்காக, உம்மத்தூர் வழியாகத் தலைநகருக்குத் திரும்பினான் அச்சுதராயன்.

இதையடுத்து, கிருட்டிண தேவராயனின் பாலிய மகன் இறந்தபடியால் இராமராயனின் நிலை பெரிதும் பலவீனமடைந்தது. அச்சுதராயனின் மனப்பான்மையில் இது ஒரு மாற்றத்தை ஏற்படுத்தியது. பற்பல சண்டைகளுக்குக் காரணமாக இருந்த இறயிச்சூர் இடைநிலத்தின் மீது படையெடுத்து, வடக்கில் கிருட்டிணை நதிவரை இருந்த பிசப்பூரை அடிமைப்படுத்தித் தனது ஆதிக்க எல்லையை மேலும் கூட்டினான். 1534 ஆம் ஆண்டில் இசுமாயில் கான் மரணமடைய, மக்களின் வெறுப்புக்குப் பாத்திரமான அவன் மகன் மல்லு அடில் கான் பிசப்பூரின் அரசனாக இருந்தபடியாலேயே இது சாத்தியமாயிற்று. கெட்ட பெயர் பெற்ற அசாத் கான் இலாறியின் தூண்டுதலினால், விழுமியோர்கள் மல்லுவுக்கு எதிராகக் கிளர்ச்சி செய்தார்கள். சிறிதும் தாமதியாது, அச் சந்தர்ப்பத்தைத் தனக்குச் சாதகமாகப் பயன்படுத்திய அச்சுதராயன் தன் நிபந்தனைகளுக்கு மல்லுவை இணங்கச் செய்தான்.

இதற்குப் பிந்திய ஆண்டுகளின் வரலாறு தெளிவாக இல்லை. குற்றி என்னுமிடத்தில் நடைபெற்ற கலகம் ஒன்று 1536-7 ஆம் ஆண்டில் நசுக்கப்பட்டதாகத் தெரிகிறது. அதற்குப் பின், அச்சுதன், தன்னுடைய அதிகாரிகளுடன் திருப்பதிக்குச் சென்றான். பழைய பணியாளர்களை நீக்கிவிட்டு, அவர்களின் இடத்தில் தன் உறவினர்களையும் நண்பர்களையும் நியமனம் செய்து, தனது நிலையைப் பலப்படுத்திக் கொண்டிருந்தான் இராமராயன். 1535 ஆம் ஆண்டில் பிசப்பூரின் சுல்தானாகப் பதவியேற்ற இபுறாகிம் அடில் கான், தனது சேவையிலிருந்து நீக்கிய மூவாயிரம் முசிலிம் படைவீரர்களை, இராமராயன் தன் படையில் சேர்த்துக் கொண்டான்.

அச்சுதராயன் தலைநகருக்குத் திரும்பியபோது, இராமராயன் மிகுந்த துணிச்சலுடன் அவனைப் பிடித்துச் சிறையிலடைத்துவிட்டு, தானே அப் பகுதியின் அரசன் எனப் பிரகடனஞ் செய்தான். ஆனால் விழுமியோர் காட்டிய எதிர்ப்பினால் அதைக் கைவிட்டுவிட்டு, அச்சுதனின் மருமகனான சதாசிவன் என்பவனை அரசனாக்கி, அவனுடைய பெயரில் தானே ஆட்சியை நடத்தினான் இராமராயன். இந்த நிலையில் தென் பகுதியில் கலகங்கள் ஏற்பட்டதால், தலைநகரிலிருந்து அப் பகுதிக்குச் செல்லவேண்டிய நிர்ப்பந்தம் இராமராயனுக்கு ஏற்பட்டது. தன் நம்பிக்கைக்குரிய பணியாள் ஒருவனின் பொறுப்பில் அச்சுதராயனை ஒப்படைத்தான். ஆனால் அவன் எதிர்பார்த்ததிலும் பார்க்க அதிக நாட்கள் நீடித்த தென்னாட்டுப் போர், கலப்பற்ற, சுத்த வெற்றியை அவனுக்குக் கொடுக்கவில்லை. இதற்கிடையில், அவனுடைய நம்பிக்கைக்குப் பாத்திரமாயிருந்த பணியாளன் அச்தசனை விடுதலை செய்து விட்டுத் தன்னையே முதன் மந்திரியாக ஆக்கிக்கொண்டான். என்றாலும் சலகராசு திருமலை என்பவன், அவனை அகற்றிவிட்டு அரசியல் வேலைகள் அனைத்தையும் தன் கையில் எடுத்துக் கொண்டான். இத்தகைய நிகழ்ச்சிகளின் காரணமாக, தெற்கேயுள்ள கலகக்காரருடன் சமாதானம் செய்து கொண்டு, இராமராயன் தலைநகருக்கு விரைவில் திரும்பினான்.

தொந்தரவுகள் தொடர்ந்து வந்தன. விசயநகருக்கு எதிராகப் படையைச் செலுத்தி அந்நகரை முற்றுகையிடுவதற்கு இச்சந்தர்ப்பத்தைத் தெரிவு செய்தான் இபுறாகிம் அடில் கான். அவன் நாகலாப்பூரை அடைந்து, அந்நகரைத் “தரைமட்டமாக்கினான்”. கிருட்டிணதேவராயன் பிசப்பூரை முன்பு தரைமட்டமாக்கியதற்குப் பழிவாங்குவதற்காக .இபுறாகிம் இப்படிச் செய்திருக்கலாம். அச்சுதராயனுடன் இபுறாகிம் சேர்ந்துவிடுவானோ என இராமராயனும், இராமராயனுடன் இபுராகிம் சேர்ந்துவிடுவானோ என அச்சுதராயனும் பயந்து கொண்டேயிருந்த நேரத்தில், கபடனான அசாத் கானின் சூழ்ச்சியால், அகமது நகரின் சுல்தான், பிசப்பூர் மீது படையெடுத்தான். இபுறாகிம் தன் சொந்த நாட்டிற்குத் திரும்பிச் செல்வதற்கு முன், இந்து அரசர்களுக்கிடையே சமாதானப் பேச்சுவார்த்தைகளைத் தொடங்கி, அவர்களுடைய தகராறைத் தீர்த்தான். அச்சுதராயன் அரசனாக இருப்பதெனவும் இராமராயன், எவருடைய தலையீடுமின்றித் தன் சொந்த நிலத்தை ஆட்சி செய்வதெனவும் ஏற்பாடாயிற்று. இபுறாகிம் செய்த இந்தப் பெரும் பணிக்காக, அவனுக்குப் பெருந்தொகையான பணம் பரிசாகக் கொடுக்கப்பட்டது. 1542 ஆம் ஆண்டில் அச்சுதன் இறக்கும் வரை உடன்படிக்கையின் அம்சங்களை இரு பகுதியினரும் ஏற்று நடந்தனர்.

உள்நாட்டுக் கிளர்ச்சிகள், அன்னியரின் ஆக்கிரமிப்பு, இராமராயனின் பேரரசை, சூழ்ச்சிகள் ஆகியவை ஏற்படுத்திய பாதகமான சூழ்நிலைகளுக்கு எதிராகப் போராடுவதிலேயே அச்சுதராயன் தன் ஆட்சிக்காலம் முழுவதையும் செலவு செய்தான். நாட்டின் எல்லாப் பகுதிகளிலும் நடைபெற்ற வியாபாரத்திற்குத் தடங்கல் ஏற்பட்டது. வழிப்பறி கொள்ளைக்காரர்கள், பொதுவீதிகளைத் தங்கள் ஆதிக்கத்தில் வைத்திருக்காத போதிலும், அடிக்கடி அவ்வீதிகளில் திரிந்தபடியால், யாத்திரீகர்களின் போக்குவரவு பாதிக்கப்பட்டது.

இத்தகைய பல தொந்தரவுகளுக்கு எதிராகத் துணிந்து போரிட்டான் அச்சுதராயன். அவனுடைய நடத்தையைப் பற்றி நூனிசும் மற்றையோரும் தரக்குறைவாக மதிப்பீடு செய்திருந்தார்கள். அவர்களுடைய இந்தக் கொடுமையான தீர்ப்பு, அச்சுதனுக்குப் பொருத்தமானதாக இல்லை. 'அச்சுதராயாபியுதயம்' என்ற அழகான வடமொழிக் காவியம் அச்சுதனின் வாழ்க்கையைப் புகழ்ந்து பாடுகின்றது. அரசவைக் கவிஞரான இராசநாத திண்டிமர் என்பவரால், அரசனின் ஆயுட்காலத்திலேயே இக்காவியம் இயற்றப்பெற்றது. காவியத்தில் அரசனைப் பற்றிக் கூறப்படும் அளவிற்கு மீறிய புகழுரைகளுக்குத் தக்க கழிவு கொடுத்த பின்பும், அச்சுதனிடம் அசாதாரணமான, போற்றக்கூடிய குணநலன்கள் இருந்தன என்பதை நாம் உணர்ந்து கொள்ளலாம்.

அச்சுதராயனின் ஆட்சியின்போதும் அதையடுத்த காலத்திலும், போத்துக்கேயர் தென் இந்தியக் கடற்கரை ஓரங்களில் தமது பேரரசை மிகவும் மும்முரமாக நிறுவிவந்தார்கள். தமது வியாபாரத்தைப் பாதுகாப்பதற்குக் கோட்டைகள் தேவை எனக் கண்ட இடங்களிற் கோட்டைகளைக் கட்டினார்கள். விசயநகரப் பேரரசனுடன் நட்பாக இருப்பதாக அவர்கள் வெளிப்படையாகக் காட்டிக் கொண்ட போதிலும், பேரரசின் மானியமனி நாடுகளுடனும், கள்ளிக்கோட்டைச் சமோரினுடனும் அடிக்கடி சண்டைசெய்தார்கள். "கொள்ளையடிப்பதற்கும் களவெடுப்பதற்கும் இந்தியக் குடிமக்களைப் படுகொலை செய்வதற்கும் தமக்கு ஒரு தெய்வீக உரிமை" இருப்பதைப் போல் எங்கும் அவர்களுடைய நடவடிக்கைகள் அமைந்திருந்தன. "திட்டமாகச் சொல்வதனால், ஒரே தொடர்பான அக்கிரமங்கள் நிறைந்ததாக அவர்களுடைய வரலாறு உள்ளது." குறிப்பாக, தங்களுடைய பிடியுள் அகப்பட்ட, செல்வச் செழிப்புடைய எல்லாக் கோவில்களையும் கொள்ளையடிப்பதில் அவர்கள் கொள்ளையின்பம் அடைந்தார்கள். அவர்களின் இச்செயலிலிருந்து திருப்பதிகூடத் தப்பவில்லை (1545).

நாகம நாயக்கனின் மகனான விசுவநாதநாயக்கன் என்பவனே, புகழ்பெற்ற மதுரை நாயக்க வமிசத்தை ஆரம்பித்து வைத்தான் என அவனுடைய பிற்கால சந்ததியினர் கருதினர். தென்னாட்டில் அச்சுதனன் போர் புரிந்தபோது அவனுடைய விசுவநாதநாயக்கனும் வந்து சாளுவ நரசிம்மன், திருவடி முதலியவர்கட்கெதிராகப் போர் புரிந்திருக்க வேண்டும். கடைசியில், இவன் விசயநகரின் பிரதிநிதியாகப் பாண்டிநாட்டில் நியமிக்கப்பட்டான். இவன் மதுரையின் சேனாதிபதியாக, 1533 ஆம் ஆண்டு தொடக்கம் அச்சுதனின் ஆட்சிக் காலம் முடியும் வரை (1542) பதவி வகித்தான். இவனுக்குப் பின் வேறொரு அதிகாரி அப்பதவியை ஏற்றான். மதுரை நாயக்க வம்சத்தை இவன்தான் ஆரம்பித்து வைத்தான் என்பதற்குச் சான்று எதுவும் இல்லை. மதுரை நாயக்க வம்சம் இவனுடைய காலத்திற்குப் பின்பே தோன்றியது. இவனுடைய மகனாகிய கிருட்டிணப்பன் இந்த வம்சத்தை ஆரம்பித்து வைத்திருக்கலாம்.

அச்சுதராயனுக்குப் பின் அவனுடைய மகன் முதலாம் வேங்கடன் அரசனானான். ஆனால் அவன் தக்க பருவத்தையடையாததால், அவனுடைய

தாய் மாமனராகிய சலகராசு திருமலை விழுமியோரின் எதிர்ப்பைப் புறக்கணித்துப் பதிலாளியாகக் கடமையாற்றினான். இராணியன்னையாகிய வரதாதேவி, தன் சகோதரனின் உள்ளெண்ணத்திற் சந்தேகம் கொண்டு, அடில் கானின் உதவியை நாடினான். ஆனால் சுல்தான் விசயநகருக்குச் செல்லும் வழியில் திருமலை அவனைச் சந்தித்து, அவனுக்குத் தேவையான பணத்தைக் கொடுத்து அவனைத் தன் வசப்படுத்திவிட்டான். இதற்கு எதிர் நடவடிக்கையாக, குற்றி என்ற இடத்திற் சிறையிடப்பட்டிருந்த சதாசிவனை இராமராயன் விடுதலை செய்து, அவனையே பேரரசனாகப் பிரகடனஞ் செய்துவிட்டு, உதவிகோரிப் பிசப்பூருக்கு வேண்டுகோள் விடுத்தான். இவையெவற்றையும் விரும்பாத அடில்கான் விசயநகர் மீது போர் தொடுத்தான். தடுமாற்றமுற்ற தலைநகரத்து மக்கள், திருமலையை அரசனாகப் பிரகடனப்படுத்தினர். அவன், அடில் கான் 'ாவைத் தோற்கடித்தபடியால், 'ா திரும்பிச் செல்லவேண்டியதாயிற்று. தன் வழியிற் குறுக்கே நின்ற முதலாம் வேங்கடனையும் அரச குடும்பத்தைச் சேர்ந்த மற்றைய உறுப்பினரையும் படுகொலை செய்வித்து எல்லா எதிரிகளையும் ஒழித்தான் திருமலை. இதற்குப் பின், அவனுடைய கொடுங்கோன்மையைத் தாங்க முடியாத விழுமியோர், தம்மை மீட்கும்படி பிசப்பூர் சுல்தானுக்கு மீண்டும் அழைப்பு விடுத்தனர். அவன் வந்தான், ஆனால் அவனுடைய கர்வம் பிடித்த போக்கு எல்லா இடங்களிலும் வெறுப்பை ஏற்படுத்தியது. ஆகவே தனக்கு ஏதாவது ஆபத்து நேர்ந்துவிடுமோ என்ற பயத்தில் அவன் திரும்பிச் சென்றுவிட்டான். கடைசியில், சதாசிவனின் பேரில் இராச்சியத்தைக் கைப்பற்ற முன்வந்தான் இராமராயன். முதல் பெனுகொண்டாவைப் பிடித்து, தொடர்ந்து நடைபெற்ற போர்களில் திருமலையைத் தோற்கடித்து, துங்கபத்திரை நதிக்கரையில் நடைபெற்ற ஒரு வாட்போரில் அவனைக் கொன்று பின் சதாசிவனின் முடிசூட்டு விழாவைக் கொண்டாடுவதற்காக விசயநகரத்திற்குச் சென்றான் (1543) இராமராயன்.

முடிசூட்டு விழாவிற்குப் பின் ஏழு, எட்டு ஆண்டுகள் வரை சதாசிவன் மட்டுமே அரசனாக இருந்தான். ஆனால் உண்மையான வலு, இராமராயனின் கைகளிலேயே இருந்தது. காலப் போக்கில், இராமராயன் வேத்தியற் பட்டங்களைத் தானே குடிக்கொண்டான். சதாசிவன், கடுமையான பாதுகாப்பில் வைக்கப்பட்டான். இராமராயனும், சகோதரர்களான வேங்கடாத்திரி, திருமலை என்போரும், "ஒவ்வோராண்டிலும், குறிக்கப்பட்ட ஒரு நாளிற் சட்டபூர்வமான தமது இறையாகிய சதாசிவனின் முன் சென்று, தங்கள் மேல் அவனுக்குள்ள உரிமைக்கு அடையாளமாக, விழுந்து வணங்கினர்."

இராமராயன் பழமை வாய்ந்த விழுமியோர்களை அழித்துவிட்டு, தன்னுடைய குடும்பத்தினரை அவ்வுயர்நிலைக்கு உயர்த்தினான் எனப் பெரிசுத்தா கூறுகின்றார். மற்றைய வரலாற்றாசிரியர்களும் சாசனங்களும் இவ்வுண்மையை உறுதிப்படுத்துகின்றன. இராமராயன் தன் படையிற் பெருந்தொகையான முசிலிம் வீரர்களையும் சேர்த்தான். உண்மையில், இவ் வழக்கம் முதலாம் தேவராயனாற் சிறிய அளவில் முன்பு தொடங்கப்பட்டது. ஆனால் முக்கியமான பதவிகள் எதுவும் அப்போது முசிலிம்களுக்குக் கொடுக்கப்படவில்லை. விவேகம் பொருந்திய இந்தக் கொள்கையிலிருந்து

இராமராயன் விலகினான். உள் விவகாரங்களை நன்றாக அறிந்துகொள்ளக்கூடிய வாய்ப்பளிக்கும் பதவிகளில் அவர்களை நியமித்தான். கிடைக்கும் ஒவ்வொரு சந்தர்ப்பத்தையும் பயன்படுத்தித் தக்கணத்து முசிலிம் அரசர்களுக்கிடையேயிருந்த தொடர்புகளில் தலையிட்டு, ஒருவனுக்கெதிராக மற்றவனைத் தூண்டிவிட்டான். இந்த நடவடிக்கையால் தக்கணத்து முசிலிம் அரசர்களைப் பலவீனமடையச் செய்யலாமெனவும், தன் வலுவை அதிகரிக்கலாமெனவும் இராமராயன் நினைத்திருந்தான். நடப்பதைத் தெளிவாகத் தெரிந்து கொண்ட முசிலிம் அரசர்கள், தமக்குள்ளே சண்டையிடுவதை நிறுத்திக் கொண்டனர் என்று சொல்லத் தேவையில்லை. தன் தவறான கணிப்பினால் தகுந்த நட்டமடைந்தான் இராமராயன். இவன் கடைப்பிடித்த கொள்கை, இராக்கசிதங்கடி (தலைக்கோட்டை) யில் நடந்த பெருஞ் சேதத்திற்கு நேர்ப்பாதை அமைத்துக் கொடுத்தது.

சதாசிவனின் முடிசூட்டு விழாவிற்குப் பின், மிக விரைவில் இராமராயன் தென்னாட்டிற்குச் செல்லவேண்டியிருந்தது. இராச்சியத்தின் தலைமைப்பதவியில் இவன் நிலைபெற்றிருப்பதைக் காணச் சகியாத இவனுடைய எதிரிகள் தமது ஆதிக்கத்திலிருந்து சந்திரகிரிக்குத் தெற்கேயுள்ள நாட்டிற் குழப்பம் விளைவித்து இராமராயனின் அதிகாரத்தை எதிர்த்தனர். இன்னும் மிகத் தெற்கேயிருந்த திருவாங்கூரின் அரசர்கள், பேரரசின் மானியமளிநாடான கயத்தாறு என்ற இடத்தில் நாட்டாண்மைக்காரனாக இருந்த பாண்டியனை விரட்டிவிட்டு எதிர்க்கிளர்ச்சி செய்தனர். வண பிரான்சிசு சவேரியார் தலையிலுள்ள கத்தோலிக்க மதப் பிரசாரகர்கள், மன்னார்க் குடாவில் முத்து விளையும் கடற்கரையையடுத்து வாழ்ந்த மக்களுள் பெரும் பகுதியினரைத் தம் மதத்திற் சேர்த்தனர். அத்துடன் போத்துக்கேய மன்னனுக்கு இராச விசுவாசத்தைச் செலுத்தும்படியும் அந்த மீனவர்களைத் தூண்டினர். அப்படிச் செய்தால் பல்லாண்டு காலம் அவர்களை வருத்திய இந்து மன்னனின் நசுக்கலிலிருந்தும் முசிலிம் வணிகர்களின் கொள்ளையடிப்பிலிருந்தும் அம்மக்கள் தப்பலாமெனவும் கூறினர். பிரான்சிசுக்கள் சன்னியாசிகளும் யேசு சபையைச் சேர்ந்தவர்களும் கோவில்களை அழித்துவிட்டுக் கடற்கரைப் பகுதிகளிற் கிறித்தவத் தேவாலயங்களைக் கட்டுவதில் மிகவும் மும்முரமாக ஈடுபட்டனர். கோவாவிலிருந்த போத்துக்கேயத் தேசாதிபதி, காஞ்சிபுரத்துக்குச் சென்று அங்குள்ள செல்வங் கொழிக்கும் கோவில்களைக் கொள்ளையடிப்பதற்காக ஒரு படையை ஒழுங்கு செய்தான் என அறிவிக்கப்பட்டது. ஒவ்வோரிடத்திலும் அநேக சிற்றரசர்கள் தமக்குள் ஒருவரோடொருவர் பொறாமையுடனிருந்தார்கள். சிலர், போத்துக்கேயருடன் பேச்சுவார்த்தை நடத்திக்கொண்டிருந்தனர். இவையெல்லாம், ஏற்கனவே சிக்கலாயிருந்த நாட்டின் நிலையை மேலும் சிக்கலாக்கின.

இந்த வேளையில், ஒரு பெரிய படையுடன் தென் நாட்டிற்குச் சென்று அங்குள்ள குழப்பங்களை அடக்கி ஒழுங்கை நிலைநாட்டும்படி தன் மைத்துனனாகிய சின்னதிம்மனுக்குக் கட்டளையிட்டான் இராமராயன். முதலில், கலகக்காரரிடமிருந்து சந்திரகிரி மீட்கப்பட்டது. பின் சோழ நாட்டிற்குச் சென்று புவனகிரிக் கோட்டையைத் தகர்த்தான் திம்மன். அங்கிருந்து கரையோரமாகச்

சென்று காவேரி நதியைக் கடந்த அப்படை நாகூரை அடைந்தது. கத்தோலிக்கராற் பாழாக்கப்பட்டிருந்த இரங்கநாதர் கோவில் மீண்டும் திருத்திக் கட்டப்பட்டது. தஞ்சாவூர், புதுக்கோட்டை ஆகிய இடங்களின் தலைவர்கள் அடிபணிய வைக்கப்பட்டனர். அவர்களிடமிருந்து திறைப் பாக்கியும் வசூலிக்கப்பட்டது. இதற்குத் தெற்கே, பதவியில் இருந்து முன்பு துரத்தப்பட்ட பாண்டியனுக்கு, அவனுடைய இராச்சியம் மீட்டுக் கொடுக்கப்பட்டது. கயத்தாறு, தூத்துக்குடி ஆகியவற்றின் தலைவனாயிருந்த பெத்தும்பெருமாள் என்பவனின் கர்வம் ஒடுக்கப்பட்டது. திருவாங்கூரிலிருந்து வந்த ''ஐந்து திருவடிகளின்'' படைகள் தோவளக் கணவாயில் முறியடிக்கப்பட்டுக் கலைக்கப்பட்டன. திருவாங்கூரின் மிகுதிப் பகுதியைத் தாக்கி, தோல்வியுற்ற அதன் அரசனை ஆதரவுடன் வரவேற்று, அவனுக்கு முன்பு சொந்தமாயிருந்த நாட்டில் அவனை அரசனாக்கினான் திம்மன். பின்னர் திருவனந்தபுரத்திலுள்ள பத்மநாத சுவாமி கோவிலுக்குச் சென்று வணங்கிவிட்டு, குமரிமுனை சென்று வெற்றித்தூண் ஒன்றை நாட்டினான். இப்படையெடுப்பின்போது மதிப்பு மிக்க சேவைபுரிந்த தன் சகோதரனான விட்டலனை, கைப்பற்றப்பட்ட இடங்களுக்குப் பொறுப்பாக நியமித்து விட்டுச் சின்னதிம்மன் தலைநகருக்குத் திரும்பினான்.

இராமராயன், போத்துக்கேயருடன் எந்நாளும் நட்புறவு பூண்டிருந்தான் என்று சொல்வதற் கிடமில்லை. 1542 ஆம் ஆண்டில் கோவாவின் தேசாதிபதியாக மாட்டின் அப்பொன்சோ டீ சௌசா என்பவன் பதவியேற்றபின், நிலைமை மோசமடைந்தது. அவன் கோவாவுக்கு வந்த சில நாட்களில், பத்கல் துறைமுகத்தைத் தாக்கிக் கொள்ளையடித்தான். சோழமண்டலக் கரையில் அவன் ஈடுபட்டிருந்த நடவடிக்கைகளைப்பற்றி முன்பு குறிப்பிடப்பட்டுள்ளது. அவனுக்குப் பின் தேசாதிபதியாக வந்த யோ டீ காசுத்தி றோ என்பவனுடன் 1547 ஆம் ஆண்டில் இராமராயன் ஒரு பொருத்தனை செய்து, அதன் மூலம் குதிரை வியாபாரத்தின் முழு உரிமையையும் பெற்றான். தொடர்ந்து 1558 ஆம் ஆண்டு வரை இரு பகுதியினர்க்கிடையிலும் நல்லுறவு நிலவியது. 1558 ஆம் ஆண்டில் இராமராயன் திடீரெனச் சான்தோம் என்ற இடத்தைத் தாக்கினான். உரோமன் கத்தோலிக்கக் குருமார்கள் இந்துக் கோவில்களை இடித்தழித்து விட்டார்கள் என்று அவனுக்கு முறைப்பாடு செய்யப்பட்டதனாலும், அங்குள்ள மக்கள் பெருநிதி வைத்திருக்கின்றார்கள் என்று இராமராயன் நம்பியதாலுமே சான்றோமைத் திடீரென்று தாக்கினான். ஒரே முயற்சியிலேயே இந்து மதத்தைப் பாதுகாக்கவும் தன்னுடைய திறைசேரியை நிரப்பவும் முடியும் என்றும் நினைத்தான். தனக்குத் திறையாக 1,00,000 பகோடாக்கள் கொடுக்கப்பட வேண்டும் என்று பயமுறுத்திக் கேட்ட இராமராயன், அதில் அரைப்பங்கை உடனேயே கொடுக்கும்படி வற்புறுத்தினான். ஓராண்டின் பின் மிகுதிப் பங்கு கொடுபட வேண்டுமெனக் கூறிய இராமராயன் அதற்குப் பிணையாக, நாட்டாண்மைக்காரருள் ஐவரைத் தன்னுடன் கொண்டு சென்றான். கோவாவிலிருந்து சான்தோமுக்கு உதவி செல்வதைத் தடுப்பதற்காக, ஏறக்குறைய இதே வேளையில், இராமராயனின் மைத்துனனாகிய விட்டலராயன் கோவாவைத் தாக்கினான். இக்கேரி நாட்டாண்மைக்காரனான சங்கண்ண நாயக்கன் அவனுக்கு உதவி செய்தான். இத்தகைய வீழ்ச்சிகள்

போத்துக்கேயருக்கு ஏற்பட்ட போதிலும், அடுத்தடுத்த ஆண்டுகளில், அவர்கள் தொடர்ந்து மலையாளக் கரையிற் கொள்ளையடித்து வந்தார்கள்.

முசிலிம் இராச்சியங்களுடன் இராமராயன் கொண்டிருந்த தொடர்பு பற்றி விபரங்களை இனி நாம் அறியவேண்டும். இராக்கசி-தங்கடி (தலைக்கோட்டை)யில் இறுதிப்போர் நடைபெறுவதற்குக் காரணமாயிருந்த சம்பவங்களைப் பற்றியும் நாம் கவனிக்க வேண்டும். இப்போரைப்பற்றி ஏற்கனவே, சாடையாகக் குறிப்பிட்டுள்ளோம். பிசப்பூரும் அகமதுநகரும் (1542-3) தமக்கிடையேயிருந்த வேறுபாடுகள் அனைத்தையும் நீக்கி, விசயநகருக்கு எதிராகப் பிசப்பூர் விரும்பியபடி சண்டையிடலாமெனவும் உடன்பாட்டுக்கு வந்தன. ஆகவே இபுறாகிம் அடில் 'ா, விசயநகரைத் தாக்கினான். கெலடித் தலைவனாகிய சதாசிவநாயக்கன் விசய நகரப் படையின் தளபதியாக நின்று சண்டையிட்டபடியால் இபுறாகிமின் படைகள் பின்வாங்கவேண்டியிருந்தன. இபுறாகிம் எவ்வித வெற்றியையும் ஈட்டவில்லை. பிடாரிடமிருந்து கல்யாணிக் கோட்டையைப் பிடிப்பதற்கு, 1548 ஆம் ஆண்டில் இராமராயன், பர்கான் நிசாம் 'ாவிற்கு உதவி செய்தான். 1553 ஆம் ஆண்டில் பர்கான் இறக்கும்வரை, அக்கோட்டை அவனுடைய கையிலேயே இருந்தது. அவனுடைய மகனாகிய உசைன் நிசாம் 'ா, கோல்கொண்டாவைச் சேர்ந்த இபுறாகிம் குதுப் 'ா என்பவனுடன் நட்புறவுபூண்டு, 1557 ஆம் ஆண்டில் குல்பர்காவை முற்றுகையிட்டு, பிசப்பூருக்கு எதிராக மீண்டும் போர்புரிந்தான். இபுறாகிம் அடில் 'ா, இராமராயனின் உதவியை நாடினான். அவனுடைய கோரிக்கையை ஏற்றுக்கொண்ட இராமராயன் தானே தன் படைக்குத் தலைமை தாங்கி, வழி நடத்திச் சென்றான். இரத்தக்களரி ஏற்படுவதைத் தடைசெய்யும் ஆவலுடனிருந்த இராமராயன், வீமநதியும் கிருட்டிணை நதியும் சங்கமமாகும் இடத்தில், எல்லாப் பகுதியினரையும் சந்திக்கும்படி செய்தான். இச்சந்திப்பின் விளைவாக ஏற்பட்ட அமைதிப் பொருத்தனை, அனைவரும் இருவயினொத்த நட்புறவுடன் இருந்து பாதுகாப்பதற்கு வழிவகுத்தது. அவர்களுள் யாராவது ஒருவர், அநியாயமான முறையில் வேறு யாராலாவது தாக்கப்பட்டால், உடனே மற்றைய எல்லாரும் ஒன்று சேர்ந்து, ஆக்கிரமிப்பாளனைத் தாக்கவேண்டும். இத்தகைய பொருத்தனை இக்காலத்தில், கூட்டுப் பாதுகாப்புத் திட்டம் எனக் கூறப்படும்.

நான்கு அரசர்களின் இந்தச் சந்திப்பு நிகழ்ந்ததையடுத்து, இபுறாகிம் அடில் 'ா இறக்க, அவனுடைய மகனான அல அடில் 'ா, பிசப்பூரின் சுல்தானானான். விசயநகருடன் கொண்டிருந்த நட்புறவை மேலும் பலப்படுத்துவதற்காக, ஓர் அசாதாரண நடவடிக்கையை அலி மேற்கொண்டான் எனப் பெரிசுத்தா கூறுகின்றார். இந்தக் காலத்தில், இராமராயன் தன் மகன் ஒருவனை இழந்தான். அலி நேரடியாகத் தனது அனுதாபத்தைத் தெரிவிப்பதற்காக, விசயநகருக்குச் சென்றான். அங்கே மிகுந்த மரியாதையுடன் அவன் வரவேற்கப்பட்டான். இராமராயனின் மனைவி, அலியைத் தன் சுவீகார புத்திரனாக ஆக்கிக்கொண்டாள். எனினும் மூன்று நாட்கள் அரண்மனையில் தங்கிவிட்டு அலி விடைபெற்று வீடு திரும்பியபோது, இராமராயன் நகருக்கு வெளியே சென்று அவனை வழிய னுப்பத் தவறிவிட்டான். "தனக்கு

இழைக்கப்பட்ட இவ்வவமானத்தைத் தன் மனத்துள் வைத்தான்'' அலி. பிசப்பூரின் செல்வச் சிறப்பு மிகவும் கீழ் நிலை அடைந்தபடியாற்றான், அதன் சுல்தான், இவ்வளவு தூரம் பணிந்து தன் நட்புறவை நாடினான் என இராமராயன் நினைத்திருந்தான் போலத் தெரிகிறது.

நான்கு அரசர்களின் அமைதிப் பொருத்தனையை முதன் முதலாகப் புறக்கணித்த உசைன் நி'ான் 'ா, 1560 ஆம் ஆண்டில் பிசப்பூர்மீது படையெடுத்தான். அலி விசயநகருக்கு ஓடி இராமராயனின் உதவிகோரிக் கெஞ்சினான். அக்கோரிக்கைக்குச் செவிசாய்த்தான் இராமராயன். அத்துடன் கோல்கொண்டாவைச் சேர்ந்த இபுறாகிம் குதுப் 'ாவிடம், பொருத்தனையில் குறிப்பிட்டுள்ளபடி, அவனுடைய கடமையை நிறைவேற்றுமாறும் இராமராயன் கேட்டுக்கொண்டான். தயக்கத்துடனேயே அப்படிச் செய்தான் குதுப் 'ா. ஆனால், கூட்டுப் படைகள் வருவதைக் கண்ட நிசாம் 'ா, பின்வாங்கித் தன் நாட்டிற்குள் ஓடினான். தன் இந்து அதிகாரிகளுள் ஒருவனாகிய போபால் இராசு என்பவனிடம் கல்யாணிக் கோட்டையைப் பாதுகாக்கும் பொறுப்பை ஒப்படைத்தான். கூட்டுப்படையினர், கல்யாணிக் கோட்டையை முற்றுகையிடும்படி தமது வீரர்களின் ஒரு பகுதியினரை விட்டுவிட்டு, தொடர்ந்து அகமதுநகருக்குச் சென்று தாக்கினார்கள். சாம்கேட் என்ற இடத்தில் நடந்த போரில் 'ா தோற்கடிக்கப்பட்டான். தப்பியோடிய சுல்தானைக் கூட்டுப் படையினர் தௌலதாபாத்து வரை துரத்திச் சென்றனர். தொடர்ந்து எதிர்ப்பதனாற் பலன் ஏற்படாது என்பதை உணர்ந்த நிசாம் 'ா, அலி அடில் 'ாவிடம் கல்யாணிக் கோட்டையை ஒப்படைத்துச் சமாதானம் செய்தான். இதனால், அல அடில் 'ா, இராமராயனுக்கு எந்நாளும் நன்றிக்கடன் பட்டிருந்தான். இதற்குப் பின், இராமராயன் பிடாரின்மீது போர் தொடுத்து, பரீது 'ா என்பவனைத் தோற்கடித்தான். அப்பொழுதிலிருந்து தன் எதிரிகளுடன் இராமராயன் செய்த போர்களில் பரீது 'ா பங்குபற்றவேண்டியவனானான்.

ஆரம்பத்தில் கோல்கொண்டாவிலுள்ள குதுப் 'ாகி அரசசபையில் இராமராயன் சில காலம் சேவை செய்தபடியால், அந்த இராச்சியத்தின் உள்நாட்டு நிலைமைகளை நேரடியாகத் தெரிந்து வைத்திருந்தான். அங்குள்ள விழுமியோர் சிலரின் நண்பனாகவுமிருந்தான். தன் சகோதரனின் கோபத்திற்குப் பயந்து விசயநகருக்கு ஓடிவந்த இபுறாகிம் குதுப் 'ாவை இராமராயன் அன்புடன் வரவேற்றான். பின் அந்தச் சகோதரன் இறந்தபோது, சிம்மாசனத்தை இபுறாகிம் கைப்பற்றுவதற்கு இராமராயன் உதவிபுரிந்தான். ஆகவே தொடக்கத்தில் இவர்கள் இருவர்க்கிடையிலும் நட்புறவு இருந்தது. ஆனால், காலம் செல்லச் செல்ல, அவர்களின் முரண்பட்ட அக்கறைகள், அவர்களைத் தூர விலகும்படி செய்தன. அகமதுநகருக்கு எதிரான போரில் அரமனத்துடன்தான் இபுறாகிம், இராமராயனுடன் ஒத்துழைத்தான். பிற்காலத்தில், அவன் வெளிப்படையாகவே அகமதுநகருடன் நட்புறவு பூண்டுகொண்டு பிசப்பூருக்கு எதிராகச் சென்று கல்யாணிக் கோட்டையை முற்றுகையிட்டான். அக்கோட்டைக்கு உதவிபுரியச் சென்றான் இராமராயன்' அத்துடன் தன் சகோதரனான வேங்கடாத்திரியின் தலைமையில் ஒரு படையை அனுப்பி, கோல்கொண்டா இராச்சியத்தின் தென் மாவட்டங்களைத் தாக்கும்படியும் கட்டளையிட்டான். இதன் காரணமாக,

ஒன்று சேர்ந்த சுல்தான்கள் இருவரும் கல்யாணிக் கோட்டையிலிருந்து பின்வாங்கினார்கள். நிசாம் 'ாவைப் பின்தொடர்ந்து சென்றான் இராமராயன்' பிசப்பூர்ப் படைகள் குதுப் 'ாவைப் பின்தொடர்ந்து சென்றன. இரண்டாவது தடவையாக, விசயநகரப் படைகள் அகமதுநகரை முற்றுகையிட்டன. ஆனால் அம் முற்றுகை வெற்றியளிக்கவல்லை அருகிலுள்ள ஆறு பெருக்கெடுத்ததால், முற்றுகையிட்ட படையினர் பெருநட்டத்துடன் திரும்பிச் செல்ல வேண்டியதாயிற்று. போரில் தோல்வியுற்று, மிகுந்த சிரமத்துடன் தன் தலைநகரை அடைந்த இபுறாகிம் 'ா, வேங்கடாத்திரியின் படையெடுப்பின் காரணமாக அங்கு எல்லாம் ஒழுங்கீனமாக இருப்பதைக் கண்டான். விரைவில், இராமராயனும் அகமதுநகரிலிருந்து திரும்பிக் கோல்கொண்டாவை நோக்கித் தன் படையுடன் சென்றான். அவனுடைய கவனத்தைத் திருப்ப எண்ணிய இபுறாகிம், கொண்டவீட்டைத் தாக்கினான். ஆனால் வெற்றி கிட்டவில்லை மீண்டும் தோல்வியே ஏற்பட்டது. அவனுடைய நாட்டை நாசஞ்செய்து, முக்கியமான கோட்டைகளை எதிரிகள் கைப்பற்றினர், முடிவில் கோவில்கொண்டா, கான்புரம், பங்கல் முதலிய இடங்களிலிருந்து கோட்டைகளை விட்டுக்கொடுத்ததன் பின்பே, அமைதி ஏற்பட்டது (1563 ஆம் ஆண்டளவில்) கோல்கொண்டாவிற்கும் விசய நகருக்குமிடையே இருந்த பிளவை இப்போர் மேலும் அதிகரித்தது. விசயநகரின் அயல் இராச்சியங்களாக வடக்கேயிருந்த முசிலிம் இராச்சியங்களைத் தொடர்ந்து சிறுமைப்படுத்தி வந்த இந்து அரசை அழித்துவிட வேண்டுமென்று, இப்போது கங்கணம் கட்டிக்கொண்டான் இபுறாகிம்' முசிலிம் இராச்சியங்களின் தூதமைச்சர்கள் கூடத் தக்க முறையில் விசயநகரத்தில் வரவேற்கப்படவில்லை.

தமக்கிடையேயிருந்த ஒற்றுமையின்மை இராமராயனுக்கு நன்மையளித்தது என்பதை முசிலிம் அரசர்கள் கண்டுகொண்டார்கள். அதிக அளவிற் பாதிக்கப்பட்ட இபுறாகிம் குதுப் 'ா, உசைன் நிசாம் 'ா ஆகிய இருவரும் விசயநகருக்கும் எதிராக ஓர் நாட்டுக்கூட்டிணைப்பை அமைப்பதில் முன்னின்றுழைத்தனர். அகமதுநகர் மீதும் கோல்கொண்டாவின் மீதும் விசயநகரப் படையெடுப்பு நிகழ்ந்தபோது, அங்குள்ள முசிலிம் குடிமக்களுக்கு எதிராகவும் தகாத செயல்களில் ஈடுபட்டனர் இந்துப் படைவீரர்கள். இராமராயனுக்கு எதிராக வெறுப்புணர்ச்சியைத் தூண்டி விடுவதில் இச்செயல்கள் பெரும்பங்கு வகித்தன என்பதை உறுதியுடன் கூறுகின்றார் பெரிசுத்தா. சுல்தான்களுக்கிடையே அடிக்கடி தூதுக்குழுக்கள் போய்வந்துகொண்டிருந்தன. அவர்களுக்கிடையே இருந்த வேறுபாடுகள் ஒழக்கப்பட்டன. நம்பிக்கையுடன் ஒத்துழைக்கக்கூடிய அனைவரையும் இராமராயனுக்கு எதிராகக் கூட்டமைப்பிற் சேர்ப்பதற்கு முயற்சிகள் மேற்கொள்ளப்பட்டன. அகமதுநகருக்கும் பிசப்பூருக்குமிடையே இருந்த அரசியலுறவு இரு நாட்டு இராச வம்சங்களிடையே நடைபெற்ற திருமணங்களினால் மேலும் அதிக பலமுற்றது. உசைன் நிசாம் 'ாவின் மகளான சாந்து பீபீயை அலி அடில் 'ா மணந்தான். அதேவேளையில் அலியின் சகோதரிகளுள் ஒருத்தியை, உசைனின் மூத்த மகன் மணம் செய்தான். இந்தத் திருமணங்கள் நடந்து முடிந்தவுடனே, புனிதப் போருக்கான ஆயத்தங்கள் செய்யப்பட்டன. ஐந்து சுல்தான்களும் இராமராயனின் எதிரிகளாக

இருந்தனர் என இந்து வரலாற்றுக் குறிப்புகள் கூறுகின்றன. ஆனால் முசிலிம் வரலாற்றாசிரியர்கள், பிரார் சுல்தானை இதிலிருந்து நீக்கிவிடுகின்றனர். அலி அடில் ‘ா, நெடுகவே இரட்டை வேடம்பூண்டு, இரண்டு பக்கத்தினருக்கும் நண்பனாக நடிக்க முயன்றான் என்பது தெளிவு. முசிலிம் படைகள், பிசப்பூர்ச் சமவெளியில் ஒன்றுகூடி, 1564 ஆம் ஆண்டின் முடிவில் தெற்கு நோக்கி முன்னேறின.

இறுதியான பலப் பரீட்சை விரைவில் தொடங்கும் என்பதை அறிந்திருந்த இராமராயன், விசயதசமி தினத்தில் (செத்தெம்பர் 15, 1564), அரசசபையிலிருந்த விழுமியோருக்கு, நடைபெறவிருக்கும் போரைப்பற்றி அறிவித்தான். கிடைக்கக்கூடிய ஆயுதங்களையும் படைகளையும் தாமதமின்றி ஒன்று சேர்க்கும்படியும் ஆணையிட்டான். படைவீரர்களின் தொகையைப் பற்றிப் பல வரலாற்றாசிரியர்கள் தரும் குறிப்புகளை நம்பமுடியாவிட்டாலும் இரண்டு பக்கத்திலும் பெருந்தொகையான வீரர்கள் இருந்தார்கள் என்பதிற் சந்தேகமில்லை. கிருட்டிணை நதிக்கண்மையில், சிறிய கோட்டையுடனிருந்த தலைக்கோட்டை என்ற இடத்தை முசிலிம் வீரர்கள் 1564 ஆம் ஆண்டு திசம்பர் மாதம் 26 ஆம் திகதி அடைந்தார்கள். இராமராயன் நிறைந்த நம்பிக்கையுடன் அப்போதைய நிலைமையை எதிர்நோக்கினான். கிருட்டிணை நதியைக் காக்கும்படியும், எதிரிகள் அந் நதியைக் கடந்து வருவதைத் தடுக்கும்படியும் கூறி, எல்லாவித ஆயுதங்களையும் தாங்கிய ஒரு படையுடன் தன் சகோதரனாகிய திருமலையை அனுப்பினான் இராமராயன். பின், தன் அடுத்த சகோதரனாகிய வேங்கடாத்திரியை அனுப்பினான். கடைசியில் எஞ்சியிருந்த எல்லாப் படை வீரர்களுடன் தானே சென்றான். இந்துக்களின் போர் முகாம் கிருட்டிணை நதியின் தெற்கே இருந்தது. ஆனால் முசிலிம் படைவீரர்கள், நதியின் இரு கரைகளிலும் இருந்தனர். இறுதிப் போருக்கு முன் நடைபெற்ற சம்பவங்களைப் பற்றியும், இறுதிப் போரைப்பற்றியும், பாரபட்சமான பல வரலாற்றுக் குறிப்புகள் எழுதப்பட்டுள்ளன. இவற்றிலிருந்து, உண்மையில் நடைபெற்ற சம்பவங்களை அறிவது இலகுவான காரியமன்று. கிருட்டிணை நதியின் தென்கரையிலேயே உண்மையான போர்க்களம் இருந்தது. நதியின் வடக்கில், பத்து மைல் இடைவெளியில் இருந்த இராக்கசிதங்கடி ஆகிய கிராமங்கள், தலைக்கோட்டையிலும் பார்க்க, போர்க்களத்திற்கண்மையிலிருந்தபடியால் சில வரலாற்றாசிரியர்கள் இப்போரைத் தலைக்கோட்டைப் போர் எனக் குறிப்பிடாது, இராக்கசி-தங்கடிப் போர் என்று குறிப்பிடுகின்றனர்.

இரு பக்கத்துப் படைவீரர்களும் ஒரு மாதத்திற்கு மேல், ஒருவரையொருவர் எதிர்த்துக் கொண்டு வந்தனர். இக்காலத்தில் சில ஆரம்பப் பலப் பரீட்சைகளும் இடம் பெற்றன. இப்படியான ஒரு பலப்பரீட்சையின்போது படுதோல்வியடைந்த நிசாம் ‘ாவும், குதுப் ‘ாவும், ஏதாவது தந்திரம் செய்யவேண்டிய தேவையை உணர்ந்தார்கள். தாங்கள் இராமராயனுடன் அமைதியாக இருக்கப் போவதாகக் காட்டிக்கொண்டு, பேச்சுவார்த்தைகளையும் ஆரம்பித்தார்கள். அதே வேளையில், அலி அடில் ‘ாவுடன் வாதாடி, அவனுடைய உறுதியான ஆதரவையும் பெற்றுக்கொண்டார்கள். இராமராயனின்

படையிலிருந்த முசிலிம் அதிகாரிகளுடன் அவர்கள் அநேகமாகத் தொடர்பு கொண்டுமிருக்கலாமெனத் தெரிகிறது. எல்லாவித ஆயத்தங்களையும் செய்து முடித்த பின் முக்கிய முசிலிம் படையணி ஆற்றுத் திடர் வழியைக் காவல் காத்து நின்ற இந்து வீரர்களை ஏமாற்றி அவர்களை வேறிடத்திற்கு ஓடச் செய்தது. நதியைக் கடந்து சென்று இந்துக்களின் முகாமைத் தாக்கியது. எதிர்பாராத இந்நிகழ்ச்சியினால் இராமராயன் ஆச்சரியமுற்றானாயினும், விரைவில் பாதுகாப்பு ஒழுங்குகளைச் செய்து முடித்தான். இறுதியாக நடைபெற்ற போரில் இராமராயனும் அவனுடைய சகோதரர்களும் பங்குபற்றினார்கள். சீவெல், பெரிசுத்தா ஆகியோர், 1565 ஆம் ஆண்டு சனவரி மாதம் 23 ஆம் திகதி செவ்வாய்க்கிழமை இப்போர் நடைபெற்றது எனக் குறிப்பிடுகின்றனர். தன் தள்ளாத வயதையும் பொருட்படுத்தாது, ஒரு மூடுபல்லக்கினுள்ளிருந்தபடி தானே போர் வேலைகளைக் கொண்டு நடத்த வேண்டும் என்பதில் இராமராயன் பிடிவாதமாக இருந்தான். மத்திய படையின் தளபதியாக இருந்த அவனை, உசைன் நிசாம் 'ா எதிர்த்துப் போரிட்டான். இடச்சாரியிலிருந்த படைக்குப் பொறுப்பாகவிருந்த அவன் சகோதரன் திருமலையை எதிர்த்து, அலியின் தலைமையில் வந்த பிசப்பூர்ப் படைகள் போரிட்டன. இடச்சாரியிலிருந்த படைக்குப் பொறுப்பாகவிருந்த அவன் சகோதரன் திருமலையை எதிர்த்து, அலியின் தலைமையில் வந்த பிசப்பூர்ப் படைகள் போரிட்டன. வேங்கடாத்திரியின் தலைமையில் வலச்சாரியில் இருந்த படைகள், அகமதாபாத்து-பிடார், கோல்கொண்டா ஆகிய இடங்களின் சுல்தான்களை எதிர்த்துப் போரிட்டன. ஆரம்பத்தில் இந்துப் படைகள் வெற்றியுடன் போரிட்டன. போரில் வெற்றியடையும் நிலையும் அவர்களுக்கு ஏற்பட்டது. ஆனால் அவ்வேளை இராமராயனின் படையைச் சேர்ந்த இரு முசிலிம் தளபதிகள் செய்த துரோகத்தினால், இராமராயன் தோல்வியடைய வேண்டியதாயிற்று. இந்த முசிலிம் தளபதிகள் ஒவ்வொருவரும், எழுபதினாயிரத்திற்கும், எண்பதினாயிரத்திற்கும் இடைப்பட்ட படைவீரர்களுக்குப் பொறுப்பாக இருந்தனர். "இந்தப் படைகள் எதிரிகளுடன் ஒன்றாகச் சேர்ந்தவுடனே, போர் நான்கு மணித் தியாலங்களேனும் நீடிக்கவில்லை. ஒரு சில நிமிட நேரம்தான் நீடித்தது. படைத் தளபதிகளாயிருந்த இரண்டு துரோகிகளும், போரின் முக்கிய கட்டத்திலேயே, தமக்குக் கீழுள்ள படையினருடன் சேர்ந்து, அரசனுக்கு எதிராகப் போர் புரிந்தார்கள். இதனால், இராமராயனின் படைவீரர்களிடையே ஒழுங்கீனம் ஏற்பட்டது. மனக்குழப்பமடைந்த அந்தப் படைவீரர்கள் போர்க்களத்தை விட்டு ஓடினார்கள்" எனச் சீசர் பிரடெரிக் என்பவர் கூறுகின்றார்.

இராமராயனைக் கைதியாக்கிய நிசாம் 'ா, உடனே அவனைச் சிரச்சேதஞ் செய்து, ஈட்டி முனையில் அவனுடைய தலையைக் குத்தி இந்துப் படைவீரர்கள் பார்க்கும்படி உயர்த்திக் காட்டினான். இதைத் தொடர்ந்து நடைபெற்ற சண்டையில், ஒரு இலட்சத்திற்கு மேலானோர் கொல்லப்பட்டனர். படை வீரரிடையே பெருங் குழப்பம் காணப்பட்டது. புதிதாகத் தாக்குதலை மேற்கொள்ளவோ, தலைநகரத்தைப் பாதுகாக்கவோ இந்துக்கள் முயலவில்லை. தலைநகருக்குச் செல்லும் வழி பாதுகாப்பின்றித் திறந்து கிடந்தது. மனமுடைந்த படைவீரர்களும் இராச குமாரர்களுமே முதலில் அந்நகரையடைந்தார்கள். போர் முனையிலிருந்து கெட்ட செய்திகளைக்

கொண்டுவந்தவர்கள் அவர்கள் தான். இந்துப் பேரரசனுக்குச் சொந்தமான நிதி முழுவதையும் ஆயிரத்து ஐநூற்று ஐம்பது யானைகளின் மேல் ஏற்றிக்கொண்டு தப்பியோடினான் திருமலை. தலைநகரையும் அங்குள்ள மக்களையும் அவர்களின் விதியை அனுபவிக்க விட்டு விட்டு, கைதியாகவிருந்த பேரரசன் சதாசிவனையும், அரச குடும்பத்தைச் சேர்ந்த பெண்களையும் தன்னுடன் அழைத்துச் சென்றான் திருமலை.

வெற்றியீட்டிய முசிலிம் படைவீரர்களுக்கு முன் கொள்ளைக்கூட்டத்தினரும் வனவாசிகளும் சென்று ஆதரவற்றிருந்த அந் நகர மக்கள் மீது பாய்ந்து அவர்களின் கடைகளையும் வீடுகளையும் கொள்ளையிட்டார்கள். ‘‘நெருப்பு, வாள், அலவாங்கு, கோடரி முதலியவற்றுடன் ஒவ்வொருநாளும் தம் ஈநச வேலையைச் செய்தனர். முதனாள் செழுமையின் முழு நிறைவுடன், விடா முயற்சியுடைய மக்களும் செல்வந்தர்களும் நிறைந்திருந்த உன்னதமான நகரம், அடுத்த நாளே கைப்பற்றப்பட்டுக் கொள்ளையடிக்கப்பட்டுத் துகள் துகளாகச் சிதைக்கப்பட்டது. வர்ணனைக் காப்பாற்றப்பட்ட கொடிய படுகொலைகளும் பயங்கர நிகழ்ச்சிகளும் இடம் பெற்றன.

உலக வரலாற்றிலேயே இத்தகைய ஒரு பெரும் நாசம் இவ்வளவு திடீரென விளைவிக்கப்பட வில்லை எனலாம்.’’ இந்த வீழ்ச்சியிலிருந்து விசயநகரப்படை மீட்சியடையவேயில்லை. சில காலத்திற்குப் பின், இந் நகரைப் பழைய நிலைக்குக் கொண்டுவருவதற்குத் திருமலை எடுத்த முயற்சி அதிக வெற்றியைக் கொடுக்கவில்லை.

பெனுகொண்டாவைத் தன் இருப்பிடமாக்கிக்கொண்டு, எல்லா வழிகளையும் கையாண்டு, படையொன்றை மீண்டும் அமைத்தான் திருமலை. அதிக நெருக்கடியான நிலையில் இருந்த அவன், போத்துக்கேய வியாபாரிகளிடமிருந்து பல குதிரைகளைப் பெற்றுவிட்டு, அவர்களுக்குப் பணம் கொடுக்க மறுத்தான் எனச் சொல்லப்படுகிறது. விசயநகரின் பதிலாளியாக வருவதற்கு இராமராயனின் மகனான திம்மன் என அழைக்கப்படும் பேடதிருமலை என்பவன் உரிமைகோரினான். நகர மக்கள் அவனுக்குச் சாதகமாயிருந்தனர். ஆகவே திருமலை விசயநகரைக் கைவிடவேண்டியதாயிற்று. ஆறு ஆண்டுகள் ஆட்சியறவும் குழப்பமும் ஏற்பட்டன. இதற்குப் பின்பே திருமலை உண்மையில் அரசனானான். பயிற்சி பெற்ற குடியியற் சேவையைக் குழப்பித் தன் உறவினர்க்குப் பதவியுயர்வு கொடுத்த இராமராயனின் தீய கொள்கை, நெருக்கடியான இந்த வேளையில், மேலும் தொந்தரவுகளை அதிகரித்தது. பாளையக்காரரினதும் கொள்ளைக்காரரினதும் கொடுமை வளர்ந்து வந்தது. இந்தச் சந்தர்ப்பத்தை உபயோகித்துத்தான் மதுரை, தஞ்சாவூர், செஞ்சி ஆகிய இடங்களிலிருந்த நாயக்கர்கள் தமது சுதந்திரத்தை உறுதியாக ஈட்டினர்.

இத் தோல்வி அளித்த பெருநாசத்திலிருந்து கூட பேட திருமலையால் எந்தப் பாடத்தையும் கற்றுக்கொள்ள முடியவில்லைப் போலத் தெரிகிறது. அவன் தன் மாமனுக்கு எதிராக, அலி அடில் ‘ாவின் உதவியைக் கோரினான். முதலில் விசயநகருக்குத் தன் படையுடன் சென்ற சுல்தான், பின் அங்கிருந்து

பெனுகொண்டாவை முற்றுகையிடுவதற்கு ஒரு படையை அனுப்பினான். ஆனால், ஆற்றல் வாய்ந்த தளபதியான சவரம் சென்னப்ப நாயக்கனின் பொறுப்பிலிருந்த அக்கோட்டையை எதுவும் செய்ய முடியவில்லை. திருமலை, நிசாம் 'ாவிடம் உதவி கோரினான். நிசாம் 'ா, பிசப்பூர் மீது படையெடுத்து, அடில் 'ாவை விசயநகரிலிருந்து பின்வாங்கச் செய்தான் (1567). விரைவில் பிசப்பூருக்கு எதிராகத் தங்களுடன் சேரும்படி நிசாம் 'ா, குதுப் 'ா ஆகியோர் திருமலையை அழைத்தனர். திருமலையும் அழைப்பை ஏற்று அவர்களுடன் சேர்ந்து கொண்டான். ஆனால் அடில் 'ா, தன் அயலிலுள்ள இந்த சுல்தான்களுடன் சமாதானம் செய்து கொண்டு 1568 ஆம் ஆண்டில் தனது பலம் முழுவதையும் சேர்த்துத் திருமலையின் நாட்டின் மீது போர்தொடுத்து, அடோனியை முற்றுகையிட்டான் பெனு கொண்டாவிற்கும் ஒரு படையை அனுப்பி அங்கிருந்து அடோனிக்கு உதவி வராதவாறு தடுத்தான். பெனுகொண்டா வெற்றிகரமாக எதிர்த்துச் சமாளித்தது. ஆனால் அடோனி கைப்பற்றப்பட்டது.

என்றாலும், திருமலை தன் பேரரசின் பெரும்பகுதியை எப்படியோ, ஒன்றாகவே வைத்திருந்தான். தென்னாட்டு நாயக்கர்களின் புதுப் பதத்தை, வெளிப்படையாகச் சொல்லாமல் உள்;ற அங்கீகரித்து, அவர்களைத் தன் நண்பர்களாக்கிக் கொண்டான். மைசூர் உடையார்களும், வேலூர், கெலடி ஆகிய இடங்களிலிருந்த நாயக்கர்களும் முன்போலவே, இப்போதும் தமது விசுவாசத்தை அவனுக்குச் செலுத்தினர். திருமலை தன்னுடைய மூன்று பிள்ளைகளுள் ஒவ்வொருவரையும் ஒவ்வொரு மொழிப் பிரதேசத்தின் பதிலுரையராக நியமித்து, அப் பிரதேசங்களின் பொது அதிகாரத்தையும், பொது மேற்பார்வையையும் அவர்களிடம் ஒப்படைத்தான். முதலாவது மகனான சிறீரங்கன், பெனுகொண்டாவைத் தலைநகராகக் கொண்ட தெலுங்கு நாட்டின் பதிலரையனாக இருந்தான். இரண்டாவது மகன் இராமன் சிறீரங்க பட்டணத்தைத் தலைநகராகக் கொண்ட கன்னட நாட்டின் பதிலரையனாக இருந்தான். இளைய மகனான வேங்கடபதி, சந்திரகிரியைத் தலைநகராக்கித் தமிழ் நாட்டின் பதிலரையனாக இருந்தான். "அழிவுற்ற கருநாடகப் பேரரசைப் புனருத்தாரணம் செய்பவன்" என்ற பட்டத்தையும் தனக்குச் சூட்டிக்கொண்டான் திருமலை. 1570 ஆம் ஆண்டில் அவன் பேரரசனாக முடிசூடினான். ஆனால் அவன் அப்பொழுதே வயது முதிர்ந்தவனாக இருந்தபடியால் குறுகிய கால ஆட்சியின் பின் அவன் ஓய்வு பெற, அவனுடைய மகனான சிறீரங்கன் 1572 ஆம் ஆண்டில் பேரரசனானான். சிறு சிறு பகுதிகளாக ஒன்று சேர்த்துப் பழைய பேரரசை உயிர்ப்பித்தவன் திருமலை. தொடர்ந்து ஒரு நூற்றாண்டிற்குமேலாக, அப் பேரரசு இயங்கியது. சதாசிவனின் முடிவு எவ்வாறு சம்பவித்தது என்பதைச் சரியாகக் கூற முடியவில்லை. 1567 ஆம் ஆண்டில், திருமலையின் மக்களுள் ஒருவனால் சதாசிவன் படுகொலை செய்யப்பட்டானெனத் தான் கேள்வியுற்றதாகக் கூறுகிறார் சீசர் பிரடெரிக். ஆனால் இது, புதிதாக ஆட்சிப் பொறுப்பை ஏற்ற அரவீடு குடும்பத்தினர்க்கு அபகீர்த்தியை உண்டாக்குவதற்காக, அவர்களின் எதிரிகள் செய்த பிரசாரமாக இருக்கலாம். கீழ்ப்படியத்தக்க சாந்தமான அரசகுமாரனாகச் சதாசிவன் இருந்தபடியால், அவனைக் கொல்வதற்கு எவருமே முயற்சி செய்திருக்க மாட்டார்கள். சிறையில்

பலங்குன்றிச் சோர்வடைந்த சதாசிவன் இயற்கையான மரணத்தையே அடைந்திருக்கலாம். 1576 ஆம் ஆண்டு வரையுள்ள சிலாசாசனங்களில் அவனுடைய பெயர் காணப்படுகின்றது.

1572 ஆம் ஆண்டில் ஆட்சி செய்யத் தொடங்கினான் முதலாம் சிறீரங்கன். இராச்சியப் பொறுப்பிலிருந்து ஓய்வு பெற்ற அவனுடைய தகப்பனான திருமலை, மேலும் ஆறு ஆண்டுகள் உயிர்வாழ்ந்தான். பல தடங்கல்கள் இருந்தபோதிலும், பேரரசிற்குப் புத்துயிரூட்டும் வேலையை அவன் தொடர்ந்து செய்தான். இதற்கிடையில், அயலிலிருந்த இரண்டு முசிலிம் அரசர்கள் இவனுடைய நாட்டின் மீது தொடர்ந்து படையெடுத்து வந்ததால், இவன் தன் நாட்டின் சில பகுதிகளை இழக்கவேண்டியிருந்தது. பெனுகொண்டாவை முற்றுகையிடும்படி, 1576 ஆம் ஆண்டில் அடோனியிலிருந்து ஒரு படையனுப்பினான் அலி அடில் 'ா. தலைநகரைப் பாதுகாக்கும் பொறுப்பை ஆற்றல் வாய்ந்த தன் தளபதியாகிய சென்னப்பனிடம் ஒப்படைத்துவிட்டுச் சிறீரங்கன், தன் நிதிக்குவையுடன் சந்திரகிரிக்குச் சென்றுவிட்டான். மூன்று மாதங்களாக முற்றுகைக்குப் பணியாது பெனுகொண்டா எதிர்த்து நின்றது. இந்த இடைக்காலத்தில், உதவி கோரிக் கோல்கொண்டாவிற்கு வேண்டுகோள் விடுத்தான் சிறீரங்கன். உதவி கிடைத்தது. சென்னப்பனுக்குப் படையுதவி செய்வதற்குத் தானும் வேண்டிய நடவடிக்கைகளை எடுத்தான். அடில் 'ாவின் கீழிருந்த ஓர் இந்து உதவிப்படைத் தளபதிக்குப் பணம் கொடுத்து, அவனைத் தன் பக்கம் சேர்த்துக்கொண்டான். 1576 ஆம் ஆண்டு திசம்பர் மாதம் 21 ஆம் திகதி, சென்னப்பன் சுல்தானைத் தோற்கடித்தான். இதன் பின், சிறீரங்கன் தன் சொந்த இராச்சியத்துட் சென்று வாழ்ந்தான். ஆயின் சமீப காலத்தில், சிறீரங்கனுடன் செய்து கொண்ட நட்புறவை மறந்துவிட்ட இபுறாகிம் குதுப் 'ா, மூன்று ஆண்டுகளுள் சிறீரங்கனின் நாட்டின் மீது படையெடுத்தான். விசயநகர ஆட்சியில் அதிருப்தியுற்றிருந்த சில விழுமியோர்களுடன் 'ா இபுறாகிம் அநேகமாகத் தொடர்புகொண்டிருக்கலாம். தன் நாட்டைப் பெருப்பிப்பதற்காக இச் சந்தர்ப்பத்தை இபுறாகிம் பயன்படுத்தினான். கோல்கொண்டா இராச்சியத்திற் சேவைபுரிந்த முரகரி ராவ் என்ற மராத்தியப் பிராமணன் அகோபலத்திலுள்ள செல்வச் சிறப்பு வாய்ந்த நரசிம்மர் கோவிலை 1579 ஆம் ஆண்டிற் கொள்ளையடித்தான். நாட்டின் பெரும் பகுதிகள் கைப்பற்றப்பட்டு நாசமாக்கப்பட்டன. ஆனால், பிற்காலத்தில் இவை திருப்பிக் கைப்பற்றப்பட்டு விசயநகருடன் இணைக்கப்பட்டன.

கோல்கொண்டா அரசன் மீண்டும் படைகளின் பொறுப்பை ஏற்று, கொண்ட வீட்டின் மீது படையெடுத்தான். பெனுகொண்டா, கொண்டவீடு, உதயகிரி ஆகிய இடங்களிலிருந்து கோட்டைகளைச் சுற்றிப் போர் நடைபெற்றது. இக்கோட்டைகளைச் சிறீரங்கன் கைப்பற்றினான் எனச் சிலாசாசனங்கள் கூறுகின்றன. எனினும் இந்தச் சந்தர்ப்பத்தில் இபுறாகிம் பெரு வெற்றியடைந்து விசயநகரின் பெரும் பகுதிகளைக் கைப்பற்றினான் என்பதுதான் உண்மையெனத் தெரிகிறது. இந்தப் பேரரசு பின்னெப்பொழுதாயினும் இவற்றைத் திருப்பிப் பெறவேயில்லை. பேரரசு ஏறக்குறையப் பிளவுபட்டிருந்ததால், படையைப் பலப்படுத்தக்கூடிய சாதனங்கள்

கட்டுப்படுத்தப்பட்டிருந்தன சிறீரங்கனின் சகோதரர்களும் அவனுக்கு அதிக உதவியளிக்கவில்லை. இதனற்றான் சிறீரங்கன் தோல்வியடைய நேர்ந்தது. விழுமியோர்களிடையேயிருந்த கருத்து வேறுபாடுகள், பல சில்லறைச் சண்டைகளையும் போர்களையும் ஏற்படுத்தின. சிலர் எதிரிகளுடன் சேர்ந்து சதியாலோசனையும் செய்தனர். இவையாவும் நாட்டின் பாதுகாப்பை மேலும் பலவீனமடையச் செய்தன. சிறீரங்கன் 1585 ஆம் ஆண்டில் இறந்தான். அவனுக்குப் பிள்ளைகள் இல்லை. திருமலையின் காலத்தில் சிறீரங்கப் பட்டணத்திற் பதிலரையனாக இருந்த தன் மூத்த சகோதரனான இராமனின் இரண்டு பிள்ளைகளின் உரிமையைப் புறக்கணித்துவிட்டு, சிறீரங்கனின் இளைய சகோதரனான வேங்கடன் என்பவன் அரசனானான். பலமான ஆட்சி தேவைப்பட்ட அந்த நேரத்தில், அந்த இரு பிள்ளைகளும் இளவயதினராக இருந்தனர். ஆகவே விழுமியோர், யக்கதேவராயனின் தலைமையில், வேங்கடனையே அரசனாகத் தெரிவு செய்தனர். விழுமியோர் எதிர்பார்த்ததை வேங்கடன் பெரிதும் நிறைவேற்றினான். 1585-6 ஆம் ஆண்டில் தன் முடிசூட்டு விழாவைக் கொண்டாடினான். இவனுடைய இருபத்தெட்டு ஆண்டு ஆட்சிக் காலத்தில் விசயநகரப் பேரரசின் பலமும் செல்வச் செழிப்பும் மீண்டும் புத்துயிர்பெற்றன. ஆண்டாண்டு தோறும் தக்கணத்து முசிலிம் அரசர்கள் கொடுத்த நிரந்தர கரைச்சல்களுக்கு முடிவுகண்டான். உள்நாட்டிலிருந்த ஒழுங்கீனங்களைச் சக்திவாய்ந்த முறையிற் கட்டுப்படுத்தினான். நாட்டின் பொருளாதாரப் புனருத்தாரணத்திற்குப் பெருமுதவி செய்தான்.

தன் முன்னோனின் ஆட்சிக் காலத்தில், கோல்கொண்டாவினால் கைப்பற்றப்பட்ட இராச்சியப் பகுதியைத் திரும்பப் பெறுவதே, வேங்கடனின் முதலாவது வேலையாக இருந்தது. 1580 ஆம் ஆண்டில் இபுறாகிம் இறக்க, அவனுடைய மகனான முகமது கியூலி குதுப் 'ா கோல்கொண்டாவின் அரசனானான். இவனுக்கு எதிராக, கொண்வீட்டுப் பகுதியிற் கிளர்ச்சிகளைத் தூண்டிவிட்டான் வேங்கடன். கியூலி குதுப் 'ா பழிதீர்ப்பதற்காக, கர்நூல் முழுவதையும், கடப்பா, அனந்தப்பூர் மாவட்டங்களின் சில பகுதிகளையும் கைப்பற்றி, பெனுகொண்டாவிற்குத் தன் படையுடன் சென்று அந்நகரையும் முற்றுகையிட்டான் அப்பொழுது வேங்கடன் போரோய்வை நாடினான். தன் போரின் விளைவுகளில் திருப்தியடைந்த சுல்தான், பெனுகொண்டாவின் சுற்றுப்புறத்திலிருந்து நீங்கிச் சென்றான். இப்படி ஏற்பட்ட ஓய்வு காலத்தை நன்கு பயன்படுத்திய வேங்கடன், நீடித்த முற்றுகையைத் தாங்கக்கூடிய வகையில் நகரைப் பலப்படுத்திவிட்டு, மிக விரைவில் மீண்டும் ஒரு தடவை முசிலிம்களை எதிர்க்கத் தொடங்கினான். கியூலி சுல்தான் மீண்டும் முற்றுகையிட்ட நேரத்தில் தன் தவறை உணர்ந்தான். கியூலி தோற்கடிக்கப்பட்டான். மழைக்காலம் நெருங்கியது. கிருட்டிணை நதியில் வெள்ளப்பெருக்கு ஏற்பட்டால், அவன் திரும்பிச் செல்வதும் தடைப்பட்டுவிடும். ஆகவே, முற்றுகையைக் கைவிட்டு, புதிதாகத் தான் கைப்பற்றிய பகுதிகளின் பாலனத்திற்கான ஒழுங்குகளை அவசரமாகச் செய்துவிட்டுத் திரும்பிச் சென்றான். ஆனால் வேங்கடன், மிக விரைவில் குற்றியைக் கைப்பற்றி காண்டிக் கோட்டையையும் முற்றுகையிட்டான். கொண்டவீட்டிலிருந்து கான்டிக் கோட்டைக்கு உதவியாக அனுப்பப்பட்ட படைகளை இடைமறித்து அவற்றைச்

சிதறியோடச் செய்தான். இரசுட்டம் கான் என்பவனின் தலைமையில் வந்த வேறொரு கோல்கொண்டாப் படை, பெண்ணாற்றங்கரையில் தோற்கடிக்கப் பட்டுச் சிதறுண்டது காண்டிக்கோட்டையும் வீழ்ச்சியடைந்தது. இதையடுத்து, மேலும் பல கோட்டைகள் கைப்பற்றப்பட்டன. கோல்கொண்டாப் படைகள் கிருட்டிணை நதிக்கு அப்பால் விரட்டியடிக்கப்பட்டன. சில காலத்தின் பின், விசயநகரின் எல்லை கிருட்டிணை நதி என்பதைக் கியூலி உத்தியோகபூர்வமாக அங்கீகரித்தான். இன்னும் சற்றுக் கிழக்கேயிருந்த உதயகிரி 1589 ஆம் ஆண்டிற்கு முன் வேங்கடனுடைய இராச்சியத்தின் ஒரு பகுதியானது. ஆனால் கொண்டவீடு, இப்போதும் சுல்தானுடையதாகவே இருந்தது. கோல்கொண்டாவை அடிப்படுத்த வேங்கடன் போட்டிருந்த திட்டங்களைப் பூரணமாக நிறைவேற்றமுடியாதபடி, உள்நாட்டுக் குழப்பங்கள் அவனைத் தடுத்தன.

எப்போதும் சண்டைபிடித்துக் கொண்டிருக்கும் விழுமியோரின் மனப்போக்கில், வேங்கடன் அரசபதவி எய்திய பின்பும் எவ்வித மாற்றமும் ஏற்படவில்லை. ஆகவே வேங்கடனின் காலத்தின் பெரும் பகுதியும் சக்தியும் அவர்களை ஒழுங்காக இருக்கச் செய்வதிலேயே செலவழிந்தன. உதாரணமாக, கோலார் பிரதேசத்தில் தம்மயக் கௌடன் என்பவன் எதிர்க்கிளர்ச்சி செய்தான். விரைவில் அக்கிளர்ச்சி அடக்கப்பட்டு, அவனிடமிருந்து திறையும் வசூலிக்கப்பட்டது. இதிலும் பார்க்க, அதிக ஆபத்தான எதிர்க்கிளர்ச்சி இராயலசீமையில் - இப்போது கையளிக்கப்பட்ட மாவட்டங்கள் என அழைக்கப்படுவதில் ஏற்பட்டது. 1597-8 ஆம் ஆண்டில் நந்தேல கிருட்டிணமராயனும் மற்றும் பல நாட்டாண்மைக்காரரும் அரசனுடைய அதிகாரத்தை எதிர்த்தனர். யம்புல மதுகு என்ற இடத்தில் நடைபெற்ற போரில் தோற்கடிக்கப்பட்ட கிருட்டிணன், நந்தேலா (நந்தியல்) என்ற இடத்திலிருந்த கோட்டைக்குள் ஒளிந்திருந்தான். வேங்கடன், அக் கோட்டையை மூன்று மாதம் முற்றுகையிட்ட பின் கிருட்டிணமராயன் சரணடைந்து, தன் வாழ்வின் எஞ்சிய நாட்களைச் சந்திரகிரிச் சிறையிற் கழித்தான். இராமராயனின் சகோதரன் வேங்கடபதியின் பேரனாகிய கந்தனவோலு கோபாலராசு என்பவனும் மற்றைய புரட்சியாளரும், வேங்கடனுக்கு விசுவாசமாகவிருந்த உதவிப்படைத் தளபதிகளின் உதவியுடன் தகுந்தபடி தண்டிக்கப்பட்டார்கள். புரட்சியாளரின் நிலப்பகுதியிற் போதுமான அளவு, இந்த உதவித் தளபதிகட்கு நன்கொடையாகக் கொடுக்கப்பட்டது. தமிழ் நாட்டிலும் தொந்தரவுகள் ஏற்பட்டன. வேலூரிலுள்ள இலிங்கமநாயக்கன் எதிர்க்கிளர்ச்சிக்குத் தலைமை தாங்கினான். இவனுக்குத் தடையாக, வேளுகோடி கந்தூரி இரங்கப்பனின் மகனான யாசம நாயுடு என்பவன், அமரமாக (பாளையம்) இருந்த பெரும்பாடு சீமையில் (செங்கல்பட்டு, மதுராந்தகம் தாலுகாக்கள்) நியமிக்கப்பட்டான். இலிங்கமனின் கீழிருந்த நாகன் என்பவனிடமிருந்து உத்திரமேரூர் என்ற அரண்செய்யப்பட்ட முக்கிய இடத்தை யாசமன் கைப்பற்றினான். தனக்குக் கீழ், அருகேயுள்ள கோட்டைகளிலிருந்த சிற்றரசர்களை மட்டுமன்றி செஞ்சி, தஞ்சாவூர், மதுரை ஆகியவற்றின் நாயக்கர்களையும் தனக்கு உதவியாக அழைத்தான் இலிங்கமன். புத்துயிர் பெற்றுவரும் பேரரசனின் அதிகாரத்தை நசுக்குவதற்கு உதவி செய்வதில் அவர்களுக்கும் மனவிருப்பு இல்லாமலில்லை. மாபெரும்

படையொன்று திரட்டப்பட்டு நாகனின் மண மைத்துனனான தாவுலபாப்பநாயுடுவின் தலைமையில் 1601 ஆம் ஆண்டு மே மாதத்தில் உத்திரமேருருக்கு எதிராக அனுப்பப்பட்டது. தைரியத்தை இழக்காத யாசமன் அந்தச் சவாலை ஏற்றுக்கொண்டான். அவனுடைய இளைய சகோதரனாகிய சிங்கன் அவனுக்கு உதவியாக இருந்தான். தொடர்ந்து நடைபெற்ற போரில் பாப்பநாயுடு கொல்லப்பட்டான். மற்றைபோருட் சிலர் தப்பியோடினர்' சிலர் கைதிகளாக்கப்பட்டனர். யாசமன் பூரணவெற்றியடைந்தான். அவ்வெற்றியை மிக்க மன மகிழ்ச்சியுடன் அங்கீகரித்தான் வேங்கடன். ஆனால் இலிங்கமனும் அவனுடைய நட்பாளர்களும் அடிபணியவில்லை. வேலூருக்கு அருகில் இலிங்கமனைத் தோற்கடித்தான் வேங்கடன். பின், சோழநாட்டிற் புகுந்து அங்குள்ள புரட்சியாளர்களை முறியடித்தான்' காவேரியைக் கடந்து சென்று மதுரை நாயக்கனின் நாட்டைப் பாழ்படுத்தினான். தொடர்ச்சியாகக் கிடைத்த இந்த வெற்றிகள், தமிழ் நாட்டில் நடைபெற்ற புரட்சிகளின் முதுகெலும்பை முறித்துவிட்டன. இலிங்கமனைத் தவிர்த்த மற்றைய எல்லாப் புரட்சியாளர்களும் அடிபணிந்தார்கள். வேலூர்க் கோட்டையின் பலத்தில் நம்பிக்கை வைத்த இலிங்கமன் அங்கு சென்று ஒளிந்தான். காலக்கிராமத்தில் இந்தக் கோட்டையும் கைப்பற்றப்பட்டு, பேரரசின் இருப்பிடமாக ஆக்கப்பட்டது. இலிங்கமனின் சொத்தும் சுதந்திரமும் பறிக்கப்பட்டன.

1565 ஆம் ஆண்டு தொடக்கம் திரும்பத்திரும்ப நடைபெற்ற முசிலிம் படையெடுப்பினால் பெரிதும் துன்பமுற்ற வடக்கு மாவட்டங்களிலுள்ள கிராமங்களின் செல்வ நிலையை மீண்டும் அபிவிருத்தி செய்வதற்கு வேங்கடன் பலவாறு பாடுபட்டான். அவனும், அவனைப் பின்பற்றிய விழுமியோரும், இலகுவான நிபந்தனைகளுடன் குடியானவர்கட்குக் காணிகளை வழங்கினார்கள். ஆகவே உழவர்கள் தமது வழக்கமான தொழிலை மீண்டும் செய்யத் தொடங்கினார்கள். வலுவிழந்து கொண்டுபோகும் கிராம மன்றங்களின் பலத்தைத் தொடர்ந்து நிலைக்கச் செய்வதற்கும் பாரபட்சமற்ற முறையில் நீதிபரிபாலனம் செய்வதற்கும் வேங்கடன் முயன்றான். ஏறக்குறைய முப்பது ஆண்டுகள்வரை நீடித்த வேங்கடனின் ஆட்சி விசயநகரப் பேரரசை, உடனடிக் குலைவினின்றும் காப்பாற்றியது என்பதிற் சந்தேகமில்லை. தன் மருமகனான சிறீரங்கனைத் தன் வாரிசாக நியமித்துவிட்டு, 1614 ஆம் ஆண்டில் அவன் இறந்தான்.

வேங்கடனின் ஆட்சிக்காலத்திலேதான் ஒல்லாந்தரும் ஆங்கிலேயரும் கிழக்குக் கரையோரங்களில் நிலைகொள்ளத் தொடங்கினார்கள். 1605 ஆம் ஆண்டில் கோல்கொண்டாவுடன் பேச்சுவார்த்தைகளை ஆரம்பித்த ஒல்லாந்தர், நிசாம்பட்டணத்திலும் மசூலிப்பட்டணத்திலும் தொழிற்சாலைகளை நிறுவினார்கள். "வாசனைத் திரவியங்களுள் அதிக அளவில் தேவைப்பட்ட வகைகளை வாங்குவதற்குத் தெற்கேயுள்ள இந்து நாட்டில் ஓரிடம் தேவை" என்பதை அவர்கள் விரைவில் உணர்ந்தார்கள். ஆகவே, தெக்கணப்பட்டணத்தில் (அர்ச். தாவீது கோட்டை) ஒரு தொழிற்சாலையை ஆரம்பிப்பதற்குச் செஞ்சி நாயக்கனிடமிருந்து 1608 ஆம் ஆண்டில் அனுமதி பெற்றார்கள். வியாபாரத்தில் தனிச்சிறப்புரிமையுடன் புலிக்காட்டில் ஒரு

தொழிற்சாலையை வைத்திருப்பதற்கும், இரண்டு ஆண்டுகளின் பின், வேங்கடன் அனுமதியளித்தான். சான் தோமிலிருந்த போத்துக்கீசரின் தாக்குதலுக்கு உள்ளாகும் நிலையில் புலிக்காடு இருந்தது. அதன் பாதுகாப்பிற்காக ஓர் அரண் அமைப்பதற்கு வேங்கடனின் இராணி தாமதிக்கவே, ஒல்லாந்தர் தம் செலவிலேயே அவ்வரணைப் பூர்த்தி செய்தனர். ஒல்லாந்தர்களின் இந்த நடவடிக்கை, வேங்கடனின் மரணத்தின் பின் உள்நாட்டுச் சண்டைகளும் குழப்பங்களும் நிகழ்ந்த நேரத்தில், அவர்களுக்குப் பெரு நன்மையளித்தது. புலிக்காட்டில் வந்து இறங்குவதற்கு 1611 ஆம் ஆண்டில் ஆங்கிலேயர் எடுத்த முயற்சி தோல்வியடைந்தது. ஆனால், விரைவில் நிசாம்பட்டணம், மசூலிபட்டணம் ஆகிய இடங்களில் அவர்கள் தமது வியாபாரத்தை ஆரம்பித்தார்கள். வேங்கடன்

மரணமடைந்தபோது, வேலூருடன் ஆங்கிலேயர் நடத்திய பேச்சுவார்த்தைகள் எவ்வித நன்மையையும் விளைவிக்கவில்லை. 1621 ஆம் ஆண்டில், அவர்கள் ஒல்லாந்தருடன் செய்த பொருத்தனையின்படி புலிக்காட்டில் வியாபாரம் செய்வதற்கு அனுமதிக்கப்பட்டார்கள். ஆனால் விரைவில், ஆங்கிலேயர் தமது தொழிற்சாலையை அங்கிருந்து சிறிது தூரம் வடக்கேயுள்ள அரமகன் என்ற இடத்திற்கும், கடைசியில் சென்னைக்கும் (1639-40) கொண்டு சென்றார்கள். 1620 ஆம் ஆண்டில் தேனியர், தரங்கியூபாரில் குடியேறினார்கள்.

இரண்டாம் வேங்கடனுக்குப் பல மனைவியர் இருந்தும் அவனுக்கு ஒரு மகன் கூடப் பிறக்கவில்லை. அவனுடைய மனைவிகளுள் ஒருத்தி, தன் பணிப்பெண்ணின் குழந்தை ஒன்றை இரவலாக வாங்கித் தன்னுடைய "மகன்" எனச் சொல்லி வளர்த்தாள். அந்த மனைவி, வேங்கடனின் விசேட காதலுக்கு உரியவளாக இருந்தபடியால், ஆரம்பத்தில் அந்த மோசடியைக் கண்சாடையாக விட்டு வந்தான் அவன். ஆனால் அப்புரளி, தொடர்ந்து நடைபெறாமல் இருப்பதற்காக வேங்கடன், சிறீரங்கனைத் தன் வாரிசாக நியமனஞ் செய்தான். ஆனால் "மகன்" என அழைக்கப்பட்டவன் அங்கிருந்தது பல சிக்கல்களை உண்டாக்கியது. சிறீரங்கனும் வலிமையிலோ, புத்திக்கூர்மையிலோ சிறந்தவனாகவும் இருக்கவில்லை. நீதியற்ற முறையில் பதவி நியமனங்கள் செய்தும், பேராசை பிடித்து ஏராளமான நிலம், பணம், நகைகள் ஆகியவற்றைத் தனக்குக் கொடுக்கும்படி உறுதிக் கேள்வி கேட்டும், அவன் விழுமியோரின் அனுதாபத்தையிழந்து அவர்களைப் பகைத்துக்கொண்டான். விழுமியோர் இரண்டு பகுதிகளாகப் பிரிந்தனர். வேங்கடனின் விசேட காதலுக்குப் பாத்திரமான இராணியின் தம்பியாகிய கோப்பூரியக்கராயன் "மகனின் கட்சிக்குத்" தலைமை தாங்கினான். வேளுகோடியாசம நாயக்கன், சிறீரங்கனை ஆதரித்தான். தன் உதவித் தளபதியான திம்மநாயக்கன், மகராசா ஆகியோரின் ஒத்துழைப்புடன் யக்கராயன், சிறீரங்கனையும் அவனுடைய குடும்பத்தினரையும் பிடித்துச் சிறையிலடைத்துவிட்டு, "மகன்" என அழைக்கப்பட்டவனை அரசனாக்கினான். சில விழுமியோர்களை, அவனுக்கு இறையடக்கம் செலுத்தும்படியும் செய்தான். யக்கராயனை எதிர்த்த யாசமநாயக்கன், சட்டபூர்வமான பேரரசனை மீட்பதற்காகப் படைகளைத் திரட்டினான். சிறீரங்கனின் இரண்டாவது மகனான

இராமன் என்ற இளவரசனை ஒரு சலவைத் தொழிலாளி மூலம் சிறையிலிருந்து கள்ளத்தனமாக வெளியே கொணர்வித்தான். ஒரு சுரங்கப்பாதைமூலம் சிறீரங்கனை மீட்பதற்கு எடுத்த முயற்சி கண்டுபிடிக்கப்பட்டுவிட்டது. ஆகவே, முன்னிலும் பார்க்க அதிக பாதுகாப்புடன் அவன் சிறையிற் கண்காணிக்கப்பட்டான். பேரரசனையும் குடும்பத்தினரையும் மீட்பதற்கு யாசமன் மேலும் ஒரு முயற்சி செய்தான். யக்கராயன் அங்கில்லாத சந்தர்ப்பத்தைப் பயன்படுத்திக்கொண்டு, இத்தி ஒபலேசன் என்ற படைத் தலைவனுடன் ஓர் ஒழுங்கு செய்து கொண்டான் யாசமன். இத்தி ஒபலேசன் வேலூர்க்கோட்டையிலிருந்த ஒரு படைத்தலைவனாவான். இவன் காவலாளிகளைக் கொலை செய்யவேண்டும் என்றும், அந்தச் செய்தியைக் கேட்டவுடன் யாசமன் படையுடன் வந்து கோட்டையைக் கைப்பற்ற வேண்டும் என்றும் ஏற்பாடாயிற்று. ஆனால் துரதிருட்டவசமாக, அச்செய்தி யக்கராயனுக்கே முதலிற் கிடைத்தது. யாசமன் கோட்டையைத் தாக்குவதற்கு முன்பாக, யக்கன் திரும்பி வந்துவிட்டான். பதவியேற்ற நான்கு மாதங்களுள் சிறீரங்கனும் அவனுடைய குடும்பத்தினரும் கொலைசெய்யப்பட்டார்கள் தொடர்ந்து சதிகள் செய்து, அவர்களை மீட்டுத் திரும்பவும் பதவியிலமர்த்துவதைத் தடுப்பதற்கு இதுதான் ஒரேயொரு நிச்சயமான வழியாக இருந்தது அவனுக்கு.

அரச குடும்பத்தின் படுகொலை, இராச்சியம் முழுவதிலும் ஒரு பயங்கர உணர்ச்சியைப் பரப்பியது. யக்கராயனும் அவனுடைய சார்பகர்களும் மக்களின் ஆழ்ந்த வெறுப்பிற்கு ஆளானார்கள். யாசமனின் முன்யோசனையினால், படுகொலைக்குப் பலியாகாது தப்பிய இராமதேவன்மேல் எல்லோரும் அனுதாபம் செலுத்தினர். யாசமன், அவனைப் பேரரசனாகப் பிரகடனம் செய்தான். இதைத் தொடர்ந்து ஓர் நீண்ட கால உள் நாட்டுக் கலகம் நடைபெற்றது. பேரரசு முழுவதும் இதில் ஈடுபட்டது. யாசமன், போரில் யக்கராயனைத் தோற்கடித்தான் யக்கராயன் பாதுகாப்பிற்காகக் காட்டிற்குள் ஓடி ஒளிந்தான். நெல்லூர் மாவட்டத்தின் தென்மேற்கிலிருந்த கோப்பூரி நிலங்கள் கைப்பற்றப்பட்டன. எனினும் இவை எவற்றாலும் தளர்ச்சியடையாத யக்கராயன், மீண்டும் சுறுசுறுப்படைந்து, மதுரை முத்துவீரப்பநாயக்கன், செஞ்சி கிருட்டிணப்ப நாயக்கன் ஆகியோரின் ஆதரவைப் பெற்றான். யாசமனும் அவனுடைய நட்பாளர்களும், திருச்சினாப்பள்ளிக்கண்மையில் தம் படைகளை ஒன்று திரட்டினார்கள். யாசமன்

வேலூரிலிருந்து திருச்சியை நோக்கித் தன் படையுடன் செல்ல, வழியில் இரகுநாதனின் படைகள் அவனுடன் சேர்ந்து கொண்டன. பெரிய அணைக்கட்டின் அருகிலுள்ள தோப்பூர் என்ற இடத்தில் இறுதிப் போர் ஏற்பட்டது. யக்கராயனும் அவனுடைய உதவித் தளபதிகள் பலரும் போர்க்களத்தில் வீழ்ச்சியடைந்தனர். அவனுடைய படை சிதைந்து, பல திசைகளிலும் ஓடியது. யாசமன் பரிபூரணமான வெற்றி ஈட்டினான் (1616). இந்தத் தொல்லைகளுக்கெல்லாம் காரணமாகவிருந்த, ''மகன்'' எனக் கருதப்பட்டவன் பிடிபட்டான். செஞ்சி தவிர்ந்த மற்றைய எல்லாக் கோட்டைகளையும் கிருட்டிணப்ப நாயக்கன் இழந்தான். பின்னால், அவற்றை மீட்பதற்கு அவன் எடுத்த முயற்சி, மீண்டும் ஒரு தோல்வியில் முடிந்தது. அவனும் கைது செய்யப்பட்டான். யக்கராயனின் தம்பியாகிய எதிராசனின்

முயற்சியினாலும், நாயக்கரிடையே இருந்த கருத்து வேறுபாடுகள் காரணமாகவும், சண்டை தொடர்ந்து நடைபெற்றது. வேங்கடனின் "மகன்" எனக் கருதப்பட்டவன் 1619 ஆம் ஆண்டில் இறந்தான். பின்னர் இராமதேவனுக்கும் எதிராசனுக்கு மிடையே சமாதானம் ஏற்பட்டது. எதிராசனின் மகளை இராமதேவன் மணஞ்செய்தான். இதனால் சண்டை நின்றது. கருநாடகத்தில் இராமதேவன் அரசனாக அங்கீகரிக்கப்பட்டான். ஆனால் மதுரை நாயக்கன், தான் நினைத்தபடி தன் வழியிற் சென்றான். இப்போது எதிராசன். துன் மணமருமகன் பக்கத்திலே நின்று வேண்டிய உதவிகள் செய்தான். இதே போல், அடங்காதிருந்த சிற்றரசர்களின் மேல, பேரரசனின் அதிகாரத்தை மீண்டும் செலுத்துவதற்கு இரகுநாத நாயக்கன் இராமதேவனுக்கு உதவிசெய்தான். புலிக்காட்டையும் அதன் சுற்றுப்புறத்தையும் சேர்த்து, கோப்பூரி நிலங்கள் முழுவதையும் எதிராசனிடம் இருந்து பறிப்பதற்கு ஆவலுடனிருந்தான் யாசமன். இப்போது, எதிராசனுக்கும் இராமதேவனுக்குமிடையே ஏற்பட்ட சமாதானம், யாசமனைப் பகைவனாக்கியது. உள்;ரில் நடைபெற்ற பல சண்டைகளின் பின், 1629 ஆம் ஆண்டளவில் எஞ்சியிருந்த பேரரசின் பகுதிகளில் இராமதேவனின் அதிகாரம் உறுதியானதாக இருந்தது. செஞ்சி நாயக்கன் தன் பகைமை மனப்பான்மையைக் கைவிட்டு, நட்புறவுடைய சிற்றரசனாக மாறினான். யாசமனின் சார்பகர்கள் அடக்கப்பட்டார்கள். எதிராசனுக்கும் பேரரசிற்குமாக, புலிக்காடும் அதன் சுற்றுப்புறங்களும் உறுதியாகக் கைப்பற்றப்பட்டு ஒப்படைக்கப்பட்டன. இவ்வாறு பதினைந்து ஆண்டுகளாக நடைபெற்ற சண்டையின் முடிவில் இராமதேவனுக்கு நியாயமான அளவு வெற்றி கிடைத்தது.

ஆனால் இந்த உள்நாட்டுச் சண்டை, பிசப்பூருக்கு ஒரு நல்ல சந்தர்ப்பத்தைக் கொடுத்தது. தெலுங்கு நாட்டின் மேற்குப் பகுதியைக் கைப்பற்றும் தன் இலட்சியத்தைச் சுல்தான் கடைசியில் நிறைவேற்றிக்கொண்டான். 1619-20 ஆம் ஆண்டில், கர்நூலுக்கு எதிராக அப்துல் வகாப் கான் என்பவனைச் சுல்தான் அனுப்பினான். அங்கே, கோல்கொண்டாவின் உதவியுடன் கோபாலராசு தைரியமாக எதிர்ப்புக் காட்டினான். தோல்வியுற்ற அப்துல் வகாப் கான், அமைதியாக இருக்கவேண்டியதாயிற்று. ஆனால் இது ஒரு போரோய்வே தவிர வேறன்று. 1624 ஆம் ஆண்டில் அவன் மீண்டும் கர்நூலைத் தாக்கினான். இப்போது அயற்பிரதேசங்களிலுள்ள நண்பர்கள் கோபாலராசுவிற்கு உதவி செய்தார்கள். தொடர்ந்து நடைபெற்ற போரில், பிசப்பூர்ப் படைகள் வெற்றியடைந்தன. கோபாலராசு கோட்டையை விட்டுவிட்டு ஓடினான். ஏற்கனவே வேறு வேலைகளில் ஈடுபட்டிருந்த இராமன் இப்போரில் தலையிடவில்லை. இருபத்தெட்டு வயது நிரம்பிய இளைஞனாகிய இராமன் 1630 ஆம் ஆண்டில் இறந்தான். இதனால் கர்நூல் நிரந்தரமாகவே பிசப்பூரின் கைகளுட் சிக்கி, முசிலிம் வெற்றியின் சின்னமாக விளங்கியது.

இராமனுக்கு மகனோ, சகோதரனோ இல்லாதபடியால், அவன் தன் மைத்துனனாகிய பேட வேங்கடனைத் தன் வாரிசாக நியமித்திருந்தான். பேட வேங்கடன், பேரரசன் இராமராயனின் பேரனாவான். இராமனின் தந்தை வழி

மாமனாகிய திம்மராசன், தனக்கு இராச்சியத்தில் அதிக உரிமை இருப்பதாக நினைத்துச் சிம்மாசனத்தைக் கைப்பற்றி, மூன்றாவது வேங்கடனை, அவனுடைய சொந்த இடமாகிய அனகொண்டியிலேயே தங்கியிருக்கும்படி நிர்ப்பந்தித்தான். செஞ்சி, தஞ்சாவூர், மதுரை ஆகிய இடங்கள் வேங்கடனுக்கே தம் ஆதரவைத் தெரிவித்தன. திம்மனுக்கு ஆதரவு கிடைக்கவில்லை. அவன் ஓர் ஆக்கிரமிப்பாளனாக, பொதுவாகப் பலராலும் கருதப்பட்டான். இருந்தபொழுதிலும், பல இடங்களில் அவனால் குழப்பங்களை ஏற்படுத்த முடிந்தது. 1635 ஆம் ஆண்டில் அவன் மரணமடையும் வரை உள் நாட்டுக் குழப்பங்கள் தொடர்ந்து நடைபெற்றன. ஆரம்ப கட்டங்களில் அவன் சில வெற்றிகளை ஈட்டினான். மூன்றாவது வேங்கடனின் தம்பியாகிய சென்ன வேங்கடனின் மகன் சிறீரங்கன், தன் பெரிய தந்தையின் சார்

பாகப் போர்க்களத்திற் குதித்தான்` புலிக்காட்டிலிருந்த ஒல்லாந்தரின் உதவியுடன் திம்மனைத் தோற்கடித்து, வேங்கடனின் சிம்மாசன உரிமையை ஒப்புக்கொள்ளும்படி செய்தான். என்றாலும் முன்பு பிடித்த பகுதிகள் சிலவற்றைத் திம்மன் வைத்திருப்பதற்கு அனுமதிக்கப்பட்டான். ஆனால் மீண்டும் அவன் குழப்பத்தைத் தூண்டியபோது, செஞ்சி நாயக்கன் 1635 ஆம் ஆண்டில் அவனைத் தோற்கடித்துக் கொன்றான். இவ்வாறு, மீண்டும் அமைதி ஏற்பட்டது. (பிசப்பூர் சுல்தானால் பயமுறுத்தப்பட்ட) பெனுகொண்டாவைப் பாதுகாக்கும் பொறுப்பைக் கொண்டி நாயக்கனிடம் ஒப்படைத்த வேங்கடன், வேலூருக்குச் சென்று அங்கு வாழ்ந்தான். பதினைந்து ஆண்டுகளுக்குப் பின் பேரரசு உருக்குலைந்து போகும்வரை, கொண்டிநாயக்கன், பெனுகொண்டாவைப் பாதுகாப்பாக வைத்திருந்தான்.

செஞ்சி நாயக்கனுடன் வேங்கடன் அதிக நட்புடன் இருக்கின்றான் என நினைத்த தஞ்சாவூர், மதுரை நாயக்கர்கள், அவனைப் பிடிப்பதற்குச் சதிசெய்தார்கள். இச் சதி தோல்வியடைந்தது. 1637 ஆம் ஆண்டில் சண்டை தொடங்கியது. ஆனால் ஏதோ ஒரு மாதிரியாக ஏற்படுத்தப்பட்ட அமைதியில் இச் சண்டை முடிவடைந்தது. ஒரு காலத்தில் தன் பெரிய தந்தைக்கு விசுவாசமாக இருந்த சிறீரங்கள், இப்போது அவனுக்கு எதிராக மாறி, 1638 1641 ஆகிய ஆண்டுகளில் பிசப்பூரிலிருந்து இரண்டு படையெடுப்புகள் நிகழ்வதற்கு எல்லா ஒழுங்குகளையும் செய்தான். இதற்கான காரணம் என்ன என்பது சரியாகத் தெரியவில்லை. முதலாவது போரில் சுல்தானின் படைகள் பங்க;ரை முற்றுகையிட்டன. 1639 ஆம் ஆண்டின் ஆரம்பத்தில் பெருந்தொகையான பிணைப் பணத்தை எதிரியிடம் கொடுத்து அமைதியைப் பெற வேண்டிய நிலை வேங்கடனுக்கு ஏற்பட்டது. அந்த ஆண்டின் பிற்பகுதியில், தென்னாட்டு நாயக்கர்கள் அனுப்பிய படையுதவியுடன் அவன் மிதமான வெற்றியை ஈட்டினான். முசிலிம்களின் படையெடுப்புக்கு இது ஒரு தற்காலிகத் தடையாக இருந்தது. 1641 ஆம் ஆண்டின் படையெடுப்பு இரந்துல கான் என்பவனின் தலைமையில் நிகழ்ந்தது. அவனுடன் சிறீரங்கனும் சேர்ந்து கொண்டான். வழியிலுள்ள சில கோட்டைகளைக் கைப்பற்றிக்கொண்டு வேலூரை நோக்கி இருவரும் சென்றனர் தலைநகரிலிருந்து பன்னிரண்டு மைல்களுக்குள் தமது முகாமை அமைத்துக்கொண்டனர். மீண்டும்

நாயக்கர்களிடமிருந்து வந்த உதவி, சிறிது காலத்திற்கு வேலூரைக் காப்பாற்றியது.

கருநாடகத்தில் நடைபெற்ற நிகழ்ச்சிகளின் போக்கைக் கவனித்த கோல்கொண்டாவின் சுல்தான், குலைவின் கடைசிக் கட்டங்களிலிருந்த இந்துப் பேரரசிடமிருந்து கைப்பற்றக்கூடிய நாடு முழுவதையும் கைப்பற்ற விரும்பினான். கிழக்கிலிருந்து, கடற்கரை ஓரமாக, 1642 ஆம் ஆண்டு ஏப்ரல் மாதம் ஒரு படையை அனுப்பினான். நெல்லூரின் தென்முனையிலிருந்த அரமகன் என்ற இடத்தின் அதிபதியாகிய வேளுகோடி திம்மனும், சென்னை, பூந்தமல்லி ஆகியவற்றின் அரசனுமாகிய தாமேள வேங்கடனும் எதிர்த்தார்களாயினும், அவர்களுடைய எதிர்ப்பு சக்திவாய்ந்ததாக இருக்கவில்லை. சித்தூர் மாவட்டத்தைச் சேர்ந்த நாராயணவனத்திற்கண்மை யிலுள்ள காட்டிற்குள் ஓடி ஒளிந்த மூன்றாம் வேங்கடன், ஆதரவற்ற நிலையில், 1641 ஆம் ஆண்டு ஒற்றோபர் மாதம் 10 ஆம் திகதி இறந்தான்.

மூன்றாம் வேங்கடனுக்குப் பிள்ளைகள் இல்லை. அவனுக்குப் பின், அவனுடைய பெறாமகனான மூன்றாம் சிறீரங்கன் என்ற துரோகி அரசனானான். மலையில் வேங்கடன் இறக்குந்த தறுவாயிலிருப்பதைச் சிறீரங்கள் அறிந்தவுடனே, பிசப்பூர்த் தளபதியைக் கைவிட்டு விட்டு, தன்னுடைய மூதாதையரின் இராச்சியத்தைக் காப்பாற்றுபவனாகத் தன்னைக் காட்டிக்கொண்டு 1642 ஆம் ஆண்டு ஒற்றோபர் மாதம் 29 ஆம் திகதி தன்னையே அரசனாக்கிக் கொண்டான். புரட்சிக்காரனாக இருந்து அவன் செய்த தீங்குகளுக்கு, இப்போது அரசனாக இருந்து கொண்டு மாற்றுச் செய்ய அவன் தகுதியானவனாக இருக்கவில்லை. தாமேள நாயக்கன், செஞ்சி கிருட்டிணப்ப நாயக்கன் போன்ற விழுமியோர் பலர் அவனுக்கு எதிராக இருந்தார்கள். இருந்தபோதிலும், முசிலிம் இராச்சியங்கட்கிடையே இருந்த பொறாமை, சிலகாலம் சிறீரங்கனுக்கு நல்லதோர் வாய்ப்பைக் கொடுத்தது உதயகிரிக்கு அப்பால் கோல்கொண்டா முன்னேறுவதைத் தடுப்பதற்கு 1644 ஆம் ஆண்டில் பிசப்பூரிலிருந்து வந்த உதவி அவனுக்குத் துணைநின்றது. தென்னாட்டு நாயக்கர்களிடமிருந்து பெருந்தொகைப் பணத்தை வற்புறுத்திப் பெறக்கூடிய அளவிற்குப் போதிய பலம் தனக்கு வந்துவிட்டதென உணர்ந்தான். பிசப்பூர் அவனுக்குச் செய்த

உதவியின் பெறுமதியாக, அப் பணத்தின் ஒரு பகுதியைப் பிசப்பூருக்குக் கொடுத்தான். விரையில் மதுரையும் செஞ்சியும் மீண்டும் கலகம் விளைவித்தன. எவ்வித எதிாப்புமின்றிப் புலிக்காடுவரை வந்த கோல்கொண்டாப் படை அக்கோட்டையிலிருந்து ஒல்லாந்தப் படைத்தளபதியினால் தோற்கடிக்கப்பட்டது. இந்தக் கோல்கொண்டாப் படையுடன் செஞ்சி நாயக்கன் சேராமலிருப்பதற்காக, சிறீரங்கன் அவனுடன் அமைதி உடன்படிக்கை செய்துகொண்டான். பின்னர் கோல்கொண்டாப் படையை வெற்றிகொண்டு, நெல்லூர் மாவட்டத்தின் வடக்கில் இருந்த கண்டுக்கூர் வரை அப்படையைத் துரத்திச் சென்றான். பிசப்பூரும் கோல்கொண்டாவும் ஓர் உடன்பாட்டிற்கு வந்த நேரத்தில், அவர்களுடைய கூட்டுப்படைகளின் எதிர்ப்பை எதிர்நோக்க முடியாதிருந்த சிறீரங்கன், பின்வாங்கினான். கோல்கொண்டாவின் தளபதியாகிய மீரயம்லா, கர்நூல்

வழியாக முன்னேறுவதற்கு ஆயத்தங்கள் செய்தான். அப்பொழுது கோல்கொண்டாவின் சுல்தான் போரை நிறுத்திவிட்டு, பிசப்பூருக்கு நட்டஈடு கொடுத்தான். சிறீரங்கனுடன் செய்துகொண்ட உடன்பாட்டின் விளைவாக இது நடைபெற்றிருக்கலாம். படையெடுப்பினால் வரும் ஆபத்து, சில காலம் இல்லாதிருந்தது. ஆனால் விரைவில், மதுரைத் திருமலை நாயக்கனின் தலைமையில் தென்னிந்திய நாயக்கர்கள் கலகம் விளைவித்துப் பிசப்பூரிடம் உதவி கோரினார்கள். வேலூருக்கு எதிராகப் பிசப்பூரிலிருந்து முசுத்தபா கான் அனுப்பப்பட்டான். நாயக்கர்களின் படையுடன் போரிடுவதற்காகத் தெற்கே சென்ற சிறீரங்கன், தன்னுடைய தலைநகரத்தைக் காப்பாற்றும் பொருட்டு விரைவில் திரும்பி வரவேண்டியிருந்தது. இதே வேளையில் வினுகொண்டா, உதயகிரி ஆகிய இடங்களைக் கோல்கொண்டா தாக்கியது. இவ்வாறு ஒரேயடியாக நசுக்கப்பட்ட சிறீரங்கன், உதவியற்ற அந்த நிலையில், கடைசியாக, அரசையும் கோவில்களையும் பிராமணர்களையும் மதத்தையும் காப்பாற்றுவதற்காக ஒன்று திரளும்படி மக்களை உற்சாகப்படுத்தி இந்து தேசீய உணர்ச்சியைத் தூண்டினான். இத்தகைய வேண்டுகோள்களுக்கு நாயக்கர்கள் செவிசாய்க்கவில்லை. கருநாடகத்தைத் தாக்கி அதைப் பிரித்துப் பங்கு போடும்படி பிசப்பூர், கோல்கொண்டா ஆகியவற்றின் சுல்தான்களைக் கேட்டிருந்தான் முகலாய பேரரசன். தனக்கு மானியமளித்து வந்த நாயக்கர்களால், 1645 ஆம் ஆண்டு திசம்பரில் தோற்கடிக்கப்பட்ட சிறீரங்கன், மீண்டும் வேலூருக்குத் திரும்பிச் சென்றான். பிசப்பூர்ப் படைத் தளபதிகள் தமக்குள் எழுந்த சச்சரவுகளைத் தீர்ப்பதற்காகப் பிசப்பூருக்குத் திரும்பிச் சென்றபடியால், அவர்களின் தாக்கம் சிலகாலம் குறைந்திருந்தது. ஆனால் கோல்கொண்டாப் படைகள் மிகவும் சுறுசுறுப்புடனிருந்தன் மீர் யம்லா என்பவன் நெல்லூர், கடப்பா ஆகியவற்றின் சில பகுதிகளைத் தனதாக்கிக் கொண்டான். முசுத்தபா கான், பிசப்பூரிலிருந்து திரும்பி வந்து வேலூரைத் தாக்குவதற்கு வேண்டிய ஆயத்தங்களைச் செய்தான். காலங்கடந்த அந்த நேரத்திலேதான் தங்களனைவரையும் பயமுறுத்திக் கொண்டிருக்கும் ஆபத்தை நாயக்கர்கள் உணர்ந்தார்கள். அவர்கள் அப்படி உணர்ந்த அந்த நேரத்திலும் கூட மதுரைத் திருமலை நாயக்கன் மற்றையோருடன் சேராது, தனித்தே நின்றான். பணம் பெறக்கூடிய வேறு வழிவகைகளில்லாமையால் வேலூரிலுள்ள பெண்களின் ஆபரணங்களையும் திருப்பதிக் கோவிலின் பொருட்களையையும் உபயோகித்து, நாட்டைக் காக்கும் படைவீரர்கள் பராமரிக்கப்பட்டார்கள். வேலூருக்கு வெளியே, முசுத்தபா கானுக்கு எதிராக ஒரு சிறு வெற்றியீட்டினான் சிறீரங்கன். ஆனால் அவனுடைய நட்பாளர்களிடையே கருத்துவேற்றுமை ஏற்றபடியால், அவர்கள் அவனைக் கைவிட்டு விட்டுக் கோட்டைக்குத் திரும்பிச் சென்றுவிட்டனர். இதன் காரணமாக, அந்தச் சிறு வெற்றியைத் தொடர்ந்து வேறு வெற்றிகளைச் சிறீரங்கன் ஈட்டவில்லை. தொடர்ந்து விரிஞ்சிபுரத்தில் ஒரு பெரிய போர் (ஏப்ரல் 4, 1646) நடைபெற்றது. மைசூர், மதுரை, தஞ்சாவூர் ஆகிய இடங்களிலிருந்து உதவி கிடைத்த போதிலும், சிறீரங்கன் இப்போரிலே தோல்வியடைந்தான். பின், முசுத்தபா கான் வேலூரை முற்றுகையிட்டான். இதற்கிடையில், கிழக்குக் கடற்கரையில் புலிக்காடு வரையிலுள்ள ஆள்புலத்தை மீர் யம்லா கைப்பற்றிவிட்டான். ஆனால் ஒல்லாந்தர்,

கோல்கொண்டாவை அங்கீகரிப்பதற்கு அப்பொழுதும் மறுத்துவிட்டனர். கடைசியில், தன் எதிர்ப்பு முழுவதையும் கைவிட்டு, முசிலிம்களால் கருநாடகம் கைப்பற்றப்படுவதை மதுரை, மைசூர் அரசர்களால் தடுக்க முடியாது போய்விட்டது. 1652 ஆம் ஆண்டளவில் முசிலிம்கள் கருநாடகத்தைப் பூரணமாகப் பிடித்துவிட்டனர். சிலகாலத்திற்கு முன் செஞ்சி பணிந்ததுபோல் தஞ்சாவூரும் 1649 ஆம் ஆண்டில் பிசப்பூருக்குப் பணிந்தவுடனே, சிறீரங்கன் மைசூருக்குச் சென்றான். கெலடித் தலைவர்களின் உதவியுடன் அங்கே தன் அரச சபையை அமைத்து, வேலூரைத் திரும்பவும் பிடிக்க வேண்டும் என்று கனவு கண்டுகொண்டிருந்தான். 1672 ஆம் ஆண்டளவில் அவனைத் தழுவிய மரணம், அவனுக்கு மீட்சியளித்ததைப் போல் இருந்தது. ஆயினும், கருநாடகத்தின் வீழ்ச்சி, இந்துக்களின் நலவுரிமையின் வீழ்ச்சியாக இருக்கவில்லை. பிசப்பூர்ப் படைகள் கருநாடகத்தை நாசஞ்செய்து, சிறீரங்கனை நாட்டைவிட்டு ஓடும்படி விரட்டிக்கொண்டிருக்கும்போது முக்கியத்துவம் வாய்ந்த தன் வேலையைச் சிவாஜி ஆரம்பித்துவிட்டான். சிவாஜி, சத்திரபதியாகத் தன்னை முடிசூட்டிக்கொள்வதற்கு (1674) சில காலத்துக்கு முன்புதான் சிறீரங்கன் இறந்தான். மதுரையும் மைசூரும் சுதந்திரமுடைய இந்து இராச்சியங்களாகப் பதினெட்டாம் நூற்றாண்டிலும் தொடர்ந்து சிறப்புடன் திகழ்ந்தன.

கருநாடக – விசயநகரப் பேரரசு தோன்றி, மூன்று நூற்றாண்டுகட்குமேல் நிலைபெற்ற பின் இவ்வாறு அழிவெய்தியது. இந்த நீண்ட காலத்தில் அப்பேரரசு, அண்மையில் வடபகுதியில் இருந்த முசிலிம்களுடன் தொடர்ந்து போராடி வந்தது மதுரைச் சுல்தானியர்களை அழித்தது இசுலாமின் அநியாயமான ஆக்கிரமிப்பிலிருந்து தென்னிந்தியாவைக் காப்பாற்றிச் சுதந்திரமாக இருக்கச் செய்தது. முசிலிம் அரசர்களின் கீழ் இந்துக்கள் சேவை செய்ததும், விசய நகரத்து இந்துப் பேரரசர்கள் முசிலிம் படையினரை அமர்த்தியதும் உண்மையே. தொடர்ந்து போட்டியிட்டுக்கொண்டு வந்த இரு கட்சியினருக்குமிடையே அடிக்கடி இராசதந்திர உறவுகளும் வமிச நட்புறவுகளும் ஏற்பட்டன. தென் இந்தியாவைப் பாதுகாத்து அதை இந்நாட்டின் பாரம்பரியக் கலாச்சாரத்திற்கும் நிறுவனங்களுக்கும் இறுதிப் புகலிடமாக வைத்திருப்பதில், விசயநகருக்கு அதிமுக்கியமான பங்கு இருந்தது முன்பு கூறிய எதுவும் விசயநகருக்கிருந்த இந்தப் பொறுப்பின் அடிப்படைத் தன்மையை மாற்றவில்லை. சாயனர் என்பவரின் தலைமையில் இயங்கிய அறிஞர்களின் சபை ஒன்று வேதங்களுக்குப் பெரியதொரு வியாக்கியானம் எழுதியது. விசயநகர மன்னர்கள் நாட்டிலிருந்த ஏறக்குறைய எல்லாக் கோவில்களுக்கும் புதிய கட்டடங்களைக் கவர்ச்சி தரும் வகையிற் கட்டியெழுப்பினார்கள். இவையிரண்டும் அந்த இந்துப் பேரரசின் தொண்டுகளுக்கு நினைவுச் சின்னங்களாக உள்ளன. போத்துக்கேயரும் யேசு சபையினரும் குடிமக்களைக் கிறித்தவர்களாக மாற்றுவதற்கு முயன்றார்கள். இதனால் அதிருப்தியடைந்த பேரரசர்களும் மானியமளிநாட்டினரும், அவர்கள் அத்திசையில் தொடர்ந்து அதிக தூரம் செல்வதை அனுமதிக்கவில்லை.

இந்த அதிகாரத்தை முடிப்பதற்கு முன் பேரரசின் அரசியல், பரிபாலன, யுத்த முறைகளைப் பற்றிச் சிறிது சொல்லவேண்டியிருக்கின்றது. கொள்கையளவில் பரம்பரை முடியாட்சியே இங்கு நிலவியது. ஆனால், காலம் கடினமானதாக இருந்தது ஒரு பக்கத்தில் முசிலிம் நாடுகளின் எதிர்ப்பும், மறுபக்கத்தில் மானியமளி நாட்டினரின் விட்டுக்கொடுக்காத மனப்பான்மையும் இருந்தபடியால், இராசதந்திரத்திலும் போர்வலிமையிலும் உயர்ந்த திறமையை அரசன் கண்டிப்பாகப் பெற்றிருக்கவேண்டிய நிலை ஏற்பட்டது. ஆற்றலும் பேராசையும் கொண்ட அமைச்சர்களில் பலவீனமான அரசர்கள் சிலர் சிறையிலிடப்பட்டார்கள் சிலர் சிம்மாசனத்திலிருந்து அகற்றப்பட்டார்கள். இதையெண்ணி யாரும் ஆச்சரியப்படத் தேவையில்லை. சிலர் பலாத்காரமாகச் சிம்மாசனத்தைப் பறித்ததன் காரணமாக, மூன்று சந்தர்ப்பங்களில் ஆளும் பரம்பரையில் மாற்றம் ஏற்பட்டது. இந்தச் சந்தர்ப்பங்களில் அரண்மனையிலுள்ள விழுமியோர் பெரும் பங்கு வகித்து, உரிமைப் போட்டியிடுவோர் பக்கம் சேர்ந்தார்கள். இருந்த போதிலும் பாமனி ஆட்சியிலிருந்த கட்சிப் பிளவுகள், அவர்களின் ஆட்சியிலும் அவர்கட்குப்பின் வந்தோரின் ஆட்சியிலும் ஏற்படுத்திய குரோதத்தை, விசயநகரிலிருந்த கட்சிப் பிளவுகள் ஏற்படுத்தவில்லை. இந்துப் பேரரசிலிருந்த தலைவர்கள் உண்மைகளை அங்கீகரிப்பதற்கு என்றுமே தயாராக இருந்தார்கள். பகிரங்கமாகக் கலகம் விளைவிப்பதிலும் பார்க்க, முடிந்தபோதெல்லாம், விட்டுக் கொடுப்பதை விரும்பினர். மிகச் சிலரே இதற்கு விதிவிலக்காக இருந்தனர்.

ஓர் அமைச்சர் கழகம் அரசனுக்கு ஆலோசனை கூறியது. அரசன் அடிக்கடி அக்கழகத்துடன் கலந்தாலோசித்தானாயினும் அதன் ஆலோசனையை ஏற்றுக் கொள்ளவேண்டிய நிர்ப்பந்தம் அவனுக்கு இருக்கவில்லை. தன்னுடைய விருப்பத்தின்படி நடக்கும் சுதந்திரம் அவனுக்கு இருந்தது. தனக்கு இட்டமானவர்களின் ஆலோசனையைக் கேட்டு அதன்படியும் அரசன் நடக்கலாம், மிகவும் வலுவுள்ள அமைச்சர் என்றாலுங்கூட, அரசனின் தயவிலேயே அவன் பதவி வகித்தான். அமைச்சரின் பதவியைத் தாழ்த்தவும், சுருக்கமான விசாரணையுடன் அவனைத் தண்டிக்கவும் அரசனுக்கு உரிமை இருந்தது. சிம்மாசனத்திற்கு உரிமையுடையவனாக வரக்கூடிய ஒருவனைக் கொலைசெய்வித்தவனெனக் கிருட்டிண தேவராயனாற் சந்தேகிக்கப்பட்ட சாளுவ திம்மன் இவ்வாறே தண்டிக்கப்பட்டான்.

பேரரசன் பல மனைவியரை மணஞ் செய்து வைத்திருப்பதும், அவர்களுக்கும் தனக்கும் பணி புரிவதற்காக ஏராளமான சேடியர்களை வைத்திருப்பதும் வழக்கமாக இருந்தது. நன்கு அமைக்கப்பட்டு அதற்கென நியமிக்கப்பட்ட தனித்தனி அறைகளில் அவர்கள் இருந்தார்கள். அரண்மனைச் செலவுகளில், அந்தப்புரத்தைப் பராமரிக்கும் செலவு பெரும் பங்காக இருந்தது. அரசகுமாரர்களின் தகுதிக்கும் திறமைக்கும் ஏற்றபடி பரிபாலனப் பதவிகளில் பெரும்பாலும் நியமிக்கப்பட்டார்கள். சிம்மாசனத்தின் மீது உரிமைகொண்டாடுவோரின் நடமாட்டத்தை, கிருட்டிண தேவராயனைப் போன்ற பலம் படைத்த அரசர்கள் கட்டுப்படுத்திக் கவனமாகக் கண்காணித்து வந்தார்கள்.

மத்திய அரசாங்கத்தின் வேலை பல திணைக்களங்களுக்குப் பகிர்ந்து கொடுக்கப்பட்டது. நன்கு அமைக்கப்பட்ட செயலகமும் அதன் அலுவலகமும் அரண்மனைக்கு அண்மையில் இருந்தன. இரண்டு இறைசேரிகள் இருந்தன. அன்றாட தேவைக்குரிய பணத்தை அனுப்பிவைக்கவும், திருப்பிப் பெறவும் சிறிது இறைசேரி பயன்பட்டது. எதிர்காலத் தேவைக்காக ஒதுக்கப்பட்ட பணம் பெரிய இறைசேரியில் இருந்தது. ஒவ்வொரு அரசனும், முன்பிருந்த பணத்தொகையுடன் தானும் ஏதாவது ஒரு தொகையைப் போட்டு அதைப் பெருக்குவதைத் தனது கடமையாகக் கருதினான். "எவரும் காணமுடியாதபடி, அரச முத்திரையுடன் பூட்டப்பட்டிருக் கின்றது. அரசர்களுக்குப் பெரிய தேவைகள் ஏற்படுகின்ற வேளைகளிலல்லாது, வேறு என்றுமே அது திறக்கப்படுவதில்லை" எனப் பேய்சு என்பவர் இப்பெரிய இறைசேரியைப் பற்றிக் குறிப்பிடுகின்றார்.

முடிக்குரிய காணிகள், மகாநவமி விழாக் காலத்தின்போது மாகாணத் தேசாதிபதிகளும் மானியமனி நாட்டினரும் செலுத்தும் வருடாந்த இறைப்பணம், பேரரசின் பல துறைமுகங்கட் கூடாகச் செல்லும் வணிகப் பொருட்களின்மீது விதிக்கும் துறைமுக, சுங்க வரிகள் ஆகியவற்றின் மூலமே பேரரசின் முக்கிய வருமானம் வந்தது. இந்த வரிகள் பணமாகவும், பொருட்களாகவும் வசூலிக்கப்பட்டன. காணி, கவனமாக அளக்கப்பட்டு, அதன் தரத்திற்கேற்ப வரி விதிக்கப்பட்டது. வரண்ட நிலம், ஈரலிப்பான நிலம், பயிர்கள், விளைச்சல் என்பவற்றைப் பொறுத்து, வரி விகிதத்தில் வேறுபாடு இருந்தது. விளைச்சலில் அரசாங்கத்திற்குச் சேர வேண்டுமெனக் கோரப்பட்ட பங்கு, காலத்துக்குக் காலம் வேறுபாடடைந்தது. சில சமயங்களில், முழு விளைச்சலின் அரைவாசிப் பங்குமே கோரப்பட்டது. காணிகளிலிருந்து கிடைக்கும் வருவாயை அனுபவிக்கும் சிறப்புரிமையை அரசு, சில நிபந்தனைகளுக்கமைய, கோவில்களுக்கும் படித்த பிராமணர்களுக்கும் கொடுத்து வந்தது. தொழில் வரி, வீட்டு வரி, பலவித அனுமதிச் சீட்டுகள் வழங்குவதற்கான பணம், இடமாற்ற வரி, சந்தை வரி, நீதிபரிபாலனத்தில் வசூலிக்கப்படும் குற்றப்பணம் ஆகியவற்றின் மூலமும் அரசாங்கத்திற்குப் பணம் கிடைத்தது. யார் அதிகப்படியான பணத்தைக் குத்தகையாகக் கொடுப்பதற்கு முன்வருகின்றானோ, அவனுக்கே, மத்திய அரசின் நேரடியான பாலனத்தில் இருக்கும் பகுதிகளிலும் மாகாணங்களிலும், பெரும்பாலான வரிகளை வசூலிக்கும் பொறுப்புக் கொடுக்கப்பட்டது. இவற்றைப் பார்க்கும்போது மக்களை நசுக்குகின்ற அளவிற்குப் பெருந்தொகையான பணம் வரியாக வசூலிக்கப்பட்டது என்றே தோன்றுகிறது.

அரண்மனைக்குரிய செலவுகள், படைகளைப் பராமரித்தற் செலவுகள், தருமத்திற்காகக் கொடுக்கப்படும் நன்கொடைகள் ஆகியவையே செலவுத் தொகையின் முக்கிய அமிசங்களாக இருந்தன. வருவாயை நான்கு சம பிரிவுகளாகப் பிரிக்க வேண்டும் என்ற கொள்கையைக் கிருட்டிணதேவராயன் வகுத்தான். அரண்மனை நிறுவனங்களைப் பராமரிப்பதற்கும் தருமத்திற்கும் ஒரு பகுதி சென்றது படைகளைப் பராமரிப்பதற்கு இரு பகுதி சென்றது பெரிய இறைசேரியில் நிரந்தர வைப்புப் பணமாக, மிகுதி ஒரு பகுதி சென்றது. இது ஒரு இலட்சியம் என்பதில் சந்தேகமில்லை ஆனால் இதை

1. சங்கமன் வமிசம்

சங்கமன்
1 ஆம் அரிகரன் (1336-1357)
கம்பன்
1 ஆம் புக்கன் (1344-77)
மாரபன்
முத்தபன்
குமாரகம்பணன்
விருபண்ணன்
2 ஆம் அரிகரன் (1377-1404)
1 ஆம் விருபாட்சன் (1404-5)
2 ஆம் புக்கன் (1405-6)
1 ஆம் தேவராயன் (1406-22)
இராமச்சந்திரராயன் (1422)
1 ஆம் விசயராயன் (1422-26)
பிரௌட தேவராயன் அல்லது 2 ஆம் தேவராயன் (1422-46)
பிரதாப தேவராயன்
2 ஆம் விசயராயன் (1446-7)
மல்லிகார்ச்சுனன் (1447-65)
இராசசேகரன் (1466)
2 ஆம் வீருபாட்சன் (1465-85)
பிரௌடராயன் (1485)

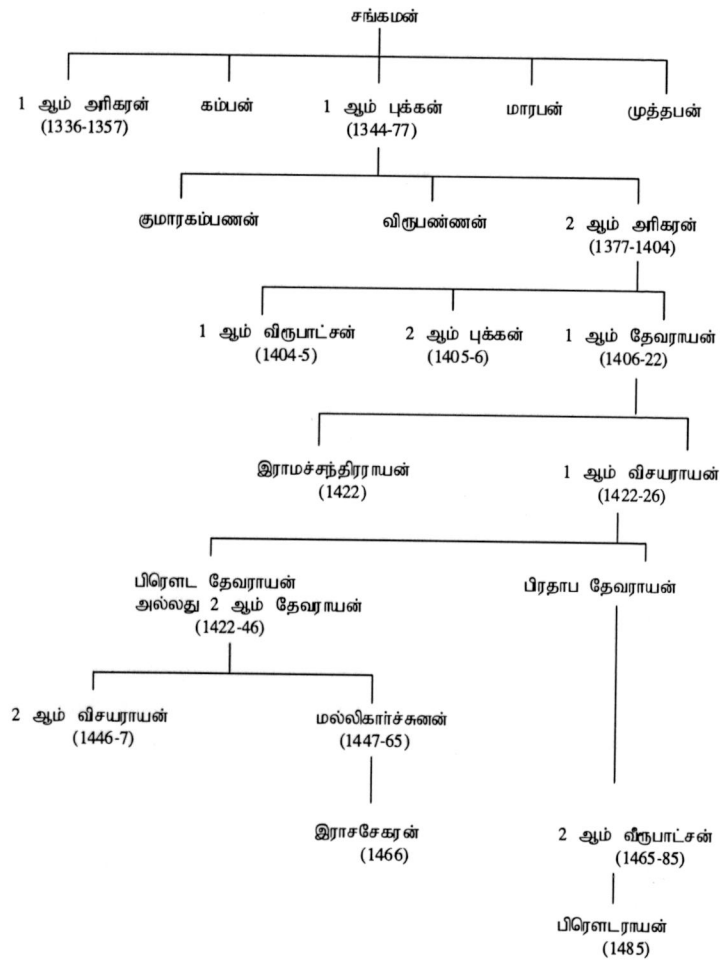

நடைமுறைக்குக் கொண்டு வருவது முழுவதும், அவ்வப்போது எழுந்த அவசர தேவைகளிலேயே தங்கியிருந்தது.

இந்து இராச்சியங்களுள் விசயநகரமே, ‘‘போர்-அரசு’’ என அழைக்கப்படுவதற்கு மிகக் கிட்டிய நிலையில் இருந்தது. அந்த இராச்சியத்தின் யுத்த தேவைகளே அதன் அரசியல் அமைப்பில் ஆதிக்கம் செலுத்தின. யானைப்படை, குதிரைப்படை, காலாட்படை கொண்ட ஒரு பெரிய நிரந்தரப் படையை அரசன் வைத்துப் பராமரித்தான். இப்படையில், ‘‘நான்கு மாதங்கட்கு

ஒரு தடவை படைவீரர்கள் தங்கள் சம்பளத்தைப் பெற்றார்கள். எந்த ஒரு மாகாணத்தின் வருவாயிலிருந்தும் பணம் பெறும்படியான உண்டியல் வழங்குவதன்மூலம், சம்பளப் பணம் கொடுக்கும் வழக்கம் இருக்கவில்லை’’ என அப்துர் ரசாக் குறிப்பிடுகின்றார். படைவீரர்கட்குரிய பாளையங்கள் நாடெங்கிலும் நிறைந்திருந்தன. ஒவ்வொரு பாளையமும் ஒரு நாயக்கன் அல்லது படைத்தலைவனின் கீழ் இருந்தது. வருமானப் பணத்தை வசூலிக்கவும், குறிப்பிட்ட பகுதியைப் பரிபாலனஞ் செய்யவும் அவனுக்கு அதிகாரமிருந்தது. போர்க்காலங்களில் பேரரசனின் படைகளுடன் சேர்ந்து கொள்வதற்குத் தயாராக, முன்னமே இரு பகுதியினராலும் ஒப்புக்கொள்ளப்பட்ட ஒரு குறிப்பிட்ட தொகையான யானைகளையும், குதிரைகளையும் படைவீரர்களையும் இந்த நாயக்கன் எப்போதும் தன் பராமரிப்பில் வைத்திருக்கவேண்டும் என்ற நிபந்தனை இருந்தது. இப்படியான இருநூற்றுக்கு மேற்பட்ட நாயக்கர்கள் இருந்ததை எண்ணியதாக நூனிசு கூறுகின்றார். படை வீரர்களுக்கென ஒழுங்கான பள்ளிக்கூடங்கள் நடைபெற்றன. விற்போர், வாட்போர் முதலியவற்றில் வீரர்கள் பயிற்சியளிக்கப்பட்டுப் படையிற் சேர்வதற்குத் தயாராக்கப்பட்டார்கள். என்றாலும் பீரங்கிப்படையிற் பொதுவாக, அன்னியர்களே இருந்தார்கள். படைவீரர்களின் முகாம், பல திறந்த வெளிகளும் நெடு வழிகளும் அமைந்த, நகர்ந்து செல்லும் நகரமாக இருந்தது. போர்புரியாது, படையின் பின்னணியிற் சென்று கொண்டிருந்தவர்களின் தொகை, படைகளைத் தடைசெயயும் அளவிற்குப் பெரிதாக இருந்தது. ஆனால், அக்காலத்தில் இது ஒரு சாதாரணப் பகுதியாகவே இருந்தது. பாதுகாப்பு ஏற்பாடுகளிற் கோட்டைகள் பெரும்பங்கு வகித்தன. முற்றுகையிடும் முறைகள் பலருக்குத் தெரிந்திருந்தன் விரிவான அளவில் அவை கையாளப்பட்டன. இலங்கையின் பல பாகங்கள் மேலும் பல துறைமுகங்கள் மேலும் இராயர்கள் ஆதிக்கம் செலுத்தியமையினால், ஒரு வகையான கடற்படையும் அவர்களிடம் இருந்திருக்க வேண்டும். ஆனால், அக்கடற்படையின் அமைப்பைப் பற்றியோ அதன் தொகையைப் பற்றியோ திட்டவட்டமான செய்திகள் எமக்குக் கிடைக்கவில்லை.

மாகாண ஆட்சியமைப்பு முறைகள், அந்தந்தப் பகுதியின் முந்தைய வரலாற்றமைப்பில் தங்கியிருந்தன. தென் கோடியிலும், மேற்குக் கரையிலும் உள்ள நிலத்தின் பழைய அரசர்கள், பேரரசனுக்குக் கீழ்ப்பட்ட அரசர்கள் என்ற நிலையில் ஆட்சி செய்வதற்கு அனுமதிக்கப்பட்டார்கள். இவர்கள் இறைப்பணம் செலுத்த வேண்டும். பேரரசின் உயர்தர அதிகாரியினாற் பொதுவாக மேற்பார்வை செய்யப்படுவதற்கு இணங்க வேண்டும். இந்த அதிகாரி, வழக்கமாக, அரச குடும்பத்தைச் சேர்ந்த ஓர் இளவரசனாகவே இருப்பான்.

இப்படி ஆட்சி செய்தவர்கள் தாம் பாண்டியர்கள், திருவடியர்கள் ஆகியோரும் செரெசொப்பா, காரைக்கால் முதலிய இடங்களின் தலைவர்களும், தமிழ் மாவட்டங்களில், சோழர்களின் பழைய ஆள்புலப் பிரிவுகளும், நன்கு வேரூன்றி நிலைத்த தன்னாண்மையுடைய கிராம மன்றங்களின் ஆட்சி முறையும் தொடர்ந்து அப்படியே இருக்க அனுமதிக்கப்பட்டன. தெலுங்கு, கன்னட நாடுகளில் இராயர்களினால் முற்றிலும் திருத்தமாகச் செய்து முடிக்கப்பட்ட ஏற்பாடுகளைத் தமிழ்ப்பகுதியில் திணிப்பதற்கு முயற்சி எடுக்கப்படவில்லை. இருந்தபோதிலும், இக்காலத்தில், கிராமங்களின் அதிகாரிகள் மத்திய ஆட்சியுடனும் அதன் பிரதிநிதிகளுடனும் மிகவும் நெருக்கமாகத் தொடர்புபடுத்தப் பட்டிருந்தபடியால், கிராமங்களின் தன்னாண்மை, கணிசமான அளவிற் கட்டுப்படுத்தப்பட்டது. ஒவ்வொரு இடத்திற்குத் தக்கபடி, பிரிவுகளின் பெயர்களும், பதவிகளின் பெயர்களும் வேறுபட்டன. ஆனால் மத்திய அரசால் நியமிக்கப்பட்ட மாகாணத் தேசாதிபதி, அரசனின் சாதாரண குடியியற் பணியாளன் என்ற முறையிலும் பார்க்க, கேந்திர நிலையத்துக் கோட்டையொன்றின் இராணுவத்தளபதி என்ற முறையிலேயே ஒவ்வொரு இடத்திலும் இருந்தான். பரிபாலனத்தின் உடனடித் தேவைகளுக்கு ஏற்ப, மாகாணங்கள் அல்லது இராச்சியங்களின் எல்லைகள், காலத்திற்குக் காலம் மாற்றப்பட்டன. சில ஆள்புலங்கள், விசேடமாகப் பேரரசின் வட பகுதியிலிருந்த ஆள்புலங்கள், தம் ஆட்சியிற் பல மாறுதல்களைக் கண்டிருக்க வேண்டும். இந்தப் பகுதிகள், விசயநகருக்கும், எதிரிகளான முசிலிம் அரசர்கட்குமிடையே அடிக்கடி கைமாறிக்கொண்டிருந்தன. தேசாதிபதிகளும், நாயக்கர்களும் தமது பாளையங்களைப் பிரதியாளர்கள் மூலம் ஆள்வதற்கு அனுமதிக்கப்பட்டார்கள். ஆகவே தாம் நேரில் சமூகமளிக்காத போது, தலைநகரில் முகவர்களை நியமித்து, அவர்களைப் பராமரித்தார்கள். இக்கால நுண்ணறிவுச் சேவையினர் செய்யும் வேலையை, அக்காலத்தில், ஒழுங்கான முறையிலமைந்த ஒரு ஒற்றாடற் சேவையினர் செய்தனர். பேரரசு முழுவதிலுமிருந்த சிற்றரசர்களின் வேலைகளையும், அயற்புறத்து அரசர்களின் திட்டங்களையும் நடவடிக்கைகளையும் ஒற்றர்கள்

பேரரசனுக்கு அறிவித்தார்கள். பொதுவாக, எல்லைப்புறக் கோட்டைகளின் இராணுவத் தலைவர்கள் மிகுந்த நம்பிக்கைக்குரியவர்களாக இருந்தனர். தலைநகரிற் சமூகங்கொடுப்பதி லிருந்து, இத்தலைவர்கட்கு விசேட விலக்கு அளிக்கப்பட்டது. பொலிசு முறை, நியாயமான அளவு திறமை மிக்கதாக இருந்தது. களவு நிகழ்ந்தால், களவுபோன பொருள் மீட்கப்படவேண்டும் அல்லது போலிசு அதிகாரிகளே பொருளை வாங்கிக் கொடுக்க வேண்டும் என்பதே சட்டமாக இருந்தது. வனவாசிகளிடமிருந்து உபத்திரவத்தை எதிர்பார்த்த இடங்களில், கணிசமான அளவு சேவகர்களுடன் பாளையகாரர் அனுப்பி வைக்கப்பட்டனர். இந்நோக்கத்துடன் ஒதுக்கிவைக்கப்பட்ட சாகீர் என்னும் நிலப்பகுதிகளின் வருவாயில் இவர்கள் பராமரிக்கப்பட்டனர். நகரத்து வீதிகள் அனைத்தும் இரவு நேரங்களில், ஒழுங்காகக் காவல் செய்யப்பட்டன. தலைநகரில், விசேட திறமையுடன் செய்யப்பட்ட போலிசு ஏற்பாடுகளை அப்துர் ரசாக் போன்ற அன்னிய நாட்டினர் பாராட்டியுள்ளனர்.

பதவணி மன்றுகள்மூலம் நீதிபரிபாலனம் செய்யப்பட்டது. பேரரசனின் சபையே அதி உயர்ந்த, மேன் முறையீட்டு அதிகாரமன்றாக விளங்கியது. இந்த மன்றுகளுட் சில, நகரும் மன்றுகளாகவிருந்தன எனத் தெரிகின்றது. சம்பந்தப்பட்ட அதிகாரிகள் முகாமிட்டிருந்த இடங்களில் மன்றுகள் நடைபெற்றன. சட்ட நுணுக்கங்களில் ஏதாவது சந்தேகம் ஏற்படும்போது, யக்ஞவல்யரின் சுமிருதி, பராசரரின் கோவைக்கு மாதவர் எழுதிய பேருரை, ஆகியவற்றின் விசேட அதிகாரங்களுடன் இறுதித் தீர்ப்பு வழங்கப்பட்டது. சிறு குற்றங்கள் செய்தல், சாதிக்குரிய சட்டங்களை மீறல், வணிக விதிகளை மீறல் ஆகியவை முதலிற் கிராமமன்றுகளாலும், சாதி அமையங்களாலும், குழும அமையங்களாலும் விசாரணை செய்யப்பட்டன. முடிக்குரிய மன்றுகளுக்கு இவ்வழக்குகள் ஒரு போதுமே போகவில்லை எனலாம். மனித சாட்சியங்கள் பிழைக்கும்போது, வருத்தி விளங்கும் முறை கையாளப்பட்டது. இக்காலத்துத் தகுதி நிலையிலிருந்து பார்த்தால், அக்காலத்துத் தண்டனைகள் கடினமானவையாகவும் காட்டு மிராண்டித்தனமானவையாகவும் இருந்தன. மிகமோசமான சந்தர்ப்பங்களில், குற்றவாளிகளின் அங்கங்கள் வெட்டப்பட்டன் சிலர் கழுவிலேற்றப்பட்டார்கள் சிலர் யானைகளிடம் எறியப்பட்டார்கள்.

இந்துக்களின் சமுதாய, அரசியல் அமைப்புகளை, இசிலாம் அழித்துவிடாது பாதுகாக்க வேண்டும் என்ற நோக்கத்துடன் விசயநகரப் பேரரசர்கள் பணிபுரிந்தார்கள். போரில் மீண்டும் மீண்டும் அவர்கள் தோல்வியடைய நேர்ந்த போதிலும், இப்பணியில் அவர்கள் பெரு வெற்றியடைந்தார்கள். தென்னிந்தியச் சமுதாயம் பல வழிகளில் வட இந்தியச் சமுதாயத்திலிருந்து குறிப்பிடக்கூடிய அளவிற்கு வித்தியாசமாக இருப்பதும், பரம்பரை பரம்பரையாகவுள்ள இந்துக் கட்டடக் கலைஞர்களின் கட்டடத் திறமையின் உயர் நிலையைத் தம்மகத்தே கொண்டு மிளிரும் பெரிய கோவில்கள், அதிக அளவில் தென்னிந்தியா முழுவதையும் இப்போதும் அலங்கரிப்பதும், இந்து – முசிலிம் "பிரச்சினை" தென்னிந்தியாவில் இல்லையென்றே சொல்லக்கூடிய நிலைமை இருப்பதும் விசய நகர அரசினதும் அரசர்களினதும் முயற்சிகள் வெற்றியடைந்துள்ளன என்பதற்குச் சில சான்றுகளாக இருக்கின்றன.

துணைநூற் பட்டியல்

T.V.MAHALINGAM : *Administration and Social Life under Vijayanagar* (Madras, 1940) _______ : South Indian Policy (Madras, 1955) _______ : *'Tirumalaideva Maharaya'* (Proceedings, Nineth All India Oriental Conference, 1937, pp.827-32, Trivandrum, 1940. K.A.N.SASTRI and N.VENKATARAMANAYYA : *Further Sources of Vijayanagar History* (Madras, 1947) R.SATYANATHA AIYAR : History of the Nayaks of Madura (Madras, 1924) R. SEWELL : *A Forgotten Empire* (London, 1924) N.VENKATARAMANAYYA : *Studies in the Higher of the Third Dynasty of Vijayanagar* (Madras, 1935) V.VRIDDHAGIRISAN : The Nayaks of Tanjore (Annamalainagar, 1942)

அத்தியாயம் XIII

சமூக பொருளாதார நிலைகள்

எஞ்சியுள்ள அத்தியாயங்களின் திட்டம்-ஆன்புலப் பிரிவுகள்- மக்கள் - அரண்மனை வாழ்க்கை – அரசன்- தரைப்படையும் கடற்படையும்- போரும் முகாமும் - பிராமணர்கள் - சாதி- உணவும் உடையும் - கல்வி- படிப்பு – கோவில் - விளையாட்டுகளும் பொழுதுபோக்குகளும் - நகர, கிராம வாழ்க்ளை – விவசாயமும் நீர்ப்பாசனமும் - கைத்தொழில்கள் - போக்குவரவு – வணிகக்குழுமங்களும் வர்த்தகம் பொருள்களும் - பாமணி, விசயநகர அரசுகளின் தீழிருந்த கடல் வர்த்தகம் - பதினாறாம் பதினேழாம் நூற்றாண்டுகளில் கிழக்குக் கடற்கரைகளில் - நாணயம் நிறுத்தலளவை, முகத்தலளவை.

கி.பி. ஆறாம் நூற்றாண்டு தொடக்கம் 17 ஆம் நூற்றாண்டு வரை தென்னிந்தியாவிலிருந்த சமுதாய, பொருளாதார நிலைகளையும், இலக்கிய சமய, கலைத் துறைகளிற் செறிந்து கிடந்த பண்பாட்டின் முக்கிய போக்கினையும் இந்த அத்தியாயத்திலும் தொடர்ந்து வரும் அத்தியாயங்களிலும் மேலெழுந்த வாரியாக விவரிப்பதற்க நாம் முயல்வோம். எடுத்துக்கொண்ட பகுதி பெரிதாகவிருக்கின்றது. செய்திகளும் ஏராளமாக இருக்கின்றன. தெரிவு செய்யப்பட்ட சில தலைப்புகளின் கீழ், சுருக்கமான முறையிற் கூறுவதே சாத்தியமாகும்.

நன்கு வரையறுக்கப்பட்ட சில ஆள்புலப் பிரிவுகளாகத் தேசம் பிரிக்கப்பட்டிருந்தது: குந்தளம், ஆந்திரம், தொண்டைநாடு, சோழ, பாண்டிய, சேர நாடுகள் ஆகியவற்றை உதாரணமாகக் குறிப்பிடலாம். ஒவ்வொரு பிரிவு மக்களும் தமக்கெனத் தனித்தனி மரபுகளையும் பழக்க வழக்கங்களையும் வளர்த்:துப் பொற்றும் சுபாவத்துடனிருந்’தனர். பாதாமி, கல்யாணி ஆகியவற்றைச் சேர்ந்த சாளுக்கியர்களின் தலைமையிலும், இராட்டிரகூடரின் தலைமையிலும், சோழர்களின் தலைமையிலும், விசயநகரத்தின் தலைமையிலும் பெரிய அரசியற் கூறுகள் உருவான போது, இக் குறுகிய தலத் தாயகப்பற்றுகள் எவ்வகையிலும் தடங்கலாக இருக்கவில்லை. பெரிய அரசியற் கூறுகள் பிளவுபட்டதின் விளைவாக ஏற்பட்ட தீமைகளை மட்டுப்படுத்துவதில் இத் தலத்தாயகப் பற்றுகள் பெரும்பங்கு வகித்தன.

நாம் இப்போது விமரிசம் செய்து கொண்டிருக்கும் இந் நீண்ட காலப் பகுதியில், ஏதாவது ஒரு குறிப்பிட்ட நேரத்தில் இருந்த

குடித்தொகையைப் பற்றி நம்பக்கூடிய ஒரு மதிப்பீட்டைச் செய்வதற்கு எதுவித வழியுமில்லை. நிலச் சொத்துக்கள் பற்றி மிக நுணுக்கமாகப் பதிவு செய்து சைத்திருந்த சோழர்கள்கூட, குடித்தொகையைக் கணிப்பதற்கு ஒருபோதும் எண்ணவில்லை. படற்கரைத் துறைமுகங்களிலும் இராச்சியங்களின் தலைநகரங்களிலும், குறிப்பாக விசயநகரத்தில், அராபியர்,யூதர், பாரசீகர், சீனர், மலாயாவிலும் கிழக்கேயிருந்த தீவுக் கூட்டங்களிலுமிருந்து வந்த மக்ககள் ஆகிய அன்னியர், கணிசமான தொகையில் இருந்தனர் என்பதிற் சந்தேகமில்லை. பிற்காலத்தில், போத்துக்கேயரும் மற்றை ஐரோப்பிய தேசத்தவரும் இருந்தனர். பதினான்காம் நூற்றாண்டின் ஆரம்பத்திலே பாச்சிகள் இருந்ததாக யோர்தானசு பாதிரியார் குறிப்பிடுகின்றார். குடித்தொகையின் பெரும் பகுதியினர் இந்துக்களாகவே இருந்தனர் என்பது வெளிப்படை: அவர்கள் எல்லா இடங்களிலும் என்றும் சாதியமைப்புகளின் கீழேயே இருந்தனர். தொழிலுக்கம் சாதிக்குமிடையே ஒருவிதத் தொடர்பு இருந்தது: ஆனால் இது எவ்வகையிலும் மாற்றப்படக் கூடாததாக இருக்கவில்லை. பழமை பேணுவோரின் எதிர்ப்புக்ள இருந்த போதிலும், அரசியல்வலு அவ்வப்போது புதிய மாற்றங்களைத் தடுக்க முயன்றபோதிலும், புதிய சந்தர்ப்பங்கள், நிலைகள் ஆகியவற்றின் தாக்கம் எப்போதும் மாற்றங்களைக் கொண்டு வந்தது.

இக் காலத்தைப் போலவே அக் காலத்திலும், குடித்தொகையின் எல்லா வகுப்பினரும் குடியியல் தினைக்களங்கள், தரைப் படை, கடற் படை (இது ஏற்படுத்தப்பட்ட இடங்களில்) முதலியவற்றிற் சேர்ந்து தேசத்திற்குச் சேவை செய்யக்கூடியதாக இருந்தது. போர்களில், பிராமணத் தளபதிகள் நன்கு போரிட்டுப் புகழீட்டியதற்கு உதாரணங்கள் பலவுன. அவர்களின் பற்றுறுதியில் உயர்ந்த நம்பிக்கை வைத்திருந்த கிருட்டிணதேவராயன் எல்லாக் கேந்திர நிலையங்களிலுமுள்ள முக்கியமான கோட்டைகளுக்குப் பொறுப்பாக அவர்கள் நியமிக்கப்பட வேண்டும் என்று கருதினான். போர்க் காலங்களில், அரசனுக்கு இட்டமான வனவாசிகளும் மலைவாசிகளும் தரைப்படையில் விசேடமாகச் சேர்த்துக் கொள்ளப்பட்டார்கள். பொது வீதிகளில் அடிக்கடி கள்வர் நடமாடினர். வன்மையான முறையில் தலச் சண்டை ஏற்பட்டால், அல்லது நாட்டாண்மைக்காரன் கலகம் விளைக்கிறவனாக இருந்தால், சம்பந்தப்பட்ட கிராமம் முழுவதுமே தாக்கப்படும், அல்லது ஆநிரைகள் கவரப்பட்டுவிடும். இப்படியான சந்தர்ப்பங்களில் பொதுவாக, மக்களே தம்மைக் காத்துக்கொள்ள வேண்டி ஏற்படும்: விசெடமாக, காடுகளுக்கும் மலைகளுக்கும் அண்மையிலிருந்த கிராமத்து வீரர்களின் துணிகரமான செயல்களைப் பற்றிப் பல சிலாசாசனங்கள் கூறுகின்றன.

நாடுகள் கைப்பற்றப்பட்ட பொழுது, சில சமயம், தேசத்தின் ஒரு பகுதியிலிருந்து வேறொரு பகுதிக்குப் பெருந்தொகையாக மக்கள் புலம் பெயர்ந்தனர்: அத்துடன் சமுதாய, பொருளாதாரத் தொடர்புகளில் புதிய இணக்கங்களும் ஏற்பட்டன. விசயநகரப் பேரரசும், அதற்க முன் ஒய்சள அரசம் பிரிவு பெற்றபொழுது, தமிழ் நாட்டிற்குட் பெருந்தொகையான தெலுங்கரும் கன்னடரும் வந்தனர். இது நிகழ்ந்தது மிகவும் அண்மைக்

காலத்திலாகும். இதன் விளைவுகள் இப்போதும் தெளிவாகத் தெரியக் கூடியவையாக இருக்கின்றன. ஆட்சியாளர்களின் ஆதிக்கத்தை நிலைநிறுத்தும் அதிகாரிகளாகவும், படை வீரர்களாகவும் அவர்கள் வந்திருக்க வேண்டும். கைப்பற்றப்பட்ட ஆள்புலத்து மக்களின் தன்மைகயைக் கருதாது, இந்த அதிகாரிகளுக்கும் போர்வீரர்கட்கும் நில ந்னகொடைகளும் மற்றைய சலுகைகளும் கொடுக்கப்பட்டு அவர்களின் புலம்பெயர்வு ஊக்குவிக்கப்பட்டது என்பதிற் சந்தேகமில்லை. படிப்பு, கலைகள், சமயம் ஆகியவற்றிற்குக் கிடைத்த அரசாங்க ஆதரவும் இத்தகைய புலம் பெயர்வுகட்குக் காரணமாக இருந்தது.

அரசனும் அரண்மனையிலுள்ளோரும் ஊதாரித்தனமாகவும் ஈடம்பரமாகவும் வாழ்ந்தார்கள். இவர்களின் வாழ்க்கைத்தரம், மற்றைய குடித்தொகையின் அமைதியான வாழ்க்கைத் தரத்திலிருந்து குறிப்பிட்ககூடிய அளவிற்கு மாறுபட்டிருந்தது. காலப்போக்கில், நூற்றாண்டுகள் சில பழிய, அரண்மனையின் பகட்டும் சடங்கும் கண்ணைப் பறிக்குமளவிற்கு வளர்ந்து, விசயநகர இராயர்களின் காலத்தில் அதி உச்சக் கட்டத்தை அடைந்ததெனலாம். அரண்மனையுடன் எந்நாளும் ஒரு பெரிய தாபனப் பகுதி இணைக்கப்பட்டிருந்தது. கோவில்களில் இருப்பதைப்போல், அரண்மனைகளிலும், பெயரளவில், எழுபத்திரண்டு திணைக்களங்கள்(நியோகங்கள்) இருந்தன. தாபனத்திற் பெருந்தொகையான பெண்கள் இருந்தார்கள். அழகுக்கும் இளமைக்குமாக அவர்கள் விசேடமாகத் தெரிவு செய்யப்பட்டிருந்தார்கள். சிலர், வெளிநாடுகளிலிருந்து கொண்டுவரப்பட்டவர்கள். மற்றையோர் போரிற் கைது செய்யப்பட்டு அடிமைகளாக்கப்பட்டவர்கள். இவர்களுட் பலர், இசை, நடனக் கலைகளில் திறமை பெற்றிருந்த ஆடலணங்குகள் என்று கூறத்தேவையில்லை: இராசகமாரர்கள், விழுமியோர், இராசசபையைச்சேர்ந்தவர்கள் ஆகியோரின் ஆசை நாயகிகளாக இருந்தனர். சாளுக்கிய மன்னனாகிய பாதாமி விசயாதித்தனின் ஆசை நாயகியாகிய வினாபோதிகள் (பெயரிலுள்ள மரியாதைப் பன்மையைக் கவனிக்க) என்ற பெயர் படைத்தவள், மகாகூடம் என்னுமிடத்தில் இரணியகர்ப்பயாகம் செய்து, சிவப்புக் கற்கள் பதித்த ஒரு பீடத்தை, அதன் மேல் ஒரு வெள்ளிக்குடை விரித்தபடி, தெய்வத்திற்குக் காணிக்கையாகக் கொடுத்தான். இராட்டிரகூட அரசன் அமோகவர்சன் என்பவன், ஆடலணங்கினரையே தன் தூதர்களாக அமர்த்தியிருந்தான். பேரரசனிடமிருந்து கூட்டம் கூட்டமாக வரும் இப்பெண்களை மானியமனி நாட்டினர் தம் அரண்மனைகளில் வரவேற்று உபசரிக்க வேண்டியிருந்தது.

பொதுவாக, அரச குடும்பத்தைச் சேர்ந்த அரசகுமாரிகளுக்கு இலக்கியமும் நுண்கலைகளும் நன்கு கற்பிக்கப்பட்டன. அவர்களுட் சிலர், வேண்டிய சந்தர்ப்பங்களிற் பரிகாலனத்தைக் கவனிப்பதற்கும் போர் செய்வதற்கும் வேண்டிய திறமையும் துணிவும் பெற்றிருந்தனர். இரண்டாம் சயசிம்மனின் தமக்கையும் சாளுக்கிய இளவரசியுமான அக்காதேவி என்பவள், ஒரு மாகாணத்தின் பாலனத்தைக் கவனித்து வந்ததுடன், தானே நேரடியாகச் சண்டை செய்வதிலும் முற்றுகையிடுவதிலும் மும்முரமாக ஈடுபட்டிருந்தாள்.

ஒய்சள் மன்னனான முதலாம்வல்லாயனின் இராணிகள் இசையிலும் நடனத்திலும் மிகச் சிறந்த திறமை பெற்றிருந்தார்கள்: கலசூரி சோயிதேவன் (1174) என்பவனின் இராணியான சோவளதேவி என்பவள், விழுமியோரும், அறிஞர்களும், அன்னிய நாட்டிலிருந்து வந்த கலைஞர்களும் நிரம்பிய பெரிய சபைகளில், இக் கலைகளில் தானடைந்த தேர்ச்சியை வெளிக்காட்டுவது வழக்கமாக இருந்தது. விசயநகர இராணிகளுக்காக அதிக செலவில் அமைக்கப்பட்ட தாபனங்களின் தொகையையும் அவர்களுக்குப் பணிப் பெண்களாக இருந்தோரின் பெருந்தொகையையும், அவர்கள் அணிந்த ஆடம்பரமான உடைகளையும் நகைகளையும், அரண்மனையின் வழமையான வேலைகளில் அவர்களுக்குக் கொடுக்கப்பட்ட இலகுவான சில்லறை வேலைகளையும் பற்றிப் போத்துக்கேய வரலாற்றாசிரியரான பேய்சு(1520-2) என்பவரும் மற்றைய பிறநாட்டு எழுத்தாளர்களும் அடிக்கடி விபரித்துள்ளனர். பல்வேறு மொழிகளில் எழுதப்பட்ட நூல்களை விளக்கக்கூடிய ஆற்றல் பெற்ற படித்த பெண்பாற் கவிஞர்கள் பலர், தஞ்சாவூர் இரகுநாதநாயக்கனின் மாகாண அரண்மனையில் இருந்தார்கள் என நாம் அறிகின்றோம். சமூகத்தில்உயர்குடிப் பெண்கள் வகித்த பங்கு பலவகைப்பட்டதாகவும், முக்கியமானதாகவும், பொதுவாகச் சொன்னால், மகிழ்ச்சி நிறைந்ததாகவும் இருந்தது. சதி செய்யும் பழக்கம், விசேடமாக உயர் வகுப்பு மக்களிடையே, இல்லாமலில்லை: ஆனால் இது, எல்லாருக்கும் பொதுவான வழக்கமாக இருந்ததென்று எவ்வகையிலும் சொல்ல முடியாது.

நாடோறும் குறைந்தது ஒரு தடவையாவது, அரசின் பகிரங்க தர்பாரில் காட்சியளித்தான். இவ்வேளையில் எல்லா உயரதிகாரிகளும் விழுமியோர்களும் தர்பாரில் இருக்க வேண்டும். அப் பகட்டான காட்சியின் பிரகாசத்தையும் வனப்பையும் அதிகரிக்கக்கூடிய ஏற்பாடுகளில் ஒன்றாயினும் தவறவிடாது செய்யப்படும். இத்தகுவேளையிலேதான் அரசன் பொதுமக்களின் அலுவல்களைக் கவனித்தான். முறைப்பாடுகளைக் கேட்டான்: அன்னிய நாடுகளின் தூதமைச்சர்களை வரவேற்றான்: தனக்குக் கீழ்ப்பட்ட அரசர்களிடமிருந்து திறைப் பணத்தை பெற்றான. இத்தகைய சிறப்பான காட்சிகள் வெளிநாட்டுப் பிரயாணிகளால் திரும்பத் திரும்ப வருணிக்கப்பட்டுள்ளன. செஞ்சி நாயக்கனுடன் நிக்கொலசு பிமென்ரா(1599) என்பவன் சிதம்பரத்தில் நடத்திய பேட்டியைப் பற்றிய பின்வரும் குறிப்பினை வெளிநாட்டாருடைய வருணனைகளின் ஒரு எடுத்துக்காட்டாக நாம் கொள்ளலாம்: "அரசன், தன் ஆணிலத்தில்இருக்கும் இடத்திற்கு வந்துவிட்டான். எங்களைத் தன் முன்னிலையில் அழைத்து வரும்படி ஆணையிட்டான். எங்களுக்கு முன்னே, இருநூறு பிராமணர்கள் ஒரே வரிசையாகச் சென்று அரசன் தங்கும் இல்லத்திற் புனித நீரைத் தெளித்தனர். அரசனுக்கு எதிராக ஏதாவது செய்வினை செய்வதைத் தடுப்பதற்காகவே புனிதநீர் தெளிக்கப்பட்டது. ஒவ்வொரு நாளும் இரசன் முதன் முறையாக எந்த வீட்டிற்குச் செல்கினாறனோ, அதற்கு முன்பாகப் புனித நீர் தெளிப்பது அவர்களின் வழக்கமாக இருந்தது. ஒரு பட்டுக் கம்பளத்தின் மேல், இரண்டு மெத்தைகளிற் சாய்ந்து கொண்டு அரசன் படுத்திருப்பதைக் கண்டோம். அரசன் ஒரு நீண்ட பட்டுடை அணிந்திருந்தான். பழுத்தில் அணிந்திருந்த

ஒரு பெரிய சங்கிலியில் இழைக்கப்பட்டிருந்த முத்துக்களும் இரத்தினங்களும் அவனுடைய மார்பை அணிசெய்தன. அவனுடை நீண்ட கேசம் முடியப்பட்டிருந்தது. கிரீடம் முத்துக்களால் அழகு செய்யப்பட்டிருந்தது. சில இராச குமாரர்களும் பிராமணர்களும் புடை சூழ நின்ற இரசன், எற்களை மிகவும் அன்புடன் உபசரித்தான். எங்களுக்குக் கொடுக்கப்பட்ட வெற்றிலையை நாம் அருந்தாததைக் கண்டு மிகவும் ஆச்சரியப்பட்டான். பொன் இழைக்கப்பட்ட விலையுயர்ந்த சிலைகளைப் பரிசாகக் கொடுத்து எங்களை அனுப்பினான். தான் அப்போது கட்டிக்கொண்டிரந்த புதிய நகருக்கு வரும்படி எங்களுடைய துருமாருள் ஒருவரைக் கேட்டான்''. 1443ஆம் ஆண்டில் விசயநகர மன்னன், நகரத்தில் தங்கியிருந்தபோது, பாரசீகத் தூதமைச்சனான அப்துர் ரசாக் என்பவனுக்கு வாரத்தில் இரு தடவைகள் பேட்டியளித்தான். ஒரு சமயத்தில், தன் மொழிபெயர்ப்பாளர் மூலம் பின்வருமாறு கூறினான். “ உங்கள் அரசர்கள் தூதமைச்சரை வரவேற்று, விருந்துண்பதற்கு அழைப்பர். ஆனால், நீங்களும் நாமும் ஒன்றாக இருந்து விருந்துண்பதற்க முடியாதாகையால், இப் பொற்கிழியைத் தூதமைச்சருக்கு விருந்தாக நாம் கொடுப்போம்.'' பாமினி சுல்தான்களும் விழுமியோரும், இவர்களிலும் பார்க்க அதிக ஆடம்பரத்துடன் ஊதாரித்தனமாகவும் இருந்தாகளென இரசிய வர்த்தகரான அத்தனாசியசு நிகிடின் கூறுகின்றார். ‘‘அரசன் பெருங் காவத்துடனம் ஆடம்பரத்துடனும் இருக்கின்றான். அவனுடைய பணியாட்களுட் பலர் தமது சப்பாத்துகளின் மேற்புறத்திற் பவளங்களையும் வைரங்களையும் மற்றைய ஆபரணங்களையும் அணிந்திருந்தார்கள். ஆகவே இதிலிருந்து, அவர்கள் கை விரல்களிலும் காதுகளிலும் எவ்வளவு ஆபரணங்கள் அணிந்திருந்தாகள் என்பதை நீங்கள் கற்பனை செய்து கொள்ளலாம். அனைவரும் முகம்மதியர்களாக இருந்தார்கள். தமாசுக்கசு நாட்டின் வழக்கத்தையொட்டி, பெண்கள் தம் முகம் முழுவதையும் மூடிக்கொண்டே செல்வார்கள்'' என் வர்ததேமா(1505) என்வன் பிசப்புரைப் பற்றி எழுதினான்.

போர்க்களத்திற்குத் தம் நம்பிக்கைக்குரிய தளபதிகளையே அரசன் பெரும்பாலும் அனுப்பினான். ஆனாற் சில சமயங்களில் அவன் நேரடியாகவும் களத்திற்குச் சென்றான். படையின வழமையான நாற்பிரிவுகளைப் பற்றி, சிறப்பாக இலக்கியங்களிற் பேசப்படுகிறது. ஆனால், போர்களத்தில் தேர்ப்டையும் உபயோகிக்கப்பட்டதற்கான தெளிவான சான்று எதுவும் கிடைக்கவில்லை. மிகப் பிற்பட்ட காலம்வரை யானைப்படைகள் தம் முக்கியத்துவத்தை இழக்காதிருந்தன. மகாராட்டிரத்தில், போருக்க அனுப்பப்படுவதற்கு முன் யானைகளுக்கு மதுவூட்டப்பட்டது என் யுவான சுவாங் குறிப்பிடுகினறார். குதிரைப்படை மிகவும் முக்கியமானதாக இருந்தபடியால், குதிரை வியாபாரத்தில் மிகவும் மும்முரமாக ஈடுபட்டு இருந்த இராபிய வர்த்தகர்களுக்குச் சாதகமான நிபந்தனைகளை அளிப்பதில் அரசர்கள் தமக்குட் போட்டியிட்டனர். பாமனி, விசயநகர இராச்சியங்கட்கிடையே நடைபெற்ற போர்களிற்றான முதன் முதலாகத் துப்பாக்கிகள் உபயோகிக்கப்பட்டன. ஆனால் அன்னியரே துப்பாக்கி வீரர்களாக இருந்தனர். பழைய காலத்திலிருந்தே கோட்டைகள், பாதுகாப்பு முறையில, சிறப்பான

அங்கம் வகித்தன. கோட்டைகளை மற்றுகையிடும் முறையும், அவற்றைத் தரைமட்டமாக்கும் திறமையும் வீரர்களுக்குத் தெரிந்திருந்தன. விசயநகரக் காலம் வரை படைகளுக்க ஆட்கள் சேர்க்கப்பட்ட முறை, பயிற்சி, படைகள் தாங்கிய ஆயுதங்கள் ஆகியவற்றைப் பற்றிய விபரங்கள் கிடைக்கினறன. இருந்தபோதிலும் சமூகத்தின் எல்லாப் பிரிவுகளிலுமுள்ள மக்கள் படையில் இடம்பெற்றிருந்தார்கள் என்பது தெளிவு. போர் நடைபெற்றுக்கொண்டிருக்கும் வேளைகளிற் போர் வீரர்கள் தொகை அதிகரிக்கப்பட்டது. பலர் பதிதாகச் சேர்க்கப்பட்டார்கள். நன்முறையில் தெரிவு செய்யப்பட்ட சில படைவீரர்கள் அரசனின் மெய்க்காவலராகப் பணிபுரிந்தனர். அரசன் ஆட்சிப்பொறுப்பை எற்கும்போது அவர்கள் அரசனுடன் சேர்ந்து உணவு உண்பர். இதற்குப் பின் இவ் வீரர்கள், தம்முயிரீந்தும் அரசனைக் காப்பர். இவர்கள் பல்வேறு பெயர்களால் அழைக்கப்பட்டனர். சாளுக்கியரால் சகவாசிகள் எனவும், சோழர்களால் வேலைக்காரர் எனவும், ஒயசளரால் கருடர் எனவும், பாண்டியர்களால் ஆபத்துதவிகள் எனவும் அழைக்கப்பட்டனர். இந்த முறை, பிற்காலத்தில் உபயோகமற்றுவிட்டதெனத் தெரிகின்றது. புரணமான போர் நடைபெறவில்லையாயினும் போரின விளைவுகள் பேர்வீரர்களை மட்டுமின்றி மற்றையோரையும் பாதித்தன. இரக்க சிந்தையின் காரணமாக, முதலாம் நரசிம்மன் பாதாமியைத் தாக்காதுவிட்டான்: இரண்டாம் விக்கிரமாதித்தன் காஞ்சி மக்களைத் துன்புறுத்தாதுவிட்டான்: ஆனால், சோழர்களுக்கம் கல்யாணியைச் சேர்ந்த சாளுக்கியர்களுக்குமிடையே நடைபெற்ற போர்களும், பாமனிக்கம் விசயநகருக்குமிடையே நடைபெற்ற போர்களும் வேண்டுமென்றே அழிவையும் கொடூரத்தையும் ஏற்படுத்தின என்பதிற் சந்தேமில்லை. விசயநகரப் போர்ப்படை ஒன்றினைப்பற்றி நூனிசு பின்வருமாறு கூறுகின்றார். ‘படைவீரர்கள் அனைவரும். த்தம் முறைக்கேற்பச் சமமாக, ந்னகு ஆயுதந்தரித்திருந்தனர். வில் வீரர்களும், ஈட்டி வீரர்களும் பஞ்சு பொதித்த இறுக்கமான மேற்சட்டை அணிந்திருந்தனர். கேடய வீரர்கள் தம் வாள்கைளயும் கூரிய கத்திகளையும் இடுப்பிலுள்ள வார்களிற் சொருகியிருந்தனர். கேடயங்கள் மிகப் பெரிதாக இருந்தபடியால், உடம்பைப் பாதுகாப்பதற்கெனக் கவசம் தேவைப்படவில்லை. உடம்பு முழுவதும் பூரணமாக மூடப்பட்டிருந்தது. குதிரை வீரர்கள் இறுக்கமான மேற்சட்டை அணிந்திருந்தனர்: கைகளில் ஆயுதந்தாங்கியிருந்தனர். மேற் சட்டைகளைப் போல் பஞ்சு பொதிந்த இறுக்கமான தொப்பிகளைத் தலையில் அணிந்திருந்தனர். ஒவ்வொரு பக்கத்திலும் நான்க பேர் இருந்துகொண்டு போர் புரிவதற்கு ஏற்ற அம்பாரிகளுடன யானைக்ள சென்றன. யானைகளுக்கும் முழுமையாக ஆடையணியப்பட்டிருந்தது. நன்கு சாணை பிடித்துக் கூர்மையாக்கப்பட்ட கத்திகள் யானைகளின் கொம்பிற் கட்டப்பட்டிருந்தன. யானைகள் இக் கத்திகளாற் பெருஞ் சேதத்தையும் தீமையையும் பிளைவித்தன. பீரங்கிகளும் பல எடுத்துச் செல்லப்பட்டன.'' போர் முகாமைப் பற்றி இதே ஆசிரியர் குறிப்பிடுகின்றார்: ‘முகாம் முழுவதும் ஒழுங்கான வீதிகளாற் பிரிக்கப்பட்டிருந்தது. செமமறியாடு. வெள்ளாடு, பன்றி, முயல், கோழி, கௌதாரி முதலிய பறவைகள் ஆகியவற்றின் இறைச்சி ஏராளமாகக் கிடைக்கக்கூடிய சந்தைகள், ஒவ்வொரு படைத்தலைவனின் பிரிவிலும் இருந்தன. இதன் காரணமாக, பிசுநாக நகரத்தில் இருப்பதைப் போன்ற

உணர்ச்சியே உங்களுக்கு ஏற்படும்". தலைநகரிலும் மற்றைய முக்கியமான இடங்களிலும் தேகாப்பியாசம் செய்யும் மண்டபங்கள் இருந்தன. அமைதியான காலங்களில், இம்மண்டபங்களில், போர் வீரர்களுக்கு, ஒழுங்கான முறையிற் போர்ப்பயிற்சி அளிக்கப்பட்டது. போரில் தோற்கடிக்கப்பட்ட படைத் தளபதிகட்குப் பெண்களின் உடைகள் கொடுக்கப்பட்டதை யுவான் சுவாங் கவனித்துள்ளார். பதினோராம் நூற்றாண்டைச் சேர்ந்த சோழரின் சிலாசனங்களால், இது உறுதியாகத் தெரிகின்றது.

பெரிய அளவிலும், சிறிய இளவிலும் கடற்போர்கள் நடைபெற்ற போதிலும், கடற்படையைப் பற்றிப் போதுமான செய்திகள் எமக்குக் கிடைக்கவில்லை. திறமை வாய்ந்த கடற்படை அமையம் இல்லாதிருந்தால், மேற்குக் கடற்கரையிலிருந்த ரேவத்துவீபத்தையும், பூரியையும் பாதாமி சாளுக்கியராற் கைப்பற்றியிருக்க முடியாது; பல்லவர், பாண்டியர், சோழர், விசயநகர மன்னர் ஆகியோரால் அலங்கையையும் மாலை தீவுகளையும் கைப்பற்றியிருக்க முடியாது: இவையனைத்திறகும் மேலாக, சறீவிசயனின் கடலோரப் பேரரசுக்கு எதிராக இராசேந்திர சோழனால் கடறபடையெடுப்பு ஒன்றை மேற்கொண்டிருக்கவும் முடியாது. மேலும், என்றுமே கணிசமான அளவில் நடைபெற்ற கட்ல வர்த்தகத்திற்குக் கடற் கொள்ளைக்காரரினதும் எதிரிகளினதும் கொள்ளையடிப்பிலிருந்து பாதுகாப்புத் தேவைப்பட்டிருக்கும். கடற்பிரயாணம் பற்றிய ஆராய்ச்சி விளக்கக் கட்டுரைகளில், சோழ மாலுமிகள் தெரிவித்த கருத்துக்கள், அவர்களின் அங்கீகாரத்துடன், பதினைந்தாம் பதினாறாம் நூற்றாண்டுகளில், அவர்களின் வழிக கொள்வோராயிருந்த அராபியரால் மேற்கோளாக ஆளப்பட்டன. நியாயமான அளவு தொடர்ச்சியான கடற்படை மரபு தென்னிந்திய இராச்சியங்களிடம் இருந்தது என்பதிற் சந்தேகமில்லை. அவர்களின் உடனடித் தேவைகளை இக்கட்றபடை பூர்த்தி செய்ததாயினும்,அதிக தீரமுடைய ஐரோப்பிய இனங்களுக்கெதிராகச் சென்றபொழுது தோலிவியையே அடைந்தது.

குடியியல் வாழ்வில், பிராமணர்கள் அதிக மதிப்பிற்குரிய இடத்தை வகித்தனா். தரைப்படையிலும் வேறு சில பதவிகளிலும் சோ்ந்து தேசத்திற்குப் பணி செய்த சிலரைத் தவிர, அவர்கள் பொதுவாகச் சமய,இலக்கிய முயற்சிகளில் ஈடுபட்டார்கள்: பணத்திற்கும் பதவிக்கும் போட்டியிடுவதிலிருந்தும் ஒதுங்கி நின்றார்கள். அரசன் தொடக்கம், அவனுக்குக் கீழேயுள்ளஎல்லா வகுப்பு மக்களும் தாமாக மனமுவந்து கொடுக்கும் நன்கொடைகளைக் கொண்டு அவர்கள் வாழ்ந்தார்கள். படித்தலிலும் படிப்பித்தலிலும் பிரத்தியோகமாக ஈடுபட்டுள்ள ஒரு வகுப்பு மக்களைப் பராமரிப்பதிலும் அவர்களுக்கு ஊக்கமளிப்பதிலும் அரசர்கள்,விழுமியோர், வர்த்தகர் ஆகியோர் தொடர்ந்து காட்டிய அக்கறையைப் பற்றி நூற்றுக்கணக்கான சிலாசாசனங்கள் பிரகடனஞ் செய்கின்றன. சமுதாய நலன் சம்பந்தமான எல்லாப் பிரச்சினைகளையும் பற்றி, பற்றற்ற முறையிற் சிந்திக்கக்கூடியவர்களாக இருந்தனர் இவ்வகுப்பு மக்கள். ஒவ்வொரு கிராமத்திலும் நகரத்திலும் இவர்கள் இருந்து, ஒழுக்க முறையிலும் சமய வாழ்விலும், மற்றைய குடித்தொகைக்கு முன்மாதிரியாக வாழ்ந்து

காட்டினார்கள். அத்துடன் மக்களின் நாளாந்த வாழ்க்கையின் எண்ணற்ற விவகாரங்களில், இவ்வகுப்பு மக்கள் சுறுசுறுப்புடன் உதவி புரிபவல்களாகவும், பற்றற்ற முறையில் பாரபட்சமின்றி நீதி வழங்குவோராகவுமிருந்தனர். இவற்றையெல்லாம் மேற்கூறிய சிலாசனங்களிற் காணலாம். ''பிராமணர்'' என்ற சாதியிலுள்ள அனைவரினதும் மேற்பட்ட புத்திக்கூர்மை, எல்லோராலும் ஏற்றுக்கொள்ளப்படுமளவிற்குப் போதுமான அளவில் யதார்த்தமாக இருந்தது. அரசியற் பணி புரிவதன் மூலம் ஆளும் நல்லறிவு படைத்தவராயிருந்தனர். அவர்கள் அரசர்களாக இருக்கவில்லை: மந்திரிகளாகப் பணி செய்தனர். ''கொள்கையளவிலும் நடைமுறையிற் பெரிய அளவிலும், பிராமணர்களும் அவர்தம் தெய்வங்களும் நாயகத்துள் நாயகமாய் இராது, நாயகத்துள் உயர்ந்த நாயகமாய் இருந்தனர்'' எனச் சேர் சாள்சு எலியத் என்பவர் கூறுகின்றார். தம்முடைய தொழிலின் உயர்ந்த இலட்சியங்களுக்கமையப் பிராமணர் எப்போதும் பாழவில்லை என்பதையும், இலிங்காயத்துக்களைப் போன்ற இயக்கங்கள், சமூகத்தில் பிராமணருக்குக் கொடுக்கப்பபிட உயர்ந்த நிலையை எதிர்த்தன என்பதையும் மறுக்க முடியாது. ஆனால் பிராமணர் பொதுவாக, மற்றையோர் தம்மோல் வைத்த நம்பிக்கைககுப் பாத்திரமாக நடந்து கொண்டனர். பிராமணருக்குக் கொடுக்கப்பட்ட இடம் எல்லா வழியிலும் நீதியானதே என்பதைச் சமூகத்தின் மற்றைய வகுப்பினர் தாமாகவே, மனப்பூர்வமாக ஒப்புக்கொண்டனர்.உண்மையில், சாதியமைப்பும் அது உணர்த்தும் சமூக, பொருளாதார முறைகளும் ஏறக்குறைய எல்லோராலும் ஏற்றுக்கொள்ளப்பட்டன. இதன் அடிப்படையில் ஆக்கப்பட்ட சமூக ஒழுங்கை நிலைநிறுத்துவது அரசின் முக்கிய கடமையாகக் கொள்ளப்பட்டது. வெவ்வேறு பிரிவுகளைச் சேர்ந்த மக்கள், உணவு, விவாகம் சம்பந்தப்பட்ட வரையில் தனித்தனியே பிரிந்து நின்றதற்கும், அதே வேளையில், கோவிலையும் அதன் சுற்றாடலையும் முகாமை செய்தல், கிராமத்தில் நில, நீர்ப்பாசன உரிமைகளை ஒழுங்கு செய்தல், தல விவகாரங்களைப் பாலனஞ் செய்தல் முதலிய பொது வேலைகளில் எல்லாரும் ஒன்று சேர்ந்து ஒத்துழைத்ததற்கும் இதுவே காரணமாகவிருந்தது. தனி ஒருவனது அல்லது ஒரு கூட்டத்தினரது உரிமைகளிலும் பார்க்க, ஒருவன் எந்த நிலையில் (சாதியில்) இருக்கின்றானோ அதற்குரிய கடமைகளை நிறைவேற்றவேண்டும் என்பது அழுத்திக் கூறப்பட்டது. சமூக ஒற்றுமையும், அப்போதிருந்த சமூக ஒழுங்கில் திருப்தியும் நிறைந்த சூழிநிலையே பொதுவாக நிலவியது. வேறுபாடுகளும் சண்டைகளும் இருந்தன என்பது உண்மைதான்- இவையின்றி எந்த ஒரு சமூகமும் இருக்கவில்லை- ஆனூல், அவை ஒருபோதும் கடுமையானவையாக இருக்கவில்லை. 'வலப்பக்கச் சாதி', இடப்பக்கச் சாதி' என்ற வேறுபாடு பழைய காலத்திலேயே இருந்தது. இது எவ்வாறு தொடங்கியதென்பது மர்மமாகவே இருக்கிறது: இந்த இரு சாதியினருக்குமிடையே ஏற்பட்ட சண்டைகள்கூட, இதற்குப் பிற்பட்ட காலங்களிற் காணப்பட்ட பலாத்காரத்தையும் முரட்டுத்தனத்தையும், அப்போது அடையவில்லை. பட்டணங்களிலும் கிராமங்களிலும், பல்வேறு சாதி மக்களும் தத்தமது சாதிக்குச் சொந்தமான தனித்தனிப் பகுதிகளில் வாழ்ந்து, தத்தம் சாதியினரின் பிரத்தியேக பழக்க வழக்கங்களை மேற்கொண்டொழுகினர். சமூகத்தால்

நிராகரிக்கப்பட்டவர்கள், கிராமத்திலிருந்து சற்றுத் தூரத்திலுள்ள குக்கிராமங்களில் வாழ்ந்தனர்: (அடிமைத்தனத்திலிருந்து அதிக வேறுபாடற்ற நிலையிலிருந்த) அவர்கள் நிலத்தைக் கொத்தியும் வேறு இழிந்த வேலைகளைச் செய்துகொண்டுமிருந்தார்கள்.

கலப்புச் சாதியினரைப் பற்றியும் அவர்களின் தொழில்களைப் பற்றியும் நூதனமான வில செய்திகள் சிலாசாசனங்களிற் காணப்படுகின்றன. உதாரணமாக, முதலாம் குலோத்துங்கனின் ஆட்சியின் முடிவில், ஒரு கிராமத்திலுள்ள பட்டர்களீ சட்டவிதிகளைப் பார்வையிட்டு, அனுலோம சாதியினரான இரதகாரர்கள், கட்டடக்கலைத் தொழில், கோச்சு வண்டி, தேர் முதலியன கட்டுதல், தெய்வச் சிலைகள் கொண்ட கோபுரங்களை எழுப்புதல், யாகத்திற்கு வேண்டிய கருவிகளைச் செய்தல் முதலிய தொழில்களைச் செய்யவேண்டுமென வகுத்தனர். ஏறக்குறைய இதே காலத்தில்எழுந்த விஞ்ஞானேசுவாரின் மிதாட்சரம் என்ற சட்ட நூலுக்கு இணங்கியதாக இத்தீர்மானம் இருந்தது. சில சமயங்களில், விசேட காரணங்களுக்காக, குறிப்பிட்ட சாதியினரின் சிறப்புரிமைகள் வேத்தியல் பிரமாணத்திற்குரிய பொருளாக அமைந்தன. உதாரணமாக, தென்கொங்கு நாட்டிலும் மற்றைய பகுதிகளிலுமிருந்த கற்கொத்தர்களுக்கு (கன்மாளர்) கீழ்க்கண்ட சிறப்புரிமைகள் ஒரு சோழ மன்னனால் வழங்கப்பட்டன. வீடுகளில் நிகழும் மங்கல நிகழ்ச்சிகளிலும் சரி, துக்கமான நிகழ்ச்சிகளிலும் சரி, அவர்கள் இரண்டு சங்குகள் ஊதலாம்: முரசுகளை ஒலிக்கலாம்: வீட்டிற்க வெளியே செல்லும்போது செருப்புகளை அணியலாம்: வீட்டுச் சுவர்களுக்குச் சுண்ணாம்புச் சாந்து பூசலாம். கொண்டோசன் என்ற மயிர்வினைஞன், சதாசிவருக்கும் இராம ராயருக்கும் பெரும் திருப்தி தரும்படி நடந்தபடியால், வரிகளிலிருந்தும், கட்டாய வேலை, நிலவரி, மகாநவமி யன்று தீப்பந்தம் பிடித்தல் முதலிய கடமைகளிலிருந்தும் தன்னுடைய முழு சமுதாயத்திற்குமே விலக்குப் பெற்றான். இந்த உண்மையைப் பதிவு செய்துள்ள எத்தனையோ சிலாசாசனங்களில், சவரக்கத்திகள், கத்தி தீட்டும் பட்டைகள், கண்ணாடிகள், கத்திரிக்கோல்கள், மயிர் வினைஞர்க்குத் தேவையான மற்றும் கருவிகள் ஆகியவை செதுக்கப்பட்டுள்ளன.

காலம், இடம், மக்கட்பிரிவு ஆகியவற்றிற்குத் தக்கபடி உணவிலும் உடையிலும் வேறுபாடுகள் காணப்பட்டன. இவை பற்றிய விரிவான, நம்பத்தக்க பல செய்திகளைச் சாசனங்களிலிருந்துமம், இலக்கியங்களிலிருந்தும், வெளிநாட்டுப் பிரயாணிகளின் குறிப்புக்களிலிருந்தும் பெறலாம். விசயநகரப் பேரரசு தோன்றிய காலத்திற்குப் பிந்திய வெளிநாட்டுப் பிரயாணிகளின் குறிப்புக்ள விரிவானவையாகவும் அதிக அளவிலும் காணப்படுகின்றன. உதாரணத்திற்காக, பதினாறாம் நூற்றாண்டின் முற்பகுதியில், விசயநகரத்தில் தான் பார்த்தவற்றைப் பற்றி, வர்த்தேமன் என்பவர் எழுதியவற்றை இங்கே பார்ப்போம்: "அவர்களுடைய உடை இது தான். உயர் நிலையிலுள்ள ஆண்கள் கட்டைச் சட்டை அணிந்திருந்தனர். சோனகர்களின் பாணியில், தலையிலே ஒரு சருகைப் பட்டு அணிந்திருந்தனர். பாதங்களில் எதையும் அவர்கள் அணியவில்லை. பொது மக்கள், அரையில்

சாதாரண ஒரு துண்டைத் தவிர, மற்றப்படி வெறும் மேலோடு சென்றனர். தங்கச் சரிகையாலான, இரண்டு சாண் நீளமுள்ள ஒரு தொப்பியை அரசன் அணிந்துள்ளான. அரசன், வெளியே போருக்குச் செல்லும்போது, பஞ்சு பொதிந்த உடையை அணிகிறான். அதற்க மேல், தங்க நாணயங்கள் இழைத்த வேறொரு உடையை அணிகிறான். அந்த உடையைச் சுற்றிப் பலவகையான ஆபரணங்களையும் அணிகிறான். அரசனுடைய குதிரையிற் காணப்படும் விலையுயர்ந்த ஆபரணங்கள் காரணமாக, அந்தக் குதிரையின் விலை எங்களுடைய சில நகரங்களின் விலையிலும் பார்க்க அதிகமானது. தனது மன மகிழ்ச்சிக்காக அரசன் குதிரையில் உல்லாசப் பிரயாணஞ் செய்யும்போது, மூன்று அல்லது நான்கு அரசர்களும், பல பிரபுக்களும், ஐயாயிரம் அல்லது ஆறாயிரம் குதிரைகளுடன் செல்வர். இந்தக் காரணங்களினால், அவனை அதிக வலுவுள்ள ஒரு பிரபுவாகக் கருதலாம்.

குடித்தொகையிற் சில பகுதியினர் - பிராமணர்கள், சமணர்கள், சைவர்கள்- கடுமையான தாவர போசனியகளாக இருந்தனர். பொதுவாக, வாழ்க்கையின் அத்தியாவசிய தேவைப் பொருட்கள் போதிய இளவில் இருந்தன. பொருள் தட்டுப்பாடும் பஞ்சமும் அரிதாக இருந்தன.

கல்வியமைப்பைப் பொறுத்தவரையில், பொதுக் கல்வியிலும் பார்க்க, வடமொழிக் கல்வியைப் பற்றியே ஒறுதியான செய்திகள் காணப்படுகின்றன. வடமொழியில் உயர்தரக் கல்விக்காகத் தாராளமாக வழங்கப்பட்ட நன்கொடைகள், மிக நீண்ட சிலாசாசனங்களிற் பதியப்பட்டுள்ளன. கிராமத்து ஆசிரியர், கிராமத்திலுள்ள உழுது பயிரிடக்கூடிய நிலத்தில் அவருக்குரிய பங்கு, ஆகியவற்றைப் பற்றிய செய்திகளிலிருந்தும், குந்தள நாட்டிலுள்ள பாடசாலைகளின் தமிழ், மராத்தி, பிராகிருதம் ஆகிய மொழிகளைக் காப்பதற்காக அவ்வப்போது கொடுக்கப்பட்ட நன்கொடைகளிலிருந்தும் கொதுமக்களின் கல்வியைப் பற்றி நாம் சில ஊகங்கள் செய்ய முடியும். இப்போது நாம் கூறும் தொழில்நுட்பப் பயிற்சி அல்லது தொழிற் பயிற்சி என்பது அக்காலத்தில் தனிப்பட்டவர்களின் விவகாரமாகவே இருந்தது: ஒரு தந்தை, தன்னுடைய பிள்ளைகளுக்குத் தன் தொழிலையே பழக்கி அவர்களை வளர்த்தான். படிப்பும் தொழிலும் ஒன்றாகவே நடைபெற்றன. ஒரு கோவிலை அல்லது அரண்மனையைக் கட்டியெழுப்பும் சந்தர்ப்பத்தில், ஏற்கனவே தெரிந்த ஆற்றல்களைப் பிரயோகித்த அளவிற்குப் புதிய திறமையும் கண்டுபிடிக்கப்பட்டது. காலத்தைக் கடந்து வாழும் படைய சின்னங்களிலிருந்து, தொழிலாளிகளாகவும் அதே வேளையிற் பெரிய கலைஞர்களாகவும் இருந்தவர்கள் எந்த ஒரு காலத்திலும் அரிதாகிவிடவில்லை என்ற முடிவிற்க நாம் நன்றாக வரலாம். கல்வியிலும் செப்புத் தகட்டிலும் செதுக்கப்பட்ட சாசனங்களின் அழகும் நுணுக்கமும், செதுக்குவோருடைய எழுத்தறிவு, திறமை ஆகியவற்றின் உயர் தரத்திற்குச் சான்று பகர்கின்றன. ஒவ்வொரு இடத்திலும் வாழ்ந்த மக்கள் பேசும் மொழி பேணி வளர்க்கப்பட்டது என்பதைப் பல சாசனங்களின் இலக்கியத் தரமும். எல்லா மொழிகளிலும் இயற்றப்பட்ட ஏராளமான இலக்கியங்களும் காட்டுகின்றன. பாலனம். கல்வி ஆகிய துறைகளில், அந்தந்தப் பகுதிகளில் வாழும் மக்களின் மொழி

எவ்விதத்திலும் புறக்கணிக்கப்படவில்லை. இக்காலப் பகுதியின் பிற்கூற்றில், மடங்கள் பெருந்தொகையாகத் தோன்றிப் பிரதேச மொழிக் கல்விக்கும் கலாசாரத்திற்கும் ஆதரவு காட்டின. ஆனால் இம்மடங்கள் தோன்றாத முற்பகுதியில், முன்பு கூறிய விளைவுக்ள எவ்வாறு ஏற்பட்டன என்பதைப் பற்றிய தெளிவான விபரங்கள் எமக்குக் கிடைக்கவில்லை. மர நிழலில் அல்லது கோவில் திண்ணைகளில் கூடிய திராமப் பாடசாலைகளில் எண்ணும், எழுத்தும், வாசினையும் கற்பிக்கப்பட்டன. விதிக்கப்பட்ட கடமைகளை நிறைவேற்ற வேண்டும் என்ற நிபந்தனையுடன் கிராம அலுவலர்க்கு நிலம் வழங்கப்பட்டது. இப்படி நிலம் பெற்றவர்களுள் கிராம ஆசிரியனும்(வாத்தி அல்லது அக்கரிகன்) ஒருவன், குருட்டு மனனஞ் செயதல், தரையில் நுண்மணல் பாவி அதன்மேல் எழுதல் ஆகியவை உட்பட அக் காலத்துப் போதனா முறைகளையும் கிராமப் படாடசாலைகளயையும் பற்றித் தெளிவான விபரத்தை இத்தாலியப் பிரயாணியான பேதுரு தெல்லாவாலி (1623) என்பவர் விட்டுச் சென்றுள்ளார். இப்போதனா முறைகள் சமீப காலம்வரை எல்லோராலுமே பின்பற்றப்பட்டு வந்தன. சில தூரக் கிராமங்களில் இந்த முறைகள் இன்றும் கைக்கொள்ளப்பட்டு வருகின்றன. “ அனோர் என்ற இடத்தில் பெண்களின் கல்விக்கெனவுள்ள பதின்மூன்று பாடசாலைகளையும், ஆண்களுக்காகிய இருபத்தி மூன்று பாடசாலைகளையும் நான் கண்டேன். வேறு எந்த இடத்திலும் இத்தகையவற்றை நான் காணவில்லை.” என இபின்பட்டுட்டா (1333-46) என்பவர் குறிப்பிடுகினறார். மதுரையிலுள்ள 10,000 மாணவர்கள் மதவியல். தத்துவம் ஆகிய பாடங்கள் போதிக்'கும் பேராசிரியரிடம் சென்றார்கள் என 1610 ஆம் ஆண்டில் எழுதிய கடிதத்தில் உரொபேட்டு நொபிலி என்பவர் கூறுகின்றார். கிறித்துவ மதப் பிரசாகர்கள் வந்தபோது, இங்கே அவர்கள் பாடசாலைகளை ஆரம்பித்தார்கள். அவர்களுடைய வேதவாக்கைப் பரப்பும் வாய்க்கால்களாகப் பாடசாலைகளும் வைத்தியசாலைகளும் இருந்தன. மதுரை சான்தோம், சந்திரகிரி ஆகிய இடங்களில், இம்மதப் பிரசாரகர்கள் பாடசாலைகளை நடத்தினர்.

புராண இதிகாசங்களை மனனம் செய்து பாடி அவற்றை விளக்குவகற்கெனக் கோவில்களிலே தர்மச் சொத்துக்கள் எழுதி வைக்கப்பட்டன. இவற்றின் மூலம் நாடு முழுவதும் முதியோர்க்குக் கல்வி புகட்டப்பட்டது. இப்படி விளக்குபவருட் பிரபலமாயும் புத்திக்கூர்மை படைத்தவராயுமுள்ள ஒருவர், நூலிலுள்ள சொற்களை மட்டும் சொல்லுவதுடன். அமையார்: நடைமுறை விவகாரங்களைப் பற்றிய தன் நுண்ணிய விளக்கம் உட்படப் பல்வகைப் பட்ட பொருள்களைப் பற்றியும் தன் விளக்கத்துடன் கலந்து சபையினருக்குப் போதித்து மகிழ்வூட்டுவார். இப்படி மக்களுக்குப் போதனை செய்யும் முறை இந்தக் காலத்திலும் நடைமுறையிலிருக்கிறது. பக்திப்பாடல்கள் இசைப்பதற்கென இருந்த பாடற் குழுவினர், கோவில்களிற் பராமரிக்கப்பட்டு வந்தனர். மடங்களுடன் இணைந்த பாடசாலைகளில் மாணவர்கள், ப்கதிப் பாடல்களை இசைப்பதற்குப் பயிற்றப்பட்டனர். அக் காலக் கல்விமுறையில், குறிப்பிடக்கூடிய ஓர் அமிசம் இதுரு. மடங்களுடன் சமணப் பள்ளிகளும் புத்த விகாரைகளும் அவையவை அமைந்திருந்த இடங்களில் வாழ்ந்த மக்களுக்குக் கல்வி கற்பிப்பதிற் பெரும்

பங்கு வகித்தன. இவற்றைச் சேர்ந்த நூல் நிலையங்களிலே, பல்வேறு கல்வித் துறைகளுக்குரிய ஏராளமான நூல்கள் இருந்தன. காலத்திற்குக் காலம் இந்நூல்கள் பிரதி பண்ணப்பட்டன.

சில விதிவலக்குகள் இருந்தபோதிலும், சமக்கிருதக் கல்விப் பயிற்சி, பிராமணர்களின் தனியுரிமையாகவே இருந்தது. விசேடமான பெரிய நன்கொடைகள் மூலம் சமக்கிருதக் கல்விக்கு ஊக்கம் அளிக்கப்பட்டது. சில சமயங்களில் தத்துவம்(ஆன்வீட்சிகி), வேதம் (திரயி), பொருளியல் (வார்த்தா), அரசியல் (தண்டநீதி) ஆகிய நான்கும் போதனைப் பாடங்களாக் எண்ணப்பட்டன. இப்பிரிவு, சிறப்பாக அரசர்களுக்குப் பொருத்தமானதாக இருந்தது. உண்மையில் இத்தகைய பிரிவு, முதன் முதலாகக் கௌடிலியரின் அர்த்தசாத்திரம் என்ற நூலிற் காணப்படுகினறது. சில சமயங்களில், பதினான்கு இல்லது பதினெட்டுப் போதனைப் பாடங்கள் இருந்தன. பதினான்கு வித்தைகள் பின்வருமாறு- நான்கு வேதங்கள், ஆறு அங்கங்கள் (உதவிநூல்கள்)ஶ ஒலியமைப்பு, யாப்பு, இலக்கணம், சொல்லாராய்ச்சி (கடினமான சொற்களின் ஆராய்ச்சி), வன சாத்திரமும் கிரியையும், புராணம், பருக்கம் (தர்க்கம்), வியாக்கியானம் (மீமாம்சை), சட்டம் (தருமசாத்திரம்) ஆகியனவாம். இந்த பதினான்குடன் ஆயுர்வேதம் (மருத்துவம்) தனுர்வேதம் (வில்வித்தை) கந்தருவவேதம் (இசை) அர்த்தசாத்திரம் (அரசியல்) ஆகிய நான்கும் சேர்க்கப்பட்டுப் பதினெட்டாக ஆக்கப்பட்டன. பல அறிவுத் துறைகளிற் பண்டித்தியம் பெற்ற பிராமணர்கள், அராச குருக்களாக (அரசர்களின் ஆசிரியர்கள்) பணிபுரிந்தனர். நாடு முழுவதிலும் அவர்கள் வரந்து வாழ்ந்து, ஒவ்வொரு பட்டணத்தினதும் கிராமத்தினதும் மக்களின் வாழ்க்கையை மேம்பாடடையச் செய்தார்கள். எங்கெல்லாம் பிராமணர்கள் தேவைப்பட்டார்களோ, அங்கெல்லாம் அவர்கள் சென்று வாழ்வதற்கு அவர்களதைத் தூண்டும் வகையில் அவர்களுக்கு நிலமும், வீடுகளும் நனகொடைகளாக அடிக்கடி அளிக்கப்பட்டன. பல இடங்களில், பிரமபுரிகள் அல்லது கடிகைகள் என அழைக்கப்படும் தொகுப்புக் கல்:லூரிகளை அமைத்துக்கொண்டு அவர்கள் வாழ்ந்தார்கள். பெல்காம் என்ற இடத்தில் ஒரு பிரமபுரியும் காஞ்சியில் ஒரு கடிகையும் இருந்தன. நிருபதுங்கனின் ஆட்சிக் காலத்தைச் சேர்ந்த காவேரிப்பாக்கத்துச் சாசனமொன்றில், ஒரு வைணவ மடத்தைப் பற்றியும் அங்குள்ள அறிஞர்களைப் பற்றியும் குறிப்பிடப்பட்டுள்ளது. இதே அரசனுடைய வேறோர் பதி:வேட்டில், புதுச்சேரிக்கருகிலிருந்த பாகூர் என்னும் இடத்திலுள்ள ஒரு கல்லூரியின் உன்னத நிலையைப் பற்றிய சான்றுகள் உள்ளன. இக்கல்லூரியிற் பதினான்கு வித்தைகளும் கற்பிக்கப்பட்டன. புகழ்வாய்ந்த வேநோர் கல்லூரி சலாத்துகி என்ற இடத்திலிருந்தது. வெவ்வேறு சனபதங்களிலிருந்தும் (நாடுகள்) இக்கல்லூரிக்கு மாணவர்கள் வந்தார்கள். இக்கல்லூரியின் வித்தியார்த்திசங்கத்திற்கு, மூன்றாம் கிருட்டிணனின் மந்திரியாகிய நாராயணன் 945 ஆம் ஆண்டில், வீடுகள், நலம் முதலியவற்றின் வருமானத்தையும், விவாகம் முதலிய சடங்குகளின்போது விதிக்கப்பட்ட வரிப்பணத்தையம் சேர்த்துப் பெருந்தொகையான நன்கொடை கொடுத்தான். நாகையிலுள்ள ஒரு கடிகையில் 257 பேர் இருந்தனரென அறிகிறோம். இவர்களுள் வேதம்

பயிலும் மாணவர்கள் 200 பேர், சாத்திரம் பயில்வோர் 50 பேர், வேதம் பயிற்றுவோர் மூவர், சாத்திரம் பயிற்றுவோர் மூவர்- பாட்ட, விபாகர மீமாம்சை, நியாயம் ஆகிய ஒவ்வொன்றுக்கும் ஒவ்வொருவர் - நூல்நிலையப் பொறுப்பாளர் ஒருவர். இவர்கள் அனைவருக்கும் போதிய வசதி இக்கடிகையில் இருந்தது. தென்னாற்காட்டிலுள்ள எண்ணாயிரம் என்னுமிடத்தில், முதலாவது சோழ இராசேந்திரன் ஒரு பெரிய கல்லூரியைக் கட்டினான். இக்கல்லூரியிலிருந்த (1) 270 கனிட்ட மாணவர்களுள் 40 பேர் ரூபாவதாரம் என்ற நூலைப் பின்பற்றி ஆரம்ப இலக்கணத்தைப் பயின்றனர்: 10 பேர் போதாயனரின் சூத்திரங்களைப் பயின்றனர்: மிகுதிப்பேர் வேதங்களை மனனஞ் செய்தனர். (2) இங்கிருந்த 70 சிரேட்ட மாணவர்களுள் 10 பேர் வேதாந்தத்தைப் பயின்றனர்: 25 பேர் வியாகாணம் படித்தனர்: மிகுதிப்பேர் பிரபாகர மீமாம்சையைப் படித்தனர். (3) இங்கே 14 ஆசிரியர்களுமிருந்தனர்..'. இதற்கு அண்மையில், திரிபுவனியில் இருந்த வேறோர் கல்லூரியில் 260 மாணவர்களும் 72 ஆசிரியர்களும் இருந்தார்கள். செங்கல்பட்டு மாவட்டத்திலுள்ள திருமுக்கூடல் என்னுமிடத்திலிருந்த ஒரு சிறு தாபனத்திற் பயின்ற மாணவர்களின் விடுதி, உணவு பற்றிய முழு விபரங்களும் வீரராசேந்திரம் (1067) என்ற அரசனின் காலத்துக் கல்வெட்டொன்றிற் காணப்படுகின்றன. இந்த இடத்திலிருந்த நல்ல பரிமாணமுள்ள ஒரு வைத்தியசாலையிற் பாணப்பட்ட மருந்து வகைகளைப் பற்றியும் சுவையான தகவல்களை இதே கல்வெட்டுத் தருகின்றது, திருவாவடுதுறையிலிருந்த ஒர் வைத்தியக் கலாசாலையில் அட்டாங்ககிருதயம், சாரக்க சங்கிதை என்பன போதிக்கப்பட்டன. திருவொற்றியூரில், பாணினியின் இலக்கணத்தைப் படிப்பதற்கு, ஒரு கல்லூரி இருந்தது. தேவகிரியைச் சேர்ந்த யாதவர்கள் சட்டம், வானசாத்திரம் ஆகியவற்றைப் படிப்பவர்களுக்கு விசேட ஊக்கமளித்தனர். விசயநகர மன்னர்களும் மானியமளி நாட்டினரும், கல்விக்கும் படிப்பிற்கும் தமது தாராளமான ஆதரவைத் தொடர்ந்து அளித்து வந்தனர். பாமனி அரசர்களும் அவர்கட்குப் பின் வந்தோரும், முசிலிம் கல்வியிலும் இசிலாமிய போதனையிலும் தமது கவனத்தைச் செலுத்தி வந்தது இயற்கையே. புகழ் வாய்ந்த மந்திரியாகிய மகமூது கவான் என்பவனால், பிடாரில் நிறுவப்பட்ட ஒரு பெரிய கல்லூரியில் இப்போதனைகளுக்காகிய எல்லாவிதமான வசதிகளுமிருந்தன.

புவியியல் தன்மையில் கேரளம் தனி நாடாகக் காணப்பட்டபோதிலும், கலாசாரப் பண்பில் தனியே இருப்பதாகக் கருதத் தேவையில்லை. இந்தியாவின் மற்றைய பகுதிகளில் எழுந்த இலக்கியத்திற் கேரளமும் பல வகைகளில் இடம் பெறுகின்றது. கேரளத்திலுள்ள நம்பூதிரிப் பிராமணர்கள், தம் மூத்த மகனை மட்டுமே நிரந்தரமாகக் கல்யாணஞ் செய்து குடும்பத்தை நிருவகிப்பதற்கு விட்டனர். குடும்பக் கவலைகளிலிருந்து விடுபட்ட மற்றைய பிள்ளைகள், படிப்பதிலும் படிப்பிப்பதிலும் ஈடுபட்டுப் பொதுமக்களின் கல்வித் தரத்தை உயர்த்துவதற்கு உதவி புரிந்தார்கள். சமக்கிருதக் கல்விக்குத் தலைவர்களின் பேராதரவு இருந்தது என்பதை 9ஆம் நூற்றாண்டின் மத்தியில் ஆய் அரசரான கருணானந்தக்கன் என்பவன் கொடுத்த நன்கொடையிலிருந்து அறியலாம். இந்த நன்கொடையால் எழுந்த கல்லூரியிலும்

விடுதிச்சாலையிலும் வியாகாணம் (இலக்கணம்), மீமாம்சை (வியாக்கியானம்), பௌரோகிதம்(குருத்துவத்தொழில்), திரிராச்சிய விவகாரம் (பாண்டிய, சேர சோழ நாடுகளின் சட்டடும் பழக்க வழக்கங்களும்) ஆகியவற்றில் ஒரு புகுமுகத் தேர்வு நடத்தப்பட்டு அதன் பின்பு, 95 வேத மாணவர் அனுமதிக்கப்பட்டார்கள். தென் திருவாங்கூரிற் பார்த்திவசேகரபுரம் என்ற இடத்திலிருந்த ஒரு பிட்டுணு கோவிலில் இக் கல்லூரி இயங்கியது. நாட்டிலுள்ள பல கோவில்களும் மடங்களும் சாத்திரங்களும் குருகுல முறையில் கல்வியை வளர்க்கும் நிலையங்களாக இருந்தன.

கோவில் வணக்கத்திற்குரிய ஓர் இடமாக இருப்பதுடன் மட்டும் அமையவில்லை: மக்களின் கலாசார, பொருளாதார வாழ்விலும் ஒரு பெரிய இடத்தை வகித்தது. துணிச்சலுடன் திட்டமிடுவதிலும், திறமை வாய்ந்த முறையில் அதைச் செய்து முடிப்பதிலும் தமக்குட் கோட்டியிடும் ஏராளாமான கட்டடக்கலைஞர்களும் திறமை வாய்ந்த தொழிலாளர்களும், கோவிற் கட்டட வேலைகளிலும் அதன் பராமரிப்பிலும் ஈடுபட்டார்கள். கல்லிலும் உலோகத்திலும் தெய்வச் சிலைகள் செய்யும் வேலை, நாட்டிலுள்ள சிறந்த சிற்பிகட்கு நல்ல வாய்ப்பையளித்தது. சோழர் காலத்தைச் சேர்ந்த சில பெரிய உருவச் சிலைகள், அவை செய்வதற்கு உபயோகிக்கப்பட்ட உலோகக் கட்டியின் தன்மையினாலும், கனிவான தோற்றம் காரணமாகவும் உலகிலுள்ள அதிசயங்களில் ஒன்றாக இடம்பெறுகின்றன. விசேடமாக, பெரிய கோவில்களின் நாளாந்த வேலை ஒழுங்குகள், பெருந்தொகையான குருமார்கட்கும் கசழனக' குழுவினருக்கும், இசைக் கலைஞர்கட்கும், நடன மாதர்கட்கும், பூக்கட்டிகளுக்கும், மடைப்பள்ளி வேலைகாரருக்கும் மற்றும் பலவகையான தொழிலாளர்கட்கும் வேலைவாய்ப்பை அளித்தன. காலத்திற்க்க காலம் நடைபெறும் திருவிழாக்களின் போது விசேட சந்தைகள், புலமைப்போட்டி, மல்யுத்தப்போட்டி முதலியவையும் மற்றம் பிரபலமான களியாட்டங்களும் இடம் பெறும் பா சாலைகளும் வைத்தியசாலைகளும், கோவிலின் சுற்றுப் புத்திலேயே பெரும்பாலும் கட்டப்பட்டன. தல விவகாரங்களைப் பற்றிய பரிசீலனை செய்வதற்காக மக்கள் ஒன்று கூடும் நகர மண்டபமாகவும் கோவில் அமைந்திருந்தது. புனித இலக்கியங்கள் சம்பந்தமான விரிவுரைகளும் கோவில்களில் இடம்பெற்றன. பரம்பரை பரம்பரையாகப் பக்தி மிக்க நன்கொடையாளர்கள் ஒவ்வொரு கோவிலுக்கும் நிலமாகவும் பணமாகவும் பெருந்தொகைப் பெருளை நன்கொடையாகக் கொடுத்தபடியினால், ஒவ்வொரு கோவிலும், தாராளமனம் படைத்த நிலக்கிழாராகவும் நிதிச் சேமிப்பாளராகவும் இருந்து வந்தது. உதவி தேவையானவருக்குக் கோவில் என்றுமே உதவியளித்தது. உருவச் சிலைகளை, குறிப்பாக வீதியில் உலா வரும்போது உபயோகப்படுத்தப்படும் உருவச் சிலைகளை, இரத்தினக் கற்கள் பதித்த ஆபரணங்களினால் அலங்கரிக்கும் வழக்கம், நகைத் தொழிலாளர்களின் கலைக்குப் பெரும் ஊக்கமளித்தது. ஒரு கெரிய கோவிலின் பொருளாதார நிலைமையைப் பற்றிய விபரங்களை அறிவதற்கு, தஞ்சைப் பெருங்கோவிலிலுள்ள ஏராளமான கல்வெட்டுகளை விடச் சிறந்த பதிவேடுகள் வேறேதுமில்லை. இராசராசன், தான் வெற்றியீட்டிய நாடுகளிலிருந்து கொண்டுவந்த பொருளின்

பெரும்பகுதியை இக்கோவிலுக்கே நன்கொடையாகக் கொடுத்தான்: 41,500 களஞ்சு தங்கத்தை இராசராசன் நன்கொடையளித்தான். ஒரு களஞ்சு, ஏறக்குறைய 70 குன்றுமணிக்குச் சமம் என்றால் அவன் கொடுத்த தங்கம் 500 இறாத்தலுக்கு மேற்பட்டது. அவன் கொடுத்த நகைகளின் பெறுமதி 10,200 காசுகள். இவை 5100 களஞ்சு தங்கத்திற்குச் சமமானவை. 50,650 களஞ்சு அல்லது 600 இறாத்தல் வெள்ளி கொடுத்தான். இலங்கையுட்பட்ட தன் ஆணிலத்திலுள்ள திராமங்களில் நிலங்களைக் கோவில்களுக்கென ஒதுக்கினான்.இவற்றிலிருந்து ஆண்டு தோறும் 116,000 களம் நெல் வந்தது. அப்போதைய விலையின்படிஈ நெல்லின் பெறுமதி 58,000 காசுகளாகும். இத்துடன் இந் நிலத்திலிருந்து பணமாக 1,100 காசு வருவாயாக வந்தது. பேரரசிலிருந்த மற்றைய கோவில்களிலிருந்து 400 தேவதாசிகள், இக் கோவிலிற் சேவை செய்வதற்காகத் தெரிவு செய்யப்பட்டுப் டோட்டுக் கட்டப்பட்டார்கள். ஒவ்வொருவருக்குமுரிய பங்கு ஒரு வீடும் ஒரு வேலி நிலமுமாகும். இந் நிலத்திலிருந்து 100 களம் நெல், ஆண்டுதோறம் வந்தது. ஆண் நடன ஆசிரியர்கள் 212 பேரையும், இசைக் கலைஞர்களையும், மேளகாரர்களையும், தையற்காரரையும், போற்கொல்லரையும், கணக்காளர்களையும், இவர்கள் கோன்ற மற்றையோரையும் பராமரிப்பதற்கென மேலும் இத்தகைய 180 பங்குகள் ஒதுக்கப்பட்டன. ஆண் கலைஞர்களுள் மூவர் ஆரியம் பாடுவதற்கும், நால்வர் தமிழ் பாடுவதற்குமாக இருந்தனர். ஆரியம், தனிழ் என்பவை, வேறொரிடத்திற் குறிப்பிட்டுள்ள அகமார்க்கம், தேசி என்ற இருவேறு இசை முறைகளாக இருக்கலாம் 50 பேரைக் கொண்ட ஓர் இசைககுழு, நாட் சம்பளமாக 3 குறுணி நெல்லைப் பெற்று, இசைக் கருவிகளுடன் சேர்ந்து திருப்பாடியம் பாடியது. தனக்குப்பிகன், தன் இடத்தை நிரப்புவதற்குத் தகதியான ஓர் உறவினரின்றி இந்த இசைக குழுவைச் சேர்ந்த ஒருவர் இறந்தால், அல்லது வேறு நாட்டிற்குப் போனால் காலியான இடங்களுக்குத் தமக்கு விருப்பமானவர்களை நியமிக்கும் சிறப்புரிமை இக்குழவீனுரக்க இருந்தது. இராசராசனின் தமக்கையாகிய குந்தவை, கோவில் நிதிக்குத் தாராளமாக உதவிய ஒரு பெண்ணாவர். ஒரு சந்தர்ப்பத்தில், 10,000 களஞ்சு நிறையுள்ள தங்கத்தையும் 18,000 காசு பெறுமதியான பாத்திரங்களையும் நன்கொடையாகக் கொடுத்தார். அரசிகள், உயர் அதிகாரிகள், போர்ப் படையினர் ஆகிய மற்றையோரும் ந்னகொடையளித்தார்கள். இந்த நடைகொடைகள் கவனமாகவும் சரியாகவும் கோவிலின் சுவர்களிலும் தூண்களிலும் குறிப்பிடப்பட்டுள்ளன. ந்னகொடைப் பணத்திலிருந்து பெருந்தொகையான காசுக்ள பல கிராமச் சபைகளுக்குக் கடனாகக் கொடுக்கப்பட்டன. இக்கடனுக்குப் பெரும்பாலும் பன்னிரண்டு வீத வட்டி பணமாகவோ, பொருட்களாகவோ பெறப்பட்டது. நன்கொடைப் பணத்திலிருந்து கற்பூரம், ஏலக்காய், சம்பகக் கொழுந்து, ‘கசகசா’ வெர்கள் ஆகியவை வாங்கப்பட்டன.

ஏராளமான சிலைகளைப் பற்றிய சரியான, விபரமான வர்ணனைகள் கல்வெட்டுகளிற் காணப்படுகின்றன. சிலைகளுட் சில, புராணக் கதைகளில் வரும் பிரசித்தி பெற்ற சம்பவங்களை விளக்கும் வகையில், ஒன்று சேர்த்துத் தொடர்பாக அமைக்கப்பட்டவையாகும். கோவிலின் நகைகள் ஆபரணங்கள்

பற்றிய நுணுக்கமான, முழுமையான குறிப்புகளையும் இக்கல்வெட்டுகளிற் காணலாம். கோவிலின் இலுவல்கள் நடைபெறும் முறை பற்றிக் காலத்துக்குக் காலம் நடத்தப்பட்ட விசாரணைகளின் விபரங்களும் காணப்படுகின்றன. சில சமயம், அரசனே இந்த விசாரணையை நடத்தினான். கோவிற் பரிபாலனத்தின் தொழின்முறை அம்சம் சரியான முறையில் ஆதிக்கம் பண்ணப்பட்டது என்பதற்கு இது ஒரு தெளிவான சான்றாகும். சோழர் காலத்திலிருந்த பொதுப் பரிபாலனம் திறமையான முறையில் அமைந்திருந்ததைப் போல், மற்றையோரின் பரிபாலன முறைகள் அமையவில்லை. தஞ்சைப் பெருங்கோவில் சிறப்புடன் திகழ்ந்ததைப் போல், மற்றைய கோலில்கள் இருக்கவில்லை. உண்மையாகப் பார்க்கப் போனால், சோழர்களின் தலைநகருக்கும் தஞ்சைக் கோவிலுக்குமிடையே எப்படியான தொடர்பு இருந்ததோ அதே போன்ற தொடர்புதான், மற்றைய ஒவ்வொரு கோவிலுக்கும் அதன் சுற்றுடலுக்குமிடையேஇருந்தது. இத்தொடர்பின் வித்தியாசம் மிகச் சிறிதாகவேயிருந்தது. நாகரிக வாழ்வுக்கேற்ற கலைகளிற் சிறந்தவற்றை யெல்லாம் தன்னுடன் இணைத்து வைத்திருந்த கோவில், தரும உணர்ச்சியிலிருந்து பிறந்த மானிட நோக்குடன் அவற்றை வழிப்படுத்தியது என்றால் மிகையாகாது. மத்திய காலத்து இந்தியக் கோவில், சமுதாய நலனின் நிலையமாக இருந்தது. இந்தவகையில, இதற்குச் சமமானது வேறெதுவுமில்லை.

வெவ்வேறு வகுப்புகளைச் சேர்ந்த மக்களின் விளையாட்டுகள், பொழுது போக்குகள் பற்றிய நம்பத்தகுந்த செய்திகளை விபரமான முறையில் இக் கல்வெட்டுகள் தரவில்லை. இராட்டிரகூட அரசனான மூன்றாம் கொவிந்தன் 804 ஆம் ஆண்டில் காஞ்சியைக் கைப்பற்றியபின், துங்கபத்திரை நதிக்கரையில் முகாமிட்டிருந்தபோது பன்றி வேட்டையில் ஈடுபட்டான். இரண்டாம் கங்கபூதுகனுடைய "காளி" என்ற வேட்டை நாய், ஒரு பன்றியுடன் சண்டை பிடித்து இறந்தது (நாய் புதைக்கப்பட்ட ஆதகூர் என்னுமிடத்தில் ஒரு நினைவுச் சின்னம் எழுப்பப்பட்டு, அதற்கு ஒழுங்காகப் பூசை செய்வதற்காக ஒரு குறவன் நியமிக்கப்பட்டான்). குதிரையின் மேலிருந்து கொண்டு துடுப்பினால் பந்தைத் தள்ளி விளையாடும், 'போலோ' போன்ற ஒரு விளையாட்டு, இராட்டிரகூட இளவரசனாகிய நான்காம் இந்திரனுக்கு மிகவும் பிடித்த ஒரு விளையாட்டாக் இருந்தது. கிருட்டிணதேவராயன், ஒவ்வொரு நாளும் வைகறைப் போதில் நல்லெண்ணெயைக் குடித்துவிட்டு, மட்பாண்டப் பாரங்களைத் தூக்கியும், வாட்பயிற்சியில் ஈடுபட்டும், தான் குடித்த எண்ணெய், வியர்வையாக வெளியேறும்வரை பயிற்சி செய்தான் எனப் பேய்சு என்பவர் குறிப்பிடுகின்றார். இதற்குப் பின் கிருட்டிணதேவராயன், தன் மல்யுத்த வீரர்களுள் ஒருவனுடன் மல்யுத்தஞ் செய்வான்: பின், குதிரைச் சவாரி செய்வான்: இவற்றின் பின்னே காலைக் களிப்பில் ஈடுபடுவான். விசயநகரத்தின் அரண்மனையிலேயிருந்த சில பகுதிகளில், அரசனதும் அரண்மனையிலுள்ளோரதும் மகிழ்ச்சிக்காக, மிருகங்கட்கிடையே சண்டைகள் ஒழுங்கு செய்யப்பட்டன: மல்யுத்தங்களும் இடம் பெற்றன. சில சமயம், பெண்களிடையே மல்யுத்தங்கள் நடைபெற்றன. சூதாடல், ஓட்டப்பந்தயம், கோழிச்சண்டைகள், கடாச் சண்டைகள் ஆகியனவும், திருவிழாக்களும்,

தாராளமான முறையில் கூடிய விசேட சந்தைகளும் பொது மக்களின் பொழுது போக்குகளாக இருந்தன. பாம்பாட்டிகள், காணமடிப்போர் போன்ற நாடோடிக் கூட்டத்தினரால், மிகக் குறைந்த செலவில் மக்களுக்கு உண்மையான களியாட்டம் கிடைத்தது. உல்லாசப் பிரயாணங்கள், கிராமிய நடனங்கள் ஆகியனவும் மக்களின் பொழுதுபோக்குகளாக அமைந்தன. ஒரு நாளட மலை(1623-4இல்), இக்கேரி என்ற இடத்தின் வீதிகளில் பீதுறுதெல்லாவாலி என்பவர் கண்ட காட்சியைக் கூறும் மேல்வரும் விபரம் பலவிதமான காரணங்களினால், முக்கியத்துவம் வாய்ந்தது:

'இளம் பெண்கள் பல கூட்டங்களாக வீதியிற் செல்வதை நாம் கண்டோம். அவர்கள், தம் வழக்கத்திற்கேற்ப, நன்றாக உடையணிந்திருந்தார்கள். ஒட்டியாணத்திற்குக் கீழே, நன்கு தைக்கப்பட்ட பட்டு அணிந்திருந்தனர். அதற்கு மேல், சிலர் ஒன்றுமணியவில்லை. சிலர் மிகவும் திறமையான இலினன் அணிந்திருந்தனர். சிலருடைய இலினன் ஒரே வர்ணமாக இருந்தது. சிலருடையவை, கோடிடப்பட்டு, வேறும் பல வேலைப்பாடுகளையுடையனவாயிருந்தன. இதே போன்ற கழுத்துப் பட்டைகளைத் தோளில் அணிந்திருந்தார்களா. அவர்களுடைய தலைகளை அணிசெய்த மஞ்சட் பூக்களும் வெள்ளைப் பூக்களும் தலையின் மேல் ஓர் உயர்ந்த பெரிய கிரீடம் போன்றிருந்தன: சில, சூரியனின் ஒளிக்கதிர்களைப் போல் வெளியே தெரிந்தன. மற்றவை ஒன்றாகச் சேர்த்து முறுக்கப்பட்டுப் பல மாதிரித் தூங்கின. இது பார்ப்பதற்கு அழகான காட்சியாக இருந்தது. அவர்கள் அனைவரும் தம் ஒவ்வொரு கையிலும், வர்ணம் பூசப்பட்ட உருண்டையான ஒரு தடியைக் கொண்டு சென்றனர். அவற்றின் நீளம் ஒரு சாண் அல்லது சற்று அதிகமாக இருக்கலாம். மேளம் முதலிய இசைக் கருவிகளுக்கேற்ப, காலப் பிரமாணத்தின்படி அவர்கள் அந்தத் தடிகளை ஒன்றாகச் சேர்த்துத் தட்டினார்கள். அவர்களுள் மிகவும் திறமைசாலியான ஒரு பெண் ஒரு பாட்டின் சில அடிகளைப் பாடினாள். அதன் முடிவில், பாட்டின் யாப்பிற்கு ஏற்றபடி ஏழு அல்லது எட்டுத் தடைவ, மற்றவர்கள் "கோலி கோலி கோலி" என்று பதிலளித்தார்கள். இந்தச் சொல் என்னத்தைக் குறிக்கின்றது என்பது எனக்குத் தெரியாது. ஆனால் அது மகிழ்ச்சியைக் குறிக்கும் ஒரு சொல் என்றே நம்புகிறேன். ஒரு விசேட விழாவிற்காகவே அவர்கள் அப்படிச் சொன்னார்கள் என நம்புகிறேன்."

இதே ஆசிரியரிடமிருந்து கிடைப்பதும் கள்ளிக்கோட்டை சம்பந்தமானதுமான இன்னொரு உதாரணத்தையும் நாம் கவனிப்பது நல்லது. நகரின் நிலையை மிகவும் சிறப்பாகப் படம் பிடித்துக் காட்டுகிறார் இவர். இந்த விபரங்கள், இந்நகருக்கு மட்டுமின்றி, மற்றைய நகரங்களுக்கும் பொருந்தும் என்பது தெளிவு, "கடற்கரைக்கு அண்மையிலுள்ள கடைத்தெருவைப் பார்ப்பதற்கு நாம் சென்றோம்: வீடுகள்- குடிசைகள் என்று சொல்வது பொருந்தும் - மண்ணினாற் கட்டப்பட்டு, ஓலையினால் வேயப்பட்டுள்ளன. மிகவும் தாழ்ந்த குடிசைகள் அவை. வீதிகள் மிகவும் ஒடுக்கமாகவும், அதே நேரத்திற் போதிய அளவு நீளமானவையாகவும் இருக்கின்றன. மக்கள் தம் வாழ்க்கை முறைக்கேற்ப வாழ்வதற்குத் தேவையான உணவுவகைகளும் மற்றைய எல்லாவகையான பொருட்களும்

சந்தையில் நிறைந்திருந்தன. உடையைப் பொறுத்தவரையில், அவர்களின் தேவை மிகவும் சொற்பமாகவே இருந்தது. ஆண்களும் பெண்களும், தமது வெட்கத்தை மறைப்பதற்காக, அரையிலிருந்து முழங்கால்வரை பருத்தி அல்லது பட்டினாலான ஒரு சிறு துண்மை அணிந்தனர். உடம்பின் மிகுதிப் பாகத்தை அவர்கள் உடையினாற் சிறிதும் மறைக்கவில்லை. சற்று மேம்பட்டவர்கள், நீல நிறத்துண்டையோ, ஆகாய நீலக் கோடிட்ட வெள்ளை நிறத் துண்டையோ அணிந்தார்கள்: அல்லாவிடில் ஆகாய நீலத்துடன் வேறோர் வர்ணத்தையும் சேர்த்து அணிந்தனர். கடும் நீலத்திற்க அவர்களிடையே பெரு மதிப்பு இருந்தது. மேலும், ஆண்களும் பெண்களும் மயிரை நீளமாக வளர்த்துக் கொண்டையாகக் கட்டினார்கள். பெண்களின் கொண்டை ஒரு பக்கத்தில் காதின் கீழே தூங்கியது. இது அவர்கட்கு நல்ல அழகைக் கொடுத்தது. மற்றைய இந்தியப் பெண்களும் இவ்வாறே செய்தார்கள. மற்றைய தேசத்துப் பெண்களிலும் பார்க்க, இந்தியப் பெண்கள் தலையை அழகுபடுத்துவது மிக மிகக் கவர்ச்சி வாய்ந்ததும் அழகானதுமாகும் என்பது என் அபிப்பிராயம். ஆண்கள் உச்சிக் குடுமி வைத்திருந்தார்கள். சில சமயம், இது ஒரு பக்கம் சாய்ந்திருக்கம். ஆண்களுட் சிலர் வர்ணத் தீட்டப்பட்ட தலைப்பட்டையை உபயோகித்தார்கள். ஆனால் பெண்கள் எதையுமே உபயோகிக்கவில்லை. இருபாலரும் கைகளில் காப்பு அணிந்திருந்தனர்: காதுகளில் குண்டலங்களும் கழுத்தில் கழுத்தணிகளுமணிந்திருந்தனர். பாலக்காட்டு ஆண்களைப் பற்றி நான் கூறியதைப் போல், ஆண்கள் பெரும்பாலும் வாள்களும் கேடயங்களும் அல்லது வேறுவித போர்க்கருவிகளும் கொண்டு செல்வார்கள்''.

குடித்தொகையின் மிகப் பெரும்பான்மையினர் கிராமங்களிலேயே வாழ்ந்தனர். விவசாயமே அவர்களுடைய முக்கிய தொழிலாக இருந்தது. நிலவுடைமைக்குப் பெருமதிப்பு இருந்தது. ஒவ்வொருவனும், அவன் என்ன தொழிலைச் செய்பவனாகவிருந்தாலும், தன்னுடைய சொந்தம் என்று சொல்லக் கூடியதாக ஒரு சிறு துண்டு நிலத்தை வைத்திருப்பதற்க முயற்சி செய்தான். அடிப்படையில், கிராமம் விவசாயிகளின் குடியிருப்பாகவும், அதன் மன்றம் நிழக்கிழார்களின் சங்கமாகவும் இருந்தன. பயிரிடக்கூடிய நிலத்தை கிராமவாசிகளிடையே காலத்திற்குக் காலம் திரும்பத் திரும்பப் பங்கீடு செய்யும் முறை, மிகச் சமீப காலம் வரை வழக்கத்திலிருந்தது. பெரியதும் சிறியதுமாயிருந்த நிலவுரிமையாளர்களுடன், நியாயமான அளவு தொகையினரான நிலமற்ற தொழிலாள வகுப்பினரும் இருந்தார்கள். விவசாயிகளான இப் பாட்டாளி மக்கள் பயிர்த்தொழிலிற்கு உதவி செய்து, விளைப்பொருளில் தமது பங்கைப் பெற்றனர். இவர்களுட் சிலர் அடிமை நிலையிலேயே யிருந்தனர். தல விவகாரங்களை முகாமை செய்வதில், நிலவுரிமையாளர்களிலும் பார்க்கக் குறைந்த பங்கே இவர்கட்கிருந்தது. கொல்லர், தச்சர் போன்ற தொழிலாளர்கட்கு, ஒரு கிராமத்தின் பொது நிலத்திற் பங்கு இருந்தது. ஒரு குறிப்பிட்ட கிராமத்தில் இத் தொழிலாளர்கள் தங்குவதற்கு இது தூண்டுகோலாக இருந்தது. இதன் காரணமாக, தம்மிடம் வரும் வேலையை ஏற்றுச் செய்வதற்கு அவர்கள் என்றுமே தயாராக இருந்தார்கள். ஒவ்வொரு வேலைக்குமுரிய சம்பளம்,

சம்பந்தப்பட்டவர்களிடையே, அவ்வப்போது, வெவ்வேறு பேச்சுவார்த்தை மூலம் தீமானிக்கப்பட்டது. கீழ்த் தர வேலைகள் செய்யும் தொழிலாளர்களாகப் பஞ்சமர்கள் இருந்தனர். இவர்கள் செய்யும் சேவைக்கு ஈடாகப் பொதுநிலத்திற் பங்கு கொடுக்கப்பட்டது. சாதாரணமாகத் தானியமே நாட்கூலியாக கொடுக்கப்பட்டது. மிகச் சிறிய விவசாயிகூடத் தன் ஓய்வு நேரத்தில், கூலிக்கு வேலை செய்யத் தயாராக விருந்தான். நிலத்தைக் குத்தகைக்குப் பெற்றுப் பயிரிடுதல் சர்வ சாத ாரணமான வழக்கமாகவிருந்தது. கோவில்களுக்கு அல்லது வேறு தொகுப்பு நிறுவனங்கட்குச் சொந்தமான நிலமே, விசேடமாகக் குத்தகைககு எடுத்துச் செய்யப்பட்டது. முன்பு நன்கொடையளிக்கப்பட்டபோது இருந்த முறைகளின்படி குத்தகை நிபந்தனைகள் சில சமயம் தீர்மானிக்கப்பட்டன. சில சமயம் தனியான பேச்சுவார்த்தைகள் மூலம் அவை தீர்மானிக்கப்பட்டன. இத்தகைய நிலங்களிற் பயிரிடும் குத்தகைக்காரருக்கு நிலத்தின் பங்குதாரராகும் உரிமையுமிருந்தது. வரி வசூலிப்பதற்காகவும் வேறு நோக்கங்களுக்காகவும், தலைநகருக்கண்மையிலிருந்த பூந்தோட்டம், பழத்தோட்டம் ஆகியவை உள்ளிட்ட தோட்ட நிலங்கள், மாரிச் செய்கை நிலம், கோடைச் செய்கை நிலம், காட்டு நிலம் ஆகியவற்றிடையே இருந்த வேறுபாடுகள் நன்கு கவனத்திற்கு எடுக்கப்பட்டன. மாரிச் செய்கை நிலம், அதன் இயற்கையான செழுமைக்கு ஏற்றபடி மேலும் பல தரமாகப் பிரிக்கப்பட்டது. ஈரவிப்பு நிலத்திலும் வறண்ட நிலத்திலும், உணவுத்தானியங்கள், பருப்பு வகைகள் ஆகியவை விளைவிக்கப்பட்டதுடன், பூச் செடிகளும், காய்கறி வகைகளும், பண வருவாய் கொடுக்கும் பயிர்களான பருத்தி, கரும்பு முதலியனவும் அடர்த்தியாகப் பயிரிடப்பட்டன. சாளுக்கியர்களின் குறிப்பேடுகளில், ஈரலிப்பு நிலம், வறண்ட நிலம், கழிவு நிலம் ஆகியவற்றுடன் கருமண் நிலம், செம்மண் நிலம் ஆகியவற்றைப் பற்றியும் கூறப்பட்டுள்ளது. தோட்ட விளைப்பொருட்களுள் வெற்றிலை, பாக்கு, இஞ்சி, மஞ்சள், பழங்கள், மலர்கள் ஆகியனவையே முக்கியமானவையாக இருந்தன. விசயநகரில் ரோசா வியாபாரிகளின் தொகையைக் கண்ட அப்துர் ரசாக் என்பவர், அந் நகரத்தது மக்களுக்கு உணவைப்போல், ரோசாவும் அவசிய தேவையாக இருந்தது எனக் கூறுகிறார். மிகப் பழங்காலத்திருந்தேர நீர்ப்பாசனத்தின் முக்கியத்துவம் உணரப்பட்டு வந்தது. அருவிகளுக்கூடாக அணைகள் கட்டப்பட்டு, அவற்றிலிருந்து வாய்க்கால்கள் வழியாக, எங்கெல்லாம் நீர் பொண்டுசெல்லமுடியுமோ அங்கெல்லாம் கொண்டு செல்லப்பட்டது. இயற்கை அருவிகள் இல்லாத இடங்களில், பெரிய குளங்கள் கட்டப்பட்டிருந்தன. இவற்றை ஒழுங்காகப் பராமரிபபதற்கு வேயண்டிய ஒழுங்குகளும் செய்யப்பட்டிருந்தன. பயிரிடுவதற்குத் தகுதியற்ற நிலங்களைப் பண்படுத்திப் பயிரிடுவதற்குத் தகுதியாக்கி முதன் முதலில் அவற்றிற் பயிரிடுவோருக்கு, குறிப்பிழுட்ட சில காலத்திற்கு வரிச்சலுகைகளும் வேறு விசேட வசதிகளும் செய்துதரப்பட்டன. இவ்வாறு விவசாய அபிவிருத்தியில் ஊக்கம் செலுத்தப்பட்டது. ஒரு விவசாயியின் செல்வநிலை, பருவ காலங்களில் ஓரளவிற்குத் தங்கியிருந்தபோதிலும், குத்தகை நிபந்தனைகளிலும் வரி வசூலிக்கும் முகவர்களிலுமே பெரிதும் தங்கியிருந்தது. சமயப் பணிகட்கும் தரும நிலையங்கட்டகும் ஒதுக்கப்பட்ட நிலங்களினதும், மடங்களுக்கும்

பிராமணர்களுக்கும் சொந்தமாயிருந்த கோவில்களுக்குமென ஒதுக்கப்பட்ட நிலங்களினதும் குத்தகை நிபந்தனைகள் மிகவும் இலகுவாக இருந்தன. வரி வசூலிக்கும் உரிமை, சில இடங்களில் உயர்தர அதிகாரிகட்கும் விழுமியோருக்கும் கொடுக்கப்பட்டிருந்தது. சில இடங்களில், குறிப்பிட்ட நிபந்தனைகளுக்கமைய இவ்வுரிமை சிலரிடம் குத்தகையாகக் கொடுக்கப்பட்டது. இந்த முறையே பெரும்பாலும் கையாளப்பட்டது. இப்படியானவர்கள் வரி வசூலித்த இடங்களில், வரி விகிதமும் வரி வசூலிக்கும் முறையும் விவசாயிகளைப் பெரிதும் வருத்தின. திறமையும் தாராள மனப்பான்மையும் பொருந்திய சோழர்களின் பாலனத்திலேயே வரி வசூலிப்பாளர்களின் கொடுமையான முறைகளைப் பற்றி முறைப்பாடுகள் செய்யப்பட்டன. விசயநகர இராச்சியம் பலவீனமடைந்ததன் பின், நாயக்கர் காலத்திலே, அரசாங்கத்திற்குச் செல்ல வேண்டிய தானியப் பங்கை, வரி வசூலிப்பவரின் எண்ணத்திற்கேற்பத் தீர்மானிக்கப்பட்ட விலைக்கு வாங்கம்படி பண்ணையாட்கள் நிர்ப்பந்திக்கப்பட்டனர். மந்தை வளர்த்தலும் பாற்பண்ணை வைத்தலும் விவசாயத்துடன் நெருங்கிய தொடர்புடையனவாயிருந்தன. மேய்ச்சல் நிலமாக ஒரு பகுதி ஒதுக்கப்பட்டது. இந்தத் தொழில் எல்லாக் காலங்களிலும் எல்லா இடங்களிலும் பரந்திருக்க வேண்டும். ஆனால், கல்வெட்டுகளில், கோவில்களுக்கும் உணவுச் சாலைகட்கும் சொந்தமான பசுக்களைப் பற்றியும் அவற்றிற்குப் பொறுப்பாயிருந்த இடையாகளைப் பற்றியும், கோவில்களுக்கோ, வேறு உரிமையாளர்களுக்கோ இவ் இடையர்கள் செய்ய வேண்டிய கடமைகளைப் பற்றியுமே நாம் அதிகமாகக் கேள்விப்படுகின்றோம். மேல் வகுப்பினரிடையே நெய் மிகவும் முக்கியமான ஓர் உணவுப் பொருளாக இருந்தது. அத்துடன் பெரிய கோவில்களிலுள்ள விளக்குகளை எரிப்பதற்கும் நெய் பெருந்தொகையாக உபயோகிக்கப்பட்டது.

சாதாரண தொழிற்சாலைகளுட் பெரும்பாலானவை அந்தந்தத் தலச் சசந்தைகட்குத் தேவையான பொருட்களை மட்டுமே உற்பத்தி செய்தன. ஆனால் நாட்டின் ஒரு பகுதியிலிருந்து வேறு பகுதிகட்குத் தனிப்பட்ட வணிகர்கள் அடிக்கடி சென்று வந்ததும், நாட்டின் பல்வேறு பகுதிகளில் மிகவும் முன்னேற்றமான முறையில் வணிகத் தொகுப்பகங்கள் அமைக்கபட்டிருந்ததும், குறிப்பிட்ட சில வகையான பொருட்களில் உள்நாட்டு வியாபாரம் மிகச் சுறுசுறுப்புடன் நடைபெற்றதென்பதற்குச் சான்றாக இருக்கின்றன. நூல் நூற்றலும் நெய்தலும் பெரியதொரு தொழிலாக இருந்தது. பெருந்தொகையான மக்கள் இதில் ஈடுபட்டிருந்தார்கள். நெசவாளர்களின் குழுமங்கள் மிகச் செழிப்பான நிலையில் இருந்தன. தல முயற்சிகள் பலவற்றில் இவை தீவிர பங்கெடுத்தன. நமது கவனிப்பிற்குட்பட்ட இக்காலப் பகுதி முழுவதிலும், நாட்டின் பல்:வேறு பகுதிகளிலுமிருந்த உயாதரமான சிலைகள் ஏற்றுமதி செய்யப்பட்டன என்பதற்குப் பதிவுக் குறிப்புகள் சான்று பகர்கின்றன. கம்பளம் உற்பத்தி செய்வதில் வாரங்கல் விசேட சிறப்ப்பு பெற்றிருந்தது. இக்கம்பளங்கள் மக்களாற் பெரிதும் விரும்பி வாங்கப்பட்டன. வேறு இடங்கள், வெற்வேறு தொழில்களில் விசேட திறமை பெற்றிருந்தன. உலோகத் தொழில்களும் நகை செய்யும் கலையும் பூரணத்துவம் பெற்று அதியுன்னத நிலையிலிருந்தன. உலோகங்களாற் செய்யப்பட்ட வீட்டுப்

பாவனைப் பாத்திரங்களைப் பணக்காரர் மட்டுமே உபயோகித்தாகள் போற்றெரிகின்றது. சாலைகளில் (தருமச் சத்திரங்கள்) சமையல் வேலை, சாப்பாடு ஆகியவை சம்பந்தமாக அடிக்கடி மட்பாண்டங்களைப் பற்றிக் குறிப்பிடுவதிலிருந்து, சாதாரண் மக்கள் இம் மட்பாண்டங்களையே உபயோகித்தார்கள் என்று தீர்மானிக்க முடிகின்றது. போர்க் கருவிகள் உற்பத்தி செய்வதிற் பெயர் பெற்றிருந்தன. உப்பு விளைவித்தலும் விற்பனையும், பொதுவாக அரசாங்கத்தின் பொறுப்பிலிருந்தன. இதிலிருந்து அரசாங்கத்திற்குப் பெருந்தொகையான வருமானம் வந்தது. கடற்கரையிலுள்ள முக்கியமான கேந்திர நிலையங்களில்உப்பு விளைவிக்கப்பட்டது. இதேபோல் மன்னார்குடாவில் முத்துக்குளிப்பு நடைபெற்றது. வெளிநாட்டு யாத்திரீகர்களின் (மாக்கோபோலோ உட்பட) கவனத்தை இம் முத்துக்குளிப்புத் தொழில் கவர்ந்தது. அவர்கள் அடிக்கடி இதைப்பற்றி வருணித்துள்ளனர்.

எல்லாக் கலைகளும் கைப்பணிகளும் அதற்குரிய சாதியினராலும் குழுமங்களாலும் செய்யப்பட்டு வந்தன. கூட்டுறவு அடிப்படையிலேயே வேலை நடைபெற்றதென்பது தெளிவு, தனிப்பட்ட கலைஞர்களின் பெயர்களைப் பற்றி நாம் ஒன்றும் கேள்விப்படவில்லை. தேசத்தின் வாழ்க்கைககு அழகூட்டிய கட்டடக் கலைஞர்களீ சிற்பிகள், வர்ணந் தீட்டுரோர் ஆகியவர்களின் பெய்ர்களைக் கூட நாம் கேள்விப்பட்வில்லை. இப் பொது விதிக்கு ஓர் அருமையான விலக்காக இருப்பவன் பட்டாடக்கல் என்னும் இடத்தில் உலோகேசுவரரின் கோவிலை (இப்போது இது விருபாட்சர் ஈலயம் என் அழைக்கப்படுகின்றது) கட்டிய சிறீகுண்டன் அனிவாரிதாச்சாரி என்பவன், அப்போது பாதாமியை யாண்ட சாளுக்கிய அரசனிடமிருந்து, தன் வகுப்பினருக்குப் பல சிறப்புரிமைகளை இவன் பெற்றதுடன் தென்கனடிசெயசூத்திரதாரி- தென்னாட்டின் சிற்பி- என்ற பட்டப் பெயரையும் பெற்றுக் கொண்டான். இக்கோவிலை அலங்கரிக்கும் இராமாயணக் காட்சிச்சிலைகளை இவனே திட்டமிட்டமைத்தான். நகர அமைப்பைத் திட்டமிடுவதிலும் அரண்மனைகள், வாகனங்கள், சிம்மாசனங்கள், கட்டில்கள் ஆகியவற்றை நிருமாணிப்பதிலும் இவன் நிபுணனாக இருந்தான் எனக் கூறப்படுகின்றது. ஓய்சளச் சிற்பிகள் பலர், தமது சிருட்டிகளில் தங்களுடைய பெயர்களையும் பொறித்திருக்கிறார்கள். மலிதம்மன், பைக்கொசன், கௌடயன், நஞ்சயன், பாமன் ஆகியோர் இவர்களுட் பிரபலமானவர்கள்.

ஒரு முக்கிய பங்கு வகித்தது. மணிக்கிராமம் என்ற பெயர் வணிக்கிராமம் என்பதன் சிதைவாக இருக்கலாம் எனச் சொல்லப்படுகின்றது. வியாபாரிகள் சங்கம் என்ற கருத்துடைய வணிக்கிராமம் என்ற சொல்லே சரியானதாக இருக்கலாம். ஆரம்ப காலத்துக் கல்வெட்டுகள் பலவற்றிலும் பல்லவ மன்னனாகிய மூன்றாம் நந்திவர்மன் காலத்தைச் சேர்ந்த தக்குவாப்பா (சீயம்) என்ற இடத்திலுள்ள ஒரு தமிழ்க் கல்வெட்டிலும் இக்குழுமம் பற்றிக் கூறப்பட்டுள்ளது. வங்காளக் குடாவின் எதிர்க்கரையில் இது அமைக்கப்பட்டிருந்தது. ஏறக்குறைய நிரந்தரமாக இது இருந்தபடியால், ஒரு வி'ணு கோவிலும் ஒரு குளமும் இதன் பொறுப்பில் விடப்பட்டிருந்தன. இதிலிருந்து, பழையகால அரசியல், வர்த்தகத் துறைகளில் மிகச்

சொற்பமாகவே தெரிந்திருந்த ஒரு பகுதியைப் பற்றிய சில உண்மைகளை நாம் அறியக்கூடியதாயிருக்கிறது.

மத்திய காலத்தில், தென்னிந்தியாவிலிருந்த வியாபாரக் குழுமங்கள் மிகப் பிரபலமாக விளங்கியது ஐந்நூற்றுவர் என்ற குழுமமே. ஐயவோலுபுரத்து (ஐகோல்) ஐந்நூறு சுவாமிகள் எனவும் இது அழைக்கப்பட்டது. அக்காலத்திய பெரிய அரசர்களைப்போல், இக் குழுமத்தைச் சேர்ந்தவர்களும், தமக்குச் சொந்தமாக ஒரு பிரசத்தியை வைத்திருந்தனர். அவர்களின் மரபுகளைப் பற்றியும் சாதனைகளைப் பற்றியும் இப் பிரசத்தி கூறியது. இவர்களே, விழுமிய வியாபாரிகளின் சட்டத் தொகுப்பான வீரவணஞ்சுதர்மம் என்பதின் காவலார்களாக இருந்தனர். சமக்கிருதத்தில், வியாபாரியைக் குறிக்கும் வணிச என்பதிலிருநதே வணஞ்சு என்ற சொல் தோன்றியது என்பது வெளிப்படை. 500 வீர சாசனங்கள் (வீரர்களின் கட்டளைப் பட்டியல்) இத் தர்மத்தை உள்ளடக்கியிருந்தன. இவர்கள் தம் கொடியில் ஒரு நந்தியைப் பொறித்திருந்தனர். துணிச்சலுக்கும் தீரச் செயல்களுக்கும் உலகம் முழுவதிலும் பெயர் பெற்றிருந்தார்கள். வாசுதேவன், கந்தழி, மூலபத்திரன் ஆகியோரின் பரம்பரையில் தாங்கள் தோன்றினரென உரிமை கொண்டாடுபவர்களாகவும் அவர்கள் இருந்தனர். சேர, சோழ, பாண்டிய மலாய, மகத, கோசல, சௌராட்டிர, தானுத்திர, குரும்ப, காம்போச, கௌள, லாட, பரவ்வா, பாச (பாரசீகம்), நேபாள

நாடுகளுக்கு அவர்கள் சென்றார்கள். ஆறு கண்டங்களிலுமுள்ள எல்லாத் தேசங்களுக்கும் தரைப்பாதைகளாலும் நீர்ப்பாதைகளாலும் அவர்கள் பிரயாணச் செய்தார்கள். யானைகள், இரத்தக்கல், நீலக்கல், சந்திர வட்டக்கல், முத்து, பவளம், வைரம், வானநீலக்கல், கோமேதகம், புட்பராகம், மாணிக்கம், மரகதம் முதலிய இரத்தினக் கற்களிலும் ஏலக்காய், கிராம்பு, பசை, சந்தனம், கற்பூரம், கத்தூரி, குங்குமப்பூ, மலிகசா முதலிய வாசனைத் திரவியங்களிலும் வாசனைப் பொருட்களிலும் இவர்கள் மொத்த வியாபாரஞ் செய்ததுடன் தோளிற் சுமந்த திரிந்து வீதிகளிலும் விற்பனை செய்தார்கள். இவர்கள் ஒழுங்காகச் சுங்கப்பணம் கட்டினார்கள். அரசாங்க இறைசேரியைத் தங்கத்தாலும நகைகளாலும் நிறைத்தார்கள்ளூ அரசனுடைய ஆயுத சாலையைத் திரும்பத் திரும்ப ஆயுதங்களால் நிறைத்தார்கள். நான்கு சமயங்களிலும் ஆறு தரிசனங்களிலும் பாண்டியத்தியம் பெற்ற பண்டிதர்களும் ஞானிகளுக்கும் நன்கொடை கொடுத்தார்கள். கழுதைகளையும் எருமைகளையும் பொதி சுமப்பதற்கு உபயோகிக்கும் எட்டு நாடுகளைச் சேர்ந்த செட்டிகளும், கவோர்கள், காத்திரிகள், செட்டிகள், செட்டிக்குட்டர்கள், அங்ககாரர்கள், வீரர்கள், வீரவணிசர்கள், கண்டிகர்கள், கவுண்டர்கள், கவுண்டசுவாமிகள் ஆகியோரும் இவர்களுள் இருந்தார்கள். சுமாத்திராவில் துண்டு துண்டாக இருக்கும் ஒரு தமிழ்க் கல்வெட்டும் (1088), பாகன் என்ற இடத்தில் இவர்கள் கட்டியெழுப்பிய வி'ணு கோவிலும், கடல்களுக்கப்பாலிருந்த அன்னிய நாடுகளுடன் வியாபாரஞ் செய்த அவர்களின் உரிமைக்குச் சான்றுகளாக உள்ளன. இவ்வி'ணு கோவில் பதின்மூன்றாம் நூற்றாண்டில் மிகவும் உன்னதமான நிலையில் இருந்தது. சோழநாட்டில்,

வீரபட்டணங்கள் என்றழைக்கப்படும் குடியிருப்புகளில் இவர்கள் இருந்தனர். தல அதிகாரிகள், மத்திய அரசாங்கத்தினர் ஆகியோரின் அங்கீகாரத்துடன், வியாபார அலுவல்களில் இவர்கள் விசேட சிறப்புரிமைகளை அனுபவித்தனர். இப்பழைய காலத்தில், வியாபாரம் மக்களின் மனப்போக்கை எவ்வாறு பாதித்தது என்பதைப் பற்றி வரலாற்றாசிரியர்கள் எதுவுமே கூறவில்லை. உதாரணமாக, வெவ்வேறு சமூகப் பின்னணியில் வாழும் மக்கள் ஒருவரையொருவர் அடிக்கடி சந்தித்து, ஒருவரோடொருவர் கலந்து வாழ்வதால், குறுகிய மனப்பான்மைக்கு எதிரான தாராள மனப்பான்மையும் உலகப் பொதுவான மனப்பான்மையையும் வளர்ந்தன என்பதில் சந்தேகமில்லை.

சிறித்துவ சகாப்தத்தின் ஆரம்ப நூற்றாண்டுகளில் நடைபெற்ற தென்னிந்தியக் கடல் வியாபாரத்தைப் பற்றி ஏழாம் அத்தியாயத்தில் சுருக்கமாகக் கூறப்பட்டுள்ளது. ஐந்தாம், ஆறாம், ஏழாம் நூற்றாண்டுகளில் எழுந்த சீன வரலாறுகளில் இலங்கை, இந்தியா, அரேபியா, ஆப்பிரிக்கா ஆகிய நாடுகளில் உற்பத்திப் பொருட்கள், பாரசீகத்தின் உற்பத்திப் பொருட்களேயெனக் குறிப்பிடப்பட்டுள்ளன. ஐந்தாம் நூற்றாண்டளவில், இந்தியாவிற்கும் சீனாவிற்குமிடையேயான நேரடிக் கப்பற்பாதை சாதாரணமாக எல்லோரது உபயோகத்திற்கும் வந்துவிட்டதாகத் தெரிகின்றது. இருநூறுக்குக் குறையாத இந்திய, இலங்கை வியாபாரிகளை ஏற்றிக்கொண்டு சென்ற ஒரு வியாபாரக் கப்பலிற் பாகியன் இலங்கையிலிருந்து பிரயாணஞ் செய்தான். இத்சிங் என்பவர், தன் காலத்தைச் சேர்ந்த 37 பேர், இதே வழியால் வெவ்வேறு காலங்களில் இந்தியாவிற்குப் பிரயாணமானார்கள் எனக் குறிப்பிடுகின்றார். கி.பி.750 ஆம் ஆண்டில் கன்டன் என்ற இடத்தில் பிராமணர்களின் கோவில்கள் இருந்தனஞ பிராமண வியாபாரிகளும் இருந்தார்கள்.

கி.பி. ஒன்பதாம் நூற்றாண்டளவில், தென் ஆசிய நாடுகள் பரந்த அளவிற் கடல் வாணிபம் செய்வதில் முன்னேறின. இவ் வாணிபத்தினால், அந்நாடுகளுக்குப் பெருஞ் செல்வம் கிடைத்தது. இந்தியாவிற்கு வெளியேயுள்ள இராச்சியங்களில், சீனாவிலுள்ள தாங்குப் பேரரசும் சக்திவாய்ந்த சைலேந்திர வம்சத்தின் கீழிருந்த சிறீ விசய இராச்சியமும், பாக்தாது என்னுமிடத்திலிருந்த அப்பாசித் கலிபாத் என்பதுமே இவ் வியாபாரத்தினாற் செழிப்புற்ற நாடுகளுள் முக்கியமானவையாக இருந்தன. அரசியற் குழப்பங்களின் காரணமாக 9ஆம் நூற்றாண்டின் பிற்பகுதியில் அன்னியர் சீனாவிற்குச் செல்வது பாதுகாப்பற்றதாக இருந்தது. ஆனால் சீனக் கப்பல்கள் மலாயாக் குடாநாடு, சுமாத்திரா ஆகியவற்றின் துறைமுகங்கட்கு ஒழுங்காகச் சென்று அன்னிய நாட்டுப் பொருட்களை வாங்கின. இதுவே, சீனாவின் பெருங்கடற் பிரயாணத்தின் தொடக்கமாகும். பன்னிரண்டாம் நூற்றாண்டு தொடக்கம் பதினைந்தாம் நூற்றாண்டு வரை பெரிய சீனக் கப்பல்கள் இந்தியாவின் மேல் கரைக்கு அடிக்கடி வந்துபோயின. மேற்கில், பாரசீகக் குடாவின் கீழ்க்கரையிலிருந்த சிராப் என்னும் இடமே பல்வகைப் பொருட்களும் விற்பனவு செய்யப்படும் மத்திய இடமாக அமைந்திருந்தது. அந்நகரத்திலிருந்த பணம் படைத்த

வியாபாரிகள் சீனா, யாவா, மலேயா, இந்தியா ஆகிய இடங்களிலிருந்து வரும் வியாபரிகட்குப் பெருவிருந்து அளித்துக் கௌரவித்தார்கள். இவ்விருந்தின்போது ஒவ்வொரு இந்தியனும் தனக்கெனத் தனியான ஒரு கோப்பை ஒதுக்கி வைக்க வேண்டும் என வற்புறுத்தினான்.

பத்தாம் நூற்றாண்டின் முடிவிற் சீனாவின் அரசியல் நிலையில் மீண்டும் அமைதி நிலவத் தொடங்கியது. அக்காலத்தில் ஆட்சியிலிருந்த சுங்கு அரசாங்கம் வெளிநாட்டு வர்த்தகத்தில் பெரும் அக்கறை காட்டியது. இவ்வெளிநாட்டு வர்த்தகத்தில் அரசாங்கத்திற்கே முழு உரிமை இருந்தது. இவ் வர்த்தகத்தை அதிகரிப்பதற்கு ஊக்கமுடன் பல முயற்சிகள் எடுக்கப்பட்டன. இப்புதிய நிலைமைகளிலிருந்து நன்மையடைய விரும்பிய சோழர்கள் சீன நாட்டிற்குத் தூதுவர்களை அனுப்பினார்கள். இப்படியான ஒரு வர்த்தகப் போராட்ட குழு இராசராசனுடைய ஆட்சியின் முடிவிலே புறப்பட்டு, வழியில் மூன்றாண்டுகளைக் கழித்து 1015ஆம் ஆண்டிற் சீனாவையடைந்தது. முதலாம் இராசேந்திரனால் அனுப்பப்பட்ட வேறொரு குழு, அந்த அழகிய அரச சபையை 1033ஆம் ஆண்டில் அடைந்தது. மூன்றாவது குழு 1077ஆம் ஆண்டில் சீனாவுக்குச் சென்றது. குறைந்த அளவுடைய, அதே சமயம் அதிக பெறுமதி வாய்ந்த, பொருட்களே இந்த நெடுந்தூர வர்த்தகத்தின் வியாபாரப் பொருட்களாக இருந்தன. உதாரணமாக, சிராப் என்ற இடத்தின் முக்கிய இறக்குமதிப் பொருட்களாகத் தாழை மரங்கள், அம்பர், கற்பூரம், இரத்தினக் கற்கள், மூங்கில், யானைத் தந்தம், கருங்காலி, கடதாசி, சந்தணக்கட்டை, இந்திய வாசனைப்

பொருள்கள், மருந்துகள், தாளிதப் பொருள்கள் ஆகியவை இருந்தன. அரேபியாவிலிருந்து இந்தியாவிற்குக் குதிரைகளை இறக்குமதி செய்வது எப்போதுமே முக்கியத்துவமுடையதாக இருந்தது. 14ஆம் நூற்றாண்டில் பாமனி, விசயநகர அரசுகள் எழுச்சி பெற்றதன்பின், இது பெரிய அளவில் அதிகரித்தது. இந்தியக் கடற்பாதைகளின் ஆதிக்கத்தைப் போத்துகேயா பெற்றபோது அவர்கள், குதிரை வியாபாரத்தின் முழு உரிமையையும் எடுக்க முயன்றார்கள் என்பதை நாம் கண்டோம். சீனாவில் இறக்குமதி செய்யப்பட்ட பொருள்கள் இருவேறு பிரிவா இருந்தனளூ வேலைப்பாடுகள் செய்யப்பட்ட பருத்தித்துணி வகைகள், வாசனைப் பொருள்கள், மருந்து வகைகள் ஒருபிரிவில் இருந்தன. இவற்றிலும் பார்க்க விலையுயர்ந்த பொருள்களாகிய நகைகள், ஓரளவு மதிப்புமிக்க பொருள்களாகிய யானைத்தந்தம், காண்டாமிருகக் கொம்பு, கருங்காலி, அம்பர், பவளம் ஆகியவையும், பல வகையான வாசனைத்திரவியங்களும் இரண்டாம் பிரிவிலிருந்தன. இவ்வர்த்தகத்திற்குச் சீனாவில் ஆரம்பத்தில் நல்ல வரவேற்பிருந்தது. ஆனால் பன்னிரண்டாம் நூற்றாண்டில், ஆடம்பரப் பொருட்களின் வியாபாரம் பெருகியதன் விளைவாக, விலைமதிப்புடைய உலோகங்களும் நாணயமும் சீனாவிலிருந்து வெளியேறியதால், சீன அரசாங்கத்திற்குப் பெருங் கவலை ஏற்பட்டது. ஆகவே, விலை மதிப்புடைய உலோகங்களும் நாணயங்களும் சீனாவிற்கு வெளியே செல்லக்கூடாதெனச் சீன அரசாங்கம் தடைவிதித்ததுளூ அத்துடன் மலையாளம், குலம் - அதாவது கொரமான்டல் கரையும் கொல்லமும்

- என்ற பகுதிகளுடன் நடைபெறும் வியாபாரத்தில் கட்டுப்பாடுகளையும் விதித்தது. இருந்தபோதிலும், 13ஆம் நூற்றாண்டின் முடிவு வரை, ஏறக்குறைய ஒழுங்காகவே, இந்த வியாபாரம் நடைபெற்றது. சோழ அரசர்களின் ஆட்சியிற் கொல்லத்திலிருந்த வியாபார நிலைமைகளைப் பற்றி, யூத யாத்திரிகனும் துடெல்லாவைச் சேர்ந்தவனுமான பெஞ்சமின் (1170) கூறியதைக் கவனிப்பது பயனுடைத்து: வியாபாரம் சம்பந்தமான விடயங்களில் இத் தேசம் மிகவும் நம்பிக்கைக்குரியதாக இருக்கின்றது. அன்னிய வியாபாரிகள் அந்நாட்டுத் துறைமுகப்பட்டினங்களுக்குட் செல்லுகின்ற வேளைகளில், அரசனின் செயலாளர்கள் உடனடியாகக் கப்பலில் ஏறிச் சென்று, அவர்களின் பெயர்களைப் பதிவு செய்து கொண்டு, அரசனுக்கு அறிவிப்பார்கள். அதன்பின், அரசன் அவ் வியாபாரிகளின் சொத்துக்களுக்குப் பாதுகாப்பளிப்பான். அவர்கள், தமது பொருட்களை, எவ்வித காவலுமின்றித் திறந்த வெளிகளிலும்கூட விட்டுவைக்கலாம். அரசனின் அலுவலர்களில் ஒருவர் சந்தையில் இருப்பார். எங்காவது கண்டெடுக்கப்பட்ட பொருட்களை இந்த அலுவலர் ஏற்று வைத்துக்கொள்வார். அப்பொருட்கள் தம்முடையவைதான் என்று கோரும் விண்ணப்பதாரர்கள், அவற்றைப் பற்றிய நுணுக்கமான விவரங்களைக் கூறினால் அவர்கட்கு அப் பொருட்களைத் திருப்பிக் கொடுப்பார். இவ்வழக்கம், இப்பேரரசு முழுவதிலும் அனுசரிக்கப்படுகின்றது.

பதின்மூன்றாம் நூற்றாண்டின் மத்தியில் காகதீய அரசனாகிய கணபதி என்பவன் தனது ஏமப்பட்டயத்தின் மூலம் (அபய சாசனம்) ஆந்திர தேசத்தின் வெளிநாட்டு வர்த்தகத்திற்கு ஊக்கமளித்தான். இதுகால வரை, விபத்திற் சிக்கியுடையும் கப்பல்களின் பொருட்கள் அரசாங்கத்தினாற் கைப்பற்றப்பட்டன. ஆனால் இந்தப் பட்டயத்தின்படி பொருட்களை, வியாபாரிகளிடமிருந்து அரசாங்கம் கைப்பற்றமாட்டாது. மேலும், ஏற்றுமதி, இறக்குமதிப் பொருட்களின் மீது விதிக்கப்படும் வரி, அப் பொருட்களின் மதிப்பில் முப்பதிலொரு பங்குக்கு மேலிராது. ஒரு நூற்றாண்டின் பின், இச் சாசனம் அன்னபோத ரெட்டி (1378) என்பவனால் புதுப்பிக்கப்பட்டது. தென்னிந்தியாவின், மிகவும் சிறப்பும் முன்னேற்றமுமுடைய எல்லாத் துறைமுகங்களிலுமிருந்த பொதுவான வழக்கத்திற்கு ஏற்ப இது அமைந்திருந்தது. ஆனால் கொழும்பு மட்டும் 14 ஆம் நூற்றாண்டிலும் பழைய வழக்கத்தையே பின்பற்றியது. குப்ளிாய்கானின் ஓய்வற்ற பேராசையும், திருப்திப்படுத்த முடியாத ஆவலும், இவற்றுடன் பாண்டிய நாட்டின் அமைதியற்ற அரசியல் நிலைமைகளும் சேர்ந்து, பதின்மூன்றாம் நூற்றாண்டின் கடைசிப் பாகத்தில் தென்னிந்திய, சீன அரசுகளிடையே மிகவும் சுறுசுறுப்பான தூதுப் பரிமாற்றத்தை

விளைவித்தன. இவை, வர்த்தகத் தூது என்பதிலும் பார்க்க, அரசியல் தூதுகளாகவே பெரும்பாலுமிருந்தன. மீண்டும், பதினைந்தாம் நூற்றாண்டிலே மூன்றாம் மிங்குப் பேரரசன் (1403-25) ஆட்சியில் பெரிய சீனக் கப்பல்கள் பல பிரசித்திபெற்ற சீனத் தளபதியாகிய செங்கோவின் தலைமையில் ஏழுதடவைக்குக் குறையாமல், இந்து சமுத்திரத்துக்கூடாகத் தென்னிந்தியத் துறைமுகங்கள் பலவற்றிற்கு, குறிப்பாக மேற்குக் கரையிலுள்ள துறைமுகங்களுக்கு வந்து போயின.

விசயநகர, பாமனி அரசுகள் ஏற்பட்டதன் பின், ஆர்வமுடைய பல அன்னியர்கள், புகழ் படைத்த இந்த இராச்சியங்கட்கு வருகை புரிந்து, தாங்கள் இங்கு கண்டவற்றைப் பற்றிய குறிப்புகளை விட்டுச் சென்றபடியால், இக்காலத்தில் நடைபெற்ற கைத்தொழில், வியாபாரம், பியாணம் பற்றி நமக்குக் கிடைக்கும் செய்திகள் விரிவானவையாகவும் சரியானவையாகவும் இருக்கின்றன. போத்துக்கேய ஆதிக்கம் நிலைநாட்டப்பட்டதினாலும், மற்றைய ஐரோப்பிய தேசங்களின் வர்த்தக வாரியங்கள் இங்கு வந்து, அவற்றின் வர்த்தகப் பிரதிநிதிகள் இந்நாட்டின் கைத்தொழில்களைப் பற்றிச் சரியாகத் தெரிந்து கொண்டதினாலும், பதினாறாம் பதினேழாம் நூற்றாண்டுகளில் தென்னிந்தியாவின் பொருளாதார நிலைகளைப் பற்றிய பல முக்கிய செய்திகள் சேகரிக்கப்பட்டுப் பதியப்பட்டன. இச் செய்திகளுள் பெரும்பாலானவை சரியானவையா பிழையானவையா என்பது பற்றி இனிமேல்தான் ஆராய்ந்து பார்க்க வேண்டும். சில, மிக முக்கியமான செய்திகளைக் குறிப்பதுடன் நாம் இப்போது திருப்தியடைந்து விட வேண்டும். விசயநகர இராச்சியம் மிகவும் பெரிதான தென்றும், மக்கள் நெருக்கமாக வசித்தார்கள் என்றும், அதன் அரசன்மிக உயர்ந்த அளவில் பெருமையும் இறைமையும் உடையவனாயிருந்தான் எனவும்,

அவனுடைய ஆணிலங்கள் சொந்தீப்பின் (இலங்கை) எல்லையிலிருந்து கல்பேர்கா நாடு வரை பரந்திருந்தன எனவும் அப்துர் ரசாக் (1443) என்பவர் வருணிக்கின்றார். நாட்டின் பெரும் பகுதிகள் நன்கு பயிரிடப்பட்டு மிகவும் செழிப்புடனிருந்தன. இந்நாட்டில் 300 துறைமுகங்கள் வரை இருந்தனரூ படையில் ஆயிரம் யானைகளுடன் பதினொரு இலட்சம் படைவீரர்களும் இடம்பெற்றிருந்தனர்.

இந்தியாவை யடைந்த அப்துர் ரசாக், கள்ளிக்கோட்டையில் இறங்கினான். இத்துறைமுகத்தில் ஆப்பிரிக்கா, அரேபியா முதலிய இடங்களிலிருந்து வரும் கப்பல்கள் பாதுகாப்புடன் தங்கி நின்றன. பெருந்தொகையான முசிலிம் மக்கள் நிரந்தரமாக இத்துறைமுகத்திற் கண்மையில் வாழ்ந்தார்கள். முசிலிம்கள் இரண்டு மசூதிகளையும் கட்டியிருந்தார்கள். பாதுகாப்பும் நீதியும் மிக உறுதியாக நிலைநாட்டப்பட்டன. சுங்க அலுவலர்கள், வியாபாரப் பொருட்களைக் கண்காணிப்பார்கள். விற்பனையாகும் பொருட்களுக்கு வரியாக, நாற்பத்திலொரு பகுதியை அறவிடுவார்கள். விலைப்படாத பொருட்களுக்கு வரி அறவிடப்படுவதில்லை. மெக்காவுடன் மிகச் சிறப்பான முறையில் மிளகு வியாபாரம் நடைபெற்றது. மற்றைய துறைமுகங்களில் நடைபெறுவதைப் போல், வழிதவறி வந்த கப்பல்கள் ஒன்றும் இத்துறைமுகத்தினராற் சூறையாடப்படவில்லை. எழுபதுக்கு மேற்பட்ட ஆண்டுகளின் பின், இங்கு சென்ற துவாட்டி பார்போசா என்பவர், மிகப்பெரிய அளவிற் கள்ளிக்கோட்டையின் வியாபாரம் நடப்பதைக் கண்டார். இவ் வியாபாரம் காரணமாகப் பல்வேறு தேசத்து மக்கள்-அராபியர், பாரசீகர், குஜராத்தியர், கோரசேனியர், தாக்குவானியர், இங்கு குடியேறினர். சோனகர்கட்குத் தனியாக ஒரு தேசாதிபதி இருந்தான். அரசனின் தலையீடின்றி, இத்தேசாதிபதி ஆட்சி செய்து குற்றவாளிகளைத் தண்டித்தான். சில

சந்தர்ப்பங்களில் மாத்திரம் இத்தேசாதிபதி தான் எடுக்கும் நடவடிக்கைகளைப் பற்றி, அரசனுக்கு விளக்கம் கொடுக்கவேண்டியிருந்தது. கப்பல் கட்டும் தொழில் குறிப்பிடத்தக்க வகையிற் சிறப்பாக நடைபெற்றது. ஆயிரம் தொடக்கம் ஆயிரத்து இருநூறு பகார்கள் நிறையான அடிச்சட்டங்களுடைய கப்பல்கள் கட்டப்பட்டனளூ மேல் தளம் அமைக்கப்படாததுடன் ஆணிகளும் உபயோகிக்கப்படவில்லை. கப்பலின் உடற்பகுதி முழுவதும் நூலினால் தைக்கப்பட்டது. ஒவ்வொரு இடத்திலிருந்தும் கப்பலிற் பொருட்கள் ஏற்றப்பட்டன. பருவக் காற்றுக் காலங்களில், பத்து அல்லது பதினைந்து கப்பல்கள் செங்கடல், ஏடின், மெக்கா ஆகிய இடங்களுக்குச் சென்றன. இவ்விடங்களிலிருந்து, இடைப்பட்டவர்கள் மூலமாகப் பொருட்கள் வெனிசுநகரம் வரை கொண்டு செல்லப்பட்டன. மிளகு, இஞ்சி, கறுவா, ஏலக்காய், புளி, மைரோபலன், பல்வகையான இரத்தினக்கற்கள், முத்துச் சிற்பி, கத்தூரி, அம்பர், தாழைமரம், பருத்தித்துணி, பீங்கான் முதலியவையே ஏற்றுமதி செய்யப்பட்ட பொருட்களாகும். யூடாவிலிருந்து கள்ளிக்கோட்டைக்குச் செம்பு, பாதரசம், குங்குமம், பவளம், குங்குமப்பூ, வர்ண வெல்வெற்று,

பன்னீர், கத்திகள், பட்டுக்கம்பளம், தங்கம், வெள்ளி முதலிய பொருட்கள் இறக்குமதி செய்யப்பட்டன. 1510ஆம் ஆண்டிலேயே, கொச்சியில் போத்துக்கேயருக்கு ஒரு குடியேற்றமும் கோட்டையும் இருந்தன. விசுப்பன் கடற்றளத்திற் பூரணமாகச் செய்யப்படுவதைப் போல், இங்கேயும் அவர்கள் புதிய கப்பல்களைக் கட்டினார்கள்ளூ அத்துடன் பழையவற்றைத் திருத்தினார்கள். காம்பே என்ற இடத்திற் கண்மையிற் பருத்தி பெருந்தொகையாக விளைவிக்கப்பட்டதென்றும், இதன் காரணமாக ஒவ்வோராண்டிலும் நாற்பது அல்லது ஐம்பது கப்பல்கள் பருத்தியும் பட்டும் ஏற்றிக்கொண்டு வெவ்வேறு நாடுகளுக்குச் சென்றன என்றும் இத்தாலியனான வருத்தேமன் (1505) குறிப்பிட்டுள்ளான். காம்பேயிலிருந்து ஆறு தொடக்கம் ஒன்பது நாட்கள்வரை பிரயாணச் செய்யவேண்டிய தூரத்திலிருந்த மலைப்பகுதிகளிலிருந்து பளிக்குக் கற்களும் வைரக் கற்களும் கொண்டுவரப்பட்டன. இன்னொரு சிறந்த, பெரிய நகராகிய கண்ணனூரில், பலம் வாய்ந்த அரண் ஒன்று போத்துக்கேய அரசனுக்குச் சொந்தமாக இருந்தது. பாரசீகத்திலிருந்து குதிரைகள் இங்கே வந்திறங்கின. இக்குதிரைகள் ஒவ்வொன்றுக்கும் சுங்கப் பணமாக 25 துக்காதுகள் அறவிடப்பட்டன. இதன் பின்பே, அவை 15 நாள் பிரயாணத்தில், விசயநகருக்கு அனுப்பப்பட்டன. கண்ணனூரிலிருந்து 12 மைல்களுக்கப்பாலிருந்த தருமப்பட்டணத்தின் சுற்றாடலில் திறமான மரங்கள் இருந்த காரணத்தால், அந்த இடமும் கப்பல் கட்டும் தளமாக இருந்தது. சௌல் என்ற இடத்திலிருந்து கோதுமை, அரிசி, சோழம், எள் ஆகியனவும், பாமளி இராச்சியத்தில் தயாரிக்கப்பட்டன மசுலின், கலிக்கோ சிலை முதலியனவும் ஏற்றுமதி செய்யப்பட்டன எனப் பார்போசா (1515) என்பவர் குறிப்பிட்டுள்ளார். சௌல் என்ற இடத்திலிருந்து 15 மைல்கள் உள்ளே தள்ளி ஒரு பெரிய சந்தை இருந்தது. நன்கு பழக்கப்பட்ட எருதுகளில் இங்கு பொருட்கள் கொண்டு வரப்பட்டன. கசுட்டீலில் உள்ளவற்றைப் போல், இந்த எருதுகளின் முதுகுகளில், பொதி ஏற்றக்கூடிய சேணங்கள் இருந்தன. ஒரு சாரதி, இருபது அல்லது முப்பது எருதுகளை

ஓட்டிச் செல்வான். மலையாளத்தைப் பற்றிய உண்மையான குறிப்பைப் பார்போசா எழுதியுள்ளார். இத் தேசம் சிறியதாக இருந்த போதிலும், இங்கே மக்கள் நிரம்பியிருப்பதால், திலாய் மலை தொடக்கம் கவுலம் (கொல்லம்) வரை பரந்திருக்கும் ஒரு நகரம் என இதை அழைக்கலாம். சீனாவிலிருந்து அதிக அளவு பட்டும், வங்காளத்திலிருந்து சீனியும் கொச்சித்துறைமுகத்தில் இறக்குமதி செய்யப்பட்டதைச் சீசர் பிரெடரிக் (1567)

என்பவர் கண்டார். கோவாவிற்குக் கப்பலில் எல்லாப் பொருட்களும் கொண்டு செல்லப்பட்டன. அவற்றுடன் சென்ற குதிரைகளுக்குச் சுங்கவரி செலுத்தப்படவில்லை. குதிரைகளுக்குச் சுங்கவரி செலுத்தப்பட்டால் மற்றப் பொருட்களுக்குச் சுங்கவரி செலுத்தத் தேவையில்லை எனக் கூறுகின்றார் ரால்பு உவிச் (1583-91) என்பவர். குதிரைகள் இல்லாத வேளைகளில், பொருட்களுக்கு எட்டு வீதச் சுங்கவரி செலுத்தப்பட்டது. □□போத்துக்கேயரிடமிருந்து, சோனகர்கள் நுழைவுச் சீட்டுப் பெற்றால் மட்டுமே, அவர்கள் செல்வதற்கு அனுதிக்கப்படுவர்ளூ அல்லாவிடில் அவர்கள் அனுமதிக்கப்படார்2 எல்லா வகையான வாசனைத் திரவியங்களும், மருந்து வகைகளும், பட்டுத் துணிகளும், சந்தணமும், யானைத் தந்தமும், சீனச் சட்டி வகைகளும் சௌல் என்ற இடத்திற்குக் கொண்டுவரப்பட்டன. உலகிலேயே மிகவும் அதிக இலாபம் கொடுக்கும் மரம் அங்குள்ள பாம் மரமென உவிச் என்பவர் கூறுகிறார்ளூ காம்பே என்ற இடத்தில் நொண்டிநாய்கள், பூனைகள், பறவைகள் ஆகியவற்றை வைத்திருப்பதற்கு வைத்தியசாலைகள் இருந்தன என்றும், அவை எறும்புகளுக்கு இறைச்சி கொடுக்கும் என்றும் அவர் குறிப்பிடுகின்றார்.

மசூலிபட்டணத்திலும் அதன் சுற்றாடலிலும் சில ஆண்டுகளைக் கழித்த ஓர் ஆங்கிலேய வர்த்தகப் பிரதிநிதியும் இரண்டு ஒல்லாந்த வர்த்தகப் பிரதிநிதிகளும் இந்தியாவின் கிழக்குக் கடற்கரைப் பகுதிகளில், சிறப்பாகக் கோல்கொண்டாப் பிரதேசத்தில், கைத்தொழில், வியாபாரம் ஆகியவை என்ன நிலையில் இருந்தன என்பதை மிக மிகத் தெளிவாகத் தெரிவிக்கின்றார்கள். நாடு பெரும்பாலும் விவசாய நாடாகவே இருந்தது. தாழ்ந்த பிரதேசங்களில் அரிசி, தானியங்கள், பருப்பு வகைகள் ஆகியவற்றை மக்கள் பிரதான உணவாக உண்டனர். நீலம், சாயவேர் போன்ற சாயப் பயிர்கள் நெசவு, தொழிலுக்காகச் சிறிய அளவிற் பயிர் செய்யப்பட்டன. அக்காலத்தில்தான் இந்தியாவிற்குள் கொண்டுவரப்பட்ட புகையிலை, முக்கியமாக ஏற்றுமதி செய்வதற்காக, பயிர் பண்ணப்பட்டது. பருத்தி பரந்த முறையிற் பயிர்செய்யப்படவில்லை. ஆனால் நாட்டின் உட்பகுதியிலிருந்து கொண்டு வரப்பட்டது. உயர்ந்த தரமான இரும்பு, உருக்குப் பொருட்கள் உள்நாட்டில் மிகத் தூரத்திலிருந்து உற்பத்தி செய்யப்பட்டு, மசூலிபட்டணத்திலிருந்து ஏற்றுமதி செய்யப்பட்டன. கொள்ளÂர் என்ற இடத்தில், வைரம் எடுப்பது மிகவும் முக்கியமான தொழிலாக வளர்ந்தது. தொழில்களுட் பருத்தி நெதவு செய்தல், தனித்து

இயங்கியது. நாட்டின் எல்லாப் பகுதிகளிலும் நெசவுத்தொழில் நடைபெற்றது. உள்ளÂர்த் தேவைக்காகவும், பெருந்தொகையாக ஏற்றுமதி

செய்வதற்காகவும் இந்நெசவுக்தொழில் நடைபெற்றது. நெசவாளர்கள் தம் சொந்த வீடுகளிலிருந்தே வேலை செய்தார்கள். ஆனால் வாடிக்கையாளர்கள் கொடுக்கும் முற்பணத்திலேயே அவர்களின் முதலீடு தங்கியிருந்தபடியால், வாடிக்கையாளர்கள் விதிக்கும் தரத்திற்கும் தொகைக்கும் ஏற்பவே அவர்கள் தம் பொருட்களைத் தயார் செய்யவேண்டியிருந்தது. இரண்டு பிரிவான பருத்தித் துணிகள் அக்காலத்திலிருந்தன. மண்ணிறமான அல்லது வெளிறிய அல்லது சாயம்போடப்பட்ட, வேலைப்பாடுகள் இல்லாத கலிக்கோ, மசுவின் துணிகள் ஒருவகை இப்பொழுது அச்சடியன் என்று சொல்லப்படும வேலைப்பாடுகள் செய்யப்பட்ட துணிகள் இரண்டாவது வகை. இந்த வேலைப்பாடுகள் கலிக்கோ, மசுவின் துணிகளில், வர்ணத்தினால், உள்நாட்டு முறைப்படி செய்யப்பட்டன. இவை யாவா, தூரகிழக்கு நாடுகள் ஆகியவற்றிலுள்ளோரின் நூதனமான உருசிக்கும் தேவைகளுக்குமேற்ப மிகவும் கவனமாகத் தயாரிக்கப்பட்டன. வேலைப்பாடுகளற்ற வெறுந்துணிகளின் ஏற்றுமதி வியாபாரம் கோல்கொண்டாக் கரையில் மட்டுமே நடைபெற்றதுளூ வேலைப்பாடுகளுடைய பலவிதமான துணிகள் புலிக்காட்டிலிருந்தேபெரும்பாலும் ஏற்றுமதி செய்யப்பட்டன.

பருத்தித் துணிகள், இரும்பு, உருக்கு ஆகியவையே கோல்கொண்டாவின் முக்கிய ஏற்றுமதிப் பொருட்களாக இருந்தன. நீலம், மேற்குக் கரைக்குக் கொண்டு செல்லப்பட்டு, அங்கிருந்து பாரசீகத்திற்கு அனுப்பப்பட்டது. பருத்தி நூல் பர்மாவிற்குச் சென்றது. பெருந்தொகையாக, அக்காலத்தில் நடைபெற்ற ஏற்றுமதி வியாபாரத்தில், பல சில்லறைப் பொருட்களும் சேர்ந்திருந்தன. மிகக் குறைந்த பொருட்களே இறக்குமதி செய்யப்பட்டன. வாசனைத் திரவியங்கள், சாயமரங்கள், இரும்பு தவிர்ந்த மற்றைய உலோகப் பொருட்கள், கற்பூரம், பீங்கான், பட்டு, மற்றைய பெரும்பாலான ஆடம்பரப் பொருட்கள் ஆகியவை விற்பனைக்காகக் கரைக்குக் கொண்டு வரப்பட்டன. இறக்குமதியிலும் பார்க்க ஏற்றுமதி அதிகமாக இருந்தபடியால், மேல் மிச்சமான ஏற்றுமதிப் பொருட்களுக்கு உரிய பெறுமதிக்குத் தங்கமும் வெள்ளியும் கொடுக்கப்பட்டன. வடக்கே வங்காளத்துடனும், தெற்கே இலங்கையுடனும் அக் காலத்திற் கரையோர வியாபாரம் நடைபெற்றது.

சான்தோம் தொடக்கம் பெகுநாடு வரை ஒழுங்கான வியாபாரம் நடைபெற்றதைச் சீசர் பிரெடரிக் அவதானித்துள்ளார். பல்வேறு வகைப்பட்ட காசுகளும், நிறுவைகளும், முகத்தலளவைகளும் எல்லாக் காலங்களிலுமிருந்தன. ஒவ்வொரு இடமும், தனக்கென ஒரு முறையைக் கைக்கொண்டது. முக்கியமான வியாபார நிலையங்களில், பணம் மாற்றிக் கொடுப்பவர்கள், நியாயமான பரிமாற்று விகிதங்களைத் தீர்மானிப்பதன் மூலம் வியாபாரத்துக்கு உதவியாக இருந்தனர். திரவ, தானிய அளவைகளிலும், சிறப்பாக நில அளவையிலும் அரச அளவைகள் இருந்திருப்பதைச் சிலாசாசனங்களிற் காணலாம். மிக முக்கியமான அரச பரம்பரைகளின் பெயர்கள் அவற்றிற் காணப்படுகின்றன. இது அளவைகளை ஒரே தரப்படுவதற்கு எடுக்கப்பட்ட முயற்சி என்பதில் ஐயமில்லை. உதாரணமாக, இரட்டிரகூடக் கல்வெட்டுகளில் திரம்மா, சுவர்ணா, கட்டியானா போன்ற

பெயர்கள் காணப்படுகின்றன. இவற்றுள் முதலாவது பெயர், 65 குன்றுமணி நிறையுள்ள இந்து-பத்தீரிய வெள்ளி நாணயமாகிய திராச்சுமா என்பதை நினைவூட்டுகின்றது. 11ஆம், 12ஆம் நூற்றாண்டுகளைச் சேர்ந்த தமிழ்க் கல்வெட்டுகளிற்கூட, திரமம் என்று ஒரு நாணயத்தைக் குறிக்கும் பெயர் இருக்கின்றது. இந் நாணயம் வெள்ளியாற் செய்யப்பட்டிருக்கலாம். அக்காலத்திற் சோழர்களின் நியம நாணயமாகவிருந்த காசு என்ற தங்க நாணயத்தின் ஐந்திலொரு பகுதி அல்லது ஆறிலொரு பகுதி எடையுள்ளதாக இது இருந்தது. இராட்டிரகூடப் பதிவேடுகளில் தங்கத்தாலான ரிமங்கள் குறிப்பிடப்பட்டிருக்கின்றன. இவற்றின் பெறுமதியை நிர்ணயிப்பது சாத்தியமில்லை. பொதுவாகப் பார்க்குமிடத்து, தென்னிந்தியாவிலிருந்த பழைய நாணயங்களின் நிறை, இருவேறு முறைகளில் இருந்தது என்பதைக் காணலாம். தக்கணத்துத் தங்க நாணயமாகிய கட்டியானாவின் சராசரி நிறை 58 குன்றுமணிகள். ஒன்றின் ஆகக் கூடிய நிறை 60.1 குன்றுமணிகள். இதுதான் பழைய கட்டியானா (கச்சாணம்) அல்லது (தமிழில்) களஞ்சு எனப்படுவது. ஆனால் பொதுவாகச் சோழர் காலத்தில் நியம நாணயமாக இருந்தது. நிறையிற் கூடிய களஞ்சு என்பதே. இதனுடைய நிறை 20 மஞ்சாடிகள் ஆகும். பெயரளவில் இது 72 குன்றுமணிக்குச் சமமாக இருந்தாலும், சில சமயம் 80 குன்றுமணிக்குஞ் சமமாக இருந்தது. இந்தத் தரமுடைய நாணயம் பொன் அல்லது மாடை என அழைக்கப்பட்டது. இதனுடைய பெறுமதியின் சரி அரைவாசிப் பெறுமதியுடையதே காசு என்பது. ஆனால் பதிவேடுகள் பல்வேறுவிதமான மாடை, காசு என்பவற்றின் பெயர்களைத் தருகின்றன. ஆகவே இவற்றை ஒரேதரப்படுத்தும் முயற்சி குறிப்பிடக்கூடிய அளவு வெற்றியைக் கொடுக்கவில்லை என்றே தெரிகின்றது. பல சிறிய, நாளாந்தரக் கொடுக்கல் வாங்கல்களில், நாணயம் எவ்வித பங்கும் வகிக்கவில்லை. பண்டமாற்று, வழக்கத்திலிருந்தது. சில சமயங்களில், தானியம் காசுக்குப் பதிலாகப் பயன்படுத்தப்பட்டது. நாணயம் வார்ப்பது, ஒரு தனி மத்திய அதிகார பீடத்தின் முழு உரிமையாக என்றுமே இருக்கவில்லை. ஆனால் விசயநகர ஆட்சிக் காலத்தில், ஏறக்குறையத் தனியுரிமை, சிலகாலமாக ஏற்பட்டிருந்தது. அரசாங்கத்தின் நாணயசாலையைப் பற்றிக் குறிப்பிட்டு, அப்துர் ரசாக், பின்வருமாறு கூறுகின்றார்ஏ இந்நாட்டில் மூன்றுவிதமான நாணயங்கள் இருக்கின்றன. இவை தங்கமும் வேறு உலோகங்களும் கலந்து செய்யப்பட்டன. வராகம் என்பது ஒன்று. இதன் நிறை ஒரு மித்கல் ஆகும்ஏ கோபேகி எனப்படும் இரண்டு தினார்களுக்குச் சமமானது. பர்தாப்பு என்றழைக்கப்படும் இரண்டாவது பகையான நாணயம்ஏ முன்னதிலிருந்து சரி அரைவாசிக்குச் சமானமாகும். பணம் என்றழைக்கப்படும் மூன்றாவது வகையான நாணயம், இரண்டாவது நாணயத்தின் பத்திலொரு பங்கிற்குச் சமமாகும். வெவ்வேறு விதமான நாணயங்களுள், பணம் என்பதே மிக அதிக உபயோகமுடையதாக இருந்தது. பணத்தின் ஆறிலொரு பங்கு மதிப்புள்ள தார் எனப்படும் நாணயம் வெள்ளியினாலானது. இதுவும் மிகவும் உபயோகமுடையதாக இருந்தது. தார் என்பதன் மூன்றிலொரு பங்கு பெறுமதியுடைய திசுத்தெல் செம்பில் வார்க்கப்பட்டது. பேரரசிற் பின்பற்றப்பட்ட வழக்கத்தின்படி, ஒரு குறிப்பிட்ட காலத்தில், எல்லா மாகாணங்களும் தமது

தங்கம் முழுவதையும் நாணயசாலைக்குக் கொண்டுவருகின்றன. ஏறக்குயை 60 ஆண்டுகளின் பின்னால், வருத்தேமா என்பவர், சிறு சிறு நாணயங்கட்கிடையே இருந்த வேறு தொடர்புகளைக் கூறுகின்றார். பதினாறு தயர்கள் கொண்டது ஒரு பம். பதினாறு காசுகள் கொண்டது ஒரு தயர். ஆனால் இருபது பணம் கொண்டது ஒரு பகோடா (பருதாவோ, வராகன்) ஆகும். அக்காலத்திலிருந்த நாணய முறையில் நேர்மையைப் பற்றித் துவாட்டி பார்போசா மிகவும் உயர்ந்த அபிப்பிராயம் தெரிவிக்கின்றார்: இவ்விடத்திலுள்ள நாணயங்கள் பரிபூரணமான நம்பிக்கைக்குரியவை. இவற்றுள் ஒன்றுகூடப் பொய்யானது எனக் கண்டுபிடிக்கப்படவில்லை. இப்பொழுதுங்கூட அவை பொய்யானவையாக இருக்கவில்லை. ஆனால் வெவ்வேறு விதமான நாணயங்கள் இருந்துகொண்டே வந்தன. அவை பெரிய சௌகரியங்களையும் ஏற்படுத்தின. ஒரு புதிய தேசாதிபதியின் நாடென்றால், புதிய நாணயங்கள் என்பதுதான் கருத்தாகும் இன்று நாம் பெறும் பணம், அடுத்தநாள் செல்லுபடியாகாது என்று குறைகூறுகிறார் சீசர் பிரெடரிக்.

துணைநூற் பட்டியல்

T.V. MAHALINGAM: Administration and Social Life under Vijayanagar (Madras> 1940)

_______:Economic Life in the Vijayanagar Empire> (Madras> 1951)

C. MINAKSHI: Administration and Social Life under the Pallavas (Madras> 1938)

W.H.MORELAND: Relations of Golconda in the Early XVII Century (Hakluyt Society> London> 1931)

S. PURCHAS: His Pilgrimages> Vol. X (Glasgow> 1912)

K.A.N. SASTRI: The Pandyan Kingdom (London> 1929)

_______: Foreign Notices of South India (Madras> 1939)

_______: The Colas-2 vols. (Madras> 1935> 1937)> Second edition 1955

SIR R.C. TEMPLE (ed.): The Itinerary of Ludovico di Varthema of Bologna> 1502-1508 (London> 1928)

N. VENKATARAMANAYYA: Studies in the history of the Third Dynasty of Vijaynagar (Madras> 1935)

அத்தியாயம் XIV

இலக்கியம்

1. சமக்கிருதம் : சூத்திரங்கள்-வியாக்கியானங்கள்-பாகவதம்-இதிகாசங்களைப் பற்றிய விளக்கவுரைகள்-அழகு இலக்கியம், பேச்சுக்கலை-தத்துவஞான இலக்கியம்: நியாயம்; பூர்வமீமாம்சை; அத்துவைதம்; விசிட்டாத்துவைதம்; வைணவம்; சைவம்; துவைதம்-தருமசாத்திரம்-அகராதித் தொகுப்புமுறை-இலக்கணம்-கேரளத்தின் பங்கு-இசையும் நடனமும்.

2. தமிழ் : கடைச் சங்க இலக்கினம் - இரண்டாம் காலப் பகுதி (500-850): நீதி நூல்கள்: சைவ, வைணவப் பத்தி இலக்கியம்-பொது இலக்கியம்-மூன்றாம் காலப் பகுதி (850-1200): பொது இலக்கியம்; சைவ, வைணவ, சமணப்பத்தி இலக்கியம்; இலக்கணம்; அகராதி தொகுப்புமுறை; சைவ சித்தாந்தத்தின் ஆரம்பம்-நான்காம் காலப் பகுதி (1200-1650); சைவ சித்தாந்தம்; பத்தி இலக்கியம், சமய இலக்கியம், புராணங்கள், வைணவ இரகசியங்கள், மதச்சார்பற்ற இலக்கியம், கவிதைத் தொகுதி; இலக்கணம், விளக்கவுரைகள், அகராதி தொகுப்புமுறை, சமய அறிவு, கதைப் பாடல்.

3. கன்னடம் : பம்பாவுக்கு முன்-"மூன்று இரத்தினங்கள்"-சாவுந்தராஜன்-துர்க்கசிம்மனும் அவன் காலத்தவர்களும்-நாகசந்திரன்-கருணபாரியன்-மற்றைய சமண எழுத்தாளர்கள்-வீர சைவ இலக்கியம்-வைணவ இலக்கியம்: தாசர்கள்-பதினேழாம் நூற்றாண்டின் ஆரம்பத்தில் இருந்த பட்டாகலங்கனும் மற்றைய எழுத்தாளர்களும்-கதைகள்.

4. தெலுங்கு : மொழி, இலக்கியம் ஆகியவற்றின் ஆரம்பங்கள்-நன்னயரும் அவர்காலத்தில் வாழ்ந்தோறும்-வீரசைவ எழுத்தாளர்கள்-இதிகாசங்களை மொழிபெயர்த்த திக்கண்ணரும் மற்றையோரும்-திக்கண்ணரின் காலத்தில் வாழ்ந்தோர்-கணித இலக்கியம், மொழி பெயர்ப்புகள்-சிறீநாதரின் காலம்-கிருட்டிண தேவராயரின் காலம்-பதினாறாம் நூற்றாண்டின் பிற்பகுதியிலும் பதினேழாம் நூற்றாண்டின் ஆரம்ப காலத்திலும் எழுந்த இலக்கியங்கள்.

5. மலையாளம் : ஆரம்பம்-உண்ணுநீலி சந்தேசம்-நாட்டுப் பாடல்கள்-இராமசரிதம். இராமகதைப்பாட்டு-சாக்கியார் கூத்து, சம்பூசு-நிரணக் கவிஞர்கள்-

செருச்சேரி நம்பூதிரி-தலப்பாடல்களும் கதைப்பாடல்களும்-எழுத்தச்சன்-கதகளி.

தென்னிந்தியா முழுவதிலும் உயர் கலாசார மொழியாக விளங்கியது சமக்கிருதம். பல நூற்றாண்டு காலமாகக் கவிஞர்களும் அறிஞர்களும் செய்த பணிகளால், இலக்கியத்தின் பல்வேறு பிரிவுகளிலும் பெருந் தொகையான நூல்கள் ஆக்கப்பட்டன. இவ் விலக்கியப் பணிகளின் வரலாற்றைப் பற்றிப் பொதுவான சில குறிப்புகளை முதலிற் கூறிவிட்டுத் தமிழ், கன்னடம், தெலுங்கு, மலையாளம் முதலிய மொழிகளில் எழுந்த இலக்கியங்களைப் பற்றிப் பின்பு ஆராய்வோம். ஏறக்குறைய இங்கு கூறப்பட்ட ஒழுங்குமுறையிலேயே இம் மொழிகள் தம் இலக்கிய மரபுகளை விருத்தி செய்தன. இம் மொழிகளிலெழுந்த இலக்கியங்கள் அனைத்தும் சமக்கிருதத்திற்குப் பெரிதும் கடமைப்பட்டுள்ளன. சாதாரண கிராமிய மொழிகளாகவிருந்த இத் திராவிட மொழிகள் ஒவ்வொன்றையும், தன் மந்திரக் கோலால் தொட்டு, அவற்றை உயர்ந்த இலக்கிய மொழிகளாக்கியது சமக்கிருதமே. இத் திராவிட மொழிகள் ஒவ்வொன்றும், ஒன்றையொன்று பெரிய அளவிற் பாதித்தன. ஆனால் இப் பாதிப்பைப் பற்றி, இந்தச் சுருக்க வரலாற்றில், போதிய அளவு விவரமாகக் கூறுவது சாத்தியமில்லை.

இந் நூலில் ஆராயப்படும் காலப்பகுதியிலேயே மராட்டி இலக்கிய வளர்ச்சி ஆரம்பமானதாயினும், அதைப் பற்றி இங்கு எதுவுமே கூறப்படமாட்டாது. ஏனெனில், இம்மராட்டி மொழி, ஒரு வட இந்தியக் கிராமிய மொழியாகவே கருதப்படுகின்றது. இக் காலத்திலியற்றப்பட்ட மராட்டி இலக்கியங்களுட் பெரும்பாலானவை பத்தி இலக்கியங்களாகவே இருந்தன. ஞானேசுவரர் (1290), நாமதேவர் (1425), ஏகநாதர் (1608), துக்காராம் (1608-49) முதலியோர் பத்தி இலக்கியங்களை இயற்றினர். ஆனால், இலக்கியத்துறையிலும் பார்க்க மதத் துறையிலேயே இவர்கள் புகழ் வாய்ந்தவர்களாக இருக்கின்றனர்.

சமக்கிருதம்

பாகங்களை ஆதரிக்கும் வைதிக மதம், கிறித்துவின் காலத்திற்கு முன்பே நாடு முழுவதிலும் பரவியது என்பதை எல்லாரும் ஏற்றுக்கொள்ளாவிட்டாலும், கிறித்துவ காலகட்டத்தின் ஆரம்பத்தில் நாடு முழுவதிலும் பரவியிருந்தது என்பது உண்மையே. ஆகவே சமக்கிருத இலக்கிய உலகில், வைதிக இலக்கியங்களும் அவற்றின் வியாக்கியானங்களுமே முதலில் தமது கவனத்தைக் கவருகின்றன. சிரௌத, கிருகிய, தரும சூத்திரங்கள் முதலியவற்றை இயற்றிய ஆபத்தம்பர், கி.மு.3ஆம் நூற்றாண்டளவிற் கோதாவரிப் பள்ளத்தாக்கில் வாழ்ந்திருக்க வேண்டும். இந் நூல்கள் முழுவதும் இன்றுவரை கிடைக்கக் கூடியதாகப் பாதுகாக்கப்பட்டிருப்பது நமது நற்காலமே. பாணினியின் காலத்திற்கு முற்பட்ட காலத்தைச் சேர்ந்த மொழிநடையை இவர் கையாண்டிருக்கிறார் எனத் தெரிகிறது. இவருடைய கொள்கைகளைப் பின்பற்றுபவர்கள் நருமதைக்குத் தெற்கேயுள்ள நிலப் பகுதியில் நிறைந்திருக்கின்றார்கள். சத்தியசாத இரணியகேசிகர் என்பவரின் தருமசூத்திரம் என்னும் நூலில் ஆபத்தம்பரின் செல்வாக்குத் தெளிவாகக் காணப்படுகின்றது. இவருடைய கொள்கைகளைப்

பின்பற்றுபவர்கள், கிறித்துவிற்கு முன் முதலாம் நூற்றாண்டிற்கும் கிறித்துவிற்குப் பின் முதலாம் நூற்றாண்டிற்குமிடையே, சாகியப் பிரதேசத்தில் (மலையாளம், தென் கன்னம்.....1) புகழ் பெற்றிருந்தார்கள். வைகாநகர் என்பவரைப் பின்பற்றும் மூன்றாவது பிரிவும் தென்னிந்தியாவில் இருந்தது. இவருடைய கிருகியசூத்திரம் என்னும் நூலில் திராவிட மொழிகளின் மரபுச் சொற்களின் செல்வாக்குப் பெரும் அளவிற் காணப்படுகின்றது.

சோழ, விசயநகரப் பேரரசுகள் ஏற்பட்டதன்பின், வேதங்களை விரித்து விளக்கும் முயற்சிகள், குறிப்பிடத்தக்க வகையில், மேற்கொள்ளப்பட்டன. சோழ மன்னனாகிய முதலாம் பராந்தகனின் காலத்திற் காவேரிக் கரைக் கிராமமொன்றில் வாழ்ந்த வெங்கடமாதவர் என்பவர் இரிகார்த்ததீபிகை என்ற நூலை எழுதினார். ஆரம்ப விசயநகர மன்னர்களினதும், குறிப்பாக முதலாம் பக்கனதும் பேராதரவுடன் சாயனர் என்பவரின் தலைமையில் ஓர் அறிஞர் குழு, நான்கு வேதங்கள், பல பிராமணங்கள், ஆரணியகங்கள் முதலியவற்றின் சங்கிதைகளைப் பற்றி விளக்கவுரை செய்தது. இது ஓர் அற்புதமான பணியாகும்.

மூல நூல்கள் இயற்றப்பட்டுப் பல ஆண்டுகளின் பின்னரே இவ்வறிஞர்கள் விளக்கவுரைகளை எழுதியபடியால், மூல நூல்களின் கருத்துக்களைச் சரியாகவும் எல்லோராலும் ஏற்றுக்கொள்ளக்கூடிய வகையிலும் கூறுவதில் அவர்கள் எப்போதும் வெற்றிபெறவில்லை என்பது வெளிப்படை ஆனால் மிக நுணுக்கமாகத் திறனாயும் திறன்படைத்த இக்கால அறிஞர்கள், 10ஆம், 14ஆம் நூற்றாண்டுகளில் தென்னிந்தியாவிலிருந்த வேத பாடசாலைகளில் நிலவிய மரபுவழி விளக்கங்களைத் தம்மகத்தே கொண்டிலங்கும் விளக்கவுரைகளுக்குத் தாம் கடமைப்பட்டிருப்பதை மறுக்கமாட்டார்கள். சாயனருக்கு முன்பு தோன்றிய வேத விளக்கங்களுள், ஒய்சன இராமநாதனின் கீழ், பாதசுவாமியாற் சாமவேதம் சம்பந்தமாக எழுதப்பட்ட விளக்க உரை குறிப்பிடத்தக்கது. வெங்கடமாதவருக்கும் சாயனருக்கும் இடைப்பட்ட காலத்தில், சட்குருசீடர் (ஆறு ஆசிரியர்களின் மாணவர்) என்ற ஒரு பெரிய உரையாசிரியர் இருந்தார்; இவருடைய சொந்தப் பெயர் என்ன என்பது தெரியவில்லை. ஐதரேய பிராமணம், ஆரணியகம், காத்தியாயனரின் சருவானுக்கிரமணி ஆகியவற்றிற்கு விளக்கவுரை செய்தார். பதின்மூன்றாம் நூற்றாண்டின் மத்திய பகுதியில் இது நடைபெற்றிருக்கலாம்.

வேத நூல்களுடன், துணை நூல்களாக பிராதிசாக்கியங்கள் (உச்சரிப்புக்கலை நூல்கள்), கல்ப சூத்திரங்கள் (கிரியைகள்) முதலியவற்றிற்கும் உரைகள் எழுதப்பட்டன. சட்குருசீடர் என்பவரே ஆசவலாயன சிரௌத சூத்திரத்திற்கு ஒரு விளக்கவுரை எழுதினார். ஆபத்தம்ப சிரௌதத்திற்கு ஒரு தடவை தாளவிருந்தநிவாசன் என்பவரும், வேறொரு தடவை கௌண்டபாசாரியன் என்பவரும் (14ஆம் நூற்றாண்டு) உரையெழுதினர். கௌண்டபாசாரியன் வேறொன்றுடன் தொடர்பில்லாததும், கிரியை வழக்கங்களைப் பற்றியதுமான பிரயோக இரத்தினமாலை எனும் ஆராய்ச்சி நூலை எழுதினார். போதாபன சிரௌதம் என்ற நூலுக்கும் இரண்டு உரைகள் எழுதப்பட்டன. ஓருரை பரதசுவாமியால் (9ஆம் அல்லது 10ஆம் நூற்றாண்டில்)

எழுதப்பட்டது. மற்றவுரை, புகழ்வாய்ந்த சாயனரால் எழுதப்பட்டது; சாயனரே இச் சிரௌத சூத்திரத்தைப் பின்பற்றி ஒழுகிறார். இதே பிரிவைச் சேர்ந்த இன்னொரு உரையாசிரியர் அரதத்தர் என்பவர், ஆசவலாயன கிருகிய சூத்திரத்தின் உரைநூலாகிய அனாவிலாவும், ஆபத்தம்ப கிருகிய சூத்திரத்தின் உரை நூலாகிய அனாகுலாவும், தருமசூத்திரத்தின் உரைநூலாகிய உச்சவலாவும் இவரால் எழுதப்பட்டவையே. உண்மையான சிறப்பின் காரணமாக இவ்வுரை நூல்கள் போற்றப்படுகின்றன. இவர் கௌதம தரும சூத்திரம் பற்றி மீதாட்சரம் என்ற நூலை எழுதினார்; போதாயன சிரௌத சூத்திரத்திற்கு ஒரு விளக்கவுரையும் எழுதினார். ஆனால் இவ்வுரை நூலின் மிகச் சிறிய பகுதியே இதுவரை கண்டெடுக்கப்பட்டுள்ளது.

15ஆம் நூற்றாண்டில் சிறீரங்கத்தில் எழுதப்பட்ட தேவராசரின் நிகண்டு வியாக்கியம், வேங்களில் மக்களுக்கிருந்த அறிவு வளர்ச்சி பெற்ற வரலாற்றில், ஒரு முக்கியமான கட்டத்தைக் குறிக்கின்றது. யாசகர் என்பவர் வேதநூல்களிற் காணப்படும் சொற்களின் உண்மையான கருத்துக்களைப் பற்றி எழுதிய சிறந்த ஆராய்ச்சி விளக்கமே இந்த நிகண்டு வியாக்கியம்.

புராணகளுட் பாகவதம், பத்தாம் நூற்றாண்டின் ஆரம்பத்தில் தென்னிந்தியாவிலுள்ள ஓரிடத்தில் இயற்றப்பட்டது. இந்து மதத்திற்கும், வேதங்களை ஒப்புக்கொள்ளாத மதங்களான பௌத்த, சமண மதங்களுக்குமிடையே நான்காம் அல்லது ஐந்தாம் நூற்றாண்டில் முரண்பாடுகள் ஏற்பட்டபொழுது தோன்றி வளர்ச்சியடைந்த புதிய பக்தி மார்க்கத்தின் அடிப்படைக் கொள்கைகளையும் போக்கையும் சுருக்கிக் கூறியது பாகவதம். கிருட்டிணருக்குச் செலுத்தப்படும், கடலலை போன்று ஆர்த்தெழும் உணர்ச்சி மயமான பக்தியையும், சங்கருடைய அத்துவைத தத்துவத்தையும் ஒன்றாக இணைத்துத் தன்னுள் அடக்கியுள்ளது பாகவதம். இப்படியான இணைப்பு, அக்காலத்தில், தமிழ்நாட்டில் மட்டுமே சாத்தியமானதாக இருந்தது. புராணங்களுள் மிகச் சிறியதாகவும், அதே சமயம் மிகச் சிறந்ததாகவும் விளங்குவது விட்டுணு புராணம். விட்டுணு சித்தர் என்பவர் பன்னிரண்டாம் நூற்றாண்டில் இந் நூலுக்கு விளக்கவுரை செய்தார். இலக்கியத்திறனாய்வுத் துறையிலும சமயவாதிகளின் சிந்தனைகளிலும் இராமாயணம், மகாபாரதம் ஆகியவற்றின் விளக்கவுரைகள் சிறப்பானதோர் இடத்தை வகிக்கின்றன. புகழ்வாய்ந்த இவ்விளக்கவுரைகளையும் நாம் கவனத்திற்கு எடுத்துக்கொள்ள வேண்டும். உதாலி என்ற மறுபெயர் பூண்ட ஆத்திரேய வரதராசர், பன்னிரண்டாம் நூற்றாண்டில், இராமாயணம் பற்றி விவேகதிலகம் என்ற நூலை ஆக்கினார். இவர் இராமானுசருக்குப் பின்பு வாழ்ந்தவர். பதின்மூன்றாம் நூற்றாண்டில் திருவாய்மொழியைப் பற்றியெழுந்த மிகப்பெரும் விளக்கவுரை நூலாகிய ஈடு என்பதில், ஆத்திரேய வரதராசரின் உரை மேற்கோளாகக் கூறப்பட்டிருக்கின்றது. பிரபலமான நூலாகிய பூஷணம் என்பதும் கோவிந்தராசன் என்ற வைணவ ஆசிரியராலேயே ஆக்கப்பட்டது. இவர், விசயநகரத்தைச் சேர்ந்த கிருட்டிணதேவராயர், இராமராயர் ஆகியோரின் காலத்தவரும், காஞ்சிபுரத்தைச் சொந்தவூராகக் கொண்டவருமாவர். திருப்பதியிலுள்ள புகழ்பெற்ற கோவிலுக்கு ஒருதடவை சென்றபோது இவருக்கு ஏற்பட்ட ஆத்மீக உணர்ச்சியின்

காரணமாகவே இவர் இந்நூலை எழுதினார் எனக் கூறப்படுகின்றது. இராமாயணத்தின் முக்கிய விளக்கவுரையான கடகம் என்ற நூலை மாதவயோகி எழுதினார். மூல நூல் பற்றிய திறனாய்விற் பல சுவையான தகவல்களை ஆசிரியர் முன் வைத்து, காயத்திரியின் தலைவனாகிய பிரம்மாவின் அவதாரமே இராமன் என வலியுறுத்துகின்றார். இராமாயணத்திலிருந்து தெரிவு செய்யப்பட்ட சில செய்யுட்கள் ஈடு முழுவதிலும் அங்கங்கே பரவிக் கிடக்கின்றன. இச்செய்யுட்களின் விளக்கவுரைகளின் அடிப்படையில் எழுந்ததே அகோபலரின் வால்மீகி இருதயம் என்னும் நூலாகும். சௌண்டினிய கோத்திரத்தில் உதித்த ஈசுவர தீட்சிதர் என்பவர், இவ்விதிகாசம் பற்றி, இலகு உரை, பிருகத்விவரண உரை என இரண்டு விளக்கவுரைகளை 1517ஆம் ஆண்டில் எழுதினார்; விசய நகரத்திலுள்ள ஏமகூடம் என்னுமிடத்தில், கிருட்டிண தேவராயரின் பேராதரவில் இப்பணி செய்யப்பட்டது. தென்னிந்தியாவில் இராமாயணம் பற்றி ஏறக்குறைய இருபது விளக்கவுரைகள் ஆக்கப்பட்டன. வாதிராசரின் இலட்டசாபரணம் என்ற பாரத விளக்கவுரை பதினாறாம் நூற்றாண்டில் இயற்றப்பட்டது. மகாபாரதம் பற்றித் தென்னிந்தியாவில் எழுதப்பட்டு, இப்போது கிடைக்கும் விளக்கவுரைகளுள் இவ்வுரையே மிகப் பிரபலமானதாகும. ஆசிரியர் தானாகவே முயன்று, இப்பெரிய இதிகாச நூலிலுள்ள ஓரிலட்சம் செய்யுட்களின் உண்மையான மூலவாசகங்களைத் தீர்மானித்துள்ளார். ஏறக்குறைய இதே காலத்தில், அல்லது இதற்குச் சற்று முன்பாக வியாக்கியரத்தினாவளி எழுதப்பட்டது. மேற்குக் கரையிலுள்ள கோகர்ணத்திலிருந்து இவ்வுரையை எழுதிய ஆனந்தபூரண வித்தியாசாகரர், விசயநகர அரசனாகிய இரண்டாம் அரிகரனின் மாமனாகிய சதம்ப காமதேவனின் காலத்தில் வாழ்ந்தவர். சர்வஞ்ஞ நாராயணர் என்பவரும் ஒரு விளக்கவுரை எழுதியுள்ளார். இவ்வுரையின் சில

பகுதிகளே இப்போது கிடைக்கின்றன. தென்னிந்தியாவில் எழுதப்பட்ட உரைகளுள் மிகப்பழமையானது இதுவேயெனக் கூறலாம்.

இலக்கிய நூல்களுள் முதலில் நமது கவனத்தைக் கவருவது சட்டசை என்ற கவிதை நூலாகும். இந்நூல் மகாராட்டிரப் பிராகிருத மொழியில் எழுதப்பட்டது; ஏறக்குறைய எழுநூறு கவிதைகள் கொண்டது; சாதவாகன அரசனாகிய ஆலர் என்பவன் எழுதியதாகக் கூறப்படுகின்றது. ஒவ்வொரு செய்யுளும் ஒரு குணவிசேடத்தைக் குறிக்கின்றது; அசாதாரண அளவிற்கு யதார்த்தமாக உள்ளது. தொகுதியை முழுமையாக நோக்கும்போது, "சிக்கலற்ற காதலைச் சிக்கலற்ற சாதாரண நிலைக்களனில்" இக்கவிதைகள் காட்டுகின்றன எனக் கூறலாம். "இந் நாட்டுப் பொதுமக்களான இடையர்கள், இடைச்சிகள், தோட்டக்காரிகள், ஆலைகளில் தானியமரைக்கும் பெண்கள், வேட்டையாடுவோர், கைப்பணி புரிபவர்கள் ஆகியோரின் உணர்ச்சிகளையும் புறத்தோற்றத்தையும் உண்மையாகவே விவரிக்க விரும்பிய கவிஞர்களின் ஆக்கமே கவிதைகள்." மொழி வளர்ச்சிக் கணக்கின்படி, திறனாய்வாளர்கள், இந்நூல் கி.பி. 200ஆம் ஆண்டிற்கும் கி.பி. 450ஆம் ஆண்டிற்கும் இடைப்பட்ட காலத்தைச் சேர்ந்ததாகக் கூறுகின்றார்கள். ஆனால் ஏற்கெனவே எழுதப்பட்ட ஒரு நூலைத் திருத்தி எழுதிய புது நூலாகவும் இது இருக்கலாம். சாதவாகனரின் காலத்தில் எழுந்த இன்னொரு குறிப்பிடத்தக்க நூல், குணாட்டியரின் பிருகத்கதை ஆகும். இந்நூல்

வட்டார மொழியாகிய பைசாசி மொழியில் எழுதப்பட்ட பெருமைபுடைத்து. ஆனால் இந்நூல் இப்போது கிடைக்கின்றிலது. மூல நூலை நுணுகியாராய்ந்து திருத்தி எழுதப்பட்ட சமக்கிருத நூல்களே இப்போது கிடைக்கின்றன. இந்நூல் ஆக்கப்பட்ட விதத்தையும், நூலுக்கு நேர்ந்த கதியையும் பற்றிப் பல கட்டுக் கதைகள் கூறப்படுகின்றன. பிற்காலத்தில் பல்வேறு மொழிகளில் எழுந்த இலக்கியங்களை இந்நூல் பரந்த அளவிற் பாதித்ததென்பதை பலரும் ஏற்றுக் கொள்கின்றனர். பிருகத்கதை என்ற இந்நூலின் கதாநாயகன், உதயணனின் மகனாகிய நரவாகனதத்தன் என்பவன். இராமாயணம், பௌத்தமத நூல்கள் முதலியவற்றிலிருந்து கடன்வாங்கப்பட்ட உட்கருத்துகளையே கதைகள் விளக்குகின்றன. ஏறக்குறைய எட்டாம் அல்லது ஒன்பதாம் நூற்றாண்டுவரை இந்நூல் இருந்ததாகத் தெரிகிறது. புகழ்பெற்ற நூலாசிரியர்களாகிய பாணர், தண்டி ஆகியோர் இந்நூலை வெகுவாகப் புகழ்ந்து பாராட்டியுள்ளார்கள்.

சுந்தரபாண்டியனின் நீதித்துவிசத்திகை ஆறாம் நூற்றாண்டிற்கு முன்னதாகவே ஆக்கப்பட்டிருக்க வேண்டும். இதன் ஆசிரியர் யார் என்பதை அடையாளங் கண்டு கொள்வது கடினமாக இருக்கின்றது. ஆனால் இந்நூல் உயர்ந்த தரத்தை உடையது. நீதி (கொள்கை) இலக்கியத்தில், இச்செய்யுட்களுக்கு ஓர் உயர்ந்த இடமுண்டு. குமாரதாசனால் இருபது காண்டங்களில் எழுதப்பட்ட சானகீகரணம் என்ற நூல், எல்லோர்க்கும் அறிமுகமான இராமகதையைக் கூறுகின்றது. நூலாசிரியர், காளிதாச மகாகவியின் இரசிகர் என்பது தெளிவாகத் தெரிகின்றது. இந்நூலிற் காளிதாசரின் கருத்துக்கள் பல காணப்படுகின்றன. பிற்காலத்தில் தோன்றிய, ஆனால் அதிகம் நம்பமுடியாத, மரபுரைகள் இக்குமாரதாசனும், ஆறாம் நூற்றாண்டில் இலங்கையை அரசாண்ட குமாரதாசனும் ஒருவனே என்று கூறுகின்றன. இக்காவியத்தின் வரலாறு அதிசயமானது. சிங்கள மொழியில் எழுதப்பட்ட இதன் பொழிப்புரையின் மூலமும், இராசசுந்தரனால் (ஏறக்குறைய 1600ஆம் ஆண்டில்) சமக்கிருதத்தில் 15 காண்டங்களில் திருப்பி மொழிபெயர்க்கப்பட்ட மொழிபெயர்ப்பின் மூலமுமே, மிகச் சமீபகாலம் வரை இந்நூலைப் பற்றி அறியக் கூடியதாக இருந்தது; ஆயின் இதன் மூலநூல் அண்மைக் காலத்தில் மலையாள நாட்டிற் கண்டெடுக்கப்பட்டது. இதனிலும் பார்க்க அதிக பிரபலம் வாய்ந்ததும், உயர்ந்த இலக்கியத் தரம் உடையதுமான பாரவி என்பவரின் கிராதார்ச்சுனீயம் என்னும் நூல், சிவனுக்கும் அருச்சுனனுக்குமிடையே ஏற்பட்ட சண்டைகளையும், கடைசியில் அதிக மதிப்புடைய பாசுபத அத்திரத்தை அருச்சுனன் பெறுவதையும் பதினெட்டுக் காண்டங்களில் விபரிக்கின்றது. இக்காவியம் அதன் சீவகளைக்கும் கற்பனைக்கும் பிரசித்தி பெற்றது. இக்கவிஞர் முன்னமேயே புகழ் வாய்ந்தவராக இருந்தார் என்பதை, 634ஆம் ஆண்டில் எழுதப்பட்ட ஒரு சிலாசாசனம் குறிப்பிடுகின்றது. சில மரபுரைகள், இவரைக் கீழைச் சாளுக்கிய பரம்பரையை ஆரம்பித்த விட்டுணுவர்த்தனன் என்பவனோடும் காஞ்சியிலிருந்த சிம்மவிட்டுணு என்பவனோடும் தொடர்புபடுத்துகின்றன. கங்கை நாட்டின் அரசனாகிய துருவிநீதன் என்பவன், இந்நூலின் 15 ஆம் காண்டத்திற்கு விளக்கவுரை எழுதினான் எனக் கூறப்படுகின்றது. ஆனால் இவையெல்லாம் சந்தேகத்திற்குரியவையாக இருக்கின்றன.

இங்கு கூறப்பட்ட இச் சிலாசாசனம், ஐகோல் என்ற இடத்திலுள்ளது. இரண்டாம் புலிகேசியின் வீரப்பிரதாபங்களைக் கூறும், மிகவுயர்ந்த இலக்கியத் தரமுடைய ஒரு சிறிய கவிதை இதில் காணப்படுகின்றது. இக் கவிதையின் ஆசிரியரான இரவிகீர்த்தி என்பவர், இக் கவிதையை ஆக்கியதன்மூலம், தான் பாரவிக்கும் காளிதாசருக்கும் சமமானவர் என்று உறுதிப்படுத்துகின்றார். இதற்குச் சற்று முற்பட்ட காலத்தைச் சேர்ந்த ஒரு சிலாசாசனம் மகாகூடம் என்ற இடத்திலுள்ளது; இதன் அலங்காரமான வசனநடை, பாணரின் வசன நடையுடன் ஒப்புநோக்கத் தக்கது. உண்மையாகவே சமக்கிருத இலக்கியத்தின் முழுமையான வரலாற்றைப் பார்க்க வேண்டுமானால், நூல்களில் நாம் செலுத்தும் கவனத்தைச் சிலாசாசனங்களிலும் செலுத்தியேயாக வேண்டும்; உண்மையில் இது மற்றெல்லா மொழிகட்கும் பொருந்துமாயினும், இதைப் பற்றிப் பேசுவதற்கு இப்போது சாத்தியமில்லை. இரண்டாம் புலிகேசியின் மகனான சந்திராதித்தனின் மனைவியாகிய விசயபட்டாரிகை என்பவள், பெண்பாற் கவிஞராகிய விசயாங்கை அல்லது விசிகை என்பவளாக இருக்கலாம் எனக் கூறப்படுகின்றது; இது ஏறக்குறையப் பொருத்தமாகவும் இருக்கலாம். விசிகை என்ற இக்கவிஞர், தன்னை ஓர் கரிய சரசுவதி (கல்வித் தெய்வமாகிய சரசுவதியை வெள்ளை நிறமுடையவளாகவே வருணிப்பர்) என வருணிக்கிறார். பெரும் திறனாய்வாளராகிய இராசசேகரர் என்பவர், இக் கவிஞரின் நடை காளிதாசரின் நடைக்கு அடுத்தபடியாக இருப்பதாகக் கூறுகிறார். இவ்வுயர்ந்த மதிப்பீடு சரிதான் என்பதை, கவிதைத் தொகுதிகள் மூலம் பாதுகாக்கப்பட்டுள்ள இப்பெண்பாற் கவிஞரின் சில கவிதைகள் காட்டுகின்றன.

""நூதனமான எண்ணமுடைய"" காஞ்சியிலிருந்த பல்லவ அரசனாகிய முதலாம் மகேந்திரவர்மன், இன்பமூட்டும இரண்டு கேலிச் செய்யுள் நூல்களை (பிரகசனம்) இயற்றினான். மத்தவிலாசம், பகவதச்சுகம் என்ற இந்த இரண்டு நூல்களும் காபாலிகர்கள், புத்த பிட்சுகள் ஆகியோரின் போக்குகளைக் கிண்டல் செய்தன. அக் காலத்தில் மிக ஆழமாக வளர்ந்து வந்த பிரிவு மனப்பான்மைக்கு எதிரான இயல்பு இந்நூல்களிலே காணப்பட்டது. பகவதச்சுகம் என்ற நூலை இயற்றியவர் யார் என்பது சந்தேகத்திற்குரியதாகவே இருக்கின்றது. இந்நூல் போதாயனரால் இயற்றப்பட்டதென்றும் கூறப்படுகின்றது. மற்றைய துறைகளுடன் ஒப்பிடும்போது சுவையற்ற விடயமாக இருக்கும் யாப்பிலக்கணம், சந்தோவிசிதி-சனாசிரயம் என்ற நூலில் விளக்கப்பட்டுள்ளது. விட்டுணுகுண்டினிய வம்சத்தைச் சேர்ந்த இரண்டாம் மாதவவர்மன் இந்நூலை எழுதியிருக்கக்கூடும் (சனாசிரயன் என்பது இவனுடைய பட்டப் பெயர்). அவந்திசுந்தரிகதையில் கூறப்பட்டுள்ள மரபுரைகள் உண்மையானவையாக இருந்தால், புகழ்பெற்ற தண்டி என்பவர், பாரவியின் நண்பனான தாமோதரனின் பேரனாக இருக்க வேண்டும். அத்துடன் பல்லவ மன்னனான முதலாம் நரசிங்கவர்மன் (630-68) என்பவனின் அரச சபையையும் இவர் அலங்கரித்திருக்க வேண்டும்.

அவந்திசுந்தரி கதை உரைநடையிலான ஒரு பெரிய நூலாகும். ஆனால் இந்நூலின் சில பகுதிகளே இப்போதிருக்கின்றன. இப்போதுள்ள தசகுமாரசரிதம் என்னும் நூலின் முக்கியமான மத்திய பகுதிகள், அவந்திசுந்தரி கதையின் ஒரு பகுதியாக இருக்கக்கூடும். தசகுமாரசரிதத்தின் ஆரம்பமும் முடிவும் வேறு

ஆசிரியர்களால் எழுதப்பட்டன. தண்டியாசிரியருக்குப் பெரும் புகரீட்டிக் கொடுக்கும் காவியதரிசம் சொல்லாற்றல் பற்றிக் கூறும் சிறந்த நூலாகும். "வைதர்ப்பி" என்ற நடையே, நல்ல கவிதையின் உரைகல் என இந்நூல் விதித்தபடியால், இலக்கியத் திறனாய்வின் வரலாற்றில், இந்நூல் ஒரு கால கட்டத்தைக் குறிக்கின்றது எனக் கொள்ளலாம். தண்டியலங்காரம் என்ற தமிழ் நூலுக்கும் இந்நூலே அடிப்படையாக அமைந்தது.

பவபூதியினுடைய இலக்கியப் பணிகளுட் பல, வட இந்தியாவிலேயே மேற்கொள்ளப்பட்டனவாயினும், இவர் பீராரிற் பிறந்தபடியாலும், குமாரிலரிடம் இவர் கல்வி பயின்றதாகக் கூறப்படுவதாலும், இலக்கியம் பற்றிய இக் கணக்கெடுப்பில் இந் நாடகாசிரியரின் பெயரையும் சேர்த்துக் கொள்வது தவறாகாது. மகாவீரசரிதம், உத்தரராமசரிதம் ஆகீய இவரது இரு நாடக நூல்கள், இராமருடைய வாழ்க்கையின் சில பகுதிகளை அடிப்படையாக வைத்து எழுதப்பட்டவை. மாலதிமாதவம் என்ற இவரது மூன்றாவது நாடக நூல், இவருடைய சொந்தக் கற்பனையிலிருந்து எழுந்தது. ஏழாம் நூற்றாண்டின் முடிவிலும் எட்டாம் நூற்றாண்டின் ஆரம்பத்திலும் இவர் சிறப்புடன் வாழ்ந்தார்.

கேரளத்து அரசராகிய குலசேகரர், பிற்கால ஆழ்வார்களுள் ஒருவர். இவர் அநேகமாக ஒன்பதாம் நூற்றாண்டில் வாழ்ந்திருக்கலாம். பத்தி உணர்ச்சி ததும்பும் மிகச் சிறந்த கவிதை நூலாகிய முகுந்தமாலையை இவர் இயற்றினார். இன்று வரை இந் நூலுக்குப் பெரிய செல்வாக்கு இருந்து வருகின்றது. யுதிட்டிரவிசயம், திரிபுரதகனம், சௌரிகதை, நளோதயம் ஆகிய நான்கு யமக காவியங்களை இயற்றிய வாசுதேவரை ஆதரித்தவர் குலசேகரர் என நம்பப்படுகின்றது. யமகம் (சந்தக் கவிதைகள்) நூதனமான சொற்றொடர்களுக்கும் வலிந்து கொள்ளும் அமைப்புகளுக்கும் இடமளிக்குமாயினும், வாசுதேவர், இக் குறைபாடுகளிலிருந்து குறிப்பிடக்கூடிய அளவிற்குத் தப்பிவிட்டார் என்றே கருத வேண்டியிருக்கின்றது. காசுமீரத்தைச் சேர்ந்த இராசநாக இரத்தினாகரர் என்பவர் யுதிட்டிர விசயம் என்ற நூலுக்கு விளக்கவுரை எழுதினார். பாணினியால் வகுக்கப்பட்ட சமக்கிருத இலக்கண விதிகளை விளக்கும் பட்டிகாவியம் என்ற நூலினைப் போல், வாசுதேவரும் ஐந்து காண்டங்களில் வாசுதேவவிசயம் என்னும் காவியத்தை எழுதினார். சத்திபத்திரர் எழுதிய ஆச்சார்ய சூடாமணி என்பதே தென்னாட்டில் தயாரிக்கப்பட்ட முதலாவது முழுமையான நாடக நூல் ஆகும். வழக்கமான இராமர் கதையைத்தான் இந்த நூலும் கூறுகின்றது. ஆசிரியர் செய்த சில மாற்றங்கள் உண்மையிலேயே நல்ல திருத்தங்களாக உள்ளன. இதன் கவிதை, வசனம் இரண்டுமே உயர்ந்த தரத்தையுடையன. இந்நூல் மலையாள நடிகர்களிடையே என்றும் பிரபலமாக இருந்தது. இதே ஆசிரியரால் எழுதப்பட்ட இன்னொரு நாடக நூலான உன்மாதவாசவதத்தை இப்போது கிடைக்கின்றிலது. ஆசிரியர், சங்கரரின் மாணவர் எனப் பெயரும் புகழும் பெற்றவர். ஆகவே, இவர் ஒன்பதாம் நூற்றாண்டின் ஆரம்ப காலத்தைச் சேர்ந்தவர் என நாம் கொள்ளலாம்.

இராட்டிரகூட அரசனாகிய 3ஆம் இந்திரனின் காலத்தில் (915) வாழ்ந்த திரிவிக்கிரம பட்டர் என்பவர் நளசம்பு அல்லது தமயந்திகதை என்ற நூலை

எழுதினார். சமக்கிருதத்தில் இப்பொழுதுள்ள மிகப் பழைய சம்புகாவியம் இதுவே. ஆசிரியரின் தகப்பன் அரசவைக் கவிஞராக இருந்தார். அவர் ஒரு நாள் அரசசபையில் இல்லாதபோது, அவருடைய எதிரி ஒருவர் விடுத்த சவாலைக் கண்டு, இக்கவிஞர் சரசுவதிதேவியின் உதவியுடன் இந்நூலை ஆக்கினார் எனக் கூறப்படுகின்றது. ஆனால், நூல் முடிக்கப்படு முன்னமே, ஆசிரியரின் தந்தையார் திரும்பி வந்து, மகனின் முயற்சியைத் தேவையற்ற தாக்கிவிட்டார். இந்நூலின் செய்யுள், உரைநடை ஆகிய இரண்டுமே சாதாரணமானவையாகத்தான் இருக்கின்றன. மதாலசாசம்பு என்பதையும் திரிவிக்கிரமரே எழுதினார் எனக் கூறப்படுகின்றது. திவாகரரால் இயற்றப்பட்ட (கி.பி. 1299) அமோகராகவம் என்னும் நூலே, கேரளத்திற் கிடைக்கும் மிகப் பழைய சம்புகாவியமாகும். இராமாயணத்திலுள்ள பாலகாண்டக் கதையை அடிப்படையாக வைத்தே இந்த நூல் எழுதப்பட்டது. இம்மாதிரி நூல் எழுதும் முறை பிற்காலத்தில், சமக்கிருத மொழியிலும் மலையாள மொழியிலும் பெரிய அளவிற் கையாளப்பட்டது.

கேரளத்திலிருந்த மற்றொரு குலசேகரர் (935-55) மகாபாரதத்திலுள்ள சிறு நிகழ்ச்சிகளை வைத்து, அரங்கில் நடிப்பதற்கேற்ற முறையில், தபதீசம்வரணம், சுபத்திராதனஞ்சயன் என்ற இரு நாடக நூல்களை எழுதினார். அமரகோசம் பற்றி வங்காள மொழியில் எழுதப்பட்டுள்ள ஒரு விளக்கவுரையில் (கி.பி.1159) குறிப்பிடப்படும் ஆச்சார்யமஞ்சரி என்ற உரைநடை நூலை இயற்றியவரும் இக்குலசேகரரே. குலசேகரரின் காலத்தில், சாக்கியார்கள், சமக்கிருத நாடகங்களை அரங்கேற்றும் முறையிற் சீர்திருத்தங்களைச் திருப்பிறவிகளைப் பற்றியும் அவற்றின் சாதனைகளைப் பற்றியும், சிந்திப்பதிலும் தியானஞ் செய்வதிலும் தனி மகிழ்ச்சி அடைகின்றார். இராமர், கிருட்டிணர் ஆகியோரின் வாழ்க்கையில் நடைபெற்ற சில நிகழ்ச்சிகளைக் கவர்ச்சிகரமான முறையிற் சில குழந்தைப் பாடல்களில் இவர் கையாண்டுள்ளார். ஒரு தத்துவஞானியாகவும், ஆத்மார்த்த அகக்காட்சியாளனாகவும் மட்டுமல்லாது, ஒரு தூய்மையான இலக்கியக் கலைஞன் என்ற வகையிலும் நம்மாழ்வார் ஓர் உயர்ந்த இடத்தை வகிக்கின்றார். இதையடுத்த காலப்பகுதியைச் சேர்ந்த ஆச்சாரியர்களுள் முதல்வராகிய நாதமுனி என்பவர் இவருடைய சீடரெனவும் 4000 வைணவப் பாசுரங்களையும் இவரிடமிருந்து பெற்றுக்கொண்டாரெனவும் சொல்லப்படுகின்றது. இவருடைய மற்றச் சீடராகிய மதுரகவியும் ஓர் ஆழ்வாரே. இவர் தன்னுடைய குருவைப் புகழ்ந்து ஒரேயொரு பாசுரம் மட்டுமே இயற்றியுள்ளார். எமது இரணட்வது காலப் பகுதியின் எல்லையாகிய 850 ஆம் ஆண்டிற்குப் பல ஆண்டுகளின் பின்னரும், கடைசி இரண்டு ஆழ்வார்களும் வாழ்ந்தார்கள் என்பதை அநேகமாக உண்மை என்றே கொள்ளலாம்.

பொது இலக்கியத் துறையிலுள்ள மிகச் சிறந்த மூன்று இலக்கியங்களையும் சமண, பௌத்த ஆசிரியர்களே இயற்றியுள்ளனர். சிலப்பதிகாரம் ஈடிணையற்ற ஒரு மாணிக்கமாகும். ஆனால் அதன் ஆசிரியர் யார் என்பதையும் எந்தக் காலகட்டத்தில் அது இயற்றப்பட்டது என்பதையும் சந்தேகத்திற்கிடமின்றிக் கூற முடியாதிருக்கின்றது. சில வகையிற் பார்த்தால், தமிழிலக்கியங்கள் அனைத்துள்ளும் சிலப்பதிகாரம் ஒப்பற்றதோர் இடத்தை

வகிக்கின்றது. நூலிலுள்ள காட்சிகளின் தெளிவாக வருணனையையும், திறமையான யாப்புச் சிறப்பையும் வேறெந்த நூலிலும் காண முடியாது. பலரறிந்த ஒரு பழைய நிகழ்ச்சியையே இந்நூல் கூறுகின்றது. வணிக இளவரசனான கோவலன், தன் மனைவி கண்ணகியைப் புறக்கணித்துவிட்டு, புகாரைச் சேர்ந்த புகழ் பெற்ற நடன மங்கையாகிய மாதவியின் மேற்கொண்ட காதல் காரணமாகத் தன் செல்வம் முழுவதையும் இழக்கின்றான். காதலர்க்கிடையில் ஏற்பட்ட பிணக்கு, கோவலனை மீண்டும் கண்ணகியிடம் அனுப்புகின்றது. கண்ணகியின் ஆபரணங்களை, குறிப்பாக அவளுடைய காலணியை (சிலம்பு) விற்று, அதனால் வரும் பொருளைக் கொண்டு ஒரு புதுவாழ்வு தொடங்குவதற்காக, இருவரும் புகாரிலிருந்து மதுரைக்குச் செல்கின்றார்கள். இந்தக் காலணியின் (சிலம்பு) காரணமாகவே, இவ்விலக்கியம் சிலப்பதிகாரம் என்ற பெயரைப் பெற்றது. மதுரை அரசனுடைய பொற்கொல்லனின் சூழ்ச்சிகளின் விளைவாக, கோவலனே அரண்மனையிலிருந்து இராணியின் காலணியைத் திருடினான் எனக் குற்றஞ்சாட்டப்பட்டு, மதுரை வீதியில் அரசனின் அதிகாரிகளாற் சிரச்சேதஞ் செய்யப்படுகின்றான். இச் செய்தியைக் கேள்வியுற்றுக் கொதித்தெழுந்த கண்ணகி, தன் கணவன் குற்றவாளியல்லன் என்பதை நிரூபிப்பதற்காகத் தன் மற்யை காலணியைக் கொண்டு அரச சபைக்கு விரைகின்றாள். தான் இழைத்த அநீதியை உணர்ந்த பாண்டிய மன்னன், மனமுடைந்த உடனேயே உயிர்விடுகின்றான். மதுரை மாநகரை எரியூட்டித் தன் வஞ்சகத்தைத் தீர்த்துக் கொள்கின்றாள் கண்ணகி. பின், அங்கிருந்து சேர நாட்டிற்குச் செல்கின்றாள். அங்கே கோபலனும் அவளும் சொர்க்கத்திற்கு அழைத்துச் செல்லப்படுகின்றனர். சேர மன்னன் செங்குட்டுவன் கற்பின் தெய்வமான கண்ணகிக்குக் கோயிலெடுக்கின்றான். இயற்கைக்கு மாறான சில அம்சங்கள் இருந்தபோதிலும், இக் கதை மனிதாபிமானம் மிக்க ஓர் உருக்கமான நிகழ்ச்சியை, வலுவான முறையிற் கூறுகின்றது. தமிழ் நாட்டின் மூன்று இராச்சியங்களும், நிகழ்ச்சிகளின் நிலைக்களனாக உள்ளன. “இளங்கோ அடிகள்“ (இளவரசத் துறவி) என அழைக்கப்படும் ஆசிரியர், சேர மன்னன் செங்குட்டுவனின் சகோதரர் எனப் புகழ்பெற்றவர். ஆனால் இப்படியான ஒரு சகோதரர் இருந்தார் என்ற செய்தி சங்கப் பாடல்களிற் காணப்படவில்லை. மதுரையைச் சேர்ந்த ஒரு தானிய வியாபாரியும், மணிமேகலை என்ற நூலின் ஆசிரியருமாகிய சாத்தனார் என்பவரின் காலத்திலே இளங்கோவும் வாழ்ந்தார் என அறியும்போது இளங்கோவைப் பற்றிய மர்மம் மேலும் சிக்கலடைகின்றது. மணிமேகலை, பெரும்பாலும் சமயவாதிகளின் ஆர்வத்தைத் தூண்டும் ஒரு பௌத்த காவியமாகும். கோவலனுக்கும் மாதவிக்கும் பிறந்த மகளான மணிமேகலையின் கதையை இந்நூல் கூறுகின்றது. மணிமேகலை இளங்கோ அடிகளுக்கும், சிலப்பதிகாரம் சாத்தனாருக்கும் வாசித்துக் காட்டப்பட்டன என இந்த இரண்டு நூல்களிலுமுள்ள முகவுரைகள் கூறுகின்றன. சங்கப் புலவர்களுள் சீத்தலைச் சாத்தனார் என்ற ஒருவர் இருந்தார் என்பது உண்மையே. எட்டுத்தொகை நூல்களுள் நான்கில் இவருடைய பத்துக்கவிதைகள் இடம்பெறுகின்றன. ஆனால் அக்கவிதைகளில், இவர் பௌத்தமதச் சார்புடையவராக இருந்ததற்குரிய அடையாளம் எதுவுமில்லை. இப்போதைய உருவில் மணிமேகலை, தருக்கத்திலுள்ள பல தவறுகளைப் பற்றி நீண்ட

விளக்கங்களைக் கொண்டிருக்கின்றது. இந்த விளக்கங்கள், கி.பி. ஐந்தாம் நூற்றாண்டை சேர்ந்த தின்னாகர் என்பவரின் நியாயப்பிரவேசம் என்ற நூலின் அடிப்படையில் எழுந்தவை என்பது வெளிப்படையாகவே தெரிகின்றது. சங்க இலக்கிய காலம் என நாம் சரியாகக் குறிப்பிடுகின்ற காலத்தைச் சேர்ந்த இலக்கிய உருவத்திற்கும், இந்த இரண்டு இதிகாசங்களின் இலக்கிய உருவத்திற்குமிடையே பெரிய வேறுபாடு காணப்படுகின்றது. ஆகவே, சங்க காலத்திற்கும், சிலப்பதிகாரம், மணிமேகலை ஆகிய நூல்கள் தோன்றிய காலத்திற்குமிடையே ஒரு நீண்ட இடைவெளி இருந்தது எனக் கொள்வதில் தவறொன்றும் இல்லை.

கொங்கு வேளிரின் பெருங்கதை (சமக்கிருதத்தில் பிருகத் கதை) சமண நூலாசிரியரால் இயற்றப்பட்ட வேறொரு பெரிய காவியமாகும். ஆனால் இப்போது, இந்நூலின் சில பகுதிகளே எமக்குக் கிடைக்கின்றன. சௌசாம்பியைச் சேர்ந்த, புகழ்வாய்ந்த உதயணனின் மகனாகிய நரவான தத்தனின் தீரச் செயல்களை இந்நூல் கூறுகின்றது. பைகாசி மொழியிற் குணாட்டியர் எழுதிய புகழ்மிக்க காவியத்தை, மேலைக் கங்கையரசனாகிய துருவினீதன் என்பவன், ஆறாம் நூற்றாண்டின் இறுதியில் சமக்கிருதத்தில் மொழிபெயர்த்தான். இந்தச் சமக்கிருத மூல நூலைத் தழுவியே பெருங்கதை எழுதப்பட்டதெனத் தோன்றுகின்றது. ஒரு கதையைக் கூறும் காவியம் என்ற வகையில், பெருங்கதை அசாதாரணமான தகுதிகளையும், அவற்றிற்கேற்ப பிரசித்தியையுமுடையதாக இருக்கின்றது. வளையாபதி, குண்டலகேசி ஆகிய இரு சமண காவியங்கள் இப்போது இல்லை. ஆனால் இவையிரண்டும் ஐம்பெருங்காப்பியங்களுள் இடம்பெற்றிருநதன. அடுத்த காலப் பகுதியைச் சேர்ந்த சமண இலக்கிய நூலாகிய யாப்பருங்கலம் என்பதின் விளக்கவுரையில், சமண நூலாசிரியர்களால் எழுதப்பட்ட பல இலக்கண நூல்களிலிருந்து மேற்கோள்கள் காட்டப்பட்டுள்ளன. இந்த நூல்கள் அனைத்தும் இந்தக் காலப் பகுதியிலேயே ஆக்கப்பட்டிருத்தல் வேண்டும். பௌத்த இலக்கண நூலாகிய வீரசோழியம் என்பதின் விளக்கவுரையில், இந்தக் காலப் பகுதியைச் சேர்ந்த பௌத்த காவியங்களிலிருந்து பல செய்யுட்கள் மேற்கோளாகக் காட்டப்பட்டுள்ளன. ஆனால் இந்தக் காவியங்கள் எதுவும் இப்போது கிடைப்பதில்லை.

இறையனார் அகப்பொருள் என்பதின் விளக்கவுரையை நக்கீரர் எழுதினார் என மரபுரை கூறுகின்றது. இக்காலப் பகுதியின் பிற்கூற்றில் இது எழுதப்பட்டிருத்தல் வேண்டும். உரைநடையிலமைந்த விளக்கவுரைகள், தமிழ் உரைநடையின் வளர்ச்சியிற் சிறப்பானதோரிடத்தை வகிக்கின்றன. இவற்றுட் பழமையானது இறையனார் அகப்பொருளின் விளக்கவுரை என்பது குறிப்பிடத்தக்கது. இந்த விளக்கவுரைகளின் நடை எவ்விதத்திலும் இலகுவானதாகவோ, பலரால் நயக்கத் தக்கதாகவோ இருக்கவில்லை. தங்களுடைய அறிவைப் பறைசாற்ற வேண்டும் என உரையாசிரியர்களிடமிருந்த அவாவும், அடுக்குத் தொடர்களை வலிந்து உபயோகித்த முறையும் இவ்விளக்கவுரைகளைப் பெரிதும் கெடுத்துவிட்டன. இம்மாதிரியாக எழுதுவதிலுள்ள குறைபாடுகள் அனைத்தையும், முதன்முதலாக எழுந்த விளக்கவுரை முழுமையாகக் காட்டுகின்றது.

தமிழ் நாட்டு முடியுடை மூவேந்தர் ஒவ்வொருவரினதும் புகழைத் தனித்தனி 300 வெண்பாக்களிற் பாடும் முத்தொள்ளாயிரம், மொத்தம் 900 வெண்பாக்கள் கொண்டது. இந்நூலிலிருந்து வெவ்வேறு ஆசிரியர்கள் தம் நூல்களில் மேற்கோள்களாக எடுத்தாண்டவற்றுள் ஏறக்குறைய 100 செய்யுட்கள் மட்டும் இப்போது கிடைக்கின்றன. இவை யனைத்தும் நல்ல கவிதைகளாக மிளிர்கின்றன. ஆனால் இவற்றின் ஆசிரியர் யார் என்பதை அறிய முடியவில்லை. இதே காலத்தைச் சேர்ந்த, ஆனால் இப்போது கிடைக்காத இன்னொரு நூல் தகடூர் யாத்திரை என்பது. அங்குமிங்கும் காணப்படும் மேற்கோள்களிலிருந்தே இந்நூலைப் பற்றியும் அறிய முடிகின்றது. சங்க காலத்தின் பிற்கூற்றில், சேரமன்னனுக்கும், தகடூரைச் சேர்ந்த அதிகமான் என்பவனுக்குமிடையே நடைபெற்ற போரைப் பற்றி இந்நூல் கூறுகின்றது.

இறுதியாக, பல்லவ மன்னனாகிய மூன்றாம் நந்திவர்மனின் காலத்தில் எழுதப்பட்ட நூல்களைக் குறிப்பிடவேண்டும். யாரால் இயற்றப்பட்டதெனச் சொல்லமுடியாத அநாமதேய நூலாகிய நந்திக்கலம்பகம், பல இடைச் செருகல்களுடன் இன்றுங் கிடைக்கின்றது. இதை ஓரளவு வரலாற்றுக் காவியம் எனக் கூறலாம். பல்வேறு யாப்புகளில் இயற்றப்பட்ட எண்பது செய்யுட்களைக் கொண்ட இந்நூல், கடைசியாக அரசு புரிந்த பல்லவ மாமன்னனின் ஆட்சிக் காலத்தில் நடைபெற்ற நிகழ்ச்சிகளைப் பற்றிக் கூறுகின்றது. பெருந்தேவனாரின் பாரதத்தில் ஒரு சில பகுதிகளே இப்போது கிடைக்கின்றன. திருப்தியளிக்கக்கூடிய முறையிற் பதிலிறுக்க முடியாத கேள்விகளை இப்பாரதம் எழுப்புகின்றது. இப்போது கிடைக்கின்ற பகுதிகளுள், உத்தியோக பருவம், வீட்டும பருவம் என்பனவும், பதின்மூன்றாம் நாட் போர் வரையுமுள்ள துரோண பருவத்தின் பகுதியும் உள்ளன. வெண்பாக்களும், இடையிடையே கதைத்தொடர்பைக் கூறும் உரைநடைப் பகுதிகளும் இந்நூலிற் காணப்படுகின்றபடியால் இது ஒரு சம்பூகாவியம் என்ற உருவத்தைப் பெறுகின்றது. ஆனால் இதிற் காணப்படும் கவிதையும், உரைநடையும் ஒரே ஆசிரியராலேயே எழுதப்பட்டனவா என்பது சந்தேகத்திற்குரியதாகவேயுள்ளது. சங்க காலத்தைச் சேர்ந்த ஒரு பெருந்தேவனார் என்பவரால் பாரதம் பாடப்பட்டது என்ற கூற்று, இப் பிரச்சினையை, மேலும் சிக்கலானதாக ஆக்குகின்றது. இப்போது கிடைக்கும் நூல், கவிதையிலும், உரைநடையிலும் பாரதக் கதையை எளிய முறையில், எவ்வித சிக்கலுமின்றித் தெளிவாகக் கூறுகின்றபோதிலும், வார்த்தை அழகுகளும் கவர்ச்சியும் அற்றுப்போய்விடவில்லை. இந்நூல் முழுவதும், ஒன்பதாம் நூற்றாண்டில் வாழ்ந்த ஓராசிரியரால் எழுதப்பட்டதெனக் கொள்ளலாம். கவிதைகளின் அமைப்பு, நீண்ட நாட்களாக நிலைநிறுத்தப்பட்ட ஒரு மரபிற்கு இயைய அமைந்திருக்கிறது. ஆனால் உரைநடைப்பகுதி, அப்போது வழக்கிலிருந்த சிறந்த விளக்கவுரைகளின் நடையைப் பின்பற்றியிருக்கிறது.

சோழ ஏகாதிபத்தியத்தின் காலம் (850-1200) தமிழ்ப் பண்பாட்டின் பொற்காலமாகும். இக் காலத்தில் இலக்கிய முயற்சிகள் பரவலாக மேற்கொள்ளப் பட்டன. பெரிய அளவில் இலக்கியத்திற்கு ஆதரவளிக்கப்பட்டது. பிரபந்த இலக்கிய வகை சிறப்பான இடத்தை வகித்தது. தத்துவ ஞானத் துறையில், சைவ சித்தாந்தத்தைப் பற்றி ஒழுங்கான முறையில் ஆராயும் வழக்கம் இக்காலத்திலே தோன்றியது. பெரிய சிவாலயங்கள் புதிதாகக் கட்டப்பட்டன.

முந்திய காலப்பகுதியைச் சேர்ந்த கோவில்கள், பக்திப் பாடல்களிற் புகழ்ந்து பாடப்பட்டதைப் போன்று, இப்புதிய கோவில்களும், புதிய நூலாசிரியர்களால் (அவர்களுள் ஒருவர் அரச குமாரனாக இருந்தார்) புகழ்ந்தேற்றப்பட்டன. சைவ நாயனார்களைப் பற்றிய வரலாறுகளிற் காணப்பட்ட முரண்பாடுகள் எல்லாவற்றையும் களைந்து, சேக்கிழார், நல்ல முறையில் ஒரு புராணத்தை எழுதினார். ஏராளமான வைணவ நூல்களும், மத நூல்களைப் பற்றிய விளக்கவுரைகளும் தோன்றின. சமண, பௌத்த நூலாசிரியர்கள் இக்காலப் பகுதியிலும் சிறப்புடன் வாழ்ந்தார்களாயினும், இதற்கு முந்திய காலப்பகுதியில் வாழ்ந்தோரைப் போன்று அதிக தொகையினராக விருக்கவில்லை. இக்காலப் பகுதியைச் சேர்ந்த கல்வெட்டுகளிற் காணப்படுகின்ற பல நூல்கள், திருப்பிப் பெற முடியாதபடி தொலைந்துவிட்டன.

பொது இலக்கியத் துறையில், சமணத்துறவியும் கவிஞருமான திருத்தக்க தேவர், பத்தாம் நூற்றாண்டின் முற்பகுதியிற் சீவகசிந்தாமணியை எழுதினார். ஒன்பதாம் நூற்றாண்டின் பிற்கூற்றிலெழுந்த சமக்கிருத மூல நூல்களைப் பின்பற்றி இது எழுதப்பட்டது. இலட்சிய கதாநாயகனான சீவகனின் கதையை இந்நூல் கூறுகின்றது. போர்க் காலங்களில் திறமையாகப் போரிடுவதிலுஞ்சரி, அமைதியான வேளைகளில் நல்லமுறையில் ஆட்சி புரிவதிலுஞ்சரி, இவன் சிறந்து விளங்கினான். ஒரு பூரணமான ஞானியாகவும், அதே வேளையிற் கவர்ச்சி நிறைந்த காதலனாகவும் இவன் இருந்தான். புயல் சூழ்ந்த இளமைப் பருவத்திலே இவன் பல தீரச்செயல்களைச் செய்துள்ளான். இவற்றிற்குப் பின், இவனுடைய வாழ்க்கையின் மிகச் சிறந்த பகுதியில் இவன் சிறப்புமிக்க ஓர் இராச்சியத்தின் அரசனானான். பின், சில ஆண்டுகளாக, தன் எட்டு இராணிகளுடன் உல்லாசமான மகிழ்ச்சிகரமான வாழ்க்கை வாழ்ந்தான். உண்மையில், இந்நூலுக்கு மணநூல் - “கல்யாணங்களைக் கூறும் நூல்“ - என்ற ஒரு பெயருண்டு. ஆரம்பத்திற் சீவகன் செய்த தீரச் செயல்கள் ஒவ்வொன்றும் திருமணத்தில் முடிந்தபடியால் இப்பெயர் ஏற்பட்டது. அற்ப முக்கியத்துவமுடைய, ஆனாற் சீவகனைப் பொறுத்தவரை ஆழ்ந்த கருத்துடைய நிகழ்ச்சி ஒன்று, இவ்வுலக வாழ்க்கையில் திளைத்துத் திருப்தியடைந்துகொண்டிருந்த சீவகனை உலுக்கியது. ஒருகணநேர மின்வெட்டில், மனித வாழ்க்கையின் வெறுமையையும், இத்தளையிலிருந்து விடுதலை பெற்றுப் போவதிலுள்ள புத்திசாலித் தனத்தையும் கண்டான். ஆகவே, சீவகன், தன் மகனைச் சிம்மாசனத்தில் அமர்த்திவிட்டு அமைதியை நாடி வனஞ்சென்று, இறுதியில் மோட்சத்தை அடைகின்றான். இப்போது நமக்குக் கிடைக்கும் நூலில் 3,154 செய்யுட்கள் இருக்கின்றன. இவற்றுள் 2,700 செய்யுட்கள் மட்டுமே நூலாசிரியரால் எழுதப்பட்டவையென்றும், இரண்டு செய்யுட்கள் இவருடைய குருவினால் இயற்றப்பட்டவையென்றும் கருதப்படுகின்றன. ஆசிரியர், தன் குருவின் அனுமதியைப் பெற்றே நூலை எழுதினார். மிகுதிச் செய்யுட்கள், பிற்கால எழுத்தாளர் ஒருவரால் ஆக்கப்பட்டவை. இந்நூலுக்கு விளக்கவுரை செய்தவர், குரு எழுதிய இரண்டு செய்யுட்களையும் அடையாளம் கண்டுள்ளார். ஆனால், மூன்றாவது எழுத்தாளர் எழுதிய செய்யுட்கள் எவை என அடையாளம் காண்பதற்கு எவ்வித வழியும் இல்லை. மிக உன்னதமான ஒரு கவிதைக்குரிய தன்மைகள் யாவும் திருத்தக்கதேவரின்

கவிதைகளிற் காணப்படுகின்றன. இவருடைய கவிதைகளே, கம்பனின் திறமை மிகுந்த கவிதைகளுக்கு முன்மாதிரியாக அமைந்திருந்தன என்பது பலரறிந்த செய்தி. சமய இலக்கியத்துறையிற் சமண எழுத்தாளர்கள் சிறந்து விளங்கினார்கள் என்பதை எல்லோரும் ஏற்றுக் கொள்வார்கள். ஆனால் சமண எழுத்தாளர்களாற் காதல் இலக்கியங்கள் எதையும் எழுத முடியாது என யாரோ ஒருவரினால் விடுக்கப்பட்ட சவாலுக்குப் பதிலளிக்குமுகமாகவே திருத்தக்க தேவர் இந்நூலை எழுதினார் எனச் சொல்லப்படுகின்றது. இத்தகைய ஒரு நூலை எழுதுவதற்குரிய இலக்கியத்திறமை தன்னிடம் இருக்கின்றது எனவும், இத்தகைய நூலை எழுதுவதால், தன்னுடைய ஆத்மீக நிலையைத் தான் இழக்கமாட்டாரெனவும் தன் குருவைத் திருப்திப்படுத்திய பின்னரே, அந்தச் சவாலை ஏற்று இந்த நூலை எழுதுவதற்குத் திருத்தக்கதேவர் அனுமதியளிக்கப்பட்டார். திருத்தக்கதேவர், ஒரு சோழ இளவரசனாகப் பிறந்தார் எனச் சொல்லப்படுகின்றது. வேறொரு சமண எழுத்தாளராகிய தோலாமொழி (ஈடிணையற்ற சொல்லாற்றல் வாய்ந்த மனிதன்) என்பவர், ஒரு சமணப் புராண நிகழ்ச்சியை இனிமை சொட்டும் கவிதைகளிற் கூறும் சூளாமணி என்ற நூலை இயற்றினார். தமிழ் இலக்கியத்திலுள்ள சிறு காப்பியங்கள் ஐந்தினுட் சூளாமணியும் ஒன்று.

கல்லாடம் என்ற நூலை எழுதிய கல்லாடனார், சங்க காலத்திலிருந்த கல்லாடனாரிலிருந்து வேறுபட்டவர். பதினொராம் திருமுறையை எழுதிய ஆசிரியர் இவரேயெனக் கொள்ளல் அநேகமாகச் சரியாக இருக்கக்கூடும். கல்லாடம் என்பது ஓர் இடத்தின் பெயர். அநேகமாக ஆசிரியர் இந்த ஊரிலே பிறந்திருக்கலாம். இவர், திருக்கோவையிலிருந்து நூறு செய்யுட்களைத் தெரிவு செய்து அவற்றின் அடிப்படையிலேயே, சிவனின் அறுபத்துநான்கு திருவிளையாடல்களைப் பற்றிக் கூறும் தன் நூலை இயற்றினார் எனச் சொல்லப்படுகின்றது. சங்ககாலக் கவிதை உருவங்களையும் சொல்லமைப்புகளையும் ஆசிரியர் மீண்டும் கொண்டுவர முயன்றதின் விளைவாக, இந்நூலின் நடையில் ஒருவித போலித்தன்மை காணப்படுகின்றது. இந்நூலிலுள்ள நூறு செய்யுட்களில், ஒவ்வொன்றும் காதலின் (அகத்துறை) குறிப்பிட்ட ஒரு நிலையைச் சித்தரிக்கின்றது. இக்கவிதைகள் அனைத்திலும், ஆசிரியரின் அளவிற்கு மீறிய கல்விச் செருக்கினைக் காணலாம். சோழ அரண்மனையிலிருந்த அரச அவைக் கவிஞரான சயங்கொண்டாரின் கலிங்கத்துப் பரணி, முதலாம் குலோத்துங்கனுடைய ஆட்சியின் முடிவில் இயற்றப்பட்டது. இப்போது கிடைக்கின்ற பரணிகளுள் மிகச் சிறந்ததும், காலத்தால் மிக முற்பட்டதுமான பரணி இதுவேயாகும். இது ஒரு சிறிய, ஆனால் தலைசிறந்த நூல். வரலாற்றிற்கும் கற்பனைக்கதை மரபிற்குமிடையேயுள்ள வேறுபாட்டை இந்நூல் தெளிவாக விளக்கிச் செல்கின்றது. நன்கு தெரிந்தெடுக்கப்பட்ட, பொருத்தமான சொற்பிரயோகங்களும், இந்நூலில் உபயோகிக்கப்பட்ட பல்வேறு யாப்புகளிடையே காணப்படும் லயமும், நூலில் விவரிக்கப்படும் நிகழ்ச்சியும் ஒப்பற்ற முறையில் அமைந்துள்ளன. போர்க் காவியங்களுள் மிகச் சிறந்து விளங்கும் இப்பரணி, போரின் பகட்டையும் ஆடம்பரத்தையும் மட்டுமல்லாது போர்க்களத்தில் நடைபெற்ற பயங்கர நிகழ்ச்சிகளின் விபரங்கள் அனைத்தையும்

விபரிக்கின்றது. இக்காவியத்தின் கருப்பொருளான குலோத்துங்கனின் கலிங்கப் போர் பற்றி, வேறும் பல நூல்கள் புகழ்ந்துகூறியபோதிலும், சயங்கொண்டாரின் இக்காவியத்திற்கு அவற்றுளெதுவுமே ஈடாகமாட்டாது. சோழ அரண்மனையில் வாழ்ந்த இன்னொரு அரச அவைக்கவிஞர் கூத்தன் அல்லது ஒட்டக்கூத்தன் ஆவர். இவர், குலோத்துங்கனுக்குப் பின், ஒருவர்பின் ஒருவராய் அரசாண்ட மூன்று அரசர்களின் (விக்கிரம சோழன், இரண்டாம் குலோத்துங்கன், இரண்டாம் இராசராசன்) ஆட்சிக் காலங்களிலும் சிறப்புடன் வாழ்ந்து, இவ்வரசர்கள் ஒவ்வொருவரைப் பற்றியும் சொன்னயம் மிக்க உலாக்கள் பாடியுள்ளார். சோழ நாட்டிலுள்ள மலரி என்ற கிராமத்தில் ஒரு வறிய செங்குந்தர் (நெசவாளர்) குடும்பத்திற் பிறந்த கூத்தன், தன்னிலும்பார்க்க அதிக புகழ்படைத்த கம்பனை ஆதரித்த சடையனின் தகப்பனும் புதுவையின் நாட்டாண்மைக்காரனுமாகிய சங்கரனின் கீழ்ப் பணிபுரிந்தார். காங்கேயன், திரிபுவனி என்ற இடத்தைச்சேர்ந்த சோமன் என்பவர்களும் கூத்தனை ஆதரித்தார்கள். நாலாயிரக்கோவை என்ற நூலிற் கூத்தன், காங்கேயனைப் புகழ்ந்து பாடியுள்ளார். கூத்தனின் புகழ் எங்கும் பரவியவுடன், முன்பு கூறிய மூன்று அரசர்களும் தம் அரச சபைக்கு அவரை அழைத்து, கவிச்சக்கரவர்த்தியாக (கவிஞர்களின் பேரரசன்) மதித்து, உபசரித்தார்கள். முன்பு கூறிய மூன்று உலாக்கள் தவிர, கலிங்கத்தின்மீது விக்கிரம சோழன் மேற்கொண்ட போரைப் பற்றிய ஒரு பாணியையும், இரண்டாம் குலோத்துங்கனின் பேரில் ஒரு பிள்ளைத்தமிழ் (கதாநாயகனின் பிள்ளைப் பருவத்தை வர்ணிக்கும் காவியம்) நூலையும் இவர் இயற்றினார். இவரியற்றிய பரணி, இப்போது கிடைப்பதில்லை. இவரியற்றிய நூல்களுள் பிள்ளைத்தமிழ் நூலே மிகச் சிறந்தது. இந்நூலில், அபரிமிதமான சொல்லமைப்பும், மிகவுயர்வான இன்னிசைச் சிறப்பும், கற்பனை நயமுமுண்டு. இவ்வாசிரியரின் தக்கயாகப்பரணி என்பது, கலிங்கத்துப்பரணியின் யாப்பையும் நடையையும் பின்பற்றி எழுதப்பட்டதென்பது வெளிப்படை. கட்டுக்கதைகளில் வரும் தக்கனின் யாகத்தைப் பற்றி இந்நூல் அதிக வலுவுடனும் வேகத்துடனும் கூறுகின்றதாயினும், தகுதி நிலையைப் பொறுத்தவரையில், கலிங்கத்துப்பரணிக்குக் கீழேயே நிற்கின்றது. தன்னைக் கவிஞனாக ஆக்கியருள்புரிந்த கல்வித் தெய்வமாம் சரசுவதியைப் புகழ்ந்து இவர் பாடிய சரசுவதியந்தாதி என்பதே, இவரியற்றிய முதலாவது நூல் என்ற சிறப்பைப் பெறுகின்றது. அரும்பைத்தொள்ளாயிரம், ஈட்டியெழுபது, எழுப்பெழுபது ஆகிய நூல்களையும் இவரியற்றினார் எனக் கூறப்படுகின்றது. ஆனால் இந்நூல்களில் எவ்வித சிறப்புமில்லை. இந்நூல்கள் இயற்றப்பட்ட விதத்தைப் பற்றிப் பலரும் தத்தம் கற்பனையில் தோன்றியபடி கட்டுக்கதைகளைக் கட்டிவிட்டனர். ஆனால் இக்கட்டுக்கதைகள், அவைகளைத் தோற்றுவித்தவர்களினதோ, கவிஞரினதோ நல்ல தன்மைகளைப் பிரதிபலிக்கவில்லை. அரிசிலாற்றங்கரையிலுள்ள (தஞ்சாவூர் மாவட்டம்) கூத்தனூர் என்னும் கிராமம், இக்கவிஞரின் நினைவை நிலைநிறுத்தி வருகின்றது. இங்கே ஒரு சரசுவதி கோவிலுண்டு. இக்கோவிலிலுள்ள பதிவேட்டில், ஒட்டக்கூத்தனின் பேரனான கவிப்பெருமாள் என அழைக்கப்பட்ட ஓவாத கூத்தர் என்பவர், கல்வித் தெய்வத்தின் திருவுருவச் சிலையைப் பிரதிட்டை செய்தார் என்ற செய்தி காணப்படுகின்றது.

தமிழில் இராமாயணம் அல்லது இராமாவதாரம் என்ற நூலை இயற்றிய, புகழ் வாய்ந்த ஆசிரியராகிய கம்பன், கூத்தனிலும் பார்க்கப் பெரிய கவிஞராவார். இவர் மூன்றாம் குலோத்துங்கனின் காலத்தில் மிகச் சிறப்புடன் வாழ்ந்தார். இக்காவியந்தான், தமிழிலக்கியத்திலுள்ள மிகப் பெரிய இதிகாசமாக விளங்குகின்றது. வால்மீகியைப் பின்பற்றியே இக்காவியத்தை எழுதியதாக ஆசிரியர் கூறிக்கொண்டாலும்கூட, இக்காவியம், சமக்கிருத மூலநூலின் மொழிபெயர்ப்பாகவோ, ஏன், தழுவலாகவோ கூடக் காணப்படவில்லை. இராமருடைய கதையைத் தத்தம் மொழிகளிற் காவியங்களாக எழுதி அந்தந்த மொழிகளை வளம்படுத்திய, இந்தியாவின் வெவ்வேறு மொழிகளைச் சேர்ந்த பெரிய கவிஞர்களைப் போன்று, கம்பனும், தான் வாழ்ந்த காலம், இடம் ஆகியவற்றின் போக்கும் நோக்கும் பிரதிபலிக்கும்படி தன் காவியத்தை எழுதினான். கம்பனின் கோசல நாட்டு வரணனை, தன் நாடாகிய சோழநாட்டைப் பற்றி அவன் கண்ட இலட்சியக் கனவின் வர்ணனையாகவேயுள்ளது. தன்னை ஆதரித்த, வெண்ணெய் நல்லூர்ச் சடையனின் புகழிற்கு நிலவின் ஒளியை ஒப்பிடுகின்றான் கம்பன். சமக்கிருத மரபுச் சொற்களின் முதல்வனாக இராமன் இருப்பதைப் போன்று, தமிழ் மரபுச் சொற்களின் முதல்வனாகவும் விளங்குகின்றான். சில இடங்களில், இறுக்கமான தமிழ்க் கவிதை மரபினை விட்டுக் கம்பன் விலகுகின்றான். மிதிலைக்கு இராமன் சென்றவுடனே, அவன் சீதையைத் தற்செயலாகச் சந்தித்தபின், இருவர் உள்ளங்களிலும் தோன்றும் உணர்ச்சிகளைப் பற்றிக் கம்பன் விரிவாக ஆராயும் இடத்தை, இதற்கு எடுத்துக் காட்டாகக் கூறலாம். அனுமானிடமிருந்து இராமருடைய கணையாழியைப் பெற்றபோது, சீதை நடந்துகொண்ட முறையை வர்ணிக்குமிடத்தில், கணவனுடன் மீண்டும் சேர்ந்ததைப் போன்று மகிழ்ச்சியை அவள் அடைந்தாள் என வால்மீகி கூறிய சிறு குறிப்பினைக் கம்பன் மிக விரிவாக விளக்கிப் பாடுகின்றான். வேறு சில சந்தர்ப்பங்களில், வால்மீகி கூறும் விபரங்களைக் கம்பன் சுருக்குகின்றான். தசரதனின் அசுவமேதயாகம் பற்றிக் கூறுவதை இதற்கு எடுத்துக்காட்டாகக் கொள்ளலாம். கம்பனின் வாழ்க்கையைப் பற்றிய நம்பத்தகுந்த விபரங்கள் அரிதாகவேயுள்ளன. காளி முதலிய தெய்வங்களின் கோவில்களிற் பூசாரிகளாக விளங்குவோரின் குலமான உவச்சர் குலத்தைச் சேர்ந்தவர் கம்பன் என நம்பப்படுகின்றது. கம்பன் பாடிய சில தனிப் பாடல்களின் மூலம், இவர், பாண்டிய, காகதீய அரசர்கள் உள்ளிட்ட எல்லாத் தென்னிந்திய மன்னர்களுடனும் தொடர்பு கொண்டிருந்தார் என அறியக்கிடக்கின்றது. இராமர் அயோத்திக்குத் திரும்பி வந்து அரசனாக முடிசூட்டிக் கொள்வது வரையுமுள்ள இராமகதையைக் கம்பனின் காவியம் கூறுகின்றது. உத்தரகாண்டம் வேறொரு புலவரால் எழுதப்பட்டது. கம்பனின் இராமாவதாரம் மிகவும் பிரபலமடைந்திருந்தது. கம்பராமாயணத்திற்கு விளக்கம் கூறுவதையே தம் பரம்பரைத் தொழிலாகக் கொண்ட அசன் குடும்பத்தினர் 14 ஆம் நூற்றாண்டின் முடிவில் மைசூரில் வாழ்ந்தார்கள். ஏரெழுபது, சடகோபரந்தாதி ஆகிய இரு சாதாரண காவியங்களையும் கம்பன் எழுதினான் எனச் சொல்லப்படுகின்றது. இவற்றுள், முதலாவது நூல் விவசாயத்தைப் புகழ்ந்து கூறுகின்றது. இராமாயண காவியத்திற்குச் சிறீரங்கப் பெருமானின் அங்கீகாரத்தைக் கம்பன் வேண்ட, அப்பெருமான், தன் அன்பிற்குகந்த பத்தராகிய

சடகோபரைப் (நம்மாழ்வார்) புகழ்ந்து நூறு கவிதைகள் பாடும்படி கட்டளையிட்டார். அதனால் எழுந்ததே சடகோபரந்தாதி. சோழர் காலத்தின் பிற்கூற்றில் தோன்றிய மதச்சார்பற்ற நூல்களுள், குலோத்துங்கன் கோவை என்பது மிகப் பிரபலமானது. குமார குலோத்துங்கன் என்றும், பின்னால் 3ஆம் குலோத்துங்கன் என்றும் அழைக்கப்பட்ட அரசனைப் பற்றி இந்நூல் கூறுகின்றது. இந்நூலின் ஆசிரியரைப் பற்றி அதிகமாக ஒன்றுந் தெரியவில்லை. ஒரு பெரிய சோழ மன்னனை இந்நூல் காவிய நாயகனாகக் கொண்டுள்ளதென்பதையும், போரில் அம்மன்னன் ஈட்டிய சில சாதனைகளைப் பற்றி இடைக்கிடை கூறுகின்றது என்பதையுந் தவிர, இந்நூலில், குறிப்பிடக்கூடிய அம்சங்கள் வேறில்லை.

முந்திய காலப் பகுதியில் (500-850) பத்தியிலக்கியங்களைப் படைக்க வேண்டும் என்ற உத்வேகம் மிகவும் அதிகமாக இருந்தது. அந்த உத்வேகம், ஓரளவு வலுவுடன் இந்தக் காலப் பகுதியிலும் (850-1200) தொடர்ந்திருநதது. பத்தாம் நூற்றாண்டின் முடிவிலும் பதினோராம் நூற்றாண்டின் ஆரம்பத்திலும் வாழ்ந்த நம்பியாண்டார் நம்பி என்பவர், சைவத் திருமுறைகளைப் பதினொரு பகுதிகளாக ஒழுங்குபடுத்தினார். இதே ஒழுங்கு முறையே இப்போதும் காணப்படுகின்றது. திருமுறைகளைத் தொகுத்துப் பதிப்பிப்பதில் இவர் மேற்கொண்ட முயற்சிகளைப் பற்றி உமாபதி சிவாச்சாரியாரின் திருமுறைகண்ட புராணம் (பதினான்காம் நூற்றாண்டு) கூறுகின்றது. நம்பி, சுயமாக எழுதிய நூல்களுள், ஞானசம்பந்தர் மீது பாடிய ஆறு பிரபந்தங்களும், அப்பர் மேற் பாடிய ஒரு பிரபந்தமும், சுந்தரமூர்த்தியின் திருத்தொண்டத்தொகையை அடிப்படையாக வைத்து, அறுபத்து மூன்று நாயன்மார்களின் வாழ்க்கையைப் பற்றிச் சுருக்கமாக எழுதிய திருத்தொண்டர் விருவந்தாதியும் அடங்கும். இவைகளும் விநாயகரைப் பற்றியும் சிதம்பரத்தைப் பற்றியும் புகழ்ந்து இவர் பாடிய காவியங்களும், பதினொராந் திருமுறையில் இடம்பெறுகின்றன. இவற்றுடன், நம்பியின் காலத்தவரும், ஆனால் வயதில் நம்பியிலும் பார்க்க மூத்தவருமான பட்டினத்துப் பிள்ளையார் என்பவர் சிதம்பரம், கழுமலம் (சீயாழி), திருவிளைமருதூர், காஞ்சிபுரம், ஒற்றியூர் ஆகிய இடங்களிலுள்ள சைவ ஆலயங்களைப் பற்றிப் புகழ்ந்து பாடிய ஐந்து பாடற்றொகுதிகளும் பதினொராந் திருமுறையில் இடம்பெறுகின்றன. ஒன்பதாந் திருமுறையாகிய திருவிசைப்பாவில் இடம்பெற்றுள்ள பாடல்களைப் பாடியவர்கள், நம்பியின் காலத்திற்கு ஒருசில ஆண்டுகள் முன்பு வாழ்ந்தவர்கள். ஒன்பது ஆசிரியர்களின் பாடல்கள் இதில் சேர்க்கப்பட்டுள்ளன. அவர்களுள் ஒருவர், முதலாம் பராந்தகனின் மகனாகிய கண்டாரதித்தியன் என்பவர். கருவூர்த்தேவன் என்ற இன்னொருவன், தன் காலத்தில் சோழநாட்டிற கட்டப்பட்ட மூன்று கோவில்களிலுள்ள - களந்தையிலுளள ஆதித்தியேசுவரர், தஞ்சாவூர் இராசராசேசுவரர், கங்கை கொண்ட சோழபுரத்துக் கங்கை கொண்ட சோழேசுவரர்-தெய்வங்களைப் பற்றிப் பாடியுள்ளார்.

இரண்டாம் குலோத்துங்கனின் (1133-50) ஆட்சிக் காலத்திற் சேக்கிழார் இயற்றிய திருத்தொண்டர் புராணம் அல்லது பெரிய புராணம், சைவத் தமிழிலக்கிய வரலாற்றில் ஒரு முக்கியமான கட்டத்தைக் குறிக்கின்றது.

சேக்கிழார் பெரியபுராணத்தை இயற்றிய நிகழ்ச்சியை, உமாபதி சிவாச்சாரியார், தன் சேக்கிழார் நாயனார் புராணம் என்ற நூலிற் புகழ்ந்து கூறியுள்ளார். வேளாண்குலத்தைச் சேர்ந்த சேக்கிழார் சென்னைக்கு மிக அண்மையிலுளள குன்றத்தூர் என்ற இடத்திற் பிறந்தார்; சோழ மன்னனின் சேவையிற் சேர்ந்து, மிகவுயர்ந்த பதவியை யடைந்து, உத்தம சோழ பல்லவராயன் என்ற பட்டத்தைப் பெற்றார். தான் மிகவும் ஈடுபாடு கொண்டிருந்த திருநாகேசுவரம் (கும்பகோணத்திற்கண்மையில்) என்ற இடத்திலுள்ள கோவிலைப் போன்ற ஒரு கோவிலை இவர் கட்டினார். சோழ மன்னன், சீவகசிந்தாமணி என்ற நூலைப் படித்தபடியால், ஆழ்ந்த மத பக்தியுடைய சேக்கிழாரின் உள்ளம் துன்பமுற்றது. பக்தியில்லாத வெறும் காலலிலக்கியங்களைப் படித்தலை விடுத்து, சுந்தரமூர்த்தி நாயனாராலும் நம்பியாண்டார் நம்பியாலும் புகழ்ந்து போற்றப்பட்ட அறுபத்து மூன்று நாயனார்களின் வாழ்க்கையைப் பற்றிப் படிக்கும்படி சேக்கிழார், மன்னனைத் தூண்டினார். ஆகவே, அவர்களின் வாழ்க்கையை விளக்கிக் கூறும்படி சேக்கிழாரைக் கேட்டான் மன்னன். சேக்கிழார் கூறிய வரலாற்றால் பெரிதும் கவரப்பட்ட மன்னன், அவற்றை ஒரு காவியத்தில் மிக விரிவாக எழுதும்படி கூறி, அதற்குதவியாக ஏராளமான பொருளையும் அவருக்குக் கொடுத்தான். சிதம்பரத்திற்குச் சென்ற சேக்கிழார், தெய்வ அருள் நிறைந்த மனத்தினராய் - உலகெலாம் என்ற சொல்லுடன் காவியத்தை ஆரம்பிக்கும்படி ஒரு குரல் அவருக்குக் கட்டளையிட்டது - அங்குள்ள அழகிய ஆயிரங்கால் மண்டபத்திலிருந்து புராணத்தை எழுதத் தொடங்கினார். புராணம் எழுதி முடிக்கப்பட்டபோது, சோழ மன்னன் சிதம்பரத்திற்குச் சென்றான். சேக்கிழார் தன் புராணத்தை விளக்கிக் கொண்டிருந்தபோது, வேறொரு தெய்வக் கட்டளையின்படி, மன்னன் அவ்விளக்கவுரையை ஒவ்வொரு நாளும் மிகக் கவனமாகக் கேட்டான். ஓராண்டு காலமாக இந்நிகழ்ச்சி நடைபெற்றது. இந்தப் புராணத்தை உண்மையான ஐந்தாம் தமிழ் வேதம் என எல்லோரும் அழைத்தார்கள். சைவத் திருமுறைத் தொகுதயிற் கடைசியான பன்னிரண்டாந் திருமுறையாக இது இடம்பெற்றது. தமிழ் நாட்டிலுள்ள சைவ மக்களின் வாழ்க்கையை இப்புராணம் பெரிதும் பாதித்துள்ளது. மொழிபெயர்ப்புகள் தழுவல்கள் மூலமாக, ஆந்திர, கருநாடக நாட்டு மக்களின் வாழ்க்கையையும் இந்நூல் பாதித்துள்ளது. தமிழ் இலக்கியத்திலுள்ள மிக உன்னதமான நூல்களுள் இதுவுமொன்று. ஏகாதிபத்தியவாதிகளான சோழப் பேரரசர்களின் பொற்காலத்தினதும், சைவ மதத்தின்மீது அவர்கள் கொண்டிருந்த ஆழ்ந்த ஈடுபாட்டினதும் நினைவுச் சின்னமாக இப்புராணம் விளங்குகின்றது.

இக் காலப்பகுதியில் வைணவ இலக்கியங்கள் பெரும்பாலும் சமக்கிரதத்திலேயே இயற்றப்பட்டன. கடைசி இரண்டு ஆழ்வார்களும் இக்காலப்பகுதியிலேயே வாழ்ந்தார்கள் எனக் கொள்ளலாம். இவர்களையடுத்து வந்த ஆச்சாரியார்களும், நாலாயிரத் திவ்வியப் பிரபந்தத்தைத் தொகுத்த நாதமுனியும், இராமானுசர் என்ற பெரியாரும் ஏறக்குறைய எல்லா நூல்களையும் சமக்கிருதத்திலேயே இயற்றினர். சைவ சமயத்திலும் பார்க்க அதிக மக்களின் நெஞ்சைக் கவரும் வகையில் ஆரம்பித்த வைணவ மறுமலர்ச்சி இயக்கத்தில், இப்படியான ஒரு மாற்றம் ஏற்பட்டது விந்தையாகவே இருக்கின்றது. ஆரம்ப காலத்திலெழுந்த திருவாய்மொழிக்கு, இப்போது கிடைக்கக்கூடிய மிகச்

சுருக்கமான விளக்கவுரையை எழுதிய பிள்ளான் என்பவரும், வேறு பல விரிவான விளக்கவுரைகளை எழுதிய நாஞ்சியார், நம்பிள்ளை, பெரியவாச்சான், வடக்குத் திருவீடிப்பிள்ளை ஆகிய எல்லாரும ஒரு நூதனமான மணிப்பிரவாள (நேரடி மொழிபெயர்ப்பு: பளிங்கும் பவளமும) நடையைக் கையாண்டார்கள். இந்த வசனநடையில் ஏராளமான சமக்கிருதச் சொற்கள் கலந்திருக்கும். படித்த, குறுகிய ஒரு வட்டத்தினரைத்தவிர, மற்றையோரால் இந்நடையை இலகுவில் விளங்கிக்கொள்ள முடியாது. இராமானுசரைப் புகழ்ந்து, அவருடைய சீடராகிய திருவரங்கத்து அமுதனார் இயற்றிய நூறு பாடல்கள் கொண்ட இராமானுச நூற்றந்தாதி என்பது, குறிப்பிடத்தக்க புறநடையாக அமைந்துள்ளது. இப்பாடல்கள் மிக எளிமையான, பத்தியைத் தூண்டக்கூடிய நடையில் எழுதப்பட்டுள்ளன. இன்றும் பலர் இதற்கு மிக உயர்ந்த மதிப்பு அளித்து வருகின்றார்கள். இந்நூல், பலரால், தம் நாளாந்தப் பிரார்த்தனையின்போது, பாராயணம் பண்ணப்பட்டு வருகின்றது. குருவின் அருளின்றி விடுதலை கிடையாதென்பதே இந்நூல் விளக்கும் முக்கிய கருத்தாகும்.

தேவேந்திர முனிவர் இயற்றிய சீவசம்போதனை என்ற சமண நூல், பன்னிரண்டு வகையான தியானங்களைப் பற்றி விளக்குகின்றது. ஆன்மாவை விளித்துச் சொல்லும் முறையில் இந்நூல் அமைந்திருக்கின்றது. புராண சம்பந்தமான கதைகளும் நிகழ்ச்சிகளும் இந்த நூலில் நிறைந்துள்ளன. இதிலுள்ள யாப்பு முறைகள், இதே காலத்தில் எழுதப்பட்ட கல்வெட்டுகளிற் காணப்படும் யாப்பு முறைகளை ஒத்திருக்கின்றன.

தமிழ் இலக்கணத் துறையில், பத்தாம் நூற்றாண்டின் இறுதியில் வாழ்ந்த சமணத் துறவியாகிய அமிதசாகரர் என்பவர் யாப்பருங்கலம், யாப்பருங்கலக்காரிகை என்ற இரண்டு நூல்களை எழுதினார். யாப்பிலக்கணத்தைப் பற்றிய அதிகாரபூர்வமான நூல்கள் இவையாகும். இவையிரண்டிற்கும் மிகத் தெளிவான விளக்கவுரைகள் உள. சமணத்துறவியாகிய குணசாகரர் என்பவர் காரிகைக்கு விளக்கவுரை எழுதினார். இவர், பெரும்பாலும் அமிதசாகரரின் சீடராக இருக்கக்கூடும். ஒப்பற்ற முறையில் பல்வேறு விடயங்களைப் பற்றிக் கூறும் யாப்பருங்கலம், தமிழிலுள்ள யாப்பு முறைகளைப்பற்றி மிக விரிவாகக் கூறுகின்றது. இதனுடைய சுருக்கமே காரிகை (சமக்கிருதத்தில் காரிகா). அமிதசாகரர் சூளாமணியை மேற்கோள் காட்டுகின்றார். வீரசோழியம் என்ற நூலை எழுதிய பௌத்த ஆசிரியராகிய புத்தமித்திரர், அமிதசாகரரை மேற்கோள் காட்டுகின்றார். அமிதசாகரரும் புத்தமித்திரரும், அக்காலத்திலாட்சி செய்த சோழ மன்னர்களால் ஆதரிக்கப்பட்டார்கள். அவர்களுக்கு நன்கொடையாக மிகப் பரந்த ஆணிலப்பகுதிகள் வழங்கப்பட்டன. வீரராசேந்திரன் என்பவர் ஒரு பெரிய தமிழ் அறிஞர் எனப் புத்தமித்திரர் குறிப்பிடுகின்றார். கலித்துறையில் எழுதப்பட்ட புத்தமித்திரரின் நூல், சமக்கிருத இலக்கண முறைகளையும் தமிழ் இலக்கண முறைகளையும் ஒன்றாக இணைக்க முயல்கின்றது. சந்தி (எழுத்து), சொல், பொருள், யாப்பு, அலங்காரம் (அணி) ஆகிய ஐந்து பிரிவுகளுடைய பூரணமான ஆராய்ச்சி நூலாக இது விளங்குகின்றது. தமிழ் இலக்கணக் கொள்கையின் வரலாற்றைப் பற்றி அறிந்துகொள்ள விரும்பும் மாணவனுக்கு, அதிக

ஆர்வத்தையுண்டாக்கும் வகையில் இந்நூல் அமைந்துள்ளது. இந்நூலாசிரியரின் மாணவராகிய பெருந்தேவனார் என்பவர் இதற்கு ஒரு விளக்கவுரை எழுதியுள்ளார். தாண்டியலங்காரம் என்ற நூல், முக்கியமாக அணிகளைப் பற்றிக் கூறுகின்றது. இந்நூல், தண்டியாசிரியரின் புகழ்பெற்ற நூலாகிய காவியதரிசம் என்பதை முன்மாதிரியாக வைத்து எழுதப்பட்டது என்பதை, இதன் பெயரே காட்டுகின்றது. சூத்திரங்களால் (நீதிவாக்கியங்களைப் போன்று) ஆக்கப்பட்ட இந்நூல், காவியதரிசத்தைப் போல், கவிதை, காவியம் ஆகியவற்றின் தன்மைகளைப் பற்றியும் அணிகளைப் பற்றியும் அருத்தாலங்காரம் (பொருளணி), சப்தாலங்காரம் (சொல்லணி) ஆகிய இரு பெரும் பிரிவுகளிற் கூறுகின்றது. ஒவ்வொரு சூத்திரத்தின் முடிவிலும், அதன் விளக்கமும் உதாரணமும் கொடுக்கப்பட்டுள்ளன. இவையனைத்தையும் நூலாசிரியரே எழுதினார் எனவும் நம்பப்படுகின்றது. உதாரணத்திற்குக் கொடுக்கப்பட்ட சில செய்யுட்கள் அனபாய சோழனைப் (2ஆம் குலோத்துங்கன்) புகழ்ந்துரைக்கின்றன. ஆசிரியரின் பெயரும் அவருடைய வாழ்க்கை விபரங்களும் இப்போது கிடைக்கவில்லை. நூற்றுக்குக் குறைந்த வெண்பாக்கள் கொண்ட சிறிய நூலாகிய குணவீரபண்டிதனின் நேசிநாதம், தமிழ் இலக்கணத்திலுள்ள எழுத்ததிகாரம் பற்றியும் சொல்வகைகளைப் பற்றியும் (எழுத்தும் சொல்லும்) கூறுகின்றது. 3ஆம் குலோத்துங்கனின் காலத்தில் வாழ்ந்த சமணராகிய இந்நூலாசிரியர், தென் மைலாப்பூரில் வாழ்ந்த தீர்த்தங்கரர் ஆகிய நேமிநாதரின் பெயரை இந்நூலுக்குச் சூட்டினார். இதே ஆசிரியர் யாப்பிலக்கணத்தைப் பற்றிக் கூறும் வச்சணந்திமாலை (வச்சணந்தியின் பூமாலை) என்ற நூலையும் எழுதினார். தன் குருவின் பெயராகிய வச்சணந்தி என்பதையே தன் நூலுக்குச் சூட்டினார். இந்நூலுக்கு வெண்பாப் பாட்டியல் என்ற ஒரு பெயருமுண்டு. வேறொரு சமண இலக்கண ஆசிரியராகிய பவணந்தி நன்னூல் (நல்ல நூல்) என்பதை இயற்றினார். 3ஆம் குலோத்துங்கனின் மானியகாரனாகவிருந்த கங்கையரசன் இவரை ஆதரித்தான். எழுத்து, சொல் ஆகியவற்றைப் பற்றியே நன்னூல் கூறுகின்றது. ஆசிரியர் இவற்றுடன் நிறுத்தினாரா, அல்லது அவரியற்றிய மிகுதிப் பகுதி தொலைந்து போய்விட்டதா என்பது இப்போது தெரியவில்லை. நன்னூல் எளிமையாகவும், சுருக்கமாகவும் அமைந்துள்ள காரணத்தினால், தமிழ் இலக்கணம் பயில ஆரம்பிப்பவர்கள், மற்றெல்லா நூல்களையும் விட, இதனையே தம் கைநூலாகக் கொள்கின்றனர். வேறொரு சமண எழுத்தாளரான ஐயனாரிதனார் என்பவரின் புறப்பொருள் வெண்பாமாலை, புறம் சம்பந்தமான துறைகள் (நிலைகள்) பற்றிய மரபினை வரையறுத்துக் கூறுகின்றது. ஒவ்வொரு துறையும் ஒவ்வொரு வெண்பாவினால் விளக்கப்படுகின்றது. சில வகையில், இந்த நூல் தொல்காப்பியத்தினின்றும் வேறுபட்டிருக்கின்றது. முன்பு எழுதப்பட்ட பன்னிருபடலம் என்ற நூலை அடிப்படையாகக் கொண்டே புறப்பொருள்வெண்பாமாலை எழுதப்பட்டதெனவும் சொல்லப்படுகின்றது.

அகராதிகளைப் பொறுத்தவரையில், பிங்களம் என்ற பெரிய நிகண்டு (அகராதி) இக்காலப் பகுதியைச் சேர்ந்தது. இதனை இயற்றிய ஆசிரியரும் இதே பெயரையே கொண்டிருந்தார். இதிலுள்ள விடயப் பிரிவுகள், திவாகரம் என்ற நிகண்டிலுள்ள விடயப் பிரிவுகளிலிருந்தும் வேறுபட்டவை. அம்பர்

என்ற இடத்தைச் சேர்ந்த சேந்தன் என்ற ஒருவரின் ஆதரவின் கீழிருந்த திவாகரன் என்பவர், கி.பி. எட்டாம் நூற்றாண்டில் திவாகரநிகண்டை இயற்றினார். இப்போது கிடைக்கின்ற நகண்டுகளுள் முதன் முதலாக இயற்றப்பட்டது திவாகரம் ஆகும். பிங்கள நிகண்டின் ஆசிரியரைப் பற்றி அதிகமாக ஒன்றுந் தெரியவில்லை. அவரைப்பற்றி நன்னூலிற் குறிப்பிடப்பட்டுள்ளது. அவர் ஒரு சைவராக இருந்தார் எனத் தெரிகிறது.

இக் காலப் பகுதியின் பிற்கூற்றில், சைவ சித்தாந்தத் தத்துவஞான இலக்கியங்கள் முதன் முதலாக எழுதப்பட்டன. திருவுந்தியார் என்பதை 1148ஆம் ஆண்டில் திருவியலூர் உய்யவந்த தேவர் என்பவரும், திருக்களிற்றுப்படியார் என்ற நூலை 1178ஆம் ஆண்டில் திருக்கடவூர் உய்யவந்த தேவர் என்பவரும் எழுதினார்கள். பின்னவர், முன்னவரின் மாணவர் எனச் சொல்லப்படுகின்றது. சித்தாந்த சாத்திரம் பதினான்கனுள், மெய்கண்ட தேவரின் சிவஞானபோதத்திற்கு முன்பு எழுதப்பட்ட நூல்கள் இவையிரண்டுமே. சைவ சமய நூல்களுள், சிவஞானபோதம் பல்லோராலும் புகழ்ந்து போற்றப்படும் ஒரு நூலாக விளங்குகின்றது.

1200ஆம் ஆண்டு தொடக்கம் 1650ஆம் ஆண்டுவரை பரந்திருந்த காலப்பகுதி, தமிழ் இலக்கிய வரலாற்றில் நமது கவனத்தைக் கவரும் இறுதியான நான்காவது பகுதியாகும். இக்காலப் பகுதியில், தத்துவஞான நூல்களும், விளக்கவுரைகளும், புராணங்களும், பிரபந்தங்களும் அதிக அளவில் இயற்றப்பட்டன. இவற்றுட் பெரும்பாலானவை இரண்டாந் தரமான, சார்பு நூல்களாக இருப்பதால், ஆக்கபூர்வமான சாதனைகளைச் செய்த காலம் மாறி, வேறொரு நூலைப் பின்பற்றி எழுதுகின்ற, கண்டனஞ் செய்கின்ற காலம் வந்துவிட்டது என்ற கருத்து நமக்கு ஏற்படுகின்றது. இக் காலப் பகுதியில், நாட்டின் கல்வியமைப்பிற் குறிப்பிடத்தக்க பங்கு எடுக்கத் தொடங்கிய புராதனமான மடங்கள், ஓரளவிற்கு ஏட்டுக் கல்விப் புலமையை ஊக்குவித்தன. இப்போதிருந்த ஆசிரியர்களுட் பெரும்பாலானவர்கள் சைவ, அல்லது வைணவ மதப்பிரிவைச் சேர்ந்தவர்களாக இருந்தார்கள். சமண எழுத்தாளர்களுட் சிலர் இக்காலப்பகுதியிலும் தொடர்ந்து நூல்களை இயற்றினார்கள். விசயநகரப் பேரரசர்களும், தெற்கே மதுரைவரையிருந்த அவர்களின் மானியகாரர்களுட் பெரும்பாலானவர்களும் தெலுங்கர்களாக இருந்தார்கள்; சமக்கிருத, தெலுங்கு மொழிகளிலே அதிக நாட்டம் செலுத்தினார்கள். இருந்தபோதிலும், இக்காலப் பகுதியில் தமிழ் இலக்கிய வளர்ச்சி பின்தங்கியிருந்தது என்று நினைப்பதற்கு எவ்வித காரணமும் இல்லை. தென் கோடியிலிருந்த பாண்டியர்கள் பதினைந்தாம் நூற்றாண்டு தொடக்கம் தமிழை வளர்ப்பதில் முக்கிய கவனம் செலுத்தினார்கள்.

இக்காலப் பகுதியின் ஆரம்பத்தில், பதின்மூன்றாம் நூற்றாண்டின் முற்கூற்றில் மெய்கண்டதேவர் வாழ்ந்தார். இவர் தன் சிவஞானபோதம் என்ற நூலில், சைவ சித்தாந்தக் கொள்கைகளை முறைப்படுத்திக் கூறினார். பன்னிரண்டு சூத்திரங்களைக் கொண்ட சிறிய நூல் இது. ஒரு சமக்கிருத மூலநூலிலிருந்து இந்நூல் பெரும்பாலும் மொழிபெயர்க்கப்பட்டிருக்கலாம். ஆசிரியர் சேர்த்துள்ள வார்த்திகைகள், ஒவ்வொரு சூத்திரத்திலும் விவாதிக்கப்படும் பொருளை உதாரணத்துடன் விளக்குகின்றன. இந்நூலின்

அமைப்பு முறை எளிமையானது. கடவுள் (பதி), தளை (பாசம்), ஆன்மா (பசு) ஆகிய முப்பொருளுண்மைகளை முதன் மூன்று சூத்திரங்களும் உறுதிப்படுத்துகின்றன. அடுத்த மூன்று சூத்திரங்கள், அவற்றின் தன்மையையும், ஒன்றுடன் ஒன்று கொண்டுள்ள தொடர்பினையும் வரையறுத்து விளக்குகின்றன. அடுத்த மூன்று சூத்திரங்கள், விடுதலையடையும் வழிகளைப் பற்றிக் கூறுகின்றன. கடைசியாகவுள்ள மூன்று சூத்திரங்கள் அவ்விடுதலையின் தன்மையைப் பற்றிக் கூறுகின்றன. ""வேதம்தான் பசு; உண்மையான ஆகமம் அப் பசுவின் பால். தமிழில் நால்வர் பாடிய தேவாரம், திருவாசகம் என்பவை அந்தப் பாலிலிருந்து எடுத்த நெய்; புகழ்பெற்ற வெண்ணை நகரைச் சேர்ந்த மெய்கண்டாரின் இந்நூல், அந்த நெய்யின் நறுமணம்"" என்று ஒரு கூற்று உண்டு. சிவஞானபோதத்தை அடுத்து, சைவக் கோட்பாட்டைப் பற்றியெழுந்த முக்கியமான நூல், அருணந்தியின் சிவஞானசித்தியார். இவர், முதலில் மெய்கண்டாருடைய தந்தையின் குருவாகவும், பின் மெய்கண்டாரின் சீடனாகவுமிருந்து புகழ்பெற்றவர். சிவஞானபோதத்திலுள்ள சூத்திரங்களின் ஒழுங்கைப் பின்பற்றி, உண்மையான கோட்பாட்டை (சுபக்கம்) இந்நூல், விருத்தப் பாக்களில் விவரிக்கின்றது. ஒவ்வொரு விவரணத்திற்கும் முன்னே, மறு சமயங்கள் (பர-பக்கம்) பற்றிக் கண்டன முறையிலான ஓர் ஆராய்ச்சி இடம் பெற்றுள்ளது. இந்த மறு சமயங்களுள், பௌத்த மதத்தின் நான்கு பிரிவுகளும் சமண சமயத்தின் இரண்டு பிரிவுகளும் உட்பட, பதினான்கிற்குக் குறையாத சமயங்கள் இடம்பெற்றுள்ளன. சைவக் கோட்பாடு பற்றித் தமிழில் எழுதப்பட்ட சிறந்த, பெரிய நூல் இதுவே. இந்நூலுக்கு அடிக்கடி உரைகள் எழுதப்பட்டன. இவ்விடயம் பற்றி எழுந்த நூல்களுள் மிகப் பரந்த அளவிற் பயிலப்படும் நூலும் இதுவாகும். ஓர் ஆசிரியருக்கும் மாணவனுக்குடையே நடைபெறும் உரையாடலைப் போன்று, இரு வேறு யாப்புகளில் மாறி மாறி எழுதப்பட்ட இருபது செய்யுட்களைக் கொண்டது இருபா-இருபது. இதை இயற்றியவரும் அருணந்தியே. இந்த இருபது செய்யுட்கள் ஒவ்வொன்றிலும், ஆசிரியரின் குருவாகிய மெய்கண்டாரின் பெயர் இடம்பெறுகின்றது. திருவாடி (தென்னாற்காடு) என்ற இடத்தைச் சேர்ந்த மனவாசகங்கடந்தார் என்பாரின் உண்மை விளக்கம் (பேருண்மையைப் பற்றிய விளக்கம்) சைவக் கோட்பாட்டைப் பற்றி மிக எளிய முறையில் எழுதப்பட்ட நூலாகும். இது, ஆகமங்களின் முக்கிய கருத்துக்களினின்றும் வழுவாது எழுதப்பட்டுள்ளது. சைவ சித்தாந்த சாத்திரங்கள் பதினான்கனுள் எஞ்சியுள்ள எட்டு நூல்களையும் இயற்றியவர் உமாபதி சிவாச்சாரியார் ஆவர். (இவர் பதின்மூன்றாம் நூற்றாண்டின் இறுதியிலும் பதினான்காம் நூற்றாண்டின் ஆரம்பத்திலும் வாழ்ந்தவர்). இவற்றுள் ஒன்றாகிய சங்கற்பநிராகரணம் 1313 ஆம் ஆண்டில் இயற்றப்பட்டது. சித்தியாரில் உள்ள பரபக்கத்தைப் போன்று, இந்நூலும் மறுசமயங்களைக் கண்டிக்கின்றது. ஆனால் முன்னையதைப் போலன்றி, இந்நூல், சைவ சமயத்திலுள்ள மிக நுட்பமான வேறுபாடுகளையும் கவனமாகக் கூறுகின்றது. இந்த இரண்டு நூல்களுக்கும், திருவொற்றியூரைச் சேர்ந்த ஞானப்பிரகாசர் என்பவர், 16ஆம் நூற்றாண்டில் விளக்கவுரை எழுதினார். இவர் தனது பிறந்த ஊரைப் பற்றி ஒரு புராணமும் எழுதினார் (ஏறக்குறைய 1580ஆம் ஆண்டளவில்).

பதினான்காம் நூற்றாண்டினிறுதியிலும், பதினைந்தாம் நூற்றாண்டின் ஆரம்பத்திலும் வாழ்ந்த சுவரூபானந்ததேசிகர் என்பவரும் அவருடைய மாணவராகிய தத்துவராயர் என்பவரும் அத்துவைத தத்துவம் சம்பந்தமான, பலராலும் பாராட்டப்படும் இரண்டு செய்யுள் நூல்களை ஆக்கினார்கள். 2,824 செய்யுட்களைக் கொண்ட சிவப்பிரகாசப்பெருந்திரட்டு என்பதனைச் சுவரூபானந்த தேசிகர் எழுதினார். இதில் சரி அரைவாசிச் செய்யுட்களைக்கொண்ட குறுந்திரட்டு (சுருக்கமான செய்யுட் திரட்டு) என்பதனை, அவருடைய மாணவராகிய தத்துவராயர் எழுதினார். தமிழ் நாட்டில், சைவ சமயத்தின் வெள்ளிக்காலம் எனக் கூறக்கூடிய இக்காலப் பகுதியிலெழுந்த சமய, தத்துவஞான இலக்கியங்களை இந்த இரண்டு செய்யுட் திரட்டுகளும் பாதுகாத்து வைத்திருக்கின்றன. இந்த இரண்டு நூல்களுமில்லையேல், அந்த இலக்கியங்கள் தொலைந்து போயிருக்கும், தன் குருவைப் போன்று, தத்துவராயரும் ஒரு துறவியாக இருந்தார். ஏராளமான பக்திப் பாடல்களை இவர் இயற்றினார். அவற்றுட் சில, எளிமையான சொல்லமைப்பினாலும், சாதாரண மக்களின் நெஞ்சைப் பெரிதும் கவர்ந்தமையினாலும், குறிப்பிடத்தக்கவையாக விளங்கின. பாடல்கள், எளிய நடையில் எழுதப்பட்ட சிறிய பாடல்களாக இருந்தமையால், அவற்றை முன்மாதிரியாக வைத்துப் பிற்காலச் சாகித்திய கருத்தாக்கள் அதிக பாடல்களை இயற்றினார்கள். கவிதைகளுள் பாடுதுறை, ஞானவினோதன் கலம்பகம், மோகவடைப் பரணி, அஞ்ஞவடைப் பரணி முதலியவற்றைக் குறிப்பிடலாம். இவற்றிலும் பார்க்க, மக்களின் நெஞ்சை அதிகம் கவர்ந்தவை பல்வேறு யாப்புகளில், மிகத் திறமையுடன், அருணகிரிநாதர் ஆக்கிய 1360க்கு மேற்பட்ட திருப்புகழ் பாடல்களாகும். ஒப்பற்ற இனிமையுடன் விளங்கும் ஒவ்வொரு பாடலிலும் சமக்கிருதச் சொற்கள் பெருந்தொகையாக உபயோகிக்கப்பட்டுள்ளன. அருணகிரிநாதரின் கற்பனை உருவங்கள் மிகத் தெளிவாக இருக்கின்றன. இந்து சமயத்தின் புனிதமான புராணக் கதைகளை இவர் பரந்த அளவில் அறிந்திருந்தார் என்பது ஒவ்வொரு பாடலிலும் தெரிகின்றது. பிரௌத தேவராயரைப் பற்றி ஆசிரியர் குறிப்பிடுகின்றபடியால், இவர் பதினைந்தாம் நூற்றாண்டைச் சேர்ந்தவர் எனக் கொள்ளப்படுகின்றது. இவருடைய வாழ்க்கையைப் பற்றிக் கட்டுக்கதைகள் பல உள. இவருடைய பாடல்களிலுளள சில மேற்கொள்களிலிருந்து, இவர் முதலில் ஒழுக்கக் கட்டுப்பாடில்லாதவராக வாழ்ந்தாரெனவும் ஆனால், அதற்காகப் பின்னால் வருத்தப்பட்டாரெனவுந் தெரிகின்றது. முருகன் அல்லது கார்த்திகேயனைத் தன் முழுமுதற் கடவுளாக ஏற்றுக்கொண்ட இவர், சைவ சிந்தாந்தக் கொள்கைகளைப் பின்பற்றினார். இவர் முருகனுடைய ஆலயங்கள் எல்லாவற்றையும் தரிசித்திருக்கின்றார் எனத் தெரிகின்றது. முருகன் அல்லது கார்த்திகேயனைத் தன் முழுமுதற் கடவுளாக ஏற்றுக்கொண்ட இவர், சைவ சிந்தாந்தக் கொள்கைகளைப் பின்பற்றினார். இவர் முருகனுடைய ஆலயங்கள் எல்லாவற்றையும் தரிசித்திருக்கின்றார் எனத் தெரிகின்றது. பழனியில் இவருக்கு விசேட பற்று இருந்தது. பழனியைப் பற்றித் தன் திருப்புகழில் நிறையப் பாடுகின்றார். முருகனைப் புகழ்ந்து, பல சிறிய பக்திப் பாடல்களையும் இவர் இயற்றினாரெனச் சொல்லப்படுகின்றது. மதுரையில் வாழ்ந்த சிவப்பிரகாசர் (1489) என்ற ஒருவர், அருணந்தியின் இருபா-இருபது என்பதற்கும் உமாபதியின்

சிவப்பிரகாசம் என்ற நூலுக்கும் விளக்கவுரைகளை எழுதினார். இவ் விளக்கவுரைகள் அதிக பெறுமதி வாய்ந்தவை. பெரும்புகழீட்டிய விசயநகர மன்னனாகிய கிருட்டிண தேவராயனின் அரசசபையை அணிசெய்த கரிதாசர் என்ற வைணவப் புலவர், சைவம், வைணவம் ஆகியவற்றை விளக்கும் இரு சமய-விளக்கம் என்ற நூலை எழுதினார். இந்நூல் சைவத்திலும் பார்க்க வைணவத்தையே அதிகம் சார்ந்ததாக இருக்கின்றது. சிதம்பரத்திலுள்ள ஒரு மடத்தில் வாழ்ந்த மறைஞானசம்பந்தர் என்பவர், 1200 செய்யுட்களைக் கொண்ட சிவதருமோத்தரம் (1553) என்ற நூலை இயற்றினார். ஆகமங்களின் அடிப்படையில் எழுந்த இந்நூல், பன்னிரண்டு பிரிவுகளில், இப்பிரபஞ்சத்தைப் பற்றியும், கோவிலைப் பற்றியும், அதன் அமைப்பு முறையைப் பற்றியும் மத சாத்திரத்தைப் பற்றியும் கூறுகின்றது. இதே ஆசிரியர், சைவ மக்கள் ஒவ்வொருவரும் ஒவ்வொரு நாளும் கைக்கொள்ள வேண்டிய சமய வழக்கங்களைப் பற்றி, 727 சிறிய செய்யுட்களில் (குறள் வெண்பாக்கள்) சைவ சமய நெறி (சைவ சமயத்தின் வழி) என்ற நூலை இயற்றினார். ஏறக்குறைய இதே காலத்தில், (1564) சிவாக்கிரயோகி என அழைக்கப்பட்ட சிவக்கொழுந்து தேசிகர், சித்தியார் முழுவதற்கும் அதிகார பூர்வமான ஒரு விளக்கவுரை எழுதினார். கிரியைகள், துறவு ஆகியவற்றைப் பற்றியும் மத சம்பந்தமான மற்றைய விடயங்களைப் பற்றியும் இவ்வாசிரியர் நூல்கள் எழுதினார். இதே காலத்தில் வாழ்ந்த கமலை ஞானப்பிரகாசர் என்பவர் சைவ வழிபாட்டைப் பற்றிப் பல நூல்களையும், திருமழுவாடியைப் பற்றி ஒரு புராணத்தையும் திருவண்ணாமலையைப் பற்றி ஒரு கோவையையும் இயற்றினார். உத்தரகோச மங்கையைப் பற்றி மாசிலாமணி சம்பந்தர் எழுதிய புராணம், மாணிக்கவாசகரின் வாழ்க்கையைப் பற்றிக் கூறும் மிக முக்கியமான நூலாகும். அகராதிகளிற் காணப்படுகின்ற அரிதான சொற்களெல்லாவற்றையும் உபயோகித்து, நிரம்ப அழகிய தேசிகர் என்பவர் எழுதிய சேதுபுராணம் அறிஞர்களின் மத்தியிற் பிரசித்தி பெற்றுள்ள ஒரு நூலாகும். எழுத்தாளர்களாக வருவதற்கு விரும்புபவர்கள் இந்நூலைப் படித்தால், அவர்களின் சொல்வளம் அதிகரிக்கும். திருப்பரங்கிரி, திருவையாறு முதலிய இடங்களைப் பற்றிய புராணங்களையும் இவரியற்றினார். சித்தியாருக்கு ஒரு விளக்கவுரை இவரால் எழுதப்பட்டது. இவர் காலத்தில் வாழ்ந்த, ஆனால் இவரிலும் பார்க்க வயதில் மூத்தவரான சிவாக்கிரயோகி என்பவர் எழுதிய விளக்கவுரையிலிருந்து, இவர் எழுதிய விளக்கவுரை, சில வகையில் வேறுபட்டுள்ளது. இவருக்கு மாணவர்கள் பலர் இருந்தார்கள். அவர்கள் பல சிறிய புராணங்களையும், பிரசித்திபெற்ற திருவாலூர் புராணம் (1592) உட்பட, வேறு பல சமய நூல்களையும் இயற்றினார்கள். துறசை அம்பலவாண தேசிகர் (1605 ஆம் ஆண்டளவில் வாழ்ந்தவர்) என்பவர், சித்தாந்த சிகாமணி, நிட்டை விளக்கம், சன்மார்க்க சித்தியார் போன்ற பல சமய நூல்களை எழுதினார். இவற்றுடன் சைவ தத்துவத்தை விளக்கி இலகுவான வசன நடையில் பூப்பிள்ளை-அட்டவணை என்ற நூலையும் எழுதினார். இவருக்குக் கீழ்ப்படிவுள்ள ஒரு வேலைக்காரனின் அறிவை விருத்தி செய்வதற்காக இந்நூல் இயற்றப்பட்டதெனச் சொல்லப்படுகின்றது.

துறையூர் சிவப்பிரகாச சுவாமி என்பவர் வேலூர் லிங்கம நாயக்கனின்

(17ஆம் நூற்றாண்டின் ஆரம்பம்) காலத்தில் வாழ்ந்தார். விசயநகரத்து வைணவ அதிகாரிகளிடம் சகிப்புத்தன்மை இல்லாதபடியால், அவர்கள், சிதம்பரத்திலுள்ள நடராசர் ஆலயத்திற் பூசை, வழிபாடு நடைபெறுவதைத் தடை செய்திருந்தனர். நாயக்க மன்னனின் ஆதரவைப் பெற்று, அவ்வழிபாட்டை மீண்டும் ஏற்படுத்த வேண்டும் என்ற நோக்கத்துடன் இவர், வீர சைவத்தைத் தழுவினார் எனச் சொல்லப்படுகின்றது. அத்துவைத வெண்பா என்ற இவருடைய நூல் 218 செய்யுட்களையுடையது. இந்நூல், வாதுல ஆகமத்தின் அடிப்படையில், சைவத் தத்துவத்தை விளக்குகின்றது. இவருடைய ஏனைய நூல்களாகிய கணபாஷித இரத்தினமாலை, சதகத்திரயம் என்பவை வீரசைவத்தின் மதக் கொள்கைகளையும் தத்துவங்களையும் பற்றிக் கூறுகின்றன. மதுரை நாயக்கரின் கீழ், திருநெல்வேலி மாவட்டத்திலுள்ள கயத்தாறு என்ற இடத்தில், ஏறக்குறைய 1633ஆம் ஆண்டளவில், அதிகாரியாகவிருந்த மாதை திருவேங்கட நாதர் என்பவர் ஒரு நூல் இயற்றினார். இது ஒரு சாதாரண நூல் அன்று. நீண்ட தமிழ்க் கவிதையில் அத்துவைத வேதத்தைப் பற்றி விளக்கும் பணியை இவர் மேற்கொண்டார். கிருட்டிணமிசிரர் என்பவர் தன் பிரபல சமக்கிருத நாடகமான பிரபோசந்திரோதயம் என்பதின் மூலம் கொடுத்த விளக்கத்தைவிடச் சிறந்த விளக்கத்தைக் கொடுக்க இவர் முயன்றார். இவரியற்றிய நூலுக்குப் பிரபோத சந்திரோதயம் என்ற பெயரும், மெய்ஞான விளக்கம் (உண்மையான அறிவைப் பற்றிய விளக்கம்) என்ற மாற்றுப்பெயருமுண்டு. இந்நூலில் 48 காண்டங்களும், 2019 செய்யுட்களும் உள. திருவேங்கடர் ஓர் உயர்தர அதிகாரியாக இருந்தபடியால், இவர் பல கவிஞர்களையும் ஆதரித்தார். சைவ தத்துவம் பற்றிக் கடைசியாக எழுந்த நூல்களுள், ஞானபரணவிளக்கம் என்பது ஒன்று. புகழ்வாய்ந்த குமரகுருபரரின் மாணவராகிய வெள்ளியம்பலத் தம்பிரான் (1650ஆம் ஆண்டளவில் வாழ்ந்தவர்) என்பவர் சிவஞான சித்தியாருக்கு எழுதிய விளக்கவுரையே ஞானாபரணவிளக்கம் என்பது. இது ஒரு விரிவான பாடியம் ஆகும். ஆகமங்களிலிருந்து பல மேற்கோள்களை ஆசிரியர், இவ்விளக்கவுரையில் எடுத்தாண்டிருப்பதுடன், சில ஆகமங்களைத் தமிழிலும் மொழிபெயர்த்துள்ளார்.

வைணவத்தைப் பொறுத்தவரை, மத இலக்கியங்கள், தத்துவஞான இலக்கியங்கள் அனைத்தும், சென்ற காலப் பகுதியில் இருந்தவற்றைப்போல், இக் காலப் பகுதியிலும் பெரும்பாலும் சமக்கிருதத்திலேயே ஆக்கப்பட்டன. பக்திப் பாடல்களுக்கு எழுதப்பட்ட விளக்கவுரைகள், துணை விளக்கவுரைகள், ஒரு சிலருக்கு மட்டும் உரிய இரகசியங்கள் என்ற மத சம்பந்தமான நூல்கள் ஆகியவற்றைத் தவிர, வேறு நூல்கள் தமிழில் மிகக் குறைவாகவே ஆக்கப்பட்டன. இரகசியங்கள் என்ற இந்த நூல்களைப் பற்றி நம்பத்தகுந்த விபரங்கள் சேர்ப்பது கடினமாக இருக்கின்றது. விளக்கவுரைகள் அனைத்தும் மணிப்பிரவாள நடையிலே எழுதப்பட்டன. பதினெட்டு இரகசிய நூல்களின் ஆசிரியராகிய பிள்ளை உலோகாச்சாரியார் என்பவரும், அவருடைய இளைய சகோதரரும் மாணவருமான அழகிய மணவாளப் பெருமாள் நாயனார் என்பவரும் பதின்மூன்றாம் நூற்றாண்டின் முதற் பத்துக்களில் வாழ்ந்தார்கள். அழகிய மணவாளப் பெருமாள், தன் தமையனிலும் பார்க்க அதிக இரகசிய நூல்களையும், மத நூலின் சில பகுதிகளுக்கு விளக்கவுரைகளையும்

எழுதினார். தெய்வகடாட்சம் பெற்ற பிரபல நூலாசிரியரான வேதாந்த தேசிகர், ஏராளமான நூல்களைச் சமக்கிருதத்தில் எழுதினார். மும்மணிக்கோவை, நவரத்தினமாலை, அர்த்தபஞ்சகம், அடைக்கலப்பத்து போன்ற தமிழ் நூல்களின் ஆசிரியரும் இவரேயாவர். இவருடைய மகனும் மாணவனுமாயிருந்த நயினார் ஆச்சாரியார், தன் குருவும் தந்தையுமான இவரைப் புகழ்ந்து இருபது செய்யுட்களைக் கொண்ட பிள்ளையந்தாதி என்ற நூலை எழுதினார்; சமய சாத்திரங்களைப் பற்றிய நூல்களையும் எழுதினார். விவாதம் செய்வதில் மிகுதியான ஆர்வமுடைய தந்தையும் மகனும் சமய சம்பந்தமான விவாதங்கள் நடத்துவதற்காக, அடிக்கடி வெவ்வேறு இடங்கட்குப் பிரயாணஞ் செய்தார்கள். திருவாய்மொழிப்பிள்ளை (1307) என்பவர் பெரியாழ்வாரின் பாடல்களுக்கும், பிள்ளை உலோகாச்சாரியாரின் பதினெட்டு இரகசியங்களுள் ஒன்றான சிறீவசனபூஷணம் என்பதற்கும் விளக்கவுரைகள் எழுதினார். திருவாய்மொழிப் பிள்ளையின் மாணவராகிய மணவாள மகாமுனி (1370) என்பவர், இராமானுச நூற்றந்தாதி என்ற நூலுக்கும், வேறும் பல சமய நூல்களுக்கும் விளக்கவுரைகள் எழுதினார். வைணவர்களுள் ஒரு பகுதியினராகிய தென்கலைப் பிரிவினர் (தெற்குப் பிரிவு) இவருக்கு மிகவுயர்ந்த மதிப்புக் கொடுத்து வருகின்றனர்.

இக்காலப் பகுதியில் இயற்றப்பட்ட சமய, தத்துவ இலக்கியங்களுட் பல, புராணங்களாகவே இருந்தன. இவைகளுட் சிலவற்றை ஏற்கெனவே குறிப்பிட்டுள்ளோம். மற்றைய பிரபலமான புராணங்களைப் பற்றி இப்போது கவனிப்போம். உமாபதி சிவாச்சாரியாரின் கோயிற்புராணம், முதன் முதலாக இயற்றப்பட்ட தல புராணங்களுள் ஒன்று. பல்லோர் போற்றும் சிதம்பரத்திலுள்ள சைவக் கோயிலைப் பற்றிய புராணக் கதைகளையும் கற்பனைக் கதைகளையும் இந்நூல் கூறுகின்றது. காவிய நடையில் எழுதப்பட்ட இந்நூல் மிகவுயர்ந்த இலக்கியத்தரத்தை உடையது. புராண திருமலைநாதன் என்பவர் சிதம்பரபுராணம் (1508) என்பதையும், மதுரையிலுள்ள சொக்கநாதக் கடவுளைப் புகழ்ந்து சொக்கநாதர் உலா என்பதையும் இயற்றினார். நல்லூர் வீரகவிராயர் எழுதிய அரிச்சந்திரபுராணம் (1524) சொல்லமைப்பினாலும் பொருளடக்கத்தினாலும், மற்றைய நூல்களிலும் பார்க்கப் பிரபலமடைந்துள்ளது. அரிச்சந்திரன் எப்போதும் உண்மையையே பேசவேண்டும் என்ற வைராக்கியத்துடன் இருந்த காரணத்தினால், அவன் தாங்கவேண்டியிருந்த சங்கடங்களையும் சோதனைகளையும் பற்றிக் கூறுகின்றது இந்நூல். பன்னிரண்டு பிரிவுகளில், ஆற்றொழுக்கு நடையிலமைந்த 1,225 செய்யுட்களையுடையது. இந்நூலின் ஆசிரியர், இராமநாதபுரம் மாவட்டத்தைச் சேர்ந்த நல்லூரிலுள்ள ஒரு பொற்கொல்லர் எனக் கூறப்படுகின்றது. அடுத்து, மதுரைமாநகரிற் சிவபெருமான் நிகழ்த்திய அறுபத்து நான்கு திருவிளையாடல்களைப் பற்றிக்கூறும் மூன்று பெரிய நூல்களைக் குறிப்பிடலாம். மதுரை வீரப்ப நாயக்கனின் (1572-95) தளபதியாகவிருந்த திருவிருந்தான் என்பவனின் வேண்டுகோளின்படி அனதாரி என்பவராற் சுந்தரபாண்டியம் இயற்றப்பட்டது. சமக்கிருதத்திலிருந்து மொழிபெயர்க்கப்பட்ட இந்நூல், மூலநூலின் பெயரையே கொண்டுள்ளது. இப்போது இந்நூலில், 2000 செய்யுட்களையுடைய ஒரு பகுதி மட்டுமே கிடைக்கின்றது. திருவிளையாடல் என்ற பெயரையுடைய இரண்டு நூல்கள்,

பல மாறுபாடுகளுடன், ஒரே பொருளையே கூறுகின்றன. இவற்றுட் சிறிய நூலைப் பெரும்பற்றப்புலியூர் நம்பி என்பவர் இயற்றினார். இவர் பதின்மூன்றாம் நூற்றாண்டில் வாழ்ந்தவர் எனக் கூறப்படுகின்றது. ஆனால் அப்படிக் கூறுவதன் காரணங்கள் உறுதி வாய்ந்தனவாக இல்லை. இவர் பதின்மூன்றாம் நூற்றாண்டிற்குப் பிற்பட்ட காலத்திலேயே வாழ்ந்திருக்கக்கூடும். இவற்றுட் பெரிய நூலை (ஒவ்வொரு திருவிளையாடலும் நிகழ்ந்தபோது ஆட்சி செய்ததாகக் கூறப்படும் பாண்டிய அரசர்களின் பெயர்கள் இந்நூலிற் குறிப்பிடப்பட்டுள்ளனவாம்) வேதாரணியத்தைச் சேர்ந்த பரஞ்சோதி என்பவர் எழுதினார். இந்நூல் அநேகமாகப் பதினேழாம் நூற்றாண்டினாரம்பத்தில் எழுதப்பட்டிருக்கலாம். கம்பனின் கவிதையமைப்பை மிக நுணுக்கமாகப் பின்பற்றியிருப்பதாகக் காணப்படும் கந்தபுராணம் கச்சியப்பசிவாச்சாரியாரால் (1625) எழுதப்பட்டது. சமக்கிருதத்திலுள்ள காந்தபுராணம் என்பதின் ஒரு பகுதியை அடிப்படையாக வைத்தே தமிழிற் கந்தபுராணம் இயற்றப்பட்டது. இந்நூலின் கடைசிப் பகுதியைக் கச்சியப்பரின் மாணவராகிய ஞானவரோதயபண்டாரம் என்பவர் எழுதி முடித்தார். மாணவரியற்றிய 2,600 செய்யுட்களுடன் இந்நூலில் மொத்தம் 13,000 செய்யுட்கள் உள்ளன. இக்காலப் பகுதியின் முடிவில் எழுதப்பட்ட தலபுராணங்களுட் பின்வருவனவற்றைக் குறிப்பிடலாம்: துறையூர் சிவப்பிரகாசரின் மாணவராகிய ஞானக்கூத்தர் இயற்றிய விருத்தாசல புராணம்; களந்தைக் குமரன் (1616) என்பவர் இயற்றிய திருவாஞ்சிய புராணம்; புகழ்வாய்ந்த இலக்கண ஆசிரியராகிய வைத்தியநாத தேசிகரைத் தன் மாணவராகக் கொண்டிருந்த அகோர முனிவர் என்பவர் கும்பகோணம், வேதாரணியம், திருக்காணப்பர் முதலியவற்றின்மீது இயற்றிய புராணங்கள்; பழனியைச் சொந்தவூராகவுடைய பாலசுப்பிரமணியக் கவிராயர் இயற்றிய பழனித்தலபுராணம் (1628). பாகவதம் என்ற சமக்கிருத நூலுக்குத் தமிழில் இரண்டு மொழிபெயர்ப்புகள் உள. மதுரை மாவட்டத்திலுள்ள வேம்பத்தூரைச் சேர்ந்த செவ்வைச்சூடுவார் என்பவரும் நெல்லி நகரைச் சேர்ந்த வரதராச ஐயங்கார் (1543) என்பவரும் இந்நூலை மொழிபெயர்த்தார்கள். இவற்றுள் செவ்வைச்சூடுவாரின் நூல்தான் காலத்தால் முந்தியதும் சிறந்ததுமாகும்.

மதச் சார்பற்ற இலக்கியங்களில், வஞ்சியைச் சேர்ந்த பொய்யாமொழி இயற்றிய தஞ்சைவாணன் கோவை முதலாவதாக உள்ளது. இக் கோவையின் கதாநாயகனான தஞ்சையைச் சேர்ந்த வாணன், "மலைநாட்டைக் கைப்பற்றிய பாண்டியனின் கண்ணாவான்" என்று வருணிக்கப்படுகின்றான். இங்கு குறிக்கப்படும் பாண்டியன், முதலாம் மாறவர்மன் குரசேகர பாண்டியனாகவே (1260-1308) இருக்கவேண்டும். ஏனெனில், இக் கோவை குலசேகரனின் கீழிருந்த நாற்கவிராச நம்பி என்பவர் எழுதி வெளியிட்ட நம்பி அகப்பொருள் என்ற நூலிற் காணப்படும் விதிகளை, ஒழுங்கான முறையில், உதாரணத்துடன் விளக்குகின்றது. மதுரைக்கண்மையில், இப்போது தஞ்சாக்கூர் என்று அழைக்கப்படும் இடமே, இக் கோவையின் கதாநாயகனான பாணனின் இருப்பிடமாகிய தஞ்சை என்பது. நளன், தமயந்தி ஆகியோரின் துன்பியற் கதையை உருக்கமான முறையில், இலகுவான நடையிற் புகழேந்தியின் நளவெண்பா கூறுகின்றது. மள்ளுவ நாட்டைச் சேர்ந்த முள்ளூர் என்ற இடத்தின் நாட்டாண்மைக்காரனான சந்திரன் சுவர்க்கி என்பவன், புகழேந்தியை ஆதரித்தான்

என்பதைத் தவிர, இவ்வாசிரியரைப் பற்றிய நம்பத்தக்க செய்திகள் வேறு எதுவும் இல்லை. கம்பனுக்குப் பின்பே இவர் வாழ்ந்தார் என்பது மட்டும் உறுதியாகத் தெரிகின்றது. ஒட்டக்கூத்தன், ஔவையார் ஆகியோருடன் இவரைத் தொடர்புறுத்திக் கூறப்படும் பிரசித்தி பெற்ற கதைகளுக்கு நாம் மதிப்பளிக்கத் தேவையில்லை. வில்விபுத்தூரர் (1400ஆம் ஆண்டளவில் வாழ்ந்தவர்) இயற்றிய பாரதம் மிகவுயர்ந்த மதிப்பிற்குரிய காவியமாகும். நன்கு அமைக்கப்பட்ட 4,350 செய்யுட்களில், மகாபாரதச் சண்டையைப் பற்றிய முழுக்கதையையும் இந்நூல் கூறுகின்றது. இக் காவியத்தைப் படிக்கும்போது, ஆசிரியரின் கதை சொல்லும் முறையும், ஏராளமான சமக்கிருதச் சொற்களையும் சொற்றொடர்களையும் கலந்துள்ள உயர்ந்த சொல்லமைப்பும் மனதைக் கவருகின்றன. கொங்கர் குடும்பத்தைச் சேர்ந்த வரபதி ஆட்கொண்டான் என்ற ஒருவர் வில்லிபுத்தூரை ஆதரித்தார் வில்லிபுத்தூரின் காலத்திலே, இரட்டைப் புலவர்கள் என அழைக்கப்பட்ட இரு சகோதரர்கள் இருந்தார்கள். இவர்களுள் ஒருவர் முடவராகவும் மற்றவர் குருடராகவுமிருந்தனர். இவர்கள் ஏகாம்பர நாதர் உலா என்ற நூலையும் இரண்டு கலம்பகங்களையும் இயற்றினார்கள். காஞ்சியிலுள்ள சைவக் கோவிலைப் புகழ்ந்து போற்றும் இந்த உலாவில், வட ஆற்காடு, செங்கற்பட்டு, மாவட்டங்களிலிருந்த செங்கேணி நாட்டாண்மைக்காரருட் கடைசியாகவிருந்த மல்லிநாதன் இராசநாராயண சம்புவராயன் (1350) என்பவனைப் பற்றிக் குறிப்பிடுகின்றனுர்கள்.

நகைச்சுவைச் செய்யுட்கள் பலவற்றை இயற்றியதாக நம்பப்படும் காளமேகம் என்ற புலவர், சிறீரங்கத் தீவிலுள்ள திருவானைக்கா சிவாலயத்தின் மீது ஓர் உலா பாடியுள்ளார். பதினைந்தாம் நூற்றாண்டின் மத்தியில், விசயநகரப் பேரரசின் கீழிருந்த சோழநாட்டை ஆண்டவனும் கோப்பயனின் மகனுமாகிய சாளுவ திருமலைராசன் என்பவன் காளமேகப் புலவரை ஆதரித்தான். தஞ்சாவூர் மாவட்டத்திலிருந்த வேளாண் குலத்தைச் சேர்ந்த சைவ எல்லப்ப நாவலர் என்பவர் பதினாறாம் நூற்றாண்டில் (ஏறக்குறைய 1542ஆம் ஆண்டு தொடக்கம் 1580 ஆம் ஆண்டுவரை) வாழ்ந்தவர். இவர் திருவாரூரைப் பற்றிச் சிறந்த ஒரு கோவையையும் (496 செய்யுட்கள்) திருவண்ணாமலைக் கோவிலைப் பற்றி அருணையந்தாதி, அருணாசலபுராணம் ஆகியவற்றையும், திருவிரிஞ்புராணம் என்பதையும் இயற்றினார். வீரைக்கவிராச பண்டிதர் என்பவர் தமிழில் மொழிபெயர்த்த சௌந்தரியலகரி என்ற நூலுக்கு ஒரு விளக்கவுரையையும் இவர் எழுதினார்.

ஏறக்குறைய இதே காலத்தில், தென்காசியைச் சேர்ந்த பாண்டிய மன்னனாகிய அதிவீரராமன் (1564ஆம் ஆண்டளவில் வாழ்ந்தவன்) நைடதம் என்ற நூலை இயற்றி, இலக்கிய உலகிற் சிறப்புப் பெற்றான். இந்நூலிற் பன்னிரட்டு படலங்களும் 1,172 செய்யுட்களும் உள. மிகவுயர்ந்த நடையிலமைந்த இச்செய்யுட்கள், எண்ணுதற்கரிய உவமைகளுடன் கூடியிருப்பதால், இப்போதைய வாசகர்கட்கு இன்பமளிப்பவையாகத் தெரியவில்லை. ஆனால், பண்டிதர்கள், இந்நூலுக்குப் பெருமதிப்புக் கொடுக்கின்றார்கள். சீவகசிந்தாமணி, கம்பன் இயற்றிய இராமாயணம் போன்ற

பழைய சிறந்த இலக்கியங்களிற் காணப்படும் பல உணர்ச்சிகளையும் சொற்றொடர்களையும் இந்நூல் எதிரொலிக்கின்றது. அரசனான இக் கவிஞரால், சமக்கிருத மூல நூல்களிலிருந்து மொழிபெயர்க்கப்பட்ட காசிகாண்டம், கூர்மபுராணம் ஆகியவை இலகுவான, எளிய நடையில் அமைந்துள்ளன. சிறுவர்களுக்காக எழுதப்பட்ட வெற்றிவேற்கை அல்லது நறுந்தொகை என்ற சிறிய ஒழுக்க நூல், சிறுவர்களால் விளங்கிப் பின்பற்றக்கூடிய அளவிற்கு இலகுவான நடையில் அமைந்துள்ளது. இவர் காலத்திற் சேரைக் கவிராசபிள்ளை என்பவரும் வாழ்ந்தார். இக் கவிஞர், அரசனுடைய வேண்டுகோளின்படி காளத்தியிலுள்ள கடவுளின் மீது திருக்காளத்திநாதர் கட்டளைக் கலித்துறை மாலை என்ற நூலை இயற்றினார். திருக்காளத்திநாதர் உலா, திருவண்ணாமலையார் வண்ணம், சேயூர் முருகன் உலா, இரத்தினகிரி உலா ஆகிய நூல்களையும் இவரே இயற்றினார். இவருடைய கவிதைகள் அனைத்திலும் அழகான சொல்லமைப்பும் ஆழ்ந்த சமய உணர்ச்சியும் காணப்படுகின்றன. அதிவீரராமனின் மைத்துனனாகிய வரதுங்கராம பாண்டியன், பல்வேறு துறைகளில் ஆர்வமுடைய ஓர் இலக்கிய ஆசிரியனாவான். திருநெல்வேலி மாவட்டத்தைச் சேர்ந்த கரிவலம்வந்த நல்லூர் என்றழைக்கப்படும் கருவை என்ற இடத்திலுள்ள சைவக் கோவிலின் மீது இவரியற்றிய மூன்று அந்தாதிகளும் தூய இலக்கியங்களாக உயர்ந்த இடத்தைப் பெறுகின்றன. இவற்றுள் ஒன்று பத்துவித யாப்பில் ஆக்கப்பட்ட காரணத்தால் பதிற்றுப்பத்தந்தாதி எனப் பெயர் பெறுகின்றது. மற்றைய நூல்கள், அவற்றில் உபயோகிக்கப்பட்ட யாப்புகளைக் கொண்டு வெண்பாவந்தாதி, கலித்துறையந்தாதி என அழைக்கப்படுகின்றன. சமய விடங்களைப் பற்றிக் கூறும் இவருடைய பிரமோத்திரகாண்டம் என்பது, பன்னிரண்டு அத்தியாயங்களையும், 1,310 செய்யுட்களையும் கொண்ட சமய, சாத்திர காவியமாகும். சிற்றின்பம் பற்றிக் கொக்கோகர் என்பவர் சமக்கிருதத்தில் எழுதிய கொக்கோகம் என்ற நூலை இவர் தமிழில் மொழிபெயர்த்தார். பதினேழாம் நூற்றாண்டின் முற்பாதியில், திருப்பூவணத்திலுள்ள சைவக் கோவிலின் மீது ஓர் உலாவையும், திருவாப்பனூர் பற்றி ஒரு புராணத்தையும் எழுதினார். இவரிலும் பார்க்க அதிக புகழ்படைத்தவர் அந்தக்கவி வீரராகவ முதலியார் என்பவர். கந்தபுராணத்தை இயற்றிய கச்சியப்பசிவாச்சாரியரின் மாணவரான இவர், திருக்கழுக்குன்றத்தைப் பற்றி ஒரு புராணத்தையும் உலாவையும், திருவாரூரைப் பற்றி ஓர் உலாவையும், இவை போன்ற வேறு நூல்களையும் இயற்றினார். தன்னை ஆதரித்தவர்களைப் பற்றியும் அரசர்களைப் பற்றியும் நீண்ட கவிதை நூல்களையும் எழுதினார். சேயூரைச் சேர்ந்த வித்தினர் அம்மையப்பன் மீது ஒரு பிள்ளைத்தமிழ், இலங்கையைச் சேர்ந்த பரராசசிங்கன் என்பவன்மீது ஒரு வண்ணம், முன்பு குறிப்பிட்ட பிரபோர்தசந்திரோதயம் என்ற நூலின் ஆசிரியரும் கயத்தாறு என்ற இடத்தின் அரசருமாகிய மாதை திருவேங்கடநாதர் மீது ஓர் உலா ஆகியவையே அக்கவிதை நூல்களாகும். ஆனால் இந்நூல்கள் ஒன்றும் இப்போது கிடைப்பதில்லை.

குமரகுருபரர், துறைமங்கலம் சிவப்பிரகாசர் என்போர் திருமலை நாயக்கரின் காலத்தில் வாழ்ந்த புகழ்பெற்ற மற்றைய நூலாசிரியர்களாவர்.

குமரகுருபரர், சிறீவைகுண்டம் என்ற இடத்திற் பிறந்தார். தருமபுர மடத்தின் நான்காவது அதிபதியாக இருந்த மாசிலாமணி தேசிகர் என்பவரின் கீழ், இவர் முதன்முதலாகக் கல்வி கற்கத் தொடங்கினார். இவர் தன் வாழ்க்கையின் பெரும் பகுதியை, வட இந்தியாவில், முசிலிம்கள் உட்பட்ட பல சமயங்களைச் சேர்ந்தவர்களுடன் விவாதங்கள் செய்வதில் கழித்தார். இவர் பல அற்புதங்களைச் செய்தார் எனவும், முகலாயப் பேரரசரைச் சந்தித்து, வாரணாசியில் ஒரு கோவிலும் மடமும் கட்டுவதற்கென நிலத்தை நன்கொடையாகப் பெற்றார் எனவும் கூறப்படுகின்றது. ஊமையாகப் பிறந்த இவர், திருச்செந்தூர்க் கடவுளின் அருளினால், தன் ஆறாம் வயதிற் பேசும் சக்தியைப் பெற்றார். கந்தர் கலி வெண்பா என்ற தன் முதலாவது நூலில் இவர், திருச்செந்தூர்த் தெய்வத்தைப் புகழ்ந்து பாடியுள்ளார். இவர் பிறந்த இடம் கைலாசம் எனவும் அழைக்கப்பட்டது. அங்குள்ள சிவபிரான்மீது கைலைக் கலம்பகம் என்ற நூலையும், மதுரை மீனாட்சியம்மை மீது ஒரு பிள்ளைத்தமிழையும் இரட்டைமணிமாலையையும், மதுரைச் சொக்கலிங்கரையும் (சிவன்) அவருடைய திருவிளையாடல்களையும் புகழ்ந்து 102 செய்யுட்களில் மதுரைக்கலம்பகம் என்ற நூலையும், திருவாரூர்த் தியாகராசர் (சிவன்) மீது நான்குவித யாப்புகளில் 40 செய்யுட்களையுடைய திருவாரூர் நான்மணி மாலையையும், வைத்தீசுவரன் கோவிலிலுள்ள முத்துக்குமார சுவாமி (முருகன்) மீது ஒரு பிள்ளைத்தமிழையும் காசிக்கலம்பகம் என்ற ஒரு நூலையும் இவரியற்றினார். வாரணாசியில் இவர் தங்கியிருந்தபோது, பத்துச் செய்யுட்களிற் கல்வித் தெய்வமாகிய சரசுவதியைப் புகழ்ந்து சகலகலாவல்லி மாலையைப் பாடினார். திறமையூட்டியதற்காகவே, இவர் சரசுவதியைப்புகழ்ந்து பாடினார். தமிழ் யாப்பிலக்கணத்தைப் பற்றிச் சிதம்பரச் செய்யுட்கோவை என்ற நூலையும் இவர் எழுதினார். இந்நூல் பல வகையான யாப்புகளை வரையறுத்துக் கூறி அவற்றை, எடுத்துக்காட்டுகளுடன் விளக்குகின்றது. திருமலை நாயக்கன், தன் வாழ்க்கையின் வழிகாட்டியாக வைத்திருப்பதற்காகக் குறளின் சாரத்தைத் தரும்படி இவரிடம் கேட்டான். அவனுடைய வேண்டுகோளுக்கிணங்கிய குரமகுருபரர், 102 வெண்பாக்களாலான நீதிநெறி விளக்கம் என்ற ஒழுக்க நூலை எழுதினார்.

சிவப்பிரகாசர் துறைமங்கலத்து அண்ணாமலை ரெட்டியின் நட்பையும் ஆதரவையும் பெற்றிருந்தபடியால், இவர் துறைமங்கலம் சிவப்பிரகாசர் என அழைக்கப்படுகின்றார். காஞ்சிபுரத்திற் பிறந்த இவர் திருநெல்வேலியைச் சேர்ந்த வெள்ளியம்பலத் தம்பிரான் என்பவரிடம் கல்வி கற்றார். திருநெல்வேலிக்குப் போகும் வழியிலும் அங்கிருந்து திரும்பி வரும் வழியிலும், இவர் சில நாட்களை அண்ணாமலை ரெட்டியுடன் கழித்தார். புரவலர், புலவர் ஆகிய இருவரும் வீர சைவத்தில் அதிக நம்பிக்கை வைத்து வீர சைவர்களாகவேயிருந்தனர். ஆனாற் புலவராகிய சிவப்பிரகாசர் மதவெறி பிடித்தவராக இருந்தார் என எவ்வாற்றானுங் கூற முடியாது. இவரியற்றிய முப்பது நூல்களுட் பெரும்பாலானவை, சைவசித்தாந்தத் தத்துவத்திலும் சைவ சமயாசாரியர் நால்வர் இயற்றிய நூல்களிலும் இவருக்கிருந்த ஆழ்ந்த அறிவையும், அவற்றின் மீது இவர் கொண்டிருந்த பெரு மதிப்பையும் காட்டுகின்றன. இவர் ஒரு கிறித்துவ மதப் பிரசாரகரை (ஞானத் தந்தை

பெஸ்கியையே இவர் சந்தித்தாரென அடிக்கடி கூறப்படுகின்ற போதிலும், அது உண்மையாக இருக்க முடியாது) சந்தித்து, அவருடன் சமயவிவாதம் செய்தார் எனவும், சிறித்துவ மதத்தைக் கண்டித்து, ஏசுமத நிராகரணம் என்ற நூலை எழுதினாரெனவும் கூறப்படுகின்றது. ஆனால் இந்நூல் இப்போது கிடைப்பதில்லை. திருச்செந்தூர், துறைமங்கலத்திற் கண்மையிலுள்ள திருவெங்கை, திருவண்ணாமலை முதலிய இடங்களிலுள்ள தெய்வங்களின் மீது இவர் பக்திப் பாடல்களை இயற்றினார். கன்னட மூலத்திலிருந்து பிரபு லிங்கலீலை என்ற நூலையும் மொழிபெயர்த்தார். வீரசைவர்களாற் பெரிதும் மதிக்கப்படுபவரும் சிவபெருமானின் திருவவதாரங்களில் ஒருவருவமான அல்லமதேவர் என்பவரின் திருவிளையாடல்களைப் பற்றிக் கூறுகின்றது பிரபுலிங்கலீலை. 25 பிரிவுகளையுடைய இந்த நீண்ட காவியத்தில் 1,157 செய்யுட்கள் உள்ளன. இந்நூல் 1652ஆம் ஆண்டைச் சேர்ந்தது. சித்தாந்தசிகாமணி என்ற வீரசைவ நூலை, இவர் சமக்கிருதத்திலிருந்து மொழிபெயர்த்தார். சங்கராச்சாரியாரின் விவேக சூடாமணியின் ஒரு பகுதி கன்னடத்தில் மொழிபெயர்க்கப்பட்டிருந்தது. அதை வேதாந்த சூடாமணி என்ற பெயரில் இவர் தமிழில் மொழிபெயர்த்தார். சமக்கிருத நூலாகிய தர்க்கபாஷையைத் தர்க்கபாடை என்ற பெயரில் இவர் தமிழாக்கினார். ஒழுக்கவியல் பற்றி நாற்பது வெண்பாக்கள் கொண்ட நன்னெறி என்ற சிறியநூலையும் இவர் இயற்றினார். தன்னுடைய முப்பத்திரண்டாவது வயதில் இவர் இறக்கும்வரை பிரம்மச்சாரியாகவே வாழ்ந்தார்.

புறத்திரட்டு என்ற முக்கியமான செய்யுள் திரட்டு பதினைந்தாம் நூற்றாண்டின் முற்பாதியைச் சேரந்ததாகக் கருதப்படுகின்றது. விடயங்கள், பிரிவுகள் ஆகியவற்றைத் தெரிவு செய்வதிலும் அவற்றை ஒழுங்குபடுத்துவதிலும் இந்நூல் குறளைப் பின்பற்றுகின்றது. இத்திரட்டு பதிப்பிக்கப்பட்ட காலம் வரை, தமிழிலே தோன்றிய எல்லா நூல்களிலுமிருந்து 2000இற்கு மேற்பட்ட செய்யுட்களை இந்நூல் கொண்டுள்ளது. கம்பனின் நூலிற்குப் பின் தோன்றிய நூல் எதுவும் இத்திரட்டில் சேர்த்துக்கொள்ளப்படவில்லையெனத் தெரிகின்றது. இத்திரட்டின் கடைசிப் பகுதி காதலைப் பற்றிக் கூறுகின்றது. இப்பகுதியில் 65 செய்யுள்களைத் தவிர வேறு எதுவும் கிடைக்கவில்லை. இத் திரட்டைத் தொகுத்தவர் யார் என்பது தெரியவில்லை. இப்போது எமக்குக் கிடைக்காத வேறும் பல கவிதைகள் அவருக்குத் தெரிந்திருந்தன.

ஏற்கெனவே குறிப்பிட்ட நம்பியகப்பொருள் என்பதைவிட, இக் காலப் பகுதியில் எழுந்த மற்றைய இலக்கண நூல்களுள் பரஞ்சோதி இயற்றிய சிதம்பரப் பாட்டியல் என்பதை ஒன்றாகக் கூறலாம். பரஞ்சோதி என்பவர், சிதம்பாபுராணத்தை எழுதிய திருமலைநாதன் (1508) என்பவரின் மகனாவார். வெவ்வேறு வகையான பிரபந்தங்களை இயற்றுவது சம்பந்தமான கவிதை மரபுகளைப் பாட்டியல் விளக்குகின்றது. இதே விடயத்தைப் பற்றி நவநீத நாடன் என்பவர் நவநீதப்பாட்டியல் என்ற நூலை எழுதியுள்ளார். இதற்குப் பெறுமதி மிக்க ஒரு விளக்கவுரையும் எழுதப்பட்டது. அடுத்து, பூர்த்தியாக்கப்படாததும், பெயரிடப்படாததுமான ஒரு நூலைக் குறிப்பிடலாம்.

இந்நூல் இயைனாரின் அகப்பொருள் அல்லது களவியல் என்பதின் அடிப்படையில் எழுந்தது. இதன் காரணமாக, மிக மதிப்புள்ள இந்நூலைப் பதிப்பித்த எஸ்.வையாபுரி அவர்கள் இந்நூலுக்குக் களவியற் காரிகை என்ற பெயரைச் சூட்டியுள்ளார். வேறு வகையில் எமக்குத் தெரியாத நூலாசிரியர்கள், அவர்களின் நூல்கள் ஆகியவற்றை இந்நூலும், குறிப்பாக இதன் விளக்கவுரையும் மேற்கோளாக எடுத்தாள்கின்றன. இதே காரணத்தினால் இவை மதிப்புடையவையாகவும் விளங்குகின்றன. குருகை பெருமாள் கவிராயரின் (1575ஆம் ஆண்டளவில் வாழ்ந்தவர்) மாறன்-அலங்காரம் அணியியல் பற்றிக் கூறுகின்றது. இதற்கு முன்பிருந்த பல எழுத்தாளர்களை இந்நூல் குறிப்பிடுவதுடன், மாறன் என்ற நம்மாழ்வாரையும் போற்றிப் புகழ்கின்றது. நம்மாழ்வார் பிறந்த ஆழ்வார் திருநகரி மீது திருக்குருகா-மான்மியம் என்ற தல புராணத்தையும் இவர் இயற்றினார். திருவாரூர் வைத்திய நாததேசிகர் இயற்றிய இலக்கணவிளக்கம், பதினேழாம் நூற்றாண்டின் முற்பாதியைச் சேர்ந்தது. தமிழ் இலக்கணம் முழுவதையும் பூரணமான முறையில் விளக்கும் தொல்காப்பியம் போல் இது அமைந்துள்ளபடியால், இது குட்டித்தொல்காப்பியம் எனச் சரியாகவே புகழப்படுகின்றது. திருமலை நாயக்கனின் கீழ் கயத்தாறு என்ற இடத்தில் அரசனாக இருந்த மாதை திருவேங்கட நாதர் என்பவரின் பிள்ளைகளுக்கு இந்நூலாசிரியர் படிப்பித்த பாடங்களைக் கொண்டே, இவர் இந்நூலை எழுதினாரெனக் கூறப்படுகின்றது. பாசவதைப் பரணி, நல்லூர்ப் புராணம் போன்ற பத்திக் காவிய நூல்களையும் தேசிகர் இயற்றினார். நல்லூர்ப் புராணத்தில் ஆயிரத்துக்கு மேற்பட்ட செய்யுள்களுள.

1200ஆம் ஆண்டிற்கும் 1650ஆம் ஆண்டிற்கும் இடைப்பட்ட காலப் பகுதியிற் புகழ்வாய்ந்த பல உரையாசிரியர்கள் வாழ்ந்தார்கள். தமிழ் இலக்கியத்தின் ஒரு சுருக்கமான வரலாற்றிலேகூட இடம் பெறுமளவிற்கு இவர்களுடைய விளக்கவுரைகள் முக்கியத்துவம் வாய்ந்தவையாகவுள்ளன. இவற்றுள் பல உரைகளின் காலத்தைச் சரியாகக் கணிக்க முடியாவிட்டாலுங்கூட, இவையெல்லாவற்றையும் இக் காலப்பகுதியிற் சேர்த்துக் கொள்வதற்குப் போதிய காரணங்களுண்டு. ஆரம்ப கால உரைகளுள் நன்னூல் பற்றி மயிலைநாதர் எழுதிய விளக்கவுரையும், வீசோழியம் பற்றிப் பெருந்தேவனார் எழுதிய விளக்கவுரையும் இடம்பெறுகின்றன. இவை இரண்டும் இலக்கண நூல்களாகும். இவற்றையடுத்து வருவது, சிலப்பதிகாரத்திற்கு அடியார்கது நல்லார் எழுதிய அறிவு பொதிந்த சொற்சிறப்பு மிக்க உரை. இப்போது எமக்குக் கிடைக்காத பல நூல்களிலிருந்து விரிவான, போதனைக்குரிய மேற்கோள்கள் இவ்வுரையில் இடம்பெறுவதால் இவ்வுரை குறிப்பிடக்கூடியதாக இருக்கின்றது. தொல்காப்பியத்துச் சொல் அதிகாரத்திற்கு சேனாவரையர் எழுதிய உரையும் குறளுக்குப் பரிமேலழகர் எழுதிய உரையும் அடுத்து வருகின்றன. பரிமேலழகருக்கு முன், குறளுக்கு ஒன்பது உரைகள் எழுதப்பட்டிருந்தன. ஆனால், பரிமேலழகரின் உரையே சிறப்பு வாய்ந்ததாக இப்போது கணிக்கப்படுகின்றது. பரிமேலழகர் அறிவு மிக்கவர்; சுருக்கமாகவும் தெளிவாகவும் எழுதுபவர். குறளின் கருத்துக்கள் சமக்கிருத மூலத்திலிருந்து வந்தன என அடிக்கடி இவர் காட்டுகின்றார்; அல்லது மற்றையோர் அவ்வாறு காண உதவிசெய்கின்றார். இவர் மதுரையைச் சேர்ந்தவர் எனக் கூறப்படுகின்ற

படியால், பரிபாடல் என்ற நூலுக்கு உரையெழுதிய பரிமேலழகரிலிருந்தும் இவர் வேறுபட்டவராகவே இருக்க வேண்டும். பரிபாடலுக்கு உரையெழுதிய பரிமேலழகர், காஞ்சியைச் சேர்ந்த வைணவராவார். அடுத்து, புகழ் பெற்ற பேராசிரியரும் நச்சினார்க்கினியரும் வருகின்றனர். முன்னவர் தொல்காப்பியத்திற்கும், சங்கச் செய்யுள் திரட்டாகிய குறுந்தொகையிலுள்ள 400 கவிதைகளுள் 380 கவிதைகட்கும் விளக்கவுரை எழுதினார். பின்னவர், குறுந்தொகையின் சொல்விளக்கத்தைப் பூரணமாக்கியதுடன் தொல்காப்பியம், பத்துப்பாட்டு, கலித்தொகை, சீவகசிந்தாமணி ஆகிவற்றிற்கும் உரை எழுதினார். சங்கச் செய்யுள் திரட்டுகளாகிய புறநானூறு, பதிற்றுப்பத்து, ஐங்குறுநூறு ஆகியவற்றிற்கு விளக்கவுரைகள் எழுதியோர் யாரெனத் தெரியவில்லை. ஆனால் இவ்விளக்கவுரைகள் இக் காலப் பகுதியிலேதான் இயற்றப்பட்டிருக்க வேண்டும். இதே காலத்திலேயே புறப்பொருள் வெண்பா மாலைக்குச் சாமுண்டி தேவநாயகன் என்பவர் ஒரு விளக்கவுரை எழுதினார். திருநெல்வேலி மாவட்டத்திலுள்ள தென்திருப்பேரையிற் பிறந்த திருமேனிக் கவிராயர் திருமலை நாயக்கரின் காலத்தில் வாழ்ந்தவர். இவர் மாறன் அலங்காரத்திற்கு ஒரு விளக்கவுரையையும், குறளின் கருத்துக்களைச் சுருக்கித் திருக்குறள் நுண்பொருள் மாலை என்ற பெயரில் ஒரு வசன நூலையும் எழுதினார். இதே போன்று தொல்காப்பியக் கருத்துக்களைச் சுருக்கி இவர் எழுதிய நூல் இப்போது இல்லை. இந்த விளக்கவுரைகள் இரண்டு வகையில் முக்கியத்துவம் பெறுகின்றன. தமிழில் இருக்கின்ற உரைநடை நூல்கள் பெரும்பாலும் இவை மட்டுமே. இவ்வுரைகள், பல நூலாசிரியர்களையும் அவர்களின் நூல்களையும், வரலாற்று உண்மைகளையும், சமுதாய உண்மைகளையும் தெரிவிக்கின்றன. இச்செய்திகளைப் பற்றி வேறு எந்த வழியிலும் எம்மால் அறிய முடியவில்லை.

அகராதிகளுள் நிகண்டு-சூடாமணி என்பதே மிகப் பிரபலமானது. இவ்வகராதி, மண்டலபுருஷன் என்ற சமண ஆசிரியரால் தொகுக்கப்பட்டது. விசயநகரப் பேரரசர் கிருட்டிணதேவராயரின் பெயர் மிகத் தெளிவாக இவ்வகராதியில் இடம் பெறுகின்றபடியால் இது அநேகமாக இவ்வரசனின் காலத்திலேயே தொகுக்கப்பட்டிருக்க வேண்டும். திவாகரத்தைப் பின்பற்றி இது தொகுக்கப்பட்டது. ஆனாற் சூத்திரங்களுக்குப் பதிலாக, செய்யுளுருவத்திலேயே ஆக்கப்பட்டது. இதையடுத்து, சிதம்பரரேவணச்சித்தர் என்ற வீர சைவர் அகராதி-நிகண்டு (1594) என்பதை எழுதினார். இதுவே, சொற்களை அகர வரிசைப்படி தொகுப்பதற்கு எடுக்கப்பட்ட முதல் முயற்சி. "அகர வரிசை" என்பதைக் குறிக்கும் "அகராதி" என்ற முதலாவது சொல், இதற்குப் பின் ஒரு அகராதியைக் குறிக்கும் சொல்லாக வழங்கி வருகின்றது. கயாதரம் என்பதும் உரிச்சொல் அகராதி என்பதும் குறிப்பிடத்தக்கவை. கயாதரர் என்ற பிராமணர் (1550ஆம் ஆண்டளவில் வாழ்ந்தவர்) கயாதரம் என்பதைத் தொகுத்தார். மாறன்-அலங்காரத்தில் இதைப் பற்றிக் குறிப்பிடப்பட்டுள்ளது. காங்கேயன் (பதினேழாம் நூற்றாண்டின் தொடக்கம்) என்ற சைவ ஆசிரியர் உரிச்சொல்-நிகண்டு என்ற சிறிய அகராதியைத் தொகுத்தார்.

திருநெல்வேலியைச் சேர்ந்த தமிழாகர முனிவன் என்பவர், சமக்கிருதத்திலுள்ள சமயச் சட்டத்தின் சில பகுதிகளை மொழிபெயர்த்துப்

பிராயச்சித்த சமுச்சயம் (1633), ஆசௌசதீபிகை முதலிய நூல்களை எழுதினார். முதலாவது நூல் பாவங்களுக்கு நிவாரணம் தேடுவதைப் பற்றியும், இரண்டாவது நூல் மரணத்துடக்கைப் பற்றியும் கூறுகின்றன. இதே ஆசிரியர் நீதிசாரம், நெல்லைத் திருப்பணிமாலை போன்ற வேறு நூல்களையும் இயற்றினார். இராமப்பையன் அம்மானை என்பது மிகவும் சுவையான ஒரு நூலாகும். இதை எழுதியவர் யார் என்பது தெரியவில்லை. இதைப் போன்ற நகைச்சுவை நூல்கள் மிகச் சிலவே இப்போது கிடைக்கின்றன. திருமலை நாயக்கனின் தளபதி ஒருவனுடைய போர்களைப் பற்றி இந்நூல் விபரிக்கின்றது.

கன்னடம்

தென்னிந்திய மொழிகளுள், தமிழுக்கு அடுத்தபடி, கன்னட மொழியிலேதான் மிகவும் பழமைவாய்ந்த இலக்கியங்கள் இருக்கின்றன. ஆனால் கன்னட இலக்கியங்கள் எப்போது முதன்முதலாக எழுதப்பட்டன என்பது தெரியவில்லை. இப்போதுள்ள நூல்களுள் அணியியலைப் பற்றி நிருபதுங்கள் இயற்றிய கவிராச மார்க்கம் (850) என்ற நூலே காலத்தால் மிக முந்தியது. ஆனால் இந்நூலுக்கு முன்பே, பல கவிதை நூல்களும் உரை நடை நூல்களும் அதிக அளவில் வெளிவந்திருக்க வேண்டும். வடக்கே, மராத்தி மொழி பேசப்படும் ஆள்புலத்தின் பெரும்பகுதி உள்ளிட்டு, தெற்கே காவேரி தொடக்கம் வடக்கே கோதாவரி வரை கன்னட நாடு பரந்திருந்ததென இந்நூலிற் கூறப்பட்டுள்ளது. புலிகரி என்ற இடத்தைச் சுற்றியுள்ள மாவட்டம், கன்னடத்தின் அப்பழுக்கற்ற, பரிசுத்தமான கிணறு எனப் பலராலும் கருதப்பட்டது. மிகச் சிறந்த கன்னட உரைநடை எழுத்தாளர்களுள் துருவினீதன் என்பவனும் ஒருவன் என இந்நூல் கூறுகின்றது. இவன் 6ஆம் நூற்றாண்டில் கங்கை மன்னனாக இருந்த துருவினீதனாக இருக்கலாம். ஆரம்ப காலத்திலிருந்த இன்னொரு எழுத்தாளர், புகழ்பெற்ற சிறீவர்த்ததேவர் ஆவர். இவர் பிறந்த இடத்தின் காரணமாக துமுபுலூராச்சாரியார் எனவும் அழைக்கப்பட்டார். தத்துவார்த்த மகாசாத்திரம் என்ற நூலுக்கு இவர் ஒரு விளக்கவுரை எழுதினார். சூடாமணி என்ற பெயரையுடைய இவ் விளக்கவுரை 96,000 செய்யுட்களைக் கொண்டது. கன்னட மொழியிற் பெரிய இலக்கண ஆசிரியராகவிருந்த பட்டாகளங்கர் (1604) என்பவர், சூடாமணி என்பதே கன்னடமொழியிலுள்ள மிகப் பெரிய நூல் எனக் கூறுகின்றார். ஆரம்ப காலத்துக் கன்னட எழுத்தாளர்களுள் (ஏறக்குறைய 650 ஆம் ஆண்டளவில் வாழ்ந்தோர்) சியாமகுண்டாச்சாரியார் என்பவரும் ஒருவர். ஆரம்பகாலத்துக் கன்னட எழுத்தாளர்களுட் பெரும்பாலானோர், சமண சமயத்தைச் சேர்ந்தவர்கள். இந்த இரண்டு ஆச்சாரியார்களும் சமணர்களே.

கவிராசமார்க்கம் என்ற நூல் ஓரளவிற்குத் தண்டியின் காவியதரிசம் என்பதை அடிப்படையாக வைத்து எழுதப்பட்டது. இராட்டிரகூடப் பேரரசனாகிய நிருபதுங்க அமோகவர்சன் என்பவனே இந்நூலை இயற்றியதாகக் கூறப்படுகின்றது. ஆனால் உண்மை அதுவன்று. இப்பேரரசன் இந்நூலை உண்மையில் இயற்றியிருக்காவிட்டாலுங்கூட, இந்நூல் எழுதப்படுவதற்குத் தூண்டுகோலாக இருந்திருப்பான் என்பது நிச்சயம். இப்போது நமக்குக் கிடைக்கின்ற உண்மையான இலக்கிய நூல்களுள், சிவகோடி (கி.பி. 900ஆம்

ஆண்டளவில் வாழ்ந்தவர்) என்பவரியற்றிய வட்டாராதனை என்ற நூலே, காலத்தால் மிக முந்தியது. பூர்வகால கன்னடம் என அழைக்கப்படும் பழைய கன்னட மொழிநடையிற் பெரும்பாலும் அமைந்த இந்த உரைநடை நூல், பழைய சமணத் துறவிகளின் வாழ்வைப் பற்றிக் கூறுகின்றது. அடுத்து வருபவர் பம்பா என்பவர், வேங்கியிலுள்ள ஒரு குடும்பத்திற் பிறந்த இவர், இராட்டிரகூட மன்னனாகிய 3ஆம் கிருட்டிணனின் மானியகாரனாக இருந்த, வேமுலவாடையைச் சேர்ந்த 2ஆம் அரிகேசரியின் அரசசபையில் இருந்தார். முன் முப்பத்தொன்பதாம் (941) வயதிலேயே, பம்பா இரு பெருங் காவியங்களை இயற்றினார் எனச் சொல்லப்படுகின்றது. முதலாவது சமணத் தீர்த்தங்காரரின் வாழ்க்கை வரலாற்றை இவருடைய ஆதிபுராணம் கூறுகின்றது. இவர், மகாபாரதக்கதையைப் பற்றிய தன் கருத்தை, விக்கிரமார்ச்சுன விசயம் என்ற நூலிற் கூறுகின்றார். இவருடைய விளக்கத்தின் படி அமைந்த காரணத்தால், இந்நூல் பம்ப-பாரதம் எனவும் அழைக்கப்படுகின்றது. இந்நூலில், ஆசிரியர் அருச்சுனனையே காவிய நாயகன் ஆக்குகின்றார். அருச்சுணனுடன், தன்னை ஆதரித்த அரிகேகசரி மன்னனையும் இணைத்து, சமகால வரலாற்றிலிருந்து பல சுவையான விபரங்களையும் தன் காவியத்திற் சேர்த்துள்ளார். கன்னடக் கவிஞர்களுள், பம்பாவே சிறந்தவர் எனத் திறனாய்வாளர்கள் ஒரேமுகமாகக் கூறுகின்றார்கள். பம்பாவின் காலத்தில் பொன்னா என்ற ஒரு கவிஞரும் வாழ்ந்தார். இவர் பம்பாவிலும் பார்க்க வயதிற் குறைந்தவர். பதினாறாவது தீர்த்தங்காரரைப் பற்றிய கர்ணபரம்பரைக் கதையை இவரியற்றிய சாந்தி புராணம் கூறுகின்றது. புவனைக்கராமாப்யுதயம் என்ற நூலையும் இவர் இயற்றினார். பிற்காலத் தெழுந்த நூல்களிற் காணப்படும் மேற்கோள்களிலிருந்து மட்டுமே இப்போது இந்நூலைப் பற்றி அறிய முடிகின்றது. "சமணர்களைப் புகழ்ந்து, தொடைக் கவி போன்ற கவிகளாலாய" ஜினாட்சரமாலை என்ற நூலையும் இவர் இயற்றினார். இவரும், வேங்கியிலுள்ள ஒரு குடும்பத்தைச் சேர்ந்தவரே. "இரண்டு மொழிகளிலும் (சமக்கிருதம், கன்னடம்) மிகச் சிறந்த கவிஞர்" என்பதைக் குறிக்கும் உபய கவிச்சக்கரவர்த்தி என்ற பட்டத்தை இவர் பெற்றார்.

பூரணப் பொலிவுடன் ஒளிவிட்டுப் பிரகாசிக்கும் வகையிற் கன்னட இலக்கியத்தை வளர்த்த வழிகாட்டிகளான பம்பா, பொன்னா, ரண்ணா ஆகியோர், "மூன்று இரத்தினங்கள்" என அழைக்கப்படுகின்றார்கள். ரண்ணா என்பவர், சாளுக்கிய மன்னாகிய இரண்டாம் தைலர் என்பவரின் ஆட்சிக் காலத்திலும், அவரையடுத்தாண்ட மன்னனின் ஆட்சிக் காலத்திலும், அவர்களின் அரசபையை அணிசெய்தார். முதுவோளல் என்னுமிடத்தில், வளையல் விற்போரின் குடும்பம் ஒன்றில், 949ஆம் ஆண்டிற் பிறந்த ரண்ணா, சாளுக்கிய அரச சபையின் கவிச்சக்கரவர்த்தியாக (அரச அவைக் கவிஞர்) உயர்வு பெற்றார். தங்கப் பொல்லும், சௌரியும், யானையும் குடையும் விருதாக இவருக்குக் கொடுக்கப்பட்டன. பன்னிரண்டு ஆசுவாசங்களில் இவரியற்றிய அசிதபுராணம் (993) என்ற சம்புகாசியம், இரண்டாவது தீர்த்தங்காரரின் வாழ்க்கையைக் கூறுகின்றது. இக்காவியம், நாகவர்மன் என்ற தளபதியின் மனைவியும் தெய்வ பக்தியுடையவளுமாகிய அத்திமாப்பே என்பவளின் வேண்டுகோளின்படி இயற்றப்பட்டது. தன் கணவன் இறந்த பின்பும் சில ஆண்டுகள் வாழ்ந்த

இவள், சமண சமய வளர்ச்சிக்குப் பல வழிகளில் உதவி செய்தாள். இந்நூலாசிரியர் இயற்றிய சாகசபீமவிசயம் அல்லது கதாயுத்தம் (982) என்பதும ஒரு சம்புகாவியமாகும். இதில் பத்து ஆசுவாசங்கள் உள. இக்காவியம், மகாபாரதக் கதையை, குறிப்பாகப் பீமனுக்கும் துரியோதனனுக்குமிடையே இறுதியில் நடைபெற்ற கதாயுத்தத்தையும், இறிவபேதாங்க சத்தியாசிரயனுடைய சண்டைகளையும் சாதனைகளையும் கூறுகின்றது. இறிவபேதாங்க சத்தியாசிரயனுடைய சண்டைகளையும் சாதனைகளையும் கூறுகின்றது. இறிவபேதாங்க சத்தியாசிரயனுக்கு, இக் கவிஞர், "சாகச பீமன்" (துணிவுடைய பீமன்) என்ற பட்டத்தைச் சூட்டுகின்றார். ரண்ணா எழுதிய மற்றைய நூல்களான பரசுராம சரிதம், சக்ரேசுவர சரிதம் ஆகியவை இப்போது இல்லை. ரண்ண காண்டம் என்ற நிகண்டும் இவருடைய ஆக்கமாக இருக்கலாம். இந் நிகண்டிலுள்ள செய்யுட்கள், பெரும்பாலும் கவிரத்தினம் என்ற சொல்லில் முடிகின்றன.

ரண்ணாவின் ஆரம்பகாலப் புரவலர்களுள் ஒருவராகிய சாவுந்தராயன் என்பவர், கங்கைமன்னனாகிய இராசமல்லரின் மானியகாரராக இருந்தார். சிரவண பெல்கோலா என்ற இடத்தில் மிகப் பெரிய கோமதீசுவரர் ஆலயத்தை இவர் கட்டியெழுப்பிய காரணத்தினால், இராசமல்லர், இவருக்கு இராயர் என்ற பட்டத்தைச் சூட்டினார். கன்னடத்திலுள்ள மிகப் பழைய உரைநடை நூல்களுள் ஒன்றான சாவுந்தராய புராணம் அல்லது திரிசத்திலட்சணமகாபுராணம் என்ற நூலை, இவர் 973ஆம் ஆண்டில் இயற்றினார். இருபத்தி நான்கு தீர்த்தங்காரர், பன்னிரண்டு சக்கரவர்த்திகள், ஒன்பது பாலபத்திரர்கள், ஒன்பது நாராயணர்கள், ஒன்பது பிரதிநாராயணர்கள் ஆகிய அறுபத்துமூவரைப் பற்றிய புராணக் கதைகளைக் கூறும் இந்நூல் இப்போதும் இருக்கின்றது 1ஆம் நாகவர்மன் என்பவரும், சாவுந்தராயனால் ஆதரிக்கப்பட்ட ஒருவராவர். சாவுந்தராயனைப் போல் இவரும் அசீதசேனரின் மாணவரே. இவர், பம்பாவைப் போல், வேங்கி நாட்டிலிருந்துவந்த ஒரு பிராமண குடும்பத்தைச் சேர்ந்தவர். இவ்வாசிரியர், தன் மனைவியை நோக்கிக் கூறும் வகையில் அமைந்த சந்தொம்புதி என்ற "யாப்பிலக்கணச் சமுத்திரம்", கன்னடத்தில் யாப்பிலக்கணத்தைப் பற்றி முதன்முதலாக எழுதப்பட்ட ஒரு நூலாகும். சமக்கிருத உரைநடையிற் பாணர் எழுதிய காதற்கதையின் அடிப்படையில் எழுந்தது கர்நாடக காதம்பரி என்ற சம்பு நூல். இதன் இனிமையான, ஆற்றெழுக்கு நடை, திறனாய்வாளர்களால் மிகவும் உயர்ந்ததாக மதிக்கப்படுகின்றது.

அடுத்து, இரண்டாம் சயசிம்ம சகதேகமல்லரின் கீழ் மந்திரியாக விருந்த துர்க்கசிம்மர் என்ற சைவப் பிராமணர் குறிப்பிடத்தக்கவர். இவருடைய பஞ்சதந்திரம் என்ற நூல், குணாட்டியரின் பிருகத்கதையைப் பின்பற்றி எழுதப்பட்டது என்பது வெளிப்படையாகவே ஒப்புக்கொள்ளப்பட்டது. இச் சம்பு காவியம் ஓர் அறிவுக் களஞ்சியமாகும். இக் காலத்து இரசனைக்கு ஏற்றாற்போல், இந்நூலில் ஓசை நயந் தரும் (பிராசம்) சொற்கள் அளவிற்கு மீறிக் காணப்படுகின்றன. தனக்கு முன்பிருந்தோர் பலரையும் தன் சமகாலத்தில் வாழ்ந்த பலரையும் பற்றித் துர்க்கசிம்மர் குறிப்பிடுகின்றார். இவருடைய காலத்தில் வாழ்ந்தவர்களுள், பல்துறைப் பேரறிஞராக விளங்கிய சந்திரராசன்

என்பவர் ஒருவர். இவர் வாசிகோத்திரத்தைச் சேர்ந்த ஒரு பிராமணராவர். தன்னுடைய புரவலருக்கும் அவருடைய மனைவிக்குடையே நடைபெறும் உரையாடலைப் போல், இவரியற்றிய மதனதிலகம், சிற்றின்பக் கலையைப் பற்றிக் கூறும் ஒரு சம்புவாகும். இந்நூல் பதினெட்டு அதிகாரங்களைக் கொண்டது. தன் காலத்து நவீன மொழியை (போச-கன்னடம்) உபயோகித்ததாக ஆசிரியர் பெருமையடித்துக்கொள்கின்றார். சயசிம்மரின் ஆதரவின் கீழிருந்த ஓர் அத்துவைத, சைவப் பிராமணராகிய சாவுந்தராயர் என்பவர், உலோகோபகாரம் (கி.பி.1025) என்ற நூலை இயற்றினார். நல்ல தரமான செய்யுட்களில், வான சாத்திரம், சோதிடம், சிற்பம், கட்டடக்கலை, சருனம், நீர்நிலையம், மருந்து மூலிவகைகள், அவற்றின் உபயோகங்கள், நறுமணந்தரும் பொருட்கள், சமையற்கலை, நஞ்சு சம்பந்தமான செய்திகள் முதலிய பல்வேறு பொருட்களைப் பற்றிப் பூரணவிளக்கமுடன் கூறும் இந்நூல், மக்களின் நாளாந்த வழிகாட்டியாக இருந்தது. கிறீதராச்சாரியார் என்ற சமணப் பிராமணர், தன் சாதகதிலகம் (1049) என்ற நூலின் மூலம் விஞ்ஞானத்தைப் பற்றி எழுதுவதில் தனக்குள்ள திறமையையும், சந்திரப்பிரபாசரிதை என்ற நூலின் மூலம் இலக்கிய நூல்களை எழுதுவதில் தனக்குள் திறமையையும் (காவிய கவித்துவம்) காட்டியுள்ளார். கன்னட மொழியில், சோதிடத்தைப் பற்றியெழுந்த முதலாவது நூல், சாதக திலகம் ஆகும். வனவாசி என்ற இடத்தைச் சேர்ந்த இரண்டாம் சோமேசுவரரின் மானியகாரரான கங்கை மன்னன் உதயாதித்தன் (1070) என்பவரால் ஆதரிக்கப்பட்ட அத்துவைதி நாகவர்மாச்சாரியார், சந்திரசூடாமணி சதகம் என்ற நூலை எழுதினார். மத்தேபம் என்ற யாப்புமுறையில் இயற்றப்பட்ட இலகுவான செய்யுட்களாலான இந்நூல், துறவொழுக்கத்தைப் பற்றிக் கூறுகின்றது.

அடுத்த பெரிய எழுத்தாளர் நாகச்சந்திரர் (ஏறக்குறைய 1105ஆம் ஆண்டளவில் வாழ்ந்தவர்) என்பவராவர். செல்வந்தரான இச் சமணர் பிசப்பூரில் மல்லி நாத சமணாலயத்தைக் கட்டி, பத்தொன்பதாவது தீர்த்தங்காரருக்கு அர்ப்பணஞ் செய்தார். இவர் மல்லிநாதபுராணம் என்ற சம்புவையும் இயற்றினார். ஆனால் இராமச்சந்திரபுராணம் என்ற நூலின் ஆசிரியர் என்ற வகையிற்றான் இவர் பெரும்பெயர் பெற்றார். பதினான்கு பிரிவுகளையுடைய இச் சம்புகாவியம், சமணர்களின் கண்ணோட்டத்தின்படி இராமகதையைக் கூறுகின்றது. இந்நூலிற் பதினான்கு அத்தியாயப் பிரிவுகள் இருந்தபோதிலும், மூன்றாவது பிரிவிலிருந்துதான் கதை தொடங்குகின்றது. இக் காவியம் பம்பாவின் பாரதத்தோடு சேர்ந்து ஒரு பரிபூரணமான காவியமாகின்றது. இந்தக் காரணத்தினால், அபிநவ (புதிய) பம்பா என்ற பட்டம் இவருக்குக் கிடைத்தது. வால்மீகியின் கதையிலிருந்து இக் கதை பல வழிகளில் வேறுபட்டுள்ளது. இராமர், சமணதீட்சை பெற்றுச் சமணத் துறவியாகி இறுதியில் நிர்வாணம் அடைகின்றார். மற்றெல்லா மதங்களையும்விட, சமணமே உயர்ந்த மதம் என நிறுவ முயலும் சமயப்பரீட்சை என்ற பிரச்சினைக்குரிய நூல், பிரம்மசிவன் என்பவரால் எழுதப்பட்டது. கீர்த்திவர்மரின் கோவைத்தியம் என்னும் நூல் மிருகநோய் வைத்தியத்தைப் பற்றிக் கூறுகின்றது. இந்நூலிற் பாதி மருந்துகள் சம்பந்தமாகவும், பாதி மந்திர தந்திரம் சம்பந்தமாகவுமுள்ளது. இந்த இரண்டு நூல்களும் பன்னிரண்டாம் நூற்றாண்டின் முதற் காற்கூற்றைச் சேர்ந்தவை.

ஏறக்குறைய 1145ஆம் ஆண்டளவில் கர்ணபாரீயர் என்பவர் நேமிநாதபுராணம் என்ற தன் நூலில், இருபத்திரண்டாவது தீர்த்தங்காரரின் வாழ்க்கையைப் பற்றிக் கூறியுள்ளார். பதினான்கு ஆசுவாசங்கள் கொண்ட இச்சம்புவில், கிருஷ்ணனின் கதையும் மகாபாரதக் கதையும் திறமையான முறையிற் சேர்க்கப்பட்டுள்ளன. 2ஆம் நாகவர்மர் எழுதிய காவியலோகம் என்ற நூலும் இதேகாலப்பகுதியைச் சேர்ந்ததே. ஐந்து அத்தியாயப் பிரிவுகளில், கன்னட மொழி இலக்கணத்தைப் பற்றியும் அணியியலைப் பற்றியும் கூறும் முக்கியமான நூல் இதுவாகும். செய்யுளாலான சூத்திரங்களும், அவற்றை விளக்குவதற்கு, இலக்கியங்களிலிருந்து எடுக்கப்பட்ட மேற்கோள்களும் இந்த நூலிலுள. நாகவர்மர், கர்நாடகபாஷாபூஷணம் என்ற பெயரில் வேறொரு இலக்கண நூலையும் எழுதியுள்ளார். இந்நூலில், சூத்திரங்களும் சுருக்கமான விளக்கமும் சமக்கிருதத்திற் கொடுக்கப்பட்டுள்ளன; கன்னட இலக்கியங்களிலிருந்து உதாரணங்கள் தரப்பட்டுள்ளன. இரண்டாம் நாகவர்மர் இயற்றிய மூன்றாவது நூலாகிய வாஸ்துகோசம், 800 கிரந்தங்கள் கொண்ட ஒரு சிறு நிகண்டாகும். இதிற் சமக்கிருதச் சொற்களுக்குச் சமமான கன்னடச் சொற்கள் கொடுக்கப்பட்டுள்ளன. இரண்டாம் சகதேகமல்லரின் கீழ் கடகோபாத்தியாயர் (போர்முகாமில் ஆசிரியர்) ஆக இருந்த நாகவர்மர், சகதேகமல்லர் இறந்தபின்பும் பல்லாண்டு காலமாக வாழ்ந்தார். இவர் சன்னா (1209 ஆம் ஆண்டளவில் வாழ்ந்தவர்) என்ற கவிஞரின் ஆசிரியராகவுமிருந்தார். தண்டியின் காவியதரிசம் என்ற நூலை அடிப்படையாக வைத்து, சோழ இளவரசனான உதயாதித்தர் என்பவர், கவிதைக் கலையைப் பற்றி, உதயாதித்தாலங்காரம் என்ற நூலை எழுதினார். சமக்கிருத மொழியில் பூச்யபாதர் எழுதிய கல்யாணகாரகம் என்ற மருத்துவ நூல், சமண ஆசிரியரான ஜகத்தல சோமநாதர் என்பவராற் கன்னடத்தில் மொழிபெயர்க்கப்பட்டது. இந்நூல் கூறும் சிகிச்சை முறை, முழுக்க முழுக்கத் தாவர உணவு சம்பந்தமானதாகவும், போதைப் பொருட்கள் அற்றதாகவும் இருந்தது; பூவினபாகை என்ற இடத்தைச் சேர்ந்த இராசாதித்யர் (1190) என்பவர் மிகத் திறமையான முறையில், இலகுவான செய்யுட்களிற் கணித சாத்திரம் சம்பந்தமான பல விடயங்களைத் தன் வியவகார கணிதம், கேத்திர கணிதம், லீலாவதி போன்ற பல கணித நூல்களிற் கூறியுள்ளார்.

இதுவரை கூறப்பட்ட ஆசிரியர்களுட் பெரும்பாலானவர்கள் சமணர்களாக இருந்தார்கள். கன்னட இலக்கியத்தில், வீரசைவர்கள், வைணவர்கள் ஆகியோரின் செல்வாக்கு, முறையே பன்னிரண்டாம் நூற்றாண்டு தொடக்கமும், பதினைந்தாம் நூற்றாண்டு தொடக்கமும் ஏற்பட்டது. இந்த இரண்டு வகுப்பினரைப் பற்றியும் கூறுவதற்கு முன்பு, சமண ஆசிரியர்களைப் பற்றிக் கூறி முடிப்பது நல்லது.

பிற்கால ஒய்சள மன்னர்களின் கீழும் பல சமண ஆசிரியர்கள் வாழ்ந்தார்கள். தீர்த்தங்காரர்களின் வாழ்க்கையைப் பொருளாக வைத்துப் பல சம்பு புராணங்கள் இயற்றப்பட்டன. வீரவல்லாளனின் அரச அவைக் கவிஞராகிய நேமிசத்திரன் என்பவர், லீலாவதி என்ற காவியத்தை இயற்றினார். சிக்கல் எதுவுமில்லாத ஒரு காதற் கதையை இக்காவியம் கூறுகின்றது.

வனவாசி என்பதே கதை நிகழிடமாக இருக்கின்றது. கதையில் வரும் ஓர் அரசகுமாரனும் அரசகுமாரியும் இவ்விடத்தில் இருந்துகொண்டு, ஒருவரையொருவர் கனவு காண்கின்றனர்; பல தடைகளுக்குப் பின் இருவரும் சந்திக்கின்றனர்; பின் மணஞ் செய்துகொண்டு மகிழ்ச்சியுடன் வாழ்கின்றனர். வல்லாளனின் மந்திரி ஒருவருடைய கேள்விப்படி நேமிசந்திரன், நேமிநாதபுராணம் என்பதையும் எழுதத் தொடங்கினார். ஆனால் இந்த நூலை எழுதி முடிப்பதற்கு முன்னால் ஆசிரியர் இறந்துவிட்டார். ஆகவே இந்நூல் அர்த்தநேமி- “பூர்த்தியாக்கப்படாத நேமி“ என அழைக்கப்படுகின்றது. சன்னா என்பவர் ஒரு கவிஞர் மட்டுமன்றி, ஒரு அமைச்சராகவும், கோவில்களைக் கட்டுவிப்பவராகவும் இருந்தார். இவர் யசோதர சரிதை (1209) என்ற நூலை எழுதினார். இரண்டு சிறுவர்களை மாரியம்மனுக்குப் பலி கொடுக்கப்போன ஓர் அரசன், அவர்கள் கூறிய கதையைக் கேட்ட பின், அவர்களைப் பலி கொடாது விடுதலை செய்து, அன்று முதல், உயிர்களைப் பலி கொடுக்கும் வழக்கத்தையும் கைவிட்டுவிட்டான். இந்த அரசனின் கதையைக் கூறுகின்றது யசோதரசரிதை. பதினான்காவது தீர்த்தங்காரரைப் பற்றிய அனந்தநாத புராணம் என்பதும் (1230) இதே ஆசிரியரியற்றிய நூலாகும். இந்நூலின் பண்பும் அழகும் நிறைந்த நடை குறிப்பிடத்தக்கது. பந்துவர்மர் என்ற வைசியர், அரிவம்சாப்யுதயம் சீவசம்போதனம் என்ற இரு நூல்களையும் எழுதினார். ஆன்மாவை நோக்கிச் சொல்லும் பாணியில், ஒழுக்கம், துறவு முதலியவற்றைப் பற்றிக் கூறும் நூல் சீவசம்போதனம். ஓர் இசைக் கருவியுடன் சேர்ந்து பாடப்படுவதற்காக சாங்காத்தியம் என்ற ஓர் புதிய சிருட்டி உருவத்தைச் சிசுமாயனர் (1232ஆம் ஆண்டளவில் வாழ்ந்தவர்) தன் அஞ்சனாசரிதம், திரிபுரதகனம் ஆகியவற்றிற் கையாண்டுள்ளார். பிறப்பு, சிதைவு, இறப்பு ஆகிய மூன்று கோட்டைகள் அழிவதைப் பற்றிய உட்கருத்துடன் திரிபுரதகனம் என்ற நூல் ஆக்கப்பட்டது. ஆண்டையா என்பவரின் மதனவிசயம் (மன்மதனின் வெற்றி), 1235ஆம் ஆண்டளவில் ஆக்கப்பட்டது. இந்த நூலில், சமக்கிருதச் சொற்கள் அப்படி அப்படியே (தற்சமம்) உபயோகிக்கப்படாதிருப்பதும், உள்நாட்டுச் (தேசீய) சொற்களும், கன்னடமாக்கப்பட்ட சமக்கிருதச் சொற்களும் (தற்பவம்) மட்டுமே உபயோகிக்கப்பட்டிருப்பதும் குறிப்பிடத்தக்கவை. ஆனால் இந்த மொழிப் பரிசோதனையைப் பிற்கால ஆசிரியர்கள் பின்பற்றவில்லை. சிவபெருமான் சந்திரனைச் சிறையிலிடவே, ஆத்திரமடைந்த மன்மதன், தன் அம்புகளினாற் சிவபெருமானைத் தாக்கினான். இதனால், சிவபெருமானின் சாபத்திற்கு ஆளான மன்மதன், தனது மனைவியிடமிருந்து பிரிக்கப்பட்டான்; என்றாலும் மன்மதன் தன் தந்திரத்தினால், சாபத்திலிருந்து விடுபட்டுத் தன் மனைவியுடன் சேர்ந்து வாழ்ந்தான். இந்தக் கதையைக் கூறுகின்றது மதனவிசயம். இந்த நூலுக்குக் காவன கெல்ல (காமனின் வெற்றி), கபிகரகாவ (கவிஞர்களின் காவலன்), செரபகின சுக்கி (அழகின் அறுவடை) என்ற பெயர்களும் உண்டு. சன்னாவின் மண மைத்துனரான மல்லிகார்ச்சுனர் (1245 ஆம் ஆண்டளவில் வாழ்ந்தவர்) என்ற துறவி, சூக்தி-சுதார்ணவம் என்ற செய்யுள் திரட்டைத் தொகுத்தார். பதினெட்டு விடயத் தலைப்புகளின் கீழ், பல நூல்களின் பகுதிகளை இந்நூல் ஒழுங்காகக் கூறுகின்றது. ஆனால் இப்பதினெட்டுள், பதினைந்து பிரிவுகளே இப்போது கண்டெடுக்கப்பட்டுள்ளன. மல்லிகார்ச்சுனரின் மகனாகிய கேசிராசன் (1260 ஆம் ஆண்டளவில் வாழ்ந்தவர்) என்பவர் சப்தமணிதர்ப்பணம்

(சொல்நகைகளின் கண்ணாடி) என்ற நூலை இயற்றினார். கன்னட மொழியிலுள்ள, முன்மாதிரியான இலக்கண நூல் இதுவேயாகும். இலக்கண விதிகள் கண்ட என்ற யாப்பு முறையிற் கூறப்பட்டுள்ளன. இவற்றைத் தொடர்ந்து, ஆசிரியரே உரைநடையில் விளக்கவுரையையும் எழுதியுள்ளார். இதே இலக்கியப் பிரிவைச் சேர்ந்த மற்றைய நூல்களைப் போன்று, இந்த நூலும் புகழ்வாய்ந்த எழுத்தாளர்கள் கையாண்ட சொற்களை மேற்கோள்களாகக் காட்டுகின்றது. கன்னட மொழியைப் பயிலும் ஒரு மாணவனுக்கு, அறிவியல், வரலாற்று முறையில் இந்நூல் பெரிதும் பயனுடையதாக இருக்கும். குமுதெண்டு (1275 ஆம் ஆண்டளவில் வாழ்ந்தவர்) என்பவர், சமண மரபின்படி இராமாயணத்தைச் சத்பதி யாப்பில் எழுதினார். ஏற்கெனவே நாம் கவனித்த பம்ப-இராமாயணம் என்பதின் செல்வாக்கு இந்நூலிற் பெரிய அளவிற் காணப்படுகின்றது. இரத்தமாலை அல்லது இரத்தசூத்திரம், புண்ணியாசிரவம் ககேந்திரமணி தர்ப்பணம் ஆகியவை, ஒய்சளரின்கீழ் இயற்றப்பட்ட குறிப்பிடத்தக்க மற்றைய நூல்களாகும். இரத்தமாலை அல்லது இரத்தசூத்திரம் (1300ஆம் ஆண்டளவில் ஆக்கப்பட்டது) இயற்கையின் உற்பாதங்களான மழை, பூகம்பம், மின்னல், கிரகங்கள், சகுனம் போன்றவற்றைப் பற்றி இரத்த கவி என்பாரியற்றிய நூலாகும். புராணத்தில் வரும் நாயகர்களைப் பற்றி ஐம்பத்திரண்டு செய்யுட்களிற் கூறும் புண்ணியாசிரவம் (1331ஆம் ஆண்டளவில் இயற்றப்பட்டது) என்ற சம்புகாவியம் நாகராசனால் இயற்றப்பட்டது. இந்நூல் ஒவ்வொரு குடும்பத் தலைவர்க்கும் வழிகாட்டியாக இருக்க வேண்டும் என்பதற்காகச் சமக்கிருதத்திலிருந்து மொழிபெயர்க்கப்பட்டதெனச் சொல்லப்படுகின்றது. முதலாம் மங்கராசனால் (1360ஆம் ஆண்டளவில்) நஞ்சுகளைப் பற்றி எழுதப்பட்ட நூல் ககேந்திரமணி தர்ப்பணம் ஆகும்.

விசயநகர மன்னர்களின் காலத்தில் (1336-1650) பல்வேறு கொள்கைகளைப் பின்பற்றும் சைவர்கள், வைணவர்கள் ஆகியோரின் செல்வாக்கு வளர்ந்து வந்த காரணத்தினால், சமணர்கள் உறுதியான முறையில் வெளியே தள்ளப்பட்டார்கள். என்றாலும், அவர்கள் தீர்த்தங்காரர்களைப் பற்றியும், புனிதமான வேறு பெரியார்களைப் பற்றியும் தொடர்ந்து எழுதிவந்தார்கள். இரண்டாம் அரிகரன், முதலாம் தேவராயன் ஆகியோரின் மந்திரிகளால் ஆதரிக்கப்பட்ட மதுரர் (1385) என்பவர், பதினைந்தாம் தீர்த்தங்காரரைப் பற்றித் தருமநாதபுராணம் என்ற நூலையும், சிரவண பெல்கோலாவிலுள்ள கோமதீசுவரரைப் புகழ்ந்து ஒரு சிறு காவியத்தையும் எழுதினார். இவருடைய மொழி நடை, இவருக்கு முன்பிருந்த சமணப் புலவர்களின் மொழிநடையைப் போன்றேயிருந்தது. அமிதகதி என்பவர் சமக்கிருதத்தில் எழுதிய தருமபரீட்சை என்பதன் கன்னட விளக்கத்தை, அதே பெயரிலேயே விருத்த விலாசர் என்பவர் எழுதினார். இதே ஆசிரியர் சாத்திரசாரம் என்ற நூலையும் எழுதினார். இந்த இரண்டு நூல்களும், அரைக்கரைவாசி, சமய முக்கியத்துவம் வாய்ந்தவை. சீவந்தரராசரின் வாழ்க்கையைப் பற்றி எழுதுவது, பலருக்குப் பிடித்த ஒரு விடயமாக இருந்தது. மூவர், மூன்று தரம் இவ்விடயத்தைப் பற்றி எழுதினார்கள். பெனுகொண்டாவைச் சேர்ந்த பாஸ்கரன் (1424), தெற்கணாம்பியைச் சேர்ந்த பொம்மராசர் (1485ஆம் ஆண்டளவில்), துளுவ தேசத்தைச் சேர்ந்த கோடீசுவரர் (1500ஆம் ஆண்டளவில்) ஆகிய மூவரும் சத்பதி யாப்பில் இக் கதையை

எழுதினார்கள். செல்வத்தை வெறுத்து, சமய வாழ்க்கையை மேற்கொண்ட நாககுமாரன் கதையைச் சிருங்கேரியைச் சேர்ந்த பாகுபலி (1560ஆம் ஆண்டளவில்) என்பவர் எழுதினார்.

இந்தக் காலப் பகுதியில, மற்றைய இடங்களை விடத் துளுவ நாட்டிலேயே சமணம் செழிப்புற்றிருந்தது. 1431ஆம் ஆண்டில் கார்க்கலா என்ற இடத்தில் ஒன்றும், 1603ஆம் ஆண்டில், யேனூர் என்ற இடத்தில் ஒன்றுமாக இரண்டு பெரிய சமணச் சிலைகள் எழுப்பப்பட்டன. இந்நாட்டில் நான்கு சமண நூலாசிரியர்கள் இருந்தார்கள். முதலில் நம் கவனத்திற்கு வருபவர் கெரொசப்ப என்ற இடத்தைச் சேர்ந்த அபிநவவாதி வித்தியானந்தர் என்பவர். விசயநகரிலும் வேறு பல மாகாணத் தலைநகரங்களிலும் நடைபெற்ற பகிரங்க விவாதங்களில், இவர் சமண மதத்திற்காக வாதாடினார். 1533ஆம் ஆண்டில், நாற்பத்தைந்து தலைப்புக்களில் காவியசாரம் என்ற செய்யுட்டிரட்டை இவர் தொகுத்தார். மல்லிகார்ச்சுனரின் சூக்திசுதார்ணவம் என்பதைப் போன்ற இந்நூல் 900ஆம் ஆண்டிற்கும் 1430ஆம் ஆண்டிற்குமிடையேயிருந்த பல புலவர்களின் பெயர்களைக் குறிப்பிடுகின்றபடியால், அதிக உபயோகமுடையதாக இருக்கின்றது. கொங்கணத்திலுள்ள ஒரு சிற்றரசனின் அவைப்புலவராக இருந்த சால்வர் (1550 ஆம் ஆண்டளவில் வாழ்ந்தவர்) என்பவர், பதினாறு பருவங்களில் சத்பதி யாப்பில், சமணக் கண்ணோட்டத்துடன் பாரதத்தை எழுதினார். 1510 ஆம் ஆண்டளவிற் பாரதம் பற்றிய வைணவக் கருத்தைப் பூரணப்படுத்திய கிருட்டினராய பாரதம் என்பதற்குப் போட்டியாகவே, இந்த நூல் அநேகமாக எழுதப்பட்டிருக்கலாம். முடாபிதீரைச் சேர்ந்த ஒரு சத்திரியனான இரத்தினாகர வர்ணி என்பவர் பல நூல்களை எழுதினார். இவருடைய திரிலோகசாரம் (1557) பிரபஞ்சம் உற்பத்தியானதைப் பற்றிக் கூறுகின்றது; அபராசித சாதகம் என்ற நூல் தத்துவஞானம், அறவொழுக்கம், துறவு முதலியவற்றைப் பற்றிக் கூறுகின்றது; பேரரசனான பரதனைப் பற்றிய கட்டுக் கதையைப் பரதேசுவர சரிதம் என்ற நூல் கூறுகின்றது. சமணத் துறவியாகச மாறிய முதலாவது தீர்த்தங்காரரின் மகனே, இப்பரதன். இவ்வாசிரியரின் பாடல்கள் பல, இப்போதும் சமண மக்களிடையே வழங்கிவருகின்றன. இப்பாடல்கள் அன்னகளபதம்-சகோதரர்களின் பாடல்கள்-என அழைக்கப்படுகின்றன. கிரியைகள், கடுந்தவம் ஆகியவற்றைச் செய்வதைவிட, தியானம், கல்வி ஆகியவற்றின் மூலம் மேலான முறையில் விடுதலை அடையலாம் என்பதைக் கூறுகின்றது நேமன்னரின் ஞான பாஸ்கர சரிதை (1559) என்ற நூல்.

இறுதியாக, ஆயதவர்மர் என்ற கவிஞரைக் கூறலாம். இவர் எந்தக் காலத்தைச் சேர்ந்தவர் என்பது சரியாகத் தெரியவில்லை. சிலர், 1400 ஆம் ஆண்டளவில் இவர் வாழ்ந்திருக்கலாம் எனக் கூறுகின்றார்கள். இவருடைய இரத்தின கரண்டகம் என்பது சமக்கிருத மூலத்திருந்து மொழிபெயர்க்கப்பட்ட ஒரு சம்புகாவியமாகும். நன்னம்பிக்கை, நல்லறிவு, நன்னடத்தை ஆகிய மூன்று சமண "இரத்தினங்களின்" தலைப்பின் கீழ் இந்நூல், சமணர்களின் நம்பிக்கைகளையும் கடமைகளையும் பற்றிக் கூறுகின்றது.

சமணர்களுக்குப் பின், கன்னட மொழிகளும் இலக்கியத்திற்கும்

வீரசைவர்களே பெருந்தொண்டு புரிந்தனர் இவர்கள் பல சமய இலக்கியங்களைக் கன்னட மொழியில் எழுதினார்கள். செய்யுளிலும் பார்க்க, உரைநடையில் எழுதுவதிலேயே இவர்கள் தனி விருப்பம் காட்டினர். பசவர் என்பவரும் அவருடைய காலத்தில் (பன்னிரண்டாம் நூற்றாண்டு) வாழ்ந்தோரும் புதிய மதத்தை நன்கு பிரசித்தியடையச் செய்யவேண்டும் என நன்கு திட்டமிட்டு, சாதாரண மக்களால் இலகுவில் விளங்கிக் கொள்ளக்கூடிய எளிய நடையிலமைந்த வசன இலக்கியத்தைத் தோற்றுவித்தனர். பல பெண்கள் உட்பட, இருநூறுக்கு மேற்பட்ட எழுத்தாளர்கள் இருந்தனர். அனைவர்க்கும் தலைவராக விளங்கியவர் மகாதேவியக்கர் என்பவராகும். இவ்வெழுத்தாளர்கள் செய்த பணிகளின் குணவிசேடங்களை இ.பி. றைசு என்பார் பின்வருமாறு விளக்குகின்றார். உருவத்தைப் பொறுத்தவரையில், இவ் வசனங்கள், ஒன்றுடன் ஒன்று தொடர்பற்ற சிறிய பந்திகளாக இருந்தன. ஒவ்வொரு பந்தியின் இறுதிலும், எந்தப் பெயர்களாற் சிவபெருமான் அந்நாட்டில் வழிபடப்பட்டாரோ, அவற்றுள் ஒரு பெயர் இருந்தது. நடையைப் பொறுத்தவரையில், சுருங்கச் சொல்லி விளங்க வைக்கும் முறையிலும், கருத்தொப்புமையை எடுத்துக் காட்டும் வகையிலும், மேற்கோள்களைக் காட்டும் விதத்திலும் அமைந்திருந்தன. பொருட் செல்வத்தின் உபயோகமின்மை, வெறும் கிரியைகள், புத்தகப் படிப்பு ஆகியவற்றின் பெறுமதியின்மை, வாழ்க்கை நிலையாமை, சிவபத்தனின் ஆன்மீக மேம்பாட்டுச் சிறப்பு ஆகியவற்றைப் பற்றி இவை கூறுகின்றன. உலகிலுள்ள செல்வத்திற்கும் சொகுசுக்கும் ஆசைப்படுவதைவிட்டு, உலகப் பற்றைத் துறந்து மிதமான வாழ்க்கை வாழ்ந்து சிவபெருமானைச் சரண் அடையும்படி, இந்நூல்கள் மாந்தர்க்கு ஆலோசனை கூறுகின்றன. இந் நூல்களில், விவாதத்திற்குரிய விடயங்கள் ஒன்றுமில்லை; பெரும்பாலும் ஆலோசனை கூறுபவையாகவும் பக்தியூட்டுவனவாகவும், விளக்கந்தருபவையாகவுமே இருக்கின்றன. இலிங்காயத ஆச்சாரியார்கள், தம் மாணவர்கட்குப் போதனை செய்யும்போது இவற்றையும் ஒப்பிக்கின்றனர்."" சில வசன நூல்களிற் கலாஞானம் என்ற ஒரு பகுதி இருக்கின்றது. இப்பகுதியில், தேவதூதுவனுக்குரிய ஒரு தீர்க்க தரிசனத்துடன் எதிர்காலத்தைப் பற்றி முன்கூட்டியே சொல்லும் செய்தி இடம்பெற்றுள்ளது. வீரவசந்தராயர் என்ற ஓர் இலட்சிய அரசர் தோன்றி, கல்யாணியை புதுக்கிக் கட்டி, இலிங்ககாயத மதத்தைப் புனருத்தாரணஞ் செய்து, அது மீண்டும் பூரணப் பொலிவுடன் விளங்கும் படி செய்வார் என்று கூறுகின்றது. இந்த வசன நூல்களுட் பல, ஆசிரியர்களின் முத்திரைகளைக் (ஒவ்வொருவருக்குமெனக் குறிக்கப்பட்ட இடையாளச் சொற்றொடர்கள்) கொண்டுள்ளன.

ஆறு நூல்களை ஆக்கியவரெனக் கூறப்படும் பசவர், அவருடைய மருமகனான சென்ன பசவர் ஆகியோரை மட்டுமன்றி, மிகவுயர்ந்த முறையிற் கௌரவிக்கப்பட்ட ஆசிரியர்களும், எழுத்தாளர்களும் சேர்ந்த இரண்டு குழுக்களைப் பற்றியும் விசேடமாகக் குறிப்பிடவேண்டும். ஒரு குழு "மூன்று பண்டிதர்கள்" என அழைக்கப்பட்டது. இக் குழுவில், சிவலெங்கா (சிவபெருமானின் மெய்க் காவலர்) என அழைக்கப்பட்ட மஞ்சண்ணா, சிறீபதி பண்டிதர், மல்லிகார்ச்சுன பண்டிதாராத்தியர் ஆகியோர் இருந்தனர். மற்றக் குழு ""ஐந்து ஆச்சாரியார்கள்"" என அழைக்கப்பட்டது. கொல்லிபாகத்தைச்

சேர்ந்த ரேவணசித்தர் அல்லது பண்டிதர்களுள் ஒருவரான பண்டிதாராத்தியர், ஏகோராமி தாண்டே, விசுவேசுவாச்சாரியர் ஆகியோர் இக்குழுவில் இருந்தனர். இவர்கள் பசவரின் காலத்திலோ, அவருக்குச் சற்று முன்போ அல்லது பின்போ வாழ்ந்தோராவர்.

இக்காலத்தில், கன்னட மொழியிலும் இலக்கியத்திலும் சில திட்டவட்டமான மாற்றங்கள் ஏற்பட்டன. ழ என்ற எழுத்து, மெல்ல மெல்ல மறைந்து, ள என்ற எழுத்துத் தோன்றுகின்றது. சில குறிப்பிட்ட சந்தர்ப்பங்களில், ப என்ற எழுத்து க ஆக மாறுகின்றது. சம்பு உருவில் இலக்கியங்களை ஆக்கும் முறை வழக்கற்றுவிடுகின்றது. கன்னட மொழிக்கேயுரிய சத்பதி யாப்பில் ஆறடிச் செய்யுட்களும், திரிபதி யாப்பில் மூன்றடிச் செய்யுட்களும் பல்லவிகளையுடைய இராகலேக்கள் என்ற உணர்ச்சிப் பாக்களும் இயற்றும் முறை வழக்கத்திற்கு வந்தது.

வசனங்கள் என்ற இலக்கிய நூல்களை எழுதியவர்களை விட்டுவிட்டு, இனி மற்றைய முக்கியமான இலிங்காயத எழுத்தாளர்களைக் கவனிப்போம். முதலாவதாக உள்ள ஆரீசுவரர் என்பவர் அளெபிடு என்ற இடத்திலுள்ள காரணிகர்களின் (கணக்காளர்கள்) குடும்பத்தைச் சேர்ந்தவர்; ஒய்சள மன்னனான முதலாம் நரசிம்மனின் (1152-73) காலத்தில் வாழ்ந்தவர். அம்பி என்னுமிடத்தில் பல்லாண்டுகாலம் வாழ்ந்த இவர் அங்குள்ள விருபாட்சரைப் புகழ்ந்து நூறு செய்யுட்கள் கொண்ட பம்பாசதகம் என்ற நூலை இயற்றினார். பழைய சமண நூல்களின் பாணியில் இவரியற்றிய கிரிசா கல்யாணம் என்ற சம்பு காவியம், பத்துப் பகுதிகளையுடையது; சிவனுக்கும் பார்வதிக்குமிடையே நடைபெற்ற கல்யாணத்தைப் பற்றிக் கூறுகின்றது. இந்நூலாசிரியருடன் ஆரம்பமாகும் ஒரு புதிய கோட்பாட்டுக் குழுவினரின் குணவிசேடங்கள் எல்லாவற்றையும் கொண்டுள்ளது. இவரியற்றிய சிவ-கணத-இரகளேகளு என்ற நூல். ஆரம்ப காலத்தில் சைவ சமயத்தொண்டு புரிந்த அறுபத்து மூன்று ஞானிகளைப் பற்றியும், பசவரைப் பற்றியும் மற்றைய பக்தர்களைப் பற்றியும் இந்நூல் கூறுகின்றது. அரீசுவரரின் மருமகனும் மாணவருமான இராகவாங்கர் என்பவர் அம்பியைச் சேர்ந்தவர். இவரே சத்யபதி என்ற யாப்பு முறையை முதன் முதலாக உபயோகித்தவராவர். இவரியற்றிய அரிச்சந்திர காவியம் என்ற நூலில், மிகச் சிறந்த கவித்துவம் இருந்தபோதிலும், அநேக தேசீயச் சொற்கள் இடம்பெற்றிருப்பதுடன், அடிக்கடி, இலக்கண விதிகளும் மீறப்பட்டுள்ளன. இலிங்காயதத் துறவிகளின் வாழ்க்கையையும், அவர்களைப் பற்றிய கட்டுக் கதைகளையும் இவரியற்றிய சோமநாத சரிதை, சித்தராம புராணம் ஆகிய நூல்கள் கூறுகின்றன. புலிகேரியைச் சேர்ந்த சோமய்யாவின் வாழ்க்கை வரலாறு சோமநாத சரிதையில் இடம்பெற்றுள்ளது- சொன்னாலிகையைச் சேர்ந்த சித்தராமரின் வரலாறு சித்தராம புராணத்தில் இடம்பெற்றுள்ளது. அரிகரமகத்துவம் என்ற நூல் அம்பியைச் சேர்ந் அரீசுவரரைப் புகழ்ந்து கூறுகின்றது. வீரேசுவர சரிதை, சரப சரிதை ஆகியவை, இவரியற்றியதாகச் சொல்லப்படும் மற்றைய நூல்களாகும். கெரேய பத்மராசர் என்பவர், முதலாம் நரசிம்மரின் கீழ் பணிபுரிந்தார். இவர், பேலூர்க் குளத்தைக் கட்டிப் பட்டம் பெற்றார். பதவியிலிருந்து ஓய்வுபெற்றிருந்த இவர், ஊர்

ஊராகத் திரிந்து வைணவ மதப் பிரச்சாரஞ் செய்துவந்த ஒரு தெலுங்குப் பிராமணருடன் வாதிடுவதற்காக அழைக்கப்பட்டார். விவாதத்தில் தோல்வியடைந்த தெலுங்குப் பிராமணர், சைவ சமயத்தைத் தழுவ வேண்டியதாயிற்று. பத்மராசர், தீட்சிதபோதம் என்ற நூலை, இரகளே யாப்பில் இயற்றினார். ஒரு குருவிற்கும் மாணவனுக்குமிடையே நடைபெறும் உரையாடலைப் போன்று அமைந்த இந்நூல், சமக்கிருதச் செய்யுட்களிலிருந்து மேற்கோள் காட்டி உண்மையான சமயக் கோட்பாட்டைப் பற்றி அறிவுறுத்துகின்றது. இவருடைய வழித்தோன்றல்களுள் ஒருவர் (1385 ஆம் ஆண்டளவில்) இயற்றிய பத்மராச புராணம் என்பதின் காவிய நாயகனாகப் பத்மராசர் விளங்குகின்றார். இராகவாங்கரும் பத்மராசரும் பசவரின் காலத்தில் வாழ்ந்தார்கள் எனினும், இருவருள் ஒருவராவது பசவரைப் பற்றிக் குறிப்பிடவில்லை. கோதாவரி மாவட்டத்திலுள்ள பால்குரிகி என்ற இடத்திற் பிறந்த பால்குரிகி சோமநாதர் என்பவர் வீரசைவத்தைப் பற்றிக் கன்னடத்திலும் தெலுங்கிலும் பல நூல்களை எழுதியுள்ளார். மற்றைய மதப்பிரிவுகளைச் சேர்ந்தவர்களுடனும், குறிப்பாக ஜைனவர்களுடனும் இவர் வாதிட்டு வென்றாரெனவும் இறுதியிற் கைலாசத்தில் முக்தி பெற்றார் எனவும் இவரைப் பற்றிக் கர்ணபரம்பரைக் கதைகள் கூறுகின்றன. இவருடைய வாழ்க்கையைப் பற்றித் தோண்டதாரியர் (1560 ஆம் ஆண்டளவில்) ஒரு புராணம் எழுதியுள்ளார். இவர் பசவரைப் பெரிதும் மெச்சியவராவர். இவர் தெலுங்கில் எழுதிய பசவபுராணம் என்பதை வீமகவி (1369) என்பவர் பயன்படுத்திக் கன்னடத்திலும் இதே பெயரில் ஒரு புராணம் எழுதியுள்ளார். சில சம்பாதனை, சகஸ்ரகணநாமம், பஞ்சரத்தினம் ஆகியவை கன்னடத்தில் சோமநாதர் எழுதிய முக்கிய நூல்களாகும். இவற்றுடன் ஏராளமான இரகளே நூல்களையும் வசன நூல்களையும் இவர் எழுதியுள்ளார். ஒழுக்கவிடயங்களைப் பற்றிக் கூறும் சோமேசுவர சதகம் என்ற நூல் சோமநாதரின் காலத்தில் அதே பெயரில் புலிகேரியிலிருந்த ஒருவரின் நூலாக இருக்கலாம். சூசுமாவளி, சிருங்காரசாரம் ஆகிய இரண்டும், இக்காலப் பகுதியைச் சேர்ந்த காதல் நூல்களாகும். தேவ கவி எழுதிய (1200 ஆம் ஆண்டளவில்) சூசுமாவளி என்ற நூலின் கதை, நேமிசந்திரன் இயற்றிய லீலாவதி கதையைப் போன்று உள்ளது. சிருங்காரசாரம் என்ற நூலைச் சோமராசர் (1222) இயற்றினார். கைரொசப்ப அரசனாகிய உத்பதன் என்பவன் இந்நூலின் கதாநாயகனாக இருககின்ற காரணத்தினால், இந்நூலுக்கு உத்பதகாவியம் என்றவொரு பெயருண்டு.

விசயநகர மன்னர் காலத்தில் (1336-1650) எழுந்த இலிங்காயத இலக்கியங்களை இரண்டு பிரிவுகளாகப் பிரிக்கலாம். ஒரு பிரிவில், சீர்திருத்தவாதிகள், பக்தர்கள் ஆகியோரின் கதைகள் இடம்பெற்றன. மற்றப் பிரிவில், கோட்பாடுகளின் விளக்கங்கள் இடம்பெற்றன. சமயத் துறவிகளின் வாழ்க்கை வரலாற்றைக் கூறும் நூல்களுள், ஆராத்தியப் பிராமணராகிய வீமகவி என்பவரால் 1369ஆம் ஆண்டில் எழுதி முடிக்கப்பட்ட பசவபுராணம் என்பது மிக முக்கியமானதும் அதிக பிரசித்தி பெற்றதுமாகும். சத்பதி யாப்பில் ஆக்கப்பட்ட இந்நூல், பசவர், நந்தியின் திருப்பிறவி என்றும், வீரசைவமதத்தை இவ்வுலகில் மீண்டும் நிலைநாட்டுவதற்காக அவர் விசேடமாக அனுப்பப்பட்டார் எனவும் கூறி, பசவர் தன் வாழ்நாளிற் செய்த அற்புதங்களைப் பற்றியும்

விரிவாகக் கூறுகின்றது. பசவரின் வாழ்க்கையைப் பற்றி, 1500ஆம் ஆண்டளவிற் சிங்கிராசரால் இயற்றப்பட்ட மாலபசவராசசரிதம் என்ற நூலும் கூறுகின்றது. இதற்குச் சிங்கிராச புராணம் என்ற பெயருமுண்டு. இந்நூல் பசவரின் எண்பத்தெட்டு அற்புதங்களையும், விச்சலரின் அரசசபையிற் பசவருக்கிருந்த எதிரிகளின் விவரங்களையும் கூறுகின்றது. அல்லமாப்பிரபு என அழைக்கப்பட்ட பிரபுலிங்கர் என்பவர், பசவரின் கூட்டாளியாக இருந்தவர். இரண்டாம் (பிரௌட) தேவராயரின் (1422-46) அரச சபையிலிருந்த புலவராகிய சாமராசர் என்ற ஆராத்தியப் பிராமணர் இயற்றிய பிரபுலிங்கலீலை என்ற நூலின் காவிய நாயகராக விளங்குபவர் இந்தப் பிரபுலிங்கரே. இந்நூலில், கணபதியின் திருப்பிறவியாகப் பிரபுலிங்கர் கருதப்படுகின்றார். இவருடைய பற்றற்ற உளப்பாங்கின் உறுதியைப் பரிசோதிப்பதற்காக, வனவாசியைச் சேர்ந்த ஓர் இராசகுமாரியாகப் பார்வதி உருவெடுத்து வந்தார் எனச் சொல்லப்படுகின்றது. இந்நூல், தேவராயருக்கு வாசித்துக் காட்டப்பட்டதென்றும், அவர் இந்நூலைத் தெலுங்கிலும் தமிழிலும் மொழிபெயர்க்கச் செய்தாரெனவும் கூறப்படுகின்றது. அரசரின் முன்னிலையிற் சாமராசர், வைணவர்களுடன் விவாதஞ் செய்தார். இவர், கன்னட பாரதத்தை எழுதிய குமாரவியாசரின் எதிரியாகவுமிருந்தார். சென்ன பகவபுராணம் என்ற நூலை இயற்றிய விரூபாட்ச பண்டிதர் (1584) என்பவர், இவருக்கு ஒரு நூற்றாண்டிற்கு மேற்பட்ட காலத்திற்குப் பின் வாழ்ந்தார். சொன்னாலிகையைச் சேர்ந்த சித்தராமருக்கு, சமய ஞானிகளின் கதைகளுட்படச் சைவ சமயத்திலுள்ள கதைகள் எல்லாவற்றையும் போதிப்பதற்காகச் சிவபெருமான் எடுத்த திருப்பிறவியெனக் கருதப்படுகின்றனர், இந்நூலின் காவிய நாயகராகிய சென்ன பசவர் என்பவர். அக்காலத்தில் விசயநகரையாண்ட வெங்கடபதிராயர், தன் கல்வெட்டுக்களில், தான் “கல்யாணபுரத்தின் அதிபதி“ எனக் குறிப்பிட்டுள்ளார். தெய்வீக தீர்க்க தரிசனமுடைய வீரவசந்தராயரும், இந்த வெங்கடபதிராயரும் ஒருவரே என இப்புராணம் கூறியபோதிலும், அப்படிக் கொள்வதற்குப் போதிய ஆதாரங்கள் இல்லை. பல ஆச்சாரியார்கள், புராதனர்கள் (முதியோர்) முதலியோரின் வாழ்க்கையைக் கூறும் நூல்களும் உள. ஆச்சாரியார்களுள் பண்டிதாராத்தியரும, ரேவணசித்தருமே மிகவும் பிரபலமானவர்கள். பல நூல்களின் காவிய நாயகர்களாக இவர்கள் விளங்குகின்றார்கள்.

மதக் கோட்பாட்டைப் பற்றிய பல இலக்கியங்கள், இரண்டாம் தேவராயனின் காலத்தில் எழுதப்பட்டன. இம் மன்னனின் மந்திரிகளாக, உற்சாகம் மிக்க இலிங்காயதர் இருவர் இருந்தனர். இவர்களுள் ஒருவரான இரக்கண்ணன் என்பவர், வீரசைவ மதப் பிரிவின் முக்கிய கொள்கைகளையும் கிரியைகளையும் பற்றி சிவதத்துவ சிந்தாமணி என்ற நூலை எழுதினார். யக்கநாரியன் என்ற மற்ற மந்திரி நூற்றாண்டுத்தலம் (நூற்றியொரு தலைப்புகள்) என்ற பெயரையுடைய நூலை இயற்றியதுமன்றி, குமாரபங்கநாதன், மகாலிங்கதேவன் போன்ற அறிஞர்களையும் தாராளமாக ஆதரித்தான். இக்காலத்திற் குருபசவர் என்ற புகழ்பெற்ற குரு இருந்தார். இவர் சப்தகாவியங்கள் என்ற ஏழு நூல்களை எழுதினார். இவற்றுள் ஆறு நூல்கள் சத்பதி யாப்பில் அமைந்திருந்தன. ஆசிரியருக்கும் மாணவருக்குமிடையே நடைபெறும் உரையாடல்களைப் போன்று அமைந்திருந்த இந் நூல்கள், மதக் கோட்பாட்டின் முக்கிய அம்சங்களை

விளக்குகின்றன. இவரியற்றிய ஏழாவது நூல் அவதூத கீதை - பற்றற்ற நிலையைப் பற்றிப் புகழும் பாடல்கள் ஆகும். நூற்றொரு பேர், சங்கமங்களைப் படிப்பித்துக் கொண்டிருந்தனர். இவர்கள், மதக் கோட்பாடு பற்றிய பல வசன இலக்கியங்களையும் மற்றைய நூல்களையும் எழுதினர். இலிங்காயத்துக்களுக்கும் வைணவர்களுக்குமிடையேயிருந்த தீவிர போட்டியின் காரணமாக, "ஒவ்வொரு பகுதியினரும் தத்தம் மத நம்பிக்கைகளைக் கூறும் நூல்களுக்கு மதிப்பளிப்பதற்காக, நகரத்திற்கூடாக ஊர்வலங்களை ஒழுங்கு செய்தனர்." இந்தப் போட்டியின காரணமாக அத்திரிசியனின் (1595 ஆம் ஆண்டளவில்) பிரௌடராய சரிதம் என்ற நூல் எழுந்தது. பிராமணீயக் கண்ணோட்டத்துடன் எழுதப்பட்ட பாரதத்திலிருந்து 2 ஆம் தேவராயனின் மனத்தை மாற்றுவதற்காக இந் நூலிலுள்ள சைவத் துறவிகளின் கதையை, யக்கநாரியன், 2ஆம் தேவராயனுக்குக் கூறினான்.

தோண்டத சித்தேசுவரர் அல்லது சித்தலிங்கயதி என்பவர், விருபாட்சனனின் காலத்திற் (1465-85) பிரபலமான ஆசிரியராக இருந்தார். இவர், நீண்ட நாட்களாக ஒரு பூங்காவிற் சிவயோகஞ் செய்துகொண்டிருந்தபடியால், இவர் பூங்காவின் தோண்டதர் என அழைக்கப்பட்டார். குனிகல் என்ற இடத்திற்கண்மையிலுள்ள எடியூர் என்னுமிடத்தில் இவர் நல்லடக்கஞ் செய்யப்பட்டார். அங்கே இவரின் நினைவாக ஒரு கோவிலும் மடமும் உண்டு. இவர் சட்தல ஞான மிருதம் என்ற 700 வசன இலக்கியத்தை உரைநடையில் எழுதினார். இவருடைய சீடர்களுட் பலர், இத்தகைய நூல்களை எழுதினார்கள். விரத்த தோண்டதாரியன் (1560 ஆம் ஆண்டளவில் வாழ்ந்தவர்) என்பவர் தன் ஆசிரியரின் வாழ்க்கையைப் பற்றிக்கூறும் சித்தேசுவரபுராணம் என்ற நூலை எழுதினார். முதலில், யெலந்தூருக்கண்மையிலுள்ள சம்புலிங்க மலையைச் சூழ்ந்த ஆணிலப் பகுதியின் சிற்றரசனாகவும், பின் சிவயோகியாகவும் இருந்த நிசகுணசிவயோகி என்பவர் தன் நூல்களில் திரிபதி, சாங்கத்தியம், இரகளே யாப்புகளையும் உரைநடையையும் கையாண்டு ஏராளமாக எழுதிக் குவித்தார். அவற்றுள், சமக்கிருத மொழியை வாசிக்கத் தெரியாத, ஆனால் மோட்சத்தை அடைய விரும்புகின்ற வர்களுக்காக, சிவயோகப் பிரதீபிகை என்ற சமக்கிருது நூலுக்குக் கன்னடத்தில் எழுதிய விளக்கவுரையும், வீரசைவக் கதைகளும் சமக்கிருதச் சொற்றொடர்களும் நிறைந்த பல்துறை அறிவுக்களஞ்சியமான விளங்கும் விவேக சிந்தாமணியும் குறிப்பிடத்தக்கவை. கிருட்டிணதேவராயரின் ஆட்சிக் காலத்தில் (1509-29) வாழ்ந்த, குப்பியைச் சேர்ந்த மல்லநாரியன் என்பவர், கன்னடத்திலும் சமக்கிருதத்திலும் பல நூல்களை எழுதினார். இவருடைய கன்னட நூல்களுட் பாவசிந்தாரத்தினம் (1513), சத்தியேந்திரச் சோழ கதை, வீரசைவா மிருதம் (1530) ஆகியவை குறிப்பிடத்தக்கவை. பாவசிந்தாரத்தினம் என்பது, ஞானசம்பந்தர் இயற்றிய ஒரு நூலின் அடிப்படையில் எழுதப்பட்டதெனச் சொல்லப்படுகின்றது. சைவ மக்களின் புனிதமான பஞ்சாட்சரம் என்ற மந்திரத்தின் சக்தியை விளக்கும் வகையிலமைந்த ஒரு சோழ மன்னனின் கதையைக் கூறுகின்றது சத்தியேந்திர சோழ கதை. பழைய, புதிய சைவ ஞானிகளின் வாழ்க்கையையும், சிவபெருமானின் இருபத்தைந்து திருவிளையாடல்களையும் பற்றிக் கூறுகின்றது வீரசைவாமிருதம் என்ற நூல். புராதனராக இருந்த சேர

மாங்க அரசனின் வாழ்க்கையைப் பற்றிய ஒரு சாங்கத்திய நூலை, விரூபராசர் (1519) என்பவர் எழுதினார். இவருடைய மகனாகிய வீரபத்திரராசன் என்பவர் வீரசைவக் கோட்பாடுகளையும் ஒழுக்கங்களையும் பற்றி ஐந்து சதகங்களை எழுதினார். இக்காலப் பகுதியின் முடிவில் இருந்த சர்வஞானமூர்த்தி என்பவர் சர்வஞானபாடகளு என்ற நூலைத் திரிபதியாப்பில் எழுதினார். இவறறுள் ஏறக்குறைய ஆயிரம் பதங்கள், சமயம், ஒழுக்கங்கள், சமுதாயம் ஆகியவற்றைப் பற்றித் தெலுங்கில் வேமனாவும், மராட்டியில் நாமதேவரும், துகாராமும் எவ்வாறு எழுதியுள்ளார்களோ, அவற்றைப் போன்று அமைந்துள்ளன. இவற்றை இப்போதுங்கூட மக்கள் படித்தும் பின்பற்றியும் வருகின்றார்கள். இந்த ஆசிரியர்களைப் போன்று, சர்வஞான மூர்த்தியும், உருவவழிபாடு, தலயாத்திரை, கிரியைகள் போன்ற புற ஒழுக்கங்களைவிட, வாழ்க்கையில் நேர்மையாக நடப்பதையே உயர்ந்த ஒழுக்கமாகக் கொள்கின்றார்.

வைணவ மதத்தைப் பற்றிக் கன்னடத்தில் முதலாக எழுதியவர்களுள், வீர வல்லாளனின் காலத்தில் (1173-1220) வாழ்ந்த சுமார்த்தப் பிராமணராகிய உருத்திரபட்டர் என்பவர் குறிப்பிடத்தக்கவர். விட்டுணு புராணத்தின் அடிப்படையில் இவர் எழுதிய சகந்நாதவிசயம் என்ற சம்புநூல், பாணாசுரத்துடன் சண்டை புரிந்தது வரையிலான கிருட்டிணரின் வாழ்க்கையைக் கூறுகின்றது. மத்துவருக்குப் பின் மூன்றாவதாக வந்த நரகரிதீர்த்தர் என்பவர் 1281ஆம் ஆண்டில் விட்டுணுவைப் போற்றிப் பல பாடல்களை இயற்றினார். ஆனால், கிருட்டிணதேவராயரின் ஆட்சிக் காலந் தொடக்கந்தான், கன்னட இலக்கியத்தில் வைணவ மதத்தின் செல்வாக்கு வலுவான முறையில் ஏற்பட்டது. சமக்கிருதத்திலுள்ள உயர்ந்த வைணவ நூல்கள், கன்னடத்தில் மொழிபெயர்க்கப்பட்டன. இம் மொழி பெயர்ப்புகள், மத்திய காலக் கன்னட மொழி சிறிது சிறிதாக நவீன கன்னடமாக மாறுவதைக் குறிக்கின்றன. மகாபாரதத்தின் முதற்பத்துப் பருவங்கள் (பிரிவுகள்) குமார வியாசர் என்ற பட்டத்தையுடைய நாராயணப்பர் என்ற பிராமணரால் மொழிபெயர்க்கப்பட்டன. இவர் இரண்டாம் தேவராயனின் காலத்தில் வாழ்ந்த சாமராசர் என்பவரின் எதிரியாக விளங்கினார். இவருடைய நூல், கடக் என்ற இடத்திலுள்ள தெய்வத்திற்கு அர்ப்பணிக்கப்பட்டிருப்பதால், கடுகின பாரதம் என அழைக்கப்படுகின்றது. மிகுதிப் பருவங்களை, திம்மண்ணர் என்பவர் 1510 ஆம் ஆண்டில் மொழி பெயர்த்து, அந்நூலை, தன்னையாதரித்த புரவலராகிய கிருட்டிணத்தேவராயரின் பெயரால், கிருடிணராய பாரதம் என அழைத்தார். இதையடுத்து, தொரவி இராமாயணம் எழுதப்பட்டது. சோலாப்பூர் மாவட்டத்திலுள்ள தொரவி என்னுமிடத்தில் இந்நூல் ஆக்கப்பட்டதால், இப்பெயர் ஏற்பட்டது. பிராமணீயக் கண்ணோட்டத்தில், கன்னட மொழியில் முதன் முதலாக எழுந்த இராமாயண நூல் இதுவாகும். இந்நூலின் ஆசிரியராகிய நரகரி, தன்னைக் குமார வால்மீகி என அழைத்துக்கொண்டார். ஆனால் அவர் எவ்வாண்டில் வாழ்ந்தார் என்பது இன்னும் சரியாகக் கணிக்கப்படவில்லை. பதினேழாம் நூற்றாண்டில் இலக்குமீசரால் ஆக்கப்பட்ட சைமினிபாரதம் என்ற நூலையும் நாம் குறிப்பிடவேண்டும். சட்பதியாப்பில், சமக்கிருத மூலத்திலிருந்து, இலக்கண மரபுகளை பற்றிக் கவனியாது, மொழிபெயர்க்கப்பட்ட இந்நூலுக்கு, "பண்டிதர்களும் பாமரர்களும் ஒரே

முகமாக உயர்ந்த மதிப்பைக்“ கொடுக்கின்றனர். கர்ணபரம்பரைக் கதைகளில் வரும் சைமினி என்ற ஞானியே இம்மொழி பெயர்ப்பைச் செய்தார் எனச் சொல்லப்படுகின்றது. யுதிட்டிரரின் அசுவமேத யாகத்திற்காகத் தெரிந்தெடுத்து நியமிக்கப்பட்ட குதிரை, நாடு நகரங்களில் தன்னிச்சைப்படி திரிந்ததையே இந்த நூல் கூறுகின்றது. மகாபாரதத்திலுள்ள அசுவமேத பருவத்தின் ஒரு பகுதிக்கும் இந்நூலுக்குமிடையே ஒற்றுமை காணப்பட்டபோதிலும், விடய விவரங்களைப் பொறுத்தவரை எவ்வித ஒற்றுமையும் காணப்படவில்லை. கிருட்டிண தேவராயரின் காலத்திலும், அவருக்குப் பின் ஆட்சி செய்த அச்சுதராயரின் காலத்திலும் வாழ்ந்த சாது விட்டலநாதர் என்பவர் பாகவதம் என்பதை மொழிபெயர்த்தார். குமார வியாசரால் மிகவும் சுருக்கமாக மொழி பெயர்க்கப்பட்டிருந்த மகாபாரதத்தின் பௌலோம, ஆத்தீ பருவங்களை இவர் பூரணமாக மொழிபெயர்த்தார். இக்காலப் பகுதி, கன்னட மொழிக்கு மட்டுமன்றி, சமக்கிருதம், தெலுங்கு, தமிழ் போன்ற மற்றைய மொழிகட்கும் உன்னதமான காலமாகவே இருந்தது. வைணவர்கள் மட்டுமல்லாது, இலிங்காயதர்களும் சமணர்களும் கிருட்டிண தேவராயராலும் அச்சுதராயராலும் ஆதரிக்கப்பட்டார்கள்.

இக் காலப் பகுதியில் எழுதப்பட்ட கன்னட வைணவ இலக்கியங்களுள், தாசர்கள் (பாடிப் பிச்சையெடுப்போர்) என்போரால் இரகளே யாப்பில் ஆக்கப்பட்ட பாடல்களும் சேர்கின்றன. இவர்கள், இத்தகைய பாடல்களை ஆக்குவதற்கான தூண்டுதலை, மாதவாச்சாரியார், வியாசராயர் ஆகியோரிடமிருந்து பெற்றார்கள். 1510ஆம் ஆண்டிற் சைதன்னியர் தென்னாட்டிற்கு வந்தது, மக்கள் நயக்கும் இப்பாடல்களின் வளர்ச்சிக்குத் தூண்டுகோலாக அமைந்தது. புரந்தரதாசர் என்பவரே, இவர்களுள் “காலத்தால் மிக முந்தியவரும், மிக ஏராளமான பாடல்களை ஆக்கியவரும், மிகப் பிரபலமானவரும்“ ஆவர். இவர் அச்சுதராயரின் காலத்தில் விசய நகரத்திற்குச் சன்று, 1565ஆம் ஆண்டிற் பண்டரிபுரத்தில் இறந்தார். இவரியற்றிய பாடல்கள் அனைத்திலும் புரந்தர விட்டலர் என்ற இவருடைய முத்திரைச் சொல் இருக்கின்றது. தர்வார் மாவட்டத்திலுள்ள காகிநெலி என்ற இடத்தைச் சேர்ந்த கனகதாசர் என்பவர், புரந்தர தாசரின் காலத்தில் வாழ்ந்தவர். சொசிலையிலுள்ள மாதவ மடத்தின் தலைவராகிய விசயராயரே, இவரையும் சமயவாழ்க்கையில் ஈடுபடுத்தினார். கிருட்டிணரைப் புகழ்ந்து போற்றி இசைக் கருவிகளுடன் இணைந்து பாடக்கூடிய பல பாடல்களைப் புரந்தரதாசர் இயற்றினார். சாங்கத்திய யாப்பிற் கிருட்டிணரின் கதைகளைக் கூறும் மோகனதரங்கிணி (இன்ப நதி) என்பதையும், சட்பதி யாப்பில் நளசரிதம், அரிபத்திசாரம் என்பவற்றையும் இயற்றினார். அரிபத்திசாரம் என்ற நூல், சிறுவர்களின் ஒழுக்கத்தைப் பற்றிக் கூறும் பிரபலமான நூலாகும். கருநாடக நாட்டின் பெரும்பகுதியிலுள்ளோரின் முக்கிய உணவாக விளங்கும் இராக் என்ற தானியமே, மற்றைய தானியங்களிலும் பார்க்க மிகவுயர்ந்தது என்பதைக் கனகதாசரின் சிறு காவியமாகிய இராமதானிய சரித்திரம் கூறுகின்றது. கனகதாசர், வேடுவர் குலத்தைச் (வேடர்) சேர்ந்தவர் எனக் சில செய்திகளும், இடையர் (குருபர்) குலத்தைச் சேர்ந்தவர் என வேறு சில செய்திகளும் கூறுகின்றன. இவர்களைத் தவிர வேறு தாசர்களும் இருந்தார்கள்.

பதினேழாம் நூற்றாண்டின் ஆரம்பப் பகுதியிலெழுந்த சில முக்கியமான

நூல்களைக் கவனித்துவிட்டு, கன்னட இலக்கியத்தைப் பற்றிய இச் சுருக்கமான வரலாற்றை முடிப்போம். இக் காலப்பகுதியில் ஆக்கப்பட்ட நூல்களுள், பட்டாகளங்கதேவர் என்பவர் இயற்றிய கர்நாடக சப்தானுசாசனம் (1604) என்ற நூலை விசேடமாகக் குறிப்பிடலாம். கன்னட இலக்கணத்தைப் பற்றி மிக விரி வாகக் கூறும் இந்நூல், 592 சமக்கிருதச் சூத்திரங்களையும், அதே மொழியிற் குறிப்புரையையும் (விருத்தி) விளக்கவுரையையும் (வியாக்கியம்) கொண்டது. இதற்கு முன்பிருந்த மிகச் சிறந்த இலக்கிய ஆசிரியர்களினதும் கன்ன முன்னணி எழுத்தார்களினதும் நூல்களிலுள்ள பகுதிகளை, இந்நூல் மேற்கோள்களாக எடுத்தாள்வதால், கன்ன மொழியின் வரலாற்றை அறிய விரும்பும் மாணவனுக்கு இந்நூல் அதிக பெறுமதி வாய்ந்ததாக இருக்கின்றது. சமணரான இந்நூலாசிரியர், ஆறு மொழிகளில் வல்லுநர் எனப் புகழ்பெற்றவர். சிரவண பெல்கோலாவில் 1612 ஆம் ஆண்டிற் கொம்மட் தெய்வத்தின் சிலை பிரதிட்டை செய்யப்பட்டதை, அதே பட்டணத்தைச் சேர்ந்த பஞ்சபாணர் என்ற கவிஞர் தன் பூசாபவிசரிதம் (1614) என்ற நூலில் விபரித்துள்ளார். 1646ஆம் ஆண்டிற் கார்கலரின் உருவச் சிலை மீண்டும் புனிதப் பிரதிட்டை செய்யப்பட்டது. இந்த வரலாறும் கொம்ம தெய்வத்தின் வரலாறும் துள நாட்டைச் சேர்ந்த சந்திரமர் எழுதிய கார்களகோமதீசுவா சரிதம் என்ற நூலின் உரிப்பொருளாக இருக்கின்றன. கல்யாண நகரிலிருந்த பசவரின் வாழ்க்கையைச் சமணக் கண்ணோட்டத்திற் கூறும் விச்சலாசசரிதம் என்பதும், சமண ஒழுக்கங்களைப் பற்றி' கூறும் சின முனிதனயம் என்பதும் இக் காலப் பகுதியிலெழுந்த மற்றைய நூல்களாகும்.

சிறுகதைத் தொகுதிகளின் பெயர்களையும் இங்கே குறிப்பிடலாம். இவை, எக்காலத்தில் எழுதப்பட்டவை என்பதைப்பற்றிய பிரச்சினைகள் இன்னமும் தீர்க்கப்படவில்லை. ஆனால், அநேகமாக இவை, பதினாறாம் நூற்றாண்டில் தோன்றியிருக்கலாம். பட்டீசபுத்தவி கதை, சம்பு, திரிபதி ஆகிய யாப்புகளிலும் உரை நடையிலும் அமைந்த பேதால பஞ்ச விம்சதி கதை, சகாப்ததி முதலியவையே இத்தொகுதிகளாகும். கிருட்டிண தேவராயரின் அரச சபையிலிருந்த பிரபல கோமாளியான தென்னாலிராமனின் நகைச் சுவைக் கதைகள் தென்னாலிராம கிருட்டிண கதை என்ற தொகுப்பில் உள்ளன.

தெலுங்கு

பழைய காலத்தில், தெலுங்கு நாட்டைத் திரிலிங்கம் என அழைத்தார்கள். காளத்தி, சிறீசைலம், தட்சராமம் ஆகிய இடங்களிலுள்ள மூன்று இலிங்கங்களைக் கொண்ட நாடு அல்லது இம்மூன்று இலிங்கங்களாலும் சூழப்பட்டுள்ள நாடு என்பது இதன் பொருள். திரிலிங்கம் என்ற இச்சொல்லிலிருந்தே, தெலிங்க-தெலுங்கு முதலிய பெயர்கள் இந்த நாட்டிற்கும் இங்கு பேசப்படும் மொழிக்கும் ஏற்பட்டன எனக் கொள்ளலாம். தெனே “தேன்“ என்ற சொல்லிலிருந்தோ, தென்னு “வழி“ என்ற சொல்லிலிருந்தோ தெலு(ங்)கு என்ற பெயர் ஏற்பட்டிருக்கலாம் எனவும் சிலர் கருதுகின்றாகள். கி.பி.ஐந்தாம் ஆறாம் நூற்றாண்டுகளைச் சேர்ந்த கல்வெட்டுகளில், இம்மொழியின் ஆரம்பத்தைக் காணலாம். அடிப்படை அமிசங்களில், இம்மொழிக்கும் தமிழ், கன்னடம் ஆகியவற்றிற்குமிடையே மிக நெருங்கிய ஒற்றுமைகள்

காணப்படுகின்றன. ஆனால் ஆரம்பத்திலிருந்து, இம்மொழி, சமக்கிருதத்திலிருந்தே தன இலக்கிய மரபுச் சொற்களைப் பெற்றது. தெலுங்கு யாப்பிலக்கணத்தைப் பற்றிக் கூறும் யனுசிரய சத்தங்கள் என்ற ஆரம்பகால நூலின் சில பகுதிகள் சமீபத்திற் கண்டெடுக்கப்பட்டன. இந்நூல் முழுவதும் சமக்கிருதத்திலேயே எழுதப்பட்டுள்ளபோதிலும், சமக்கிருத மொழியில் உபயோகிக்கப்படாத, தெலுங்கு மொழியிற் பிரத்தியேகமாக உபயோகிக்கப்படுகின்ற சில யாப்பு முறைகள் இந்நூலிற் சேர்க்கப்பட்டுள்ளன. விட்டுணுகுண்டினிய வமிசத்தைச் சேர்ந்தவனும், யனாசிரயன் என்ற பட்டப்பெயரையுடையவனுமாகிய 2 ஆம் மாதவவர்மன் (580-620) என்பவனே இந்நூலை அனேகமாக எழுதியிருக்கக்கூடும். இவ்வாச பரம்பரையினரின் கல்வெட்டுகள் சமக்கிருத மொழியில் எழுதப்பட்டுள்ளன; ஆனால் அநேக பிராகிருதச் சொற்களும் தெலுங்குச் சொற்களும் கலக்கப்பட்டுள்ளன.

ஆரம்பத்திற் கன்னட மொழிக்கும் தெலுங்கு மொழிக்குமிடையே பல பொதுப்பண்புகள் காணப்பட்டன. இந்த ஒற்றுமை, இவ்விரு மொழிகளினதும் வளர்ச்சியின் ஒரு பிற்காலக் கட்டம்வரை தொடர்ந்து காணப்பட்டது. கன்னட மகாகவிகளுள் இருவரான பம்பா, பொன்னா ஆகியோர் தெலுங்கு நாட்டைச் சேர்ந்தோரே. தெலுங்கு மகாகவியாகிய சிறீநாதர் என்பவர் கர்நாட பாடைப் புலவர் எனத் தன்னைக் கூறிக்கொள்கின்றார். தெலுங்குச் சோடர்கள், கீழைச் சாளுக்கியர்கள் போன்றவர்களின் கல்வெட்டுகளில் மட்டுமே ஆரம்பகாலத் தெலுங்கு உரைநடையையும் செய்யுளையும் காணலாம். பாண்டுரங்கன் (845-6) என்ற தளபதியின் மானியத்தைக் குறிக்கும் கல்வெட்டு ஒன்றினை, சீச யாப்பில் நன்முறையில் எழுதப்பட்ட செய்யுள் ஒன்று அணி செய்கின்றது. மக்கள் நயக்கும் வகையிலமைந்த எழுதா இலக்கியங்கள் பல இருந்திருக்கவேண்டும் என்பதிற் சந்தேகமில்லை. லாலி பாடலு (தாலாட்டுப் பாடல்கள்), மேலுக் கொலுபுலு (உதயகாலப் பாடல்கள்), மங்கள காரதுலு (விழாப் பாடல்கள்), கீர்த்தனலு (பத்திப் பாடல்கள்), ஊடுப்புபாடலு (அறுவடைப் பாடல்கள்) போன்ற தேசீயப் பாடல்கள் சாதாரண மக்களின் நாளாந்த வாழ்க்கையில் உயிர்த்துடிப்பும் மகிழ்ச்சியும் ஏற்படச் செய்திருக்கும்.

சமக்கிருதத்தின் வலுவான செல்வாக்குக்குட்பட்ட உயர்ந்த இலக்கியம், மார்க்க நடையில் எழுதப்பட்டது. இவ்வகை இலக்கியங்களுள், பதினோராம் நூற்றாண்டிற்கு முன்னதாக இயற்றப்பட்ட நூல்கள் இப்போது கிடைப்பதில்லை. இத்தகைய எழுத்து முறையின் தொடக்கத்தையோ, ஆரம்ப வரலாற்றினையோ இப்போது அறிய முடியாதிருக்கின்றது. இப்படித் தனியான மார்க்க நடை என்று ஒன்று இருந்தது என்பதையே இப்போது சிலர் சந்தேகிக்கின்றனர்.

இராசராச நரேந்திரன் (1019-61) என்ற அரசனுடைய ஆட்சிக்காலத்தில் நன்னயர் என்பவர் செய்த மகாபாரத மொழிபெயர்ப்புடனேயே தெலுங்கு இலக்கியம் ஆரம்பமாகின்றது எனத் தெரிகின்றது. அரசனுடைய கேள்விப் படியே, நன்னயர் இப்பெரிய வேலையை மேற்கொண்டார். இவருக்கு உதவியாளராக இருந்த நாராயணபட்டார் என்ற திறமைமிக்க கவிஞருக்கு, மன்னன் மிகச் சிறந்த நன்கொடைகளைக் கொடுத்தான். இராசராசனின் ஆட்சிக் காலத்தில் நாட்டிற் குழப்பங்கள் நிறைந்திருந்தன. இந்த அரசியற் குழப்பங்கள்

நன்னயரின் மொழிபெயர்ப்பு வேலையினைப் பாதித்தனவா என்று தெரியவில்லை. இரண்டு பருவங்கள் (ஆதி பருவம், சபா பருவம்) முழுவதையும், மூன்றாவது பருவத்தின் (வன பருவம்) ஒரு பகுதியையும் மட்டுமே இவரால் மொழிபெயர்க்க முடிந்தது. இவர்; இந்நூலைச் சொல்லுக்குச் சொல் நேரடி மொழிபெயர்ப்பாக ஆக்காது, ஆக்கத்திறமை வாய்ந்த தன கற்பனசக்தியை நன்கு பயன்படுத்தி, இதனை வளம்படுத்தினார். பின்னால் தோன்றிய மொழிபெயர்ப்பாளர்கட்கெல்லாம், இவர் முன்மாதிரியாக விளங்கினார். சமக்கிருதச் சொற்களை அதிகமாக இவர் உபயோகித்தபோதிலும், எந்த இடத்திலாவது, இவருடைய மொழிபெயர்ப்பு, தெளிவற்றதாக அமையவில்லை. மகாபாரத்ததை மொழிபெயர்த்த வேறொரு மொழிபெயர்ப்பாளராகிய ஏற்றப்பிரகதர் என்பவர், நன்னயரின் சொல்வளத்தின் மாட்சியைக் கண்டு, அம்மொழிபெயர்ப்பை ஓர் உயர்ந்த யானைக்கு (பத்திரகசம்) ஒப்பிடுகின்றார். சொற்கள், அவற்றின் உபயோகங்கள் ஆகியவை சம்பந்தமாக இருந்த வேறுபாடுகளை நீக்கி, ஒரே மாதிரியானவையாக ஆக்கி, தெலுங்கு மொழிக்கு ஓர் ஒழுங்கான அமைப்பைக் கொடுத்த காரணத்தினால், நூலாசிரியருக்கு வாகனுசாசனம், மொழிக்கு விதிகள் கொடுத்தவர் என்ற பட்டப் பெயர் ஏற்பட்டது. ஆந்திர-சப்தசிந்தாமணி என்ற தெலுங்கு இலக்கண நூலின் ஆசிரியரும் அநேகமாக நன்னயராகவே இருக்கலாம்.

பெரும் புகழ்வாய்ந்த வேமூலவாத வீமகவி என்பவர் நன்னயரின் காலத்தில் வாழ்ந்தாராயினும், வயதில் அவருக்கு இளையவராகவிருந்தார். கீழைக் கங்கைப் பேரரசனாகிய அனந்தவர்மன் சோடகங்கள் (1078-1148) என்பவரும் இவ்வீமகவி என்பவரும் ஒருவரே என மரப்புரை கூறுகின்றது. இவர், கவிஞானசிரயம் என்ற தெலுங்கு இலக்கண நூலையும் தட்சராமத்திலுள்ள வீமேசுவரர் ஆலயம் சம்பந்தமான வீமேசுவரபுராணம் என்ற நூலையும் இயற்றினார். இராமாயணம் மகாபாரதம் ஆகியவற்றின் கதைகளைக் கூறும் இராகவபாண்டவீயம் என்ற நூலையும் இவரே இயற்றினார் எனத் தெரிகின்றது. இந்நூலிலுள்ள செய்யுட்கள் முழுவதும் இரட்டைக் கருத்துக்களைத் தருகின்றன. இந்நூல இப்போது கிடைப்பதில்லை. வீமகவியின் வாழ்க்கையைப் பற்றியும் அவரியற்றிய நூல்களைப் பற்றியும் உறுதியான செய்திகள் ஒன்றும் கிடைக்கவில்லை. ஏராளமான கட்டுக்கதைகளுக்கும் அற்புதச் செயல்களுக்கும் மையமாக அவர் விளங்குகின்றார்.

பன்னிரண்டாம் நூற்றாண்டிலிருந்து, தெலுங்கு மக்களின் சமய வாழ்க்கையில், வீரசைவம் ஒரு முக்கியமான இடத்தை வகிக்கத் தொடங்கியது. மக்களின் மனப்போக்கு, நாளுக்கு நாள் ஒருபக்கச் சார்புடையதாக அமையத் தொடங்கியது. இக்காலப் பகுதியில் வாழ்ந்த கவிஞர்கள் பெரும்பாலும் இம்மதத்தின் ஆதரவாளர்களாகவும் பிரசாரகர்களாகவும் இருந்தார்கள். இவர்களுட் பிரபலமானவர், நன்னே சொடனின் குருவாக விளங்கிய மல்லிகார்ச்சுன பண்டித என்பவர். இவரியற்றிய சிவதத்துவசாரம் என்ற நூல், ஏறக்குறைய ஐந்நூறு செய்யுட்களில் வீர சைவ மதத்தைப்பற்றி விளக்குகின்றது. பாகநாட்டைச் சேர்ந்த சொடபள்ளியின் மகனும் தெலுங்கு-

சோட இளவரசனுமாகிய நன்னே சோடன் இயற்றிய குமாரசம்பவம் என்ற மகாகாவியம், சமீபத்தில் கண்டெடுக்கப்பட்டுள்ளது. இதே போருள்பற்றிக் காளிதாசரும் உத்பதரும் சமக்கிருதத்தில் எழுதிய நூலின் அடிப்படையிலேயே இந்நூல் எழுந்தது. நூலாசிரியர், தனக்குத் தெரிந்த சைவ இலக்கியங்களிலிருந்து தேவையான செய்திகளைச் சேகரித்திருக்கின்றார். நன்னே சோடன், தனது கவிதைகளில், கன்னட, தமிழ்ச்-சொற்களை உபயோகித்துள்ளார். கன்னட யாப்பிற் கவிதைகள் எழுதுவதில் இவருக்குத் தனிவிருப்பு இருந்தது. ஆனால் இந்நூலாசிரியரின் நடையைப் பெரும்பாலானவர்கள் போற்றிப் புகழவில்லை. நன்னே சோடன், அமங்கலமான யாப்புக்களைக் கையாண்டதன்மூலம் மரணத்தை விரும்பினார் என அதர்வணர் என்ற இலக்கண ஆசிரியர் கூறுகின்றார். காகதீய மன்னனாகிய 2 ஆம் பிரதாபருத்திரன் (1291-1330) என்பவனின் காலத்தில் பால்குரிகி சோமநாதர் என்பவர் வாழ்ந்தார். தீவிர இலிங்க்காயதராக இருந்த சோமநாதர் சமக்கிருதம், கன்னடம், தெலுங்கு ஆகிய மொழிகளில் ஏராளமாக எழுதினர். வீர சைவத்தின் வளர்ச்சிக்காகப் பல விவாதங்களை நடாத்துவதிலும், துண்டுப்பிரசுரங்களை வெளியிடுவதிலும் இவர் சுறுசுறுப்புடன் ஈடுபட்டார். பண்டிதராத்திய சரிதம், துவிபத பசவ புராணம், அனுபவ சாரம் ஆகியவை, தெலுங்கில் இவர் எழுதிய பெரிய நூல்களாகும். இவற்றுள் முதலாவது நூலைச் சிறீநாதர் என்பவர் உபயோகித்து, அதே பெயரில், தானும் ஒரு நூலை எழுதினார். பிடுபர்த்தி சோமநாதர் (1510) என்பவரும் பசவபுராணம் என்ற செய்யுள் நூலைத் தெலுங்கில் எழுதினார். பசவ மகாகவியை விழித்து, பால்குரிகி சோமநாதரால் எழுதப்பட்ட நூறு செய்யுட்கள் கொண்ட விரிசாதிப சதகம் என்ற நூல் மிகவும் பிரபலமடைந்துள்ளது.

மிகப்பெரிய தெலுங்குக் கவிஞராகக் கொள்ளக்கூடிய திக்கண்ணர் (1220-1300) மகாபாரத மொழிபெயர்ப்பு வேலையை மீண்டும் மேற்கொண்டார். நியோகி பிராமணராகிய இவர், காகதீய மன்னனாகிய கணபதியின் கீழ் நெல்லூரின் தலைவனாகவிருந்த மனுமசித்தி என்பவனின் அவையிலிருந்தார். இக்கவிஞரின் போன் ஒரு கவிஞனாகவும் மந்திரியாக்கவுமிருந்தார். இவருடைய தந்தையும் மைத்துனரும் புகழ்வாய்ந்த போர்வீரர்களாக விளங்கினார்கள். திக்கண்ணர், வெற்றிகரமான முறையில் அரசனுக்குத் துதிபாடுவோனாகவும் சூழ்வல்லோனாக்கவுமிருந்தார். ஒரு சந்தர்ப்பத்தில் இவர், மனுமசித்தி இழந்த சிம்மாசனத்தைத் திருப்பிப் பெறுவதற்குக் கணபதியின் உதவியைப் பெற்றுக்கொடுத்தார். ஒரு யாகஞ்செய்து சோமயாசி என்ற பட்டத்தைப் பெற்றார். முன்பு, நன்னயருடைய மகாபாரத மொழிபெயர்ப்பு வேலை நிறைவுறாமல், இடையிலே தகுக்கப்பட்டது துக்கமான ஒரு நிகழ்ச்சியாகும். ஆகவே, நன்னயர் விட்ட இடத்திலிருந்து ஆரம்பிக்க விரும்பாத திக்கண்ணர், விராட பருவத்திலிருந்தே மொழிபெயர்க்க ஆரம்பித்து, பாரதத்தின் மிகுதிப் பகுதி முழுவதையும் பூரணமாக மொழிபெயர்த்தார். திக்கண்ணரிடமிருந்த அதிசயமான கல்வியறிவைப் பற்றியும், எந்நாளும் இடைவிடாதிருந்த ஆன்மீக உணர்ச்சியைப்பற்றியும் பல விதமான கட்டுக்கதைகள் கூறப்படுகின்றன. இவருடைய சுயமான கருத்துக்கள் நிறைய முகவுரையில் சில மரபுகள் உபயோகத்திற்குக் கொண்டுவரப்பட்டுள்ளன. இவருக்குப் பின்வந்த

மொழிபெயர்ப்பாளர்கள் பெரும்பாலும், இம்மரபுகளைப் பின்பற்றினார்கள். திறமையற்ற கவிஞர்களை நிந்தித்த இவர், உண்மையான கவிஞர்களைத் தாராளமாகப் புகழ்ந்தார். இவருடைய பாட்டன் ஒரு கனவில் தோன்றியதாகவும், இவருடைய மொழிபெயர்ப்பைத் தனக்கு அர்ப்பணஞ் செய்யவேண்டும் என்ற அரிகரநாதரின் செய்தியை இவருக்குச் சொன்னதாகவும், இவர் தன முகவுரையில் எழுதியுள்ளார். இறுதியில், இவர் புகழ்ச்சிப் பாடலொன்றை வைத்துள்ளார். இப்பாடலிலுள்ள சொற்கள் ஒவ்வொன்றும் ஆறாம் வேற்றுமை உருபுடன் (சட்டியத்தமுலு) முடிவடைகின்றன. இந்த முதலாவது அம்சமும் கடைசி அம்சமும் நன்னே சொடரின் குமாரசம்பவம் என்ற நூலிலும் காணப்படுகின்றன. இவருடைய சுக்கமான சொள்ளமைப்பும், தெளிவாக வருணிப்பதிலும் குணவிசெடங்களைக் கூறுவதிலும் இவருக்கிருந்த அற்புதமான ஆற்றலும், இவருக்குக் கவிப்பிரம்மா என்ற பட்டத்தை ஈட்டிக்கொடுத்தன. பாரத மொழிபெயர்ப்பை மேற்கொள்வதற்கு முன்பாக, இவர் நிவசனேத்தா இராமாயணம் என்ற நூலை எழுதினர். முழுவதும் செய்யுளாலான இந்நூல, இராமட்டாபிடேகத்திற்குப் பின் நடந்த கதையைக் கூறுகின்றது. ஏதோ ஒரு காரணத்தினால், இந்நூலின் கடைசிக் காண்டத்தை இவர் எழுதாது, வேறுயாராவது எழுதி முடிக்கும்படி விட்டுவிட்டார்.

நன்னயர் வன பருவத்தின் ஒரு பகுதியை மட்டுமே மொழிபெயர்த்திருந்தார். திக்கண்ணார், விராட பருவத்திலிருந்து மொழிபெயர்க்க ஆரம்பித்தார். இடையில் விடுபட்ட பகுதியை ஏற்றப்பிரகதர் (1280-1350) என்பவர் மொழி பெயர்த்தார். இவர் நெல்லூர் மாவட்டத்திலுள்ள குட்லூர் என்ற இடத்தைச் சேர்ந்த ஒரு நியோகி பிராமணராவர். இவருடைய தந்தையான சிறீ சூரியர் என்பவர் ஒரு யோகி ஆகவும், சமகிருதம், தெலுங்கு ஆகியவற்றிற் கவியியற்றும் கவிஞராகவும் இருந்தார். சிவபெருமானிடம் பெரிதும் ஈடுபாடுடனிருந்த காரணத்தினால், ஏற்றப்பிரகதருக்குச் சம்புதாசர் என்ற பட்டம் இருந்தது. இவர், புரோளய வேம ரெட்டி என்பவரின் அவையில் இடம்பெற்றார். துரதிட்டவசமாக இடையில் தடைப்பட்ட நன்னயரின் மொழிபெயர்ப்பைத் தொடர்ந்து செய்வதால் ஏற்படக்கூடிய தீய விளைவுகளை எண்ணிப் பயந்த ஏற்றப்பிரகதர், தான் மொழிபெயர்த்த பகுதி நன்னயராலேயே மொழிபெயர்க்கப்பட்டது என்று தோன்றும்படி, அப்பகுதியை நன்னயரின் புரவலராக இருந்த இராசராச நரேந்திரருக்கு அர்ப்பணஞ் செய்தார். திக்கண்ணர் தன கனவிலே தோன்றி, பாரத மொழிபெயர்ப்பைப் பூரணமாக்கும்படி தன்னைத் தூண்டியதாகவும் இவர் கூறுகின்றார். நன்னயரின் நடையில் தன் மொழிபெயர்ப்பை ஆரம்பித்த இவர், பின் எவருக்கும் வெளிப்படையாகத் தோன்றாத வகையில் சிறிது சிறிதாக நடையை மாற்றித் திக்கண்ணரின் நடையில் எழுதினார். இதிலிருந்து இவருடைய கவிதையாற்றல் தெரிகின்றது; இவர், பிரபந்தபரமேஸ்வரன் எனவும் அழைக்கப்பட்டார். பாரதப் போருக்குப் பின் நடைபெற்ற நிகழ்ச்சிகளைக் கூறும் அரிவம்சம் என்ற நூலையும் இவர் மொழிபெயர்த்தார். இந்நூல், பாரதத்திற்குப் பின்னுரையாக அமைந்துள்ளது. இராமாயணம் (இந்நூல் இப்போது கிடைப்பதில்லை), அகோபல மகாத்மியம் என்றும் அழைக்கப்படும் இலட்சுமீ நிரிசிம்மபுராணம் ஆகியவையே இவரியற்றிய மற்றைய நூல்களாகும்.

மகாபாரத்ததை மொழிபெயர்த்த மூவருக்கும் மிகவுயர்ந்த மதிப்புக் கொடுக்கப்பட்டுவருகின்றது. தெலுங்கின் மூன்று கவிஞர்கள் எனப் பொருள்படும் கவித்திரயம் என இவர்கள் கௌரவமாக அழைக்கப்படுகின்றார்கள். இவர்களுக்குப் பின் தோன்றிய நூலாசிரியர்கள், இம் மூவருக்கும் தமது மரியாதையைச் செலுத்திவிட்டே தம் நூல்களைப் பெரும்பாலும் எழுத ஆரம்பித்தார்கள்.

ஏற்றப்பிரகதரின் காலத்தில் வாழ்ந்தவரான நச்சனசோமர் (1355-77) என்பவர், ஏற்றப்பிரகதரின் மொழிப்பெயர்ப்பில் அதிருப்தி கொண்டு, நூலின் உரிப்பொருளுக்கிணையான தகுதிவாய்த ஒரு மொழிபெயர்ப்பைச் செய்யவேண்டும் என்ற நோக்கினால், உத்தா அரிவம்சம் என்ற நூலை ஆக்கினார். இக்கவிஞர் தன இலட்சியத்தை நிறைவேற்றியுள்ளார் எனத் தகுதிவாய்ந்த திறனாய்வாளர்கள் கருதுகின்றார்கள்.

பதின்மூன்றாம் நூற்றாண்டில் பதினான்காம் நூற்றாண்டிலும் வாழ்ந்த இரு கவிஞர்களால் இராமாயணம் மொழிபெயர்க்கப்பட்டது. காகதீய மன்னன் இரண்டாம் பிரதாபருத்திரனின் மானியகாரனான கோனபுத்தராசன் என்பவர் துவிபத யாப்பில் இரங்கநாத இராமாயணம் என்ற நூலை ஆக்கினார். மிகுந்த எளிமையும் இனிமையும் கொண்ட இந்நூலில், பொருத்தமான உவமைகள் நிறைந்துள்ளன. இரங்கநாதருக்கும் இந்நூலுக்குமுள்ள தொடர்பு என்ன என்பது தெளிவாகத் தெரியவில்லை. இவர் ஒன்றில் அரச அவைக் கவிஞராக இருந்திருக்க வேண்டும். அல்லாவிடில், இந்நூலைத் தனக்கு அர்ப்பணஞ் செய்த அரசனின் குரு ஆக இருந்திருக்க வேண்டும். புத்தராசனின் புத்திரர்கள், உத்தர இராமாயணத்தை எழுதிச் சேர்த்து, இந்நூலைப் பூரணமாக்கினார்கள் எனச் சொல்லப்படுகின்றது. இராமாயணத்தின் இரண்டாவது மொழிபெயர்ப்பு சம்புஉருவிலமைந்தது. குல்லகி பாஸ்கரன் என்பவர் இம்மொழிபெயர்ப்பைச் செய்தார். இவருடைய சீடர்கள் இந்நூலைச் சாகினிமாரன் என்ற ஒருவருக்கு அர்ப்பணம் செய்தார்கள். இந்தச் சாகினிமாரன் என்பவர் யார் என்பதை உறுதியாகத் தீர்மானிக்க முடியாதிருக்கின்றது.

திக்கண்ணருடன் சமகாலத்தில் வாழ்ந்தவர்களுள், கேதனர், மாரணர், மஞ்சனர் ஆகியோரைக் குறிப்பிடலாம். கேதனர் என்பவர் தண்டியாசிரியரின் சமக்கிருத நூலாகிய தசகுமாரசரிதம் என்ற நூலை அதே பெயரில் மொழிபெயர்த்தபடியால், அவருக்கு "அபிநவதண்டி" என்ற பட்டப்பெயர் ஏற்பட்டது. இவர் ஆந்திரபாஷாபூஷணம் என்ற இலக்கண நூலை எழுதியதுடன் விஞ்ஞானேசுவரரின் மிதாட்சரம் என்ற நூலையும் மொழிபெயர்த்தார். மாரணர் என்பவர், திக்கண்ணரின் சீடர்களுள் ஒருவர். இவரியற்றிய மார்க்கண்டேயபுராணம் என்பதின் அடிப்படையிலேயே பிற்காலத்திற் பெத்தண்ணர் என்பவர் மனுசரித்திரம் என்ற நூலை எழுதினர். மஞ்சனர் என்பவர் இராசமந்திரி என்ற இடத்தைச் சேர்ந்தவர். இவர் கேயூரபாகு சரித்திரம் என்ற நூலை எழுதினார். சட்சகசிர நாட்டைச் சேர்ந்த உருத்திரமாதேவியின் மானியகாரராக இருந்த பத்தேனர் என்ற சோழன், நீதிசாத்திர முத்தாவளி என்ற நூலை எழுதினார். பதினைந்து அதிகாரங்களையுடைய இந்நூல், அரசியலைப் பற்றிக் கூறுகின்றது. ஒழுக்கம் சம்பந்தமான பழமொழிகளைக் கூறும் சுமதிசதகம் என்ற பிரபலமான நூலையும் அநேகமாக இவரே இயற்றியிருக்கக் கூடும்.

அடுத்த காலப் பகுதிக்குச் செல்வதற்கு முன், இரண்டு கணித நூல்களைப் பற்றி நாம் கவனிக்க வேண்டும்.சமக்கிருதத்திலிருந்து மொழிபெயர்க்கப்பட்ட இந்த இரண்டு நூல்களுமே, விஞ்ஞானம் சம்பந்தமாகத் தெலுங்கில் முதன் முதலெழுந்த நூல்களாகும். குண்டூருக்கண்மையிலுள்ள பவலூரின் கர்ணமாக விளங்கிய மல்லனர் (1060-70) என்ற நியோகி பிராமணர், மகாவீராச்சாரியுலு என்பவரின் கணித நூலைச் செய்யுளுருவில் மொழிபெயர்த்தார். இந்நூலிலுள்ள அதிகாரங்களுள் சில, அளவை, பின்னங்கள், எண்தத்துவம் ஆகியவற்றை விளக்குகின்றன. பாஸ்கரன் எழுதிய லீலாவதி என்ற நூலை எலுகந்தி பெத்தண்ணர் என்பவர் மொழிப்பெயர்த்து, அதற்குப் பிறகீரணகணிதம் எனப் பெயரிட்டார்.

1350 ஆம் ஆண்டிற்குப் பின்னுள்ள ஒன்றரை நூற்றாண்டுக் காலத்தைச் சிறீநாதர் (1365-1440) காலம் என்றே சொல்லி விடலாம். மிகப்பெரிய தெலுங்குக் கவிஞர் இவரே எனச் சிலர் கருதுகின்றார்கள். இவரிடமிருந்த சிறந்த திறமை காரணமாக, சிறு வயதிலேயே, கொண்டவீடு ரெட்டிகள், இராசகொண்டாவைச் சேர்ந்த வேளமர்கள், விசயநகர மன்னன் 2 ஆம் தேவராயன் ஆகிய தலைவர்களினதும் அரசர்களினதும் ஆதரவை இவர் பெற்றார். அரசர்களுடனும் அவர்களின் மந்திரிகளுடனும் சமதையாகப் பழகிய இவர், வாழ்க்கையின் இன்பங்களை முழுமையாக அனுபவித்தாராயினும், இறுதியில் ஓர் ஏழையாகவே இறந்தார். சமக்கிருதம், தெலுங்கு ஆகிய இரு மொழிகளிலும் இவருக்கிருந்த ஆட்சியையும் ஆற்றலையும் போன்று வேறெவருக்கும் இருந்ததில்லை. மருத்திரச் சரித்திரம் என்ற நூலைத் தான் சிறுவனாக இருந்தபோதே எழுதியதாகவும், “சாலிவாகனசப்த சதி என்ற நூலை இருபது வயதிற்கு முன்பாகவே மொழிபெயர்த்துவிட்டதாகவும் இவர் கூறுகின்றார். ஆனால், துரதிட்டவசாக, இந்த இரண்டு நூல்களும் இப்போது கிடைப்பதில்லை. சிருங்கார நைடதம் என்பதே இவருடைய மிகச்சிறந்த நூலாகத் திகழ்கின்றது. இந்நூல், சிறீகர்சர் என்பவருடைய நைடத காவியத்தின் மொழிபெயர்ப்பாகும். மாட்சியும் கம்பீரமும் நிறைந்த இக்காவியத்திற் சிறீநாதரின் இயற்கையான திறமைகள் முழுவதும் பூரணமாக வெளிப்படுகின்றன. இவர், பண்டிதாராத்திய சரிதம்,சிவராத்திரி மகாத்மியம், காவிலாசம், வீமகாண்டம், காசிகாண்டம் ஆகிய நூல்களையும் இயற்றினார். இவற்றுள், கடைசியாகக் கூறப்பட்ட நான்கு நூல்களுமே இப்போது உள்ளன. சிவபெருமான்மீது எத்தகைய உறுதியான பற்று இவரிடமிருந்தது என்பதை இவை காட்டுகின்றன. கிரீடாபிராமம் என்ற நாடக நூலையும் இவரே இயற்றினார் எனத் தெரிகின்றது. முன்னைய தெலுங்கு நூல்களிலிருந்து மாறுபட்டு விளங்கும் இந்நூல், வீதிநாடகம் என்ற புதிய இலக்கியப் பிரிவின் முதல் நூலாக அமைந்துள்ளது. வாரங்கல் நாட்டு வீதிகளில் ஒருவர் நின்று தன அனுபவங்களை இன்னொருவருக்குச் சொல்வதாகவும், அவர் ஒன்றுமே பேசாது, முன்னவர் கூறுவதை அப்படியே கேட்பதாகவும் அமைந்துள்ளது வீதி நாடகம். கவிதைத் திறனாய்வைப் பற்றிக் கூறும் சிருங்கார தீபிகை என்ற நூலை, குமாரகிரி ரெட்டி என்பவர் இயற்றினாரெனக் கூறப்படுகின்றதாயினும், சிலர், இந்நூலைச் சிறீநாதரே இயற்றினாரெனக் கொள்ளுகின்றார்கள். பதின்மூன்றாம், பதினான்காம் நூற்றாண்டுகளில் பல்நாடு (குண்டூர் மாவட்டம்) என்ற இடத்தைச் சேர்ந்த

போர்வீரர்களின் வெற்றிச் சாதனைகளைப் புகழ்ந்து கூறும் பல்நாட்டி வீரசரித்திரம் என்ற நூலையும் இவரே இயற்றினார் எனக் கருத்தப்படுகின்றது. வீரச்சுவைதரும் கதைப் பாடல்களைக் கொண்ட இந்நூல், மக்களிடையே பிரபலமானதாக உள்ளது. இப்போது கிடைக்கின்ற இம்மாதிரியான நூல்களுள், இதுவே முதன் முதலாவதாக இயற்றப்பட்டது. பல்வேறு பொருள்களைப் பற்றிய சாதுக்கள் அல்லது தனிச் செய்யுட்கள் பலவற்றை இவரே இயற்றினாரெனப் புகழ்ந்து பேசப்படுகின்றது. இன்றுங்கூட, இக்கவிதைகளுக்கு, மக்கள் மத்தியிலே அதிக செல்வாக்குண்டு.

சிறீநாதரின் இளைய மைத்துனரான பம்மோ போதனா (1400-75) என்பவர், சிறீநாதரின் காலத்திலேயே வாழ்ந்தவர். இவர்களிருவருக்குமிடையில், குறிப்பிடத்தக்க விதத்திற் பலவித வேறுபாடுகள் இருந்தன. கடப்பா மாவட்டத்திலுள்ள ஒண்டிமிட்டா என்ற இடத்தைச் சேர்ந்த நியோகி பிராமணராகிய இவர், பாகவத புராணத்தை மொழிபெயர்த்தார். போதனா ஏழையாக வாழ்ந்து ஏழையாகவே இறந்தார். இவர் கல்வி கற்கவில்லை. ஆழமான பத்தியினால் ஏற்பட்ட உள் மன உந்தலின் காரணமாக இவரியற்றிய கவிதைகளுட் பல, நுட்பமான இலக்கண விதிகளை மீறியிருக்கின்றன. இவர், சீதானந்தர் என்ற யோகியைச் சந்தித்ததாகவும் அவருடைய அருள், இவரைப் பத்தராக மாற்றிக் கவியியற்றும் கொடையைக் கொடுத்ததாகவும் சொல்லப்படுகின்றது. மூல நூலிலும் பார்க்கப் போதனாவின் பாகவதம் அதிக செய்யுட்களைக் கொண்ட மிக விரிவான நூலாகும். இந்நூலிலுள்ள இலகுவான சொல்லமைப்பு, தெளிவான வருணனை, கதை சொல்லுந்திறன், ஏறக்குறைய ஒவ்வொரு செய்யுளும் எடுத்துச் சொல்லும் ஆழ்ந்த ஆன்மீக அனுபவம் ஆகியவற்றால், இம்மொழிபெயர்ப்பு, இராமாயணம், மகாபாரதம் ஆகியவற்றின் மொழிபெயர்ப்புகளைவிட, மக்களிடையே அதிக பிரபலம் அடைந்துள்ளது. இராவ் சிங்கம் என்பவர், இந்நூலைத் தனக்கு அர்ப்பணஞ் செய்யும்படி போதனாவைக் கேட்டதாகவும் அப்போது கல்வித் தெய்வம் போதனாவின் கனவிலே தோன்றி சிங்கபூபாலரின் கையிற்குள் தன்னை எறியாது தனது கற்பைக் காக்கும்படி போதனாவை இரந்து கேட்டதாகவும் ஒரு கதையுண்டு. போதனா, கல்வித் தெய்வத்திற்கு அளித்த மறுமொழி எனச் சொல்லப்படும் செய்யுள் ஒன்று இந்நூலிற் குறிப்பிடக்கூடியதாக உள்ளது. எது எவ்வாறாயினும், போதனா தன் வாழ்நாளில் இந்நூலைப் பிரசுரிக்காது, தன்னுடைய மகனாகிய மல்லனருக்கு முதுசமாக விட்டுச் சென்றார். பிற்காலத்தில், இந்நூலின் சில பகுதிகள், பூச்சிகளால் அரிக்கப்பட்டுச் சேதமடைந்தன. இப்படிக் கெட்டுப்போன கவிதைகளுக்காகப் புதிய கவிதைகளை, வேறு சில ஆசிரியர்கள் ஆக்கிச் சேர்த்திருக்கின்றார்கள். இந்நூலில், கசேந்திரன் (யானைகளின் அதிபதி) விட்டுணுவால் விடுவிக்கப்பட்ட பகுதியும், உருக்குமணி கல்யாணத்தைப் பற்றிக் கூறும் பகுதியும் எழுத்தறிவில்லாதவர்களின் நெஞ்சங்களைக் கூட ஈர்க்கும்வகையில் அமைந்துள்ளன. வீரபத்திரவிசயம் என்ற நூலையும் இவரே அநேகமாக எழுதியிருக்கக்கூடும். தக்கனின் யாகம் நடைபெற்றபோது, சிவபெருமானின் எதிரிகள், சிவபெருமானை நிந்தித்த சொற்களைத் தன் எழுதுகோலினால் எழுதியதற்குப் பிராயச்சித்தமாகவே இவர் இந்நூலை எழுதினாரெனச் சொல்லப்படுகின்றது. இந்நூல் சிவபெருமானின் புகழைப் பாடுகின்றது.

தத்துவஞான ஒழுக்கவாதியாகிய வேமனா என்பவர் பதினைந்தாம் நூற்றாண்டின் ஆரம்பப் பகுதியில் வாழ்ந்திருக்கலாம். இவரியற்றிய சதக (நூறு) செய்யுட்கள் இளைஞர்க்கும் முதியோர்க்கும் ஒருங்கே தெரிந்தவை. இவை வேறு பல மொழிகளில் மொழிபெயர்க்கப்பட்டுள்ளன.

பில்லல்மர்றி பின வீரபத்திரகவி என்பவர் சிறீநாதரின் சமகாலத்தில் வாழ்ந்தவர்தானென்றாலும், இவர் போதனாவிலும் பார்க்க வயதில் இளையவர் என மரபுரை கூறுகின்றது. பாரத மூல நூலிலுள்ள அசுவமேத பருவத்தில் உள்ள கதையைக் கூறும் சைமினி பாரதத்தை வீரபத்திரர் மொழிபெயர்த்து, அதைச் சாலுவநரசிம்மருக்கு அர்ப்பணஞ் செய்தார். இவர், கல்வித் தெய்வமாகிய சரசுவதியே தன் இராணியென உரிமையுடன் கூறினாரென்றும், நரசிம்மரின் அரசசபையிலிருந்தோரின் மனம் திருப்திப்படும் வகையில், தன் உரிமையை நிலைநாட்டினாரென்றும் சொல்லப்படுகின்றது. காளிதாசரின் பெரிய நாடகத்தை இவர் சிருங்காரசாகுன்தளம் என்ற

பெயரில் மொழிபெயர்த்தார். இப்போது கிடைக்கின்ற இவருடைய இரண்டாவது நூல் இதுவாகும். இவரின் மற்றைய நூல்களைப் பெயரளவில் அறிகின்றோமேதவிர, அவை இப்போது கிடைப்பதில்லை. இவருடைய செய்யுளிற் காணப்படும் நுண்ணிய இசைத்தன்மையைத் திறனாய்வாளர்கள் பெரிதும் பாராடியிருக்கின்றார்கள்.

இக்காலப்பகுதியிலிருந்த மற்றைய கவிஞர்களுள் நந்தி மல்லயன், கண்டம் சிங்கயன் (1480ஆம் ஆண்டளவில் வாழ்ந்தோர்) ஆகியோர் முக்கியமானவர்கள். இவர்கள் இருவரும் கூட்டாகச் சேர்ந்து வராகபுராணம், பிரபோத சந்திரோதயம் ஆகிய நூல்களை ஆக்கினார்கள். பிரபந்த உருவில் அமைந்த பிரபோத சந்திரோதயம், சிறீநாதரின் நைடதம், பின வீரபத்திரரின் சாகுந்தலம் என்பவற்றைப் போலல்லாது, சமக்கிருத மூல நூலின் உண்மையான மொழிபெயர்ப்பாக இருக்கின்றது. வராகபுராணம் என்ற நூலும் சமக்கிருத மூல நூலின் மொழிபெயர்ப்பே. இந்நூல, துளுவ நரசனாயக்கனுக்கு அர்ப்பணஞ் செய்யப்பட்டுள்ளது. உச்செயினியை ஆண்டதாகக் கற்பனைக் கதைகளில் கூறப்படும் அரசனைச் சுற்றிஎழுத்ந்துள்ளது. உச்செயினியை ஆண்டதாகக் கற்பனைக் கதைகளிற் கூறப்படும் அரசனைச் சுற்றியெழுந்துள்ள கதைகளைக் கூறும் விக்கிரமார்க்க சரிதம் என்ற நூலைப் பேரம் ராசு சக்கண்ணா (1450) என்பவர் எழுதினர். நசிகேதோபாக்கியானம் என்ற நூலை இயற்றிய துக்குபல்லி துக்கயன் (1480), பஞ்சதந்திரத்தை இயற்றிய தூபாகுண்ட நாராயணன் (1470), விட்டுணுபுரானம் என்ற நூலை இயற்றிய வெண்னலகண்டி சூரண்ணா (1460), அரிச்சந்திரோபாக்கியானம் என்ற நூலை இயற்றிய கௌரணா ஆகியோர் குறிப்பிடக்கூடிய மற்றைய நூலாசிரியர்களாவர்.

கிருட்டிணதேவராயரின் ஆட்சிக்காலம் அரசியல், போர், கலை முதலிய துறைகளில் பிரகாசம் பெற்றிருந்ததைப் போன்று, இலக்கியத் துறையிலும் பிரகாசம் மிக்கதாக விளங்கியது. அரசனே மிகச் சிறந்த அறிஞனாகவும் கவிஞனாகவும் விளங்கினான். தெலுங்கு இலக்கியத்திற்கு இம்மன்னன் அளித்த ஊக்கமும் உற்சாகமும், இவன் இறந்த பின்பும் தொடர்ந்து நீடித்திருந்தன.

இவனுடைய தலைமையில், சமக்கிருத மூல நூல்களிலிருந்து மொழிபெயர்க்கும் வழக்கம் பெரும்பாலும் கைவிடப்பட்டது. புராணக் கதையைக் கூறும் சுயமான பிரபந்தங்கள், கற்பிக்கப்பட்ட ஏதாவது உரிப் பொருளுடன் கூடிய, சம்க்கிருததிலுள்ள மகாகாவியத்தைப் போன்ற நூல்கள் முதலியவற்றை எழுதும் வழக்கம் ஏற்பட்டது. ஆரம்பத்தில் எழுதப்பட்ட பிரபந்தங்களிலுள்ள பொருள், நடை முதலியவற்றில் சுயசிந்தனை, சுதந்திரம், அழகு ஆகியவை காணப்படுகின்றன. அத்துடன், எல்லாம் ஒரேவகையாக அமையாது பல்வகைப்பட்டனவாக இருந்தன. ஆனால், காலப்போக்கில், திறமை குறைந்த கவிஞர்களால் இயற்றப்பட்ட பிரபந்தங்கள் எல்லாமே ஒரே மாதிரியானவையாகவும் ஒரே சுவையைத் தருபவையாக்கவுமிருந்தன. இப்பிரபந்தங்கள் அணியியல் இலக்கண விதிகளைக் கவனித்து எழுதப்பட்டவை என்பது உண்மையேயானாலும், இவை உண்மையான இலக்கியங்களாக அமையவில்லை.

தெலுங்கிலுள்ள பஞ்சமகாகாவியங்களுள், கிருட்டிணதேவராயர் இயற்றிய ஆமுத்தமாலியாதம் அல்லது விட்டுணுசித்தீயம் என்பது ஒன்று. புதிய இயக்கத்தின் ம்முதார் கனிகளுள் ஒன்றான இந்நூல், தெலுங்கு இலக்கியத்தில் வைணவத்தின் செல்வாக்கு ஏற்படத் தொடங்கியதைக் காட்டுகின்றது. விட்டுணுச்சித்த ஆழ்வார் (பெரியாழ்வார்) என்பவரின் வாழ்க்கை, வைணவத் தத்துவஞானத்தை அவர் விளக்கியமை, அவருடைய வளர்ப்பு மகளாகிய கொதிக்கும் இரங்கனாதருக்குமிடையெயிருந்த காதல் ஆகியவற்றைப் பற்றி இந்நூல கூறுகின்றது. இந்நூலின் நடை சிக்கலானதாகவும், உவமைகள் சில சமயம் பொருத்தமற்றவையாகவும் இருந்தபோதிலும், இந்நூல் மாட்சியும் கம்பீரமும் நிறைந்ததாகவுள்ளது. “மொழியின் மூலம் வெளிவருவதற்குத் துடித்தபடி, கருத்துக்கள் ஒரே கோவையாக வந்தவண்ணமிருப்பதை இந்நூலிலே காணபதைப் போன்று வேறு தெலுங்கு நூல்களிலே நாம் காணமுடியாது. இந்நூலின் மொழிவளம் செழிப்பாக இருந்தபோதிலும், கருத்துக்கள் முழுமையாகவும் போதியவளவு விளக்கத்தைக் கொடுக்கும் வகையிலும் எடுத்துச் சொல்லப்படவில்லை. மனித இயல்பைப் பற்றி நுணுகி ஆராய்ந்து கூறுவதிலும், உள்ளொன்று புறம்பொன்றக நின்று ஏமாற்றுந்தன்மையுடைய மனநிளைகளைத் தெளிவான சொற்றொடர்களினால் மிக இலகுவாக வருணிப்பதிலும், கிருட்டிணதேவராயர் ஒப்பாருமிக்காருமற்று விளங்க்குகினார்“. இவர், சமக்கிருதத்திலும் பல நூல்களை இயற்றியிருக்கின்றார்.

விக்கிரமாத்திதனின் அரசசபையிலிருந்த அட்டதிக்கசங்கள் (எட்டுத்திக்கு யானைக்கன்) என்ற கவிஞர்கள் புகழ்வாய்ந்தோராக விளங்கினார். இந்த இரண்டு சந்தர்ப்பங்களிலும் பொதுமக்கள், வரலாற்றுன்மையைப் புறக்கணித்துவிட்டுத் தம் மனம்போனபடிசெய்த கற்பனையின் மூலம், இவர்களுக்கு மேலும் புகழூட்டியுள்ளார்கள். கிருட்டிணதேவராயரின் அவையைப் பெரிய கவிஞர்கள் பலர் அணிசெய்தார்கள் என்பதிற் சந்தேகமில்லை. அவர்களுள் அல்லசாணி பெத்தண்ணா என்பவர் மிகவும் சிறந்து விளங்குகின்றார். கிருட்டிணதேவராயர் இவருக்கு ஆந்திரக்கவிதாப் பிதாமகர்

(தெலுங்குக் கவிதையின் பாட்டன்) என்ற பட்டத்தைச் சூட்டினார். சொக்கனுமாத்தியரின் மகனான இவர், அக்காலத்தில் வைணவத் தலைவராக விளங்கிய சதகோபயதி என்பவரிடம் இலக்கியப் பயிற்சி பெற்றார். சிவாரோசிசசம்பவம் அல்லது மனுசரிதம் என்பதே இவரியற்றிய முக்கிய நூலாகும். இந்நூலின் கதை, மார்க்கண்டேயபுராணம் என்பதிலிருந்து எடுக்கப்பட்டது. வருதினி என்ற தேவதாசியின் காதலை வைதீகப் பிராமணராகிய பிரவான் என்பவன் ஏற்றுக்கொள்ளாது மறுக்கின்றான். இதையறிந்த ஒரு கந்தருவன், பிரவானின் உருவத்தை எடுத்து அப்பெண்ணுடன் வாழ்கின்றான். இவர்களுக்குப் பிறந்த மகனின் பெயர் சிவரோசிசன் என்பது. இந்தச் சிவரோசிசனிடத்து இரண்டாவது மனு பிறந்தார். காவியநாயகனுடைய பெயரையே நூல் கொண்டிருக்கின்றது; காளிதாசரின் குமாரசம்பவம் என்பதிலுள்ளதைப்போன்று, காவியநாயகனின் பெற்றோரைச் சுற்றிக் கதையின் முக்கிய நிகழ்ச்சிகள் நடைபெறுகின்றன. பிரவான், வருதினி ஆகியோரைப் பற்றிச் சரியாகவும் சிறப்பாகவும் வருணிப்பதிலேயே பெத்தண்ணரின் புகழ் தங்கியுள்ளது. இவர்தான் சொல்ல எடுத்துக்கொண்ட பொருளை நல்ல முறையில் சொல்லிக்கொண்டு போவதற்குதவியான சில அமிசங்களிலே தனக்கு முன்பிருந்த சிறீநாதர் போன்றோரைப் பின்பற்றினார். அவர்களைப் பின்பற்றிக் கன்னடச் சொற்களையும் தன நூலில் உபயோகித்தார். மனுசரிதம், கிருட்டிணதேவராயருக்கு அர்ப்பணஞ் செய்யப்பட்டது. பெத்தண்ணரின் பல்லக்கைத் தாங்கிக்கொண்டு சென்றதன் மூலம், கிருட்டிணதேவராயர், அக்காவியத்தைத் தான் நயந்ததைவெளிப்படுத்தினார். கிருட்டிணதேவராயர் இறந்த பின்பும் உயிருடனிருந்த பெத்தண்ணர், தனிமையின் கொடுமையால் வருந்தினார். இவரியற்றியதாகக் கூறப்படும் அறிகதாசாரம் என்ற நூல் இப்போது கிடைப்பதில்லை.

கிருட்டிணதேவராயரின் அவையிலிருந்த இரண்டாவது பெரிய கவிஞராகிய நந்தி திம்மண்ணர் என்பவர், பாரிசதாபகாணம் என்ற நூலை எழுதினார். சிறீகிருஷ்ணனின் வாழ்க்கையின் பிரபலமான நிகழ்ச்சியொன்றை அழகான செய்யுட்களிற் கூறுகின்றது இந்நூல். கிருட்டிணதேவராயரின் இரானிகளுள் ஒருத்தி, தன கணவனின் படத்திற்கு முன்னால் தன கால்களை நீட்டிப் படுத்துத் தூங்கிவிட்டாள். தன் இராணியே இப்படித் தன்னை அவமதித்துவிட்டாளே என ஆத்திரமடைந்தார் கிருட்டிணதேவராயர். அவரைச் சாந்தப்படுத்தி மனைவியுடன் சமாதானமாக இருக்கச் செய்ய வேண்டும் என்ற நோக்கத்துடனேயே இந்நூல் ஆக்கப்பட்டதாகச் சொல்லப்படுகின்றது. சத்தியபாமாவைச் சாதானப்படுத்துவதற்குக் கிருஷ்ணன் மேற்கொண்ட முயற்சிகளும், குறிப்பாக, அவளுடைய கால்களிற் கிருஷ்ணன் விழ, சத்தியபாமா அவரை வெறுத்து உதைப்பதும், காதலர்கட்கிடையே எவ்வளவுதூரம் சுதந்திரமும் உரிமையும் உண்டென்பதைக் கிருட்டிணதேவராயருக்குக் காட்டுவதற்காகவே எழுதப்பட்டன. இவற்றின் நோக்கம் நன்கு நிறைவேறியது. இது அழகான கதைதான்; ஆனால் உண்மையாகவே நடைபெற்ற நிகழ்ச்சிதான் என்பது ஐயத்திற்குரியது.

பிற்காலத்தில் இராமராசபூஷ்ணர் என அழைக்கப்பட்ட பட்டுமூர்த்தி

என்பவர் இலக்கிய உலகில் நீண்ட காலம் சிறப்புடன் பணியாற்றினார். இவர், வித்தியாநாதரின் பிரதாபருத்தரீயம் என்ற நூலைப் பார்த்து, அதேபோல், அணியியலைப் பற்றி நரசபூபாலியம் என்ற நூலை எழுதித் தொரகண்டி நரசராசு என்பவருக்கு அர்ப்பணஞ் செய்தார். இவரியற்றிய அரிச்சந்திர-நளோபாக்கியானம் என்ற காவியத்திலுள்ள ஒவ்வொரு செய்யுளும் இரு வேறு கருத்துக்களையுடையதாக இருக்கின்றது. நளனின் கதையையும், அரிச்சந்திரனின் கதையையும் ஒவ்வொரு செய்யுளும் கூறுகின்றது. ஆனால் வசுசரித்திரம் என்ற நூலின் மூலம்தான் இவருடைய புகழ் அதிகரித்துள்ளது. ஓர் எளிமையான கதையைச் சிறந்த கலைத்திறமையுடன் இந்நூல் கூறுகின்றது. சுத்திமதி என்ற ஆற்றுக்கும் கோலாகலம் என்ற மலைக்கும் மகளாகப் பிறந்த கிரிகா என்பவள், வாசு என்ற அரசகுமாரனைத் திருமணஞ் செய்ததைப் பற்றிக் கூறுகின்றது இந்நூல். இது மகாபாரதத்தில் ஒரு சிறிய நிகழ்ச்சியாக இடம்பெற்றுள்ளது. இவ்வாசிரியரின் செய்யுட்களிலுள்ள பொருத்தமான இசைச் சிறப்பும், அளவிற்குமீறி விரிவாகக் காணப்படும் வருணனைகளிலுள்ள உயர்ந்த கற்பனையும், திறனாய்வாளர்களால் பெரிதும் பாராட்டப்பட்டுள்ளன. இராமராயாரின் சகோதரரான முதலாவது திருமலையின் ஆட்சிக் காலத்தில் எழுதப்பட்ட இக்காவியம், அவருக்கே அர்ப்பணஞ் செய்யப்பட்டுள்ளது. இந்நூல் சமக்கிருதத்திலும் மொழிபெயர்க்கப்பட்டது.

காளத்தியைச்சேர்ந்த சைவராகிய தூர்ஜடி என்ற கவிஞர் காளத்தி மகாத்மியம் என்ற நூலையும், அதே ஆலயத்தின்மீது ஒரு சதகத்தையும் இயற்றிக் கிருட்டிணதேவராயரின் பாராட்டினைப் பெற்றார். இவருடைய பேரனாகிய குமாரதூர்ஜடி என்பவர் கிருட்டிணதேவராய விசயம் என்ற நூலில் அப்பேரரசன் நாடுகளைக் கைப்பற்றியதைப் பற்றிக் கால ஒழுங்கின்படி கூறியுள்ளார். அரசவைக் கவிஞராகிய மாதய்யகரிமல்லனர் என்பவர் இராசசேகர சரிதம் என்ற நூலை எழுதி, சாலுவதிம்மரின் மருமகனும் கொண்டவீட்டின் தேசாதிபதியுமாகிய நதேந்தில அப்பா என்பவருக்கு அர்ப்பணஞ் செய்தார். அவந்தி மன்னனாகிய இராசசேகரனின் போர்களையும் காதல் வாழ்வையும் பற்றிக் கூறும் உண்மையான பிரபந்தம் இது. பிள்ளாள (பல பிள்ளைகளின்) இராமபத்திரன் என்றழைக்கப்பட்ட அய்யலராக இராமபத்திரன் என்பவர் இராமார்சபூசணரின் உதவியால் கிருட்டிணதேவராயரின் ஆதரவைப் பெற்றார். பேரரசனின் கேள்விப்படி பல புராணக் கதைகளைச் சுருக்கி சகலதாசார சங்கிரகம் என்ற நூலை எழுதினார். பின் கொப்பூரி நரசராசு என்பவரின் ஆதரவில், இராமரின் கதையை இராமப்பியுதயம் என்ற நூலில் எழுதினர்.

பிங்கலி சூரண்ணா (பிங்கலி என்பது கிருட்டிணை மாவட்டத்திலுள்ள ஒரு கிராமம்) என்பவர் அட்டதிக்கசங்களுள் ஒருவரெனக் கணிக்கப்பட்டபோதிலும் கிருட்டிணதேவராயரின் ஆட்சிக் காலத்திற்குப் பின்பே வாழ்ந்தார். இவரியற்றிய இராகவபாண்டவீயம் என்ற நூல், இராமாயண, மகாபாரதக் கதைகளை ஏககாலத்திற் கூறுகின்றது. இப்படி வலிந்து எழுதும் ஆக்கவகைகளிற் காணக்கிடைக்காத அழகும் எளிமையும் இந்நூளிலேயுள்ளன. பட்டு மூர்த்தி (இவரைப் பற்றி ஏற்கெனவே கூறப்பட்டுள்ளது) என்பவர், இந்நூலை முன்மாதிரியாகக் கொண்ட தனது நூலை ஆக்கினார் என நம்பப்படுகின்றது.

சூரண்ணாவின் கலாபூர்ணோதயம் என்பதை ஒரு பிரபந்தம் என்று சொல்வதிலும்பார்க்க, கவிதையுருவிலே எழுதப்பட்ட புதினம் என்று சொல்வது பொருந்தும். இந்த வகையில் எழுதப்பட்ட புதினம் என்று சொல்வது பொருந்தும். இந்த வகையில் எழுதப்பட்ட நூல் இதுவொன்றே. தவறுகளினால் விளைந்த இன்பத்தைக் கருவாகக் கொண்டுள்ள இந்நூல், வாசகர்களின் ஆவலை இடைவிடாது தூண்டிக் கொண்டேயிருக்கின்றது. "கதைக் கருவின் மையத்திற் கிருட்டிணரும் அவருடைய அந்தப்புரமும் காணப்பட, பின்னணில், நரபலியைக் குறிக்கும் பயங்காத் தோற்றத்துடன் காளிபக்தர்களும், மறைபொருளான மாலைகள், அதிசயமான மந்திர சக்தி ஆகியவற்றுடன் மலையாள மாந்திரீகர்களும் காணப்படுகின்றனர். நூலாசிரியர், இந்நூலிலே "சிலேச" முறையை ஒரேயடியாகப் புறக்கணித்திருப்பது குறிப்பிடத்தக்கது". தான் எழுதிய நூல்களுல் பிரபாவதிபிரத்தியும்மினம் என்பதுதான் சிறந்ததென இவ்வசிரியரே மதிப்பீடு செய்துள்ளார். இந்நூல், ஒரு புராணக் கதையைப் பழைய நாடக முறையிற் கூறுகின்றது. கிருட்டிணனின் மகனை பிரதியும்மினனிடம், வலிமைமிக்க தைத்திய மன்னனாகிய வச்சிரநாபன் தொல்வியடைந்ததையும் இதைத் தொடர்ந்து, தைத்திய மன்னனின் மகளாகிய பிரபாவதியைப் பிரதியும்மிணன் திருமணஞ் செய்ததையும் இந்நூல் கூறுகின்றது. இந்நூலில், சூரண்ணாவின் "கதாபாத்திரங்கள் உயிருள்ளவர்களைப் போன்றிருக்கின்றன; அவர்களுடைய நடை இயல்பானதாக இருக்கின்றது; உரையாடல் இயற்கையானதாகவும், சந்தர்ப்பங்கள் ஆவலைத் தூண்டக்கூடியவையாகவும் தெளிவானவையாகவும் விளங்குகின்றன.

சில வகையில் பார்க்கப்போனால், இக்காலப் பகுதியில் வாழ்ந்த மிகச் சுவாரசியமான கவிஞர் தெனாலி இராமகிருட்டிணர் என்பவரேயாவார். கிருட்டிண தேவராயரின் காலத்தில் வாழ்ந்து தன இலக்கியப் பணியை ஆரம்பித்த இவர், வெங்கடரின் ஆட்சிக்காலம்வரை வாழ்ந்தார். மிகவுயர்ந்த பதவிகளிலிருந்த அதிகாரிகளைப் பற்றிப் பரிகாசம் செய்த அரண்மனைக் கோமாளியாகவே, பிற்சந்ததியினர் இவரைக் கணிக்கின்றனர். இவருடைய பரிகாசத்திற்கு அரசன் கூட விதிவிலக்காக இருக்கவில்லை. இவர் திறமைமிக்க ஒரு கவிஞராக்கவுமிருந்தார். இவருடைய பாண்டுரங்க மகாத்மியம் என்னும் நூல், தெலுக்கிலுள்ள ஐம்பெருங்காவியங்களுள் ஒன்றாகக் கணிக்கப்படுகின்றது. மிகவுயர்ந்த இலக்கியத்தாமுடைய இந்நூல், இமயனுடைய ஏவலாளர்களின் கையிலக்கப்பட்டுச் சிதைந்த ஒரு பிராமணனின் உயிரை, அவன் பண்டரிபுரத்தில் இறக்க நேர்ந்தபடியால், விட்டுணுவின் ஏவலாளர்கள் வெற்றிகரமாக மீட்ட நிகழ்ச்சியைக் கூறுகின்றது. இராமகிருட்டிணர், உத்படாச்சாரியசரிதம் என்ற நூலை எழுதி, அதைக் கிருட்டிணதேவராயரின் அதிகாரி ஒருவருக்கு அர்ப்பணஞ் செய்தார்.

"எட்டுப் பெரிய" கவிஞர்களுள் ஒருவராக வைத்தெண்ணப்படாவிட்டாலுங்கூட, சங்குகால நிரிசிம்ம கவி என்பவர், அக்காலத்தில் வாழ்ந்த புகழ் வாய்ந்த ஒரு கவிஞராவார். பொறாமை காரணமாகப் பெத்தண்ணர் என்ற கவிஞர், பேரரசராகிய கிருட்டிணதேவராயரிடம் நிரிசிம்ம கவி செல்வத்தைத் தடுத்தார் எனவும், ஆகவே இந்த ஏழைக் கவிஞர் தன

கவிகர்ண இரசாயனம் என்ற நூலை அங்காடியில் விற்றார் எனவும் சொல்லப்படுகின்றது. இந்நூலிலுள்ள ஒரு செய்யுள் பேரரசரின் மகளாகிய மோகனங்கியின் மூலம் கிருட்டிணதேவராயருக்கு எட்டியது. அச்செய்யுளின் அழகினால் கவரப்பட்ட பேரரசன், கவிஞரை அழைத்து வரும்படி ஆட்களை அனுப்பினார். ஆனால் அதற்கிடையில், கவிஞர் சிறீரங்கத்திற்குச் சென்று அங்குள்ள அம்பாளுக்குத் தன நூலை அர்ப்பணஞ் செய்தார். கட்டுக்கதைகளில் வரும் மாந்தாதா என்ற பேரரசரின் வாழ்க்கையைப் பற்றி இந்நூல் கூறுகின்றது. இந்நூலிலுள்ள முன்னுரையில், தீய கவிஞர்களையும் அரசர்களையும் இக்கவிஞர் ஒரேயடியாகக் கண்டித்துள்ளார்.

சிந்தலபூடி எல்லய்யா என்பவர் இராதா மாதவ விலாசம், விட்டுணு மாயாவிலாசம் ஆகிய இரண்டு நூல்களை எழுதினார். முதலாவது நூல், பலராலும் விரும்பி இரசிக்கப்பட்டபடியால், இக்கவிஞரே இந்நூலின் பெயரால் அழைக்கப்படுகின்றார். அக்காலத்தில் வாழ்ந்த மொல்லா என்ற பெண்பாற் கவிஞர், தாழ்ந்த சாதியிற் பிறந்தவர்; தூய்மையும் எளிமையும் நிறைந்த தெலுங்கு நடையில் இவர் மொழிபெயர்த்த இராமாயணம் தெலுங்கிலுள்ள மற்றைய மொழிபெயர்ப்புகளைவிடப் பிரபலமானது. தேவலோக நடனமங்கையாகிய இரம்பையைப் பந்தயப் பொருளாக வைத்து நிரங்குசன் என்ற சூதாட்டக்காரன், சிவபெருமாளை வென்ற நிகழ்ச்சியைக் கவர்ச்சிகரமான முறையில் இந்நூல் கூறுகின்றது. நிரங்குசனுக்கும் இரம்பைக்குமிடையேயிருந்த தொடர்பினை முறிப்பதற்கு இந்திரன் முயற்சி செய்தபோதிலும், நிரங்குசன் தொடர்ந்து இரம்பையுடன் வாழ்ந்ததாகக் கூறுகின்றது இந்த நூல். அட்டங்கி கங்காதார் (1570) என்பவர் தபதீச சம்பவார்ணேபாக்கியானம் என்ற நூலையும், பொன்னகந்தி தெலகண்ணா என்பவர் யயாதி சரித்திரம் என்ற நூலையும் எழுதினார்கள். கோல்கொண்டாவின் அரசனாகிய இபுறாகிம் குதுப் ஷா என்பவருக்கு இவ்விரண்டு நூல்களும் அர்ப்பணஞ் செய்யப்பட்டன. இருவாதும் அர்ப்பணவுரைகளில், அரசனின் பெயர் இப்பாராம சௌரி எனக் குறிப்பிடப்பட்டுள்ளது. வெங்கடநாதர் என்பவர், பஞ்சதந்திரம் என்பதை, மூலத்திலுள்ளதைப் போன்று ஒரு கதைத் தொகுப்பாக மொழிபெயர்க்காமல், ஒரு பிரபந்த உருவில் மொழிபெயர்த்தார். பிதுபர்த்தி சோமநாதர் இயற்றிய பசவபுராணம் என்ற நூலே இக்காலத்தில் தோன்றிய ஒரேயொரு சைவநூல் ஆகும். இந்நூலாசிரியர் ஒரு தீவிர வீரசைவராக இருந்தார். வைணவத்தை இவரால் பொறுக்க முடியவில்லை. இவருடைய இந்த மனப்பான்மை இந்நூலில் ஒவ்வொரு இடத்திலும் தெளிவாகத் தெரிகின்றது. சகிப்புத்தன்மையும் விட்டுக்கொடுக்கும் மனப்பான்மையும் நிறைந்த கிருட்டிணதேவராயரின் காலத்தில் இந்த நூல் எழுந்தது பொருத்தமானதாகத் தெரியவில்லை. சாரங்கு தம்மய்யா, சடலுவாட மல்லய்யா ஆகிய இருவரும் இரண்டு விப்பிரநாராயண சரிதங்களை எழுதினர்.

இக்காலத்தேழுந்த விஞ்ஞான நூல்களுள், மனுமஞ்சி பட்டரின் அயலட்சண சாத்திரம், வல்லபாச்சாரியாரின் லீலாவதி கணிதம் ஆகியவற்றைக் குறிப்பிடலாம். குதிரைகளைப் பற்றியும் அவற்றுக்குப் பயிற்சியளிப்பதைப்பற்றியும் சுயமாக எழுதப்பட்ட நூலாகிய அயலாட்சணசாத்திரம், கிருட்டிணதேவராயரின் கீழ் தண்டநாயக்கனாகக்

கடமையாற்றிய ஒப்ப கம்பராயருக்கு அர்ப்பணஞ் செய்யப்பட்டது. இந்நூலின் சில பகுதிகளே இப்போது கிடைக்கின்றன. லீலாவதி கணிதம் என்ற இரண்டாவது நூல், செய்யுளுருவிலமைந்த மொழிபெயர்ப்பு நூலாகும். இந்நூல் அச்சுதராயரின் அதிகாரி ஒருவருக்கு அர்ப்பணஞ் செய்யப்பட்டது.

பதினேழாம் நூற்றாண்டில், விசயநகரம் தன முக்கியத்துவத்தை இழக்க, அதன் மானிய நாடுகளான கண்டிக்கோடா, சித்தவடம், நெல்லூர், செஞ்சி, தஞ்சாவூர், மதுரை ஆகியவை முன்னணிக்கு வந்தன. சித்தவடம் (கட்டப்பா மாவட்டம்) என்ற இடத்தைச் சேர்ந்த மாத்திலி அனந்தர் (1590-1610) என்பவரும் அவருடைய பேரனும் கவிஞர்களாக இருந்தார்கள். முன்னவர் காகுத்த விசயம் என்ற நூலையும் பின்னவர் குமுதவதி கல்யாணம் என்ற நூலையும் இயற்றினார்கள். ஏறக்குறைய இதே காலத்தில் பெம்மசானி திம்மநாயுடு என்பவரின் கேள்விப்படி தரிகொப்புலு மல்லனர் என்பவர் சந்திரபானு சரித்திரம் என்ற பிரபந்தத்தை எழுதினர். இப்பிரபந்தம், தன்னளவிர் சுவையுடனிருந்தபோதிலும், கிருட்டிணதேவராயரின் காலத்தில் ஆக்கப்பட்ட மிகவுன்னதமான பிரபந்தங்களுடன் ஒப்பிடும்போது, தரத்திற் குறைவானதாகவே காணப்படுகின்றது. பர்த்துருகரியின் நீதிசதகம் என்ற நூலைத் தெலுங்கில் மொழி பெயர்த்தவரும், அனுமனின் வீரதீரச் செயல்களை வர்ணிக்கும் சமீரகுமார விசயம் என்னும் நூலை எழுதியவருமான புட்பகிரி திம்மன்னர் என்பவரால் நெல்லூர் பிரபலமடைந்தது. புகழ்வாய்ந்த கங்கந்தி சகோதரர்களான பாபராசர், நரசிம்மர் ஆகியோருட்படத் திறமைவாய்ந்த நண்பர்கள் பலர் இவரைச் சூழவிருந்தார்கள். பாபராசர் இயற்றிய உத்தாராமாயணம், தெலுங்கிலுள்ள மிகச் சிறந்த நூல்களுடன் போட்டியிடும் தகுதிபெற்றது. யட்சகான விட்டுணுமாயா விலாசத்தையும் இவர் எழுதினார். இவரைவிடச் சற்றுக் குறைவான் புகழுடைய இவரின் சகோதரரான நரமிம்மர் என்பவர் இராதாமாதவ எல்லைய்யாவின் விட்டுணுமாயாவிலாச நாடகம் என்ற நூலைத் துவிபதயாப்பில் மொழிபெயர்த்தார். ஆனால் இம்மொழிபெயர்ப்பிற் சுவையோ, கவர்ச்சியோ இல்லை. தரணிதேவுல இராமமந்திரி என்பவரியற்றிய தசாவதாரசரிதம் என்பதும் இக்காலத்தெழுந்த நூல்களுள் குறிப்பிடக்கூடிய ஒன்றாகும். தன்னுடைய கல்வியறிவைக் காட்ட வேண்டும் என்ற மனப்பான்மை ஆசிரியரிடம் காணப்பட்டபடியால், செய்யுட்கள் சற்றுக் கனமானவையாக இருக்கின்றன. தஞ்சாவூரில் இரகுநாத நாயக்கன், வால்மீகி சரித்திரம், இராமாயணம் ஆகிய இரண்டு சுவையான நூல்களை எழுதினர். வால்மீகி சரித்திரம் என்பதே தெலுங்கு மொழியில் முதன் முதலாக எழுந்த முக்கியமான உரைநடை நூலாகும். இராமாயணம் என்ற நூல், நிறைவு பெறவில்லையாயினும், இரகுநாதனின் கலைத்திறமையின் மிகவுயர்ந்த நிலையினைக் காட்டுகின்றது. இரகுநாதனிலும் பார்க்க அவருடைய மகனாகிய விசயராகவன் திறமையிற் சற்றுக் குறைந்தவர். இவரும் பல கவிதைகளையும் யட்சகானங்களையும் இயற்றினார். ஆனால் இவர் பல புலவர்களை ஆதரித்த காரணத்தினாலேயே அதிக புகழ்வாந்ததவராக இருக்கின்றார். இவர் ஆதரித்த புலவர்களுள் சேமகூரி வெங்கடகவி என்பவர் ஒருவர். இவருடைய சாரங்கதரா சரித்திரம் என்ற நூல், சித்திராங்கிக்குத் தன் பெறாமகன் மேல் ஏற்பட்ட காதலைக் கூறுகின்றது. புனித தீர்த்தங்களுக்கு அருச்சுனன் செய்த யாத்திரைகளைப் பற்றியும் நாக இலவரசியாகிய உலூசியையும் சிறீ

கிருஷ்ணனின் சகோதரியாகிய சுபத்திரையையும் அருச்சுனன் திருமணஞ் செய்ததைப் பற்றியும் விசயவிலாசம் என்ற நூல் கூறுகின்றது. விசயவிலாசம், தெலுங்கிலுள்ள பெரிய கவியங்களுள் ஒன்றாக வைத்தெண்ணப்படுகின்றது; இம்மதிப்பீடு சரியானதாகும். விசயராகவரின் இரானிகளுள் ஒருவரான இரங்கசம்மா என்பவர் தன மன்னருதாசவிலாசம் என்பதன் மூலம் யட்சகானத்தின் வளர்ச்சிக்குத் துணைபுரிந்தார். இந்நூலில், வழக்கத்திலும் பார்க்க அதிகமான பாத்திரங்களை ஆசிரியை உபயோகிக்கின்றார். உரையாடல்களைப் பாடல்களிலில்லாவது உரைநடையிலேயே எழுதினர். தென்னற்காட்டில் வாழ்ந்த சாவாம் சின்ன நாராயணராசு என்பவர் குவலயாசுவசரித்திரம் என்ற மிகச் சிறந்த காவியத்தை எழுதினர். இவருடைய அழகொழுகும் நடையும் நகைச்சுவையும் குறிப்பிடத்தக்கவை. கடைசியாக, முன்றாம் சிறீரங்கரின் பிரதம தளபதியாகிய இராமராசரின் மைத்துனராகிய கதிரீபதி என்பவர் சுகச்சப்ததி என்ற நூலை எழுதினர். உன்னதமான இலக்கியச் சிறப்பு வாய்ந்த இந்நூலில், கதை சொல்லும் கலையை இவர் பூரணத்துவமுடையதாக ஆக்கினார்.

மலையாளம்

தனியாக இயங்கி வளர்ந்து, தமக்கென ஓர் இலக்கியத்தை வளர்த்த தென்னிந்திய மொழிகளுள் மலையாள மொழியே கடைசியானது. சங்க காலத்தில், இப்போதைய மலையாளப் பகுதி தமிழ் பேசும் நிலமாகவே இருந்தது. ஆனால் மாநாட்டில் பேசப்பட்ட பிரதேசமொழி மரபுத் தமிழிலிருந்து பல வழிகளில் மாறுபட்டிருந்ததை இலக்கண ஆசிரியர்கள் கண்டார்கள். சங்க இலக்கியத்தில் காணப்படும் பல சொற்களும் சொற்றொடர்களும் இப்போதைய தமிழில் வழக்கற்றுவிட்டபோதிலும், அவை மலையாள மொழியில் இன்றும் வழக்கிலிருக்கின்றன. சமக்கிருதத்திலிருந்தே மலையாள மொழி தோன்றியதென்றே, சமக்கிருதத்திலிருந்து அல்லது தமிழிலிருந்து தோன்றாது தானாகவே இம்மொழி தோன்றியதென்றே நிருபிப்பதற்கு எடுக்கப்படும் முயற்சிகள் வீண் முயற்சிகள் என்பது தெளிவு. கிறித்துவ சகாப்தத்தின் ஆரம்பத்திற்கோளத்தில் வழக்கிலிருந்த கொடுந்தமிழிலிருந்து பல நூற்றாண்டுகாலமாக இயற்கையான முறையில் படிப்படியாக வளர்ந்த மொழி இம்மொழி என்பதில் சந்தேகமில்லை. கன்னடத்தையும், தெலுங்கையும்போல், மலையாள மொழியும் இலக்கிய மரபுச் சொற்கள் பலவற்றைச் சாக்கிருதத்திலிருந்து தாராளமாகக் கடன்வாங்கியது. சமக்கிருத ஒலிகளைச் சரியாக உச்சரிப்பதற்காக, பழைய வட்டெழுத்து முறையை விட்டுவிட்டு, தமிழ்-கிராந்தியத்தின் அடிப்படையில் ஒரு புதிய எழுத்து முறையை உருவாக்க வேண்டியிருந்தது. இந்நிகழ்ச்சி பத்தாம் நூற்றாண்டளவில் அல்லது சற்றுப் பிந்தி நடைபெற்றிருக்கலாம். மலையாள நாட்டில் காணப்படும் ஆரம்பகாலக் கல்வெட்டுகளில், தமிழ், மலையாளச் சொற்கள் வட்டெழுத்திலும், சமக்கிருதச் சொற்கள் கிராந்திய எழுத்திலும் எழுதப்பட்டுள்ளன.

இப்போது கிடைக்கின்ற மலையாள நூல்களுள், உண்ணுநீலி சந்தேசம் என்பதே, காலத்தால் மிகவும் முற்பட்ட நூலாகும். ஆனால், இந்நூல் யாரால் இயற்றப்பட்டதென்பது தெரியவில்லை. காளிதாசரின் மேகசந்தேசம் என்ற நூலை வைத்து இந்நூல் எழுதப்பட்டது. திருவனந்தபுரத்திலுள்ள ஒரு காதலன்,

கொடுங்கல்லூரியிலுள்ள தன காதலிக்கு அனுப்பும் செய்தியையே இந்நூல கூறுவதாகச் சொல்லப்படுகின்றது. செல்லவேண்டிய வழியைப் பற்றிய விரிவான வர்ணனையும் இதில் காணப்படுகின்றது. மற்றைய சந்தேச காவியங்களில் முகிலோ, பறவையோதான் தூதுவர்களாக வருகின்றன. ஆனால் இக்காவியத்தில், ஆதித்தியவர்மன் என்ற இளவரசன் தூதுவனாக வருகின்றான். செல்லும் வழியில், கொல்லம் நாட்டிலிருந்த பெருமன்னனாகிய இரவிவர்மன் (குலசேகரன்) என்பவனுக்கு இத்தூதுவன் மரியாதை செலுத்த வேண்டும் எனக் கட்டளையிடப்படுகின்றது. இக்காலத்திலிருந்த மற்றைய மன்னர்களின் பெயர்களும் இக்காவியத்தில் கூறப்பட்டுள்ளன. பெரும்பாலையான மலையாள இலக்கிய நூல்களைப் போல், இந்நூலும் சமக்கிருதச் சொற்கள் பல கலந்த மணிப்பிரவாள நடையிலே எழுதப்பட்டுள்ளது. இந்நூல், மலையாள மொழியிலுள்ள மிகச் சிறந்த நூல்களுள் ஒன்று என்பதை எல்லோரும் ஏற்றுக் கொள்கின்றனர். இக்காலத்திலெழுந்த சந்திரோத்சவம் என்ற இன்னொரு காவியம், சமக்கிருத யாப்பு முறையில் எழுதப்பட்டதாகும். லீலாதிலகம் (15 ஆம் நூற்றாண்டு) என்பது மணிப்பிரவாள நடையில் எழுதப்பட்ட இலக்கண நூலாகும்.

முதலாவது சந்தேச காவியம் தோன்றிய காலத்திற்கு முன்னதாகவே பல வகைப்பட்ட கதைப்பாட்டுகள் மலையாளத்திற் பிரபலமாக இருந்தன. இவைகளை இப்போது பழைய பாட்டுகள் என அழைப்பர். இப்போது புதிய உருவில், நவீன உடையில் இவை காணப்பட்டபோதிலும், இவற்றுட் சில பாட்டுகளாயினும் உண்மையாகவே மிகப் பழைய காலத்தைச் சேர்ந்தனவாக இருக்கவேண்டும் எனத் தகுதிவாய்ந்த விமரிசகர்கள் கருதுகின்றார்கள். இந்நாட்டுப் பாடல்களில், கல்யாண வைபவங்களிற் பாடப்படும் பிராமணிப் பாட்டு, பத்திரகாளியைப் புகழ்ந்து பாடும் பத்திரகாளிப் பாட்டு, சாத்தனாரைப் புகழ்ந்து பாடும் சாத்தப் பாட்டு, யாத்திரை விழாக்களிற் பாடப்படும் யாத்திரைக் களிப்பாட்டு, திருவாதிரை விழாவிற் பாடப்படும் திருவாதிரைப் பாட்டு போன்ற பல வகைகள் இருந்தன. இப்படல்களுடன் நடனமும் பெரும்பாலும் சேர்ந்திருந்தது எனத் தெரிகின்றது. பய்யனூர் பட்டோலை என்பதும் இவற்றைப் போன்ற குணப் பண்புடையது; ஆனால், தொடர்பான பல விடயங்களைக் கையாளும் காரணத்தினால், இவற்றிலும் பார்க்க அதிக நீளமுடையது. இந்நூலைப் பற்றிய நினைவு மட்டுமே இப்போதுள்ளது. ஆரம்ப காலத்தைச் சேர்ந்த இந்த இலக்கியத்தில், சமக்கிருதச் சொற்கள் மிகவும் குறைவாகவே உபயோகிக்கப்பட்டுள்ளன. ஆரம்ப காலத்தெழுந்த செய்யுளிலக்கிய நூல்களுள், இராமசரிதம், இராமகதாப் பாட்டு ஆகிய இரண்டுமே, ஒழுங்கான முறையில் எழுதப்பட்டவையும், உண்மையான இலக்கியங்களுக்கு அண்மையில் வைத்தெண்ணப்படும் தகுதிவாய்ந்தவையுமாகும். மிக நீண்ட கவிதை நூலாகிய இராமசரிதம், இராமாயணத்திலுள்ள யுத்த காண்டத்தின் கதையைக் கூறுகின்றது. இந்நூல், திருவனந்தபுரத்துப் பழைய மன்னர் ஒருவரால் கி.பி. பத்தாம் நூற்றாண்டிற்கும் பதின்மூன்றாம் நூற்றாண்டிற்கும் இடையே எழுதப்பட்டதாக நம்பப்படுகின்றது. இந்நூலிலும் பார்க்கச் சற்றுப் பிற்பட்ட காலத்தைச் சேர்ந்த இராமகதாப் பாட்டு என்பதை அய்யிப்பிள்ளை ஆசான் என்ற ஒருவர் இயற்றினார். சொற்களையும் யாப்புகளையும்

பொறுத்தவரையில், இந்த இரண்டு நூல்களிலும் தமிழின் செல்வாக்கு வலுவாக இருந்ததென்று தெரிகின்றது. பாசாகௌடிலீயம் என்பதும் ஆரம்ப காலத்தைச் சேர்ந்ததே. கௌடில்லியரின் அர்த்தசாத்திரம் என்ற நூலுக்கு, மலையாளத்தில் எழுதப்பட்ட விளக்கவுரையே இந்நூலாகும். ஆனால் இவ்விளக்கவுரையை எழுதியவர் யார் என்பது தெரியவில்லை. சமக்கிருத விளக்கவுரையாகிய சயமங்களாவைப் போன்று அமைந்த இவ்விளக்கவுரையின் பதினைந்து அதிகாணங்களுள் ஆறு அதிகாணங்கள் மட்டும் இப்போது கிடைக்கின்றன.

ஏறக்குறையப் பதின்மூன்றாம் நூற்றாண்டு தொடக்கம் சாக்கியர்-கூத்து என்ற நடனமுறையிலேற்பட்ட வளர்ச்சி, இலக்கியத்திற்கும் ஓர் உறுதியான தூண்டுதலைக் கொடுத்தது. நாகானந்தம், ஆச்சாரிய சூடாமணி போன்ற நாடகங்களை விளக்கும் வகையிற் கூடியாட்டம் என்ற எளிமையான கலை ஆரபத்தில் இருந்தது. இதிலிருந்து தோன்றிய சாக்கியார் கூத்தில் இலக்கிய நூல்களிற் காணப்படும் நிகழ்ச்சிகள் நடனமாக ஆடப்பட்டன. சாக்கியாரின் நிகழ்ச்சிகளை அதிகரிப்பதற்காக, உரைநடையும் செய்யுளும் கலந்த பல சம்புக்களும், பிரபந்தங்களும் எழுதப்பட்டன. சம்க்கிருதத்தின் செல்வாக்கு இவை எழுவதற்குத் தூண்டுதலாக இருந்தது. செய்யுட்கள் சமக்கிருத யாப்பில் ஆக்கப்பட்டன. உரைநடைப் பகுதிகள், உள்ளடக்கத்திலும் எண்ணத்திலும் கவிதையைப் போன்றிருந்தன. இவ்வாக்கங்களின் உரிப்பொருளாகப் புராணக் கதைகளும் நிகழ்ச்சிகளுமிருந்தன; இவையல்லாத புற நிகழ்ச்சிகளும் சேர்க்கப்பட்டன. அக்காலத்து மனிதர்களைப்பற்றியும் பழக்க வழக்கங்களைப் பற்றியும் கேலி செய்யும் பகுதிகள் சம்புக்களில் நிறைய விருந்தன. மனத்தைப் புண்படுத்தக்கூடிய நகைச்சுவைக்கும் கேலிக்கும் பெயர்பெற்ற நம்பூதிரிப் பிராமணர்களே பெரும்பாலும் இந்நூல்களை இயற்றினார். ஆனால் அவர்களின் நகைச்சுவையும் கேலியும் இந்நூல்களில் நல்ல நோக்கத்திற்காக உபயோகப்படுத்தப்பட்டுள்ளன. பதினைந்தாம் நூற்றாண்டைச் சேர்ந்த புனம் நம்பூதிரி என்பவர் இவர்களுள் அதிக பிரபல்யம் வாய்ந்தவர். இவர் பல சம்புகாவியங்களை இயற்றினார் எனச் சொல்லப்படுகின்றது. இவருக்கு இரண்டாவதாக வைத்தெண்ணப்படும் மழமங்கலம் நம்பூதிரி என்பவர், பதினாறாம் நூற்றாண்டில் வாழ்ந்த உணர்ச்சிக் கவிஞரவர். தெளிவான கற்பனை வளமும் இலகுவான சொல்லோட்டமும் இவர் பெற்றிருந்த கொடைகளாகும். இவருடைய மிகப் பெரிய நூலாகிய நைடதசம்பு என்பதில், நளன் தன இராச்சியத்தைவிட்டு நீங்குதல், தமயந்தி கணவனின் பிரிவையெண்ணி வருந்துதல், போன்ற நெஞ்சைத் துளைக்கும் சம்பவங்கள், மிகவும் திறமையாக வருணிக்கப்பட்டுள்ளன. இந்த முன்னணி எழுத்தாளர்களைத் தொடர்ந்து, இவர்களிலும் பார்க்கத் திறமையிற் குறைந்த எழுத்தாளர்கள் வாழ்ந்தார்கள். இவர்களுள், பாரத-சம்பு என்ற நூலை இயற்றிய நாராயணன் என்பவர் குறிப்பிடத்தக்கவர்.

நிரணம் கவிஞர்களைப் பற்றியும் நாம் குறிப்பிட வேண்டும். திருவாங்கூரின் மத்தியிலுள்ள நிரணம் என்ற கிராமத்தைப் பிறப்பிடமாகக்கொண்ட இக்கவிஞர்கள், தமிழ், சமக்கிருத முன்மாதிரிகளின் ஆதிக்கத்திலிருந்து விடுபட்ட, ஒரு புதிய தனித் தன்மையான மலையாள நடையை வளர்ப்பதற்குப் பதினைந்தாம் நூற்றாண்டு தொடக்கம் முயன்றார்கள்.

இவர்களுள் பிரபலமானவர் இராமபணிக்கர் என்பவர். இராமரின் கதையைப் பூரணமாகக் கூறும் இவரியற்றிய இராமாயணம், கண்ணச்ச இராமாயணம் என்ற பெயரிற் பிரபலமடைந்துள்ளது. பாரத கதா, சாவித்திரி மகாத்மியம், பிரம்மாண்ட புராணம், பாகவதம் ஆகியவற்றையும் இவரே இயற்றினார். இவருடைய கவிதையிற் காணப்படும் கதை செல்லும் முறை சிறந்தது. இவரை "மலையாள மொழியின் சோசர்" என அழைத்துவருகின்றார்கள். இராம பணிக்கரின் தாய்வழிப் பாட்டனாகிய மாதவப் பணிக்கரின் கீதை மொழிபெயர்ப்பைப் பற்றியும் சிறப்பாகக் குறிப்பிட வேண்டும். நிரணம் கவிஞர்கள், நிராணவிருத்தம் என்ற ஒரு புதிய யாப்பு முறையையும் பிரபலமடையச் செய்தார்கள். அனால் இதே போன்ற யாப்பு, தமிழிலும் உள்ளது.

கிருட்டிணகதா என்ற நூலின் ஆசிரியராகிய செருச்செரி நம்பூதிரி (பதினாறாம் நூற்றாண்டின் ஆரம்ப பகுதி) என்பவருடன் மலையாள இலக்கியத்தின் மத்திய காலம் முடிவடைந்து, நவீன காலம் உதயமாகின்றது எனலாம். பாகவதத்தின் பத்தாவது காந்தத்திற் கூறப்பட்டுள்ள சிறீ குருஷ்ணனின் கவர்ச்சி மிக்க வாழ்க்கையைப் பற்றியே இப்பெரிய காவியமும் கூறுகின்றது. செருச்சேரியின் கதா, அதிலுள்ள கற்பனைச் செல்வத்தினாலும், கருத்துக்கும் ஒலிக்குமிடையேயுள்ள இலயத்தினாலும், வாசகர்களின் மனத்தை அடிமைப்படுத்தும் அற்புதமான ஒரு கலைப்படைப்பு எனத் திறனாய்வாளர்கள் கூறுகின்றனர்.

செருச்சேரிக்குப்பின் சில காலமாக, வடக்கன்பாட்டுகள், அஞ்சு-தம்புரான் பாட்டு, ஏரவிக்குட்டிப்பிள்ளைபாட்டு போன்ற தலப்பாடல்களும் கதைப் பாட்டுகளுமே ஆக்கப்பட்டன. சமகால நிகழ்ச்சிகளைப் பற்றிப் பாடியதிலிருந்தே மலையாள இலக்கியம் தோன்றியது. மேற்கூறிய கதைப்பாடல்கள், இப்பழைய மாபைப் பின்பற்றின. செருச்சேர்க்குப்பின், வெண்ணிலாபோல் ஒளிவீசியவர் துங்கத இராமானுச எழுத்தச்சன் என்பவராவார். நவீன மலையாளத்திற்கு உருவம் கொடுத்தவர் இவரே. அத்தியாத்தும இராமாயணம் கிளிப்பாட்டு, பாரதம் கிளிப்பாட்டு, அரிநாம கீர்த்தனம், அத்துவைத வேதாந்தம் பற்றிய சிந்தாரத்தினம் ஆகியவை இவரியற்றிய முக்கிய நூல்களாகும். பாகவதம் கிளிப்பாட்டு, தேவீமகாத்மியம் ஆகியவற்றையும் இவரே இயற்றியிருக்கக்கூடும். இந்துமதப் புராணக் கதைகள் முழுவதையும் பற்றி இவர் எழுதினர்; இருபெரும் இதிகாசங்களைப் பற்றியும் பாகவதம் பற்றியும்தன் கருத்தை வெளியிட்டார்; ததுவஞானத்தையோ, சமயத்தையோ இவர் புறக்கணிக்கவில்லை. கிளிப்பாட்டு, இவர் கைகளிற் பூரணத்துவம் பெற்றது. சாதாரண மனிதனின் நாளாத்தப் பேச்சு வழக்கை இலக்கியத் தரத்திற்கு உயர்த்தி அதனை இலக்கியக் கலையில், உயர்ந்த நோக்கங்களுக்காகப் பயன்படுத்திய திறமைசாலி என இவர் போற்றப்படுகின்றார். இவர் எந்தக் காலத்தில் வாழ்ந்தார் என்பது இன்னும்மும் சரியாகத் தீர்மானிக்கப்படவில்லை. இவர், அநேகமாகப் பதினாறாம் நூற்றாண்டின் பிற்பகுதியிலோ, பதினேழாம் நூற்றாண்டின் முற்பகுதியிலோ வாழ்ந்திருக்கலாம்.

ஆட்டக்கதா அல்லது கதகளி என்பதைப் பற்றியும் ஒரு வார்த்தை கூற வேண்டும். பல்வேறு வகைப்பட்ட இந்நாட்டிய நாடகம், சமீபத்தில்

தோன்றி வளர்ந்தது என்றே சில ஆண்டுகளுக்கு முன்புவரை நம்பப்பட்டது. ஆனால் சமீபத்திற் செய்யப்பட்ட ஆராய்ச்சிகளின் மூலம், முதன் முதலில், ஆட்டக்கதைகள் பதினைந்தாம் நூற்றாண்டின் முடிவில் ஆக்கப்பட்டன எனத் தெரிகின்றது. கொட்டாரக்காத் தம்புரான் என்பவரியற்றிய இராமன் ஆட்டம் என்பது முதன் முதலாக இயற்றப்பட்ட ஆட்டக்கதையாகும். இது எட்டுக் காட்சிகளைக் கொண்டது. நேரடியான சான்றுகள் இல்லாவிட்டாலும்கூட, இவ்வாசிரியர் பதினாறாம் நூற்றாண்டைச் சேர்ந்தவர் எனக் கொள்ளலாம். மக்கள் மத்தியிலே பிரபலம் பெற்ற இவ்வகை இலக்கியத்தில், இதுவரை இருநூறு கதைகள் இயற்றப்பட்டுள்ளவெனத் தெரிகின்றது. எமது இந்நூலில் நாம் கூற எடுத்துக்கொண்ட காலப் பகுதிக்குப் பின்பே அக்கதைகள் இயற்றப்பட்டன.

அத்தியாயம் XV

சமயமும் தத்துவஞானமும்

முகவுரை – ஆரம்ப காலத்திற் பல்வேறு சமயப் பிரிவுகளிடையேயிருந்த இசைவு – சமண சமயத்திற்கும் பௌத்த சமயத்திற்கும் எதிரான நடவடிக்கைகள் - பத்தியை அடிப்படையாகக் கொண்ட சமயப் பிரிவுகள் - நாயன்மார்கள் - ஆழ்வார்கள் - குமாரிலரும் சங்கரரும் - கோவில்களும் பத்திநெறியும் - சோழர் காலத்திற் சமயத் துறையில் இருந்த கொள்கைப் பிரிவுகள் - இராமானசர் - நிம்பார்க்கம் மத்துவர் - வைணவத்தில் இருந்த பிளவு – மகாராட்டிரத்திலிருந்த சமய ஞானிகள் - வல்லாச்சாரியார் - பாகபதப் பிரிவுகள் - தக்கணத்துக் கோவில்கள் - சைவசித்தாந்தத்தின் வளர்ச்சி – வீரசைவமும் - ஆராத்தியர்களும் - விசயநகர காலத்திற் கோவில்களும் திருவிழாக்களும்.

பௌத்தம், சமணம், ஆரியர்கள் - இசுலாம் - கிறித்துவம்.

பொதுவாக ஆத்மீகப் பண்பாடு சம்பந்தமான விடயங்களிலெல்லாம் தென் இந்தியா ஆரம்பத்தில் வட இந்தியாவிற்குப் பெரிய அளவிற் கடமைப்பட்டிருந்தது. சமயத்துறைக்கும் இவ்வுண்மை பொருந்தும். ஆனாற் காலப்போக்கில், நூற்றாண்டுகள் சில கழிய, தென்னிந்தியா, தான் பட்ட கடனிலும் பார்க்க அதிகமாகவே திருப்பிக் கொடுத்துவிட்டது எனலாம். சமயக் கொள்கைகள், சமய அனுட்டானங்கள் ஆகியவற்றிலும், தத்துவஞானத்தின் பல்வேறு துறைகளிலும் தென்னிந்தியா செய்த சேவை குறிப்பிடத்தக்கது. அடக்கமுடியாத ஆர்வம் நிறைந்த உணர்ச்சியின் மூலம் கடவுளைச் சரணடையும் ஒரு புதிய விதமான பத்தியைத் தென்னாட்டு ஞானிகளும் துறவிகளும் சிறிது சிறிதாக உருவாக்கினார்கள். இப் பத்தியைப் பற்றிப் பாகவத புராணங்கள் மிகவுயர்ந்த முறையிற் கூறுகின்றன. கிறித்து பிறப்பதற்கு முன்பும் பின்புமான ஆரம்ப நூற்றாண்டுகளில், வட இந்தியாவில் தோன்றிய பாகவதங்களிற் காணப்படும் அமைதியும் மதிப்பும் நிறைந்த பக்திக்கும், இந்தப் புதுவிதமான பக்திக்கும் அதிக வேளுபாடுண்டு. வேதங்களின் விளக்கமான மீமாம்சத்தைக் குமாரில பட்டர், பிரபாகரர் ஆகிய இருவர் எழுதினர். இவர்களைப் பின்பற்றி இருவேறு கோட்பாட்டுக் குழுக்கள்

தென்னிந்தியாவில் தோன்றின. வேதாந்தத்தின் மூன்று முக்கிய பிரிவுகளை ஆரம்பித்த சங்கரர், இராமானுசர், மத்துவர் ஆகியோரும் தென்னிந்தியாவிலேயே இருந்தனர். இவற்றைவிட, இன்னுமொரு முக்கிய தத்துவஞானப் பிரிவாகிய சைவசித்தாந்தத்தை விளக்கிப் பரப்பும் பலத் தென்னிந்தியாவில் வாழ்ந்தனர். இந்தியாவின் தென் பகுதியிற் பல தடவைகளில் வேதங்களுக்கு விளக்கங்கள் எழுதப்பட்டன. வெவ்வேறு வைதிகக் குழுக்களின் கிரியை முறைகளைப் பற்றிக் கூறும் நூல்களைப் படிக்கும் பழக்கம் தென்னாட்டில் தொடர்ந்திருந்தது. இந்தச் சமய இயக்கங்கள் சம்பந்தமான இலக்கியங்களைப் பற்றி முந்திய அத்தியாயத்திற் பரும்படியாக விமரிசனம் செய்யப்பட்டுள்ளது. இந்த அத்தியாயத்தில் இவை வளர்ச்சியடைந்த வரலாற்றின் முக்கிய படிகளைப் பார்ப்போம். கிறித்துவிற்குப் பின் ஏறக்குறைய ஐந்தாம் நூற்றாண்டு வரை, வெவ்வேறு மதப்பிரிவினரிடையே மிகுந்த உறவு முறையில் ஒற்றுமையும் சகிப்புத்தன்மையும் காணப்பட்டன. பழங்காலத்துச் சிறு தெய்வங்களுக்கு இரத்தமும் மதுவும் காணிக்கையாகக் கொடுத்து வழிபடும் வழக்கம் இருந்து வந்தது. அதே வேளையில், மிக விரிவான முறையில் வைதீகக் கிரியைகளைச் செய்து வழிபடும் வழக்கமும் காணப்பட்டது. முருகன், சிவன், விட்டுணு, இந்திரன், கிரு‘ணன் முதலிய கடவுள்களையே பெரும்பாலோர் வணங்கினர். நாட்டின் பல்வேறு பகுதிகளிற் பௌத்தர்களும் சமணர்களும் எவ்வித இடையூறோ, தடங்கலோ இன்றித் தத்தம் மத அனுட்டானங்களைச் செய்துவந்தனர். உதாரணமாக, மணிமேகலை என்ற நூலிலுள்ள கதையில் வேதம், சைவம், வைணவம், ஆசீவிகம், சமணம் ஆகிய தத்துவஞான முறைகளையும், சாங்கியர், வைசேடிகர், உலோகாயதர் ஆகியோரின் தத்துவஞான முறைகளையும் காஞ்சியிற் சென்று கற்கும்படி கதாநாயகிக்கு ஆலோசனை கூறப்படுவதைக் காண்கின்றோம். ஆனால் விரைவில் ஒரு பெரிய மாற்றம் - குறிப்பாக தமிழ்நாட்டில் - ஏற்பட்டது. நாடு முழுவதும் சமணத்திற்கம் பௌத்தத்திற்கும் அடிமையாகி விடுமோ என்ற பயம் மக்களின் மனத்தில் ஏற்படத்தொடங்கியது. பொங்கியெழுந்து வரும் நாத்திக அலையை எப்படியாவது தடுத்து நிறுத்த வேண்டும் என்ற உணர்ச்சி சைவ, வைணவ பக்தர்களுக்கு ஏற்பட்டது. ஒரு பக்கத்திற் சிவபெருமானிடம் அல்லது விட்டுணுவிடம் ஆழமான, உணர்ச்சி பூர்வமான பக்தி வளர்ந்தது. மறு பக்கத்திற் பௌத்தர்கள் மீதும் சமணர்கள் மீதும் வெளிப்படையாகவே வெறுப்புணர்ச்சி வளர்ந்தது. இவையே இக்காலப் பகுதியின் முக்கிய குணவிசேடங்களாக இருந்தன. பகிரங்க விவாதங்களுக்கு வரும்படி அழைத்தல், அற்புதச் செயல்கள் செய்வதிற் போட்டியிடல், மிகக்கடினமான, உடம்பிற்கு ஊறுசெய்யும் பரிசோதனைகளின் மூலம் மதக்கோட்பாடுகளின் உண்மையைப் பரிசோதித்தல் ஆகியவை நாளாந்த நிகழ்ச்சிகளாக விருந்தன. பலவிதத் திறமைகளை இயற்கையிலேயே கொடையாகப் பெற்ற யாராவது ஒரு துறவியின் தலைமையிற் பக்தர்கள் கூட்டம் கூட்டமாக நாடு முழுவதிலும் பலதடவை யாத்திரை செய்தார்கள். செல்லும் வழியிற் பாடிக்கொண்டும் ஆடிக்கொண்டும் விவாதங்கள் செய்து கொண்டும் சென்றார்கள். சமயத்துறையில் ஏற்பட்ட இந்த உற்சாக அலை ஏழாம் நூற்றாண்டின் முற்பகுதியில் மிக உச்சநிலையையடைந்தது. ஒன்பதாம் நூற்றாண்டின் நடுப்பகுதிவரை இந்த உணர்ச்சி நீடித்தது.

சைவசமயத்தில் ஏற்பட்ட மறுமலர்ச்சியின் புகழ்வாய்ந்த தலைவர்களாக நாயன்மார்கள் திகழ்ந்தார்கள். தனித்தனியாகவும் ஒன்றுசேர்ந்தும் இவர்கள் மதப்பணிபுரிந்தார்கள். அறுபத்து மூன்று நாயன்மார்கள் இருந்தார்கள் எனப் பிற்காலத்து மரபுரை கூறுகின்றது. இந்த நாயன்மார்களுள், காரைக்காலைச் சேர்ந்த ஒரு பெண்மணியும், ஆதனூரைச் சேர்ந்த நந்தன் என்ற பறையனும், பல்லவ சேனைகளின் தளபதியான சிறுத்தொண்டரும் இடம்பெற்றனர். இந்த அறுபத்து மூவருள்ளும், தேவாரம் பாடிய மூவரே அதிக புகழ் வாய்ந்தோராவர். இவர்களுள், திருவாமூரைச் சேர்ந்த வேளாளரான திருநாவுக்கரசர் முதலிடம் பெறுகின்றார். இவர் அனேகமாக, பல்லவ மன்னனாகிய முதலாம் மகேந்திரவர்மனின் ஆட்சிக் காலத்தில் வாழ்ந்திருக்கலாம். வைதீக சைவக்குடும்பத்தில் இவர் பிறந்த போதிலும், இளமைப் பருவத்திற் சமணசமயம் இவரைக் கவரவே, இவர் பாடலிபுத்திரம் (கடலூர்) என்னுமிடத்திலுள்ள சமணத்துறவிகளின் மடத்தில் ஒரு துறவியாகச் சேர்ந்தார். மதநம்பிக்கையில் இவருக்கேற்பட்ட மாற்றத்தைக் கவனித்துச் சொல்லொணாத் துக்கமுற்ற இவருடைய தமக்கை சிவபெருமானின் உதவியை வேண்டிக் கெஞ்சினார். அவளுடைய பிரார்த்தனைக்குப் பலன் கிடைத்தது. துறவிமடத்திற் தருமசேனர் என்ற பெயருடனிருந்த அவளுடைய சகோதாரர், மாற்றமுடியாத குடல்நோய்க்கு ஆளானார். மற்றைய சமணத்துறவிகளால் அந்த நோயை மாற்றமுடியாமற் போகவே, தன் சகோதரியின் உதவியை நாடிப் போக வேண்டிய நிர்ப்பந்தம் தருமசேனருக்கு ஏற்பட்டது. திருவதிகையிற் கோவில் கொண்டெழுந்தருளியுள்ள கடவுளின் அருளினால் தன் தம்பியின் நோயைக் குணமாக்கினார் தமக்கையார். தருமசேனர் தன் தமக்கையின் சொற்கேட்டு நடந்தது, பாடலிபுத்திரத்திலுள்ள சமணத்துறவிகளின் உள்ளத்திற் பெரும் கலக்கத்தை ஏற்படுத்திவிட்டது. தருமசேனருக்கெதிராகப் பல பொய்க் குற்றச்சாட்டுகளைக் கூறி, மகேந்திரவர்மனின் நெஞ்சிலே நஞ்சைக் கலக்கச் சமணத்துறவிகள் முயன்றார்கள். தருமசேனர் பற்பல சோதனைகளுக்கும் சித்திரவதைக்கும் உள்ளானார். இருந்தும் சிவபெருமானின் அருளினால் அவையெல்லாவற்றி லிருந்தும் நீங்கி வெற்றி ஈட்டினார். இறுதியில் அரசனே, சைவசமயத்தின் மேன்மையையுணர்ந்து இம்மதத்தைத் தழுவினான். இதுதான் தருமசேனர் என்ற அப்பர் அல்லது திருநாவுக்கரசரின் வரலாறு. இந்த வாழ்க்கை வரலாற்றில் எவ்வளவு உண்மையிருக்கின்றதோ தெரியாது. ஆனால், திருச்சினாப்பள்ளியிற் காணப்படும் மகேந்திரவர்மனின் சிலாசாசனத்திலுள்ள ஒரு செய்யுள், அவ்வரசன் வேறொரு சமயத்திலிருந்து சைவ சமயத்தைத் தழுவினான் என்பதற்கு மிகத் தெளிவான சான்றாக விளங்குகின்றது. ஆனால் மத்த விலாசம் என்ற நூலின் உட்கருத்தைப் பார்க்கும்போது அப்பர், மகேந்திரவர்மனால் வருத்தப்பட்டார் என்ற கதை பொருத்தமானதாகக் காணப்படவில்லை என்பதை நாம் ஏற்றுக்கொள்ளத்தான் வேண்டும் (சேக்கிழார் கூறும் கதையில் மகேந்திரவர்மனின் பெயரே இடம்பெறவில்லை). அப்பர் 81 வயதுவரை வாழ்ந்தார். மிகுதிக் காலத்தை யாத்திரைகள் செய்வதிற் செலவிட்டார். யாத்திரைகளின்போது பல நாயன்மார்களை அவர் சந்தித்தார். அவர்களுள் ஞானசம்பந்தரே அதிகம் குறிப்பிடத்தகுந்தவர் அவரே எல்லோரிலும் மிகச் சிறந்தவர் என்று கூறலாம்.

தஞ்சாவூர் மாவட்டத்திலுள்ள சீர்காழியைச் சேர்ந்த ஞானசம்பந்தர், கௌண்டினிய கோத்திரத்தில் உதித்த ஒரு பிராமணராவர். இப்பொழுது ஞானசம்பந்தருக்குப் பூசை செய்யாத கோவில்கள் தென்னாட்டில் மிகக் குறைவு என்றே சொல்லலாம். இவர் மூன்று வயதுக் குழந்தையாக இருந்தபோது பார்வதி தேவியிடம் ஞானப்பாலைப் பெற்றார் எனவும் பின் இந்த நிகழ்ச்சியை ஒரு தேவாரத்தின் மூலம் தன் தந்தையிடம் தெரிவித்தார் எனவும் புராணக் கதைகள் கூறுகின்றன. தன் மகனின் தெய்வீகத் தன்மையை உடனடியாகவுணர்ந்த தந்தையார் இவரைத் தன் தோள்களிற் சுமந்துகொண்டு ஒவ்வொரு சிவாலயத்திற்கும் சென்றார். வானுறையும் தேவர்கள் ஞானசம்பந்தரின் உபயோகத்திற்காக ஒரு முத்துப் பல்லக்கைப் பரிசாகக் கொடுத்தார்கள். அதுவரைக்கும் தந்தையார் மகனைத் தோள்களிற் சுமந்து திரிந்தார். அந்த நேரத்தில் ஏறக்குறையப் பாண்டிய நாடு முழுவதுமே சமண சமயம் என்னும் நோயினாற் பீடிக்கப் பட்டிருந்தது. சைவர்களாகவிருந்த சோழநாட்டு அரசகுமாரியாகிய பாண்டிய இராணியும், அமைச்சர் குலச்சிறையும், பாண்டிய நாட்டிற்கு வந்து சமணசமயத்தின் கோரப்பிடியிலிருந்து பாண்டிய மன்னனையும் அவனுடைய நாட்டையும் மீட்டுக் காப்பாற்றும்படி ஞானசம்பந்தருக்கு ஓர் அவசர அழைப்பை அனுப்பினார்கள். ஞானசம்பந்தர் மதுரைக்குச் சென்று, தனக்கெதிராகச் சமணர்கள் செய்த சதிகள் எல்லாவற்றையும் முறியடித்து, சொற்போரில் அவர்களை வென்று, பாண்டிய மன்னனையும் அவனுடைய குடிமக்களையும் சைவசமயத்தைத் தழுவும்படி செய்தார். இந்தச் சந்தர்ப்பத்தில், 8000 சமணர்கள் கழுவேற்றப்பட்டார்கள் என்றொரு கதையுண்டு. இக்கொடிய நிகழ்ச்சியை நினைவூட்டும் வகையில் ஒரு விழா இன்றும் மதுரைக் கோவிலில் நடைபெறுகின்றதாம். என்றாலும் இது விரும்பத்தகாத ஓர் கட்டுக்கதையேயன்றி வேறன்று. வரலாற்று நிகழ்ச்சி என இதை நாம் ஒப்புக்கொள்ள முடியாது. அந்தக் காலத்தில் மிகவும் உக்கிரமான முறையில் சமயப் பிணக்குகள் நடைபெற்றபோதிலும், சகிப்பற்ற தன்மை, இத்தகைய கொடூர, காட்டுமிராண்டித்தனமான செயல்களைச் செய்யும் அளவிற்குச் சென்றிருக்கும் என்பதை நம்புவதற்குப் போதிய ஆதாரங்களில்லை. இதைப்போன்று, ஞானசம்பந்தரின் திருமண நிகழ்ச்சியையும் நம்பமுடியாமலிருக்கின்றது. ஞானசம்பந்தர் தனது பதினாறாவது வயதிலே திருமணம் செய்தாரென்றும், திருமணநிகழ்ச்சி முடிந்த மறுகணமே திருமணத்தம்பதிகளும், மணவிழாவிற்கு வந்திருந்த அனைவரும் முழுமுதற் கடவுளாகிய சிவபெருமானால் ஆட்கொள்ளப்பட்டார்களென்றும் கூறப்படுகின்றது. ஒரு சில ஆண்டுகள் மட்டும் வாழ்ந்த ஞானசம்பந்தர் புத்த சமயிகளுடன் பல தடவை வாதிட்டார். பல ஆலயங்களுக்குச் சென்று நூற்றுக்கணக்கான தேவாரங்களைப் பாடினார். சைவ சமயத்துறவிகளுள் மிகவும் தூய்மையானவர் இவரே. தன் கடந்தகால வாழ்க்கையைப் பற்றியெண்ணிப் பின்னால் கழிவிரக்கப்படும்படி வாழாது மிகவும் தூய்மையாகத் தன் வாழ்க்கையை நடாத்தினார். இவர் ஏழாம் நூற்றாண்டின் மத்தியில் வாழ்ந்தாரெனக் கொள்ளலாம். இவர் காலத்தில் பாண்டிய நாட்டையாண்ட மன்னன், ஒன்றில் மாறவர்மன் அவனிசூளாமணியாக இருக்கலாம், அல்லது அவனுடைய பேரனாகிய அரிகேசரி மாறவர்மனாக இருக்கலாம்.

ஏறக்குறைய ஒரு நூற்றாண்டின் பின் வாழ்ந்தவர் நாவலூரைச் சேர்ந்த சுந்தரமூர்த்தி என்பவர். ஒரு வறிய பிராமணக் குடும்பத்தில் பிறந்த இவர் தன் அழகினால் அவ்வூரைச் சேர்ந்த நரசிங்க முனையதரையன் என்ற நாட்டாண்மைக்காரனின் கவனத்தைத் கவர்ந்தார். இந்த நரசிம்மன், சுந்தரமூர்த்தியின் பெற்றோர்களின் சம்மதத்தைப் பெற்றுச் சுந்தரமூர்த்தியைத் தானே வளர்த்து வந்தான். சுந்தரமூர்த்திக்கும் அவருடைய சாதியைச் சேர்ந்த ஒரு பெண்ணிற்கும் திருமணம் நடைபெறவிருந்த சமயத்தில் மிக நூதனமான முறையிற் சிவபெருமான் தலையிட்டு, சுந்தரமூர்த்தி தன் அடிமை என்று உரிமைக்குரலெழுப்பி, அத்திருமணத்தை நிறுத்தினார். பின், சுந்தரமூர்த்தி திருவாரூரைச் சேர்ந்த ஒரு நடனமாதின் மேலும் திருவொற்றியூரைச் சேர்ந்த ஒரு சூத்திரப் பெண்ணின் மேலும் காதல் கொண்டார். அப்பெண்களுக்கிடையேயிருந்த பொறாமையை, அவர்களுள் ஒருத்தியின் தூதுவனாக வந்த சிவபெருமானால் மட்டுமே தீர்த்து வைக்க முடிந்தது. மற்றைய நாயன்மார்களைப்போன்று சுந்தரமூர்த்தியும் பற்பல அற்புதங்களைச் செய்தார் எனச் சொல்லப்படுகின்றது. அக்காலத்திற் சேரநாட்டு அரசனாகவிருந்த சேரமான் பெருமாள் இவருடைய நண்பனாக இருந்தார். இவர்கள் அடிக்கடி ஒருவரைக்கொருவர் சந்தித்துக்கொண்டனர். சிவபெருமானின் இருப்பிடமாகிய திருக்கைலாயமலைக்கு இவர்கள் தம் இறுதி யாத்திரையில் ஒன்றாகவே சென்றார்கள். அப்போது சுந்தரமூர்த்தி ஒரு வெள்ளை யானையின் மீதும் சேரமான் பெருமாள் ஒரு குதிரையின்மீதுமாகச் சென்றனர். சுந்தரமூர்த்தி, சிவபெருமானை ஒரு நெருங்கிய நண்பனாகக் கருதிப் பக்தியும் ஈடுபாடும் கொண்டிருந்தபடியால், அவருக்குத் தம்பிரான் தோழர் (கடவளின் நண்பன் என்ற பட்டம் கொடுக்கப்பட்டிருந்தது.

மிகவும் புகழ் வாய்ந்த மாணிக்கவாசகர், சுந்தரருக்குச் சில காலத்தின் பின் வாழ்ந்தார். இவர் பாண்டிய மன்னனின் அமைச்சராக இருந்தார் என்றும் மதுரை நகரின் தலைமைக் கடவுளாகிய சிவபெருமான் இவருக்காகப் பல அற்புதங்களைச் செய்தார் எனவும் புராணக்கதைகள் உள. இரண்டாம் வரகுணன் (862-80) என்பவனே இவர் காலத்திற் பாண்டிய மன்னனாக இருந்திருக்கலாம். இலங்கையிலிருந்து வந்த பௌத்தர்களுடன் மாணிக்கவாசகர் சிதம்பரத்தில் வாதிட்டு வென்றார் எனச் சொல்லப்படுகின்றது. இவருடைய பக்திப் பாடல்கள் திருவாசகம் (புனிதமான சொல்) என அழைக்கப்படுகின்றன. திருச்சிற்றம்பலக் கோவை என்ற நூலையும் இவரே இயற்றினார் எனச் சொல்லப்படுகின்றது.

சம்பந்தர், அப்பர், சுந்தரர் ஆகியோரின் தேவராங்கள், சமய சம்பந்தமான பல்வேறு அனுபவங்களைக் கூறும் நிதிக் களஞ்சியமாகவுள்ளன. ஆன்மார்த்த அகக் காட்சியில் ஆண்டவனைக் கண்டதால் ஏற்படும் பரவச நிலைகள், கடவுளைக் காணும்போது தெய்வீக ஒளி பிறக்கும் சந்தர்ப்பம், அவருடைய அருளின் ஒளியில் உலகமே மேனிலையடையும் நிலை, எல்லாமே இருள் மயமாக இருக்கும்போது ஏற்படும் மனச்சோர்வு, இருளிற் கடவுளைத் தேடியலைபவனுக்கு ஏற்படும் பயவுணர்ச்சி ஆகியவற்றைப் பற்றியெல்லாம் இவை கூறுகின்றன. மாணிக்கவாசகரின் திருவாசகம், இவற்றிலிருந்து சிறிது வேறுபாடுடையது. அளவிற்கு மீறிய உணர்ச்சி வெளிப்பாட்டை

மாணிக்கவாசகரின் பாடல்களிற் காணலாம். மற்றையோரிலும் பார்க்க அதிகம் வெளிப்படையாகவே பல உண்மைகளை ஒப்புக்கொள்கின்றார் மாணிக்கவாசகர். அவருடைய பத்தி அதிக உணர்ச்சி பூர்வமானது. இந்த நாயன்மார்களுட் சிலர் வாதிடுவதில் அதிக ஆர்வமுடையோராயிருந்தனர். பௌத்தர்களைப் பற்றியோ, சமணர்களைப் பற்றியோ கூறும்போது எவ்வித இனிய சொற்களையும் அவர்கள் உபயோகிக்கவில்லை.

இந்த மறுமலர்ச்சி இயக்கத்தின் வைணவப் பிரிவிற் பன்னிரண்டு ஆழ்வார்கள் (கடவுளின் தன்மைகளைப் பற்றி ஆழ்ந்து ஆராய்ச்சி செய்பவர்கள்) இருந்தார்கள். இவர்களுடைய கால ஒழுங்கைப் பற்றி, வைதீக வைணவ மரபுரை கூறும் செய்தியை ஒப்புக்கொள்ள முடியாதிருக்கின்றது. இவர்களுட் பொய்கையாழ்வார், பூதாழ்வார், பேயாழ்வார் ஆகியோரே முதல் மூவராக விருந்தார்கள் என நம்பப்படுகின்றது. இவர்கள் முறையே காஞ்சி, மல்லை, மைலாப்பூர் ஆகிய இடங்களிற் பிறந்தோராவர். மூன்று பேர்கள் மட்டும் நிற்கக்கூடிய ஓர் அறையில் இம்மூவரும் மழைக்காக ஒதுங்கி நின்றார்கள் எனவும் அப்போது விட்டுணு அவர்களைத் தேடி அங்கே வந்தார் எனவும் அழகான ஒரு புராணக் கதை இருக்கின்றது. இவர்களுடைய பக்தி, மென்மையான, எளிய பக்தியாகும். ஒரு பக்கச் சார்புடைய மனப்பான்மை இவர்களிடம் காணப்படவில்லை. இந்த உண்மையும், தங்கள் செய்யுட்களில் வெண்பா யாப்பைக் கையாண்டிருப்பதும், இவர்கள் மிக முந்திய காலத்தைச் சேர்ந்தவர்கள் என்பதைக் குறிக்கின்றன. கி.பி. ஐந்தாம், ஆறாம் நூற்றாண்டிற்குப் பிந்தாமல் இவர்கள் வாழ்ந்திருக்க வேண்டும்.

இவர்களுக்குப் பின் வாழ்ந்தவர் திருமழிசை என்பவர். செங்கல்பட்டு மாவட்டத்திலுள்ள திருமழிசை என்ற கிராமத்திற் பிறந்த இவர் அனேகமாகப் பல்லவ முதலாம் மகேந்திரவர்மனின் காலத்தில் வாழ்ந்திருக்கக்கூடும். ஆனால் இவர் அவ்வரசனிலும் பார்க்க வயதில் மூத்தவராயிருந்தார். இவர் பிறக்கும்போது உருவமற்ற ஒரு சதைப்பிண்டமாகவே காணப்பட்டார் என்றும் இவருடைய பெற்றோர் இவரை விட்டுச்செல்ல, இவரை ஒரு சூத்திரன் எடுத்து வளர்த்தான் என்றும் ஒரு கதையுண்டு. இவர் ஆரம்பத்தில், சமண, பௌத்த, சைவசமயங்களைச் சேர்த்து அந்தந்த மத ஒழுக்கங்களின்படி வாழ்ந்து, இறுதியில் வைணவ யோகியாக மாறினார் என்றுஞ் சொல்லப்படுகின்றது. முதல் மூவரிலும் பார்க்க இவருடைய பாடல்களில் வாதம் செய்யும் தொனி சற்று அதிகமாகக் காணப்படுகின்றது. இவர் வாழ்ந்த காலத்தை எண்ணும்போது இது இயற்கையானதாகவே தோன்றுகின்றது.

இவரையடுத்துத் திருமங்கை வாழ்ந்தார் என நாம் கொள்ளலாம். மிக அதிக அளவிற் புகழ்ந்து போற்றப்படும் ஆழ்வார்களுள் இவர் ஒருவராவர். இவர் தஞ்சாவூர் மாவட்டத்திலுள்ள ஆவிநாடு என்ற இடத்தைச் சேர்ந்த ஒரு சிறு நாட்டாண்மைக்காரர் என்றும், உயர்ந்த சாதியைச் சேர்ந்த ஒரு வைணவ வைத்தயரின் மகளைத் தூக்கிச்சென்று திருமணம் புரிவதற்காக இவர் ஒரு வழிப்பறிக் கொள்ளைக்காரராயினார் என்றும் அந்தப் பெண்ணை அடைவதற்காகத் தன் மதத்தை மாற்றினார் என்றும் புராணக்கதைகள் உண்டு. சிறீரங்கத்திலுள்ள கோவிலைத் திருத்திக்கட்டும் செலவுக்காக

நாகபட்டினத்திலுள்ள ஒரு பௌத்த சன்னியாசி மடத்திலிருந்து புத்த பகவானின் தங்கச்சிலை ஒன்றைத் திருடினார் என்றுஞ் சொல்லப்படுகிறது. தன் பாடல்களில் வைரமேகம் என்பவரைப் பற்றி இவர் தெளிவாகக் குறிப்பிடுவதிலிருந்து இவர் எட்டாம் நூற்றாண்டின் நடுப்பகுதியில் வாழ்ந்தாரெனக் கொள்ளலாம். இந்த முடிவு சரியாயின் ஞானசம்பந்தரை இவர் சீர்காழியிற் சந்தித்து உரையாடினார் என்பதை நம்பமுடியாது. இந்த இரண்டு நிகழ்ச்சிகளையும் நாம் வரலாற்று உண்மைகளாக எடுக்க முடியாது. இருந்தபோதிலும், பிற்காலத்தில், இவருடைய அடியார்கள் இவரைப் பற்றி என்ன நம்பிக்கை கொண்டிருந்தார்கள் என்பதற்கு இந்த இரண்டு கதைகளும் வழிகாட்டிகளாக இருக்கின்றன. இவரியற்றிய ஏராளமான பாடல்களில் கவித்துவமும் சமணத்திற்கும் பௌத்தத்திற்கும் எதிரான தாக்குதல்களும் நிறைந்திருப்பதைக் காணலாம். சைவ சமயத்தைப் பொறுத்தவரை இவர் ஒரு நட்புறவு மனப்பான்மையையே கொண்டிருந்தார். இலக்கிய உருவம், சமய உணர்ச்சி ஆகியவற்றைப் பொறுத்தவரையில் திருமங்கையின் பாடல்களுக்கும் ஞானசம்பந்தரின் பாடல்களுக்குமிடையே அதிகப்படியான ஒற்றுமைகள் காணப்படுகின்றன.

திருமங்கையின் காலத்திற்குச் சற்றுப் பின்னால், அதாவது எட்டாம் நூற்றாண்டின் முடிவிலும் ஒன்பதாம் நூற்றாண்டின் ஆரம்பத்திலும், பல ஆழ்வார்கள் வாழ்ந்தார்கள். சிறீவில்லிபுத்தூரைச் சேர்ந்த பெரியாழ்வார் என்ற பிராமணர், பாண்டிய மன்னன் சிறீமார சிறீ வல்லபன் (815-62) என்பவனின் அரசவையில் நடைபெற்ற ஒரு சமய வாதிற் கலந்து வெற்றியீட்டினார். இந்த ஆழ்வார்களுள் ஒரே ஒருவரே பெண்குலத்தைச் சேர்ந்தவராயிருந்தார். அவருடைய பெயர் ஆண்டாள் அல்லது கோதை என்பது. (வடமொழி : கோதா) இவர் பெரியாழ்வாரின் மகளாகவோ, வளர்ப்பு மகளாகவோ இருக்கலாம். விட்டுணுவின் மீது இவர் கொண்டிருந்த ஆழ்ந்த பக்தியின் காரணமாக அக்கடவுளுக்கும் தனக்கும் திருமணம் நடப்பதைக் கனவிற் கண்டு அந்த அனுபவத்தைத் தனது பாசுரங்களில் வருணித்தார். இவர் இந்த ஆத்மார்த்தப் பிணைப்பு ஒன்றையே அறிந்திருந்தார். இவருடைய அதீதப்பத்தி, மாணிக்கவாசகரின் பக்தியை ஒத்திருந்தது. ஆண்டாளின் பாசுரங்களிற் கிரு'ணனின் பல லீலைகளைப் பற்றிக் குறிப்பிடப்பட்டிருக்கின்றது. திருப்பாண் என்பவரும் ஏறக்குறைய இதே காலத்தைச் சேர்ந்தவராவர். தாழ்ந்த சாதியிற் றோன்றிய இசைவாணராகிய இவர் சிறீரங்கத்திலுள்ள கோவிலுக்குட் செல்வதற்கு அனுமதிக்கப்படவில்லை. ஆகவே சைவசமயத்திலிருந்த நந்தனைப் போல வைணவத்திலிருந்தார் திருப்பாண். தொண்டரடிப்பொடி (தொண்டர்களின் பாதத்தூசி) என்பவரும் இதே காலத்தைச் சேர்ந்தவரே. தஞ்சாவூர் மாவட்டத்தைச் சேர்ந்த பிராமணராகிய இவருடைய உண்மைப் பெயர் விப்பிரநாராயணர் என்பதாகும். திருமங்கையாற் சமணத்தையும் பௌத்தத்தையும் எவ்வளவு தூரம் பொறுக்கமுடியவில்லையோ அதேயளவு சகிப்பற்ற தன்மை இவரிடமும் காணப்பட்டது.

வடமொழியிலும் தமிழிலும் திறமைபெற்ற கேரள அரசனாகிய குலசேகரனே அடுத்த ஆழ்வார் இவராற் பாடப்பெற்ற விட்டுணு கோவில்களுட்

சிதம்பரம், திருவாழி ஆகிய இடங்களிலுள்ளனவும் அடங்கும்' திருவாழியைத் தாபித்தவர் திருமங்கை ஆழ்வார் என்பதிற் சந்தேகமில்லை. புகழ்பெற்ற நம்மாழ்வாரும் அவருடைய சீடராகிய மதுரகவியுமே கடைசியாக வந்தவர்கள். நம்மாழ்வார் திருநெல்வேலி மாவட்டத்தில், ஆழ்வார்த்திருநகரி (இது குருகூர் எனவும் வழங்கும்) எனும் ஊரிலுள்ள ஒரு வெள்ளாளக் குடும்பத்திற் றோன்றியவர். அவருடைய சொந்தப் பெயர் மாறன் எனவும் அவர் தீட்சை பெற்றபொழுது சடகோபர் என்ற பெயரைப் பெற்றார் எனவும் தெரிகிறது. அவர் தன் முப்பத்தைந்தாம் வயதில் உலக வாழ்வைத் துறந்து யோகம் செய்வதில் ஈடுபட்டார். திருமங்கை ஆழ்வார் பாடிய திருப்பதிகங்களின் எண்ணிக்கைக்கு அடுத்தபடியாகவுள்ள இவருடைய திருப்பதிகங்கள் உலகில் மிகப் பெரிய தீர்க்கதரிசிகளுள் ஒருவருடைய மிக ஆழ்ந்த சமய அனுபவத்தையும் தத்துவஞான சிந்தனையையும் கொண்டிருப்பனவாகக் கருதப்படுகிறது. யுவான் சுவாங் என்பவர் 642 ஆம் ஆண்டில் தென்னிந்தியாவிற்கு வருகை புரிந்தார். அப்போதுதான் இந்துமத மறுமலர்ச்சி இயக்கம் சிறிது சிறிதாக வேகமடையத் தொடங்கியது ஆயின் அவர் இந்த இயக்கத்தைக் கவனிக்கவில்லை. என்றாலும், மகாராட்டிரத்தைப்பற்றிக் குறிப்பிடும்போது, தேவனை (சிவனை) வணங்குபவர்கள் தம் உடம்பு முழுவதிலும் திருநீற்றை அணிந்திருந்தார்கள் எனக் கூறுகின்றார். தன் சொந்த மதமாகிய பௌத்தம் வீழ்ச்சியடைந்து கொண்டிருந்ததையும் மிகத் துக்கத்துடன் குறிப்பிடுகின்றார். திகம்பா சமண சமயத்திற்குப் பௌத்தம் விட்டுக்கொடுத்துவிட்டது எனவும் குறிப்பிடுகின்றார். இதற்குப் பின்வந்த இரண்டு நூற்றாண்டுகளிலும், சமய மறுமலர்ச்சி இயக்கம் பெரிய அளவில் வெற்றியடைந்தது. சமய சம்பந்தமாக நடைபெற்ற பகிரங்க விவாதங்கள் மன்னர்களையும் ஆட்சியாளர்களையும் ஒரு சமயத்திலிருந்து மற்றச் சமயத்திற்கு மாறும்படி செய்தன. நாயன்மார்களும் ஆழ்வார்களும் ஆத்மாவிற்கு எழுச்சியூட்டும் தம் பாடல்களிற் பொதுமக்களின் சொற்களைக் கையாண்டமையும், மக்கள் விரும்பிப் பாடக்கூடிய இலகுவான இசையமைப்புடன் பாடல்கள் அமைந்திருந்தமையும் இம்மத மறுமலர்ச்சிக்கு முக்கிய காரணங்களாகவிருந்தன.

இதே மறுமலர்ச்சியின் இன்னொரு முக்கியமான, ஆனால் அவ்வளவு தூரம் பிரபலம் அடையாத அமிசத்தை குமாரிலர், சங்கரர் ஆகியோரின் பணிகளிற் காணலாம். இவர்கள் இருவரும் சுமார்த்தர்கள் (மரபு வழி நிற்போர்), குறிப்பிட்ட ஒரு சிறு மதப்பிரிவின் வளர்ச்சிக்காக மட்டும் இவர்கள் பாடுபடாது, பல நூற்றாண்டுகளாக வளர்ந்து வரும் பழைய பிராமண மதத்தின் மேன்மைக்காகப் பாடுபட்டார்கள். சமயக்கிரியைகளைக் கைக்கொண்டொழுகும் இளமைக் காலத்தையும், தத்துவஞானம் சம்பந்தமான சிந்தனையில் மூழ்கியிருக்கும் முதுமைப் பருவத்தையுமே தமது சமய வாழ்வின் இலட்சியமாக இவர்கள் காட்டினர். குமாரிலர் தன் நூல்களில் அடிக்கடி பௌத்தர்களைத் தாக்குகின்றார். சமய அறிவைப் பரப்புவதற்காக இவர் மேற்கொண்ட யாத்திரைகளின் போதெல்லாம் பௌத்தத்தின் பொய்மையை மக்களுக்கு விளக்கினார். கிரியைகள் பற்றிய தத்துவத்தின் (மீமாம்சை) சகல அமிசங்களையும் இவர் விரிவாக விளக்கினார். ஆனால் இவரிலும் பார்க்கச்

சங்கரரே சிறந்த சிந்தனையாளராகவிருந்தார். இவருடைய வாழ்க்கையைப் பற்றிக் கிடைக்கும் விபரங்களுள் ஒரு சிலவே உண்மையென நிரூபிக்கப்பட்டுள்ளன. இவர் வட திருவாங்கூரிலுள்ள் ஆல்வாய் ஆற்றங்கரையிலமைந்த காலடி கிராமத்தைச் சேர்ந்த ஓர் நம்பூதிரிப் பிராமணர் எனப் பொதுவாக நம்பப்படுகின்றது. காலடியில் இவர் 788 ஆம் ஆண்டிற் பிறந்தார். சிறுவயதிலேயே தன் தந்தையை இழந்த இவர், துறவியாக மாறி, கௌடபாதர் என்பவரின் சீடனாகிய கோவிந்தயோகி என்பவரைத் தன் குருவாகக் கொண்டார். குறுகிய வாழ்க்கையே வாழ்ந்த இவர், கட்டுப்பாடு மிக்கதும், என்றுமே மாற்றடையாததுமான ஒருமைவாதம் என்ற தன் தத்துவக் கொள்கையைப் பிராசாரஞ் செய்து, அதைப்பற்றித் தன்னுடன் வாதிட வந்த அனைவரையும் வெற்றிகொண்டார். பௌத்தத் துறவிகளின் சங்கத்தைப்போல் சங்கரர் இந்துமதத் துறவிகளின் சங்கத்தை மாற்றியமைத்தார். இந்தியாவிற் பல்வேறு இடங்களிலும் பல மடங்களைத் தாபித்தார். அவற்றுட் சிருங்கேரி, துவாரகை, பத்திரிநாத், பூரி, காஞ்சி ஆகிய இடங்களிலமைந்த மடங்கள் பிரபலமானவை. நமக்குத் தோன்றுகின்ற சிக்கல்களுக்கும் வேறுபாடுகளுக்கும் காரணம் மாயை (மாயா) என்பதையே இவருடைய தத்துவஞானம் கூறுகின்றது. இந்தக் கருத்து உபநிடதங்களிலிருந்து பெறப்பட்டது என்பது உண்மைதான். ஆனால் இதன் விளக்கங்களையும் விபரங்களையும் பார்க்கும்போது மகாயான பௌத்த மதத்தைச் சேர்ந்தோரின் கற்பனைகளுக்கும் இவருடைய தத்துவஞானம் கடமைப்பட்டுள்ளது என்பது தெளிவாகத் தெரிகின்றன. இருந்தபோதிலும், இவர் பௌத்தத்தைச் சைவசமயத்தின் முக்கியமான எதிரியாகவே கருதினார். 820 ஆம் ஆண்டில் இவர் இறந்தார். இவர் இறந்த ஒருசில ஆண்டுகளுள் இவருடைய சீடர்களுள் ஒருவராகிய சிவசோமர் என்பவர் இவருடைய கோட்பாடுகளைக் கடலுக்கப்பாலுள்ள கம்புசம் என்ற இடத்திற் பரப்பினார். "சங்காரிடம் சுயசிந்தனை நிறைந்திருந்தது என்தற் கையமில்லை. இருந்தபோதிலும் மரபுமீது இவர் வைத்திருந்த மதிப்பு, தன் சுய சிந்தனையை உறுதியாக வெளியிடமுடியாதபடி செய்துவிட்டது. இவர் தன் சுயசிந்தனையை முழுமையாக வெளியிட்டிருந்தாரானால் உலகின் மிகப் பிரபலமானவர்களின் பெயர்களுள் இவருடைய பெயர் இன்னுமதிக உயர்ந்த இடத்தைப் பெற்றிருக்கும்" எனக் கூறப்படுகின்றது. இக்கூற்றில் நியாயம் இல்லை என்று சொல்வதற்கில்லை. பாண்டிய பல்லவர் காலத்தில் துறவிகளாகவும் அதே வேளையிற் புலவர்களாகவும் இருந்தவர்களாற் செய்யப்பட்ட பணியைச் சோழர் காலத்தில் இரண்டாந்தரப் புலவர்களும் ஆசிரியர்களும் தொடர்ந்து செய்தார்கள். பாண்டிய-பல்லவர் காலத்திலெழுந்த பக்திப் பாடல்கள் வேதங்களுக்குச் சமமானவையாக மதிக்கப்பட்டுத் தேவாரத் திருமுறைத் தொகுதிகளாகத் தொகுக்கப்பட்டன. காலப்போக்கிற் கோவில்களில் நடைபெறும் நாளாந்த வழிபாட்டில் இத்தேவாரங்கள் தவறாது உபயோகிக்கப்பட்டன. தேவாரங்களை இயற்றிய நாயன்மார்கள் தெய்வீக அவதாரங்களாகக் கருதி வணங்கப்பட்டனர். மக்களுடைய சமய வாழ்க்கையிலும் சமுதாய வாழ்க்கையிலும் கோவில் ஒரு முக்கியமான இடத்தை வகிக்க நேர்ந்தது. மத மறுமலர்ச்சி இயக்கத்தின் நேரடியான விளைவாகும். தென்னாட்டில் ஓர் ஏகாதிபத்தியத்தை நிறுவிய சோழர்களின் காலத்தில், பரந்து விரிந்திருந்த

அவர்களின் பேரரசிலுள்ள ஒவ்வொரு கிராமத்திலும் பெரியனவும் சிறியனவுமாகப் பல கற்கோவில்கள் கட்டப்பட்டன. தஞ்சாவூரிலும் கங்கைகொண்டசோழபுரத்திலும் கட்டப்பட்ட கோவில்கள் இரண்டும் இப்புதிய காலத்தின் அடையாளச் சின்னங்களாகவுள்ளன. அக்காலத்தில் வாழ்ந்த புலவர்களின் பக்திப் பாடல்களில், வேறு பல கோவில்களுடன் இந்த இரு கோவில்களும் புகழ்ந்து பாராட்டப்பட்டன.

சைவத் திருமுறைகளில் இப்பக்திப் பாடல்கள் இடம் பெற்றன. முதலாம் இராசராசன் காலத்தில் நம்பியாண்டார் நம்பி என்பவரால் இப்பக்திப் பாடலகள் ஒழுங்குபடுத்தப்பட்டுத் தொகுக்கப்பட்டன. ஏறக்குறைய பன்னிரண்டாம் நூற்றாண்டின் மத்தியகாலம்வரை உள்ள பல புதிய பக்திப்பாடல்களும் இத்தொகுப்பிற் சேர்க்கப்பட்டன. மறுபக்கத்தில், நாதமுனி என்பவர் வைணவ மத நூல்களுக்கு ஓர் உறுதியான உருவம் கொடுத்தார். ஈசுவரனின் ஆதரவும், அருளும் மக்களுக்குத் தேவையெனத் தெளிவாக எடுத்துக் கூறி, அன்புவழி, தத்துவஞானத்தின் படி நியாயமானதே என்பதைக் காட்டினார். இக்காலப் பகுதியில் வாழ்ந்த வைணவ ஆச்சாரியார் பரம்பரையில் அடுத்துக் குறிப்பிடக்கூடியவராக விளங்குபவர் இவருடைய பேரனாகிய ஆளவந்தார் என்பவராகும். தன் இளமைப்பருவத்திற் கிரு'ணன் விளையாடித் திரிந்த இடங்களுக்குச் சென்றதை நினைவுகூரும் முகமாக இவர் யமுனாச்சாரியார் எனவும் அழைக்கப்பட்டார். ஆரம்ப காலத்தில் இவர் சாதாரண உலக வாழ்க்கையிலே ஈடுபட்டிருந்தார். நாதமுனியின் சீடர் ஒருவரின் அழைப்பின்பேரிலேயே இவர் உயர்ந்த சமய வாழ்க்கையில் ஈடுபட்டார். பின் இவர் ஒரு துறவியாக மாறி, ஒரு சமய ஆசிரியராக வாழ்ந்தார். தன்னைச் சுற்றிலும் சீடர்களை இருக்கச் செய்து அவர்களுக்குச் சமயத்தைப் போதித்தார் நூல்களை எழுதினார்' சமய வாதங்களை நிகழ்த்தினார். இதன் தன் சமய நூல்களில், "பரமாத்மா என ஒன்று இருக்கின்றதெனவும், தனிப்பட்ட சீவாத்மா, எந்நாளும் சுதந்திரத்துடனிருக்கின்றதெனவும் நிரூபிக்க முயன்றார்". இராமானுசர் இதை அடிக்கடி மேற்கோளகக் காட்டியுள்ளார்.

வைணவ ஆச்சாரியார்களுள் மிகச் சிறந்தவர் இராமனுசர் என்பதிற் சந்தேகமில்லை. சென்னைக்கு அருகிலுள்ள சிறீபெரும்புதூர் என்ற இடத்திற் பதினொராம் நூற்றாண்டின் முதல்காற்கூற்றில் இவர் பிறந்தார். சங்கரரின் கொள்கைகளைப் பின்பற்றிய காஞ்சிபுரம் யாதவப்பிரகாசர் என்பவரிடம் இவர் ஆரம்பத்திற் தத்துவஞானப் பயிற்சி பெற்றார். யமுனாச்சாரியார் காஞ்சிபுரத்தில் இராமானுசரை ஒரு தடவை சந்தித்தார் என்றும், அவ்விளைஞனின் படிப்பைக் குழப்ப விரும்பாது, சிறீவைணவர்கள் பெருகவேண்டும் எனப் பிரார்த்தனை செய்துவிட்டுத் திரும்பிச் சிறீரங்கத்திற்குச் சென்றாரெனவுங் கூறப்படுகின்றது. பின், தன் குருவின் போதனைகளுடன் கருத்து வேறுபாடு கொண்ட இராமானுசரைச் சிறீரங்கப் பிரிவைச் சேர்ந்தோரின் கொள்கைகள் பெரிதும் கவர்ந்தன. இராமானுசரை அழைத்து வரும்படி யமுனாச்சாரியார் ஆட்களையனுப்பினார். ஆனால் இராமானுசர் அவரை அடைவதற்கு முன்பாக, அவர் தன் இறுதி மூச்சை விட்டு விட்டார். யமுனாச்சாரியாரின் பின், இராமனுசர் சிறீரங்கத்திலுள்ள மடத்தின் தலைவரானார். இதனால் கோவில், பாடசாலை ஆகியவற்றின் அதிகாரம் இவருடைய கைக்கு வந்தது. இம்மதப்பிரிவில்

அதிகாரம் செலுத்தும் பதவியும் இவருக்குக் கிட்டியது. மிகவிரைவில், படிப்பிப்பதிலும் எல்லாவற்றையும் ஒழுங்கான முறையில் நிர்வகிப்பதிலும் தனக்கிருந்த சக்தியையும் திறமையையும் நிரூபித்தார். இவருடைய செல்வாக்கு நாளுக்குநாள் வளர்ச்சியடைந்தது. இவர் தன் சொற்பொழிவுகளிலும் எழுத்துக்களிலும் சங்கரரரின் மாயாவாதத்தைக் கண்டித்து, உபநிடதங்கள், மிகவும் தீவிரமான ஒருமைவாதத்தைப் போதிக்கவில்லை என்பதை விளக்கிக் காட்டினார்."கடவுளும் ஆத்மாவும் ஒரே பொருளாலானவை.

கடவுள் ஆத்மாவை உருவாக்கினார் என்று சொல்வதிலும் பார்க்க, கடவுளிலிருந்து ஆத்மா தோன்றியது என்பது பொருந்தும். இருந்தபோதிலும், ஆத்மா கடவுளுடன் இரண்டறக் கலக்காது கடவுளுக்கண்மையிலிருந்தே முத்தியின்பத்தை அனுபவிக்கமுடியும்" என்பதை ஒப்புக்கொண்டு, கடவுள் என்ற ஒருவரிடம் பக்தி செலுத்துவதையும் வேதாந்த தத்துவ ஞானத்தையும் இணைத்து ஒன்றாக்கும் விசிட்டாத்துவைதம் என்ற புதிய தத்துவத்தைப் பரப்பினார். எங்கெல்லாம் முடியுமோ, அங்கெல்லாம் நடைபெறும் கோவிற் கிரியைகளில் நன்மாற்றுஞ்செய்து, தன் மதப்பிரிவு முழுவதிலும் ஒரேமாதிரியான கிரியை முறைகள் இருக்கச் செய்வதற்கு முயன்றார். இருபிறப்பாளர் தவிர மற்றொருவரும் வேதங்களைப் படிக்கலாகாது என்ற சட்டத்தை இவர் மதித்த போதிலும், ஆழ்வார்களைப் போன்று, சூத்திரர்களின் மத்தியிலும், ஏன், தாழ்த்தப்பட்டவர்களின் மத்தியிலும் பக்திக்கோட்பாட்டைப் பரப்புவதற்கு இவர் ஆவல்கொண்டிருந்தார். தாழ்த்தப்பட்டவர்கள் ஆண்டில் குறிப்பிடப்பட்ட ஒரு நாளில், சில முக்கியமான கோவில்களுக்குட் சென்று தரிசிப்பதற்கான ஏற்பாடுகளை இவர் செய்திருந்தார். தன் கருத்துக்களைப் பரப்புவதற்காக இந்தியா முழுவதும் இவர் யாத்திரை செய்தார். வட இந்தியாவில் இம்மதப்பிரிவின் செல்வாக்குப் பெருகி இருப்பதற்கு இந்த யாத்திரைகள் காரணமாகவிருக்கலாம்.

சோழர்கள் தீவிர சைவர்களாகவிருந்தார்கள். ஆகவே அவர்கள் இராமானசரின் செல்வாக்கு வளர்ந்து வருவதை ஆதரவுடனும் அனுதாபத்துடனும் நோக்கவில்லை என்பது தெளிவு. இராமானுசரும் அவரைப் பின்பற்றுவோரும் பலவித கொடுமைகளுக்கு ஆளாக்கப்பட்டதைப் பற்றிய கட்டுக்கதைகளை நாம் நம்பத் தேவையில்லையெனினும், 1098 ஆம் ஆண்டளவில் இராமானுசர் தன் மதப்பிரசார வேலைகளை நிறுத்திவிட்டு மைசூருக்குச் சென்று தங்கியிருந்ததும், 1122 ஆம் ஆண்டுவரை, சிறீரங்கத்திற்குத் திரும்பிவர முடியாதிருந்ததும் உண்மையே. இக்காலப்பகுதியில், இராமானுசர், ஒய்சன மன்னனாகிய விட்டுணுவர்த்தனனைச் சமண சமயத்திலிருந்து வைணவ மதத்திற்கு மாற்றி, மெல்கோட்டை என்ற இடத்தில் ஒரு மடத்தை நன்கு அமைத்தார். சிறீரங்கத்திற்குத் திரும்பி வந்தபின், 1137 ஆம் ஆண்டில் இறக்கும்வரை, இராமானுசர் தன் மதப்பிரசார வேலைகளில் தொடர்ந்து ஈடுபட்டார். எல்லா விட்டுணு கோவில்களிலும், இவர் ஒரு திருவவதாரமாக வழிபடப்பட்டு வருகின்றார்.

இராமானுசரின் காலத்தில் வாழ்ந்த நிம்பார்க்கர் என்பவர், இராமானுசரை விட வயதிற் குறைந்தவர். பெல்லாரி மாவட்டத்திலுள்ள

நிம்பாபுரம் என்ற இடத்தைச் சேர்ந்த இத்தெலுங்குப் பிராமணர், அறிவுநிறைந்த ஒரு பாகவதர் ஆவர். இவர் தன் வாணாளிற் பெரும்பகுதியை வடஇந்தியாவிலுள்ள பிருந்தாவனம் என்ற இடத்திற் கழித்தார். சமயத்துறையில் இவர், சரணடைதல் (பிரபக்தி) என்ற கோட்பாட்டை ஏற்றுக்கொண்டு, கிரு'ணனிடமும் ராதையிடமும் முழுமையான பக்தி செலுத்தினார். ராதை, கிரு'ணனின் விசேட பிரேமைக்குரிய காதலியாக மட்டுமன்றி அவரின் அன்புமிகுந்த மனைவியாகவும், மிகச் சிறந்த சொர்க்கமாகிய கோலோகத்தில் எந்நாளும் இணைபிரியாது வாழ்கின்றார் எனவும் கருதினார். கடவுள், ஆத்மா, உலகம் ஆகியவை ஒன்றே, ஆனால் அதே வேளையில் அவை வெவ்வேறானவையாயும் இருக்கின்றன என்ற தத்துவமான பேதா-பேதம் என்பதை இவர் ஏற்றுக்கொண்டார். ஆகவே இராமானுசரின் மதப்பிரிவைப் போன்ற, ஆனால் அதிலிருந்தும் வேறுபட்ட ஒரு புதிய மதப்பிரிவை நிம்பார்க்கர் தோற்றுவித்தார். வேதாந்தசூத்திரங்களுக்கு இவர் எழுதிய விளக்கவுரையிலும் சித்தாந்தரத்தினம் அல்லது தசசுலோகி என்ற நூலிலும் இவர் தன் கருத்துக்களை விளக்கினார்.

சங்கரரின் கொள்கைகளை எதிர்த்து நடைபெற்ற தத்துவ விவாதங்கள், உலகின் மெய்ம்மையையும், பிரம்மத்திலிருந்து ஆத்மா வேறுபட்டதென்பதையும் அழுத்தமாக வற்புறுத்தின. இவற்றிலிருந்து மத்துவரின் பன்மைவாதம் தோன்றியது. சிருங்கேரியிலிருந்து மேற்கே 40 மைல் தொலைவிலுள்ள தென் கனரா மாவட்டத்திலுள்ள உடுப்பி தாலுக்காவிலே கல்யாணபுரம் என்ற கிராமத்தில் 1200 ஆம் ஆண்டிற்குச் சற்று முன் ஒரு பிராமண குடும்பத்திற் பிறந்த மத்துவர், மிக இளவயதிலேயே ஒரு சன்னியாசி ஆனார். இராமானுசரைப் போன்று இவரும் சங்கரரின் சமயக் கொள்கைகளிற் பயிற்சி பெற்றார். இப்பயிற்சி முடிவடைவதற்கு முன்பாகவே இவர் அங்கிருந்து பிரிந்து சென்று தானாகவே ஒரு புதிய பிரிவை உண்டாக்கினார். பெரும்பாலும் பாகவதபுராணம் என்பதின் அடிப்படையிலேயே இவருடைய கொள்கை உருவாகியது. ஊடலை வருத்தியுழைக்கும் பேராற்றல் இவரிடமிருந்ததென மரபுரை கூறுகின்றது. திருவனந்தபுரத்தில், சிருங்கேரியைச் சேர்ந்த ஓர் ஆச்சாரியாருடன் வாதிட்டு இவர் தோல்வி அடைந்தார். இவரிடமிருந்து நூல் நிலையம் பறிக்கப்பட்டது. இவருக்குப் பல இன்னல்களும் இடுக்கண்களும் கொடுமைகளும் இழைக்கப்பட்டன. வட இந்தியாவில் இவர் சுற்றுப்பிரயாணம் செய்தபோது கள்வர்களுடனும் காட்டுமிருகங்களுடனும் போராவேண்டியிருந்தது பகையுணர்ச்சி கொண்ட நாட்டாண்மைக்காரரும் இவரை எதிர்த்தனர். அரித்துவாரத்தில் இவர் சில நாள் தங்கி இளைப்பாறிவிட்டு, பின் இமாலயத்திற்குச் சென்று வியாசருடன் தொடர்பு கொண்டு, அங்கிருந்து திரும்பியபின் வேதாந்த சூத்திரங்கள் பற்றிய தன் விளக்கவுரையை வெளியிட்டார். மீண்டும் உடுப்பிக்குத் திரும்பிக் கிரு'ணனுக்கு ஒரு கோவில் எழுப்பிவிட்டு, பின் சமயப் பிரசாரம் செய்வதிலும், மதமாற்றம் செய்வதிலும் "மாயாவாதிகளை"த் தோற்கடிப்பதிலும் தன் காலத்தைச் செலவிட்டார். ஏறக்குறைய எண்பதாண்டுகள் சமயப்பணி செய்தபின், தன் தொண்ணூற்றாறாவது வயதில் ஒரு நாள் தன் சீடர்களுக்குப் போதனை செய்து கொண்டிருந்தபோது திடீரென்று பார்வையிலிருந்து மறைந்துவிட்டார்.

அதற்குப்பின் இவரை யாருமே காணவில்லை. இவர், தான் காற்றுக் கடவுளாகிய வாயுவின் அவதாரமெனக் கூறிக்கொண்டார். இவர் மிக அதிக அளவில் நூல்கள் எழுதியுள்ளார். சொல்லலங்காரம் நிறைந்த வாதங்களை இவர் வெறுத்தார். முக்கியமாகப் புராணங்களிலிருந்தும் மற்றைய பிற்கால இலக்கியங்களிலிருந்தும் தன் போதனைகளுக்குரிய ஆதாரங்களை இவர் காட்டினார். இந்த உலகம் முழுவதும் கடவுளால் - விட்டுணு இலட்சுமி ஆகிய இருவரின் 'மூலம் - ஆளப்படுகின்றது என்றும் உலகிலுள்ள ஆன்மாக்கள் அனைத்தும் கடவுளிலிருந்து என்றுமே வேறுபட்டிருக்கின்றன என்றும் இவர் போதித்தார். ஆன்மாக்களுட் பல்வேறு பிரிவுகளை இவர் கண்டார். இவற்றுட் சில என்றுமே நரகத்திற் கிடந்து அழியவேண்டியவை என இவர் ஒதுக்கினார். இதனாற்றான் இவருடைய போதனைகளில் "கிறித்துவ மதக் கோட்பாட்டின் சாயலைக் காணக்கூடியதாயிருக்கின்றது" என இக்கால விமர்சகர்களுட் சில கூறுகின்றார்கள். பாகவதத்திற் கூறப்பட்டிருப்பது போன்று கிரு'ணனுக்குச் செலுத்தப்படும் பக்தியே இவருடைய மதத்தின் பிரதான கொள்கையாக இருக்கின்றது. இங்கே இராதைக்கு இடமேயில்லை. ஆனால் மற்றைய திருவவதாரங்களுக்கெல்லாம் மதிப்பளிக்கப் பட்டுள்ளது. "சிவன்" வணங்கப்படுகின்றார். "ஐந்து கடவுளர்க்கு" (பஞ்சாயதனர்) இடமளிக்கப் பட்டுள்ளது.

பதின்மூன்றாம் பதினான்காம் நூற்றாண்டுகளில், இராமானுசரைப் பின்பற்றுவோரிடையிற் பிரபத்தி (சரணடைதல்) என்பதைப்பற்றிய விளக்கம் காரணமான கருத்து வேறுபாட்டாற் பிளவு ஏற்பட்டது. கடவுளின் அருளைப் பெறுவதற்குப் பக்தன் முயன்றுபாடுபடவேண்டும் எனச் சிலர் கூறினர். சரணடையும் ஆவலுள்ள ஆன்மாவிற்குக் கடவுள் தானாகவே அருள் புரிந்து வீடுபேற்றை யளிப்பார் என வேறு சிலர் கூறினர். வடகலை (வடக்குப் பிரிவு) என்றழைக்கப்பட்ட முதலாவது பிரிவைச் சேர்ந்தவர்களின் நிலையை, குரங்குக்குட்டி தானாகவே முயன்று தாயுடன் ஒட்டிக்கொள்கின்றது என்ற பொருள்படும் மர்க்கடகி சோரநியாயம் என்ற தொடர் விளக்குகின்றது. தாய்ப்பூனை தன் குட்டியைத் தானே தன் வாயிற் கவ்விக்கொண்டு செல்கின்றது என்ற பொருளுடைய மார்ச்சாரகிசோரநியாயம் என்ற தொடர், இரண்டாவது பிரிவாகிய தென்கலைப் பிரிவினரின் நிலையை விளக்குகின்றது. இவ்விரு பிரிவினர்க்கிடையே வெறும் பல வேறுபாடுகள் உள. வடகலையினர் சமக்கிருதத்தைப் பெரிதும் விரும்பகின்றனர். தென்கலையினர் தமிழையே தம் சமய மொழியாகக் கருதுகின்றனர். தென் பிரிவினர், பிள்ளை உலோகாச்சாரியார் என்பவரே (பிறப்பு 1213) தம் பிரிவை ஆரம்பித்தார் எனக் கூறுகின்றனர். இவர் பதினெட்டு இரகசிய நூல்களை (இரகசியங்கள்) எழுதினார். முசிலிம்களின் படையெடுப்பின்போது புனிதத் தெய்வச் சிலையை எடுத்துக்கொண்டு இவர் சிறீரங்கத்திலிருந்து வெளியேற வேண்டியேற்பட்டுவிட்டது. தென்கலைப் பிரிவில், இவரையடுத்து, வாழ்ந்த மணவாளமகாமுனி (ஏறக்குறை 1370 ஆம் ஆண்டில் பிறந்தவர்) பெரிய ஆசிரியராகவும் எழுத்தாளராகவும் திகழ்ந்தார். இவர் தென்கலைப் பிரிவினரின் கொள்கைகளை மிகவும் சக்திவாய்ந்த முறையில் விளக்கினார். வடகலைப்பிரிவின் தலைவராக வேதாந்த தேசிகர் (பிறப்பு 1268) என்பவர்

விளங்கினார். ஒரு சமயம் முசிலிம்கள் படைபெயடுத்து வந்தபோது ஒரு பிணக்குவியலின் கீழே இவர் ஒளித்திருந்துவிட்டு, பின் மைசூருக்குத் தப்பியோடி முசிலிம்களின் போர்ப்புயல் அடங்கும்வரை அங்கேயே தங்கியிருந்தார். நாம் முன்பே பார்த்ததுபோல் இவர் ஒரு கவிஞராகவும் தத்துவஞானியாகவும், பல பணிகளில் ஈடுபட்டுழைப்பவராகவுமிருந்தார்.

பதின்மூன்றாம் நூற்றாண்டின் இறுதிப்பகுதியில் வைணவ மதத்தில் இன்னுமொருவிதமான வளர்ச்சி ஏற்பட்டது. பாகவதத்தை அடித்தளமாகக் கொண்டு, மகாராட்டிரத்தில் பல துறவிக் கவிஞர்கள் தோன்றினார்கள். சில நூற்றாண்டுகளுக்கு முன், நாயன்மார்கள், ஆழ்வார்கள் ஆகியோரின் பக்திப் பாடல்கள் தமிழ் நாட்டு மக்களுக்குப் புத்துணர்ச்சியை ஊட்டியதைப் போன்று இத்துறவிக் கவிஞர்களின் பாடல்கள் மகாராட்டிர மக்களுக்குப் புத்துணர்ச்சியையூட்டின. இவர்களுள், காலத்தால் முந்திய முதல்வர் தன்னியாந்தேவ தனானோபா என்று பல்லோராலும் அழைக்கப்பட்ட ஞானேசுவரர் என்பவராவர். இவர் இருமைவாதியும் தனக்கென ஒரு மதப்பிரிவை உண்டாக்கியவருமான விட்டுணு சுவாமி என்பவரின் சீடன் எனச் சில செய்திகள் கூறுகின்றன. பகவத்கீதையைப் பற்றிச் செய்யுள் நடையில் மராத்தி மொழியில் மிக விரிவான ஒரு நூலை ஞானேசுவரர் இயற்றினார். இவருடைய தொனியிலிருந்து, இவர் ஓர் அத்வைதியாகவே தோன்றுகின்றார். ஆனால் யோகம் என்பதின் அவசியத்தை இவர் மிகவும் அழுத்திக் கூறினார். அபங்கள் அல்லது பக்திக் பாடல்கள் பலவற்றை இவர் இயற்றினார். இவராலே ஆரம்பிக்கப்பட்ட இயக்கம் பல துறவிகளால் தொடர்ச்சியாக ஆதரிக்கப்பட்டு, சிவாஜியின் காலத்திலிருந்து துக்காராம் என்பவரின் காலம்வரை தொடர்ந்திருந்தது.

வைணவம் ஆதிக்கம் மிகுந்த சக்தியாக இருந்து, மக்களின் வாழ்க்கையைத் தொடர்ந்து பாதித்தது. எஞ்சிய இக்காலப் பகுதியிற் கோட்பாட்டிலோ, செயல்முறையிலோ குறிப்பிடத்தக்க வளர்ச்சி நிகழவில்லை. விசேடமாக, ராதையை வணங்கும் மதப்பிரிவினர், இடைக்கிடை காதல் லீலைகளில் அளவிற்கு மீறி ஈடுபட்டனர். குறிப்பாக, சைதன்னியரின் காலத்தில் வாழ்ந்த தெலுங்குப் பிராமணராகிய வல்லபாச்சாரியார் (1479-1531) என்பவரைப் பின்பற்றியோரைப் பொறுத்தவரை இச்செய்தி உண்மையானதாகும். இவர் வாரணாசியிற் பிறந்தார். வேதாந்த சூத்திரங்களின் விளக்கவுரையுட்படப் பல நூல்களைச் சமக்கிருதத்தில் இவர் எழுதினார். அறிவிலும் பார்க்கப் பக்தியே மேம்பட்டது எனக் கருதும் சத்தாத்துவைதம் என்ற கொள்கைப் பிரிவை இவரே ஆரம்பித்தார். கிருட்டிண தேவராயரின் அரண்மனையில் நடைபெற்ற பகிரங்க விவாதங்களில் இவர் சுமார்த்த அறிஞர்களை வென்றார் எனச் சொல்லப்படுகின்றது. இப்பிரிவைச் சேர்ந்த ஆச்சாரியார்கள், மகாராசாக்கள் என அழைக்கப்பட்டனர். அவர்கள் ஆரம்பர வாழ்க்கை வாழ்ந்தனர். கோபிகைகள் ஆகி, சுவர்க்கத்திற்குச் சென்று கிரு'ணனுடன் நிரந்தரமாக லீலைகளில் ஈடுபடுவதே, இவரைப் பின்பற்றுவோரின் உயர்ந்த குறிக்கோளாகவிருந்தது. ஆனால் இந்தக் குறிக்கோள், நடைமுறையில், வெறும் காமக் கேளிக்கையில் ஈடுபடும் செயலாக மாறியது. வெவ்வேறு கொள்கைப்பிரிவினரிடையே ஏற்பட்ட சிறு தகராறுகள் சிலசமயம் அசாதாரண பலாத்காரம் பொருந்திய பெருஞ்

சண்டைகளாக வளர்ந்தன. இருந்தபோதிலும் வைணவ மதம் வாழ்க்கையில் உன்னதமான, இனிமையான செல்வாக்குடன் தொடர்ந்து திகழ்ந்தது. விசயநகரத்து இராயர்கள் வைணவத்தின் பெரும் புரவலர்களாக விளங்கினார்கள். சிறீபெரும்புதூரிலுள்ள இராமானுசரின் ஆலயத்தையும் அதைச் சேர்ந்த தாபனங்களையும் பாதுகாத்துப் பரிபாலிப்பதற்காக, இராமராயரின் வேண்டுகோளின்படி, முப்பத்தொரு கிராமங்களை 1556 ஆம் ஆண்டிற் சதாசிவர் கொடுத்தார்.

மீண்டும் சைவசமயத்தின் வரலாற்றைப் பார்ப்போம். தேவாரம் பாடிய மூன்று சமய ஞானிகளும் மாணிக்கவாசகரும் தூய்மையான பக்தி நிறைந்த மதத்தை வளர்த்தார்கள். வேறு வகையான சில பக்தர்களும் இருந்தார்கள். இவர்களுடைய கொள்கைகளும் செயல்களும் கொடூரமானவை் தற்கால மக்களின் கொள்கைக்கும் விருப்பத்திற்கும் முற்றிலும் மாறுபட்டவை. பாசுபதர்கள், காபாலிகர்கள், காலாமுகர்கள் முதலியோரே இவர்களாவர். இவர்கள் காஞ்சி, திருவொற்றியூர், மேல்பாடி, கொடும்பா;ர் ஆகிய இடங்களிற் பெருந்தொகையாக வசித்தார்கள் என்பதற்கு ஏழாம் நூற்றாண்டிலும் அதற்குப் பின்பும் எழுந்த இலக்கியங்களும் சிலாசாசனங்களும் சான்று பகர்கின்றன. எரிந்து கொண்டிருக்கும் சிறையிலிருந்து சாம்பரை எடுத்து உடம்பு முழுவதும் பூசுதல், மண்டையோட்டில் உணவு புசித்தல், மதுக்குடங்களை வைத்திருத்தல் முதலியவை காலாமுகர்களின் சாதாரண வழக்கங்களுட் சில. வேறு சில பிரிவினர் சத்தி உபாசனையில் ஈடுபட்டனர். ஆனால் இவ்வழக்கம், பல சந்தர்ப்பங்களில் கீழ்த்தரமான காம வெறியாட்டத்தில் இவர்களை இறங்கவைத்தது. பக்தர்கள் தம் தலையையே சத்திக்குப் பலியாகக் கொடுக்கும் வழக்கம் இருந்ததென்பதைப் பல்லவர், சோழர் காலத்தைச் சேர்ந்த சிற்பங்களும் இலக்கியங்களும் காட்டுகின்றன.

தக்கணத்தில், பாதாமி சாளுக்கியர்களின் ஆட்சியிலும் மானியகேதத்தைச் சேர்ந்த இராட்டிரகூடர்களின் ஆட்சியிலும் சைவமும் வைணவமும் செழிப்புற்றோங்கியபோதிலும், சைவமே அதிகம் விரும்பப்பட்ட மதமாக இருந்தது. பாதாமி, பத்தடகல், மகாகூடம், எல்லோரா முதலிய இடங்களில் மிக அற்புதமான கோவில்கள் கட்டப்பட்டன. கங்கைக் கரையிலிருந்த ஆச்சாரியர்களிலிருந்து அர்ச்சகர்கள் (குருமார்கள்) வரவழைக்கப்பட்டார்கள். நாளாந்த வழிபாட்டிற்கும், காலத்திற்குக் காலம் நடைபெறும் திருவிழாக்களுக்கும் பெருந்தொகையான பணம் கொடுக்கப்பட்டது. அதே வேளையில், வேதமுறைப்படி யாகங்கள் செய்யும் முறை தொடர்ந்து பின்பற்றப்பட்டது. விரதங்கள் (சமய சம்பந்தமான உறுதிகள்) மேற்கொள்ளப்பட்டன. தானங்கள் (நன்கொடைகள்) கொடுக்கப்பட்டன. பத்தாம் நூற்றாண்டிற் பெல்லாரிப் பிரதேசத்திற் கார்த்திகேயர் வழிபாடு மிகச் சிறந்திருந்தது. கார்த்திகேயரை முழுமுதற்கடவுளாகக் கருதி இரண்டு தபோவனங்கள் அர்ப்பணிக்கப்பட்டன. வங்காளத்திலிருந்து வந்த சில ஆசிரியர்களே இவ்வளர்ச்சிக்குக் காரணமாயிருந்தனர். கிறித்துவ சகாப்தத்தின் ஆரம்ப நூற்றாண்டுகளிற் பௌத்தமதம் செழிப்புற்றோங்கிய ஆந்திர நாட்டிலுங்கூட, இந்துமத மறுமலர்ச்சி மிகவும் வலுவான முறையில் ஏற்பட்டது.

காளத்தி, தாட்சாராமம், சிறீசைலம் ஆகிய இடங்களிலுள்ள கோவில்களுடன் செப்பிரோலு என்ற இடத்திலுள்ள மகாசேனரின் (கார்த்திகேயர்) ஆலயம், பித்தாபுரத்திலுள்ள உம்காரசங்கரியின் ஆலயம், பெசவாடாவிலுள்ள மல்லேசுவர ஆலயம் என்பன முக்கியமான யாத்திரைத்தலங்களாக இருந்தன. மடங்கள் வளர்ச்சியடைந்தன. இவற்றில் வாழ்ந்த குருமார், ஏழைகளுக்கு உணவளித்தார்கள். நோயாளிகளுக்குச் சிகிச்சை செய்தார்கள். மனமுடைந்து போனவர்களுக்கு ஆறுதல் கூறினார்கள். இளைஞர்களின் கல்விக்காகப் பாடசாலைகளையும் கட்டினார்கள். இந்தச் சந்தர்ப்பங்களிற் பல பௌத்த ஆச்சிரமங்களும் விகாரைகளும் இந்துக்களின் உபயோகத்திற்கு விடப்பட்டன.

இந்துசமயம், பல மாளிகைகளைக் கொண்ட ஒரு வீடாக என்றுமே இருந்து வருகின்றது. பன்னிரண்டாம் நூற்றாண்டின் ஆரம்பத்தில் அராபிய நாட்டுப் புவியியல் அறிஞர் அல் - இதிரீசி என்பார் எழுதிய கீழ்க்கண்ட வர்ணனை, பத்தாம் நூற்றாண்டு தொடக்கம் பன்னிரண்டாம் நூற்றாண்டு வரை தக்கணத்து நிலையைக் குறிப்பிடுவதாகக் கொள்ளலாம். "இந்தியாவின் முக்கியமான இனங்களுள் நாற்பத்திரண்டு மதப்பிரிவுகள் உள்ளன. சில பிரிவுகள், படைத்தற் கடவுள் ஒருவர் இருக்கின்றார் என்பதை ஏற்றுக்கொள்கின்றன. ஆனால் கடவுளின் தூதுவர்கள் என்போர் இருப்பதாக ஏற்றுக்கொள்வதில்லை. வேறு சில பிரிவுகள் இவையிரண்டையுமே மறுக்கின்றன. சுடலைகளும் கற்களும் மற்றையோர்க்காகப் பரிந்து வாதாடும் சக்திபெற்றவை எனச் சில மதப்பிரிவினர் ஏற்றுக்கொள்கின்றனர். சிலர் புனிதக் கற்களை வணங்குகின்றார்கள். இக்கற்களில் எண்ணெயும் நெய்யும் ஊற்றப்படுகின்றன. சிலர் தீயை வணங்கித் தம்மைத் தீக்கு அர்ப்பணிக்கின்றார்கள். சிலர் சூரியனே உலகைப் படைத்து வழிகாட்டுகின்றான் எனக் கருதிச் சூரியனை வணங்குகின்றனர். சிலர் மரங்களை வழிபடுகின்றனர். சிலர் பாம்பை வணங்குகின்றார்கள். இவர்கள் பாம்புகளைக் கட்டில் அடைத்துத் தம்மால் இயலக்கூடியவரை சிறப்பாக உணவூட்டுகின்றார்கள். இப்படிச் செய்வது அறச்செயலெனவும் இவர்கள் நம்புகின்றார்கள். எவற்றின் மீதும் எவ்விதமான பக்தி செலுத்தாதவர்களும் இருக்கின்றார்கள். இவர்கள், மனிதர்க்கு மேற்பட்ட சக்திகள் இருக்கின்றன என்பதை முற்றிலும் மறுப்பவராவர்"இ தனக்கு முன்னிருந்த எழுத்தாளர்களைப் பின்பற்றியே அல்-இதிரீசியும் எழுதியுள்ளார்.

பன்னிரண்டாம் பதின்மூன்றாம் நூற்றாண்டுகளில் தமிழ் நாட்டிலும் தக்கணத்திலும் சைவ சமயத்தில் ஏற்பட்ட இருவேறு தத்துவ வளர்ச்சிகள் விசேடமாகக் குறிப்பிடத்தக்கவை. முதலாவது, ஆகமங்களின் அடிப்படையில் தமிழில் தோன்றி வளர்ச்சி பெற்ற சைவசித்தாந்தத் தத்துவமாகும், ஆகமங்களைப் பற்றி முதன் முதலிற் சுந்தரமூர்த்தி குறிப்பிட்டுள்ளார். திருமூலர் (ஒன்பதாம் நூற்றாண்டு) எழுதிய திருமந்திரம் என்ற நூலே ஆகமங்களின் சமயக் கருத்தை முதன் முதலிற் பிரதிபலித்தது. மாணிக்கவாசகரின் பாடல்களிலும் ஆகமச் சொற்றொடர்கள் இடம்பெற்றன. ஆகமங்கள் சிவபெருமானால் திருவாய்மலர்ந்தருளப்பட்டவை எனக் கூறும் மாணிக்கவாசகர், சங்கரரின் ஒருமை வாதாமான வேதாந்தத்தின்மீதுள்ள வெறுப்பை வெளிப்படையாகவே தெரிவிக்கின்றார். ஆனால் முதன் முதலிற் சைவசித்தாந்தத்தை உறுதியாக வரையறுத்து உருவாக்கியவர் மெய்கண்ட

தேவர் என்பவராவர். இவர் சென்னைக்குத் தெற்கேயுள்ள பெண்ணை ஆற்றங்கரையில், பதின்மூன்றாம் நூற்றாண்டின் ஆரம்ப காலத்திலே

வாழ்ந்த பக்தி நிறைந்த ஒரு வேளாளராவர், சைவசித்தாந்தத்தைப் பரப்புவதற்காகப் பரஞ்சோதி முனிவர் என்பவர் கைலாசத்திலிருந்து இவ்வுலகிற்கு நேரடியாக அனுப்பப்பட்டார் என்றும், மெய்கண்டதேவர் அவரிடம் பாடம் கேட்டார் எனவுஞ் சொல்லப்படுகின்றது. ரௌரவ ஆகமம் என்பதிலுள்ள பன்னிரண்டு வடமொழிச் சூத்திரங்களை மொழிபெயர்த்து இவர் எழுதிய சிவஞானபோதம் என்ற நூல், சைவ சித்தாந்தக் கொள்கையின் முகநூலாகக் கருதப்படுகின்றது. இந்நூலையொட்டிப் பரந்த அளவில் எழுதப்பட்ட தத்துவஞான இலக்கிய நூல்களைப் பற்றிற ஏற்கனவே ஆராய்ந்துள்ளோம். கருத்துப் பரிமாறல்களில் ஏற்பட்ட முன்னேற்றம், சைவசித்தாந்த அமைப்புக்கள்ளேயே வெவ்வேறு கொள்கைப் பிரிவுகளை ஏற்படுத்தியது. ஆனால் மற்றைய மதத்தத்துவங்களைப்போல், சைவசித்தாந்தமும், முக்கியமாகக் கடவுள், சடப்பொருள், ஆத்மா ஆகியவற்றிற்கிடையேயுள்ள தொடர்பு என்ன என்பதைத் தீர்மானிக்க முயன்றது. கடவுளைப் போன்று, சடப்பொருளும் ஆத்மாவும் நிரந்தரமானவை எனச் சைவ சித்தாந்தம் கூறியது. ஆத்மாவின் தூய்மையைக் கெடுக்கும் சடப்பொருள், மூன்று அழுக்குகள் (மலங்கள்) ஆகியவற்றின் தளையிலிருந்து தன் அருள் மூலம் ஆத்மாக்களை மீட்பதில் முழுமுதற் கடவுள் என்றுமே ஈடுபட்டுள்ளார். உடம்பும் மனதும் சேர்ந்து ஓர் முழுமையான ஒற்றுமையை உண்டாக்குகின்றன. இதைப்போல், இயற்கையுலகமும் மனிதனும் உடம்பாக இருக்க, அதன் உயிராகக் கடவுள் இருக்கின்றார். இவ்விரண்டனுள் எதனுடனாவது கடவுள் முற்றுமுழுதாக இணைந்திருப்பவரல்லர். இவையே கடவுளாகார். ஆனால் இவற்றிற் கடவுள் உறைகின்றார், கடவுளில் இவை உறைகின்றன. அத்துவைதம் என்பது வேற்றுமையின்மையன்று, பிரிக்கமுடியாத தன்மையேயாகும். இந்த ஒற்றுமையை உணர்வதே ஆத்மாவின் உயர்ந்த இலட்சியமாகும். குரு அல்லது ஆசிரியரே மற்றையோர்க்கு ஒளியூட்டவேண்டும். ஆனால் சிவபெருமானே எல்லா ஒளிக்கும் மூலகாரணமாக இருக்கின்றார். புத்திசாதுரியம், அருள் ஆகியவற்றின் உருவமாக இருக்கின்றார். ஆகவே தான் பக்தியுடன் ஈடுபடும் அனைவரும் அடைய ஆவலுறும் உண்மையான இலட்சியப் பொருளாக இருக்கின்றார். சைவசித்தாந்தம், சாதிமுறைகளுக்கும் கிரியைகளுக்கும் மேற்பட்டது. உண்மையான உள்ளத் தூய்மையும் பக்தியுமே வேண்டப்படுவன. மனந்திருந்தி, நீதி, அறிவுடைமை ஆகியவையே வழிபாட்டிலிருந்து கிடைக்கும் மலர்கள் என ஓர் ஆசிரியர் குறிப்பிடுகின்றார்.

கருனாடகத்திலும் தெலுங்கு நாட்டிலும் ஏற்பட்ட வீரசைவம் அல்லது இலிங்காயத வழிபாட்டு வளர்ச்சியே சைவசமயத்தில் ஏற்பட்ட மற்ற வளர்ச்சியாகும் (இதுவும் இருபத்தெட்டுச் சைவ ஆகமங்களின் அடிப்படையிலேயே எழுந்தது). கல்யாணியில் ஆட்சி செய்த காலசூரி விச்சலர் (1156) என்பவரின் பிரதம மந்திரியாக இருந்த பசவர் என்பவரே வீரசைவத்தைத் தோற்றுவித்தவர் எனப் பொதுவாகக் கருதப்படுகின்றது. ஆனால் இம்மதம் மிகவும் பழமையானதென்றும், சிவபெருமானின் ஐந்து தலைகளிலிருந்து

தோன்றியதாகக் கருதப்படும் ஏகோராமர், பண்டிதாராத்தியர், ரேவணர், மருளர், விசுவாரத்தியர் ஆகிய ஐந்து துறவிகளாலும் தோற்றுவிக்கப்பட்டதெனவும் இலிங்காயத மரபுரை கூறுகின்றது. பசவர் இம்மதத்தில் மறுமலர்ச்சியை மட்டுமே ஏற்படுத்தினார் என்றும் இம்மரபுரை கூறுகின்றது. ஆனால் இந்த ஐந்து துறவிகளும் பசவரின் காலத்திலேயே வாழ்ந்தார்கள் என்பதை நாம் அறிவோம். சில் பசவரிலும் பார்க்க வயதில் மூத்தோராயும் சிலர் இளையோராயுமிருந்தனர். ஆகவே, வீரசைவமதத்தின் ஆரம்ப வரலாறு இப்போதும் நிச்சயமற்றதாகவே இருக்கின்றது. குருமடங்களுக்குக் கொடுக்கப்பட்ட சிறப்பான இடம், இம்மதத்தைப் பின்பற்றுவோரிடையே காணப்படும் பூரணமான சமுதாய, சமய சமத்துவங்கள் இரண்டும் சமண, இசுலாமிய சமயச் செல்வாக்கால் ஏற்பட்டவை எனக் கருதப்படுகின்றது. இலிங்காயதர்கள், சிவபெருமானையே மிகப் பெரும் கடவுளாகக் கருகின்றபடியால், சிவனை மட்டுமே வணங்கவேண்டும் என்கின்றனர். ஆகவேதான் உறுதியான சைவர்கள் எனப் பொருள்படும் வீரசைவர்கள் என அவர்கள் அழைக்கப்படுகின்றார்கள். அவர்கள் ஒவ்வொருவரும் தாம் தமக்கெனத் தெரிவு செய்த குருவையும் வணங்கவேண்டும். ஒவ்வொரு இலிங்காயத ஆணும் பெண்ணும் தம்முடன் ஒரு இலிங்க உருவைக் கொண்டு செல்வர். பெரும்பாலும் வெள்ளி அல்லது மரத்தாலான ஒரு பேழையுள் வைத்துக் கழுத்தில் தொங்கவிடுகின்றனர். தமிழ்நாட்டைச் சேர்ந்த அறுபத்து மூன்று நாயன்மார்களையும் புராதனர்களாகக் (முதியோர்) கருதி இலிங்காயதர்கள் வணக்கஞ் செலுத்துகின்றனர். மாணிக்கவாசகர், பசவர், பசவரின் முக்கிய சீடர்கள் ஆகியோர் உட்படப் பிற்காலத்தில் தோன்றிய 770 ஞானிகளுக்கும் வணக்கஞ் செலுத்துகின்றனர். இலிங்காயத இலக்கியங்களைப் பற்றிய குறிப்பு ஏற்கனவே தரப்பட்டுள்ளது.

தெலுங்கு நாட்டிலிருந்த அருாத்திய சைவர்கள் இலிங்காயத்துகளிலிருந்து சில வகைகளில் வேறுபட்டிருந்தனர். பசவரின் காலத்தில் வாழ்ந்த மல்லிகார்ச்சுன பண்டிதாராத்தியரை இவர்கள் பின்பற்றினர். பசவர் வேதங்களையும் சாதியமைப்பையும் ஏற்க மறுத்ததை இவர்கள் ஏற்றுக்கொள்ளவில்லை. ஆனால் ஆராத்திய சைவத்திற்கும் இலிங்காயத மதத்திற்குமிடையே நேசபூர்வமான உறவே இருந்தது. பதினான்காம் நூற்றாண்டில் நிகழ்ந்த முசிலிம் படையெடுப்பினை எதிரிப்பதிலும், விசயநகரப் பேரரசை ஏற்படுத்துவதிலும் இந்த இரண்டு மதத்தைச் சேர்ந்தவர்களும் ஒன்றுபட்டுழைத்தார்கள்.

விசயநகர இராயர்களின் ஆட்சியின் கீழ் பல்வேறு வகையான மதங்களுக்கு ஊக்கம் அளிக்கப்பட்டது. தென்னிந்தியாவிலுள்ள கோவில்களுட் பல மேலும் பெரிதாகக் கட்டப்பட்டன. சிறப்பாக கோபுரங்கள், சாலைகள், மண்டபங்கள் ஆகியவை சேர்க்கப்பட்டன. இவற்றுட் சில முற்றிலும் பூரணமாகத் திருப்பிக் கட்டப்பட்டன. திருமலைநாயக்கரின் (1623-59) ஆட்சியில் மதுரைக் கோவில் திருப்பிக்கட்டப்பட்டது. பெரும்பாலான கோவில்களிற் காலத்திற்குக் காலம் நடைபெறும் திருவிழாக்களுக்காகப் பெருந்தொகையான பணம் ஒதுக்கப்பட்டது. சமுதாயத்தின் பல்வேறு பிரிவினரும், இடத்திற்கிடம் சென்று

வியாபாரம் செய்யும் வணிகர்களும் திருவிழாக்காலங்களில் ஒரேயிடத்தில் ஒன்று கூடினர். விசயநகரத்தின் தலைநகரில் நடைபெற்ற விழாக்களில், குறிப்பாக ஒற்றோபர் மாதத்தில் நடைபெற்ற மகாநவமி (ஒன்பது நாள்விழா) விழாவில், பல அற்புதக் காட்சிகளைக் காணலாம். இக்காட்சிகளைப் பார்த்த வெளிநாட்டுப் பிரயாணிகள் இவற்றைப் பற்றி நன்கு வருணித்துள்ளனர். எருமைகளையும் செம்மறியாடுகளையும் தேவிக்குப் பலியாகக் கொடுத்தல், தூக்குக் காவடியாடல் போன்ற இழிந்த செயல்கள் நடைபெற்றன என்பதையும் அன்னிய யாத்திரீகர்களின் குறிப்புகள் சந்தேகத்திற்கிடமின்றிக் கூறுகின்றன.

பௌத்தம் - சமணம் - ஆசீவிகா;கள்

தென்னிந்தியாவிற் பௌத்தத்தின் ஆரம்ப வரலாற்றைப் பற்றி இந்நூலின் தொடக்க அதிகாரங்களிற் கூறப்பட்டுள்ளது. கிறித்துவுக்குப் பின்னுள்ள ஆரம்ப நூற்றாண்டுகிளல் ஆந்திர தேசத்திற் செழிப்புற்று வளர்ந்த பௌத்தம், பின் வீழ்ச்சியடைந்ததை "யுவான்சுவாங்" அவதானித்தார். இவருடைய காலத்திற்குப் பின் பௌத்தம் மேலும் வீழ்ச்சி யடைந்தது. இக்காலத்தில் மறு மலர்ச்சியடைந்த இந்து சமயத்தில், அமராவதியில், விட்டுணுவின் அவதாரமாகப் புத்தர் கருதப்பட்டு வழிபடப்பட்டார். இதே போன்று வேறும் பல பௌத்த கேந்திர நிலையங்கள் இந்து ஆலயங்களாக மாற்றப்பட்டன. தமிழ் நாட்டில் இந்து மதத்தைச் சேர்ந்த நாயன்மார், சீர்திருத்தவாதிகள் ஆகியோரின் பணிகளின் விளைவாகப் பௌத்தம் மிக வேகமாக வீழ்ச்சியடையத் தொடங்கியது. ஆனால் நாட்டின் பல்வேறு இடங்களிலும் பௌத்தம் அருகிக் காணப்பட்டது. சோழர்களின் ஆட்சியில் இந்தியாவின் கீழ்க்கரையிலுள்ள நாகபட்டினத்திலும் மேல்கரையிலுள்ள சிறீமூலவாசம் என்ற இடத்திலும் பௌத்தக் குடியேற்றங்கள் இருந்தன. தஞ்சைப் பெருங்கோவிலுள்ள சில தூண்களில் அழகான சித்திரங்கள் வரைவதற்குப் புத்தருடைய வாழ்க்கையிலிருந்து சில நிகழ்ச்சிகளை உபயோகித்தனர். இலங்கையிலுள்ள திருகோணமலைக் கண்மையிலிருக்கும் பெரிய குளத்தின் கரையிலமைந்த வெல்பம் விகாரை என்ற புராதன விகாரை புதிய அமைப்பிற் பெரிதாக்கிக்கட்டப்பட்டு இராசராசப் பெரும் பள்ளி என்ற மாற்றுப்பெயரும் சூட்டப்பட்டது. இது பதினோராம் நூற்றாண்டின் முற்பகுதியில் நடைபெற்றது. முதிரைக்கல்லாலான புத்தரின் உண்மையான அளவிலுள்ள பெரிய உருவச்சிலையும் எழுத்துக்கள் பொறிக்கப்பட்ட வெண்கல விளக்கு நிலையும் இவ்விகாரை இருந்த இடத்திற் காணப்பட்ட பொருட்களுட் சில. இலங்கையிலுள்ள தன் குடிமக்களின் ஆன்மீக மேம்பாட்டில் இராசராசன் பெரும் அக்கறை எடுத்தான் என்பதற்கு இவை தெளிவான சான்றுகளாக உள்ளன. வீரராசேந்திரனின் ஆட்சிக் காலத்தில் இயற்றப்பட்ட "வீரசோழியம்" என்ற தமிழ் இலக்கண நூலின் ஆசிரியர் ஒரு பௌத்த அறிஞராவர். மிகச் சமீப காலம்வரை காஞ்சிபுரத்தின் ஒரு பகுதி புத்த காஞ்சி என அழைக்கப்பட்டது. இங்குள்ள பௌத்த குருமடங்களுள் ஒன்றிலிருந்த ஒரு பௌத்த பிக்கு பதினான்காம் நூற்றாண்டிற் கிழக்கு யாவாவை ஆட்சி செய்த ஓர் இந்து அரசனின் புகழைப் பாடினார். ஒன்பதாம் நூற்றாண்டின் பிற்பகுதியில் தக்கணத்தின் வடமேற்குப் பகுதியிற் பௌத்த விகாரைகள் கட்டப்பட்டன.

வங்காளத்தைச் சேர்ந்த ஒரு பிக்கு 853 ஆம் ஆண்டிற் சங்கத்தின் உபயோகத்திற்காகக் கிருட்டிணகிரியில் (கண்ணேரி) ஒரு பெரிய குருமடத்தைக் (மகாவிகாரை) கட்டி நூறு பொன் திரம்மங்களைத் தருமசாதனமாகக் கொடுத்தான். இதன் அயற்புறத்திற் கொங்கணியைச் சேர்ந்த சிலாகாரர்களின் அமைச்சர் ஒருவரால் 877 ஆம் ஆண்டிற் பௌத்த குருமார்களின் உபயோகத்திற்காக ஒரு தியான மண்டபம் கட்டப்பட்டது. இதே இடத்தில் இதே காலப்பகுதியிற் புத்த வழிபாட்டிற்காக வெறும் பல தர்மச்சொத்துக்கள் கொடுக்கப்பட்டனவெனப் பதிவேடுகள் கூறுகின்றன.

முழுமையாகப் பார்க்கும்போது, குறிப்பாகக் கருனாடகத்திலும் தமிழ் நாட்டிலும், பௌத்த மதத்திலும் பார்க்கச் சமணசமயமே மக்களின் வாழ்க்கையில் அதிக செல்வாக்குடன் இருந்தது. கன்னட, தமிழ் இலக்கியங்களுக்குச் சமண ஆசிரியர்கள் ஆற்றிய குறிப்பிடத்தக்க பணியே இதற்குக் காரணமாகும். இவை சம்பந்தமான குறிப்புகள், இலக்கியத்தைப்பற்றிய சென்ற அத்தியாயத்தில் கூறப்பட்டுள்ளன. 2 ஆம் புலிகேசியின் ஆட்சிக்காலத்தில் இரவிகீர்த்தியினால் ஐகோல் என்னுமிடத்திற் கட்டப்பட்ட சமணக்கோவில், எல்லாச் சிறப்புக்களுக்கும் அழகுகளுக்கும் உறைவிடமாயிருந்தது எனச் சொல்லப்படுகின்றது. சாளுக்கியர்களினாலும் இராட்டிரகூடர்களி னாலும் ஆளப்பட்ட பரந்த நிலப்பகுதி முழுவதிலும் சமணக்கோவில்க'ளும் குருமடங்களும் தொடர்ந்து கட்டப்பட்டன. உதாரணமாக இராட்டிரகூட மன்னனாகிய 1 ஆம் அமோகசர்சன் என்பான் தன் நீண்ட ஆட்சிக் காலத்தில் ஒன்றுக்கு மேற்பட்ட தடவைகளில், ஒரு சமணக் குருமடத்திற்குச் சென்று மன ஆறுதல் பெற்றான் எனத் தெரிகின்றது. மேலைக் கங்கையை ஆரம்பகாலத்திலாட்சிசெய்த அரசர்களுட் பலர் சமண சமயத்தையே பின்பற்றினார்கள். கீழைச் சாளுக்கியர்களின் ஆட்சிக் காலத்திலும் சமண சமயம் பேராதரவைப் பெற்றது. 2 ஆம் அம்மா (10 ஆம் நூற்றாண்டின் மத்திய பகுதி) என்பவர் சத்திரங்கள் (உணவுச்சாலைகள்) இணைக்கப்பட்ட இரண்டு சமணாலயங்களை அமைத்தார். இந்தச் சத்திரங்களில் நான்கு சாதியைச் சேர்ந்த சிரமணர்களுக்கும் (சமணக்குருமார்) உணவளிக்கப்பட்டது.

பௌத்தத்திலும் பார்க்க, சமணத்திற்கும் இந்துமதத்திற்குமிடையே அதிகப்படியான பொதுப்பண்புகள் உள. மக்கள் நயக்கும் பல நம்பிக்கைகளும் வழக்கங்களும் இந்த இரு மதங்களுக்கும் பொதுவானவை. சாளுக்கிய மன்னன் விமலாதித்தியனுக்குச் சனீசுவரன் (சனி) என்ற கிரகம் ஏற்படுத்திய துன்பங்களையும் சங்கடங்களையும் நீக்குவதற்காக 812 ஆம் ஆண்டில் ஒரு சமணக் கோவிலுக்குப் பெருந்தொகைப் பணம் தருமமாக வழங்கப்பட்டது. இந்துக் கோவில்களுக்குக் கொடுக்கப்பட்ட நன்கொடையைப் பெற்றவர்கள் அப்பணத்தைக் கொண்டு சில குறிப்பிட்ட சமயக் கிரியைகளையும் அனுட்டானங்களையும் செய்ய வேண்டும் என்று கட்டாயப்படுத்தப்பட்டார்கள். இதே போன்று சமணசமயத்திலிருந்து நன்கொடை பெற்றோரும் வற்புறுத்தப்பட்டார்கள். செல்வாக்குடைய வணிகக் குழுமங்களில், சமண உறுப்பினர் வலிமையுடைய ஒரு பிரிவாக விளங்கினர். விசயநகரப்பேரரசு உருவாக்கப்பட்டவுடன், தாம் வைணவர்களால் துன்புறுத்தப்படுவதாகச்

சமணர்கள் புக்கராய அரசனுக்கு முறையீடு செய்தார்கள். அரசன் தலையிட்டு (1368), இரு பகுதியினரும் தத்தம் மதத்தைச் சரிசமமான சுதந்திரத்துடன் கைக்கொள்ள வேண்டும் என்றும் ஒருவர் மதத்தில் மற்றவர் தலையிடக் கூடாதென்றும் சட்டமியற்றினான். சமணம் படிப்படியாகத் தன் பிடியை நெகிழ்த்தி மறைந்துகொண்டு வந்தபோதிலும் நாட்டிலிருந்து ஒரேயடியாக மறைந்துவிடவில்லை. குறிப்பாகக் குஜராத்தியின் ஒரு பகுதியில் இம்மதம் அனுட்டிக்கப்பட்டுவருகின்றது. இந்தியாவின் பிறபகுதிகளில் இல்லையென்றாலும், தென்னிந்தியாவில் ஆசீவிகர்களைப் பின்பற்றுவோர் சிலர் இருக்கின்றார்கள். இம்மதப் பிரிவு இந்து சமயத்திலிருந்து வேறுபட்டது. இப்பிரிவை ஆரம்பித்தவர் புத்தர், மகாவீரர் ஆகியோரின் காலத்தில் வாழ்ந்த கோசால மஸ்கரீ புத்திரர் என்பவராவர். சவிகற்ப வாதிகளான இவர்கள் வடக்கே மௌரியர்களின் ஆட்சிக் காலத்தில் அதிக செல்வாக்குடன் இருந்தார்கள். அசோகனும் அவன் பின்னோனாகிய தசரதன் என்பவனும் சிறந்த குடைவரைக் குறைகளை இம்மதத்தினருக்கு அன்பளிப்பாகக் கொடுத்தார்கள். மிகவும் வலிமைவாய்ந்த, சிறிதும் தவறாத நியதி (விதி) ஒன்று இருக்கின்றதென்றும் அதை எதிர்த்து மனிதனால் எதுவுமே செய்ய முடியாதென்றும் இவர்கள் நம்பகின்றனர். தென்னிந்தியா விலிருந்த ஆசிவிகர்கள் கடுமையான தவத்தை மேற்கொண்டிருந்தார்கள். இந்துமதம், மகாயான பௌத்தம் ஆகியவற்றின் செல்வாக்கினாற் போலும் "சொற்களால் விவரிக்க இயலாத கடவுள்" எனக் கோசாலரைக் கருதத் தொடங்கினார்கள். "உலகில் நாம் காணும் மாற்றங்களும் அசைவுகளும் வெறும் கண்மயக்கே. உலகில் உண்மையில் நிரந்தரமாகவும் அசைக்க முடியாதபடியும் ஒரே நிலையிலேயே நிற்கின்றது" என்ற கொள்கையையும் வளர்த்தார்கள். சோழர்களின் காலத்தில் இவர்கள் ஒரு விசேட வரியைக் கட்ட வேண்டியேற்பட்டது என்பதைக் கல்வெட்டுக்கள் காட்டுகின்றன.

இசுலாம்

வட இந்தியாவிலும் பார்க்கத் தென்னிந்தியாவிலேயே முதன்முதல் இசுலாமியத் தொடர்பு ஏற்பட்டது. கலிப் உமர் என்பவரின் கீழே தேசாதிபதியாகப் பணிபுரிந்த ஒருவர், 636 ஆம் ஆண்டில் தாணாவுக்கு ஒரு படையை அனுப்பினார். இதுவே இந்தியக் கடலில் முதன் முதற் பிரயாணஞ்செய்த முசுலீம் கப்பற்படையாகும். ஆனால் தன் தேசாதிபதியின் இச்செயலுக்கு உமர் அங்கீகாரம் அளிக்கவில்லை. முசிலிம் ஆட்சிக்காலத்திற்கு முன்பிருந்த தொடர்புகளை நீடிக்க விரும்பிய முசிலிம் வியாபாரிகள், விரைவில், மலையாளக்கரையிலுள்ள பல பகுதிகளிற் குடியேறி அங்குள்ள பெண்களை மணஞ் செய்து கொண்டனர். இவர்களுக்குப் பிறந்த குழந்தைகள் மாப்பிள்ளைகள் (மோப்பினர்) என அழைக்கப்பட்டனர். இத்தகைய முசிலிம் வியாபாரிகளை ஆதரித்து ஊக்கமூட்டிய இந்து அரசர்கள், இவர்களைத் தங்களின் குதிரைப்படைகளுக்குத் தேவையான குதிரைகளைப் பெற்றுக்கொண்டுவருவதற்கும், தங்கள் கப்பல்களைச் செலுத்துவதற்கும் உபயோகித்தார்கள். பத்தாம் நூற்றாண்டில் வாழ்ந்த அரேபிய எழுத்தாளரான அல-இ'ட கிரீ என்பவர் இந்தியாவிற்கு வந்து இந்நாட்டைப்பற்றி யறிந்தார்.

இராட்டிரகூடப் பேரரசில் இருந்த பெரிய நகரங்களில் முசல்மான்களும் யும்மா மஜீத்துகளும் இருந்தன என இவ்வெழுத்தாளர் குறிப்பிடுகின்றார். கோளத்தையாண்ட பெருமாள் அரசர்களுட் கடைசியாக விருந்த சேரமான் பெருமாள் என்பவர் இசுலாம் மதத்தைத் தழுவினார் எனக் கர்ணபரம்பரைக் கதையொன்றுள்ளது. ஆனால் இக்கதையை நம்பமுடியாதிருக்கின்றது. இவர் மக்காவுக்கு யாத்திரை செய்தார் எனவும் அங்கிருந்துகொண்டு, முசிலிம் மக்களை அன்புடன் வரவேற்று உபசரிக்கும்படியும், மசூதிகள் கட்டிக்கொடுக்கும்படியும் தன்னாட்டிலுள்ள சிற்றரசர்களுக்குக் கட்டளை அனுப்பினார் என்றும் சொல்லப்படுகின்றது. மசூதி (916), இபின்பதூதா (14 ஆம் நூற்றாண்டு) போன்ற யாத்திரிகர்கள் மேற்குக் கரை முழுவதிலும் முசிலிம்கள் மாத்திரமன்றி மசூதிகளும் இருந்தன என்பதற்குச் சான்று பகர்கின்றனர். கிழக்குக் கரையிலும் முசிலிம் குடியேற்றங்கள் இருந்தன. அவற்றுட் காயற்பட்டணம், நாகூர் ஆகியவையே மிக முக்கியமானவையாகும். துருக்கியைச் சேர்ந்த சையீது இளவரசராகிய நதட்வலி என்பவர் சமயப் பிரசாரகராக இந்தியாவிற்கு வந்து இசுலாம் மதத்தைப்பற்றித் திருச்சிராப்பள்ளிக் கண்மையிற் பதினோராம் நூற்றாண்டின் முற்பகுதியில் மிகவும் ஆர்வத்துடன் பிரசாரஞ் செய்தார் எனவும் தன் இறுதிக்காலத்திற் பல இந்துக்களை இசுலாம் மதத்திற்கு மாற்றினார் எனவும் சொல்லப்படுகின்றது. திருச்சிராப்பள்ளியில் இவருடைய கல்லறை இப்போதும் இருப்பதாகச் சுட்டிக்காட்டப்படுகின்றது. 3 ஆம் ஒய்சள வல்லாளனின் படையில் 20,000 முசல்மான்கள் இருந்தார்கள் என இபின்ப நூதா கூறுகின்றார். வடக்கிலிருந்து வந்த முசிலிம் படையெடுப்பு, அதன் விளைவுகள், பாமினி இராச்சியத்தின் எழுச்சி, பாமினிக்கும் விசயநகருக்கு மிடையேயிருந்த தொடர்பு முதலியவற்றைப் பற்றிப் பிறிதோரிடத்திற் கூறப்பட்டுள்ளது. பதினாறாம் நூற்றாண்டின் ஆரம்பத்தில் மலையாளத்திலிருந்த குடிசனத்தில் ஐந்திலொரு பகுதியினர் மாப்பிள்ளைகளாக இருந்தார்கள் என துவாட்டி பார்போசா என்பவர் மதிப்பிட்டுள்ளார். ஆனால் போத்துக்கீசரின் வருகை, முசிலிம் அரசின் வளர்ச்சியைக் கட்டுப்படுத்தி, அரேபியரின் வியாபாரத்தையும் பாழ்படுத்தியது.

தென்னாட்டில் இந்துமதத்தின் சிந்தனைகளையும் சமயக்கிரியைகளையும் இசுலாம் எவ்வளவு தூரம் பாதித்தது என்பதைச் சொல்வது கடினம். இந்துமத மறுமலர்ச்சியின் சில குணவிசேடங்கள் - ஒருவனே தேவன் என்ற கொள்கை, உணர்ச்சி வழிபாடு, ஒருவன் தன்னை அர்ப்பணித்தல், ஓர் ஆன்மீக குருநாதரிடம் பக்தி செலுத்தவேண்டியதின் அவசியம் ஆகியவற்றிற்குக் கொடுக்கப்பட்ட அதிகப்படியான முக்கியத்துவம், சாதிச்சட்டங்கள் படிப்படியாக நெகிழ்ச்சி அடைந்தமை, இந்துமதத்தின் சில பிரிவினர் சமயக் கிரியைகளில் அக்கறைகாட்டா திருந்தமை-ஒருவகையில் இசுலாமியச் செல்வாக்கின் விளைவே எனச் சொல்லப்படுகின்றது. ஆனால் இந்த வளர்ச்சிகளை இந்துசமயத்தின் வரலாற்றிலிருந்தே விளக்கமுடியும். இவை இசுலாமியச் செல்வாக்கினாலேதான் ஏற்பட்டன என்பதற்கு நேரடியான சான்று எதுவுமில்லை. எளியற்று என்பார் குறிப்பிட்டதைப்போல், மதத்தின் உட்பிரிவுகள், "இந்துக்களுக்கும் இசுலாமிய மதத்திற்கும் நெருங்கிய தொடர்பு ஏற்பட்ட பின், விசேடமாக வைணவர்களுக்கிடையே, கோட்பாடு, அமைப்பு

முதலியவற்றில் அதிக வரையறைவுள்ளனவாகத்" தோன்றின. இது தற்செயலாக ஏற்பட்டதன்று என்றும் கூறலாம். எனினும், முன்னரே நாம் குறிப்பிட்டதுபோல், ஏராளமான முசல்மான்கள் இருந்தார்கள் தம் மதவழிபாட்டைக் கைக்கொள்வதற்கும் மதமாற்றம் செய்வதற்கும் அவர்களுக்குச் சுதந்திரம் இருந்தது.

கிறித்துவம்

கிறித்துவிற்குப்பின் முதலாம் நூற்றாண்டில் வண, தோமசு என்பார் தென்னிந்தியாவிற்கு முதன் முதலிற் கிறித்துவ சமயத்தைக் கொணர்ந்தார் என ஒரு மரபுரை கூறுகின்றது. ஆனால் இது சந்தேகத்திற்குரியதே. அலெக்சாந்திரியாவைச் சேர்ந்த கொஸ்மஸ் என்ற வியாபாரி 522 ஆம் ஆண்டில் தென்னிந்தியாவிற் பிரயாணஞ் செய்தபோது கொல்லம் என்ற இடத்திலும் இலங்கையிலும் ஒவ்வொரு கிறித்துவ தேவாலயம் இருப்பதைக் கண்டார். இவையிரண்டும் நெஸ்தோரியன் மதப்பிரிவைச் சேர்ந்தவை. மலையாளக் கிறித்துவர்களுக்கு நன்கொடை கொடுக்கப்பட்டதைக் குறிக்கும் செப்புப்பட்டயங்கள் பல உள்ளன. இவற்றுள் முதன்முதலாக எழுதப்பட்ட பட்டயத்தில் 774 ஆம் ஆண்டு பொறிக்கப்பட்டுள்ளது. சம்பந்தப்பட்ட இந்தக் கிறித்துவர்கள் உள்நாட்டைச் சேர்ந்தவர்கள் என்பதையும், மதமாற்றஞ் செய்யப்பட்டவர்கள் என்பதையும் இச்செப்புப்பட்டயங்கள் காட்டுகின்றன. ஆனால் இக்கிறித்துவர்களின் எண்ணிக்கை அதிகமாக இருக்கவில்லை. கிறித்துவ சமூகத்தின் எண்ணிக்கை, மேல் நாடுகள், பக்தாது, நினேவா, யெருசலம் முதலிய இடங்களிலிருந்து இங்கு வந்தவர்களினால் அதிகரித்தது. பறங்கிமலை என்றழைக்கப்படும் வண, தொமஸ் மலையில் ஒரு கிறித்துவ சமுதாயம் இருந்தது. ஆனால் மார்க்கோபோலோ (1993) இந்தியாவிற்கு வருகைபுரிவதன் முன் இச்சமுதாயம் எவ்வாறு இருந்ததென்பதைப் பற்றி நிச்சயமாக எதையும் அறியமுடியவில்லை. இம்மலையில் வண, தோமசு அடிகள தன்னைத் தியாகஞ்செய்த கதையை மார்க்கோபோலோ முதலிற் கூறினார். ஆனால் பெரிய மலையின் மேலுள்ள ஆலயத்திற்கு இந்துக்களும் முசிலிம்களும் கிறித்துவர்களும் சென்றுவந்தார்கள். வண, தோமசு அடிகளின் கதையை மார்க்கோபோலோ கேள்விப்பட்ட முப்பது ஆண்டுகளின்பின் ஒதோரிக்கு என்ற ஞானச் சகோதரர், இவ்வாலயத்தினுட் பல தெய்வ உருவங்கள் நிறைந்து கிடப்பதையும் ஆலயத்திற்கண்மையில் நெஸ்தோரியன் மதப்பிரிவைச் சார்ந்த பதினைந்து வீடுகள் இருப்பதையும் கண்டார். ஒரு நூற்றாண்டின்பின், கொன்டி என்பவர் நகரத்தில் ஆயிரம் நெஸ்தோரியர்கள் இருந்ததாகக் கணக்கிட்டார். பதினாறாம் நூற்றாண்டின் ஆரம்பப்பகுதியில், இத்தேவாலயம் சிதைவுற்றிருந்ததையும், அங்கே விளக்கேற்றுவதற்காக ஒரு முசிலிம் பக்கிரி அமர்த்தப்பட்டிருப்பதையும் பார்போசா கண்டார். மத்திய காலப்பகுதியில் இந்தியாவிற்கு வந்த கிறித்துவப் பிரயாணிகள், தென்னிந்தியாவிற் கிறித்துவர்கள் மிகவும் குறைவாகவே யிருந்ததாகவும், சில சந்தர்ப்பங்களில் அவர்கள் துன்பங்களுக்குள்ளாக்கப்பட்டார்கள் எனவும் இடைக்கிடை முறையிட்டார்கள். யோர்தனசு (1321-1330) என்ற ஞானச் சகோதரர் இந்தியாவிற் கிறித்துவ மதப் பிரசாரஞ் செய்து இம்மதத்தைப் பரப்புவதற்கு நல்ல சந்தர்ப்பம் இருப்பதாக மிக உற்சாகத்துடன் எழுதினார்.

இருந்தபோதிலும் போத்துக்கீசர் வருகையின் பின்னும், புனித பிரான்சிசு சவேரியார் (கிட்டத்தட்ட 1545 ஆம் ஆண்டு) அவர்களின் வருகையின் பின்புமே கிறித்துவ மதப் பிரசாரம் சுறுசுறுப்பாக நடைபெறத் தொடங்கியது. ஆனால் இவர்களின் பிரசார வேலைகள் தாழ்ந்த வகுப்பார் தவிர்ந்த மற்றைய வகுப்பினரிடையே பெரிய மாற்றங்களை ஏற்படுத்தவில்லை. இதற்குமாறாக, புதிய கத்தோலிக்கக் கிறித்துவர்களுக்கும் ஏற்கனவே நாட்டின் பல்வேறு பகுதிகளில் நிலையூன்றியிருந்த மற்றைய மதப்பிரிவினர்க்குமிடையே பிளவுகளையும் சண்டைகளையும் இம்முயற்சிகள் ஏற்படுத்தின. ஒல்லாந்தரைப்போன்ற மற்றைய கிறித்துவ இனத்தினரின் வருகை குழப்பத்தை மேலும் மிகுவித்தது. சமயப் பிரசாரத்தை அரசியலுக்குச் சாதகமாகத் திருப்பிவிடும் போத்துக்கீசரின் கொள்கை, சகிப்புத்தன்மை வாய்ந்த விசயநகர மன்னர்களினதும் அவர்களின் மானியகாரர்கள் ஆகியோரின் எதிர்ப்பைக்கூட ஏற்படுத்தியது என்பதை நாம் முன்பே கண்டோம்.

இந்நூலில் நாம் ஆராய எடுத்துக்கொண்ட காலப்பகுதியில், கிறித்துவ மதம், மக்களின் வாழ்க்கையைப் பாதிக்கத் தக்க செல்வாக்குடையதாயிருந்ததெனக் கூறமுடியாது.

துணைநூற் பட்டியல்

Archaeological Reports of Ceylon, (1953, 1954)

A.L.BASHAM : The Wonder that was India (London, 1954)

R.G. BHANDARKAR : Vaishnavism, Saivism and Minor Religious Systems (Strassburg, 1913)

ESTLIN CARPENTER : Theism in Medieval India (London, 1921)

TARA CHAND : Influence of Islam on Indian Culture (Allahabad, 1936)

SIR CHARLES ELIOT : Hinduism and Buddhism, 3 vols, (London, 1921)

J.N.FARQUHAR : An Outline of the Religious Literature of India (London, 1920)

சைத்திய மஹா மண்டபம்

அமராவதி வெறிகொண்ட யானையின் அற்புதம்

அஜந்தா

ஐகோல்   தென் மேற்கிலுள்ள துர்க்கை

எலிமந்தா   திருமுர்த்தி

கைலாசநாதர் கோயில் (பொதுத்தோற்றம்)

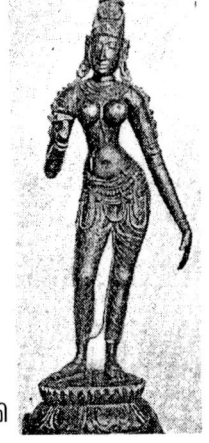

இலட்சுமி

சோமநாதபுரம்

புவனேசுவரர்   கற்பாறை யானை

தௌலதாபாத் கோட்டை

பிஜப்பூர்

அத்தியாயம் XVI

ஓவியமும் கட்டடக் கலையும்

வடமேற்குத் தக்கணத்திலுள்ள வாத்தியங்கள், விகாரையன் - ஓரிசாவிலுள்ள சமணக் குகைகள் - கோதாவரி, கிருட்டிணை நதிகளின் கீழ்ப்பகுதிகளிலுள்ள பௌத்த மதத்திற்குரிய புனிதத் தலங்கள் - மேற்குத் தக்கணத்திலுள்ள குகைவரைக் கட்டடங்கள் (ஐந்தாம் நூற்றாண்டு) – வண்ணச் சித்திரங்கள் - ஐகோலிலுள்ள கோவில்கள் - பாதாமியிலுள்ள குடைவரை மண்டபங்கள் - பத்தடக்கல் என்ற இடத்திலுள்ள கோவில்கள் - மேற்குத் தக்கணத்தின் குடைவரைக் கட்டடங்களின் இறுதித் தோற்றம்.

பல்லவர் காலத்துக் குடைவரைக் கட்டடங்கள் - கல்லாலும் சாந்தாலும் கட்டப்பட்ட கோவில்கள் - முற்காலச் சோழர்களின் கோவில்கள் - இராசராசனின் காலம் - திருவாலிசுவரம் - தஞ்சாவூர்ப் பெரிய கோவில் - கங்கைகொண்ட சோழபுரம் - சோழர்களின் கற்சிலைகளும் வெண்கலச் சிலைகளும் பாண்டியக் கட்டடக் கலை – கோபுரங்கள் - மண்டபங்கள் சமண நினைவுச் சின்னங்கள்.

மேற்குத் தக்கணத்திலுள்ள சாளுக்கியர்களின் கோவில்கள் - ஒய்சவரின் கட்டடக் கலையம் சிற்பக் கலையும்

ஓரிசாவின் கட்டடக் கலை – முகலிங்கம் - புவனேசுவரர் - பூரி – கோனரகம்

"தக்கண" கோவில்கள் - (பதினொராம், பதின்மூன்றாம் நூற்றாண்டுகள்) ஏமதபந்திப் பாணி.

விசயநகரக் காலம் - தூண்கள் நிறைந்த மண்டபங்கள் - விட்டலர், அசார இராமர் கோவில்கள் - மத சம்பந்தமற்ற கட்டடங்கள் - மதுரைப் பரணி

பாமினியரின் கட்டடக் கலை, யுத்த சம்பந்தமானவையும், சாதாரண உபயோகத்திற் குரியவையும் - இந்துக் கட்டடக் கலையின்மீது அவை செலுத்திய செல்வாக்கு

தென்னிந்தியக் கட்டடக் கலையையும் ஓவியக் கலையையும்பற்றிய சுருக்கமான குறிப்புகளை இங்கே தருகின்றோம். இவை கலைக்கண் கொண்டு எழுதப்பட்டவை என்று கூறுவதிலும் பார்க்க, வரலாற்று முறையாக அமைந்தவை என்று சொல்வது அதிகம் பொருந்தும். கலையை இரசிக்குத் தன்மை, ஒவ்வொருவனுடைய தனிப்பட்ட உணர்ச்சியைப் பொறுத்தது. கலாவிமா்சகனின் பங்கு, கலையின் வரலாற்றை அறிய விழையும் மாணவனின் பங்கிலிருந்தும் வேறுபட்டது. கலையின் உருவங்கள் இடையீடின்றிப் படிப்படியாக அடைந்த வளர்ச்சியையும், வெவ்வேறு இடங்களிலும் காலப்பகுதியிலுமிருந்த பல்வேறு கொள்கைகளையுடைய கலைப்பிரிவினா் தமக்கிடையே ஒருவா்க்கொருவா் செலுத்திய செல்வாக்கையும் பற்றிப் பொதுவாக இங்கே கூறப்பட்டுள்ளதே தவிர, அவற்றைப் பற்றி விரிவாகக் கூறும் முயற்சி ஒன்றும் மேற்கொள்ளப்படவில்லை. வெவ்வேறு பிரிவுகளின் முக்கியமான அம்சங்களையும் அவற்றின் படைப்புகளையும், மிகச் சமீபத்தில் அவற்றைப்பற்றி மேற்கொள்ளப்பட்ட ஆராய்ச்சியின்படி, பொதுவாகக் கூறுவதே எமது நோக்கமாகும்.

வட-மேல் தக்கணத்திலுள்ள சைத்தியங்கள், விகாரைகள் ஆகியனவே எமது கவனத்தைக் கவா்கின்ற மிகப் புராதனமான நினைவுச் சின்னங்களாகும். இவை 'குகைகள்' எனவும் 'குகைக் கோவில்கள்' எனவும் அழைக்கப்படுகின்றன. எல்லையில்லாப் பொறுமையுடனும், முன்யோசனையுடனும், பாரிய மலையிலிருந்து திறமையான முறையிற் செதுக்கி எடுக்கப்பட்ட இவற்றுள், பெரிய, நன்கு திட்டமிடப்பட்ட கோவில்களும் குருமடங்களும் பலவுள. அற்புதமான

முறையில் தோண்டி எடுக்கப்பட்ட இவற்றைக் குகைகள் என்றோ குகைக்கோவில்கள் என்றோ குறிப்பிடுவது தவறான கருத்தைக் கொடுக்கும். 'குகைவரைக் கட்டடக் கலை' என்ற சொற்றொடரே, இவற்றைச் சரியாகவும் தெளிவாகவும் விளக்கும் என பேசி பிறவுண் (இவா் எழுதிய இந்தியக் கட்டடக் கலை பற்றிய பெரிய நூலிலிருந்தே இங்கு கொடுக்கப்பட்ட விபரங்கள் அநேகம் எடுக்கப்பட்டுள்ளன) கூறுகின்றாா்.

இத்தகைய வேலைகளைச் செய்வதிற் பொறியியற் பிரச்சினைகள் அதிகம் ஏற்படவில்லை. தனியே கட்டடக் கலை என்று சொல்வதிலும் பார்க்க, 'பெருவியப்பைத் தருகின்ற, சிறப்பான அளவிலான' சிற்பக் கலையின் ஒரு பிரிவு என்பது பொருத்தமுடைத்து, சைத்தியம் என்பது, முக்கியமாக, வணக்கஞ் செலுத்துவதற்குரிய ஒரு கோவில் அல்லது இடமாகும். ஆரம்ப காலப் பௌத்தத்தில், வணக்கத்திற்குரிய பொருளாக தூபம் (சைத்தியம்) என்பதே பெரும்பாலும் இருந்து வந்தபடியால், கோவில், சைத்தியம் எனப் பெரும்பாலும் அழைக்கப்பட்டது. விகாரை என்பது குருமடமாகும். ஈனயான பௌத்தத்திற் புத்தருக்குச் சிலையுருவம் அமைக்கப்படவில்லை. ஆனால் சிம்மாசனம், காற் பீடம், மெத்தைகள் முதலியவற்றினாலும், மற்றைய

குறியீடுகளின் மூலமும் புத்தர் பெருமான் பற்றிய எண்ணம் தோற்றுவிக்கப்பட்டது. பிற்கால மகாயான பௌத்தத்திலேயே, புத்தர் சிலை வழக்கிற்கு வந்தது. இதன்பின், கன்னேரி, நாசிக் போன்ற இடங்களிலுள்ள சைத்தியங்களிற் புத்தரின் சிலைகள் வைக்கப்பட்டன. பம்பாய் மாகாணத்தில், நாசிக் என்ற இடத்தைச் சுற்றிலும் இருநூறு மைல் ஆரத்திற்குட்பட்ட இடங்களில், ஈனயான பௌத்தத்தைச் சேர்ந்த குடைவரைக் குருமடங்கள், கோவில்கள் அனைத்தும் இடம்பெற்றுள்ளன சைத்தியம் என்பது பெரும்பாலும் வில்வளைவான கூரையுடைய மண்டபமாகும் மேற்பாகத்தைத் தாங்குவதற்காக, அந்தத்தில் வளைவாகக் கட்டப்பட்டிருக்கும். இடைவெளிகளுடன் கூடிய இரண்டு வரிசைகளான தூண்கள், இம்மண்டபத்தை நீளப்பக்கமாக மூன்று பிரிவுகளாகப் பிரிக்கின்றன. இவற்றுள் ஒரு பகுதி, பக்தர்கள் வந்து வணங்குவதற்குரிய இடமாகவும், மற்றைய இரண்டு பகுதிகளும் பக்தர்கள் போய்வருவதற்குரிய வழிகளாகவும் இருக்கின்றன. அந்தத்திலுள்ள வளைவு, இருபக்கமுள்ள வழிகள் ஆகிய இடங்களைச் சுற்றிச் சுற்றிச் சென்று தூபத்தை அடையலாம். பக்தர்கள் வணங்குவதற்கென அமைக்கப்பட்ட இடத்தில் அவர்கள் ஒன்று கூடுவர். முன்னாலுள்ள ஒரு விறாந்தையிலிருந்து 'நுழையக்கூடிய வகையில் அமைந்த மண்டபத்துடன் கூடியது' விகாரை. இம்மண்டபத்தைச் சுற்றி, மலையினுள்ளே அறைகள் பல குடையப்பட்டன. ஒவ்வொரு அறையினுள்ளேயும் ஒரு பிக்கு வசித்தார். கட்டடத்தைப் பொறுத்தவரையில், விகாரைகளிலும் பார்க்கச் சைத்தியங்கள் சிறப்பித்துக் குறிப்பிடத் தகுந்தவை. ஆரம்பத்தில், மரங்களாற் கட்டப்பட்ட கட்டடங்களைப் பின்பற்றியே சைத்தியங்கள், விகாரைகள் என்பன பின்னர் கற்களாற் கட்டப்பட்டன. குடைவரைக் கட்டடங்களிற்கூட, கட்டடங்களின் முகப்பிலும் உட்புறத்திலும் மரங்கள் ஏராளமாக உபயோகிக்கப்பட்டன. ஆரம்பகாலக் கலைஞர்கள், கற்களினாற் கட்டடங்கள் கட்டுவதற்கு முன்னால், மரங்களினால் நன்கு கட்டப் பழகியிருந்தார்கள். ஆனால், நமது கவனத்திற்கு வரும் குடைவரைக் கட்டடக் கலை மிக முதிர்ந்த நிலையிலுள்ளது. அது படிப்படியாக வளர்ச்சியடைந்த பல்வேறு நிலைகளை இப்போதைய கட்டடங்களிற் காணமுடியாதிருக்கின்றது.

கி.மு. இரண்டாவது நூற்றாண்டு, கி.மு. முதலாம் நூற்றாண்டு ஆகிய காலங்களைச் சேர்ந்த எட்டுச் சைத்திய மண்டபங்கள் உள்ளன. கட்டப்பட்ட கால ஒழுங்கின்படி இவற்றை, 'பாச, கொண்டனே, பிடால்கொரா, அஜந்தா (இல.10), பெத்சா, அஜந்தா (இல.9), நாசிக், காளே' என வரிசைப்படுத்தலாம். இவற்றுள் முதல் நான்கும் இரண்டாம் நூற்றாண்டைச் சேர்ந்தவை. மிகுதி நான்கும் முதலாம் நூற்றாண்டைச் சேர்ந்தவை. சுன்னர் என்ற இடத்திலுள்ள இரண்டு சைத்திய மண்டபங்கள், "நாசிக்கிலுள்ள மண்டபத்தைப் போன்றவை அதே காலத்திலேயே கட்டப்பட்டவை" இந்த வரிசைத் தொடர், கன்னேரி (கி.பி. இரண்டாம் நூற்றாண்டு) என்ற இடத்தில் உள்ள சைத்தியத்துடன் முடிவடைகின்றதெனலாம். முன்னைய எடுத்துக் காட்டுகளில், இடைவெளிகளுடைய தூண்வரிசைகளில் உள்ள தூண்கள் ஒவ்வொன்றும், நுடப வேலைப்பாடற்ற, சாதாரண மரத்தூண்களைப் பின்பற்றிச் செய்யப்பட்டவையாகும். எண்கோண வடிவமைந்த பகுதியொன்று

அவற்றிலுண்டு. மேற்புறத்தில் அகன்ற பாகமோ, அடித்தளமோ அற்ற இத்தூண்கள், பொதுவாக, உள்நோக்கிச் சாய்ந்து செல்பவையாக இருந்தன. பின்னைய எடுத்துக் காட்டுகளில், உள்நோக்கிச் செல்லும் சரிவு மறைகின்றது. மேலே அகன்ற பாகமும், அடித்தளமும் உடையனவாகி, தூண்வரிசையின் வேலைப்பாடுகள் விரிவடைந்து ஒரு புதிய 'அமைப்பாக' வளர்ச்சியடைகின்றன. கட்டடத்தின் முகப்பிற் பிரதானமான பகுதியாகவுள்ள, நுழைவாயிலின் மேற்காணப்படும் குதிரைலாடம் போன்ற வில்வளைவு, முன்னதிற்கு ஏற்றாற் போன்ற மாற்றத்தை அடைகின்றது. இந்த ஆரம்ப வரிசைத் தொடரிலுள்ள சைத்தியங்களுக்குச் சிறந்த எடுத்துக்காட்டாக, பெத்சா, காளே ஆகியவற்றைக் குறிப்பிடலாம். இவற்றின் முகப்பிலும் தூணிலும் பல புதுமைகள் உள்ளன. பெத்சா என்ற இடத்திலுள்ள தூண்களின் அடித்தளம், பூச்சாடி உருவில் அமைந்துள்ளது. தூணின் மேலுள்ள அகன்ற பாகம் ஒவ்வொன்றிலும், ஆட்களின் உருவங்களும் மிருகங்களின் உருவங்களும் காணப்படுகின்றன. 'ஓர் ஆணும் பெண்ணும், எளிமையான உடையுடனும், ஏராளமான ஆபரணங்களுடனும், ஒரு பக்கத்திலே குதிரைகளும், மறுபக்கத்திலே யானைகளும் முழந்தாளில் நிற்க, இடையே கால்களை அகல விரித்து உட்கார்ந்திருக்கின்றனர். இங்குள்ள கட்டடங்கள் அனைத்தும், குடைவரைக்கட்டடக் கலையின் மிகத் தெளிவான, உயிர்ப்பு நிறைந்த எடுத்துக்காட்டுகளாகும். மிக மிகச் சிறந்த ஒரு குடைவரைக் கட்டடக் கலைஞனாலேயே இவை கட்டப்பட்டன என்பது தெளிவு'. பெத்சாவிலுள்ள மண்டபம் 45½ அடி. நீளமும் 21 அடி அகலமுமுடையது. இவ்வரிசையில் மிகப் பெரியதாகவும் மிகச் சிறந்ததாகவும் இருக்கின்ற கானேயிலுள்ள மண்டபம் (1 ஆம் படம்) 124 அடி நீளமும், 46½ அடி அகலமும், 45 அடி உயரமும் உடையது. இம்மண்டபத்தின் முகப்பு இரு வேறு நிலையில் அமைந்துள்ளது. கீழ்ச்சுவரில் மூன்று நுழைவாயில்கள் உள்ளன. மேலே இருக்கும் ஆளோடியில், குதிரைக் குளம்பின் உருவிலமைந்த பாரிய சாளரம் காணப்படுகின்றது. பெத்சாவிலுள்ள தூண்களிலுள்ளவையிலும் பார்க்க இங்குள்ள தூண்களின் மேற்பகுதியிலுள்ள அகன்ற பாகம், அதிகப்படியான அலங்கார வேலைப்பாடுகளுடன் கூடியவையாயிருக்கின்றது. இவற்றிலிருந்து மேலெழுந்து செல்லும் மரத்தூண்கள், கூரைக்குக் கீழேயுள்ள குவிந்த கல்லுடன் இணைக்கப்பட்டுள்ளன. முகப்பின் கீழ்ப்பாகத்திற் காணப்படும் நுழைவாயில்களுக்கிடையேயுள்ள இடைவெளிகளை, மிகப் பெரியனவும் மிக அழகு பொருந்தியனவுமாகிய இரண்டு மனித உருவச்சிலைகள் அலங்கரிக்கின்றன. மலையின் முற்பக்கத்தில், சற்று உள்ளே தள்ளி, மண்டபத்தின் நுழைவாயில் அமைக்கப்பட்டிருப்பதனால், அது ஒரு முகமண்டபம் போன்று தோற்றமளிக்கின்றது. இம் முகமண்டபத்தின் இருமருங்கிலும் பல மாடிகளையுடைய முகப்புகள் கட்டப்பட்டுள்ளன. ஆகக் கீழேயுள்ள மாடி, பெரிய யானைகளின் மேற கட்டப்பட்டுள்ளது. முகப்பின் அடிப்பகுதியைப் போன்று, இரண்டாவது மாடியும் பலவித சிற்பங்களால் அழகுபடுத்தப் பட்டுள்ளது. நுழைவாயிலுக்கு முன்னால், மரத்தாலான ஒரு முகமண்டபம் அல்லது முன்னறை இருந்தது. இன்னும் நன்கு வெளியே தள்ளி, தனிக்கற்களாலான இரு துவசத்தம்பங்கள் இருக்கின்றன. இவற்றின்

மேல் உள்ள அகன்ற பாகத்தில், நான்கு சிங்கங்கள் காணப்படுகின்றன. முன்னொரு காலத்தில் இந்தச் சிங்கங்களின் மேல் ஒரு சக்கரம் இருந்தது. குதிரைக் குளம்பின் உருவிலமைந்த சாளரத்திற்கூடாக உள்ளே வரும் பிரகாசமான சூரிய ஒளியைத் தடுத்து வளைப்பதற்காக மிகவும் கவனமாகச் செய்யப்பட்ட இந்த ஏற்பாடுகளைப் புகழ்ந்து பேசி பிறவுண் என்பார் பின்வருமாறு கூறுகின்றார் : "காளேயிலுள்ள சூரிய சாளரத்திற்கூடாக ஒளி பாய்ச்சப்பட்டு, மென்மையான, ஒளி மிகுந்த சூழ்நிலை உருவாக்கப்பட்டுள்ளது. இதிலும் பார்க்க அதிக பவித்திரமும் அழகும் நிறைந்த ஒளியமைப்புகள், வேறிடங்களில் மிகச் சிலவே இருக்கின்றன". கன்னேரியிலுள்ள சைத்தியம், 'காளேயிலுள்ளதைப் பின்பற்றிக் கட்டப்பட்டதாயினும், சரியான முறையிலே கட்டப்படவில்லை. இதன் அளவு, முன்னதில் மூன்றிலிரண்டு பங்கேயாகும்'.

சைத்தியங்களுக்கு அருகில், அவற்றுடன் தொடர்பில்லாமல் தனியாகக் குடைந்தெடுக்கப் பட்ட விகாரைகள் குருமாரின் வசிப்பிடங்களாகும். உலகச் சிந்தனைகளில் ஈடுபடாமல், மனத்தை ஒடுக்கித் தம் சமய அனுட்டானங்களைச் சுதந்திரமாகச் செய்வதற்குரிய வாய்ப்பு பிக்குகளுக்கு இங்கே கிடத்தது. சிறிய அளவில் ஆரம்பித்த இவ்விகாரைகள், காலப் போக்கில், படுக்கையறை, பொது அறை, சிற்றுண்டியறை முதலியவையும் ஒவ்வொரு பிக்குவின் உபயோகத்திற்கான தனி அறைகளும் கொண்ட பல அறைகளையுடைய பெரிய கட்டடங்களாக வளர்ந்தன. ஆரம்ப காலத்து ஒரு மாடியுடைய விகாரை என்ற வகைக்குரிய எடுத்துக்காட்டாக இருந்தது. அஜந்தா விலுள்ள விகாரை (இல.12). இந்த விகாரை எளிமையான முறையில் அமைக்கப்பட்டது. இதே மாதிரியான ஒரு விகாரை, கொண்டனேயிலுள்ள சைத்தியத்திற்கு இடப்பக்கத்தில் இருக்கின்றது. இதே மாதிரியான, ஆனால் மிக நன்றாக அலங்கரிக்கப்பட்ட மூன்று விகாரைகள் நாசிக்கில் உள்ளன. கி.பி. முதலாம் நூற்றாண்டைச் சேர்ந்த இவற்றிலுள்ள கல்வெட்டுக்களிலிருந்து, இவை நகபானம் (இல.8), கௌதமீபுத்திரம், சிறியஞ்ஞும் என அழைக்கப்பட்டதாகத் தெரிகின்றது. 'தூண்களைக்கொண்ட புகுமண்டபம் இவையனைத்திற்கும் உண்டு. மத்தியிலுள்ள பெரிய மண்டபங்களில் தூண்கள் ஒன்றும் இல்லை. இம்மண்டபங்களிலிருந்துதான், தனித்தனி அறைகள் தொடங்குகின்றன. பொதுவாக, இவற்றை களிற் கற்படுக்கைகள் காணப்படுகின்றன.

மேற்கு மலைத்தொடர்களிலுள்ள இந்தக் குருமடங்கள் கட்டப்பட்ட காலத்தில், ஒரிசாவில் கட்டாக் என்ற இடத்திலும் சில கட்டடங்கள் கட்டப்பட்டன என்பது கண்டுபிடிக்கப்பட்டிருக்கிறது. ஆனால் இவை சமண மதத்தைச் சேர்ந்தவையேயன்றிப் பௌத்த மதத்தைச் சேர்ந்தவையல்ல. கண்டகிரி, உதயகிரி என்ற இரு மலைகளிற் காணப்படும் இக்குடைவரை மண்டபங்கள், கிறித்து சகாப்தத்தின் முன்னாலுள்ள ஒன்றரை நூற்றாண்டுகளுட் கட்டப்பட்டன. இங்கே எல்லாமாக முப்பத்தைந்து கட்டடங்கள் நிலத்தை அகழ்ந்து கண்டுபிடிக்கப்பட்டன. இவற்றுள் அரைவாசி முக்கியமானவை. ஒரேயொரு கட்டடம் மட்டும் கண்டகிரியிலுள்ளது. ஒழுங்கான திட்டம் எதுவும் இருந்ததாகத் தெரியவில்லை. வசதியான இடங்களில் இவை குடைந்தெடுக்கப்பட்டு, பின் பாதைகளால் இணைக்கப்பட்டன. கட்டட வேலை, அவலட்சணமாகவும் செம்மையற்றும் இருக்கின்றது. மலைக்கற்கள் முரட்டுத்தன்மை வாய்ந்தனவாக

இருந்தது இதற்கு ஒரு காரணமாக இருக்கலாம். இந்தப் பிரதேசத்தில் இருக்கும் குருமடங்கள் கும்பாக்கள் என அழைக்கப் படுகின்றன. ஒவ்வொரு கும்பாவுக்கும் முன்னால் காதி (யானை) போன்ற வெவ்வேறு முற்சேர்க்கைகள் உண்டு. மிக முக்கியமான கும்பாக்களில், சமணப் புராணக் கதைகளிலுள்ள சில காட்சிகள் சிலாரூபமாக இடம்பெற்றிருக்கின்றன. ஆனால் இவற்றைத் தெளிவாக அடையாளம் கண்டு பிடிக்க முடியவில்லை. சுயமான, மனோபலம் வாய்ந்த பாணியிலேயே சிலைகள் ஆக்கப்பட்டுள்ளன. இராணி கும்பா, கணேச கும்பா ஆகிய இரண்டும் இரு மாடிகளையுடையவை. இராணி கும்பாவின் மூன்றில் ஒரு திறந்தவெளி அரங்காக இருந்ததென்று கருத நியாயமுண்டு. கட்டடம் முழுவதிலும் தண்ணீர் விநியோகஞ் செய்வதற்கு வேண்டிய வாய்க்கால்கள் சிதைந்த நிலையிலுள. கணேச கும்பாவின் நுழை வாயிலுள்ள படிகளின் இருமருங்கிலும் யானைகளின் உருவங்கள் அமைக்கப்பட்டுள்ளன. குடைவரை மண்டபத்து வாயிலின் இருமருங்கிலும் மிருகங்களின் சிலைகள் இடம்பெறுவது இதுவே முதற்தடவையாகும். இந்த அமைப்பு முறையே. மிகவும் அற்புதமான விதத்தில், எல்லோராவிலும் எலிபந்விலும் கைக்கொள்ளப்பட்டது. (ஆனால் இந்த இடங்களில், யானைகளுக்குப் பதிலாக சிங்கங்களின் சிலைகள் உபயோகிக்கப்பட்டுள்ளன).

கிருட்டிணை, கோதாவரி நதிகளின் கீழ்ப்படுக்கையில், குடைவரைக் கோவில்களாகவும், கல்லாலும் சாந்தாலும் கட்டப்பட்ட கோவில்களாகவுமிருந்த பௌத்த தலங்களின் சிதைவுகள் இப்போது காணப்படுகின்றன. மிகவும் முற்பட்ட காலத்தில் அத்திவராமிடப்பட்டதற்கான அடையாளங்கள், ஏறக்குறைய இக்கோவில்கள் எல்லாவற்றிலும் காணப்படுகின்றன. ஆந்திரர்களின் ஆட்சிக் காலத்திலும் அவர்களுக்குப் பின் வந்தோரின் காலத்திலும் அரசர்களின் பேராதரவுடன் பௌத்தக் கட்டடக்கலை இப்பகுதியிலே வளர்ந்தது. பௌத்தக்கலையின் பரிணாம வளர்ச்சி ஏறக்குறைய கி.மு. 200 ஆம் ஆண்டு தொடக்கம் கி.பி. 400 ஆம் ஆண்டு வரை இடையீடின்றி ஏற்பட்டது. இப்பகுதியிலுள்ள நினைவுச் சின்னங்கள் பழைய பார்கத்து, சாஞ்சி கலைப்பிரிவுக்கும் மத்தியகால இந்துக் கலைக்குமிடையேயான மிக மதிப்புள்ள தொடர்பாக விளங்குகின்றன. ஆந்திர இராச்சியத்தில் குண்டுப்பள்ளி (கிருட்டிணை மாவட்டம்), சங்கரம் குன்றுகள் (விசாகப்பட்டண மாவட்டம்) ஆகிய இடங்களிற் குடைவரைக் கட்டடங்கள் காணப்படுகின்றன. குண்டுப்பள்ளியிலுள்ள 18 அடி விட்டமுடைய சிறிய வட்டவடிவமான சைத்தியமும் (கி.மு. 200), ஊசிக்கால்களையுடைய குவிந்த கூரையும் புராதன குடிசைகளைப் போன்றே இருந்தன. இன்னும் அதிக விரிவான முறையிற் சைத்திய மண்டபங்கள் கட்டப்படுவதற்கு இந்தக் கட்டட அமைப்பு வழிகாட்டியாக இருந்ததெனலாம். இதைவிட ஒரு பெரிய விகாரையும் சிறிய விகாரையும், செங்கட்டியினாற் கட்டப்பட்ட சைத்திய மண்டபத்தின் சிதைவுகளும், பல்வேறு அளவிலமைந்த தூபிகளும் இங்குண்டு. இத்தூபிகளுட் சில மலையிலிருந்து குடையப்பட்டன் சில கல்லாலும் சாந்தாலும் கட்டப்பட்டன.கட்டடம் கட்டுவதில் ஒழுங்கான திட்டம் எதுவும் இருக்கவில்லை. கட்டட வேலையும் கரடு முரடாக இருக்கின்றது. சங்கரம் குன்றுகளிலுள்ள சிதைவுகள், காலத்தாற் பிற்பட்டவை. அவை ஏறக்குறைய கி.பி. 350 ஆம்

ஆண்டைச் சேர்ந்தவையாக இருக்கலாம். மலையுச்சியின் அமைப்புக்குப் பொருந்தக்கூடியதாக, ஒழுங்கற்ற முறையில் அங்கங்கே அமைந்த குடைவரை மண்டபங்களும், ஒற்றைக் கல்லினாலான தூபிகளும் மிகப் பரந்த அளவிற் கட்டப்பட்ட ஒரு குருமடமுமே இங்குள்ள முக்கிய சிதைவுகளாகும். இங்கேயுள்ள ஒற்றைக் கல்லினாலான தூபிகளுட் சில, வேறு இடங்களிற் காணப்படுபவையிலும் பார்க்க, அளவில் மிகப் பெரியன. இவற்றுள் ஒன்றின் அடித்தளத்தின் விட்டம் 65 அடியாகும். குண்டுப்பள்ளியிலுள்ளதைப் போன்று இங்கேயும் குரூரமான, நுட்பமற்ற வேலைப்பாடுகளே உள்ளன.

ஆந்திரக் கலைஞனின் நுட்பத்திறமையையும் கலைச்சிறப்பையும் எல்லோராவைச் சுற்றி 75 மைலுக்குள் அங்கங்கே கிடக்கும் தூபிகளிலிருந்தும் நாம் நன்கு கண்டுகொள்ளலாம். மிகச் சிறப்பாகக் குறிப்பிடத்தக்க தூபிகள், கொவி, சக்கியபீடம், பட்டிப்புரோலு, கண்டசாலை, அமராவதி, நாகார்ச்சுனக் கொண்டா ஆகிய இடங்களில் இருந்தன. பௌத்தக் கட்டட, சிற்பக்கலையின் எடுத்துக்காட்டுகளாகக் கிறித்து சகாப்தத்தின் ஆரம்ப காலங்களில் இவை ஒப்புவமையற்று விளங்கின. பெரும்பாலான தூபிகளைச் சுற்றி, புடைப்புச் சிற்பங்களையுடைய சலவைக்கல் சேர்க்கப்பட்டிருந்தபடியால், அவை கம்பீரமான தோற்றத்துடன விளங்கின. பட்டிப்புரோலு என்ற இடத்திலுள்ளதைப் போன்ற ஆரம்ப காலத் தூபிகள், உள்ளே எவ்வித வெளியுமில்லாமற் கட்டப்பட்டன. ஆனால் பிற்காலத்திற் குறுக்குச் சுவர்கள் மூலமும், 'நடு அச்சிலிருந்து, சக்கரத்தின் சுற்று வளைவுக்குச் செல்லும் கம்பிகளைப் போன்று அமைந்துள்ள' சுவர்கள் மூலமும், தூபிகள் பலம் வாய்ந்தனவாக ஆக்கப்பட்டன. இதன் மூலம், பொருட் சிக்கனமும் ஏற்பட்டது. செங்கட்டிகள், மிகப் பெரிய அளவில், 24" நீளமும் 18" அகலமும் 4" உயரமும் கொண்டிருந்தன. ஆரம்பத்தில் தூபி, சாஞ்சியிலுள்ளதைப் போல், கோளார்த்த வடிவமுடைய குன்றின் உருவில் அமைந்திருந்தது. ஆனால் பிற்காலத்தில் உயர்ந்த அடிப்பீடத்திலிருந்து கூரை எழுப்பப்பட்டது. செங்கட்டியாலான இத்தூபி முழுவதையும் மூடிச் சலவைக்கல் வேலைப்பாடுகள் செய்யப்படவில்லை. கீழ்ப்பகுதி மட்டுமே சலவைக்கல்லால் மூடப்பட்டது. மிகுதி சாந்து பூசப்பட்டு வெள்ளையடிக்கப்பட்டது. மேலேயுள்ள வீதிக்குச் செல்வதற்காக அமைக்கப்பட்ட படிகள் இடம் பெற்ற அடித்தளத்தின் நான்கு முக்கிய இடங்களிலிருந்து நீள்சதுரமான பாகங்கள் வெளியே நீட்டப்பட்டிருந்தன. நீட்டப்பட்ட இந்தப் பாகங்களுக்கு மேலே ஐந்து மெல்லிய தூண்கள் நிறுத்தப்பட்டிருந்தன. இவை ஐந்து தியானி புத்தர்களின் குறியீடுகளாக இருந்திருக்கலாம். ஆரியக் கம்பங்கள் (வணக்கத்திற்குரிய தூண்கள்) என இவை அழைக்கப்பட்டன. குவிந்த உருவில் அமைந்த தூபிக்கு அழகும் கவர்ச்சியும் ஊட்டும் வகையில் வெளியே நீட்டப்பட்ட பகுதியும் அழகுநிறைந்த ஐந்து தூண்களும் விளங்கின. தென்னாட்டுக் கட்டடக் கலைக்கு ஒரு கலைச் சிறப்பையும் இவை கொடுத்தன.

இத்தகைய தூபிகளுள் மிகப் பெரியதாக விளங்கும் அமராவதியிலுள்ள தூபி கி.மு. 200 ஆண்டளவில் உண்டானது. ஆனால் கி.பி. 150 திற்கும் 200 இற்குமிடையே இது முற்றிலும் திருப்பிக் கட்டப்பட்டது. இதன் குவிந்த

கூரையின் அடித்தளம் 162 அடி நீளமானது. ஒரே மையமுடைய வட்டவடிவமான தண்டவாளங்களால் 15 அடி அகலமுடைய பிரதட்சணப் பாதை அமைக்கப்பட்டுள்ளது. குவிந்த கூரையின் உயரம் 90 அடிக்கும் 100 அடிக்கும் இடைப்பட்டிருக்க வேண்டும். தரையிலிருந்து 20 அடிக்கு மேலே வழக்கமாக நீட்டப்பட்ட பாகங்களுடனும் ஆரியகத் தாண்களுடனும் ஓர் உயர்ந்த வீதி இருக்கின்றது. மேல் மாடியிலுள்ள வீதியைச் சுற்றி, 8 அடி உயரத்தில் ஒன்றுடன் ஒன்று இணைக்கப்பட்ட தூண் வரிசை இருக்கின்றது. இந்தத் தூண்களின் உட்புறத்தில் மிக நன்றாகச் செய்யப்பட்ட சிலையுருவ வேலைப்பாடுகள் உள்ளன. இந்த அற்புறதமான கட்டடத்தின் சில சிலையுருவத் துண்டுகளும், தண்டவாளங்களுமே இப்போது காணப்படுகின்றன. இவை தொல்பொருட்காட்சிச்சாலையிற் பாதுகாப்புடன் வைக்கப்பட்டுள்ளன.

அமராவதியிலுள்ள சிற்பங்கள், சுற்றாடலிலுள்ள ஏராளமான தூபிகளில் உள்ளவற்றைப் போன்று புத்தருடைய வாழ்க்கையில் நடைபெற்ற சம்பவங்களையும், வணக்கம் செலுத்தும் காட்சிகளையும் வேறும் பல சிறந்த, அழகான காட்சிகளையும் எடுத்துக் காட்டுகின்றன. பெண்கள், மிருகங்கள் ஆகியவற்றின் உருவங்கள் சாஞ்சி மரபில் எழுந்தன. வலிமை மிகுந்த, சந்தர்ப்பத்திற்குப் பொருத்தமான யதார்த்த உருவுடன் இவை காட்சியளிக்கின்றன. குறிப்பாக மிருகங்களின் உருவங்கள், அசோகனின் காலம் தொடக்கம் மாமல்லபுரத்திலுள்ள பல்லவர் சிலைகளின் காலம் வரையுள்ள இந்தியச் சிற்பக் கலையின் தனிக்குண விசேடங்களைப் பிரதிபலிப்பனவாய் இருக்கின்றன. பெண்களின் இருப்பிடங்களைக் காட்டும் காட்சிகளில், இயற்கை உருவிற் கபடமற்ற மகிழ்ச்சியும் குறிப்பிடத்தக்க புதுமை நிறைந்த உன்னதமான இன்ப உணர்ச்சியும் ஏற்படுகின்றன. போதிசத்துவர்கள், புத்தர் பெருமான் ஆகியோரின் உருவங்கள் உண்மையாகவே காட்டப்பட்டுள்ளன் வெறும் குறியீடுகள் உபயோகிக்கப்படவில்லை. உரோமானியக் கலை மரபின் செல்வாக்கு அமராவதியில் இருந்ததென்பதற்குத் தக்க சான்றுகள் உள்ளன. இவ்விடத்தில் ஐகோல், மாமல்லபுரம் ஆகியவற்றின் முன்னோடியாக அமராவதி விளங்குகின்றது. அமராவதிக் கலைமரபின் இந்த அம்சம், இயற்கை வாதத்தைப் புறக்கணித்து விட்டு மிக உயர்ந்த நிலையிலுள்ள இலட்சியத்தை – 'அழகும் அமைதியும் நிறைந்த ஒரு புது விதியை, இந்தியாவின் கலாரசனையின் இலட்சியத்தை' த் தோற்றுவித்து வளர்க்கின்றது. அமராவதிக் கலைப்பிரிவு கல்லினாலான உண்மையான பல ஓவியக் காட்சிகளைக் காட்டுகின்றது. யார் என்று சரியாகத் தெரியாது போனாலும் சில பெரிய கலைஞர்களாலேயே இச்சிலைகள் பூரணமான முறையில் செதுக்கி அமைக்கப்பட்டுள்ளன என கிறௌசெற்று என்பார் குறிப்பிடுகின்றார். எடுத்துக்காட்டாக மதம் கொண்ட யானை ஏற்படுத்திய குழப்பமும், இதற்கு நேர்மாறாகப் புத்தர்பிரானின் இரக்கத் தன்மையின் சக்தியினால் யானை அடக்கப்பட்டபின் ஏற்பட்ட அமைதியும் மிக நன் முறையிற் சித்திகரிக்கப்பட்டிருப்பதை, (சென்னை தொல்பொருட் காட்சிச்சாலையிலுள்ள) யானையை, அடக்கும் காட்சியைக் காட்டும் புடைப்புச் சிற்பத்திலே (2 ஆம் படம்) நாம் நன்கு காணலாம். பல்வேறு விதமான கதைகளைச் சித்தரிக்கும் இத்தகைய காட்சிகளிற் 'சுவருடன் கூடிய நகரங்கள்,

அரண்மனைகள், மாளிகைகள், தோரணங்கள், தூபி புகழின் உச்ச நிலையில் இருந்தபோது அந்தத் தூபியிருந்த நிலையைப் பல கற்றூண்கள் காட்டுகின்றன.

சோலாப்பூர் மாவட்டத்தில் உள்ள தேர் என்ற இடத்திலும், கிருட்டிணை மாவட்டத்தில் உள்ள செசார்லா என்ற இடத்திலும் செங்கல்லாற் காட்டப்பட்ட பௌத்த சைத்திய மண்டபங்கள் காணப்படுகின்றன. இவை அநேகமாக கி.பி. 5 ஆம் நூற்றாண்டிற் கட்டப்பட்டிருக்கக்கூடும். பௌத்த மதம் வீழ்ச்சி அடைந்தபின் பிராமணர்களின் உபயோகத்திற்காக இவை விடப்பட்டபடியால் இவை இன்றும் நிலைபெற்றிருக்கின்றன. தேர் என்ற இடத்தில் உள்ள திரிவிக்கிரமர் கோவிலையும், செசார்லா என்ற இடத்திலுள்ள கபோதீசுவரர் கோவிலையும் குறிப்பிடுகின்றோம். இவை ஒவ்வொன்றும் 30 அடிக்கு மேற்படாத நீளமுடைய சிறு கட்டடங்களாகும். கற்களாற் கட்டப்பட்ட பௌத்த கோவில்களின் வெளிப்புறத் தோற்றம் எப்படி இருக்கும் என்பதை, இந்த இரண்டு கோவில்களின் மூலமே நாம் அறிந்து கொள்ளமுடியும். குடைவரைச் சைத்தியங்களுக்கு அவற்றின் முகப்பைத்தவிர, வேறு வெளிப்புறத் தோற்றம் எதுவும் இல்லை.

ஏறக்குறைய ஐந்தாம் நூற்றாண்டின் மத்திய பகுதியில், மகாயான பௌத்த மதம் அளித்த தூண்டுதலினால், மேற்குத் தக்கணத்திற் குடைவரைக் கட்டிடக் கலையில் ஒரு மறுமலர்ச்சி ஏற்பட்டது. இக்கலையின் முக்கிய கேந்திரங்களாக அஜந்தா, எல்லோரா, ஔரங்கபாத் ஆகியவையும், இவற்றிலும் பார்க்க முக்கியத்துவத்திற் குறைந்த சில இடங்களும் விளங்கின. சைத்தியத்தின் பிரதான அம்சங்கள், முன்பிருந்தவற்றைப் போன்று மாறாமல் இருந்தன் ஆனால் புத்தர் பெருமானின் உருவச்சிலைகள் மட்டும் புதிதாக இடம் பெற்றன. சிலசமயம், மிகப் பெரிய அளவில் இச்சிலைகள் அமைந்திருந்தன. விகாரையைப் பொறுத்தவரையில், அதில் பற்பல மாற்றங்கள் ஏற்பட்டன. உள்ளே உள்ள தனி அறைகள் முன்பு பிக்குகளின் படுக்கைகளாக விளங்கின. ஆனால், இப்போது, புத்தர் பெருமானின் உருவச்சிலைகள் இடம் பெறும் புனித இடங்களாக மாறின. இவ்வாறு குருமார் வசிக்கும் இடமாக மட்டும் அன்றி, வணக்கத்திற்குரிய இடமாகவும் விகாரை மாறியது.

அஜந்தாவில் குருமார் ஒதுக்கமாகத் தங்கியிருந்த இடங்கள் மலையின் செங்குத்தான பகுதியில் அரிவாளைப் போன்று இருந்த வளைவில், மூன்றிலொரு மைல் நீளத்திற்குப் பரந்து, மலையின் கணவாய்க்கூடாகவிழுந்து, கீழே ஓடும் அழகான சிற்றருவியின் நீரின் மேல் கவிந்து நிற்கின்றன. பல்வேறு அளவிலான இருபத்தெட்டு மண்டபங்கள் இங்குள்ளன.இவை மேற்கிலிருந்து கிழக்கு நோக்கி, ஒழுங்காக எண்ணப்பட்டு இலக்கமிடப்பட்டுள்ளன. ஆந்திரர்களின் (கி.மு.200 – கி.பி. 200) காலத்தில் ஆரம்ப ஈனயான பௌத்த மதம் நன்னிலையில் இருந்தபோது இரண்டு சைத்தியங்களும் மூன்று விகாரைகளும் (இல.8, 9, 10, 12, 13) இங்கு அமைக்கப்பட்டுவிட்டன. கி.பி. 450 ஆம் ஆண்டை அடுத்து வந்த இரு நூற்றாண்டுகளில் மற்றையவை சேர்க்கப்பட்டன. பிற்காலக் கட்டடங்களில், மரக்கட்டடங்களைப் பார்த்து அப்படியே கட்டும் முறை முற்றாகக் கைவிடப்பட்டது. குடைவரைக் கட்டடங்களை ஆக்குவதற்கெனத் தனியான முறை கையாளப்பட்டு அதில்

முன்னேற்றம் ஏற்பட்டது. இம்மண்டபங்களின் சுவர்களிலும், கூரையின் உட்புறங்களிலும், ஏராளமான சுவர்ச்சித்திரங்கள் வரையப்பட்டன. சில சுவர்ச்சித்திரங்கள் பழுதுறாமல் ஏறக்குறைய முன்பு கூறப்பட்ட அதே அழகுடனும், தெளிவுடனும் இப்போதும் காணப்படுகின்றன.

வாகடர்களின் ஆட்சிக்காலத்தில் (ஏறக்குறைய கி.பி. 500) உருவாக்கப்பட்ட இரு விகாரைகளிலும் (இல. 16, 17) தூண்களை உடைய மண்டபங்கள் (பின்சுவர்களில் வழக்கமான கண்ணறைகளும் கோவில் அறைகளும் உண்டு) இருக்கின்றன. இம்மண்டபங்களில் "ஐரோப்பிய பாணி"யில் உட்கார்ந்திருக்கும் (பிரலம்ப பாதம்) புத்தர் சிலை உண்டு. 16 ஆம் இலக்கமுடைய விகாரையிற் காணப்படும் வர்ணச் சித்திரங்களில் உள்ள உருவங்களும், கரையிலுள்ள கட்டட வேலைப்பாடுகளும், குறிப்பிடத்தக்க வகையில் இணைந்து அழகு தருகின்றன. 17 ஆம் இலக்க விகாரையிற் காணப்படும் சித்திரங்கள் புத்தரின் வாழக்கையில் நடைபெற்ற நிகழ்ச்சிகளைக் கதைபோற் கூறுகின்றன. மிக அதிகமாக அழகுபடுத்தப்பட்ட முகப்புடனும், ஏராளமான புத்த உருவங்களுடனும் கூடிய 19 ஆம் இலக்க விகாரை (3 ஆம் படம்) மகாயானச் சிற்பக்கலையின் பெருவளர்ச்சியைக் காட்டுகின்றது. இது ஏறக்குறைய 550 ஆம் ஆண்டு வரையில் ஏற்பட்டதாகக் கொள்ளலாம். ஆரம்ப காலத்திற் கட்டப்பட்ட சைத்தியங்களையும் 7 ஆம் நூற்றாண்டிற் கட்டப்பட்ட சைத்தியங்களையும் தொடுக்கும் பாலம் போன்று இது அமைந்துள்ளது. இச்சைத்தியத்தின் உள்ளே காணப்படும் தூண்கள் செங்குத்தான பள்ளங்களை உடையன் மிகச் சிறப்பாக அலங்கரிக்கப்பட்டுள்ளன. இத்தூண்களின் போதிகைகள் கும்பங்களைக் கொண்டன போன்று இருக்கின்றன. 'கபிலவத்துவுக்குத் திரும்பிச் செல்லுகைஷ என்பது தான் இங்கு வரையப்பட்டுள்ள முக்கியமான சித்திரமாகும். 1-5, 21-6 ஆகியனவே கடைசியாகச் சேர்க்கப்பட்ட கட்டடங்களாகும் (ஏறக்குறைய 600-50 வரை), 'நீலத்தாமரையுடன் கூடிய' அழகான போதிசத்துவரின் சித்திரமும், 'சிபி-சாதகம்', 'பாரசீகர்களின் விருந்து' ஆகியவை உள்ளிட்ட பிரபல சித்திரங்களும் 1 ஆம் இலக்கச் சைத்தியத்திற் காணப்படுகின்றன. 'பாரசீகர்களின் விருந்து' என்பதில், புத்தர்களின் கடவுளான பஞ்சிகா் என்பவரே உண்மையிற் குறிக்கப்படுகின்றார். அஜந்தா ஓவியர்கள் மனிதர் நிற்கும் தோற்றத்தைப் பற்றிப் பூரணமான அறிவு பெற்றிருந்தார்கள். கைகளின் வகைகள், நிலைகள், சைகைகள், அழகுகள் ஆகியவற்றைப் பற்றி அவர்கள் கொண்டிருந்த அறிவு ஆச்சரியப்படத்தக்கது. பல்வேறு மனிதரையும் வரைந்துள்ளார்கள். ஒவ்வொரு இனத்தின் முக்கிய அம்சங்களை விரிவாக ஆராய்ந்து அவற்றை உயர்ந்த முறையில் தன் ஓவியங்களில் கையாண்டுள்ளார்கள். இது அவர்களுடைய தனிப்பாணி என்று கூடச் சொல்லலாம். வெவ்வேறு அசைவுகளுக்குக் காரணமான தூண்டுகோல்கள் சில ஓவியங்களில் நன்கு தொனிக்கின்றன. வர்ணக் கலப்புத்திட்டம் நன்கு குறிப்பிடக் கூடியதாகவும், சுவையானதாகவுமுள்ளது. இத்திட்டத்திலும் பல்வேறு வகைகள் உண்டு. 'இக் குகையில் உள்ள ஓவியங்கள் எத்துணைப் பெருமையும் உறுதியும் வாய்ந்தன என்பதையும், சமய உணர்வையும், எளிமையையும் பொறுத்த

வரை எத்துணை அற்புதமானவை என்பதையும், அவற்றைக் கண்களால் நேரே காணாத ஒருவரால் உணர முடியாது. பல்லாண்டுகாலமாகச் சுய உணர்வுடன் பின்பற்றப்பட்டுவந்த கலைமரபின் விளைவாகவே இந்த எளிமை தோன்றியது'. 'அஜந்தாச் சுவரோவியத்திற் காணப்படும் முக்கிய பொருள் ஒவ்வொன்றும் தனித்தனியாக நுணுகி ஆராயப்படும் தகுதிவாய்ந்தவை', என கிறௌசெற்று என்பவர் குறிப்பிட்டுள்ளார். அஜந்தாச் சித்திரங்களைப் போன்ற சித்திரங்கள், இலங்கையிலுள்ள சிகிரியாவிலும் காணப்படுகின்றன. இவை இரண்டும் ஒரே காலத்தைச் சேர்ந்தவை. சித்தன்ன வாசல் (புதுக்கோட்டை) என்ற இடத்திலுள்ள சமணக்குகைக் கோவிலிலும், திருமலைபுரம் (திருநெல்வேலி மாவட்டம்) என்ற இடத்திலுள்ள குகைக் கோவிலிலும், தஞ்சைப் பெருங்கோவிலின் கருப்பக் கிரகத்தின் உட்புறச்சுவர்களிலும் அஜந்தா ஓவியங்களைப் போன்ற ஓவியங்கள் காணப்படுகின்றன. பின் குறிப்பிட்ட மூன்று இடங்களிலுமுள்ள ஓவியங்கள் அஜந்தாவிலும் பார்க்கச் சில நூற்றாண்டுகளின் பின்பே வரையப்பட்டன. குடைவரைக் கட்டடக்கலை எல்லோராவில், 450-650 காலத்தில் பௌத்தர்களால் ஆரம்பிக்கப்பட்டது. ஆரம்பத்தில் பன்னிரண்டு குடைவரை மண்டபங்கள் கட்டப்பட்டன. இவை இரண்டு உட்பிரிவுகளில் அடங்கும். ஒரு பிரிவு, மற்றைய பிரிவிலும் பார்க்கக் காலத்தால் சற்றுப் பிந்தியது. ஒவ்வொரு கட்டடத்திலும் தியான மண்டபங்களும் குரு மடங்களும் இணைந்துள்ளன. சற்றுப் பிற்பட்ட காலத்தைச் சேர்ந்த பிரிவில், ஏறக்குறைய 50 அடி உயரமுடைய மூன்றடுக்கு மாடிகளையுடைய இரண்டு குருமடங்கள் உள்ளன. இவற்றிற்கு முன்னால் அகன்ற முற்றம் உண்டு. இவை போன்ற கட்டடங்கள் வேறெங்கும் காணப்படவில்லை. சில விகாரைகளில் குடைவரைக் கட்டடக் கலைநுட்பம் மிக உயர்ந்த நிலையிலுள்ளது. இவற்றில் மற்றைய விகாரைகளில் காணப்படுபவற்றை விட, கோடுகள் அதிக நேரானவை ஆகவும், கோணங்கள் அதிக திருத்தமானவையாகவும், மேற்றளம் அதிகம் இயற்கையானதாகவும் உள்ளன. அவுரங்கபாத் என்னும் இடத்தில், நகரத்திற்கு வடக்கே 3 மைல் தொலைவில் கூட்டம் கூட்டமாக மூன்று இடங்களில், பௌத்த கட்டடங்கள் அகழ்ந்து காணப்பட்டுள்ளன. ஓரிடத்தில் ஒரு சைத்தியமும் நான்கு விகாரைகளும் காணப்படுகின்றன. வேறொரு இடத்தில் நான்கு விகாரைகள் உள்ளன. மூன்றாம் இடத்தில், முக்கியத்துவம் இல்லாத மூன்று குகைகள் காணப்படுகின்றன. இவையனைத்தும் ஆறாம் ஏழாம் நூற்றாண்டுகளைச் சேர்ந்தவை. இங்கு காணப்படுகின்ற சில தெய்வச்சிலைகளும் ஆண், பெண் பக்தர்கள் ஆகியோரின் சில சிலைகளும் மிகப் பெரிய அளவில் அமைந்துள்ளன் மிக உறுதியான முறையில் செதுக்கப்பட்டுமுள்ளன. அக்காலத்தில் வாழ்ந்த மக்களையும் அவர்களின் உடைகள், தலையணைகள், ஆபரணங்கள் முதலியவற்றையும் தத்ரூபமாக இவை பிரதிபலிக்கின்றன.

ஐகோவிலும் அதன் சுற்றுப்புறத்திலும் கி.பி. 450 முதல் கி.பி. 650 வரை ஏராளமான அமைப்பு நுட்பமுள்ள கோவில்கள் கட்டப்பட்டன. தென் இந்தியாவின் இந்துக்கோவில் கட்டடக்கலை இவற்றிலிருந்தே ஆரம்பித்ததெனலாம். கோவில்கள் நிறைந்த நகரமாகிய ஐகோவில்

எழுபதிற்குக் குறையாத கோவில்கள் இருக்கின்றன. இங்கே ஆரம்பித்த கட்டடவேலை, அண்மை நகரங்களான பாதாமியிலும் பத்தடக்கலிலும் தொடர்ந்து செய்யப்பட்டது. ஐகோவிலுள்ள இலாத்துகான் என்ற கோவில், 450 ஆம் ஆண்டளவிற் கட்டப்பட்டதெனக் கூறப்படுகின்றது. அதிக உயரமில்லாத, தட்டைக் கூரையையுடைய இக்கோவில் 50 அடி சதுரமுடையது. பிற்காலத்தில், இதன் கூரையில் ஒரு அறையும், முகப்பறையும் கட்டப்பட்டன் சூரியனுக்கு ஒரு தனிக் கோவிலாக இவை விளங்குகின்றன. பிரதான கோவில் மூன்று பக்கங்களிற் சுவரால் மறைக்கப் பட்டுள்ளது. இரண்டு சுவர்களில் அழகிய வேலைப்பாடுகள் நிறைந்த கற்சாளரங்கள் காணப்படுகின்றன. கிழக்குப் பக்கத்திற் சுவர் ஒன்றும் இல்லை. இதுதான் வாயிலாகும். இங்கேயுள்ள திறந்த முகப்பு மண்டபத்தின் தூண்களில் நதித்தெய்வங்களின் (பெண் தெய்வங்கள்) உருவங்கள் உள்ளன. கோவிலின் உட்புறத்தில் உள்ள மண்டபத்தில் 'இருவரிசைகளில் சற்சதுரமான தூண்கள்' – முதலில் ஒரு வரிசையும் அதற்குள்ளே அடுத்த வரிசையுமாக – காணப்படுகின்றன. மத்திய பகுதியில் ஒரு பெரிய நந்தி உண்டு. ஆக அடியிலுள்ள அறை, நாம் எதிர்பார்த்ததைப் போன்று பிரதான மண்டபத்தினின்றும் பிரித்துத் தனியாகக் கட்டப்பட்டதன்று. அம்மண்டபத்தினுள்ளே, அதன் பிற் சுவரிலிருந்து அது கட்டப்பட்டதாகும். ஒரு கோவிலின் நோக்கங்களை நிறைவேற்றுவதற்கு இக்கட்டடத் தோற்றம் போதவே போதாது. மிகச் சிறிய மண்டபமாகவிருந்தது ஒரு கோவிலாக மாற்றப்பட்டிருக்கலாம் எனப் பேசி பிறவுண் கருதுகின்றார். கட்டடத்தின் வெளிப்புறக் கோணங்களில் புடைத்து நிற்கும் தூண்கள், மேலே கூம்பிச் செல்கின்றன. தூணின் 'தலைப்பகுதியில் உள்ள பூவேலைப்பாடமைந்த சட்டம் அணைப்பலகையைத் தாங்கி உள்ளது.' கூரையின் அமைப்பும் நூதனமாகவே உள்ளது. நீளமான மெல்லிய கற்கள், கூரையிலுள்ள பெரிய, தட்டையான கற்களைப் பிணைக்கின்றன. தட்டையான கற்களில் இடப்பட்டுள்ள துளைகளில், இந்த நீளக கறகள பொருததபபட்டுள்ளன.

இலாத்துக்கான் கோவிலிலிருந்து பெரிதும் வேறுபட்டு இருக்கின்றது துர்க்கா கோவில், பிராமண மதக் கோவிலாக, ஒரு பௌத்த சைத்தியத்தை எவ்வாறு மாற்றியமைக்கலாம் என்ற நோக்குடன் செய்யப்பட்ட பரிசோதனைக்கு இதுவும் ஓர் உதாரணமாகும். இக் கோவில் அநேகமாக ஆறாம் நூற்றாண்டிற் கட்டப்பட்டிருக்கலாம். வில்வளைவாகக் கட்டப்பட்ட இக்கோவிலின் (60அடி ஓ 30அடி) கிழக்குப் பக்கத்தில் 24 அடி நீளம் உடைய முகப்பு மண்டபம் உண்டு. ஆகவே இதன் முழு நீளம் 84 அடியாகும். ஓர் உயர்ந்த பீடத்தில் இக்கோவில் கட்டப்பட்டுள்ளது. வார்ப்படங்கள் பல இதில் உண்டு. இக்கோவிற் கூரையின் மேல் நுனி, தரையிலிருந்து 30 அடி உயரத்திலுள்ளது. வில்வளைவிலுள்ள கருப்பக்கிரகத்தின் மேலே ஒரு சிகரம் எழுதுகின்றது. சதுரமான தூண்களிற் பாரமான தாங்கிகளின் மேல், தட்டைக் கற்கள் சாய்ந்த நிலையில் வைக்கப்பட்ட ஒரு விறாந்தையும் உண்டு. இந்த விறாந்தையே இக்கோவிலின் பிரதட்சண வழியாகும்.

வட இந்தியாவில், மூலத்தானத்திற்கு மேல் உள்ள சிகரம் அல்லது கூர்நுதிக் கோபுரம் வில்வளைவு போன்ற உருவமுடையது. ஆனால், தென்

இந்தியாவில் இச் சிகரம் சதுரத்தனங்க ளாலானது. மேலே செல்லச் செல்ல, இத்தளங்களின் அளவு குறைந்து கொண்டே செல்கின்றது. தக்கணத்தில் இந்த இரண்டு அமைப்பு முறைகளும் உபயோகிக்கப்பட்டன. இரண்டு முறைகளையும் ஒன்றாக இணைத்து அமைக்கும் மனப்பான்மையும் சில சந்தர்ப்பங்களிற் காணப்பட்டது. துர்க்கா கோவிலின் சிகரம், அநேகமாகப் பிற்காலத்திற் சேர்க்கப்பட்டதாயினும் வட இந்திய முறையிலேயே அமைக்கப்பட்டது.

துர்க்கா கோவிலும் பார்க்கச் சிறியதும் எளிமையானதுமான உச்சி மல்லி குடி, துர்க்கா கோவிலைப் போன்ற அமைப்பை உடையது. ஆனால், இக்கோவிலில் ஒரு புதிய அமிசமுண்டு பிரதான மண்டபத்திற்கும் பின் அறைக்குமிடையே இருக்கும் முன் கூடம் அல்லது அந்தராலா என்பதுவே இதுவாகும். ஆகக் கடைசியாக ஐகோலிற் கட்டப்பட்ட கோவில்களுள், மேகுடி (634) என்ற இடத்தில் உள்ள சமணக் கோவில் ஒன்றாகும். கோவிற் கட்டடக் கலையில் ஏற்பட்ட பெருவளர்ச்சியை இக்கோவில் காட்டுகின்றது. இக்கோவில், அரைகுறையாகவே கட்டப்பட்டிருக்கின்றது. இதனுடைய உள் மூலத்தானம், பின்சுவருடன் இணையாது, பிரிந்து இருக்கின்றது. பாதாமியிலுள்ள மாலகிட்டி சிவாலயம் என்பதும் ஏறக்குறைய இதே காலத்தைச் சேர்ந்ததாகும். நல்ல அளவும் அமைப்பும் கொண்ட இச்சிறிய ஆலயம் சிறப்பானதோர் இடத்திற் கட்டப்பட்டது.

பாதாமியில் தூண்களையுடைய குடைவரை மண்டபங்கள் நான்கு உள்ளன. இவற்றில் மூன்று இந்துக்களுடையவை் ஒன்று சமணருடையது. இந் நான்கும் ஒரே மாதிரியான அமைப்பையுடையவை. இவை ஒவ்வொன்றும் தூண்களுடைய விறாந்தையும், தூண்களுடைய மண்டபங்களும், மலைப்பாதையில் ஆழமாக வெட்டப்பட்ட சதுரமான கண்ணறையும் உடையன. இவற்றுள் ஒன்று (இல:3) வைணவக் குகையாகும். இது சரியாக 578 ஆம் ஆண்டைச் சேர்ந்தது. அனந்தனின் மேல் உட்கார்ந்து இருக்கும் விட்டுணுவின் உருவமும், நரசிம்மனின் உருவமும் விறாந்தையிற் செதுக்கப்பட்டுள்ளன. குகைகளிலுள்ள வேலைப்பாடுகள், உயர்ந்த தொழில் நுட்பச் சிறப்பு வாய்ந்தவை. சுவரின் மேலே காணப்படும் பல பீடங்கள் ஒவ்வொன்றின் மேலும், பல்வேறு வேடிக்கையான நிலைகளிற் கணங்களின் புடைப்புச் சிற்பங்கள் செதுக்கப்பட்டிருப்பது குறிப்பிடத்தக்கது. இவை தவிர, வேறு எதுவும் முன்பக்கத்தில் இல்லையென்றே கூறலாம். ஆனால் உட்புறத்திலுள்ள ஒவ்வொரு சிறிய வேலையும் கவனமாகவும் அதிக திறமையுடனும் செய்யப்பட்டிருக்கின்றது.

பாதாமியிலிருந்து ஏறக்குறையப் பத்து மைல்களுக்கு அப்பால் இருக்கும் பத்தடக்கல் என்ற இடத்திலுள்ள கோவில்கள் சாளுக்கியருடைய கலை வளர்ச்சியின் அடுத்த நிலையைக் காட்டுகின்றன. வட இந்திய பாணியிற் கட்டப்பட்ட நான்கு கோவில்களும், தென்னிந்திய பாணியிற் கட்டப்பட்ட ஆறு கோவில்களுமாக இங்கே பத்துக் கோவில்கள் இருக்கின்றன. முன்னவற்றுள் பாபநாதர் கோவிலும் (ஏறக்குறைய 680 ஆண்டு) பின்னவற்றுட் சங்கமேசுவரர் கோவில் (ஏறக்குறைய 725 ஆம் ஆண்டு), விருபாட்சர்

கோவில் (ஏறக்குறைய 740 ஆம் ஆண்டு) ஆகியவையும் குறிப்பிடத்தக்கவை. கோவிலின் பல்வேறு பகுதிகளுக்கிடையே எவ்விதமான தொடர்பு இருக்க வேண்டும் என்பதைப் பற்றித் திட்டவட்டமான அறிவு இல்லாத காரணத்தினால், பாபநாதர் கோவில் அமைப்புத் திட்டத்திலும் சரி, மேலேயுள்ள கட்டடங்களிலும் சரி, பலவித குறைபாடுகள் காணப்படுகின்றன. இக்கோவில் 90 அடி நீளமுடையது. ஆனால் இதன் உயரம், இதன் நீளத்திற்கு ஏற்றதாக அமையவில்லை. உண்மையான வட இந்திய பாணியிற் கட்டப்பட்ட இக்கோவிலின் கோபுரம் சிறியதாகவும், வேண்டுமென்றே உரிய அளவிற் கட்டப்படாததாகவும் காட்சியளிக்கின்றது. அந்தரால மண்டபம் மிகவும் பெரிதாக, மிகையாகச் சேர்க்கப்பட்ட ஒரு மண்டபம்போற் காணப்படுகின்றது. முதன் முதலாக இக் கோவிலிலேயே வட இந்திய பாணியையும் தென்னிந்திய பாணியையும் கலந்து கட்டும் முயற்சி எடுக்கப்பட்டதுபோல் தெரிகின்றது. ஆனால் இம்முயற்சி நன்கு வெற்றியளிக்கவில்லை.

விரூபாட்சர் கோவில், இரண்டாம் விக்கிரமாதித்தனின் இராணிகளுள் ஒருவராற் கட்டப்பட்டது. இக் கோயிலின் அமைப்புத்திட்டத்திலும் கட்டப்பட்ட முறையிலும் பெரிய முன்னேற்றம் காணப்படுகின்றது. காஞ்சிபுரத்திலிருந்து வரவழைக்கப்பட்ட கட்டடக் கலைஞர்களே, இம் முன்னேற்றத்திற்கும் பெரிய அளவிற் காரணமாயிருந்திருக்கலாம். இக்கலைஞர்கள், சில பத்து ஆண்டுகளுக்கு முன்னர் பல்லவத் தலைநகரிற் கட்டப்பட்ட கைலாசநாதர் கோவிலைப் பார்த்து அதைப் போன்று விரூபாட்சர் கோவிலையும் கட்டினார்கள். 'விரூபாட்சர் கோவிலின் தோற்றம் முழுவதிலும் ஒருவித சக்திவாய்ந்த அழகு காணப்படுகின்றது. மிக விரிவான அடிப்படையில் எழுந்த திட்டம் இது, பிரதான கட்டடத்தைத் தவிர, முன்னால் நந்தி மண்டபத்தையும் இது கொண்டுள்ளது. இந்த நந்தி மண்டபம் தனித்திருக்கின்றது. இக் கோவிலைச் சுற்றி ஒரு மதிற்சுவர் உண்டு. பொருத்தமான ஓர் இடத்திற் காணப்படும் நுழைவாயில் மூலமாக இக்கோவிலின் உள்ளே செல்லலாம்" எனப் பிறவுண் குறிப்பிடுகின்றார். முகப்புக் மூடத்தில் இருந்து மூலத்தானத்தின் பிற்சுவர் வரை 120 அடி நீளமுடையது. குவனமாக ஆராய்ச்சியுடன் கோவிலின் பல்வேறு பகுதிகள் ஒன்று சேர்க்கப்பட்டுள்ளன. முழுமையாக நோக்கும்போது இக்கோவிலின் தோற்றம் மகிழ்வூட்டுகின்றது. இக்கோவிலில் உள்ள கல்வேலைகளின் மிகுதிப்பாட்டை உயர்ந்த தரமுடைய ஏராளமான சிற்பங்கள் குறைத்துக் காட்டுகின்றன. மண்டபத்தில் இருந்து வேறாக உள்ள மூலத்தானத்தைச் சுற்றி ஒரு பிரதட்சண வழி இருக்கின்றது. தூண்களாலான மண்டபத்தைச் சுற்றித் தடித்த சுவர்களுள. இச் சுவர்களில் துளை போட்ட கற் சாளரங்கள் பொருத்தப்பட்டுள்ளன. மிகத் தெளிவான முறையிற் கட்டப்பட்டுள்ள மாடிகளின் மேற் சதுரமான சிகரம் எழுப்பப்பட்டுள்ளது. மேலேயுள்ள ஒவ்வொரு மாடியும் அதிக உயரமுடையது. சுவரின் வெளிப்புறத்திற் சற்றுப் புடைத்துள்ள தூண்களுக்கிடையே போதிய இடவசதியுடைய அழகிய வேலைப்பாடமைந்த மாடங்கள் உள்ளன. இம்மாடங்களிற் சாளரங்களும் கற்சுவர்களும் ஒன்றைவிட்டு ஒன்று மாறி உள்ளன. சிவன், நாகர்கள், நாகினிகள், இராமாயணக் காட்சிகள் ஆகியவை சிலை உருவிற் காட்சியளிக்கின்றன. "தொடர்ச்சியான, ஆனால்

ஒழுங்குபடுத்தப்பட்ட, அருவி வீழ்வதைப் போன்று, சிற்பங்கள் கட்டடத்துடன் இணைந்து பொருந்தியிருக்கின்றன. கோவிலின் உருவைத் தம் மனத்திரையிற் கண்டு, பின் அதைத் தம் கைவண்ணத்தால் உருவாக்கிய கலைஞர்களின் ஆத்மா, விரூபாட்சர் கோவில் போன்ற பழைமையான கோவில்களிற் சுற்றித் திரிவதை இன்றும் காணலாம்" எனப் பிறவுண் குறிப்பிடுகின்றார். இக்கோவிலிற் கண்மையிலுள்ள சுங்கமேசுவரர் கோவில், இதற்குச் சில ஆண்டுகட்கு முன்னர், பெரும்பாலும் இதே பாணியிற் கட்டப்பட்டதாகும். ஆனால் சங்கமேசுவரர் ஆலயத்தில் ஒரு திறந்த மண்டபம் உண்டு.

கற்களாலும் சுண்ணத்தாலும் கட்டடங்கள் கட்டியெழுப்புவதில் முன்னேற்றம் காணப்பட்டது என்பதனால், குடைவரைக் கட்டடக்கலை கைவிடப்பட்டது என்பது அர்த்தமில்லை. ஒன்பதாம் நூற்றாண்டின் முடிவு வரைக்கும் குடை வரை கட்டடக்கலையும் நன்னிலையில் இருந்தது. 200 ஆண்டுகளுக்கு மேலாகப் பௌத்தர்கள் நிறைந்திருந்த எல்லோராவிலும் பம்பாய்க்கு அண்மையிலுள்ள எலிபந்தா, சல்செத்தி ஆகிய தீவுகளிலும், மிகத் தெற்கேயுள்ள பல்லவ இராச்சியத்திலும், குடைவரைக் கட்டடக்கலையின் கடைசி வெளிப்பாடு தெரிகின்றது. எல்லோராவில், பிராமண மதத்திற்குரிய கட்டடங்களில் (மலையின் மேற்கு வாயிற்கரையில் அரைமைல் நீளத்திற்கு மேல் பரந்திருக்கின்றன) பதினாறு கோவில்களுள்ளன. இவற்றை மூன்று அல்லது நான்கு வகையாகப் பிரிக்கலாம். இவற்றுள் மிக எளிமையான முறையில் அமைக்கப்பட்ட கோவில்களிற் பௌத்த விகாரையின் செல்வாக்குப் பெரிதும் காணப்படுகின்றது. தூண்களுடைய ஒரு முகப்பறையும், அதற்கப்பால் ஒரு கருப்பக்கிரகமும் கொண்டு விளங்குகின்றது இது. தசாவதாரக் குகை இவ்வாறேயிருக்கிறது. இரண்டாவது வகையைச் சேர்ந்த கோவில்களும் முதலாவது வகையைப் போன்றே இருக்கின்றனவாயினும் இவற்றிலுள்ள கருப்பிரகத்தைச் சுற்றி ஒரு பாதை இருக்கின்றது. இராவண-கா-கை, இராமேசுவரம் ஆகிய குகைகளை இரண்டாவது வகைக்கு எடுத்துக் காட்டாகக் கூறலாம்.மூன்றாவது வகையிற் சிலுவை வடிவமுடையதும் ஒன்றுக்கு மேற்பட்ட வாயில்களை உடையதுமான ஒரு மண்டபத்தின் மத்தியில் மூலத்தானம் இருக்கின்றது. எலிபந்தாவிலுள்ள துமாலேனர் கோவிலையும், சல்செத்தியிலுள்ள யோகீசுவரர் கோவிலையும் எடுத்துக்காட்டாகக் கொள்ளலாம். கைலாசநாதர் கோவிலின் மண்டபங்கள், தூண்கள், மூலத்தானம் முதலிய எல்லாமே ஒரு தனி மலைப்பாறையிலிருந்து முழுமையாகக் குடைந்தெடுக்கப்பட்டுள்ளன. இக்கோவில், ஒப்புவமையற்ற ஒரு தனிப்பிரிவில டங்கும். குடைவரைக் கட்டடக்கலையின் அதியுச்ச நிலையை இக்கோவிலில் நாம் காணலாம்.

இவற்றுள், முதலாவது வகையைச் சேர்ந்தவற்றுள், தசாவதாரக் குகையே மிகப் பெரியதும், மிகச் சிறந்த எடுத்துக்காட்டுமாகும். குடைந்தெடுக்கப்பட்ட ஒரு நுழைவாயிற் கூடாகச் சென்றால், ஒழுங்கற்ற உருவமுடைய ஒரு திறந்த முற்றத்தை அடையலாம். இம் முற்றத்தின் மத்தியில் ஒரு கோவில் உண்டு. இக்கோவில் அநேகமாக ஒரு நந்தி மண்டபமாக இருக்கலாம். இதற்கு அப்பால் இரண்டு மாடிகளையுடைய

கோவிலின் முன்பறம் இருக்கின்றது. இங்கே ஒன்றின் மேல் ஒன்றாக, இரு சதுரத்தூண் வரிசைகள் காணப்படுகின்றன. ஒவ்வொரு தளத்திலும் தூண்கள் நிறைந்த மண்டபம் உள்ளது. தூண்கள் பொதுவாக, நீண்ட சதுரப் பக்கங்களும் ஒத்த நேர்கோட்டுருவங்களுமாக அமைந்த இரு முனைகளையும், அலங்கரிக்கப்பட்ட சட்டங்கள் கொண்ட தட்டையான மேற்பகுதிகளையும் உடையன. சுற்றுப் புறச் சுவர்களிற் சற்றுப் புடைத்துள்ள தூண்களினிடையில், சம இடைவெளியுடைய அறைகளில் இந்துப் புராணக் கதைகளின் நிகழ்ச்சிகளைக் குறிக்கும் பாரிய சிலைகள் பொருத்தப்பட்டுள்ளன. இவற்றிற்கு ஆதாரச் சட்டமாக அமையும்படியாகவே கட்டடங்கள் கட்டப்பட்டுள்ளன. ஒரு பக்கத்திலுள்ள சிலைகள் பெரும்பாலும் வைணவ மதத்தைச் சேர்ந்தவையாகவும், மறுபக்கத்திலுள்ள சிலைகள் முழுவதும் சைவ மதத்தைச் சேர்ந்தவையாகவும் இருக்கின்றன. இச்சிலைகளுள் மிகச் சிறந்தது இரணியகசிபுவின் மரணத்தைக் காட்டுவதாகும்.

இரண்டாவது பிரிவைச் சேர்ந்த இராவண-கா-கை கோவிலும், இராமேசுவரக் கோவிலும், மிக எளிமையான அமைப்புத்திட்டம் உடையவை. இராவண-கா-கையிலுள்ள ஒரே கல்லான கருப்பக்கிரகத்திற்குச் செல்லும் வாயிலின் இருமருங்கிலும், இரண்டு துவாரபாலர்கள் உட்பட, பல உருவச் சிலைகள் செதுக்கப்பட்டுள்ளன. கருப்பக்கிரகத்தின் உள்ளே துர்க்கையின் உடைந்த சிலையொன்றுள்ளது. தூண்களாலான மண்டபத்தின் சுவர்களிற் சற்றுப் புடைத்துள்ள தூண்களுக்கிடையிலுள்ள வெளிகளில் நன்கு வரையப்பட்ட புடைப்புச் சிற்பங்களுள. தெற்குச் சுவரிலுள்ளவை சைவசமயத்தைச் சேர்ந்தவை. வடக்குச் சுவரிலுள்ளவை வைணவ மதத்தைச் சேர்ந்தவை. இராமேசுவரக் குகையிலுள்ள கருப்பக்கிரகத்தில் ஒரு இலிங்கம் உண்டு. இரண்டு பாரிய துவாரபாலர்கள் இதைக் காவல் புரிகின்றனர். இக்குகையின் எல்லாப் பகுதிகளிலும் ஏராளமான சிற்பங்கள் செதுக்கப்பட்டுள்ளன. பெண்களின் உருவங்களை, அவர்கள் நிற்கும் நிலையின் கவர்ச்சியையும் இயற்கையாகவுள்ள சிற்றின்ப ஈடுபாட்டு அழகையும் உணர்ந்து செதுக்கியுள்ளார்கள்.

மூன்றாவது வகைக் கட்டடங்களுக்கு எல்லோராவில் ஒரே ஒரு எடுத்துக்காட்டாக விளங்குவது துமாலேனா் குகைக் கோவிலாகும். முன்னால் ஒன்றும், இருபக்கக் கட்டடங்களில் ஒவ்வொன்றுமாக மூன்று நுழைவாயில்கள் இதற்குள்ளன. பரப்பளவிலாயினுஞ்சரி, பல்வேறு பகுதிகளின் அளவிலாயினுஞ்சரி, இது முன்கூறிய வகைகளிலும் பார்க்கப் பெரியதாகும். மூன்று வெவ்வேறு திசைகளிலிருந்து, ஒளி இதனுள்ளே நுழைவதால் மற்றையவற்றிலும் பார்க்க அதிக அழகுடையதாக இக்குகை தோன்றுகின்றது. இந்த இலேனாவின் மத்தியில் ஒரு பெரிய மூலத்தானம் உண்டு. படிகளின் மூலம் ஏறிச் செல்லும் நான்கு நுழைவாயில்கள் இம் மூலத்தானத்திற்குண்டு. பெரிய துவார பாலர்கள் ஒவ்வொரு நுழைவாயிலிற்கருகிலும் இருந்து மூலத்தானத்தைக் காக்கின்றனர். பிரதானமண்டபம், மூலத்தானம் வரை சென்று மூலத்தானத்தின் ஒரு பகுதியைச் சுற்றியிருக்கிறது. 150 அடி நீளம், 50 அடி அகலமுடைய இந்த நீள்சதுர மண்டபம் ஐவைந்து தூண்கள் கொண்ட இரண்டு தூண் வரிசைகளினால் மூன்றாகப் பிரிக்கப்பட்டுள்ளது. நடுப்பகுதி

பக்தர்கள் கூடும் இடமாகவும் மற்றவையிரண்டும் போக்குவரத்திற் குரிய விறாந்தைகளாகவும் உள்ளன. பிரதான நுழைவாயிலிலுள்ள இரண்டு தூண்களும் இந்தத் தூண்வரிசைகளில் அடங்கும். பிரதான மண்டபத்தின் இருமருங்கிலும் இருக்கும் பக்க மண்டபங்கள் பக்கத்திலுள்ள இரு நுழைவாயில்கள்வரை செல்கின்றன.பக்க நுழைவாயிலிலிருந்து கோவில் வரையுள்ள அகலமும் ஆழமும் ஒரே அளவினதாயுள்ளன. இம்மூன்று நுழைவாயில்களும் அகலமானவையாகவும் தூண்களையுடையவையாகவும் இருக்கின்றன. பல படிகளைத் தாண்டியே இவற்றை அடையலாம். இப்படிகளின் இரு மருங்கிலுமுள்ள பீடங்களின் மேல் முன்னங்காலகளை நிமிர்த்தி உட்கார்ந்திருக்கும் சிங்கங்கள் இப்படிகளைக் காத்து நிற்கின்றன. இக்கோவிலினுள்ளே காணப்படும் தூண்கள் மிகப் பெரிய அளவுடையன. அவை 15 அடி உயரமும், கீழ்ப்பாகத்தில் 5 அடி அகலமும் உடையன. இத்தூண்களின் மேற்பாகம் அழகிய வேலைப்பாடுடைய மெத்தை போன்றிருக்கின்றது.

இந்த மூன்றாவது வகைக் கட்டடங்களுக்கு எடுத்துக்காட்டாகப் பம்பாய்க்கு அண்மையிலுள்ள எலிபந்தாத் தீவிலும் ஒரு கோவில் உள்ளது. பல வகையில் இது துமாலேனா் கோவிலை ஒத்திருந்த போதிலும் அளவிற் சற்றுச் சிறியதாகவே இருக்கின்றது (130 அடி நீளமும் 129 அடி அகல(மு)முடையது), ஆனால் சிற்பங்களைப் பொறுத்தவரையில், எலிபந்தாக்குகை, இதைப்போன்ற மற்றைய குகைகளிலும் பார்க்கச் சிறந்து விளங்குகின்றது. இவற்றுள்ளும் சிறப்பாகப் பிற்சுவரிலுள்ள சிற்பங்களைக் குறிப்பிடலாம். சற்றுப் புடைத்த தூண்களாற் பிரிக்கப்பட்ட பெரிய சதுரமான மூன்று இடுக்குகள் இங்கு காணப்படுகின்றன. ஒவ்வொரு தூணிலும் ஒரு பெரிய துவாரபாலரின் உருவம் உண்டு. இடப்பக்கத்திலுள்ள இடுக்கில் ஆண், பெண் வடிவம் ஒன்றாய் அமைந்த சிவபெருமானின் அா்த்தநாரி உருவம் காணப்படுகின்றது. வலப்பக்கத்திலுள்ள இடுக்கிற் சிவன், பாா்வதி ஆகியோரின் உருவச் சிலைகள் உள்ளன. நடுவிலுள்ள இடுக்கிலே தான் மூன்று தலைகளையுடைய மிகப் பெரிய உருவம் ஒன்று காணப்படுகின்றது. பல காலமாக இச்சிலை திரிமூர்த்தி என அழைக்கப்பட்டு வந்தாலும் உண்மையில் இது மகேசுவரன் சிலையே. பிரமிப்பூட்டும் இச்சிலையைப் பற்றிக் கிறெசெற்று என்பாா் பின்வருமாறு குறிப்பிடுகின்றாா். ஒரே ஆளின் இம் மூன்று முகங்களும் எவ்வித பெரும் முயற்சியுமின்றி இசைவிக்கப்பட்டுள்ளன. தெய்வத்தத்துவத்தைச் சடப்பொருள் மூலம் காட்டுபவற்றுள் இந்த உருவத்தைப் போன்று சக்தி வாய்ந்ததும் சரியான அளவுடையதுமான உருவம் உலகம் முழுவதிலுமுள்ள மற்றெந்தக் கலாரூபத்திலும் இல்லை. மனித கரங்களால் ஆக்கப்பட்ட பல தெய்வங்களை வணங்கும் மதத்தினரின் கடவுளின் மிகச் சிறந்த உருவம் இது என்பதற்கையமில்லை. "கோபமும் பொறுப்பும் நிரம்பிய இவ்வாய், புலன்களின் உணா்ச்சியைச் சிறப்பாக வெளிக்காட்டுகின்றது. இன்ப ஏரியைப் போன்றிருக்கும் உதடுகளின் ஓரத்தில், துடிக்கும் உன்னதமான நாசித்துவாரங்கள் குஞ்சம் போன்றிருக்கின்றன" என மிகச் சிறந்த கவிதை நடையில் உரொடின் என்பவா் இச்சிலையைப் புகழ்ந்து பாராட்டியுள்ளாா். வாழ்க்கையின் உற்சாகம்

மிகுந்த சக்தி, ஒழுங்காக இசைவிக்கப்பட்ட முறையில் தன்னை வெளிப்படுத்தும் அகில உலகிற்கும் பொருத்தமான மகிழ்ச்சிப் பேரொலி, மற்றெந்தச் சக்தியையும் விட மேலான சக்தியின் பெருமை, எல்லாப்பொருட்களிலும் காணப்படும் தெய்வீகத் தன்மையின் இரகசியப் புகழ்ச்சி ஆகியவை எல்லாம் இத்துணை தெளிவான முறையில் வேறெங்கும் வெளிக்காட்டப்படவில்லை.

சல்செத்தியிலுள்ள யோகீசுவரி (ஏறக்குறைய 800 ஆம் ஆண்டு) ஆலயம் இதே பாணியிலமைந்ததாயினும் மற்றையவற்றிலும் பார்க்க அளவிற் பெரியது. அதனுடைய நீளம் 250 அடியாகும். .இந்த நீளச் சிறப்பைவிட வேறு எவ்விதமான சிறப்பு அம்சங்களும் இக்கோவிலில் இல்லை.

கடைசி வகையைச் சேர்ந்த கோவில்களுக்கு ஒப்பற்ற எடுத்துக்காட்டாகத் திகழ்வது எல்லோராவில் உள்ள ஒரேகல்லினாலான கைலாசநாதர் கோவிலாகும். இராட்டிரகூட மன்னனான முதலாம் கிருட்டிணனின் காலத்தில் இது குடையப்பட்டது. பொது அமைப்புத் திட்டத்தைப் பொறுத்தவரையில், இக்கோவில் பத்தடக்கலிலுள்ள விருபாட்சர் கோவிலை ஒத்திருக்கின்ற தாயினும், பின்னதின் அளவிலும் பார்க்க் இரு மடங்கு பெரியது. பிரதான கட்டடம், முன் நுழைவாயில், இவை இரண்டிற்கும் இடையேயுள்ள நந்திகோவில், முற்றத்தைச் சுற்றியுள்ள வளைவுக்கூரை மண்டபம் என இக்கோவிலை நான்கு பிரிவுகளாகப் பிரிக்கலாம். முற்றத்தின் பக்கங்களில் மேலும் சில அறைகள் குடைந்தெடுக்கப்பட்டுள்ளன. இவை சற்றுப் பிந்திய காலத்திற் குடையப்பட்டவையாக இருக்க வேண்டும். முற்றத்தின் வடக்குப் பக்கத்தில் உள்ள பெரிய, தூண்களையுடைய மண்டபம் இலங்கேசுவரம் என அழைக்கப்படுகின்றது. கோவிலின் நுழைவாயில், மேற்குத் திசையில் அமைந்துள்ளது. பிரதான கட்டடம் 150 அடி நீளமும் 100 அடி அகலமும் உடையது. கட்டடத்தின் உயர்ந்த பக்கமாக, குறிக்கப்பட்ட இடைவெளியுடன், வெளியே நீட்டப்பட்டுள்ள பகுதிகள் காணப்படுகின்றன. 25 அடி உயரத்தில் போதுமான அளவுடன் உயரமும் கூடிய பீடத்தின் மேலும் கீழும் வார்ப்பட உருவங்கள் காணப்படுகின்றன. மத்திய பகுதியில் யானைகளும், சிங்கங்களும் கொண்ட மிகச் சிறப்பான வரிசைகள் காணப்படுகின்றன. கட்டடத்தை இம்மிருகங்களே தாங்குவதைப்போன்று தோன்றுகின்றது. பேசி பிறவுண் அவர்களின் வருணனையை அப்படியே எடுத்துத் தருவதிலும் பார்க்கச் சிறப்பான ஒரு பணியை நாம் செய்ய முடியாது.

இப்பீடத்தின்மேல் உயரமாக நிற்பதுதான் பிரதான கோவிலாகும். மேற்குப் புறத்தில் உள்ள இக்கோவிலில் தூண்களுடைய ஒரு முகப்பு மண்டபம் உள்ளது. பலபடிகளின் மூலம் ஏறியே இம்முகப்பு மண்டபத்தை அடையவேண்டும். இம்முகப்பு மண்டபம் அமைப்பதிலே கலைஞர்கள் தம் கைவரிசையை மிகச் சிறப்பாக காட்டியிருக்கின்றார்கள். மண்டபம், விமானம் ஆகியவற்றைச் சேர்த்துக் கட்டும் பண்டைய மரபை இவர்கள் மீறியதாக வெளிப்படையாகத் தெரியவில்லை. தெளிவாகவும், நுட்பமாகவும் ஆக்கப்பட்ட மேற்சுவர் விளிம்புகள், சுவரிலிருந்து சற்றுப் புடைத்த சதுரத் தூண்கள்,

மாடங்கள், தோரண வாயில்கள் போன்ற கட்டட அம்சங்கள் ஒழுங்காகவும் கலைப்பண்புடனும் இணைக்கப்பட்டிருப்பது மேலான திறமையைக் காட்டுகின்றது. இவையனைத்திற்கும் மேலே கம்பீரமான மூன்று அடுக்குக் கோபுரம் காணப்படுகின்றது. இக்கோபுரம் வெளியே நீட்டிக் கொண்டிருக்கும் முக்கோண வடிவமான முகப்பும், குடை போலக் கவிந்த கூரையும் உடையது. இதன் முழு உயரம் 95 அடியாகும். இது மட்டுமல்ல இன்னும் சிறப்பான பல அம்சங்கள் உண்டு. விமானத்தின் அடித்தளத்தில் மேடைக்கு மேலே உள்ள அகலமான வெளியில், ஐந்து புனிதத்துணைப் பீடங்கள் பாறையிலிருந்து குடையப்பட்டுள்ளன. இவை பிரதான புனித பீடத்தைப் போன்று, ஆனால் சிறிய அளவில், சிறப்பாகக் குடையப்பட்டுள்ளன. கோவிலின் உள்ளே தூண்களுடைய ஒரு மண்டபத்திலிருந்து கண் அறை வரை ஒரு தலைவாயில் உண்டு. பொருத்தமான நீளம் உடைய இம்மண்டபம் 70 அடி நீளமும் 62 அடி அகலமும் உடையது. மண்டபத்தின் உள்ளே ஒவ்வொன்றும் நான்கு சதுரத்தூண்கள் கொண்ட நான்கு தூண் வரிசைகள் உள்ளன. தூண்கள் அமைக்கப்பட்டிருக்கும் ஒழுங்கு மத்தியிற் சிலுவையுருவான ஒரு உட்பாதையை உண்டாக்குகின்றது. மிக உன்னதமான ஓர் விளைவை இது ஏற்படுத்துகின்றது என்கிறார் பிறவுண்.

கட்டடத்தின் ஏனைய பகுதிகளுள், நந்தி பீடத்திற்கு இருமருங்கிலும் காணப்படும் 51 அடி உயரமான இரண்டு துவசத்தம்பங்கள் குறிப்பிடத்தக்கவை. மிகச் சிறந்த கலைப்படைப்பாகத் திகழும் இவை, தென்னிந்திய பாணியில் தூண்கள் கட்டும் கலையின், ஒரு முக்கியமான நிலையைக் குறிக்கின்றன. கோவில் முழுவதையும் அழகுபடுத்தும் சிற்பங்கள் சிறப்பாக அமைந்து கோவிலின் புகழுக்கும், பெருமைக்கும் சிகரம் வைத்தாற் போன்று விளங்குகின்றன. கைலாசமலையைப் பெயர்ப்பதற்கு இராவணன் முயற்சி செய்யும் காட்சியைச் சிலையுருவிற் காட்டியிருப்பது விசேடமாகக் கவனிக்கத்தக்கது.

எல்லோராவில் ஐந்து சமணக் குகைகள் குடையப்பட்டுள்ளன. இவை அனைத்தும் அநேகமாக ஒன்பதாம் நூற்றாண்டைச் சேர்ந்தவையாக இருக்கலாம். இவற்றுள் மூன்றுமட்டுமே குறிப்பிடத்தக்கவை. ஒன்று கைலாசக் கோவிலின் பிரதியைப் போன்றுள்ளது. கைலாசக் கோவிலிலும் பார்க்க நான்கிலொரு பகுதி அளவுடைய இது, சிறிய கைலாசம் என அழைக்கப்படுகின்றது. இந்திர சபா, சகந்நாத சபா என்ற மற்றைய இரண்டும் இருமாடிகளுடையவை. அவற்றுள் இந்திர சபா அதிகம் பெரியதும், அதிக சிறப்புடையதுமாகும். இதன் மேல் மாடியில் உள்ள சிற்பங்களும், நான்கு பக்கங்களிலும் கட்டடங்கள் அமைந்த ஒரு முற்றத்தின் மூன்று பக்கங்களையும் உள்ளடக்கி அழகாக இருமாடிகளாகக் கட்டப்பட்ட இதன் முகப்பு மண்டபமும் குறிப்பிடக்கூடிய அம்சங்களாகும்.

அரங்கமகால் என்று அழைக்கப்படும் கோவிலின் இரண்டாம் மாடியின் முகப்பு ம்ண்டபத்தின் உட்புறக் கூரையிற் சுவர்ச்சித்திரங்கள் இருப்பதைக் காணலாம் (இக்கோவிலின் உட்புறம் முழுவதையும் ஒரு காலத்தில் வர்ணச் சித்திரங்கள் அழகுபடுத்திய காரணத்தால், அரங்கமகால் என்ற பெயர்

ஏற்பட்டிருக்கலாம்). இந்தச் சித்திரங்கள் இருவேறு காலப் பகுதியைச் சேர்ந்தவை. குகை குடையப்பட்டகாலமாகிய எட்டாம் நூற்றாண்டைச் சேர்ந்தவை சில சித்திரங்கள். மற்றையவை மிகப்பிற்பட்ட காலத்தைச் சேர்ந்தவை. பிற்காலப் படலம் முன்னதை ஓரளவிற்கு மூடிமறைக்கின்றது. ஆனால் இது தரத்திற் குறைந்தது. முதற்காலப் பிரிவைச் சேர்ந்த வர்ணச் சித்திரங்கள் அஜந்தாச் சித்திரங்களைப் போன்றுள்ளன. இவ்வண்ணச் சித்திரங்களுள் மனிதர்களைப் போன்ற கருடர்களால், மேகங்களுக்கூடாக விட்டுணுவும், இலட்சுமியும் சுமந்து கொண்டு வரப்படும் சித்திரத்தையும், கொம்புடைய சிங்கத்தின் மேல் ஒருவர் சவாரி செய்யும் சித்திரத்தையும், கந்தர்வர்கள் சோடி சோடியாக முகில்களுக்கிடையே நீந்தும் சித்திரத்தையும், மற்றும் யானைகள், மீன்கள் நிறைந்த தாமரைக் குளங்களையும் அடையாளம் கண்டு கொள்ளலாம். இச்சித்திரங்களின் தன்மை அஜந்தாபாணிச் சித்திரங்களினின்றும் பெரிதும் வேறுபட்டுள்ளது. மத்திய காலக் குஜராத்திப் பாணியை இவை ஒத்திருக்கின்றன.

தென்னாட்டிற் குடைவரைக் கட்டடக் கலைக்கும், கற்கட்டடக்கலைக்கும் பல்லவர்கள் பாலம் அமைக்கின்றனர். தென்னிந்தியக் கலைவரலாற்றிற் பல்லவர்களின் கட்டடக்கலையும், சிற்பக்கலையும் ஒளிவிடும் அதிகாரங்களாக மிளிர்கின்றன. முதற்படி முழுக்க முழுக்கக் குடைவரைக் கட்டடங்களாகவே இருந்தது. இதனை இரண்டு பிரிவாகப் பிரிக்கலாம். செங்கற்கள், மரம், உலோகம், சுண்ணாம்புக்கலவை முதலியவற்றை உபயோகிக்காது கற்றளிக்கோவில்கள் கட்டிப் புகழ் அடைந்த I ஆம் மகேந்திரவர்மனின் ஆட்சிக்காலத்தில் எழுப்பப்பட்ட தூண்களுடைய மண்டபங்கள் ஒருபிரிவில் அடங்குவன. இவற்றைப் போன்று, ஆனாற் சற்று விரிவான முறையிற் கட்டப்பட்ட மண்டபங்களும், ஒரே கற்பாறையிற் செதுக்கப்பட்ட இரதங்களும் இரண்டாவது பிரிவில் அடங்குவன. இவையனைத்தும் முதலாம் நரசிம்மவர்மன் மாமல்லனாலும் அவனை அடுத்தாண்ட அரசர்களாலும் கட்டப்பட்டவையாகும். மகேந்தரனாற் கட்டப்பட்ட மண்டபங்கள் அதிக வேலைப்பாடற்ற, எளிமையான தூண்கள் நிறைந்த மண்டபங்களாகும். இவற்றின் பிற்பக்கச் சுவரில் ஒன்று அல்லது ஒன்றிற்கு மேற்பட்ட கருப்பக்கிரகங்கள் உண்டு. முன் முகப்பின் பிரதான அம்சம், ஒவ்வொன்றும் 7 அடி உயரமுடைய தூண் வரிசையாகும். இத்தூண்களின் நடுப்பகுதி சதுரவடிவானது. இச்சதுரப் பகுதியின் மேலும் கீழும் இரண்டடி உயரமுடைய பக்கங்கள் உண்டு. நடுப்பகுதியின் முனைகள் சாய்வாக அமைக்கப்பட்டுள்ள படியால் அது எட்டு மூலையுடையதைப் போன்று தோற்றமளிக்கின்றது. பாரமான ஒரு தாங்கியின் மேல், தூணின் மேற்பாகம் இருக்கின்றது. ஆரம்பகாலத்திற் கட்டப்பட்ட கட்டடங்களின் (மண்டகப்பட்டு, திருச்சினாப்பள்ளி) தூண்களுக்கு மேல் விளிம்பு இருக்கவில்லை. சற்றுப் பிற்பட்டகாலத்தில் ஒரு சுருளான வார்ப்படம் சேர்க்கப்பட்டது. இத்தகைய தூண்கள் பல்லாவரத்திற் காணப்படுகின்றன. இன்னும் பிற்பட்ட காலத்திற் கட்டப்பட்ட கோவில் தூண்களின் மேல்விளிம்பில், இடையிடையே கூடு என்ற புதிய அலங்கார உருவம் காணப்படுகின்றது. இது உண்மையிற்

பௌத்த சைத்தியங்களில் உள்ள சாளரத்தைப் போன்று அமைந்த சிறிய ஒரு பகுதியே. மோகல்ராசபுரத்தில் இத்தகைய கூடு வகையைக் காணலாம்.

உத்தவல்லி (குண்டூர் மாவட்டம்) என்ற இடத்தில் உள்ள அனந்தசயனரின் குடைவரைக் கோவிலும், பைரவகொண்டா (வடஆற்காடு மாவட்டம்) என்ற இடத்தில் உள்ள கோவில்களும் மகேந்திரனின் ஆட்சியின் இறுதிக் காலத்திற் கட்டப்பட்டன. முன்பு கூறப்பட்ட கோவில்கள் எளிமையான அமைப்பை உடையன. ஆனால் இந்த இரண்டு கோவில்களும், முன்னையவற்றி லிருந்து சிறிது மாறுபட்டவையாக உள்ளன. உந்தவல்லியில் உள்ள கோவில் அநேகமாக ஒரு பௌத்த விகாரையைப் போலக் கட்ட எடுக்கப்பட்ட முயற்சியின் பயனாக இருக்கலாம். இது நான்கு அடுக்குகள் கொண்டது. ஒவ்வொரு அடுக்கிலும் தூண்கள் கொண்ட மண்டபங்கள் உள. முழுக் கட்டடத்தின் உயரம் 50 அடியாகும். ஐபரவ கொண்டா என்ற இடத்தில் உள்ள தூண்களின் அமைப்பிலேதான், ஒரு தனிப்பல்லவ பாணியை நாம் காணக்கூடியதாக இருக்கின்றது. தூணின் கீழ்ப்பகுதியில் ஒரு சிங்கமும், மேலேயுள்ள அகன்ற இடத்தில் ஒரு சிங்கமும் தூணுடன் சேர்த்து இணைக்கப்பட்டுள்ளன. மாமல்லனின் பெயரால் அழைக்கப்படும் இரண்டாவது வகைக் கட்டடங்களின் தூண்களில் இந்த அமைப்பு முறை இன்னும் அதிக கலைச்சிறப்புடனும் ஒழுங்குடனும் கையாளப்பட்டுள்ளது. இப்போது உபயோகிக்கப்படாத துறைமுகப் பட்டினமாகிய மாமல்லபுரம் (மகாபலிபுரம்) என்ற இடத்தில்தான் மாமல்லனின் கட்டடங்கள் அனைத்தும் இருக்கின்றன. இப்பட்டினம் சென்னைக்கு 32 மைல் தெற்கே உள்ள பாலாற்றின் முகத்துவாரத்தில் அமைந்துள்ளது. 100 அடி உயரமும், தெற்கில் இருந்து வடக்கே அரைமைல் நீளமும் கால்மைல் அகலமும் கொண்ட ஒரு கருங்கல் மலையிலும் இதற்குத் தெற்கேயுள்ள ஒரு சிறுமலைக் கற்பாறையிலும் பல்லவ சிற்பிகள் தமது கைவண்ணத்தைக் காட்டிக் கலைவண்ணம் மிளரச் செய்தனர். அரசாங்க மாளிகைகளும், அங்காடிகளும், பண்டக சாலைகளும் நிறைந்த மாமல்லபுரம் சுறுசுறுப்பும், பரபரப்பும் நிறைந்த ஒரு துறைமுகமாக இருந்திருக்கவேண்டும். விரைவிற் சிதைந்து அழிந்து விடக்கூடிய பொருட்களாற் கட்டப்பட்ட மதச்சார்பற்ற கட்டடங்கள் எல்லாம் இப்போது அழிந்துபோய்விட்டன. சமய நோக்கத்துடன் இயற்கையான மலையில் இருந்து குடைந்தெடுக்கப்பட்ட மண்டபங்களும் சிற்பங்களும் இப்போதும் காணப்படுகின்றன. பொருட்களைச் சேகரித்து மற்றைய நாடுகளுக்கு விநியோகஞ் செய்யும் தென்னிந்தியத் துறைமுகங்களில் ஒன்றாக மாமல்லபுரம் விளங்கியது என்பதிலும் இங்கிருந்து பரவிய கலாசாரத்தின் செல்வாக்கு இந்தோசீனம், இந்தோனேசியா முதலிய நாடுகளில் இருந்த இந்துக் குடியேற்றக்காரரின் கலையை உருவாக்கியது என்பதிலும் சிறிதும் ஐயமில்லை.

பாலாற்றில் இருந்து தண்ணீர் எடுத்துத் துறைமுகத்தின் பல்வேறு பகுதிகளுக்கும் விநியோகஞ் செய்வதற்கென நன்கு திட்டமிடப்பட்ட அமைப்பு முறை இருந்தது என்பதற்குரிய தெளிவான அடையாளங்கள் இப்போது காணப்படுகின்றன. 'அருச்சுனனின் தவம்' எனப் பல காலமாக அழைக்கப்பட்டு வந்த 'கங்காதீர்த்தத்தின் இறக்கம்' என்ற குறிப்பிடத்தக்க திறந்தவெளிச்

சிற்பத்திற்கும், முன்சொன்ன அமைப்பு முறைக்கும் இடையில் ஒரு நெருங்கிய தொடர்பு இருந்தது என்று கருத இடம் உண்டு. கடலை எதிர்நோக்கி உள்ள மலைச்சாரலிற் புடைப்புச்சிற்பமாகச் செதுக்கப்பட்ட இச்சிற்பம் ஏறக்குறைய 30 யார் நீளமும் 23 அடி உயரமும் உடையது. மலைப்பாறையின் மத்தியில் இயற்கையாக ஏற்பட்ட ஒரு பிளவில் நீர்வீழ்ச்சி ஒன்றுண்டு. இந்நீரில் நாகர்கள், நாகினிகள் கூட்டமாக விளையாடுகின்றார்கள். புனித நீரின் குறியீடாக இது அமைந்துள்ளது. இருமருங்கிலும் தெங்வங்கள், மனிதர்கள் ஆகியோரதும் பலவகையான மிருகங்களினதும் சிலைகள் செதுக்கப்பட்டுள்ளன. பிளவை பார்த்துக்கொண்டு அல்லது பிளவை அணுகிக்கொண்டு பக்தி செலுத்தும் பாவனையில் இச்சிலைகள் அனைத்தும் அமைந்துள்ளன. 'நாம் இங்கே காண்பது ஒரு பெரிய படமாகும் இது ஒழுங்கான முறையிற் கற்களில் தீட்டப்பட்ட ஒரு சுவர்ச் சித்திரமாகும். இதன் அமைப்புமுறை, நேர்மையான தூண்டுகையினாற் பல்வகை உயிர்களையும் நன்மை தரும் நீரைச் சுற்றி ஒன்றுசேர்க்கும் திறன், இயற்கையின் மீதுள்ள தூய்மையான ஆழமான பற்று, ஆகியவற்றால் இப்புடைப்புச் சிற்பம் மிக மிக உயர்ந்த கலைப்படைப்பாக விளங்குகின்றது' என கிறெளசெற்று கூறுகின்றார். இந்நீர்வீழ்ச்சியின் இடப்பக்கத்தில் உள்ள ஒரு சிறு கோவிலில், நிற்கும் தோற்றத்திற் சிவபெருமானின் உருவச்சிலை காட்சி அளிக்கின்றது. இக்கோவிலின் முன்னால், பகீரதனின் மெலிந்த சிலையொன்று தலைகுனிந்து வணங்கும் பாவனையிற் காணப்படுகின்றது. கைகளை மேலே உயர்த்தித் தவம் செய்யும் பகீரதனின் உருவம் கோவிலின் மேலே இருக்கின்றது. சிற்பங்களாகச் செதுக்கப்பட்ட மிருகங்களுள், பிரசித்தி பெற்ற யானைகளின் சிலைகளும், பகீரதன் தவம் செய்யும் நிலையை அப்படியே பின்பற்றிய நிலையில் இருக்கும் உருத்திராடசப் பூனையும், பூனையை நம்பி அதன் கால்களில் விளையாடிக் கொண்டிருக்கும் சுண்டெலிகளும், 'எதிரே இடதுகரைப் பக்கத்தில் உள்ள குகை வாயிலில், தன் பின்னங்காலால் மூக்கைச் சொறியும் பாவனையில் நிற்கும் கலைமானை' நோக்கிய வண்ணம் நிற்கும் ஒரு சோடி மான்களும் அடங்கும். வட்டமான ஓரிடத்திற் செதுக்கப்பட்டுள்ள குரங்குக் குடும்பத்தின் சிலை உயிருள்ளதாகவும், அதிக ஆச்சரியத்தை ஊட்டுவதாகவும் உள்ளது. இச்சிலையிற் 'பெண்குரங்கிலுள்ள பேன்களை ஆண்குரங்கு எடுக்க, பெண்குரங்கு தன் குட்டிகளுக்குப் பாலூட்டிக் கொண்டிருக்கின்றது. மாமல்லபுரத்திலுள்ள பிரதான குன்றின் பல்வேறு பகுதிகளிலும் மாமல்லனின் பாணியில் அமைக்கப்பட்ட பத்து மண்டபங்கள் உள்ளன. மகேந்திரனின் காலத்திய எளிமையான பாணியிலிருந்து அதிக முன்னேற்றம் ஏற்பட்டதை இம்மண்டபங்கள் அனைத்தும் வெளிக்காட்டிய போதிலும், பொதுப்பண்பிலும் விகிதாசாரத்திலும், ஏறக்குறையப் பழையமாதிரியே இருக்கின்றன. இவற்றுள் ஒன்றாவது பெரிய கட்டடமாக அமையவில்லை. பொதுவாகச் சொல்லப்போனால் அவற்றின் அளவுகள் பின்வருமாறு : கட்டடத்தின் முகப்பு 25 அடி அகலமும் 15-20 அடி உயரமும் (கருப்பக்கிரகம் உட்பட) 25 அடி ஆழமும் உடையது தூண்கள் 9 அடி உயரமும், அவற்றின் மிக அகலமான பகுதி 1-2 அடியும் உடையவை கருப்பக்கிரகங்கள் நீள் சதுரமானவை ஒவ்வொரு பக்கமும் 5-10 அடி கொண்டவை. கட்டடத்தின் பிரதான அம்சம்

தூண்களாகும். தூண்களின் மேல் சுருட்டப்பட்டுள்ள விளிம்பின் முன்பகுதி கூடுகளால் அலங்கரிக்கப்பட்டுள்ளது. ஒன்றுவிட்டொன்று நீளமும், இடையில் சிறியதுமாகச் சிற்றுருவிலமைந்த புனிதபீடங்களைக்கொண்ட ஒரு கைப்பிடிச்சுவர், விளிம்பின் மேல் இருக்கின்றது. உட்புறத்திற் புராணநிகழ்ச்சிகளை விளக்கும் சிற்பங்களை வைப்பதற்கு, சுவரிலிருந்து சற்றுப் புடைத்த தூண்களும் வார்ப்படங்களும் நல்ல சட்டங்களாக அமைந்துள்ளன. மற்றவற்றிலும் பார்க்க அதிக திருத்தமாகக் கட்டப்பட்ட, மகிடாசுர மண்டபத்தின் வெளிப்புறத்திலுள்ள தூண்களும் வராக மண்டபத்தின் வெளிப்புறத்திலுள்ள தூண்களும் வராக மண்டபத்தின் முகப்பிலுள்ள தூண்களும் ஈடிணையற்ற கவர்ச்சியுடனும் அழகுடனும் விளங்குகின்றன. ஆனால் மகிடாசுர மண்டபத்தின் சிங்கத் தூண்களான உள் தூண்வரிசைகள் இரண்டுமே எல்லாவற்றிலும் மிகச் சிறந்தவையாகும். செங்குத்தான பள்ளம் உடைய நடுப்பகுதி, அழகாக அமைந்த கழுத்துப்பகுதி (தடி), ஷமுலாம் பழம்' போன்ற அழகிய மேற்பகுதி (கும்பம்), இதற்கு மேலேயுள்ள தாமரைப் பூப்போன்ற உருவம் (இதழ்), அகன்ற மணிச்சட்டம் (பலகை) ஆகிய எல்லாம் மிக அழகான முறையில் இணைந்து பல்லவ 'பாணி'க்குச் சிறந்த எடுத்துக்காட்டாகவுள்ளன. வராக, வாமன் அவதாரங்களும், சூரியன் துர்க்கை, கசலட்சுமி, சிம்மவிட்டுணுவும் அவனுடைய இராணியும், மகேந்திரவர்மனும் அவனுடைய இராணியும் - வராகக் குகையிற் புடைப்புச் சித்திரங்களாகச் செதுக்கப்பட்டிருப்பதைக் காணலாம். மாமல்லபுரச் சிற்பங்களுள் இவை குறிப்பிடத்தக்கவை. ஒருவித நிச்சயத்தன்மையும், தெளிவான ஒரு நாடகக் காட்சியைப் போன்ற தோற்றமும் இச்சிற்பங்களின் குணவிசேடம் எனக் கொள்ளலாம். இத்தகைய குணவிசேடங்களை, மகிட மண்டபத்தில் உள்ள அனந்தன் என்ற நாகத்தின்மேல் விட்டுணு பள்ளிகொள்வதைக் குறிக்கும் புடைப்புச் சிற்பத்திலும், எருமையாக்கனாகிய மகிடனுடன் துர்க்கை சண்டை செய்வதைக் குறிக்கும் புடைப்புச் சிற்பத்திலும், பஞ்சபாண்டவர் மண்டபத்தில் கோவர்த்தன மலையைக் கிருட்டிணர் தூக்கும் காட்சியைக் குறிக்கும் புடைப்புச் சிற்பத்திலும் நாம் பார்க்கலாம்.

குடைவரை மண்டபங்கள் பாண்டிய நாட்டில் இருந்தன என்பதையும் இச்சந்தர்ப்பத்தில் நாம் கூற வேண்டும். இம்மண்டபங்கள் அதிக கவனத்துடன் ஆராயப்படவில்லையாயினும், இவை பல்லவர்களின் மண்டபங்கள் கட்டப்பட்ட காலத்தையே சேர்ந்தவை ஏறக்குறையப் பல்லவ பாணியிலேயே கட்டப்பட்டவையுமாகும். மதுரைக்கண்மையிலுள்ள திருப்பரங்குன்றத்திற் காணப்படும் மண்டபத்தைச் சிறந்த எடுத்துக்காட்டாகக் கூறலாம். இம்மண்டபத்தின் சுவர்களிற் சிற்பங்கள் உள்ளன. நியாயமான அளவிலமைந்த, மத்திய காலப்பகுதியிற் கட்டப்பட்ட சுப்பிரமணியர் கோவிலின் பின்னால் மறைக்கப்பட்டிருக்கும் இம்மண்டபம் இக்கோவிலின் கருப்பக்கிரகமாக விளங்குகின்றது. வேறு இடங்களிலும் குடைவரை மண்டபங்களின் முன்னாற் கோவில்கள் கட்டப்பட்டதாகத் தெரிகின்றது. செங்கற்பட்டு மாவட்டத்திலுள்ள சிங்கப் பெருமாள் கோவிலை எடுத்துக்காட்டாகக் கொள்ளலாம்.

ஏழு பகோடாக்கள் என அழைக்கப்படும் தனிப்பாறையிற் குடைந்தெடுக்கப்பட்ட இரதங்கள், மண்டபங்களின் பாணியிலேயே

அமைந்திருந்தபோதிலும், மரத்தாலான கோவில்களின் பிரதியைப் போன்று அவை விளங்குவது வெளிப்படையாகவே தெரிகின்றது. மாக்கோவிற் காணப்படும் ஒவ்வொரு சிறிய நுட்பமான வேலைப்பாடும், அப்படியே கருங்கல்லில் இம்மியும் பிசகாமற் செய்யப்பட்டிருக்கின்றது. எந்தவொரு இரதத்தின் உட்புற வேலையும் பூரணமாக நிறைவேற்றப் படவில்லை. அவ்விரதங்கள் எப்போதாயினும் உபயோகிக்கப்பட்டனவாவென்பதுந் தெரியவில்லை. எல்லாமாக எட்டு இரதங்கள் இங்குள்ளன. தெற்குப் பக்கத்திலுள்ளவை திரௌபதி, அர்ச்சுனன், வீமன். தருமராசன், சகாதேவன் ஆகியோரின் பெயர்களாலும், வடக்கிலும் வடமேற்கிலும் உள்ளவை கணேசர், பிடாரி, வளையான் குட்டை ஆகியோரின் பெயர்களாலும் அழைக்கப்படுகின்றன. இந்த இரதங்கள் நடுத்தரமான அளவுடையன. இவற்றுள் ஒன்றாவது 42 அடி நீளத்திற்கும் 35 அடி அகலத்திற்கும் அல்லது 40 அடி உயரத்திற்கும் மேற்பட்டதாக இல்லை. கூரையால் வேயப்பட்ட கட்டடத்தின் பிரதியைப் போன்றுள்ள திரௌபதி இரதம் வெறும் கண்ணறையாகவே காட்சியளிக்கின்றது. இதன் அடித்தளத்திற் சிங்கமும், ஆனையும் ஒன்றுமாறி ஒன்றாகக் காட்சியளிக்கின்றன. மற்றைய இரதங்கள் எல்லாம் விகாரை அல்லது சைத்தியத்தின் பிரதிகளாகும். விகாரை பாணியில் அமைந்தவை கூர்நுதிக் கோபுர உருவில் இருக்கின்றன. தருமராச இரதம் இதற்கு மிகச் சிறந்த எடுத்துக்காட்டாகும். இது மத்தியிற் சிறிய சதுரமான ஒரு மண்டபத்தையும், கீழே தூண்கள் கொண்ட விறாந்தைகளையும், மேலே கூர்நுதிக் கோபுரம் போன்ற சிகரத்தையும் உடையது. இதன் அடித்தளத்திற் பல சிங்கார வேலைப்பாடுகள் உள. சிங்க உருவிலமைந்த தூண்கள் கொண்ட இதன் முகப்பு, இதன் தோற்றத்தை மேலும் அழகுபடுத்துகின்றது. 'இப்படியான ஒரு திட்டம், தன்னளவிலே சக்தி வாய்ந்த ஒரு படைப்பாக மட்டுமன்றி, மனத்திற்கு இன்பமூட்டும் உருவங்களும், கலை வேலைப்பாடுகளும் நிறைந்த ஒரு களஞ்சியமாகவும் காணப்படுகின்றது. இன்னுமதிக ஆற்றலுடைய தன்மைகள் இங்கே நிறைந்திருக்கின்றன' என்கிறார் பிறவுண் என்பார்.

பீம, சகாதேவ, கணேச இரதங்களின் அமைப்பு சைத்திய பாணியிலுள்ளது. செவ்வக வடிவமான இவை இரண்டு அல்லது இரண்டிற்கு மேற்பட்ட அடுக்குகளையும் நுனியில் முக்கோண வடிவுடைய பீப்பாபோன்ற கூரைகளையுமுடையவையாகும். சகாதேவ இரதம் வில்வளைவு போன்றது. பிற்காலப் பல்லவரின் கோவில்களிலும் ஆரம்பகாலச் சோழரின் கோவில்களிலும் இத்தகைய உருவிற் கூரைகள் அமைக்கப்பட்டிருந்தன. சோழர் கோவில்களின் இத்தகைய கூரையை கசப்பிரிட்டம் (யானையின் முதுகு) எனச் சிறப்பாகக் குறிப்பிட்டார்கள். நீளப் பக்கத்திலமைந்துள்ள தூண்கள் பொருந்திய முகப்பு மண்டபத்தின் மூலம் கணேச இரதத்தின் உள்ளே செல்லலாம். இந்த இரதங்களில் செவ்வக அமைப்பு, மேலே போகப் போக அளவிற் குறைந்து செல்லும் அடுக்குகள், கூம்பிய முடி (கவசங்கள்), முக்கோண வடிவிலமைந்த மேற்புறம் ஆகியவற்றைத் தாங்கிய பீப்பா போன்ற கூரைகள் முதலியன பிற்காலத்திற் கோவில்களின் நுழைவாயிலிற் கட்டப்பட்ட கோபுரங்களுக்கு வழிவகுத்திருக்கலாம். எல்லா இரதங்களும் சைவ சமயப் பண்புடையவையாகவே இருக்கின்றன. இவற்றிலுள்ள சிற்பங்களின் தரம்,

மண்டபங்களிலுள்ள சிற்பங்களின் தரத்தை ஒத்துள்ளன. மனிதர்களும் தெய்வங்களும் மிகவும் கவர்ச்சிகரமான முறையிற் செதுக்கப்பட்டுள்ளன. மிருகங்களின் உருவங்கள் மிகத் திறமாகக் காணப்படுகின்றன. தெய்வச் சிலைகள் நான்கு கரங்களையுடையவையாகவும், துவாரபாலர்கள் இரு கரங்கள் மட்டும் கொண்டவையாகவும் காணப்படுகின்றன. தனிப்பாறைகளிற் கோவிலைக் குடைந்தெடுக்கும் இவ்வேலை ஏதோ ஒரு காரணத்தினால் அரைகுறையாகவே விடப்பட்டுள்ளது. பல்லவக் கட்டடக் கலையின் இரண்டாவது படியை நாம் பார்க்கும்போது முழுக்க முழுக்கக் கல்லாற் கட்டப்பட்ட கோவில்களையே காண்கின்றோம்.

இக்கற்கோவில்கள் இரு பிரிவிலடங்கும். ஒரு பிரிவைச் சேர்ந்த கோவில்கள் இராசசிம்மனாற் (ஏறக்குறைய 700-800) கட்டப்பட்டவை. மற்றப்பிரிவைச் சேர்ந்தவை நந்திவர்மனாற் (800-900) கட்டப்பட்டவை. மாமல்லபுரத்திலுள்ள கடற்கரை ஆலயம், ஈசுவா ஆலயம், முகந்த ஆலயம் ஆகியவையும் பனமலை (தென் ஆற்காடு மாவட்டம்) என்ற இடத்திலுள்ள ஒரு கோவிலும், காஞ்சிபுரத்திலுள்ள கைலாசநாதர் கோவிலும், வைகுந்தப் பெருமாள் கோவிலும் முதற்பிரிவிலடங்கும். இவற்றுட் காலத்தால் மிகவும் முற்பட்டது கடற்கரைக் கோவில்தான் என்பதிற் சந்தேகமில்லை. காற்று, கடல்நீர், கடற்கரைமணல் ஆகியவற்றின் தாக்குதலுக்கு உட்பட்டிருக்கின்றபோதிலும் இக்கோவில் பழுதுறாமல் இன்றுவரையும் பழைய மெருகுடன் இருப்பது, இக் கோவில் உறுதிவாய்ந்த முறையில் நன்கு கட்டப்பட்டுள்ளது என்பதையே நிரூபிக்கின்றது. இக் கோவிலின் அமைப்பு முறை அசாதாரணமானதாகவே இருக்கின்றது. இதனுடைய மூலத்தானம் கடலைப் பார்த்தபடி, கிட்டத்தட்டக் கடல் நீரின் விளிம்பில் அமைந்திருக்கின்றது. ஆகவே இதனுடன் சேர்ந்த மற்றைய பகுதிகள் இதற்குப் பின்னாலேயே அமைந்துள்ளன. பிரதான கட்டடத்தைச் சுற்றிப் பெரியதொரு சுற்றுமதில் காணப்படுகின்றது. இம்மதிலின் மேற்குப் புறத்திற் கோவிலின் நுழைவாயில் உண்டு. இக்கோவில் கட்டிமுடித்ததன்

பின் ஏற்பட்ட ஒரு நினைவினாற்போலும் இதன் மேற்கு அந்தத்தில் மேலும் இரண்டு சிறிய கோவில்கள் கட்டிச் சேர்க்கப்பட்டுள்ளன. இவற்றுள் ஒரு கோவிலுக்கு விமானம் உண்டு. முதன் முதலாகப் பார்ப்பவர்கள் இதையே பிரதான நுழைவாயிலாகக் கருதிவிடுவார்கள். அதிகப்படியான இந்த இரு கோவில்களும், இரு விமானங்கள் கொண்ட கடற்கரைக் கோவிலின் அசாதாரண, ஆனால் அதே வேலையிற் பார்ப்பதற்கு அழகான, அமைப்பிற்குப் பெரிதும் காரணமாக விளங்குகின்றன. (குடைவரைக் கட்டட முறையிலிருந்து கல்லாற் கட்டும் முறைக்குக் கைமாறியது என்பதைத் தவிர) தர்மராச இரதத்திலிருந்து தர்க்க ரீதியாக ஏற்பட்ட வளர்ச்சியே இக்கோவில் என்பது தெளிவாகின்றது. குடைவரைக் கட்டட முறையிலிருந்து கல்லாற் கட்டப்படும் முறைக்குக் கைமாறியது என்பதைத் தவிர அதே வேளையில் குறிப்பாக விமானங்களைப் பொறுத்தவரையில் விகாரையைப் போன்று அமைப்பதைக் கைவிட்டு ஒரு புதிய இலகுவான, அதிக லயமுடைய கோபுரத்தைக் கட்டுவதற்குக் குறிப்பிடக்கூடிய முயற்சி எடுக்கப்பட்டது என்பதும் உண்மையே.

சுவரிலிருந்து சற்றுப் புடைத்து நிற்கும் தூண்களின் கரையிற் செய்யப்பட்ட சிங்க வேலைப்பாடுகளில் அதிக வளர்ச்சி ஏற்பட்டது. "கட்டியக்காரரைப் போன்று நிமிர்ந்து நின்று, திராவிட முறையிலமைந்த தூணின் மேற்பாகத்தைத் தாங்கும் சிங்கம், ஒவ்வொரு கோணத்திலிருந்தும் வெளியே தெரியும்படி நிற்கின்றது. கட்டடத்தின் கீழ்ப் பகுதி முழுவதிலும் சமமான இடைவெளிகளுடன் சிங்கத்தின் உருவங்கள் பொறிக்கப்பட்டுள்ளன," எனக் கடற்கரைக் கோவிலைப் பற்றிச் சிறப்பாகக் குறிப்பிட்டுள்ளார். பிறவுண், வெளியே அடைக்கப்பட்ட பகுதியில், ஆழமற்ற வாவிகள் இருந்தன. நீர்க்குழாய்கள் மூலம் இவற்றிற்குத் தண்ணீர் கொண்டு வரப்பட்டது. வாவிகள் நிரம்பியபின் மேல்மிச்சமான நீர் கடலிற்குக் கொண்டு சேர்க்கப்பட்டது. கம்பீரமாகத் தோற்றமளிக்கும் சுற்றுமதிலன் கைப்பிடிச் சுவரின் மேல், படுத்திருக்கும் எருதுகளின் உருவங்கள் வைக்கப்பட்டன. மதிலின் வெளிப்புறத்தே, சற்றுப் புடைத்த நிலையிற் சிங்கங்களின் உருவங்கள், நெருங்கிய இடைவெளிகளுடன் காணப்பட்டன. மேற்குப்பக்கத்திலிருந்த, மிகச் சிறப்பாக அழகுபடுத்தப்பட்ட நுழைவாயிலின் மூலம் மண்படத்திற்குட் செல்லலாம். ஆனால் இப்போது மண்டபத்தின் அத்திவாரம் மட்டுமே காணப்படுகின்றது.

கடற்கரைக் கோவிலிற்குச் சில காலத்தின் பின் கட்டப்பட்டது காஞ்சிபுரத்திலுள்ள கைலாசநாதர் கோவில். இக்கோவிலின் பெரும்பகுதி இராசசிம்மனின் ஆட்சிக்காலத்திற் கட்டப்பட்ட போதிலும், இராசசிம்மனின் மகனாகிய மகேந்திரவர்மனே இதைப் பூரணமாக்கினான். ஆரம்ப உருவில், இக் கோவில் கூர்நுதிக் கோபுரம் போன்ற விமானத்தையுடைய மூலத்தானத்தையும், அதற்கு முன்னால் தூண்கள் நிரம்பிய ஒரு மண்டபத்தையும் கொண்டிருந்தது. மூலத்தானமும் மண்டபமும் தனித்தனியாக ஒரு நீள்சதுரமான வெளியில் இருந்தன. இந்த நீள்சதுர வெளியைச் சுற்றி, கண்ணறையுள்ள உயரமான மதிற் சுவர் இருந்தது. பல நூற்றாண்டுகளின் பின் மூலத்தானமும் மண்டபமும் ஓர் அர்த்த மண்டபம் மூலம் ஒன்றாக இணைக்கப்பட்டன. இந்த இணைப்பு அவற்றின் அழகைக் கெடுத்துவிட்டது. இங்கே காணப்படும் துணைக்கோவில்களை விட்டுப்பார்த்தால் மூலத்தானமும் விமானமும், தர்மராச இரதம் போன்று அமைந்துள்ளதைக் காணலாம். மூலத்தானத்தின் ஒவ்வொரு மூலையிலும் ஒரு துணைக் கோவிலும், வாயிற் பக்கம் தவிர்ந்த மற்றைய மூன்று பக்கங்களின் மத்தியில் ஒவ்வொரு துணைக் கோவிலுமாக மொத்தம் ஏழு துணைக்கோவில்கள் இங்குள்ளன. முழுக்கோவிலின் அழகையும் இவை மிகுவிக்கின்றன. பல்லவபாணியின் பிரதான அம்சங்களெல்லாம் மிகச் சிறப்பாகவும் கவர்ச்சியாகவும் இங்கே இணைக்கப்பட்டுள்ளன. சுற்று மதிலில் உள்ள வர்ணச் சித்திரங்களின் அடையாளங்கள் காணப்படும் கண்ணறைகள், 'குடை' போலக் குவிந்த முனையுடைய சுவரின் அமைப்புமுறை, மண்டபத்திலுள்ள உறுதிவாய்ந்த தூண்கள், இவற்றில் மிக நெருக்கமாகவுள்ள சிங்கப் புடைப்புக்கள் ஆகிய எல்லாம் போற்றக்கூடிய முறையில் ஒன்று சேர்க்கப்பட்டுள்ளன. கடற்கரைக் கோவிலிலுள்ள விமானத்தை விட இங்குள்ள விமானம் அதிக முன்னேற்றத்தைக் காட்டுகின்றது. இது அளவிற் பெரிதாகவும், சிறந்த

விகிதாசாரமுடையதாகவும் இருக்கின்றது. மகேந்திரவர்மேசுவரம் என்ற பெயருடைய ஒரு பரந்த துணைக்கோவிலின் பக்கங்களிலுள்ள வெளிகளே கைலாசநாதர் கோவிலின் முற்றத்திற்குச் செல்லும் நுழைவாயில்களாக இருக்கின்றன. துணைக்கோவிலிருந்தே பெரிய கோவிலின் கோபுரம் தொடங்குவதைப்போன்ற எண்ணம் ஏற்படக்கூடிய விதத்தில் மகேந்திரவர்மேசுவரம் கட்டப்பட்டுள்ளது. கைலாசநாதர் கோவிலைக் கட்டிய கலைஞர்கள் நன்கு சிந்தனை செய்தபின்பே கட்டடத்திற்கு வேண்டிய பொருட்களைத் தெரிவு செய்தனர்போலத் தெரிகின்றது. பெரிய பாரத்தைத் தாங்கக்கூடிய முறையில், கருங்கல்லால் இக் கோவிலின் அடித்தளம் அமைந்துள்ளது. சிற்பங்கள் கொண்ட கட்டடத்தின் மேற்பகுதி முருகைக் கற்களாலானது. காலத்தின் கொடூரத்தினால் பல திருத்த வேலைகள் செய்ய வேண்டிய அவசியம் ஏற்பட்டது. ஆனால் இத்திருத்தங்கள் பகுத்தறிவுடன், நுட்பமாகச் செய்யப்படவில்லை.

மிக நிறைவுற்ற நிலையிலுள்ள பல்லவக் கட்டடக் கலைக்கு எடுத்துக்காட்டாகத் திகழ்வது வைகுந்தப்பெருமாள் ஆலயம் என்று கூறலாம். கைலாசநாதர் கோவிலைவிட இது சற்றுப் பெரியது. இதன் வளைவுக் கூரை மண்டபங்கள், முகப்புமண்டபம், மூலத்தானம் ஆகிய முக்கிய பகுதிகள் தனித்தனியாக இராது நல்லமுறையில் இணைக்கப்பட்ட ஒரு கட்டடம் போன்றிருக்கின்றன. இதன் மூலத்தானம் ஏறக்குறைய 90 அடிச் சதுரமாகும். இதன் முற்பகுதி கிழக்கே 20 அடி வரை நீட்டப்பட்டு, ஒரு முகப்பு மண்டபமாக விளங்குகின்றது. இக் கோவிலைச் சுற்றி உயரமானதொரு சுற்றுமதிலுண்டு. இம்மதிலின் வெளிப்புறத்தின் கரை முழுவதும் எளிமையான, ஆனால் நன்கு கவரக்கூடிய வேலைப்பாடுகளால் அலங்கரிக்கப்பட்டுள்ளது. மதிலின் உள்ளேதான் பக்தர்கள் நடந்து செல்லக்கூடிய வெளியுண்டு. இவ்வெளியின் மேல் வளைவுக் கூரையிருக்கின்றது. சிங்கமுகத் தூண்வரிசைகளும் இங்கு உண்டு. பல்லவ வரலாற்றின் முக்கிய நிகழ்ச்சிகளைக் குறிக்கும் சிலாரூபங்கள் இத்தூண்களிலுள்ளன. முகப்பு மண்டபம் 22½ அடிச் சதுரமானது. கூரையின் உட்புறத்தை எட்டுத் தூண்கள் தாங்குகின்றன. முகப்பு மண்டபத்தையும் விமானம் மேலேயுள்ள நீள்சதுரமான அறையையும் முன்கூடம் ஒன்று இணைக்கின்றது. விமானத்தின் அமைப்பு 47 அடிச் சதுரமானதாக இருக்கின்றது. ஆனால் நிலத்திலிருந்து 60 அடி உயரம் வரை விமானம் இருக்கின்றது. விமானத்தில் நான்கு மாடிகள் உண்டு. "ஒவ்வொரு மாடியின் வெளிப்புறத்தையும் சுற்றி ஒரு வழியும், மத்தியில் ஒரு அறையும், சுற்றிச் சுற்றிச் செல்வதற்காக இவற்றுள் இரண்டைச் சுற்றி ஒரு நடைபாதையும் உண்டு."

பல்லவக் கட்டடங்களின் இரண்டாவது பிரிவாகிய நந்திவர்மன் பிரிவிற் பெரும்பாலும் சிறிய கோவில்களேயுள்ளன. இதற்கு முன் உள்ள காலப்பகுதியிற் கட்டப்பட்ட கோவில்களின் அமைப்பிலிருந்து எவ்வித முன்னேற்றத்தையும் இவை காட்டவில்லை. காஞ்சிபுரத்திலுள்ள முத்தேசுவரர், மதங்கேசுவரர் ஆலயங்கள், செங்கல்பட்டிற்கு அண்மையில் உரகடம் என்ற இடத்திலுள்ள வாடாமல்லீசுவரர் ஆலயம், அரக்கோணத்திற்கண்மையில்

திருத்தணியிலுள்ள வீரட்டானேசுவரர் ஆலயம், குடிமல்லம் (இரேணிகுண்டாவுக்கு அருகில்) என்ற இடத்திலுள்ள பரசுராமேசுவரம் ஆகியவையே பிரதான எடுத்துக்காட்டுகளாகும். இவைகளுட் காலத்தால் முந்தியவை, காஞ்சிபுரத்திலுள்ள இரு கோவில்களுமே. நுழைவாயிலிலுள்ள இவற்றின் முகப்பு மண்டபத்தை இரண்டு தூண்கள் தாங்குகின்றன. இப்பிரிவைச் சேர்ந்த ஏனைய நான்கு கோவில்களும், வில்வளைவு போன்று கட்டப்பட்டன. மாமல்லபரத்திலுள்ள சகாதேவ இரதத்தை இவை பின்பற்றியிருக்கலாமெனத் தெரிகின்றது. ஆட்பரமற்று, அடக்கமான முறையிற் காட்சியளிக்கம் இக்கோவில்கள், பல்லவ ஆதிக்கத்தின் வீழ்ச்சிக்குச் சான்று பகிர்கின்றன. அமராவதி மரபைக் காத்து வளர்த்து, கடல் கடந்த நாடுகட்கெல்லாம் பரப்பிய பெருமை பல்லவர்களைச் சார்ந்ததே. காலப்போக்கில் இக்கடல் கடந்த நாடுகளில் தோன்றிய நினைவுச் சின்னங்கள், தாய் நாட்டின் மிகச் சிறந்த சாதனைகளையும் விஞ்சிவிட்டன.

கோவிற் கட்டட மரபைப் பொறுத்தவரை சோழர்கள், பல்லவ மரபின் வாரிசுகளாக இருந்து அதைத் தொடர்ந்து கையாண்டார்கள். அவர்கள் தம் இராச்சியம் முழுவதிலும் எண்ணற்ற கற்கோவில்களைக் கட்டினார்கள். ஆனால் பத்தாம் நூற்றாண்டின் முடிவுரை கட்டப்பட்ட கட்டடங்கள் பெரிய கட்டடங்களாக இருக்கவில்லை. பதினொராம் நூற்றாண்டின் முற்பகுதியிற் கட்டப்பட்ட மகத்தான கட்டடங்களைப் போலல்லாது, இக்கட்டடங்கள், குறைந்த திறமையையும், அவ்விடங்களுக்குரிய கட்டடக் கலையின் வளர்ச்சியையுமே குறிக்கின்றன. ஆரம்பகாலச் சோழர்களின் கட்டடங்கள் இன்றும் புதுக்கோட்டை மாவட்டத்தில் நல்ல முறையிற் பாதுகாக்கப் பட்டுள்ளன. மிகப் பெருந்தொகையான இத்தகைய கட்டடங்களை இங்கே நாம் காணலாம். பிற்காலப் பல்லவர்களின் கட்டடப்பாணி, படிப்படியாக வளர்ந்து சோழர் கட்டடப்பாணியாக மாறியது. இம்மாற்றத்தின் பல்வேறு கட்டங்களை இக்கோவில்கள் எமக்கு நன்கு எடுத்துக் காட்டுகின்றன.இவற்றுள், நார்த்தாமலையிலுள்ள விசயாலய-சோழீசுவரம் என்ற கோவில்தான் நமது கவனத்தை முதலிற் கவர்கின்றது. இக்காலப்பகுதியின் முதலாவது சோழ அரசனாக விருந்த விசயாலயனின் ஆட்சிக் காலத்திலேயே இக்கோவில் அனேகமாகக் கட்டப்பட்டிருக்கக் கூடும். மேற்கு நோக்கி அமைந்த இக்கோவில், ஆரம்பகாலச் சோழர் பாணியின் மிகச் சிறந்த எடுத்துக்காட்டுகளுள் ஒன்றாக விளங்குகின்றது. இக்கோவிலின் அமைப்பு, அசாதாரணமானதாக இருக்கின்றது. சதுரமான பிரகாரத்தின் உள்ளே வட்டமான கர்ப்பக்கிரகம் ஒன்றுண்டு. கர்ப்பக்கிரகத்துக்கும் பிரகாரத்திற்கும் மேலேயுள்ள விமானம், மேலே போகப் போக அளவிற் குறைந்திருக்கம் நான்கு அடுக்குகளைக் கொண்டுள்ளது. விமானத்தின் மேலேயுள்ள நான்காவது மாடி வட்டமாகவும் மற்றைய மூன்றும் சதுரமாகவும் உள்ளன. இவை எல்லாவற்றிற்கும் மேலே குமிழி போன்ற சிகரமும், அதற்கு மேலே வட்டமான கலசமும் காணப்படுகின்றன. கோவிலின் முன் பக்கத்தில் மூடுமண்டபம் ஒன்றுண்டு. சோழர்' முறை 'க்கெனத் தனிச் சிறப்பாயமைந்த அம்சங்கள் பொருந்திய சுவரிலிருந்து சற்றுப் புடைத்த தூண்களிலுள்ள அழகிய வேலைப்பாடுகள் சுற்றுமதிலின் வெளிப்புறத்தை அலங்கரிக்கின்றன. சுவர்களில் மாடங்கள் எதுவும் காணப்படவில்லை. சுவரின்

வளைக்கப்பட்ட மேல்விளிம்பின் கீழுள்ள கரைப்பகுதியில், பூதங்களின் உருவம் செதுக்கப்பட்டுள்ளது விளிம்பை மனிதத் தலைகளும் மிருக உருவங்களும் கொண்ட கூடுகள் அழகுபடுத்துகின்றன. சுவரின் மூலைகளிற் சுருள்களையுடைய அலங்கார வேலைப்பாடுகள் உள்ளன. விளிம்பிற்கு மேலேயுள்ள நாடா போன்ற பகுதியிற் சிங்கங்களின் (யாளர்கள்) உருவங்கள் உள. இவை, மூலைப்பகுதியில் மகரத்தின் தலையாக உருமாறுகின்றன. கூரையின் உட்புறத்திலுள்ள கைப்பிடிச்சுவரிற் சிறு கோவில்கள் (பஞ்சாங்கள்) காணப்படுகின்றன. மூலையிலுள்ள இச்சிறு கோவில்கள் சதுர வடிவாகவும் மற்றையவை நீள் சதுரமாகவும் இருக்கின்றன. விமானத்தின் கீழ்ப்பகுதிகளிலுள்ள மாடிகளிலும் பஞ்சாங்கள் காணப்படுகின்றன. முன்னுள்ள மண்டபத்தின் தூண்கள் பல்லவ பாணியிலேயே, அடிப்பாகமும் நுனிப்பாகமும் சதுரமாகவும், மத்திய பாகம் எண்கோண வடிவாகவும் அமைந்துள்ளன. சுருள் வேலைப்பாடுகளைத் தாங்கும் போதிகைக் கட்டையில், சற்று உயர்த்தப்பட்ட, வேலைப்பாடற்ற, நடுத்தர அளவிலான அகலக்கோடு போன்ற ஒரு பகுதியுண்டு. பிரதான நுழைவாயிலின் மேற்புறத்தில், நுட்பமாகச் செதுக்கப்பட்ட பூ வேலைப்பாடுகள் உண்டு. இதற்கு இருமருங்கிலுமுள்ள 5 அடி உயரமான மாடங்களில், நுழைவாயிலின் பக்கம் பாதி திரும்பிய உடம்பும் நேர்ப்பார்வையும், ஒரு காலின்மேல் மறுகாலை வைத்த தோற்றமுமுடைய இரு துவாரபாலர்கள் காணப்படுகின்றனர். பல்லவர்களின் கட்டடங்களிற் காணப்படுவதைப் போன்று இத்துவாரபாலர்களும் இரண்டு கையுடையவர்களாகவே உள்ளனர். பிரதான கோவிலைச் சுற்றியுள்ள ஒரு வெளியில், உள்ளே பார்த்தபடி ஏழு சிறிய துணைக் கோவில்கள் உள்ளன. கல்லாற் கட்டப்பட்ட இவையனைத்தும், முக்கிய அம்சங்களிற் பிரதான கோவிலை ஒத்திருக்கின்றன. பிரதான கோவிலைச் சுற்றி ஏழு அல்லது எட்டுத் துணைக்கோவில்களை அமைப்பது ஆரம்பச் சோழர் காலத்திற்குரிய சிறப்பு அம்சமாகும். கண்ணனூரில் (புதுக்கோட்டை), முதலாம் ஆதித்தனின் காலத்திற் கட்டப்பட்ட பாலசுப்பிரமணியர் கோவிலும் இதே பாணியில் அமைந்ததாகும். ஆனால் இங்கே கோவிலின் கூரையிலுள்ள நான்கு மூலைகளிலும், விமானத்தில் சிகரத்தின் கீழுள்ள பகுதியிலும் நந்திகளுக்குப் பதிலாக யானைகளின் உருவங்களே உள்ளன. இங்கே சுப்பிரமணியரின் வாகனமாக விளங்குவது யானையே.

கும்பகோணத்திலுள்ள நாகேசுவரர் கோவில் என்ற அழகான சிறிய கோவில் ஏறக்குறைய இதே காலத்தையும் பாணியையும் சேர்ந்தது. இதன் வெளிச்சுவரிலுள்ள மாடங்களிற் காணப்படும் சிற்பங்கள் இக்கோவிலின் குறிப்பிடத்தக்க அம்சமாகும். கர்ப்பக்கிரகத்தின் மேற்குப்பக்கத்திலுள்ள மாடங்களின் மத்திய மாடத்தில் அர்த்தநாரித் தெய்வத்தின் உருவச்சிலையுண்டு. இதேபோல் வடக்கே பிரம்மாவின் உருவச்சிலையும் தெற்கே தட்சணாமூர்த்தியின் உருவச்சிலையுமுளள. மற்றைய மாடங்களில், உயிருள்ளவர்களின் அளவில் அமைந்த ஆண் பெண் உருவங்கள் புடைப்புச் சிற்பங்களாகவுள்ளன. மிக ஆழமாக இவை செதுக்கப்பட்டிருக்கும் காரணத்தினால், இவை முப்பரிமாணமுடையனவாகக் காணப்படுகின்றன. அழகு நிறைந்த தோற்றத்துடன் காணப்படும் இவை, கோவிலுக்கு நன்கொடை

கொடுத்தோரதோ, அக்காலத்து அரசகுமாரர்கள், அரசகுமாரிகள் ஆகியோரதோ உருவப் படங்களாக இருக்கவேண்டும் என்பதிற் சந்தேகமில்லை. கர்ப்பக்கிரகச் சுவர்களிற் சற்றுப் புடைத்திருக்கும் தூண்களின் கீழுள்ள அடித்தளத்தில், புராண நிகழ்ச்சிகளைக் குறிக்கும் புடைப்புச் சிற்பங்கள் உள்ளன. ஆனால் இவை, ஆழமாகச் செதுக்கப் பட்டிருக்கவில்லை. பொற்கொல்லரின் கலையை அல்லது மரத்திற் சிற்பம் செதுக்குவோரின் கலையை இவை எமக்கு நினைவூட்டுகின்றன.

கட்டடக்கலை வளர்ச்சியின் அடுத்த நிலையை 1 ஆம் பராந்தகனின் ஆட்சிக் காலத்திற் சிறீநிவாசநல்லூர் (திருச்சினாப்பள்ளி மாவட்டம்) என்ற இடத்திற் கட்டப்பட்ட கோரங்கநாதர் கோவில் சிறப்பாகக் காட்டுகின்றது. இக்கோவிலின் முழு நீளமும் 50 அடியாகும். கர்ப்பக்கிரகம் 25 அடிச் சதுரமானது. முன் மண்டபம் 25 அடி நீளமும் 20 அடி அகலமுடைய நீள்சதுரமானது. சிகரத்தின் உயரம் 50 அடியாகும். உள்ளே நான்கு தூண்கள் கொண்ட ஒரு சிறு மண்டபம் இருக்கின்றது. இதற்கப்பாலுள்ள ஒரு முன்கூடமும் நடைபாதையும், 12 அடிச்சதுரமான ஒரு கர்ப்பக்கிரகத்துக்கு இட்டுச் செல்கின்றன. ஏற்கனவே நாம் கவனித்த மற்றைய கோவில்களைப் போன்று நடுத்தர அளவிலமைந்த இக்கோவிலிலும், இதன் பல்வேறு பகுதிகள் பொதுவில் மிக எளிமையான முறையிற் கட்டப்பட்டுள்ளன. அளவிற்கு மீறி அலங்கார வேலைப்பாடுகள் செய்வது தவிர்க்கப்பட்டுள்ளது. எளிமையான முறையில் மேற்பரப்பு அமைவதின் மதிப்பை உணர்ந்துள்ளமை தெரிகின்றது. தூண்களின் கரையிற் சிங்க உருவங்கள் பொறிக்கப்படவில்லை. ஆனால், வேறு பொருத்தமான இடங்களில், நீண்ட வரிசையிற் சிங்க உருவங்கள் வைக்கப்பட்டுள்ளன. உள்ளேயுள்ள தூண்கள் முழுக்க முழுக்கச் சோழர் 'முறை' யிலேயே அமைந்துள்ளன. 'பல்லவரின் கட்டட முறையிலிருந்து இரண்டு மாறுதல்களை நாம் காணக்கூடியதாக இருக்கின்றது. ஒரு மாற்றம் தூணின் மேலேயுள்ள அகன்ற பகுதி சம்பந்தமானது மற்றது அதற்கும் மேலே உள்ள பலகைப் பகுதி சம்பந்தமானது. தூணின் தலைப்பகுதிக்கும் நடுப்பகுதிக்குமிடையே புதிதாக ஒரு கழுத்துவார்ப்படம் சேர்க்கப்பட்டுள்ளது. தூணின் நடுப்பகுதியின் மேற்புறமான ஒரு பகுதியிலமைந்த இக்கழுத்தின்மேல் ஒரு பாத்திரம் அல்லது பானை போன்ற உருவம் (கலசம்) தூணின் தலைப்பகுதியின் கீழ்ப்புறத்தே காணப்படுகின்றது. மணிச் சட்டத்தைப் பொறுத்தவரையில் பலகை விரிவாக்கப்பட்டு, கீழே மலர் உருவில் (இதழ்) அமைந்த பகுதியுடன் இது சேர்ந்து மிகக் குறிப்பிடத்தக்க அம்சமாக மிளிர்கின்றது.' கர்ப்பக்கிரகத்தின் புறச் சுவரின் மத்தியில் அமைந்த மாடங்களில், தெற்கு மாடத்தில் இரு பக்கங்களிலும் பக்தர்களாலும் சிங்கங்களாலும் கணங்களாலும் சூழப்பட்டு ஒரு மரத்தின் கீழ் அமர்ந்துள்ள தட்சணாமூர்த்தியின் உருவமும், வடக்கு மாடத்தில் நிற்கும் பிரம்மாவின் உருவமும் காணப்படுகின்றன. மற்றைய மாடங்களில் நிற்கும் உருவங்கள் உருவப்படங்களாக இருக்கலாம். மிக ஆழமாகச் செதுக்கப்பட்டுள்ள எல்லா உருவச் சிலைகளும் மிக நுண்ணிய வேலைப்பாடுகள் உடையன.

கொடும்பார் (புதுக்கோட்டை) என்ற இடத்திலுள்ள மூவர் கோவில் என்பதும் ஆரம்பகாலச் சோழர்களின் சிக்கலான அமைப்புள்ள கோவில்களுள்

ஒன்றாகும். இக்கோவிலின் நுட்பமான கட்டடங்களும் அழகிய சிற்பங்களும் குறிப்பிடத்தக்கவை. பல துணைக் கோவில்களின் மத்தியிலேயுள்ள மூன்று விமானங்கள் மூன்று பிரதான கோவில்களையும் குறிக்கின்றன. 2 ஆம் பராந்தக சோழனின் மானியகாரனாகவிருந்த பூதி விக்கிரமகேசரி என்பவனால், பத்தாம் நூற்றாண்டின் பின் அரைக் கூற்றில் இவை கட்டப்பட்டன. காலாமுகர்களின் ஆசிரியரான மல்லிகார்ச்சுனனின் பொறுப்பிலுள்ள ஒரு பெரிய குரு மடம் இவற்றுடன் இணைக்கப்பட்டிருந்தது. மூலத்தானங்கள் மூன்றும் 21 அடிச் சதுரமான அடித்தளமுடையவை. வடக்குத் தெற்கு வரிசையில் மேற்கு நோக்கி அமைந்துள்ள இக்கோவில்கள் ஒவ்வொன்றிற்கும் இடையே 10 அடி இடைவெளியுண்டு. தெற்கிலும், நடுவிலும் உள்ள கோவில்கள் இப்போதும் நன்னிலையிலேயிருக்கின்றன. ஆனால் வடக்குக் கோவிலைப் பொறுத்தவரை, அதனுடைய வார்க்கப்பட்ட அடித்தளம் மட்டுமே காணப்படுகின்றது. ஒவ்வொரு கோவிலுக்கும் 18 அடிச் சதுரமுடைய ஓர் அர்த்த மண்டபம் இருந்தது. அர்த்த மண்டபத்திலிருந்து 8 அடி தூரத்தில் மூன்று கோவில்களுக்கும் பொதுவாக வடக்குத் தெற்காக 91 அடி நீளமும் கிழக்கு மேற்காக 41 அடி அகலமும் உடைய ஒரு மகாமண்டபம் இருந்தது. மகாமண்டபத்தின் முன்னால், 2 அடி அப்பாலுள்ள இடத்தின் மத்தியில் 11 அடி உயரமான பக்கங்களுடன் கூடிய சதுர வடிவிலமைந்த ஒரு சிறிய நந்தி கோவில் இருந்தது. நந்தி கோவிலுக்கும் பிரதான நுழைவாயிலுக்குமிடையே, சரியான மத்திய இடத்தில், 5 அடி 9 அங்குலச் சதுரமுடைய ஒரு அடிப்பீடம் காணப்பட்டது. இது பலிபீடத்திற்கோ, துவசத்தம்பத்திற்கோ உரியதாக இருக்கலாம். இவை அனைத்தையும் சுற்றி ஒரு மூடு மண்டபம் இருந்தது. இதில், பல்வேறு அளவிலமைந்த பதினைந்து துணைக் கோவில்களும் கீழ்க்கண்டவாறு அமைந்திருந்தன:- மேற்கிலுள்ள பிரதான நுழைவாயிலின் இரு மருங்கிலும் இவ்விரண்டு கோவில்கள் சுற்று மதிலின் உட்புறத்தில் வடக்கிலும் தெற்கிலும் நன்னான்கு கோவில்கள் கிழக்குச் சுவரில் மூலத்தானங்களின் பின்னால் மூன்று கோவில்கள். வெளியேயுள்ள

சுற்றுமதில் 3 அடி 4 அங்குலப் பருமனுடையது. மேற்கேயுள்ள நுழைவாயிலிற் காணப்படும் கோபுரம், மூலத்தானங்களின் மேலுள்ள விமானங்களிலும் பார்க்கச் சிறியதானாலும், ஒரு காலத்தில் நியாயமான அளவு உயரமுடையதாயிருந்திருக்க வேண்டும். கீழேயுள்ள நுழைவாயில் 4 அடி 6 அங்குல அகலமுடையது. வடகிழக்கு மூலையில் 4 அடி அகலமுடைய வேறொரு நுழைவாயிலுமிருந்தது. இவ்வாயிலூடாகப் பல படிகள் மூலம் வெளிச்சுவருக்கு அருகில் 10 அடி விட்டமுள்ள ஒரு வட்டவடிவமான கிணற்றிற்குச் செல்லக்கூடியதாக இருந்தது. இக்கிணறு கல்லாற் கட்டிப்பட்டிருந்தது. மூலத்தானங்களின் அடித்தளத்தில், நன்கு விரிந்த தாமரைப்பூவின் இதழ்களைப் போன்ற அலங்கார வேலைப்பாடுகள் இருந்தபடியால் அவை பத்மகோசங்களாகக் கருதப்பட்டன. கட்டடத்தின் மற்றைய அம்சங்கள், முன்பு கூறப்பட்ட கோவில்களில் உள்ளவற்றைப்போற் காணப்பட்டாலும், இவை அதிக நுட்பமாகச் செய்யப்பட்டன. விளிம்பின் கீழே, ஒரே நீளமான வரிசையிற் கணங்களின் உருவங்கள் செதுக்கப்பட்டுள்ளன.

இக்கணங்கள் நிற்கும் நிலை, செயல்கள், முகபாவங்கள் முதலியவை கலைஞர்களாற் பல்வேறு விதமாக அமைக்கப்பட்டிருப்பதால், பார்ப்பவர்க்கு இன்பமூட்டுகின்றன. விமானங்களின் சுவர்களில், அல்லது அங்கங்கே காணப்படும் கற்றூண்களிலுள்ள சிற்பங்களில், சிவனின் பல்வேறு தோற்றங்களான அர்த்தநாரி வீணாதா தட்சணாமூர்த்தி, கஜாரி, அந்தகாசுர சங்கராமூர்த்தி, கிரதமூர்த்தி, கங்காதரர், அரிகார், உமாப்பிரசாதனர், சந்திரசேகரர், காலாரி போன்றவையும் சந்திரன், சூரியன், உமா, ஜேஷ்டா, சப்தமாத்திரிகைகள், மோகினி ஆகியவையும் குறிப்பிடத்தக்கவை.

1 ஆம் இராசராசனும் அவனுடைய மகனாகிய இராசேந்திரனும் பற்பல நாடுகளைக் கைப்பற்றிய காரணத்தினாலும், அவர்களிடம் ஒப்பற்ற திறமை இருந்தபடியாலும், கோவில்கள் கட்டுவதற்குப் பெருமூக்கமளித்தனர். இராசராசனுடைய ஆட்சியின் ஆரம்ப காலத்தில் நாம் முன்பு குறிப்பிட்ட கோவில்களை விடப் பெரிதான, ஆனால் நடுத்தர அளவுடைய பல கோவில்கள், விரிவடைந்து வரும் அவனுடைய பேரரசின் பல்வேறு பகுதிகளில் எழுந்தன. சிறப்பாகக் குறிப்பிடத்தக்க கோவில்களுள் - மிகச் சிறப்பாகவும், பெரிய அளவிலும் செய்யப்பட்ட சிற்பங்களால் ஒப்பற்று விளங்கும்-திருவாலீசுவரம் கோவில் ஒன்றாகும். இக்கோவில் திருநெல்வேலி மாவட்டத்தைச் சேர்ந்த பிரமதேசம் என்ற இடத்தில் அமைந்துள்ளது. இக்கோவிலின் கர்ப்பக்கிரகம் சற்சதுரமானது. ஆடிப்பீடத்தில் ஒரே நீள வரிசையில் யாளியின் முழு உருவமும் காணப்படுகின்றது. ஆனால் வேறு கோவில்களில் மார்புக்கு மேலேயுள்ள பகுதி மட்டுமே காணப்படுவது குறிப்பிடத்தக்கது. விளிம்பின் கீழே நடனமாடும் நிலையில் அல்லது வெறு மகிழ்வூட்டும் விளையாடல்களில் ஈடுபட்ட நிலையில் கணங்களின் உருவங்கள் மிக நல்ல முறையில் வரிசையாகச் செதுக்கப்பட்டிருக்கின்றன. சில கணங்கள் சிங்க அல்லது குரங்கு முகங்களுடனும் பானை வயிற்றுடனும் கோமாளிகளைப்போன்று காட்சியளிக்கின்றன. நடனம், கேலிக்கூத்து, இசைக் கச்சேரி ஆகியவை நடைபெறும் காட்சி நகைச்சுவை ததும்பும் வகையிற் சித்தரிக்கப்பட்டுள்ளது. விளிம்பின் மேலுள்ள கூடுகள், மேலே சிங்கமுகங்கள் பொருத்தப்பட்ட அலங்கார வளைவுகளாக இருக்கின்றன. இவற்றிற்கிடையேயுள்ள இடைவெளிகள் இலைகளாலும், கொடிகளாலும் மிக நன்றாக அழகுபடுத்தப்பட்டுள்ளன. விமானத்தின் முதலாவது மாடியில் மிகச் சிறந்த சிற்பங்கள் காணப்படுகின்றன. இக்காலப் பகுதியைச் சேர்ந்த விக்கிரகங்களைப் பற்றி அடிப்படைக் கலையை அறிய விரும்புவார்க்கு இச் சிற்பங்கள் பெரிதும் பயன்படும். தெற்குத் திசையில், நடுவே நடராசர் உருவமும் இதற்கு நேர் இடப்பகுதியில் இடபாரூடருடன் கங்காதாரும் காட்சியளிக்கின்றனர்˙ நேர் வலப் பக்கத்தில் வீரபத்திரரும் தேவியும் காட்சிதருகின்றனர். மேற்குப் பக்கத்தின் மத்தியிலே இலிங்கோத்பவரும் அருகே விட்டுணுவும் பிரம்மாவும் காணப்படுகின்றனர். இதற்கு நேரே இடப்பக்கத்தில் காலாரிமூர்த்தி, கிராதமூர்த்தி ஆகியோரும், மறுபக்கத்தில் யோகதட்சணாமூர்த்தி, உமாசகிதர் ஆகியோரும் உள்ளனர். வடக்குப் பக்கத்தின் மத்தியிலே கஜாரி இருக்க, சந்தேசானுக்கிரகரும், சுகுணமூர்த்தியும் வலப்பக்கத்திலும், சோமாஸ்கந்தரும், அடையாளம் காணமுடியாத உருவமுடைய இன்னொருவரும் இடப்பக்கத்திலுமுள்ளனர்.

நவீன காலத்தில், அர்த்த மண்டபத்தின் மேலே செங்கற்களாற் போடப்பட்ட கூரையற்ற மேற்றளம் கிழக்குப் பக்கத்தை மறைத்து நிற்கின்றது. கர்ப்பக்கிரகத்தின் வெளிப்புறத்திற் காணப்படும் கணங்கள், யாளிகளின் வரிசைகளையும் விளிம்பு வேலைப்பாடுகளையும் மற்றைய அழகான அம்சங்களையும், விமானத்தின் இரண்டாவது மாடியில் சற்றுக் குறைந்த அளவுப் பிரமாணத்தில் மீண்டும் காணலாம். இரண்டாம் மாடியின் மேற்புறத்து நான்கு மூலைகளிற் கம்பீரத்தோற்றுத்துடன் கூடிய படுத்திருக்கும் காளைகள் வைக்கப்பட்டுள்ளன. இவை வெளியே நோக்கியபடி இருக்கின்றன. மத்திய பகுதியிலிருந்து மேலெழும் ஓர் எண்கோணப் பீடத்தின் மேல் கிரீவமும் எட்டுப் பக்கங்களையுடைய சிகரமும் காணப்படுகின்றன. கிரீவத்தின் முக்கியமான இடங்களிற் பல மாடங்களுண்டு. தென்மாடத்தின் வியாக்கிய தட்சணாமூர்த்தியின் உருவமும், மேற்கு மாடத்தில் யோக நரசிம்மரின் உருவமும், வடக்கு மாடத்திற் பிரம்மாவின் உருவமும், கிழக்கு மாடத்தில் இந்திரனின் உருவமும் இடம் பெற்றுள்ளன. மிக நன்றாக அழகு செய்யப்பட்ட சிகரத்தின் மேல் மகாபத்மம், பத்திகை ஆகியவையும் அவற்றின் மேலே தூபியும் உள. கோவிலின் முன்னாலுள்ள அர்த்த மண்டபமும் சிகரமும் சமகாலத்தவை. ஆனால் மகாமண்டபம் பிற்காலத்திற் கட்டப்பட்டது அனேகமாக 1 ஆம் இராசேந்திரனின் காலத்தில் இது கட்டப்பட்டிருக்கலாம். அம்பாளின் கோவில் இன்னும் பிற்காலத்திற் கட்டப்பட்டது. இது அநேகமாகப் பதின்மூன்றாம் நூற்றாண்டிற் கட்டப்பட்டிருக்கலாம். இராசராசனின் ஆட்சிக் காலத்திற் கட்டப்பட்ட சிறிய கோவில்களுள், திருவடி (தஞ்சாவூர் மாவட்டம்) என்ற இடத்திலுள்ள உத்தரகைலாசம், திருமழவாடி (திருச்சினாப்பள்ளி மாவட்டம்) என்ற இடத்திலுள்ள வைத்தியநாதர் கோவில், தாதாபுரம் (தென்னாற்காடு மாவட்டம்) என்ற இடத்தில் சிவனுக்கும் விட்டுணுவுக்கும் சேர்த்துக் கட்டப்பட்ட இரட்டைக் கோவில்கள், பொலனறுவை (இலங்கை) என்ற இடத்திலுள்ள 2 ஆம் சிவதேவாலயம் ஆகியவை சிறப்பாகக் குறிப்பிடத்தக்கவையெனினும், சிற்பங்களைப் பொறுத்தவரையில் இவற்றுள் ஒன்றாவது திருவாலீசுவரக் கோவிலுக்கு ஈடாகாது.

தஞ்சாவூர், கங்கை கொண்ட சோழபுரம் ஆகிய இடங்களிலுள்ள கம்பீரமான கோவில்களிற் சோழர்களின் கட்டடக்கலை முதிர்ந்த நிலையில் இருப்பதைக் காணலாம். 1009 ஆம் ஆண்டளவிற் கட்டி முடிக்கப்பட்ட தஞ்சாவூரிலுள்ள மிகச் சிறந்த சிவாலயம் இராசராசனின் காலத்தில் ஏற்பட்ட மிக முக்கியமான சாதனைகளின் தகுதி வாய்ந்த நினைவுச் சின்னமாகத் திகழ்கின்றது. மற்றெல்லா இந்தியக் கோவில்களிலும் பார்க்க அதிகம் பெரிதாகவும் அதிகம் உயரமாகவுமுள்ள இக்கோவில், ஈடிணையற்ற படைப்பாகும். தென் இந்தியக் கட்டடக் கலையின் மிகவுயர்ந்த நிலையை இக் கோவில் காட்டுகின்றது. மதிலாற் சூழப்பட்ட, 500 அடி நீளமும் 250 அடி அகலமும் கொண்ட, நல்ல இடவசதியுடைய ஓரிடத்தின் மத்தியில் விமானம், அர்த்தமண்டபம், மகா மண்டபம், நந்தி, கோவில் ஆகியவை வரிசையாக ஒழுங்கு செய்து கட்டப்பட்டுள்ளன. இவையனைத்திற்கும் முன்னால், கிழக்குத் திசையில் ஒரு கோபுரம் உண்டு. பிரதான கோவிலைச் சுற்றி, மதிலின் உட்புறத்தில் நான்கு பக்கங்களிலும் முக்கியமான இடங்களில்,

சம அளவு இடைவெளியில் துணைக் கோவில்கள் கட்டப்பட்டுள்ளன. தூண்களையுடைய நடைபாதை ஒன்று, இத்துணைக் கோவில்களைத் தொடுக்கின்றது. முதலாவது கோபுரத்தின் முன்னால் இன்னுமொரு கோபுரம் இருக்கின்றது. சுற்றுமதிலாற் சூழப்பட்ட இரண்டாவது வீதிக்கு இக்கோபுரம் வாயிலாக அமைந்துள்ளது. மேற்கிலுள்ள கர்ப்பக்கிரகத்தின் மேலே ஏறக்குறைய 200 அடி உயரத்திற்குச் செல்லும் விமானம்தான் இம்முழுக்கோவிலின் பிரதான அம்சமாக இருக்கின்றது. சுற்றாடலிலுள்ள எல்லாப் பொருள்களிலும் பார்க்க இவ்விமானமே எல்லோரது கவனத்தையும் கவர்ந்து கொண்டிருக்கின்றது. இதன் பல்வேறு பகுதிகளும், எளிமையான முறையில் அமைக்கப்பட்டிருப்பதே இதற்குரிய பெரிய சிறப்பாகும். 'இதன் அடித்தளம் செங்குத்தாகவும் சதுரமாகவும் உள்ளது. முக்கியமானது என்று சொல்லத் தகுந்த நடுப்பகுதி மிக உயரமானது. மேலே போகப்போகக் கூம்பிக்கொண்டு செல்கின்றது. எல்லாவற்றிற்கும் மேல், அழகுநிறைந்த குமிழி போன்றமைந்த முடி இருக்கின்றது. செங்குத்தான அடித்தளம் 82 அடிச் சதுரமானது. இதன் பக்கங்கள் 50 அடி உயரத்திற்கு நிறுதிட்டமாக மேலெழும்புகின்றன. இதன் மேலுள்ள பகுதி கூர்நுதிக் கோபுர வடிவுடையது. இப்பகுதி மேலே போகப்போக அளவிற் சிறுத்துக்கொண்டு போகும் 13 அடுக்குகளையுடையது முகட்டின் அகலம் அடித்தளத்து அகலத்திலும் பார்க்க மூன்றிலொரு பகுதியாகும். இப்படியாக உருவாக்கப்பட்ட மேடையிலே குடைபோலக் கவிந்த கூரை ஒன்றுண்டு. இதன் உட்புற வளைவு, முரட்டுத்தனமான முறையிற் கட்டப்பட்டுள்ள மற்றைய பகுதிகளிலிருந்து வேறுபட்டு அழகாகக் காட்சிதருகின்றது. உருண்டை போலமைந்த கூரையின் நுனிப் பகுதி, பாரம் குறைந்த ஆனால் நியாயமான அளவுடைய கோளமாகக் காட்சி தருகின்றது. மிக உயர்ந்துள்ள சிகரத்திற்குத் தகுதியான நுனிப் பாகமாக இது திகழ்கின்றது. ஆகக் கீழேயுள்ள செங்குத்தான பகுதி விமானத்திலுள்ள பல கோடு போன்ற விளிம்பினால் இரு மாடிகளாகப் பிரிக்கப்பட்டுள்ளது. இவ்விளிம்பின் மேலேயும் கீழேயும் உள்ள சுவர்களில் அழகிய வேலைப்பாடுகளுடன் கூடிய புடைப்புத் தூண்கள் உள்ளன. இத்தூண்கள் சுவரை, நல்ல விகிதாசாரம் பொருந்திய பல உட்பிரிவுகளாகப் பிரிக்கின்றன. ஒவ்வொரு உட்பிரிவின் மத்தியிலே ஒரு மாடமும் அம்மாடத்தினுள்ளே மிகவுயர்ந்த முறையிற் செதுக்கப்பட்ட சிற்பமும் காணப்படுகின்றன. கூம்பியிருக்கும் மேற்பகுதியில், மேலே போகப்போக அளவிற் குறைந்து செல்லும் அடுக்குகளின் கிடைக்கோட்டுப் பகுதிகள், செங்குத்தான அமைப்பிலுள்ள அலங்காரப் பீடங்களை ஊடறுத்து, மிக அழகு பொருந்திய கட்டட அமைப்பை உண்டாக்குகின்றன. கடைசியாக, வட்டவடிவமான குடை போன்றமைந்த கூரையும், அதன் நான்கு பக்கங்களிலும் உள்ள சிறகு மாடங்களும் 'கட்டடத்தின் புற உருவிற் காணப்படும் கடினத்தையும் கடுமையையும் குறைக்கின்றன'.

மூலத்தானத்தின் உட்புறம் 45 அடிச் சதுரமாயிருக்கின்றது. 9 அடி அகலமான, சுற்றிச் சுற்றிச் செல்லும் வழி ஒன்று இதனைச் சுற்றி இருக்கின்றது. இந்த வழியின் இருமருங்கிலுமுள்ள சுவர்களின் உட்புறத்தில், மிகச் சிறந்த சுவர்ச் சித்திரங்கள் காணப்படுகின்றன. கோவிலின் முற்புறம்

கட்டப்பட்ட காலத்திலேயே இச்சித்திரங்கள் வரையப்பட்டன. ஆனால் பிற்காலத்தில் தஞ்சாவூரையாண்ட நாயக்க அரசர்கள், இச் சித்திரங்களின் மேல் வண்ணப்பூச்சுக்கள் பூசினர். 'மூலத்தானத்தில் மிகப் பெரிய அளவிலமைந்த இலிங்கம் ஒன்றுண்டு. முன்பு இராமேசுவரர் என்று அழைக்கப்பட்ட இந்த இலிங்கம் இப்போது பிருகதீசுவரர் என அழைக்கப்படுகின்றது. இலிங்கமும் அதன் அடிப்பாகமுமாகச் சேர்ந்து, இருமாடிகளின் வெளியை அடைத்து நிற்கின்றன. இந்த மூலத்தானத்தின் முன்னால், ஒரு நடைபாதையுண்டு. வடக்கிலிருந்தும் கிழக்கிலிருந்தும் பல படிகள் மூலம் ஏறியே இந்த நடைபாதையை அடையலாம். கர்ப்பக்கிரகம், அர்த்த மண்டபம் ஆகியவற்றுள் இருமருங்கிலுமுள்ள சுவர்களைப் புடைப்புத் தூண்களும், மாடங்களும் அழகுபடுத்துகின்றன் கோவிலின் மதிலின் வெளிப்புறத்திற் காணப்படும் தூண்கள், மாடங்களை ஒத்தவையே இவை மூலத்தான அறையின் நுழைவாயிலின் இருபக்கங்களிலுள்ள மாடங்களில் இருதுவார பாலர்கள் காவல் புரிகின்றனர். நடைபாதையின் கூரையை நான்கு தூண்கள் கொண்ட இரண்டு தூண் வரிசைகள் தாங்குகின்றன. நடைபாதையின் முன்னால் அர்த்தமண்டபம் (இதுவும் இரு மாடிக் கட்டடமாகும்) இருக்கின்றது. நடைபாதையும் அர்த்தமண்டபமும், ஒரே அடிப்பீடத்தில் ஒரே மாதிரியான புடைப்புத் தூண்கள், மாடங்கள் ஆகியவற்றுடன் காட்சியளிக்கின்றன. இதற்கு அப்பால் மகாமண்டபம் உண்டு. இதன் நடுவே தூண்வரிசை இருக்கின்றது. தூண்களின் இருபுறமும் உட் சிறகு மண்டபங்கள் உண்டு. மகாமண்டபத்திற்கு முன்னாலும் ஒரு நடைபாதையுண்டு. வடக்கிலிருந்தும் தெற்கிலிருந்தும் பல படிகளில் ஏறி இப்பகுதியை அடையலாம். இதிலும் பார்க்கச் சிறிய மண்டபம் ஒன்றும் அதற்கு முன்னாற் பல படிகளும் மிகப் பிற்காலத்திற் கட்டப்பட்டன. இந்த மண்டபத்திற்குச் சில யார் தூரத்திற்கு முன்னால், நந்திமண்டபம் உண்டு. தென் இந்தியாவிற் காணப்படுகின்ற ஒரே கல்லாலான மிகப்பெரிய நந்தி இங்குதான் உண்டு. அர்த்த மண்டபத்தின் வெளிப்புறச் சுவரிலுள்ள பல மண்டபங்களில், நுட்பமான விக்கிரக வார்ப்புத் திறனும், கலைத்திறனும் பொருந்திய ஆண் கடவுள்கள் பெண் கடவுள்கள் ஆகியோரின் உருவச் சிலைகள் காணப்படுகின்றன. பாரம் கூடிய வார்ப்புகள் பொருந்திய உயரமான அடித்தளத்திலிருந்து, அதன் உச்சிவரை, நுட்பமான விகிதாசாரமும், உருவச் சிறப்பும் பொருந்திய ஒரு தனிக்கட்டடமாக இக்கோவில் திகழ்கின்றது.

இராசராசனின் மகனாகிய இராசேந்திரனின் சிருட்டியான கங்கைகொண்ட சோழபுரக் கோவில், இதன் முன்னோடியாகிய இராசராசேசுவரத்தை விட ஒவ்வொரு வகையிலும் சிறப்புடையதாக இருக்க வேண்டும் என்ற நோக்கத்துடன் கட்டப்பட்டது என்பது தெளிவாகத் தெரிகின்றது. இக்கோவிலைச் சுற்றியிருந்த நகரமும், சோழர் தலைநகரின் சுற்றாடலை அழகுபடுத்திக் கொண்டிருந்த நன்னீர் வாவியும் இப்போது மறைந்துவிட்டன. சிறப்புமிக்க இக் கோவில், பரந்த காட்டில் தனித்து நிற்கின்றது. அருகேயுள்ள சிறிய கிராமத்தில் மட்டும் சில மண் குடிசைகள் காணப்படுகின்றன. தஞ்சாவூர்க் கோவில் கட்டப்பட்டுக் கிட்டத்தட்ட இருபது ஆண்டுகள் கழிந்தபின், அஃ. தாவது 1030 ஆம் ஆண்டளவில், ஏறக்குறைய அதே பாணியில் இக்கோவில் கட்டப்பட்டது. மிக விரிவான முறையில் இக்கோவில் கட்டப்பட்டிருப்பது

இராசேந்திரனின் ஆட்சியிற் சோழப் பேரரசு இருந்த செல்வ நிலைக்குச் சான்று பகிர்கின்றது. தஞ்சைக் கோவிலிலும் பார்க்கப் பரந்த அமைப்புத் திட்டமுடையதாயினும், அதே போன்ற உயரமுடையதாகக் காணப்படவில்லை. இதனுடைய விமானம், 100 அடிச் சதுரமுடைய அடித்தளமும் 186 அடி உயரமுமுடையது. 340 அடி நீளமும் 110 அடி அகலமுமுடைய நீள்சதுர வடிவிலமைந்த இக்கோவில், சுற்றுமதிலாற் சூழப்பட்ட பெரிய ஓரிடத்தின் மத்தியிற் கட்டப்பட்டுள்ளது. மதிலுக்கு வெளியே தென்கிழக்கு மூலையில் ஒரு பெரிய புற அரணும், மேற்குப் பக்கத்தில் ஒரு சிறிய புற அரணும் காணப்படுகின்றபடியால், சுற்றுமதில் ஓரளவிற்குப் பாதுகாப்பு நோக்கத்துடனேயே கட்டப்பட்டதெனலாம். கோவிலின் பிரதான நுழைவாயில் கிழக்குப் பக்கத்திலுள்ளது. இதையடுத்து, அதிக உயரமற்ற ஒரு மகா மண்டபம் இருக்கின்றது. 175 அடி நீளமும் 95 அடி அகலமுமடைய இம் மண்டபத்தினுள்ளே சாதாரண வேலைப்பாடுகளுடன் கூடிய 150 தூண்கள் காணப்படுகின்றன. 4 அடி உயரமுடைய ஒரு மேடையின்மேல் இத்தூண்கள் வரிசை வரிசையாக நிறுத்தப்பட்டுள்ளன. இம்மேடையின் மத்தியிலுள்ள ஒரு அகலமான நடைபாதை இம்மேடையை இரண்டாகப் பிரித்துச் செல்கின்றது. இதேயளவு உயரத்திலுள்ள ஒரு ஒடுக்கமான நடைபாதை மண்டபத்தைச் சுற்றியிருக்கின்றது. மகாமண்டபத்திற்கும் மூலத்தானத்திற்கு மிடையிலே ஓர் உட்பாதையிருக்கின்றது. இதற்கு வடக்கிலும் தெற்கிலும் வாயில்கள் உள்ளன. 'மிக ஆழமான இடுக்குகளையுடைய பக்க நுழைவாயில்களை அடைவதற்குப் பல படிகளைக் கடக்க வேண்டும்'. தஞ்சாவூரிருலுள்ளதைப்போல், இந்த உட்பாதையிலும் இரண்டு வரிசைகளிற் சதுர வடிவமைந்த எட்டுச் சிறு தூண்கள் காணப்படுகின்றன.

தஞ்சாவூர்க் கோவிலுள்ள விமானம் மாதிரியே இங்குள்ள விமானமும் அமைக்கப்பட்டிருக் கின்றது. ஆனால் தஞ்சாவூர்க் கோவிலின் கூர்நுதிப் பகுதியில் பதின்மூன்று அடுக்குகள் காணப்படுகின்றன. இங்கே எட்டு அடுக்குகள் மட்டுமே காணப்படுகின்றன. தஞ்சாவூர் விமானத்திலுள்ள பலமான நேர்கோட்டிற்குப் பதிலாக இங்கே வளைவுகள் சேர்க்கப்பட்டிருப்பது இங்குள்ள முக்கியமான வேறுபாடாகும். இவ்விமானத்திற் கூர்நுதிக் கோபுரம் போன்றமைந்த பகுதியின் புறக் கோணங்கள் புறங்கவிந்த தோற்றமுடையனவாகக் காணப்படுகின்றன் பக்கங்கள் உட்குவிந்த தோற்றம் தரக்கூடிய வகையில் வளைக்கப்பட்டுள்ளன. விமானத்தின் அழகை இவ்வளைவுகள் மிகுவித்தபோதிலும், அதனுடைய கம்பீரத்தையும் சக்தியையும் குறைத்து விடுகின்றன. இரண்டு விமானங்களையும் ஒரு சேரப் பரிசீலனை செய்த பிறவுண் பின்வருமாறு குறிப்பிடுகின்றார் : "இவை ஒவ்வொன்றும் கட்டட உருவம் மூலம் வெளிப்படுத்தப்பட்ட, சிருட்டி கர்த்தாவின் இறுதியான, நிறைவான காட்சியைக் காட்டுகின்றன. ஒன்று தன்னறிவுடன் கூடிய சக்தியின் குறியீடாகவும் மற்றது உள்ளுணர்வுடன்கூடிய அழகின் குறியீடாகவும் உள்ளன் ஆனால் இரண்டுமே "ஆத்மாவைப் பீடித்த தெய்வீகத் தன்மையின்" தூண்டுதலாலே உருவாக்கப்பட்டன".

இங்குள்ள சுவரின் சுற்றுப் புறத்திலுள்ள சிலைகள், அலங்கார வேலைப்பாடுகள் அனைத்தும் தஞ்சாவூரிலுள்ளவற்றைப் போன்றே

அமைந்திருந்தாலும், அவற்றின் பாணி சற்று அதிக நுட்பத்துடன் கூடியதாக இருக்கின்றது. விமானத்தின் வடக்குப் புறத்திலுள்ள சிறிய சண்டேசுவரர் கோவில், பிரதான கோவிலின் காலத்தில் அதேபாணியிற் கட்டப்பட்டது. அம்பாளின் கோவில் தனியாகவுள்ளது. நடுத்தர அளவுடைய இக்கோவிலுக்குத் தஞ்சாவூரிலுள்ள விமானத்தைப் பெரிதும் ஒத்திருக்கும் ஒரு விமானம் உண்டு. பிரதான கோவில் கட்டப்பட்ட ஒரு சிறிது காலத்திற்குள் இக் கோவில் கட்டப்பட்டதாகத் தெரிகின்றது.

சோழர் பாணி மேலும் ஒரு நூற்றாண்டுவரை சிறப்பாகக் கையாளப்பட்டது. இப்பாணியில் ஏராளமான கோவில்கள் கட்டப்பட்டன. எல்லாவற்றையும் இங்கே குறிப்பிட முடியவில்லையாயினும், இரண்டு பெரிய கோவில்களைச் சிறப்பாகக் குறிப்பிடலாம். மேலே கூறப்பட்ட இரு பெருங் கோவில்களுடன் ஒப்பு நோக்கக்கூடிய தகுதி வாய்ந்தவை இந்த இரு கோவில்களும், தாராசுரம் (தஞ்சாவூர் மாவட்டம்) என்ற இடத்திலுள்ள ஐராவதேசுவரர் கோவிலும், கும்பகோணத்திற் கண்மையிலுள்ள திரிபுவனம் என்ற இடத்திலுள்ள கம்பகரேசுவரர் கோவிலுமே இக்கோவில்களாகும். ஐராவதேசுவரர் கோவில் 2 ஆம் இராசராசனின் காலத்தில் ஏற்பட்ட கட்டடக்கலை முன்னேற்றத்திற்கு மாதிரியாக அமைந்துள்ள மிகச் சிறப்பான கட்டடமாக மிளிர்கின்றது. 3 ஆம் குலோத்துங்கனாற் கட்டப்பட்ட நிலையில் எவ்வித பழுதுமில்லாமல் இன்றும் காட்சியளிக்கும் கம்பகரேசுவரர் கோவிலிற்குப் பிற்காலத்திற் சில கட்டடங்கள் புதிதாகச் சேர்க்கப்பட்டுள்ளன. இந்த இரண்டு கோவில்களின் கட்டடங்கள், சிலைகள் ஆகியவற்றிற்கும் முன்பு கூறிய பெருங்கோவில்களின் கட்டடங்கள், சிலைகள் ஆகியவற்றிற்குமிடையே பல பொது அம்சங்கள் காணப்படுகின்றன. சோழர் காலம் கற்சிலைகள், வெண்கலச் சிலைகள் முதலியவற்றிற்கும் குறிப்பிடத் தக்கதாகும். இச்சிலைகளுட் பல அதி உன்னதமானவையாயிருக்கின்றன. சைவ சமயத்திலுள்ள புனிதமான புராண நிகழ்ச்சிகளைக் குறிக்கும் பல வெண்கலச் சிலைகளைப்பற்றித் தஞ்சாவூர்க் கல்வெட்டுக் கூறுகின்றதாயினும், இவையெல்லாம் இப்போது மறைந்து விட்டன. உலகின் பல்வேறு நாடுகளிலுமுள்ள தொல் பொருட்காட்சிச் சாலைகளிலும், தென் இந்தியாவின் கோவில்களிலும் இப்போதிருக்கும் சிலைகளுள் வெவ்வேறு உருவமுடைய சிவன் சிலைகள், பிரம்மா, எழு அன்னைமார், தன் மனைவியராகிய இலட்சுமி பூதேவி ஆகியோருடனிருக்கும் விட்டுணு, இராமர், சீதை, அவர்களின் பரிவாரங்கள், சைவ நாயன்மார்கள் - இவர்களுட் சம்பந்தரின் சிலையே அதிக அளவிற் காணப்படுகின்றது – காளியன் என்ற பாம்பின் மீது நடனமாடும் குழந்தைப் பருவக் கிருட்டிணர் முதலியோரின் சிறந்த சிலைகளையும் இவைபோன்ற பிற சிலைகளையும் காணலாம். முன்பு கூறப்பட்ட பல்வேறு கிளைப்பிரிவினரின் மிகச் சிறந்த கற்சிலைகளுடன் இச் சிலைகள் ஒப்புநோக்கக் கூடிய வகையில் அமைந்துள்ளன. நீண்ட பரம்பரை பரம்பரையாக உருவாக்கப்பட்டிருந்த சிற்ப மரபுக்குப் பெரும்பாலும் இயைய இச்சிற்பங்கள் செதுக்கப்பட்டிருந்த போதிலும் பதினொராம் நூற்றாண்டிலும் பன்னிரண்டாம் நூற்றாண்டிலும் சிற்பிகள் அதிக சுதந்திரமாகத் தம் கலைப்படைப்புக்களை ஆக்கினர். இவைகள், அதியுயர்ந்த அழகையும், மேன்மையையும், பூரணமான

கலையுணர்வையும் காட்டுகின்றன. இக்கலையின் அதிஉன்னத நிலையைத் தெய்வ நடனகாரராகிய நடராசரிற் காணலாம். 'எரி நெருப்பின் ஒளியுமிழும் திருவாசி (பிரபாமண்டலம்) என்பதால் அவர் சூழப்பட்டிருந்தாலும் இல்லாவிட்டாலும், நாட்டியத்தின் அரசனான அவர் தாளலயமும் பெருமையும் நிறைந்தே காணப்படுகின்றார். உலகெங்கும் நிறைந்து நிற்பவரும் இவர் தான்' உலகிற்கு அப்பால் நிற்பவரும் இவர் தான். திருவாசி இந்த உலக வட்டத்தையே குறிக்கிறது. இவரது வலக் கரங்களுள் ஒன்றிலுள்ள உடுக்கின் மூலம் இவர் எழுப்பும் ஒலியினாற் கவரப்பட்ட எல்லா உயிர்களும் இவரைச் சேர்ந்து. தாளலயம் மிகுந்த ஆட்டத்தில் ஐக்கியமாகி, இவருடன் கூடித் தாமும் நடனமாடுகின்றன. மரபின்படி, காற்றிற் பறந்து கொண்டிருக்கும் இவருடைய விரிசடை, உத்தரீயம் ஆகியவை உலகம் முழுவதற்கும் பொதுவான இவருடைய நடனத்தின் வேகத்தைக் காட்டுகின்றன. உலகிலுள்ள சடப்பொருளனைத்தையும் கெட்டியாக்கிப் பின் அதனைப் பொடியாக்கும் சக்தி இந்த நடனத்திற்குண்டு. இவருடைய இடக் கரங்களுள் ஒன்று நெருப்பைத் தாங்கியிருக்கிறது. உலகத்திற்கு உயிர்த்துடிப்பைக் கொடுப்பதும் பின் இந்தப் படைப்புச் சூழலில, உலகம் முழுவதையும் விழுங்குவதும் இந்த நெருப்பேயாகும். மனித உருவிலும் பார்க்கப் பெரிய உருவமுடைய ஒருவனை, இவருடைய கால்களுள் ஒன்று நசுக்கிக் கொண்டிருக்கின்றது. "இறந்தோரின் உடல்களுக்கு மேலேயே இந்த நடனம் ஆடப்படுகின்றது. இருந்தபோதிலும், இவருடைய வலக்கரங்களுள் ஒன்று மனிதர்களுக்கு மீண்டும் நம்பிக்கையை ஊட்டும் தோற்றத்திற் (அபயமுத்திரை) காணப்படுகின்றது. மிகவும் உண்மையான தோற்றத்துடன் இது காணப்படுவதாற் படைப்புப்பற்றிய சிந்தனைகளுடனும், சாதாரண உயிர்களின் நிலையிலிருந்தும் பார்க்கும்போது, உலகத்தின் விதியைத் தீர்மானிக்கும் இந் நடனம் கொடூரம் மிக்கதாக இருக்கின்ற அதே வேளையில் எதிர்காலத்தைப் படைக்கும் நோக்குடன் கருணை மிக்கதாகவும் இருக்கின்றது. நம் நாட்டிலுள்ள வெண்கலத்தாலான நடராசர் சிலைகளில், நடனங்களின் இராசாவாக இருக்கும் இவர் பெரிய புன்முறுவலுடன் காட்சி தருகின்றார் என்பதும் உண்மையே. இறப்பையும் பிறப்பையும், துன்பத்தையும் இன்பத்தையும் ஒரே நிலையில் நோக்கிப் புன்முறுவல் பூக்கின்றார். இவருடைய புன்முறுவல், இறப்பு, பிறப்பு, துன்பம், இன்பம் ஆகிய அனைத்தையும் குறிக்கின்றது என்றுகூட நாம் சொல்லலாம். உண்மையில் இந்த உயர்ந்த விளக்கத்திலிருந்து பார்க்கும்போது, எல்லாப் பொருட்களும், தங்களுக்குரிய விளக்கத்தையும் தர்க்கரீதியான கட்டாயத்தையும் பெற்றுத் தத்தம் நிலையில் அமைதி பெறுகின்றன. இங்கே தத்துவஞானக் கருத்திற்குச் சரியான விளக்கத்தைக் கலை கொடுக்கின்றது. இலகுவில் உருவாக்கத் தக்கதாகத் தோன்றும் தாளலய அழகு உண்மையில் ஓர் இலட்சிய இலயத்தின் வெளிப்பாடேயாகும். இவரிடம் காணப்படும் பல கரங்கள், முதலிற் பார்க்கும்போது குழப்பத்தையே ஏற்படுத்தும். ஆனால் அவை எல்லாம் ஓர் உள்ளார்ந்த விதிக்கு அமையவே காணப்படுகின்றன. ஒவ்வொரு சோடிக்கரங்களும் தம்மளவில் மிகச் சிறந்த அழகின் மாதிரிகளாகவுள்ளன. ஆகவே நடராசரை முழுமையாகப் பார்க்கும்போது அவருடைய பயங்கர இன்ப விளையாட்டில், பிரமிக்கத்தக்க இசைவு

இருப்பதையும் அவதானிக்கலாம். இத்தெய்வ நடிகரின் நடனம் உண்மையிலேயே ஒரு விளையாட்டு (லீலை)– பிறப்பு இறப்பு சம்பந்தமான விளையாட்டு ஆக்கல் அழித்தல் பற்றிய முடிவற்ற பயன் தூக்கா விளையாட்டு என்பதை உறுதியாக வலியுறுத்துவதற்காகப்போலும், இவருடைய இடக்கரங்களுள் முதலாவது கரம், எவ்வித கவனமுமின்றி, கஜ□ஸ்தத்தின் (யானையின் தும்பிக்கையை ஒத்த கை) தோற்றத்தில், தூங்குகின்றது. நடராசர் சிலையைப் பின்பக்கத்திலிருந்து நோக்கும்போது, உலகம் முழுவதையும் தாங்குகின்ற இவருடைய தோள்களின் உறுதியான நிலையும், வியாழனைப் போன்ற உடம்பின் கம்பீரமும் மெய்ப்பொருளின் நிலையான தன்மையையும் மாறுபடாத தன்மையையும் குறிக்கிவில்லையா? மயக்கத்தரும் வேகத்துடன் சுழலும் இவருடைய கால்களின் சுழற்சி, சகல சீவராசிகளினதும் சுழற்சியைக் குறிக்கவில்லையா ?

பாண்டியர்களின் ஆட்சிக் காலத்திலேயே கலைஞர்கள் தம் கவனத்தைப் பிரதான கோவிலிற் செலுத்தாது கோவிலின் வெளிப்புறக் கட்டடப் பகுதியிற் செலுத்தத் தொடங்கினர். மூலத்தானத்தைச் சுற்றியுள்ள அடைப்புகளுக்குச் செல்லும் நுழைவாயில்களிற் கம்பீரமான தோற்றமுடைய மிகப்பெரிய கோபுர வாயில்களைக் கட்டுவதன் மூலம், கோவிலின் புனிதத் தன்மையை வலியுறுத்த முனைந்தனர். ஆகவே கோபுரங்கள், மிகப் பெரிய அடுக்குகளாக மாறி, ஏராளமான சிற்பங்களால் அழகுபடுத்தப்படும் கருவிகளாயின. பொதுவாக, கோபுரத்தின் கீழிரண்டு மாடிகளும் உறுதியான தனிக் கற்களினாற் செங்குத்தாகக் கட்டப்பட்டன. செங்கல்லாலும் சாந்தினாலும் கூர்நுதிக் கோபுர அமைப்பிற் கட்டப்பட்ட மேற் பகுதிக்கு இது ஒரு பலம் வாய்ந்த அடித்தளமாக இருந்தது. கோபுரங்களுட் சில, நேராகச் சாய்ந்து வரும் பக்கங்களுடன் கூடிய உறுதியான கோபுரங்களாக விளங்கின. ஆனாற் சில கோபுரங்களின் வெளிப்புறக் கோடு, வளைந்தும் உட்குவிந்தும் மேலே நோக்கும் ஏற்றம் போன்று காணப்படுகின்றது. கடைசியாகக் கூறப்பட்ட கோபுரங்களில் அதிக பூவேலைப்பாடுகளுடன் கூடிய சித்திரங்கள் காணப்படுகின்றன. பாண்டியர்களின் ஆட்சிக் காலத்தில், தூண்களில், மேலும் ஒரு மாற்றம் ஏற்பட்டது. இதழ், ஓரத்தில் நெளிவுகளையுடையதாகவும் அதிக உறுதியுடன் கூடியதாகவும் அமைக்கப்பட்டது. போதிகைக் கட்டை, தூங்கும் பதக்கத்தைப் போன்று ஆக்கப்பட்டது. பலகையின் அகலம் அதிகரிக்கப்பட்டது. பாண்டியர் காலத்தில் வெளி மண்டபங்கள், மேலதிகமான துணைக்கோவில்கள், கோபுரங்கள் முதலியவற்றைக் கட்டி ஏற்கனவேயிருந்த கோவில்களின் அழகை மிகுவிப்பதிற் கட்டடக் கலைஞர்கள் ஈடுபட்டிருந்தார்களே தவிரப் புதிய கோவில்களை அமைப்பதில் அவ்வளவு தூரம் அக்கறை காட்டவில்லை. சிறீரங்கத் தீவிலுள்ள சம்புகேசுவர ஆலயத்தின் இரண்டாம் சுற்றுமதிலின் வாயிலிலுள்ள கோபுரம் பாண்டியர்களின் ஆரம்ப காலக் கட்டடக் கலைக்கு எடுத்துக்காட்டாக விளங்குகின்றது. பன்னிரண்டாம் நூற்றாண்டிற் கட்டப்பட்ட இக்கோபுரத்திற் சோழர் பாணியின் பல அம்சங்களை நாம் இன்றுங் காணலாம். சம்புகேசுவரத்திலுள்ள சுந்தரபாண்டியன் கோபுரம், சிதம்பரக் கோவிலின் கிழக்குக் கோபுரம் ஆகியவை, பாண்டியர் காலத்தில் விசேடமாக அமைந்த கோபுரங்களுட் குறிப்பிடக் கூடியவையாயிருக்கின்றன. சோழர்களின் கட்டடக்

கலை முதிர்ந்த நிலையில் இருந்தபோது அலங்கார வேலைப்பாடுகள் மிதமாகவே செய்யப்பட்டன. 'விசயநகரக் கட்டடங்களில், அதிக அழகு வாய்ந்த ஆனால் அளவிற்கதிகமான வேலைப்பாடுகள்' காணப்பட்டன. இவையிரண்டுக்கும் இடைப்பட்ட ஒரு நிலையையே, பாண்டியர்களின் கலை குறிக்கின்றது. அதிகப்படியான வேலைப்பாடுகள் மூலம், ஒரு சிறப்பான அழகை ஏற்படுத்தப் பாண்டியக் கலைஞர்கள் முயன்றனர்.

சிரவண பெல்கோலா என்ற இடத்தில் இரண்டு சமண நினைவுச் சின்னங்கள் குறிப்பிடக்கூடிய வகையில் அமைந்துள்ளதையும் நாம் குறிப்பிட வேண்டும். கங்கை மன்னனாகிய 4 ஆம் இராசமல்லனின் அமைச்சராகவிருந்த சாமுண்டராயர் என்பவரே இவ்விரண்டையும் கட்டுவித்தார். இவற்றுள் ஒன்று சாமுண்டராயர் பசதி என்பதாகும். சந்திரகிரிக் குன்றின் ஒருபாலுள்ள ஏராளமான சமணக் கோவில்களுள், இப் பசதியே மிகப் பெரியதும் மிகச் சிறந்ததுமாகும். முன் கிழக்குப் பக்கத்திலுள்ள முகப்பு மண்டபத்துடன் சேர்ந்து, இக் கோவில் 70 அடி நீளமும் 36 அடி அகலமுமுடையது. முதன் முதலாக இது, கி.பி. 980 இல் கட்டப்பட்டிருக்க வேண்டும். ஆனால் இப்போதைய உருவில் இது பன்னிரண்டாம் நூற்றாண்டின் முற்பகுதியிலிருந்த சோழர் கட்டடப் பாணிக்குச் சிறந்த எடுத்துக்காட்டாகத் திகழ்கின்றது. மற்ற நினைவுச் சின்னம், முதலாவது தீர்த்தங்காரின் மகனான கொம்மடர் என்பவரின் சிலையாகும். மிகப்பெரிய இச்சிலை,

ஒரே கல்லிலேயே செதுக்கப்பட்டுள்ளது. இந்திரபெட்டா என்ற குன்றின் மேல் அமைந்துள்ள இச்சிலை 56 அடி உயரமானது. முற்றிலும் நிர்வாணமாக நின்று தியானத்தில் அமிழ்ந்துள்ள ஞானியின் இச்சிலை, ஏறக்குறைய கி.பி. 953 ஆம் ஆண்டளவிற் செதுக்கப்பட்டதாகும். இச் சிலையின் பாதங்களில் எறும்புப் புற்றுக்கள் காணப்படுகின்றன. பலவித செடிகொடிகள், இச்சிலையின் அங்கங்களைச் சுற்றிப் படர்ந்துள்ளன. தனிக்கற்களாலான, இரு சிறிய சிலைகள், கனரா நாட்டில் உள்ளன. கார்கல என்ற இடத்திலுள்ள 46 அடி உயரமான சிலை 1432 இல் செதுக்கப்பட்டது. ஏனூர் என்ற இடத்திலுள்ள 35 அடி உயரமான சிலை 1604 இல் செதுக்கப்பட்டது. தென்னாட்டிலுள்ள சமணக் கோவில்களில் மானத்தம்பம் என்பது பொது அம்சமாக விளங்குகின்றது. பல படிகளுடன் கூடிய ஓர் அடித்தளத்தில், கோவிலின் முன் பக்கத்தில் மானத்தம்பம் நிற்கின்றது. இத்தூணின் கீழ்ப்புறம் பெரும்பாலும் சதுரமாகவும், மேலே போகப்போக வட்டவடிவாகவும் அமைந்துள்ளது. 'ஆழமற்ற குழாய்போன்ற பகுதிகள் பக்கவாட்டிலமைந்த வரிசைக்கோடுபோன்ற பகுதிகளைக் குறிப்பிட்ட இடங்களிற் சந்தித்து ஒன்றையொன்று வெட்டிச் செல்கின்றன'. தூணின் மேற்பாகம், உள்ளே எதுவுமின்றிப் பூச்சாடி போன்றிருக்கின்றது. இதன் மேலுள்ள மணிச்சட்டத்தின் மேலும் இரு கால் தூக்கி நிற்கும் யாளிகளின் உருவங்கள் உண்டு. வேறு கட்டடங்களுடன் இணையாது தனித்து நிற்கும் இத்தூண்களுட் சில 50 அடி உயரத்திற்கும் மேற்பட்டன. மிகச் சிறந்த கலைப்படைப்பாகவும் இவை விளங்குகின்றன.

கல்யாணியைச் சேர்ந்த சாளுக்கியர்களின் ஆட்சிக் காலத்தில் மேற்குத் தக்கணத்திற் பல கோவில்கள் கட்டப்பட்டன. இங்கு வளர்ச்சி பெற்ற

அம்சங்களின் முதிர்ந்த நிலையை மைசூரிலுள்ள ஒய்சளர்களின் கோவில்களிற் காணலாம். இக் கோவில்களின் பிரதான நுழைவாயில்கள், முன்னால் இல்லாது இரண்டு பக்கங்களிலுமேயிருந்தன. ஒப்பற்ற அழகுடனும் அடக்கத்துடனும், இக் கோவில்களின் வெளிப்புறச் சுவர்களிற் சரிகை போன்று செய்யப்பட்ட அலங்கார வேலைப்பாடுகள், நல்ல விகிதசமமுடைய பகுதிகளாகச் சுவரைப் பிரித்தன. விமானங்கள், எளிமையான முறையிற் படிகளுடன் அமைந்த ஆரம்ப சாளுக்கியர்களின் மாடிகளுக்கும், வார்ப்பு முறையில் அமைக்கப்பட்ட அடுக்குகளையுடைய ஒய்சளர்களின் பாணிக்கும் இடைப்பட்ட ஒரு நிலையிற் காணப்பட்டன. தூண்கள் கடைந்தெடுக்கப்பட்டன. தூண்களின் அகன்ற மேற்பாகத்திற்குக் கீழே கத்திமுனை போன்ற ஒரு பகுதி நன்கு வெளியே தெரிந்து கொண்டிருந்தது. வெளியேயுள்ள நுழைவாயில்களின் கதவுகளும், மூலத்தானத்தின் கதவுகளும் மிக விரிவான முறையில் அதிக நுட்பமாகச் செய்யப்பட்டிருந்தன. இப்பாணியிற் கட்டப்பட்ட கோவில்களுக்கு எடுத்துக்காட்டாக, கடக்கு என்ற இடத்திற்கண்மையிலுள்ள குக்கனூர் என்ற இடத்திற் கட்டப்பட்ட நவலிங்க (ஒன்பது இலிங்கங்கள்) கோவிலும், கல்லேசுவரர் கோவிலும்ள திகழ்கின்றன. இவை அனேகமாகப் பத்தாம் நூற்றாண்டின் முடிவிற் கட்டப்பட்டிருக்கலாம். ஆரம்ப காலச் சாளுக்கிய பாணியில் ஐகோல், பந்தடக்கல் என்ற இடங்களிற் கட்டப்பட்ட கோவில்களுக்கும் இக்கோவில்களுக்குமிடையே சில நெருங்கிய ஒற்றுமைகள் இருக்கின்றன என்பதும் உண்மையே. சாளுக்கியப் பேரரசின் பல்வேறு பகுதிகளிலும், இப்பாணியிற் கட்டப்பட்ட ஏராளமான கோவில்கள் காணப்படுகின்றன. இப்பாணிக்கேயுரிய சிறப்பான கோவில்களாக இலக்குண்டி என்ற இடத்திலுள்ள காசிவிசுவேசுவரர் கோவில், இட்டகி என்ற இடத்திலுள்ள மகாதேவர் கோவில், கறுவட்டி என்ற இடத்திலுள்ள மல்லிகார்ச்சுனர் கோவில் ஆகியவற்றைக் குறிப்பிடலாம்.

ஆரம்ப காலச் சாளுக்கியர்கள், மிகப் பாரிய முருகைக் கற்களை உபயோகித்தனர். ஆனால் ஒய்சளக் கோவில்களைக் கட்டியவர்கள், நுண்மையான முறையிலமைந்த, ஒருவகைக் கறுப்புக் கற்களை உபயோகித்தனர். இந்த மாற்றம், மைசூர்க் கோவில்கள் முன்னிலும் பார்க்க அதிக சிறப்புடன் அமைக்கப்படுவதற்கும், சிற்பங்கள் முன்னிலும் பார்க்க அதிக நுட்பமாகவும் அழகாகவும் செதுக்கப்படுவதற்கும் வழிவகுத்தது. பெரும்பாலான ஒய்சளக் கோவில்கள், ஒரு மத்திய கட்டடத்தையும், ஏராளமான கண்ணறைகள் கொண்ட மதிற்சுவர்களையும் கொண்டிருந்தன. இவற்றுக்கு முன்னால் தூண்களையுடைய ஒரு விறாத்தையோ, ஒரு மூடுமண்டபமோ உண்டு. பிரதான கட்டடத்தில் ஒரு மூலத்தானமும் முன்னால் சுகநாசி என்றழைக்கப்படும் ஒரு கூடமும் உண்டு. இக் கூடம் தூண்கள் நிறைந்த ஒரு மண்டபத்துடன்

(நவரங்கம்) தொடுக்கின்றது. இந்த மண்டபத்தின் முன்னால், பெரும்பாலான கோவில்களில் தூண்கள் நிறைந்த, ஆனால் சுற்றிலும் அடைக்கப்படாத முகமண்டபம் இருந்தது. ஒய்சளக் கோவில்கள் பலவற்றில் முக்கியமான பகுதிகள் தனித்துக் கட்டப்படாமல், இவ்விரண்டாகக்

கட்டப்பட்டன. மும்மூன்றாகவும், நன்னான்காவும், சில இடங்களில் ஐவைந்தாகவும் கூடக் கட்டப்பட்டன. மூலத்தானத்தைச் சுற்றியுள்ள சுவர்களின் வெளிப்பறம் நட்சத்திர வடிவிலமைந்திருப்பதும் குறிப்பிடக்கூடிய ஓர் அமிசமாகும். ஓர் உயர்ந்த மேடையிலமைந்துள்ள சுவர்கள், தாம் மேலே தாங்கும் கட்டடப் பகுதியிலுள்ள கோடுகள், கோணங்கள் முதலியவற்றிற்குச் சமாத்தரமாக உள்ளே வளைந்தும் வெளியே நீட்டியபடியும் இருக்கின்றன. கோவிலிலும் பார்க்க அதிக அகலமுடைய இம் மேடை, கோவிலைச் சுற்றிலும் காணப்படுகின்றது. இதன் தட்டையான மேற்றளம் பிரதட்சணபாதையாக இருக்கின்றது. உள்ளே. துனியான பிரதட்சணபாதை வேறு இல்லை. சுவர்களின் வெளிப்புறத்திற் கிடைக்கோட்டுவாக்கில் சரிகைக்கரை போன்ற வேலைப்பாடுகள் ஒன்றின்மேல் ஒன்றாய் செய்யப்பட்டுள்ளன. விமானத்தின் சுவர்கள் கிடைக்கோட்டுப் பிரிவுகளாகப் பிரிக்கப்பட்டுள்ளன. ஆனால் தூண் மண்டபத்துச் சுவர்கள் இரண்டு பிரிவுகளாக மட்டுமே பிரிக்கப்பட்டுள்ளன. இந்த இரண்டு பிரிவுகளையும், எவ்வித இடைவெளியுமின்றித் தொடர்பாகச் செல்லும் ஒரு மேல் விளிம்பு ஒன்றாகப் பிணைக்கின்றது. இரண்டிற்கும் 9 அல்லது 10 அடி உயரமுடைய ஏறக்குறையச் செங்குத்தான அடித்தளம் இருக்கின்றது. இந்த அடித்தளத்தின் நான்கு புறங்களிலும், மிருகங்களின் உருவச் சிற்ப வேலைப்பாடுகள் சரிகைக்கரை போன்றமைந்துள்ளன. ஆகக் கீழேயுள்ள பகுதி பெரும்பாலும் யானைகளின் நிரையையும், அதற்கு மேலுள்ள பகுதி குதிரை வீரர்களின் வரிசையையும் கொண்டுள்ளது. இவற்றிற்கு மேல், சுழலும் இலைகளின் வரிசையுண்டு. இதற்கு மேல், கண் மட்டத்தில் சற்று அகலமான பகுதியிற் புராண நிகழ்ச்சிகளைக் குறிக்கும் உருவச் சிலைகள், மிக நுட்பமாகச் செதுக்கப்பட்டுள்ளன. இதற்கு மேல் யாளிகளின் வரிசை இருக்கின்றது. யாளிகளின் வாயில் இலைச்சுருள்கள் காணப்படுகின்றன. இவை எல்லாவற்றிற்கும் முடி வைத்தாற்போன்றமைந்திருக்கின்றது. அன்னங்களின் வரிசை. தூண் மண்டபத்தின் அடித்தளம் 'சாய்வான ஓர் இருப்பிடத்துடன் (ஆசனம்)' முடிவடைகின்றது. இந்த ஆசனத்திற்கு மேலே, மண்டபத்தின் வெளித்தூண்கள் காணப்படுகின்றன. வார்ப்பட முறையிலமைந்த நடுப்பகுதிகளையுடைய இத்தூண்கள் சமமான இடைவெளிகளுக்கொன்றாக நிறுத்தப்பட்டுள்ளன. இந்த இடைவெளிகள், துளைபோடப்பட்ட கல் திரைகளினால் நிரப்பப்பட்டுள்ளன.

மண்டபத்திலுள்ள இரு பிரிவுகளிலும் பார்க்க விமானத்திலுள்ள மூன்று கிடைக்கோட்டுப் பிரிவுகள் அதிக அழகான வேலைப்பாடுகளுடன் கூடியவை. மண்டபத்தின் அடித்தளத்துடன் சேர்ந்திருக்கும் இந்த அடித்தளம் அதே போன்றே அமைந்துள்ளது. தூண்களும் திரைகளும் நிறைந்துள்ள மண்டபப் பகுதியை இங்கே ஒத்திருக்கும் பகுதியில் நல்ல வேலைப்பாடுகளுடன் கூடிய மாடங்கள் காணப்படுகின்றன. இம்மாடங்களில் மெல்லிய தகடுகளால் அலங்கரிக்கப்பட்ட மேற்கூரையின் சரிவின் கீழ், தெய்வங்களின் உருவங்கள், சிறந்த கலைப்படைப்பு என்று சொல்லக்கூடிய விதத்தில் நன்கு செதுக்கப்பட்டுள்ளன. (பெரும்பாலான சிலைகளில், சிற்பிகளின் கைச்சாத்து இருக்கின்றது). இச் சிற்பங்கள் அளிக்கும் உயர்ந்த அழகை, நட்சத்திரம்

போன்ற கட்டடத்தின் வடிவம் அதிகப்படுத்துகின்றது. இவ்வமைப்பு, செங்குத்தான பல மட்டத்தளங்களை உண்டாக்கி மிகச் சிறப்பான ஒளிநிழல் மாற்றங்களை ஏற்படுத்துகின்றது. கோவிலின் பிரதானமான பாகத்தையும் சிகரத்தையும் வெளியே நீண்டிருக்கும் அகலமான விளிம்பு பிரிக்கின்றது. சிகரமும் நட்சத்திர அமைப்புடனேயே காணப்படுகின்றது. ஆனால் இதிலுள்ள செங்குத்தான கோடுகளைக் கிடைக்கோட்டு வாக்கிலமைந்த வார்ப்படங்கள் சமநிலைப்படுத்துகின்றன. மேலே போகப்போக அளவிற் குறைந்து செல்லும் அடுக்குகள் ஒழுங்கான முறையிற் சேர்த்து வைக்கப்பட்டுள்ளன. கோபுரத்தின் முடி, குடைபோன்றமைந்துள்ளது. சிறிய கோவில்களும், மாடங்களும் இந்த அடுக்குகள் ஒவ்வொன்றையும் அழகுபடுத்துகின்றன.

தூண், அதன்மேலுள்ள அகன்ற பாகம் ஆகியவற்றின் உருவ அமைப்பு, இப்பாணியின் குறிப்பிடத்தகுந்த இன்னோரம்சமாகும். ஒரே கல்லாலான தூணின் அகன்ற மேற்பாகத்திற் குழியிடப்பட்டு, அங்கே சாய்வான ஒரு தாங்கு கல் பொருத்தப்பட்டது. இத்தாங்கு கற்களும் தனிக் கல்லாலானவை.தலையைச் சுற்றி ஒளிவட்டம் போன்றமைந்த இலைகளுடன் கூடிய சிறந்த உருவங்கள் இத்தாங்கு கல்லிலிருந்தன. இவை மதனகை உருவங்கள் எனப்பட்டன. இவ்வுருவங்கள் மிக நுட்பமாகச் செய்து முடிக்கப்பட்டிருப்பது விமானத்து மாடங்களிற் காணப்படும் உருவங்களுடன் போட்டியிடக்கூடியதாகவிருக்கிறது.

ஒய்சனக் கோவில்கள், அடிப்படையில் தென் இந்தியக் கட்டடக்கலை வளர்ச்சியின் சின்னங்களாக இருந்தபோதிலும், ஆனைத்தந்தங்களில் நுட்பவேலை செய்கின்றவனது அல்லது பொற்கொல்லனது கலைத்திறமையைக் கல்விற் பிரயோகித்தால் எவ்வாறிருக்குமோ அவ்வாறிருப்பதன் எடுத்துக்காட்டாகத் திகழ்கின்றன. இவ்வுருவங்களுட் பலவற்றிற் காணப்படும் ஏராளமான ஆபரணங்களும், பல்வேறு வகைப்படட தலை அணிகளும் வேறுபலவும், அக்காலத்துச் சமுதாய வாழ்வைப்பற்றி நல்ல எண்ணம் ஏற்படும் வகையிற் சேர்க்கப்பட்டுள்ளன. இந்தப்பாணிக்குரிய சிறந்த, பூரணமான எடுத்துக்காட்டாகத் திகழ்வது, சிறீரங்கப்பட்டணத்திலிருந்து இருபது மைல் தூரத்திலுள்ள சோமநாதபுரத்திலிருக்கும் கேசவர் கோவிலாகும். இது சிலுவை வடிவில் உள்ள மூன்று வழிபாட்டுத்தானங்களையுடைய ஒரு கோவில். 87 அடி நீளமும் 83 அடி அகலமும் கொண்ட இக் கோவிலுக்கு ஒரே ஒரு நுழைவாயில் கிழக்குப் பக்கத்திலுண்டு. நீள் சதுரமான வெளியினுள் அமைந்த இக் கோவிலைச் சுற்றி 64 கண்ணறைகள் உள்ளன. எல்லாக் கட்டடங்களும் சேர்ந்த அடைப்பு முழுவதும் 215 அடி நீளமும் 177 அடி அகலமும் கொண்டது. 'இக்கோவிலின் பல்வேறு பகுதிகள் சிறந்த விகிதசமமுடையனவாயும் நன்கு சமநிலைப்படுத்தப் பட்டுமிருப்பதால், எந்த ஒரு பகுதியாவது பலவந்தமாக நுழைக்கப்பட்டதாகவோ, தேவையற்றதாகவோ இருக்கவில்லை. நட்சத்திர வடிவிலமைந்த மூன்று கோபுரங்களும் 50 அடி உயரமேயானாலும், கட்டடத்தின் பிற பகுதிகளுடன் பூரணமாக இணங்கியிருக்கின்றன.

இதைவிடப் பெரிய, காலத்தால் முந்திய கோவில்கள் பேலூர் என்ற இடத்திலுள்ளன. 1117 ஆம் ஆண்டிலிருந்து இவை கட்டப்பட்டன. இவற்றுப்

பிரதான கோவிலாகத் திகழ்வது சென்னகேசவர் கோவிலாகும். இக் கோவிலின் மேற்புறப் பகுதி இப்போது காணப்படவில்லை. ஆனால் அது பூரணமாக்கப்பட்டிருந்த போது அளவுக்கு மீறிய அழகுடன் திகழ்ந்திருக்க வேண்டும் என்பது தெளிவாகத் தெரிகின்றது. தூண் மண்டபத்தில் மூலத்தானம் இருக்கும் திசை தவிர்ந்த மற்றைய மூன்று திசைகளிலும் ஒவ்வொரு நுழைவாயிலுண்டு. 'பல படித் தொகுதிகளைக் கடந்தே இந் நுழைவாயில்களை அடைய வேண்டும். கட்டடச் சிறப்புக்கு எடுத்துக்காட்டாக விளங்கும் கூர்ங்கோபுரம் போன்றமைந்த வழிபாட்டுத்தானங்கள் படிகளின் இருமருங்கிலும் காணப்படுகின்றன. சிற்பக் கலைஞன் மண்டபத்தின் பிரதான தூண்களிலும், இடுக்குகள் நிறைந்த உட்புறக் கடவையிலும் அதிக கவனஞ் செலுத்தியுள்ளான். 92 அடி நீளமும் 78 அடி அகலமும் கொண்ட இம் மண்டபத்தில், எல்லாமாக நாற்பத்தாறு தூண்களுள. நடுப்பகுதியிலுள்ள நான்கு தூண்களைவிட, மற்றவை வெவ்வேறு மாதிரியில் அமைந்துள்ளன. தூண்களின் வெவ்வேறான தோற்றமும் பல மாதிரிகள் கலந்திருப்பதும் அற்புதமாயிருக்கின்றது. ஒவ்வொரு தூணும் தனிப்பட்ட ஒரு கலைஞனதும் அவனுடைய உதவியாளர்களினதும் படைப்பாக இருந்திருக்க வேண்டும். இந்த ஒழுங்கினால், கலைவிற்பன்னர்கள், மிகச் சிறந்த படைப்புக்களை ஆக்குவதில் ஒருவரோடொருவர் போட்டியிட்டனர்.

ஒய்சளக் கலைப்பிரிவினரின் அதியுன்னத சாதனமாக அமைந்திருப்பது, அலி பிட்டு என்ற இடத்திலிருக்கும் ஒய்சளேசுவரர் கோவிலாகும். ஆனால் அக்கோவில் சிதைந்த நிலையில் இப்போது காணப்படுவதால் - கோவிலின் மேற்கட்டடங்கள் முழுவதும் இப்போது இல்லை - இந்த உண்மையை உணர்தல் கடினமாகும். முதலாம் நரசிம்மனின் கீழிருந்த சிறந்த கட்டடக் கலைஞனாகிய கெதரோசன் என்பவனால், பகிரங்க வேலைகளின் பிரதான அதிகாரியாகவிருந்த கெதமல்லன் என்பவனின் மேற்பார்வையில் இக்கோவில் திட்டமிட்டுக் கட்டியெழுப்பப்பட்டது. இது ஓர் இரட்டைக் கோவிலாகும். ஒரே மாதிரியான இரண்டு பூரணமான கட்டடங்கள் அருகருகே கட்டப்பட்டு, உட்பாதைகள் மூலம் தொடுக்கப்பட்டன. ஒவ்வொன்றும் 112 அடி நீளமும், ஏறக்குறைய 100 அடி அகலமுமுடையன. இக்கோவிலின் வெளிப்புறத்தே காணப்படும் ஏராளமான சிற்பங்கள், உலகின் அதிகம் குறிப்பிடத்தக்க நினைவுச் சின்னங்களுள் ஒன்றாக இக்கோவிலை ஆக்குகின்றன் மதச்சிந்தனைகளை வெளியிடும் உருவங்களின் ஒப்பிலாக் களஞ்சியமாகவும் இக்கோவில் விளங்குகின்றது. கலிங்க (ஒரிசா) இராச்சியத்தில் ஒன்பதாம் நூற்றாண்டு தொடக்கம் பதின்மூன்றாம் நூற்றாண்டு வரை, வட இந்திய பாணியிற் பல கோவில்கள் கட்டப்பட்டன. பிரதானமான கோவில்கள் புவனேசுவரம் என்ற இடத்திலுள்ளன. முப்பதிற்கு மேற்பட்ட கோவில்கள் இங்குண்டு. இங்கிருந்து ஐந்து மைல்களுக்குள், இந்த இடத்திற்குரிய மிகப் பெரியதும் மிக முக்கியமானதுமான இரண்டு நினைவுச் சின்னங்கள் இருக்கின்றன. இவற்றிலொன்று பூரியிலுள்ள ஜகன்னாதர் ஆலயமாகும் மற்றது கோணராக்கிலுள்ள சூரியன் கோவிலாகும். கஞ்சம் மாவட்டத்தின் எல்லையிலே, முகலிங்கத்திற்குத் தெற்கே சில சிறு கோவில்களுமுள. ஆரம்பகாலக் கோவில்களுக்கு எடுத்துக்காட்டாக முகலிங்கக் கோவில்களைக் குறிப்பிடலாம்.

தக்கணத்திலுள்ள ஆரம்பகாலச் சாளுக்கியர்களின் கோவில்களுக்கும் இக்கோவில்களுக்கு மிடையே கட்டட அம்சங்களிற் சில உண்மையான ஒற்றுமைகள் காணப்படுவதால் இவை ஒன்பதாம் நூற்றாண்டின் தொடக்கத்திலிருந்தாவது கட்டப்பட்டிருக்க வேண்டும் எனக் கூறலாம். இக்கோவில்களுள் அதிகம் குறிப்பிடக்கூடிய எடுத்துக்காட்டாக விளங்குவது முகலிங்கேசுவரர் கோவிலாகும். மத்திய மூலத்தானமும், ஒவ்வொரு மூலையிலும் ஒவ்வொன்றாக நான்கு துணைக்கோவில்களும் இங்கேயுள. இக்கோவிலின் அலங்கார வேலைப்பாடுகளிற் சாளுக்கியச் செல்வாக்கையும் குப்தச் செல்வாக்கையும் காணலாம்.

ஒரிசாவில் மூலத்தானம் (இது சற்சதுரமான கட்டடமாக இருப்பது வழக்கம்) தேவுல் எனவும், இதற்கு முன்னால் பக்தர்கள் ஒன்றுகூடும் மண்டபம் சகமோகன் எனவும் அழைக்கப்படுகின்றன. பெரிய கோவில்களில் மேலும் இருபகுதிகளுன. சகமோகன் மண்டபத்திற்கு முன்னால் நாட்டியமண்டபமாகிய நடமந்திர், அதற்கு முன்னால் அமைக்கப்பட்டுள்ள போகமந்திர் என்பவையே அவை. இவையனைத்தும் ஒரே நேர்வரிசையிற் கட்டப்பட்டுள்ளன. இம் மண்டபங்கள் ஒரே அடித்தளத்திலேயே கட்டப்பட்டிருந்தன. இம் மண்டபங்கள் ஒரே அடித்தளத்திலேயே கட்டப்பட்டிருந்தன. இவை பெரும்பாலும் ஒரேயொரு மாடியுடையவையாகவும் இருந்தன. இதன் கீழ்ப்பகுதி கனபரிமாணமுடையதாகவும் இருந்தது. தூண்கள் இங்கே இல்லாதிருப்பது குறிப்பிடத்தக்கது. பெரிய மண்டபங்களின் கூர்நுதிக் கோபுர வடிவிலமைந்த கூரையின் பாரத்தைத் தாங்குவதற்காக நான்கு தனித்தனிச் சிறு தூண்கள் சதுரமாக அமைந்த உத்தரத்தின் ஒவ்வொரு மூலையிலும் ஒவ்வொன்றாக அமர்த்தப்பட்டன. ஒரிசாக் கோவில்களின் வெளித்தளம் அளவிற்கு மீறி அலங்கரிக்கப்பட்டிருப்பதும், அதற்கு மாறாக உட்புறம் எளிமையான முறையில் அமைக்கப்பட்டிருப்பதும் ஒரு முக்கியமான குணவிசேடமாகும்.

750 ஆம் ஆண்டிற்கும் 900 ஆம் ஆண்டிற்கும் இடைப்பட்ட காலப்பகுதியிற் கட்டப்பட்ட கோவில்களுக்கு எடுத்துக்காட்டாகத் திகழ்பவை புவனேசுவரத்திலுள்ள பரசுராமேசுவரர் கோவிலும், வைதல் தேவுல் என்பதுமாகும். இப்பாணி எவ்வாறு தோன்றியது என்பதைப் பற்றியும் என்னென்ன அம்சங்கள் இணைக்கப்பட்டிருந்தன என்பதைப் பற்றியும் சில செய்திகளை இவை தரும் வகையால், இவை முக்கியத்துவம்பெற்று விளங்குகின்றன. பரமேசுவரர்கோவிலின் தேவுல், சகமோகன் ஆகிய இரண்டும் சேர்ந்து 48 அடி நீளமுடையன. தேவுலின் மேலுள்ள சிகரம் 44 அடி உயரமுடையது. பதிவான நீள்சதுரமான மண்டபம் இரட்டைக் கூரையும் எளிமையான முறையிலமைந்த பெரிய தாழ்வாரங்களும் கொண்டது. மூலத்தானம் இருக்கும் பக்கம் தவிர்ந்த மற்றைய மூன்று பக்கங்களிலும் ஒவ்வொரு வாயிலுண்டு. மண்டபத்திற் பக்தர்கள் கூடும் நடுப்பகுதி அருகிலுள்ள நடைபாதைகளிலும் பார்க்க உயர்ந்திருந்தது. இதன் மேலுள்ள கூரையின் உட்புறத்தை ஒவ்வொன்றும் மூன்று தூண்கள்கொண்ட இரண்டு தூண் வரிசைகள் தாங்கிக் கொண்டிருந்தன. ஆரம்பத்திற் கட்டப்பட்ட தேவுல் சிதைவுற்றுப் பிற்காலத்தில் மீண்டும் திருப்பிக் கட்டப்பட்டிருக்க வேண்டும். தேவுலுக்கும்

மண்டபத்திற்குமிடையே இருக்கும் பொருத்தும், இரு கட்டடங்களின் சுவர்களிலுள்ள சிற்பங்களின் குணவிசேட வேறுபாடும் இதைத் தெளிவாகக் காட்டுகின்றன. சிகரத்தின் உருவம் பருமனானதாகவும் புராதனமானதாகவும் இருக்கின்றது. மேற்குப் பக்கத்திலுள்ள வாயிலின் இருமருங்கிலும் ஒவ்வொரு கற்கிறாதி இருக்கின்றது. இளம் நாட்டிய மங்கையரினதும் இசைக் கருவிகளுடன் கூடிய இசை வல்லுனரினதும் உருவங்களைக் கொண்டுள்ள இக்கற்கிறாதிகள் அதிக கலைத்திறமையுடன் கூடிய படைப்புக்களாக விளங்குகின்றன. கலவைச் சாந்தோ இணைப்பேற்படுத்தும் வேறு பொருட்களோ இன்றி, பாரிய கற்களைக் கொண்டு இக்கோவில் கட்டப்பட்டது. இந்த அம்சமும் இதுபோன்ற வேறு சில அம்சங்களும் இக்கோவிலை ஐகோலிலிலுள்ள சாளுக்கிய கோவில்களுடன் தொடர்புறுத்துகின்றன. பூச்சாடிபோன்ற மேற்பாகமுடைய புடைப்புத் தூண்களும், மற்றைய அழகுவேலைப்பாடுகளும் குப்தர் கலையிலிருந்து பெறப்பட்டன.

வைதல் தேவுலிலுள்ள பீப்பாக்கூரையுடைய சிகரம், சகமோகன் மண்டபத்தின் நான்கு மூலைகளிலுமுள்ள துணைக்கோவில்கள் (இவை இக்கோவிலை ஆரம்ப நிலையிலுள்ள பஞ்சாயதன கோவிலாக ஆக்குகின்றன), நன்கு சமநிலைப்படுத்தப்பட்ட பகுதிகள் ஆகியன குறிப்பிடக்கூடியவையாயிருக்கின்றன. 25 அடி நீளமும் 18 அடி அகலமும் 35 அடி உயரமுடைய இச் சிறு கட்டடம் நன்கு வரையறுக்கப்பட்ட தென்னாட்டுக் கட்டடமுறை, வடநாட்டுக் கட்டடமுறை ஆகியவற்றின் கலப்பாக விளங்குகின்றது.

900 ஆம் ஆண்டிற்கும் 1100 ஆம் ஆண்டிற்கும் இடைப்பட்ட இரண்டாவது காலப்பகுதியிற் கட்டப்பட்ட கோவில்களுக்கு, புவனேசுவரத்தின் எல்லைப்புறத்திலமைந்த சிறிய முத்தேசுவரர் கோவிலும் (975), புவனேசுவரத்திலுள்ள இலிங்கராசர் கோவிலும் (1000), பூரியிலுள்ள ஜகந்நாதர் கோவிலும் (1100) எடுத்துக்காட்டுகளாகும். பின்னவை இரண்டும் மிகப் பெரிய கோவில்களாகும். ஆரம்பகாலக் கட்டடங்களிலும் பார்க்கப் பெரிய அளவில் முன்னேற்றம் ஏற்பட்டதை முத்தேசுவரர் கோவில் குறிக்கின்றது. கோவிலின் உட்புறத்தில் அழகிய சிற்ப வேலைப்பாடுகள் அமைந்த ஒரு சில கோவில்களுள் இதுவுமொன்று. 520 அடி நீளமும் 465 அடி அகலமுமுடைய, நாற்புறமும் கட்டடங்களாற் சூழப்பட்ட பெரிய ஓரிடத்தின் மத்தியில் இலிங்கராசர் கோவில் அமைந்துள்ளது் மிக உயர்ந்ததும், மிகப் பருமனானதுமான ஒரு சுவரினால் நாற்புறமும் சூழப்பட்டிருக்கின்றது. அவசியமான வேளைகளில் இலகுவாகப் பாதுகாக்கக்கூடிய விதத்தில் உள்ளே ஒரு மேடையும் உண்டு. அடைப்பிற்கு உள்ளே பிரதான கோவிலின் மாதிரியைப் போன்றமைந்த பல சிறு கோவில்கள் உள்ளன. ஆனால் நடமந்திர், போகமந்திர் ஆகியவை பின்னாற் கட்டிச் சேர்க்கப்பட்டன. இக்கோவிலில் அதிக கவர்ச்சியுடைய அம்சமாக விளங்குவது தேவுலுவின் மேலுள்ள சிகரமாகும் இது தான் உயரத்தினாலும் (125 அடி) பருமனினாலும் நகரம் முழுவதிலும் மேம்பட்டு விளங்குகின்றது. சிகரத்தின் வெளிச் சுவரிலுள்ள அலங்கார வேலைப்பாடுகள், பார்ப்போரின் கண்களை ஈர்க்கும். கலைஞர்களின் புதுமை நிறைந்த படைப்புகளுக்கு இவை எடுத்துக்காட்டுகளாகத் திகழ்கின்றன.

பூரியிலுள்ள ஜகந்நாதர் கோவில் 1100 ஆம் ஆண்டளவில் அனந்தவர்மன் சோடகங்கள் என்பவனாற் கட்டத் தொடங்கப்பட்டது. இலிங்கராசர் கோவிலின் அமைப்பிற் கட்டப்பட்ட இக்கோவில் ஒரே வரிசையிலமைந்த நான்கு பகுதிகளையுடையது. இதன் முழு நீளம் 310 அடியும், அகலம் 80 அடியுமாகும். கோபுரம் ஏறக்குறைய 200 அடி உயரமுடையது. கோவில் உயர்ந்த மேடொன்றில் அமைந்திருக்கின்றபடியால், கோவிலும் வானளாவிய அதன் சிகரமும் பலமைல் சுற்றாடலுக்குக் கம்பீரமான தோற்றத்துடன் காட்சியளிக்கின்றன. இக் கோவிலின் விகிதசமம் குறிப்பிடக்கூடிய முறையில் அமைந்திருக்கிறதே தவிர இலிங்கராசர் கோவிலைப் போலவே மிகுதியும் கட்டப்பட்ட இக்கோவிலில் எவ்விதமான முன்னேற்றமும் காணப்படவில்லை. கடற்காற்றின் அரிப்பினாற் காலத்திற்குக் காலம் பல விதமான திருத்தங்கள் செய்யவேண்டி யேற்பட்டன. இவை தொடக்க காலத்திலிருந்த தோற்றத்தை மாற்றிவிட்டன. நடமந்திர் 80 அடிச் சதுரமான ஒரு பெரிய மண்டபமாகும். இதனுடைய கூரையின் உட்புறம் ஒவ்வொன்றும் நான்கு தூண்கள் கொண்ட நான்கு தூண்வரிசைகளில் தங்கியிருக்கின்றது. ஒரிசாவில் தூண்களுள்ள ஒரு மண்டபத்திற்கு இது நல்ல எடுத்துக்காட்டாக உள்ளது. பிரதான கோவிலைச் சுற்றி 30 அல்லது 40 சிறிய கோவில்கள் உள்ளன. இவை அனைத்தையும் சுற்றி ஒரே நடுமையத்தையுடைய மூன்று வட்டச் சுவர்கள் மூன்று மாலைகள்போல் இருக்கின்றன. ஒவ்வொரு பக்கத்தின் மத்தியிலும் நுழைவாயில் உண்டு. இந்த நுழைவாயில்கள் கூர்நுதிக் கூரையுடைய பெரிய கட்டடங்களாகும். இவற்றிற்கும் தென் இந்தியக் கோவில்களுக்குமிடையே எவ்வித ஒற்றுமையில்லை.

1100 ஆம் ஆண்டிற்கும் 1250 ஆம் ஆண்டிற்கும் இடைப்பட்ட மூன்றாவது கடைசிப் பகுதியில் நடுத்தர அளவுள்ள பல கோவில்கள் ஒரிசா பாணியில் கட்டப்பட்டன. வேலைப்பாடு மிகுந்த தோற்றத்தினாலும் அருமையான கலைநுட்பங்களாலும் இவையனைத்தும் குறிப்பிடக்கூடியவையாக விளங்குகின்றன. புவனேசுவரத்தில் ஆகக் குறைந்தது பன்னிரண்டு கோவில்களாயினும் உண்டு. இவற்றுட் பல தேவுல், சகமோகன் ஆகிய இரு முக்கிய பகுதிகளையே கொண்டுள்ளன. குறிப்பிடத்தக்கதாக விளங்கும் அனந்தவாசுதேவர் கோவிலுக்கு நடமந்திர், போகமந்திர் ஆகியவை பிற்காலத்திற் கட்டிச்சேர்க்கப்பட்டன. இக்கோவிலின் முழுநீளம் 125 அடியும், அகலம் 40 அடியும், கோபுரத்தின் உயரம் 68 அடியுமாகும். கட்டடம் முழுவதும், போதுமான அளவுள்ள ஓர் அடிப்பீடத்திற் கட்டப்பட்டுள்ளபடியால் மனதிற் பதியக்கூடியதாகவிருக்கின்றது. இராசராணிக் கோவில்கள் தேவுல் மட்டும் பூரணமாக்கப்பட்டிருக்கின்றது. சகமோகன் பூரணமாக்கப்படவில்லை. ஆனால் பூரணமாக்கப்படாத நிலையிலும் அக் காலத்துச் சிற்பிகள் எவ்விதமான தொழில் நுட்ப முறைகளைக் கையாண்டார்கள் என்பதை ஒரளவிற்கு அறிய முடிகின்றது. பூரணமான நிலையிலுள்ள தேவுவின் வளைவுகள், வெளிக்கோடுகள், கோபுரத்திலுள்ள அழகு வேலைப்பாடுகள் செம்மையாக இருக்கின்றன. சிகரங்களை அழகுபடுத்துவதில் ஒரு புதிய வழிவை இது ஆரம்பித்திருக்கின்றது எனவும் சொல்லலாம். மத்திய இந்தியாவிலுள்ள கசுராகோ என்ற இடத்தைச் சேர்ந்த ஆலயங்களில் இம்முறை மேலும்

பின்பற்றப்பட்டது. இராசராணிக் கோவிலின் தேவுல், முன்னுள்ள மண்டபத்திற்குக் குறுக்கு வட்டமாக அமைக்கப்பட்டுள்ளது. ஓரிசா பாணியைப் பொறுத்தவரையில் இது அசாதாரணமானதென்றே சொல்லவேண்டும்.

ஆனால் இக்காலப் பகுதியின் மிகப் பெருஞ் சாதனையாக விளங்குவது கொனராக்கிலுள்ள சூரியன் கோவில் தான் என்பதில் சந்தேகமில்லை. இக்கோவில் பூரியிலிருந்து, வடகிழக்கில் இருபது மைல்களுக்கு அப்பால் கடற்கரையில் இருக்கின்றது. நரசிம்மதேவன் (1238-63) என்ற அரசனாற் கட்டப்பட்டுப் பின் சிதைவுற்று இப்போது கறுப்புப் பகோடா என அழைக்கப்படும் இக்கோவில் இந்த நிலப்பகுதியிற் குறிப்பிடக்கூடிய ஓரிடமாக விளங்குகிறது. இக்கோவில் என்றாவது பூரணமாகக் கட்டப்பட்டதா என்ற சந்தேகமும் எழலாம். பாரமான மேற்கட்டடப்பகுதி பூரணமாகக் கட்டப்படுவதற்கு முன்னரே அத்திவாரம் ஆட்டங்கண்டிருக்கலாம். இக்கோவில் ஒரு மேதாவியினால் மிகப் பெரிய அளவிற் கற்பனை செய்யப்பட்டிருக்கக் கூடும். ஆனால் மிகப் பிரமாண்டமாக, அதியுன்னத மேன்மைச் சிறப்புடன் கட்டி முடிக்க வேண்டும் என்ற எண்ணம், அதனைக் கட்டுவதற்கு வேண்டிய சாதனங்களின் குறைபாட்டால் நிறைவேற்றப்படவில்லை. இருந்தபோதிலும் இது ஓர் மிகச் சிறப்பான தோல்வியாகும். இப்போதைய அதன் சிதைந்த நிலையிலும், இந்தியாவின் மிகச் சிறந்த கட்டடக் கலைஞனால் அதிக சிறப்புடன் கட்டப்பட்டிருக்கக்கூடிய கட்டடம் இது என்பதை இலகுவிற் கற்பனை செய்துகொள்ள முடிகிறது’ என்கிறார் பிறவுண். சூரியனின் ஏழு குதிரைகளும் சக்கரங்களுடைய ஒரு தேரை இழுத்துச் செல்லும் தோற்றத்தில் இக் கோவில் அமைந்துள்ளது. மிகப் பெரிய அடிப்பீடத்தின் இருமருங்கிலும், ஒவ்வொன்றும் 10 அடி உயரமுடைய இருபது சில்லுகள் உள்ளன. முன்னாலுள்ள அகலமான படிகளின் ஓரங்களில் நன்கு அலங்கரிக்கப்பட்ட ஏழு குதிரைகள் காணப்படுகின்றன (இந்தப் பெரிய பாரமான தேரை நகர்த்துவதற்க)' அவை தம் சேணங்களுடன் முன்னங்கால்களைத் தூக்கிப் பின்னங்கால்களில் நின்று மிகுந்த பிரயாசைப்படுகின்றன. கோவிலின் முன்னாலுள்ள ஓர் உயரமான அடிப் பீடத்தில் தனியான கட்டடமாகத் திகழ்கின்றது நடமந்திர். கூர்நுதிக்கோபுரம் போன்ற கூரையுடைய இம்மண்டபத்திற் கோவிலின் முக்கியமான அம்சங்கள் அனைத்தும் சிறிய அளவிற் காணப்படுகின்றன. இதைச் சுற்றி அநேக உப கோவில்களும் துணைக் கட்டடங்களும் இருக்கின்றன. இவையனைத்தும் 875 அடி நீளமும் 540 அடி அகலமும் கொண்ட ஓர் முற்றத்தில் அமைந்திருக்கின்றன. இம் முற்றத்தின் மூன்று பக்கங்களிற் கூர்நுதிக் கோபுர அமைப்புடன் கூடிய வாயில்கள் இருக்கின்றன. பிரதான கோவில், துணைக்கோவில்கள் ஆகியவற்றின் சுவர்த் தளங்களைப் பல சிற்பங்கள் அலங்கரிக்கின்றன. இவற்றுட் சில மிகச் சிறந்த அழகு பொருந்தியவை. சில முரட்டுத்தனமான முறையிற் காதலைப்பற்றிச் சித்திரிப்பவையாகும். 100 அடிச் சதுரமும், படிகளுடைய 100 அடி உயரமான கூர்நுதிக் கூரையும் கொண்ட சகமோகன் மட்டுமே, ஓரளவிற்குப் பாதுகாக்கப்பட்ட நிலையிலிருக்கின்றது. துணைக் கோவில்களுட் குன்றின் தென்மேற்குப் பகுதியில் அமைந்துள்ள அழகான இராமச்சந்திரர் கோவில் குறிப்பிடத்தக்கது. மிகப் பிரமாண்டமான சிற்பங்கள் இப்போது தரையில் அங்கங்கே தனித்துக்

கிடக்கின்றன. இவற்றுட் சில மிகச் சிறந்த கலைப்படைப்புக்களாகும். கட்டடத்தின் பிரதானமான இடங்களில் வைப்பதற்காக இவை செய்யப்பட்டன. இவற்றுள் உணர்ச்சித் துடிப்புடன் கூடிய இரண்டு யுத்தக் குதிரைகளும், சூரியன், கங்கை ஆகியோரின் சிலைகளும் குறிப்பிடத்தக்கவை. இந்தியக் கலைஞனுக்குத் தெரிந்த அத்தனை பொருளைப்பற்றியும் விளக்கும் சிற்பங்கள், சருகைக்கரைபோன்ற மிக நுண்ணிய வேலைப்பாட்டுடன், கோவிலைச் சுற்றியுள்ள சுவரின் வெளிப்புறத்தை அழகுசெய்கின்றன. இவற்றின் அடிப்பாகத்திற் செங்குத்தாகவும் கிடைக்கோட்டு முறையாகவும் அமைந்துள்ள சட்டங்கள் அதிசயிக்கக்கூடிய அழகைத் தருகின்றன.

பதினொராம் நூற்றாண்டு தொடக்கம் பதின்மூன்றாம் நூற்றாண்டு வரை வடமேற்குத் தக்கணத்தில, வட இந்தியக் கட்டட முறையிலிருந்து சற்றுத் திரிபடைந்த ஒரு கட்டட முறை சிறப்புற்றிருந்தது. சிகரத்தின் கீழ் விளிம்பிலிருந்து முடிவரை ஒவ்வொரு கோணத்திலும் நாடா போன்ற ஒரு பகுதி, செங்குத்தாகச் செல்கின்றது. தக்காணி பாணியிற் கட்டப்பட்ட கோவிலில் அதிகம் குறிப்பிடக்கூடிய அம்சமாக இப்படியான சிகரத்தின் அமைப்பு விளங்குகின்றது. நாடா போன்ற பகுதிகளுக்கு இடையேயுள்ள வெளிகளில், சிகரத்தின் மறு அமைப்பைப் போன்ற சிகர வரிசைகள் காணப்படுகின்றன. ஒவ்வொன்றும் ஒவ்வொரு அடிப்பீடத்தில் அமைக்கப்பட்டுள்ளன. முழுக் கட்டடத்தினதும் சிறிய நகல் அமைப்புக்களைக் கோவிலின் ஏனைய பகுதிகளில் அழகுக்காக உபயோகித்துள்ளார்கள். பொதுவாக இவை அழகும் மகிழ்வும் ஊட்டும் வகையிலமைந்துள்ளன. பெரிய கோவில்களில், மூலதனத்தானம் குறுக்கு விட்டமான ஒழுங்கில் அமைந்திருக்கின்றது. தூண்களின் உருவ அமைப்பு, குறிப்பிடக்கூடிய அளவில், விரிவான முறையில், வெளியே நீட்டிய பகுதிகளும் இடுக்குகளும் நிறைந்ததாக இருக்கின்றது. சில இடங்களில் அளவிற்கதிகமான முறையில் இவ்வேலைப்பாடுகள் அமைந்துள்ளன. தூணின் வெளித்தனத்தின் செங்குத்தான தோற்றத்தைக் கிடைக்கோட்டு முறையிலமைந்த வார்ப்படங்கள் குறைக்கின்றன. இவ்வார்ப் படங்களுட் பெரும்பாலானவை கனி எனப்படும் கத்தியலகு போன்ற பகுதியுடையவையாகும். தூண்கள் பெரும்பாலும் கடைந்தெடுக்கப்பட்டவையாயும், கனி வார்ப்படத்துடன் கூடியவையாயும், முழுப்பகுதியும் செதுக்கப்பட்டவையாயுமிருந்தன. சில சந்தர்ப்பங்களில். அடியிலுள்ள பகுதி நீண்ட சதுரப் பக்கங்களையும் ஒத்த நேர்கோட்டு உருவங்களையும் உடையனவாய், வேறெவ்வித வேலைப்பாடுமின்றி விடப்பட்டிருந்தது. தக்காணி பாணியிற் கட்டப்பட்ட கோவில்களுள் மிகப் பெரியதின் நீளம் 80 அடிக்கு மேலில்லை. உட்புறத்தில் தனிக்கல்லாலான தூணின் உயரத்திற்கு ஈடுகொடுக்கும் வகையிற் கோவிலின் மற்றைய பகுதிகள் அனைத்தும் சிறந்த விகிதாசாரத்துடன் கட்டப்பட்டன.

இத்தகைய கோவில்களுள், காலத்தால் முந்தியவற்றுள் ஒன்றும், அனேகமாக மிகச் சிறந்தது எனச் சொல்லக் கூடியதும், பம்பாயில் தாணா மாவட்டத்திலுள்ள அம்பாநாத்திலிருக்கும் கோவிலாகும். நீண்ட, ஆழமான ஒரு குளத்திற்கருகில், மனங்கவருமிடத்தில் 1060 ஆம் ஆண்டளவிற்

கட்டப்பட்ட இக் கோவில் முழுவதும் அளவிற்கதிகமான, ஆனால் கவர்ச்சியளிக்கின்ற நுட்பமாக அலங்கார வேலைப்பாடுகள் நிறைந்துள்ளது. நடுமையக் கோட்டின் அகலப்பகுதியிற் கோவிலின் இரு முக்கியமான பகுதிகளும் குறுக்கு வட்டமாக அமைக்கப்பட்டுள்ளன. கவர்ச்சிகரமான இவ்வமைப்பு 90 அடி நீளமும் 75 அடி அகலமும் உடையது. பக்கங்களிற் காணப்படும் வெளியே நீட்டப்பட்ட செங்குத்தான பகுதிகளும் இடுக்குகளளும் நிழல், ஒளி அமைப்புகளைப் பெருக்குகின்றன. பக்தர்கள் கூடும் மண்டபத்தின் சாதாரண மூன்று கோணங்களிலும் மூன்று வாயில்கள் இருக்கின்றன. உட்புறக் கூரையலுள்ள மரச்சட்டங்களிலும் மேலே அதிக உயரமில்லாத குமிழிலும் பல சிறப்பான செதுக்கு வேலைப்பாடுகள் இருக்கின்றன. பிரதான மண்டபத்துத் தூண்களில், குறிப்பாக மத்தியிலுள்ள நான்கு தூண்வரிசைகளில், மரபுதவறாத வகையிலமைந்த அலங்கார வேலைப்பாடுகளும் உருவங்களும் மிக விரிவான முறையில் அமைந்திருக்கின்றன. அம்பாரநாத் கோவிலின் சிறிய மாற்றுருவம் போன்றமைந்துள்ளது கந்தேசு என்ற இடத்தைச் சேர்ந்த பல்சனே என்ற இடத்திலுள்ள கோவில். இங்கே ஏராளமான கோவில்கள் காணப்படுகின்றன. இவையனைத்தையும் கட்டி முடிப்பதற்கு ஒரு நூற்றாண்டுக்கு மேல் ஆகியிருக்கலாம். இவற்றுள் ஒன்று ஏறக்குறைய ஒரு குடைவரை விகாரை போன்றேயிருக்கின்றது. சின்னர் (நாசிக் மாவட்டம்) என்ற இடத்திலுள்ள கோண்டேசுவரர் கோவில் (பன்னிரண்டாம் நூற்றாண்டின் முன் அரைக் கூறு) மத்தியிற் பிரதான கோவிலும், சுற்றிவர அதே பாணியில் அமைந்த நான்கு சிறிய துணைக் கோவில்களம் உடைய ஒரு பஞ்சாயத்தனக் கோவிலாகும். அழகுபடுத்தப்பட்டதும் படிகளையுடையதும் 125 அடி நீளமும் 95 அடி அகலமும் கொண்டதுமான ஓர் உயர்ந்த மேடையில் இவையனைத்தும் கட்டப்பட்டுள்ளன. பிரதான கோவில், மேடையின் மத்தியில் அமைந்திருக்கின்றது. அதற்கு முன்னால் ஒரு நந்திமண்டபம் உண்டு. இங்குள்ள சிற்பங்களின் தரம் குறைவாக இருக்கின்றது. சிற்பக்கலை நுட்பத்தில் ஏற்பட்ட வீழ்ச்சியை இது குறிக்கின்றது.

பதின்மூன்றாம் நூற்றாண்டின் பின்னரைக் கூற்றிலும், பதினான்காம் நூற்றாண்டின் ஆரம்பப் பகுதியிலும் பாரிய உருவமுடைய, ஆனால் வெளிப்புறத்திற் சிற்ப வேலைப்பாடுகளற்ற பல கோவில்கள் கட்டப்பட்டன. இவை, ஏமத்பந்தி பாணியில் அமைந்தவை எனப் பொதுவாகச் சொல்லப்படுகின்றன. ஏமாத்திரி அல்லது ஏமதபந்தி என்பவன், தேவகிரியை ஆட்சி செய்த கடைசி யாதவ மன்னனின் அமைச்சருள் ஒருவனாக இருந்தானென்பதையும், சமய சம்பந்தமான பல கட்டடங்களைக் கட்டிப் புகழீட்டியவன் என்பதையும் நாம் முன்பே பார்த்தோம். இப்பாணியில் அமைந்த கோவில்கள் தக்கணத்தில் மட்டுமன்றி, மத்தியப் பிரதேசத்தில் (பீரார்) காணப்படுகின்றன.

விசயநகர காலத்தில், தென் இந்தியக் கலை ஒரு பூரணத்துவம் பெற்றதுடன் கலப்பற்ற, சுதந்திரமான முறையில் தன்னைச் செழிப்பாக வெளிக்காட்டியும் கொண்டது. இசுலாமின் தாக்குதலுக்கும் ஆக்கிரமிப்பிற்கும் பின், இந்து மதத்தில் என்னென்ன பண்புகளும், அமசங்களும் பாழாகாமல் எஞ்சி நின்றனவோ அவற்றைப் பாதுகாத்து வளர்க்க வேண்டும் என்ற பெரு

நோக்கம் விசயநகரப் பேரரசர்களிடம் இருந்தது. இந்த உணர்வுக்கீடான முறையில் ஒரு சுதந்திரக் கலையாகத் தென்னாட்டுக் கலை விளங்கியது. இக்காலப் பகுதியிற் கோவிற் கட்டடங்களும், அமைப்பும் மிகவும் விரிவாக இருந்தன. பழைய கோவில்களுடன், தூண்மண்டபங்கள், கூடாரங்கள், வேறு சிறு கட்டடங்கள் முதலியன புதிதாகக் கட்டிச் சேர்க்கப்பட்டுப் பெருப்பிக்கப்பட்டன. இச் சேர்க்கைகளுள் அதிகம் குறிப்பிடக் கூடியதாக இருந்தது கல்யாணமண்டபம் ஆகும். கிழக்கு வாசலால் நாம் உள்ளே செல்லும்போது, கோவில் முற்றத்தில், நமது இடக் கைப்புறத்தில் இம் மண்டபம் அமைக்கப்பட்டிருக்கும். அதிக அலங்கார வேலைப்பாடுகளுடன் கூடிய இத் தூண் மண்டபத்தின் மத்தியில் உயரமான மேடை ஒன்று அமைக்கப்பட்டிருக்கின்றது. 'பிரதான கடவுளுக்கும் அவருடைய தேவிக்கும் ஆண்டுதோறும் நடைபெறும் திருக்கல்யாண விழாவின்பின் இம்மண்டபத்திலேதான் வரவேற்பு நடைபெறுகின்றது'. பெண் தெய்வங்களுக்குப் பெரும்பாலும் தனித் தனிக் கோவில்கள் கட்டப்பட்டன. இந்த முறை, பிற்காலச் சோழர்களால் ஆரம்பிக்கப்பட்டது. ஏராளமான தூண் வரிசைகளையுடைய ஆயிரங்கால் மண்டபம் இன்னொரு அம்சமாகும். உண்மையிற் பல்வேறு விதமாகவும் சிக்கலான முறையிலும் தூண்கள் அமைக்கப்பட்டிருப்பதுதான் விசயநகரப் பாணியில் அதிகம் குறிப்பிடக்கூடிய அம்சமாக இருக்கின்றதெனலாம். தூணின் நடுப்பகுதி வெறும் பகுதியாக இருக்க, அதைச் சுற்றிலும் வட்டமாகச் செதுக்கப்பட்ட பெரிய அளவான சிற்பங்கள் காணப்படுகின்றன. 'கோபத்துடன் பின்னங்கால்களில் நின்று பாயும் குதிரை, இதே மாதிரிப்பாயும் சிறகுக் குதிரை அல்லது இயற்கைக்கு அப்பாற்பட்ட வேறு ஒரு மிருகம்' ஆகியவை இச் சிற்பங்களுட் குறிப்பிடக்கூடியனவாக இருக்கின்றன. இவை முழுவதும் - தூணும் சிற்பங்களும் - ஒரே கல்லிலேயே செதுக்கி எடுக்கப்பட்டவையாகும். பல சிறு தூண்களாற் சூழப்பட்ட ஒரு மத்திய தூணையும் சில இடத்திற் காணலாம். இத்தூண்களின் மீது தட்டினால் இந்திய சங்கீதத்தின் ஏழு சுரபேதங்களின் ஒலி எழும்பக் கூடிய வகையில் இவை செதுக்கப்பட்டுள்ளன. வேறு பல மாதிரிகளிலும் தூண்கள் கட்டப்பட்டன. ஆனால் எல்லாத் தூண்களின் மேற்பாகத்திலும், அலங்கரிக்கப்பட்ட பலகைத் தாங்கிகள் இருந்தன. தலைகீழாகவுள்ள தாமரை மொட்டு, இப்பலகைத் தாங்கியிலிருந்து தூங்கியது. பாண்டியர்களின் காலத்திற் கட்டப்பட்ட அதியுயரமான கோபுரங்களைப் போன்ற கோபுரங்கள் இப்போது கட்டப்பட்டன.

விசயநகரப்பாணியிற் கட்டப்பட்ட கட்டடங்கள், துங்கபத்திரைக்குத் தெற்கேயுள்ள நாடு முழுவதிலும் காணப்படுகின்றன. ஆனால் மிகச் சிறந்தவையும், இப்பாணியின் விசேட எடுத்துக் காட்டாக உள்ளனவுமான கட்டடங்கள், இப்போது கைவிடப்பட்டுள்ள விசயநகரப் பட்டணத்திலேயே இருக்கின்றன. விட்டலர் கோவிலும், அசார இராமர் கோவிலுமே இங்குள்ள மிக முக்கியமான கோவில்களாயினும் குறிப்பிடக்கூடிய வேறு சில கோவில்களும் இங்குள்ளன. எல்லாவற்றுள்ளும் அழகு வேலைப்பாடுகள் நிறைந்த கோவில் விட்டலர் கோவிலாகும். 2 ஆம் தேவராயர் காலத்திற் கோவிலின் கட்டட வேலை ஆரம்பமாகி அச்சுதராயரின் ஆட்சிக் காலத்திலும்

தொடர்ந்து கட்டப்பட்டது. ஆனால் இக்கோவில் ஒருபோதும் பூரணமாகக் கட்டி முடிக்கப்படவில்லை. கோவிலைச் சுற்றிலும் 500 அடி நீளமும் 310 அடி அகலமுமுடைய நீள் சதுரமான முற்றம் ஒன்றுண்டு. இதன் உட்புறத்தில் மூன்று தூண்வரிசைகளுடன் கூடிய மூடு மண்டபங்கள் இருக்கின்றன. கோபுரங்களுடன் கூடிய மூன்று நுழைவாயில்கள் உள்ளன. இவற்றுள் கிழக்கிலும் தெற்கிலும் உள்ள கோபுரங்களே முக்கியமானவை. பிரதான கோவில், மத்தியில் உள்ளது. சுற்று மதிலுக்குள்ளே பெரும்பாலும் தூண் மண்டபங்கள் எனச் சொல்லத்தக்க ஐந்து கட்டடங்கள் இருக்கின்றன. பிரதான கோவில், விட்டலர் என்ற பெயரில் விட்டுணுவுக்கு அர்ப்பணிக்கப்பட்டுள்ளது. கிழக்கு மேற்காக மிக நீளமாகக் (230 அடி) கட்டப்பட்ட இக்கோவிலின் உயரம் 25 அடி மட்டுமே. மூன்று வெவ்வேறு பகுதிகளை இக்கோவில் உள்ளடக்கியது. முன்னால் உள்ள, அடைக்கப்படாத தூண் மண்டபமாகிய மகாமண்டபம், இதே போன்ற, ஆனால் அடைக்கப்படாத மத்தியிலுள்ள அர்த்தமண்டபம், பின்னாலுள்ள கர்ப்பக்கிரகம் ஆகியவையே இம் மூன்று பகுதிகளுமாகும். மகா மண்டபத்தின் ஆகக் கூடிய நீளம் அல்லது அகலம் 100 அடியாகும். இதன் பக்கங்களில் உள்ள ஆழமான இடுக்குகள் மனதைக் கவர்வன. 5 அடி உயரமுடைய வார்க்கப்பட்ட ஓர் அடிப்பீடத்தின் மேலே இது கட்டப்பட்டுள்ளது. வாயிலில்லாத மூன்று பக்கங்களிலுமுள்ள படிகளின் ஓரத்தில் யானைகளின் உருவங்கள் செதுக்கப்பட்டுள்ளன. சுவரின் மூலைகளிலிருந்து எழும் செங்கற் தூண்களும், அவை தாங்கும் அகலமான இரட்டைப் பிளவுடைய தாழ்வாரமும் இம் மண்டபத்தின் குறிப்பிடக்கூடிய மற்றைய அம்சமாகும். ஒவ்வொன்றும் பன்னிரண்டு அடி உயரமான ஐம்பத்தாறு தூண்கள் உள்ளே இருக்கின்றன. சமமான இடைவெளிகளுடன் கூடிய நாற்பது தூண்கள், மண்படத்தின் வெளிவிளிம்பைச் சுற்றி ஓர் உட்பாதையை ஏற்படுத்துகின்றன. மற்றைய பதினாறு தூண்களும், மண்டபத்தின் மத்தியில் ஒரு செவ்வகமான பாதையை உண்டாக்குகின்றன. முன்பு நாம் கூறிய பாணிகளிலிருந்து சிறுசிறு மாற்றங்களுடன் கூடியவையாக மிக வலுவான முறையிற் செதுக்கப்பட்ட இத்தூண்கள் அதிக அழகும், ஆச்சரியத்தைத் தரத்தக்க பொலிவும் கொண்டு நிற்கின்றன. கோவிலின் எஞ்சிய பகுதி முழுவதும் ஒரே இணைப்பாகக் கட்டப்பட்டுள்ளது. 135 அடி நீளமும் 67 அடி அகலமும் கொண்ட இக் கோவிலின் வெளிப்புறச் சுவர்கள், புடைப்புத் தூண்கள், மாடங்கள், மேற்கூரைச் சரிவு முதலியவற்றால் அழகுபடுத்தப்பட்டுள்ளன. அர்த்த மண்டபத்தின் கிழக்குக் கரையில், மகா மண்டபத்திலிருந்து வரும் வாயில் உண்டு. இதை விட இதற்கு இரண்டு பக்க வாயில்களும் உள்ளன. 'இவ்வாயில்களுக்கு' முகப்பு மண்டபமும் படிகளும் உண்டு. அர்த்த மண்டபத்தின் உட்பகுதி 55 அடிச் சதுரமானது. இதன் மத்தியிற் சதுரமான மேடையொன்று இருக்கின்றது. மேடையின் ஒவ்வொரு மூலையிலும் ஒவ்வொரு தூண் இருக்கின்றது. மற்றைய தூண்கள் மண்டபத்தின் புற எல்லையில் ஓர் உட்பாதையை உண்டாக்குகின்றன. 75 அடி நீளமும் 72 அடி அகலமுமுடைய விமானத்தினுள் ஒரு பிரதட்சண பாதை உண்டு. இப்பாதை, வெளிமுற்ற உயரத்தில் அமைந்திருக்கின்றது. கர்ப்பக்கிரகம், அர்த்தமண்டபம் ஆகியவற்றை ஒரு முன் கூடம் இணைக்கின்றது.

இந்த முன் கூடத்தின் இருமருங்கிலுமுள்ள படிகளின் மூலம், பிரதட்சண பாதையை அடையலாம். மற்றைய கட்டடங்களுள், மிகச் சிறந்த சிற்பங்களையுடைய கல்யாணமண்டபம் அதிக அழகுடன் விளங்கி, மற்றவற்றை ஒளிகுன்றச் செய்கின்றது. ஆனால் இம்மண்டபம், மகர மண்டபத்திலும் பார்க்கப் பாதியளவேயுள்ளது. கல்யாண மண்டபத்திற்கருகே, மகா மண்டபத்தின் வாயிலை நோக்கியபடி கடவுளின் தேராகிய இரதம் நிற்கின்றது. இதனுடைய அடித்தளமும், பிரதான அடுக்கும், ஒரே கருங்கல்லிலிருந்து செதுக்கப்பட்டன. இதனுடைய சில்லுகள் சுழலக்கூடியன. செங்கல்லினாற் கட்டப்பட்ட மேற்பகுதி இப்போது அழிந்துவிட்டது. இதே மாதிரியான கல் தேர்கள் இக் காலப்பகுதியைச் சேர்ந்த வேறு கோவில்களில் இருக்கின்றன. தாத்துபத்திரி, திருவாலூர் முதலிய கோவில்களை எடுத்துக்காட்டாகக் கூறலாம். அசார இராமர் கோவில், இதே பாணியிற் கட்டப்பட்ட அடக்கமான, ஆனால் பூரணமான கலைச்சிறப்புடைய கோவிலாகும். இக் கோவில், அனேகமாக 2 ஆம் விருபாட்சனாற் கட்டப்பட்டிருக்கக் கூடும். பிரதானமான கோவிலைத் தவிர, அம்பாளுக்கு ஒரு கோவிலும் ஒரு கல்யாணமண்டபமும், பல துணைக் கோவில்களும், 24 அடி உயரமான சுவரினாற் சூழப்பட்ட ஒரு முற்றத்திற் கட்டப்பட்டுள்ளன. நல்ல விகிதசமத்துடன் தட்டைக் கூரையாற் கிழக்குப் பக்கத்தில் அமைக்கப்பட்ட ஒரு முகப்பு மண்டபத்திற்கூடாக இதற்குட் செல்லலாம். இவ் வழியால் முதலிற் பக்தர்கள் கூடும் மண்டபத்திற்கே செல்லலாம். இம் மண்டபத்தின் மத்தியிலுள்ள சதுரமான இடத்தின் ஒவ்வொரு மூலையிலும், கருங்கல்லாலான பெரிய தூண்கள் உள்ளன. கனவடிவமும் உருளை வடிவமும் மாறி மாறியமைந்த மத்திய பாகமுடையவையாக, அசாதாரண அமைப்புடன் கூடியவையாக இத்தூண்கள் அமைந்துள்ளன. ஆனால் எல்லாமே சிறப்பாகச் செதுக்கப்பட்டிருக்கின்றன. மண்டபத்தின் இருபக்கங்களிலும், முகப்பு மண்டபத்துடன் கூடிய இரு வாயில்கள் உள. இவற்றினூடாக முற்றத்திற்குச் செல்லலாம். கீழ் மாடி கல்லாலும், மேற்பகுதி செங்கற்களாலும் கட்டப்பட்ட விமானம் இப்போது சிதைந்திருந்தபோதிலும் பார்ப்போரின் மனதைக் கவரும் வகையில் அமைந்திருக்கின்றது. ஆனால் இதன் உயரம் 50 அடி மட்டுமே. கோவிலின் உட்சுவர்களில், இராமாயணக் காட்சிகள், புடைப்புச் சிற்பங்களாகச் செதுக்கப்பட்டுள்ளன.

விசயநகரக் கோட்டை எல்லைக்குட் கட்டப்பட்ட மதச் சார்பற்ற சில கட்டடங்களின் கீழ்ப்பகுதிகள், எதிரிகளின் தாக்குதலிலிருந்தும் தப்பிவிட்டன. அவற்றையும் சிறிது கவனிக்கலாம். கவர்ச்சிகரமான இவ்வடித்தளங்களுள் இரண்டு, மற்றவற்றிலும் பார்க்க அதிக சிறப்புடன் காணப்படுகின்றன. அரசனின் ஓலக்க மண்டபம், சிம்மாசன மேடை ஆகியவையே இவையாகும். (ஒரிசாவைக் கிருட்டிணதேவராயர் கைப்பற்றியதைக் கொண்டாடும் முகமாக, சிம்மாசன மேடை அமைக்கப்பட்டபடியால் அது சிலசமயம் வெற்றிமாளிகை எனவும் அழைக்கப்படுகின்றது). இந்நகரத்தின் கட்டடங்களைப் பற்றி வெளிநாட்டு யாத்திரீகர்கள் கூறிய எல்லையற்ற புகழ்மொழிகள் முற்றிலும் நியாயமானவைதாம் என்பதை இக்கட்டடங்கள் காட்டுகின்றன. இரண்டு மேல்தளங்களுக்கும் மேலே, தூண்களுடைய கூடாரங்கள் இருந்திருக்க

வேண்டும். பல மாடிகள் உயரமுடைய இவற்றின் கூரை, கூர்நுதிக் கோபுரத்துக் கூரை போன்றிருந்தது. ஓலக்க மண்டபம், ஒவ்வொன்றும் பத்துத் தூண்கள் கொண்ட பத்துத் தூண்வரிசைகள் - எல்லாமாக 100 தூண்கள் - கொண்ட மண்டபமாகும். இத்தூண்கள், சதுரமான அடித்தளங்களும், உருளை போன்ற நடுப்பகுதிகளும் பலகை தாங்கும் மேற்பாகமும் கொண்டவை என்பது தெளிவாகத் தெரிகின்றது. அடித்தளம், ஒன்றின் மேல் ஒன்றாக அடுக்கப்பட்ட விசாலமான டைகளைக் கொண்டது. மேலே போகப் போக, இம்மேடைகளின் அளவு குறைந்து கொண்டு சென்றது. முழுக் கட்டடத்தின் சிறப்பை மிகுவிக்கக்கூடியனவாக அமைந்த வார்ப்படங்களும் மற்றைய வேலைப்பாடுகளும் இதன் அழகான படிகளையும் பக்கங்களையும் மேலும் அலங்கரிக்கின்றன. இதைப் போன்றே சிம்மாசனப் பீடமும் மூன்று அடுக்குகளைக் கொண்டது. முழுவதும் சதுர வடிவிலமைந்த இப் பீடத்தின் கீழ் அடுக்கு 132 அடி நீளமும் ஆக மேலேயுள்ள அடுக்கு 78 அடி நீளமும் உடையன. ஆக மேலேயுள்ள அடுக்கினை, அதிக சிறப்பு வாய்ந்த கல்வார்ப்படங்கள் அலங்கரிக்கின்றன. மற்றைய இரண்டு அடுக்குகளும் ஏறக்குறைய வேலைப்பாடுகள் எதுவுமற்ற அடித்தளங்களாகவே இருக்கின்றன. என்றாலும், மிருகங்களின் உருவங்கள், மெல்லிய புடைப்புச் சிற்பங்களாகச் சில வரிசையிற் காட்சியளிக்கின்றன.

இதே பாணியிற் கட்டப்பட்ட புகழ்வாய்ந்த கோவில்கள் மேலும் கும்பகோணம், காஞ்சிபுரம், தாத்பத்திரி, சிறீரங்கம் ஆகிய இடங்களில் இருக்கின்றன. கல்யாண மண்டபங்களுள், வேலூரிலுள்ள கல்யாணமண்டபமே மிகுந்த அழகு வாய்ந்ததாகும். இக்கோவிலின் கோபுரம், இந்நூற்றாண்டுக் கட்டடப் பாணியின் சிறப்பான எடுத்துக் காட்டாகவுள்ளது. விரிஞ்சிபுரம் (வட ஆற்காடு மாவட்டம்) என்ற இடத்திலுள்ள மார்க்கசகேசுவரர் கோவிலின் கல்யாண மண்டபம் அதிக அழகு வாய்ந்த முறையிற் கட்டப்பட்டுள்ளது. குறிப்பிடத்தக்க பெரிய அளவிலான கூடார மண்டபங்கள் காஞ்சிபுரத்திலுள்ள ஏகாம்பரநாதர் கோவிலிலும், வரதராசர் கோவிலிலும் இருக்கின்றன. இம் மண்டபத்துத் தூண்களிலுள்ள "விந்தையான, கற்பனைச் சிற்பங்கள்" இப்போதும் குறிப்பிடக் கூடியவையாயிருக்கின்றன. கோபுரங்களின் நிறுதிட்டமான பகுதி, பெரும்பாலும், அதிக வேலைப்பாடின்றிச் சாதாரணமான பகுதியாகவே விடப்படும். ஆனால் தாத்பத்திரியிலுள்ள இராமேசுவரர் கோவிலின் இரு கோபுரங்களில் இப்பகுதி,அதிக அழகுவாய்ந்த செதுக்குச் சிற்பங்களால் அலங்கரிக்கப்பட்டிருந்தது. 'இப்பாணியில் அமைந்த மற்றைய பகுதிகளிலும் பார்க்க், இச் செதுக்குச் சிற்பங்கள் அதிக கலையுணர்ச்சியுடன் அமைந்துள்ளன' என்கிறார் ப்ர்கூசன். சிறீரங்கத்திலுள்ள 'குதிரை மண்டபம்' என்று சொல்லப்படும் சே'கிரி மண்டபத்தில், கோபத்துடன், ஏறக்குறைய ஒன்பது அடிவரை, முன்கால்களைத் தூக்கிப் பாயும் குதிரையின் வரிசை காணப்படுகின்றது. இக்குதிரைகள் செதுக்கப்பட்ட அதி நுட்பமான முறை, அவை கல்லாலானவை என்ற எண்ணத்தை ஏற்படுத்தாது உறுதியான உருக்கினாலானவை என்ற எண்ணத்தையே ஏற்படுத்துகின்றது (பிறவுண்).

விசயநகரக் காலப் பகுதியின் இறுதி நிலையிற் கட்டப்பட்ட கட்டடங்கள் மதுரைப் பாணியில் அமைந்திருந்தன எனச் சரியாகக்

கூறப்படுகின்றது. மதுரையைச் சேர்ந்த நாயக்க மன்னர்கள் இக்கட்டடங்களை அமைப்பதில் ஊக்கமும் உற்சாகமும் காட்டிய காரணத்தினால் இப்பெயர் ஏற்பட்டது. ஓரவிற்குப் பாண்டியர்களின் கட்டட முறைக்குப் புத்துயிரூட்டி, புதிய கட்டடங்கள் சேர்க்கப்பட்டுப் புதுப்பிக்கப்பட்டன. ஒரே மையமுடைய அதிகப்படியான சுற்றுமதில்களின் மூலம், அதிக பிராகாரங்கள் உண்டாக்கப்பட்டதை நாம் கவனிக்கலாம். ஒவ்வொரு பிராகாரத்தின் முக்கிய இடத்திலும் நான்கு கோபுரங்கள் கட்டப்பட்டன. இந்தச் சுற்றுமதில்கள், ஆயிரங்கால் மண்டபம், அல்லது புனித கோவிற் குளம் முதலியவற்றையும் உள்ளடக்கியிருந்தன.. எடுத்துக்காட்டாகச் சிறீரங்கக் கோவிலில் ஒரே மையமுடைய நீள்சதுரமான ஏழு சுற்று மதில்கள் இருப்பதைக் காணலாம். தூண்களின் தொகையை அதிகரிக்கும் வழக்கம் பல இடங்களில் இருக்கின்றது. அத்துடன் இயற்கையான அளவிலும் பார்க்கப் பெரிய அளவிலான தெய்வங்கள் அல்லது உபகாரிகளின் உருவங்கள் தூணின் மத்திய பகுதியில் இடம் பெற்றன.

இக்காலப் பகுதியைச் சேர்ந்த கோவில்களுள், மதுரை, சிறீரங்கம், சம்புகேசுவரம், திருவாலூர், இராமேசுவரம், சிதம்பரம், திருநெல்வேலி, திருவண்ணாமலை, சிறீவில்லிப்புத்தூர் ஆகிய இடங்களிலுள்ளவை முக்கியமானவை. இவையனைத்திலும், இக்காலப் பகுதிக்குரிய தனிச் சிறப்புடன் திகழ்வது மதுரைக் கோவிலாகும். இக்கோவிலின் பெரும்பகுதி, ஒரே காலத்திலேயே கட்டப்பட்டதாகும். இரட்டைக் கோவிலான இதில், ஒன்று சுந்தரேசுவரருக்கும் மற்றது அவரின் தேவியாகிய மீனாட்சிக்கும், அர்ப்பணம் செய்யப்பட்டன. மிக உயரமான பிரதான சுற்றுமதிலாற் சூழப்பட்ட, 850 அடி நீளமும் 725 அடி அகலமும் உடைய உட் பகுதியின் பெருமிடத்தில் இந்த இரு பெரும் கோவில்களே அமைந்திருக்கின்றன. இச் சுற்றுமதிலின் பக்கங்களின் மத்தியில், நான்கு பெரிய கோபுரங்கள் இருக்கின்றன. கிழக்குப் பக்கத்திலுள்ள பிரதான நுழைவாயிலின் உள்ளே 200 அடி நீளமும் ஏறக்குறைய 100 அடி அகலமுமுடைய ஒரு தூண் மண்டபம் காணப்படுகின்றது. இத்தூண் மண்டபத்தாற் சென்று ஒரு சிறிய கோபுரத்தை அடையலாம். இக் கோபுரம், இரண்டாவது பிராகாரத்தின் கிழக்கு நுழைவாயிலாக விளங்குகின்றது. 420 அடி நீளமும் 310 அடி அகலமும் கொண்ட இரண்டாவது பிராகாரத்தின் ஒவ்வொரு பக்கத்து மத்தியிலும், வெளிக் கோபுரங்களிலும் பார்க்கச் சிறிய கோபுரங்கள் இருக்கின்றன. இரண்டாவது பிராகாரத்தின் பெரும்பகுதிக்குக் கூரையுண்டு. வடக்கிலுள்ள ஒரு சிறிய பகுதி மட்டும் கூரையின்றியிருக்கின்றது. இதற்கும் உள்ளே, முற்றிலும் கூரையுடைய 250 அடி நீளமும் 160 அடி அகலமுமுடைய ஒரு சிறிய பகுதி உண்டு. இதற்குள்ளே செல்வதற்குக் கிழக்குப் பக்கத்தில் மட்டும் ஒரேயொரு நுழைவாயில் உண்டு. இந்த நுழைவாயிலின் வெளிப்புறத்திலேதான், மிக விரிவான அலங்கார வேலைப்பாடுகளுடன் கூடிய தூண்கள் காணப்படுகின்றன. ஒரு வகையிற் பார்த்தால், இங்குள்ள முழுக் கட்டட அமைப்பிலும் மிக அதிகமாக மனதைக் கவர்பவை இத் தூண்களே. கடைசியாகக் கூறப்பட்ட சுற்று மதில்களின் உட்புறத்திலேதான், மூன்று பிரிவுகளாலான பிரதான கோவில் உண்டு. மூலத்தானத்தின் மேலேயுள்ள

சிகரம், கோவிலின் இப்பகுதி முழுவதையும் மூடி, தட்டையான கூரைக்கு மேலே நீண்டு நிற்கின்றது. நடைபாதைகள், மண்டபங்கள் ஆகியவற்றின் இருமருங்கிலும் நீண்ட தூண்வரிசைகள் அமைந்து அவற்றைச் சாலைபோலாக்குகின்றன. தூண்களும் மதுரைப்பாணியிலேயே அமைந்துள்ளன. சாலைகள் பல திசையிலும் செல்கின்றன. பிரதான மூலத்தானத்தின் தெற்குப்பக்கத்தில், சற்றுப் பின் தள்ளி, மீனாட்சியின் மூலத்தானம் உண்டு. அளவிற் கிட்டத்தட்டப் பிரதான மூலத்தானத்தின் அரைவாசியாயிருக்கும் இக் கோவில், பிரதான மூலத்தானத்தின் மாற்றுருவம் போன்றேமைந்துள்ளது. சுற்று மதிலாற் சூழப்பட்ட இப்பகுதி 225 அடி நீளமும் 150 அடி அகலமுமுடையது. இரண்டு கோபுரவாயில்கள் இதற்குண்டு.

கிழக்கிலுள்ள கோபுரம் சற்றுச் சிறியதும், மேற்கிலுள்ளது சற்றுப் பெரியதுமாகும். பக்கத்திலுள்ள சிவன் கோவிலிருப்பதைப் போன்று, இம் மூலத்தானத்தின் சிகரமும், தட்டையான கூரையின் மேல் எழுகின்றது. மீனாட்சி கோவிலின் முன்னால் பொற்றாமரைக் குளம் இருக்கின்றது. 165 அடி நீளமும் 120 அடி அகலமுமுடைய இக் குளத்தைச் சுற்றிலும் படிகளும், பக்கங்களில், தூண்களுடைய முகப்பு மண்டபங்களும் உள்ளன. இதன் அருகேயுள்ள 150 அடி உயரமுடைய தெற்குக் கோபுரத்தின் நிழல் இதன் மேற்றளத்திற் பரந்து இதனுடைய அழகை மேலும் மிகுவிக்கின்றது. இக் குளத்தின் வடகீழ்க் கரையிலுள்ள, நியாயமான அளவு உயரமுடைய கோபுரத்திலிருந்து செல்லும் வழியால், நேரே மீனாட்சியம்மன் கோவிலை அடையலாம். வெளிப் பிராகாரத்தின் வடகிழக்கு மூலையில் உள்ள ஆயிரங்கால் மண்டபம், 250 அடி நீளமும் 240 அடி அகலமும் கொண்டது. பிரதான கோவிலுக்குட் செல்லும் தூண்கள் நிறைந்த வழியின் பக்கலிலேயேயுள்ள இம் மண்டப முகப்புத் தெற்கு நோக்கியிருக்கின்றது. இதற்குள்ளேயுள்ள தூண்கள் ஒத்த பரிமாணமுடையவை. மத்தியிலுள்ள ஒரு நடைபாதை வழியாக, இம் மண்டபத்தின் வடக்கு முனையிலுள்ள ஒரு சிறிய சபாபதி கோவிலை அடையலாம். 'எனக்குத் தெரிந்த இதே மாதிரியான மண்டபத்துத் தூண்களில் உள்ள சிற்பங்களிலும் பார்க்க இம் மண்டபத்தூண்களின் சிற்பங்கள் அதிக சிறப்பு வாய்நதவை' என்கின்றார் பர்கூசன் என்பார். பிரதான சுற்றுமதிலுக்கு வெளிப்புறத்தில், கிழக்குக் கோபுரத்திற்கு நேரே, ஒரு வீதிக்கு அப்பால், 'திருமலையான் சத்திரம்' என்றழைக்கப்படும் புது மண்டபம் இருக்கின்றது. சுற்றிலும் அடைக்கப்படாத மிகப் பெரிய இம் மண்டபத்தின் நீளம் 350 அடியும் அகலம் 105 அடியுமாகும். நன்கு செதுக்கப்பட்ட, நான்கு தூண் வரிசைகள் இம்மண்டபத்தை, நீளப்பக்கமாக, பக்தர்கள் கூடும் இடமாகவும் இரு நடைபாதைகள் கொண்டதாகவும் பிரிக்கின்றன. மண்டபத்தின் மத்தியிலுள்ள தூண்களில் மதுரையை ஆண்ட நாயக்க மன்னர்களின் இயற்கையான உருவங்கள் பொறிக்கப்பட்டிருக்கின்றன. நாயக்கர்களில் கடைசி அரசனான திருமலையே இம்மண்டபத்தைக் கட்டியவனாவான்.

சிறீரங்கத்திலுள்ள இரங்கநாதர் கோவிலில் மதுரை நாயக்கர்கள் புதிய கட்டடங்களைச் சேர்த்துக் கட்டி, அதைத் தென்னிந்தியாவின் மிகப் பெரிய கோவிலாக ஆக்கினார்கள். வெளிப்புறத்திலுள்ள பிராகாரம் 2880

அடி நீளமும் 2475 அடி அகலமும் கொண்டது. இதற்குள்ளே ஆறு பிராகாரங்கள் உள்ளன. ஆகவே. மூலத்தானத்தை மத்தியாகக் கொண்ட ஏழு பிராகாரங்கள் இக்கோவிலைச் சுற்றியிருக்கின்றன. ஆக வெளிப்புறத்திலுள்ள மூன்று பிராகாரங்கள் கோவிலின் ஒருபகுதியாயிருப்பதைப் பொன்று அங்குள்ள பட்டணத்தின் ஒரு பகுதியாகவும் விளங்குகின்றன. ஆக வெளிப்புறத்திலுள்ள பிராகாரத்தில் பூர்த்தியாக்கப்படாத இரு கோபுரங்கள் இருக்கின்றன. இவற்றுள், தெற்குப் பக்கத்தில், பிரதான நுழைவாயிலின் மேலுள்ள கோபுரம் பூர்த்தியாக்கப்பட்டிருந்தால், ஏறக்குறைய 300 அடி உயரத்தை எட்டியிருக்கும். நான்காவது வீதியிலிருந்தே பிரதான கோவில் ஆரம்பிக்கின்றது என்று சொல்லலாம். 1235 அடி நீளமும் 849 அடி அகலமும் உடைய இதன் சுற்று மதிலின் வடக்கு, தெற்கு, கிழக்கு ஆகிய பகுதிகளிற் கோபுரங்கள் இருக்கின்றன. இவற்றுட் கிழக்குக் கோபுரந்தான் மிகப் பெரியதும் மிகட் சிறந்ததுமாகும். இக் கோபுரத்திற்கு அண்மையில், நான்காம் வீதியின் வடகிழக்குக் கோணத்தில் 500 அடி நீளமும் 160 அடி அகலமுமுடைய ஆயிரங்கால் மண்டபம் உண்டு. புகழ் வாய்ந்த 'குதிரைவீதி' யும் இங்கேயுண்டு. மூன்றாம் வீதியைச் சுற்றியுள்ள மதிலின் வடக்கிலும் தெற்கிலும் கோபுரங்கள் உள்ளன. கருட மண்டபத்திற்கு இட்டுச் செல்லும் தெற்குக் கோபர வாயிலே பிரதான வாயிலாகும். இவ்வீதியில் ஒரு சூரிய வாவியும் சந்திர வாவியும் உள்ளன. இரண்டாவது வீதி முழுவதும் கூரையால் மூடப்பட்டுள்ளது. தூண் நிறைந்த மண்டபங்களே இங்கு பிரதானமாகவுள்ளன. நடந்து செல்லக்கூடிய நீண்ட பாதை ஒன்று மேற்குக் கரையிலுள்ளது. வடக்கிலும் தெற்கிலுமுள்ள இரண்டு நுழைவாயில்கள் மூலமாக இந்த இரண்டாவது வீதியை அடையலாம். இதற்கு முன்னேதான், உள் வீதி இருக்கின்றது. 240 அடி நீளமும் 181 அடி அகலமும் கொண்ட உள் வீதிக்குத் தெற்குப் புறத்திலேதான் ஒரு நுழைவாயிலுண்டு. சதுர வடிவமான ஒரு பகுதியில், வட்ட வடிவமாக அமைந்திருக்கின்றது மூலத்தானம். இதைச் சுற்றிலும் நீள்சதுரமான அறை ஒன்றுண்டு. இதற்குமேல் பொன்னாலான குமிழ் போன்ற விமானம், தட்டைக் கூரையிலிருந்து நீட்டியபடி நிற்கின்றது.

மதுரைக் கோவிலைப் போன்று ஒரே திட்டத்திற் கட்டப்பட்ட இராமேசுவரம் கோவிலிலுள்ள தூண்கள் நிறைந்த நடைபாதைகள் குறிப்பிடத்தக்கவையாகும். இரு மருங்கிலுமுள்ள தூண் வரிசைகளின் நடுவே காணப்படும் சாலைகள் கோவிலுக்கு இட்டுச் செல்கின்றன. இப்பாதைகள் 17 அடிக்கும் 21 அடிக்கும் இடைப்பட்ட பல்வேறு அடி அகலமுடையவை. இவற்றின் உயரம் ஏறக்குறைய 25 அடியாகும். இப்பாதையின் முழு நீளம் 3000 அடி எனக் கணிக்கப்பட்டிருக்கிறது.

சோழர் காலத்தில் மிகப் பரந்த அளவிற் கைக்கொள்ளப்பட்டு வந்த வெண்கலச் சிலை வார்க்கும் கலை, விசயநகர மன்னர்களினதும் அவர்களது மானியகாரர்களினதும் ஆட்சியின் கீழ் தொடர்ந்து கைக்கொள்ளப்பட்டு வந்தது. வார்ப்பு முறையும், தெரிவு செய்யப்பட்ட விடயங்களும் முன்னையைப் போலவே இருந்தன. ஆனால் இக்காலப் பகுதி, உண்மையான இயற்கை அளவில் அமைந்த உருவச் சிலைகளுக்குப் பெயர்பெற்றது. இத்தகைய

உருவச் சிலைகளுள் திருப்பதிக் கோவிலிலுள்ள கிருட்டிணதேவராயர், அவருடைய இரு மனைவிகள் 1 ஆம் வேங்கடர், சரியாக அடையாளம் காணமுடியாத வேறு சிலர் ஆகியோரின் சிலைகளைச் சிறப்பாகக் குறிப்பிடலாம். கிருட்டிணதேவராயரால் 1520 ஆம் ஆண்டிற் கட்டப்பட்ட சிதம்பரம் கோவிலின் வடக்குக் கோபுர வாயிலிலுள்ள ஒரு மாடத்திற் காணப்படும், கிருட்டிணதேவராயரின் சிறிய கற்சிலையைப் பற்றியும் குறிப்பிடவேண்டும்.

பாமினி இராச்சியத்தின் கட்டடக்கலை பற்றியும் அதன்பின் தோன்றிய கட்டடக்கலை பற்றியும் சுருக்கமாகக் கூறிவிட்டு இந்த அத்தியாயத்தை முடிப்போம். பொதுவாகச் சொல்லப்போனால் தில்லியுடனிருந்த அரசியல் தொடர்பு 1347 ஆம் ஆண்டில் முறியடிக்கப்பட்டு விட்டபோதிலும் தில்லிக் கட்டடக் கலையின் மாதிரியே பின்பற்றப்பட்டு வந்தது. மாகாண அடிப்படையில் வளர்ந்த முசிலிம் கட்டடப் பாணிகள் சுற்றியுள்ள சுதேசியப் பாணியினாற் பெரிதும் பாதிக்கப்பட்டன. ஆனால் பாமினிப் பாணி, மிகக் குறைந்த அளவிலேயே பாதிக்கப் பட்டது. இருந்தபோதிலும், பதினைந்தாம் நூற்றாண்டின் ஆரம்பம் தொடக்கம் தூர இடங்களிலுள்ள வேறு கட்டடப் பாணிகளின் செல்வாக்கு, பாமினிக் கட்டடப் பாணியைப் பாதித்தது. பாமினி அரசர்கள் கலை, விஞ்ஞானம், கல்வி போன்றவற்றிற்குத் தாராளமாக ஆதரவளித்தார்கள். செல்வத்தை விரும்பும் போர்வீரர்களைப் பாமினிப் படை கவர்ந்தது போன்று கவிஞர்களையும் அறிஞர்களையும் கலைஞர்களையும் பாமினியரின் அரசசபை கவர்ந்தது. ஐரோப்பாவின் போர்க் கட்டடக்கலை மரபினதும், பாரசீகத்தின் சாதாரண கட்டடக்கலை மரபினதும் செல்வாக்கை இங்கேதான் அதிகமாகக் காணக்கூடியதாய் இருக்கின்றது. குல்பர்கா என்ற இடத்திலுள்ள யாமி மசூதி, பாரசீகக் கலைஞர்களாற் கட்டப்பட்டதெனக் தெரிகின்றது. தௌலதாபாத்திலுள்ள சாந்திமினார் (1435) என்பதிலும் பிடாரிலுள்ள மகமூதுகவானின் கல்லூரியிலும் (1472) பாரசீகச் செல்வாக்கு மிகத் தெளிவாகத் தெரிகின்றது. இவையும், பாரசீகக் கலைஞர்களாலேயே அநேகமாகக் கட்டப்பட்டிருக்க வேண்டும். மற்றைய கட்டடங்களிற் பாரசீகப் பாணியின் தூண்டுதல் இருந்தது என்பது மறைமுகமாகத் தெரிகின்றது. இருந்த போதிலும், பதினைந்தாம் நூற்றாண்டின் இறுதிப் பகுதியில், தக்கணம் தன் நிலையை மீண்டும் உணரத் தொடங்கியது. முசிலிம்களின் வருகைக்கு முன்னிருந்த கட்டடக்கலைப் பாணியைப் பிசப்பூரிற் கட்டப்பட்ட கட்டடங்களில் மிகத் தெளிவாகக் காணலாம். இக் கட்டடங்களைக் கட்டுவதற்கு இந்தியக் கலைஞர்கள் பெருந் தொகையாக உபயோகப்படுத்தப்பட்டார்கள்.

இப்போதிருக்கும் நினைவுச் சின்னங்களுள், 1294 ஆம் ஆண்டிற்கும் 1347 ஆம் ஆண்டிற்கும் இடைப்பட்டவையென இரண்டு கட்டடங்களையே திடமாகக் குறிப்பிடலாம். தௌலதாபாத்திலுள்ள யாமி மசூதி (1315 ஆம் ஆண்டளவில்), முகம்மது துக்லக்கின் ஆட்சிக் காலத்திற் போதன் என்ற இடத்தில் கட்டப்பட்ட தேவல் மசூதி ஆகியவையே இந்த இரண்டுமாகும். ஆனால் இவையிரண்டும், இந்துக் கோவிற் கட்டடங்களிலிருந்து பொருத்தமான சில மாற்றங்களுடன் கட்டப்பட்டவையே தவிர, இசுலாமியக் கலைக்கும் இவற்றிற்கும் உண்மையான தொடர்பு எதுவுமில்லை. கோட்டைகளைப்

பலப்படுத்தும் வகையில் உறுதியான பல கட்டடங்கள் கட்டப்பட்டன. தௌலதாபாத் கோட்டையை எடுத்துக்காட்டாகக் கொள்ளலாம். ஆனாற் போர்க் கட்டடக் கலையின் வரலாற்றைப் பற்றிச் சரியாக ஆராயப்படவில்லையாதலால், வரிசைக் கிராமமாய் வரும் பல்வேறு காலப்பகுதிகளிற் கட்டப்பட்ட கட்டடங்களையோ, இந்துக்களாலும் முசிலிம்களாலும் கட்டப்பட்ட கட்டடங்களையோ பிரித்தறிவது கடினமாகவுள்ளது.

தௌலதாபாத்தில் யாதவர்களாலும், துக்லக்குகளாலும், பாமினியராலும் கட்டப்பட்ட கட்டட வேலைகள் ஒன்றாகக் கலந்து இணைந்துள்ளன. உள்ளேயுள்ள கோட்டையாண், 600 அடி உயரமான தனி மலையொன்றில் இருக்கின்றது. வெளிப்புறச் சுற்றுமதில் 2¾ மைல் சுற்றளவுடையது. இச்சுற்றுமதிலுக்கும் உள்ளேயிருக்கும் கோட்டையாணுக்குமிடையே மூன்று உட்சுவர்கள் உள்ளன. இந்த உட்சுவர்கள் அனைத்தும் துளைகளுடன் கூடியவையாகவும், எதிரியைத் தாக்கும் அமைப்புடைய கொத்தளங்களைக் கொண்டவையாகவும் இருக்கின்றன. அரண் செய்யப்பட்ட வாயில்களும், அவைகளுக்கு வெளியே புற அரண்களும் காணப்படுகின்றன. வெளியேயிருந்து எதிரி தாக்கும்போது, உள்ளேயிருந்து எவ்வளவு அதிகப்படியான குண்டுமாரி பொழிய முடியுமோ, அவ்வளவு குண்டுகளைப் பொழியக்கூடிய விதத்தில் இவையனைத்தும் அமைக்கப்பட்டிருக்கின்றன. வெளிப்புற மதிலைச் சுற்றி, சரிவான அரண் சுவருக்குக் கீழே ஓர் அகழி இருந்தது. பாமினி மன்னர்களுக்கு எல்லாத் திசைகளிலும் வலுமிக்க எதிரிகள் இருந்த காரணத்தினால், அவர்கள் போர்க்கட்டடக்கலை வளர்ச்சிக்குப் பெரும் ஆதரவளித்தனர். அதி முக்கியமான கோட்டைகளுள், பீராருக்கு வடக்கிலிருந்த எலிச்சபூர், கவில்கார், நாணாலாக் கோட்டைகள் வார்தா ஆற்றுக்கு அப்பாலிருந்த காட்டுவாசிகளையும், சத்புரா என்ற மேட்டுப் பகுதியின் நாட்டாண்மைக்காரரையும் தடுக்கக் கூடிய வகையில் அதிலாபத்து மாவட்டத்திலமைந்த மகூர் கோட்டை் மேற்கிலுள்ள பரேந்தா, நால்துர்கம், பன்கலா, குல்பர்கா ஆகிய கோட்டைகள் மத்திய பகுதியிலுள்ள பிடார் கோட்டை் கிழக்கிலுள்ள வாரங்கல், கோல்கொண்டா கோட்டைகள் தென் மேற்கு மூலையிலுள்ள முத்கல், இறயிச்சூர் ஆகிய கோட்டைகள் முதலியவை குறிப்பிடத்தக்கவை. இவற்றுட் சில இந்து அரசர்களிடம் இருந்து கைப்பற்றப்பட்டுப் பெரிய அளவில் மாற்றப்பட்டபடியால், பழைய கட்டட அமிசங்கள் ஒரு சிலவே காணப்படுகின்றன. இறயிச்சூர் கோட்டை ஓர் இந்து நாட்டாண்மைக்காரனால் 1294 ஆம் ஆண்டிற் கட்டப்பட்டது. முத்கல் கோட்டை, ஒரு காலத்தில் அப்பகுதி யாதவ தேசாதிபதிகளின் இருக்கையாக இருந்தது. பிடார் கோட்டைச் சுவரின் உயரம் 50 அடியாகும். 3 மைல் சுற்றளவுடைய இக் கோட்டையிற் கொத்தளங்களும் புற அரண்களும் மற்றைய வெளிப்புறப் பாதுகாப்பு ஏற்பாடுகளும் உள்ளன. இவையனைத்தும் மிக உறுதியான முறையிற் கட்டப்பட்டுள்ளன. கடினமான பாறையிலிருந்து தோண்டிய மூன்று பகதியாயமைந்த குழி ஒன்று இவையனைத்திற்கும் பாதுகாப்பாக இருக்கிறது. பரேந்தாக் கோட்டை மிகச் சிறியதாகும். மகமூது கவானாற் கட்டப்பட்டதாகச் சொல்லப்படும் இக்கோட்டையிலுள்ள பாதுகாப்பு ஏற்பாடுகள் திறமை வாய்ந்தமை, ஐரோப்பாவிலுள்ள போர்க் கட்டடங்களின் அமைப்பை அப்படியே

பின்பற்றி இது கட்டப்பட்ட தென்பது தெளிவாகத் தெரிகின்றது. பாமினி மன்னர்களின் சேவையிலிருந்த துருக்கியர் போன்ற அன்னியர்கள் இதற்குக் காரணிகளாக இருந்திருக்கலாம். ஆனால் கட்டடப் பாணி முழுக்க முழுக்க இந்நாட்டுப் பாணியே. இது 'நோக்கத்திலிருந்து பிறழாமலும், அழகுபடுத்த வேண்டும் என்ற உள்ளுணர்வை இணைத்தும்' (மார்சல்) கட்டப்பட்டுள்ளது.

பாமினி மன்னர்களின் காலத்திலே இராணுவத் தொடர்பற்ற கட்டடங்கள் பல குல்பர்கா, பிடார் போன்ற தலைநகரங்களிற் கட்டப்பட்டன. குல்பர்காவில் அரசர்களின் சமாதிகள் இரண்டு தொகுதிகளாக இருக்கின்றன. ஒரு தொகுதி கோட்டையின் தென்புற வாயிலுக் கண்மையிலும் மற்றது நகரத்திற்குக் கிழக்கிலும் காணப்படுகின்றன. இவை இரண்டும் வெவ்வேறு மாதிரிகளாக அமைந்துள்ளன. 'பதிவான சதுர அடிப்பீடத்தின் மேல், கைப்பிடிச் சுவரும், மூலைகளிலிருந்து தாழ்வாரத்தைத் தாங்கும் சிறு தூண்களும், குமிழ் போன்ற கூரையுமுடைய எளிய முறையிலமைக்கப்பட்ட சதுரவடிவமான அறைகள் கொண்ட' ஒற்றைச் சமாதிகள் ஒரு பிரிவிலடங்குவன. இரட்டைச் சமாதிகள் இரண்டாவது பிரிவிலடங்கும். முதற் பிரிவின் ஒவ்வொரு பகுதியும் இரண்டு இரண்டாக அமைந்ததே இரட்டைச் சமாதியாகும். சமாதிகளின் சிறு சிறு பகுதிகளைப் பொறுத்தவரை, அவை, வெவ்வேறு மன்னர்களின் காலத்தில் வெவ்வேறு வகையாகக் கட்டப்பட்டன. சுல்தான் அசனின் சமாதி, தில்லி துக்லக் பாணியின் சிறந்த எடுத்துக்காட்டாகத் திகழ்கின்றது. முகம்மது ஷா முசாகிது, தௌத் ஆகியோரின் சமாதிகளும் இதே பாணியில் அமைந்தவையே. பதினான்காம் நூற்றாண்டின் இறுதியிற் கட்டப்பட்ட கியாசுத்தீனின் சமாதியிற் காணப்படும் பிரார்த்தனை மாடத்திலுள்ள சிற்பங்களில், இந்துக் கலைஞர்களின் கைவண்ணத்தைக் காணலாம். ஒரு பரம்பரையின் பின் கட்டப்பட்ட, பைரசு ஷா என்பவனதும் அவனுடைய குடும்பத்தினதும் மிக அழகுவாய்ந்த சமாதியில் இந்துக் கலையின் செல்வாக்கையும் பாரசீக அழகுக் கலையின் சேர்க்கையையும் ஒருங்கே காணலாம். இச் சமாதியின் வெளிப்புறம் 153 அடி நீளமும் 76 அடி அகலமுமுடையது. இச்சமாதியின் வெளிப்புறங்களில் இந்துக் கலையின் பிரதிபலிப்புக் காணப்படுகின்றது. உள்ளே ஒளிவிடும் சரத்திலும், வண்ணம் பூசப்பட்ட அழகு வேலைப்பாடுகளிலும் பாரசீகக் கலையின் செல்வாக்கைக் காணலாம். பாரசீகர்களின் புத்தகம் கட்டும் கலையிலுள்ள அலங்கார வேலைப்பாடுகளையும் தையற்கலையிலுள்ள வேலைப்பாடுகளையும் இவை நினைவூட்டுகின்றன.

குல்பர்காவில், முகம்மது ஷா இரண்டு மசூதிகளைக் கட்டினான். காலத்தால் முந்தியதும் உருவில் சிறியதும், இப்போது 'ா பசார் மசீத என அழைக்கப்படுகின்றது. பைரசு 'ாவின் ஆட்சியில் தில்லியிற் கட்டப்பட்ட துக்லக் பாணிக் கட்டடங்களை அப்படியே பின்பற்றி மிக மிக எளிமையான முறையில் இது கட்டப்பட்டது. கோட்டைக்குள்ளிருக்கும் மிகப் பிரபலமான யாமி மசீது (1367) என்பதே மற்ற மசூதியாகும். இதன் படோடோபமான குமிழிக் கூரையும், ஒடுங்கிய நுழைவாயில்களும் பாரசீகப் பாணியில் அமைந்தாலும், மற்றைய பகுதிகள் அனைத்தும் தில்லிப் பாணியிலேயே அமைந்திருந்தன. மூடுமண்டபங்களில் நிலத்தைத் தொடும் வகையிலமைந்த

வளைவுகள் முதன் முதலாக இங்கே தான் காணப்படுகின்றன. இது பின்னால் தக்கணக் கட்டடக் கலையின் ஓர் வழக்கமான அமிசமாக இடம்பெறுகின்றது. இம் மசூதியின் மூன்றில், ஈடிணையற்ற வகையில் அமைக்கப்பட்டது. வழக்கம் போல் திறந்தவெளியாக விடப்படாமல், 'இருகரையுமுள்ள தூண் வரிசைகளின் இடைவெளியின் மேலுள்ள வளைவான பகுதியிலமைந்த 63 குமிழிக் கூரைகளால் இது மூடப்பட்டுள்ளது. பக்கங்களிலுள்ள மூடு மண்டபங்களின் கூரைகளும் இதே போன்ற வில்வளைவுகளின் மேலேயே உள்ளன. வெளிப்புறச் சுவரிலுள்ள திறந்த வில் வளைவுகளின் மூலம் ஒளியும் காற்றும் உள்ளே செல்கின்றன'. இக்கட்டடம் முழுவதும் 216 அடி நீளமும் 176 அடி அகலமும் கொண்டது. இதன் நான்கு மூலைகளிலும் நல்ல உருவிலமைந்த குமிழ்க் கூரைகளுண்டு. இரு பக்கங்களிலுள்ள நடைபாதைகளின் கூரையின் மேல் அமைந்துள்ள சுவர்களிற் பொருத்தப்பட்ட ஐந்தாவது பெரிய குழிழிக் கூரை, பிரார்த்தனை மண்டபத்திற்கு நேர்மேலேயுள்ளது. மற்றைய நான்கிலும் பார்க்க அதிக பெரியதும் அழகுவாய்ந்ததும் இதுவேயாகும். ஏளிமையான முறையிற் கண்ணியமாகவும் கம்பீரமாகவும் கவர்ச்சியாகவும் இக்கட்டடம் கட்டப்பட்டிருப்பதனால் இக்காலத்து மசூதிகளுள் இது முதலிடத்தைப் பெறுகின்றது. பிற்காலத்தில் இப் பாணியில் தோன்றிய வளர்ச்சிகளில், இக்கட்டடத்தின் செல்வாக்கு அதிகம் இருந்ததற்கும் இதுவே காரணம். அகமது ஷா வாலி (1422-35) என்பவனின் காலத்திலிருந்து பிடார் முன்னணிக்கு வந்திருக்கிறது. இங்கேயுள்ள சமாதிகள் இரு வேறு பிரிவுகள் அடங்குவன. ஒரு பிரிவு பிற்காலப் பாமினி, அரசர்களுடையது; மற்றையது பரீது ஷாகியினுடையது. முதற் பிரிவில் உள்ள பன்னிரண்டு சமாதிகளும் குல்பர்காச் சமாதிகளைப் போன்று அமைந்திருந்தாலும் அவற்றின் அளவு பெரிதாகவும், குமிழ் போன்ற மேற் கூரைகள் அதிக உயரமானவையாயும், பெரிய உருண்டையும், முகப்புகள்அதிகப்படியான வளைவு நிறைந்த இடுக்குகளாகவும், சல்லடையிட்ட சாளரங்'ளாலும் அலங்கரி'கப்பட்ட வையாகவும் காணப்படுகின்றன. இவையனைத்திலும் சிறந்து விளங்குவது அகமதுவின் சமாதியேயாகும். இச்சமாதியின் உட்புறம், பாரசீகப் பாணியிலமைந்த ஒளிவிடும் வண்ணச் சித்திரங்களாலும், கடும் நீலமான அல்லது கடுஞ் சிவப்பான தரையின்மேல், பொன் எழுத்துக்களால் வரிசை வரிசையாகப் பொறிக்கப்பட்ட குவிக் முதலிய சிலாசாசனங்களாலும் அலங்கரிக்கப்பட்டுள்ளது. அலாவுத்தீன் அகமது ஷா (1436-58) என்பவனின் ஆட்சிக் காலத்தில்தௌலதாபாத்திற் கட்டப்பட்ட சத்துமினார் என்பதிலும், இப்பேரரசரின் சமாதியிலும் பாரசீக மயமாக்கும் வேலை மேலும் நடைபெற்றது. அழுக்கடையாதிருப்பதற்காக, பல்வேறு நீல வண்ணங்களிற்கண்ணாடி போன்று பூசப்பட்ட ஓடுகளினாற் பேரரசனுடைய சமாதியின் முற்புறம் அலங்கரிக்கப்பட்டள்ளன. ஆனால் பாரசீகப் பாணியில் அமைந்த கட்டடங்களுள் மிகச் சிறந்ததாகத் திகழ்வது பிடாரில் உள்ள கவானின் (1472) மதரசா என்பதே மூன்று அடுக்கு உயரத்தில் முற்பக்க இரு மூலைகளில் உயர்ந்த மினரெற்று எனப்படும், கோபுரத்துன் காட்சியளிக்கும் மதரசா, 295 அடி அகலமும் கொண்டது. இதனுள்ளே 100 அடி நீள, அகலமுடைய ஒரு திறந்த வெளியில் ஒரு மசூதியும், நூல்நிலையமும், விரிவுரை மண்டபங்களும்,

பேராசிரியர்களின் இருப்படங்களும் மாணவர்களின்தங்குமிடங்களும் இருந்தன. கட்டடத்தின் முற்பக்கத்தில் உள்ள, நுழைவாயின் இரு மருங்கிலும் மசூதியும் நூல் நிலையமும் அமைந்திருந்தன. மற்றப் பக்கங்களில் மத்திய பகுதியில் உயரமமான விரிவுரை மண்டபங்களே (3 அடு'குகளின் உயரம்வரை இவை இருந்தன) காணப்பட்டன. பேராசிரியர்களின் அறைகள் மூலைகளில் இருந்தன. வசதியாகவும், சுகமாகவும் இருக்கக் கூடியதாகவும், ஒளியும் காற்றும் நிறைய வரத்தக்கதாகவும் இவையனைத்தும் திட்டமிடப்பட்டன. மூலைகளிலுள்ள மினரெற்றுக் கோபுரங்கள், உருவிற் சத்துமினாரை ஒத்திருந்தன. இவற்றிற்கிடையேயுள்ள முற்பகுதியில் ஓடுகளில், சூடாக்கப்பட்ட வண்ணக் கவலையினால் பளபளப்பான முறையில் அலங்கார வேலைப்பாடுகள் செய்யப்பட்டன. ஆங்கில வி எழுத்துப்போன்றஅமைப்பில் வரிசை வரிசையாகப் புனித மத நூல்கள் அடுக்கப்பட்டிருந்த காட்சி பாரசகத்திலுள்ள அமைப்புகளுடன் ஒப்பிடக் கூடியதாக அமைந்துள்ளது.

பிசப்பூரைச்சேர்ந்த அடில் ஷாகி அரசர்கள் பிசப்பூர் நகரத்தை இந்தியாவின் மிகச் சிறந்த நகரங்களுள்ள ஒன்றாக ஆக்கினார்கள். பரிபாலன வேலைகளின் கேந்திர நிலையமாக இருப்பதற்கு அரண்செய்யப்பட்ட ஒரு நகரம் தேவைப்பட்டது. இத் தேவைக்கேற்ப பிசப்பூரில் ஒரு இராச்சியத் தலைநகருக்குத் தேவையான அரண்மனைம், மசூதிகள், சமாதிகள், நாணயம் அச்சிடும் சாலைகள், நுழைவாயில்கள் முதலியனவும் இருந்தன. அங்குள்ள ஒருவிதமலைக்கற்களினால் இக்கட்டடங்கள் கட்டப்பட்டிய படியால் நகரம் முழுவதும் ஒருவித மந்தமான தோற்றமுடையதாயிருக்கிறது. ஆனால் இதே காலத்தில் முகலாயக் கட்டடங்கள், சிவப்புக் கற்களானாலும், வெள்ளைச் சலவைக் கற்களினாலும் கட்டப்பட்டன.

1565ஆம் ஆண்டளவில், 4 ஆம் அடில் ஷா என்பனாற் கட்டத் தொடங்கப்பட்ட யாமி மசீது, முக்கியத்துவத்தில் முதலிடம் பெறுகின்றது. இக்கட்டடப் பாணி உருவாகிய முறையையும் இது எடுத்துக் காட்டுகின்றது. எப்பொழுதாயினும் இது பூரணமாகக் கட் முடிக்கப்படவில்லை. முன்றியின் முகப்புப் பகுதி இங்கே காணப்படவில்லை. வில் வளைவு போன்ற பிரார்த்தனை மண்டபத்தில் ஐந்து உட்பாதைகள் உள. இப்பாதைகளிற் பாரிய தூண்கள் காணப்படுகின்றன. இவற்றுடனும் அழகான முறையில் அமைந்த குமிழிக் கூரையுடனும் கூடிய பிரார்த்தனை மண்டபம் மனதைப் பெரிதும் கவர்கின்றன. மிகக் குறைவான வேலைப்பாடுகளே இங்குள்ள மேற்றளத்திற் பூசப்பட்ட தடித்த சாந்து காலப் போக்கில் வெண்ணெய் நிறமுடைய மெல்லிய மேற்பூச்சாக மாறிப் பார்பபோர் கண்களுக்கு இன்பமுட்டுகின்றது. இ,ருந்த போதிலும், நடுவிலே தூண் வரிசைகளின் இடையேயுள்ள பகுதியில், பல்வேறு வண்ணத்தினாலும், பொன்னாலும் செய்யப்பட்ட பகட்டான அலங்கார வேலைப்பாடுகள் பிற்காலத்துக் கலைஞற்களாற் செய்யப்பட்டன. ஆடம்பரமற்ற எளிமைச் சிறப்புடன் கூடிய எஞ்சிய பகுதிகளுடன், இப்பகுதி இணைந்து நிற்கவில்லை. பதினாறாம் நூற்றாண்டின் முடிவிற் கட்டப்பட்ட இபுராகிம் ரவுஷா, பெரிய அளவில் அதிக அலங்கார வேலைப் பாடுகளுடன் கட்டப்பட்ட கட்டடமாகும். சுற்றுமதிலின் உள்ளே, ஓர் உயர்ந்த மேடையிற் கட்டப்பட்ட

2ஆம் சுல்தான் இபுராகிமின் சமாதியையும், மசூதியையும் கொண்ட இந்த இபுராகிம் ரவுஷா, முகலாயர்களின் மிகச் சிறந்த கட்டடத்துடன்போட்டியிடக் கூடிய சிறப்பும் தகுதியும் வாய்ந்தது. சமாதிதான் மிக முக்கியமானது. உள்நாட்டு கலைஞர்களின் செதுக்கு வேலைப்பாடுகளுடன் கலைத்திறமையுடனும்கூடிய இச்சமாதி எவ்வித குறைபாடுமின்றி அழகுடன் திகழ்கின்றன.

பிசப்பூர்த் தொழிலாளரின் பல்கலைத் திறமையை, மிகக் கம்பீரமாகவும் பெரிதாகவும் கட்டப்பட்ட முகம்மது அடில் ஷா என்பவனின் சமாதியாகிய கொல்கும்பாசுவிலு இதற்கு எதிர்மாறாக மிகச் சிறிய உருவில் அதிநுட்பமாகக் கட்டப்பட்ட மந்தர் மகால் என்பதிலும் காணலாம். நகரில் அனைவரது கவனத்தையும் அதிக அளவிற் கவரும் கொல் ழும்பாக, உண்மையிலேயே மிகச் சிறந்த மலைச்சாதனையாகும். மிகப் பெரிதாக குமிழிக்கூரை கிட்டத்தட்ட 18,000 சதுடி அடியை உள்ளடக்குகின்றது. முகம்மது (1627-56) ஆட்சிக் காலத்திற் பிசப்பூர் மிகவுயர்ந்த நிலையில் இருந்தது என்பதைக் கொல் கும்பாக தெளிவாகக் காட்டுகின்றது. மிகப்பரப்த சுற்றுமதிலினுள்ளே ஒரு மசூதியையும், ஒரு வாயிலையும் இசைக் கலைஞர்களின் மண்டபத்தையும், ஒரு விடுதிச் சாலையையும் ஓர் அரசனின் சமாதிக்குத் தேவையான மற்றை கட்டடங்களையும் கொல்கும்பாவின் அமைப்புத் திட்டம் உள்ளடக்குகின்றது. இந்த அமைப்புத் திட்டம் முழுவதும் பரிபூரணமாகக் கட்டி முடிக்கப்பட்டதா என்பது சந்தேகமே., சமாதியறை இதுவரை கட்டப்பட்ட மிகப்பெரிய தனிறயைகளுள் ஒன்றாக விளங்குகின்றது. மிக உன்னதமான விகிதாசாரமுடைய மண்டபம் வெளிப்புறத்தில் பெரிய உருவிலமைந்த குமிழிக் கோபுரத்தைவிட ஒவ்வொரு மூலையிலுமுள்ள எண்கோணமான மூலைத் தூண்களும் கைப்பிடிச் சுவரின் கீழே அதிக பலகை தாங்கிகளுடன் கூடிய விளிம்பும் அதிக அளவில் அனைவரது கண்களையும் கவரும் அம்சங்களாக இருக்கின்றன. சுவர்களுக்கிடையேயுள்ள வெளியில் மூன்று வளைவுகள் உட்புகுந்து காணப்படுகின்றன. ஏதோ ஒரு அம்சம் இங்கே பூரணப் படுத்தப்படவில்லைப்போல் தெரிகின்றது. சற்சதுரமான அமைப்புடன் கூடிய சுவர்களிலிருந்து, குமிழிக் கூரைக்குத் தேவையான வட்ட மேடையை உண்டாக்கத் திறமையான முறையிலும் கலைத்துவமான முறையிலும், தீர்த்து வைத்துவிட்டது. இதே போன்ற இன்னோர் எடுத்துக்காட், 600 ஆண்டுகளுக்கு முன்னால் கொர்தோவா என்ற இடத்தில் கட்டப்பட்டது.

மித்தர் மகால் (1620) என்பது, அதன் பெயர் குறிப்பதைப் போல், ஓர் அரண்மனையன்று, ஒரு மசூதியின் மூன்றிலுக்கு இட்டுச் செல்லும் அலங்கார வேலைப்பாடுகள் நிறைந்த தோரணவாயிலே இதுவாகும். உயரமான அழகு வாய்ந்த இக்கட்டடத்தின் மேல் மாடியிற் கூட்டமண்டபம் ஒன்றுண்டு. இதற்கு மேலே, புடைத்து வெளியே நீட்டிக் கொண்டிருக்கும் சாளரங்களும், துளையிடப்பட்ட கைப்பிடிச்சுவர்களும் கூடிய உயரமான சுவரினாற் சூழப்பட்ட திறந்த வெளியுண்டு. முகப்பின் இருபக்கத்திலும்...அழகு வேலைப்பாடமைந்த மெல்லிய மினார்த் தூண்கள் இருக்கின்றன. ஆனால் இவை இரண்டிற்கும் இடையேயுள்ள வெளி முழுவதையும் உள்ளடக்கி, வெளியே புடைத்து

நிற்கும் மேல்மாடிச் சாளரம்தான். அதிக கவனத்திற்குரிய அமிசமாகும். சுவரில் நெருக்கமாக இருக்கின்ற செதுக்கப்பட்ட பலகை தாங்கிகளின் மேல் இச்சாரளம் பொருத்தப்பட்டிருக்கிறது. மரத்தினாற் செய்யப்பட்டதைப்போன்ற தோற்றத்தைக் கொடுக்கின்ற மிகநுட்பமாச் செதுக்கப்பட்ட கற்களான உறை கட்டைகள் தாழ்வாரத்தின் தொங்கும் பகுதியைத் தாங்குகின்றன. இக்கட்டடம் முழுவதும் ஈடினையற்ற நுண்ணழகுடன் திகழ்கின்றன.

இந்துக்களாற்கட்டப்பட்ட மதச் சார்பற்ற சில கட்டடங்களில், அதிக இஸ்லாமியர் செல்வாக்கு இருப்பதையும் நாம் கவனிக்கலாம். 1575ஆம் ஆண்டளவில் விசநகரிற் கட்டப்பட்ட நந்தவன மாளிகையாகிய தாமரை மகால், லோடி முறையில் அமைந்த செடி வேலைப்பாடுகளுடன் கூடிய வளைவுகளையும் இடுக்குகளையும் கொண்டுள்ளது. தென் இந்தியக் கோவிலின் சிகரத்தைப் போல் ஒன்றின்மேல் ஒனறான பல அடுக்குகளுடன் கூடிய கூர்நுதிக் கூரையையும் இது கொண்டுள்ளது. சந்திரகிரிக் கோட்டையிலுள்ள (பதினேழாம் நூற்றாண்டின் ஆரம்பகாலம்) அரண்மனையின் முகப்பிலும், இதே மாதிரியான அமிசங்கள் ஒன்றாக இணைந்து பார்ப்போருக்கு மகிழ்வூட்டுகின்றன. மதுரையிலுள்ள திருமலை நாயக்கரின் அரண்மனையிற் (1545 ஆம் ஆண்டளவில்) சில ஐரோப்பியக் கட்டடப் பாணியும்கலந்துள்ளது. இவ்வரண்மனை தன் பாரிய உருவத்தினால் மனதைக் கவர்ந்துள்ளது. ஆனால், பல்வேறு பகுதிகளிலிருந்து எடுக்கப்பட்ட கட்டடக்கலை அம்சங்கள் மனதிற்கு திருப்தி தரக்கூடிய வகையில் ஒன்றாக இணைக்கப்படவில்லை.

துணைநூற் பட்டியல்

PERCY BROWN : Indian Architecture, Vols.I and II (Bombay, no date)

Cambridge History of India, Vol.III and IV (Cambridge, 1937).

A.K.Coomaraswamy, History of Indian and Indonesian Art (New Yark, 1927).

J.FERGUSSON : History of Indian and Easter Architecture, Vols.I and II (London, 1910).

R.GROUSSET (tr.C.A.Philips) India (The civilizations of the east series) (London, 1932).

G.JOUVEAU DUBREUIL : Archeologie due sud de Iinde (Paris.1914).

A.U.POPE AND P.ACKERMAN, A survey of Persian Art (London, 1938).

❖❖❖❖